புதுமைப்பித்தன் கதைகள்

முழுத் தொகுப்பு

1998இல் வெளிவந்த புதுமைப்பித்தன் அச்சிடப்படாத/தொகுக்கப்படாத படைப்புகளைக் கொண்ட ‘அன்னை இட்ட தீ’யை அடுத்து புதுமைப்பித்தனின் அனைத்துப் படைப்புகளையும் காலச்சுவடு பதிப்பகம் வெளியிட்டு வருகிறது.

2000இல் முதலில் வெளியான இந்த முதல் தொகுப்பில் புதுமைப்பித்தன் கதைகள் அனைத்தும் இடம்பெறுகின்றன. காலவரிசையில் கதைகள் அமைக்கப்பட்டிருக்கின்றன. முதன் முதலில் இக்கதைகள் வெளியான இதழ்களோடும் புதுமைப்பித்தன் காலத்தில் வெளியான முதல் பதிப்புகளோடும் ஒப்பிடப்பட்டு, திருத்தமான பாடத்தோடு இந்நூல் அமைந்துள்ளது. கதைகளை வெளியிடப் புதுமைப்பித்தன் பயன்படுத்திய புனைபெயர்கள், பதிப்புக் குறிப்புகள், பாடவேறுபாடுகள் முதலானவை பின்னிணைப்பு களில் இடம்பெறுகின்றன. பல்லாண்டுக் கால ஆராய்ச்சியில் உருவாகியுள்ள தொகுப்பு இது. செம்பதிப்பு எனச் சிறப்புப் பெயர் பெற்றுவிட்ட தொகுப்பின் பதிநான்காவது பதிப்பு இது.

இந்நூலின் பதிப்பாசிரியர் ஆ. இரா. வேங்கடாசலபதி தமிழ்ச் சமூக வரலாறு தொடர்பாகக் குறிப்பிடத்தகுந்த ஆய்வுகள் செய்துவருபவர். சென்னை வளர்ச்சி ஆராய்ச்சி நிறுவனத்தில் *(Madras Institute of Development Studies)* பேராசிரியராக இருக்கும் இவர், மனோன்மணியம் சுந்தரனார் (திருநெல்வேலி), சென்னை, சிகாகோ, சிங்கப்பூர் பல்கலைக்கழகங்களில் பணியாற்றியிருக்கிறார். வி.கே.ஆர்.வி. ராவ் விருதும் (2007) விளக்கு புதுமைப்பித்தன் விருதும் (2018), கனடா இலக்கியத் தோட்டத்தின் வாழ்நாள் சாதனையாளருக்கான 2021ஆம் ஆண்டின் இயல் விருதைப் பெற்றிருக்கிறார்.

புதுமைப்பித்தன் கதைகள்
முழுத் தொகுப்பு

பதிப்பாசிரியர்
ஆ. இரா. வேங்கடாசலபதி

காலச்சுவடு பதிப்பகம்

தொ.மு.சி. ரகுநாதன்
அவர்களுக்கு

புதுமைப்பித்தன் கதைகள் (முழுத் தொகுப்பு) ♦ பதிப்பாசிரியர்: ஆ. இரா. வேங்கடா சலபதி ♦ பதிப்பும் அமைப்பும் © ஆ. இரா. வேங்கடாசலபதி ♦ முதல் பதிப்பு: ஆகஸ்ட் 2000, பதினேழாம் பதிப்பு: மார்ச் 2025 ♦ வெளியீடு: காலச்சுவடு பப்ளிகேஷன்ஸ் (பி) லிட்., 669 கே.பி. சாலை, நாகர்கோவில் 629001

Pudumaippithan Kathaikal ♦ The complete stories of Pudumaippithan (C. Virdhachalam, 1906-1948) ♦ A chronological, variorum edition with critical notes and appendices ♦ Edited by A.R. Venkatachalapathy ♦ Compilation, format and editorial arrangement © A.R. Venkatachalapathy ♦ Language: Tamil ♦ First Edition: August 2000, Seventeenth Edition: March 2025 ♦ Size: Demy 1x 8 ♦ Paper: 18.6 kg maplitho ♦ Pages: 827

Published by Kalachuvadu Publications Pvt. Ltd., 669, K.P. Road, Nagercoil 629001, India ♦ Phone: 91-4652-278525 ♦ e-mail: publications@kalachuvadu.com ♦ Printed at Ramani Print Solution, M22, 6th Avenue, Alagapuri Nagar, Ramapuram, Chennai 600089

ISBN: 978-81-87477-01-3

03/2025/S.No.171, kcp 5646, 18.6 (17) 9ss

பொருளடக்கம்

மூன்றாம் பதிப்பின் நன்றியுரை / 9
நான்காம் பதிப்புக்கான குறிப்பு / 13
எட்டாம் பதிப்புக்கான குறிப்பு / 14
ஒன்பதாம் பதிப்புக்கான குறிப்பு / 14
பதிப்பியல் நோக்கில் புதுமைப்பித்தன் கதைகள்
ஆ. இரா. வேங்கடாசலபதி / 15
புதுமைப்பித்தன் : ஆளுமையும் ஆக்கங்களும்
சுந்தர ராமசாமி / 33
சிறுகதைகள்
1. ஆற்றங்கரைப் பிள்ளையார் / 55
2. சங்குத் தேவனின் தர்மம் / 61
3. பொன்னகரம் / 66
4. திருக்குறள் செய்த திருக்கூத்து / 69
5. கட்டில் பேசுகிறது / 77
6. மோட்சம் / 80
7. ராமனாதனின் கடிதம் / 83
8. காளி கோவில் / 86
9. உணர்ச்சியின் அடிமைகள் / 89
10. நிகும்பலை / 92
11. நியாயம் / 99
12. புதிய நந்தன் / 102
13. கவந்தனும் காமனும் / 108
14. இது மிஷின் யுகம்! / 111
15. ஒப்பந்தம் / 113
16. திறந்த ஜன்னல் / 117
17. தனி ஒருவனுக்கு / 120

18. பறிமுதல் / 125
19. தெரு விளக்கு / 129
20. அகல்யை / 131
21. கடிதம் / 136
22. சித்தம் போக்கு / 141
23. நன்மை பயக்குமெனின் / 143
24. தியாகமூர்த்தி / 149
25. கண்ணன் குழல் / 154
26. வாடா மல்லிகை / 156
27. கொடுக்காப்புளி மரம் / 160
28. நம்பிக்கை / 164
29. புதிய ஒளி / 167
30. கனவுப் பெண் / 169
31. 'நானே கொன்றேன்!' / 174
32. சாயங்கால மயக்கம் / 181
33. தேக்கங் கன்றுகள் / 184
34. இரண்டு உலகங்கள் / 192
35. பொய்க் குதிரை / 197
36. புதிய கந்த புராணம் / 204
37. குப்பனின் கனவு / 208
38. பாட்டியின் தீபாவளி / 211
39. ஆண்மை / 214
40. கடவுளின் பிரதிநிதி / 224
41. கோபாலய்யங்காரின் மனைவி / 229
42. சணப்பன் கோழி / 234
43. மாயவலை / 238
44. பால்வண்ணம் பிள்ளை / 244
45. குற்றவாளி யார்? / 247
46. வழி / 256
47. வெளிப்பூச்சு / 260
48. கோபாலபுரம் / 263
49. 'பூசனிக்காய்' அம்பி / 267
50. சாமாவின் தவறு / 272
51. கலியாணி / 276
52. ஒரு கொலை அனுபவம் / 290
53. துன்பக் கேணி / 292

54. டாக்டர் சம்பத் / 318
55. ஞானக் குகை / 326
56. சிற்பியின் நரகம் / 332
57. வாழ்க்கை! / 338
58. புதிய கூண்டு / 344
59. பிரம்ம ராக்ஷஸ் / 361
60. விநாயக சதுர்த்தி / 374
61. ஒரு நாள் கழிந்தது / 382
62. வேதாளம் சொன்ன கதை / 392
63. மனித யந்திரம் / 399
64. காலனும் கிழவியும் / 408
65. நாசகாரக் கும்பல் / 414
66. நினைவுப் பாதை / 434
67. ? / 439
68. மனக்குகை ஓவியங்கள் / 441
69. நியாயந்தான் / 446
70. உபதேசம் / 451
71. புரட்சி மனப்பான்மை / 456
72. அபிநவ-ஸ்நாப் / 461
73. விபரீத ஆசை / 466
74. சாமியாரும் குழந்தையும் சீடையும் / 471
75. செவ்வாய் தோஷம் / 474
76. சுப்பையா பிள்ளையின் காதல்கள் / 481
77. கொன்ற சிரிப்பு / 489
78. கருச்சிதைவு / 494
79. சொன்ன சொல் / 499
80. மகாமசானம் / 502
81. காஞ்சனை / 507
82. செல்லம்மாள் / 517
83. சாப விமோசனம் / 535
84. கட்டிலை விட்டிறங்காக் கதை / 549
85. கடவுளும் கந்தசாமிப் பிள்ளையும் / 559
86. சித்தி / 578
87. சிவசிதம்பர சேவுகம் / 591
88. நிர்விகற்ப சமாதி / 597

89. நிசமும் நினைப்பும் / 603
90. எப்போதும் முடிவிலே இன்பம் / 615
91. கபாடபுரம் / 627
92. அன்று இரவு / 646
93. படபடப்பு / 662
94. அவதாரம் / 667
95. கயிற்றரவு / 674
96. 'இந்தப் பாவி' / 681
97. இலக்கிய மம்ம நாயனார் புராணம் / 688

பிற

98. சிற்றன்னை (குறுநாவல்) / 693
99. அன்னை இட்ட தீ (முற்றுப்பெறாத நாவல்) / 740

பின்னிணைப்புகள்

1. புதுமைப்பித்தன் நூல் முன்னுரைகள் / 777
2. புதுமைப்பித்தன் கதைத் தொகுப்புகள் : பதிப்பு விவரங்கள் / 792
3. புதுமைப்பித்தன் கதைகள் : வெளியீட்டு விவரங்களும் பாடவேறுபாடுகளும் / 798
4. கையெழுத்துப் படிகளும் அச்சுப் படிகளும் / 819
5. படங்கள் / 822
6. புதுமைப்பித்தன் வாழ்க்கைக் குறிப்பு / 824
7. புதுமைப்பித்தன் கதைகள்: தலைப்பு அகரவரிசை / 825

~ ~

மூன்றாம் பதிப்பின் நன்றியுரை

புதுமைப்பித்தன் படைப்புகளைத் தமிழக அரசு நாட்டுடைமையாக்கியுள்ள சூழ்நிலையில் புதுமைப்பித்தன் கதைகள் முழுத் தொகுப்பின் மூன்றாம் பதிப்பைத் தமிழுலகிற்குக் கையளிப்பதில் மனநிறைவு கொள்கின்றேன். நாட்டுடைமையாக்கம் புதுமைப்பித்தனின் படைப்புகள் பரவலாகச் சென்றுசேர்வதற்குத் துணை நின்று, அவரது புகழ் நிலைபெற உதவக்கூடியது. இதைக் காலச்சுவடு பதிப்பகம் முழு மனத்தோடு வரவேற்கிறது. ராயல்டி தொகை தர வேண்டிய நிலையில்லாததால் அதற்கேற்ப இந்நூலின் விலை குறைக்கப்பட்டுள்ளது.

முதல் வெளியீட்டு விவரங்கள், பாடவேறுபாடுகள் போன்ற குறிப்புகளைக் கொண்ட ஒரு ஆய்வுப் பதிப்பு எவ்வாறு எதிர் கொள்ளப்படுமோ என்ற தயக்கம், சற்றேறக்குறைய ஒன்றரையாண்டில் இரு பதிப்புகள் செலவானதில் கல்பொரு சிறுநுரையாகிவிட்டது. இதற்காக வாசகர்களுக்கு நன்றி செலுத்துகிறேன்.

எடுத்துக்கொண்ட செயலின் நோக்கத்தைச் சுட்டுவதற்காக, ஓர் அடையாளமாகப் பயன்படுத்திய 'செம்பதிப்பு' என்ற சொற்றொடர் பல்வேறு விமரிசனங்களால் தகுதியின்பாற்பட்ட சிறப்புப் பெயராக ஏற்புடைமை பெற்றுள்ளது. எனவே, பாராட்டுரைகள் வழங்கியோரை விட, எதிர்மறையான விமரிசனங்கள் செய்தவர்களுக்கே நான் நன்றி செலுத்த வேண்டும்.

முதல் இரு பதிப்புகள் வெளிவந்த பிறகு கிடைத்த தகவல்களின் அடிப்படையில் இதில் சில மாற்றங்கள் செய்யப்பட்டுள்ளன. 'சுப்பையா பிள்ளையின் காதல்கள்' 1939 'சூறாவளி'யில் முதலில் வெளியானது கண்டறியப்பட்டுள்ளது. இதனால் கதை வரிசை மாறியுள்ளது. காலக் குறிப்பு அறிய இயலாத கதைகளின் எண்ணிக்கையும் ஆறாகக் குறைந்துள்ளது. 'சாமியாரும் குழந்தையும் சீடையும்', 'செவ்வாய் தோஷம்', 'படபடப்பு', 'கயிற்றரவு' ஆகிய கதைகள் முதன்முதலில் இதழ்களில் வெளியான வடிவங்களோடு ஒப்பிடப்பட்டு, பாடங்கள் செப்பம் பெற்றுள்ளன. இதனால், பிற்சேர்க்கை 3இல் வழங்கப்பட்டுள்ள ஆய்வுக் குறிப்புகள் செழுமையடைந்துள்ளன.

மூன்றாம் பதிப்பு வெளிவரும் வேளையில், இந்நூலின் வெளியீட்டுக்கு உதவிய அன்பர்களுக்கு என் நன்றியறிதலைப் புதுப்பித்துக்கொள்கிறேன். எளிய செயல்கள்கூடப் பலரின் ஒத்துழைப்போடுதான் இயல்வதாகும் என்னும்போது, பெரிய வினைப்பாடுகள் பற்றிச் சொல்ல வேண்டியதில்லை.

இந்த ஓட்டைப் பானையிலும் கொழுக்கட்டை வேவதற்கு வழி செய்தவர் பலர்.

புதுமைப்பித்தன் படைப்புகள் அனைத்தையும் செப்பமாக வெளியிடுவதென முடிவெடுத்ததுமே, பதிப்பு நெறியினை முதலிலேயே வகுத்துக்

கொள்வது தேவை என்று உணர்ந்து, இது தொடர்பாகப் புதுமைப்பித்தன் அன்பர்களைக் கலந்துகொள்வதென முடிவு செய்யப்பட்டது. பதிப்புச் சிக்கல்கள் பற்றி நான் தயாரித்த வரைவு அன்பர்களின்முன் வைக்கப் பட்டது. 19 ஏப்ரல் 1998 அன்று நாகர்கோவிலில் ஒரு முழுநாள் பதிப்பு ஆலோசனைக் கூட்டம் நடைபெற்றது. அதில் கலந்துகொண்டு ஆக்கப்பூர்வமான கருத்துகள் வழங்கியவர்கள் திரு. சுந்தர ராமசாமி, முனைவர் பா. மதிவாணன், முனைவர் பழ. அதியமான், திரு. அ. ராஜ மார்த்தாண்டன், திரு. கி.அ. சச்சிதானந்தன், திரு. எம். சிவசுப்ரமணியன் (எம்.எஸ்.), திரு. வே.மு. பொதியவெற்பன், முனைவர் அ.கா. பெருமாள். உடல்நிலை காரணமாகத் திரு. தொ.மு.சி. ரகுநாதன் இக்கூட்டத்தில் கலந்துகொள்ள இயலவில்லை. ஆயினும், அதற்கு முந்திய நாள் இரவு அதியமானும் மதிவாணனும் நானும் அவரது நெல்லை வீட்டில் கண்டு பேசி அவர் கருத்துகளைப் பெற்றுக்கொண்டோம்.

புதுமைப்பித்தன் படைப்புகளைக் காலவரிசையில், திருத்தமான பாடத்தோடும் பாடவேறுபாடுகளோடும் பதிப்பிப்பது எனத் தீர்மானித்த தும், அவை முதலில் வெளியான மூல இதழ்களையும், அவை நூலாக்கம்பெற்ற முதல் பதிப்புகளையும் தேடி எடுக்க வேண்டியிருந்தது. சான்று மூலங்களைக் கொண்டு ஆராய்ச்சி செய்வது என்பதற்குப் பதிலாக, சான்று மூலங்களைத் தேடுவதே தமிழ் ஆய்வுலகில் பெரிய ஆராய்ச்சி என்பதாகி விட்டது. இந்தச் சூழ்நிலையில், பழம் இதழ் களைப் பாதுகாத்து, ஆய்வாளர்களுக்குப் படிக்க வசதி செய்துதரும் நூலகங்களையும் அவற்றின் பொறுப்பாளர்களையும் சப்பரத்தில் வைத்துச் சுமந்து சென்றாலும் சரியே. அவர்களுள் முக்கியமானவர்கள்:

சென்னை மறைமலையடிகள் நூல் நிலையமும் அதன் செயலாளர் திரு. இரா. முத்துக்குமாரசாமி அவர்களும்; சென்னை ரோஜா முத்தையா ஆராய்ச்சி நூலகமும் அதன் மேனாள் இயக்குநர்களான (மறைந்த) திரு. ப. சங்கரலிங்கம் அவர்களும் திரு. சு. தியடோர் பாஸ்கரன் அவர்களும்; சென்னை உ.வே. சாமிநாதையர் நூல் நிலைய மும் அதன் பாதுகாவலரும்; தமிழ்நாடு ஆவணக்காப்பகமும் அதன் சிறப்பு ஆணையாளரும்; காரைக்குடி அழகப்பா பல்கலைக் கழக நூல் நிலையம்; புதுக்கோட்டை மீனாட்சி நூல் நிலையமும் அவற்றின் உரிமையாளர்களான திரு. பா. கிருஷ்ணமூர்த்தி, திருமதி டோரதி கிருஷ்ணமூர்த்தி இணையரும்; ஜவகர்லால் நேரு பல்கலைக் கழகத்தின் தற்கால வரலாற்றுக்கான ஆவணக்காப்பகமும், அதன் தலைவர் பேராசிரியர் கே.என். பணிக்கர் அவர்களும்; தமிழ் இலக்கிய வரலாற்றுப் பேரறிஞர் மறைந்த மு. அருணாசலம் அவர்களின் தனி நூலகமும் அதன் உரிமையாளர் திரு. அ. சிதம்பரநாதன் அவர்களும்; ஆண்டிப்பட்டி அய்யன் திருவள்ளுவர் நூலகம்.

இலண்டனிலுள்ள பிரிட்டிஷ் நூலகத்தின் இந்தியா அலுவலக நூலகப் பிரிவில் சில முதல் பதிப்புகளையும், சிகாகோவிலுள்ள ஆய்வு நூலகங்களுக்கான மையத்தில் 'மணிக்கொடி'யின் நுண்படச் சுருளையும் பார்வையிட்டுப் படியெடுக்க முடிந்தது. சிகாகோவில் இதற்குரிய ஏற்பாடுகளை எனக்குச் செய்துகொடுத்தவர், சிகாகோ பல்கலைக் கழகத் தெற்காசியப் பிரிவின் நூலகர் திரு. ஜேம்ஸ் நை.

மருங்கூர், சண்முகானந்த நூல் நிலையத்தில் சில முதல் பதிப்புகள் கிடைத்தன. இதற்கு உதவியவர்கள் முனைவர் தே. வேலப்பன், முனைவர் அ.கா. பெருமாள்.

'மணிக்கொடி' இதழ்களைக் கொடுத்துதவியவர் திரு. ஆர். பாண்டியன் (சிங்கப்பூர்). தம்மிடம் உள்ள 'மணிக்கொடி' இதழ்களைப் பார்வையிடக் கொடுத்தவர் திரு. கி.அ. சச்சிதானந்தன். 'சிற்பியின் நரகம்' கதை அவரிடமிருந்த 'மணிக்கொடி'யிலிருந்தே ஒப்பிடப்பெற்றது.

இப்பதிப்புத் தொடர்பான சில முக்கிய உதவிகளைச் செய்தவர் திரு. ரகுநாதன். புதுமைப்பித்தன் பற்றிய எந்த வேலைக்கும் அவருடைய உதவியும் ஆலோசனையும் இன்றியமையாதன. 'அன்னை இட்ட தீ', 'படபடப்பு' ஆகியவற்றின் கையெழுத்துப்படிகள், சில முதல் பதிப்புகள், புதுமைப்பித்தன் கைப்படத் திருத்தம் செய்த 'நாசகாரக் கும்பல்', 'பக்த குசேலா' நூல்கள் ஆகியவற்றைப் பார்வையிடவும் ஒளிநகலெடுக்கவும் அவர் அனுமதி நல்கினார். பதிப்புத் தொடர்பான ஐயங்கள் பலவற்றை யும் களைந்து உதவினார். அரை நூற்றாண்டுக்கும் மேலாக அயராது புதுமைப்பித்தன் புகழை நிறுவிவரும் ரகுநாதனின் பொது வாழ்க்கைச் செயல்பாடுகளுக்காக மட்டுமல்லாமல், இப்பதிப்பின் செம்மைக்குத் துணைநின்ற அவரது பண்புக்காகவும் இந்த நூலை அவருக்குக் காணிக்கையாக்குவது மிகப் பொருத்தமுடையது.

இப்போது எட்டயபுரத்திலுள்ள ரகுநாதன் அவர்களின் நூற் சிப்பங்களைப் பிரித்துப் பார்க்கத் துணைநின்றவர் திரு. சோ. அழகர்சாமி அவர்கள்.

புதுமைப்பித்தனின் சிறுவயதில் எடுக்கப்பட்ட குடும்பப் படத்தைக் கொடுத்துதவியவர் அவர் தம்பி திரு. சொ. முத்துசாமி.

பாடவேறுபாடுகளைக் குறிப்பதற்கெனப் பல பாடங்களை ஒப்பிட்டுப் பார்க்க வேண்டியிருந்தது. இந்தச் 'சள்ளை பிடித்த' வேலையில் சலிப் பில்லாமல் என்னுடன் செயலாற்றியவர் செ. ஆனந்த். தளவாய் சுந்தர மும், முனைவர் நா. கண்ணனும் இதன் தொடர்பில் துணை நின்றனர்.

திரு. எம். சிவசுப்ரமணியன் (எம்.எஸ்.), முனைவர் ஆ. ஸ்ரீவத்சன், திரு. 'வைகை' குமாரசாமி, திரு. காஞ்சனை சீனிவாசன், திரு. எஸ். ரவிச்சந்திரன், முனைவர் ஸ்டீவன் ஹியூஸ், திரு. ப. தேசிகவிநாயகம், திரு. மகாதேவன், திரு. அரவிந்தன் ஆகியோர் சிறியதும் பெரியதுமான பல உதவிகளைப் புரிந்தனர்.

திரு. சி.சு. மணி, பேராசிரியர் ஆ. சிவசுப்பிரமணியன், பேராசிரியர் தொ. பரமசிவன் ஆகியோர் பல்வேறு நிலைகளில் இந்தப் பணிக்கு உதவினர். என் வேண்டுகோளை ஏற்று முதற் பதிப்பை முழுவதும் படித்துப் பார்த்து அச்சுப் பிழைகளைக் குறித்துக் கொடுத்த திரு. சி.சு. மணி அவர்களுக்கு நன்றி உரியது.

என் ஆய்வுத் தோழர்களான பழ. அதியமானும் பா. மதிவாணனும் இதழ் வேட்டையில் என்னோடு கலந்துகொண்டு கானமுயல்களோடு யானை பிழைத்த வேல்களையும் ஏந்தி வந்தனர். வ.ரா., டி.எஸ். சொக்கலிங்கம் பற்றிய தங்கள் ஆய்வின் மூலம் பெற்ற பட்டறிவை

ஒளிவு மறைவில்லாமல் பகிர்ந்துகொண்டனர். பதிப்பு வேலையின் ஒவ்வொரு நிலையிலும் இவர்கள் துணை எனக்கு உண்டு என்ற எண்ணம் தென்பூட்டுவதாய் இருந்தது.

புதுமைப்பித்தன் படைப்புகள் அனைத்தையும் அவற்றின் மூலங்களி லிருந்து கண்டெடுத்துப் பதிவாக்கும் ஆய்வுத் திட்டத்திற்கு, சர் ரத்தன் டாட்டா அறக்கட்டளை வழியே ஒரு நல்கையைக் கலைகளுக்கான இந்திய மையம் (பெங்களூர்) இந்த ஆண்டின் தொடக்கத்தில் காலச்சுவடு அறக்கட்டளைக்கு வழங்கியது. பதிப்பு மற்றும் ஆராய்ச்சித் தேவைக்கென ஒளிநகல் எடுக்கும் நிலைமாறி, நுண்படச் சுருளிலும் குறுந்தகட்டிலும் ஆவணமாக்கம் செய்து ஆராய்ச்சியாளர் அனைவர்க் கும் பயன்படுவதற்கு இதன் மூலம் வழி ஏற்பட்டுள்ளது என்பதை மகிழ்ச்சியுடன் தெரிவித்துக்கொள்கிறேன்.

பென்னம் பெரிய இந்த நூலை, அதன் பல்வேறு சிக்கல்களோடும் நுட்பங்களோடும் அணியம் செய்வதென்பது சாதாரண வேலை அன்று. காலச்சுவடு பதிப்பகத்தின் திருமதி சி. லீலாவும், திரு. அ. குமாரும் இதில் காட்டிய ஈடுபாடும் செயல்திறனும் போற்றத்தக்கன.

பதின்பருவத்திலேயே என்னைப் புதுமைப்பித்தனிடம் ஆற்றுப்படுத் தியவர்கள் என் முதலாசிரியர்கள் ‘முகம்’ மாமணியும், புலவர் த. கோவேந்தனும்.

புதுமைப்பித்தன் படைப்புகளைச் செம்மையாக வெளியிடுவதற்கு அனுமதி வழங்கிய திருமதி தினகரி சொக்கலிங்கம் அவர்களும் திரு. ஹெச். சொக்கலிங்கம் அவர்களும் காலச் செலவைப் பொருட் படுத்தாமல், இந்நூல் செம்மையாக வெளியாக வேண்டுமெனப் பொறுமை காத்தனர்.

இப்பதிப்பு வெளிவருவதில் திரு. சுந்தர ராமசாமி காட்டிய ஆர்வமும் தந்த ஒத்துழைப்பும் இயல்பானவை; எதிர்பார்க்கத்தக்கவை. இந்நூலுக்கு அவர் எழுதியுள்ள முன்னுரை பொருத்தமானது என்று சொல்வது மிகை. ஐம்பதாண்டுகளாகப் புதுமைப்பித்தன் பற்றி எவ்வளவோ பேசி யும், இன்றும் புதிதாகச் சொல்வதற்கு அவருக்கு நிறைய இருக்கிறது.

பெரிய காரியங்களையும் திட்டமிட்ட, முனைப்பான முயற்சியால் செய்து முடித்துவிடலாம் என்று கண்முன் காட்டிவருபவர் கண்ணன்.

சுந்தர ராமசாமி குடும்பத்தினர் ஒவ்வொருவரும் இந்தப் பணியில் ஏதோ ஒரு வகையில் உதவி இருக்கிறார்கள்.

செய்ந்நன்றி கொன்றால் உய்வில்லையாதலால் இவர்கள் அனைவரின் உதவியையும் நெஞ்சார நினைவுகூர்கிறேன். இவர் களுடைய ஒத்துழைப்போடு புதுமைப்பித்தனின் மொத்தப் படைப்பு களின் அடுத்த தொகுதிகளும் வெளிவரும் என்று நம்புகிறேன்.

25 ஏப்ரல் 2002 **சலபதி**

நான்காம் பதிப்புக்கான குறிப்பு

மூன்றரை ஆண்டுகளில் மூன்று பதிப்புகளைப் 'புதுமைப்பித்தன் கதைகள்' கண்டுள்ளது காலச்சுவடு செம்பதிப்புக்குக் கிடைத்துள்ள அங்கீகாரத்திற்குப் போதிய சான்றாகும்.

நான்காம் பதிப்பு வெளிவரும் இவ்வேளையில் மேலுமொரு கதைக்கு முதல் வெளியீட்டு விவரம் கிடைத்துள்ள செய்தியை மகிழ்ச்சியுடன் பகிர்ந்துகொள்கிறேன். 'பொய்க் குதிரை' 1934 'தினமணி'யில் வெளிவந்ததைக் கண்டுபிடித்து, அதனைப் படியெடுத்தும் கொடுத்த திரு. பொன். தனசேகரன் அவர்களுக்கு அனைவரின் நன்றியும் உரியது. இதன் மூலமாக, காலம் கண்டறிய முடியாத புதுமைப்பித்தன் கதைகளின் எண்ணிக்கை ஐந்தாகக் குறைகிறது. புதுமைப்பித்தன் அன்பர்கள் அனைவரும் பொன். தனசேகரன் அவர்களைப் போலவே ஆர்வமுடனும் விழிப்புடனும் இருந்தால் புதுமைப்பித்தன் நூற் பதிப்புகள் மேலும் செழுமை பெறும் என்பதில் ஐயமிருக்க முடியாது.

பக்க எண்கள் மாறி, பின்னிணைப்பு 3இல் உள்ள விவரங்களில் குழப்பம் ஏற்பட வாய்ப்புள்ளதால், 'பொய்க் குதிரை' கதையை உரிய வரிசையில் சேர்க்கவில்லை. வாசகர்கள் இக்கதையை உரிய இடத்தில் வரிசைப்படுத்திக்கொள்ளுமாறு கேட்டுக்கொள்கிறேன். பின்னிணைப்பு 3இல் 'பொய்க் குதிரை' பற்றிய பதிவில் உரிய மாற்றங்கள் செய்யப்பட்டுள்ளன. கதையின் முடிவிலும் முதல் வெளியீட்டு விவரம் பதிவு செய்யப்பட்டுள்ளது.

சென்னை   சலபதி
ஏப்ரல் 2005

எட்டாம் பதிப்புக்கான குறிப்பு

புதுமைப்பித்தன் படைப்புகள் நாட்டுடைமையாகிவிட்ட சென்ற பத்தாண்டுக்கும் மேலான காலத்தில் பல பதிப்பகங்கள் அவருடைய கதைகளை வெளியிட்டு வருகின்றன. இருப்பினும் காலச்சுவடு பதிப்புக்கு வாசகர்களும் ஆர்வலர்களும் கொடுத்துவரும் வரவேற்புக்கு எந்தக் குறைவும் இல்லை. எட்டாம் பதிப்பு வெளிவருவதே இதற்குப் போதிய சான்றாகும். அதன் பதிப்பாசிரியர் என்ற முறையில் எனக்கு இது மகிழ்ச்சியையும் நிறைவையும் தருகிறது.

இந்த எட்டாம் பதிப்பு புதிய மென்பொருள் கொண்டு அச்சுக் கோக்கப்பட்டுள்ளது. இந்த வாய்ப்பைப் பயன்படுத்தி மீண்டுமொரு முறை முழுவதுமாக மெய்ப்புப் பார்த்திருக்கிறேன். இதனால் இப்பதிப்பு மேலும் செம்மை பெற்றுள்ளது.

'புதிய கூண்டு' வெளியான 'தினமணி பாரதி மல'ரை நேரடியாகப் பார்த்துக் காலக் குறிப்பையும் பாடத்தையும் செம்மைப்படுத்தி யுள்ளேன். 'பொய்க் குதிரை' கதையினையும் உரிய இடத்தில் வரிசைப் படுத்தியுள்ளேன்.

ஏறத்தாழ நூறுகதைகள் இடம்பெற்றுள்ள ஒரு நூலுக்குக் கதைத் தலைப்பு அகரவரிசைப் பட்டியல் இன்றியமையாதது எனப் பெருமாள் முருகன் அறிவுறுத்தியதின்பேரில் அதனைக் கடைசி பின்னிணைப்பாகக் கொடுத்துள்ளேன்.

இப்பதிப்பை இயல்வதாக்கிய நண்பர்களுக்கு மீண்டும் என் நன்றி.

அக்டோபர் 2014 **சலபதி**
சென்னை

~ ~

ஒன்பதாம் பதிப்புக்கான குறிப்பு

நூலை முழுவதும் படித்துச் சில அச்சுப் பிழைகளைச் சுட்டிக்காட்டிய கிருஷ்ண பிரபுவுக்கு என் நன்றி உரியது. அவை இப்பதிப்பில் களையப்பட்டுள்ளன.

23 ஜனவரி 2016 **சலபதி**
சென்னை

பதிப்பியல் நோக்கில் புதுமைப்பித்தன் கதைகள்

ஆ.இரா. வேங்கடாசலபதி

*1994*இல் 'காலச்சுவடு' புதிய ஆசிரியர் குழுவின் பொறுப்பில் உயிர்ப் பிக்கப்பட்டபோது, புதுமைப்பித்தனின் தொகுக்கப்படாத படைப்புகளை வெளியிடத் தொடங்கியது. நான் தேடிக் கண்டெடுத்த, புதுமைப்பித்த னின் அச்சிட்ட முதல் படைப்பான 'குலோப்ஜான் காதல்' முதலான சில எழுத்தாக்கங்களே இந்த முயற்சிக்கு வித்தாயிருந்தன. பல்வேறு அன்பர்களின் உதவியோடு மெல்லமெல்லப் புதுமைப்பித்தனின் தொகுக்கப்படாத மற்றும் அச்சிடப்படாத படைப்புகள் இக்கொழு கொம்பைப் பற்றிப் படரும் கொடியாயின. ஒரு முழு நூலாக வெளி யிடும் அளவுக்கு அவை இருந்தமை வியப்பையும் மகிழ்ச்சியையும் தந்தது. இந்தப் பின்னணியிலேயே, புதுமைப்பித்தன் பல்வேறு புனை பெயர்களில் எழுதி, பிற பதிப்பகத்தாரால் வெளியிடப்படாத படைப்பு களைக் கொண்டதொரு தொகுப்பை வெளியிடப் புதுமைப்பித்தனின் துணைவியார், மறைந்த கமலா விருத்தாசலம் அவர்களிடம் காலச்சுவடு பதிப்பகம் அனுமதி பெற்றது. இதைப் பதிப்பிக்கும் பொறுப்பை நான் பேரார்வத்துடன் ஏற்றுக்கொண்டேன். இதன் விளைவாகத் தயாரான 'அன்னை இட்ட தீ' *1998*இன் கடைசியில் வெளிவந்தது. இந்தப் பணி பல்வேறு அன்பர்களின் உதவியோடும் ஒத்துழைப்போடும் செம்மையாக நிறைவேறிய கதையை அதன் முன்னுரை விரிவாகப் பதிவு செய்துள்ளது.

தொகுக்கப்படாத படைப்புகளைத் தேடுவது என்பது தொகுக்கப் பட்டவை எவை என்பதைக் கணக்கிடும் முயற்சியாகவே முதற் கட்டத் தில் அமைய முடியும். இந்த அடிப்படையான பணியைச் செய்வதற்கும் கூடப் புத்தகச் சந்தையில் கிடைக்கும் புதுமைப்பித்தன் நூற்பதிப்புகள் போதமாட்டா என்பது அப்போதுதான் நன்றாக உறைத்தது. 'அன்னை இட்ட தீ'யை வெளியிடும் முயற்சி அதுவரையான புதுமைப்பித்தன் பதிப்புகள் பற்றிய ஆய்வாகவே விரிந்துவிட்டது. முழுமையை நோக்கிச் செல்லும் போதுதானே பகுதிகளும் நிரப்பப் பெறும். இதன் ஒரு பகுதியாகவே புதுமைப்பித்தன் படைப்புகளின் காலவரிசைப் பட்டியலைத் தயாரித்துக்கொண்டு வரலானேன். இதற்கென அவர் எழுதிய இதழ் களை எல்லாம் தேடி எடுக்க வேண்டியிருந்தது.

புதுமைப்பித்தன் படைப்புகள் அண்மைக்காலம் வரை அச்சாகி வந்த முறை தமிழ் இலக்கிய உலகில் அவருக்குள்ள இடத்திற்குச் சற்றும் பொருந்துவதாக இல்லை. தாறுமாறாகவும், பிழை மலிந்தும், எந்த வரையறைக்கும் கட்டுப்படாமலும் அவை பதிப்பிக்கப்பட்டுள்ளன. செம்மையான பதிப்புப் பார்வையும் அக்கறையும் செலுத்தப்படாததால் பல்வேறு குழப்பங்கள் ஏற்பட்டுள்ளன. இலக்கியத் திருட்டு என்ற பழி அவர்மீது வீசப்படுவதற்கு வசதி செய்யும் வகையில் பதிப்பகத்தாரின் வெளியீட்டு முறைகள் அமைந்துவிட்டன. எந்த இதழில், எந்தப் புனை பெயரில் கதைகள் வெளிவந்தன, எப்போது அவை நூலாக்கம் பெற்றன என்பன போன்ற தகவல்கள் நூற்பதிப்பில் இல்லாத நிலையே இங்குச் சுட்டப்படுகின்றது. புதிய விமரிசனப் பார்வைகளின் வெளிச்சத்தில் எழுந்த கேள்விகளுக்கு விடை காணும் முறையிலும் பாடங்கள் அமைய வில்லை. பல இடங்களில் அவற்றின் நம்பகத்தன்மையே கேள்விக் குரியதாக இருந்தது. புதுமைப்பித்தனின் (சாதிய) பாத்திரச் சித்தரிப்பு, மொழி முதலானவை பற்றிய விவாதம், படைப்புகளின் ஏற்றுக் கொள்ளத்தக்க பாடம் பற்றிய கேள்விகளை எழுப்பியது. புதுமைப்பித்தன் காலத்திலேயே அவருடைய எழுத்தாக்கங்கள் பல்வேறு மாற்றங் களைப் பெற்றுள்ளன. எந்தவோர் எழுத்தாளருக்கும் இவை நேரு மென்றாலும், அவ்வவருக்குள்ள பண்பாட்டு முக்கியத்துவத்தைப் பொறுத்தே இவை முக்கியத்துவம் பெறும். இந்தப் பின்னணியில், காலம், இதழ், தலைப்பு, புனைபெயர் போன்ற வெளியீட்டு விவரங் களும் இன்றியமையாதன என்பது புரிந்தது. கதைகளின் முதல் வெளியீடு பற்றிய இந்த விவரங்கள் மட்டுமல்லாமல், அவை நூலாக்கம் பெற்ற காலம் முதலான செய்திகளும் முக்கியம் என்ற தெளிவு ஏற்பட்டது. புதுமைப்பித்தனின் கடைசிக் கால வாழ்க்கைச் சோதனை களும், அகால மரணமும், இவற்றின் விளைவாக அவர் நூல்கள் பதிப்பகத்தாரிடம் பட்ட பாடும் பதிப்புச் சிக்கல்களைப் பன்மடங்காக்கி விட்டன. 1987இல் ஐந்திணைப் பதிப்பகம் வெளியிட்ட தொகுதிகள் புதுமைப்பித்தன் படைப்புகளை ஒருசேரப் படிக்கும் மகிழ்ச்சியை மட்டுமே தந்தன.

இந்தப் பின்னணியில், மேற்கண்ட கேள்விகள் பற்றிய ஓர்மையோடு அமைந்த செம்பதிப்பு வெறும் ஆராய்ச்சிக்கு மட்டுமல்லாமல், ஒரு தேர்ந்த வாசகருக்கும்கூடத் தேவையே என்று தோன்றியது. புதுமைப்பித்தனின் வாசகர்கள் அவருடைய கதைகளைத் திருத்தமான/ நம்பகமான பாடங்களோடு, நேர்த்தியான அச்சமைப்பில் படிக்க வாய்ப்பில்லாமலிருப்பது நியாயமில்லை.

புதுமைப்பித்தன் மறைந்த இந்த ஐம்பதாண்டுகளில் அவரைப் பற்றிய கவனமும் அக்கறையும் மிகுந்துள்ள சூழ்நிலையிலும், மேலே எழுப்பிய கேள்விகளின் பின்னணியிலும், ‘அன்னை இட்ட தீ’ நூற்பதிப்புத் தொடர்பான பல்லாண்டுப் பட்டறிவின் விளைவாகவும் இந்தப் பதிப்பு உருவாகியுள்ளது. இதில் 97 கதைகளும், ஒரு குறுநாவலும், முற்றுப் பெறாத நாவல் ஒன்றும் இடம்பெறுகின்றன. (‘காந்தி’யில் தொடராக

எழுதிய ‘வஸந்தா’ தொடர்ச்சியற்ற முறையில் சில பகுதிகளே கிடைத்துள்ளதால் அது இனிவரும் தொகுதியில் தனியே இடம்பெறும்.)

கதைகளும் இதழ்களும்

புதுமைப்பித்தனின் முதல் கதையான ‘ஆற்றங்கரைப் பிள்ளையார்’ ‘மணிக்கொடி’யில் இரண்டு பகுதிகளாக (*22/29.4.1934*) வெளிவந்தது. (இப்பதிப்பு முன்னுரையில் குறிப்பிடப்படும் புதுமைப்பித்தன் கதைகள் பற்றிய – தலைப்பு, புனைபெயர், காலம், இதழ், நூலாக்கம் – விவரங்களுக்கு ஆதாரமாகப் பின்னிணைப்பு *3* அமைந்துள்ளது.) அவர் எழுதிய கதைகளில் ஏறத்தாழ நாற்பத்தைந்து “புதிய பரிசீலனைகளுக்கு இடங்கொடுக்கும், உற்சாகமூட்டும், வரவேற்கும் பத்திரிகை” என்று புதுமைப்பித்தனால் பின்னாளில் அடையாளம் காட்டப்பட்ட ‘மணிக்கொடி’யில்தான் வெளிவந்துள்ளன. வ.ரா. பொறுப்பில் வெளியான பெரிய அளவு ‘மணிக்கொடி’யில் ஏறத்தாழ முப்பது கதைகளும், பி.எஸ். ராமையாவின் பொறுப்பில் வெளிவந்த (சிறுகதை) ‘மணிக்கொடி’யில் ‘துன்பக்கேணி’ முதலான பிற கதைகளும் வெளியாகியுள்ளன.

வ.ரா. ‘மணிக்கொடி’ காலத்தில் ‘காந்தி’யில் நான்கு கதைகளையும், ‘சுதந்திரச் சங்’கின் அடுத்தடுத்த இதழ்களில் இரண்டு கதைகளையும் அவர் எழுதியிருக்கிறார்.

*1933*ஆம் ஆண்டின் இடையில், பொருள் முட்டுப்பாட்டால் நிறுத்தப்பட்டிருந்த ராய. சொக்கலிங்கத்தின் ‘ஊழியன்’ வார இதழ், *6* ஜுலை *1934*இலிருந்து (தொகுதி *14*, இதழ் *1*) மீண்டும் வெளிவரத் தொடங்கியது. ராய. சொ. தொடர்ந்து ஆசிரியப் பதவியை வகித்து வந்தாலும், ‘இந்தியா பப்ளிகேஷன்ஸ் லிமிடெட்’ என்ற கம்பெனிக்கு ‘ஊழியன்’ கைமாறியிருந்தது. அதற்கு முன்புவரை காரைக்குடியிலிருந்து வெளியான ‘ஊழியன்’ சென்னைக்கு இடம் மாறியது. இந்தச் சமயத்தில்தான் புதுமைப்பித்தன் அதில் உதவி ஆசிரியராகப் பணியாற்றினார். *24.8.1934* இலிருந்து *22.2.1935*வரை வெளியான அதன் இதழ்களில் பதின்மூன்று கதைகளும், ஆறு தழுவல் கதைகளும், ஐந்து கட்டுரைகளும், ஒரு மொழிபெயர்ப்புக் கட்டுரையும் அவர் எழுதியிருப்பதை அடையாளம் காண முடிகின்றது.

இவை தவிர, *1935* முதல் *1943* வரை அவர் உதவியாசிரியராகப் பணியாற்றிய ‘தினமணி’யின் மலர்களில் (*1935, 1937, 1938*) மூன்று கதைகளை எழுதியிருக்கிறார்.

இதற்கடுத்த கட்டத்தில், இரங்கூனிலிருந்து வெளியான வெ. சாமிநாத சர்மாவின் ‘ஜோதி’யில் (*1938–39*) ஐந்து கதைகளும், க.நா. சுப்ரமண்யத்தின் ‘சூறாவளி’யில் (*1939*) மூன்று கதைகளும் வெளிவந்தன. “மனப்போக்கிலும் பக்குவத்திலும் வெவ்வேறு உலகில் சஞ்சரிப்பதாக நினைத்துக்கொண்டு நான் நெடுங்காலம் ஒதுங்க முயன்ற ‘கலைமகள்’ பத்திரிகை” புதுமைப்பித்தனின் “போக்குக்கெல்லாம் இடம் போட்டுக் கொடுத்து” பதினொரு கதைகளை வெளி

யிட்டது. 1938 மே இதழில் 'மனக்குகை ஓவியங்கள்' வெளிவந்த இரண்டரையாண்டு இடைவெளிக்குப் பிறகு, டிசம்பர் 1941இலிருந்து பிப்ரவரி 1946 வரை பிற கதைகளைக் 'கலைமகள்' வெளியிட்டது.

1940களின் இடையில், 'கலைமக'ளைத் தவிர, 'தமிழ்மணி' (1944) ஒரு கதையையும், க.நா.சு.வின் 'சந்திரோதயம்' (1945) ஒரு கதையையும், திரு.வி.க.விடமிருந்து பெற்று, சக்திதாசன் சுப்பிரமணியன் நடத்திய 'நவசக்தி' (1944–45) ஒரு கதையையும், திருவனந்தபுரம் எஸ். சிதம்பரத்தின் 'கவிக்குயில்' மலர் (1946) ஒரு கதையையும் வெளியிட்டன.

புதுமைப்பித்தனின் இறுதி ஆண்டுகளில், பி.எல். முத்தையாவை வெளியீட்டாளராகவும், ரகுநாதனை ஆசிரியராகவும் கொண்டு வெளியான 'முல்லை' (1946–47) மாத இதழ் 'ஜோதி'யில் முதலில் வெளியான 'புரட்சி மனப்பான்மை', 'விபரீத ஆசை' ஆகியவற்றை மறுவெளியீடு செய்ததோடு, 'அவதாரம்' கதையினையும் புதிதாக வெளியிட்டது.

புதுமைப்பித்தனின் இறுதிக் கதை என்று கருதுவதற்கு உருவகத் தன்மையோடு பொருந்திவரும் 'கயிற்றரவு' அ.கி. கோபாலனின் 'காதம்பரி'யில் (1948) வெளிவந்தது.

இத்தொகுப்பில் சேர்க்கப்பட்டுள்ள 97 கதைகளில் ஐந்து கதைகளின் முதல் வெளியீட்டு விவரம் முற்றும் அறியாத நிலையில், புதுமைப்பித்தன் எழுதிய இதழ்கள் பற்றிய செய்திகள் இவை.

கதைகளும் நூலாக்கமும்

புதுமைப்பித்தனின் முதல் கதைத் தொகுப்பு அவர் பெயரைத் தலைப்பிலேயே தாங்கி, 'புதுமைப்பித்தன் கதைகள்' என நவயுகப் பிரசுராலய வெளியீடாக 1940இல் வெளிவந்தது. நூலுக்கு அணிந்துரை வழங்கிய ரா.ஸ்ரீ. தேசிகன் 2.2.1940 என்று அதற்கு நாளிட்டிருப்பதால், 1940ஆம் ஆண்டின் தொடக்கத்தில் நூல் வெளிவந்ததாகக் கொள்ளலாம். அந்நூல் சென்னை மவுண்ட் ரோடு பி. என். பிரசில் நேர்த்தியாக, படங்களுடன் (அவற்றுள் ஒன்று ஆர்யா வரைந்தது) அச்சிடப்பட்டிருந்தது. நூல் விலை 2 ரூபாய். (புதுமைப்பித்தன் காலத்தில் வெளியான அவர் கதைத் தொகுப்புகள் பற்றிய நூல் விவரங்களைப் பின்னிணைப்பு 2இல் காண்க.)

இதற்குக் கொஞ்ச காலத்திற்குப் பின், அதே நவயுகப் பிரசுராலய வெளியீடாக 'ஆறு கதைகள்', 'நாசகாரக் கும்பல்' (மற்றும் 'பக்த குசேலா') ஆகியவை வெளிவந்தன. வெளியான காலம் பற்றிய பதிவு நூலுக்குள் இல்லையாயினும், அகச்சான்றுகளிலிருந்து இவை ஏறத்தாழப் 'புதுமைப்பித்தன் கதைகள்' வெளியான சில காலத்திற்குள் (1940–41) வெளியிடப்பட்டன என்று அறிய முடிகின்றது. இந்த நூல்களும் 'புதுமைப்பித்தன் கதைகள்' அச்சிடப்பட்ட அதே பி. என். பிரசில் அச்சாகியுள்ளன. நூலின் விலை நான்கணாவாகவும் ('ஆறு கதைகள்'), மூன்றணாவாகவும் ('நாசகாரக் கும்பல்') குறிக்கப்பட்டுள்ளது. மேலும், இந்த நூல்களின் பின்பக்கங்களில் 'புதுமைப்பித்தன் கதைகள்'

அதே இரண்டு ரூபாய்க்கு விளம்பரப்படுத்தப்பட்டுள்ளது; 1939இல் வெளியான புதுமைப்பித்தனின் 'உலகத்துச் சிறுகதைகள்', 'கப்சிப் தர்பார்', 'பாஸிஸ்ட் ஜடாமுனி' ஆகியனவும், இதே காலத்தில் வெளி யான பிற நூல்களும் ('திரிபுரி காங்கிரஸ்', தி.நா. சுப்பிரமணியனின் 'கட்டபொம்மு' முதலானவை) விளம்பரப்படுத்தப்பட்டுள்ளன. மேலும் 'ஆறு கதைகள்' நூலில் வெளியான எந்தக் கதையும் 'புதுமைப்பித்தன் கதைகள்' தொகுப்பில் இடம் பெறவில்லை. புதுமைப்பித்தனின் 'கபாடபுரம்' கதையின் முதல் பகுதியும், 'அடுத்த யுத்தத்தின் தர்மகர்த்தர்கள்' என்ற கட்டுரையும் வெளிவந்த 'சந்திரோதயம்' (30.6.1945) இதழில், 'இந்த இதழில் எழுதியுள்ளவர்கள்' என்ற பகுதியில், புதுமைப்பித்தன் பற்றிய குறிப்பு, "புதுமைப்பித்தன் கதைகள், ஆறு கதைகள், காஞ்சனை முதலிய கதைத் தொகுதிகள் இவர் எழுதியவை வெளிவந்திருக்கின்றன" என்று கூறுகிறது. மேலும், 'ஆறு கதைகள்', 'நாசகாரக் கும்பல்', 'பக்த குசேலா' ஆகிய மூன்று நூல்களும், பக்கத்துக்குப் பக்கம் வெள்ளைத் தாள் வைத்துக் (inter–leaf) கட்டடம் செய்யப்பட்ட ஒரு தொகுப்பில், புதுமைப்பித்தன் தம் கைப்படத் திருத்தங்கள் செய்திருக்கிறார். (அடுத்த பதிப்பிற்கென நூலாசிரியர் திருத்தங்கள் செய்வதற்காக இவ்வாறு ஓரிரு பிரதிகள் தயாரிப்பது அந்நாளைய வழக்கம்.) இந்தத் தொகுப்பை வைத்திருக்கும் ரகுநாதன், புதுமைப்பித்தன் வீட்டிலிருந்து இது பெறப்பட்டது என்று எனக்குத் தெரிவித்ததோடு, அதனை ஒளிநகல் செய்துகொள்ளவும் அனுமதித்தார் (காண்க : பின்னிணைப்பு 4). 1951இன் இறுதியில் தமிழ்ச் சுடர் நிலையம் வெளியிட்ட 'கபாடபுரம்' தொகுப்பின் கட்டங்கட்டிய பதிப்புக் குறிப்பு, 'நாசகாரக் கும்பல்' மற்றும் 'ஆறு கதைக'ளில் வந்தவற்றை "நவயுகப் பிரசுரமாக பன்னிரண்டு வருஷங்களுக்கு முன்பு வெளிவந்தவையாகும்" என்று கூறுகின்றது. மேலும், புதுமைப்பித்தனின் நண்பர் திருவனந்தபுரம் எஸ். சிதம்பரம் 'ஆறு கதைகள்', 'பக்த குசேலா' ஆகிய நூல்களின் தமது படிகளின் முதல் பக்கத்தில் *Chidambaram. S.,10.10.41* என ஆங்கிலத்தில் கையெழுத்திட்டுள்ளார். எனவே, இவை 1941 அக்டோபருக்கு முன்பு வெளியாகிவிட்டன என்பது உறுதி.

இதன் பிறகு 1943 டிசம்பரில் கலைமகள் காரியாலய வெளியீடாகக் 'காஞ்சனை' வெளிவந்தது. இரண்டாம் உலகப் போர் நடந்துவந்த சூழ்நிலையில், தரங்குறைந்த தாளில், சென்னைக்கு வெளியே திருபுவனத்தில் அச்சிடப்பட்ட இந்நூல் 14 கதைகளைக் கொண்டிருந்தது. இவை யாவும் முதன்முறையாக நூலாக்கம் பெற்றவை. புதுமைப்பித்தனே 23.12.1943 என நாளிட்டு, 'எச்சரிக்கை!' என்று ஒரு முன்னுரையை எழுதியிருக்கிறார். இந்நூல் கவனமாக மெய்ப்புப் பார்க்கப்பட்டது கண்கூடு. 'கலைமகள் காரியாலய'த்தின் பிற வெளியீடுகளைப் போலவே இதற்கும் கா.ஸ்ரீ.ஸ்ரீ.யே மெய்ப்புப் பார்த்திருக்கிறார். ரகுநாதன் நேர்ப்பேச்சில் கூறிய இத்தகவலைக் கா.ஸ்ரீ.ஸ்ரீ. எனக்கு எழுதிய கடிதத்திலும் (17.4.1999) உறுதிப்படுத்தினார்.

1947 செப்டம்பரில், சென்னை மயிலாப்பூர் தமிழ்ப் புத்தகாலய வெளியீடாக 'ஆண்மை' வெளிவந்தது. இதில் எட்டுக் கதைகள்

அடக்கம். 'புதுமைப்பித்தன் கதைக'ளில் வெளியான 'ஆண் சிங்கம்' 'ஆண்மை' எனப் பெயரிடப்பட்டு, நூல் தலைப்பாகவும் அமைந்தது. இது தவிர, 'ஆறு கதைகள்' நூலில் இடம்பெற்ற 'வழி' மீண்டும் இதில் இடம்பெற்றது. *29.8.1947* என்று நாளிட்டுப் புதுமைப்பித்தன் ஒரு முன்னுரையினையும் எழுதியிருக்கிறார்.

*1947*இல், நவயுகப் பிரசுராலயம் 'புதுமைப்பித்தன் கதைகள்' நூலை மறு வெளியீடு செய்தது. இது தவிர, முதல் மூன்று கதைகளை மட்டும் அப்படியே, அதே அச்சுக் கோப்பில், மிகைப் படிகளை அச்சிட்டு, தலைப்புப் படிவத்தை மட்டும் மாற்றிக் கட்டடம் செய்து தனிநூலாகவும் விற்றுள்ளது.

புதுமைப்பித்தன் காலத்தில் வெளியான அவருடைய கதைத் தொகுதிகள் இவைதாம்.

*1952*இல் முல்லைப் பதிப்பகம் வெளியிட்ட 'விபரீத ஆசை' என்ற தொகுதி மட்டும் *1947*இலேயே புதுமைப்பித்தனால் தேர்ந்தெடுக்கப் பட்டு, முல்லை முத்தையாவிடம் வெளியிடத் தரப்பெற்றவை என்று அச்சமயத்தில் 'முல்லை' இதழின் ஆசிரியராக இருந்த ரகுநாதன் கூறுகிறார்.[1] இத்தொகுதியில் இடம்பெற்ற ஏழு கதைகளும் வேறு தொகுதியில் இடம்பெறாதவை என்பதும் இதை உறுதிப்படுத்துகிறது.

புதுமைப்பித்தன் மறைந்த பிறகு அவருடைய கதைகள் தொகுக்கப் பட்ட முறை பின்னாளில் ஏற்பட்ட பல குழப்பங்களுக்கும் காரணமாகி விட்டது. தமிழ்ச் சுடர் நிலையம் வெளியிட்ட 'அவளும் அவனும்', 'கபாடபுரம்', 'சிற்றன்னை' ஆகியவற்றோடு வெளிவராத நூல்களையும் வெளிவந்ததாக விளம்பரப்படுத்திவிட்டது.

திருமதி கமலா விருத்தாசலம் அவர்களிடம் அனுமதி பெற்றுப் புதுமைப்பித்தன் நூல்களையெல்லாம் *1953*ஆம் ஆண்டிலிருந்து ஸ்டார் பிரசுரம் வெளியிடத் தொடங்கியது. ஏற்கெனவே நூல் வடிவம் பெற்றவை போக, 'மணிக்கொடி'யிலும் 'ஊழிய'னிலும் வெளியாகித் தொகுக்கப்படாமல் போன கதைகளையும் பிற உதிரிக் கதைகளையும் கொண்ட 'புதிய ஒளி'யை *1953*இல் வெளியிட்டது. தழுவல் என்று பின்னால் அடையாளம் காணப்பட்ட கதைகள் அனைத்தும் இதில் தான் முதன்முறையாகத் தொகுக்கப்பட்டன.

புதுமைப்பித்தன் நூல்களின் பதிப்பு வரலாற்றின் பின்னணியில், அவர் வாழ்ந்த காலத்தில் வெளிவந்த முதற் பதிப்புகளே இந்நூலுக்கு மூலபாடங்களாகக் கொள்ளப்பட்டுள்ளன. புதுமைப்பித்தன் காலத்தில் நூலுருவம் பெறாத கதைகளுக்கு, அவை முதலில் இதழ்களில் வெளி யான பாடங்களே கொள்ளப்பட்டுள்ளன. முதலில் வெளியான இதழ் களும் கிடைக்காமல், புதுமைப்பித்தன் காலத்தில் நூலுருவமும் பெறா மல் போன 'இந்தப் பாவி', 'சொன்ன சொல்' 'இலக்கிய மம்ம நாயனார் புராணம்', 'சிற்றன்னை' ஆகியவற்றுக்கு மட்டுமே புதுமைப்பித்தன் மறைந்த பின்பு வெளியான நூற் பதிப்புகள் மூலபாடமாகக் கொள்ளப் பட்டுள்ளன. 'ஆண்மை'யில் வெளியான கதைகளில் இரண்டு

'புதுமைப்பித்தன் கதைக'ளிலும் ('பறிமுதல்', 'ஆண்சிங்கம்'), ஒன்று 'ஆறு கதைகளி'லும் ('வழி') இடம் பெற்றிருக்கின்றன.

புனைபெயர்கள்

புதுமைப்பித்தனின் தழுவல் கதைகள் பற்றிய விவாதம் அவருடைய படைப்புகள் எந்தப் புனைபெயரில் வெளியாயின என்ற தகவலை மிக முக்கியத்துவமுடையதாக ஆக்கிவிட்டது. 'மொப்பஸான் கதையின் தழுவு' என்ற விளக்கக் குறிப்புடன் வெளியிடப்பட்ட 'தமிழ் படித்த பெண்டாட்டி' என்ற ஒரு கதையைத் தவிர வேறு எந்தத் தழுவல் கதையையும் அவர் 'புதுமைப்பித்தன்' என்ற பெயரில் எழுதவில்லை என்பது போன்ற உண்மைகளை உறுதிப்படுத்த, புனைபெயர் பற்றிய தகவல் கவனத்திற்குரியதாகின்றது.

அவருடைய முதல் கதையான 'ஆற்றங்கரைப் பிள்ளையார்' புதுமைப்பித்தன் என்ற பெயரிலேயே வெளிவந்துள்ளது. "என் கதைகளில் உள்ள கவர்ச்சிக்கு ஓரளவு காரணம் நான் புனைந்து கொண்ட புனைபெயராகும்" என்ற தன்னுணர்வு அவருக்கு இருந்திருக்கிறது. பழமைக்கு எதிராகப் புதுமையின்மீது கொண்ட பித்தத்தைத் தமது உலகப் பார்வையாகப் பறைசாற்றும் புனைபெயர் இது.

இதைத் தவிர, தமது இயற்பெயரான 'சொ. விருத்தாசலம்' (சில சமயங்களில் 'பி.ஏ.' என்ற பட்டத்தோடு) மற்றும் அதன் முதலெழுத்து களான 'சொ.வி.' என்ற பெயர்களில் புதுமைப்பித்தன் தம் கதைகளை எழுதியிருக்கிறார். 'கூத்தன்', 'நந்தன்' என்ற பெயர்களிலும் கதைகள் வெளியாகியிருக்கின்றன. ஒரே இதழில் – முக்கியமாக வ.ரா. காலத்து 'மணிக்கொடி' இதழ்களில் – ஒன்றுக்கு மேற்பட்ட படைப்புகளை வெளியிடும்போது வேறுவேறு பெயர்களைப் பயன்படுத்தியிருக்கிறார்.

'கூத்தன்' என்ற பெயரில் எழுதிய ஒரு கதை ('கவந்தனும் காமனும்') அவர் வாழ்நாளிலேயே அவருடைய கதைத் தொகுப்பில் இடம் பெற்று விட்டது. ('கூத்தன்' என்ன புனைபெயரில் மூன்று கட்டுரைகளும் வெளியாகியுள்ளன.) 'கூத்தன்' என்ற பெயரில் எழுதிய ஒரு கதையைத் ('நொண்டி') தழுவல் என ரகுநாதன் நிறுவியுள்ளார். 'நந்தன்' என்ற பெயரில் எழுதியவை எல்லாம் தழுவல்களே என்றும் அவர் துணிந்திருக்கிறார். 'குற்றவாளி யார்?', 'பூசனிக்காய் அம்பி' ஆகியவற்றைத் தழுவல் என அவர் நிறுவாவிட்டாலும், 'நந்தன்' என்ற பெயரில் எழுதிய எந்தப் படைப்பும் அவர் காலத்தில் நூலாக்கம் பெறவில்லை என்பதும் கவனத்தில் கொள்ளவேண்டிய செய்தி.

'மணிக்கொடி' காலம் வரை தம் இயற்பெயரையும் கணிசமான அளவுக்கு அவர் பயன்படுத்தியிருக்கிறார். முக்கியமாகக் கட்டுரைகள் பெரும்பான்மையும் தம் இயற்பெயரிலேயே வெளியிட்டிருக்கிறார். ஊதியம் பெற்ற ஊழியராகப் பணியாற்றிய 'ஊழிய'னில் எந்தப் படைப்பையும் புதுமைப்பித்தன் என்ற பெயரில் அவர் வெளியிட வில்லை என்பதும் குறிப்பிடத்தகுந்தது.

‘புதுமைப்பித்தன்’ என்பதே அவர் பெரிதும் விரும்பிய பெயர் என்பது அதனையே அதிகமாகக் கையாண்டதிலிருந்தும், அப்பெயரையே தம் முதல் தொகுப்புக்குத் தலைப்பாகவும் கொண்டதிலிருந்தும் அறியலாம். இதழ்களில் எழுதும்போது இந்தப் புனைபெயர் பெரும்பாலும் மேற்கோள் குறிக்குள் அமைந்துள்ளது. இது ஒரு புனைபெயர் என்று சுட்டுவதற்காக இவ்வாறு செய்யப்பட்டுள்ளது. அவர் நூல்களில் ‘புதுமைப்பித்தன் கதைகள்’, ‘ஆண்மை’ ஆகியவற்றின் தலைப்புப் பக்கத்தில் மேற்கோள் குறி பயன்படுத்தப்படவில்லை. ஆனால் ரா.ஸ்ரீ. தேசிகன் முன்னுரையிலும், ‘ஆண்மை’ முன்னுரையிலும் மேற்கோள் குறி உள்ளது. ‘ஆறு கதைகள்’, ‘நாசகாரக் கும்பல்’, ‘காஞ்சனை’ ஆகியவற்றின் முகப்புப் பக்கத்தில் மேற்கோள் குறி உள்ளது.

1935க்குப் பிறகு அவர் புதுமைப்பித்தன் என்ற பெயரில் மட்டுமே கதைகளை வெளியிட்டிருக்கிறார். இதற்கு ஒரே ஒரு விதிவிலக்கு உண்டு. ‘தமிழ்மணி’ 1944ஆம் ஆண்டுப் பொங்கல் மலரில் வெளிவந்த ‘சிவசிதம்பர சேவுகம்’ மட்டுமே ‘சொ.வி.’ என்ற பெயரில் வெளிவந்துள்ளது. அதே மலரில் வெளியான ‘அரிஸ்டாட்டில் கண்ட ராஜீய பிராணி’ என்ற மொழிபெயர்ப்புக் கட்டுரை புதுமைப்பித்தன் என்ற பெயரில் வந்துள்ளது. இரண்டு படைப்புகளுக்குமான பெயர்கள் இடம் மாறிவிட்டன எனக் கொள்ள இடமுண்டு.

கவிதைகளைப் பொறுத்தமட்டில் அச்சில் வெளிவந்த அவருடைய முதல் கவிதையான ‘திரு. ஆங்கில அரசாங்கத் தொண்டரடிப்பொடி யாழ்வார் வைபவம்’ (‘காந்தி’, 25.2.1934) புதுமைப்பித்தன் என்ற பெயரிலேயே வெளியாகி இருக்கிறது. மார்ச் 1945 ‘கலாமோஹினி’யில் வெளிவந்த ‘இணையற்ற இந்தியா’கூட இந்தப் பெயரில்தான் வந்திருக்கிறது. அதற்குப் பின்பே வேலூர் வெ. கந்தசாமிப் பிள்ளை/கவிராயர் என்ற புனைபெயர்களைக் கையாண்டிருக்கிறார்.

சொ.வி., ரசமட்டம், கூத்தன், நந்தி, கபாலி, சுக்ராசாரி என்பவற்றைப் புதுமைப்பித்தனுடைய பிற புனைபெயர்களாக ரகுநாதன் குறிப்பிட்டிருக்கிறார்.[2]

‘சுக்ராசாரி’ என்ற பெயரில் எந்தப் படைப்புமே இதுவரை தட்டுப்படவில்லை. ‘நந்தன்’ என்ற பெயரில் வந்த ஐந்து கதைகளில் எதுவும் புதுமைப்பித்தன் காலத்தில் நூலாக்கம் பெறவில்லை என்பது முன்னமே சுட்டப்பட்டது.

‘கபாலி’ என்ற புனைபெயரைப் பொறுத்தமட்டில், சென்னையிலிருந்து வெளிவந்த ‘ஊழியன்’ முதல் இதழிலேயே (6.7.1934) ‘பட்டணத்து சேட்டை’ என்றொரு கதை ‘காபாலி’ (‘கபாலி’ அல்ல) என்ற பெயர் தாங்கி வந்துள்ளது. அதன் பின்னர் ‘ரயில் அடியில் தற்கொலை’ (‘ஊழியன்’ 10.8.1934), ‘என் மடத்தனம்’ (‘ஊழியன்’ 30.11.1934) ஆகிய கதைகள் ‘கபாலி’ என்ற பெயரில் வந்துள்ளன. ‘ஊழியன்’ சென்னைக்கு இடம் மாறிய உடனேயே புதுமைப்பித்தன் அதில் சேர்ந்ததாகத் தகவல் இல்லையாதலாலும், ‘ஊழிய’னில் அவருடைய பெயர் தாங்கிய முதல் படைப்பு (‘தெரு விளக்கு’) அதற்கு ஒன்றரை மாதங்களுக்குப்

பிறகே வருவதாலும், 'கபாலி' என்ற பெயரில் வெளியானவற்றைப் புதுமைப்பித்தனுடையனவாகக் கொள்ள இயலவில்லை.

இந்த நிலையில், ஒரு புதிய புனைபெயர் தட்டுப்பட்டுள்ளது. 'மாத்ரு' என்ற பெயரில் 'ஊழிய'னில் *(12.10.1934)* வெளியான 'கதைகள்' என்ற கட்டுரை 'புதுமைப்பித்தன் கட்டுரைகள்' (ஸ்டார் பிரசுரம், *1954*) நூலில் 'சிறுகதை *3*' என்ற தலைப்பில் சேர்க்கப்பட்டுள்ளது. புதுமைப்பித்தன் மறைந்த பிறகு தொகுக்கப்பட்ட நூலாயினும், இது அவருடைய கட்டுரைதான் என்பதை இனங்காட்டும் சில தொடர்கள் – முக்கியமாகச் சிறுகதையை வாழ்க்கையின் சாளரமாகக் காணும் உருவகம் – புதுமைப்பித்தனின் பிற படைப்புகளிலும் இடம்பெற்றுள்ளன. 'மாத்ரு' என்ற இதே புனைபெயரில் 'நானே கொன்றேன்!' என்றவொரு கதை 'ஊழியன்' *(21.9.1934)* இதழில் – அதாவது 'கதைகள்' கட்டுரை வெளி வருவதற்கு முன்பே – வெளிவந்துள்ளது. எனவே, இந்தக் கதை இப்பதிப்பில் சேர்க்கப்பட்டுள்ளது.

இவ்வாறு, புதுமைப்பித்தனின் ஒவ்வொரு படைப்பும் எந்தப் புனை பெயரில் வெளிவந்தது என்பது பல்வேறு வகையில் முக்கியத்துவ முடையதாகிவிட்ட நிலையில், புனைபெயர் பற்றிய தகவலும் பின்னிணைப்பு 3இல் வழங்கப்பட்டுள்ளது.

கதையும் காலமும்

ஒரு படைப்பைப் புரிந்துகொள்வதற்கு அதன் காலத்தைப் பற்றிய ஓர்மை இன்றியமையாதது என்றே புதுமைப்பித்தன் கருதியிருக்கிறார். பாரதி பிரசுராலயத்தின் பாரதியின் தத்துவக் கட்டுரைகளுக்கு மதிப்புரைக்க முனைந்த புதுமைப்பித்தன், இரண்டு பாட்டுகளின் முதல் வெளியீட்டு விவரம் கிடைத்ததை, 'இவ்விதம் குறிப்புக்கள் கிடைப்பது விமர்சனத்திற்குப் பெரிதும் உபயோகப்படக்கூடிய'தெனக் கூறியதோடு,

> இப்பொழுது வெளிவரும் பிரசுரங்களின் பாகுபாடுகள் விஷய ஒற்றுமையை நோக்கமாகக் கொண்டு பிரசுரிக்கப் படுகின்றன. ஆனால் இதைவிட காலவரிசையை அனு சரித்து அவரது எழுத்துக்களைப் பிரசுரிப்பதினால், அவரது வாக்கு சக்தியும் கவிதையுள்ளமும் படிப்படியாக வளருவதை இலகுவில் தொடருவதற்குச் சாத்தியமாகும்

என்றும் தம் கருத்தைக் கூறியிருக்கிறார். இதனால்தானோ என்னவோ தம் வாழ்நாளில் வெளியான கதைத் தொகுதிகளுக்கு எழுதிய இரண்டு முன்னுரைகளிலும், தம் கதைகள் எழுதப்பெற்ற காலத்தை முன்வைத்தே தாம் சொல்லவந்ததைக் கூற முற்படுகிறார்.

கருத்து மாற்றம்/வளர்ச்சியைப் பற்றி பெர்னார்டு ஷா கூறிய கருத்தைத் தோற்றுவாயாகக் கொண்டே 'ஆண்மை' முன்னுரை தொடங்குகிறது. "இக்கதைகள் யாவும் நான் எழுத ஆரம்பித்துச் சுமார் ஆறு மாதங்களுக்குள் அமைந்த மனநிலையைக் காட்டுவனவாகும்" என்று அத்தொகுதியில் இடம்பெற்ற எட்டுக் கதைகளை அறிமுகம் செய்கிறார் புதுமைப்பித்தன். 'காஞ்சனை' முன்னுரையிலும்,

> இந்தக் கோவையிலே, என் கதைகளிலே மேலோட்ட மாகப் பார்க்கிறவர்கள்கூட இரண்டு ரகமான வார்ப்புத் தன்மை இருப்பதைப் பார்க்கலாம். சில, 1943ஆம் வருஷத்துச் சரக்கு; மீதமுள்ளவை 1936க்கும் அதற்கு முன்பும் பிறந்தவை; 1943ஆம் வருஷத்துச் சரக்குகளை 1943ஆம் வருஷத்து ஆசாமிகள் பாராட்டுகின்றனர். அதைப் போலவே, 1936ஆம் வருஷத்துச் சரக்கையும் அந்தக் காலத்து 'இவர்கள்' பாராட்டினார்கள்

என்று தொடங்கி, "1943ஆம் வருஷத்துச் சரக்குகளைப் பற்றியே சில சர்ச்சைகள் . . ." எனத் தொடர்கிறார்.

தம் கதைகளைப் புரிந்துகொள்வதற்கு அவை பிறந்த காலம் பற்றிய ஓர்மை வேண்டும் என்ற கருத்துடைய புதுமைப்பித்தனின் கதைகள் முறையாகவோ, முழுமையாகவோ வகைதொகைப்படுத்தப்பட்டு வெளிவர வாய்ப்பில்லாமல் போய்விட்டது நகைமுரணுடையது.

நவயுகப் பிரசுராலயம் வெளியிட்ட 'புதுமைப்பித்தன் கதைகள்', 'ஆறு கதைகள்', 'நாசகாரக் கும்பல்' ஆகியவை நேர்த்தியாகவும், நல்ல தாளிலும், செப்பமாக மெய்ப்புப் பார்க்கப்பட்டும் வெளியாயினவா யினும், புதுமைப்பித்தன் அவற்றுக்கு முன்னுரை எதுவும் எழுதவில்லை. 'புதுமைப்பித்தன் கதைக'ளுக்கு மட்டும் ரா.ஸ்ரீ. தேசிகனின் அருமையான அணிந்துரை அமைந்திருந்தது. கலைமகள் காரியாலயம் வெளியிட்ட 'காஞ்சனை' கவனமாக மெய்ப்புத் திருத்தப்பட்டு வெளிவந்திருந்தா லும், உலகப் போர்க் காலமாதலால் மட்டத் தாளிலேயே அச்சிடப் பட்டிருந்தது. 1947இல் வெளியான 'ஆண்மை' போர்க் காலத்திற்குப் பிந்திய காகிதக் கட்டுப்பாட்டின் காரணமாகவோ என்னவோ மிக மெல்லிய தாளில், சரியாக மெய்ப்புப் பார்க்கப்படாமல், சீராக மை ஒற்றாமல் அச்சிடப்பட்டுள்ளது.

இந்த ஐந்து நூல்களிலும் தொகுக்கப்பட்ட கதைகள் புதுமைப்பித்த னால் தேர்ந்தெடுக்கப்பட்டு – அல்லது குறைந்தபட்சம் அவருடைய ஒப்புதலோடு – வெளிவந்துள்ளன என்றாலும் இவற்றில் மொத்தம் 48 கதைகளே வெளியாகியுள்ளன. அதாவது, அவர் எழுதிய கதைகளில் செம்பாதி அவருடைய வாழ்நாளில் நூலாக்கம் பெறவில்லை. 'சித்தி', 'சிவசிதம்பர சேவுகம்', 'நிர்விகற்ப சமாதி', 'நிசமும் நினைப்பும்', 'எப்போதும் முடிவிலே இன்பம்', 'கபாடபுரம்', 'அன்று இரவு', 'பட படப்பு', 'அவதாரம்', 'கயிற்றரவு' ஆகிய முக்கியமான பிற்காலக் கதைகள் மட்டுமல்லாமல், 'கோபாலய்யங்காரின் மனைவி', 'பால்வண்ணம் பிள்ளை' முதலான தொடக்க காலக் கதைகளும், 'உபதேசம்', 'புரட்சி மனப்பான்மை', 'அபிநவ–ஸ்நாப்', 'விபரீத ஆசை', 'சாமியாரும் குழந்தையும் சீடையும்' ஆகிய இடைக்காலக் கதைகளும் அவர் காலத்தில் தொகுக்கப்படாமல் போய்விட்டன. எனவே, புதுமைப்பித்தன் காலத்தில் நூல் தொகுப்பில் இடம்பெறாத ஒரே காரணத்தை முன்னிட்டு எந்த ஆய்வு முடிவையும் எடுத்துவிட முடியாது.

புதுமைப்பித்தனின் கடைசிக் காலத்தில் ஏற்பட்ட கடும் நெருக்கடியின் காரணமாகப் பல பதிப்பாளர்களுக்கும் தம் கதைகளை வெளியிடக் கொடுத்திருக்கிறார். இதன் விளைவாகவும், அவர் மறைவுக்குப் பிந்திய குழப்பத்தையும், கமலா விருத்தாசலத்தின் நிராதரவான நிலையினையும் பயன்படுத்திக்கொண்டும் ஒழுங்கற்ற சில பதிப்புகள் வெளிவந்தன. கமலா விருத்தாசலத்தின் சார்பாக ஸ்டார் பிரசுரம் சட்டபூர்வமான நடவடிக்கை மேற்கொண்ட பிறகே தமிழ்ச் சுடர் நிலையம் வழி வெளியான கதைகள் மீட்கப்பட்டு வரிசையாகப் புதுமைப்பித்தன் படைப்புகள் வெளிவரத் தொடங்கின. இதன் விளைவாகவும், ஒரே கதை ஒன்றுக்கு மேற்பட்ட தொகுப்பில் வெளிவந்துள்ளது. 'விபரீத ஆசை'யும் 'எப்போதும் முடிவிலே இன்ப'மும் தமிழ்ச் சுடர் நிலையம் வெளியிட்ட 'அவளும் அவனும்', முல்லை வெளியீட்டின் 'விபரீத ஆசை' ஆகிய இரண்டு தொகுப்பிலும் இடம்பெற்றன. 'நிசமும் நினைப்பும்', 'அன்று இரவு' ஆகிய இரண்டும் 'கபாடபுரம்' தொகுப்பிலும் 'விபரீத ஆசை' தொகுப்பிலும் வெளிவந்தன. 'ஆறு கதைகள்' தொகுப்பு முழுவதும் 'கபாடபுரத்'தில் இடம் பெற்றது.

இந்தக் குழப்பங்கள் போதாதென்று கமலா விருத்தாசலம் எழுதிய 'மன நிழல்' கதை புதுமைப்பித்தனின் 'அவளும் அவனும்' கதைத் தொகுப்பில் சேர்ந்துவிட்டது. 'கருச்சிதைவு' என்ற கதை 'அபார்ஷன்' என்று பெயர் பெற்று அதே தொகுதியில் இடம்பிடித்துக்கொண்டது.

தொகுக்கப்பெறாமல் விடுபட்ட கதைகளையெல்லாம் சேர்த்து வெளிவந்த ஸ்டார் பிரசுரத்தின் 'புதிய ஒளி' தொகுதி கதைகள் பற்றிய முதல் வெளியீட்டு விவரங்களை முழுமையாகத் தராததால், புதுமைப்பித்தன் மீது இலக்கியத் திருட்டு என்ற பழியைச் சுமத்துவதற்கு வழியேற்பட்டுவிட்டது. இது மட்டுமல்லாமல், கதைகள் வெளிவந்த ஆண்டைத் தவறாகக் குறித்ததால் அதை நம்பித் தயாரிக்கப்பட்ட ஒரு காலவரிசைப் பட்டியலில் சில பிழைகள் நேர்ந்துவிட்டன. மேலும், 'மணிக்கொடி'யில் நடைச்சித்திரம் என்று குறிப்பிடப்பட்டு வெளியான 'திருக்குறள் குமரேசப் பிள்ளை'யும், 'செல்வம்' என்ற கட்டுரையும் கதைத் தொகுப்பில் சேர்ந்துவிட்டன.

இந்தப் பின்புலத்தில் புதுமைப்பித்தனின் கதைகள் அனைத்தும் வெளியான காலத்தைக் கண்டுபிடித்து, காலவரிசையில் வெளியிடுவது திறனாய்வுக்கு மட்டுமன்றி, ஆர்வமுள்ள வாசகனுக்கும்கூடப் பயனுடையது. அவ்வகையில், இப்பதிப்பில் இடம்பெற்றுள்ள 97 கதைகளையும் அவை முதன்முதலில் வெளிவந்த காலத்தைக் கொண்டு வரிசைப்படுத்த அனைத்து முயற்சிகளும் மேற்கொள்ளப்பட்டுள்ளன. கீழ்க்கண்ட ஐந்து கதைகளுக்குக் காலத்தைக் கணிக்க இயலவில்லை: 'கொன்ற சிரிப்பு', 'கருச்சிதைவு', 'இந்தப் பாவி', 'சொன்ன சொல்', 'இலக்கிய மம்ம நாயனார் புராணம்'. இவற்றில் 'கொன்ற சிரிப்பு' முதலில் 'புதுமைப்பித்தன் கதைக'ளில் வந்ததாலும், 'கருச்சிதைவு' 'ஆறு கதைக'ளில் வந்ததாலும் இவை 1941க்கு முற்பட்டவை என்று கொண்டு 1939இல் வெளியான 'செவ்வாய் தோஷ'த்துக்குப் பின்பும்,

1941இல் வெளியான 'மகாமசான'த்திற்கு முன்பும் வரிசைப்படுத்தப் பட்டுள்ளன.

இவை தவிர, வேதசகாயகுமார் முதலில் கண்டெடுத்துக் 'கொல்லிப் பாவை'யில் (ஏப்ரல் 1986) வெளியிட்ட 'கண்ணன் குழல்', 'நம்பிக்கை' ஆகியவற்றுக்கு அவருடைய கூற்றையே ஆதாரமாகக் கொள்ள வேண்டியிருக்கிறது. 'கண்ணன் குழல்' மட்டும் 'காந்தி' 5.9.1934 இதழில் வெளிவந்ததை 'காந்தி' இதழை ஆய்ந்த பா. மதிவாணன் உறுதிப் படுத்தினார். 'மணிக்கொடி' 15.9.1934 இதழில் 'நம்பிக்கை' வெளியான தாக வேதசகாயகுமார் பட்டியல் கூறுகிறது. ஆனால் 'மணிக்கொடி' வார இதழ் 9.9.1934க்குப் பிறகு 16.9.1934இல்தான் வெளியாகியுள்ளது! வேதசகாயகுமார் தயாரித்துள்ள பட்டியலில் குறைந்தபட்சம் 20 கதைகள் பற்றிய தவறான, இட்டுக்கட்டிய தகவல்கள் உள்ள நிலையில், 'நம்பிக்கை' கதை பற்றிய முதல் வெளியீட்டு விவரங்கள் எச்சரிக்கை யோடு வாசகர்களின்முன் வைக்கப்படுகின்றன.³ மூல இதழ்கள் என் பார்வைக்குக் கிடைக்காத நிலையில், 'கண்ணன் குழல்', 'நம்பிக்கை' ஆகிய கதைகளுக்கான பாடம் வேதசகாயகுமார் வழங்கியவாறே இப்பதிப்பில் தரப்பட்டுள்ளது.

இந்த ஏழு கதைகள் தவிரப் பிறவற்றுக்கெல்லாம் நானே கண்கூடாக, மூல இதழ்களிலிருந்து காலக் குறிப்புகளைத் தயாரித் துள்ளேன். 'எழுத்து' இதழ் மறுபதிப்புச் செய்ததைக் கொண்டு 'அன்னை இட்ட தீ'யில் சேர்க்கப்பட்டிருந்த 'ராமநாதனின் கடிதம்' கதையை அண்மையில் 'சுதந்திரச் சங்'கை நேராகப் பார்த்து உறுதிப் படுத்திக்கொண்டேன்.

பாடவேறுபாடுகள்

புதுமைப்பித்தனின் எந்தச் சிறுகதையும் இதழ்களில் வெளிவராமல், நேரிடையாக நூலாக்கம் பெறவில்லை. அவர் காலத்தில் நூலாக்கம் பெற்ற 48 கதைகளும் முதலில் பத்திரிகைகளில் வெளிவந்தனவே. மூன்று கதைகள் ('புரட்சி மனப்பான்மை', 'விபரீத ஆசை', 'உபதேசம்') அவர் காலத்திலேயே இருமுறை பத்திரிகையிலே வெளியாகியுள்ளன. 'செவ்வாய் தோஷம்' கதை முதலில் 'சூறாவளி'யிலும், பின்பு 'ஆறு கதைகள்' தொகுப்பிலும், பிறகு அல்லயன்ஸ் வெளியிட்ட 'கதைக் கோவை 3'இலும் வெளியாகியுள்ளது. இது தவிர, 'படபடப்பு' கதைக்கு மட்டும் புதுமைப்பித்தன் கைப்பட எழுதிய படி கிடைத்துள்ளது. முற்றுப்பெறாத நாவலான 'அன்னை இட்ட தீ' அவர் காலத்தில் அச் சாகாததால், அது மட்டும் கையெழுத்து வடிவில்தான் கிடைத்துள்ளது.

இவ்வாறு ஒன்றுக்கு மேற்பட்ட வடிவங்களாக அவர் வாழ்நாளி லேயே வெளியானபோது பல மாற்றங்கள் – இலக்கணம் சார்ந்தும், மொழி நடை சார்ந்தும், பொருள் சார்ந்தும் – செய்யப்பட்டுள்ளமை ஒப்பிட்டுப் பார்க்கும்போது தெரிய வருகின்றது. இந்த மாற்றங்களில் பல குறிப்பிடத்தகுந்தவை. புதுமைப்பித்தன் பற்றி மேலதிகமான, கூர்மையான விவாதங்கள் மிகுந்துள்ள சூழ்நிலையில் இவை பதிவு செய்ய வேண்டிய முக்கியத்துவமுடையவையே. பாரதி பாடல்களில்

பாடவேறுபாடுகளை முதலிலேயே சுட்டிக் காட்டிய புதுமைப்பித்தனின் படைப்புகளிலும் பாடவேறுபாடுகள் உண்டென்பதில் ஒரு கவிதை நியாயம் இருப்பதாகக் கொள்ளலாம்.

சில கதைகளுக்குப் புதுமைப்பித்தனே தலைப்பை மாற்றியிருக்கிறார். 'இது மிஷின் யுகம்!' என்ற கதை 'மனித யந்திரம்–?' என்ற பெயரிலேயே 'மணிக்கொடி'யில் (29.7.1934) வெளியானது. இன்று 'மனித யந்திரம்' என்று அறியப்படும் ஸ்டோர் குமாஸ்தா மீனாட்சி சுந்தரம் பிள்ளை பற்றிய கதை, இதற்கு இரண்டரையாண்டுகளுக்குப் பிறகு அதே பெயரில் வெளிவந்தது ('மணிக்கொடி', 25.4.1937). 1940இல் வெளியான 'புதுமைப்பித்தன் கதைக'ளில் இவ்விரண்டு கதைகளும் இடம்பெறவே, ஓட்டல் சர்வர் பற்றிய கதை 'இது மிஷின் யுகம்!' எனப் பெயர் மாற்றம் பெற்றது.

'மணிக்கொடி' 12.8.1934இல் 'தனி ஒருவனுக்கு உணவில்லையெனில்' என்று மேற்கோள் குறிக்குள் வெளிவந்த கதை 'ஆண்மை' தொகுதி யில் 'தனி ஒருவனுக்கு' எனப் பெயர்ச் சுருக்கம் பெற்றுள்ளது. 'மணிக்கொடி'யில் (18.11.1934) 'ஆண் சிங்கம்' என்று பெயர் பெற்ற கதை 'புதுமைப்பித்தன் கதைக'ளிலும் அதே பெயரில் வெளிவந்தது. ஆனால், 1947இல் 'ஆண்மை' எனப் பெயர்மாற்றம் பெற்று, நூல் தலைப்பாகவும் அமைந்துவிட்டது.

> கருத்தின் வேகத்தையே பிரதானமாகக் கொண்டு வார்த்தைகளை வெறும் தொடர்பு சாதனமாக மட்டும் கொண்டு தாவித் தாவிச் செல்லும் நடை ஒன்றை நான் அமைத்தேன். அது நானாக எனக்கு வகுத்துக்கொண்ட ஒரு பாதை. அது தமிழ்ப் பண்புக்கு முற்றிலும் புதிது.

என்று 'ஆண்மை' முன்னுரையில் கூற முற்பட்ட புதுமைப்பித்தன், "அந்த முறையை நானும் சிறிது காலத்திற்குப் பிறகு கைவிட்டு விட்டேன்" என்கிறார்.

முதற்கட்டத்தில் எழுதிய கதைகளில் இந்தத் 'தவளைப் பாய்ச்சல் நடை' வெகு துலக்கமாக இருக்க, நூற்பதிப்பிலே ஏராளமான இடங் களில் வாக்கிய அமைப்பை அவர் மாற்றியிருக்கிறார். எடுத்துக்காட் டாக, "கோபித்துக்கொள்ளுவாரோ, மரியாதைக் குறைவாகப் பேசிய தற்கு என்ற நினைவில் விம்மினாள்" ('ஆண்சிங்கம்', 'மணிக்கொடி' 18.11.1934) என்ற வாக்கியத்தை "மரியாதைக் குறைவாகப் பேசியதற்குக் கோபித்துக்கொள்ளுவாரோ என்ற நினைவில் விம்மினாள்" ('ஆண்மை' தொகுதி) எனப் புதுமைப்பித்தன் மாற்றியுள்ளார்.

'வழி' கதையில் "இவ்வளவுக்கும் காரணம் இயற்கையின் தேவை. 'தேவை'யென்று பெரிய எழுத்துக்களில்" என்று 'மணிக்கொடி'யில் வந்திருக்க, முற்றிலும் ஆங்கில மொழி அமைதி சார்ந்த (அச்சுமுறை பற்றிய ஓர்மை மிகுந்த) இரண்டாவது வாக்கியம் 'ஆறு கதைகள்', 'ஆண்மை' ஆகிய இரண்டு நூல்களில் இக்கதை தொகுக்கப் பெற்ற போது இடம்பெறவில்லை.

சில கதைகளில், நூலாக்கம் பெறும்போது கடை வாக்கியத்தைப் – மிகையென்று நினைத்து – புதுமைப்பித்தன் நீக்கியிருக்கிறார். (‘சாயங்கால மயக்கம்’, ‘வழி’). சில கதைகளில் கடைசியில் ஒரு வரியைச் சேர்த்திருக்கிறார் (‘ஆண்மை’).

சில கதைகளில் சில சொற்களை மட்டும் மாற்றியிருக்கிறார் புதுமைப்பித்தன். ‘மகாமசானம்’, ‘செல்லம்மாள்’ கதைகள் ‘கலைமக’ளில் வந்தபோது பயன்படுத்தப்பட்ட ‘சாவதானமாக’ என்ற சொல் ஒரே சீராக ‘சாவகாசமாக’ என நூலாக்கத்தில் மாறியுள்ளது.

‘மனித யந்திரம்’, ‘கடவுளும் கந்தசாமிப் பிள்ளையும்’ கதைகளில் காசு பற்றிய செய்திகள் மாற்றப்பட்டுள்ளன. *1934*இல் ஐந்தே காலணா வுக்குத் தூத்துக்குடிக்கு டிக்கெட் எடுக்கும் மீனாட்சிசுந்தரம் பிள்ளை, *1940*இல் பத்தேகாலணா தரவேண்டியதாகிவிடுகின்றது!

‘விநாயக சதுர்த்தி’ நூலாக்கம் பெறும்பொழுது ஒரு முழுப் பக்கமே நீக்கப்பட்டுள்ளது. ‘துன்பக் கேணி’ நூல் வடிவம் பெற்றபொழுது, ஒவ்வொரு பிரிவின் தொடக்கத்திலும் இருந்த பாடல் வரிகள் நீக்கப் பட்டுள்ளன. ‘கவந்தனும் காமனும்’ கதையில் வாசகனைச் சுட்டும் முறை மாறியுள்ளது.

இவ்வாறு முக்கியத்துவமற்றவை, மிக முக்கியமானவை, குறிப்பிடத் தகுந்தவை, அழுத்திக் காட்டப்பட வேண்டியவை எனப் பல்வேறு வகையான பாடவேறுபாடுகளைக் காண முடிகின்றது. புதுமைப்பித்தன் பற்றிய பல விவாதங்களைத் தொடர்வதற்கு இப்பாடவேறுபாடுகளில் பல தொடர்புடையனவாக உள்ள நிலையில் அவை இப்பதிப்பில் பதிவு செய்யப்பட்டுள்ளன.

இதனைச் செய்வதற்கு மூலபாடம் எது எனத் தீர்மானிக்க வேண்டும். அப்போதுதான் வேறுபட்ட பாடம் எதுவெனக் கொண்டு, பாடவேறு பாடுகளை முடிவு செய்ய முடியும். ‘படபடப்பு’, ‘அன்னை இட்ட தீ’ ஆகியவற்றுக்கு மட்டுமே கையெழுத்துப் படிகள் கிடைத்துள்ள நிலை யில், புதுமைப்பித்தன் வாழ்நாளில் வெளியான நூற்பதிப்புகள் மூல பாடமாகக் கொள்ளப்பட்டுள்ளன. புதுமைப்பித்தன் தேர்ந்தெடுத்தோ, திருத்தியோ, அவருடைய ஒப்புதல் பெற்றோ அப்பதிப்புகள் வந்திருக் கின்றன எனக் கொண்டு இம்முடிவு எடுக்கப்பட்டுள்ளது. இதழ்களில் வெளியான முந்தைய வடிவங்களை வேறு பாடமாகக் கொண்டு பாட வேறுபாடுகள் வழங்கப்பட்டுள்ளன. மூலபாடங்களில் எந்த மாற்றமும் செய்யப்படவில்லை. புதுமைப்பித்தன் காலத்தில் நூல் வடிவம் பெறாத கதைகளுக்கு, இதழ்களில் வெளிவந்த பாடமே மூலபாடமாகக் கொள்ளப்பட்டுள்ளது; அச்சுப்பிழைகள் என மிகத் தெளிவாகத் தெரிந்தவை மட்டும் திருத்தப்பட்டுள்ளன. சந்தி, ஒருமை பன்மை முதலானவற்றில் புதுமைப்பித்தனின் பயன்பாடுகள் பேணப்பட்டுள்ளன. மிகையாக உள்ள நிறுத்தற் குறிகள் சில நீக்கப்பட்டுள்ளன. ‘நிகும்பலை’, ‘மாயவலை’ போன்ற கதைகளில் ‘அன்’, ‘அர்’ விகுதிகள் மயக்கம் தரும் வகையில் உள்ளன. இவையும் திருத்தப்படவில்லை.

பாடவேறுபாடுகள் பின்னிணைப்பு 3இல், ஒவ்வொரு கதை பற்றிய தனி ஆய்வுப் பதிவில் வழங்கப்பட்டுள்ளன. ஒவ்வொரு பதிவும், கதை முதலில் வந்த இதழ், பயன்படுத்திய புனைபெயர், நூலாக்கம் பெற்ற விவரம், மூலபாடம், பாடவேறுபாடுகள் என அனைத்துச் செய்திகளையும் வழங்குகின்றது.

இதழ்களில் வெளிவந்த கதைகள் நூலாக்கம் பெற்றபோது அச்சுப் பிழைகள் மட்டுமல்லாமல் ஒற்றுப் பிழைகளும், ஒருமை பன்மை மயக்கங்களும் கவனமாக நீக்கப்பட்டுள்ளன என்பது தெற்றெனப் புலப்படுகிறது. வாக்கியத் தொடர் அமைப்புகளும், சில சொற்களும் மாற்றப்பட்டுள்ளன. இவை பதிவுசெய்யப் பெறவில்லை. காத்திரமான மாற்றங்களே – முக்கியச் சொற்களின் சேர்க்கையும் நீக்கமும்; வாக்கியங்களின் சேர்க்கையும் நீக்கமும்; பத்திகளின் சேர்க்கையும் நீக்கமும்; தலைப்பு மாற்றங்கள் – இவையே பதிவுசெய்யப்பட்டுள்ளன.

தழுவல் கதைகள்

புதுமைப்பித்தன் தழுவல் கதைகள் பற்றிய விவாதம் பல ஆண்டு களாக நிலவி வருகிறது. புதுமைப்பித்தனுக்குப் பிரெஞ்சு மொழி தெரியாத நிலையில், மொப்பஸான் கதைகளின் பிரெஞ்சு மூலத்தோடு அவருடைய கதைகளை ஒப்பிட, காரை கிருஷ்ணமூர்த்தி என்ற ஓர் ஆய்வாளரும், அதை வழிமொழிய சிட்டி – சிவபாதசுந்தரம் என்ற ஓர் இரட்டையரும் அமைந்த விந்தையும் நிகழ்ந்தது. புதுமைப்பித்தன் காலத்து ஆங்கில மொழியாக்கங்களின் அடிப்படையில் அமைந்திருக்க வேண்டிய இந்த விவாதம், நாம் அறியாத ஓர் அயல்மொழி என்ற பூச்சாண்டியைக் காட்டி நடத்தப்பெற்று, திசைதிருப்பப் பெற்றிருக்கிறது. தழுவல் கதை எதுவும் புதுமைப்பித்தன் காலத்தில் நூலாக்கம் பெற வில்லை என்ற தார்மீக முக்கியத்துவமுடைய செய்தியும், புதுமைப்பித் தனின் படைப்பாற்றல் பற்றிய எந்த மதிப்பீடும் தழுவல் கதைகளின் அடிப்படையில் அமையவில்லை என்ற எளிய உண்மையும் விவாதச் சூட்டில் மறைக்கப்பட்டுவிட்டன.

தழுவல் விவகாரம் பற்றிய சீரிய விவாதம் நடப்பதற்கு இதுவரை வெளியான புதுமைப்பித்தன் பதிப்புகள் போதமாட்டா என்பதோடு, ஒரு சிறுபொறி காட்டுத் தீயாக ஊதிப் பெருப்பதற்கும் அவையே காரணமாகவும் அமைந்துவிட்டன. இந்த விவாதத்தை மேற்கொண்டு தொடர்வதற்கு இந்தப் பதிப்பு அதன் பங்களிப்பைச் செய்கிறது. ஒவ்வொரு கதையின் முதல் வெளியீடு, புனைபெயர், நூலாக்கம் ஆகியவை பற்றிய விவரங்கள் இதற்குப் பயன்படும்.

'மொப்பஸான் கதையின் தழுவு' என்ற துணைக் குறிப்புடன் 'மணிக்கொடி'யில் வெளியான 'தமிழ் படித்த பெண்டாட்டி'யைத் தவிர, ரகுநாதனால் மொப்பஸான் கதைகளைக் கொண்டு ஐயம் திரிபறத் தழுவல் என்று நிறுவப்பட்ட[4] 'நொண்டி', 'சமாதி', 'பயம்', 'கொலை காரன் கை', 'நல்ல வேலைக்காரன்', 'அந்த முட்டாள் வேணு' ஆகிய ஆறு கதைகளும், ராபர்ட் பிரவுனிங் கவிதையைத் தழுவிய 'பித்துக்குளி'

கதையும் இத்தொகுப்பில் இடம் பெறவில்லை. காலச்சுவடு பதிப்பகம் வெளியிடவுள்ள புதுமைப்பித்தன் மொழிபெயர்ப்புக் கதைகளடங்கிய தொகுதியில் இவை தனியே சேர்க்கப்படும்.

'டாக்டர் சம்பத்', 'தேக்கங் கன்றுகள்', 'குற்றவாளி யார்?' ('நானே கொன்றேன்!' கதையினையும் இவற்றோடு சேர்த்துக்கொள்ளலாம்) ஆகியவையும் தழுவல் கதைகளே என ரகுநாதன் சுட்டிக் காட்டுவது[5] பொருத்தமாகத் தோன்றினாலும், மூலக்கதைகள் எவையெனக் கண்டு பிடிக்கப்பட்டு, ஒப்பிட்டு நிறுவப்படும்வரை அவற்றை இத்தொகுப்பி லிருந்து நீக்குவது பதிப்பு அறமாகாது.

இந்தப் பதிப்பு . . .

இந்தத் தொகுதியில் மொத்தம் 99 படைப்புகள் அடங்கியுள்ளன. 'சிற்றன்னை' குறுநாவலும், முற்றுப்பெறாத 'அன்னை இட்ட தீ' நாவலும் இனி வெளிவரவுள்ள தொகுதிகளின் பொருள் அமைதிக்குப் பொருந்தாமையால், இந்தக் கதைத் தொகுப்பின் இறுதியில் சேர்க்கப் பட்டுள்ளன. கதைகள் அனைத்தும் கால வரிசையில் வழங்கப் பட்டுள்ளன. ஒவ்வொரு கதையின் இறுதியிலும் முதல் வெளியீட்டு விவரம் தரப்பட்டுள்ளது.

புதுமைப்பித்தன் தம் கதை நூல்களுக்கு எழுதிய இரண்டு முன்னுரைகளும், ரா.ஸ்ரீ. தேசிகனின் மதிப்புரையும், 'ஆண்மை' நூலின் பதிப்புரையும் பின்னிணைப்பு 1இல் தரப்பட்டுள்ளன.

புதுமைப்பித்தன் கதை நூல்கள் பற்றிய பதிப்பு விவரங்களும், அந்நூல்களில் இடம்பெற்ற கதைகளின் பட்டியலும் பின்னிணைப்பு 2இல் வழங்கப்பட்டுள்ளன.

ஒவ்வொரு கதையும் புதுமைப்பித்தன் காலத்தில் வெளியான வடிவங்களைக் கருத்தில் கொண்டு திருத்தமான பாடமாக வெளியிடப் பட்டுள்ளது. வாசக அனுபவத்திற்குக் குறுக்கீடு இல்லாவண்ணம், பிற வடிவங்களோடு ஒப்பிடப்பட்டுப் பாடவேறுபாடுகள் மட்டும் பதிவு செய்யப்பட்டுள்ளன. இப்பாடவேறுபாடுகள் மூன்றாம் பின்னிணைப்பில், ஒவ்வொரு கதையின் முதல் வெளியீடு, புனைபெயர், நூலாக்கம், மூலபாடம் ஆகியவற்றுக்கு அடுத்து வழங்கப்பட்டுள்ளன.

புதுமைப்பித்தனின் கையெழுத்துப் படிகள் மற்றும் அவர் கைப்படச் செய்த மெய்ப்புத் திருத்தங்களும் பின்னிணைப்பு 4இல் தரப்பட்டுள்ளன.

புதுமைப்பித்தன் கதைகள் இதழ்களில் வந்தபோது உடன் சேர்த்து வெளியான ஓவியங்கள் சிலவும், பின்னிணைப்பு 5இல் தரப்பட்டுள்ளன.

பின்னிணைப்பு 6இல் புதுமைப்பித்தனின் சுருக்கமான வாழ்க்கைக் குறிப்பு இடம்பெற்றுள்ளது. புதிய ஆவணங்களின் அடிப்படையில் காலக்குறிப்புகள் கூடுதல் துல்லியம் பெற்றுள்ளன.

புதியதாகச் சேர்க்கப்பட்டுள்ள பின்னிணைப்பு 7 புதுமைப்பித்தன் கதைகளின் அகரவரிசைப் பட்டியலைத் தருகின்றது.

சான்றுக் குறிப்புகள்

1. ரகுநாதன், *புதுமைப்பித்தன் கதைகள்: சில விமர்சனங்களும் விஷமத்தனங்களும்*, என்.சி.பி.எச்., சென்னை, 1999, ப. 89.

2. புதுமைப்பித்தன் வரலாறு முதல் பதிப்பிலும் (தமிழ்ப் புத்தகாலயம், சென்னை 1951, ப. 182), மூன்றாம் பதிப்பிலும் (மீனாட்சி புத்தக நிலையம், மதுரை, 1980, ப. 172) புனைபெயர்ப் பட்டியலை ரகுநாதன் கொடுத்திருக்கிறார். இரண்டு பதிப்புகளும் 'நந்தி' என்றே குறிப்பிடுகின்றன. இந்தப் புனைபெயர் இதுவரை புதுமைப்பித்தன் எழுதிய இதழ்கள் எவற்றிலும் தட்டுப்படாத நிலையில், 'நந்தன்' என்பதையே இது குறிப்பிடுகின்றது எனக் கொள்ள வேண்டும்.

3. எம். வேதசகாயகுமார் தமது நூலின் (*புதுமைப்பித்தனும் ஜெயகாந்தனும்*, தமிழினி, சென்னை, 2000) பின்னிணைப்பில் வெளியிட்டுள்ள புதுமைப்பித்தன் கதைகள் அட்டவணைக்கும் நான் பின்னிணைப்பு 3இல் கொடுத்துள்ள தகவல்களுக்கு மிடையே உள்ள வேறுபாடுகளை வாசகர்களே ஒப்பிட்டுப் பார்த்துக்கொள்ளலாம். நான் சேகரித்த மூல ஆவணங்கள் கலைகளுக்கான இந்திய மையத்தின் நல்கையோடு நுண்படச் சுருளிலும் குறுந்தகட்டிலும் பதிவு செய்யப்பட்டுள்ளன. இப்பதிவுகள் சென்னை ரோஜா முத்தையா ஆராய்ச்சி நூலகத்திலும், காலச்சுவடு அறக்கட்டளை அலுவலகத்திலும் ஆர்வமுள்ளவர்கள் பார்ப்பதற்கு வைக்கப்பட்டுள்ளன. யாருடைய தகவல்கள் ஆதாரபூர்வமானவை என்பதை வாசகர்களே நேரில் கண்டு தெரிந்துகொள்ளலாம்.

4. ரகுநாதன், *புதுமைப்பித்தன் கதைகள்*, ப. 144– 46; 102–103.

5. மேலது, ப.159–160

புதுமைப்பித்தன் : ஆளுமையும் ஆக்கங்களும்

சுந்தர ராமசாமி

இன்று புதுமைப்பித்தனின் பெயர் தமிழ்ச் சூழலில் நிலைத்துவிட்டது. இந்த நூற்றாண்டில் மேலும் அவர் கவனம் பெற ஏற்ற சூழல் உருவாகி வருகிறது என்று கருதலாம். அவரை ஆர்வத்துடன் கற்கும் வாசகர்கள் அதிக அளவில் நாளை தோன்றவும் செய்வார்கள். புதுமைப்பித்தன் படைத்துள்ள உலகத்திலிருந்து வாசகர்கள் பெறவிருக்கும் அதிர்ச்சியும் விழிப்பு நிலையும், ஊடகங்களால் இன்றுவரையிலும் ஊதி வளர்க்கப்பட்டுள்ள எண்ணற்ற எழுத்துப் பிம்பங்களை உதிரச் செய்துவிடக்கூடும். சிந்தனை சார்ந்த தளம் விரிகிறபோது அசட்டுக் கற்பனைகள் சார்ந்த தளம் சுருங்கத்தான் செய்யும். வாழ்க்கையைப் பற்றிய கவலைகள் கூர்மை கொள்ளும்போது வாழ்க்கைத் தளம் அற்று அந்தரத்தில் தொங்கும் ஜோடனைகள் வெளிறிப் போகும். விமர்சனத்தை விட ஆழ்ந்த விமர்சனத்தை உருவாக்குபவை படைப்புகள்தாம். புதுமைப்பித்தனோ சமூக விமர்சனத்தையே தன் உயிராகக் கொண்ட படைப்பாளி.

இன்று பலர் தங்கள் ஆழ்ந்த உழைப்பைச் செலுத்திப் புதுமைப் பித்தனைப் பற்றிப் பல புத்தகங்களை உருவாக்கி வருகிறார்கள். அவர் பெற்றிருக்கும் கவனத்திற்கு, முன்பு வெளிவந்தவைபோல் கட்டுரைகள் மட்டுமே இன்று போதுமானவையாக இல்லை. மிகக் குறுகிய காலத்தில் நான்கு புத்தகங்கள் வெளிவந்திருக்கின்றன: தொ.மு.சி. ரகுநாதனின் *புதுமைப்பித்தன் கதைகள்: சில விமர்சனங்களும் விஷமத்தனங்களும்*, எம். வேதசகாயகுமாரின் *புதுமைப்பித்தனும் ஜெயகாந்தனும்*, ராஜ் கௌதமனின் *புதுமைப்பித்தன் எனும் பிரம்மராக்ஷஸ்*, அ. ராஜ மார்த்தாண்டனின் *புதுமைப்பித்தனும் கயிற்றரவும்.*

இவ்விமர்சன நூல்கள் வெளிவருவதற்கு முன்பு ஆ.இரா. வேங்கடா சலபதி தொகுத்த புதுமைப்பித்தனின் 'அன்னை இட்ட தீ' அவரைப் பற்றிய விமர்சன எண்ணங்களைப் புதுப்பித்துக்கொள்ளப் பலரையும் தூண்டிற்று எனலாம். சூழல் புதுமைப்பித்தன்மீது கொண்டுள்ள புதிய கவனத்திற்கு இந்நூலும் ஒரு பங்காற்றியது என்று நினைக்கிறேன்.

ஒரு படைப்பாளியைப் பற்றி விமர்சன நூல்கள் வெளிவருவது புதிய நிகழ்வொன்றும் அல்ல. பாரதியைப் பற்றி எண்ணற்ற நூல்கள் வந்திருக்கின்றன. தமிழ் இலக்கிய விமர்சனத்தில் மிக அதிகமாகப் பேசப்பட்ட ஓரிருவரில் பாரதியும் ஒருவன். ஆனால் பாரதியைப் பற்றி வெளிவந்துள்ள கறாரான விமர்சன மதிப்பீடுகள் மிகக் குறைவு. உணர்ச்சி வசப்பட்ட பாராட்டுகள் மிக அதிகம். விமர்சனம் என்னும் நவீனச் சிந்தனை கேட்டு நிற்கும் திறன்கள் பல. அவற்றில் மிக முக்கியமானது படைப்பாளியைப் பற்றி விமர்சகன் வந்துசேரும் முடிவு களுக்கு முன்வைக்கும் காரணங்கள். இந்தக் காரணங்கள்தான் விமர்சகனின் இலக்கிய ஆழத்தையும் நுட்பத்தையும் விவேகத்தையும் தன் காலத்துடன் அவன் கொண்டிருக்கும் உறவையும் வெளிப்படுத்து கின்றன. மற்றொன்று விமர்சகன் தன் காலத்தின் முன் படைப்பாளியை நிறுத்தி அவனை மறுபரிசீலனைக்கு உட்படுத்துவது.

புதுமைப்பித்தனைப் பற்றிய விமர்சனங்கள் அவரது சாரத்தை ஏற்பவர்களாலும் அதனை மதிப்பீடு செய்து வளர்க்க விரும்புபவர்களா லும் எழுதப்படுவதால் அவை விவாதத்திற்குரியவையாக இருக்கும் போதுகூட வலுவான அடிப்படையைப் பெற்றுவிடுகின்றன. நவீனப் பார்வை சார்ந்தோ நவீனத்துவத்திற்குப் பிற்பட்ட பார்வைகள் சார்ந்தோ புதுமைப்பித்தனை ஒருவர் மதிப்பிடலாம். நவீனத்துவத்திற்கு முற்பட்ட பார்வைகள் சார்ந்து அவரைப் பற்றிய விமர்சனத்தை வலுவாக உருவாக்க முடியாது என்றே நினைக்கிறேன். புதுமைப்பித்தன் யதார்த்தப் பார்வை கொண்டவர் என்று நுனிநாக்கால் சொல்லி விடுகிறோம். சொற்கள், அவற்றின் பொருளை உணராதவர்களால் வெறும் உச்சரிப்புக்கு ஆட்படும்போது ஜடத்தன்மை அடைந்து விடுகின்றன. யதார்த்தப் பார்வை என்றால் இரண்டாயிரம் வருட நீட்சி கொண்ட கவிதை மரபிற்கு அடிப்படையாக நின்ற பார்வையுடன் தன் உறவை முறித்துக்கொள்வது என்று பொருள். உடலிலிருந்து ஒரு அங்கம் தன் உறவை முறித்துக்கொண்டு விலகுவது போன்றது இது. அங்கம் உறவை முறித்துக்கொண்டது அதிர்ச்சி தரும் ஒரு நிகழ்வு என்றால் முறித்துக்கொண்ட அங்கம் அதற்குரிய வாழ்வை மேற் கொண்டு, நிமிர்ந்து, வடிவம் பெற்று, பிரிந்த உடலுக்கு எதிரே வந்து நிற்பது ஒரு பேரதிசயம். இந்த அதிசயம் முதல்முறையாகத் தமிழ் மரபில் நிகழும்போது அதற்குப் பெயர் யதார்த்தம் என்றும், தன் பார்வையின் மூலம் அதற்கு உடலும் உயிரும் தந்த படைப்பாளியைப் புதுமைப்பித்தன் என்றும் அழைக்கிறோம்.

பாரதிக்கு ஆக்கபூர்வமான, ஆரோக்கியமான, நேர்மையான விமர்சனத்தை முன்வைத்தவர் புதுமைப்பித்தன். பாரதியைப் பற்றி அவர் தன் கட்டுரைகளில் கூறியுள்ள கருத்துச் சிதறல்களை நான் இங்கு முன்னிலைப்படுத்தவில்லை. அவருடைய புனைவு சார்ந்த படைப்புகள் அனைத்தையும், ஒரு நிலையில், பாரதி பற்றிய விமர்சனமாகவே நினைக்கிறேன். பாரதி ஏற்றுக்கொண்ட வகையிலான புரட்சிகரமான சிந்தனைகளையும் பாரதியின் அதீத கற்பனைவாதம் சார்ந்த வெளிப் பாட்டு முறையையும் முற்றாகவும் வெளிப்படையாகவும் நேர்மையாக

வும் நிராகரித்தவர் புதுமைப்பித்தன். பாரதிக்கு மனிதன் – காலத்தின் சோதனையால் அவன் எவ்வளவு தாழ்வுற்றிருப்பினும் – ஒரு தெய்வீகச் சுடர்; அந்தச் சுடரைத் தூண்டினால் மனிதனை மேல்நிலைப்படுத்தி விடலாம். இதுதான் பாரதியின் ஆதாரமான கனவு. புதுமைப் பித்தனுக்கோ மனிதன் மிகச் சிக்கலான ஒரு பிராணி. இந்தச் சிக்கலைப் புரிந்துகொள்ளாத வரையிலும் மனிதனை மேல்நிலைப்படுத்தவோ அவன்மூலம் வாழ்வைச் செழுமைப்படுத்தவோ இயலாது. இந்தப் பார்வைதான் இரண்டாயிரம் வருட மரபு கொண்ட தமிழ் இலக்கியத் தின் பிடரியைப் பற்றி அதை நவீனத்துவத்திற்குள் தள்ளுகிறது. வாழ்க்கையைக் கண்திறந்து பார்க்கும் சக்தியை இழந்துவிட்ட ஒரு ஜன சமூகம் சிந்தனைகள் சார்ந்தோ தத்துவம் சார்ந்தோ இலக்கியம் சார்ந்தோ கலைகள் சார்ந்தோ எந்தப் பாதிப்பையும் பெற முடியாது என்பது புதுமைப்பித்தனின் அடிப்படையான நம்பிக்கைகளில் மிக முக்கியமானது.

> இலக்கியத்தில் இன்னதுதான் சொல்ல வேண்டும், இன்னது சொல்லக்கூடாது என ஒரு தத்துவம் இருப்ப தாகவும், அதை ஆதரித்துப் பேசுவதாகவும் மனப்பால் குடித்துக்கொண்டிருக்கலாம். உண்மை அதுவல்ல; சுமார் இருநூறு வருஷங்களாக ஒருவிதமான சீலைப்பேன் வாழ்வு நடத்திவிட்டோம். சில விஷயங்களை நேர் நோக்கிப் பார்க்கவும் கூசுகிறோம். அதனால்தான் இப்படிச் சக்கர வட்டமாகச் சுற்றி வளைத்துச் சப்பைக்கட்டு கட்டுகிறோம். குரூரமே அவதாரமான ராவணனையும், ரத்தக் களறியையும், மனக் குரூபங்களையும், விகற்பங் களையும் உண்டாக்க இடமிருக்குமேயானால், ஏழை விபசாரியின் ஜீவனோபாயத்தை வர்ணிப்பதாலா சமூகத் தின் தெம்பு இற்றுப்போகப் போகிறது? இற்றுப்போனது எப்படிப் பாதுகாத்தாலும் நிற்கப்போகிறதா? மேலும், இலக்கியம் என்பது மன அவசத்தின் எழுச்சிதானே? நாலு திசையிலும் ஸ்டோர் குமாஸ்தா ராமன், ஸினிமா நடிகை சீதம்மாள், பேரம் பேசும் பிரமநாயகம் – இத்யாதி நபர்களை நாள் தவறாமல் பார்த்துக்கொண்டிருந்துவிட்டு, இவர்களது வாழ்வுக்கு இடமளிக்காமல், காதல் கத்திரிக் காய் பண்ணிக்கொண்டிருப்பது போன்ற அனுபவத்துக்கு நேர் முரணான விவகாரம் வேறு ஒன்றும் இல்லை. நடை முறை விவகாரங்களைப் பற்றி எழுதுவதில் கௌரவக் குறைச்சல் எதுவும் இல்லை (*புதுமைப்பித்தன் கட்டுரைகள்*, **1954**).

இந்த நம்பிக்கையை அவரது புனைவுகளில் பரிசீலனை செய்ய விரும்புபவர்களுக்குப் புதுமைப்பித்தன் அளிப்பது ஒரு உலகம். மரபோ, வேறு புறச் சக்திகளோ சொல்லும்படி பங்கு கேட்க முடியாத அவரது ஆளுமையின் வளர்ச்சியிலிருந்து உயிர் பெற்ற ஒரு உலகம். அந்த உலகத்தின் மூலம் இணைக்கப்படும் உறவு மிக முக்கியமானது. அது

படைப்புக்கும் வாழ்க்கைக்குமான உறவில் புது ரத்தத்தைப் பாய்ச்சு கிறது. இந்தப் பார்வையில் வாழ்க்கை பற்றிய மயக்கங்கள் சிதறித் தெறிக்கின்றன.

மரபிலிருந்து வேறுபட்ட யதார்த்தப் பார்வையும், வெளியீட்டுப் பாங்கில் சிந்தனைகள் குமிழியிடும் விமர்சனமும் கொண்ட புதுமைப் பித்தனிடமிருந்து மரபில் ஊறிப்போன பழமைவாதிகளும் நவீனச் சிந்தனையைச் சகித்துக்கொள்ள முடியாதவர்களும் விலகிப்போனதில் வியப்பில்லை. புதுமைப்பித்தன் ஊக்கத்துடன் செயல்பட்ட குறுகிய வருடங்களிலோ மறைவுக்குப் பின் கடந்துபோய்விட்ட இந்த அரை நூற்றாண்டிலோ அவர் தமிழ்ச் சூழலில் போதிய அளவு வரவேற்புப் பெறாமல் போனதற்கு இதுவே முக்கியக் காரணம். நிறுவனங்களின் ஆதரவையோ பல்கலைக்கழகங்களின் கவனிப்பையோ வெகுஜன ஊடகங்களின் அரவணைப்பையோ இன்றுவரையிலும் அவர் பெற்ற தில்லை. அரசியல்வாதிகளில் எழுத்தாளர்களின் எண்ணிக்கை தமிழ் மண்ணைப் போல் உலக அளவில்கூட வேறெங்கும் இல்லை. அவர் களது சொற்சிலம்பங்களில் காற்றடைக்கப்பட்ட பல பலூன்கள் வானத்தில் பறந்துகொண்டிருக்கின்றன. துரதிருஷ்டவசமாக அவர் களுடைய கடைக்கண் பார்வையைப் பெறும் பாக்கியம் இன்று வரையிலும் புதுமைப்பித்தனுக்குக் கிடைக்கவில்லை.

புதுமைப்பித்தனைப் பற்றிச் சுயமான மதிப்பீடுகளை உருவாக்கி வாசக மனங்களில் அவருக்கு ஒரு இடத்தைத் தேடித் தந்தவர்களில் முக்கியமானவர்களையேனும் நாம் இப்போது நினைவுகூர வேண்டும். இந்த வரிசையில் முதலில் நம் நினைவுக்கு வருபவர் ரா.ஸ்ரீ. தேசிகன்; புதுமைப்பித்தன் கதைகள் தொகுப்புக்கு 1940இல் முன்னுரை எழுதிய ஆங்கிலப் பேராசிரியர். பொய்யான, மிகையான முன்னுரைகளைத் தாங்கிவரும் புத்தகங்களையே இன்றுவரையிலும் நாம் அதிக அளவில் பார்த்துக்கொண்டு வருகிறோம். ஒரு படைப்பை மதிப்பிட முயலும் முன்னுரைகள்கூட மிகக் குறைவு. இந்நிலையில் அறுபது வருடங்களுக்கு முன் புதுமைப்பித்தன் கதைகள்மீது விமர்சனப் பார்வையைச் செலுத்த முயன்ற ஒரு முன்னுரையை அவர் நமக்குத் தந்திருக்கிறார். அந்த முன்னுரையில் அவர் பயன்படுத்திய பல சொற்கள் இன்றும் பொருள் செறிவுடன் விளங்குகின்றன. அதிலிருந்து ஒரு சில வாக்கியங்களைப் பார்ப்போம்.

> சிறுகதை மர்மங்களை நன்கு அறிந்துள்ள புதுமைப்பித்த னின் கதைகளுக்கிடையே திரியும்போது ஒரு கவி உலகிலே திரிகிற உணர்ச்சி எனக்கு வருகிறது. இவருடைய கதை ஒவ்வொன்றும் ஒரு தனி அனுபவ முத்திரை பெற்றிருக் கிறது. ஒவ்வொன்றிலும் உண்மையின் நாதம் ஒலிக் கிறது...
>
> ஒரு கவி உள்ளம் – சோகத்தினால் சாம்பிய கவி உள்ளம், வாழ்க்கை முட்களில் விழுந்து ரத்தம் கக்குகிற உள்ளம் – கதையின் மூலம் பேசுகிறது.

புதுமைப்பித்தன் என்னும் ஆளுமையின்மீது தமிழ் வாசகர்களின் ஆர்வத்தை மிக அதிகமாகத் தூண்டிய நூல் தொ.மு.சி. ரகுநாதனின் *புதுமைப்பித்தன் வரலாறு*. 1951இல் வெளிவந்த இந்நூல் ஒரு நாவலுக் குரிய விறுவிறுப்பும் சுவையும் கொண்டது. புதுமைப்பித்தனின் வித்தியாசமான ஆளுமைக்கு அழுத்தம் தந்து எழுதப்பட்டது. இந்த வாழ்க்கை வரலாறு மூலமும் புதுமைப்பித்தனைப் பற்றி ரகுநாதன் அதற்கு முன்னும் பின்னும் எழுதிய விமர்சனக் கட்டுரைகள் மூலமும் புதுமைப்பித்தன் படைப்புகளைப் படிக்கத் தூண்டுதல் பெற்ற வாசகர்களின் எண்ணிக்கை கணிசமானது என அனுமானிப்பதில் தவறில்லை. அத்துடன் துன்பப்படும் ஜீவராசிகள்மீது புதுமைப்பித்தன் கொண்டிருக்கும் ஆவேசம் கலந்த அக்கறை ரகுநாதனின் கருத்துகள் மூலம் அதிக அழுத்தம் பெற்றுள்ளது. இந்த நூலிலும் வெளியிலும் புதுமைப்பித்தனைப் போற்றும்முகமாக ரகுநாதன் உருவாக்கிய வாக்கியங்கள்தான் புதுமைப்பித்தன்மீதான இடதுசாரிப் பார்வைக்கே ஒரு மொழியை உருவாக்கித் தந்தன என்று சொல்லலாம். இந்த வாக்கியங்களின் கலைத்துப்போட்ட கோலங்களே பொத்தாம் பொது வாகப் புதுமைப்பித்தனை ஒரு முற்போக்குவாதியாகச் சித்தரித்துக் காட்ட முயன்ற பலருக்கும் எடுத்த எடுப்பில் உதவிக்கு வந்து நின்றன.

எழுத்திலும், வசீகரம் மிகுந்த தன் பேச்சுகள் வழியாகவும் புதுமைப் பித்தனைப் படிக்கத் தொடர்ந்து தூண்டிக்கொண்டு வருபவர் ஜெய காந்தன். ஜெயகாந்தனின் மொத்தப் படைப்புகளுமே புதுமைப்பித்தனைப் படிக்க முற்படும் வாசகனுக்கு அவர் எழுத்துகளுடன் ஒரு நல்லுறவை உருவாக்க உதவுபவைதான். அத்துடன் ஜெயகாந்தன் புதுமைப் பித்தனைப் பற்றி முன்வைத்துவரும் சுதந்திரக் கருத்துகளும் அரசியல் இயக்கம் சார்ந்த பார்வை கொள்ளும் அழுத்தங்களோ இறுக்கங்களோ அற்றவை.

புதுமைப்பித்தனின் மொத்தப் படைப்புகளையும் கணக்கில் எடுத்துக் கொண்டு அவரைப் பற்றி ஒரு முழுமையான விமர்சனத்தை உருவாக் கியவர் க.நா. சுப்ரமண்யம். புதுமைப்பித்தனின் காலத்தைச் சேர்ந்த அவரது சகப் படைப்பாளிகளின் சிறுகதைகளையும் மனத்தில் வைத்து அவற்றில் தன்னிகரற்ற சிறுகதைகளை எழுதியவர் புதுமைப்பித்தன் தான் என்ற முடிவுக்கு அவர் வருகிறார். 'கதை சொல்லும் மேன்மையும் சொந்தக் கற்பனை ஆட்சியும் புதுமைப்பித்தனுக்குக் கைவந்திருப்பது போல் தமிழில், இந்த நூற்றாண்டில், வேறு ஒருவருக்கும் இருந்த தில்லை என்பது சந்தேகத்துக்கு இடம் இல்லாமல் நிரூபிக்கப்பட்டு விட்ட விஷயம்' என்கிறார். இந்தியச் சிறுகதை எழுத்தாளர்களோடும் உலகச் சிறுகதை எழுத்தாளர்களோடும் ஒப்பிட்டுப் பார்க்கும்போதும் க.நா.சு.வுக்குப் புதுமைப்பித்தனின் சிறுகதைகள் முக்கியமானவை யாகப் படுகின்றன. கு.ப.ரா. போன்ற எழுத்தாளர்களை இலக்கியத் திறன் கொண்டவர்களாகவும் புதுமைப்பித்தனை மேதமை கொண்டவ ராகவும் க.நா.சு. மதிப்பிட்டிருக்கிறார். புதுமைப்பித்தனை முதல்முறை யாகப் படிக்க முற்படும் வாசகனுக்கு, க.நா.சு. 'புதுமையும் பித்தமும்' என்ற தலைப்பில் ஐந்திணைப் பதிப்பக வெளியீடான 'புதுமைப்பித்தன்

படைப்புகள்' முதல் தொகுப்புக்கு 1987இல் எழுதிய நீண்ட முன்னுரை மிகவும் உபயோகமானது.

~ ~

புதுமைப்பித்தன் தமிழ்ச் சூழலில் பதினான்கு ஆண்டுகள் செயல் பட்டிருக்கிறார்: 1934இலிருந்து 1948வரை. இக்குறுகிய காலத்தை மனத்தில் வைத்துப் பார்க்கும்போது புதுமைப்பித்தனின் எழுத்து அளவில் அதிகமானதுதான். நாளிதழ்களில் பணியாற்றியவர் தான் பெற்றிருந்த குறைந்த கால அவகாசத்தில் இந்த அளவுக்கு எழுதியிருப்பது வியப்பைத் தருகிறது. சிறுகதை, கட்டுரை, கவிதை, மொழிபெயர்ப்பு, நாடகம், நாவல், வாழ்க்கை வரலாறு போன்ற படைப்புருவங்கள் அனைத்தும் அவரைக் கவர்ந்து எழுதத் தூண்டியிருக்கின்றன. இருப்பி னும் அவருடைய படைப்புகளில் மிக முக்கியமானவை சிறுகதைகள் தான். சமீப காலத்தில் தேடி எடுக்கப்பட்ட சிறுகதைகளையும் சேர்த்து நூற்றுக்கும் சற்று குறைவானவை இன்று படிக்கக் கிடைக்கின்றன. அவர் எழுதத் தொடங்கிய 1934ஆம் வருடத்தில் மட்டும் நாற்பது நாற்பத்தைந்து கதைகள் எழுதியிருக்கிறார். வெகு ஆவேசமான ஆரம்பத்தையே இது காட்டுகிறது. இக்கதைகளில் பெரும்பான்மை யானவை பற்றி மிக உயர்வாகச் சொல்வதற்கு இல்லை என்றாலும் அவருடைய மற்ற கதைகள் போல் இவற்றிலும் அவருக்கே உரித்தான பார்வை ஊடுருவி நிற்கிறது எனலாம். நூதனமான தெறிப்புகளும் வீச்சுகளும் கொண்ட அவர் மொழி, கிண்டல், விமர்சனம், அநாயாச மான எழுத்துப் போக்கு, பொருள் சார்ந்தும் வடிவம் சார்ந்தும் மரபை மீறிச் செல்லும் ஆவேசம், எல்லைக் கோடுகளை அழித்துச் செல்லும் சுதந்திரத்தின் வீச்சுகள், சகல மதிப்பீடுகளையும் பாரபட்சமின்றிப் பரிசீலனைக்கு உட்படுத்துதல் ஆகிய குணங்களை நெடுகிலும் பார்க்கலாம்.

ஒரு படைப்பாளியாக மலர்ச்சி பெறப் புதுமைப்பித்தனைத் தூண்டிய அனுபவங்கள் எவை என்ற கேள்வி எழலாம். அவை பற்றித் திட்ட வட்டமான முடிவுகளுக்கு வருவது சற்றுக் கடினம்தான். இன்று அவரது படைப்புகள் நம்மிடம், அநேகமாக, முழுமையாகவே இருக் கின்றன. அதற்கு மேல் அவருடைய வாழ்க்கை வரலாறும் – முழுமை யானது என்று கூற இயலாது என்றாலும் – நம்மிடம் இருக்கிறது. இவ்விரண்டிலிருந்தும் இவற்றின் இணைப்பிலிருந்தும் நாம் பெறும் ஒளிக்கீற்றுகள் புதுமைப்பித்தனின் வாழ்க்கைக்கும் அவரது படைப்பு களுக்குமான உறவு சார்ந்து எத்தனையோ அனுமானங்களுக்கு நம்மை இழுத்துக்கொண்டு போகின்றன. ஒன்று தெளிவானது. வாழ்க்கையில் தான் பெறும் அனுபவத்திற்கு மிகுந்த முக்கியத்துவம் அளிக்கும் இயல்பு கொண்டவர் அவர். அவரது படைப்புகள் இந்த உண்மையை ஆமோதிக்கின்றன. படைப்புகளில் பளிச்சிடும் அனுபவ முத்திரைகள், ஒரு வாசகனின் மனத்தில் கண்டுபிடிப்புகள் சார்ந்த ரசனையை உருவாக்கிக்கொண்டே போகின்றன. சுய அனுபவம் சார்ந்த தடயங்கள் மறைந்துபோகும் அளவுக்கு, அதீதமான கற்பனைகள்

கவிழும் கதைகளில்கூட, ஆதாரமான விதை சுய அனுபவம் சார்ந்தது தான் என்ற உணர்வே ஏற்படுகிறது.

வாழ்க்கை அனுபவங்கள் என்று பொதுவாகச் சொல்கிறோம். ஆனால் சில வகையான அனுபவங்கள் படைப்பாளியின் மனத்தில் ஆழமாகப் புதைந்து படைப்புகளில் மீண்டும் மீண்டும் சுழன்று வருகின் றன. இந்த ஆழமான பாதிப்புகளை அடிப்படையாக வைத்துத்தான் அந்த ஆளுமையின் அக்கறைகளை நாம் இனங்கண்டு கொள்கிறோம். இவை தரும் எழுச்சியிலிருந்துதான் அவரது கதைகளில் சில சிகரம் கொள்கின்றன. அவர் பெற்றிருந்த பாதிப்புகளில் முக்கியமானவற்றை சாராம்ச ரீதியாகத் தொகுத்துப் பார்க்கலாம்: ஹிந்து மதம் மனிதனின் சுதந்திரத்தை நெரிக்கும் விதம். ஒடுக்கப்பட்ட மக்கள் படும் துயரம். கிறிஸ்துவச் சபைகளின் செயல்பாடுகள் சார்ந்த விமர்சனம். எதிர்நீச்சல் போடத் தெரியாத அபலைகள்மீது கவியும் கொடுமைகள். மத்தியதர வாழ்க்கையின் பற்றாக்குறை சார்ந்த இழுபறிகள். பிழைப்பின் சுழற்சி மனிதனை இயந்திரமாக்கும் கீழ்நிலை. வறுமையின் கொடிய கோலங்கள். நினைப்புக்கும் நிஜத்துக்குமான வேறுபாடு. மனத்தை மீறும் உடல். ஆன்மீகத்தை ஏமாற்றும் லௌகீகம். புனிதங்களின் ஒப்பனைகள் கலையும் விதம். இன்றைய தாழ்வுகளைப் பாராது பழம்பெருமைகளில் வாழ்தல். தர்மத்திற்குப் பின் நிற்கும் பச்சை அதர்மங்கள் . . .

புதுமைப்பித்தனின் மொத்தப் படைப்புகளின் சாராம்சத்தையும் ஒற்றைச் சொல்லில் உருவகப்படுத்த ஆசை கொள்வோம் என்றால் 'முரண்பாடுகள்' என்ற சொல்தான் நம் மனத்தில் வரும். முரண்பாடு களின் எண்ணற்ற கோலங்கள்; வகை பேதங்கள்; விஸ்தரிப்புகள். சகல தளங்களையும் இந்த ஒற்றைச் சொல் ஊடுருவி வாழ்வின் கோலத்தை நிதர்சனப்படுத்திக்கொண்டே போகிறது. இந்த நிதர்சனம் இரண்டாயிரம் வருடத் தமிழ் வாழ்க்கைக்குரிய பெருமிதங்களுக் கெதிராக வைக்கப்பட்டு இலக்கிய ஆர்வத்தைத் தூண்டும் நாடகப் பாங்கில் ஜீவகளை பெறுகிறது. கேலிக்கும் விமர்சனத்துக்கும் இலக்கா கும் பெருமைகள் கவிதை மரபு சார்ந்ததாகவோ சமயம், தத்துவம், புராணங்கள், இதிகாசங்கள், நன்னெறிகள், மேற்கத்திய அறிவு அல்லது அறிவியல், கீழைத்தேய நம்பிக்கைகள் போன்ற ஏதேனும் ஒரு துறை சார்ந்ததாகவோ இருக்கின்றன. பரிசீலனைக்கு ஆட்படுத்தப் படும் பகுதிகள் வெவ்வேறு துறை சார்ந்தவையாக இருந்தாலும் விமர்சனத்தில் தாட்சண்யம் என்பது அநேகமாக இல்லை. இத்துறைகள் எவற்றையும் அவர் முழுமையாக ஏற்றுக்கொள்ளவில்லை எனில் எவற்றையும் முழுமையாக நிராகரிக்கவும் இல்லை. வாழ்க்கை சார்ந்த அவருடைய அனுபவம் பழமையின் சாரத்தைப் புதுமையின் சாரத்தோடு சேர்த்துக்கொள்ள விரும்புகிறது. கம்பனும், ஜேம்ஸ் ஜாய்ஸும் அவருக்கு முக்கியமானவர்கள். ஆஸ்திகத்தில் நம்பிக்கை யற்ற அவரைக் கோபுரங்களின் அழகுகள் கவர்கின்றன. தேசப்பற்று மட்டோ என்று சந்தேகப்படும்போது ஊர்ப்பற்று மிகுதி என்பது உறுதியாகிறது. அவரது விமர்சனத்திற்கு இலக்காகும் ஏதேனும் ஒரு

துறையுடன் மட்டும் ஒட்டிக்கொண்டிருக்கும் ஒரு வாசகனின் தன்முனைப்பு அவரால் சிதைவுக்குள்ளாகும்போது தன் மயக்கத்தைக் காணத் தெம்பில்லாமல், 'என் நம்பிக்கைகளை ஏன் சிதைக்கிறாய்?' என்று புதுமைப்பித்தனைப் பார்த்துக் கோபப்படுவது மனித சகஜம் தான் என்றாலும் இலக்கிய விமர்சனமாகாது. புதுமைப்பித்தனுக்கோ தன் செயல்பாடு சார்ந்த பிரக்ஞை தெளிவாகவே இருக்கிறது.

தமிழ் வாழ்வின் வெவ்வேறு கோலங்களைக் காட்டி அதன் முழுப் பரப்பும் தன் அனுபவத்திற்குள் வந்துவிட்டதான பிடிப்பை வாசகனுக்கு அளித்திருப்பது புதுமைப்பித்தனின் மிகப் பெரிய சாதனை. இந்தச் சாதனை சார்ந்த வீச்சு சென்ற நூற்றாண்டில் அவருக்கு மட்டுமே உரித்தானது. வாழ்வில் பெறும் எல்லா அனுபவங்களையும் படைப்புக் குரியதாய் மாற்றிவிடலாம் என்ற நம்பிக்கை தன்னளவில் பிரச்சினை யேதும் தராததுதான். ஆனால் அந்த நம்பிக்கை சார்ந்த செயல்பாடு மிகக் கடினமானது. இந்தச் சவாலைத் துணிந்து ஏற்றவர் புதுமைப் பித்தன். தன் ஆக்கங்களின் தோல்வியை எண்ணி அஞ்சும் படைப்பாளி யால் இந்தச் சவாலை ஏற்க முடியாது. புதுமைப்பித்தனுக்குப் படைப்பு களில் கூடிவரும் நிறைவைவிடப் புதிய சோதனைகள் தனக்கும் மொழிக்கும் தரும் ஆற்றல்கள்தான் முக்கியமானவையோ எனச் சந்தேகம் கொள்ள இடமிருக்கிறது. அந்த அளவுக்கு அவரது படைப்பு கள் முழுமையை நோக்கமாகக் கொள்ளாத சரிவுகளுக்கு ஆளாகி யிருக்கின்றன. இந்நிலைப்பாடு பற்றிய சுயப் பிரக்ஞை இருந்ததால் தான் தன் கதைகளை அவர் 'பரிசீலனைகள்' என அழைத்தார் (02.12.1945 தேதியில் மீ.ப. சோமுவுக்கு எழுதிய கடிதம்).

வாசிப்பும் ஒரு அனுபவம்தான். புதுமைப்பித்தன் வாசிப்பில் – ஆங்கிலம் சார்ந்தும் சமகால இலக்கியம் சார்ந்தும், பழந்தமிழ் சார்ந்தும் – மிகுந்த ஆர்வம் கொண்டவர் என்பதை அவரது சகப் படைப்பாளிகள் உறுதி செய்திருக்கின்றனர். வாசிப்பிலிருந்து அவர் பெற்ற பாதிப்பும் திரட்டிக்கொண்ட அறிவுகளும் செய்திகளும் அவரது எழுத்தை நவீனக் காலத்துக்குரியவையாக மாற்ற உதவியிருக்கின்றன. மேற்கத்திய அறிவு சார்ந்த கீற்றுகளும் நம் பண்டைய படைப்புகள் சார்ந்த மின்வெட்டுகளும் அவர் எழுத்தில் விரவி வருகின்றன. தீவிரப் படைப்பாளிகள் வாசிப்பில் கொள்ளும் ஆர்வம் அபூர்வமானது அல்ல. ஆகவே, புதுமைப்பித்தனின் வாசிப்பை நாம் அதிகம் அழுத்த வேண்டியதில்லை. வாசிப்புச் சார்ந்த ஆர்வம் ஒருபக்கம் இருக்க, மிகக் குறைவான வாசிப்பிலிருந்துகூட மிக அதிகமான விஷயங்களை உறிஞ்சிக்கொள்ளும் அவருடைய உணர்வுகள் மிகக் கூர்மையானவை. வாசிப்பில் பேய் வெறிகொண்ட க.நா.சு. புதுமைப்பித்தனின் வாசிப்பைப் பற்றிக் குறிப்பிடுகையில் தானும் அவரும் படித்த ஒரு நூலிலிருந்து தன்னைவிட அவர் பெற்றுக்கொள்ளும் விஷயம் அதிகம் என்று பொருள்படக் கூறியிருக்கிறார் (புதுமையும் பித்தமும், 1987). இந்தத் தகவல் ஒரு நுட்பமான செய்தியைத் தருகிறது.

வாசிப்பு முக்கியமானதுதான். கிரகித்துக்கொள்ளும் ஆற்றல் குறைவு என்றால் வாசிப்பு தன்னளவில் எதையும் தந்துவிடுவதில்லை.

அதிக வாசிப்பு அதிகக் குழப்பத்தையும் தரக்கூடும் என்பதற்கு உதாரணமாக நம்மிடையே இன்று பல எழுத்தாளர்கள் இருக்கிறார்கள். கற்கும் நூல்களைத் தெளிவுறக் கற்பதும் கற்காதவற்றையும் கற்றவை சார்ந்து கற்பனை செய்துகொள்வதுமே படைப்பாளியின் இயல்பு. இந்த இயல்புதான் புதுமைப்பித்தனுக்குப் படைப்பாளியாகக் கை கொடுத்திருக்கிறது. முற்றிலும் அறியாதவற்றைப் பற்றி மௌனம் சாதிப்பதும் விவேகமான படைப்பாளியின் இயல்பாகும். தி. ஜானகிராமனின் கதைகளில் இசையின் நாதங்கள் அடிக்கடி கேட்பதையும் புதுமைப்பித்தன் கதைகளில் இசையைப் பற்றிச் சொல்ல நேரும்போது அவர் சட்டென்று தாண்டிச் சென்றுவிடுவதையும் கவனிக்கலாம்.

பெரும்பான்மையான மக்கள் உண்டு, உடுத்து, தன்மானத்துடன் ஒரு சாதாரண வாழ்க்கை வாழ விரும்புகிறார்கள். சாதாரண வாழ்க்கையே மனநிறைவைத் தரும் வாழ்க்கையாக இருந்த காலத்தில் வாழ்ந்தவர் புதுமைப்பித்தன். இவ்வளவு குறைந்தபட்ச எதிர்பார்ப்பு கொண்ட மக்களுக்குக்கூடக் கூடிவராத வாழ்க்கைதான் புதுமைப் பித்தனைப் பெரிய அளவில் சங்கடப்படுத்தியிருக்கிறது. 'சாதாரண வாழ்க்கையைச் சென்றடைய முடியாத சாதாரண மக்கள்' என்ற தலைப்புக்குள் அவரது பெரும்பான்மையான கதாபாத்திரங்களை அடக்கிவிடலாம்.

புதுமைப்பித்தனின் படைப்புகள் மூலம் நம் மனத்தில் உருவாகி வரும் உலகின் வீச்சு மிகப் பெரிய அனுபவ உலகத்தை அவர் வாழ்நாளில் தேடிக் கண்டடைந்திருப்பதான தோற்றத்தை நமக்குத் தருகிறது. வாழ்வின் சகல நுட்பங்களையும் ரகசியங்களையும் அறிந்தவர் என்ற பிரமையையும் உருவாக்குகிறது. ஆனால் உண்மையில் புதிய மனிதர்களையும் பல்வேறுபட்ட துறை சார்ந்த அறிஞர்களையும் புதிய இடங்களையும் தன் வாழ்க்கைப் பின்னணிக்கு முற்றிலும் மாறுபட்ட அனுபவங்களையும் பெறுவதற்கான வாய்ப்புகளை அவர் அதிகம் பெற்றிருக்கவில்லை என்றே சொல்ல வேண்டும். முதலில் அவர் வாழ்ந்திருந்த காலமே மிகக் குறைவு. மேற்கத்திய அளவு கோலின்படி பாதி ஆயுள். அவர் பிறந்த வருடத்தில் – 1906 – பிறந்தவர்கள் ஒரு சிலரேனும் இன்றுகூட நம்மிடையே வாழ்ந்துகொண்டிருக்கக்கூடும்.

புதுமைப்பித்தனுக்குப் பரிச்சயமான இடங்கள் என்று செஞ்சி, திண்டிவனம், திருநெல்வேலி, சென்னை, பூனா ஆகிய ஒரு சிலவற்றையே சொல்ல முடியும். பிள்ளைப் பிராயத்திற்குப் பின் அவர் நன்கு அறிய நேர்ந்த இடங்கள் இரண்டுதான். ஒன்று நெல்லை. மற்றொன்று சென்னை. அவர் பயணம் செய்த வாகனங்கள் ரயில், பஸ், டிராம் ஆகியவையே. சைக்கிள் ஓட்ட அவருக்குத் தெரியுமா என்பதுகூட நமக்குத் தெரியாது. சென்னைக்குள் மாறிமாறிப் பல இடங்களில் அவர் குடியிருந்திருக்கிறார். சென்னையில் பணி செய்த இடங்களுக்கு மேலாக ஒரு சில நண்பர்களின் வீடுகள், நல்ல காப்பி கிடைக்கும் ஹோட்டல்கள், பழைய புத்தகங்களோ புதிய புத்தகங்களோ கிடைக்கும் கடைகள் ஆகியவையும் அவருக்குத் தெரியும் என்பது நமக்குத் தெரிகிறது. விரல் விட்டு எண்ணக்கூடிய நண்பர்களே

அவருக்கு இருந்திருக்கிறார்கள். இவ்வாறு சிந்தித்துக்கொண்டு போகும் போதும் சரி, நவீன எழுத்தாளர்கள் இன்று பெற சாத்தியப்பட்டிருக்கும் எண்ணற்ற அனுபவங்களோடு ஒப்பிட்டுப் பார்க்கும்போதும் சரி புதுமைப்பித்தன் அறிய நேர்ந்த உலகம் மிகச் சிறியதுதான். இந்தச் சிறிய உலகத்திலிருந்துதான் அவர் ஒரு மிகப் பெரிய உலகத்தைப் படைத்திருக்கிறார். ஒருபிடி விதையிலிருந்து ஒரு கானகம் தோன்றுவது மாதிரி இது. சதா விழிப்பு நிலையிலிருக்கும் படைப்பாற்றல் பெற்ற மனம்தான் இதைச் சாதித்துக் காட்ட முடியும்.

வாழ்க்கையின் ஒவ்வொரு கணமும் முக்கியமானது. ஒரு கணத்துக்குள் இருக்கின்றன பல கணங்கள். ஒரு முகத்துக்குள் ஒளிந்திருக்கின்றன பல முகங்கள். ஒரு அனுபவத்திற்குள் மறைந்திருக்கின்றன எண்ணற்ற அனுபவங்கள். ஒரு உறவு சுட்டுகிறது பல உறவுகளை. உயர்வு, தாழ்வு என்ற பேதமில்லாமல் ஏற்க வேண்டியவை, விலக்க வேண்டியவை என்ற பாகுபாடு இல்லாமல் ஒழுக்கம், மதம், ஜாதி சார்ந்த இலக்கணங்களில் மனிதர்களைப் பிரிக்காமல் அனைத்தும் அறிய வேண்டியவையே என்றும், அறிந்த அனைத்தும் பரிசீலிக்கப்பட வேண்டியவையே என்றும், கலை, வாழ்க்கையைப் பரிசீலிப்பதற்கான ஒரு சாதனம் என்றும், அதற்கு மேல் அந்தச் சாதனத்துக்கு எந்தப் புனிதமும் இல்லை என்றும் புரிந்துகொண்டிருந்த மனம் செயல்பட்ட விதம் இது. அறிந்த உலகம் குறுகியதாக இருக்கலாம். ஆனால் அந்தக் குறுகிய உலகத்திலிருந்து கண்டு, கேட்டு, உற்று, உணர்ந்து அறிந்துகொண்ட அனுபவங்கள் மிகப் பெரியவை.

~ ~

புதுமைப்பித்தன் என்னும் படைப்பு ஆளுமையைப் பற்றி நினைவு கூர்ந்துகொண்ட அளவில் இப்போது புதுமைப்பித்தனின் படைப்புக்குள் நாம் போகலாம். நாம் இங்கு பரிசீலிக்க முயல்வது முக்கியமாக அவருடைய சிறுகதைகளையே. அவற்றில் வெளிப்படும் ஆற்றலைப் புரிந்துகொண்டோம் என்றால் ஒருவிதத்தில் அவரது மொத்தப் படைப்பாற்றலையும் புரிந்துகொண்டது போல்தான். முதலில் ஒரு சுற்றில் அவர் சிறுகதைகளில் வெளிப்படும் பொதுக் குணாம்சங்களைத் திரட்டிக்கொள்ள முயலலாம்.

புதுமைப்பித்தனின் படைப்புலகத்துக்குள் முதலில் காலடி எடுத்து வைக்கும் வாசகனைக் கவர்வது அவரது மொழி. அவரது மொழி, 'சுயமானது; அவரால் கண்டுபிடிக்கப்பட்டது' என்றெல்லாம் நாம் கூற விரும்புகிறோம். மண்ணில் பிறந்து விழுந்த குழந்தை அதன்பின் கற்றுக்கொள்வதெல்லாம் அதன் வாழ்க்கைச் சூழலிலிருந்துதான் என்ற நியதியை மறந்து நாம் புதுமைப்பித்தனைப் பற்றிப் பேச முடியாது. சில சமயம் பெற்றுக்கொள்பவற்றை ஒரு ஆளுமை மாற்றும் விதம் பெற்றுக்கொள்ளப்பட்டவற்றின் மூலங்களையே கண்டுபிடிக்க முடியாமல் அடித்துவிடுகிறது. புதுமைப்பித்தனோ பெரிய ரசவாதி. இருப்பினும் வீராசாமி செட்டியார் (*விநோத ரசமஞ்சரி*), அ. மாதவையா (*பத்மாவதி சரித்திரம்*) ஆகியோரின் வசன நடையின் பாதிப்பு

அவரிடம் நிழலாடுவதை உணர முடிகிறது. ஆங்கில வாக்கியங்களின் அழகில் ஈர்க்கப்பட்ட மனத்தால் அவர் பல தமிழ் வாக்கியங்களை இதமாக உருவாக்கியிருக்கிறார். ('சுப்புவய்யரின் வீடு ஜன்னல்களுக்குப் பெயர் போனதல்ல.' கலியாணி). மொழியின் மரபில் அவருக்கு இருந்த ஈடுபாடு காரணமாக அவ்வாக்கியங்கள் – முதலில் சற்று விலகி நின்றன என்றாலும் பின்பு வித்தியாசம் காட்டாமல் – தமிழில் கரைந்துவிட்டன. மரபு மீறப்படுவதும், மீறப்பட்ட மரபின் ஒருபகுதி மரபில் இணைந்து கொண்டு விடுவதும், மற்றொரு பகுதி உதிர்ந்து போய் விடுவதும் சமூக நியதியாகவே இருக்கின்றன. அவரது நடையில் அவருடைய ஆளுமை வெளிப்படும் கோலங்கள் நூதனமானவையாகவும் எண்ணற்ற வகை பேதங்கள் கொண்டவையாகவும் வெளிப்படுகின்றன. எழுத்து மொழியின் பாதிப்பைப் பெற்றிருந்த அளவுக்கு அவர் பேச்சு மொழி யின் பாதிப்பையும் ஏற்றுக்கொண்டிருந்தார். இதன் பொருள் மொழி உருவானதில் அவரது கண் ஆற்றிய பங்கை அவரது செவியும் ஆற்றியிருக்கிறது என்பதுதான்.

நெல்லைப் பேச்சில் புரண்டு வலுவேற்றிக்கொண்ட சொற்கள் அவர் நடையில் விரவி வருகின்றன. பேச்சுத் தமிழுக்கு முற்றிலும் மாறுபட்டு நிற்கும் பண்டைத் தமிழ்ச் சொற்களையும் பழக்கத்திற்கு வந்துவிட்ட சமஸ்கிருதம் உள்ளிட்ட பல மொழிகள் சார்ந்த சொற் களையும் அவர் சேர்த்துக்கொண்டு தன் மொழியை வலிமைப்படுத்து கிறார். இது உண்மையில் ஒரு ஜனசமூகத்துக்குப் படைப்பில் இடம் தந்து அவர்களது இருப்பை மண்ணில் உறுதிப்படுத்துவதாகும். படைப்பு சென்னைத் தமிழிலோ அல்லது தஞ்சைத் தமிழிலோதான் சாத்தியம் என்ற அன்றிருந்த மயக்கத்தை உடைத்த தமிழ் இது. மொழியைப் பண்டிதர்களின் சிறைச்சாலைகளிலிருந்து விடுவித்து மக்களுக்குச் சொந்தமாக்கும் பெருமுயற்சியில் பாரதிக்கு ஈடான சாதனை இது. மொழி எந்தளவுக்கு மனித மனங்களுடன் நெருங்குகிறதோ அந் தளவுக்குத்தான் அது படைப்பு மொழியாக உயிர்ப்பு கொள்கிறது என்ற உண்மையின் வற்புறுத்தல் இது. 'செல்லம்மாள்' சிறுகதையில் செல்லம்மாள் 'அது சதிதான்; இப்பவே சொன்னாதானே அவுஹ ஒருவளி பண்ணுவாஹ' என்கிறாள். இந்தக் கொச்சை அன்று தந்திருக்கக்கூடிய அதிர்வை இன்று நாம் கற்பனை செய்து பார்க்க முடியாது. நகைப்பும், அதற்குப் பின் கவர்ச்சியும், அதற்குப் பின் அங்கீகாரமும் பெறுகிறது இது. அன்றைய பிராமணக் கொச்சைக்கு வேறுபட்ட தனக்குரிய கொச்சையைப் புதுமைப்பித்தன் பயன்படுத்தும் போது அவர் படைப்பாளியை நோக்கி விடுக்கும் செய்தி முக்கியமானது: 'நீ உன் தமிழைப் பயன்படுத்தும் சுதந்திரத்தில் திளை. இந்தச் சுதந்திரம்தான் உன்னை உறுதிப்படுத்துகிறது' என்பதுதான். அவரது செயல்பாடு உருவாக்கிய சுதந்திரப் பாதையில் நடைபோட்ட எண்ணற்ற படைப்பாளிகள் கடந்த அறுபது வருடங்களில் பல வண்ணங்களும் கோலங்களும் நூதனங்களும் கொண்ட எவ்வளவோ சொற்களையும் வாக்கியங்களையும் பண்பாட்டுக் கூறுகளையும் தந்து தமிழை வாழும் மொழியாக உறுதிப்படுத்திக்கொண்டு போகிறார்கள். எண்ணற்ற மீறல்களையும் அழிப்புகளையும் இன்றைய படைப்பாளி

வைதீகத்தினுடையவோ பண்டிதத்தினுடையவோ இருப்பு சார்ந்த ஓர்மைகூட இல்லாமல் சரமாரியாகப் பயன்படுத்துகிறான் என்றால் அவை புதுமைப்பித்தனுடையவும் புதுமைப்பித்தனால் பாதிக்கப்பட்டவர் களுடையவும் செயல்பாடுகளின் விளைவு என்பதை உணர வேண்டும்.

வெவ்வேறு காலங்களுக்குரிய செய்திகளை ஒரே வாக்கியத்தில் இணைப்பதும், பழமையான செய்தியை ஒட்டி ஒரு புத்தம் புதிய செய்தியை இணைப்பதும் அவருக்குக் கைவந்த கலை. அவரது எழுத்தில் வெகு தீவிரமான சிந்தனைகளும் தெறிப்புகளும் அநாயாச மாக வெளிப்படுவது நம்மைக் கவர்கிறது. நடையில் நிகழ்த்தும் ஜாலங்களுக்கு நான் உதாரணங்கள் தரத் தொடங்கினால் அது சுலபத்தில் முடியும் காரியமாக இருக்காது. அறுபது வருடங்களுக்கு முன்னால் அவர் உருவாக்கிய தமிழ் இன்றும் பெரும்பாலும் அலுப்பின்றிப் படிக்கக்கூடியதாகவே இருக்கிறது. நேற்றையத் தமிழ் என்ற அனுதாபத்தை நாம் அதற்கு வழங்க வேண்டியதில்லை. படைப்புச் சார்ந்த தன் நம்பிக்கைகளை, விளைவுகளைப் பற்றிய அச்சம் சிறிதும் இன்றி முன்வைக்கும்போது அச்சொற்கள் கொள்ளும் உணர்ச்சியில் அவை உச்சாடனத்திற்குரிய மந்திரம் போல் மாறி விடுகின்றன. இப்பகுதிகள்தான் விமர்சகர்களால் மீண்டும் மீண்டும் சலிப்பின்றி மேற்கோள் காட்டப்பட்டு வருகின்றன.

அவர் கதை சொல்லும் பாங்கில் பொருள் சார்ந்த மீறலுக்கான ஒரு வாய்ப்பை வாசக மனம் எதிர்நோக்கிக் கொண்டே இருக்கிறது. பல சமயங்களில் இந்த மீறல் நமக்கு அதிர்ச்சியைத் தருகிறது. அதிர்ச்சி ஆர்வத்தை ஊட்டுகிறது. 'உணர்ச்சியின் அடிமைகள்' என்ற கதையில் கதாநாயகனுக்குக் கல்யாணமாகி இன்னும் மூன்று நாட்கள்கூட ஆக வில்லை. அவனது மனநிலை பற்றி ஒரு வருணனை: 'ஏடுகள் (அவன் கையில்) புரண்டு கொண்டிருக்கின்றன. கண்கள் கனவு கொண்டிருக் கின்றன. மனம் சிருஷ்டித் தொழிலைக் கைக்கொண்டால் பிறகு எவ்விதம் இருக்கும்?' கண்கள் கனவு கொண்டிருப்பதை அடுத்துப் பச்சையாக ஒரு வாக்கியம் தொப்பென்று வந்து விழுகிறது. அன்றைய எழுத்தில் இச்சுதந்திரம் அபூர்வமானது. காதலுக்கு அடிப்படையாக மனத்தை மட்டுமே கண்டு அழுத்தும் எழுத்துமுறைக்கு எதிரான மனோபாவம் இது. கணவன் இருக்கக் காதலனிடம், 'இங்கேயே இருந்து விடுங்கள்' என்கிறாள் கலியாணி (கலியாணி). கௌதமர், இந்திரனுடன் உடல் உறவு கொள்ள நேர்ந்துவிட்ட அகல்யையை, 'மனத்தூய்மையில் தான் கற்பு. சந்தர்ப்பத்தால் உடல் களங்கமானால் அபலை என்ன செய்ய முடியும்?' என்கிறார் (அகல்யை). மருதி தன் குழந்தையைக் கணவன் எடுத்துச் செல்ல, 'அது அவனுக்குப் பிறந்ததுதான்' என்று உறுதியளிக்கிறாள் (துன்பக்கேணி). அம்மாளு தன் புருஷனுக்குப் பால் கஞ்சி வார்ப்பதற்காக சோரம் போகிறாள் (பொன்னகரம்). ராமு என்ற எட்டு வயது சிறுவன் தான் காணும் கனவில் தன் கையிலிருக்கும் தடிக்கம்பால் பூகோள வாத்தியாரைத் தாக்குகிறான் (மோட்சம்). ரிக்ஷாக்காரன் குப்பன் தன்னை அலட்சியம் செய்த கிராக்கி தன்னைத் தேடிவந்ததாகப் பகற்கனவு கண்டு அதில், '...வேண்ணா வெளிலே

ரிக்ஷா நிக்குது; இஸ்து பொயிச்சுக்கோ . . .' என்கிறான் (குப்பனின் கனவு). பழம்பெருமையைத் தாக்கும் பார்வைகளும் தொடர்ந்து வந்து கொண்டே இருக்கின்றன. 'வேதாளம் சொன்ன கதை'யில் வேதாளம், 'முன்னே திரிபுரத்தை எரித்தாரே இந்தச் சிவன், இப்போ அவராலே அந்தக் குருவிக் கூட்டைக்கூட எரிக்க முடியாது' என்கிறது. இதுபோல் பழமையைச் சொடுக்கும் வாக்கியங்கள் பல கதைகளில் வருகின்றன.

~ ~

புதுமைப்பித்தன் கதைகளில் பல்வேறுபட்ட கதாபாத்திரங்கள் வருகிறார்கள். கணவர்கள், மனைவிகள், மாணவர்கள், குழந்தைகள், உழைத்து ஓடாகிப்போனவர்கள், துன்பத்திலும் துயரத்திலும் அழுந்திப்போனவர்கள், வேசிகள், பிச்சைக்காரர்கள், எழுத்தாளர்கள், வாழ்க்கைச் சோதனைகளைத் தாங்க முடியாத அபலைகள், கிராம வாசிகள், சாமியார்கள், முதியோர்கள், வெவ்வேறு ஜாதி மதங்களைச் சேர்ந்தவர்கள், சீர்திருத்தக்காரர்கள், புரட்சிவாதிகள் என்று பலர் வருகிறார்கள். புராணக் கதாபாத்திரங்களும் அதீத கற்பனை உலகங் களில் வாழ்பவர்களும் கடவுள்களும் வருகிறார்கள். வேதாளம், பதுமைகள், கட்டில், பிரம்மராக்ஷஸ், முயல், நரி, நாய் இவற்றை எல்லாம் கதாபாத்திரங்களாக்கிப் புதுமைப்பித்தன் உலாவவிட்டிருக்கிறார்.

இவ்வாறு பல்வேறுபட்ட கதாபாத்திரங்களைப் படைத்து நடமாட விடும் புதுமைப்பித்தனிடம் அவரது சுய அனுபவம் சார்ந்து இரண்டு உலகங்கள் தெள்ளத் தெளிவாக மேலெழுந்து வருகின்றன. ஒன்று நெல்லை மண். மற்றொன்று சென்னை நகரம். இவ்விரு உலகங்கள் சார்ந்த அனுபவங்கள் கதைகளில் பிரதிபலிக்கும்போது அவை பொது வாக அழுத்தம் கொள்கின்றன. அவரது உணர்வுகள் சார்ந்து இந்த உலகங்கள் எதிரும் புதிருமாக இருக்கின்றன. நெல்லை ஆசை சார்ந்த உலகமாகவும், சென்னை நிராசை சார்ந்த உலகமாகவும் உருவாகின் றன. நெல்லையில் காலம் மனிதனுக்குச் சேவகம் செய்யும்போது சென்னையில் காலம் அவனை முடுக்கி ஓரிடத்தில் நிற்கவிடாமல் விரட்டியவண்ணம் இருக்கிறது. நெல்லை மண்ணுக்குரிய சாலைகளில் இரட்டைக் காளை வண்டிகள் ஜல்ஜல் என்று ஓடும்போது சென்னை யில் டிராமின் கணகணப்பு; மோட்டாரின் ஓலம்; பஸ்சின் இரைச்சல். நெல்லையில் தாமிரவருணி; சென்னையில் கூவம்.

சுமார் பன்னிரண்டு வயதில் நெல்லை மண்ணுக்கு வந்து தனது இருபத்தைந்தாவது வயதுவாக்கில் குடும்பப் பின்னணி சார்ந்த மன முறிவுகளுக்கு ஆட்பட்டு அவர் நெல்லையை விட்டு நிர்ப்பந்த வெளி யேற்றம் கொள்கிறார் என்றாலும் நெல்லையை மனத்தில் வைத்துத் தான் அவர் சென்னையையும், ஒரு எல்லைவரையிலும் வாழ்க்கைக் கஷ்டங்களையுமே சகித்துக்கொண்டிருந்திருக்கிறார் என்று தோன்று கிறது. நெல்லை பசுமையாக அவர் மனத்தில் எப்போதும் இருந்து கொண்டிருக்கிறது. நோய்வாய்ப்பட்ட நிலையில் செல்லம்மாள் 'ஊருக்கு ஒருக்க போய்ப் போட்டு வரலாம்' என்கிறாள் (செல்லம்மாள்). புதுமைப்பித்தனின் குரலும் இதற்குள் இருக்கிறது. 'கலியாணி' கதையில்

சுப்புவய்யர் பதினேழு வயது கலியாணி கண் முன் இருக்க மறைந்து போய்விட்ட மூத்தாளை நினைத்துக்கொண்டிருப்பது போல் சென்னை வாழ்வில் நெல்லையின் ஞாபகம் அவரை வாட்டுகிறது என்றே சொல்லலாம். சுலோசன முதலியார் பாலம், குறுக்குத்துறை, சிந்துபூந்துறை, மாவடியாபிள்ளை வளைவு, சிங்கிகுளம் போன்ற இடங்களைப் பற்றியெல்லாம் அவர் கூறும்போது வெறும் இடங்களின் பெயர்களைச் சொல்வதாக நமக்குத் தோன்றுவதில்லை. அவையெல்லாம் அவரது நினைவுகள் சுவைக்கும் கரும்புகளின் அடிக்கணுக்களாக நம் மனத்தில் விரிகின்றன.

இவ்வளவு கனவுகள் இருந்தும் ஏதும் மிகையின்றி நெல்லை மண்ணின் குணங்களை மட்டுமல்ல குறைகளையும் தீவிரப் பரிசீலனைக்கு இலக்காக்குவதுதான் அவரது தாட்சண்யமற்ற படைப்புப் பார்வை. இருப்பினும் நிறையும் குறையுமான நெல்லைதான் அவருக்கு வாழ்வின் குறியீடு. நம் கைக்கு மீறிப்போகும் ஏதோ ஒன்று நம்மீது வந்து கவியப்போகிறது என்ற கலவரம் சென்னை மீது அவருக்கு இருக்கிறது. மேற்கத்திய அறிவியல் சென்னையில்தான் நம் பண்பாட்டின் கதவை நொறுக்குகிறது என்று கற்பனை செய்து கொண்டாரோ என்னவோ. மனித உறவுகள் சிதைவது அவரைச் சங்கடப்படுத்துகிறது. ('சென்னையிலே தர்ம சிந்தனை ஒரு போகவஸ்து' – நம்பிக்கை). அறிவியலின் ராட்சசக் குறுக்கீடுகளான எந்திரங்கள் அவரைச் சதா சீண்டிக்கொண்டிருக்கின்றன ('எக்காளச் சிரிப்பு மாதிரி எங்கோ ஒரு பக்கத்திலிருந்து டிராமின் கணகணப்பு!' – கவந்தனும் காமனும்). ரேடியோ என்பது ஒரு அதிசயப் பொருளாக இருந்த முப்பதுகளிலேயே ஒரு கதையில், 'நல்ல வேளை ரேடியோ முடிந்தபின் கடற்கரைக்குப் போனேன்' (சித்தம் போக்கு) என்று ஒரு வரி வருகிறது. இரண்டாம் உலகப்போரின் வன்முறை சென்னையை எட்டிப் பார்க்க ஆயத்தம் கொண்டபோது மக்கள் உள்ளூர அடைந்த பீதியைப் 'படபடப்பு' என்ற சித்திரத்தில் அவர் உருவகப்படுத்துகிறார். அறிவியல் பேய் பற்றிய தன் முன்கூட்டிய சந்தேகங்கள் நிஜங்களாகத் தொடங்கிவிட்டன என்று அவர் கருதியிருக்கக்கூடும்.

விபசாரக் கொடுமை பற்றி அவர் அறியாதவர் அல்ல. ஆனால் அவரும் பி. எஸ். ராமையாவும் சென்னையில் 'மிக மோசமான' விபசாரத்தைத் தெருவில் பார்க்கிறார்கள் (மணிக்கொடி காலம், பி.எஸ். ராமையா). 'கவந்தனும் காமனும்', 'பொன்னகரம்' ஆகிய கதைகள் நம் நினைவுக்கு வருகின்றன. பிச்சைக்காரர்களின் இருப்பு அவருக்குத் தெரியும் என்றாலும் ஜனங்கள் ஏகமாக நடமாடும் நடைபாதையில் ஒரு பிச்சைக்காரன் 'சாவகாசமாகச்' செத்துக் கொண்டிருப்பது கொடுமையில் மேலும் நிகழும் ஒரு சரிவாகி விடுகிறது (மகாமசானம்). தனக்கு அதிர்ச்சியும் ஏமாற்றமும் தந்த அனுபவங்களைப் படைப்புக்குள் கொண்டுபோகும்போது மொழியில் ஓலமிடுபவர் அல்ல புதுமைப்பித்தன். தான் நன்கு அறிந்திருக்கும் விஷயங்களை வாசகர், தம் சுரணை கெட்டதனத்தால் இன்னும் புரிந்துகொள்ளாதிருக்கும் நிலை தன் பொறுமையைச் சோதிப்பது போன்ற பாவனையை அவர் பல கதைகளிலும் மேற்கொண்டிருக்கிறார்.

குத்தலும் கிண்டலும்தான் அவரது சொல்முறைகள். வாழ்க்கையின் அவலங்களை எண்ணிக் கதைக்குள் ஓலமிடுவது அல்ல; அனைத்து விமர்சன அதிர்வுகளையும் வாசகனின் தார்மீக ரோஷத்தைத் தூண்டும் வகையில் செலுத்திக்கொண்டிருப்பதே படைப்பாளியின் பணி. கதாபாத்திரங்களின் அவலங்களுக்காகப் படைப்பாளி நெஞ்சில் அடித்துக்கொள்ளத் தொடங்கும்போது விவேகமான வாசகன் தன் கைகளைக் கட்டிக்கொண்டு விலகி நிற்கிறான்.

கதாபாத்திரங்களாக வரும் பெண்களுடன் புதுமைப்பித்தன் கொண்டிருக்கும் உறவு அவர்களை இக்கட்டில் மாட்டிக்கொண் டிருக்கும் ஜீவன்களாகப் பார்க்க வைக்கிறது. இந்தப் பார்வை அவரது வழக்கமான, கறாரான பரிசீலனைகளிலிருந்து அவர்களுக்கு விலக்களிக் கிறது. அவர் பல சமயங்களில் அவர்களின் நிலையை எண்ணித் தார்மீகக் கோபத்தில் சமநிலையை இழந்துவிடுவதையும் நாம் பார்க்க லாம். அலமுவின் மார்பிலிருந்து கொட்டுகிறது ரத்தம். 'இந்த ரத்தத்தை அந்தப் பிரம்மாவின் மூஞ்சியில் பூசிடுங்கோ!' என்கிறாள் அவள் (வழி). பெண்களின் தத்தளிப்பையும் உணர்வுகளையும் முழுமை யாக ஏற்று அவற்றுக்கு அழுத்தம் தருகிறார். ஒரு படைப்பாளியாக அவருக்கு ஆக அருவருப்பானது வக்கீல் வாதம்தான். ஒரு பக்கத்தை மட்டுமே பார்த்து வாதங்களைத் தொகுப்பது. ஆனால் பெண்களின் உணர்வுகளை மதிப்பதனாலேயே ஒரு நீதிபதியைச் சமநிலைப் பார்வை அற்றவர் என்று சொல்லிவிட முடியாது.

கலியாணி (கலியாணி), மருதி (துன்பக் கேணி), அம்மாளு (பொன்னகரம்), அகல்யை (சாப விமோசனம்), செல்லம்மாள் (செல்லம்மாள்), ஸரஸு (வாடா மல்லிகை), சங்கரிப் பாட்டி (பாட்டியின் தீபாவளி), லக்ஷ்மி (கோபாலபுரம்), திருமதி பால்வண்ணம் பிள்ளை (பால்வண்ணம் பிள்ளை), ராஜம் (இரண்டு உலகங்கள்), மீனாட்சி (கோபாலய்யங்காரின் மனைவி), ருக்மிணி (ஆண்மை), முறுக்குப்பாட்டி முத்தாச்சி (சங்குத் தேவனின் தர்மம்), மருதாயி (காலனும் கிழவியும்), ஜெயா (புதிய கூண்டு), பல கதைகளிலும் கமலா என்ற பெயரிலும் சாரதா என்ற பெயரிலும் வரும் மத்தியதர வர்க்க மனைவிகள்: இவர் களும் இவர்களைப் போன்ற பிற பெண் கதாபாத்திரங்களும் பொது வாக ஆண்துணையின் ஆதரவு தரும் நம்பிக்கையைப் பெறாமல் தனிமையில் பரிதவிப்பது போன்ற சித்திரமே நம் மனத்தில் உருவா கிறது. துணை தரும் அதிசயமான ஆசுவாசத்தைப் பெறுகிறவள் விதிவிலக்காகச் செல்லம்மாள் மட்டும்தான். காலனையே ஒரு கை பார்க்கத் துணிந்துவிட்ட கிழவி (காலனும் கிழவியும்) வேறு எதைப் பற்றியும் கவலைப்படாமல் நிமிர்ந்து நிற்பதில் வியப்பில்லை. பொதுவாக எல்லாப் பெண் கதாபாத்திரங்களும் உணர்ச்சியின் தளத்தில் தங்கள் இயற்கை – தாய்மை சார்ந்து, பாலியல் உறவு சார்ந்து, குழந்தைகள் சார்ந்து, பிற ஆசைகள் சார்ந்து – கசிவதைச் சங்கடத்துடன் எதிர் கொள்கிறார்கள். இவர்களில் ஒருத்திகூட வாழ்க்கை சார்ந்த பேராசை கொண்டவள் அல்ல. பெரும் கனவுகள் கொண்டவள் அல்ல. குடும்பம், அக்குடும்பத்தில் தங்கள் எளிய கனவுகள் நிறைவேறும் சூழல்

இவ்வளவுதான் அவர்களுக்குத் தேவை. செல்லம்மாளுக்கு ஒரு கனவு இருக்கிறது. 'வருகிற பொங்கலுக்கு வீட்டு அரிசி சாப்பிட வேணும். வருகிறபோது நெல்லிக்காய் அடையும் முருக்க வத்தலும் எடுத்துக் கிட்டு வரணும்' இவ்வளவுதான். இந்த எளிய ஆசைகூட அவளுக்கு நிறைவேறவில்லை.

தனது சமநிலைப் பார்வை என்ற சுட்டெரிக்கும் வெயிலில் எல்லாக் கதாபாத்திரங்களையும் நீக்கமற, புதுமைப்பித்தன் காயப்போட்டுக் கொண்டிருப்பதாகத் தோன்றலாம். இவ்வாறு நம்புவது அவர் காட்டும் பாவனைகளில் ஏமாந்துபோவதன் விளைவு. படைப்பாளியான அவர் நுட்பமானவராகவும் உணர்வுகளில் கூர்மை கொண்டவராகவும் எதிர் மறைகளில் இருக்கும் உண்மை பற்றிய உணர்வுகள் கொண்டவராக வுமே இருக்க முடியும். முழுத் தீமை என்று எதுவும் இல்லை. விஷமும் சிறிய அளவில் மருந்தே. இலக்கியம் சார்ந்து ஆழமற்ற அக்கறைகள் கொண்ட அரசியல்வாதிகளிடமிருந்தோ இயக்கவாதிகளிடமிருந்தோ நற்சான்றிதழ் பெறுவதல்ல அவர் வேலை. வாசக மனத்தில் நுட்பமான, வலிமையான, ஆழமான அதிர்வுகளை எழுப்பி அவர்களது அனுபவங் களை எல்லையற்று விரித்துக்கொண்டு போவதே அவரது நோக்கம்.

புதுமைப்பித்தனின் படைப்புகளில் ஒவ்வொரு கதாபாத்திரத்திற்கும் அவர்கள் தரப்பில் சேர வேண்டிய நியாயங்களை அவர் தயக்கமின்றி அளித்துக்கொண்டு போகிறார். கதாபாத்திரங்களைக் கறுப்பு – வெள்ளையாகப் பிரிக்க அவரது படைப்புப் பார்வையில் இடம் இல்லை. அவர் வாழ்ந்திருந்த காலத்துப் புதிய உளவியல் அறிவுகளும் மனிதனை மறுபரிசீலனை செய்துகொண்டிருந்த நவீன அறிவுகளும் எந்த மனித ஜீவனையும் நன்மையின் உருவமாகவோ தீமையின் உருவமாகவோ பார்க்க இடம் தரக்கூடியவை அல்ல. இலக்கிய, புராண, சமயச் சிந்தனைகளின் நீட்சியாக இருந்து புதுமைப்பித்தனின் காலத்துக்கு முற்பட்ட நாவல்கள் வரையிலும் வந்த கதாநாயகன் – வில்லன் கருத்தாக்கம் அதன் சிந்தனை சார்ந்த சகல சங்கேதங் களுடனும் புதுமைப்பித்தன் படைப்புகளால் நிராகரிக்கப்பட்டுவிட்டது. இந்த இலக்கிய, புராண, சமயச் சிந்தனை சார்ந்த கறுப்பு – வெள்ளை கருத்தாக்கம்தான் இன்றுவரையிலும் நம் அரசியல் சூதாட்டங்களை யும் திரையுலகச் சூதாட்டங்களையும் தீர்மானித்துக்கொண்டிருக்கிறது என்பதையும் நாம் எண்ணிப் பார்க்க வேண்டும்.

புதுமைப்பித்தன் எழுதியுள்ள சிறுகதைகளின் எண்ணிக்கையை வைத்தும் மிகச் சிறப்பான கதைகள் பலவற்றையும் அவர் உருவாக்கி யிருப்பதை வைத்தும் சிறுகதை விற்பன்னர் என்றே நாம் அவரை அழைக்க விரும்புகிறோம். ஆனால் அவரது மொத்தக் கதைகளையும் படித்துப் பார்க்கிறவர்களுக்குச் சிறுகதையைவிட நாவலுக்குரிய குணங்கள்தான் அவரிடம் முனைப்பாகச் செயல்படுகின்றனவோ என்ற எண்ணம் ஏற்படக்கூடும். தன் இயற்கைக்குரிய சுதந்திரத்தைப் பயன்படுத்திக்கொள்ளும்போது சிறுகதைகளை மீறிய சித்திரங்களை யும், உருவம் கூடிநிற்கும் சிறுகதைகளைப் படைக்கும்போது தன்னை

முடக்கிக்கொள்ளும் அசௌகரியத்தையும்தான் அவர் பெற்றிருக் கிறாரோ என்று தோன்றுகிறது. கதைச் சரடிலிருந்து விலகிச் செல்லும் பக்கவாட்டுச் சஞ்சாரம் என்பது பல கதைகளிலும் கட்டுப்படுத்த முடியாத மீறல்களாக வெளிப்பட்டிருக்கிறது. தன் மன ஓட்டத்தில் குமிழியிடும் விமர்சனங்களைக் கதையின் குறிக்கோள் கேட்காத இடங் களிலும் அவர் பதிவு செய்யவே விரும்புகிறார். 'சங்குத் தேவனின் தர்மம்' சிறுகதையில் கதையைத் தொடங்கியதுமே ஹிந்து தர்மத்தின் கட்டுப்பாடுகளைப் பற்றிய விளாசல் சற்று விரிவாகவே இருக்கிறது. இத்தனைக்கும் அது சிறுகதை உருவத்தை மதிக்கும் நோக்கம் கொண்டு எழுதப்பட்ட ஒரு கதை. கதையின் சரடிலிருந்து விலகிச் சென்றாலும் உறுத்தலின்றி மீண்டும் சரடைப் பிடித்துவிடலாம் என்பதில் அவரது நம்பிக்கை அலாதியானது. பொருந்திவராத இடங் களிலும் இந்தப் பக்கவாட்டுச் சஞ்சாரம் தன்னளவில் சுவையாக இருப்பதால் வாசகன் பெறும் மகிழ்வு, விலகல் சார்ந்த உறுத்தலைப் பெரும்பாலும் காணாமல் போய்விடச் செய்கிறது. இடம், மனிதர்கள் சார்ந்த பொது வருணனைகள், கதைத் தேவைக்கு மேலாகத் தன் னளவில் அவருக்குப் பெரும் உற்சாகத்தைத் தருபவை. இரண்டரைப் பக்கங்கள் கொண்ட 'பொன்னகரம்' கதையில் முக்கால் பங்கு வருணனை; கால் பங்கு கதை. ஒற்றை நோக்கை மையமாக வைத்துச் சிறுகதைகள் அமைய வேண்டும் என்பது அந்த உருவம் சார்ந்த ஒரு பொது விதி. பல கதைகளில் ஒன்றுக்கு மேற்பட்ட நோக்குகளுக்கு இடம் தந்து கதையை அமைக்கிறார் புதுமைப்பித்தன். வெளி சார்ந்த சஞ்சாரம் அடிப்படைத் தேவையாக இருக்கும் படைப்பாற்றல் புதுமைப் பித்தனுடையது. சிறுகதை எனும் ஒற்றையடிப்பாதை அவருக்குப் பல சமயங்களில் போதுமானதாக இல்லை. பத்திரிகைகளின் முதல் தேவையாகச் சிறுகதைகள் இருந்த காலம். படைப்புக் கனவை மேற்கத்தியச் சிறுகதைகளின் சிகரங்கள் தூண்டிக்கொண்டிருந்த காலம். இந்தக் காலத்தின் தேவையைப் புதுமைப்பித்தன் பூர்த்தி செய்திருக் கிறார். அவர் பூர்த்தி செய்த விதம் நீச்சல் குளத்திற்குள் ஒரு திமிங்கலம் வாலை அசைத்துக்கொண்டிருப்பதுபோல் இருக்கிறது.

~ ~

தமிழ் வாழ்வைப் புரிந்துகொள்வதற்குப் புதுமைப்பித்தன் ஆற்றியுள்ள பங்கு மிக முக்கியமானது. அவருடைய மொழி, மரபின் ஜீவனையும் மண்ணின் சாரத்தையும் இணைத்தது. படைப்புக்கு வலு சேர்க்க உதவிய அவரது ஆற்றல்கள் பல்வேறு தளங்களைச் சார்ந்தவை. இலக்கியம், புராணம், சமயம், ஜாதி, சமூகம், குடும்பம் போன்ற எந்தத் தளத்தில் செயல்படும்போதும் அந்தத் தளத்திற்குரிய வாசனை களை ஏற்றி மிகுந்த நம்பகத்தன்மையை அவரால் வாசகனின் மனத்தில் உருவாக்கி விட முடிகிறது. அவரது படைப்புகள் தமிழ்க் கலையின் சாதனை என்று பெருமைப்படும் வகையில் இருக்கின்றன.

இருப்பினும் மற்றொரு கோணத்தில் பார்க்கும்போது அவரது ஆற்றல்கள் அவர் போய்ச் சேர்ந்திருக்க வேண்டிய உயரத்திற்குப்

போய்ச் சேரவில்லையோ என்ற எண்ணமும் ஏற்படுகிறது. தன் படைப் பாற்றலில் அளவுக்கு அதிகமான நம்பிக்கை அவர் கொண்டிருந்ததும் இதற்கு ஒரு காரணம். வேகமாகச் செயல்பட்டாலும் தன் எழுத்தாற்றல் கலையைத் திரட்டிவிடும் என்று அவர் நம்பிக்கை கொண்டிருந் திருக்கலாம். மொழிமீது அவருக்கு இருந்த அபூர்வமான பிடிப்பு மொழி யாற்றலையும் தாண்டிச் சிறுகதைகளின் நிறைவுக்குத் தேவையான சில கவனங்களைக் கொள்ள அவரைத் தூண்டாமல் போய்விட்டது. நிறைவு கூடாத பல கதைகளின் விதைகளைப் பார்க்கும்போது அவற்றிற்குரிய கவனங்கள் அளிக்கப்பட்டிருந்தால் அவை மிகச் சிறந்த கதைகளாக மலர்ச்சி கொண்டிருந்திருக்கலாம். அவற்றைப் பேணி வளர்க்கும் சிரமத்தை அவர் மேற்கொண்டிருந்தால் தமிழ்ச் சிறுகதை யின் முகமும் சரி அவரது ஆளுமையும் சரி மற்றொரு தளத்திற்குப் போய்ச் சேர்ந்திருக்கும்.

எந்தப் படைப்பாளியும் பலமும் பலவீனங்களும் கொண்டவன் தான். அவன் பிறக்கும் மண்ணும் அவனது பின்னணியும் மிகப் பெரிய பாதிப்பை அவனிடம் செலுத்துகின்றன. சுய அனுபவம் சார்ந்தும் வாசிப்புச் சார்ந்தும் தன்னைச் சுய பரிசோதனைக்கு ஆட்படுத்திப் பக்குவப்படுத்திக்கொள்ள முயலும் படைப்பாளியிடமும் அவன் பின்னணி சார்ந்த சில பலவீனங்கள், வெல்ல முடியாதவையாக மரணம் வரையிலும் எஞ்சிவிடுகின்றன. இந்நிலைக்குப் புதுமைப்பித்தன் ஒரு விலக்கல்ல.

நிறையும் குறையும் கொண்ட மனிதனாகத்தான் படைப்பாளி எப்போதும் வரலாற்றில் பார்க்கப்பட்டு வந்திருக்கிறான். நவீன அறிவு களுக்குரிய இடதுசாரிச் சிந்தனைகள் ஓங்கி வளர்ந்த காலத்தில் சமூகத் தளம் சார்ந்த செயல்பாடுகள் முக்கியத்துவப்படுத்தப்பட்டு படைப்பாளிமீது அவன் ஏற்க விரும்பாத பல்வேறுபட்ட பொறுப்பு களும் குணங்களும் சுமத்தப்பட்டன. படைப்பாளியை எதிர்மறை விமர்சனத்துக்குள் தள்ளிய சூழல் இது.

புதுமைப்பித்தனும் பிற படைப்பாளிகள் போல் பலமும் பலவீனங் களும் கொண்டவர்தான். அனைத்து மதிப்பீடுகளையும் விமர்சிக்க அவருக்கு உரிமை உண்டென்றால் அவர் எழுத்துகள் உள்ளிட்ட அனைத்தையும் விமர்சிக்க நமக்கும் உரிமை உண்டு. ஒரு படைப்பாளி யின் நிறையையோ குறையையோ சுட்டும்போது மொத்தப் படைப்புகள் சார்ந்து அந்தப் படைப்பாளி கொண்டுள்ள பார்வைக்கு ஒரு முக்கிய இடம் உண்டு. இந்தப் பார்வையை ஏற்றுப் படைப்பாளியை மதிப்பிடத் தெரிந்த எவனும் தன் பார்வை சார்ந்து படைப்பாளியின் குறைகளை ஆராய்ந்து தன் மறுபரிசீலனையை உருவாக்கலாம். படைப்பாளியின் அடிப்படைப் பார்வையை மறைத்துவிட்டுக் குறைகளை மட்டும் தொகுக்க யாருக்கும் உரிமை கிடையாது.

~ ~

புதுமைப்பித்தனின் சாதனைகளாக வெவ்வேறு கதைகள் வெவ்வேறு வாசகனுக்குத் தோன்றுவது இயற்கையே. வாசகன் தன் ஆழ்ந்த வாசிப்புச் சார்ந்து புதுமைப்பித்தனின் ஆற்றலை மதிப்பிடுவதே சிறப்பானது. கடந்த ஐம்பது வருடங்களாக அவர் எழுத்துகள்மீது அக்கறை கொண்டிருக்கும் வாசகன் என்ற அளவில் எனக்கு முக்கிய மான கதைகளை – எல்லாவற்றையும் சொல்லிவிட வேண்டும் என்ற எண்ணம் இல்லாமல் – கூறுகிறேன். காஞ்சனை, புதிய கூண்டு, மகாமசானம், சுப்பையா பிள்ளையின் காதல்கள், வேதாளம் சொன்ன கதை, ஒரு நாள் கழிந்தது, கலியாணி, சிற்பியின் நரகம், துன்பக் கேணி, கடவுளும் கந்தசாமிப் பிள்ளையும், மனக்குகை ஓவியங்கள், நினைவுப் பாதை, காலனும் கிழவியும், சங்குத் தேவனின் தர்மம், இது மிஷின் யுகம்!, மனித யந்திரம், தெரு விளக்கு, சித்தி, கயிற்றரவு. சிகர சாதனைகளாகச் சொல்லத்தக்கவை சாப விமோசனமும் செல்லம்மாளும். சிற்பியின் நரகம் சிறுகதையைப் பலரும் மிகச் சிறப்பாக மதிப்பிட்டிருக்கிறார்கள். அறிவுபூர்வமான ஒரு கேள்விக்கு மிகச் சிக்கனமாகக் கதையில் விடை காணும் முயற்சியை மேற் கொண்டதில், சிக்கனம் தருக்கம் சார்ந்து கடுமையாகிவிட்டதாலேயே உணர்ச்சியின் தளம் இங்கு உறைந்துவிட்டதாகப் படுகிறது. ஒரு உண்மையை அழுத்துவதற்காகச் சற்றுக் கோணலாகச் சொன்னால் பைலார்க்கஸ் எழுதிய கதை போல் இருக்கிறது 'சிற்பியின் நரகம்'.

செல்லம்மாள் கதையைத் தமிழ்ச் சிறுகதையின் ஒப்பற்ற சாதனை என்று சொல்லலாம். வாழ்க்கை சார்ந்த துக்கத்தின் குறியீடு போல் அது இருக்கிறது. இது ஒரு பக்கம். மற்றொரு கோணத்தில் தமிழில் எழுதப்பட்டுள்ள காதல் கதைகளில் ஆகச் சிறப்பானதும் இதுதான். ஒரு ஆணும் ஒரு பெண்ணும் பரஸ்பரம் எதற்கென்று தெரியாத நிலையில் நேசிப்பதுதான் காதல் என்றால் அந்தக் காதல் பிரமநாயகம் பிள்ளைக்கும் செல்லம்மாளுக்கும் கைகூடியிருக்கிறது. தமிழ் மண்ணில் இதன் சாத்தியத்தைப் புதுமைப்பித்தன் மூலம் மனதார நாம் நம்புகிறோம். காதல் கதைகள் என்ற பெயரில் நம் வாழ்வுக்கு ஒவ்வாத கணக்கற்ற ஜோடனைகளை இன்றுவரையிலும் உருவாக்கியிருக்கும் சகல எழுத்தாளர்களும் இந்தக் கதையை நினைத்து மனத்துக்குள் வெட்கப்பட வேண்டும்.

~ ~

நான் ஆராய்ச்சித் துறை சார்ந்தவன் அல்ல. இந்நிலையில் நவீன ஆராய்ச்சி அறிவு சார்ந்து உருவாக்கப்பட்டுள்ள 'புதுமைப்பித்தன் கதைகள்' என்னும் இப்பதிப்பின் சிறப்புகளை முழுமையாக மதிப்பிட எனக்குத் தெரியும் என்று தோன்றவில்லை. என்றாலும், ஆராய்ச்சி சார்ந்து ஒரு படைப்பின் செம்மையான பதிப்பை உருவாக்கும்போது அதில் சாதாரண வாசகர்களின் பயன்பாட்டுக்கு எவ்விதக் குறுக்கீடும் இருக்கக்கூடாது என்ற ஆ.இரா. வேங்கடாசலபதியின் கண்ணோட்டம் எனக்கு மிகுந்த நம்பிக்கையை அளித்தது. அத்துடன் பல கதைகளி

லிருந்த குழப்பங்களையும் மூலபாடங்கள் சார்ந்து அவர் தீர்த்து வைத்திருக்கிறார். சலபதி என் நண்பர். அவர் இப்பதிப்பைச் சிறப்பாக உருவாக்கும் பொருட்டு எடுத்துக்கொண்ட முயற்சிகள் எனக்குத் தெரியும். மேற்கொண்ட அலைச்சல்களும் பட்ட வேதனைகளும் தெரியும். செலுத்திய உழைப்புத் தெரியும். இப்பதிப்பின் சிறப்பைத் தமிழ் உலகம் ஏற்றுக்கொள்ளும் என்றால் அது அவர் உழைப்புக்குக் கிடைத்த பரிசு. ஒரு படைப்பாளிமீது ஒரு ஆராய்ச்சியாளன் கொண்ட பெரும் மரியாதைக்கான அங்கீகாரம்.

புதுமைப்பித்தன் கதைகள்
முழுத் தொகுப்பு

ஆற்றங்கரைப் பிள்ளையார்

ஊழி காலத்திற்கு முன்....

'கி.மு.'க்கள் (கிறிஸ்து பிறப்பதற்கு முன்) என்ற அளவுகோல்களுக்கும் எட்டாத சரித்திரத்தின் அடிவானம்.

அப்பொழுது, நாகரிகம் என்ற நதி காட்டாறாக ஓடிக்கொண்டிருந்தது.

கரையில் ஒரு பிள்ளையார்.

ஆற்றில் வெள்ளம் கரைபுரண்டு ஓடுவதால் கற்பாறைகளும் மணற்குன்றுகளும், அடிக்கடி பிள்ளையாரை மூடி, அவரை துன்பப்படுத்திக்கொண்டிருந்தன.

~ ~

ஒரு கிழவர் வந்தார்.

பிள்ளையாரின் கதியைக் கண்டு மனம் வருந்தினார். பிள்ளையாரைக் காப்பாற்ற அவருக்கு ஒரு வழி தோன்றிற்று.

'சமூகம்' என்ற ஒரு மேடையைக் கட்டி, அதன் மேல் பிள்ளையாரைக் குடியேற்றினார். அவருக்கு நிழலுக்காகவும், அவரைப் பேய் பிடியாதிருக்கவும், 'சமய தர்மம்' என்ற அரச மரத்தையும், 'ராஜ தர்மம்' என்ற வேப்ப மரத்தையும் நட்டுவைத்தார்.

வெள்ளத்தின் அமோகமான வண்டல்களினால் இரண்டு மரங்களும் செழித்தோங்கி வளர்ந்தன.

பிள்ளையாருக்கு இன்பம் என்பது என்னவென்று தெரிந்தது.

தனக்கு உதவிசெய்த பெரியாரின் ஞாபகார்த்தமாக 'மனிதன்' என்ற பெயரை தனக்குச் சூடிக்கொண்டார்.

~ ~

இரண்டு மரங்களும் ஒன்றை ஒன்று பின்னிக்கொண்டு மிகவும் செழிப்பாக நெருங்கி வளர்ந்து, பிள்ளையாருக்கு சூரிய வெளிச்சமே

பட முடியாமல் கவிந்துகொண்டன. மழை காலத்தில் எப்பொழுதும் மரங்களிலிருந்து ஈரம் சொட்டிக்கொண்டே இருந்ததினால் பிள்ளையாருக்கு நடுக்குவாதம் ஏற்பட்டுவிடும் போலிருந்தது. மேலும் கிளைகளில் பக்ஷிகள் கூடு கட்டிக்கொண்டு பிள்ளையாரின் மேல் எல்லாம் அசுத்தப்படுத்தின.

பிள்ளையாரைப் பார்க்க வெகு பயங்கரமாக இருந்தது. அப்பொழுது இரு கிழவர்கள் வந்தனர்.

கோர உருவத்துடன் விளங்கும் பிள்ளையாரைக் கண்டதும், இருவரும் ஆற்றுக்கு ஓடி ஜலம் எடுத்துவந்து முதலில் அவரைக் குளிப்பாட்டினார்கள்.

ஒரு கிழவருக்கு ஒரு யோசனை தோன்ற, கையில் மண்வெட்டியுடன், வெகு வேகமாக ஒரு பக்கமாகச் சென்று மறைந்தார்.

மேலிருந்த அசுத்தங்கள் போனதினால் உண்டான ஒரு சந்தோஷத்தினால், பிள்ளையார் எதிரிலிருந்த கிழவருடன் பேசலானார்: "என்னை முன்பின் அறியாத நீங்கள் செய்த உதவிக்கு, உங்கள் இருவருக்கும் எனதன்பைத் தவிர வேறு நான் என்ன கொடுக்க முடியும்? உங்கள் பெயரென்ன, உங்கள் நண்பர் பெயர் என்ன" என்றார்.

அதற்கு அந்தக் கிழவர் பதில் சொல்லுகிறார், "பிள்ளையாரே! கஷ்டத்திலிருப்பவருக்கு உதவி செய்பவருக்கு பிரதியுபகாரம் வேண்டுமா? அதை நாங்கள் எதிர்பார்க்கவும் இல்லை. எனது பெயர் 'புத்தன்'; என்னுடன் வந்தவர் என் நண்பரல்ல; அவரை வழியில்தான் சந்தித்தேன். அவர் பெயர் 'ஜீனன்'" என்றார்.

கிழவருக்கு பளிச்சென்று ஒரு யோசனை யுதித்தது. ஒரே பாய்ச்சலில் மரத்தின் மேல் ஏறி, பக்ஷிகள் கூடு கட்டுவதற்கு வசதியாயிருந்த கிளைகளை எல்லாம் வெட்டவாரம்பித்தார்.

இத்தனை நாட்களாக இருளிலும் நிழலிலும் இருந்துவந்த பிள்ளையாருக்கு, திடீரென்று பட்ட சூரிய கிரணங்களைத் தாங்க முடியவில்லை. மேலெல்லாம் சுட்டுக் கொப்புளிக்கவாரம்பித்தது. கண்களைத் திறக்க முடியாமல் கூசுகிறது. "நல்ல வேலை செய்கிறீர்! போதும் உமது உதவி" என்று கோபித்து, "இந்தக் கிளைகளினால்தான் உமக்கு ..." என்று கிழவர் பதில் சொல்லுமுன், தனது தும்பிக்கையினால் அவரைத் தூக்கி வீசினார். கிழவர், மேடைக்கு வடகிழக்கில், வெகுதூரத்தில் போய் விழுந்தார்.

சற்று நேரத்தில் மண்வெட்டியுடன் சென்ற கிழவர், பிள்ளையாரை அணுகி, "நான் புதிதாக மேடை ஒன்று கட்டியிருக்கிறேன். அதில் அந்தக் கஷ்டம் ஒன்றும் இல்லை" என்று சொல்லி அவரைத் தூக்கிக் கொண்டுபோய், தான் தயாரித்த இடத்தில் உட்காரவைத்து, "இதோ பாரும்! இதில் மரங்களே இல்லை; உமக்கு அங்கிருந்த கஷ்டம் ..." என்று சொல்லி முடிக்குமுன் அவ்விடத்திலிருந்த உஷ்ணத்தைத் தாங்க முடியாத பிள்ளையார், கண்ணை மூடிக்கொண்டு ஒரே

ஓட்டமாகத் தனது பழைய மேடையில் வந்து உட்கார்ந்துகொண்டு, "உங்கள் இருவருக்கும் உதவிசெய்வது என்றால் பிறரைத் துன்பப் படுத்துவது என்ற நினைப்பா? சற்று முன்புதான், உமது நண்பன், உம்முடன் வந்தவன், எனது அருமையான மரங்களை வெட்டி உடம்பெல்லாம் கொதிக்கும்படி செய்து விட்டான். கண்ணை மூடிக் கொண்டு சிவனே என்றிருந்த என்னை, நீர் வெகு புத்திசாலித்தனமாக கட்டிவிட்ட உமது மொட்டை மேடையில் போட்டுப் பொசுக்கி விட்டீரே. போதும் உமது உதவி. நீர் சும்மா இருந்தால் போதும்" என்று சொல்லிவிட்டுக் கோபத்துடன் கண்களை மூடிக்கொண்டு இருந்தார்.

பிள்ளையாரின் மனநிலையைக் கண்ட கிழவர், பெரிதும் ஏமாற்றமடைந்து, தானே அந்த மேடையில் உட்கார்ந்து தனது உயிரை விட்டார்.

~ ~

வெட்டிவிட்டதனால் கிளைகள் முன்னைவிடப் பன்மடங்கு அதிகமாக வளர்ந்தன. தாழ்ந்தும் கவிந்தும் வளர்ந்த அரச மரத்தின் இரண்டு கிளைகளுக்கிடையில் பிள்ளையாரின் தலையகப்பட்டுக் கொண்டது. வேப்ப மரத்தின் வேர் ஒன்று பிள்ளையாரின் வயிற்றைச் சுற்றி வளர்ந்தது. பிள்ளையாரின் கால்களில் அரச மரத்தின் இரண்டு வேர்கள் இறுக்கி பின்னிக்கொண்டன.

பிள்ளையார் இரண்டு மரங்களுக்குள் சிறைப்பட்டார்.

காற்றடிக்கும் பொழுதெல்லாம் பிள்ளையாருக்குத் தலை போய்விடும் போல் இருந்தது. வயிற்றைச் சுற்றிய வேரோ –அதன் வேதனை சகிக்க முடியவில்லை. கால்களும் சிறைப்பட்டதினால் ஓடவோ முடியாது.

பிள்ளையாருக்கு நரகம் எப்படியிருக்கும் என்று சற்றுத் தெரிந்தது.

~ ~

பல காலம் சென்றது... வடமேற்கு கணவாய்களில் பெய்த அமோகமான மழையினால் நதியில் வெள்ளம் கரைபுரண்டு ஓடியது. கணவாயில் ஒரு சிறு ரோஜாத் தோட்டம் போட்டு வசித்து வந்த கைலி கட்டிய ஒரு தாடிக் கிழவனையும் குடிசை – தோட்டத்துடன் அடித்துக்கொண்டு வந்தது.

வெள்ளத்தின் வேகத்தினால் அரச மரம் சாய்ந்தது. வேப்ப மரம் அடியோடு விழுந்து வேர் மாத்திரம் பிடித்திருந்ததினால் தண்ணீரில் மிதந்து ஆடிக்கொண்டிருந்தது. பிள்ளையாருக்கு ஓடவும் முடிய வில்லை; ஓடவும் பயம்.

பிள்ளையாரின் துன்பத்திற்கு ஓர் எல்லையில்லை; நீக்க ஓர் வழியுமில்லை.

வெள்ளத்தில் உருண்டுவந்த தாடிக் கிழவன் வேப்ப மரத்தின் கிளைகளை எட்டிப் பிடித்து மேடையில் தொத்திக்கொண்டான்.

வெள்ளம் வற்றியது.

தாடிக் கிழவன் வேப்ப மரத்து நிழலுக்கு ஆசைப்பட்டு அதைத் தூக்கி நிறுத்தினான். வெள்ளத்தில் ஒதுங்கிய ஒரு செத்த பசுமாட்டின் தோலையுரித்து, அதன் மாமிசத்தை வேப்ப மரத்திற்கு உரமாக இட்டான். தன்னுடன் வெள்ளத்தில் ஒதுக்கப்பட்ட ஒரு ரோஜாச் செடியை எடுத்து மீதியிருந்த மாமிச எருவையிட்டு, வேப்ப மரத்திற்கும் அரச மரத்திற்கும் இடையில் நட்டுவைத்தான். மாட்டின் தோலை வைத்து வேப்ப மரத்தடியில் ஒரு குடிசை கட்டிக்கொண்டு தன் இடையில் சொருகி இருந்த உடைவாளை வேப்ப மரத்தில் மாட்டிவிட்டு சந்தோஷமாக இருக்கவாரம்பித்தான்.

ரோஜாச் செடி, உரத்தின் மகிமையால் நன்றாகச் செழித்து வளர்ந்தது. நல்ல வாசனையுள்ள புஷ்பங்களுடன் நீண்ட முட்களும் நிறைந்திருந்தன.

பிள்ளையாரின் கஷ்டத்தைக் கவனிக்க யாருமில்லை.

அப்பொழுது மூவர் ஒருவர் பின் ஒருவராய் வந்தனர். அவர்களுக்கு சங்கரன், ராமானுஜன், மத்வன் என்று பெயர்.

முதலில் வந்தவர் பிள்ளையார் தலையை விடுவிக்க முயன்றார். வெகு கஷ்டப்பட்டு சிறிது விலக்க முடிந்தது. வயிற்றைச் சுற்றிய வேரை சிறிதும் அசைக்க முடியாது என்று கண்டு, தலையை விடுவித்த சந்தோஷத்தில் போய்விட்டார். அவர் பின் வந்த இரு கிழவர்களும் அரச மரத்தை முதலில் இருந்த மாதிரி தூக்கி நிறுத்த யத்தனித்தார்கள். முடியவில்லை. பெரிய மரத்தைத் தூக்க இருவரால் முடியுமா? அதிலும் கிழவர்கள். அரச மரம் கோணிக்கொண்டுதான் நின்றது. முன்பும் இப்படித்தான் இருந்திருக்கும் என்று நினைத்து சந்தோஷப் பட்டுக்கொண்டு சென்றுவிட்டார்கள்.

விலகியிருந்த அரச மரத்தின் கிளைகள் மறுபடியும் கவிந்து பிள்ளையாரின் கழுத்தை இறுக்கவாரம்பித்தன. அருமைத் தொந்தியைச் சுற்றிய, மாமிச உரம் பெற்ற வேப்ப மரத்தின் வேர்களோ பிள்ளையாரை அசையவிடாமல் நெருக்கின.

ரோஜா புஷ்பங்களின் வாசனையை நன்றாக அனுபவித்தாலும், முட்களை எப்படி விலக்குவது? குத்திக்குத்தி அந்தப் பக்கம் பூராவாக வும் சீழ் வந்தது.

போதாததற்கு கைலிக் கிழவன், தனக்கு பொழுதுபோகாத நேரங்களில் தனது உடைவாளை எடுத்து பிள்ளையாரின் ஒற்றைக் கொம்பில் தீட்டவாரம்பித்துவிடுவான்.

மேடையின்மீது அரசங் கன்றுகளும் வேப்பங் கன்றுகளும் வேறு புல்பூண்டுகளும் முளைக்க ஆரம்பித்துவிட்டன.

சில காலம் சென்றது.

ஒரு நாள் இரவு, மேற்கு சமுத்திரத்தின் அடிப்பாகத்தில் ஒரு பெரிய பூகம்பம் ஏற்பட்டதினால் கடல் ஜலம் நதிக்குள் எதிர்த்துப்

பாய்ந்தது. பிள்ளையார் இருந்த மேடையின் பக்கம் புயற்காற்றும் மழையும் சண்டமாருதமாக அடித்ததினால், ஆறும் பெருக்கெடுத்து கடல் ஜலத்தை எதிர்த்தது.

பேய் போல ஆடிக்கொண்டிருந்த மரங்களும் மறுபடி விழுந்து விட்டன. அரச மரம் பிள்ளையார் முதுகின்மேல் சாய்ந்துவிட்டது. வலுவற்ற வேப்ப மரம் முன்போல், பிள்ளையாரின் வயிற்றைச் சுற்றியிருந்த வேரின் உதவியால், மேடையிலிருந்துகொண்டு தண்ணீரில் ஆடிக்கொண்டு இருந்தது.

கைலிக் கிழவனை குடிசையுடன் அடித்துக்கொண்டு போய்விட்டதால், காற்றுக்கு வளைந்துகொடுத்து மறுபடியும் தலை நிமிர்ந்த ரோஜாச் செடியைத் தவிர அவனுடைய ஞாபகார்த்தமாக வேறு ஒன்றுமில்லை.

பிள்ளையாருக்கு நரகவேதனை பொறுக்க முடியவில்லை.

இந்த மூன்று பிணிகளும் பாசக்கயிறு போல் அவரைத் துன்புறுத்தின.

சமுத்திரத்தின் நடுவில் ஒரு சிறு படகில் சென்றுகொண்டிருந்த ஒருவனைக் கடல் நீர் படகுடன் ஆற்றுக்குள் அடித்துக்கொண்டு வந்ததினால், அந்தப் படகும் இந்தப் பிள்ளையாரின் மேடையை அணுகிற்று. படகினுள் இருந்தவன் பிள்ளையாரின் காலைப் பிடித்துக் கொண்டு மேடையில் தொத்திக்கொண்டான். பிறகு படகையும் மேடையில் இழுத்துப்போட்டுக்கொண்டான்.

வந்தவனுடைய உடம்பு மிகுந்த வெண்மையாகவும் தலைமயிர் உருக்கி வார்த்த தங்கக் கம்பிகள் மாதிரி பொன்னிறமாகவும் பிரகாசித்தது. அவனது நீண்ட தாடி பொன்னிறமான ஆபரணம் போல் அவன் மார்பை அலங்கரித்தது. அவன் நீண்ட அங்கியும், கணுக்கால் வரை வரும் தோல் பாதரட்சையும் அணிந்திருந்தான். அவனது வலது கையில் கருப்புத்தோல் அட்டை போட்ட ஒரு பெரிய புத்தகமும், ஒரு நீண்ட சிலுவையும் இருந்தன.

இவனுக்கும் வேப்ப மரத்தின் மகிமை நன்றாகத் தெரியுமாகையால் உடனே அதைத் தூக்கி நிறுத்தி, அதன் அடியில் தனது படகைக் கவிழ்த்துப்போட்டு அதனடியில் படுத்து உறங்கினான்.

அவன் தனக்கு உணவுக்காக வைத்திருந்த ரொட்டித் துண்டுகளை பிள்ளையார்முன் வைத்துவிட்டு உறங்கியதினால், பசியின் கொடுமை மிகுந்த அவர், அவைகளை எடுத்து காலி செய்யவாரம்பித்தார். கொழுக்கட்டை தின்று பழகிய பிள்ளையாருக்கு இது தேவாமிருதமாக இருந்தது. பசி நீங்கிய பிள்ளையார் வலியின் கொடுமையைத் தாங்க முடியாமல் அப்படியே உறங்கிவிட்டார்.

மறுநாள் விடிந்தது.

பிள்ளையார் இருந்த மேடைப்பக்கம் அதிக உஷ்ணமான பூமியாகையால், புதிதாக வந்தவன் தனது நீண்ட அங்கியில் தனது புத்தகத்தையும்

சிலுவையையும் கட்டி, வேப்ப மரத்தின் கிளைகளில் தொங்கவிட்டு விட்டு, ஒரு சிறிய சல்லடத்தை மாத்திரம் அணிந்துகொண்டு கவிழ்ந்து கிடந்த படகின் மேல் உட்கார்ந்து, வேப்பங் காற்றை யனுபவித்துக் கொண்டு இருந்தான். பொழுதுபோக்குக்காக கையில் இருந்த உடைவாளைச் சுழற்றி விளையாடிக்கொண்டிருந்தான்.

அப்பொழுது பல கிழவர்கள் வந்தார்கள்.

மேடையையும் பிள்ளையாரையும் அரச மரத்தையும் கண்டவுடன் பீதியடித்துப் போய்விட்டார்கள்.

சிலர் அரச மரத்தைத் தூக்கி நிறுத்த முயன்றார்கள்.

சிலர் பிள்ளையாரின் கழுத்தை விடுவிக்க முயன்றார்கள்.

சிலர் பிள்ளையாரின் வயிற்றை விடுவிக்க முயன்றார்கள்.

சிலர் மேடையை சீர்படுத்தினார்கள்.

ஒவ்வொருவர் செய்வதும் மற்றவர்களுக்கு தடையாக இருந்தது.

பிள்ளையாரின் வயிற்றைச் சுற்றிய வேப்ப மர வேரையறுக்கப் போனால், புதிதாக வந்தவன் வாளை ஓங்குகிறான்.

அரச மரத்தின் கிளைகளை வெட்டப்போனால், பிள்ளையாரின் உதவியால் மரம் நிற்கிறது, அதை வெட்டிவிட்டால் மரமே விழுந்து விடும், இது ஆராய்ச்சி செய்யவேண்டிய விஷயம், சற்றுப் பொறுத்துச் செய்யுங்கள் என்றார்கள்.

சிலர் மரங்களையே எடுத்துவிட்டால் நல்லது என்று நெருங்கினார்கள்.

இரைச்சல் அதிகமாகிறது.

மரத்திற்கு பிள்ளையாரா, பிள்ளையாருக்கு மரமா என்ற பெரிய தர்க்கம்.

ஆத்திரமுள்ளவர்கள் அரச மரத்தையும் வேப்ப மரத்தையும் அழித்துவிட பதைத்து நெருங்கினார்கள்.

உறங்கிக்கொண்டிருந்த பிள்ளையார் ஒரு அற்புதமான கனவு காண்கிறார். தான் பெரிதாக வளர்வது போல் தெரிகிறது. முகத்தில் புன்சிரிப்பு தோன்றுகிறது. தும்பிக்கை சற்று அசைகிறது.

விச்வரூபமா?

பிள்ளையார் விடுவிக்கப்படுவாரா?

அல்லது அவர் கனவு நனவாகி, விடுவித்துக்கொள்ளுவாரா?

மணிக்கொடி, 22 / 29.4.1934

சங்குத் தேவனின் தர்மம்

முறுக்குப் பாட்டி முத்தாச்சி யென்றால் சிறு குழந்தைகளுக்குத்தான் தெரியும். அவள் நாவல் உலகில் காணப்படும் மனித உருவங்கள் போல் முறுக்கு விற்ற பணத்தினாலோ, ரங்கூனிலிருந்து திடீரெனத் தோன்றும் தமயனின் ஐசுவரியத்தினாலோ கோடீசுவரியாகிவிட வில்லை. வறுமையில் குசேலரின் தமக்கை. சமயக் குரவர்கள் இயற்றும் அற்புதங்கள் என்ற செப்பிடுவித்தைகள் நடவாத இந்தக் காலத்தில் அவள் தினந்தினம் காலந்தள்ளுவதுமல்லாமல், தனது ஒரே குமாரத்திக்கு விவாகம் செய்யவும் ஆரம்பித்ததுதான் அற்புதத்திலும் அற்புதம்.

நமது ஹிந்து சமூகத்தின் பழைய உலர்ந்துபோன கட்டுப்பாடுகளின் கைதிகளாக ஏழைகள்தாம் தற்போது இருந்துவருகிறார்கள். ஏழ்மை நிலைமையிலிருக்கும் பெண்கள் கொஞ்சக் காலமாவது கன்னிகையாக இருந்து காலந்தள்ள ஹிந்து சமூகம் இடந்தராது. இவ்விஷயத்தில் கைம்பெண்களின் நிலைமையைவிட கன்னியர்கள் நிலை பரிதாபகர மானது. மிஞ்சினால் விதவையை அவமதிப்பார்கள்; ஆனால் ஒரு கன்னிகையோவெனின் அவதூறு, உலகத்தின் நிஷ்டூரம் என்ற சிலுவை யில் அறையப்படுவாள். பணக்காரர்களான பூலோகத் தெய்வங்களின் மீது சமுதாயக் கட்டுப்பாட்டின் ஜம்பம் பலிக்காது. இவ்வளவும் முத்தாச்சிக்குத் தெரியாது. ஆனால் எப்படியோ வின்டில் *(Windle)* துரை பங்களாவில் பங்கா இழுக்கும் மாடசாமி பிள்ளைக்குத் தன் மகளைக் கொடுக்க நிச்சயித்துவிட்டாள். நாளை காலையில் கலியாணம்.

சாயங்காலம் ஐந்தரை மணியிருக்கும். முறுக்குப் பாட்டி தங்கவேலு ஆசாரியின் வீட்டுத் திண்ணையில், சுவரருகில் சாய்ந்து, காலை நீட்டி உட்கார்ந்திருக்கிறாள். செம்பாதி நரைத்த தலை, ஜீவியத்தில் பட்ட கஷ்டங்களைப் படம் *(graph)* போட்டுக் காட்டுவது போல் கோடுகள் நிறைந்த முகம், *பாம்படமில்லாது புடலங்காய்த் துண்டுகள் மாதிரித் தொங்கும் காதுகள், 'இந்திரன் கலையாய் என் மருங்கிருந்தான்' எனக் காணப்படும் சம்பிரதாயமாய்ப் புடவை என்ற இரண்டு வெள்ளைத்

---

* பாம்படம் என்பது திருநெல்வேலி ஜில்லாவில் பெண்கள் காதில் அணியும் ஓர் ஆபரணம்.

துண்டுகள் (ஒரு காலத்தில் வெள்ளையாயிருந்தவை) இவள் பணக்காரி யல்லள் என்பதை இடித்துக் கூறின. கையிலிருந்த உலர்ந்த வெற்றிலையை வாயில் போட்டுக்கொண்டு, அதற்குத் துணையாக ஒரு நீளத் துண்டுக் கருப்பட்டிப் புகையிலையையும் உள்ளே செலுத்தி, கைகளைத் திண்ணை யில் துடைத்துவிட்டு, "ஆசாரியாரே! என்ன? வேலையெ சுருக்கா முடியும். மோசம் பண்ணிப்பிடாதீரும்!" என்றாள்.

"ஆச்சி! பயப்படாதே, பொழுது சாயிரத்துக்கு மின்னே ஒன் வேலெ முடிஞ்சிடும்!" என்று, தன் கையிலிருந்த பாம்படத்திற்கு மெருகிட்டுக் கொண்டே தேற்றினான் தங்கவேலு ஆசாரி. போன மூன்று மாத காலமாக மாதாந்தரம் நடந்து, அன்று விடியற்காலை முதல் உண்ணா விரதமிருந்த முறுக்குப் பாட்டிக்கு இது ஆறுதலளித்ததோ என்னவோ – ஒரு பெருமூச்சுத்தான் வந்தது.

பிறகு சில நிமிஷங் கழித்து, புன்னகையுடன், "நான் கைலாசவரத் துக்குப் போகணும், வழி காட்டுப் பாதை, இன்னம் நான் போய்த்தான் மேலெ வேலையைப் பாக்கணும், எல்லாம் அப்படி அப்படியே கெடக்கு" என்று பின்னும் துரிதப்படுத்தினாள்.

"ஒன் வேலெ அண்ணைக்கே முடிஞ்சிடும், அந்தச் சிறுகுளம் சுப்பையர் வேலை வராட்டா. அவர்தான் விடேன் தொடேனுன்னு அலஞ்சு சாமானை நேத்துத்தான் வாங்கிக்கிட்டுப் போனார். இல்லாட்ட ஒரு நொடிலெ; இதென்ன பெரிய காரியமா? அது சரி தான், இருக்கட்டும் ஆச்சி. ஒன் வீட்டிலே இதுதானெ முதல் கலியாணம். செலவு என்ன ஆகும்?" என்று பேச்சையிழுத்தான் ஆசாரி.

"என்னமோ, ஏளெக்கு ஏத்தாப்பிலே, எல்லாஞ் சேந்து ரெண்டு நூறு ஆகும்" என்றாள்.

"நகை எம்பிட்டு?" என்று மீண்டும் பேச்சைப் பெருக்கினான் ஆசாரி.

"எல்லாமென்ன, அந்த எங்க வீட்டுக்காரர் போனாரே அவர் போட்டதுதான். என்ன, ரெண்டு மோருதம், இப்பொ நீர் அழிச்சுப் பண்ணற ஒரு சோடு பாம்படம், வேறு செலவு என்ன, ஒரு அம்பது. அது கெடக்கட்டும், வேலெ என்ன இப்பொ முடியுமா?" என்று மீண்டும் ஒரு முறை கேட்டாள்.

"இதோ! நீதான் பாத்துக்கொண்டிருக்கயே! ஏங் கைக்கிச் செறகா கட்டியிருக்குது? வேலையெ ஓட்டத்தான் செய்யிரேன். அவசரப் படாதே . . . நீ இந்தச் சமுசாரத்தைக் கேட்டியா? ஊருலெ களவுங் கிளவுமாயிருக்கே? அண்ணைக்கி நம்ப மேலப் பண்ணை வீட்டிலெ 2000த்துக்குக் களவாம்! காசுக் கடெ செட்டியாரு பத்தமடைக்கிப் போயிட்டு, வட்டிப் பணத்தை மடிலே முடிஞ்சுக்கிட்டு வந்தாராம்; மேலேப் பரம்பு கிட்ட வாரப்போ, பொளுது பலபல இண்ணு விடிய ராப்பிலே, வந்து தட்டிப் பறிச்சுக்கிட்டுப் போயிட்டான்! செட்டியாரு வயித்திலே அடிச்சுக்கிட்டு வந்தாரு. காலங் கெட்டுப் போச்சு! இதெல் லாம் நம்ம கட்டடப்ப ராசா காலத்துலெ நடக்குமா?" என்றான் ஆசாரி.

“இம்பிட்டுஞ் சேசுபிட்டுப் போனானே அவனாரு?” என்றாள் கிழவி.

“அவன்தான், நம்ம சங்குத் தேவன். எல்லாம் இந்தக் கும்பினியான் வந்த பிறவுதான்! ஊர்க்காவலா எளவா? எல்லாம் தொலைந்து போயுட்டதே!”

“சவத்தெ தள்ளும். எம் பாவத்துலெ வந்து விழாமெ இந்த மூங்கிலடியானும் பேராச்சித் தாயுந்தான் காப்பாத்தணும்... என்ன, ஆச்சா?”

“இரு, இரு, ஒரு நொடி. இதெ மாத்ரம் ராவித் தாரேன்” என்று சொல்லி, ராவப்பட்ட பாம்படத்தையும், தங்கப் பொடியையும் இரண்டு சிவப்புக் காகிதங்களில் மடித்து மரியாதையாகக் கொடுத்தான். முத்தாச்சியும் மடியிலிருந்த முடிப்பையவிழ்த்து ஒரு கும்பினி ரூபாயை வைக்க, “என்ன! ஒனக்காக இண்ணக்கி முச்சோடும் கஞ்சி கூடக் குடியாமெ பண்ணித்தர, நல்ல வேலே செஞ்சை!” என்றான்.

“என்னெத்தான் தெரியுமே, ஏழெக்கி...”

“அப்பிடின்னா தொள்ளாளிக்கிக் கூலி குடாம முடியுமா?” என, அவனுடன் வாதாட நேரமில்லையென்று கருதிக் கேட்டதைக் கொடுத்துவிட்டு, நகையைப் பத்திரமாக முடிந்து இடுப்பில் சொருகிக் கொண்டு வெகு வேகமாய்க் காலாழ்வானைத் தட்டிவிட்டாள் கிழவி.

2

எவ்வளவு வேகமாக நடந்தாலும், மனித உடல் என்ன மோட்டார் வண்டியா? அதிலும் ஒரு கிழவி! கவிஞர் வெகு உற்சாகமாக வருணிக்கும் ‘அந்தி மாலை’ போய், இரவு துரிதமாக வந்தது. கிழவி போகும் பாதை ராஜபாதையானாலும், அக்காலத்தில் ஜன நடமாட்டமே யில்லாமல் மரங்கள் அடர்ந்து நெருங்கிய காட்டுப் பாதை. இருள் பரவ ஆரம்பித்தது என்றால் – வெகுவாக அர்த்த புஷ்டியுடைய வார்த்தைகள் அல்ல – கிழவி கூறிய மாதிரி ‘தன் கை தெரியாத கும்மிருட்டு’.

கிழவி இதுவரை பேய்க்கும் பயப்பட்டவள் அல்லள், திருடருக்கும் பயப்பட்டவள் அல்லள். ஆனால் இன்று, ஒவ்வொரு மரத்தடியிலும் ஒவ்வொரு சங்குத் தேவன்! மரக் கிளைகள்மீது குதிக்கும் தறுவாயில் பதுங்கியிருக்கும் சங்குத் தேவன்! இவ்வாறு ஒவ்வொரு மரத்தைத் தாண்டுவதும் ஒரு வெற்றியாக, தனது மனவுலகில் தோன்றும் சங்குத் தேவர்களிடம் தப்பித்துக்கொண்டே செல்கிறாள்.

இப்படி அவள் தவித்துத் தவித்துச் செல்லும்பொழுது, தனக்கு முன் சிறிது தூரத்தில் ஓர் இருண்ட கரிய உருவம் தோன்றலாயிற்று. கிழவியின் வாய் அவளை யறியாமலே, “சங்குத் தேவன்!” என்று குழறிற்று. கால் கைகள் வெடவெடவென்று நடுங்கின. முன் அடியெடுத்து வைக்க முடியவில்லை. மடியை இன்னொரு முறை இறுக்கிச் சொருகிக் கொண்டு, “ஏ, மூங்கிலடியான்! நீதான் என்னைக் காப்பாத்தணும்!”

என்று ஏங்கினாள். அந்தக் கரிய உருவம் தான் போகும் திசையில் இருளில் மறைவதைக் கண்டவுடன், அதுவும் தன்னைப் போன்ற பாதசாரியாக இருக்கலாம் என்று நினைத்தாள். மூங்கிலடியான்மீது பாரத்தைப் போட்டுவிட்டு, "அதாரது! ஐயா! ஐயா!" என்று கூவிக் கொண்டே நடக்கலானாள்.

"யாரங்கே கூப்பாடு போடுவது?" என்ற கனத்த ஆண் குரல் இருளோடு வந்தது.

"சித்தெ பொறுத்துக்கும், இதோ வந்தேன்!" என்று நெருங்கினாள்.

தலையில் பெருத்த முண்டாசு, நீண்ட கிருதா, வரிந்து கட்டின அரை வேஷ்டி, திடகாத்திரமான சரீரம், அக்குளில் ஒரு குறுந்தடி – இவ்வளவும் கொஞ்சம் கொஞ்சமாகத் தெரியவாரம்பித்தன. சரீர ஆகிருதியைப் பார்த்ததும் கிழவிக்குப் பெரிய ஆறுதல் – இனிக் கவலையில்லாமல் வீடு போய்ச் சேரலாம் என்ற நம்பிக்கையினால்.

"ஏ கெழவி! இந்தக் கும்மிருட்டிலே நீ எங்கே கெடந்து வாரே?" என்றான் அந்த அந்நியன்.

"நான் இங்கனெ இருந்துதான். எம்பிட்டுப் பறந்து பறந்து வந்தாலும் கெழவிதானே! பொளுது சாஞ்சு எத்தினி நாளியிருக்கும்? நான் போயித்தானே கொறெ வேலேயும் முடியணும், நாழி ரொம்ப ஆயிருக்குமா?" என்று கேட்டுக்கொண்டே பின்தொடர்ந்தாள்.

"பொழுதா? நேரம் ஒண்ணுமாகல்லே! நீ எங்கே போரே?" என்றான் துணைக்கு நடந்த பாதசாரி.

"நான் எங்கே போனா என்ன? ஒங்க பச்சேரிலெ ஒரு பள்ளனெ பாக்கணும், அதுதான்!"

"நீ என்ன சாதி?"

"நாங்க வெள்ளாம் புள்ளெக (வேளாளர்கள்)! நீரு?"

"நான் தேவமாரு!"

"தேவமாரா! என்ன அய்யா, இப்படியும் உண்டா? உம்ம சாதிக்காரன் ஊரெல்லாம் இப்பிடி கொள்ளெ போடுரப்ப, நீங்க பெரிய மனிசரெல் லாம் சும்மா இருக்கலாமா? அந்த அநியாயத்தெ நீங்க பார்த்துச் சும்மா இருக்கலாமா? கலிகாலமா?" என்றாள்.

"கெழவிக்கு வாய்த்துடுக்கெப் பாரு!" என்று கோபித்தவன், கலகல வென்று சிரித்துவிட்டு, பிறகு, "அது கொலத் தொழிலுதானே! ஆமாம், நீ சொல்லுது போலே கலிதான். நீ என்னமோ தெரியாமே பேசுறயே. அவன் வேறே கிளை, நான் வேறே. அந்தப் பய கொண்டையங் கோட்டையான். நான் வீரம் முடிதாங்கி ... ஆமாங் கெழவி, ஏன் பதறிப் பதறிச் சாகிறெ?" என்று கேலியாகக் கேட்டான் அந்தத் தேவன்.

"ஆமாம்! எங்கிட்டெ லெச்ச லெச்சமா இருக்கு, நான் பதரறேன்!" என்று ஒரு அசட்டுச் சிரிப்புச் சிரித்தாள்.

"பொய் சொல்லாதே. மடிலே கனமிருந்தா, வழிலே பயம்" என்று சிரித்தான் அந்த அந்நியன்.

"ஒம்ம கிட்ட உண்மையெச் சொன்னா என்ன? என் மகளுக்குக் கலியாணம். நான் போயித்தான் நாலு வேலெ பாக்கணும். ஒரு சோடு இரவல் பாம்படம் வாங்கிக்கிட்டுப் போறேன். ஏதோ பகட்டா செய்தாத்தானே நாலு பேரு மதிப்பான்!" என்றாள் கிழவி.

"பாம்படமாவதிருக்கே!" என்று கேட்டுவிட்டு அவளைக் கூர்ந்து நோக்கினான். பிறகு, "எத்தினி மக்கள் உனக்கு? மகள் என்ன மூத்ததா?" என்று கேட்டான். அவன் கண்களும் மனமும் கிழவியைத் துருவிக் கொண்டிருந்தன.

"எல்லாம் ஒத்தைக்கொன்னுதான்!"

"சரி."

பிறகு இருவரும் பேசாமல் நடந்தனர். அந்த மறவன் கிழவியை நோக்குவதும், பிறகு குனிந்து யோசிப்பதுமாக நடந்தான்.

சற்று நேரத்தில் கிழவி, "அதோ கோயில் தெரியுது. நான் இனிமெ போயிக்கிடுவேன்" என்றாள்.

"ஏ ஆச்சி! நில்லு, ஒரு சமுசாரம். நீ ஏழெதானெ? இன்னா, இதெ வச்சுக்க! முதல் பேரனுக்கு ஏன் பேரிடு!"

"நீங்க மகராசரா இருக்கணும். என்ன பேரு இட?" என்று சொல்லிக் கொண்டே, தனது எதிர்பாராத அதிர்ஷ்டத்தில் மதி மயங்கிக் கையை நீட்டினாள்.

"சங்குத் தேவரின்னு!"

கையில் வாங்கிய பணப்பை பொத்தென்று விழுந்தது. "வேண்டாம், வேண்டாம்! என்னெ விட்டிருங்க, நான் ஓடிப் போரேன்!" என்று பதறினாள்.

"இல்லெ ஆச்சி, எடுத்துக்கொ! ஒன்னெ கண்ணாணை ஒண்ணுஞ் செய்யலே!" என்று கையில் கொடுத்து அனுப்பினான். கிழவியும் திரும்பிப் பார்த்தபடியே இருட்டில் மறைந்தாள்.

சங்குத் தேவன் அங்கிருந்த கல்லில் சற்று உட்கார்ந்தான். குழம்பிய மூளை சரியானது போல் தெரிந்தது. "ஆமாம், கிழவி திடுக்கிட்டுப் போயிட்டா. ஒண்ணா ரெண்டா, நூறு! இதுவும் ஒரு வேடிக்கெதான்! சங்குத் தேவனெக் கெழவி. . ." என்று முனகிக்கொண்டே எழுந்து ஓர் ஒற்றையடிப் பாதையில் நடந்தான்.

***காந்தி*, 25.4.1934**

பொன்னகரம்

பொன்னகரத்தைப் பற்றிக் கேட்டிருக்கிறீர்களா? நமது பௌராணிகர்களின் கனவைப் போல் அங்கு ஒன்றுமில்லை. பூர்வ புண்ணியம் என்று சொல்லுகிறார்களே, அந்தத் தத்துவத்தைக் கொண்டு, நியாயம் என்று சமாதானப்பட வேண்டிய விதிதான். ஒரு சில 'மகராஜர்களுக்காக' இம்மையின் பயனைத் தேடிக்கொடுக்கக் கடமைப்பட்டு வசிக்கும் மனிதத் தேனீக்களுக்கு உண்மையில் ஒரு பொன் நகரந்தான் அது.

ரயில்வே தண்டவாளத்தின் பக்கமாக, சாராய டிப்போவுக்குப் போகிறதே ஒரு சந்து, அதுதான் அங்கு 'மெயின்' ரஸ்தா. கைகோர்த்த நான்கு பேர் வரிசை தாராளமாகப் போகலாம் – எதிரே வண்டிகள் வராவிட்டால். இதற்குக் கிளையாக உள் வளைவுகள் உண்டு, முயல் வளைகள் போல்.

இந்தத் திவ்வியப் பிரதேசத்தைத் தரிசிக்க வேண்டுமானால் . . . சிறு தூறலாக மழை சிணுசிணுத்துக் கொண்டிருக்கும்பொழுது சென்றால்தான் கண்கொள்ளாக் காட்சியாக இருக்கும். வழி நெடுகச் சேற்றுக் குழம்புகள். சாலையோரமாக 'முனிசிபல் கங்கை' – அல்ல, யமுனைதானே கறுப்பாக இருக்கும்? – அதுதான். பிறகு ஓர் இரும்பு வேலி, அதற்குச் சற்று உயரத் தள்ளி அந்த ரயில்வே தண்டவாளம்.

மறுபக்கம், வரிசையாக மனிதக்கூடுகள் – ஆமாம், வசிப்பதற்குத்தான்!

தண்ணீர்க் குழாய்கள்? இருக்கின்றன. மின்சார விளக்கு? ஞாபகமில்லை – சாதாரண எண்ணெய் விளக்கு, அதாவது சந்திரன் இல்லாத காலங்களில் (கிருஷ்ண பட்சத்தில்) ஏற்றிவைத்தால் போதாதா?

பொன்னகரத்துக் குழந்தைகளுக்கு 'மீன் பிடித்து' விளையாடுவதில் வெகு பிரியம். அந்த முனிசிபல் தீர்த்தத்தில் மீன் ஏது? எங்கிருந்த பணக்கார வீடுகளிலிருந்தோ, சில சமயம் அழுகிய பழம், ஊசிய வடை, இத்யாதி உருண்டு வரும். அது அந்த ஊர்க் குழந்தைகளின் ரகசியம்.

ரயில்வே தண்டவாளத்தின் பக்கத்தில் விளையாடுவதில் என்ன ஆனந்தமோ? வேலி இருக்கத்தான் செய்கிறது. போகக்கூடாது என்ற

சட்டம் குழந்தைகளுக்குத் தெரியுமா? 'போனால்' பெற்றோருக்குத்தான் கொஞ்சம் பாரம் ஒழிந்ததே! குழந்தைகள்தான் என்ன, 'கிளாக்ஸோ', 'மெல்லின்ஸ் பூட்' குழந்தைகளா, கம்பி இடையில் போக முடியாம லிருக்க? புகைந்தோடும் அந்த இரும்பு நாகரிகத்திற்கு, வரிசையாக நின்று 'குட்மார்னி' சார்!' என்று கத்துவதில் ரொம்ப ஆனந்தம் அவர்களுக்கு. அதுதான் அவர்களுக்குக் கிடைக்கும் ஆரம்ப ஆங்கிலக் கல்வி.

ஐந்து மணிக்கு அப்புறந்தான் ஊர் கலகலவென்று உயிர்பெற்று இருக்கும். அப்பொழுதிருந்துதான் அவ்வூர்ப் பெண்கள் தங்கள் வேலையைச் செய்வார்கள். சாராய வண்டிகள், தண்ணீர் எடுக்கவரும் பெண்கள்! அங்கு தண்ணீர் எடுப்பது என்றால் ஒரு பாரதப் போர்.

இள வயதில் நரைத்தது போல் பஞ்சு படிந்த தலை, மாசடைந்த கண்கள் – விடிய விடிய மின்சார 'ஸ்பின்டிலை'ப் (கதிர்) பார்த்துக் கொண்டு இருந்தால், பிறகு கண் என்னமாக இருக்கும்? கண்கள்தாம் என்ன இரும்பா? உழைப்பின் ஆரோக்கியத்தால் ஏற்பட்ட கட்டமைந்த அழகு. ஆரோக்கியமா? அது எங்கிருந்து வந்தது? பாக்டீரியா, விஷக் கிருமிகள், காலரா இத்யாதி அங்கிருந்துதானே உற்பத்தி செய்யப் படுகின்றன! எப்படியாவது உயிர் வாழ வேண்டும் என்று ஆசையிருந் தால் எல்லாம் நடக்கும். பழைய கற்காலத்து மனிதன், புலி சிங்கங் களுடன் குகையில் வாழ்ந்து வந்தான்; அவைகளும் அவனைக் கொன்றன; அவனும் அவைகளைக் கொன்றான். அதற்காக வலிமையற்று, வம்சத்தை விருத்திசெய்யாமல் செத்தொழிந்தா போனான்? வாழ்க்கையே ஒரு பெரிய வேட்டை, அதற்கென்ன?

கழுத்தில் ஒரு கறுப்புக் கயிறு – வாழ்க்கைத் தொழுவின் அறிகுறி. அதைப் பற்றி அங்கு அதிகக் கவலையில்லை. அது வேறு உலகம், ஐயா, அதன் தர்மங்களும் வேறு.

அம்மாளு ஒரு மில் கூலி. வயது இருபது அல்லது இருபத்திரண்டிற்கு மேல் போகாது. புருஷன் 'ஜட்கா' வைத்திருக்கிறான்; சொந்த வண்டி தான். அம்மாளு, முருகேசன் (அவள் புருஷன்), அவன் தாயார், தம்பி, முருகேசன் குதிரை – ஆக நபர் ஐந்து சேர்ந்து அவர்கள் குடும்பம். இருவருடைய வரும்படியில்தான் இவர்கள் சாப்பாடு – (குதிரை உள்பட), வீட்டு வாடகை, போலீஸ் 'மாமூல்', முருகேசன் தம்பி திருட்டுத்தனமாகக் கஞ்சா அடிக்கக் காசு – எல்லாம் இதற்குள்தான். எல்லாரும் ஏகதேசக் குடியர்கள்தான். 'டல் ஸீஸ்'னில் பசியை மறக்க வேறு வழி? பசி, ஐயா, பசி! 'பத்தும் பசி வந்திடப் பறந்துபோம்' என்று வெகு ஒய்யாரமாக, உடம்பில் பிடிக்காமல் பாடுகிறீரே, அங்கு நீர் ஒரு நாள் இருந்தால் உமக்கு அடிவயிற்றிலிருந்து வரும் அதன் அர்த்தம்!

அன்றைக்கு முருகேசனுக்குக் குஷி. அவனும், அவன் குதிரையும் 'தண்ணி போட்டு'விட்டு ரேஸ் விட்டார்கள். வண்டி 'டோக்கர்' அடித்தது. ஏர்க்கால் ஒடிந்தது. குதிரைக்குப் பலமான காயம். முருகேசனுக்கு ஊமையடி. வீட்டில் கொண்டுவந்து போடும்பொழுது

பேச்சு மூச்சில்லை. நல்ல காலம் குடித்திருந்தான், இந்த மாதிரி வலி தெரியாமலாவது கிடக்க. வீக்கத்திற்கு என்னத்தையோ அரைத்துப் பூசினாள் அம்மாளு. அப்பொழுதுதான் சற்றுப் பேசினான். அவனுக்குப் பால் கஞ்சி வேண்டுமாம்! அம்மாளுவுக்குக் கூலிபோட இன்னும் இரண்டு நாள் இருக்கிறது. வீட்டில் காசேது?

அம்மாளு தண்ணீர் எடுக்க வருகிறாள்.

'கும்'மிருட்டு. பஞ்சாங்கத்தின்படி இன்றைக்குச் சந்திரன் வர வேண்டும். ஆனால் அது மேகத்தில் மறைந்துகொண்டால் முனிசி பாலிடி என்ன செய்ய முடியும்?

எப்பொழுதும்போல் இரைச்சல்தான். ஒருவாறு தண்ணீர் பிடித்தாய் விட்டது. திரும்பி வருகிறாள்.

சந்தின் பக்கத்தில் ஒருவன் – அம்மாளுவின் மேல் ரொம்ப நாளாகக் 'கண்' வைத்திருந்தவன்.

இருவரும் இருளில் மறைகிறார்கள். அம்மாளு முக்கால் ரூபாய் சம்பாதித்துவிட்டாள். ஆம், புருஷனுக்குப் பால் கஞ்சி வார்க்கத்தான்!

என்னமோ கற்பு, கற்பு என்று கதைக்கிறீர்களே! இதுதான், ஐயா, பொன்னகரம்!

மணிக்கொடி, 6.5.1934

திருக்குறள் செய்த திருக்கூத்து

துப்பறியும் இரகசியப் போலீஸ் இன்ஸ்பெக்டர் வித்தல் ராவ் என்றால் சாதாரண மக்களுக்குத் தெரியாமலிருக்கலாம்; அது ஒரு குற்றமல்ல – இரகசியப் போலீஸ் அல்லவா. ஆனால் போலீஸ் இலாகாவில் அவரது பிரக்யாதி தெரியாதிருப்பவன் உத்தியோகத்திலிருப்பதைவிட பலசரக்குக்கடை வைக்கலாம். துப்பறியும் தொழிலில் அவர் யாருடைய சிஷ்யர் என்று நீங்கள் அறிந்திருந்தால் இவ்வளவு தூரம் நாம் எடுத்து எழுதவேண்டாம். மேல்நாட்டு ஷெர்லாக் ஹோம்ஸூம் தென்னாட்டு பிரக்யாதிபெற்ற துப்பறியும் கோவிந்தனும் அவரது ஹ்ருதய கமலத்தில் தனித்தொகுதி பெற்று இருந்தனர். ஸ்ரீலஸ்ரீ திகம்பர சுவாமியார் அவர்களே துப்பறியும் தொழில் பஞ்சாட்சரத்தை அவர் காதில் உபதேசித்து அருளியது. இவ்வாறு மேல்நாடும் கீழ்நாடும் சம்மேளித்துப் பரிணமித்த இரகசியப் போலீஸ் வீரர் வித்தல் ராவின் திறமையைப் பற்றி இன்னும் சந்தேகிப்பவர்களை சுயமரியாதைக்கார நாஸ்திகர் என்று தள்ளிவிடலாம்.

நமது வித்தல் ராவிற்கு மாறுவேடத்தில் அபார நம்பிக்கை. அதிலும் தன்னுடைய திறமைக்கு எந்தத் தென்னிந்திய நாடக மேடை சார்லி சாப்ளினும் போட்டி போட முடியாது என்பது இரண்டாவது நம்பிக்கை. சாதாரணமாக தாலுகா ஆபீஸ் குமாஸ்தா அல்லது எலிமெண்டரி பாடசாலை உபாத்தியாயர் மாதிரிதான் காட்சியளிப்பார். சிற்சில முக்கிய சமயங்களில், மேல்நாட்டு உடைகளையணிந்து ஒரு ஜாவா சுருட்டு சகிதமாகப் புறப்பட்டுவிட்டால், அவரை வித்தல் ராவ் என்று நிரூபிப்பவர்களுக்கு என்ன வெகுமதி வேண்டுமானாலும் கொடுத்துவிடலாம். சிவபிரான் சிற்சில சமயங்களில் அர்த்தநாரீஸ்வரராகத் திகழ்வதும் உண்டு. கிப்ளிங் கவிதைக்கு விதிவிலக்காக, நமது வித்தல் ராவ், கீழ் – மேல் நாடுகளின் நடையுடை பாவனைகள் இரண்டும் கலந்து பரிணமித்த ஒட்டுமாங்கனியாகத் தனித் தமிழ் சிவத்தை முறியடிப்பதும் உண்டு.

சூரியன் அஸ்தமிக்காத பிரிட்டிஷ் சாம்ராஜ்யத்தின் நெருக்கடியான காலம். இரகசியப் போலீஸ் இன்ஸ்பெக்டர், தம்மை ஒரு ஆதிசேஷனாக

நினைத்து ஊக்கத்துடன் உழைத்து வருகிறார். வேதாந்திகள் 'சர்வம் விஷ்ணுமயம் ஜகத்' என்பார்கள்; இன்ஸ்பெக்டரோ 'சர்வம் சந்தேகமயம் ஜகத்' என்பார். சிவப்புப் புடவை முதல் சிவப்புக் கழுத்துப்பட்டி ஈறாக சதிக்கூட்ட அங்கத்தினர்களின் சின்னமாகவே கருதுவார். தாடி வைத்த பைராகி முதல் நாவிதனுக்குக் கூலி கொடுக்க விதியில் லாத கூலிக்காரன் வரை தொழில் புரட்சி அங்கத்தினர்கள். இவ்வாறு இவர் தம் ஆழ்ந்த அனுபவத்தால் கண்டுபிடித்த விஷயங்களுடன், எடுத்த கேஸ்கள் எல்லாவற்றிலும் வெற்றிபெற்று வாகையே சூடி வந்திருந்தும், அவரது அந்தராத்மாவின் இலக்ஷியமாகிய சர்க்கிள் இன்ஸ்பெக்டர் பதவி இன்னும் இலக்ஷிய உலகிலேயே இருந்துவருகிறது. அடிக்கடி தான் எதிர்பார்த்தும் எட்டமுடியாத சர்க்கிள் இன்ஸ்பெக்டர் உடையுடன் தமது சூக்ஷ்ம சரீரம் நடமாடும் தோற்றமே இவருக்கு மிகுந்த உற்சாகத்தையளித்து வருகிறது.

சாயங்காலம் 5 அல்லது 5½ மணியிருக்கலாம். இரகசியப் போலீஸ் இன்ஸ்பெக்டர் வித்தல் ராவ், போலீஸ் சூப்பிரண்ட் துரை பங்களாவை நோக்கி தான் வழக்கப்படி செய்யும் புண்ணிய க்ஷேத்திர யாத்திரையை நடத்திக்கொண்டு இருந்தார்.

முன்னறிக்கைகொடாது தன்னை வேட்டையாடவரும் மோட்டார் களுடன் கிளித்தட்டு மறித்துக்கொண்டே சூப்பிரண்ட் துரையவர்களின் பங்களா வாசலையடைந்தார். இதற்குள் சாயங்காலமும் மேகங்களுடன் கூட்டுறவு செய்துகொண்டு வெளிச்சத்தை அதிக மங்கலாக்கிவிட்டன. கண்ணுக்கெட்டிய தூரம் எல்லாத் திசைகளிலும் பார்த்தார். ஒரு மனிதப் பிராணிகூடயில்லை! பிறகு பூமியில் எங்காவது வெடிகுண்டு ஏதேனும் ஒருவேளை மறைத்து வைக்கப்பட்டிருக்கக் கூடுமோவென்று கூர்ந்து கவனித்தார். அப்படி ஒன்றுமில்லை. ஆனால் அவரது தீட்சண்ய மான பார்வை ஒரு சிறு துண்டு கடிதத்தின்மீது சென்றது. உடனே பாய்ந்துசென்று வெகு ஜாக்கிரதையாக எடுத்தார். ஹா! என்ன ஆச்சரியம்! அது சிவப்பு இங்கியில் எழுதப்பட்டு இருந்தது. சாதாரண நோட்டுப் புத்தகத்திலிருந்து கிழிக்கப்பட்ட காகிதந்தான். எழுதப் பட்டிருந்த விஷயந்தான் அதிக சந்தேகத்தை உண்டு பண்ணியது.

துப்பார்க்குத் துப்பாய துப்பாக்கி
துப்பர்க்கு துப்பாய தூ மழை

என்று இருந்தது. கையெழுத்தையும் அதில் எழுதியிருந்த மாதிரியையும் பார்த்தால் சட்டசபை அங்கத்தினராகவாவது அல்லது சென்னை சர்வகலாசாலை மாணவனாகவாவது இருக்க வேண்டும் என்று ஊகித்தார். ஆம்! எழுதியவருக்கு புரட்சி எண்ணங்கள் முதிர்ந்து பைத்தியம் பிடித்திருக்க வேண்டும்; இல்லாவிட்டால் மந்திரத்தை உச்சாடனம் செய்வது போல் தப்பும் தவறுமாக துப்பாக்கி என்ற வார்த்தையை எழுதியிருப்பானா? மழை திடீரென்று வந்து அவரது எழுத்து வேலையைத் தடை செய்திருக்க வேண்டும். பின் ஏன் "தூ மழை" என்று அதையும் எழுத வேண்டும்? யோசிக்க, யோசிக்க,

துப்பறியும் வித்தல் ராவிற்கு, ஓர் பயங்கரமான, அபாயகரமான, கொலைப் பைத்தியம் பிடித்த புரட்சிக்காரனுடைய வேலை என்பது உறுதியாயிற்று. ஆனால் யார் என்ற மறுகேள்வி பிறந்தது. காலடித் தடங்கள் தரையில் இருக்கின்றனவா என்று பூமாதேவியை ஏறக் குறைய முத்தமிடும் அளவு முகத்தைக் குனிந்து கூர்ந்து நோக்கினார். ஒரே விதமான காலடித் தடங்கள் முட்புதர் நிறைந்த மைதானத்தை நோக்கி ஓர் ஒற்றையடித் தடத்தின் வழியாகச் செல்வதைக் கண்டார். முதலில் அவற்றை அளந்துகொண்டு வெகு ஜாக்கிரதையாக, 'ஙப் போல் வளை' என்பதற்கு நடமாடும் மனித உதாரணமாகச் சென்றார். உடை முட்புதர்கள் படர்ந்து ஓர் ஆள் உயரம் வளர்ந்திருந்ததால் அம்மாதிரி நடப்பதற்கு வித்தல் ராவைப் போல் தொழிலில் பயிற்சி இருந்தால்தான் முடியும்.

இவ்வாறு பதுங்கிப் பதுங்கிச் சென்று ஓர் முட்புதரை நெருங்கினார். அதன் மறுபக்கத்தில் பிரசங்கம் செய்வது போல் ஓர் மனிதக் குரல் கேட்க, கிளைகளின் ஊடே முட்கள் கண்களில் குத்தாமல் நோக்கினார். அவரது தீட்சண்ய பார்வையில், பத்துப் பதினைந்து பேர் கூடிய ஒரு சிறு கூட்டத்தின் முன், சிவப்புக் கழுத்துப் பட்டியணிந்த ஒரு வாலிபன் உற்சாகமாகப் பிரசங்கம் செய்வது தெரிந்தது. சிவப்புக் கழுத்துப் பட்டி! சதியாலோசனைக் கூட்டம்! உடனே உடல் முழுவதும் வியர்த்தது. புரட்சிக்காரருக்கும் நமக்கும் 4¾ அடிதான் தூரமிருந்ததென்றால் யாருக்குத்தான் வியர்க்காது!

"இக்கொடுமையை, அநாகரீகமான, மனிதத் தன்மையற்ற கொடுமையை இனி பொறுக்க மாட்டோம். நாளைக்குத் தீர்மானமாக ..." என்ற பிரசங்கியாரின் வார்த்தைகள், "ஆம்! ஆம்!", "நாளைக்கு", "கட்டாயமாக" என்ற வார்த்தைகளுடன் சபையோரின் கரகோஷத்தினிடையே மறைந்தது. நமது ராவ்ஜியின் மனக்கண்முன், "இரகசியப் போலீஸ் நிபுணர் கொலை" என்ற பத்திரிகைத் தலையங்கங்கள் முதல், உபகாரச் சம்பளம் பெறும் தன் விதவையான மனைவி வரை, சினிமாப் படம் போல் தோன்றி மறையலாயின. ஆனால் அடுத்த நிமிஷம் அவரது அந்தராத்மா அவரது இலக்ஷியமான சர்க்கிள் இன்ஸ்பெக்டர் உடையுடன் மனக்கண்முன் தோன்றி ஓர் புதிய உற்சாகத்தையும் வீரத்தையும் அளித்தது. அங்கேயே சற்று உட்கார்ந்து கவனிப்பதென்று நிச்சயித்துக்கொண்டார்.

இதற்குள் பிரசங்கமும் முடிந்துவிட்டது. அவர்கள் எல்லோரும் ஒவ்வொருவராக, தலைவன் நீட்டிய காகிதத்தில் கையெழுத்துப் போட்டுக்கொண்டிருந்தார்கள். இரத்தத்தினால் எழுதாவிட்டாலும் சிவப்பு இங்கினாலாவது இருக்க வேண்டுமென்பது வித்தல் ராவினது திடமான நம்பிக்கை.

இப்பொழுது தலைவனைக் கூர்ந்து கவனிக்க அவகாசமிருந்தது. தனக்கு உளவுகொடுத்த சிறு துண்டு கடுதாசியை அவன்தான் எழுதியிருக்க வேண்டுமென்று பட்டது. பேச்சும் குரலும் ஓர் பயங்கரமான

பைத்தியக்கார புரட்சிக்காரனுடையது போலிருந்தது. அவனது கால் பாதங்களும் தாம் முன்பு அளவு எடுத்த தடத்தையே ஒத்திருந்தது.

சபை கலைந்தது. ஒவ்வொருவராக பாதையின் வழியாக பசுப் போல் செல்ல ஆரம்பித்தனர். துப்பறியும் இன்ஸ்பெக்டரும் புறப்பட்டார். வலக்கையில் ஓர் நீண்ட உடைமரத்தின் முள் இருந்தது. இடது பையில் கூர்மையான பென்ஸில் இருந்தது. புரட்சிக்காரர் கண்டு கொலை செய்யவந்தால் உயிர் போகுமளவாவது ஒரு வீரப்போர் நடத்தியிருப்பார் என்பது திண்ணம். வல்லவனுக்குப் புல்லும் ஆயுத மன்றோ! ஆனால் அப்படிப்பட்ட அசம்பாவிதமான விஷயம் ஒன்றும் நடக்கவில்லை. அவர்கள் யாவரும் சென்றபின் வெகு ஜாக்கிரதையாக மாறுவேடம் புனைந்தார். தலையில் முக்காடு இட்டு கிழவன் நடக்கிற பாவனையாக இரண்டாவது குழவிப்பருவம் எய்தி, இடையிடையே இருமல் பஜனையுடன் அந்தப் புரட்சித் தலைவனை தொடர்ந்தார். நாளைக்கு ஓர் மர்மமான சம்பவம் நடக்கப்போகிறது என்பதை திட்டமாக ஊகித்து அறிந்துகொண்டார்.

காலை பத்து மணி. பாளையங்கோட்டை கலாசாலை. விளையாடு மிடத்தில் இருந்த ஒரு பெரிய மாமரத்தினடியில் முந்திய நாள் புரட்சிக் கூட்டத்தார் உல்லாசமாகப் பேசிக்கொண்டே புத்தகங்களை அம்மானை விளையாடிக்கொண்டிருந்தனர். புரட்சித் தலைவர் என்று சொல்லப்பட்டவர் எவ்வளவு கம்பீரமாக கடிகாரத்தைப் பார்க்கமுடியுமோ அவ்வளவு கம்பீரமாக பார்த்துவிட்டு, திடீரென்று ஒருவனை நோக்கி, “சங்கர், நீ அங்கு நின்று பண்டிதர் கிளாசிற்குப் போனதும் வந்து சொல்” என்று அனுப்பிவிட்டு, தனது புத்தகங்களின் இடையே வைக்கப்பட்டிருந்த நீண்ட உறையை ஜாக்கிரதையாகத் திறந்து, ஓர் பத்திரம் போன்ற கடுதாசியை மிகவும் ஊக்கமாக வாசித்துக்கொண்டிருந்தார். உறையில் ‘மாணவர் வீர சுதந்திரம்’ என்று பெரிதாக எழுதப்பட்டிருந்தது. இவர்களுக்குச் சற்று தூரத்தில் தலையில் முக்காடு போட்டு நரைத்த மீசையையுடைய கிழவர் இவர்களைப் பார்த்ததும் பார்க்காததுமாகக் கண்காணித்து வந்தார்.

கலாசாலை மணி, ‘பாடம் ஆரம்பிக்கலாயிற்று’ என்பதை நீண்ட ஓசையில் பிலாக்கணம் வைத்தது. சங்கர், “அவர் போய்விட்டார்” என்று தலைதெறிக்க ஓடிவந்து சொன்னான். உடனே எல்லோரும் புரட்சித் தலைவருக்குப்பின் வரிசையாக வந்து நின்றார்கள். சிவப்புக் கழுத்துப்பட்டி, வண்ணானை நெடுநாளாக ஏமாற்றிக்கொண்டிருக்கும் கருப்புக் கதர்ச்சட்டை, ஒரு மல் வேஷ்டி நம் ‘புரட்சித் தலைவரது’ தேகத்தை அலங்கரித்தன. வலது சட்டைப்பையில் ஏதோ பருத்துத் துருத்திக்கொண்டிருந்தது.

எல்லோரும் தலைவனைத் தொடர்ந்தனர். ஊர்வலம் வகுப்பின் கதவுவரை போய் நின்றதும், புரட்சித் தலைவர், மிகுந்த காம்பீர்யமாக நாடகத்தில் அயன் ராஜபார்ட் முதல்தடவை பிரவேசிப்பதுபோல் நடந்து சென்றது. தனது கையிலிருந்த நீண்ட உறையை, பண்டிதர் அருகிலிருந்த மேஜையின் மேல் அனாயாசமாக வீசி எறிந்துவிட்டுத்

திரும்ப, வெளியிலிருந்த கூட்டம், "மாணவர் வாழ்க! மாணவர் வெல்க!" என்று ஏக குரலில் கோஷித்தது. பிறகு புரட்சி வீரர் தன் சைன்யத்தை யழைத்துக்கொண்டு தனது மாமரக் கோட்டைக்கு வந்துவிட்டார். அவசர அவசரமாக இவர்களைத் தொடர்ந்த கிழவனை யாரும் கவனிக்கவில்லை.

பண்டிதருக்கு இம்மாதிரியான நடத்தை மிகவும் ஆச்சரியமாக இருந்திருக்குமென்றாலும் முகத்தில் ஒன்றும் தெரியவில்லை. பண்டிதரல்லவா? பிறகு அந்த உறையைப் பிரித்து உள்ளிருந்த பத்திரத்தை வாசித்தார். அது பின்வருமாறு:

மாணவர் சுதந்திரப் பத்திரம்

பாளையங்கோட்டைக் கலாசாலை பதின்மூன்றாவது வகுப்பு அல்லது பி.ஏ. முதல் வருஷத்து மாணவர்களது 'மாணவர் சுதந்திர சுயமரியாதைச் சங்கத்தின்' ஆதரவின்கீழ் 13–8–33ல் நடந்த பொதுக் கூட்டத்தில், ஏகமனதாக நிறைவேற்றப்பட்ட தீர்மானங்கள்:

இச்சங்கம்,

1. மாணவர் சுயமரியாதைக்கு இழுக்காக, அநாகரீகமான, மனிதத்தன்மையற்ற, கொடூரமான முறையில் பண்டிதர் நடப்பதை வெறுத்துக் கண்டிக்கிறது.

2. மாணவர்களின் தொன்றுதொட்டு வந்த உரிமைகளை (வியாசங்கள், புத்தகங்கள் கொண்டுவராமலிருத்தல் முதலியன) மறுபடியும் வற்புறுத்துகின்றது.

ஏ. தண்டம் வசூலிக்கும் கோழைத்தனமான செய்கையை தனது முழு ஆத்ம பலத்துடனும் கண்டிக்கிறது.

3. மனிதரை விலங்கினத்தினின்றும் பாகுபடுத்தும் சிரிக்கும் உரிமை மாணவர்களுக்கு உண்டு என்பதை மிகவும் அழுத்தமாக வற்புறுத்துகிறது. மாணவர்கள் தனியாகவோ, சேர்ந்தோ, ஏக குரலாகவோ சிரிக்கலாம் என்பதை பண்டிதருக்கு மிகவும் கண்டிப்பாக அறிவிக்கிறது.

மாணவர் வாழ்க! மாணவர் வெல்க!

மாணவர் சுதந்திர சுயமரியாதைச் சங்கம்

இதை முழுவதும் வாசித்த பின்னும் பண்டிதர் முகத்தில் ஓர் புன்னகைதான் தவழ்ந்தது.

வேலைக்காரனைக் கூப்பிட்டு, இச்சுதந்திரப் பத்திரத்துடன் ஓர் சீட்டும் எழுதிப் பிரின்ஸிபாலுக்கு அனுப்பிவிட்டு, அங்கு மிகவும் பொறுமையுடன் காத்திருந்த மரப்பெஞ்சுகளுக்கு, வெகு உற்சாகமாக மௌனப் பிரசங்கம் ஒன்று – தனித்தமிழ் வீர வாழ்க்கையைப் பற்றி யிருக்கலாம் – நடத்திவிட்டு நேரம் முடிந்ததும் பிரின்ஸிபாலைக் காணச் சென்றார்.

பிறகு இருவருமாக புரட்சி வீரர்களுடைய மாமரக் கோட்டையை முற்றுகையிட அணுகினார்கள். அங்கு செல்லும்வரை பிரின்ஸிபாலின் கோபாக்கினி மீசையில் துடித்துக்கொண்டிருந்ததானாலும், அவர் நெருங்கியதும் தனது கைக்குட்டையால் வெள்ளைக்கொடி காட்டுவது போல் காட்டி, ஆங்கிலத்தில் "நடேசா, இங்கே வா" என்று அந்த புரட்சித் தலைவனை தமது சமரசக் கமிட்டிக்கு அழைத்தது ஓர் சுத்த வீரனது உயரிய மனோதர்மத்தைக் காட்டியது. நடேசன் தனது வீரர்களுக்கு கண்களினால் சமிக்ஞை செய்துவிட்டு கம்பீரமாக நடந்து சென்று, தனது பூரண சுதந்திரத்தை பிரின்ஸிபால் முன்னும் நிலை நாட்ட பயப்பட மாட்டான் என்பதைக் காண்பிக்குமாறு தனது (துருத்திக்கொண்டிருந்த) பையில் கையைப் போட்டார்.

"அடே பாவி! என்ன செய்யப்போகிறாய்" என்று கத்திக்கொண்டே அங்கிருந்த கிழவர் நடேசன்மீது பாய்ந்து அக்கையை எட்டிப் பிடித்து வெளியே இழுக்க முயன்றார்.

தனது பூரண சுதந்திரத்தை நிலைநாட்டும் சமயத்தில் குறுக்கே விழுந்து தடைசெய்யும் கிழவரையா நடேசன் பொருட்படுத்துகிறவன். "முடியாது" என்று அழுத்தமாகச் சொல்லிவிட்டு, பையில் வைத்த கையை எடுக்காமல் தனது தலைமைப் பதவிக்கு வரவிருந்த இகழை தனது முழு ஆத்ம பலத்துடனும் துடைத்துவிட்டான். கிழவரோ தமது பிடிக்கும் திறமையில், உடும்பின் உடன்பிறந்த சகோதரன்போல் காணப்பட்டார். நடேசன் இதை மாணவர் சுதந்திர சுயமரியாதைச் சங்கத்தின் குருக்ஷேத்திரமாக எண்ணினான். வித்தல் ராவ் இதை பிரிட்டிஷ் சாம்ராஜ்யத்தை நிலைநாட்டும் இரண்டாவது பிளாசி யுத்தமாக மதித்தார்.

இம்மாதிரி எதிர்பாராதவிதமாய் தமது சமரச மகாநாட்டிற்கு வந்த இடையூறு பிரின்ஸிபால் துரையவர்களின் மனதில் ஒரு நெருக்கடியான நிலைமையை ஏற்படுத்திவிட்டது. தமது தலைவரின் வீர யுத்தத்தைக் கண்ட மாணவர்கள், "மாணவர் வெல்க!" "ஸ்ரீயுத நடேசருக்கு ஜே!" என்று கோஷித்து உற்சாகமூட்டினார்கள்.

பிரின்ஸிபாலும், பண்டிதரும் என்ன செய்வதென்றறியாமல் திகைத்து நின்றனர்.

இதற்குள் கிழவருக்கும் குமரருக்கும் நடந்த முஷ்டி யுத்தம், ஜயலக்ஷ்மியை யாருக்கு வெற்றியைக் கொடுப்பது என்னும் ஓர் நெருக்கடியான நிலைமையில் கொண்டுவந்து வைத்துவிட்டது. கடைசியில் கிழவர் திடீரென்று தந்திரத்தை மாற்றி, குஸ்தி திறமையால் வாலிபன் கையை அப்படி இப்படி திமிறவிடாமல் பிடித்துக்கொண்டார். அந்தோ! அன்று மாணவ சு.சு. சங்கத்தின் தோல்வியாகவும் பிரிட்டிஷ் சாம்ராஜ்யத்தின் வெற்றியாகவும் போர் முடிந்தது. கிழவரானாலும் சிங்கத்தின் தைரியத்தைப் படைத்த வெற்றி வீரனைக் கண்டு யாவரும் சித்திரப் பதுமை போல் நின்றனர்.

இடக்கையால் நடேசனை பிடித்து இறுக்கிக்கொண்டு, மிகுந்த கம்பீரமாகவும் அனாயாசமாகவும் தனது வலது கையால் வெள்ளைக்

காரர் தொப்பியை எடுக்கும் பாவனையாக பொய் மீசையை எடுத்து விட்டு "நான்தான் வித்தல் ராவ், சி.ஐ.டி" என்று பிரின்ஸிபாலுக்கு தனது சுய உருவை கடாக்ஷித்தருளினார். காரியம் என்னதென்று விளங்காவிட்டாலும் பிரின்ஸிபாலுக்கு வித்தல் ராவின் நாடகத் திறமையைப் போற்றாமலிருக்க முடியவில்லை. அவர் உடனே, "உமக்கு எனது மாணவருடன் என்ன வேலை?" என்றார்.

"அவன் ஒரு பயங்கரமான புரட்சிக்காரன். உம்மேல் வெடி குண்டை எறிய எத்தனித்தான். நேற்றே இவன் சூழ்ச்சியை எல்லாம் கண்டுபிடித்துவிட்டேன். என்னை இவன் ஏமாற்ற முடியுமா?" என்று சொல்லிக்கொண்டே புரட்சித் தலைவன் சட்டைப் பையிலிருந்த அந்த பயங்கரமான வஸ்துவை எடுத்தார். அது கசங்கிப்போன ஒரு சோற்றுப் பொட்டணமாக இருந்தது! உடனே யாவரும் சிரிக்காமலிருக்க முடியவில்லை.

"வாலிபனாகிலும் இவ்வளவு தந்திரம் உன்னிடம் இருக்குமென்று நான் எதிர்பார்க்கவில்லை. என்னை ஏமாற்றிவிட்டதாக மனப்பால் குடிக்காதே! என் கையில் ரிக்கார்டு இருக்கிறது" என்று நடேசனை நோக்கி உறுமிவிட்டு, பிரின்ஸிபால் துரையிடம் பேச எத்தனித்தார்.

இப்பொழுது வித்தல் ராவ் தான் வரம்பு மீறி கலவரம் விளைவிக்க வில்லையென்பதை பிரின்ஸிபாலுக்கு ருசு செய்யவேண்டிய அவசியம் ஏற்பட்டுவிட்டது. ஆகையால் தான் கண்டுபிடித்த விஷயங்களை எடுத்துச்சொல்லி சிறு துண்டு கடிதத்தையும் காண்பித்தார்.

"எங்கே, அந்தத் துண்டுக் கடிதத்தைப் பார்ப்போம்" என்றார் பண்டிதர்.

"இதோ இந்தாருங்கள்" என்று கொடுத்தார். பண்டிதர் அதை வாங்கி, கவனித்துவிட்டு, "நடேசனுக்கு தமிழில் போய்விடும் போலிருக் கிறதே. எத்தனை தப்பு, குறள் கூடவா சீர்தளைகளைக் கவனித்து எழுதத் தெரியாது?" என்று பண்டிதர் சிறிது கோபப்பட்டுக்கொண்டார்.

"இது இவன் எழுதியதுதான் என்று தெரிந்தும் இவனையும் இவன் கூட்டத்தையும் ஏன் கைது செய்யக்கூடாது?" என்று தமது கட்சியை ஸ்தாபித்தவர் போல் வித்தல் ராவ் கர்ஜித்தார்.

பண்டிதர் மிகவும் சாவதானமாக "இது திருக்குறள்; இதற்கு பரிமேலழகர் உரை சொல்லுகிறார்..." என்று ஆரம்பித்து ஒரு சிறு பிரசங்கம் நடாத்தினார்.

வித்தல் ராவ் தனது முழு சாமர்த்தியத்தாலும் ஒவ்வொரு அம்சமாகக் கண்டுபிடித்த கேஸ், அந்த சோற்றுப் பொட்டணத்தைப் போல் சிதைந்து போனது மிக்க பரிதாபகரமாகயிருந்தது.

பிரின்ஸிபாலும், "நீங்கள் வகுப்பிற்குப் போங்கள். ராயர்வாள், உமது துப்பறியும் திறமையை வேறிடத்தில் காட்டும். நீர் என் (மார்பைத் தட்டிக்கொண்டு) மாணவரை சந்தேகித்தது என்னைச் சந்தேகித்தது மாதிரி. இனி இங்கு அரை நிமிஷமும் நிற்கக் கூடாது.

போம்" என்று ஒரே கல்லில் இரண்டு பட்சிகளையடித்த மாதிரி தமது அதிகாரத்தை நிலைநாட்டி மறைந்தார்.

ஐந்து நிமிஷங்களுக்கப்புறம் மா.சு.சு. சங்கத்தின் அங்கத்தினர்கள் மாமரக் கோட்டையில் மருந்திற்காவது கிடையாது.

வித்தல் ராவ் திரும்பிப்போன யாத்திரையை வர்ணிக்க நம்மால் முடியாது.

தம்மை ஏமாற்றி தமது கேஸைப் பாழாக்கின திருக்குறளையும் அதை எழுதியவரையும் அவர் இன்றும் மன்னிக்கவேயில்லை.

காந்தி, 10.5.1934

கட்டில் பேசுகிறது

கவர்ன்மெண்டு ஆஸ்பத்திரியில், அந்தக் கிழக்கு வார்டுப் படுக்கையில், எனது வியாதிக்கு என்னமோ ஒரு முழ நீள லத்தீன் பெயர் கொடுத்து, என்னைக் கொண்டுபோய்க் கிடத்தினார்கள்.

எனது இரண்டு பக்கங்களிலும் என்னைப் போல் பல நோயாளிகள். முக்கலும் முனங்கலும் நரகத்தின் உதாரணம் மாதிரி.

ஒவ்வொரு கட்டிலின் பக்கத்திலும் மருந்தையும் கஞ்சியையும் வைக்க ஒரு சிறு அலமாரி. கட்டில் கம்பியில், டாக்டரின் வெற்றி அல்லது வியாதியின் வெற்றி – இரண்டிலொன்றைக் காண்பிக்கும் 'சார்ட்' என்ற படம்.

ஹாலின் மத்தியில் ஒரு மின்சார விளக்கு; தூங்கும்பொழுது கண்களை உறுத்தாதபடி அதற்கு மங்கலான ஒரு 'டோம்'.

அதன்கீழ் வெள்ளை வர்ணம் பூசிய ஒரு மேஜை, நாற்காலி.

அதில் வெள்ளுடை தரித்து, 'ஆஸ்பத்திரி முக்கா'டிட்ட ஒரு நர்ஸ் என்னவோ எழுதிக்கொண்டிருக்கிறாள்.

ஒன்றையும் பற்றாமல் சலித்துக்கொண்டிருக்கும் மனம்.

ஐயோ! மறுபடியும் அந்த வயிற்றுவலி. குடலையே பிய்த்துக் கொண்டு வந்துவிடும் போலிருக்கிறதே! ஒரு கையால் வயிற்றை அமுக்கிக்கொண்டு ஒருபுறமாகத் திரும்பிப் படுத்தேன். சீ! 'ஸ்பிரிங்' கட்டிலாம்! என்னமாக உறுத்துகிறது!

சற்று அயர்வு . . .

என்ன வேடிக்கை! கட்டில் என்னுடன் பேசுகிறது!

"என்ன வோய்! என் 'ஸ்பிரிங்'கிற்கு என்ன குறைச்சல்? நீர் நாளைக்கு ரொம்ப . . . என்னிடம் வருகிறவர்களை, மரியாதையாக நாலு பேரோடு, சங்கு சப்தம் அல்லது வேத மந்திரம் சகிதமாகத்தான் நீண்ட பிரயாணமாக அனுப்புவது! என்ன, அர்த்தமாச்சா? உமக்கும் அந்த வழிதான்!

"ஹி! ஹி! ஹி! . . ."

என்ன கோரமான பிசாசுச் சிரிப்பு!

மறுபடியும் . . .

"இன்னும் சந்தேகமா? நம்ம 'டயரி'யை வாசிக்கிறேன், கேளும்!"

"உம் . . ."

"ஒரு ரஸமான காதற் கதை சொல்லட்டுமா?

"ஒரு வாலிபன். நல்ல அழகன். விஷம் உள்ளே போனதால் குடல் வெந்த புண். என் மடியில்தான் கிடத்தினார்கள். எங்கள் டாக்டர் பெரிய அசகாய சூரர்; இரண்டாவது பிரம்மா. புண் குணப்பட்டுத் தான் வருகிறது, ஆள்தான் கீழே போய்க்கொண்டிருக்கிறான். டாக்டர் முழிக்கிறார். எனக்குத் தெரியும் அவன் கதை; அவருக்குத் தெரியுமா? இரண்டு வாலிபர்கள், ஆனால் பெண் ஒருத்தி. இருவருக்கும் அவள் பேரில் ஆசை. அதிர்ஷ்டச் சீட்டு இவனுக்கு விழுந்தது. ஆனால் பெண் அவனைக் காதலிக்கிறாள்.

"பிறகு என்ன! அவனுக்குக் காதல், பெண், பஞ்சணை; இவனுக்குச் சோகம், விஷம், நான்! இவன் காதல் தெய்வீகமானது. காரியம் கைகடந்தபின் தெரிந்திருந்தாலும், திருமணம் என்று சொல்லுகிறார் களே அந்த மாற்றமுடியாத உரிமை, அதையுங்கூட விட்டுக்கொடுத் திருப்பான் – அவள் வாழ்க்கையின் இன்பத்தைப் பூர்த்தியாக்க. 'அவள் கை விஷத்தால் சாகிறோம்' என்ற குதூகலம் இருந்தால், பாரேன்! பிறகு . . . அன்று ராத்திரி மூடிய கண் சிறிது திறந்தது. ஒரு புன்சிரிப்பு. உதட்டின் மேல் அவள் பெயர். காற்றிற்கு ஒரு முத்தம். அவ்வளவுதான்!

"நன்றாயிருக்கிறதா?

"பிறகு . . . அவன் சிறு பையன். சத்தியாக்கிரகி! வயிற்றில் . . . தடிக் கம்புக் குத்து. அவனுக்கும் வைத்தியம் நடந்தது. பாவி எமனும் அவனைப் பார்த்துத்தான் அன்ன நடை நடக்கிறான்! பையனுக்குச் சாவின் மேல் எவ்வளவு ஆசை! நெஞ்சில் குண்டுபடவில்லையே என்ற பெரிய ஏக்கம். அதே புலம்பல்தான். என் கையில் ஒரு துப்பாக்கி இருந்தால் . . . சாவைக் கண்டதும் என்ன உற்சாகம்! காதலியைக் கண்டது போலத்தான். என்னமோ, 'ஸுஜலாம், ஸுபலாம்' என்று ஆரம்பித்தான். குரல்வளையில் கொர்ர் என்றது . . . பிறகு என்ன? அவன் தாயாராம், ஒரு விதவை; என்ன அழுகை அழுதாள்! – கருமஞ் செய்யத் தனக்கு ஆள் இல்லை என்றோ!

"ஹி! ஹி!! ஹி!!!

"இன்னும் ஒன்று சொல்லுகிறேன், கேள் . . .

"ரத்தபேதி கேஸ். அவன் ஒரு மில் கூலி. அப்பொழுது 'ஸீஸன் டல்.' என் மேல்தான் கொண்டுவந்து கிடத்தினர். கூட நஞ்சானும் குஞ்சானுமாக எத்தனை உருப்படி! இத்தனைக்குமேல் இவனுடைய ஆயா ஒரு கிழவி. டாக்டர் வந்தார். வந்துவிட்டதையா கோபம்! 'கழுதையை இழுத்துக் கீழே போடு!' என்று கத்தினார். நானா

விடுகிறவன்? ஒரே அமுக்கு; ஆளை 'க்ளோஸ்' பண்ணித்தான் விட்டேன்!

"வேறு என்ன?

"நான் யார் தெரியுமா? சூ! கோழை, பயப்படாதே!

"நான் ஒரு போல்ஷிவிக்கி (அபேதவாதி)!

"ஹி! ஹி! ஹி! . . ."

மறுபடியும் அந்தக் கோரமான கம்பிப்பல் சிரிப்பு! யாரோ என்னை எழுப்பினார்கள்.

"ஏன் முனங்குகிறாய்? தூக்கம் வரும்படி மருந்து தரவா?" என்றாள் என் மேல் குனிந்துகொண்டிருந்த நர்ஸ்.

எங்கோ டக், டக், டக் என்ற பூட்ஸ் சப்தம். டாக்டரோ?

மணிக்கொடி, 13.5.1934

மோட்சம்

ராமுவுக்கு எட்டு வயசுதான். ஆனால் வயசிற்குத் தகுந்த வளர்ச்சி இல்லை. கூழை, ஒல்லி, அடிக்கடி வியாதி. வீட்டுக்குச் செல்லப்பிள்ளை; அங்கே போகாதே, இங்கே போகாதே என்று கேட்டுக்கேட்டுக் கோழைப்பட்ட மனசு. 'அதைச் செய்யாதே' என்றால் கொன்றாலும் செய்யமாட்டான். அவ்வளவு மோசம்.

அம்மா வீட்டிற்கு விலக்கமாகிவிட்டால் அந்த ஐந்து நாளும் பள்ளிக்கூடத்தில் உதைதான். வீட்டில் கடைக்குப் போக வேண்டும்; அதை இதைச் செய்ய வேண்டும்; அப்பா சமையலுக்கு உட்கார்ந்து விட்டால், அவர் ஆபீஸுக்குப் போக வேண்டாமா? படிக்க, வீட்டுப் பாடம் எழுத நேரம் எங்கே இருக்கிறது? அப்பாவைப் பள்ளிக்கூடத் திற்கு வந்து சொல்லச் சொன்னால் நேரமாகிவிடுமாம். அவருக்கு எந்த வாத்தியார் இருக்கார்?

இன்றைக்கும் அப்படித்தான். பயம், போக வேண்டாம் என்று சொல்லுகிறது; அவனால் ஒளிந்துகொள்ள முடியவில்லையே!

'ஸார்' புஸ்தகத்தைப் பார்த்துக்கொண்டு இருக்கும்பொழுது மெதுவாகப் போய் உட்காருகிறான். அதற்குள் அந்தக் கழுகு தெரிந்து கொண்டுவிட்டது.

"டேய்! ராமசாமி, எத்தனை நாள் சொல்லுகிறது. லேட்டா வந்தா வெளியிலே நிற்க வேண்டும் என்று? என்னடா இன்னம் உட்கார்ந் திருக்கே? ஏறு பெஞ்சி மேலே. 'ஹோம் ஓர்க்' போட்டிருக்கையா?"

பதில் இல்லை.

"திருட்டு நாயே! அதுதான் ஒளியற ஜம்பமோ? வா இங்கே."

தயங்கித் தயங்கி நிற்கிறான்.

"வாடா என்றால் . . . திண்ணக்கத்தைப் பார்."

கையை எட்டிப் பிடித்துத் தரதரவென்று மேஜைப் பக்கம் இழுக்கிறார்.

"நீட்டு கையை."

"நாளைக்குக் கொண்டுவந்துவிடுகிறேன், ஸார்."

"நாளைக்கு அடிக்கலை, ஸார். நீட்டு கையை. உம்!"

"ஐயோ, ஐயோ! வலிக்குமே ஸார். இல்லை ஸார்."

"வலிக்கத்தான் ஸார் அடிக்கிறது."

பளீல்! பளீல்! பளீல் ....

ரணகளம்.

"ஏறு பெஞ்சி மேலே!"

இன்னும் எத்தனை பாடங்கள்! அத்தனை 'ஸார்'களும் தங்கள் கைவண்ணத்தைக் காட்டிவிட்டே சென்றார்கள். மறுபடியும் அந்த 'ஸார்' வருகிறாரே பூகோளத்திற்கு!

மணியடிச்சாச்சு; அவரும் வந்தாச்சு.

கண்ணாடியைப் போட்டாச்சு. தலைப்பாகையும் கழற்றி வைத்தாச்சு. ஐயோ அந்தப் பிரம்பு!

"கிருஷ்ணா, இந்தியாவின் வடக்கெல்லை?"

"இமய மலை, ஸார்."

"நீதாண்டா பிச்சா, எழுந்திரு, தெற்கே?"

"வங்காளக் குடாக் கடல், ஸார்."

"என்ன?"

"இல்லை ஸார் ... அரபிக் கடல் ஸார் ... ஸார், ஸார், இந்து மகா சமுத்திரம், ஸார்."

"டேய் ராமசாமி, படித்திருக்கையா? இந்தியாவின் தலைநகரம்?"

மெதுவாக 'டெல்லி' என்று முனகுகிறான்.

"என்ன?"

"இல்லை ஸார், இல்லை ஸார்!"

"ஏண்டா முழிக்கிறே! படிச்சாத்தானே? வா இப்படி 'மாப்' (map) கிட்டே. எங்கே காமி பார்ப்போம்?"

இந்தியா படத்தின்மேல் ஒரு சிறு விரல் ஊர்கிறது; கண், பிரம்பின் மேல்.

"எங்கே காமி! படிச்சாத்தானே!"

'பளீல்' என்று பிரம்பு இறங்குகிறது. தறிகெட்டு வேட்டையாடும் பிரம்பு, தடுக்க முயலும் சிறு கைகள். "ஐயோ, அம்மா, அப்பா. ஹோ உம் ங் ... ங் ... அம்மாடி! ..."

"அம்மாடி! போ கழுதை. வெளியே இருந்து படித்து ஒப்பித்து விட்டுத்தான் வீட்டுக்குப் போக வேணும். என்னிடமா?"

வெளியே நெட்டித் தள்ளுகிறார். புஸ்தகத்தோடு போய் விழுகிறான், அப்படியே.

ராமு பெரிய மனிதனாக நாற்காலியிலே! கையில் உலக்கை போல் தடிக்கம்பு. அது அவனால்தான் தூக்க முடியும். தலையில் தலைப் பாகை, கண்ணாடி ... என்ன சந்தோஷம்!

'பூகோள ஸார்' புஸ்தகம் சிலேட்டுடன் சின்னப் பையன் மாதிரி மெதுவாக வருகிறார்.

"நாயே ஏன் 'லேட்'? இங்கே வா, இப்படி.

"போடு தடியாலே! ராஸ்கல், உனக்கு என்னமா இருக்கு? நீ பிரம்பு, நான் கம்பு. என்னாலேதான் தூக்க முடியும்."

பூகோள ஸார் அழறார்!

"போய் தலைகீழே நின்று படித்து ஒப்பித்துவிட்டு வீட்டிற்குப் போ" – ராமுக்கு என்ன சிரிப்பு! ...

... பெரிய 'கிளாஸ்'. நல்ல வாத்தியார். பெரிய நாற்காலியில். நரைத்த தலை; சிரித்த முகம். ராமு அவர் மடியில் உட்கார்ந்திருக் கிறான். அவர் முதுகைத் தடவிக்கொண்டே, "இன்றைக்கு ஏன் லேட்? இப்படி வரலாமோ? கெட்ட வழக்கம். இந்தா லட்டு. இந்தியாவின் தலைநகர்?"

"டில்லி."

"அதுதான், ஏன் பயப்படறே. நீ நல்ல பையனாச்சே. அந்தப் பூகோள ஸார் அந்தக் குழியிலே உதைபட்டுக்கொண்டு கிடக்கிறார் பார். பயப்படாதே. நான் இருக்கிறேனே ..."

'பளீல்!'

"படிக்கச் சொன்னா, நாயே தூங்கறயா? எழுந்திரு."

'பளீல்!'

"ஐயோ இல்லை ஸார்! டில்லி மாநகர் ஸார்! ஐயோ! ஹ¬ம்ங் ... ஹ¬ங் ..."

***சுதந்திரச் சங்கு*, 25.5.1934**

ராமனாதனின் கடிதம்

யாருக்கு எழுத ... எல்லாருக்கும்தான் ... நாளைக்கு இந்நேரம் ... 'சற்றுப் புத்தி சுவாதீனமில்லாதபொழுது பிராணத்யாகம் செய்து கொண்டான்' என்ற தீர்ப்புக் கூறியாகிவிடும். 'சற்றுப் புத்தி சுவாதீன மில்லாதபொழுது'. அட முட்டாளே! உனக்குத்தான் அப்படி. இந்த இரண்டு கால் ஓநாய் இருக்கிறதே அதற்கு வெறி ... சீச்சி! உன்னைப் பற்றி எனக்கென்ன! நாகரிகம், நாகரிகம், படிப்பு, அந்த இழவுதானே! என்னை என் இஷ்டப்படி செய்துகொள்ள உரிமையில்லையாம்! உன்னைக் கேட்டுக்கொண்டா நான் பிறந்தேன்? நான் துடிதுடித்துக் கொண்டு இருந்தேனே. அப்பொழுது வேடிக்கை பார்த்துக் கொண்டிருக்க உரிமையுண்டு போலிருக்கிறது ... அட, ஓட்டைப்பானை வேதாந்தமே! ... வெட்டுக்கிளி! நீயாகப் பிறந்தாலும் டார், டார் என்று குசாலாகப் பறந்து குதிக்கலாமே! அடடே! விளக்கின் கிட்டப் போகாதே. அது நாகரிகம்! என்னைப் போல் தீய்ந்து போவாய்! இல்லை, இல்லை, நீதான் பட்டதாரி. அந்த விளக்குத்தான் கலா சாலை. விளக்கினால் உள்ளத்தைக் கருக்க முடியுமா! அதால் உன்னைத் தூக்குப் போட்டுக்கொள்ளச் செய்ய முடியுமா? அதற்குள் குதிக்காதே. எழுதி முடியட்டும். எண்ணை இருந்தால்தானே! நாளைக்கு அந்த எண்ணைக் கடைச் செட்டியின் மூஞ்சியைப் பார்க்க வேண்டும். திட்டினானே நாக்கில் நரம்பில்லாமல். பயலுக்கு வேண்டும்! கொஞ்சம் பொறுத்துக்கொள். நானும் அணைய வேண்டும். நீயும் அணைய வேண்டும். இரண்டு பேரும் குதித்துக்கொண்டு ...

அம்மா இருந்தால்! இருந்தால் என்ன? 'படிக்க வச்சேன், பாட வச்சேன், பல்லுக்கருவான் பாதியிலே போனான்' என்று அழுவா. அப்புறம்? நல்ல காலமாய் முன்னாலேயே போய்ச்சேர்ந்தாள். பொதுவிலே நல்லவள்தான் ... அப்பா இருக்கிறாரே, படிபடி என்று திட்டித் திட்டி இந்தக் கதிக்கு கொண்டுவந்தாரே ... அன்றைக்குக் 'கிளாஸிற்கு' டோக்கர் விட்டுவிட்டு கோயில் மா மரத்திலே அந்த ராமானுஜம் பயலோட குசாலாய் மரக் குரங்கு விளையாடும்பொழுது அடிச்சாரே, பாவி! என்ன, எங்கள் வீட்டு உங்கள் வீட்டு அடியா ... அந்தப் பயல் சுத்த மசளை, களிமண்தான். பள்ளிக்கூடத்தில் அவனுக்கு அந்த

வாத்தியார் வேட்டை! படிப்பே வராது ... படிச்சென்ன பண்ண ... இந்தக் கதிதான். கொஞ்சச் செலவா? ரூ. 2000 இருக்கும். ஏன், அதற்கு மேலே வட்டிக்காவது போட்டால் இந்தக் கதி வருமோ? இந்த மண் குதிரையை நம்பி கொண்டுவந்து கொட்டப்போகிறான் என்று எண்ணிக்கொண்டு எல்லாவற்றையும் விற்றுத் தொலைத்தார். அவர் என்ன செய்வார்? பாவம், பழைய காலத்து மனுஷ்யன். வேலை காய்த்துத் தொங்குகிறது, பறிக்க வேண்டியதுதான் பாக்கி என்று எண்ணிக்கொண்டிருக்கிறார். அவர் பாடு கொஞ்சம் கஷ்டந்தான். என்ன, இன்னும் கொஞ்ச நாளில் அவரும் சாம்பல்தானே. நான் பட்டதையும் கொஞ்சம் தெரிந்துகொண்டு வரட்டுமே. அவர் சாம் பல், நான் மண் ... இந்த வயிற்றைத்தானே நாளைக்குக் கீறுவான். அதற்குள் எரிச்சல் எல்லாம் அவிந்து போயிருக்கும். ஓய் டாக்டரே! உமக்கு கை ஒன்றும் சுட்டுப்போகாது. குசாலாய்க் கீறும் ... உம்! விஷம் இருக்கிறதா என்று பார்க்கவாக்கும். இந்த ஒண்ணாந்தரம் மணிக்கயிறு இருக்கிறபோது விஷம் வேறா? இரட்டை மேளமாட்ட மாய்! தபேலா! ... ஆமாம் அந்த ராஸ்கல்தான் ராமானுஜம். அமச்சியூர் டிராமாவிலே தபேலா அடிக்கிறதுதான் – இப்பொழுது வக்கீலாம் – கண்ட பலன். அந்தப் பயலை நேத்திக்கு 1 ரூ கேட்டேன். குரங்கு, முகத்தை அப்படியே தூக்கிக்கொண்டு போய்விட்டது. அந்தக் காலத்திலே கணக்குக்கூட அவனுக்குப் போட்டுத் தொலைச்சிருக்கேன்! முதலில் டிக்கட் வேறே என்னிடம் விற்க வந்தது ... நீயேன் சொல்ல மாட்டாய் ... உன் கையிலும் நாலு காசு இருந்தால் அப்படித்தான். அட முட்டாளே! உனக்கு வேலை பார்க்கத் திறமில்லாவிட்டால்? ஏறி இறங்கின படிக்கட்டு காலுக்குத் தெரியும். பட்ட இடி மனதிற்குத் தெரியும். தொழில் செய்ய மூளை இருக்கிறது. வெற்றிலைக் கடையாவது வைக்க காசு? மூட்டை தூக்க வேண்டும். ஐம்பத்தை எல்லாம் கட்டி வைத்துவிட்டு, டிரில் டிரில் என்று ஈ விரட்டின பலத்திலே – அதற்கு எத்தனை டிமிக்கி – எத்தனை சோற்றுப் பொட்டணம் தூக்க முடியும்! அவன்தான் அந்த மக்காலி, உன்னைக் குமாஸ்தாவாகப் பிடித்துவைக்க திட்டம் போட்டானே. பயலை முக்காலியில் கட்டி அடிக்க வேண்டும்! சீ! கண்ணில் கொசு விழுகிறது. சாகிற கழுதைக்குக் கண்ணில் கொசு விழுந்தால் மோசமோ! ... பாரதியைப் பட்டினி போட்டுக் கொன்ற பயல்களல்லவா! அவனை மூட்டை தூக்கச் சொல்லக்கூடாது. நைந்துபோனவனைக் கொன்றுவிடுவதுதானே இயற்கை, உங்கள் ஓநாய் வேதாந்தம். அவனுக்குக் கவிதையாவது இருந்தது நீங்கள் இப்பொழுது பாரதியார் என்று பெருமையடித்துக்கொள்ள. எல்லாம் விதி, விதி. என்னைப் போல் எத்தனை பேர். அவர்களின் துயரத்தை நீக்கும் ஆகுதியாக நான். தற்கொலை இல்லை, தற்கொலை செய்பவன் கோழையாம்! நீ செய்து பார். ஒய்யாரமாக நாற்காலியில் உட்கார்ந்து கொண்டு பேசுவதைப் பாரேன். அதற்கும் ஒரு பிசாசுத் துணிச்சல் வேண்டும். பட்டாளத்து ஸோல்ஜர் சாகப்போகிறது தெரியாமலா போகிறான். அது மட்டும் தற்கொலையல்ல, வீரம்! சமூகத்திற்கு ...

தியாகம்; தியாகம். நன்றாயிருக்கிறது! நானும் அவனைப் போல் எனது கதியிலுள்ள முட்டாள் பூச்சிகளுக்கு அவசரப்படாதே. இதோ அந்த பிவட்டல் ஜாயிண்டில் *(pivotal joint)* சரியாக வைத்து ஒரு இறுக்கு, ஒரு குதி! ஜேக்கப் ஏணி தெரியுமா? பரீட்சைக்குக்கூட வந்ததே. அது ஒரு மாதிரி. இது நாகரிக நூலேணி. உங்களுக்கு இவ்வளவு போதும். நான் இருக்கிறவரை நீங்கள் தூக்கி நிறுத்தின மண்ணாங்கட்டிக்கு இவ்வளவு நீளம் போதாதா?

இறக்கும்வரை வெறுக்கும்
ராமனாதன்

***சுதந்திரச் சங்கு*, 1.6.1934**

காளி கோவில்

இருள்.

நட்சத்திரங்களும் அற்ற மேக இருள்.

வானத்திருளை வெட்டி மடிக்கும் மின்னல்கள்.

இருளுடன் இருளாக நகரும் நதி, படிகளில் மோதி எழுப்பும் அலைகளினால் அன்றித் தெரியாது.

கரைக்கு வடக்கே ஒரு கோவில், இருள் திரண்டு எழுந்து நின்ற மாதிரி.

அதனுள் தீப ஒளி தழுவி விளையாடும் காளி விக்கிரகம். கறுத்த பளிங்கினால் ஆக்கியது. அந்தச் சிற்பியின் கைவண்ணந்தான் என்ன! கோரத்திலே ஒரு அழகு, ஒரு பெண்மை. இறுகிய கல்தான்; அதில் என்ன எழில்!

தீபத்தின்மீது கவிந்து அமுக்குவது போல் இருள் பம்மும் பிரகாரம்.

திடீரென்று எங்கும் அந்தகாரம்!

நடுநிசி!

விக்கிரகத்திலிருந்து மெல்ல நிலவும் ஒளி.

தேவியின் கண்களில் ஒரு பிரகாசம். உதடுகளில் உயிர்க் குறியின் புன்சிரிப்பு. மார்பு மேலோங்கி இறங்குகிறது. தேவி எழுகிறாள்!

ஜோதியின் நிலவு தரையைத் தடவ, அந்தக் கறுத்த அழகு மெதுவாகச் சென்று நதியில் முழுகுகிறது.

கோவிலில் தீபத்தை அமுக்க முயன்ற அந்தகாரத்தின் வெற்றி.

தீபக்கால் திரண்டு வளருகிறது. இருளுக்குள் மைக் கொழுந்தாய் வளரும் ஒரு மனித உருவம். ஒரு சமயம் விம்மி உயர்ந்த விஸ்வரூபம். பனை மரக் கை கால்கள் உயரத்திலே வெள்ளைப் பற்களும், அதற்கு மேல் இரண்டு நட்சத்திர ஒளிகளும் தலை இருக்குமிடத்தைக் குறித்தன. இவ்வளவு சிறிய கோவிலில் முகட்டை மீறும் உருவ ஆகிருதி. அடுத்த நிமிஷம் ஒன்றரையடி உயரமுள்ள கனிந்த இருள் கொழுந்து. அடுத்த கணம் ஐந்து அடி உயரம். சிகை முழங்கால்வரை விழுந்து ஆடையாக உடலை மறைக்கிறது.

பேய்! தேவியின் அடிமை.

அது பிரகாரத்தில் ஒரு மூலையில் மறைகிறது.

அங்கே அந்த மூலையில் அந்தப் பேய் ஏன் இப்படிக் குனிந்து குனிந்து அசைகிறது?

பிரகாரம் முழுவதும் அந்தகாரத்துடன் கலக்கும் ஓர் அற்புதமான பரிமள கந்தம். தேவியின் வாசனைச் சாந்து.

அரை கல்லின் பின்புறத்திலிருந்து எங்கிருந்தோ இறங்கியது மற்றொரு பேய்.

சற்று நேரம் வெகு உத்ஸாகம், சந்தனமரைப்பதைப் பார்ப்பதிலே. வெண்ணெய் போல் குழைந்த வாசனைச் சாந்தைத் தொட்டு முகர ஆசை.

தொட்டுவிட்டது!

அரைத்த பேயின் முகத்தில், பயங்கரம், கோபம், பரிதாபம் கலந்து விளங்கின.

~ ~

ஆற்றங்கரையிலே தேவியின் முகத்தில் சடக்கென்று கோப ஒளி அலை போல எழுந்து மறைந்தது. உதட்டில் ஒரு துடிதுடிப்பு!

~ ~

தேவியின் சாந்து! என்ன அபசாரம்!

சுவரில் தேய்க்கிறது. கருங்கல் தரையில் தேய்க்கிறது. ஒவ்வொரு நிமிஷமும் வாசனை அதிகமாகிறதே. குற்றந்தான். மறைக்க வழி யில்லையா? மருந்ததற்கில்லையா?

அரைத்த பேய் சிரிக்கிறது! ஒரு பயங்கரமான ஏளனச் சிரிப்பு.

திருட்டுப் பேய் விலவிலத்து அப்படியே இருந்துவிடுகிறது.

எப்படியிருந்தாலும் தோழனல்லவா? உதவி செய்யாமலிருக்க முடியுமா?

குற்றம் புரிந்த பேயைப் படித்துறைக்கு அழைத்துச் செல்லுகிறது. போகும் வழியிலெல்லாம் சாந்தின் வாசனை திருட்டுத்தனத்தைப் பட்டவர்த்தனமாகப் பரப்புகிறது.

கரையிலிருந்த மணலைப் போட்டுத் தேய்த்தாகிவிட்டது. பாறையிலும் தேய்த்தாகிவிட்டது. கைதான் தேய்கிறது. தேய்க்கத் தேய்க்க வாசனைதான் அதிகமாகிறது.

தேவி பின்புறத்தில் நிற்கிறாள். அதை அவை அறியவில்லை.

சாந்தரைத்த பேய்க்கு ஒரு யுக்தி தோன்றுகிறது! மடியிலிருந்து ஒரு வளைந்த கத்தியை எடுக்கிறது.

குற்றம் புரிந்த விரல்களை இழுத்துப் படிக்கல்லில் வைத்து . . .

பட்!...

விரல்களும் இரத்தமும் ஆற்றில் கலந்து மறைகின்றன.

என்ன குதூஹலம்!

இரண்டும் அண்ணாந்துகொண்டு ஒரு எக்காளச் சிரிப்பு; தேவியின் புன்னகையுடன் கலக்கிறது.

"ஐயோ! தேவி!"

பாதத்தில் மண்ணோடு மண்ணாய் விழுகின்றன. தேவி தன் மலர்க் கைகளால் அருள் புரிகிறாள்.

மின்வெட்டுப் போல் தேவி கோவிலுள் மறைகிறாள். குனிந்து வணக்கமாகத் தொடருகின்ற இரண்டு குற்றவாளிகள்...

பழைய தீபவொளி தழுவி முயங்கும் கற்சிலை.

பழைய கோவில்.

பழைய அந்தகாரம்.

மணிக்கொடி, 10.6.1934

உணர்ச்சியின் அடிமைகள்

கல்யாணமாகி இன்னும் மூன்று நாட்கள்கூட ஆகவில்லை. ஏன் – வெளியில் கட்டிய தோரணங்களே நன்றாக உலரவில்லையே?

அந்த வீட்டு மெத்தையில் ஓர் அறை. அதில் புத்தகத்தில் ஈடுபட்ட ஒரு வாலிபன்; அந்தக் கல்யாண மாப்பிள்ளைதான்!

ஏடுகள் புரண்டுகொண்டிருந்தன. கண்கள் கனவு கண்டுகொண் டிருந்தன. மனம் சிருஷ்டித் தொழிலைக் கைக்கொண்டால் பிறகு எவ்விதம் இருக்கும்?

மேடைப்படிகளிலே 'சிலிங், சிலிங்' என்ற பாதசரம்; வாலிபன் முகத்தில் ஆவலின் பரபரப்பு அலைபோல் எழுந்தது.

காப்பிதான் வருகிறது!

ஆசை, காப்பியின் மேலா? அல்ல!

ஒரு பெண் – நாணமே உருவெடுத்த மாதிரி – ஒரு வெள்ளித் தம்ளரில் காப்பியைக் கொண்டுவைத்துவிட்டு, ஒதுங்கி வெளியே போக யத்தனித்தாள்.

அழகு எல்லாம் சாதாரணந்தான். ஐயோ அந்தக் கண்கள்!

"கண்ணா, எனக்கு ஒரு முத்தம்!" கண்களில் ஒரு மிரட்சி.

"என்ன, கண்ணா?"

சற்றுத் தயக்கம். ஏதோ ஒரு மாதிரி உதட்டுடன் உதடு பொருந்திய சப்தம் வந்தது. இது முத்தமா? உயிர் இல்லை. இன்பம் ஏற்றும் மின்சாரம் இல்லை.

சுந்தரத்திற்கு – அவன்தான் – ஒரு பெருமூச்சு வந்தது. இவள் தனது கனவின் பெண் அல்ல – தகப்பனார் பார்த்துவைத்த பெண். எப்படியோ தன் வாழ்க்கையில் வந்து பின்னிக்கொண்டாள்.

இவனுடைய ஆவேசம் பொருந்திய முத்தம், "ஐயோ" என்ற எதிரொலியைத்தான் எழுப்பியது.

"கண்ணா, எனக்கு ஒரு முத்தம்!"

ஐந்து நிமிஷம் தயக்கம். கரங்கள் மெதுவாகக் கழுத்தில் சுருண்டன. கேசம் கண்களை மறைத்தது. அதரங்கள் முகத்தில் சற்று உலாவி அதரத்தின் மேல் பறந்து விலகின. சுந்தரத்தின் முன் இருந்த இந்த இன்பமற்ற உடல் திரை விலகியது. சுந்தரத்தின் கண்களில் ஏமாற்றத்தின் கோபம். "போ! உனக்கு என்மேல் பிரியமே கிடையாதே! போ! போ!"

கமலாவின் கண்களிலிருந்து தாரைதாரையாகக் கண்ணீர்.

"போங்கள்! பக்கத்திலிருந்து பேசிக்கொண்டிருக்கக் கூடாதா... நீங்கள்..." – கண்கள் சுந்தரத்தின் பக்கத்திலிருந்த வெற்றிலைச் செல்லத்தில் நீட்டிக்கொண்டிருந்த புகையிலைத் துண்டைக் கவனிப்பது போல் இருந்தன. முன்றானை தன்னை அறியாமலே உதட்டைத் துடைத்தன.

சுந்தரத்தின் கண்களில் ஓர் ஒளி! குதூகலம்! எழுந்தான். கமலாவை, ஆலிங்கனமா? – இவனுள் ஐக்கியமாகிவிட்டாள். முத்தங்கள்... நெற்றியில்... கண்களில்... அதரங்களில்... எவ்வளவு ஆவேசம்! என்ன உயிர்!

கமலாவிற்குக் கவலை அறியாத ஒரு புது உணர்ச்சி. அவள் அதரங்கள் அவளை அறியாமல் பதில் பேசின.

~ ~

ஒன்றரை வருஷங்கள்!

தொட்டிலில் ஒரு குழந்தை.

"கண்ணா! கண்ணா! இதோ, இங்கே பார்! ஓடிவா!"

"என்ன" என்று கூறிக்கொண்டே சிரித்த கண்களுடன் வராந்தாவிற்கு ஓடிவந்தாள்.

"இங்கே வா! அதோ பார், இந்தக் கிளையில் அந்த அணிலை! எப்படி வாயில் குட்டியைக் கவ்விக்கொண்டு! இலை மறைத்திருக்கிறது; என் பக்கம் இன்னும் கிட்டவா! அதோ பார் அந்தக் கிளையில்" என்று அவளைத் தன் பக்கம் அணைத்தவண்ணம் தன் கைகளைக் காட்டினான்.

"ஆமாம்! ஆமாம்! ஐயோடி! எனக்கு வேண்டும். பிடித்துத் தரமாட்டீர்களா?" என்று அத்திசையை நோக்கியவண்ணம் கைகளை உதறினாள்.

சுந்தரத்தின் கண்களில் ஒரு குறும்புச் சிரிப்பு. பேசாமல் உள்ளே சென்றான். கமலா அதைக்கூடக் கவனிக்கவில்லை.

"இதோ வந்துவிட்டது! ஐயோடி! சீக்கிரம் வாருங்கோ!" என்று பதைத்தாள் கமலம்.

சுந்தரம் ஒரு குழந்தையை – தங்கள் வாழ்க்கையின் அர்த்தத்தை, தங்கள் காதலின் லக்ஷ்யத்தை – எடுத்துக்கொண்டுவந்து அவளிடம்

நீட்டிக்கொண்டு, "இதோ பிடித்துத் தந்திருக்கிறேன்! இதைவிடவா?" என்று சிரித்தான்.

கமலாவின் கண்களில் ஓர் அற்புத ஒளி! சுந்தரத்தை அப்படியே தூக்கி விழுங்கிவிடுவது போல் ஒரு முத்தத்துடன் அணைத்தாள். குழந்தை 'வீல்' என்று குரலிட்டுத் தான் இருப்பதைத் தெரிவித்தது.

உடனே குழந்தையைக் கையில் பிடுங்கி மார்பில் அணைத்துக் கொண்டு அவரைப் பார்த்தவண்ணம், "எனக்கு இரண்டு பாப்பா இருக்கே! என்னடி மீனு!" என்று குழந்தையுடன் அவன்மீது சாய்ந்தாள். மூவரும் ஒருவராயினர்.

~ ~

இருபது வருஷம்!

சாயந்தரம்.

வெளி வராந்தாவில் ஒரு பெண் குழந்தை விளையாடிக்கொண் டிருக்கிறது. மீனுவின் குழந்தை.

இருவரும் உட்கார்ந்திருக்கிறார்கள். நரைத்த தலை; தளர்ந்த உடல்.

கமலாப் பாட்டி, சுந்தரம் தாத்தாவுக்கு வெற்றிலை தட்டிக்கொண் டிருக்கிறாள்.

வெற்றிலைப் பொடியை வாயில் போட்டுக் கையைத் துடைத்து விட்டு, "கண்ணா ஒரு முத்தம்" என்று குழந்தையை நோக்கிக் கைகளை நீட்டினார்.

"மாத்தேன் போ" என்று காலை நீட்டி உட்கார்ந்துகொண்டு சிரித்தது குழந்தை.

"தாத்தா கண்ணோ! பாட்டி கண்ணோ!" என்று குழந்தையை நோக்கிக் கமலம் கைகளை அசைத்தாள்.

"மாத்தேன் போ!" – சிரிப்புத்தான்.

இருவரும் ஒத்துப் பேசியது போல் ஏகோபித்துக் குழந்தையை எடுக்கிறார்கள்.

சுந்தரம் தாத்தா, "மாத்தேன் போ" என்று திருப்பிக்கொண்ட கழுத்தில் முத்தமிடுகிறார். கமலம் மார்பில் முத்தமிடுகிறாள்.

இருவர் கண்களிலும் அதே ஒளி!

மணிக்கொடி, 8.7.1934

நிகும்பலை

விடிந்து வெகு நேரமாகிவிட்டது.

அந்த அறையில் மட்டும் சூரியனது திருஷ்டி செல்லவில்லை.

எதிரிலிருந்த மங்கிப் புகையடைந்த மண்எண்ணெய் விளக்கருகில் ஓர் மாணவன் கையிலிருந்த புத்தகத்தில் ஏகாக்கிர சிந்தையாக இருந்தான்.

அன்று இரவு அவனுக்குச் சிவராத்திரி; பரீட்சை நெருங்கினால் பின் மாணவர்களுக்குச் சிவராத்திரி ஏன் வராது?

வெளியே தடதடவென்று கதவைத் தட்டும் சப்தம் அவனது யோகத்தைக் கலைத்தது.

"மிஸ்டர் ராமசாமி! மிஸ்டர் ராமசாமி!" என்று அவன் நண்பனின் குரல்.

கதவைத் திறக்கிறான்.

"என்னவே! நீரெல்லாம் இப்படி 'ஸ்டடி' செய்தால் பரீட்சை தாங்குமா? 'கிளாஸ்'தான்!" என்று வந்தவன் சிரித்துக்கொண்டே உள்ளே வந்தான்.

"ஏது, ரொம்ப நேரமாகிவிட்டது போலிருக்கே? நீர் உள்ளேயிரும்; நிமிஷத்தில் ஜோலியை முடித்துவிட்டு வந்துவிடுகிறேன்; 'இண்டியன் ஹிஸ்டரி'யை முடித்துவிடலாம். 'எ மினிட்' " என்று சொல்லிக் கொண்டே உள்ளே ஓடினான்.

"உம்ம படிப்புக்கு நான் எங்கே?" என்றார் வந்தவர்.

இருவரும் பி.ஏ. பரீட்சைக்குப் பணம் கட்டியிருக்கிறார்கள். உள்ளே தங்கியவர் பெயர் நடேசன். இல்லை, மிஸ்டர் நடேசன்.

"என்னவே! அதுக்குள்ளையா குளித்துச் சாப்பிட்டுவிட்டீர்?"

"ஆமாம், ஆமாம்!" என்று ஈரம் சொட்டிக்கொண்டிருந்த தலையைத் துடைத்துக்கொண்டே வின்சென்ட் ஸ்மித் என்பார் எழுதிய இந்திய சரித்திரத்தை எடுத்துப் புரட்டினான்.

‘அடிமை அரசர்களினால் உண்டான நன்மைகள்’ என்ற பகுதியைத் திருப்பி வைத்துக்கொண்டு நாலாயிரப் பிரபந்தத்திற்காகத் தொன்று தொட்டு ஏற்பட்ட ராகத்தில் வாசிக்க ஆரம்பித்தான்.

மிஸ்டர் நடேசனும் தனது மூளைக்குப் பக்கபலமாக ஒரு சிகரெட்டை எடுத்துப் பற்றவைத்துக்கொண்டு இருந்தவர், இரண்டு மூன்று நிமிஷம் கழித்து, “இதெல்லாம் ‘எக்ஸாமினேஷனு’க்கு வராதுவே; வந்தாலும் ஐமாய்த்துவிடலாம். நம்ப புரொபெஸர் கொடுத்த நோட்ஸை எடுத்து நல்ல ‘டாப்பிக்கலா’ இரண்டு ‘சப்ஜெக்ட்ஸ்’ வாசியும்!’ என்றார்.

இருவரும் ஐந்து நிமிஷமாகத் தேடினார்கள். அட்டைகள் இரண்டும் அந்தர்த்யானமாகி, பக்கங்கள் ஒன்றோடொன்று ஒத்துழையாமை செய்துகொண்டிருந்த ஒரு காகிதக் குப்பையை எடுத்தார்கள். அதை நோட்டுப் புஸ்தகம் என்பது உயர்வு நவிற்சி. எழுத்துக்கள் பிரம்ம லிபி; ஆதியும் அந்தமும் இல்லாத சிவனார் போல் விளங்கியது.

இவ்வளவு அனந்த கல்யாண குணங்களும் நிறைந்த அந்த ‘நோட்டுப் புஸ்தகத்தை’ப் பலவிதமாகப் புரட்டி, ஒரு மாதிரித் திருப்தியடைந்தவன் போல் ‘பர்மிய யுத்தங்களின் சுருக்கம்’ என்ற பகுதியைப் படிக்க ஆரம்பித்தான்.

“என்ன மிஸ்டர் இதைப் படிக்கிறீர்? போன ஸெப்டம்பருக்கு கேட்டாச்சே. மேலும், இந்த ‘லெவன்த் அவரில் தரோ ஸ்டடி’ முடியுமா? ‘வார்ஸ்’ வந்த காரணங்களைப் படியும். ‘ஈவண்ட்ஸ்’ விட்டுவிடும்: ‘எப்பெக்ட்ஸ்’ படியும். ‘பிரிப்பேர்’ பண்ணவே தெரியலையே” என்று கடிந்து, சுருக்க வழி சொல்லித் தந்த மிஸ்டர் நடேசன் அதற்குள் அணைந்துபோன சிகரெட்டைப் பற்றவைத்துக் கும்பரேசக பூர்வமாக பிரம்ம பத்திரத்தின் ஸூக்ஷ்ம சக்தியை வெகு சுவாரஸ்யமாக ஆகர்ஷித்துக் கொண்டு இருந்தார்.

பரீட்சைப் பாராயணம் நடந்தது.

“என்ன மிஸ்டர்! மணி ‘ஒன்’ ஆகிவிட்டது போலிருக்கே! மத்தியானம் வந்து முடித்துவிடுவோமே!” என்றார் மிஸ்டர் நடேசன்.

“சரி.”

~ ~

மத்தியானம்.

அகோரமான வெயில்.

“இந்த ‘ஹாட் ஸன்’லே வந்தது ரொம்ப ‘டயர்டா’க இருக்கு!” என்று சொல்லிக்கொண்டு உள்ளே நுழைந்த நடேசன், ஒரு பாயை விரித்துக்கொண்டு சாய்ந்தான்.

“எனக்கும் ‘டயர்டா’த்தான் இருக்கிறது. ஆனால் முடியுமா? சாயங்காலத்திற்குள்ளாவது ‘இண்டியன் ஹிஸ்டிரி’யை முடித்துக்கொண்டு ‘பாலிட்டிக்ஸ்’ ஆரம்பித்துவிடலாம்!” என்றார் மிஸ்டர் ராமசாமி.

“ஸ்! இந்த ‘ஹெவி ஸன்’லே ‘சப்ஜெக்ட்’ஸா? ஏதாவது ‘லைட்’டா ‘நான் டீட்டெயி’லை எடுத்துப் படி.”

ஒரு மேல்நாட்டு நாவலாசிரியர் எழுதிய நாவல் ஒன்றை எடுத்து முதலிலிருந்து ஆரம்பித்தான்.

“என்ன மிஸ்டர் உமக்குச் சொன்னாலும் தெரியவில்லையே. சட்டர்ஜி ‘நோட்ஸ்’ எடுத்துப் படியும். இதில் மூன்று ‘டாபிக்ஸ்.’ அதை அவன் நல்லா ‘டீல்’ பண்ணியிருக்கிறான்.”

படிக்க ஆரம்பித்தான். கொஞ்ச நேரத்தில் மிஸ்டர் நடேசன் பரீட்சையை மறந்தார். மிஸ்டர் ராமசாமி கையிலிருந்த புஸ்தகத்தையே மறந்தார். இருவரும் சுவாரஸ்யமாகக் குறட்டைவிட்டார்கள்.

“ ‘ஹால் டிக்கட்ஸ்’ வந்துவிட்டதாம்!” என்று இரைந்துகொண்டே உள்ளே வந்தார் ஒரு மாணவர்.

“என்ன தூக்கம்? ‘ஹால் டிக்கட்ஸ்’ வந்துவிட்டதாம், ஸார்” என்று மறுபடியும் சொல்லி எழுப்பினான் வந்தவன்.

“எப்போ? எப்போ?” என்று எழுந்திருந்தார்கள் இருவரும்.

“ ‘மார்னிங்’தான் வந்ததாம்; போய் வாங்கிக்கொண்டு வந்துவிடுவோமே” என்றார் வந்தவர்.

“புறப்படுவோம், ‘எ மினிட்’ . . .” என்று சொல்லிக்கொண்டு இருவரும் மேல்சட்டையைப் போட்டுக்கொண்டார்கள்.

“என்ன மிஸ்டர் சண்முகம்? ‘சப்ஜெக்ட்’ எல்லாம் முடிச்சாச்சா?” என்று கேட்டான் ராமசாமி.

“என்ன பிரதர், ‘சப்ஜெக்ட்ஸ்’ எல்லாம் அப்படியே இருக்கு; இங்கிலீஷைத் தொடவே இல்லை. நீங்கள் எதுவரைக்கும் முடித்திருக்கிறீர்கள்?” என்றார் சண்முகம்.

“என்ன ‘பிரதர்?’ அன்னிக்கே நீங்க ‘ஹிஸ்டரி’யை எல்லாம் முடித்தாய்விட்டது என்றீர்களே!” என்று சிரித்தான் நடேசன்.

“ஒரு தடவை ‘டச்’ பண்ணா போதுமா? ‘ஸ்டடி’ பண்ண வேண்டாமா?” என்றார் சண்முகம்.

“எங்களுக்கு ஒரு தடவை ‘ரிவைஸ்’ பண்ணவே ‘டயம்’ இல்லையே. பிரதர்! கொஞ்சம் ஒங்க ‘எக்கனாமிக்ஸ்’ நோட்டைக் கொடுங்கள். ‘மார்னிங்’ தந்துவிடுகிறேன்” என்றான் ராமசாமி.

“இல்லை ‘பிரதர்’; அதைத்தான் இப்போ நான் ‘ஸ்டடி’ பண்றேன். நாளைக்குக் கொண்டுவாரேனே!”

“ஏன் பிரதர், நீங்களும் நம்ப ரூமிற்கு வந்தால் ராத்திரியிலேயே எல்லோரும் ‘ஸ்டடி’ செய்துவிடலாமே, எப்படி?” என்றான் நடேசன்.

“சரி.”

“இப்படி ஹோட்டலுக்குப் போவோம். ‘டய’மாகிவிட்டது!” என்றான் ராமசாமி.

மூவரும் கலாசாலையை நெருங்கினார்கள். அப்பொழுதுதான் கலாசாலை ரைட்டர் தனது அறையைச் சாத்திப் பூட்ட எத்தனித்தார்.

"பிரதர், கொஞ்சம் தயவு செய்யணும்!" என்று சண்முகம் ஓடிப்போய்க் கையைப் பிடித்தான்.

"ஏன் சார், 'ஆபீஸ் அவர்'ஸில் வரக்கூடாது? எனக்குக் கொஞ்சம் 'பிஸினெஸ்' இருக்கிறது, சார்" என்று பிரமாதப்படுத்திக்கொண்டார் ரைட்டர் அனந்தராம அய்யர்.

சண்முகத்தின் கையிலிருந்து ஏதோ ஒரு சிறிய விஷயம், ரைட்டர் பையில் 'கிளிங்' என்ற சப்தத்துடன் விழுந்தது. வேதாரண்யத்திலே கதவைத் திறக்கச்செய்யும்படி பாடினார்களாமே, அந்தப் பாட்டை விடப் பன்மடங்கு சக்தி வாய்ந்தது! உடனே ரைட்டர் முகம் மலர்ந்து உபசரிக்க வேண்டுமென்றால் பார்த்துக்கொள்ளுங்களேன்!

மூவரும் தங்கள் ஹால் டிக்கட்டுகளை வாங்கிக்கொண்டு வந்தனர்.

எதிரே இவர்களுடைய சரித்திர ஆசிரியர் வந்தார். இவர் மூளையில் இல்லாதது சரித்திரம் சம்பந்தப்பட்ட மட்டில் பரீட்சைக்கு அவசியமில்லாதது என்று சொல்லிவிடலாம். அட்சரம் பிசகாமல் அவர் படித்த புத்தகங்களின் கதம்பமாக இருக்கும் அவர் பிரசங்கங்கள். சரித்திரங்களை யூனிவர்சிட்டி கேள்விகளின் விடைகளாக மாற்றிக் கற்றுக்கொடுப்பதில் நிபுணர்; பரீட்சையில் மாணவர்கள் தோற்காதபடி பார்த்துக்கொள்வதிலும் நிபுணர்.

இவர்களைக் கண்டதும், "என்னடே! 'ஸப்ஜெக்ட்ஸ்' எல்லாம் ஆகிவிட்டதா? 'இண்டியன் ஹிஸ்டரி' முடித்துவிட்டீர்களா?" என்று கேட்டார்.

"ஆம், சார்" என்றான் நடேசன்.

"இந்த மார்ச்சில், 'டல்ஹௌஸி'யில் ஒரு கேள்வி வருமப்பா. படித்தாகிவிட்டதா?" என்றார்.

" 'பாலிஸி ஆப் லாப்ஸ்'தான் சார் அதில் முக்கியம்!" என்றான் நடேசன்.

"அதைச் சொல்லு பார்ப்போம்" என்றார் புரொபெஸர்.

நடேசன் தனது சொந்த இங்கிலீஷில் சொல்லிக்கொண்டு வந்தான்.

புரொபெஸர் இடைமறித்து, "இப்படி எழுதினால் உனக்குச் சுன்னம்தான். நீ என் 'நோட்ஸை'ப் படித்தையா?" என்று கேட்டுவிட்டு, "ராமசாமி, நீ சொல்லு பார்ப்போம்" என்றார்.

ராமசாமி பிளேட் வைத்தான். இடையில் ஒரு வார்த்தை திக்கிற்று; புரொபெஸர் அதைத் தொடர்ந்தே பாராயணம் பண்ணி முடித்தார். "கேர்புல்லாகப் படியுங்க. இன்னும் ஒரு வாரந்தான் இருக்கிறது" என்று புரொபெஸர் விடைபெற்றுக்கொண்டார்.

"ராமசாமிக்குக் 'கிளாஸ்'தான்!" என்று சிரித்தான் நடேசன்.

“இதைத் தவிர தெரியாதே. நீயாவது சொந்தமா எதும் அடிச்சு விடுவாய்” என்றான் ராமசாமி.

“மிஸ்டர், ஒங்க நம்பர் என்ன?” என்றான் நடேசன்.

“உம்முடையதைச் சொல்லுமேன்” என்றார் சண்முகம்.

“நமக்கு கோளாத்தான்!” என்றான் நடேசன்.

“அதென்ன ஜோஸியம்?” என்றான் ராமசாமி.

“நம்பரில் உள்ள எண்களைக் கூட்டினால் ஒற்றை நம்பராக, 1, 3, 5 உள்ளதாக வந்தால் பாஸ். இல்லாவிட்டால் கோளா!”

“என்னுடையது 8700” என்றான் ராமசாமி.

“கொளுத்திவிட்டீர். ‘கிளாஸ்’தான். அப்பவே சொன்னேனே!” என்றான் நடேசன்.

“என் நம்பர் 7743” என்றார் சண்முகம்.

“உமக்குப் பாஸ்தான், சந்தேகமா?”

“மிஸ்டர் நடேசன், உம்ம நம்பர் என்ன?”

“அப்பவே சொன்னேனே கோளா என்று.”

“சொல்லுமையா. எங்கே இங்கு கொடும்” என்று ஹால் டிக்கட்டைப் பிடுங்கிப் பார்த்தார்கள்.

நடேசன் நம்பர் 7744.

மூவரும் ஹோட்டலுக்குள் சென்றார்கள்.

2

ஒரு வாரம் கழித்து.

பரீட்சை தினம். பட்டம் பெறுவதற்கோ அல்லது திரும்பப் பணங் கட்டி அதிர்ஷ்ட தேவதையை வரிக்க முயலுவதற்கோ ஏற்பட்ட திருநாள். கிண்டிக்கும் சர்வகலாசாலைக்கும் ஒரே விதமான நியாயம், ஒரே விதமான போட்டி. ஜயிக்கும்வரை அல்லது பணம் இருக்கும் வரை, வரையாது கொடுக்கும் வள்ளல்களாக இருக்க வேண்டும். அதுவும் தினம் சராசரி வருமானம் 0–1–3வாக இருக்கும் இந்தியப் பெற்றோரின் குழந்தைகள்.

நடேசன் கோஷ்டியார் வாசித்துவந்த கலாசாலையில் காலை எட்டு மணியிலிருந்தே ஆர்ப்பாட்டம். உண்மையில் கலாசாலை மைதானத்திலும் வராந்தாவிலுமே இந்த அமளி, இரைச்சல்.

உள்ளே பரீட்சைப் புலியைப் பத்து மணிக்கு மாணவர்களுக்காகத் திறந்துவிடுவதற்காகவோ என்று எண்ணும்படி, கதவுகள் சிக்கென்று அடைக்கப்பட்டிருந்தன. கலாசாலை வேலைக்காரன் பொன்னுசாமி – வேலைக்காரன் என்றால் பொன்னுசாமிக்குக் கோபம் வந்துவிடும்! ‘பியூன்’ என்று சொல்லவேண்டும் – ரைட்டர் அய்யரைப் பின்பற்றி ஒரு பெரிய காகித மூட்டையை எடுத்துச் செல்லுகிறான். உள்ளே

எட்டிப் பார்க்க ஆசைப்பட்டு இரண்டு மூன்று மாணவர்கள் தொடரு கிறார்கள். அந்தச் சிதம்பர ரகஸியம் லேசாகக் கிடைத்துவிடுமா? மூக்குத்தான் தட்டையாகிறது.

~ ~

இன்றுதான் மாணவர்கள் வெகு கோலாஹலமாக உடுத்தியிருக் கிறார்கள். அதில் இரண்டு மூன்று முழுத் துரைகளையும் (உடுப்புவரை தான்) காணலாம். ஒவ்வொருவர் கையிலும் கத்தைப் புஸ்தகங்கள். இதில் சிலர், "எப்பொழுதும்போல் இருப்பேன் இன்னும் பராபரமே!" என்பவர் போல் கவலையற்ற உடையுடன் வந்திருக்கிறார்கள். இந்த ரகம் மாணவர்கள்தான் அதிகப் படிப்பு. சிலர் 'என்ன வரும்' என்ற தர்க்கம்; 'வந்தால் என்ன எழுதுவது' என்ற பிரசங்கம். சிலர் புரொபெஸர்களை வளைத்துக்கொண்டு சந்தேகங்களை நிவர்த்தி செய்துகொண்டு இருக்கிறார்கள்.

ஒவ்வொருவர் கையிலும் ஒரு கைக்கெடியாரம். ஒரு மாணவன் பிக் – பென்(Big Ben)னையே தூக்கிக்கொண்டு வந்துவிட்டான். ஒவ்வொருவர் வசத்திலும் குறைந்தது இரண்டு பௌண்டன் பேனாக்கள்; சிலரிடம் ஒரு பெரிய ஸ்வான் இங்க் புட்டி. மாணவர்களிலும் சில அபூர்வ பிரகிருதிகள் உண்டு. அவை, டார்வின் கூற்றுக்கு உதாரண மாக, மோட்டுக் கிளைகளில் உட்கார்ந்து புஸ்தகத்தை ஆழமதியுடனே படிப்பதைக் காணலாம்.

நடேசன் கோஷ்டியும் அதோ வருகிறார்கள்.

~ ~

கலாசாலை மணி.

பரீட்சை யாரம்பமாகிவிட்டது!

சாயங்காலம் மணி ஐந்து; கலாசாலை மணியும், 'போர் முடிந்தது. இன்று போய் நாளை வா!' என்பது போல் தொனித்தது. ஒவ்வொரு ஹாலிலும், "ஸ்டாப் பிளீஸ்" என்று காவலிருந்த புரொபெஸர்கள் கூவினார்கள். அதையும் கவனிக்காமல் மாணவர்கள் எழுதிக் கொண்டிருக்கிறார்கள். நான்கு வார்த்தை அதிகமாக எழுதிவிட்டால் பாஸாகிவிடும் என்ற நம்பிக்கை, ஒரு பையனைப் பண்டிதர் இழுப் பிற்கும் விடாமல் எழுதச் செய்கிறது.

சிலர் தங்கள் நம்பர்களைப் போட மறந்துவிட்டு வெளியேறி விடுவார்கள். ரைட்டர் அய்யர், பொன்னுசாமி முதலியோர் அவனைக் கண்டுபிடித்து நம்பரைப் போடச் செய்யுமுன் மூளை கலங்கிவிடும். இப்படி வெளியேறியவர் ஒருவர் இருவர் தாங்களே வந்து போட்டு விட்டு, கலாசாலைத் தொழிலாளிகளின் வசைமொழி பெற்றுத் திரும்புவார்கள்.

நடேசன் கோஷ்டியும் வெளியே வந்தார்கள். ஆனால் உற்சாகமில்லை. ஒரு வேளை களைப்பாகவும் இருக்கலாம். "எல்லாம்

'டவுட் புல்'லாக இருக்கிறது!" என்று பேசிக்கொண்டார்கள். அவர்களுக்குள் ஒரு கேள்விக்கு எப்படி விடை எழுதுவது என்ற தர்க்கம்.

இப்படித்தான் மற்ற நாட்களும்.

பரீட்சை ரிஸல்ட் வந்துவிட்டது. மூவரும் தேறிவிட்டார்கள்.

இப்பொழுது செர்விஸ் கமிஷன் பரீட்சை எழுதுவதாகத் தீர்மானம். அதிலும் தேறிவிடுவார்கள்.

மணிக்கொடி, **15.7.1934**

நியாயம்

தேவ இறக்கம் நாடார் – அவருக்கு வல்லின இடையினங்களைப் பற்றி அபேதவாதக் கொள்கையோ, தனது பெயரை அழுத்தமாகச் சொல்ல வேண்டும் என்ற ஆசையோ எதுவானாலும் அவர் எப்பொழுதாவது ஒரு தடவை இந்த 'டமிலில்' எழுதுவது போலவே எழுதிவிடுவோம் – நல்ல கிறிஸ்தவர். புரோட்டஸ்டாண்ட் *(Protestant)* ஸர்கில் சேர்மனாக இருந்து, மிஷனில் உபகாரச் சம்பளம் பெற்று வருபவர். இந்த உலகத்திலே கர்த்தருடைய நீதி வழங்கப் பெறுவதற்காகப் பாடுபட்டதனால் ஏற்படப்போக இருக்கும், இந்த உலகத்தின் பென்ஷனை எதிர்பார்த்திருக்கிறார்.

ராஜ பக்தியும், சமூக சேவையும் ஒத்துவராத இந்தக் காலத்தில், மரியாதையாகச் சமூக சேவை என்று சொல்லப்படும் தமது பெஞ்சு மாஜிஸ்திரேட் பதவியில் கொஞ்சம் பெருமையுண்டு. ஒரே கல்லில் இரண்டு காக்கையடித்தால் பெருமையடைய மாட்டார்களா? அவரும் மனிதன்தானே?

அவருடைய மத பக்தி, ராஜ பக்தியுடன் போட்டியிடும். ஞாயிற்றுக் கிழமை வரத் தவறினாலும், அவர் கடவுளால் கொடுக்கப்பட்ட அந்த ஓய்வு நாளில் கோவிலில் போய் ஓய்வு எடுத்துக்கொள்ளாமல் இருக்க மாட்டார். சில சமயம் பால்ராஜ் ஐயர் அவர்கள், ஓர் இருபதாம் நூற்றாண்டு இந்திய யோவான் ஸ்னானகனைப் போல், "ஏ! விரியன் பாம்புக் குட்டிகளே! உங்கள் பாவங்களை ஒப்புக் கொள்ளுங்கள். உங்கள் பாவங்களை மன்னிக்கும்படி, கர்த்தராகிய ஏசு கிறிஸ்துவின் வழியாக, அந்த மனுஷகுமாரன் வழியாக, பரமண்டலங்களில் இருக்கும் பிதாவை முழங்கால் படியிட்டு வேண்டிக் கொள்ளுங்கள். ஏ! விரியன் பாம்புக் குட்டிகளே!..." என்று உற்சாகமாக பிரசங்கிக்கும்பொழுது, தமது அருமை மேரிக் குஞ்சு முதல் அங்கு வந்திருக்கும் வெள்ளைக்கார பிஷப் உள்பட எல்லாம் இரட்டை நாக்குகளை நீட்டிக்கொண்டு நெளிவது போல் தோன்றும். வெகு உருக்கமாக மன்றாடுவதற்காகக் கண்களை இறுக மூடிக்கொள்வார். அவ்வளவு மத பக்தி. பைபிலை இந்த உலகத்துக்கே சரியான ஓர்

இந்தியன் பீனல் கோடாகவே மதித்தார். சமணரைக் கழுவேற்றியதாக மார்தட்டிக்கொள்ளும் திருவாளர்கள் இருக்கிறார்களே, அவர்களுக்குக் கூட அவ்வளவு இருக்குமோ என்னவோ?

அன்று கோர்ட்டில் கூட்டம் எப்பொழுதும் போல். நியூஸென்ஸ் சார்ஜ், லைசென்ஸ் இல்லாத குற்றம், சின்னத் திருட்டு, 'பெரிய' விவகாரங்களுக்குப் பிள்ளையார் சுழி, சின்னக் கடன், இத்யாதி.

பஞ்சபாண்டவர் மாதிரி இருந்த அந்த மாஜிஸ்திரேட்டுகள், வெகு ஊக்கமாக நியாயத்தை நிறுத்துப் பரிமாறிக்கொண்டிருந்தார்கள். கடைசியாக ஒரு கேஸ்தான் அப்பா!

ஒரு *S.P.C.A* இன்ஸ்பெக்டர். அவர் பிடித்த கேஸ், காயம்பட்ட குதிரையைக் கட்டி ஓட்டியதாக.

இன்ஸ்பெக்டர் பாடம் ஒப்புவிப்பது போல் அந்தக் காயம்பட்ட குதிரையையும் வண்டிக்காரனையும் பிடித்த விதத்தையும் விரிவாகக் கூறிவிட்டு இறங்கினார்.

தேவ இறக்கம் நாடாருக்கு இந்த அநியாயமான குற்றத்தைக் கேட்டவுடன் தாங்கமுடியாத கோபம். இனிமேல் இம்மாதிரி நடக்காதபடி ஒரு 'முன்மாதிரி'யாகத் தண்டிக்க வேண்டும் என்று நினைத்துவிட்டார்.

"யா! ஒம்பேரென்னா!"

"சொள்ளமுத்துப் புள்ளெ."

"சொள்ளமுத்து இண்ணு சொல்லுமேவே. புள்ளை என்ன புள்ளை! கூண்டுலெ ஏறுனாப்ப? நீரு புண்ணாப்போன குருதையெ வண்டிலே மாட்டலாமா? என்னா மரங்கணக்கா நீக்கிராவே; ஒமக்கு புத்தியில்லே? வாயில்லாச் சீவனை; ஊமையாகவே! என்ன நிக்கிரா?"

"தரும தொரைகளே! எங்குருதயெ புள்ளமாருதி வளக்கேன். வவுத்துக் கொடுமை; இல்லாட்டாகே நாம் போடுவனா சாமி? இனி மேலே இப்பிடி நடக்காது சாமி. ஒருதடவை, தருமதொரைக மன்னிக்கணும்."

"நல்லாச் சொன்னீரு! வேலையத்துப் போயாவே நாங்க இங் கெடந்து பாக்கம்? 5 ரூபா அவராதம்; தவறினா ஒரு மாசம். சரி தானே ... அப்புறம்" என்று மறுபக்கம் திரும்பினார்.

சுடலைமுத்துப் பிள்ளை ஆவேசம் கொண்டவன் போல் ஓடிவந்து காலைப் பிடித்துக்கொண்டு, "தரும துரைகளே! இந்த ஒரு தடவை மன்னிக்கணும். புள்ளே குட்டி வவுத்துலே அடியாதிங்க ..."

"பின்னாலே போ, சாத்தானே!" என்று தேவ இறக்கம் நாடார் கர்ஜித்தார். கோர்ட் ஆர்டலி, சுடலைமுத்துப் பிள்ளையை இழுத்துக் கொண்டு வெளியே போனான்.

இரவு, தேவ இறக்கம் நாடார் படுத்துக்கொள்ளுமுன் முழங்கால் படியிட்டு ஜபம் செய்கிறார்.

"பரமண்டலங்களில் இருக்கும் எங்கள் பிதாவே! உமது நாமம் பரிசுத்தப்படுவதாக. உம்முடைய ராஜ்யம் வருவதாக. உம்முடைய சித்தம் பரமண்டலத்திலே செய்யப்படுகிறது போல் பூமியிலேயும் செய்யப்படுவதாக. எங்களுக்கு வேண்டிய அப்பத்தை அன்றன்று எங்களுக்குத் தாரும். எங்கள் பாவங்களை எங்களுக்கு மன்னியும்: நாங்களும் எங்களிடம் கடன்பட்டவர்களுக்கும் மன்னிக்கிறோமே... ஆமென்!"

கண்ணை விழித்து எழுந்தார். அந்த அஞ்ஞானி வண்டிக்காரனைப் பற்றி ஞாபகமேயில்லை!

மணிக்கொடி, 22.7.1934

புதிய நந்தன்

நந்தா சாம்பானை நந்த நாயனாராக்க, சிதம்பரத்தில் அக்கினிப்புடம் போட்ட பின்னர் வெகு காலம் சென்றது.

அந்தப் பெருமையிலேயே ஆதனூர் சந்தோஷ – அல்லது துக்க – சாகரத்தில் மூழ்கி அப்படியே மெய்மறந்தது.

இங்கிலீஷ் சாம்ராஜ்யம் வந்த சங்கதிகூடத் தெரியாது. அப்படிப் பட்ட நெடுந்தூக்கம்.

இப்பொழுது ஆதனூரிலே ரயில்வே ஸ்டேஷன், வெற்றிலை பாக்குக் கடை என்ற ஷாப்பு, காப்பி ஹோட்டல் என்ற இத்யாதி சின்னங்கள் வந்துவிட்டன. எப்படி வந்தன என்ற சமாசாரம் யாருக்கும் தெரியாது.

ஆனால், நந்தன் பறைச்சேரியில் விடைபெற்றுக்கொண்ட பிறகு பறைச்சேரிக்கு என்னமோ கதிமோட்சம் கிடையாது. பழைய பறைச்சேரிதான், பழைய கள்ளுக்கடைதான். ஆனால் இப்பொழுது பழைய வேதியரின் வழிவழிவந்த புதிய வேதியரின் ஆள் மூலம் குத்தகை. சேரிக்குப் புறம்பாக அல்லது தீண்டக்கூடாது என்ற கருத்துடனோ, மரியாதையான தூரத்திலே ஒரு முனிஸிபல் விளக்கு. அதை ஏற்றுவதைப் பற்றி ஒருவருக்கும் தெரியாது. சேரிப்பறையர்கள் ஆண்டையின் அடிமைகள், அத்துடன் அவர்களுக்குத் தெரியாத வெள்ளைத் துரைகளின் அடிமைகள்.

அந்தப் பழைய வேதியரின் வாழையடி வாழையாக வந்த (அவர்கள் குலமுறை கிளத்தும் படலம் எந்தப் புராணத்திலும் இல்லை) வேதியர் அக்கிரகாரத்தில் பெரிய பண்ணை. 1000 வேலி நிலம் இத்யாதி வகையறா. இது மட்டுமல்ல. ஒரு பென்ஷன் பெற்ற ஸப் ரிஜிஸ்திரார் விஸ்வநாத ஸ்ரௌதி; இவருக்குப் பிரிட்டிஷ் சாம்ராஜ்யத்திலும், இறந்துபோன ஸனாதன உண்மைகளிலும் அபார நம்பிக்கை. இதை யறிந்து நடப்பவர்கள்தான் அவருடைய பக்தர்கள்.

அவருக்கு ஒரு பையன்; பெயர் ராமநாதன். எம்.ஏ. படித்துவிட்டு கலெக்டர் பரிக்ஷை கொடுக்கவிருந்தவன். ஏதோ பைத்தியக்காரத்தனத்

தினால் – இது அவர்கள் வீட்டிலும் அக்கிரகாரத்திலும் உள்ள கொள்கை – சத்தியாக்கிரகத்தில் ஈடுபட்டுவிட்டான். பையனுக்கு இதிலிருந்த பிரேமையை ஒரு நல்ல சம்பந்தத்தில் ஒழித்துவிடலாம் என்பது சிரௌதியின் நம்பிக்கை. பிள்ளையின் பேரிலிருந்த அபார வாத்ஸல்யத்தின் பயன்.

2

சேரியிலே கருப்பன் ஒரு கிழட்டு நடைப்பிணம். 60 வயது. பெரிய நயினாரின் தோட்டக்காவல். இதில் ஒரு ஸ்வாரஸ்யம். கருப்பன் சிறு பிராயத்தில் தெரியாத்தனத்தினாலோ, ஐயரவர்கள் இப்பொழுதும் சொல்லிக்கொண்டிருக்கிறபடி, 'பறக்கிறது'னாலோ ஒரு நாள் இரவு அக்ரஹாரத்தில் இருக்கும் தெப்பக்குளத்தில் இறங்கி ஒரு கை தண்ணீர் அள்ளிக் குடித்துவிட்டான். கோயில் தெய்வத்தின் உலாவுப் பிரதிநிதி யான சுப்பு சாஸ்திரிகள் கண்டுவிட்டார். அக்ரஹாரத்தில் ஏக அமளி. அப்பொழுது சிறுவனாகவிருந்த விஸ்வநாத ச்ரௌதி தன்னை மீறிய கோபத்தில் அடித்த அடி கருப்பனைக் குருடாக்கியது. விளையும் பயிர் முளையிலே தெரியாதா?

ஆனால் ச்ரௌதி இளகிய மனம் உடையவர். கருப்பனுடைய ஸ்திதிக்கு மிகவும் பரிதபித்து தோட்டத்தில் காவல் தொழிலைக் கொடுத்தார். கல்யாணம் செய்துவைத்தார். தோட்டத்திலே குடிசை கட்டிக் கொடுத்தார். பிறகு தங்கக் கம்பியாகிவிட்டான் என்று எல்லோரிடத்திலும் சொல்லுவதில் வெகு பிரேமை.

3

அதெல்லாம் பழைய கதை.

கருப்பன் குருடனாகிவிட்டால் குழந்தைகள் பிறக்காதா? முதலில் ஒரு ஆண் குழந்தை. அவன் பெயர் பாவாடை. ஆண்டை 'சின்ன சாமி'யும் ஏறக்குறைய இதே காலத்தில்தான் பிறந்தான். ராமநாதன் சில சமயங்களில் தோட்டக் காட்டிற்கு வரும்பொழுது பாவாடையுடன் கேணியில் முக்குளித்து விளையாடுவதிலும் மரக்குரங்கு விளையாடு வதிலும் பரம உத்ஸாகம்.

அதெல்லாம் பழைய கதை.

இரண்டு பேரும் வித்தியாசமான இரண்டு சமூகப் படிகளின் வழியாகச் சென்றார்கள். இரண்டு பேரும் ஒரே உண்மையை இரண்டு விதமாகக் கண்டார்கள்.

பரமண்டலங்களிலிருக்கும் பிதாவாகிய கர்த்தரின் நீதிகளை ஆதனூரில் பரப்பும்படி ரெவரெண்ட் ஜான் ஐயர் ஒரு தடவை ஆதனூர் சேரிக்கு வந்தார். பாவாடையின் புத்தி விசேஷத்தைக் கண்டு, அவனைத் தம் மதத்தில் சேர்க்க அனுமதித்துவிட்டால், பெரிய பண்ணை மாதிரி ஆக்கிவிடுவதாக ஆசை காட்டினார். கருப்பனுக்கு,

தன் மகன், 'இங்குருசி' *(English)* படிக்க வேண்டுமென்று ஆசை. நீட்டுவானேன்? பாவாடை ஜான் ஐயருடன் சென்றான்.

ரெவரெண்ட் ஜான் ஐயர் வேளாளக் கிருஸ்தவர். முதலில் போர்டிங்கில் போட்டுப் படிக்கவைத்தார். பையன் புத்தி விசேஷம், மிகுந்த பெயருடன் 10 கிளாஸ் படிக்கும்வரை பிரகாசித்தது. இன்னும் பிரகாசிக்கும். பரமண்டலங்களிலிருக்கும் கர்த்தரின் விதி வேறு விதமாக இருந்தது.

ஜான் ஐயருக்கு ஒரு பெண் உண்டு. மேரி லில்லி என்ற பெயர். நல்ல அழகு.

அவளும் அந்த மிஷன் பள்ளிக்கூடத்தில் ஆண் பிள்ளைகளுடன் படித்தாள். எல்லாவற்றிலும் முதல் மார்க் எடுக்கும் பாவாடையிடம் (இப்பொழுது அவனுக்கு தானியேல் ஜான் என்ற பெயர்) சிறிது பிரியம், நட்பு, வரவரக் காதலாக மாறியது.

கிருஸ்தவ சமுதாயத்தில் இந்துக் கொடுமைகள் இல்லையென்று ஜான் ஐயர் போதித்ததை நம்பி, மனப்பால் குடித்த ஜான் தானியேல், ஒரு நாள் ஐயரிடம் நேரிலேயே தன் கருத்தை வெளிட்டான்.

ஜான் ஐயரவர்களுக்கு வந்துவிட்டது பெரிய கோபம். "பறக் கழுதை, வீட்டைவிட்டு வெளியே இறங்கு" என்று கழுத்தைப் பிடித்து நெட்டித் தள்ளினார்.

மனமுடைந்த தானியேலுக்குப் பாழ்வெளியாகத் தோன்றியது உலகம். இந்த மனநிலைக்கு மதம்தானே சாந்தி என்கிறார்கள். கிருஸ்துவனாக இருந்தபொழுது வேத புத்தகத்தை நன்றாகப் படித்திருந் தான். சுவாமியாராகப் போய்விட வேண்டுமென்று கத்தோலிக்க மதத்தைத் தழுவி, சுவாமியார் பரிட்சைக்குத் தேர்ந்தெடுக்கப்பட்ட நாவிஸ் பிரதராக *(Novice Brother) Father* ஞானப்பிரகாசம் மேற்பார்த்த மடத்தில் இரண்டு வருஷங்கள் கழித்தான். சுற்றி நடக்கும் அபத்தங் களும், சில சுவாமியார்களின் இயற்கைக்கு விரோதமான இச்சைகளும், மனதிற்குச் சற்றும் சாந்தி தராத இருப்புச் சட்டம் போன்ற கொள்கைகளும் அவன் மனத்தில் உலகக் கட்டுப்பாடே ஒரு பெரிய புரட்டு என்ற நம்பிக்கைகளைக் கிளப்பிவிட்டன.

அதனிடமும் விடைபெற்றுக்கொண்டு, திரு. ராமசாமிப் பெரியாரின் சுயமரியாதை இயக்கத்தில் ஈடுபட்டுவிட்டான். அதிலே அவன் ஒரு பெரும் தீவிரவாதி. இப்பொழுது தோழர் நரசிங்கம் என்ற பெயருடன், தனக்குத் தோன்றிய உண்மைகளை அதில் ஒரு பைத்தியம் பிடித்தது போல், பிரசாரம் செய்துகொண்டு வந்தான்.

ஒரு தடவை தகப்பனாரைக் காண ஆதனூருக்கு வந்தான். பழைய எண்ணங்கள் குவிந்திருக்கலாம். அதைப் பற்றி எனக்குத் தெரியாது. அவனுக்கு இரண்டு உண்மைகள் தெரிந்தன. தனக்கும் தனது குடும்பத்தினருக்கும் இடையே எண்ணங்களில், செய்கைகளில், ஏன் எல்லாவற்றிலுமே ஒரு பெரிய பிளவு இருக்கிறது என்பது ஒன்று. இன்னும் ஒன்று, தான் சென்ற பிறகு, தனக்கு ஒரு அழகான –

பறைச்சிகளுக்கும் அழகாயிருக்க உரிமையுண்டு – தங்கை, பதினாறு பிராயத்தாள் இருப்பதையறிந்ததுதான்.

ஆனால், இவர்களை மனிதரின் நிலைமைக்குக் கொண்டுவர எந்தப் பகீரதன் உண்டாகப்போகிறானோ என்ற மலைப்பு ஏற்பட்டு விட்டது. தனது பிரசங்கங்கள் படித்தவர்களிடத்தில் செல்லும்; இந்த வாயில்லாப் பூச்சிகளிடத்தில்?

4

ராமநாதன் வீட்டில் செல்லப்பிள்ளை. இட்டது சட்டம். பக்கத்து ஜில்லாத் தலைநகரில் மெட்ரிக்குலேஷன் வரை படித்தான். அவனுடைய படிப்பு வேறு ஒரு தினுஸு; கெட்டிக்காரன்; பள்ளிக்கூடத்தில் மட்டுமல்ல. சிலரைப் போல் பள்ளிக்கூடத்தில் மூழ்கிவிடவில்லை. காலத்தின் சக்தி வசப்பட்டு அதன் நூதன உணர்ச்சிகளில் ஈடுபட்டு இன்பப்பட்டவன்.

சென்னைக்குச் சென்று மேல்படிப்புப் படித்தான்; எம். ஏ. வரையில். அதற்குள் 1930 இயக்கம் வந்தது. தந்தை நினைத்த கலைக்டர் பதவியைவிட்டு, தடியடிபட்டு ஜெயிலுக்குச் சென்றான்.

ஜெயிலில் இருந்து வந்ததும் ஹரிஜன இயக்கத்தில் ஈடுபட்டான். தகப்பனாருக்கு வருத்தம்தான். ராமநாதனின் அசையாத மனத்தின் முன் ச்ரௌதியின் அன்புதான் நின்றது. கொள்கைகள் பறந்தன.

ஒரு தடவை ஆதனூருக்கு வந்திருந்தான். அப்பொழுது கருப்பனின் மகளுக்கு வயது வந்துவிட்டது. நல்ல இயற்கையின் பூரண கிருபை இருந்தது.

ஒரு நாள் இரவு நல்ல நிலா. தோட்டத்திற்குச் சென்றான். இரவு கொஞ்ச நேரந்தான். அதுவும் ஆதனூரில் கேட்க வேண்டுமா?

தோட்டக் கிணற்றில் யாரோ குதிப்பது போல் சப்தம். ஓடிப் பார்க்கிறான்; ஒரு பெண் உள்ளே. அவனுக்கு ஒன்றும் தெரியவில்லை. உடனே அவனும் குதித்தான்.

"சாமி, கிட்ட வராதிங்க. பறச்சி, கருப்பன் மவ. சும்மானாச்சிங் குளிக்கறேன்" என்ற குரல்.

"சரி, சரி, நீ விழுந்துவிட்டாயாக்கும் என்று நினைத்தேன். ஏறி வா" என்று கரை ஏறினான்.

"இல்லை, சாமி" என்று தயங்கினாள். பிறகு என்ன? இயற்கை இருவரையும் வென்றது.

ராமநாதனுக்கு ... பிறகு ஒரு மகத்தான பாபம் செய்துவிட்டோம் என்ற நினைப்பு. கருப்பன் மகளுக்கு, சின்னப் பண்ணையின் தயவு கிடைத்ததில் திருப்தி.

ராமநாதன் அவளைக் கலியாணம் செய்துகொள்வதாக வாக்களித்தான். "அதெப்படி முடியும், சாமி" என்று சிரித்தாள்.

கருப்பனிடம் போய் நடந்ததைச் சொல்லிப் பெண்ணைக் கொடுக்கும்படி கேட்டான். அவனுக்குப் புதிய கொள்கைகள் எப்படித் தெரியும்?

"அது நயிந்தோ மகாப் பாவம். கண்ணாணே அப்படிச் செய்யக் கூடாது."

ராமநாதனுக்கு இடி விழுந்தது போலாயிற்று.

5

மகாத்மா காந்தி தென்னாட்டில் ஹரிஜன இயக்கத்திற்காகப் பிரசாரம் செய்ய வந்தார். ஆதனூரில் ஐந்து நிமிஷம் தங்குதல். எல்லாம் ராமநாதனின் ஏற்பாடு. ச்ரெளதிகள் அவருடன் வாதம் செய்ய புராண அத்தாட்சிகளுடன் தயார். இதில் ச்ரெளதிகளுக்கு இரட்டை வெற்றி என்ற நம்பிக்கை. ஒன்று, காந்தியின் கொள்கையைத் தகர்ப்பது; இரண்டாவது, காந்தியின் முன்பே தன் புத்திரனிடம் சனாதனத்தின் புனிதத்தைக் காண்பிப்பது.

தோழர் நரசிங்கம் காந்தியை எதிர்த்துக் கேள்விகள் கேட்க ஆதனூருக்கு வந்தான். தங்கையின் சமாசாரம் தெரிந்துவிட்டது. தகப்பனாரிடம் கலியாணம் செய்துவைத்துவிட வேண்டுமென்றும், அதற்குப் பறையர் சமுதாயத்தின் கட்டுப்பாட்டால் செய்ய முடியும் என்றும் தெரிவித்தான். தகப்பனாரின் முட்டாள்தனமான நம்பிக்கையைத் தகர்க்க முடியவில்லை. 'பாப்பானின் சாயத்தைத் துலக்கி விடுகிறேன்' என்று காத்திருந்தான்.

ரயில்வே ஸ்டேஷன் பக்கத்திலிருந்த மைதானத்தில் ஒரு மேடை; கியாஸ் லைட்; இத்தியாதி. இத்தியாதி. பெருங்கூட்டம். வெற்றிகொள்ள ஆசைப்படும் சனாதனமும் அதில் கலந்திருக்கிறது.

கருப்பன் கிழவன். 'மவாத்துமா' கிழவரைப் பார்க்க ஆசை. கண் ஏது? அதென்னமோ? குருடனுக்கு என்ன செய்ய முடியுமோ?

தட்டுத் தடுமாறிக்கொண்டு வந்தான். எங்கோ, தன் மகன் சப்தம் போல் கேட்கிறது. வந்துவிட்டாற் போல் இருக்கிறது என்று தடுமாறிக் கொண்டு ஓடினான்.

மாலைகள் வந்துவிட்டனவா என்று கவனித்து ஓடிக்கொண்டிருக்கும் ராமநாதன் சற்றுப் பின்னால் வந்தான். குறுக்குப்பாதை வழியாகத் தோழர் நரசிங்கம் எங்கிருந்தோ வந்துகொண்டிருந்தான்.

நெற்றிக் கண்ணைத் திறந்த சிவபிரான் போல் தலைப்பு வெளிச்சத்தைப் போட்டுக்கொண்டு கோஷித்துக்கொண்டு வருகிறது மதராஸ் மெயில். ஆதனூர் அதன் மரியாதைக்குக் குறைந்தது; நிற்காது. நாற்பது மைல் வேகம்.

என்ஜின் டிரைவர் விஸிலை ஊதுகிறான்; கோஷிக்கிறான். குருடன் கம்பி வழியாகவே நடக்கிறான். மனம் குழம்பிவிட்டதா?

தூரத்திலிருந்து இருவர் அவனைக் கண்டுவிட்டார்கள். மகனும் மருமகனும்; இயற்கைச் சட்டத்தின்படி அப்படித்தான். சமுதாயம் என்ன வேண்டுமானாலும் சொல்லிக்கொள்ளட்டும்.

வேகமாக ஓடிவருகின்றனர்.

வெளிச்சம்; வெளிச்சம்.

மூவரும் சேரும் சமயம். இழுத்துவிடலாம்.

"ஐயோ!"

ஹதம். ரத்தக் களரி.

மூவரின் ரத்தங்கள் ஒன்றாய்க் கலந்தன. ஒன்றாய்த்தான் இருக்கின்றன.

இதில் யாரை நந்தன் என்பது!

புதிய ஒளியை இருவர் கண்டனர். இருவிதமாகக் கண்டனர்.

இறந்த பிறகாவது சாந்தியாகுமா?

சமுதாயத்திற்குப் பலிதான். அதை யார் நினைக்கிறார்கள்.

பத்திரிகையில் பெரிய நீண்ட செய்திகள்...

பிறகு ஆதனூரில்...?

மணிக்கொடி, 22.7.1934

கவந்தனும் காமனும்

ஒரு நகரத்திலே...

இரவு மணி எட்டு அல்லது ஒன்பது இருக்கலாம். நாகரிகத்தின் உச்சியைக் காண வேண்டும் என்றால், அந்த நகரத்தை, ஏன் - எந்தப் பட்டணத்தையும் இரவில்தான் பார்க்க வேண்டும்.

நீங்கள் இரவு எட்டு மணிக்குமேல் சென்னை மாநகரில் சுற்றிப் பார்த்திருக்கிறீர்களா? சுற்றியிருந்தால் நான் கீழே சொல்லும் விஷயம் உங்களுக்குப் பிரமிப்பை உண்டாக்காது.

கண்ணைப் பறிக்கும் விளக்குகள், உள்ளத்தைப் பறிக்கும் நாகரிகம்!

மனிதனின் உயர்வையும், உடைவையும் ஒரே காட்சியில் காண்பிக்கும் நாகரிகச் சின்னங்கள்!

இது கலியுகமல்ல, விளம்பர யுகம் என்பதற்குப் பொருள் தெரிய வேண்டுமானால் இந்த நகரத்தின் இரவைக் காண வேண்டும். இந்தக் கூட்டங்கள்! - ஏன் இவ்வளவு அவசரம்? இதுதான் நாகரிகத்தின் அடிப்படையான தத்துவம் - போட்டி, வேகம்!

டிராம் வண்டிகளின் 'கணகண'வென்ற ஓலம். ஒரு வேளை இது நாகரிக யக்ஷனின் வெற்றிச் சிரிப்போ என்னவோ?

பெண்களின் பல் வரிசைக்கு முத்துக் கோத்தாற் போல் என்கிறார்கள். இந்த வரிசையான மின்சார விளக்குகளுக்கு உபமானமாகத் தேவலோகத்திலும் இவ்வளவு பெரிய முத்துக் கிடையாதே!

புதிதாக வந்தவன் மலைத்துப் போகலாம், உற்சாகப்பட முடியாது.

வெளிச்சம்! வெளிச்சம்! கண்ணைப் பறிக்கும் வெளிச்சம்!

இதுதான்... தெரு மூலை!

இதுதான் மனித நதியின் சுழிப்பு!

இதற்கு உபநதிகள் போல் பெரிய கட்டடங்களுக்கிடையே ஒண்டி ஒடுங்கிப்போகும் ரஸ்தாக்கள்.

இது வேறு உலகம்!

ஒற்றைப் பாதையில் பாதசாரிகள்; மங்கிய மின்சார விளக்குகள்!

இடையிடையே எங்கிருந்தோ வரும் எக்களிப்புச் சிரிப்பைப் போல் டிராமின் கணகணப்பு.

மணி எட்டுத்தானே சொன்னேன்? கொஞ்ச நேரம் சென்றுவிட்டால் ஆட்கள் நடமாட்டமிருக்காது. 'ஆசாமிகள்' வருவார்கள். வாடிக்கைக்குக் கிராக்கி உண்டு.

இந்தப் பக்கங்களுக்கு அதற்குமேல் வரவேண்டுமென்றால் 'ஆசாமி'யாக இருக்க வேண்டும்; அல்லது குருடனாக இருக்க வேண்டும்; அல்லது கண்கள் எல்லாவற்றையும் பார்ப்பதற்குத்தான் என்ற இரும்புத் தத்துவம் கொண்ட மனிதனாக இருக்க வேண்டும்.

அதோ மூலையில் சுவரின் அருகில் பார்த்தீர்களா? சிருஷ்டித் தொழில் நடக்கிறது. மனிதர்களா, மிருகங்களா? நீங்கள் போட்டிருக்கிறீர்களே பாப்லின் ஷர்ட்டு, உங்கள் ஷெல் பிரேம் கண்ணாடி! – எல்லாம் அவர்கள் வயிற்றில் இருக்க வேண்டியதைத் திருடியதுதான். ரொம்ப ஜம்பமாக, நாஸுக்காகக் கண்ணை மூட வேண்டாம். எல்லாம் அந்த வயிற்றுக்காகத்தான்.

வீட்டில் இவ்வளவு 'சீப்'பாகக் காரியம் நடத்த முடியாது. ஆனால், உங்களிடம் தத்துவம் பேசிக்கொண்டிருக்க நேரமில்லை.

~ ~

தன்னினைவில்லாமலே ஒரு வாலிபன் தெரு வழியாக வருகிறான். களைப்பு, பசி இவை இரண்டுந்தான் அப்பொழுது அவனுக்குத் தெரியும். மனிதனை மிருகமாக்கும் இந்தத் தெரு வழியாகத்தான் அவன் ஆபீஸுக்குச் செல்வது வழக்கம். அந்தப் பெயரற்ற ஆபீஸ், அவனை முப்பது ரூபாய்களுக்குச் சக்கையாகப் பிழிந்தெடுத்த பிறகு, இந்த உணர்ச்சிதான் வருமாக்கும்! அதோ அந்தப் பெண்ணுடன் இருக்கும் ஒருவன் – இவனைவிட அதிகமாகக் கொழுத்த தீனியா தின்கிறான்? அவன் தன்னை மறக்க – யோகிகளைப் போல் அல்ல – குடிக்கிறான். இவனுக்கு அது தெரியாது.

ஒரு மூலை திரும்புகிறான்; சற்று ஒதுக்கமான மூலை.

அலங்கோலமான ஸ்திதியில் ஒரு பெண்! பதினாறு, பதினேழு வயது இருக்கும். காலணா அகலம் குங்குமப் பொட்டு, மல்லிகைப் பூ, இன்னும் விளம்பரத்திற்குரிய சரக்குகள்.

அவளை அவன் கவனிக்கவில்லை.

"என்னாப்பா, சும்மாப் போரே? வாரியா?"

வாலிபன் திடுக்கிட்டு நிற்கிறான்.

"நீ என்னாப்பா, இதான் மொதல் தரமா? பயப்படுரியே?"

கையை எட்டிப் பிடித்தாள்.

"உன் பெயரென்ன?"

"ஏம் பேரு ஒனக்கு என்னாத்துக்கு?"

இவனுக்கு என்ன செய்வதென்று தெரியவில்லை. ஒரே ஒரு வழிதான் புலப்படுகிறது.

அதற்குள் அவள் சந்திற்குள் இழுக்கிறாள்.

வாலிபன் உடனே மடியிலிருந்த சில்லறைகளையெல்லாம் அவள் கையில் திணித்துவிட்டு, "போ! போ!" என்று அவளை நெட்டித் தள்ளிவிட்டு ஓடிவிடுகிறான்.

"ஏண்டா, பேடிப் பயலே! பிச்சைக்காரின்னா நெனச்சுகினே!" என்று சில்லறைகளை விட்டெறிகிறாள்.

அவன் அதற்குள் ஓடிப் போய்விட்டான்.

இந்த அசம்பாவிதமான செய்கையினால் அவள் மலைக்கிறாள். சற்றே பயம்.

"பேடிப் பயல்! பேமானி!" என்று முணுமுணுத்துக்கொண்டே, இருட்டில் சில்லறையைத் தேடுகிறாள்.

ஆனால் அவனும் அன்று பட்டினி என்று இவளுக்குத் தெரியாது.

எக்காளச் சிரிப்பு மாதிரி எங்கோ ஒரு பக்கத்திலிருந்து டிராமின் கணகணப்பு!

மணிக்கொடி, 22.7.1934

இது மிஷின் யுகம்!

நான் அன்று ஒரு முழ நீளம் பெயர்கொண்ட – ஹோட்டல்காரர் களுக்கும் நாடகக்காரர்களுக்குந்தான் வாயில் நுழையாத பெயர் வைக்க நன்றாகத் தெரியுமே – ஹோட்டலுக்குச் சென்றேன்.

உள்ளே எப்பொழுதும் போல் அமளி; கிளாஸ், ப்ளேட் மோதும் சப்தங்கள். 'அதைக் கொண்டுவா, இதைக் கொண்டுவா!' என்ற அதிகாரங்கள்; இடையிலே உல்லாச சம்பாஷணை; சிரிப்பு.

போய் உட்கார்ந்தேன்.

"ஸார், என்ன வேண்டும்?"

"என்ன இருக்கிறது?" என்று ஏதோ யோசனையில் கேட்டுவிட்டேன்.

அவ்வளவுதான். கடல்மடை திறந்தது போல் பக்ஷணப் பெயர்கள் செவித் தொளைகளைத் தகர்த்தன.

"சரி, சரி, ஒரு ப்ளேட் பூரி கிழங்கு!" அது அவன் பட்டியலில் இல்லாதது. முகத்தில் ஏதாவது குறி தோன்ற வேண்டுமே? உள்ளே போகிறான்.

"ஒரு ஐஸ் வாட்டர்!"

"என்னாப்பா, எவ்வளவு நேரம் காத்திருக்கிறது?"

"என்ன கிஷ்ணா, அவர் எவ்வளவு நேரம் காத்திருக்கிறது?"

"இதோ வந்துட்டது, ஸார்!" என்று ஓர் அதிகாரக் குரல் கெஞ்சலில் முடிந்தது.

"காப்பி இரண்டு கப்!"

இவ்வளவுக்கும் இடையில் கிருஷ்ணன் ஒரு கையில் நான் கேட்டதும், மற்றதில் ஐஸ் வாட்டரும் எடுத்துவருகிறான்.

"ஸேவரி (கார பக்ஷண வகை) எதாகிலும் கொண்டா!"

"இதோ, ஸார்!"

"பில்!"

உடனே கையிலிருந்த பில் புஸ்தகத்தில் லேசாக எழுதி, மேஜையில் சிந்திய காப்பியில் ஒட்ட வைத்துவிட்டு, ஸேவரி எடுக்கப்போகிறான்.

"ஒரு கூல் டிரிங்க்!"

"ஐஸ்கிரீம்!"

பேசாமல் உள்ளே போகிறான். முகத்தில் ஒரே குறி.

அதற்குள் இன்னொரு கூட்டம் வருகிறது.

"ஹாட்டாக என்ன இருக்கிறது?"

"குஞ்சாலாடு, பாஸந்தி...."

"ஸேவரியில்?"

கொஞ்சமாவது கவலை வேண்டுமே! அதேபடி பட்டியல் ஒப்புவிக்கிறான். சிரிப்பா, பேச்சா? அதற்கு நேரம் எங்கே? அவன் மனிதனா, யந்திரமா?

"ஐஸ் வாட்டர்!"

"ஒரு கிரஷ்!"

"நாலு பிளேட் ஜாங்கிரீ!"

கொஞ்சம் அதிகாரமான குரல்கள்தான். அவன் முகத்தில் அதே குறி, அதே நடை.

நான் உள்பக்கத்திற்குப் போகும் பாதையில் உட்கார்ந்திருந்தேன். என் மேஜையைக் கவனித்துக்கொண்டு உள்ளே போகிறான்.

மனத்திற்குள் "ராம நீஸமாந மவரு" என்று கீர்த்தனம்! உள்ளத்தை விட்டு வெளியேயும் சற்று உலாவியது. அப்பா!

திரும்பி வருகிறான் கையில் பண்டங்களுடன். பரிமாறியாகிவிட்டது.

என்னிடம் வந்து பில் எழுதியாகிவிட்டது. எல்லாம் பழக்க வாசனை, யந்திரம் மாதிரி.

"ஸார், உங்கள் கைக்குட்டை கீழே விழுந்துவிட்டது, ஸார்!"

அவன் குனிகிறான் எடுக்க. நானே எடுத்துக்கொண்டேன். மனிதன்தான்!

"ஒரு ஐஸ்கிரீம்!"

திரும்பவும் மிஷினாகிவிட்டான்!

மணிக்கொடி, 29.7.1934

ஒப்பந்தம்

பார்வதிநாதனுக்கு பி.ஏ. பாசாகிவிட்டது. அது மட்டுமல்ல, ஸர்வீஸ் கமிஷன் பரீட்சையிலும் முதல் தொகுதியில் வந்துவிட்டான். சீக்கிரத்தில் வேலையாகிவிடும். கலியாணம் ஒன்றுதான் பாக்கி. அதையும் செய்து முடித்துவிட்டால் பையனைப் பற்றிய கவலை ஒய்ந்துவிட்டது என்று நினைத்தார் சங்கரலிங்கம் பிள்ளை.

ஒரு நாள் காலை. பிள்ளையவர்கள், தாம்பிரவர்ணியின் ஸ்நான இன்பம், நீண்ட பூஜை முதலியவற்றுக்கு முற்றுப்புள்ளியான காலை போஜனத்தை முடித்துக்கொண்டதும், சுக ஜீவனத்தின் குதூகலத்தை அனுபவித்தவராய், "ஏளா, அங்கே என்ன செய்யுதே" என்று தமது பத்தினியைக் கூப்பிட்டார்.

"என்ன, நீங்களா கூப்பிட்டிய; இன்னா வாரேன்."

"நம்ம குட்டிக்கு" – பார்வதிநாதனின் செல்லப் பெயர் – "பொண்ணு பார்க்க வேண்டாமா?"

"எனக்கென்னா தெரியும்? நீங்க சொல்லுதது சதி. நம்ப சிங்கி குளத்துப் பொண்ணெப் பாத்தா என்ன? பொண்ணு நல்ல செவத்த பொண்ணு; கண்ணும் முளியும் அப்படியே பாத்துக்கிட்டே இருக்கலாம். ஆனா, புள்ளையவாளுக்குப் பிடிக்குமோ என்னமோ? இந்தக் காலத்துப் புள்ளையளை என்ன சொல்ல?"

"அதாரு, சிங்கிகுளத்திலே?"

"என்ன உங்களுக்குத் தெரியாதாக்கும்? பேட்டையக்கா இருக்காஹள்ள, பார்வதியக்கா, அவளுக்கு ஒண்ணுவிட்ட தம்பி மக."

"சரி! சரி! நம்ம சுப்பராயப் பிள்ளை மகளா? என்ன நகை போடுவா?"

"அது எனக்கென்ன தெரியும்? கோமதியக்காகிட்ட விசாரிச்சா தெரியும். நா அவளைக் கூப்பிடுதேன்" என்று வெளியே சென்று ஒரு விதவையைக் கூப்பிட்டு வந்தாள்.

"அம்மா, வா. இரி. நம்ம குட்டிக்கு இவ என்னமோ சிங்கி கொளத்துப் பொண்ணு ஒண்ணு இருக்காமே. அதைப் பாக்கலாமென்னு

சொல்லுதா. நீ என்னமோ, பாத்திருக்கியாமே. அதெப்பபடி, நகை என்னம்மா போடுவா?” என்று கேட்டார் சங்கரலிங்கம் பிள்ளை.

“அதா, நல்ல எடமாச்சே. பொண்ணு தங்கமான கொணம். அவுஹளும் அப்படித்தான். என்னமோ ரெண்டு ஆயிரத்துக்கு செய்வாஹ இன்னு சொல்லி இருந்தாஹ.”

“இம்புட்டுத்தானே! சதி, சதி. பேச்செ விட்டுத் தள்ளு. நம்ம பேட்டைப்பிள்ளை ஐயாயிரம் நகை மருக, கலியாணச் செலவு ஒரு ரெண்டாயிரம் யென்று சொன்னாரே!”

“ஆமா, பொண்ணு கறுப்பில்லியா? எதுக்கும் கேட்டுப் பாருங்களேன்.”

“சதி, நீ என்ன சொல்லுதே?”

“பாத்தா என்ன? நானும் அக்காளும் போயிட்டுத்தான் வாரமே!” என்றாள்.

“சதி, நாளைக்கு மேக்கெ சூலம். நாளைக் கழிச்சி உதயத்திலெ வண்டியப் போட்டுகிட்டுப் போய் பாத்துட்டு வாருங்க. பொறவு நாவன்னாவை விட்டு நான் விசாரிக்கேன்.”

“அய்யா, தபால்!” என்று தபால்காரன் உள்ளே நுழைந்து கவர்மென்டு முத்திரையிட்ட நீண்ட ‘லகோடா’வைக் கொடுத்தான்.

“நம்ம குட்டிக்குப் போல இருக்கு. ஏலே அய்யா!” என்று கூப்பிட்டார்.

“என்னப்பா?” என்று கீழே வந்தான் பார்வதிநாதன்.

கடிதத்தைப் பிரித்துப் பார்க்க, சென்னையில் குமாஸ்தா வேலையாகியிருப்பதாகவும், 25–ந் தேதி வந்து வேலை ஒப்புக்கொள்ளும் படியும் எழுதியிருந்தது.

வீட்டில் ஒரே குதூஹலம். தபால்காரன் ‘பக்ஷிஸ்’ தட்டாமல் போகவில்லை.

“ஏலே அய்யா! உனக்கு ஒங்கம்மை சிங்கிகொளத்துப் பொண்ணைப் பாத்திருக்கிறா, அப்பா. ஒனக்குப் புடிக்குமா?” என்று கேட்டார்.

பார்வதிநாதனுக்கு இந்த விஷயம் திடுக்கிடச் செய்தது. இந்த மாதிரி தகப்பனார் பேசியது இதுதான் முதல் தரம். முகம் வெட்கத்தால் சிவந்தது. ஒன்றும் பேசாமல் மெத்தைக்கு ஏறினவன், “நாளைக்குப் புறப்பட வேண்டும்” என்று சொல்லிவிட்டுச் சென்றுவிட்டான்.

2

பெண்ணை எல்லாம் போய்ப் பார்த்துவிட்டு வந்தாகிவிட்டது. சங்கரலிங்கம் பிள்ளையின் மனைவிக்கு சிங்கிகுளத்துப் பெண் பேரில் நோக்கம்.

சங்கரலிங்கம் பிள்ளைக்கு இப்பொழுது மகனுக்கு வேலையாகி விட்டதால் ரேட்டை உயர்த்த வேண்டும் என்ற நோக்கம். நகை

வழியாகக் குறைந்தது மூவாயிரமாவது கறந்துவிட வேண்டும் என்ற தீர்மானம்.

நாவன்னா – நாராயண பிள்ளை அவர் பெயர் – அவரை விட்டுப் பெண் வீட்டுக்காரரைத் தூண்டிவிடும்படி ஏற்பாடு செய்தார்.

நாராயண பிள்ளை ஒரு தடவை சிங்கிகுளத்துப் பக்கம் சென்றார். "நம்ம பையன் ஒருவன் இருக்கிறான். கொடுக்கலாம். நல்ல இடம்!" என்றார். விஸ்தரிப்பானேன்? பெண்ணின் தகப்பனார் மாப்பிள்ளை வீட்டாரைக் கண்டுபேசப் புறப்பட்டார். நண்பர் நாவன்னா வீட்டில் ஜாகை.

மறுநாள்.

இருவரும் சங்கரலிங்கம் பிள்ளை வீட்டிற்கு வருகிறார்கள்.

"அண்ணாச்சி, இவுஹதான் நம்ம சிங்கிகுளத்துப் பிள்ளையவாள். இந்தப் பக்கத்திலே வந்திருந்தாஹ. பாத்துக்கிட்டுப் போகட்டுமே என்று கூட்டி வந்தேன்" என்றார் நாவன்னா.

"அப்பிடியா! வாருங்க! வாருங்க! ஏளா! வெத்திலை செல்லத்தை எடு. அங்கே தூத்துட்டு சமுக்காளத்தை விரி! காப்பி சாப்பிடுங்களேன். அம்மாளு, ரெண்டு எலையைப் போடு!" என்று துரிதப்படுத்தினார்.

அவருடைய தர்மபத்தினியும், "வாருங்க! சேவிக்கேன்!" என்று வரவேற்றுவிட்டு, அவசர அவசரமாகப் பெருக்கிவிட்டு, ஜமுக்காளத்தை எடுத்து விரித்து, வெற்றிலைச் செல்லத்தை எடுத்து வைத்துவிட்டு உள்ளே சென்றாள்.

"நாங்கள் எல்லாம் காப்பி ஆச்சு. நீங்கள் ஆச்சா? இல்லாவிட்டா முடிச்சுக்கொண்டு வந்துவிடுங்கள்" என்றார் நாராயண பிள்ளை.

"நான் எல்லாம் ஆச்சு! வெத்திலை போடுங்க" என்றார் சங்கரலிங்கம் பிள்ளை.

பேச்சு மெதுவாகப் பெண் விஷயத்தில் வந்து விழுந்தது.

"ஆமாம்! பையனுக்கு வேலையும் ஆச்சே, முடிச்சுவிடலாம் என்று எண்ணுகிறேன்" என்றார்.

"ஆமாம். அது செய்ய வேண்டியதுதான்" என்றார் சிங்கிகுளத்துப் பிள்ளை.

"உங்களுக்கு என்ன உத்தேசம்?" என்று அவரைக் கேட்டார் நாராயண பிள்ளை.

"உங்களுக்குத் தெரியாததா? நகை ஒரு ரெண்டாயிரம், மத்தச் செலவு ஒரு ஆயிரம்!" என்றார்.

"என்ன, நம்ம பேட்டையப்பிள்ளை சொன்னதைக் கேட்டியள்ள?" என்றார் சங்கரலிங்கம் பிள்ளை.

"ஆமா, ஆமா. அதிருக்கட்டும். இந்தக் காலத்திலே ஆயிரத்தைச் சொன்னாப் போதுமா? சொன்னதைச் சொன்னபடி செய்யணும்.

அது நம்ம பிள்ளையவாள்தான். நான் ஒன்று பொதுவாச் சொல்லு கிறேன். நகை மூவாயிரம், மத்தது ரெண்டாயிரம்!" என்றார்.

எல்லாரும் சற்று மௌனம்.

"அண்ணாச்சி! நீங்க ஒரேயடியா மொதொண்டாதிக. பிள்ளைவாள்! நீங்க காலைத் தேச்சா பிரயோசனமில்லை. நல்ல இடம். பையனுக்கு நல்ல அதிர்ஷ்டம். கவர்மெண்டு வேலை. இனிசூபெக்டரு, தாசில்தாரா வரலாம். உங்க பெண்ணுக்கு ராஜயோகம்!" என்று மத்தியஸ்தம் பேசினார் நாவன்னா.

"சதி! பொறவு நீங்க சொல்லுறப்ப என்னா?" என்றார் சிங்கி குளத்துப் பிள்ளை.

"வேறெ என்ன அய்யா? இப்பவே வெத்திலை பாக்கு கை மாறிடுத்து. வர வியாழக்கிழமை நல்ல தினம். அன்னைக்கி திருமங்கிலியத்திற்குப் பொன்னுருக்கி விடுகிறது. சரிதானே பிள்ளைவாள்?" என்று ஒரு வெள்ளித் தாம்பாளத்தைச் சங்கரலிங்கம் பிள்ளையின் தர்மபத்தினி யிடம் வாங்கி அந்தச் சிறு சடங்கை நடித்து முடித்தார்கள்.

~ ~

சென்னையில் அன்று சாயங்காலம்.

பார்வதிநாதன் வேலை ஒப்புக்கொண்டாகிவிட்டது. தகப்பனார் கொடுத்த பணம் கொஞ்சம் கையில் ஓட்டம். சினிமாவிற்குச் சென்றான்.

இவனுக்குப் பக்கத்தில் ஒரு ஆங்கிலோ இந்திய மாது – இளநங்கை – உட்கார்ந்திருந்தாள்.

தகப்பனார் அன்று பெண் விஷயத்தைக் கேட்டதிலிருந்து அவனுக்கு ஒரு புதிய உணர்ச்சி, இயற்கையின் தேவை, அடிக்கடி மனத்தில் சுற்றிக்கொண்டே இருந்தது. பார்வதிநாதன் நல்ல பையன்தான். இதுவரை அந்த நினைப்பிற்கு அவகாசமில்லை.

ஆனால் அந்தத் தினத்திலிருந்து அவனது உடல் கட்டுக்கடங்க வில்லை.

அன்று இருவர் சினிமா பார்க்கவில்லை.

அந்த நங்கை ஐந்து ரூபாய்க்கு இரண்டு மணி நேரம் அவன் மனைவியாக இருக்கச் சம்மதித்தாள்.

இருவரும் கடற்கரைக்குச் செல்லுகிறார்கள்.

அந்தச் சிங்கிகுளத்துப் பெண் மூவாயிரம் ரூபாயைப் பணயமாக வைத்து, அவனுடன் வாழ்க்கையைப் பிணைத்துக்கொள்ளச் சம்மதிக்கும் பொழுது, ஐந்து ரூபாய்க்கு இரண்டு மணி நேரம் சரிதானே?

***மணிக்கொடி*, 5.8.1934**

திறந்த ஜன்னல்

சாயங்காலம்.

சிறு பசி என்ற நினைப்பைச் சாந்திசெய்ய ஒரு ஹோட்டலுக்குள் சென்றேன்.

கூட்டத்திலே இடம் கிடைப்பது கஷ்டந்தான்; எனினும் என் அதிர்ஷ்டம் ஒரு மேஜை காலியாயிருந்தது.

போய் உட்கார்ந்தேன்.

"என்ன ஸார் வேண்டும்?"

ஏதோ வேண்டியதைச் சொல்லிவிட்டு, என்னத்தையோ பற்றி யோசித்துக்கொண்டு இருந்துவிட்டேன். அவன் வைத்துவிட்டுப் போனதையும் கவனிக்கவில்லை.

மறுபடியும், "என்ன ஸார் வேண்டும்?" என்ற குரல் கேட்டது.

"முன்பே சொல்லியாகிவிட்டதே!" என்று நினைத்துத் திரும்பினேன்.

அவன் கேட்டது என்னையல்ல; என் எதிரிலிருந்த ஒருவரை. மெலிந்த தேகம்; கிழிந்த சட்டை, ஆனால் அழுக்கில்லை; கிழிசல் தைக்கப்பட்டிருந்தது. இரண்டு மூன்று வாரம் கத்திபடாத முகம்; சோர்வடைந்திருந்தாலும் கண்களில் ஒருவிதப் பிரகாசம் தென்பட்டது.

கீழே குனிந்து, மேஜைக்கு அடியிலிருந்த கைகளைக் கவனித்துவிட்டு, ஒரு பெருமூச்சுடன் (அது வெகு மெதுவாக வந்தது) "அரை கப் காப்பி!" என்றார்.

முகத்தில் 'பசி' என்பது ஸ்பஷ்டமாக எழுதியிருந்தது. கையில் சில்லறையில்லை போலும்! இதனால்தான் கீழே கவனித்துப் பார்த்துக் கொண்டார். பார்ப்பானேன்? நினைவில் இல்லாமலா போய்விடும்? யாரோ என்னைப் போல் இலக்கிய உலகத்தில் வேலை செய்பவர் என்ற முடிவிற்கு வந்தேன். அவர்களுக்குத்தானே இந்தக் கதி வரும்! சகோதரத் தொழிலாளி என்ற பாசம் ஏற்பட்டது. உதவி செய்ய வேண்டுமென்ற ஆசை. தர்ம உணர்ச்சியாலல்ல, சகோதர பாசத்தால்.

எப்படி ஆரம்பிப்பது? கோபித்துக்கொள்வாரோ என்னவோ, பக்குவமாகச் சொல்லிப் பார்த்தால் என்ன குடிமுழுகிப் போகிறது?

"தங்களை எங்கோ பார்த்த மாதிரி இருக்கிறதே!" என்று மனமறிந்து பொய் கூறினேன்.

"பார்த்திருக்க முடியாது!"

இது தடையுத்தரவு மாதிரி இருந்தது. இருந்தாலும் இன்னொரு தடவை.

"எனக்குப் பசி பிராணன் போகிறதே! தங்களுக்கு உடம்பிற்கு என்ன?" என்று காப்பிக் கோப்பையைக் கூர்ந்து நோக்கினேன்.

"பசியாமல் ஏன் ஓட்டலுக்கு வரவேண்டும்?" என்றார்.

"மறந்து போயிருக்கும்; அதனாலென்ன? நீங்கள் இன்று என்னுடைய விருந்தினராக இருக்க வேண்டும். இன்று என் பிறந்த நாள்!" என்றேன்.

"காசைக் கண்டபடி இறைக்காதேயும்!" என்றார்.

"பாதகமில்லை. தயவுசெய்து . . . ."

"சரி, உமதிஷ்டம்" என்றார். இருவரும் குதூகலமாகச் சாப்பிட்டோம். குதூகலம் என்னுடையது. அவர் மௌனமாகத்தான் சாப்பிட்டார். இடையிலே இரண்டொரு வார்த்தை சிக்கனமாக இருப்பதைப் பற்றி. வெகு கூச்சமுள்ள பிராணி போலும்! இந்த ரகத்தை எனக்கு நன்றாகத் தெரியும். இலக்கியத்தில் இது எதிர்பார்க்கக்கூடிய விஷயமே. மிகவும் கஷ்டப்பட்டவர். அதனால்தான் சிக்கனத்தில் அதிகக் கருத்து!

ஒரு குழந்தையைப் போஷிப்பதைப் போல் மனம் கோணாமல் நாஸூக்காகச் செய்தேன். 'பில்' ஏறக்குறைய ஒரு ரூபாயை எட்டிவிட்டது.

எழுந்திருந்தோம். மௌனமாக அவர் முன்சென்றார்.

பணத்தைக் கொடுக்கச் சில நிமிஷம் தாமதித்தேன்.

நேராக வெளியே சென்று ஒரு பளபளப்பான 'ஹில்மன்' காரில் கூசாமல் ஏறி உட்கார்ந்தார் அந்த மனுஷர்.

எனக்குத் தூக்கிவாரிப் போட்டது. பைத்தியமோ என்ற சந்தேகம்.

மோட்டார் டிரைவர் இயற்கையான சாவதானத்துடன் காரை விட்டுக்கொண்டு போய்விட்டான்.

எனக்கு ஒன்றும் புரியவில்லை.

'ஹோட்டல் காஷியர்' என்னமோ தெரிந்தவர் போல் விழுந்து விழுந்து சிரித்தார்.

நான் விழித்தேன்.

"அவன் பெரிய லக்ஷாதிபதி. பெரிய கருமி, கஞ்சன். யார் தலையையும் தடவுவதில் – இந்தச் சாப்பாட்டு விஷயத்தில்தான் – ஒரு பைத்தியம். இன்று நீர் அகப்பட்டுக்கொண்டீர் போலிருக்கிறது!" என்றார்.

நானும் சிரித்தேன். எதற்கு என்று எனக்குத் தெரியாது.

"தர்மம் செய்வதில் எவ்வளவு கஷ்டம் உண்டு பார்த்தீரா?" என்றார்.

"நான் தர்மம் செய்யவில்லையே!" என்று சொல்லிவிட்டு வெளியே வந்தேன்.

மணிக்கொடி, 12.8.1934

தனி ஒருவனுக்கு

அம்மாசிச் சாம்பான் பிறப்பில் பிச்சைக்காரன் அல்ல. இவன் பிறந்த மூன்றாவது மாதத்திலேயே இவனுடைய தகப்பனான பாவாடை காலமாகிவிட்டான். வீட்டிலிருந்த சொத்தை (கலப்பை முதலியன) சின்னக் கடன் விஷயங்களுக்கு, சேரி பாபத்திலும், பண்ணை சுப்பராயப் பிள்ளை பற்றிலுமாக பறிமுதல் செய்யப்பட்டது.

இவனுடைய வளர்ச்சிப் படலத்தைப் பற்றிய பிள்ளைத்தமிழ் யாரும் எழுதிவைக்காமல் போய்விட்டதால் இருபது வயது வருமட்டு முள்ள சரித்திரக் குறிப்புகள் கிடைக்கவில்லை. கொஞ்சநாள் பண்ணை யில் வேலை பார்த்து வந்ததாகவும் தெரிகிறது. பிள்ளையவர்கள் மனமுவந்து கொடுத்த சிறிய கடன்தொகையைக் கொண்டு கலியாண மும் நடந்தது. நடந்த மூன்றாம் மாதம் இவன் தாய் பரகதி – பறை யருக்கு பரகதியடைய உரிமையுண்டோ என்னவோ – செத்துப் போய்விட்டாள்.

என்ன காரணத்தாலோ இவனது பெண்டாட்டியும் தாய் வீடு நோக்கிக் கம்பி நீட்டிவிட்டாள். ஆக இம்மாதிரி தொல்லைகளால் பழைய கடனும் கொடுக்க முடியாமல் புதிய கடனும் வாங்க மார்க்க மில்லாமல் இருக்கும்பொழுது ஒரு ரஸவாத பண்டிதர் – சாமியார் – அங்கே வந்து சேர்ந்தார்.

சாமியாருக்கும் அம்மாசிக்கும் எப்படியோ பழக்கம் ஏற்பட்டது. கேட்பானேன்; பிள்ளையவர்கள் வீட்டுப் பித்தளை செம்புப் பாத்திரங்களில் கை வைத்தால், அவ்வளவையும் சுவர்ணமாக்கித் தந்துவிடுவதாகச் சுவாமியார் வாக்களித்தார்.

தொல்லை தீர வழியிருக்கும்பொழுது தர்ம சாஸ்திரமா குறுக்கே நிற்க முடியும்? பண்ணைப் பிள்ளையவர்களின் பாத்திரங்கள் ஊருக்குப் பக்கத்திலிருந்த பாழ் மண்டபத்திற்கு வந்துவிட்டன, ஸ்புடம் போட்டுத் தங்கமாக்கிவிட. இதற்குள் பிள்ளையவர்களுக்கு எப்படியோ தெரிந்துவிட, "பயலை அப்படியே புடம் போட்டு விடுகிறேன் பார்" என்று இரைந்துகொண்டு பண்ணை ஆட்களைத் திரட்டி வந்தார்.

கூட்டத்தைத் தூரத்தில் கண்டவுடன் அந்தர்த்தியானமாவது தவிர வேறு வழியில்லை என்று கண்ட சாமியார் நடையைத் தட்டி விட்டார். அம்மாசியைக் கையும் களவுமாகப் பிடித்துக்கொண்டார்கள். அன்று பட்ட நரக வேதனைக்குமேல் ஆறுமாதக் கடுங்காவல்.

சில சந்தர்ப்பங்களில் சிறைவாசம் ஒரு புகழைக் கொடுக்கும். சமுதாயத்தில் ஒரு மகத்தான ஸ்தானத்தைக் கொடுக்கும். அம்மாசியின் சிறைவாசம் அந்த ரகத்தைச் சேர்ந்ததல்ல.

சிறையைவிட்டு வெளியேறியவுடன் அம்மாசி சொந்த ஊருக்குச் செல்லவில்லை. நியாயத்தின் முடிவைக் கண்டுபிடித்த அந்த மகான் இருக்கும் திருப்பதிக்கு – இந்தச் சண்டாளன், இந்த பதிதன், இந்த சமூகத் துரோகி, புழு – செல்ல முடியுமா?

விலை சரசமான காவிகட்டி இருக்கும்பொழுது சோற்றுக்குப் பஞ்சமா என்று பட்டது. உடனே அம்மாசிச் சாம்பான், ஏழை அம்மாவாசைப் பரதேசியானார்.

தாயுமானவரையும் குதம்பைச் சித்தரையும் தப்பும் தவறுமாக உச்சரிக்க எங்குதான் கற்றுக்கொண்டாரோ? முதலில் பக்கத்து ஊரில் முகாம் போட்டார். வீட்டுக்கு முன்வந்து நின்றால் இரண்டில் ஒன்று தீர்மானமாகத் தெரிந்தாலொழியப் போவதில்லை.

கொஞ்ச நாள் கவலையற்ற சாப்பாடு.

2

ஒரு மாதத்திற்கு முன்தான், ஏழை அம்மாவாசி சுவாமியாரின் வழியாக, இறந்துபோன தாயுமானவர் கடவுளின் பரிபூரணானந் தத்தை எங்கள் ஊர்த் தெருவழியாக வாரி இறைத்துக்கொண்டிருந்தார். ஊரைக் கவர்ச்சிக்கும்படி ஒன்றும் செய்யவில்லை. நூற்றியோராவது பிச்சைக்காரனாகத்தான். கவலையற்ற சாப்பாடு. எங்களூர்ப் பாழ் மண்டபத்தில் கவலையற்ற நித்திரை, ஸ்வானுபூதி.

இதற்குள் யாரோ சுவாமியாரின் பூர்வாசிரம ரகசியத்தையறிந்து ஊர் பூராவும் பரப்பிவிட்டார்கள். உளவு பார்க்க வந்தவன் என்ற தங்கள் கொள்கையையும் சேர்த்துக்கட்டிவிட்டதினால், எங்களூர்க் காரர்கள் மதிப்பில் சுவாமியார் பதவியிலிருந்து திருட்டுப் பேர்வழி என்ற ஸ்தானத்திற்கு இறங்கிவிட்டார். பரி மறுபடியும் நரியாவது திருவிளையாடல் காலத்துக்காரர்களுக்கு மட்டுந்தானா உரிமை?

இவ்வளவும் ஒரே நாளில்; இது சுவாமியார் – பாவம் – அவருக்குத் தெரியாது.

வழக்கம் போல் கப்பறையுடன் 'அங்கிங்கெனாதபடி எங்கும் பிரகாசமான பொருளைத் தேடி' எங்களூர்க்காரருக்குத் தெரியப் படுத்தத் தெருக்கோடியில் வருமுன்னமே அவரைச் சூழ்ந்து ஒரு பெரிய கூட்டம் கூடிவிட்டது.

ஏசலும் இரைச்சலும் சுவாமியாருக்கு முதலில் ஒன்றும் புரியவில்லை. அவரும் காதுள்ள, சாதாரண அறிவுள்ள மனிதன்தானே!

பூர்வாசிரமக் கதைதான் இந்த விபத்திற்குக் காரணம் என்று தெரிந்து கொண்டார். தெரிந்து என்ன செய்கிறது? அதற்குள்தான் மரத்துடன் வைத்துக் கட்டியாகிவிட்டதே.

தர்மத்தின் காப்பாளர்களும் நீதியின் பொக்கிஷங்களுமான பெரியார்கள் நிறைந்த இந்தக் கிராதகயுகத்து எங்களூர்வாசிகள் இம்மாதிரியான மோசத்தையும் புரட்டையும் பொறுத்திருப்பார்களா? நியாயத்தைப் பரிமாறுவதற்காகக் கருட புராணத்தைப் பாராயணம் செய்த ஹிந்து தர்மத்தின் மெய்க்காப்பாளர்களான எங்களூர்ப் பெரியார்கள், அதற்குத் தகுந்த மகத்தான ஒரு மனநிலையைத் திருப்தி செய்தார்கள்.

இந்தத் 'திருத்தொண்டினால்' சுவாமியாரை எளிதில் கண்டுபிடிக்க முடியாது போய்விட்டது. காலில் பலத்த காயம். முகத்தில், முதுகில் புளியம்விளார்களின் முத்தத்தினால் உண்டான இரத்தம் உறைந்த நீண்ட வரைகள். உடம்பு, முகம் முழுதும் ஒரே வீக்கம்.

"பயம் இருக்கட்டும். உன்னை ஜெயிலுக்கு அனுப்பாமல் மன்னிக் கிறோம். ஓடிப்போ" என்ற தங்கள் தயாள சிந்தனையைச் சுவாமி யாருக்கு எடுத்துக்காட்டி ஊருக்கு வெளியே பிடித்து நெட்டித் தள்ளிவிட்டார்கள். சுவாமியாருக்கு அந்தப் பாழ் மண்டபத்தை யடைவதற்குள் மோக்ஷமோ நரகமோ இரண்டிலொன்றிற்குப் போய் விட்டுப் பத்துத் தடவை திரும்பிவிடலாம் என்று தோன்றிற்று.

இதற்குமேல் எங்களூரில் கவந்தப் படலத்தை நடத்தலாம் என்ற நம்பிக்கை அவருக்கு இருக்குமானால் அவரைப் பைத்தியக்காரன் என்று சொல்லிவிடலாம். சுவாமியார் அப்படி ஒன்றும் நினைக்க வில்லை. ஆனால், இந்த ஊரைவிட்டுப் போவதற்கும்தான் இவ்வூர் மஹா ஜனங்களின் அன்பின் திருத்தொண்டின் மூலமாகக் காண்பித்து, அவரை அங்கிருந்து அகலாமலிருக்கும்படி செய்துவிட்டார்களே.

அந்தப் பாழ் மண்டபம் எப்படி இருந்தாலும் வேளைக்கு வேளை உணவும் மருந்தும் கொடுக்கும் ஜெனரல் ஆஸ்பத்திரி அல்ல. மூன்று நாட்கள் அவர் இருந்த ஸ்திதியில் அங்கு இருந்தால் வலுவில் சுமத்தப் பட்ட உண்ணாவிரதம்தான் நிச்சயம்.

காய்ச்சல், வலி, பசி, தாகம் இவைகளின் கூத்துப் பொறுக்க முடிய வில்லை. சற்றுத் தூரத்திலுள்ள கோபுரங்களிலும் மரக்கிளைகளிலும் சுவாமியாரின் இறுதியை எதிர்பார்த்து, அவரைத் தங்கள் வயிற்றில் சமாதியடையச் செய்ய, காக்கைகளும் கழுகுகளும் காத்திருந்தன. அவைகளும் இவரைத் தீண்டாத பறையன், பதிதன் என்று நினைத்தோ என்னவோ கிட்டவே நெருங்கவில்லை.

ஊருக்கு வெளியிலே, அந்தப் பாழ் மண்டபத்தின் பக்கத்தில்தான் ஒரு சுடலைமாடன் பீடம், ஊரின் காவல் தெய்வம் என்ற கௌரவத் துடன், நமது அரசாங்கத்துடன் கூட்டுறவு செய்துகொண்டு, வரிவாங்கும் தொல்லைகள் எல்லாம் அற்ற ஒரு மௌன அரசாட்சி நடத்திக் கொண்டிருந்தது. அதைப் பற்றிக் கதைகள் பல.

எங்களூர் மறவர்களுக்கு 'பிஸினஸ் டல் ஸீஸனில்' சுடலைமாடன் பாடு கொண்டாட்டம்தான். தினம் திருவிழா. நாலு பணத்தைக் கண்டால் சுடலைக்கு படைப்பு என்ற சம்பிரதாயத்தை வைத்துக் கொண்டு, குடித்துக் களிப்பார்கள்.

அன்று சின்னச்சாமித் தேவனுக்குப் படைப்புப் போடவேண்டும் என்று தோன்றிற்று. கேட்பானேன்; சாயங்காலம் முதல் ஒற்றைப் பறை மேளம் ஒன்று சுடலைமாடனுடைய கேட்காத திருச்செவி களுக்குச் சங்கீதக் கச்சேரி நடத்தியது.

படைப்புக்குரிய பொங்கல், பக்கத்து மரத்தடியில் சின்னச்சாமித் தேவன் மனைவியின் கண்காணிப்பில் தயாராகிக்கொண்டிருந்தது. மாடனைச் சுற்றித் தேவரும் அவருடைய நண்பர்களும் பூசாரியும் தான்.

இரவு பத்து மணியாகிவிட்டது. பானையும் அடுப்பிலிருந்து இறங்கி 'சாம்போர்' என்று அவர்கள் உச்சரிப்பில் மரியாதை பெறும் குழம்புடன் கலந்து, சுடலையின் திருச்சேவையை எதிர்பார்த்து நின்றது.

பூசாரி சுடலையின் பாட்டைப் பாடி ஆராதனை நடத்துகிறான். தேவரின் மனைவியும் சுடலையின் அருள்பெறச் சன்னிதிக்குச் சென்று விட்டாள்.

இருளிலே ஒரு உருவம் நகர்ந்து நகர்ந்து சோற்றுப் பானையை அணுகுகிறது. சுவாமியார்தான். பசியின் தனியரசிற்குமுன் எந்தச் சுடலைமாடன்தான் எதிர்க்க முடியும்? வாரி வாரி ஆத்திரத்துடன் கொதிக்கும் சோற்றை வாயில் திணிக்கிறார். அவ்வளவுதான், ஒரு கவளத்திலே இவருடைய இவ்வுலக ஆசை நிறைவேறியது.

சற்றுத் தூரத்திலிருந்த சுடலை பக்தர்கள் இவர் ஒரு கவளம் எடுக்கும்போதே கண்டு தடுக்க ஓடிவந்தார்கள். கிட்ட நெருங்கியதும் தண்டிப்பதற்குச் சுவாமியாரின் பிணம்தான் கிடந்தது. "மாடனின் சக்தி", "அருள்" என்று வியந்தார்கள். "பறப்பயலுக்கு வேண்டும்" என்றார்கள். இதையெல்லாம் கேட்க ஏழை அம்மாவாசைச் சாமியாருக்குக் கொடுத்துவைக்கவில்லை!

சுடலையின் சக்திக்காக அன்று இரட்டிப்புப் பூசை.

3

ஊரில் கொஞ்சம் பரபரப்புத்தான். சுடலையின் சக்தி வெளியாகும் பொழுது இல்லாமலா இருக்கும்?

திடீரென்று இறந்தவனை அறுத்துச் சோதனை செய்யாமல், போலீஸ் விசாரணையில்லாமல் புதைத்துவிட முடியுமா? எங்களூர் டாக்டரும் இன்ஸ்பெக்டரும் தேசபக்தர்கள் அல்ல; ஆனால் கிழக்கு மேற்காக இரண்டரைப் பர்லாங்கும், தென்வடலாக ஒன்றரைப் பர்லாங்கும் விஸ்தீரணமுள்ள எங்களூர் நிலப்பரப்பைப் பொறுத்த மட்டில் தேசபக்தர்கள்தான். வீண் ஆர்ப்பாட்டம் செய்து ஊரைக்

கெடுக்கவேண்டாம் என்று, பட்டினியால் இறந்தான் என்ற முடிவிற்கு வந்தார்கள்.

பிறகு என்ன? புதைக்க வேண்டியதுதான் பாக்கி.

எங்களூர் ஆஸ்பத்திரித் தோட்டி இந்த மாதிரி பிணங்களைப் புதைத்துவிடுவதில் சமர்த்தன். ஒருவனே முடித்துவிடுவான். ஒற்றைக் கம்பில் பிணத்தை இறுக்கிக் கட்டவேண்டியது – தலை சற்றுத் தொங்கினால் என்ன மானம் போய்விட்டது? மேலே மண்வெட்டியைச் சொருக வேண்டியது; விறகுக் கட்டை போல் தலையில் தூக்கிக் கொண்டுபோய் புதைக்க வேண்டியது. இதுதான் அவனுக்குத் தெரியும். அதில் அவன் 'எக்ஸ்பர்ட்'.

அன்று சாயங்காலம்; அதாவது பிணத்தை அறுத்துச் சோதித்த அன்று சாயங்காலம்.

அப்பொழுது எங்களூர் கோகலே ஹாலில் 'பாரத ஜனங்களின் தற்கால நிலைமை' என்ற பிரசங்கம். ஊர் பூராவாகவும் திரண்டு இருந்தது; அதைக் கேட்க அவ்வளவு உற்சாகம். முதலிலே 'பாரத சமுதாயம் வாழ்கவே' என்ற பாட்டை ஒரு நண்பர் வெகு உருக்கமாகப் பாடினார்.

'தனியொருவனுக்கு உணவில்லையெனின், ஜகத்தினை யழித்திடுவோம்' என்ற அடிகள் வந்தவுடன், என்ன உருக்கம்! என்ன கனிவு! நாங்கள் ஆனந்த பரவசத்தில் கைதட்டினோம்!

மணிக்கொடி, 12.8.1934

பறிமுதல்

43 நெர். கைதி ஒரு பயங்கரப் புரட்சிக்காரன். அவன் பேரில் அரசியல் விஷயமாகக் கொலைக் குற்றம் சாட்டப்பட்டு, கோர்ட்டில் விசாரணை நடந்துகொண்டிருக்கிறது.

பயங்கரப் புரட்சிக்காரன் என்று சமுதாயத்தின் சார்பாக அரசாங்கம் முடிவு கட்டிவிட்டது. ஆனால் அவனைப் பார்த்தால் அப்படித் தோன்றாது. இயற்கைச் சிருஷ்டியில் வசீகரப்படுத்தும் ஒரு ஜீவன் இருந்தால் அது 43 நெர். கைதி.

அவன் இருக்கும் அறை தனி. வெளிச்சம் வருவதற்காக அல்லாமல் காற்று வருவதற்கு மட்டும் ஒரு சிறிய துவாரம். அதன் வழியாகப் பெரிய பூனை நுழையலாம். ஆனால், புரட்சிக்காரர்கள் பூனை வடிவம் எடுக்கக்கூடும் என்று பயந்தோ என்னவோ அதிலும் இரும்புக் கம்பி.

இந்தத் தனிமையில் ஒருவனுக்குப் பித்துப் பிடிக்காமலிருந்தால் அவன் மன உறுதியை என்னவென்று கூறுவது!

வாரத்திற்கு ஒரு முறை – தவறுதலாகவோ என்னவோ – அவனது சிநேகிதையைப் பார்க்க அனுமதித்தார்கள். அதுதான் காரணம் அவன் அந்தச் சிறையிலிருந்து ஓர் அற்புதமான கிரந்தத்தை எழுத.

தூக்குத் தண்டனை அநுபவிக்க இன்னும் பதினைந்து நாட்கள். இன்னும் ஒரு முறை வருவாள். கிரந்தம் உலகத்திற்குப் போய்விடும். அதற்கு மேல் சாந்தி! வேறு என்ன வேண்டும்?

அந்தச் சின்ன அறையில் இரகசியங்களை மானஸீகமாக அல்லாமல் வேறு முறையில் வைத்துக் காப்பாற்ற முடியுமா?

ஜெயில் சூப்பிரண்ட் பரமேச்வரத்திற்குத் திடீரென்று சோதனை போட வேண்டும் என்று பட்டது. அவருடைய அந்தராத்மா அப்படிச் செய்யச் சொல்லியதோ, என்னவோ?

கேட்பானேன்? வெகு நுணுக்கமாக எழுதிய அந்தக் காகிதக் கத்தை அகப்பட்டுக்கொண்டது; அதைப் பறிமுதல் செய்தார்.

43 நெர். அதை எடுத்துக்கொள்ளும்பொழுது பட்ட துடிப்பைப் பார்க்க வேண்டுமே! உயிரையே வேண்டுமென்றாலும் பணயம்

வைப்பது போல் – இவனைக் கேட்காமலே பிரியப்போகிற இந்தப் பொக்கான உயிரை மட்டுமா? – தனது சக்தி முழுவதையுமே வைத்துப் போராடினான். நான்கு வார்டர்களும் ஒரு சூப்பிரண்டும் எதிர்க்கும் பொழுது, அந்தச் சின்ன அறையில் எப்படிப்பட்ட சண்டைக்கும் ஒரேவித முடிவுதான் உண்டு. அதுதான் நடந்தது.

43–ம் நெம்பருக்குப் பலத்த காயம். புற உடம்பில் மட்டுமா? அது மட்டுமானால்தான் அதை ஒரு பொருளாக மதிக்க மாட்டானே? ஆத்மா, உலகம், இலட்சியம் எல்லாம் பறிபோனது போல் துடித்தான்; சோர்ந்தான். அந்தப் பெண் – தனது சிநேகிதை – வந்தால் . . . ஐயோ! . . . அவனுக்குப் பைத்தியம் பிடித்துவிட்டது.

ஜெயில் ஆஸ்பத்திரியில் மருந்து போட்டார்கள். தூக்குத் தண்டனை ஒத்திவைக்கப்பட்டது.

அன்று சிநேகிதையைக் காண அனுமதிக்கவில்லை.

2

'நல்லார் . . . அவர் பொருட்டு எல்லார்க்கும் பெய்யும் மழை' என்பது ஒரு தத்துவப் பிரமை. இதற்கு எதிர்மறையாக, 'தீயார், அவர் பொருட்டாகச் சிலரை வலுவாகச் சிறை செய்ய வேண்டியது' என்பது ஒரு சமூக உண்மை.

பரமேச்வரம் சூப்பிரண்டாக இருந்தாலும் அவரும் ஒரு சிறைவாசி தான். அந்தச் சமூக உண்மைக்கு உதாரணம், இவரும் அந்த ஜெயில் காம்பௌண்டிற்குள்ளேதான் நாள் முழுதும் குடியிருக்கிறார். இவரும் இஷ்டம் போல் அனாவசியமாகச் சுற்ற முடியாது. கைதிகளைக் காப்பதற்கு இவரும் சிறைவாசம் செய்யவேண்டியிருக்கிறது. இது பரமேச்வரத்திற்குத் தெரியாது; அவர் அதைப் பற்றி நினைத்ததே இல்லை.

பரமேச்வரத்திற்கும் மற்றக் கைதிகளுக்கும், இருக்கும் அறையைப் பற்றியமட்டில், வித்தியாசமுண்டு. சிறையிலே, ஏ கிளாஸ் பி கிளாஸ் இல்லையா? இதற்கெல்லாம் மேலாக ஜெயில் சூப்பிரண்ட் கிளாஸ் என்று வைத்துக்கொண்டால் போகிறது.

அன்று இரவு சூப்பிரண்ட் பரமேச்வரம் பிள்ளை பறிமுதலைப் பற்றி ரிபோர்ட் தயார் செய்துகொண்டிருக்கிறார். எழுதியவர் 43 நெர். கைதி. தலைப்பு ஒன்றும் தெரியவில்லை. படித்துத்தான் ஆகவேண்டும்!

படிக்க ஆரம்பிக்கிறார் . . .

"நல்ல இருள் . . .

தொட்டால் கையில் கறுப்பு ஒட்டிக்கொள்ளும் மாதிரி.

அப்பொழுது நீ வந்தாய்.

இருளில் ஜோதிப் பிழம்பாக இருந்தாய்.

நீ யார்?

முகத்தை ஏன் மறைக்க வேண்டும்?

முத்தமிட்டுவிடுவேன் என்று பயமா? ஆனால் நீ என்னைத் தழுவலாமோ?

உனது ஸ்பரிசம் என்னைப் புனிதமாக்கிவிட்டது.

நீ யார்?...

இன்று நீயேன் வரவில்லை? இன்று நிலவு காய்கிறது.

நிலவுக்கு நீ அவசியமில்லையா? அல்லது உனக்கு நிலவு அவசியமில்லையா?

இன்று என் மனம் தகர்ந்துவிடுகிறதே? இப்பொழுது வர மாட்டாயா?

உள்ளத்தில் ஒரு ஊழிக் கூத்து, ஊழியின் இறுதி... உனக்கு இரக்கமில்லையா?

நீ யார்?...

இன்று நள்ளிரவு.

நீ வருவாய். வந்துவிட்டாய்! அடி, நீ யார்?

என்னை வாழ்விக்க வருகிறாயோ?

காதலா, கருணையா?

தாயின் அன்பா?

உன்னைத் தாய் என்று நினைக்க முடியவில்லை. நீ எனக்கு...

அடி, நீ யார்?

உன் முகத் திரையைக் களைந்தால் நீ என்ன செய்வாய்? அடி, நீ யார்?"

~ ~

பரமேச்வரம் வாசித்து முடிக்கும்பொழுது இரவு வெகு நேரமாகி விட்டது.

இதில் என்ன குற்றமிருக்கிறது? இருந்தால் அழித்துவிடத்தான் வேண்டுமா? அழித்தால் என்ன கிடைத்துவிடுகிறது? அழித்துத்தான் ஆகவேண்டுமா?

புது உலகத்தைச் சிருஷ்டிப்பவனை, இன்று உடலை அழித்து விடலாம். அவன் பிரம்மா! அவனை அழிக்க முடியுமா? சமூகம் அசட்டுத்தனம் செய்யும்.

அரசாங்கம் எப்பொழுதும் இப்படித்தான். நமது அரசாங்கமாக இருந்தால் என்ன? அந்நியனுடையதாக இருந்தால் என்ன? சரித்திரத்தில் எங்கும் இப்படித்தான்.

கடமை இருக்கிறது. கடமை அவசியந்தான். கடமைக்காக எதையும் செய்துவிடுகிறதா?

பரமேச்வரத்தின் மனது ஒரு கொந்தளிக்கும் கடல் போல் தறிகெட்டுப் புரண்டது.

வெளிக் காம்பௌண்டில் உலாவ வருகிறார்.

தம்மையறியாமல் அந்தச் சிறு காகிதக் கட்டு அவர் பைக்குள் செல்லுகிறது. அதை அழிப்பதா? வைத்துக்கொண்டால் என்ன?

நல்ல இருட்டுத்தான்.

காம்பௌண்ட் சுவரிலிருந்து ஒரு கறுத்த உருவம் குதிக்கிறது.

கடமை! வார்டர்களைக் காணோம். அந்தப் பக்கம் சற்று ஒரு மாதிரித்தான்.

ஒரே பாய்ச்சலில் எட்டிப் பிடித்துக்கொள்ளுகிறார்.

சல்லடம் தரித்த பெண்.

அவன் சிநேகிதை.

"நீ..." என்கிறார்.

"ஆம்! அவரைப் பார்க்க வேண்டும். அனுமதி இல்லாவிட்டால் வழியுண்டு."

"பார்க்கக் கூடாது! வீணாக நீயும் அகப்பட்டுக்கொள்ளாதே! போய்விடு! நீ சிறுமி!"

"நான் பெண்ணுமல்ல, சிறுமியுமல்ல. எங்கள் சமுதாயத்தின் அடிமை; தொண்டர்."

"நம்முடைய சமுதாயமில்லையா?" என்று சிரித்தார்.

"நீ ஒரு துரோகி. உனக்கு அங்கு இடம் கிடையாது!" என்றாள்.

அவள் கையில் தொங்கிக்கொண்டிருந்த பையில் என்னமோ சிறிய கட்டு பொத்தென்று விழுந்தது.

இருவரும் மௌனமாக நிற்கின்றனர்.

"நீ!" என்றாள்.

"போ! போ!"

அவளை ஒரே தூக்காகத் தூக்கி, காம்பௌண்ட் மதில் மேல் வைத்தார். அடுத்த நிமிஷம் அந்த உருவம் மறைந்தது.

"பறிமுதல் செய்யப்பட்ட சிறு காகிதக் குப்பை, கைதி 43-ம் நெம்பரின் பைத்தியக்கார உளறல்களாக இருந்ததால் அழிக்கப்பட்டது" என்று எழுதிவிட்டு நாற்காலியில் சாய்ந்தார்.

எது பறிமுதலானது?

மணிக்கொடி, 19.8.1934

தெரு விளக்கு

தெருக் கோடியிலே அந்த மூலை திரும்பும் இடத்தில் ஒரு முனிசிபல் விளக்கு.

தனிமையாக, ஏகாங்கியாகத் தனது மங்கிய வெளிச்சத்தைப் பரப்ப முயன்று வாழ்ந்து வந்தது.

இளமை, மூப்பு, சாக்காடு என்பவை மனிதருக்கு மட்டும் உரிமை யில்லை. எனவே, தெரு விளக்கிற்கும் இப்பொழுது மூப்புப் பருவம்.

நிற்கும் கல் – உடம்பு சிறிது சாய்ந்துவிட்டது. சிரத்தில் இருந்த கண்ணாடிச் சில் ஒரு பக்கம் உடைந்துவிட்டது. அந்தச் சிறுவன் விளையாட்டாகக் கல்லை எறிந்தபொழுது விளக்கின் கஷ்டத்தை நினைத்தானா?

காற்று அடித்தால் உயிரை ஒரேயடியாகவாவது போக்கிவிடுகிறதா? குற்றுயிராய்த் துடிக்கத் துடிக்கவைத்து அதைக் கொல்லுகிறதே!

கொஞ்சமாவது மங்கிய வெளிச்சத்தைக் கொடுக்கிறதென்று இந்தக் காற்றிற்கு நன்றி இருக்கிறதா?

போய்விட்டது! பிறகு மழையில் அதன் குளிரை யார் கவனிக்கிறார்கள்?

அது காற்றிற்குத் தெரியுமா?

இனிமேல் விளக்கு அந்தப் பக்கத்திற்கு வேண்டாமாம்! அதை எடுத்துவிட வேண்டுமாம்!

அதற்கு ஒரு தோழன் – ஒரு கிழவன்.

ஒத்த வயதில்தானே நட்பு ஏற்படும். இதில் என்ன அதிசயம்!

விளக்கிற்குக் கிழவன்.

கிழவனுக்கு விளக்கு.

விளக்கை எடுத்துவிடப் போகிறார்கள் என்று கிழவனுக்குத் தெரியாது.

அவனுக்கு எப்படித் தெரியும்?

அவன் வயிற்றுக்குப் பிச்சை எடுக்க வேண்டாமா?

வயிற்றுக்கில்லாமல் உயிர்வாழ முடியுமா?

தெருவிளக்கு அவன் தோழன்தான். அதன் வெளிச்சம் அவனுக்கு எவ்வளவு மன நிம்மதியை அளித்தது.

அன்று சாயங்காலம் வந்தான்.

வெறும் குழி ஒன்றுதான் இருந்தது.

இருள்! இருள்!!

பற்றுக்கோலை யாரோ தட்டிப் பிடுங்கிக்கொண்ட குருடனின் நிலை!

அன்று அவனுக்கு உலகம் சூனியமாய், பாழ்வெளியாய், அர்த்த மற்றதாய் இருந்தது.

சாந்தி?

அது எங்கிருந்து வரும்!

உடைந்த தெரு விளக்குத்தான்! ஆனால், கொஞ்சமாவது அவனைத் தேற்றிவந்ததே!

வெளிச்சமில்லாவிட்டாலும் ஸ்பரிசித்துப் பார்த்து ஆறுதலடைய வெறுங் கல்லாவது இருந்ததே?

மறுநாள் காலை ஒரு கிழவனின் சவம் அங்கு கிடந்ததைக் கண்டார்கள்.

~ ~

இப்பொழுது ஒரு புது விளக்கு!

மின்சார விளக்கு!

அதன்கீழே குழந்தைகள் உற்சாகமாக விளையாடிக்கொண்டிருக்கிறார்கள்.

அவர்களுக்குப் பழைய விளக்கையும் பழைய கிழவனையும் பற்றிக் கவலை என்ன?

ஒரு காலத்தில் இவர்களும் அப்படித்தான் ஆவார்கள்!

அதற்கென்ன?

எங்கும், எப்பொழுதும் அப்படித்தான்.

பழையன கழியும், புதியன வரும்.

இது உலக இயற்கையாம்!

ஊழியன், 24.8.1934

அகல்யை

வேதகாலம்.

சிந்து நதி தீரத்திலே....

இப்பொழுது போல் அல்ல. செழித்த காடுகள்; புல்வெளிகள்; இடையிடையே சிறு சிறு குடிசைகளில் மனிதக் கூட்டங்கள். எங்கெங்கோ, அதிக நெருக்கமாக, ஜாஸ்தியாக மனிதக் கூட்டங்கள் வசிக்கும் இடம் நகரம் என்ற ஹோதாவில் விளங்கும் – அதில் அரசன் இருப்பான் – அதனால் அது தலைநகர்.

இவ்வளவும் தாண்டி ஜன சஞ்சாரமே இல்லாத பாகம். சிந்து நதி ஹிமயத்தின் மடியைவிட்டுச் சமவெளிக்கு வர ஆரம்பிக்கும் இடம். மரமும் கொடியும் மனிதனின் வெற்றியைக் காணாதவை. சிந்துவின் கன்னிப் பருவம் – நதி களங்கமற்ற உள்ளத்தைப் போல் பாறைகளைத் தழுவிச் சுழித்துச் சிரித்துச் சென்றது.

அங்கே கௌதமருடைய வாசஸ்தலம் சற்று காட்டின் உள்ளே தள்ளி. சிந்துவின் கரைக்கும் குடிசைக்கும் கூப்பிடு தூரம்.

குடிசைக்குப் பக்கத்தில் சிறிது தள்ளி வடக்குப்புறமாகச் செழித்த புல்வெளி. தூரத்திலே ஹிமவானின் பனிச் சிகரம், இவர்களுக்கு எப்பொழுதும் தீங்கு வராமல் கவனிப்பது போல் இருந்தது.

கௌதமர் அந்தணர், அதாவது வித்தைக்கும் கலைக்கும் தமது வாழ்க்கையை அர்ப்பணம் செய்துவிட்டவர். அது ஒரு காலம். வாலிபர்களுக்கு – சிறுவர்களுக்கு – வித்தையைப் போதிப்பதில் ஒரு பிரேமை. அதெல்லாம் பழைய கதை.

அப்பொழுது, இந்த அகண்ட உலகத்தில் உள்ள சராசரங்களின் அழகு, அதன் காரணம், அதன் மூலம் இவையெல்லாவற்றையும் அறிய ஓர் ஆர்வம். அதனால்தான் இந்தத் தனியிடத்தில் வந்து நிம்மதியாகத் தமது ஆசையைப் பூர்த்தி செய்துகொள்ளத் தனித்திருக்கிறார். சமூகத்தைவிட்டு விலகித் தமது பத்தினியுடன் இங்கு வசித்து வருகிறார்.

அவருக்கு வயது முப்பது. கறுத்து அடர்ந்த தாடி, அகன்று பிரகாசமான ஒளிவிடும் கண்கள், மெல்லிய உதடு, பரந்து விரிந்து திரண்ட மார்பு, ஒடுங்கிய வயிறு, எல்லாவற்றிலும் இயற்கையின் கனிவு பொங்கியது. மிருக அழகன்று – ஆளை மயக்காது, வசீகரிக்கும். அந்தக் கண்களில், அந்த உதடுகளில் ஒரு தெய்வீக ஒளி – தேஜஸ் – உள்ளத்தின் சாந்தியை எடுத்துக் காட்டிற்று.

அவர் மனைவி – அவள்தான் அகல்யை. அவர் ஆணுக்கு இலட்சியம் என்றால், இவள் பெண் குலத்திற்கு வெற்றி. மருண்ட பார்வை, அவரைக் காணுந்தோறும் காதல் பொங்கும் கண்கள். அவரைத் தனது உள்ளத்தில் மட்டும் வைத்துவிடவில்லை. அவளது ஒவ்வொரு செயலும் அவரது இன்பத்திற்காகவே. அதிலே அவளுக்கு ஓர் இன்பம்.

கௌதமரும் இவளைக் காதலிக்கிறார். ஆனால் அவர் காதல் காட்டாறு போன்றதன்று – சாந்தியிலே பிறந்தது. அவர் மனம் இடியச் செய்ய ஒரு லேசான வழி, அவள் மேல் ஒரு துரும்பை எடுத்து வீசினாலும் போதும். அவருடைய காதலின் உயர்வை அவள் அறிந்திருந் தாள். அவள் கற்புள்ளவளாக இருந்ததில் ஆச்சரியமில்லை. அவர் அவளுடைய இலட்சியம். அதனால், அவள் கற்புடன் இருந்ததில் என்ன அதிசயம்!

2

ஒரு நாள் சாயங்காலம். சூரியன் இன்னும் அஸ்தமிக்கவில்லை. தூரத்திலிருக்கும் பனி மலைகள் செந்தழலாகக் கனிந்தன. அகல்யை குடிசைக்குள்ளிருந்து குடத்தை இடுப்பில் ஏந்தியவண்ணம் வெளி முற்றத்திற்கு வருகிறாள். அந்த வெளிமுற்றத்தில் கௌதமர் ஒரு கிரந்தத்தை வாசித்துக்கொண்டிருக்கிறார். பக்கத்தில் வந்து நிற்கிறாள்.

கௌதமருக்குச் சற்று நேரம் அவள் இருப்பது தெரியாது. கிரந்தத்தில் இருந்த லயிப்பு அப்படி. பிறகு வந்திருக்கிறது தெரிந்தது. அன்பு கனிந்த பார்வையுடன் சிரித்துக்கொண்டு, “என்ன அகல்யா, நேரமாகி விட்டதா? குளிக்கவா? நான் கொஞ்சங் கழித்து வருகிறேன். கிரந்தத்தில் கொஞ்சந்தான் பாக்கியிருக்கிறது!” என்றார்.

குடத்தைக் கீழே வைத்துவிட்டு அவர் தலையை மார்புடன் சேர்த் தணைக்கிறாள். நெற்றியில் அவள் அதரங்கள் படிந்து அப்படியே சற்று நேரம் இருக்கின்றன.

“நான் வருகிறேன்!” என்று குடத்தை எடுத்துக்கொண்டு நதிக்குச் செல்லுகிறாள். அவள் மனத்தில் ஓர் ஏமாற்றம் – இத்தனை நேரம் எதிர்பார்த்திருந்தது நடக்காததினால் – கணவருடன் சிரித்தும் குதூகலமாக விளையாடிக்கொண்டும் நதிக்குச் செல்ல முடியாமையினால். அவர்மீது கோபமும் இல்லை.

அவள் வெகு வேகமாக நதியை அடைகிறாள். உடைகளைத் துவைப்பது, குடத்தைத் தேய்ப்பது – எல்லாம் வெகு துரிதமாக நடக்கின்றன.

உடைகளையெல்லாம் களைந்து பாறையின்மீது வைத்துவிட்டு நீரில் குதிக்கிறாள். அந்தக் குளிர்ந்த நீரில் நீந்தி விளையாடுவதில் என்ன இன்பமோ! ஆழமான சிந்துவில் முக்குளிப்பதும், மறுபடியும் பாறையில் ஏறிக் குதித்து நீந்துவதுமாக அதிலேயே லயித்துப் போய் விட்டாள்.

அப்பொழுது எங்கிருந்தோ இந்திரன் எதிர்க் கரையில் வந்தான். அகல்யையின் கட்டழகு அவனைக் கல்லாகச் சமைத்தது; வைத்த கண் மாறாமல் பார்க்கும்படி செய்தது. அவளை எப்படியேனும் அடைய வேண்டும் என்று தீர்மானித்துக்கொண்டு, அவளை நெருங்க ஒரு பாறையில் இறங்கினான்.

இந்தச் சப்தம் அகல்யையின் காதில் விழுகிறது.

திரும்பிப் பார்க்கிறாள். ஓர் ஆடவன்! நேர்மையற்ற மிருக உணர்ச்சி பொருந்திய முகம்! அழகுதான்! நெருங்குவதின் அர்த்தம் அவளுக்குப் பட்டது. அப்படியே வெறித்து ஒரு கோபப் பார்வை பார்க்கிறாள்.

இந்திரன் நடுநடுங்கி அப்படியே நின்றுவிட்டான். இப்படி எதிர் பார்க்கவில்லை அவன்.

அகல்யா ஒரு பாறையின் பக்கத்தில் மறைந்து உடைகளைச் சீக்கிரம் அணிந்துகொண்டு, குடத்தில் தண்ணீருடன் வெகு வேகமாகக் கரையேறிச் சென்றுவிடுகிறாள்.

இந்திரன் மனத்தில் அவளை அடையவேண்டும், அடையவேண்டும் என்ற ஒரே எண்ணந்தான். அவள் யார், தான் செய்யப் புகுந்தது என்ன என்று எண்ண மனத்தில் இடமில்லை.

பைத்தியம் பிடித்தவள் போல் ஒரே வெறித்த பார்வையுடன் சென்று கொண்டிருக்கும் அவள் எதிரே கௌதமர் வருகிறார். குடம் கையிலிருந்து நழுவுகிறது. ஒரே ஓட்டமாக ஓடி அவர் மார்பில் விழுந்து கோவென்று கதறுகிறாள்.

கௌதமர் அவளை யணைத்தவண்ணம், "என்ன? என்ன?" என்றார்.

தேம்பிக்கொண்டே நடந்ததைத் தெரிவிக்கிறாள். அவளைத் தேற்றிக் குடிசைக்குக் கொண்டுவிட வேண்டியிருந்தது. அவளது உயர்ந்த காதல், அதன் முடிவாக, அதன் சிகரமாக இருக்கும் அவள் கற்பு, அவருக்கு ஒரு புதிய உண்மையைத் தெரிவிக்கிறது; அதுதான் மற்ற ஆண்களிடம் மனத்திலே ஏற்படும் அருவருப்பு.

3

இந்திரன் ஒரே தடவையில் தனது எண்ணம் ஈடேறச் சமயம் எதிர்பார்த்திருந்தான்.

இதெல்லாம் அகல்யைக்குத் தெரியாது. ஏதோ ஒரு பெருங் குற்றத்தை, மனத்திற்கு ஒவ்வாத குற்றத்தைச் செய்தது போல் அவள் உள்ளம் கொந்தளித்துக்கொண்டிருந்தது.

கௌதமருடைய அன்பும் காதலும் அவளைத் தேற்றின. அன்று அவர்கள் தூங்க நெடுநேரம் சென்றது.

“உனக்காக எல்லாரும் குருடராக இருக்க முடியுமா?” என்றார் கௌதமர்.

“ஆனால் ஆந்தையாகவா விழிக்க வேண்டும்?” என்றாள் அகல்யை.

இந்திரன், தனது பைசாச உணர்ச்சியைப் பூர்த்தி செய்துகொள்ள எப்பொழுது சமயம் கிடைக்கும் என்று சுற்றி வருகிறான்.

விடியற்காலம் என்று கௌதமரை நினைக்கும்படி செய்து அவரை அப்புறப்படுத்திவிட்டால் ஆசை பூர்த்தியாகும்.

நடு நிசி. சந்திரனற்ற வானம். வெள்ளி மட்டும் கொஞ்சம் பிரகாச மாக, விடியற்காலம் என்று நினைக்கும்படி மங்கிய வெளிச்சத்தைத் தருகிறது. இந்திரன் கோழி மாதிரிக் கூவுகிறான்.

குடிசையினுள் அகல்யாவைத் தழுவியும் தழுவாமலும் உறங்குகிறார் கௌதமர். அவருக்கு எப்பொழுதும் பிசாசுத் தூக்கம் கிடையாது. கோழியின் குரல் கேட்டதும் காலைக்கடனைக் கழிக்க எழுந்து சிந்துக் கரைக்குச் செல்லுகிறார்.

அன்று நெடுநேரமாகத் தூங்காததினால் அகல்யைக்கு அயர்ந்த தூக்கம்.

பாதிக் கனவு, பாதித் தூக்கம். கணவனுடன் கொஞ்சித் தழுவி அவருடனேயே இருப்பது போல் கனவு. இந்திரன் பூனை போல மெதுவாக உள்ளே வருகிறான். ஆடைகள் சற்று நெகிழ்ந்து உறங்கும் அபலையைப் பார்க்கிறான்.

ஒரு மிருகத்தின் வேட்கை அன்று பூர்த்தியாயிற்று.

பாதிக் கனவு–உலகத்திலிருந்த அகல்யை விழிக்கவில்லை. கணவர் என்று நினைத்துத் தழுவுகிறாள். ஓரளவு இயற்கையின் வெற்றி.

கணவரை முத்தமிடக் கண்களை விழிக்கிறாள்.

ஐயோ, அந்தச் சண்டாளன்! எல்லாம் சுழலுகிறது. ஒன்றும் அர்த்தமாகவில்லை. சொந்த வீட்டிற்குள் இவன் எப்படி . . .?

பக்கத்திலிருந்த தடியால் அவன் மண்டையில் அடித்து உதறித் தள்ளிவிட்டு, ஒரு புறம் கிடந்து புரண்டு துடிக்கிறாள்.

இந்திரனுக்குச் சுய அறிவு வருகிறது. தன் பைத்தியக்காரத்தனம், தன் மிருகத்தனமான கொடுமை! . . . அவன் உள்ளமே வெடித்துவிடும் போல் இருக்கிறது!

நதிக்குச் சென்ற கௌதமர் இன்னும் விடியாததைக் கண்டு, ஏதோ சூது நடந்திருக்கிறதென்று விரைந்து வருகிறார்.

உள்ளே சரேலென்று நுழைந்ததும், அகல்யை கிடக்கும் கோலத்தில், காரியம் மிஞ்சிவிட்டது என்று அறிந்தார். உடனே தம் மனைவியை வாரி எடுக்கிறார். தீயில் பட்ட புழுப் போல் அவள் உடல் துடித்துப் பதறுகிறது.

குற்றத்தின் பாரமே உருவாக இந்திரன் நிற்கிறான். “அப்பா இந்திரா! உலகத்துப் பெண்களைச் சற்று சகோதரிகளாக நினைக்கக் கூடாதா?”

"கண்ணே அகல்யா, அந்தச் சமயத்தில் உனது உடலுமா உணர்ச்சியற்ற கல்லாய்ச் சமைந்துவிட்டது?" என்று அவள் தலையைத் தடவிக் கொடுக்கிறார்.

அவர் மனத்தில் ஒரு சாந்தி.

ஒரு புதிய உண்மை:

'உணர்ச்சி தேவனையும் மிருகமாக்கிவிடுகிறது. மனத்தூய்மையில் தான் கற்பு. சந்தர்ப்பத்தால் உடல் களங்கமானால் அபலை என்ன செய்ய முடியும்?'

மௌனம்.

"இந்திரா! போய் வா!" என்றார் கௌதமர். அப்பொழுதும் அவர் மனத்தின் சாந்தி தெளிவாகத் தெரிந்தது.

அகல்யை?

அவள் உள்ளத்தில் நிகழ்ந்த ஊழியின் இறுதிக் கூத்து கணவனின் சாந்திக்குப் பகைப்புலமாக நின்றது.

ஊழியன், 24.8.1934

கடிதம்

சிங்காரவேலு ஓர் இலக்கிய கர்த்தா. வாழ்க்கையின் இலட்சியங்களை, வாழ்க்கையின் சிக்கல்களை – ஏன், வாழ்க்கையையே – திறந்து காண்பிக்கும் ஜன்னல்கள்தாம் சிறுகதைகள் என்றால் அவைகளுக்கு உதாரணம் சிங்காரவேலுவின் கதைகள்.

'பேனாவை வைத்துக்கொண்டு கோனாகிவிடுவோம்!' என்று அவர் ஒரு நாளும் கனவு காணவில்லை; ஆனால் பேனாவை வைத்துக் கொண்டு பிச்சையெடுக்க வேண்டும் என்று நினைக்கவும் இல்லை.

அவருடைய சிறுகதைகளைப் பொறுத்தவரை சமூகம் நூறு பேரில் அவரை ஒருவராக மதித்தது. முக்கால்வாசிப் பேருக்கு அழகு என்பது என்ன என்று தெரியாது. சிலருக்கு அழகாயிருக்கிறது என்று முதலில் சொல்லுவதற்குத் தைரியமில்லை.

இந்த மாதிரியான சமூகத்தினிடையே சிங்காரவேலு உயிர்வாழ வேண்டுமென்றால் வாழ்க்கை உண்ணாவிரதத்தில் முக்தியடைந்திருக்க வேண்டும். அல்லது ஏதாவது கருணை மிகுந்த தெய்வம் அட்சய பாத்திரம் ஒன்றைக் கொடுத்து வைத்துவிட்டுப் போயிருக்க வேண்டும். இயற்கையின் சட்டத்தை மீறவும், தெய்வத்தின் கருணையைப் பெறவும் முடியாத இந்தக் கலிகாலத்தில் பிறந்ததைப் பற்றி சிங்காரவேலு நொந்துகொள்வதில் பயன் இல்லை.

அவருடைய சமூகமாகவும் ரஸிகர்களாகவும் சில நண்பர்கள் இருந்தார்கள். அதனால் அவருக்குப் பசி என்ற கவலை ஏறக்குறைய இல்லையெனலாம். ஏனென்றால் அவருடைய தேவைகள் வெகு கொஞ்சம். குடும்ப பாரம் கிடையாது. கனவு கண்டுகொண்டிருப் பதற்குப் போதிய அவகாசம் இருந்தது. எனினும் அதை இலக்கியமாக வடிவெடுக்க வைக்கும் ஊக்கம் குறைந்துவர ஆரம்பித்தது.

புகழ் இல்லாமல் இலக்கிய கர்த்தா உயிர் வாழ முடியாது. முகஸ்துதி வேண்டாம். இல்லாததை நீங்கள் சொல்லிவிட வேண்டாம். செய்வது சரிதான், நன்றாயிருக்கிறது என்று சொல்லவாவது வேண்டாமா? நேர்மையான புகழ் இலக்கிய கர்த்தாவுக்கு ஊக்கமளிக்கும் உணவு. இதைக் கொடுக்கக்கூடச் சக்தியற்ற கோழையான ஒரு சமூகத்திற்கு

என்ன எழுதிக் கொட்ட வேண்டியிருக்கிறது! இதில் வாழும் கிரந்த கர்த்தா மனமிடிந்து பாழாய்ப் போவான்; ஆனால் சிங்காரவேலு இப்படி நாசமாவதற்குக் கோழையல்லர். தைரியத்தினால் ஏற்பட்ட மனக் கசப்பு அவரை ஒன்றும் எழுதவிடவில்லை.

அவர் சமூகத்தில் நம்பிக்கை வைத்த மனிதர். ஓடித் தளர்ந்த சிந்தனைகள் எல்லாம், ஈட்டி குத்தும் மாதிரி, கதைகளைச் சிருஷ்டித்தன.

~ ~

அன்று . . .

எப்பொழுதும் போல் அந்தத் தனியறையில் பாயில் உட்கார்ந்து கொண்டிருக்கிறார்.

வெற்றிலையை மென்றுமென்று துப்பியாகிவிட்டது.

என்ன செயற்கை ஊக்கம் கொடுத்தாலும் அந்தக் கதையைத் தொட முடியவில்லை.

ஏழு நாட்களாக இந்தக் கதிதான்.

கையிலிருந்த பேனாவையும் காகிதத்தையும் கீழே பொத்தென்று போட்டார்.

பின்புறமிருந்த தலையணையில் சாய்ந்துகொண்டு, வெற்றிலைச் செல்லத்தைப் பக்கத்தில் இழுத்து வைத்துக்கொண்டு வெற்றிலை போட ஆரம்பித்தார்.

அதுவும் ஒரு கலை – அவருக்கு.

தெரு வாசற்படியில் யாரோ வருவதுபோல் காலடிச் சப்தம்.

"சிங்காரம்!" என்ற குரல்.

"சுந்தரமா? வா!"

அவருடைய நண்பர் சுந்தரம் வந்து பக்கத்தில் உட்கார்ந்துகொண்டு, "என்ன, வெளியே போகலாமா? மணி ஐந்திருக்குமே!" என்றார்.

"வெற்றிலையைப் போடு, முதலில்!"

"என்ன, இன்னும் கதையை முடிக்கவில்லையே! ஆரம்பம் வெகு ஜோராய் இருக்கிறது. சீக்கிரம் முடியுங்கள்!"

"ஆமாம், வேலையில்லை! எழுதித் தூக்கி நிறுத்துகிற அவசரம் ஒன்றுமில்லை. என்னடா, நல்ல கதையை ரஸிக்கிறதற்கு ஒரு பயலும் இல்லை. சும்மா எழுது எழுது என்றால்! நான் பகுத்தறிவற்ற குயில் இல்லை. எனக்கு நான் எழுதுவதைச் 'சரி, நன்றாயிருக்கிறது' என்று சொல்ல நான்கு பேர்கள் வேண்டும். சுற்றி ஒன்றுக்குமற்ற கழுதைகளை வைத்துக்கொண்டு என்ன செய்கிறது?" என்றார் சிங்காரம்.

"ரஸிக்கிறதற்கு நாங்கள் எல்லாரும் இல்லையா?" என்றார் சுந்தரம்.

"நீ எனது சிநேகிதன். உனக்கு என்மேல் பிரேமை. நான் என்ன எழுதினாலும் உனக்கு நன்றாகத்தான் தெரியும். மூன்றாவது மனிதன் எவனாவது இதுவரை என் கதை நன்றாக இருக்கிறது என்று சொல்லி யிருக்கிறானா? அதிருக்கட்டுமப்பா! நான் கதை எழுதுகிறேன் என்று எத்தனை பேருக்குத் தெரியும்? வா, போகலாம்! கதை எழுதி ..." என்று சொல்லி எழுந்து வெளியே புறப்படத் தயாரானார்.

மௌனமாகக் கையிலிருந்த புகையிலையை வாயில் போட்டுக் கொண்டு நண்பரும் எழுந்தார்.

அன்று பேச்சு எங்கெல்லாமோ சுற்றியும் கடைசியில் இதில்தான் வந்து விழுந்துகொண்டிருந்தது.

~ ~

ஐந்தாறு நாட்கள் கழித்து. . . .

இரவு ஏழு மணி இருக்கும்.

சிங்காரவேலு தமது அறையில் உட்கார்ந்து ஏதோ வாசித்துக் கொண்டிருக்கிறார்.

அந்தக் கதை, அதுவும் அப்படியே அரைகுறையாகத்தான் கிடக்கிறது.

"ஸார், தபால்!" என்ற சப்தம்.

சிங்காரவேலுவுக்குக் கடிதம் வருவது விதிவிலக்கு. முக்கால்வாசி வேறு யாருக்காவது போகவேண்டிய கடிதம் தவறுதலாக இங்கு வந்துவிடுவது உண்டு. துணைத் தபால்காரனாக இவரும் சிரமப்பட வேண்டியதிருக்கும்.

ஜன்னல் வழியாக விழுந்த கடிதத்தை எடுத்து விலாசத்தைக் கவனித்தார். அதில் தவறு ஒன்றும் இல்லை. விலாசம் சரியாகத்தான் இருக்கிறது. ஆனால் கையெழுத்து அவருக்கு அறிமுகமானதாக இல்லை. தபால் முத்திரை எப்பொழுதும் போல் ஒரே கறுப்புமயமாக இருந்தது.

பிரித்து வாசித்தார்:

விசாகப்பட்டி,
10.9.'33

இலக்கிய கர்த்தரான திரு. சிங்காரவேலு அவர்கள் திவ்விய சமூகத்திற்கு,

நான் பெரிய படிப்பாளி ஒன்றுமில்லை; ஆனால் கலையில் எனக்கு ஆர்வம் மிகுதியும் உண்டு.

தங்கள் சிறுகதைகளுக்கு நிகராகத் தமிழ் இலக்கியத்தில், ஏன், உலக இலக்கியத்திலேயே – எனக்கு ஆங்கிலத்திலும் சிறிது பயிற்சியுண்டு – பெரும்பான்மையாகக் கிடையாது என்றே சொல்லுவேன். தங்கள் 'சாலாவின் சங்கடங்கள்' என்ற சிறுகதை வாழ்க்கையின் உயிர்பெய் ஓவியமாக இருக்கிறது.

அது ஒரு புதிய மானத உலகத்தையே திறந்து காண்பிக்கிறது. அதைப் பற்றிப் புகழ்வதற்கு, நானும் ஓரளவு எழுதும் பயிற்சி பெற்றவனாக இருந்தால் எனது உள்ளத்தில் தோன்றியதை அப்படியே எடுத்துரைப்பேன். ஆனால் அந்தோ, அவ்வளவும் மூங்கையன் கண்ட கனவாகவே இருக்கின்றன. இன்னும் தங்கள் எண்ணிறந்த கதைகளை விடாது படித்துவந்தவர்களில் நானும் ஒருவன். இன்னும் புதிய கற்பனைகளை, கனவு லோகங்களைச் சிருஷ்டிக்க இறைவன் தங்களுக்குப் போதிய சக்தி அருளுவானாக.

இப்படிக்கு,
தங்கள் விதேயன்,
நாகப்பன்

கடிதத்தை வாசித்ததும் முகம் மலர்ச்சியடைந்தது. உள்ளம் பூரிப் படைந்தது. குதூகலம் பிறந்தது. மறுமுறையும் வாசித்தார். இன்னொரு முறையும் வாசித்தார். அந்தக் கடிதம் அவருடைய ஒரு பெரிய தாபத்தைத் தீர்த்தது.

"நீ ஒருவன்தான் – எண்ணிறந்தவர்களில் ஒருவனல்லன்! சமூகத்தில் கொஞ்சம் நம்பிக்கை இருக்கத்தான் செய்கிறது. முழுமோசமில்லை!" என்று தமக்குள் சொல்லிக்கொண்டார்.

கடிதத்தைச் சுந்தரத்திற்குக் காட்ட வேண்டும் என்ற ஆசை. ஆனால், அதில் என்னதான் இருக்கிறதோ? மறுபடியும் படிக்க ஆரம்பிக்கிறார். நாகப்பனுக்கு ஒரு நீண்ட கடிதம் எழுத வேண்டும் என்று நிச்சயித்தாகி விட்டது.

மறுபடியும் படிக்க ஆரம்பித்த பிறகு மனது திடீரென்று மாறுகிறது. சில சில எழுத்துக்கள் தமக்கு அறிமுகமான யாரோ ஒருவரின் கையெழுத்து மாதிரித் தெரிகின்றன. ஆமாம்! யாரோ நமக்குத் தெரிந்த பயலுடைய வேலைதான். இல்லாவிட்டால் என் விலாசத்தை விசாகப்பட்டிக்கு யார் கொண்டுபோய்க் கொடுக்கப்போகிறார்கள்? இந்தப் புளுகு மூட்டையை என்னிடமா அவிழ்க்க வேண்டும்? சீச்சீ! முட்டாள்! கோழை! தைரியமிருந்தால், உண்மையில் ரஸித்தால், பகிரங்கமாகப் பத்திரிகைக்கு ஏன் எழுதக் கூடாது? அவன் ரஸித்தது என் சிநேகத்திற்காகத்தான். சீ! இதை எழுதிவிட்டால் எனக்குத் திருப்தி, சாந்தி, எல்லாக் குட்டிச்சுவரும் வந்துவிடுமென்று எண்ணி னானாக்கும்! முட்டாள்! அவனும் இந்தச் சமூகத்தில் ஒரு ஜந்துதானே! இந்த முட்டாள் கூட்டத்திற்குக் கதை எழுத வேண்டுமாம், கதை! அதைவிடக் கசையடி கொடுப்பேன்! முட்டாள்கள்! தரித்திரக் கழுதைகள்! நாளைக்கு வரட்டும்! கதை வேண்டுமாம், கதை!

இந்தப் பயல்கள் சாவகாசமே வேண்டாம். தொலைந்தால்தான் இந்தப் பீடை ஒழியும். உண்மைப் பற்றுதலைக் காண்பிக்கத் தைரிய மில்லாத கோழைகள்! கடிதம் எழுதினானே கடிதம், என்னை முட்டாள் என்று நினைத்துக்கொண்டானா? சீச்சீ! முட்டாள்!

அவனை என்ன சொல்ல? பெற்று வளர்த்த சமூகம் இப்படிப்பட்டது. இதற்காக எழுதாமலும் இருக்கிறதில்லை . . .

காகிதம் எரியும் நாற்றம் அறை முழுவதும் பரந்தது.

விளக்கும் கரி பிடித்து எரிந்து, எண்ணெயற்றுச் சோர்ந்து மங்கிக் கொண்டே வந்தது. வெற்றிலைப் பெட்டியை எடுக்கும் சப்தம். சிங்காரவேலு வெற்றிலை போட்டுக்கொண்டார்.

விளக்கு அணைந்தது.

அவர் மனத்தில் புழுங்கிய தணலும் அவிந்தது.

அன்று அவர் வெகு நேரம் தூங்கவில்லை.

இந்த மாதிரி அசட்டுத்தனமான சமூகத்தை எப்படித் தூக்குவது?

கோழைத்தனம் பிறப்புரிமையாக இருக்கிற இந்தப் புழுக்களை மனிதர்கள் ஆக்குவது எப்படி?

இருள் இருந்தால்தானே ஒளி? ஒளி வராமல் போய்விடுமா?

அதுவரை காத்திருக்க வேண்டியதுதான்.

எத்தனை காலமோ?

ஒளி வரும்பொழுது நாம் இருக்க வேண்டும் என்ற அவசியமுண்டா? எனது சிருஷ்டிகள் இருந்தால் போதும்!

***மணிக்கொடி*, 26.8.1934**

சித்தம் போக்கு

அன்று ஆபீஸிலிருந்து வரும்பொழுது ரொம்பக் களைப்பு.

அச்சு யந்திரத்தின் கவந்த உபாசனைக்கு ஈடுகொடுத்து முடிய வில்லை.

வெளியிலே வந்தேன்.

தெருவிலே கூட்டம்.

குப்பைத் தொட்டியில் ஒரு இறந்த குழந்தை.

எந்தத் தாயோ? அவள் யாராயிருந்தாலென்ன? சமூக ஒப்பந்தத் திற்குப் பயந்து செய்துவிட்டாள். அதற்கென்ன? கூடியிருந்த பெண்கள் அந்தக் குற்றவாளியை – அவள் அப்படித்தான்; சீர்திருத்தவாதிகள் என்ன கத்தினாலும்தானென்ன? – அடிவயிற்றிலிருந்துதான் திட்டி னார்கள். அவர்கள் உணர்ச்சியும் சரிதான். அவர்களுக்குத்தான் தெரியும் அந்த சிருஷ்டியின் உத்ஸாகம், மேதை, துன்பத்தின் இன்பம்.

அவள் உணர்ச்சிகள்? அதற்கென்ன?

~ ~

அங்கிருந்து திரும்பினேன். ஒரு பால்காரன் ஒரு வீட்டின் முன்பு கறந்துகொண்டிருக்கிறான். அவன் வழி வெகு சுருக்கமானது; லேசானது.

அவனுக்கு அந்தப் பசுவின் கன்றைப் பற்றிக் கவலையில்லை.

பசுவின் பாலைப் பெற்றுக்கொள்ளுவதற்கு அந்தப் பசுவின் கன்று இறந்துபோனாலென்ன? அதன் தோல் எங்கு ஓடிப்போய் விடுகிறது? அதைப் பசுவின் காலில் கட்டிவைத்துவிட்டால் பசு சாந்தியடைந்து விடுகிறது. பசுவும் உள்ளன்புடன் பால் கொடுக்கிறது. இதைவிட வேறு என்ன வேண்டும்?

செத்த குழந்தை; தோல் கன்றுக்குட்டி!

போதும்! போதும்!

நாம் கெட்டிக்காரர்கள்தாம்.

எனக்குக் கடற்கரைக்குப் போக வேண்டும் என்ற ஆசை.

மனிதனின் வெற்றியைக் கவனித்தது போதாதா?

கடற்கரைக்குச் சென்றேன்.

லேசான தென்றல், டாக்கா மஸ்லினை உடுத்திய மாதிரி மேலே தவழ்ந்தது. நல்ல காலமாக ரேடியோ முடிந்துவிட்டது.

கடற்கரையில் சற்று தூரத்தில் ஒரு பெண்ணின் கீதம். சங்கரா பரணம்; இன்பந்தான். நின்று கேட்டால் குடி முழுகிப்போகுமாமே, ஹிந்து சமூகத்திற்கு.

~ ~

எனக்குத் தகுந்தவள் அந்தக் கடல்தான்.

அவளைப் பார்த்தால் யாரும் ஒன்றும் சொல்லமாட்டார்கள் – உற்றுப் பார்த்தாலும்.

வானத்திலே சந்திரன். அவனைப் பற்றி அக்கறையில்லை. அன்று அவன் ஆதிக்கம் அதிகமில்லை. சுற்றி மேகப்படலம்; மங்கிய ஒளி.

நீலக்கடல்; அதற்குப் பெயர் அன்றுதான் தெரிந்தது. நீலக்கடல்!

நீலமா? அதிலே உயிர் ததும்பிக்கொண்டல்லவா இருந்தது!

தூரத்திலே – அடிவானத்தில் அல்ல – அதுவும் கடலும் சந்திக்கும் இடத்தில் – அவள் குறுநகை.

அலைகள் மேலெழுந்து வெள்ளைவிழிகாட்டி கண்சிமிட்டலுடன் விழுந்து மறைந்தன.

அதில் என்ன பொருள்? என் மனதில் ஒரு குதூகலம்; காரணமில்லாத துக்கத்தினால் அதன் பொருள் என்ன?

என்னடீ! ஏன் அகண்ட சிருஷ்டியின் மர்மமாக – மந்திரமாக – இருக்கிறாய்? உன்னுடைய குறுநகையின் மர்மமென்ன?

நீ யார்?

ஏன் என் மனதில் இந்த துக்கம்? எனது துயரம்..?

கண்சிமிட்டி மறைகிறாயே, யாருக்கு? அதன் பொருள் என்ன?

வரவா? அடியே! உன் மனந்தான் என்ன?

பொருள் விளங்கவில்லையே! நீதான் இந்தக் கேலிக்கூத்திற்கெல்லாம் தலைவியா?

உனது சிரிப்பின் பொருள் அதுதானா?

பொருள் விளங்கவில்லையே! நீ யார்?

ஆம்; அறிந்துகொண்டேன்.

நீதான் என் அரசி!

என் கா...த...லி! மனித ஹ்ருதயத்தின் துக்கத்திலே பிறக்கும் கவிதை என்னும் என் தேவி!

***மணிக்கொடி*, 2.9.1934**

நன்மை பயக்குமெனின்

பூவையாப் பிள்ளை (முழுப் பெயர் பூமிநாத பிள்ளை) பேட்டையில் பெரிய லேவாதேவிக்காரர். மூன்று வருஷம் கொளும்பில் வியாபாரம் அவரை ஒரு தூக்குத் தூக்கியது. அத்துடன் ஒரு பத்துக் 'கோட்டை நிலம்'; நெல் விலை முன்பு உயர்ந்தபொழுது ஒரு தட்டு; இவைகளினால் சாலைத் தெரு முதலாளி என்று பெயர். தெய்வ பக்தி, உலக நடவடிக்கைகளைப் பொறுத்து கோவிலுக்குப் போதல், நீண்ட பூஜை முதலியன எல்லாம் உண்டு.

பக்கத்து வீட்டுச் சட்டைநாத பிள்ளை, புஸ்தகப் புழு. இவருக்கு இருந்த சொத்து வகையறாக்களைப் புஸ்தகமாக மாற்றுவதில் நிபுணர். வீட்டிலேயே ஒரு புஸ்தகசாலை. கிடைக்காத புஸ்தகங்கள், வேண்டாத புஸ்தகங்கள், வேண்டிய புஸ்தகங்கள், பழைய பிரதிகள், அபூர்வ ஏடுகள் எல்லாம் இவர் வீட்டில் பார்க்கலாம். ஏதோ ஆராய்ச்சி செய்துகொண்டிருக்கிறார் நீண்டகாலமாக. அவர் புஸ்தகம் எழுதுவது வெகு காலமாக வெறும் சமாச்சாரமாக இருந்து பழங்கதையாக மாறிவிட்டது. இவருக்கு உலகமே புஸ்தகம்; அறம், பொருள், இன்பம், வீடு எல்லாம் அதுதான்.

இந்த இரண்டு பேர்களும் அத்தியந்த நண்பர்கள். சாயங்காலம் நான்கு மணி முதல் சட்டைநாத பிள்ளை பூவையாப் பிள்ளையின் பேச்சு இன்பத்தை நாடுவார். இருவரும் வெளியே உலாவி வருவார்கள். இதுதான் இவர்கள் சந்திக்கும் நேரம். பணத்தைப் புஸ்தகமாக மாற்றும் சட்டைநாத பிள்ளை, தமது நண்பரிடம் கடன் வாங்கியிருந்தார் என்றால் அதிசயமல்ல. கொஞ்சம் நாளாகிவிட்டது.

சட்டைநாத பிள்ளை தனது புஸ்தகக் கூட்டத்தில் அளவளாவிக் கொண்டிருக்கிறார். அவருடைய பெண் தங்கம் ஒரு காகிதத் துண்டைக் கொண்டுவந்து கொடுத்து "மேல வீட்டு பெரியப்பா குடுத்தாஹ" என்றாள்.

உயர்திரு அண்ணாச்சி அவர்களுக்கு, நம்ம விஷயத்தை கொஞ்சம் தாங்கள் துரிசாப் பார்க்கணும். இன்று சாயங்காலம் மேற்படி விஷயத்திற்கு வருவேன். மறக்கப்படாது.

இப்படிக்குத் தங்கள்
உயிர் நண்பன்
பூவையாப் பிள்ளை

என்று வாசித்தார்.

"சதி. அண்ணாச்சிக்கு நாம் கொஞ்சம் பணம் கொடுக்கணும். நெறுக்கிறாஹ. ஏட்டி, நீ சவுந்திரத்தை அனுப்பு" என்று சொல்லி விட்டார்.

கொடுக்க வேண்டியது 500 ரூ. அதிகமாக 200 ரூ. சேர்த்துப் பாங்கிற்குச் செக் எழுதியாகிவிட்டது. எதற்கு? எல்லாம் புஸ்தகத்திற்குத் தான்.

"ஏலே! சவுந்தரம், இதைப் போய் மாத்திக்கிட்டு சுறுக்கா வா. மணி பதினொண்ணு ஆயிட்டுதே! போ! போ!" என்று சொல்லிவிட்டுக் கையிலிருந்த 'செந்த் அவஸ்தா' முதல் பாகத்தில் தன்னை மறந்துவிட்டார்.

ஒருமணி நேரம் கழிந்தது. சவுந்திரமும் வந்துவிட்டான்.

எல்லாம் 100 ரூ. நோட்டுக்கள். சட்டைநாத பிள்ளை தன்னை மறந்தவராக இருந்தாலும் ஒவ்வொரு காரியத்தையும் நுணுக்கமாகச் செய்பவர். வந்த நோட்டுக்கள் நம்பரை எல்லாம் குறித்துக்கொண்டார். அப்பொழுதும் ஜரத்துஷ்டிரனுடைய மொழிகளில்தான் மனம். அதை யோசித்துக்கொண்டே ஐந்திற்குப் பதிலாக ஆறு நோட்டுக்களை எடுத்துக்கொண்டு பூவையாப் பிள்ளையைப் பார்க்கச் சென்றார்.

பூமிநாத பிள்ளையின் பூஜை முடியும் சமயம்.

"அண்ணாச்சி வரணும், வரணும், ஏது இந்தப் பக்கமே காணமே. ஒரு நிமிட்" என்று பூஜையின் 'கியரை' மாற்றி வேகத்தை அதிகப்படுத் தினார். 'மந்திரமாவது நீறு, துதிக்கப்படுவது நீறு இத்யாதி, இத்யாதி; முற்றிற்று; திருச்சிற்றம்பலம்' என்று முடித்துவிட்டு, "என்ன அண்ணாச்சி? என்ன விசேஷம்" என்றார்.

"ஒண்ணுமில்லை. அந்த விசயத்தை முடுச்சிக்கிடலாம் என்று வந்தேன்."

"ஏது நம்ம துண்டில் ஏதும் மனத்தாங்கலாக எழுதிட்டேனோ?"

"அதொண்ணுமில்லே. கையிலிருக்கப்ப குடுத்திடலாமென்று நினைச்சேன். எனக்குத்தான் மறதியாச்சே" என்று நோட்டுப் பொட்டணத்தைக் கையில் கொடுத்தார். அவர் பிரித்துப்பார்ப்பது போல் கவனித்துவிட்டு மடியில் வைத்துக்கொண்டார்.

"சரியாய் பாருங்க."

"அதுக்கென்ன! எல்லாமிருக்கும், எங்கே போகுது?"

"அண்ணாச்சி நம்மகிட்ட ஒரு விசயமில்லா? . . ."

"சொல்லுங்க . . ."

"நம்ம பையன் பீ.ஏ. தானே?"

'தன் பெண்ணுக்கு வரன் தேடுகிறாரோ' என்று நினைத்தார் பூவையாப் பிள்ளை.

"ஆமாம் தங்கத்திற்கு வயதுதான் வந்துவிட்டதே. எல்லாம் நாளும் கிழமையும் வந்தா முடியும். அதுக்கென்ன விசாரம்" என்றார் பூவையாப் பிள்ளை.

"அதில்லே அண்ணாச்சி. அவுஹ காலேசிலே ஒரு புஸ்தகம் இருக்கிறது. நான் எழுதும் புஸ்தகத்திற்கு அது கட்டாயம் எனக்கு வேண்டியது. எங்கேயும் கிடைக்காது. அவனை எடுத்து வரச்சொல்லுங்க. பிறகு காணாமற் போயிட்டது என்று விலையைக் கொடுத்துவிடுவோம்" என்றார்.

"இம்பிட்டுதானே? ஏலே! அய்யா! நடராசாவை எங்கே?"

"நீங்க அவனைப் புஸ்தகத்தை மாத்திரம் எடுத்துவரச் சொல்லுங்க. அவனுக்குத் தெரியாது சின்னப் பையன்."

நடராஜன் வந்தான்.

"அண்ணாச்சிக்கு ஏதோ புஸ்தகம் வேணுமாம். எடுத்துக் கொண்ணாந்து குடு."

பெயர் எல்லாம் எழுதிக்கொடுத்துப் பையனை அனுப்பியாகிவிட்டது.

"பொறவு, நான் போயிட்டு வாரேன்."

"என்ன அதுக்குள்ளே! வெத்திலை போடுங்க. நம்ம சவுந்தரம் இருக்கானே அவன் ஒரு 100 ரூபா வாங்கினான். இப்போ அப்போ என்கிறான். நீங்க கொஞ்சம் பாக்கணும்."

"நான் கண்டிக்கிறேன். அந்த மாதிரி இருக்கலாமா? போயிட்டு வாரேன்" என்று விடைபெற்றுக்கொண்டார்.

பூவையாப் பிள்ளை பணத்தைப் பெட்டியில் வைத்துப் பூட்டுமுன் எண்ணினார். அதிகமாக இருந்தது. கொண்டுபோய்க் கொடுத்துவிடலாமே என்று நினைத்தார். 'அவராக வரட்டுமே; என்ன இவ்வளவு கவலை ஈனம்' என்று நினைத்துப் பெட்டியில் வைத்துப் பூட்டினார்.

அன்று முழுவதும் சட்டைநாத பிள்ளை வரவில்லை. இரண்டு நாள் பார்த்துக்கொண்டு பாங்கிக்கு அனுப்பலாம் என்று நினைத்துச் சும்மாயிருந்தார்.

சாயங்காலம் நடராஜன் புஸ்தகத்தைக் கொண்டுவந்தான். பிள்ளையவர்கள் அதைக் கொண்டுகொடுத்துப் பேசிக்கொண்டிருக்கும் பொழுது, அதைப் பற்றிப் பேசவில்லை.

2

இரண்டு நாளாயிற்று.

சட்டைநாத பிள்ளைக்குப் புஸ்தகம் வாங்கப் பணம் தேவையாக இருந்தது. பெட்டியைத் திறந்து பார்த்தார். ஒரு நூறு ரூபாய் நோட்டுத் தான் இருந்தது. ஒருவேளை தவறுதலாகக் கொடுத்துவிட்டோமோவென்று பூவையாப் பிள்ளையிடம் சென்றார். கேட்டவுடன் அவர் வெகு சாந்தமாக 'இல்லையே' என்று சொன்னவுடன் வீட்டில் வந்து எங்கும் தேடினார். பணத்தைக் காணோம் என்று வீட்டில் ஒரே அமளி; களேபரம்.

ஒன்றும் தெரியவில்லை.

பாங்க் காஷியரிடம் சென்று நம்பர்களைக் குறித்துக்கொடுத்து, வந்தால் சொல்லும்படி தெரிவித்துவிட்டு வந்தார்.

அன்று சாயங்காலம் காஷியர் அவர்கள் பூவையாப் பிள்ளை செலுத்திய 600 ரூபாயில் இவர் கொடுத்த ஆறு நம்பரும் இருக்கின்றன என்று தெரிவித்துச் சென்றார்.

முதலில் சட்டைநாத பிள்ளை திடுக்கிட்டுவிட்டார். இருந்தாலும் பணத்தாசை யாரை விட்டது என்று நினைத்துக்கொண்டு வெகு கோபமாகப் பூவையாப் பிள்ளை வீட்டிற்குச் சென்றார்.

"என்ன அண்ணாச்சி? நீங்க இப்படி இருப்பிஹ என்று நினைக்கவேயில்லை. நீங்க குடுத்த அறுநூறு ரூபாயில் எனது ஆறு நம்பர்களும் இருக்கிறது என்று காஷியர் பிள்ளை இப்பத்தான் சொல்லிவிட்டுப் போனார். நீங்கள் இப்படிச் செய்யலாமா ...?" என்று அடுக்கிக் கொண்டே போனார். ஸ்வரம் ஏறிக்கொண்டே போயிற்று.

பூவையாப் பிள்ளைக்குத் தூக்கிவாரிப் போட்டுவிட்டது. அகப்பட்டுக் கொண்டோம், மானம் என்றெல்லாம் ஒரு நிமிஷம் மனம் கொந்தளித்தது. திடீரென்று ஒரு யோசனை; வழிபட்ட தெய்வந்தான் காப்பாற்றியது.

"சவுந்திரம் மத்தியானந்தான் அவன் கடனுக்கு நீங்க உதவி செய்ததாகக் கொடுத்துவிட்டுப் போனான். அதற்கென்ன?"

"அப்படியா, திருட்டு ராஸ்கல். சவத்துப் பயலே என்ன செய்கிறேன் பாருங்கள்! நம்ம இடையில் சண்டை உண்டாக்கிவிட்டானே" என்று இரைந்துகொண்டு வீட்டிற்கு ஓடினார்.

சவுந்திரம், 'கண்ணாணை' 'தெய்வத்தாணை' எல்லாம் பலிக்கவில்லை. வேலை போய்விட்டது.

"நீ நாசமாய்ப் போகணும்" என்று ஒரு கைப்பிடி மண்ணை அள்ளிவிட்டுப் போகும்பொழுது, தான் கொடுக்கவேண்டிய, தாங்க முடியாத பாரமாகிய கடன் சுமை தெய்வச் செயலாகத் தீர்ந்துவிட்டதை எண்ணவேயில்லை. என்ன நன்றிகெட்ட உலகம்!

3

ஒரு வாரமாகிவிட்டது.

புஸ்தகத்தைத் திருப்பிக் கொடுக்க வேண்டும்.

நடராஜன் சட்டைநாத பிள்ளையை நாடிச் சென்றான்.

"மாப்பிள்ளை வாருங்கோ." சட்டைநாத பிள்ளை நடராஜனை எப்பொழுதும் இப்படித்தான் கூப்பிடுவார்; அதுவும் தனியாக இருக்கும்பொழுது.

"அந்தப் புஸ்தகம் வேண்டுமே; நாளாகிவிட்டது."

"அதைத்தான் சொல்ல வந்தேன். புஸ்தகத்தை இங்குதான் வைத்திருந்தேன். காணவில்லை. பயப்படாதே; விலையைக் கொடுத்து விடுவோம். சவுந்திரம் பயல் திருடி இருப்பானோ என்று சந்தேகம்" என்று சொல்லிக்கொண்டே உள்ளே சென்றார்.

நடராஜன் திடுக்கிட்டுவிட்டான். இப்படியும் அப்படியும் உலாவிக் கொண்டிருக்கும்பொழுது அந்தப் புஸ்தகம் கண்ணில் பட்டது. ஆச்சரியம், திகில், கோபம்.

"இந்தாருங்கள் 20 ரூபா இருக்கிறது. கேட்ட விலையைக் கொடுத்து விடுங்கள்" என்று சிரித்துக்கொண்டே நீட்டினார்.

"புஸ்தகம் அதோ இருக்கிறதே?"

சட்டைநாத பிள்ளை திடுக்கிட்டார்.

பிறகு சமாளித்துக்கொண்டு, "என்ன மாப்பிள்ளை! அந்தப் புஸ்தகம் கிடைக்காதது. விலையைக் கொடுத்துவிடுங்கள். நான் எழுதும் புஸ்தகம் அவ்வளவு முக்கியம். அது இல்லாவிட்டால் நடக்காது. உங்களுக்குத் தெரியாததா?"

"அது திருட்டுத்தனம். என்னால் முடியாது."

"நான் புஸ்தகத்தைக் கொடுக்க முடியாது. உம்மால் இயன்றதைப் பாரும்."

"என்ன இது அதிகப்பிரசங்கித்தனமாக இருக்கிறது! புஸ்தகத்தைக் கொடுமென்றால் . . ."

"அதைக் கொடுக்க முடியாது . . .

"இதோ ரூபா இருக்கிறது. எடுத்துக்கொண்டுபோம். நான் அண்ணாச்சி யிடம் பேசிக்கொள்ளுகிறேன்."

"அண்ணாச்சியாவது, ஆட்டுக்குட்டியாவது? புஸ்தகத்தைக் கொடும் என்றால் . . ."

வார்த்தை அதிகப்பட்டது. ஏகவசனமாக மாறியது.

"அப்பா அதைத்தான் கொடுத்துவிடுங்களேன்" என்றது, தழுதழுத்த குரல் கதவு இடையிலிருந்து.

கண்கள் மாத்திரம் நடராஜன் மனதில் பதிகிறது. தங்கம்தான்! என்ன தங்கம்! மனதிற்குள், "இவனுக்கா இந்தப் பெண்" என்ற நினைப்பு.

"போ கழுதை உள்ளே! உன்னை யார் கூப்பிட்டது? நியாயம் சொல்ல வந்தாயாக்கும்! போ நாயே!"

புதுமைப்பித்தன் கதைகள்

நடராஜன் கோபமாகத் தகப்பனாரிடம் சென்றான்.

"என்ன அப்பா இப்படிச் செய்கிறாரே?"

"அதற்கென்ன செய்யலாம்? நீ எப்படியாவது முடித்துவிடு. வீண் சச்சரவு வேண்டாம். உனக்கு உலகம் தெரியவில்லையே!"

"திருட்டுத்தனமல்லவா?"

"திருட்டுத்தனம்தான். யார் இல்லையென்று சொன்னது? எனக்காக முடித்துவிடு."

"நீங்களும் இப்படிச் சொல்லலாமா? அவர் பெண்ணுக்கு இருக்கிற புத்திகூட . . ."

கண்களுக்குப் பின் நின்ற முழு உருவம் எப்படியிருக்குமென்று நினைத்துக்கொண்டே காரியத்தைச் சரிப்படுத்தச் சென்றான்.

மணிக்கொடி, 2.9.1934

தியாகமூர்த்தி

செங்காணி என்ற திவ்வியப் பிரதேசத்தைப் பற்றி, நீங்கள் எந்தப் பூகோள சாஸ்திரத்தையோ, படங்களையோ, காருண்ய கவர்ண் மெண்டார் மனமுவந்து அருளிய நன்மைகளில் ஒன்றாகிய கெஜட்டு களையோ திருப்பித் திருப்பிப் பார்த்தாலும் கண்டுபிடிக்க முடியாது. ஆனால் எனது வார்த்தையையும், அந்தப் பெயர் தெரியாத புலவர் இசைத்த,

> தருவைக்கு மேற்கே செங்காணி வெள்ளம்
> தானேவந்தால் இங்கு விடுவானே தோணி

என்ற மேற்கோள் வரிகளையும் நம்புவதாக இருந்தால்தான் மேலே சொல்ல முடியும்.

தானே எப்பொழுதாவது வெள்ளம் வந்தால் தோணி விடக்கூடிய அந்த ஆற்றிற்கு ஒரு தாம்போதி, மேற்கே இருக்கும் செங்காணியையும் கிழக்குக் கரையில் இருக்கும் தருவைத் திருப்பதியையும் பிணித்து நின்றது.

தாம்போதியைக் கடந்ததும் சாலையின் பக்கத்தில் ஒரு புளியமரம். அதன் பக்கத்தில் இருந்த இரும்புப் பட்டடை வீடு என்ற முறையில் சின்னபின்னமாக நின்ற ஒரு குடிசையில் இருபது வருஷங்களுக்கு முன் ராமசாமிப் பத்தரின் திருஅவதாரம் இனிது நடந்தேறியது.

தகப்பனாரைப் போல் ஓட்டைக் கட்டைவண்டிக்குப் பட்டை போடுவது, பஞ்சத்தில் அடிபட்ட மாடுகளுக்கு லாடம் அடிப்பது, பொழுதுபோக்காக ஆணிகளைச் செய்து குவிப்பது என்ற கொல்ல சமூகத்தின் வைதிக நடவடிக்கைகளுக்கும், காலம் இருக்கிற தர்பாரில், தனது அபூர்வமான புத்தி விசாலத்திற்கும் ஒத்துவராது என்று கண்ட ராமசாமிப் பத்தர், தலைமுறை தலைமுறையாகத் தம் தகப்பனார் வரையில் வந்த செங்காணி மான்மியத்தை முடித்துக்கொண்டு திருநெல்வேலிக்குச் சென்று குடியேறினார்.

முதலில் 'ஸைக்கிள்', 'கடிகாரம்' ரிப்பேரில் ஆரம்பித்து, வரவர 'மோட்டார் கண்டக்டர்', 'டிரைவர்', பிறகு 'மெக்கானிக்' என்ற

பருவங்களைக் கடந்து, தமக்குத் தாமே சொந்தமாக வைத்துக்கொண்ட மோட்டார் என்ஜினீயர் என்ற பட்டத்துடன் 'ஒர்க் ஷாப்' என்ற பெயருடைய ஒரு கொல்லப் பட்டடையை ஸ்தாபித்தார்.

இந்தப் பத்து வருஷங்களில் பத்தரைக் கையில் பிடிக்க முடியாது. கையில் பணம் ஓட்டமிருந்தால் யாரும் அப்படித்தான். ஏறாத தாசி வீடு இல்லை; உடலில் வாங்காத வியாதி இல்லை.

இந்தக் காலத்தில்தான் பையன் கெட்டுப்போய்விடுவான் என்று எண்ணி அவருடைய உறவினர்கள் கல்யாணமும் செய்துவைத்தார்கள். அந்த அம்மணி மூன்று வருஷத்தில் இரண்டு பெண் குழந்தைகளைப் பத்தருக்கு ஒரு பொறுப்பாக வைத்துவிட்டுக் காலமானாள்.

உறவினர்கள், ராமசாமிப் பத்தரின் குடும்ப வாழ்க்கையில் கவலைப்பட ஆரம்பிக்கு முன்னமே 'ஒர்க் ஷாப்' அவர்கள் தடுத்துவிடலாம் என நம்பியிருந்த அந்த நிலைமைக்கு வந்துவிட்டது. எங்கே பார்த்தாலும் கடன். வேலைக்காரர் தொல்லை. வேலையும் இவர் குறித்த நேரத்தில் முடித்துக்கொடுக்க முடியாததனால் மற்றக் கம்பெனிகளைத் தேடிவிட்டன.

இந்த மாதிரி நிலைமை விரைவில் நீங்கிவிடும் என்ற நம்பிக்கையிலேயே ஒரு பத்து வருஷம் கழிந்தது.

மனிதன் ஒரு நிலைமை வரையில்தான் பொறுத்துக்கொண்டு இருக்க முடியும். தலைக்குமேல் வெள்ளம் சென்றால்?

ஒரு சுப தினத்தில் 'ஒர்க் ஷாப்' கதவடைக்கப்பட்டது. அடைத்ததனால் அவருடைய நிலைமை மேலோங்கிவிடவில்லை. 'செட்டி, இருந்தும் கெடுத்தான், இறந்தும் கெடுத்தான்' என்ற கதைதான்.

கொஞ்ச நாள், தம் வயசு வந்த பெண்களின் கதியை நோக்கிக் கண்ணீர் விட்டுக்கொண்டு, ஊரைச் சுற்றி வந்தார். கடன் தொல்லை, பெண்களின் பொறுப்பு எல்லாம் சேர்ந்து அவரை நாற்பது வயசிலேயே ஊக்கங்குன்றிய கிழவனாக்கிவிட்டன. உடல் வன்மையாவது இருக்கிறதா? பழைய சல்லாப காலங்களில் சேகரித்த 'முதல்' வீணாகப் போகவில்லை. மருந்து என்ற சிறிய தடையுத்தரவிற்குப் பயந்து இத்தனை நாட்கள் பதுங்கியிருந்த வியாதிகள் மீண்டும் உறவாட ஆரம்பித்தன.

~ ~

'இண்டோ – யூரோப்பியன் மோட்டார் மெக்கானிகல் ஒர்க்ஸ்' முதலாளியான ராமானுஜலு நாயுடு அவருக்கு ஒரு பிட்டர் வேலை கொடுத்தபொழுது, 'அன்ன தாதா' என்று அவரை மனமாரப் புகழாமல் இருக்க முடியுமா? நீரும் நானும் இந்த மாதிரி இரண்டு பெண் குழந்தைகளை வைத்துக்கொண்டு அதன் பொறுப்பை ஏற்றுக் கொண்டு வேலையில்லாமல் திண்டாடியிருந்தால் அம்மாதிரித்தான் புகழ்வோம்.

மாசம் 20 ரூபாய் சம்பளம். காலை 6 முதல் இரவு எப்பொழுது பட்டடை அடைக்கப்படுகிறதோ அவ்வளவு நேரமும் வேலை.

இம்மாதிரி ஒரு வருஷம் கொஞ்ச நாட்கள் சற்றுக் கவலையற்ற தரித்திரம். பொருளாதார மந்தம் என்று நீட்டி முழக்கிச் சாய்மான நாற்காலியில் உட்கார்ந்துகொண்டு அடித்து விளாசுகிறார்களே, அதுவும் வந்தது. அதைப் பற்றிய தத்துவங்கள், காரணங்கள் எல்லாம் உமக்கும் எனக்கும் பத்திப் பத்தியாக நுணுக்கமாக எழுதத் தெரியும்; பேசவும் தெரியும். ராமானுஜலு நாயுடுவுக்குத் தெரிந்தது போல் நமக்கு ஸ்பஷ்டமாகத் தெரியாது.

ராமானுஜலு நாயுடு நல்ல குணமுள்ளவர்தாம். சில சமயங்களில் ஐந்து பத்து முன்பின் யோசியாமல் கொடுத்து உதவுகிறவர்தாம். ஆனால் பணம் சேர்ப்பதற்குத்தான் அவர் சென்னையிலிருந்து திருநெல்வேலிக்கு வந்தாரே ஒழிய, தொழிலாளிகளுக்குத் தர்மம் செய்து புண்ணியம் சம்பாதிக்க வரவில்லை.

அவருடைய சிக்கனக் கத்தி விழுந்தது. பத்துப் பேர் வெளியே போக வேண்டியிருந்தது. அதில் ராமசாமிப் பத்தரும் ஒருவர். கெஞ்சி னார்கள்; கூத்தாடினார்கள். பத்து ரூபாய் – பாதி சம்பளம் – கொடுத் தால்கூடப் போதும் என்றார்கள். ராமானுஜலு நாயுடு சத்திரம் கட்ட வரவில்லையே!

நல்ல பசுமாடு இருக்கிறது. வேளைக்கு இரண்டு படி பால் கறக்கிறது. அதற்குப் பருத்தி விதை, தீனி என்ன? ராஜயோகந்தான். கண்ணும் கருத்துமாகத்தான் கவனிக்கிறோம். மாடு கிழடாகி, வறண்டு போய்விட்டால் வைத்துக்கொண்டு கும்பிடவா செய்கிறோம்? தோலின் விலைக்காவது தள்ளிவிடவில்லையா? இதில் ராமானுஜலு நாயுடு செய்ததில் என்ன குற்றம்? அது அப்படித்தான். அது நியாயந்தான். இப்பொழுது அதைத் தப்பு என்று சொல்லுகிறவன் முட்டாள், பைத்தியக்காரன்.

~ ~

ராமசாமிப் பத்தருக்குச் சம்பளத்தை வாங்கிக்கொண்டு வரும் போது எதுவும் தோன்றவில்லை. நாலு நாள் சம்பளம் எத்தனை நாட்களுக்குப் போதும்? பிறகு என்ன செய்வது? வேறு எந்தக் கம்பெனியில் எடுப்பார்கள்? எடுத்தாலும் இந்தக் கதிதானே! உலகமே ஓர் இதயமற்ற திருக்கூட்டம் என்று பட்டது. நெற்றிக்கண் இருந்தால் எல்லாரையும் எரித்துச் சாம்பலாக்கியிருப்பார். இல்லாததனால் நேராகச் சாராயக் கடைக்குப் போனார்.

இனி என்ன செய்வது?

இனி என்னதான் செய்வது? எல்லாவற்றையும் தொலைத்துவிட்டுக் காவியைக் கட்டிக்கொண்டு பிச்சை எடுக்க வேண்டியதுதான். சீ! பிச்சையா? அதைப் போல் கோழைத்தனம் உண்டா? நம்மைத்

திருடுகிற இந்தப் பயல்களைக் கொள்ளையடித்தால் எந்தத் தர்மசாஸ்திரம் ஓட்டையாகப் போகிறது?

'இரவு பத்துப் பதினொரு மணிக்கு ராமானுஜலு நாயுடு தனியாகத் தான் கணக்குப் பார்த்துக்கொண்டு இருப்பார். ஒரு கை பார்த்தால் தான் என்ன?'

வீட்டிற்கு வந்து மிஞ்சி இருக்கிற சில்லறையைப் பெண்களிடம் கொடுத்தார். கொடுத்தது சாப்பிட்டது எல்லாம் மெஷின் மாதிரி. மனசு அதில் லயித்துவிட்டது.

"என்ன அப்பா, இப்படி இருக்கே?" என்றதற்கு ஒன்றும் சொல்ல முடியவில்லை.

திடீரென்று இருவரையும் கட்டிச்சேர்த்து முகத்தில் மாறி மாறி முத்தமிட்டார். ஹிந்து சமுதாயத்தில் வயசு வந்த பெண்களை முத்தமிடத் தந்தைக்கு உரிமையே இல்லை. இருவரும் திடுக்கிட்டார்கள். குடித்துவிட்டாரோ என்ற சந்தேகம். பயந்து நடுங்கினார்கள்.

"நமக்கு நல்ல காலம் வந்துவிட்டது. நாயுடு எனக்கு ஐம்பது ரூபாயில் பட்டணத்தில் வேலை பார்த்துக் கொடுத்தார். வழிச் செலவிற்குப் பணம் ராத்திரி தருகிறேன் வா என்றிருக்கிறார்" என்று சொல்லிவிட்டு வெளியே வந்து தமது தீர்மானத்தை நிறைவேற்றப் புறப்பட்டார்.

எதிர்பார்த்தபடி நாயுடு தனியாகத்தான் இருந்தார்.

"வா ராமசாமி, நான் என்ன செய்யட்டும், நீதான் சொல். நீ இங்கே வருவதில் பிரயோஜனமில்லை" என்றார் நாயுடு.

"எனக்கு நீங்கள் கொடுத்தது பத்தாது" என்றார் ராமசாமி. குரல் வித்தியாசமாக இருந்தது.

குடித்துவிட்டு வந்திருக்கிறானோ என்று நாயுடு சந்தேகித்து, "நீ நாளைக்கு வா" என்றார்.

"நாளைக்கா! பார் உன்னை என்ன செய்கிறேன். என் குடும்பத்தை நாசமாக்கிவிட்டாயே, திருட்டு ராஸ்கல்" என்று அவர்மேல் பாய்ந்து மேஜையின்மேல் இருந்த நோட்டுக்களில் கையை வைத்தார்.

நாயுடு மட்டும் தனியாக இருந்தது உண்மைதான். அதற்காக உலகமே நடமாட்டமற்றுப் போய்விடுமா? ராமசாமி வெகு லேசாகப் பிடிபட்டார்.

நாயுடுவிற்கு அசாத்தியக் கோபம். "உண்ட வீட்டில் கெண்டி தூக்கிய பயலை விடுகிறேனா பார்" என்றார்.

விவரிப்பானேன்?

பலவந்தத் திருட்டுக் கேஸாகியது. ஆறுமாசக் கடுங்காவல்.

பத்தர் பாடு கவலையற்ற சாப்பாடு. எந்தத் தொழிலாளர் சங்கம் திருட்டுத் தொழிலாளியின் குடும்பத்திற்கு இந்த மாதிரி உதவிசெய்ய முடியும்? நியாயமான உலகமல்லவா?

பெண்களின் நிலைமையைப் பற்றி எழுதக் கூசுகிறது.

ஜன்மாந்திர விதி என்ற ஒரு மகத்தான காரணத்தைக் கண்டு பிடித்த ஹிந்து சமுதாயத்தில் இது இயற்கைதானே?

காந்தி, 5.9.1934

கண்ணன் குழல்

ஞாயிற்றுக்கிழமை காலை.

சென்னை எழுந்துவிட்டது. அந்தப் பரபரப்பு, வேகம், அவசரம், ஆவேசம், போட்டி – அவைகளும் எழுந்துவிட்டன.

அதில் நானும் ஒருவன்தான். நூற்றில் இன்னொன்று. அந்த நாகரீக கதியின் வேகம் என்னையும் இழுத்துக்கொண்டுதான் போகிறது.

காலை.

ட்ராமின் படபடப்பு, மோட்டாரின் ஓலம்.

பந்தயக் குறிப்புடன் பத்திரிகையின் விளம்பரக் கூப்பாடு.

அங்கே.

எத்தனை பேர் ஓடுகிறார்கள்? என்ன அவசரம்!

அங்கே ஒரு பரத்தை. அவள் பிச்சைக்காரி; இது என்ன ஏமாற்றமோ?

நொண்டி, பிச்சைக்காரன். நல்ல வியாபாரம்.

நொண்டிக் கால் இல்லாவிட்டால் மனித உணர்ச்சியில் பேரம் செய்ய முடியுமா?

அதைவிட இந்த குமாஸ்தா எதில் உயர்ந்தவன்? அவன் அங்க மெல்லாம் ஒடிக்கப்பட்ட முடவன். அதற்குமேல் அவனுக்கு இருக்கும் சுமை – அதிலே அவனுக்குக் கிடைக்கும் 30 ரூபாய், தானம்தான். இந்தச் செல்வத்தில் தனது சட்டை ஓட்டையை மறைத்துக்கொள்ள வேண்டிய கௌரவம்; அதைச் சமூகம் எதிர்பார்க்கிறது.

மறுபடியும் ட்ராமின் கணகணப்பு, மோட்டாரின் ஓலம், நாகரீகமும் அதன் சாயையும்.

வெள்ளையில் கருப்புப் புள்ளிகள்.

என் மனதிலே ஏதோ காரணமில்லாத துயரம், சோகம் – ஏன்?

நானும் அந்த மனித மிருகம்தானே.

மற்றவர்களுக்கில்லாத அக்கறை எனக்கென்ன?

கோழை! சீச்சீ . . . .

ஒரு மூலை திரும்பினேன். ஒரு புல்லாங்குழல் ஓசை. அதன் இசையிலே, அதன் குரலிலே ஒரு சோகம் . . . எல்லையற்ற துன்பம்.

அவனும் ஒரு பிச்சைக்காரன்தான். அழுக்குப் பிடித்த உடல், உடலைக் காண்பிக்கும் உடை, சிறு மூட்டை, தகரக் குவளை.

ஒரு படிக்கட்டிலே உட்கார்ந்து குழலிலே லயித்திருக்கிறான். பிச்சைக்காக அல்ல. எதிரே இரண்டு மூன்று குழந்தைகள். அவனைப் போன்றவை, ஆனால் அவனுடையதல்ல.

அந்தக் குழலின் துன்பத்திலே லயித்தான்.

நானும் நின்றேன்.

கதவு திறந்தது.

ஒரு பூட்ஸ் கால், 'போ வெளியே!' என்று உதை கொடுக்கிறது.

'படார்.'

கதவு சாத்தியாகிவிட்டது.

இவனும் உருண்டான். குழலும் விழுந்து கீறியது.

மறுபடியும் மோட்டாரின் ஓலம்!

"என்ன சாக வேண்டும் என்ற ஆசையா?" என்ற கூப்பாடு.

நானும் விலகினேன்.

உயிரை விட எனக்கும் ஆசையில்லை.

காந்தி, 5.9.1934

வாடா மல்லிகை

அவள் பெயர் ஸரஸு; ஒரு பிராமணப் பெண். பெயருக்குத் தகுந்தது போல் இருக்க வேண்டும் என்று நினைத்தோ என்னவோ பதினேழு வயதிற்குள்ளேயே சமூகம் அவளுக்கு வெள்ளைக் கலையை மனமுவந்து அளித்தது. அவள் கணவனுக்குக் காலனுடன் தோழமை ஏற்பட்டுவிட்டால் அதற்குச் சமூகம் என்ன செய்ய முடியும்?

ஸரஸு ஓர் உலாவும் கவிதை. இயற்கையின் பரிபூரணக் கிருபையில் மலரும் பருவம். காட்டிலே ரோஜா யாருமின்றி உதிர்ந்தால் அதைப் பற்றிப் பிரமாதமாக யாரும் கவலைப்பட மாட்டார்கள். ஆனால் நந்தவனத்திலே, மனத்தின் களிப்பில் குலாவக்கூடிய இடத்திலே, தனிமை என்ற விதி ஏற்பட்டால் அதைப் பற்றிப் பரிதவிக்காமல் முடியுமா? இயற்கையின் போக்கைத் தடைசெய்துகொண்டு அவள் தியாகம் செய்கிறாள்; அவள் பரிசுத்தவதி என்று சமூகம் களித்துக் கொண்டு இருப்பது அதன் ரத்தவெறிதான். அவளுக்கு இந்தச் சமூகத்தில் உரிமையே கிடையாதா? அவள் நிலைமை என்ன? சாம்ராஜ்யப் பிரஜையின் நிலைதானா? சமூகம் என்ன செய்ய முடியும், வேதம் சொல்லுகிறது, தர்ம சாஸ்திரம் சொல்லுகிறது என்று பேத்திக் கொண்டிருக்கும் . . ?

ஸரஸுவுக்கு இதெல்லாம் தெரியாது. அவள் ஒரு ஹிந்துப் பெண். வாயில்லாப் பூச்சி. பெற்றோரையும் புருஷனையும் முன்னோரையும் நம்பித்தான் உயிர் வாழ்ந்து வந்தாள். பெற்றோர் கலியாணம் செய்து வைத்தார்கள். புருஷன் வாழ்க்கையின் இன்பத்தைச் சற்றுக் காண்பித்து விட்டு, விடாய் தீருமுன் தண்ணீரைத் தட்டிப் பறித்த மாதிரி, எங்கோ மறைந்துவிட்டான். அவனை இந்த உலகத்தில் இனிக் காண முடியாது. பிறகு . . . கண்டால்தான் என்ன? அது போகட்டும். இப்படித்தான் இருக்க வேண்டும் என்று சொல்லிவைத்துவிட்டுப் போன முன்னோர்கள் கணவன் சென்றவிடத்தில் இருக்கிறார்கள். ஸரஸு பெற்றோரைத் தட்டியது கிடையாது. பிறகு முன்னோரை எப்படி எதிர்க்க முடியும்? அவளும் பெண்தானே! அச்சம் என்பதுதான் அவளுக்கு அணிகலன் என்று சமூகம் சொல்லுகிறதே. பிறகு அவள்

வேறு என்னவாக இருக்க முடியும்? அவள் 'உயர்தர'ப் படிப்புப் படித்த பெண்ணா? நாலு விஷயங்களைத் தானாக ஆராய்ச்சி செய்து கொள்ள அவளுக்குத் திறன் ஏது? இயற்கையின் தேவை கட்டுக் கடங்காமல் மீறி ஒரு மிருகத்தின் முரட்டுத் தைரியத்தைக் கொடுக்க வில்லை. கொடுத்திருந்தால் அவளைச் சமூகம் தூற்றுவதற்குத் தயார்.

எந்த அமைப்பிலேயும் விதிவிலக்குகளான சிறுபான்மையோர் கஷ்டப்படத்தான் வேண்டும் என்று தத்துவம் பேசலாம். தத்துவம் நன்றாகத்தான் இருக்கிறது! ஸரஸுவின் உணர்ச்சிக்கு உரிமையில்லை – அவள் விதிவிலக்கு.

ஸரஸு எப்பொழுதும் மாடியின்மேல் காலை ஏழு மணிக்கே தலையை உலர்த்த வருவாள். அப்பொழுதே ஸ்நானமாகிவிடும். பெற்றோரின் பாசம், அவளைச் சமண முனி மாதிரி, ஒரு பெண்மையின் கோரமாக்கத் துணியவில்லை. அதை எடுத்திருந்தாலும் அவள் கவலைப் பட்டிருக்க மாட்டாள். வாழ்க்கைக்கே வசதியில்லாமலிருக்கும்பொழுது சிகை போவதுதானா பிரமாதம்?

அவளைப் பார்த்தால் யாருக்கும் கண் கலங்கும். அவள் கண்களிலே ஒரு நிரந்தரமான துயரம், போக்க வழியில்லாத துன்பம் குடிகொண் டிருக்கும். அவள் சிரிக்கத்தான் செய்கிறாள். குதூகலமாகப் பேசத்தான் செய்கிறாள். இவை யாவற்றிற்கும் பின் சோகந்தான் நிலவும்.

பிரம்மசாரியாக, உண்மையான பிரம்மசாரியாக நீ இருந்து பார்த்திருக்கிறாயா? வேறு ஓர் உயர்ந்த இலட்சியம் உனது உள்ளத்தைக் கொள்ளைகொண்டு, உன்னை அப்படியே விழுங்கிவிடாவிட்டால் பிரம்மசரியம் உன்னைக் கொன்றுவிடும். உன்னை மிருகமாக்கி உனது உள்ளத்தைப் பேயாகச் சிதற அடித்துவிடும். ஆனால் கட்டாயத்தின் பேரில் இப்படிக் கன்னிகையாகக் காலங் கழிக்க வேண்டிய நிலைமையை என்ன சொல்வது?

அன்று ஸரஸுவின் தம்பி துரைசாமிக்குச் சாந்திக் கலியாணம். முதலிலே ஸரஸுவுக்குத் தாங்க முடியாத குதூகலம் – தங்கள் வீட்டில் விசேஷம் வருகிறது என்றுதான், தம்பியின்மீது இருந்த ஒரு ஹிந்துத் தமக்கையின் அளவு கடந்த பாசத்தினால்.

அன்று பகல் வந்தது....

அன்று இரவு வந்தது. ஊரில் இருள். வீட்டில் ஒளி.

வீட்டில் ஒளி: ஸரஸுவின் உள்ளத்தில்?

அவளுக்கு என்னென்னவோ நினைவுகளெல்லாம் குவிந்தன. அப்படித்தானே மூன்று வருஷங்களுக்கு முன், முதல் முதலாக அவருக்கு... என்னென்னவோ தோன்றின. நேரமாக நேரமாக அவள் மனத்தில் அந்த மூன்று வருஷங்களுக்கு முந்திய சந்தோஷகரமான வாழ்க்கையை ஓர் இன்ப ஒளியாக்க முயன்ற அந்த இரவின் ஒவ்வொரு சிறு சம்பவமும்... அவர் முதலில் என்ன கூச்சப்பட்டார்!

பிறகு அந்த உரிமை என்ற தைரியம்தானே ... இவ்வளவு சீக்கிரம் அவள் வாழ்க்கை இருட்டிவிடும் என்று அப்பொழுது கண்டாளா? என்னவோ சாசுவதமான அழியாத நித்திய வஸ்துவென்றல்லவோ....

துரைசாமியையும் அவன் மனைவியையும் அழைத்துக்கொண்டு சென்றனர். கூச்சலும் அமளியும் அவளுக்குப் பொறுக்க முடியவில்லை.

தன்னை மீறிய, கட்டுக்கடங்காத ஓர் ஆவேசம் அவளைப் பிடர் பிடித்துத் தள்ளியது. பின்புறம் புழக்கடைக்குச் சென்றுவிட்டாள்.

நானும் பின்தொடர்ந்தேன். அவள் நிலைமை எனக்கு ஒருவாறு தெரிந்தது. அவள்மீது ஒரு பரிதாபம். அதனால்...

புழக்கடையில் ஒரு பெண் தேம்பிக்கொண்டு இருந்த சப்தம் கேட்டது.

நெருங்கினேன். அவள்தான்!

"ஸரஸு!"

பதில் இல்லை.

இன்னும் நெருங்கித் தோளில் கையை வைத்தேன். உணர்ச்சியற்ற கட்டை போல் இருந்தாள்; உடல் தேம்புவதினால் குலுங்கியது.

"ஸரஸு! நான் இருக்கிறேன், பயப்படாதே!" என்றேன்.

"நான் ஒரு ஹிந்துப் பெண்!" என்று கூறிவிட்டுச் சடக்கென்று உள்ளே சென்றுவிட்டாள்.

நான் திகைத்து நின்றேன். ஹிந்துப் பெண் என்றால் உயிர்வாழ உரிமையில்லையா? ...

நான் எவ்வளவு நேரம் நின்றேனோ!

மறுபடியும் அவள் வந்தாள்.

"ஸரஸு! என்னை மன்னித்துவிடு. நான் கூறியது வேறு. நீ அர்த்தம் பண்ணிக்கொண்டது வேறு. நான் உன்னை மணம் செய்து கொள்ளுகிறேன்!" என்றேன்.

"கொள்கைக்காக நீர் தியாகம் செய்துகொள்ள முயலுகிறீர். அது வேண்டாம் – மிஞ்சினால் நான் உமக்குப் போகக் கருவியாகத்தான், உமது தியாகத்தின் பலிபீடமாகத்தான் நீர் கருதுவீர். அது எனக்கு வேண்டாம். நான் காதலைக் கேட்கவில்லை. தியாகத்தைக் கேட்க வில்லை. நான் தேடுவது பாசம் ..."

"அது என்னிடம் இருக்கிறது" என்றேன். அவளிடம் இவ்வளவு எதிர்பார்க்கவில்லை.

"அப்படியானால் திருமணம் வேண்டாம் ... பாசம் இருந்தால் போதும்" என்று சொல்லித் தலை குனிந்தாள்.

"என்ன ஸரஸு இப்படிச் சொல்லுகிறாய் – இரகசியம் பாபம் அல்லவா? கலியாணம் இதை நீக்கிவிடுமே!"

"எனக்கு உமது தியாகம் வேண்டாம். உமது பாசம் இருந்தால் போதும்!"

"நீ ஒரு பரத்தை!"

"உமது தியாகத்திற்கு நான் பலியாக மாட்டேன் – அதில் எப்பொழுதும் உமக்கு இந்தக் காலத்து நன்மதிப்பு ஏற்படும். தைரியசாலி என்பார்கள். அதை எதிர்பார்க்கிறீர். நான் பரத்தையன்று – நான் ஒரு பெண். இயற்கையின் தேவையை நாடுகிறேன்!" என்றாள்.

எனது மனம் கலங்கிவிட்டது. வெளியேறினேன்...

மறுநாள் அவள் பிரேதம் கிணற்றில் மிதந்தது. அதன் மடியில், "நான் எதிர்பார்த்தபடியே" என்று எழுதிய ஒரு நனைந்த கடுதாசி இருந்தது.

ஊழியன், 7.9.1934

கொடுக்காப்புளி மரம்

நாலுநாயக்கன்பட்டியில் ஆரோக்கிய மாதா தெரு என்றால் ஊருக்குப் புதிதாக வந்தவர்களுக்குத் தெரியாது.

நகரசபையின் திருத்தொண்டினால் அவ்விடத்தில் அந்த மாதா அஞ்ஞாதவாசம் – உருவத்தையும் மாற்றிக்கொண்டு – செய்துகொண்டு இருப்பதாகத் தெரியும். தேக ஆரோக்கியத்திற்காக அங்கு சென்று வசிக்க வேண்டாம். அதற்கு வேறு இடம் இருக்கிறது. ராமனுடைய பெயரை வைத்துக்கொண்டால் ராமன் போல் வீரனாக இருக்க வேண்டும் என்று எங்காவது சட்டம் இருக்கிறதா? இதில் ஒன்றும் அதிசயமில்லை.

அங்கு வசிப்பவர்கள் எல்லாரும் கத்தோலிக் கிறிஸ்தவர்கள். அதாவது அங்கு வசிப்பவர்கள் என்றால், அவர்களுடைய வீடு என்ற ஹோதாவில் ஒரு குடிசை; சில இடத்தில் ஓட்டுக் கட்டிடம்கூட இருக்கும். முக்கால்வாசி சாமான் தட்டுமுட்டுகள் வெளியே. சமையல் அடுப்பும் வெளியே. எல்லாம் சூரிய பகவானின் – அவர்கள் கிறிஸ்தவர்கள் – நேர்கிருபையிலேயே இருக்கும்.

ஆண்கள், ஏகதேசமாக எல்லாரும், பட்லர்கள் அல்லது 'பாய்கள்'. பெண்கள் சுருட்டுக் கிடங்கிலோ அல்லது பக்கத்திலிருக்கும் பஞ்சாலைகளிலோ தொழிலாளிகள். அங்கு அவர்கள் தொழிலைப் பற்றி கவனிக்க நமக்கு நேரமில்லை.

காளியக்காவும் இசக்கியம்மாளும் அங்கு குடியிருக்கவில்லை; செபஸ்தியம்மாளும் மேரியம்மாளும்தான் குடியிருந்தார்கள். உண்மையில் காளியக்காள்கள் புதிய பெயர்களில் இருந்தார்களே ஒழிய வேறில்லை. மாதா கோவிலுக்குப் போகும் அன்றுதான் ஆரோக்கிய மாதாவின் கடாக்ஷம் இருப்பதாகக் காணலாம். பரிசுத்த ஆவி அவர்களுடைய ஆத்மாவைத் திருத்தியிருக்கலாம்; அதைப் பற்றி எனக்குத் தெரியாது. அந்த ஆத்மா சில வருஷங்கள் தங்கி இருப்பிடத்தைச் சுத்தப்படுத்தவில்லை என்று எனக்குத் தெரியும்.

ஆரோக்கிய மாதா தெருவின் ஒரு முனையில் அவற்றைச் சேராது தனித்து ஒரு பங்களா – அந்தத் தெருக்காரர்கள் அப்படித்தான்

சொல்லுவார்கள் – இருக்கிறது. அது பென்ஷன் பெற்ற ஜான் டென்வர் சுவாமிதாஸ் ஐயர் அவர்கள் வீடு. அவர் ஒரு புரோட்டஸ்டன்ட் கிறிஸ்தவர். பெரிய பணக்காரர். "ஒட்டகங்கள் ஊசியின் காதில் நுழைந்தாலும் நுழைந்துவிடலாம்; ஆனால் செல்வந்தர்கள் மோட்ச சாம்ராஜ்யத்தின் வாசலைக் கடக்க முடியாது" என்றார் கிறிஸ்து பகவான். சுவாமிதாஸ் ஐயரவர்கள் இதற்கு விதிவிலக்காக இருக்க வேண்டும் என்றோ என்னவோ, கர்த்தரின் திருப்பணியைத் தனது வாழ்க்கையின் ஜீவனாம்சமாகக் கொண்டார். உலகத்தின் சம்பிர தாயப்படி அவர் பக்திமான்தான். எத்தனையோ அஞ்ஞானிகளைக் குணப்படும்படியும், என்றும் அவியாத கந்தகக் குழியிலிருந்து தப்ப வைத்தும் மோக்ஷ சாம்ராஜ்யத்திற்கு வழி தேடிக்கொடுத்திருக்கிறார். நல்லவர்; தர்மவான்; ஞாயிற்றுக்கிழமைகளில் கோவிலுக்குச் செல்வார். புதிய ஏற்பாட்டில் மனுஷகுமாரனின் திருவாக்குகள் எல்லாம் மனப்பாடம்.

அவர் பங்களா முன்வாசலில் ஒரு கொடுக்காப்புளி மரம் பங்களா எல்லைக்குட்பட்டது. ஆனால் வெளியே அதன் கிளைகள் நீட்டிக் கொண்டு இருக்கும்.

வெறுங் கொடுக்காப்புளி மரமானாலும் அதன் உபயோகம் அதிகம் உண்டு. கொடுக்காப்புளிப் பழம் ஒரு கூறுக்கு ஒரு பைசா வீதம் விலையாகும்பொழுது அதை யாராவது விட்டுவைப்பார்களா? பள்ளிக்கூட வாசலிலும், மில் ஆலைப் பக்கங்களிலும் சவரியாயி காலையில் ஒரு கூடை எடுத்துக்கொண்டு சென்றால் ஒரு மணி நேரத்தில் கூடை காலி.

எவ்வளவு வருமானமிருந்தாலும் இந்தக் கொடுக்காப்புளி வியாபாரத் தில் சுவாமிதாஸ் ஐயரவர்களுக்கு ஒரு பிரேமை. 'ஆண்டவன் மனித வர்க்கத்திற்காகவே சகல ஜீவராசிகளையும் மரம் செடி கொடிகளையும் சிருஷ்டித்தார்.' அதைப் புறக்கணிப்பது மனித தர்மமல்ல. மேலும் ஒதுக்கப்பட்டவர்களுக்கும், தாழ்த்தப்பட்டவர்களுக்கும், சிறு குழந்தைகளுக்கும் இதை மலிவாகக் கிடைக்கும்படி செய்வதினால் கிறிஸ்துவின் பிரியத்தைச் சம்பாதிப்பதற்கு வழி என்பது அவர் நியாயம். அவர்கள்தான் மோக்ஷ சாம்ராஜ்யத்திற்குப் பாத்திரமானவர்கள். அவர்கள் இதற்காகத் திருட ஆரம்பித்துப் பாப மூட்டையைக் கட்டிக்கொள்ளாதபடி இவர் இந்தக் கைங்கர்யம் செய்து வருகிறார்.

கொடுக்காப்புளியில் உதிர்ந்து விழும் பழங்கள் சவரியாயிக்குக் குத்தகை. நாளைக்குக் கால் ரூபாய். காலையிலும் மாலையிலும் வந்து எடுத்துக்கொண்டு போக வேண்டியது. பணம் அன்றன்று கொடுத்து விட வேண்டியது. இதுதான் ஒப்பந்தம்.

இதனால் ஒரு ஏழை விதவைக்கு ஒரு வழி ஏற்பட்டிருக்கவில்லையா? சுவாமிதாஸ் ஐயரவர்கள் இதைவிடத் தனது தர்ம சிந்தனையைக் காட்ட வேறு என்ன செய்ய முடியும்?

திங்கட்கிழமை காலை.

சவரியாயி வரக் கொஞ்சம் நேரமாகிவிட்டது.

அந்தத் தெருவின் மற்றொரு கோடியில் பெர்னான்டஸ் என்ற பிச்சைக்காரன் – பிறப்பினால் அல்ல; விதியின் விசித்திர விளையாட்டுக் களினால்; அகண்ட அறிவின் ஒரு குருட்டுப் போக்கினால். எடுத்த காரியம் எல்லாம் தவறியது. மனைவியும் பெண் குழந்தையின் பொறுப்பைத் தலையில் போட்டுவிட்டுச் சென்றுவிட்டாள்.

இரண்டு உயிர்களுக்கு உணவு தேடுவதற்கு வழியும் இல்லை. இதனால் பிச்சைக்காரன் வீட்டின் முன்வந்து கிறிஸ்துவின் பெயரைச் சொல்லிக்கொண்டு நிற்பான். அது ஹிந்து வீடானாலும் சரி, புரொட் டஸ்டாண்ட் அல்லது மகமதிய, எந்த வீடாலும் சரி. கிடைக்கா விட்டால் முனங்கலும் முணுமுணுப்பும் கிடையாது. இந்த விஷயத்தில் அவன் குழந்தையும் – அதற்கு மூன்று அல்லது நான்கு வயதிருக்கும் – அதுவும் வரும். அதற்கென்ன? உத்ஸாகமான சிட்டுக்குருவி.

உலகத்தின், தகப்பனின் கவலைகள் ஏதாவது தெரியுமா? எப் பொழுதும் சிரிப்புத்தான். பெர்னான்டஸின் வாழ்க்கை இருளை நீக்க முயலும் ரோகிணி.

அன்று சுவாமிதாஸ் ஐயர் அவர்களுடைய வீட்டையடைந்தான். வந்தபொழுதெல்லாம் இரண்டணா என்பது சுவாமிதாஸ் அவர்களின் கணக்கு. அது கிடைக்காத நாள் கிடையாது. அதிலே பெர்னான்டஸ்ஸிற்கு ஐயரவர்களின்மீது ஒரு பாசம். ஏமாற்றுக்கார உலகத்தில் தப்பிப் பிறந்த தயாளு என்ற எண்ணம்.

“தோஸ்தரம் அம்மா! தோஸ்தரம் வருது ஆண்டவனே!” என்றான் சுவாமிதாஸ்.

‘ஸ்தோத்திரம்’ என்ற வார்த்தை வராது. அதற்கென்ன? உள்ளத்தைத் திறந்து அன்பை வெளியிடும்பொழுது தப்பிதமாக இருந்தால் அன்பில்லாமல் போய்விடுமா?

சுவாமிதாஸ் ஐயர் சில்லறை எடுக்க வீட்டிற்குள் சென்றார்.

கூடவந்த குழந்தை. கொடுக்காப்புளிப் பழம் செக்கச்செவேலென்று அவளை அழைத்தன. ஓடிச்சென்று கிழிந்த பாவாடையில் அள்ளி அள்ளி நிரப்புகிறது.

வெளியே வந்துகொண்டிருந்த சுவாமிதாஸ் ஐயர் கண்டுவிட்டார். வந்துவிட்டது கோபம்.

“போடு கீழே! போடு கீழே!” என்று கத்திக்கொண்டு வெளியே வந்தார்.

குழந்தை சிரித்துக்கொண்டு ஒரு பழத்தை வாயில் வைத்தது. அவ்வளவுதான். சுவாமிதாஸ் கையிலிருந்த தடிக் கம்பை எறிந்தார்.

பழத்துடன் குழந்தையின் ஆவியையும் பறித்துக்கொண்டு சற்று தூரத்தில் சென்று விழுந்தது.

திக்பிரமை கொண்டவன் போல் நின்ற பெர்னான்டஸ் திடீரென்று வெறிபிடித்தவன் போல் ஓடினான்.

குழந்தையிடமல்ல.

கீழே கிடந்த தடியை எடுத்தான்.

"போ நரகத்திற்கு, சைத்தானே!" என்று கிழவர் சுவாமிதாஸ் மண்டையில் அடித்தான். கிழவரும் குழந்தையைத் தொடர்ந்தார்.

பிறகு ...?

கைது செய்தார்கள். கிழவர் அடித்தது எதிர்பாராத விபத்தாம். பெர்னான்டஸ் கொலைகாரனாம்!

அவனும் நியாயத்தின் மெதுவான போக்கினால் குழந்தையைத் தொடர்ந்து செல்லக் கொஞ்ச நாளாயிற்று. வேறு இடத்திலிருந்துதான் பிரயாணம்.

மணிக்கொடி, 9.9.1934

நம்பிக்கை

எனக்கு இந்த வெற்றிலைப் பழக்கம் இருக்கிறதே அது ஒரு பெரிய தொந்தரவு. வாய் நிறைய ஒரு ரூபாய் எடை புகையிலையை வாயில் அடைத்தால் தாகம் எடுக்காமல் என்ன செய்யும்? கண்ட இடத்தில், அசந்தர்ப்பமான இடத்தில் எல்லாம் இந்தத் தொந்தரவுதான். காப்பி, கலர் குடித்தால் தாகம் தீரக்கூடிய நாஸூக் பேர்வழியில்லை நான்.

அன்று நானும் என் நண்பரும் தெருவில் சுற்றிக்கொண்டு இருந்தோம். அவர் வெற்றிலை போடுங்களேன் என்றார். இதற்கு உபகாரம் வேறு வேண்டியிருக்கிறது. போட்டாய் விட்டது. அதன் உத்ஸாகத்தில் கொஞ்ச நேரம் நடுத்தெருவில் போகிறவர்கள் வருகிறவர்கள் திரும்பிப் பார்க்கும் படியான சல்லாபம். பிறகு ... கேட்பானேன். தெரிந்ததுதான். அந்த வெற்றிலைக் கடைக்காரனுக்கு என்னைப் போன்ற பழைய ஏட்டுப் பிரதிகள் வருமென்று தெரியுமா? நண்பர் எனக்கு ஜலவசதிக்காக அவருக்குத் தெரிந்த ஹோட்டலுக்கு அழைத்துச் சென்றார். ஏன் என்றால் தன் மதிப்பை விட்டுக்கொடுக்காமல் நடக்க வேண்டுமென்ற சுத்த ஹம்பக் பேர்வழி நான்.

அந்த ஜோரில் தண்ணீர் பிரச்சினை ஒருவாறு முடிந்தது

எனது நண்பர் ஒரு அபூர்வப் பேர்வழி; அவர் மேல் எப்பொழுதும் பொறாமை அதிகம். சமூகத்தின் எந்தப் படிக்கட்டிலிருப்பவனும் அவரிடம் வெகு லேசாகத் தனது உள்ளத்தைத் திறந்துவிடுவான். அது மட்டுமன்று. இந்தக் குழந்தைகள்தான் – அவரிடம் என்ன வசீகர சக்தியோ?

அந்த ஹோட்டலில் ஒரு குழந்தை. அந்த ஹோட்டல் சொந்தக்காரனுடையது. பார்த்தால் அதை முத்தமிட வேண்டுமென்று தோன்றாதவன் மரக்கட்டை. குழந்தை அவரைப் பார்த்துவிட்டது, அவ்வளவுதான் ஏக ரகளை.

"ஓடி வா! ஓடி வா! ஒன்னு ரெண்டு ... மூணு!"

குழந்தை ... ஒரே பாய்ச்சலில் அவர் ஏந்திய கையில் விழுந்தது. ஒவ்வொரு படியிலும் உருண்டுவிடாமல் இருக்க வேண்டுமே என்று

மெதுவாகக் காலை வைத்துத் தடவும் அந்தக் குழந்தை ... என்ன நம்பிக்கை!

இவ்வளவும் வாசல் படியில். இந்தக் கூத்துக்களையெல்லாம் முன்னே வெளியில் வந்த நான் கவனித்துக்கொண்டு தத்துவம் பண்ணிக்கொண்டிருந்தேன். உத்ஸாகம் அவருக்கு ஜாஸ்தியோ, அந்தக் குழந்தைக்கோ? எனக்குப் பெருமை ஒன்றுதான் மிச்சம்.

நான் சொல்லும் நேரம் சாயங்காலம். சாயங்காலம் என்று மரியாதையாகத்தான் கூறுகிறேன். பட்டணத்தின் மின்சார கோரமும், அதனுடன் குழம்பும் இரைச்சலும் என் மனதில் ...

எனது கண்கள் தெருப் பக்கம் அகஸ்மாத்தாகத் திரும்பின.

அங்கே ஒரு ரிக்ஷாவில் ஒரு கனவான். எல்லா விஷயத்திலும். பர்ஸிலிருந்து சில்லறையை எண்ணிக்கொண்டிருந்தார். வண்டி நிறுத்தி விடப்பட்டிருந்தது.

பக்கத்தில் ஒரு பிச்சைக்காரி, வாலிபம் ... வாலிபத்தின் களை. அழுக்குப் பிடித்த வெள்ளாடை. முக்காடு தலையை மறைத்தது. முகத்தை மறைக்கவில்லை. கனவான் பக்கம் கையை நீட்டியவண்ணம் அசையாது நின்றிருந்தாள். சில சமயம் வார்த்தைகள் அவள் வாயிலிருந்து வெளிவந்தன. அது என்னவோ? இரைச்சலில் கேட்கவில்லை. அவள் இடையில் ஒரு குழந்தை. சிறியது. நான்கைந்து மாதம் ... துயரத்தின் சிற்றுரு தாயிடம் பால் குடித்தவண்ணம் இருந்தது. மூடிய கண்கள் ஏறக்குறைய உயிரற்றது மாதிரிதான்.

சிற்சில சமயம் அதன் தாய் தன்னை யறியாமல் அதை இறுக அணைத்துக்கொண்டாள். அதன்மீது அவ்வளவு பாசமோ, கைதான் வலிக்கிறதோ!

அந்தத் தாயின் முகத்தில் என்ன துயரம் ... என்ன சோர்வு ... அதிலே பசி ... என்று எழுதிய மாதிரி கலங்கிய கண்கள் ... நம்பிக்கையிழந்த கண்கள் ... அந்தக் கை கனவானை நோக்கி நீட்டியது சற்றாவது விலகவில்லை. என்ன நம்பிக்கை!

அவளைக் காணவும் மற்றதை மறந்தேன். அவளுக்கு ஏதாவது கொடுக்க வேண்டும் என்று என் உள்ளம் தூண்டியது. ஆனால் சென்னையிலே தர்ம சிந்தனை ஒரு போக வஸ்து. அதை என்னைப் போன்றவர்கள் எளிதில் அனுபவித்துவிட முடியாது. நானும் யார்? அவளைவிட ஒருபடி மேல் ... எனது முகம் வாழ்க்கையின் அலை மேல் சற்று உயரத் தள்ளி இருக்கிறது. அதற்கென்ன இப்போது?

அந்த ரகளை இவளை ஓட்டல் பக்கம் திரும்பச் செய்தது.

திரும்பியவள் ...

அப்படியே மெய் மறந்து நின்றவள் போல், தெய்வத்தை, இலக்ஷியத்தைக் கண் எதிரில் கண்டவள் போல் அவற்றை ... கண்களில் ஒரு பிரமிப்பு.

பிறகு ...

அந்தச் சோர்வும் சோகமும் நிலவிய கண்களிலிருந்து துயரம் தேங்கிய அதரங்களிலிருந்து, மேகத்தின் பின் ஒளிந்து சந்திரன் வெளி வந்த மாதிரி . . .

ஒரு புன்சிரிப்பு.

அவள் கரங்கள் அவளை யறியாமலே பால் சுவைத்துக் கொண்டிருக்கும் குழந்தையை அணைத்துக்கொள்கின்றன.

ஒரு நிமிஷந்தான்.

மறுபடியும் அவள் முகத்தில் வாழ்க்கையின் மேகம் கவிந்தது.

அந்தக் கனவானை நோக்கி ஏதோ கூறினாள்.

அவரோ?

அவரும் அந்தக் குழந்தையின் விளையாட்டில் கண்களைத் திறந்த படி ஈடுபட்டிருக்கிறார்.

பை மாத்திரம் கைக்குள் பலமாக இறுகப் பிடிபட்டிருக்கிறது.

அந்தத் தாயும் குழந்தையும் . . . அவள் நீட்டிய கை . . . அதற்குத்தான் என்ன நம்பிக்கை. அந்தக் கண்கள் ஒளி இழந்துதான் இருக்கின்றன. அதில் என்ன நம்பிக்கை! சோர்வினாலா? . . . வேறு கதியில்லா மலா . . . இருந்தாலும் நம்பிக்கைதானே. அந்தப் பிரமையாவது இல்லாவிட்டால் வாழ்க்கையில் பிடித்துக்கொள்ள வேறு என்ன விருக்கிறது?

"ஓடி வா! ஓடி வா! ஒன்னு ரெண்டு . . . மூணு . . ." குழந்தையின் களங்கமற்ற வெள்ளிக் கிண்ணத் தொனி போன்ற சிரிப்பு . . . ஒரே பாய்ச்சல். அவர்மீது என்ன நம்பிக்கை!

***மணிக்கொடி*, 15.9.1934 (?)**

புதிய ஒளி

அன்று இரவெல்லாம் நல்ல மழை.

காற்றும் மழையும் இருளுடன் சேர்ந்து ஒரு பெரிய கூத்து நடத்திவிட்டுச் சென்றன.

இரவு பூராவும் "ஹோ! ஹோ!" என்ற ஓலம். பேயின் எக்காளச் சிரிப்பு. கத்திவீச்சு மின்னல்கள். சடசடா என்ற குமுறல்கள் குடலைக் கலக்கின.

மழை நின்றது.

காற்று ஓய்ந்தது.

சொட்டுச் சொட்டென்று நீர்த்துளிகள்.

வீட்டு வெளிச்சத்தில் ஒளிபெற்று, ஜன்னல் உயரம் உயிர் பெற்று மறுபடியும் இருள் துண்டமாக மறைந்தன.

வீட்டிலே நிசப்தம்...

இந்த ஓலத்திலே அதன் நிரந்தர சப்தத்திலே தூங்கிக்கொண்டிருந்த எனக்கு மழை ஓய்ந்ததும் விழிப்பு வந்தது.

அந்த நிசப்தம்; அந்த மௌனம்! என் மனத்திலே என்னென்னவோ குவிந்து மறைந்தன. ஒன்றோடொன்று ஓடித் தகர்ந்து மறையும் எண்ணக் குவியல்கள்.

திடீரென்று...

தூளியிலிருந்து குழந்தை... என் குழந்தை...

"அம்பி! அம்பி! குச்சியை எடுத்துண்டு வா... சீமா எடுத்துண்டு வா..." வீறிட்டு அழுகை...

"என்னடா கண்ணே... அழாதே..." என்று என் மனைவி எழுந்தாள்.

"அம்பி, இந்தக் குச்சிதான் ராஜாவாம்... சாமிடா... நீ கொட்டு அடி. நான் கும்பிடரேன்... நான்தான் கும்பிடுவேன்..." ஒரே அழுகை...

நான் படுக்கையைவிட்டு எழுந்திருந்தேன்... ஜன்னலருகில் சென்று நின்றேன்...

சிதறிய கருமேகங்களிடையே நட்சத்திரங்கள் கண் சிமிட்டின.

உள்ளே நிசப்தம்...

தாயின் மந்திரந்தான்.

குழந்தை எந்தக் கனவு லோகத்திலோ முல்லைச் சிரிப்புடன் மகிழ்ந்து தூங்கினான்.

தாய்... அவளுக்கு என்ன கனவோ!

என்ன கனிவு! என்ன ஆதரவு! அந்தத் தூக்கத்தின் புன்சிரிப்பு.

குழந்தையின் உதட்டிலே ஒரு களங்கமற்ற, கவலையற்ற மெல்லிய நிலவுச் சிரிப்பு.

தாயின் அதரங்களிலே கனிவு, ஆதரவிலே அவற்றின் கனியான சிரிப்பு...

என் மனதில் சாந்தி...

~ ~

அன்று விடியற்காலம். கீழ்த்திசையிலே தாயின் ஆதரவு, குழந்தையின் கனவு – இரண்டும் கலந்த வான் ஒளி.

என் மனதில் ஒரு குதூஹலம்.

எனக்குமுன் என் குழந்தையின் மழலை...

பூவரச மரத்தடியிலே... "இந்தக் குச்சுதாண்டா சாமி... நான்தான் கும்பிடுவேன்..."

மணிக்கொடி, 16.9.1934

கனவுப் பெண்

ராஜ மார்த்தாண்ட சோழனுடைய காலம். சோழ சாம்ராஜ்யம், பழையவர்கள் சொல்லும் மாதிரி, ஏழ் கடலையும் தாண்டி வெற்றிப் புலிக் கொடியைப் புதிய தேசங்களில் நாட்டிப் பெருமிதமாக வளர்ந்தது.

இந்து–சீனத்திலே தமிழனின் கலை, தமிழனின் வீரம், தமிழனின் கீர்த்தி எல்லாவற்றையும் நிலைநாட்டி . . .

அதெல்லாம் பழைய கதை. மார்த்தாண்டன், தான் இருந்த தலை நகர் இப்பொழுது பெயர் தெரியாமல் இருக்கும் என்று கண்டானா?

சோழனுடைய தலைநகர் உறையூர். யவன வீரர்கள் இந்து–சீனப் போரில் அவன் படையிலே தங்கள் இரத்தத்தைச் சிந்தினார்கள்; அவன் அரண்மனைத் தலைவாயிலைக் காத்திருந்தார்கள்.

அகழிக்கப்புறம் அண்ணாந்து பார்த்தால் தலையறுந்து விழுந்து விடும்படி பெரிய வாயில். உள்ளே சற்றுத் தள்ளி வெண்கலத்தினால் ஆன துவஜஸ்தம்பம். அதன் உச்சியில் முன்னங்கால்களை உயரத் தூக்கிக்கொண்டு, வாயைப் பிளந்தவண்ணம், பாயும் நிலையில் வார்த்த ஒரு வெண்கலப் புலி. முழுதும் தங்க முலாம் பூசப்பட்டிருக் கிறது. அதன் கண்களுக்கு இரண்டு பெரிய இரத்தினங்கள்! சூரியனுடைய கிரணங்கள், அதன் மிடுக்கை – சாம்ராஜ்யத்தின் மனப்பான்மையை – தன்னையே வென்று கிழிக்க முயலுவதைப் போல் நிற்கும் புலியை – அந்தச் சிற்பியின் கைவன்மையை – எடுத்துக்காட்டின.

ஸ்தம்பத்தின் அடியில் குறுகிய கவசம் அணிந்து, கச்சையைப் போல் வேஷ்டியை இறுக்கிக் கட்டிய மறவர்கள் கையில் எறி – ஈட்டிகளை ஏந்தியவண்ணம் கல்லாய்ச் சமைந்தவர் போல் காத்து நிற்கிறார்கள்.

சற்று உள்ளே ராஜமாளிகை, கல்லில் சமைந்து, தமிழனின் மிடுக்கை, தமிழனின் வீரத்தை, தமிழனின் இலட்சியத்தை ஒருங்கே எடுத்துக் காட்டுகிறது. எங்கு பார்த்தாலும் ஏகாதிபத்தியச் செருக்கு. சாம்ராஜ்யத் தின் ஹ்ருதயமின்மை அழகுருவத்தில் மனிதனை மலைக்க வைக்கிறது. மிருகத்தன்மை – அதற்கு வீரம் என்று மரியாதையாகச் சொல்லுவார்கள் – அழகுடன் கைகோத்து உலாவுகிறது.

உள்ளிருந்து சங்கமும் முரசும் ஏகமாக முழங்குகின்றன.

"ராஜ ராஜ அரிகேசரி வர்மன் பராக்..!"

இன்னும் எத்தனையோ முழ நீளம் முடிவில்லாமல் செல்லுகிறது அவன் பெயர்!

முன்பு சிற்றரசர்கள், தானாதிபதிகள், தளகர்த்தர்கள் – யாவரும் படிப்படியாக முறை முறை வந்து வழிவிட்டு விலகி நின்று அடிபணி கிறார்கள்.

எங்கிருந்தோ மங்கள வாத்தியம் முழங்குகிறது.

உள்ளிருந்து ஒரு யௌவன புருஷன் – ஆணின் இலட்சியம் – வருகிறான். நெஞ்சிலே வைரங்கள் பதித்த குறுகிய கவசம் – மத்தியில் ரத்தினங்களில் புலி – காலில் வீரக் கழல், சிரத்திலே மரகதக் கிரீடம், இடையில் ஒரு சுரிகை.

அகன்று சுழன்று நேர்நோக்கும் வசீகரக் கண்கள். புருவத்தின் அழகை எடுத்துக்காட்டுவது போன்ற நெற்றி. அகன்ற நெற்றியிலிட் டிருக்கும் கருஞ்சாந்தின் அழகை மங்கவைத்து எடுத்துக்காட்டும் அந்தக் கண்களில் கனிவு, சிற்சில சமயம் மிடுக்கு..!

மெதுவாக அசைந்தசைந்து உலகம் பெயர்வது போல் நிகரற்ற நடை. பக்கத்தில் வரும் ஒருவனுடைய பேச்சைக் கேட்டுக்கொண்டு வருகிறான்.

இருவரையும் பக்கத்தில் பக்கத்தில் பார்ப்பதிலே மனித இலட்சி யங்கள் இரண்டையும் காணலாம்: ஒன்று மனிதனின் சக்தி; மற்றது மனிதனின் கனவு.

அவனும் அழகன்தான்; அழகும் தெய்வீகமானது. இந்தப் படா டோபத்துக்குச் சமமாக மதிக்கும் கண்களிலே கனவுகள், இலட்சியங்கள். உருவப்படுத்த முடியாத எண்ணங்கள் ஓடிமறையும் கண்கள். அவனுடைய இடையிலும் ஒரு சுரிகையிருக்கிறது. சம்பிரதாயமாக, வழக்கமாக இருக்கும் போலும்!

பக்கத்தில் பணிப் பெண்கள் ... அழகின் பரிபூரணக் கிருபையாலே அரச படாடோபத்தின் உயிருடன் உலாவும் சித்திரங்கள். மார்பில் கலை கிடையாது. அக்காலத்தில் அரசன் முன் அப்படி நிற்கமுடியுமா? முத்துவடங்கள் அவர்கள் தாய்க்கோலத்தை மறைக்கின்றன. இடையில் துல்லிய தூய வெள்ளைக் கலிங்கம். அரசனுக்கு அடைப்பத் தொழில் செய்தலும், சாமரை வீசுவதும் அவர்களுக்குரியவை.

அரசனுக்கு நடக்கும் மரியாதை அந்த அழகனுக்கும் நடக்கின்றது.

~ ~

வெளியே வந்தாகிவிட்டது.

காவிரிப்பூம்பட்டினத்தில் நாவாயேறி இந்து–சீனத்திற்குச் செல்கிறான் – அந்தப் பெயர் தெரியாத பிரதேசங்களில் தமிழ் இரத்தத்தைத் தெளித்து வெற்றிக்கொடிகளைப் பயிராக்க. பட்டத்து யானையில் ஏறியாகிவிட்டது – கவிஞனுடன் ....

2

நல்ல நிலா ... நடுக்கடல் ... எங்கு பார்த்தாலும் நீலவான், நீலக்கடல் ... நாவாய் கீழ்த் திசை நோக்கிச் செல்லுகிறது. அதன் மேல்தட்டில் கவிஞனும் சோழனும் ...

கவிஞனுக்கு அன்று உற்சாகம். ஊர்வசியின் நடனத்தை, அவள் அழகை, ஓர் அற்புதமான கவியாகப் பாடுகிறான். ஊர்வசி அரசனைக் காதலிக்கிறாளாம்; அரசனைக் காண வருகிறாளாம்.

கவியின் கற்பனை அரசன் உள்ளத்தைத் தொட்டது. கவிஞன் கனவில்தான் கண்டான். அரசன் முன்பு ஊர்வசியே தோன்றி விட்டாள்!

வெறுங் கனவு!

சோழனுக்குமா அப்படி?

~ ~

"ஊர்வசீ! ஊர்வசீ! அதோ வருகிறாளே! அதோ, அந்த அலையின் மேல்! அதோ! அதோ! ஊர்வசி!"

கவிஞன் அரசனை யழைக்கிறான். 'ஊர்வசி' என்ற பதில்தான்.

அரசன் கட்டளைப்படி, கடலில் தறிகெட்டுத் தேட ஆரம்பிக்கின்றது நாவாய்.

"அதோ அந்த அலைமீது ... அந்தப் பெரிய அலை மறைத்து விட்டது ... அதோ தெரிகிறாள்! ... அவளே ஊர்வசி ..!"

அந்தப் பெரிய அலையின் கீழே பாறைகள் என்று யாருக்குத் தெரியும்? ...

~ ~

கடகடவென்ற சப்தம்! ... உள்ளே ஜலம் வெண்மையாகப் பாய்கிறது.

"ஊர்வசி!" என்ற குரல் சோழன் இருக்கும் திசையைக் காட்டுகிறது. அந்த அமளியில் படைத்தலைவன் நெருங்குகிறான்.

அதற்காகக் கப்பல் பொறுத்துக்கொண்டிருக்குமா? இன்னொரு பாறை!

கப்பலில் உச்சி முதல் அடிவரை ஒரு நடுக்கம். பாய்மரம் தடால் என்று ஒடிந்து விழுகிறது!

கப்பல் ..?

ஆயிரமாயிரம் மக்கள் கூட்டம், ஜீவனுள்ள உயிர்ப் பிராணிகள், அரசன் சாம்ராஜ்யம், படாடோபம், புலிக்கொடி, வெற்றி, வீரம் ... இன்னும் எத்தனையோ!

சமுத்திர ராஜன் பர்வத ராஜனுடன் ஒத்துழைத்தால் எதிர்த்து என்னதான் செய்ய முடியும்?

அரசனைக் காப்பாற்ற வேண்டியது அவசியந்தான். ஆனால், அகோரமான அலைகளுக்கு மத்தியில் யார் என்ன செய்ய முடியும்?

~ ~

ராஜ மார்த்தாண்டன், வீரன், பலவான். நீந்திக்கொண்டு செல்லுகிறான், ஆனால் தன் இஷ்டப்படியல்ல.

மிதப்புக் கட்டை மாதிரி நீருக்கு மேல், பெரிய அலைகள் மூச்சுத் திணறும்படி வாரியடிக்கும் நுரைக்கு மேல், முகத்தைத் தூக்கிக்கொண்டு நீந்துகிறான்.

வாரியிறைக்கும் நுரைத் திரையிலே ஒரு பெண்ணின் பாதம் தெரிகிறது.

"ஊர்வசீ!"

"அவள்தான் வருவாளே! வருகிறாளே!" ... தைரியமும் ஊக்கமும் சக்தியைக் கொடுக்கின்றன.

நீந்துகிறான்.

எதிரிலே ஓர் உயரமான பாறை. தலை நிமிர்ந்து உச்சியைக் காண முடியாத நெடும் பாறை!

அதில் நின்றுகொண்டால் ...

அவன் நீந்த வேண்டாம், அலை வேகமே இழுத்துச் செல்லுகிறது.

அப்பா!

இன்னும் ஒரு கை!

எட்டிப் போடுகிறான்.

பின்புறம் இடிமுழக்கம் போல் ஒரு ஹுங்காரம்! நட்சத்திரங்கள் கண்ணுக்குள் மின்னி மறைகின்றன.

அப்புறம் ராஜ மார்த்தாண்ட சோழன் அல்லன் – முங்கி மிதக்கும் ஒரு சரீரம் ...

~ ~

எவ்வளவோ நேரம் சென்றது.

கண்களில் ஏன் இந்தச் சூரியன் இப்படித் தகிக்க வேண்டும்? ... யாரோ அணைத்திருக்கிறது மாதிரி ஒரு தோற்றம் ...

தாயின் கனிவுடன் சற்று மேலோங்கி வளர்ந்தும் வளராத கன்னங்கள். கன்னத்தோடு சாய்ந்து ...

"அம்மா அஅஅ!"

என்ன ஹீனஸ்வரம்! என்ன பலவீனம்!

கவிஞனின் கனவு போன்ற கண்கள் அவனைக் கவனித்துச் சிரிக்கின்றன.

திரும்புகிறான் – மாந்தளிரின் நிறம்! மனத்தில் சாந்தியளிக்கக்கூடிய அழகு. . . .

கூந்தல் கறுத்துச் சுருண்டு ஆடையாக முதுகுப்புறத்தை மறைக்கின்றது!

அதுதான் ஆடை!

திடுக்கிட்டு எழ முயற்சிக்கிறான்; முடியவில்லை.

அவள் கரங்கள் அவனை அணைத்துக்கொள்ளுகின்றன.

உதட்டில் அவளுடைய மெல்லிய விரல்கள் பதிந்து, அவனைத் திரும்ப வேண்டாம் என்று சமிக்ஞை செய்கின்றன.

அவன் அரசன்! ராஜ மிடுக்கு! அவளோ தாதிப் பெண்!

"காலைப் பிடி!"

பதில் இல்லை. புன்சிரிப்புத்தான். தாயின் கனிவு அவனை யணைத்துக் கொள்ளுகிறது.

"நான் அரசன்! ராஜ மார்த்தாண்ட வர்மன்!... ஹூம்...?"

பதில் இல்லை.

புன்சிரிப்புத்தான்.

அவ்வளவு தைரியமா?

அவளது கேசத்தை அவள் கழுத்தில் முறுக்குகிறான். வெற்றிப் புலிக் கொடி! அவன் கண்கள் இருள்கின்றன.

"மூச்சு!"

"அம்மா! இருள்! இருள்!"

கண்களுள் நட்சத்திரங்கள் தோன்றி மறைகின்றன . . . .

இருள்!

நீலக் கடல்!

ஒரு பிணம் குப்புற மிதக்கின்றது. அதன் முகத்தில் என்ன சாந்தி!

மணிக்கொடி, 16.9.1934

'நானே கொன்றேன்!'

லக்ஷ்மிகாந்தம் ஒரு நூதனமான மனிதர். அவர் மனதில் என்னதான் எண்ணிக்கொண்டு இருக்கிறார் என்று ஒருவராலும் லேசில் அறிந்து விட முடியாது. அவர் தொழில் – அதுவும் பொழுதுபோக்காகத்தான் – கதை, நாவல்கள் எழுதுவது. எந்தப் பழைய நைந்த விஷயத்தையும் ரஸமாகவும் மனதைக் கவரும்படியாகவும் ஒரு புதிய தோரணையில் தான் எழுதுவார். அதிலே இவருக்கு நல்ல பெயர், ஏன்? புகழும் உண்டு. ஆள் பார்வைக்குக் கம்பீரமான, மனதை அப்படியே தன்னுள் வசீகரிக்கும் தன்மை வாய்ந்த தோற்றம். நாற்பது வயதிருக்கும். கபோலத்தில் சிறு நரை இருந்தாலும் ஆள் பார்வையில் ஒரு கம்பீரம், சிறிது மமதை, இவை எல்லாம் தோன்றும். உலகத்தின் கோழைத்தனம், சிறுமைக் குணம் எல்லாம் இவர்முன் நிற்கக் கூசும். எப்பொழுதும் ஒரு சிரிப்பு – விதியின் அற்ப விளையாட்டுக்களையும் உலகத்தின் அசட்டுத்தனத்தையும் துச்சமாக நினைப்பது போல் ஒரு புன்சிரிப்பு.

இவருக்கு ஒரு இளைய சகோதரன் உண்டு – பெயர் மகரபூஷணம். இருவரைப் போலும் இரண்டு விதமான தனிக்குணம் படைத்த ரத்தக் கலப்புள்ள, ஒரே மரத்தின் இரட்டைக் கிளைகள் போன்ற, இருவரைக் காண முடியாது. அண்ணன் உலகத்தில் வெறுப்பைக் கேவலத்தைப் பார்த்து நகையாடும் தனிச் சிறப்புடையவர். தம்பி உலகத்திலே காதலும், கனவுகளும் கண்டு களிக்கும் இலக்ஷியவாதி. படங்கள் வரைவதில், இவரது கனவுகளைத் திரைச்சீலையில் உருவாக்கு வதில் பெரிய மோகம். இப்பொழுது இருக்கும், படம் எழுதும் வாத்தியார்ப் பாடத்தை, ஓவியம் என்று சொல்லிக்கொண்டு வரும் சித்திரக்காரர் களைப் போலல்ல இவருடைய படம். இம்மாதிரியாக தனிப்பட்ட எதிர்எதிரான குணங்கள் படைத்த இரு சகோதரரிடையே இருந்த பாசம், மனித உலகத்தில் காணப்படாதது. அது வெறும் சமாச்சாரமாக மட்டுமல்லாமல் ஒரு பெரும் கதையாக, ஒரு இலக்ஷியமாக ஜனங்கள் பேசிக்கொண்டு வந்தார்கள்.

மகரபூஷணம் இறந்த பிறகு லக்ஷ்மிகாந்தம் சமூகத்திலிருந்தே மறைந்துவிட்டார் என்று சொல்லிவிடலாம். பிறகு எங்கு சென்றார் என்ன செய்து வருகிறார் என்று யாருக்கும் தெரியாது.

இப்படியிருக்கையில் இவருடைய நண்பர்களுக்கு ஒரு அழைப்புக் கடிதம் வந்தது. ஒரு புதிய வீடு, பெரிய மாளிகை என்றே சொல்லலாம், மாம்பலத்தில் வாங்கியிருப்பதாகவும், அதற்குப் புண்யாவசனம் என்ற காரணத்தை வைத்துக்கொண்டு ஒரு பெரிய விருந்து நடத்தப் போவதாகவும், அவசியம் வரவேண்டும் என்றும் எழுதியிருந்தது. அவருடைய நண்பர்கள் அவரைப் பார்க்க வேண்டிய ஆவலில் அன்று அவரைக் காண்பதற்குத் தீர்மானித்ததில் ஆச்சரியமில்லை.

'லக்ஷ்மி விலாசம்' – அதுதான் அவர் மாம்பலத்தில் வாங்கிய பங்களா – ஒரு பழைய கட்டிடம். ஊருக்குச் சற்று வெளியே மர மடர்ந்த சாலையில் ரஸ்தாவிற்குச் சற்று உள்ளடங்கி இருந்தது. பெரிய 'காம்பௌண்டு', கட்டிடத்தை மறைக்கும்படி மரங்கள் ஆகியவை ஒருவிதப் பயத்தைக் கிளப்புவதாயிருந்தன. லக்ஷ்மிகாந்தத்தின் மனப்போக்கை யறிந்தவர்களுக்கு அவர் இந்த வீட்டை வாங்கியதில் ஆச்சரியமிருக்காது. வந்த விருந்தினர்கள் எல்லாரும் அதைப் பற்றி ஏகமாகப் புகழ்ந்தார்கள்.

"உங்களுக்குப் பிடித்திருக்கிறதென்றால் எனக்கும் திருப்திதான்" என்றார் லக்ஷ்மிகாந்தம். அந்தக் குரலிலே அவருக்கு இயற்கையான கேலி, கோபம் எல்லாம் கலந்திருந்தது.

இந்த விருந்தில் இன்னும் ஒரு விசேஷம். இந்த சமயத்தில்தான் இவருக்கும் இவரது சகோதரன் மகரபூஷணத்தின் மனைவிக்கும் இடையே இருந்த மனத்தாங்கல் தீர்ந்து ஒரு சமாதானம் ஏற்பட்டது.

மகரபூஷணத்துடன் இவள் தனது வாழ்க்கையைப் பிணித்துக் கொண்ட பிறகு முதல்முதலாக இப்பொழுதுதான் லக்ஷ்மிகாந்தத்தின் வீட்டிற்கு விருந்தினளாக வருகிறாள். மகரபூஷணம் இறக்குமுன்பு இருவருக்கும் சண்டைதான். லக்ஷ்மிகாந்தம் அந்தக் கலியாணத்தைத் தடுக்கத் தன்னாலானவரை முயன்று பார்த்தார். முடியவில்லை. லக்ஷ்மிகாந்தம் தனது சகோதரனைவிட பதிநான்கு வருஷம் மூத்தவர்.

அது ஒரு கடற்கரைக் காதல். சுலோசனா – அவள்தான் மகரத்தின் மனைவி – ஒரு மலையாளப் பெண். அழகு ஆளை மயக்கும் போதை வஸ்து போன்றது. அதில் அழகையே எப்பொழுதும் தியானித்துக் கொண்டிருக்கும் மகரம் விழுந்ததில் அதிசயமில்லை. இருவரும் ரிஜிஸ்தர் கலியாணம் செய்துகொண்டார்கள்.

லக்ஷ்மிகாந்தம் எவ்வளவோ சொன்னார். "அந்தப் பெண்ணின் குணம் உனக்குத் தெரியாது. அவள் மனம் ஒரு பரத்தையின் மனம். தன்னைத் தவிர வேறு யாரையும் அவளால் நினைக்க முடியாது. அவள் உன்னைவிட ஐந்து வயது மூப்பு. கலியாணம் செய்துகொள்ள வேண்டுமானால், ஷாப்பில் வேலை செய்யும் ஆங்கிலோ இந்தியப் பெண்ணை வேண்டுமானாலும் கலியாணம் செய்துகொள். நான் எனது உள்ளன்புடன் ஆசிர்வதிப்பேன். உனக்கு வேண்டியது தாயின் பரிவும் மனைவியின் காதலும் கொடுக்கக்கூடிய பெண். இவளோ? தன் சுகத்திற்கு என்ன வேண்டுமானாலும் செய்வாள்."

பிரயோஜனமில்லை. மகரமே அண்ணனுடன் கோபித்துக்கொண்டு ரிஜிஸ்தர் கலியாணத்தை நடத்திவிட்டான்.

பிறகு நடந்தது அந்தக் கோரமான சம்பவம். அவனது மரணம். போன வருஷம் உதகமண்டலத்திற்குக் கணவனும் மனைவியும் சென்றார்கள். அங்குதான் . . . .

அதன் சிகரமான தொட்டப்பெட்டாவைப் பார்க்கச் சென்றார்கள். அந்தப் பாழடைந்த நட்சத்திரச் சாலையின் பக்கத்தில் செங்குத்தான வீழ்ச்சி ஒன்று. அதில் எட்டிப் பார்த்தபொழுது மகரம் சறுக்கி விழுந்து உயிர் துறந்தார். பிறகு ஏதோ ஒருமாதிரி சுலோசனாவிற்கும் லக்ஷ்மிகாந்தத்திற்கும் சமாதானம் ஏற்பட்டது. இருவரும் மகரத்தின் திதியில் சந்தித்தார்கள்; பிறகு ஜி.டி.யில் ஒரு தடவை எங்கோ சந்தித்தார்கள்.

இப்பொழுதுதான் முதன்முதலாக லக்ஷ்மிகாந்தத்தின் விருந்தினளாக வருகிறாள். 'லக்ஷ்மி விலாச'த்தின் பெரிய ஹாலில் சுலோசனாவின் படம் – மகரம் இறக்கும்பொழுது எழுதியது – தொங்கவிடப்பட்டிருந்தது. விருந்தினருக்கு எல்லாம் இது அதிசயமாக இருந்தது. எல்லாரும் தாழ்ந்த குரலில் இதைப் பற்றிப் பேசிக்கொண்டு இருந்தார்கள். ஒரு வேளை மகரத்தின்மேல் இருந்த அளவுகடந்த அன்பினால் இருக்கலாம்.

எல்லோரும் சாப்பிட உட்கார்ந்தார்கள். சாப்பிட்டுக்கொண்டிருக்கும் பொழுது, "உங்களில் யாருக்காவது பேயில் நம்பிக்கை உண்டா?" என்றார் லக்ஷ்மிகாந்தம்.

"ஏன் இந்த வீட்டில் இருக்கிறதா?" என்றாள் சுலோசனாவின் கூட வந்த ஒரு பெண்.

"ஆம்! அதில்தான் சுவாரஸ்யம். என்னைப் போன்ற பிரம்மசாரி களுக்குத் துணை யாரிருக்கிறார்கள். ஒரு பேயாவது இருக்க வேண்டாமா?" என்று சிரித்தார் லக்ஷ்மிகாந்தம்.

"இங்கே நடந்த விஷயங்களைக் கேட்டால் ரஸமாக இருக்கும். இந்த வீட்டு மெத்தையில் ஒரு ஜன்னல் இருக்கிறது. அந்த ஜன்னல் நீங்கள் எப்படித்தான் மூடித் தாழ்போட்டு வைத்தால்கூடத் தானே திறந்துகொள்ளும்" என்றார் மீண்டும்.

"நன்றாகப் பூட்டிவிட்டால்" என்றார் அங்கிருந்த இன்னொருவர். "இருபது வருஷத்திற்கு முன் இங்கே சுமதி என்ற பெண் தனது கணவனை அந்த ஜன்னல் வழியாகப் பிடித்துத் தள்ளிவிட்டாள். அன்று அவன் சூரியாஸ்தமனத்தைக் கண்டு களித்துக்கொண்டிருந்தா னாம். ஒரு தள்ளு, அவ்வளவுதான், கீழே புருஷனைப் பெட்டி வைத்துத்தான் பொறுக்க வேண்டியிருந்தது" என்றார் லக்ஷ்மிகாந்தம்.

"அவளைத் தூக்குப் போட்டார்களா?" என்றார் பிரகாசம் என்ற நண்பர்.

"இல்லை இல்லை. அதெப்படி முடியும்? ஏதோ தவறி விழுந்து விட்டதாக நினைத்தார்கள். யாரால் அதை நிரூபிக்க முடியும்? பேயைச்

சாட்சியத்திற்குக் கோர்ட்டில் சம்மன் கொடுக்க முடியுமா?" என்றார் லக்ஷ்மிகாந்தம்.

"தப்பித்துக்கொண்டாள் போலிருக்கிறது" என்றார் துப்பறியும் நாவல்கள் மொழிபெயர்ப்பதில் பெயர்போன பராங்குச நாயுடு.

"அப்படியல்ல. பேயை ஒரு தடவை நேருக்கு நேர் பார்த்து பயத்தால் பேச முடியாது வாயடைத்துப்போய் கிலியடித்த வியாதியாலேயே உயிரைவிட்டாள்" என்றார் லக்ஷ்மிகாந்தம்.

"எல்லாம் வெறும் மனப் பிராந்தி. குற்றமுள்ள நெஞ்சு. பேயாவது உருளைக் கிழங்காவது" என்றார் திவான்பகதூர் சம்பந்த சாரணாலயம்.

"பேயை வேறு யாராவது பார்த்திருக்கிறார்களா?" என்றார் வேறு ஒரு நண்பர்.

"பிறகு ஒரு பெண் பார்த்திருக்கிறாள்" என்றார் லக்ஷ்மிகாந்தம். "பெண்கள் கண்ணுக்குத்தான் தென்படும் போலிருக்கிறது" என்றார் பராங்குச நாயுடு.

"ஆமாம் குற்றமுள்ள நெஞ்சுடைய பெண்களுக்குத்தான்" என்றார் லக்ஷ்மிகாந்தம்.

எல்லோரும் பின்தொடர்ந்தார்கள். கூரைக்கும் இரண்டாவது மாடிக்கும் இடையில் ஒரு சிறு காமிரா அறை. அதற்குச் செல்லுவதற்கு ஒரு சிறு ஏணி.

"இங்குதான் அவன் உட்கார்ந்திருந்தானாம். இதுதான் அந்தச் சன்னல். அடே! இதை யார் திறந்தது" என்றார் லக்ஷ்மிகாந்தம்.

"இந்த ஜன்னல்தானா" என்றாள் சுமதி. அவள்தான் சுலோசனா வுடன் வந்தவள்.

"இதுதான். வருஷத்தில் ஒரு நாள்தான் இம்மாதிரித் தொந்தரவு செய்யும். அதுவும் இன்றுதான் போல் இருக்கிறது" என்று சிரித்தார் லக்ஷ்மிகாந்தம்.

எல்லோரும் நெருங்கினார்கள்; உள்ளுக்குள் பயந்தான்.

திடீரென்று எங்கும் இருண்டது. அறையில் ஒருவருக்கொருவர் முகந் தெரியவில்லை.

"அதென்ன என்னவோ இருட்ட... ரதே" என்று சற்று உரத்த சத்தத்தில் நடுநடுங்கிக்கொண்டே கேட்டாள் சுமதி. "ஒன்றுமில்லை, மேகமாக இருக்கும்" என்றார் லக்ஷ்மிகாந்தம். "கீழே விழும்பொழுது என்ன நினைத்தானோ? யார் கண்டார்கள்? ஒரு வேளை ஓலமிட் டிருக்கலாம்..."

யாரோ இருட்டில் அசைந்தார்கள். தரையில் காலடிச் சப்தம். யாரோ ஒரு பெண் 'ஐயோ அம்மாடி' என்று ஏங்கும் குரல். "எனக் கிங்கிருக்கப் பிடிக்கவில்லை" என்றாள் சுமதி.

"பின் வாருங்கள் போவோம். ஜன்னலைச் சாத்திவிட்டு வருகிறேன்" என்றார் லக்ஷ்மிகாந்தம்.

எல்லோரும் பயம் தெளிந்த மாதிரி ஒரு பெருமூச்சு விட்டுக் கொண்டு திரும்பினார்கள். லக்ஷ்மிகாந்தம் ஜன்னலைச் சாத்திவிட்டுத் திரும்பினார். பாதி அறையைக் கடந்திருக்கலாம். திடீரென்று கூச்சல் போட்டுக்கொண்டு திரும்பினார்.

அந்த ஜன்னல் கதவு மெதுவாகத் தானே திறந்துகொண்டு இருந்தது.

"ஐயோ அங்கு பாருங்கள்" என்றார் திவான்பகதூர். "மிஸ்டர் பேய்க்கு நம்முடன் பேச இஷ்டம்போல் தெரிகிறது" என்று சிரித்தார் லக்ஷ்மிகாந்தம். இதற்குள் மற்றவர்கள் எல்லாம் ஓடிவிட்டார்கள். இவரும் அவர்களைத் தொடர்ந்து கீழே இறங்கினார். "கொஞ்சம் கூல் ட்ரிங் சாப்பிடுவோமா?" என்று மணியை அடித்தார்.

பேசிக்கொண்டிருக்கும்பொழுதே திடீரென்று விளக்குகள் மங்கிவிட்டன.

எங்கோ தடால் என்ற சப்தம். விருந்தினர்கள் பயத்தில் உளறி யடித்துக்கொண்டு எழுந்தார்கள். யாரோ ஒரு பெண் பயத்தால் கூச்சலிட்டாள். வெளிச்சம் மறைந்த மாதிரியாகத் திடீரென்று வந்தது. சுலோசனாவின் படம் கீழே சுக்கல் சுக்கலாக நொறுங்கிக் கிடந்தது. லக்ஷ்மிகாந்தம் வேலைக்காரர்களைக் கூப்பிட்டு அதை அப்புறப்படுத்தச் சொன்னார். அதற்குள் பரிசாரகன் கூல் ட்ரிங்குகளைக் கொண்டுவந்தான்.

"இதைச் சாப்பிடுங்கள், பயம் தெளியும்" என்றார் லக்ஷ்மிகாந்தம். "என்ன சுலோசனா பயந்துவிட்டாயா? இதில் என்ன இருக்கிறது? மகரம் எழுதிய படம் வீணாகப் போனது வருத்தந்தான். நீ இதைக் குடி; மேல் எல்லாம் வியர்த்துவிட்டதே!" என்றார் மறுபடியும்.

சுலோசனா கையிலிருந்ததை வாங்கிக் குடித்தாள். அப்பொழுது ஒரு வேலைக்காரன் உள்ளே ஓடிவந்து, "பங்களாக் காம்பவுண்டில் யாரோ இறந்து கிடக்கிறான். வெளியே சென்றபொழுது பார்த்தேன்" என்றான்.

எல்லோரும் திடுக்கிட்டுப் பேச நாவெழாமல் மௌனமாக இருந்தனர்.

"அவனை இங்கு எடுத்துக்கொண்டு வாருங்கள். கீழே இரத்தம் கித்தம் சிந்தி இருந்தால் கழுவிவிட்டுவிடு. யாரும் வழுக்கி விழுந்து விடாமல்" என்றார் லக்ஷ்மிகாந்தம்.

"சரி சார்" என்று வேலைக்காரன் போனான்.

"இன்றைக்கு வேடிக்கையாக இருக்கவில்லையா? துப்பறியும் நாவல் மாதிரி சம்பவங்கள் நடக்கிறதே" என்று விருந்தினரைப் பார்த்துக் கூறினார்.

அந்தச் சமயத்தில் வேலைக்காரர் இருவர், பிணத்தை எடுத்துக் கொண்டு உள்ளே வந்தனர். அங்கிருந்த பெண்கள் மயங்கிவிடுவார்கள் போல நடுநடுங்கினர்.

'நானே கொன்றேன்!'

"அந்த மேஜையில் வையுங்கள்" என்றார் லக்ஷ்மிகாந்தம். எல்லோரும் அதையே நோக்கினர். பராங்குச நாயுடு அதைக் கூர்ந்து கவனிக்க நெருங்கினார்.

அந்தப் பிணம் உண்மையில் துணியினால் செய்யப்பட்ட பொம்மை. சாக்கைப் போட்டு மூடப்பட்டிருந்தது.

"மிஸ்டர் லக்ஷ்மிகாந்தம். நீர் ஒரு பெரிய ஆசாமி!" என்று விழுந்துவிழுந்து சிரித்தார்.

மற்றவர்களும் அதை நெருங்கிக் கவனித்துவிட்டு விழுந்துவிழுந்து சிரித்தார்கள்.

"இப்பொழுது பிணத்தைப் பார்த்தாகிவிட்டது. இவனை யாரோ வீட்டிலிருப்பவர்களில் ஒருவர்தான் கொன்றிருக்கிறார்கள். உளவுகளை வைத்துக்கொண்டு உண்மையைக் கண்டுபிடிப்பவர்களுக்கு 100 சிகரெட்டு பந்தயம்" என்றார்.

"நான்தான் துப்பறியும் கோவிந்தன்; நான் கண்டுபிடிக்கப் போகிறேன்" என்று சிரித்தாள் சுமதி.

"என்ன சுலோசனா குற்றவாளியைக் கண்டுபிடிக்கப் போவ தில்லையா" என்றார் லக்ஷ்மிகாந்தம்.

"இந்த முட்டாள்தனமான விளையாட்டு எனக்குப் பிடிக்கவில்லை" என்று முகத்தைச் சுளித்தாள் சுலோசனா.

அந்த அறையைச் சுற்றிக் கவனித்த சுமதிக்கு ஒரு கிழிந்த கடிதம் அகப்பட்டது. அதில் "விருந்திற்குப் பிறகு என்னை சந்தி . . . சனா" என்று மட்டும் தெரிந்தது.

பிணத்தையும் பரிசோதிக்க வேண்டும் என்று அந்தத் துணிப் பதுமைக்கு அணிந்திருந்த சட்டைகளில் என்னவிருக்கிறது என்று கையை விட்டுத் தடவினாள். அதிலே ஒரு கைக்குட்டை கிடைத்தது. அதன் மூலையில் "சு" என்ற எழுத்துப் பின்னப்பட்டிருந்தது.

"சு . . . . . . சனா, சுலோசனா; அவள்தான் கொலை செய்தவள். அவள்தான் இந்த விளையாட்டில் கலந்துகொள்ளவில்லை. அவள்தான் குற்றவாளி. துப்பறிபவனுக்குப் பேசிய 100 சிகரெட்டுகளைக் கொடுத்துவிட வேண்டும்" என்று உரத்த குரலில் சுமதி சிரித்துக் கொண்டு கேட்டாள்.

"அவசரப்படாதே. கோர்ட்டு என்ன தீர்ப்பு செய்கிறதோ அதிலிருந்து தான் முடிவுகட்ட வேண்டும். திவான்பகதூர்தான் ஜட்ஜ். பராங்குச நாயுடு வாதி வக்கீல். நான் பிரதிவாதி வக்கீல். மற்றவர்கள் எல்லாம் ஜூரிகள்."

"குற்றத்தின் காரணம், அது ஒரு விதத்தில் எப்படி நியாயமானது என்பதும் காண்பிக்கிறேன். பிணத்தின் நிலைமையிலிருந்து உயரத்தி லிருந்து விழுந்தது என்று தெரிகிறது. அதன் உள் பையில் இருக்கும் கைக்குட்டை இறந்தவர் குற்றவாளியின்மீது அதிகப் பிரியம் வைத் திருந்தார் என்பதைக் காண்பிக்கிறது. அவருடைய நேசம், பாசம்

எல்லாம் தொந்திரவைக் கொடுத்தது. அவன் இல்லாவிட்டால் எவ்வளவோ நன்றாக இருக்கும் என்று பட்டது. அவன் எதிர்பார்க் காதபொழுது ஒரு தள்ளு தள்ளிவிடுகிறது இயற்கைதானே. அவ்வளவு தானே சுலோசனா! அவன் இல்லாவிட்டால் நல்லதுதானே."

விருந்தினர்கள் எல்லாரும் விழுந்துவிழுந்து சிரித்துக்கொண்டிருந் தார்கள். சுலோசனாவின் முகத்தை கவனித்தவுடன் சிரிப்பு அடங்கி விட்டது.

"நீங்கள் சொல்வது அர்த்தமாகவில்லை. யாரைப் பற்றிப் பேசுகிறீர்கள்" என்றாள். முகம் பயத்தால் வெளிறி இருந்தது.

"அவனால் இடைஞ்சல்கள் அதிகமாக இருந்தது. அங்கு ஒருவரும் இல்லை. சான்ஸ் கிடைத்தால் . . . பிறகு என்ன?"

"அவர் மயங்கித்தான் விழுந்து உயிர்துறந்தார்."

"அவன் பயங்கொள்ளியல்ல தலைசுற்றிக் கீழே விழுவதற்கு. சரியாக ஒரு வருஷமாகிவிட்டது. அப்பொழுது சௌகரியமாகக் கீழே வந்து உன் கதையைச் சொன்னாய். உன்னைத் தடுத்து மறுத்துப் பேச அவன் அங்கு இல்லை."

"சத்தியமாக அவர் மயங்கித்தான் விழுந்துவிட்டார்."

"நிஜமாகவா? அவனை உன் முன்பு கொண்டுவந்து நிறுத்தினால் அப்படிச் சத்தியம் செய்வாயா?"

"உங்களால் அவரைக் கொண்டுவர முடியாது".

"கொண்டுவர முடியும். மகரம். மகரம். இங்கே வா!" என்று சற்று உரத்த சத்தத்தில் கூப்பிட்டார்.

எங்கும் நிசப்தம்.

பிறகு வெளியே டக், டக் என்ற செருப்புச் சப்தம், யாரோ ஜன்னலைத் தட்டுவது மாதிரி . . .

"அவரை உள்ளே கூப்பிட வேண்டாம். நான்தான் கொன்றேன் . . . ஐயோ" என்று சொல்லிக்கொண்டே சுலோசனா மயங்கி விழுந்தாள்.

விளக்குகள் மறுபடியும் பிரகாசமாக எரிந்தன.

"ஜுரர்களே கைதி குற்றவாளியா அல்லவா" என்றார் லக்ஷ்மிகாந்தம்.

***ஊழியன்*, 21.9.1934**

சாயங்கால மயக்கம்

எனது சொந்த ஊரிலிருந்து வந்து வெகு நாட்களாகிவிட்டது.

ஊர் ஆசை என்பது கட்குடி மாதிரி ஒரு போதை வஸ்து. அந்த ஆசை வந்துவிட்டால் அதற்கு மாற்றுக் கிடையாது, போய்த்தான் தீரவேண்டும். இந்த ஊர்ப்பித்தம் காதலைப் பார்க்கினும், தேசபக்தி, கடவுள் பக்திகளைப் பார்க்கினும் மிகக் கொடூரமானது. அதன் ஏகச் சக்ராதிபத்தியம் மனத்தில் என்னென்ன கனவுகளையெல்லாம் எழுப்பும், தெரியுமா?

அன்று சின்னப் பையனாக இருக்கும்பொழுது தோழனுடன் ஆற்றங்கரையில் சண்டைபோட்டது முதல், நான் முதலில் விடியற்கால ஸ்நானத்திற்குச் செல்லும் இன்பம் முதல், எல்லாச் சிறு அற்பச் சம்பவங்களும் – அடே, அதில் என்ன மோகம்!

ஊருக்குப் போனேன்.

திருநெல்வேலி ஜில்லாவில் தாமிரவருணி நதிக்கரையில் ஒரு சிறு கிராமம். சென்னையில் வசிப்பதால் ராஜீயக் கைதி சிறையில் அநுபவிக்கும் சிரமத்தையெல்லாம் தியாகம் செய்யாமல் அநுபவித்து விடலாம். அதிலே ஊருக்குப் போக வசதி கிடைத்தது இந்த உலகத்திலே கிறிஸ்து சொன்ன மோக்ஷ சாம்ராஜ்யம் கிடைத்துவிட்ட மாதிரியே இருந்தது.

ரயில் ஏறுவதும், வண்டி போவதும், ஸ்தூலத்தில் நான் ஊரை அநுபவிப்பதும் நடப்பதற்குப் பல மணி நேரத்திற்கு முன்னமேயே நான் ஊருக்குப் போய்விட்டேன்.

ரயில், கடகட, குப்குப் என்று எனது தியானத்தைக் கலைக்க முயன்றது.

ரயில் செல்லச் செல்ல, சென்னையின் இரைச்சல், ஓம் என்ற ஹுங்காரம், நாகரிக யக்ஷினின் திருக்கண் நாட்டங்கள் – எல்லாம் மெதுவாக மறைந்தன. ஏன்? வேகமாகவே நான் ரயிலில் செல்லவில்லை.

வெளியே நிலா . . . ஆனால் . . .

ஆற்றங்கரை மணல்... கரையில் பேராய்ச்சி கோயில்... கண் பொட்டையாக்கும் மாலை மயக்கத்தில் இதன் கோபுரத் தளத்தில், எத்தனை நாவல்கள் எனது மன உலகத்தில் ஒரு வாழ்க்கையைச் சிருஷ்டித்தன!

அப்பொழுது, எங்கெங்கோ வாரியிறைத்த பிரம்ம தேவனின் சிதறுண்ட நம்பிக்கைகள் போல, வாழ்க்கை எரியிட்ட கனல்கள் போன்ற நட்சத்திரங்கள்!

மேல் வானத்திலே அந்த மரமடர்ந்த இருட்டுத் திரைக்கு மேல் செவ்விருள்! அந்தித் தேவனின் சோக நாடகம்!

அந்தச் சாயங்காலம், சீதையின் சோகத்தையும், கதேயின் பாஸ்டையுமே எப்பொழுதும் என் நினைவிற்குக் கொண்டுவருகிறது.

பேராய்ச்சி கோயில் உச்சித் தளத்தில் கையில் புஸ்தகத்துடன் நான்!

நிசப்தம்....

பேராய்ச்சி, காளியின் ஸ்வரூபம்... எங்கள் பெரியண்ணத் தேவருக்குக் குடும்பத் தெய்வம் – தலைமுறை தலைமுறையாகக் காத்துவந்த பேராய்ச்சி...

பேராய்ச்சி! அதில் என்ன தொனி! எவ்வளவு அர்த்த புஷ்டி!

இருண்ட வெளிச்சத்தில் இருண்ட கோரமான சிலை....

தாயின் கருணை. என்ன நம்பிக்கை!

நாளைக்கு அம்மனுக்குக் கொடை.

நாளைக்கு இவ்வளவு நேரத்தில் இங்கு எப்படியிருக்கும்!

இந்த மௌன சுகம் மருந்திற்காவது கிடைக்குமா?

என் கண்கள் இருட்டில் அசட்டையாகத் துழாவுகின்றன.

கோயில் வாசலில் இரண்டு ஆட்டுக் கிடா.

பெரியண்ணத் தேவருடையவைதான்... அம்மனுக்கு வளர்த்து விடப்பட்டவை.

வாழ்வு நாளை வரைதான் என்று அவற்றிற்குத் தெரியுமா? சித்திரபுத்திரன் மாதிரி எனக்குத் தெரியும்.

எங்கெங்கோ புல்லையும் பூண்டையும் தின்ற கொழுப்பு – முட்டி விளையாடுகின்றன... "டபார்!"

மண்டை வெடித்துவிடும் போலிருக்கிறது!

பின்னுக்குச் சென்று மறுபடியும் ஓடிவந்து... "டபார்!"

ரத்தங் கண்டாகிவிட்டது! என்ன கொள்கைப் பிணக்கோ?

நாளைக்கு இரண்டினுடைய இரத்தமும் அந்தப் பலிபீடத்தில் கலக்குமுன், அதற்குள் என்ன அவசரம்?

அதுதான் சுவாரஸ்யம்!

அந்தச் சண்டைதான் வாழ்க்கையின் ரகசியம், தத்துவம். அதிலே தான் நம்பிக்கை வைத்து மனித நாகரிகம் இதுவரை வளர்ந்து

வந்திருக்கிறது. இனி!... அதைப் பற்றி எனக்குத் தெரியாது. 'நாளைக்குப் பலியாகப் போகிறோம்!' என்று தெரிந்தால் இந்த மாதிரி முட்டிக்கொள்ள மனம் வருமா? வந்தால், முட்டிக்கொள்வதில், வாழ்க்கைப் போட்டியில், சுவராஸ்யம் ஏற்படுமா?...

"ஸார்! கொஞ்சம் நகர்ந்து உட்காருங்கள்!"

நான் ரயிலில்தான் உட்கார்ந்திருந்தேன். அந்த மாலை மயக்கந்தான்... அந்த ஊர்ப் பைத்தியந்தான்!

மணிக்கொடி, 23.9.1934

தேக்கங் கன்றுகள்

வில்லி ஸ்டேதம் ஆக்ஸ்போர்டை விட்டு வெளியேறியவுடன், 'இம்பீரியல் பாரஸ்ட் *(forest)* ஸர்வீஸி'ல் இரண்டு வருஷங்கள் தன்னை இந்தியக் காடுகளுக்காகத் தயாரித்துக்கொண்டதுவரை, நமக்கு அவ்வளவு கவலையில்லை. இங்கிலாந்தின் மூடுபனிகளுக்கும் தனது உள்ளத்தைக் கவர்ந்த அந்த டைப்பிஸ்ட் நங்கைக்கும் விடைபெற்றுக் கொண்டு, 'ஜிஹாங்கிரி'ல் கால் வைக்கும்பொழுது சிறு பையனின் களை சற்றாவது மாறவில்லை. சிரித்த கண்களும், நகைச்சுவை ஒளிந்த உதடுகளும், யாரையும் விரைவில் நண்பனாக்கிக் கொள்ளும் என்பதில் சந்தேகமில்லை. பம்பாய் துறைமுகத்தில் கால் வைத்த ஐந்தாவது மாதத்திலேயே *D.F.O.* ஆனதில் ஒரு ரகஸியம், இவர் தகப்பனாரின் நண்பர் கர்னல் ரௌபாதத்தின் – மூத்த ஸ்டேதமும், இவரும் போயர் யுத்தத்தில் தோளோடு தோள் நின்ற வீரர்கள் – உதவி கொஞ்சம் உண்டு. தனது ஆக்ஸ்போர்ட் நடைநொடி பாவனைகளை, விஷக் காய்ச்சல் பிடித்த மேற்குத் தொடர்ச்சி மலைகளில், ஊளையிடும் நரிகளுக்கும், புஸ்தகத்தை ஒப்பிப்பது போல் பேசும் இந்திய ரேஞ்சர் களிடத்தும் காண்பிக்க வேண்டும் என்று நினைக்கவேயில்லை.

முதன்முதலில் அவருக்கு மரங்களைச் சுற்றிப்பார்ப்பதும், வெட்டப்பட்ட மரங்களையும் ரேஞ்சர்களையும் தணிக்கை செய்வதும், அங்கு கிடைக்கும் பெரிய வேட்டைகளை ஆடுவதும் வெகு உத்ஸாகத்தைத் தந்தபோதிலும், கொஞ்ச நாட்களில் புளித்துப் போய்விட்டது. ஆனால் அங்கே தனக்காகக் காத்துக்கொண்டிருக்கும் அந்தப் பெண் – அவளில்லாவிட்டால் வில்லியின் ராஜினாமா முந்தியே கவர்மெண்டுக்குக் கிடைத்திருக்கும்.

இரண்டு வருஷங்கள் சிட்டாகப் பறந்தன. வருகிற கிறிஸ்துமஸ் விடுமுறையில் 'ஹோமிற்கு'ப் போக வேண்டும். வரும்பொழுது அந்த டைப்பிஸ்ட் தன் பெயரை மாற்றிக்கொள்வாள். பிறகு கேட்பானேன்! குதூஹலந்தான்.

~ ~

உலாந்தி ரேன்ஞ், மலேரியா, யானை, தேக்கு மரம், இத்யாதிப் பொருள்கள் அபரிமிதமாகக் கிடைக்கும் ஸ்தலம் என்பது காட்டு இலாக்கா மான்யுவலின் கொள்கை. மலேரியாவிற்கு மட்டும் பணம் கொடுத்து வாங்க வேண்டாம். போக்குவதற்குத்தான் அதன் உதவி தேவை.

ரேஞ்ச் ஆபீஸ் என்ற தகரக்கொட்டகை, ரேஞ்சர் பங்களா என்ற மூங்கில் வேய்ந்த மரக்குடிசை, தேக்கங்கட்டைகள் அடுக்கும் பெரிய கொட்டகை, மரங்களை இழுக்கும் யானைகளின் கொட்டாரம், பத்துப் பதினைந்து காடக் குடிசைகள், வெற்றிலை, சுருட்டு முதல் ஸெண்ட் சீப்பு வரை தேவைக்குரிய பண்டங்களை தன்னுள் அடக்கும் 'ஷாப்' – இதுதான் உலாந்தி ரேஞ்சின் கரு.

அப்பையா ரேஞ்சர், கவர்மெண்டாரால் தனக்கு அருளப்பட்ட இருபத்தெட்டு வருஷ வனவாசத்தில் ஏறக்குறைய பாதியைக் காய்ச்சலாகப் படுப்பதிலும், காடை, மான் முதலிய வேட்டையாடுவதிலும், தினம் இம்மாதிரித் தனக்குக் கிடைக்கும் வனபோஜனத்துடன் இரண்டு கொய்னா மாத்திரை தின்பதுமாகக் காலந்தள்ளி வந்தார். ஆபீஸ் தபால்களுக்கு 'பதில்' – ரிப்போர்டுகள் முதலியன – அவருடைய இலாக்கா எதிர்பார்த்தபடி துரிதமாகப் போவதில்லை. *D.F.O.* காம்ப் போட்டிருக்கும் தகவல் கிடைத்தவுடன் அவர் ஆச்சரியப்படவேயில்லை. ஒரு வனபோஜனத்தில் எல்லாரையும் 'தாஜா' செய்யும் அப்பையாவிற்கு இந்தக் கத்துக்குட்டியான ஸ்டேதமா ஒரு பெரிய காரியம்?

உலாந்தியில் ஒரு பெரிய பரபரப்பு.

மூட்டை தூக்கும் யானைகளின் மேல் கூடாரம், பட்ளர், துரையின் நாய் இத்யாதி, முதல் நாளே வந்து ஸ்டேதத்தின் வருகையை எதிர்பார்த்து நின்றன. உலாந்தியைச் சுற்றி பத்து மைல் வட்டாரத்திற்கு பெட்ரோல் நாகரிகத்தின் ஜம்பம் சாயாது.

இதனால் 10வது மைலில் துரையின் மோட்டாருக்கு ஒரு ஷெட், காவல்காரன் வகையரா தயார் செய்துகொண்டு துரையவர்களின் வருகையை எதிர்பார்த்து வெகுகாலையில் நிற்க வேண்டும் என்ற உத்திரவு.

அப்பையா ரேஞ்சர் ராஜதந்திரியாகப் பிறந்திருக்க வேண்டியவர். களைத்து வந்தவர்களுக்கு வயிற்றை நிரப்பிவிடுவதைப்போல் எடுத்த காரியத்தைச் சாதிப்பதற்கு வேறு மோகனாஸ்திரம் கிடையாது என்று கண்டவர். துரையவர்களின் பாய் (*boys*) – அறுபது வயதுக் கிழவனாகிலும், துரைகளைப் பொறுத்தமட்டில் அவர்கள் 'பாய்'தான்; மார்க்கண்டன் பிறந்த நாட்டு மண் விசேஷமாக இருக்கலாம் – அவனைக் கையில் போட்டுக்கொண்டார். காட்டில் கிடைக்கும் தீனி வகையரா, நாட்டிலிருந்து டின்களில் அடைத்த சீமைச் சரக்குகள், துரையவர்களின் கண்ணில் மண்ணைப் போட, அல்ல, புத்தியை மூடிவைக்க, சாம்பெயின், பிராந்தி, விஸ்கி, இத்யாதி, இத்யாதி.

அப்பையா, ஒரு பாரஸ்டர் (forester), இரண்டு கார்டுகள், இரண்டு பெரிய ரோஜா ஹாரங்களுடன் (இது இங்கு செலவில்லாமல் கிடைப்பது; ஹாரம் கார்டு கோபால நாயகரின் கைவேலை) சேணமிட்ட குதிரை சகிதம் வெகுகாலையிலேயே வந்து குறிப்பிட்ட இடத்தில் எதிர்பார்த்து நின்றார்கள். பாய் துரைக்குத் தீனிகொண்டு வந்திருக்கிறான். 'ஸ்டேதம் மான்மி'யத்தை எடுத்துச் சரடுவிட்டான்.

காலை எட்டு மணியிருக்கும். எங்கோ ஒரு மோட்டார் ஹார்ன் காற்றோடு கலந்தது.

"துரை வந்தாச்சுரா. பூச்சிமேட்டுப் பக்கம் கேக்குது. டேய் ராமராவ், நீ போய்ப் பார்" என்று கட்டளையிட்டார் அப்பையா.

கோபால நாயகர் கைவேலையில் தேர்ச்சி என்றால் 'ராமராவ்' கால விஷயத்தில் 'எக்ஸ்பர்ட்'. 'ராமராவ்' ஜாதியில் காடன். அவனுக்குத் தந்தையிட்ட பெயர் தாடகன். காருண்ய கவர்மெண்டாரின் ரேஞ்சர்களாகத் திகழும் பிரதிநிதிகளின் வழியாக மலைக்கேறிய ஆரிய நாகரிக வாசனையைப் பெற்ற தாடகன், நாஸுூக்காக 'ராமராவ்' என்ற பெயர்ப் பதிவியிலேயே சம்பளம் பெற்றுவருகிறான். ராவ்ஜி களுக்கு யக்ஞோபவீதம் உண்டு என்று தெரியாவிட்டால் அது அவன் குற்றமல்ல. அப்பையாவிற்கு முந்தியிருந்த ரேஞ்சர் இவனை எப்பொழுதும் "அடே காடப்பயலே" என்று கூப்பிட்டு வந்ததின் அர்த்தம் அவனுக்குத் தெரியாது.

அப்பையா கோஷ்டி அரைமணி சாவகாசம் காத்துக்கொண்டிருந்த பிறகு ஒரு சிறிய இரண்டு பேர் இருக்கும் மோட்டார் வந்து நின்றது.

அப்பையா தன்னை யார் என்று தெரிவித்துக்கொண்டு மாலையைப் போட்டார்.

"ஓஹோ நீர்தான் ரேஞ்சரோ! அதிக நேரம் காத்திருந்தீரோ? கையிலிருக்கும் பெரிய புஸ்தகம்? அதற்கென்ன ஆபீஸில் பார்த்துக் கொள்ளலாம்" என்று சிரித்துக்கொண்டே காரிலிருந்து இறங்கிப் புஷ்பமாலையை முகர்ந்துகொண்டிருந்தார்.

'பாய்' உடனே காரில் துரையின் உணவை வைக்க, அவர் சாப்பிட்டுக்கொண்டே ரேஞ்சை பற்றிப் பேசி அப்பையா மனதில் கத்துக்குட்டி என்ற எண்ணம் படும்படி செய்துவிட்டார்.

"காட்டைப் பார்த்துவிட்டே போகலாம்" என்று துரை குதிரை மேல் ஏறிக்கொண்டார்.

ராமராவையும் கூட வரும்படி அழைக்க, "நாம் இருவரும் மட்டும் போகலாம்" என்று துரை தடுத்தால் அப்பையா என்ன செய்ய முடியும்?

எட்டு மணிக்குப் புறப்பட்டவர்கள் சாயங்காலம் நாலு மணி வரை என்னதான் செய்தார்களோ? வரும்பொழுது துரையின் முகத்தில் எள்ளும் கொள்ளும் வெடித்தது.

"இரவில் நான் கணக்கைச் 'செக்' செய்துகொள்வேன். நீர் அனுப்பிவைத்தால் போதும். இம்மாதிரிக் கணக்குப் புத்தகமும் இருந்தால் என்னிடம் அதிக நாள் வேலை பார்க்க முடியாது" என்று சொல்லிக்கொண்டே கூடாரத்திற்குள் சென்றுவிட்டார்.

இந்த ஸ்டேதம் 'அப்பாவி' அல்ல என்று தெரிவித்துக்கொண்டாலும் தன் கையில் துருப்பு இருக்கும்வரையில் – 'பிளான்' போட்ட விருந்து – கடைப்பிடி தனக்குத்தான் என்று நம்பினார்.

"பாத் ரெடி, ஸார்" என்றான் பாய்.

ஸ்டேதம் குளித்துவிட்டு அதிகக் களைப்பாக இருந்ததினால் ஒரு 'பெக்' (*peg*) பிராந்தி சாப்பிட்டுவிட்டு, தனக்குக் கடைசியாக வந்த காதல் கடிதத்தை எடுத்துக்கொண்டு, ஒரு பெரிய சுருட்டைப் பற்றவைத்தவண்ணம், அவருடைய நாய் முன்பு ஓட, உலாவப் புறப்பட்டார். இது இவருடைய வழக்கம்.

நினைவுகள் பல பலவாக ஓடின. வெகு தூரம் நடந்துவிட்டால் வெளி. அதில் ஒரு சண்பக மரம். கீழ்த் திசையில் இருக்கும் பள்ளத்தாக்கை நோக்கி இருந்தது.

மேட்டில் ஏறி, ஒரு கல்லில் உட்கார்ந்துகொண்டு, கடிதத்தை மறுபடியும் படித்து உள்ளத்தில் பொங்கும் நினைவுகளில் திளைத்துக் கொண்டிருந்தார்.

சற்று இருட்டவாரம்பித்தது. எழுத்துகள் தெரியவில்லை.

அதோ அந்தக் கீழ்த்திசையில் பூரண சந்திரன். அப்படியே கவனித்து மெய்மறந்தார்.

நாய் மெதுவாக, பரிதாபகரமாக, ஊளையிட்டுக்கொண்டு அவர் பக்கத்தில் ஒண்டியது. நேரமாகிவிட்டது. எழுந்தார். அந்தச் சண்பக மரத்தடியிலே என்ன? காதலி லில்லி கார்ட்டர்! எப்படி வரமுடியும்?

அவள்தான் விஷமக் குட்டியாச்சே!

வெள்ளுடை தரித்துச் சிரித்துக்கொண்டே கைகளை அசைக்கிறாள். முகம் மட்டும் சற்று வெளிறி இருக்கிறது.

கைகளை விரித்தவண்ணம் 'டார்லிங் லில்லி' என்று சொல்லிக் கொண்டு அவளை ஆரத்தழுவப் பாய்ந்து ஓடினார்.

யாராவது வெறும் வெளியை, நிலாக் கற்றையைத் தழுவ முடியுமா?

வேர்தான் தடுக்கிற்று.

'என்ன முட்டாள்தனம்; அந்த பிராந்திதான்' என்று நினைத்துக் கொண்டு திரும்பினார்.

நாய் கிளைகளின்ஊடே பாய்ந்த நிலவொளியைப் பார்த்துக் குலைத்தது.

காற்று எங்கிருந்தோ அசைந்தது. சண்பகம் தனது கனவுகளைச் சொரிந்தது.

ஸ்டேதம் கூடாரத்திற்கு வந்தபொழுது மணி எட்டிருக்கும்.

"டின்னர் ரெடி, சார்" என்றான் பாய்.

மேஜையில் எல்லாம் வைக்கப்பட்டிருக்கிறது. ஒரு பிளேட்டில் ஒரு 'கேபிள்' (cable).

நாற்காலியில் உட்கார்ந்துகொண்டு சாவகாசமாய், அதை எடுத்துப் பிரித்து வாசிக்க ஆரம்பித்தார்.

"ஐயோ!"

நெஞ்சில் இரும்புச் சம்மட்டியைக் கொண்டு அடித்தது போல் மேஜை, கூடாரம் எல்லாம் சுழலுகின்றன.

நிஜமா?

நடுங்கிக்கொண்டே திரும்ப வாசிக்கிறார்.

மிஸ். லில்லி கார்ட்டர் நேற்று சாயங்காலம், பிக்காடில்லி மூலையில் மோட்டாரால் தாக்கப்பட்டு ஆஸ்பத்திரிக்குக் கொண்டு வரப்பட்டு, இன்று காலை உயிர் துறந்தாள். அவள் வேண்டுகோளின்படி தங்களுக்குத் தெரிவித்துக்கொள்ளுகிறோம். எங்கள் மனமார்ந்த அனுதாபம்.

டாக்டர் பர்ன்!

"கண்ணா! லில்லி! உனக்கு யாருமில்லையே! அனாதையாகவா? ஐயோ!"

"டார்லிங்! டார்லிங்!"

கையிலிருந்த தந்தி, பிடித்த பிடியில் கசங்குகிறது.

"பாய், போ! நான் பார்த்துக்கொள்ளுகிறேன்."

ஏக்கமும் பரிதாபமும் நிறைந்த உள்ளத்தின் துயரம் அந்தக் காட்டில் இரவு முழுவதும் கேட்டுக்கொண்டே இருந்தது.

அன்று இரவு முழுவதும் இருவர் தூங்கவில்லை.

பாட்டில்கள் கீழே உருண்டன. துயரம், அழியாத சோகம் கலந்த சிரிப்புகள்.

விடியற்காலத்திலேயே துரை கீழே இறங்கிவிட்டார்.

அப்பையாவுக்கு நோட்டுப் புத்தகத்தைப் பார்த்ததும், என்னை மிரட்டினாலும் ஸ்டேதம் கத்துக்குட்டிதான் என்பது உறுதியாயிற்று.

~ ~

வில்லி ஸ்டேதத்தின் ராஜிநாமா இலாகாவில் சிறிது பரபரப்பு உண்டாக்கிற்று. அது வெகு சிறிது. உடனே ஓய்ந்தது. என்னென்னமோ வதந்திகள் உலாவின. கர்னல் ரௌபாதத்திற்கு ஒன்றும் புரியவில்லை.

சாதாரண வில்லி ஸ்டேதம் மறுபடியும் உலாந்திக்கு வந்தபொழுது ஒரு பரபரப்புமில்லை. கூட அந்த பாய் வில்லியின் தாயின் ஸ்தானத்தை ஏற்றுக்கொண்டான்.

சண்பகமேட்டில், அதே இடந்தான். ஒரு சிறு மரக்கட்டிடம். அதில் இருவர். ஒன்று துயரத்தின் உருவான நடைப்பித்து. மற்றொன்று அதன் தாய், பணியாள்.

சண்பக மரத்தைச் சுற்றி தேக்கங்கன்றுகள் நடுவதில் வில்லிக்கு என்ன ஆசை!

சண்பகந்தான் லில்லியாம்; தேக்கங்கன்றுகள்தான் அவர்களின் காதலின் இலக்ஷியங்களாம்.

ஒவ்வொன்றிற்கும் ஒரு பெயர். குவென்டலின், லில்லி, ஆலிவ் – என்னென்ன அழகான பெயர்கள்.

கொஞ்சம் காற்று வலுத்தால் ஸ்டேதத்திற்கு உயிர் புழுவாகத் துடிக்கும்.

எந்த நேரத்திலும் அதனுடன் கொஞ்சித் தழுவிப் பேசிக்கொண் டிருப்பதில் என்ன இன்பமோ?

அன்று வாயு சண்டனாகத் தலைவிரித்தாடுகிறான். மேகம் கவிந்த இடைவிடாத பெருந்தாரை. ஊழிக்கூத்து.

ஸ்டேதம் அந்த இருளில் சண்பக மரத்தின் இடையைக் கையில் பிடித்துக்கொண்டு தன் தேக்கங் குழந்தைகளுக்கு அங்கலாய்க்கிறார்.

"குவென்டலீன், லில்லி" என்ற துயரக் குரல்கள் காற்றில் அமிழ்ந்து நசிந்தன.

"ஐயோ!" என்ற துயரத்தின் ஓலம்.

பாய் ஓடிவந்து பார்க்கிறான். துரைக்கு மூச்சுப் பேச்சில்லை.

உள்ளே தூக்கிச்சென்று கிடத்திவிட்டு முகத்தில் தண்ணீர் தெளித்து பிராந்தியைத் தடவி சூடு உண்டாக்குகிறான்.

ஒன்றுமில்லை.

சற்று நேரம். ஒரு நூலிழைபோல் மூச்சு வருகிறது. பயமில்லை.

காடனுக்கு ஐந்து ரூபாய்; ரௌபாதத்திற்கு ஒரு தந்தி.

"வருவதற்கு எத்தனை நாள், சார்?"

வந்த ரௌபாதம் திடுக்கிட்டார். அறிந்த இளைஞனுக்குப் பதில் மெலிந்த துயரம் படுக்கையில் கிடந்தது; ஒருவாறு அறிந்துகொண்டார்.

மறுநாள் பிணியாளியுடன் உதகமண்டல ஆஸ்பத்திரிக்குப் பிரயாணம். ஒவ்வொரு பர்லாங்கும் மரணத்துடன் போராட்டம்.

~ ~

ஆஸ்பத்திரியில் ....

ஸ்டேதத்தின் சாயை; துயரத்தின் வடிவம்.

நியுமோனியா. பிழைப்புக் கிடையாது; இறப்பு வரமாட்டேன் என்கின்றது.

ஒரு மாத காலம்.

அன்று ராத்திரி.

ஸ்டேதம், கர்னல் ரௌபாதத்தைப் பார்க்க வேண்டுமாம்.

இரவில் கிழவர் வருகிறார்.

ஸ்டேதம் புன்சிரிப்புடன், "முடிந்துவிடும்" என்கிறார்.

கிழவர் பேசாமல் அவன் கையைப் பிடித்து – உயிரை நிறுத்த முயற்சிக்கிறாரோ? அப்பொழுது போயர் வீரனின் கண்களில் இரண்டு துளி.

"எனக்கு ஒரு ஆசை."

"உம்!" கிழவருக்குப் பேச முடியவில்லை.

"என்னை உலாந்திச் சண்பக மரத்தடியில் புதைக்க வேண்டும். எனது சொத்துக்கள், அது கொஞ்சம்தான், அவை அந்த என் . . . தேக்கங் குழந்தைகளுக்கு . . ."

சற்று நேரம் ஒரு லிகிதம் எழுதும் சப்தம். ஸ்டேதமின் உயில்.

நடுங்கும் கைகள் கடைசிக் கையெழுத்தை இட்டன.

"லில்லி!"

அவ்வளவுதான்.

~ ~

உலாந்தியில் மறுபடியும் பரபரப்பு.

சண்பகமேட்டில், சண்பகத்தடியில் ஒரு குழி, தனது காதலனை வரவேற்கிறது.

சற்று நேரத்தில் இரண்டு மோட்டார்கள்.

ஒன்றில் ஸ்டேதத்தின், என்ன? அதுதான்.

மற்றது அவனது நண்பர்கள், பரலோகத்திற்கு அனுப்பும் குரு.

'ஸர்வீஸ்' முடிந்தது.

குழியும் தன் காதலனை வரவேற்றது. இனிமேல்?

ரௌபாதம் திரும்புகிறார். ரேஞ்சர் அப்பையா "அன்று காம்பில் குடிக்க ஆரம்பித்தார். அதன் கோளாறு. மலையில் செய்யலாமா?" என்றார்.

"அவனுடைய கனவை இழந்தான். காதலி இறந்தாள். அதுதான்" என்று சடக்கென்று சொல்லிவிட்டுப் போய்விட்டார்.

அப்பையாவிற்குத் தன் துருப்பின் வேலை அல்ல என்று தெரிந்தது.

கொஞ்ச நேரத்தில் . . . காற்றும், தனிமையும்.

~ ~

இரவு.

நல்ல பௌர்ணமி.

சண்பகக் கிளைகளின் ஊடே நிலாக் கற்றை சவக்குழியின் பேரில் விழுகிறது.

தூரத்திலே அந்த நாயின் ஏக்கமான ஊளை.

சிறிய காற்று.

சண்பகம் தனது கனவுகளைச் சொரிகிறது . . . .

இதனால்தான் அந்தப் பள்ளத்தாக்கிற்கு ஸ்டேதம் வாலி (பள்ளத்தாக்கு) என்று பெயர்.

ஊழியன், 28.9.1934

இரண்டு உலகங்கள்

ராமசாமி பிள்ளை வெறும் அறிவியல்வாதி. உலகம் தர்க்கத்தின் கட்டுக்கோப்பிற்கு ஒத்தபடிதான் வளருகிறது என்ற நம்பிக்கையில் வளருகிறவர். தர்க்கத்திற்குக் கட்டுப்படாத விஷயமோ பொருளோ உலகத்தில் இருக்க முடியாது, அது இருந்தால், தர்க்கத்தின் மயக்கம் போல் சமூகப் பிரமையாகத்தான் இருக்க முடியும், இருக்க வேண்டும் என்பது அவருடைய மதம். அதை அசைக்க யத்தனித்தவர்கள் பாடு திண்டாட்டம்தான். குறைந்தது இரண்டு மணி சாவகாசமாவது கையில் வைத்துக்கொண்ட பிறகுதான் அவரை நெருங்கலாம்.

அவர் காலேஜில் ஒரு ஸயன்ஸ் பண்டிதர். வாழ்க்கையின் வசதிகள், முக்கியமாக புஸ்தகங்கள், எல்லாம் கிடைக்கக்கூடிய நிலைமை, கவலையற்ற வாழ்க்கை.

அவர் மனைவி ராஜத்திற்கு ஏகதேசக் கல்வி. அதாவது, ஒரு முழத் தாளில் தனது பெயரை, குறைந்தது இரண்டு தவறுகளுடன் ஒரு வரி பூராவாக எழுதக்கூடிய கல்வி. ராமசாமி பிள்ளைக்கு எப்பொழுதுமே அவருடைய மனைவியின் கடிதத்தைப் படிப்பதென் றால் குறுக்கெழுத்து, நேரெழுத்து என்று வந்துகொண்டிருக்கும் வார்த்தைப் போட்டிகளுக்குச் சரியான விடை கண்டுபிடிப்பது மாதிரி. அவளுக்குத் தன் புருஷன் என்றால் அடங்காத பெருமை, ஆசை. இன்னும் என்னென்னவோ அவள் மனதில் எழுந்து அவள் உடல் முழுவதும் பரவசப்படுத்தும். அவர்களுடைய குழந்தை, ஒன்றரை வயதுக் குழந்தை, அதுதான் தனது கணவன் கொடுத்த செல்வங்களைக் காட்டிலும் மகத்தான பொக்கிஷம் என்று நினைத்துக்கொண்டிருப்பவள்.

அன்று ஒருநாள் அவருக்கு ரஸல் எழுதிய புஸ்தகம் கிடைத்தது. அது அவருடைய மனதில் இருந்துகொண்டிருந்த பெரிய குழப்பமான சிக்கல்களுக்கு எல்லாம் ஒரு தீர்ப்பு, அறிவுக்கு ஒத்த தீர்ப்புக் கொடுத்து விட்டது. அன்று சாயங்காலம்வரை அதை உட்கார்ந்து படித்துக் கொண்டிருந்தார். நேரம் சென்றதுகூடத் தெரியவில்லை.

அப்பொழுது ராஜம் குழந்தை மீனுவை இடையில் எடுத்துக் கொண்டு, கையில் காப்பி பலகாரங்களுடன் ராமசாமி பிள்ளையின் அறையில் நுழைந்தாள். ராமசாமி பிள்ளையின் கவனம் முழுவதும் அந்தப் புஸ்தகத்தில் அழுந்திக் கிடந்தது.

அவரைத் தொந்திரவு செய்யக் கூடாது என்று பக்ஷணங்களை மெதுவாக மேஜைமீது வைத்துவிட்டு, குழந்தையுடன் சற்றுத் தள்ளி தரையில் உட்கார்ந்தாள்.

குழந்தை என்ன தர்க்கத்தைக் கண்டதா அல்லது அறிவைக் கண்டதா? "அப்பா!" என்று சிரித்தது. ராஜம் மெதுவாகக் குழந்தையின் வாயைப் பொத்தினாள். அது என்ன கேட்கிறதா? அதற்குப் போக்குக் காட்டுவதற்காகக் குழந்தையை மடியில் எடுத்து, பால் கொடுக்க ஆரம்பித்தாள். கொஞ்ச நேரம் குழந்தை அதில் ஈடுபட்டது.

ராஜம் கவனியாத சமயத்தில் குழந்தை திடீரென்று எழுந்து 'அப்பா' என்று கத்திக்கொண்டு, தள்ளாடி ஓடி அவர் காலை கட்டிக்கொண்டது.

அப்பொழுதுதான் பிள்ளையவர்கள் தம்முடைய அறிவியல் போதையிலிருந்து விழித்தார். ராஜம் எழுந்துசென்று மெதுவாக அவர் கழுத்தைச் சுற்றித் தன் கரங்களை வளைத்து அவரது உதடுகளில் முத்தமிட்டவண்ணம் "காப்பி கொண்டுவந்திருக்கிறேன்" என்றாள்.

ராமசாமி பிள்ளை தமது உதடுகளைப் புறங்கையால் துடைத்து விட்டு, "என்ன ராஜம், உனக்கு எத்தனை நாள் சொல்வது? உதட்டில் முத்தமிட்டால் கிருமிகள் பரவிவிடும் என்று. அதிலிருந்து தானே பல வியாதிகள் வருகிறது என்று முந்தாநாள்கூடச் சொன்னேனே. காப்பி எங்கே? இந்தப் புஸ்தகத்திலே என்ன மாதிரி உண்மையைச் சொல்லியிருக்கிறான் தெரியுமா?" என்றார்.

ராஜம் ஒரு அசட்டுச் சிரிப்புச் சிரித்தாள். மெதுவாக ஒரு பெருமூச்சு வந்தது. அவள் கடைக்கண்ணில் சற்று ஒளிவிட்டுப் பிரகாசித்ததே, அவள் முந்தானையால் துடைக்குமுன்...

"ராஜம், மனிதனுக்கு மூன்று குணங்கள்தான் இயற்கை. முதலில் பசி. இரண்டாவது தன் குடும்பத்தை விருத்தி செய்வது. பிறகு மூன்றாவது பக்கத்திலிருப்பதை அழிப்பது. இது மூன்றிற்கும் அடிப்படை யான குணம், எல்லாவற்றையும் தனக்கென்று ஆக்கிக்கொள்ளும் ஆசை. மற்றதெல்லாம் வீண் பித்தலாட்டங்கள்..."

ராஜம் அவரை வெறித்துப் பார்த்தபடியே இருந்தாள்.

"இந்தக் கற்பு, காதல் என்று பேத்திக்கொண்டு இருக்கிறார்களே, அதெல்லாம் சுத்த ஹம்பக்..."

"அப்படீன்னா..."

"சுத்தப் பொய். மனிதனுக்கு எல்லாவற்றையும் தனது என்று ஆக்கிக்கொள்ள வேண்டும் என்று ஆசைப்படுகிறானே, அதில் பிறந்தவை. தன் சொத்து, தான் சம்பாதித்தது, கஷ்டப்பட்டுச் சம்பாதித்தது

தனக்கே இருக்க வேண்டும் என்ற ஆசை. மனிதன்தான் செத்துப் போகிறானே. தனக்கில்லாவிட்டால் தனது என்று தெரிந்த, தனது ரத்தத்தில் உதித்த குழந்தைகளுக்குக் கொடுக்க ஆசைப்படுகிறான். பெண்கள் தங்கள் இஷ்டப்படி இருந்தால் அது எப்படி முடியும்? அதற்குத்தான் கலியாணம் என்று ஒன்றை வைத்தான். பிறகு தனக்குத் தெரியாமல் ஒன்றும் நடந்துவிடக் கூடாது என்பதற்குக் கற்பு என்பது பெருமை என்ற பொய் சொல்லி வேலி கட்டினான். பிறகும் பார்த்தான். காதல் என்ற தந்திரம் பண்ணினான். ஒருவருக்கொருவர் இந்த மாதிரி இஷ்டப்பட்டால் வாழ்க்கை பூராவாகவும் இஷ்டப்படு வார்களாம் ... இதெல்லாம் சுத்த ஹம்பக் ...”

“எனக்கு ஒண்ணும் தெரியலியே!”

தமது உற்சாகமான பிரசங்கம் சுவரில்தான் பிரதிபலித்தது என்பதில் பிள்ளையவர்களுக்கு ஏமாற்றம். ராஜம் ஒன்றும் பேசாமல் குழந்தையை எடுத்துத் தனது மார்பில் இறுக அணைத்துக்கொண்டாள்.

“என்ன தெரியவில்லை? இது வெகு சுலபமாச்சே ... சொல்லுகிறேன் கேள் ...” என்று ஆரம்பித்தார்.

“எனக்குத் தெரிய வேண்டாம். வாருங்களேன் பீச்சுக்குப் போகலாம்” என்றாள். தன்னை யறியாமல் அவள் கைகள் குழந்தையை இறுக அணைத்துக்கொண்டன.

ராமசாமி பிள்ளைக்கு இதைக் கவனிக்க நேரமில்லை. தமது சுகாதாரத்திற்கு, தமது குடும்ப சுகாதாரத்திற்கு அவசியமான கடற்காற்று வாங்க அவசரஅவசரமாக உடைகளை மாட்டிக்கொண்டார்.

“என்ன ராஜம், புறப்படலியா?” என்பதற்கு முன் “இதோ வந்தேன்” என்று குழந்தைக்கு ஒரு மாற்றுச் சட்டையணிந்து, அதை இடையில் எடுத்துக்கொண்டு தயாரானாள்.

குழந்தை, “அப்பா!” என்று அவரை நோக்கித் தாவியது.

புன்சிரிப்புடன் குழந்தையை எடுத்துக்கொண்டார். அப்பொழுது இருவர் கரங்களும் சந்தித்தன. ராஜத்திற்கு உள்ளத்தில் குதூஹலம் கலந்த ஒரு ஏமாற்றம் தோன்றியது.

2

கடற்கரையில் இருவரும் உட்கார்ந்திருந்தனர். குழந்தை மீனுவிற்கு மணலை வாரியிறைக்கும் தொழிலில் வெகு உற்சாகம். தலை எல்லாம் மணல், ராஜத்தின் மடி எல்லாம் மணல்.

குழந்தையுடன் விளையாடுவதில் ராஜத்திற்கு எல்லாம் மறந்து விட்டது. மீனுவின் அட்டகாசத்தில் தன்னை மறந்துவிட்டாள்.

கடலை பட்டாணி விற்பவன் ஒருவன் அவர்களை நெருங்கினான்.

“அம்மா! கடலை பட்டாணி” என்றான்.

"வேண்டாம் போ!"

குழந்தை அவனைப் பார்த்துவிட்டது. அது வேண்டும் என்று அவனை நோக்கிக் கைகளைக் காண்பித்தது. பிறகு அழுகை. கடலையை யாவது தின்னத் தெரியுமா? வேண்டுமென்றால் மறுபேச்சேது?

"கடலைக்காரனா அது. உடம்பிற்காகாதே" என்று அழுகையைக் கேட்டுப் புஸ்தகத்தை மூடிக்கொண்டு திரும்பிய பிள்ளையவர்கள் கேட்டார்.

"காலணாவிற்குக் கடலை, உப்புக் கடலை, கொடு. என்னாப்பா உனக்கு எந்தவூர்?" என்றார் பிள்ளை.

"தஞ்சாவூர் ஜில்லா, சாமி!"

"என்ன! மன்னார்குடியா?"

"ஆமாஞ்சாமி!" என்று சிரித்தான்.

"உனக்கு அங்கே, பெரிய கடைத்தெரு சாமி நாயக்கர் தெரியுமா?"

"போன வருசம் அவுக கிட்டத்தான் வேலை பார்த்தேன் சாமி. கால தோசம்... என்னை இங்கே கொண்டாந்து தள்ளிட்டுது" என்று பிள்ளையவர்களின் கைக்குட்டையில் கடலையை அளந்து போட்டுவிட்டு ஒரு கூழைக் கும்பிடு போட்டவண்ணம், "கடலை பட்டாணி!" என்று கத்திக்கொண்டு சென்றுவிட்டான்.

"ராஜம்! இதைப் பார்த்தியா? சமுத்திரக் கரையிலே எந்தக் கடலை பட்டாணி விக்கிறவன் கிட்டக் கேட்டாலும் இந்தப் பதில்தான். இது எது மாதிரி என்றால் அன்றைக்கு ஒரு ஜோரான ரஷ்யக் கதை படித்தேன். அதிலே விபசாரி வீட்டுக்குப் போகிறவனைப் பற்றி எழுதுகிறான். அங்கே போகும்பொழுது ஒவ்வொருவரும் முதல்லெ 'உன் பேரென்ன?' என்று கேட்பானாம். 'இதில் வந்து, அதாவது, நீ தவறி எவ்வளவு காலமாச்சு?' என்று கேப்பானாம். அவளும் ஏதாவது ஒரு பொய், சமீபத்தில்தான் சமூகக் கொடுமையால் வந்துவிட்டதாகக் கூறுவாளாம். அதை அவள் ஆயிரத்தெட்டாவது தடவை பாடம் ஒப்பிக்கிற மாதிரி சொல்லியிருப்பாள். இவனும் வாத்தியார் மாதிரிக் கேட்டுக்கொள்ளுவான். பிறகு இருவருக்கும் அதைப் பற்றிக் கவலை யில்லை – இதில் என்னவென்றால், மனிதனுக்கு விபசாரியானாலும் தனக்குக் கிடைப்பது நல்ல பொருளாக இருக்க வேண்டும் என்ற ஆசையில்தான் இருக்கிறான். சாயங்காலம் சொன்னேனே ஒன்று, அதுதான் அந்தத் தனக்கு வேண்டுமென்ற ஆசை, அதிலிருந்துதான்..."

"அதற்கென்ன இப்பொழுது?"

"இல்லை! உனக்குத் தெரியவில்லை என்றாயே அதற்குச் சொன்னேன்."

"எனக்குத் தெரிய வேண்டாம்."

அப்பொழுது நன்றாக இருட்டிவிட்டது. எங்கிருந்தோ, பக்கத்தில் தான், யாரோ பாரதி பாட்டு ஒன்றைப் பாடினார்கள்.

'பிள்ளைக் கனியமுதே' என்ற இன்பக் கனவில் ராஜத்தின் மனம் லயித்துவிட்டது.

பாட்டு முடிந்தது.

மௌனம்.

"பாட்டு எவ்வளவு நல்லா இருக்கு! மீனுவிற்குப் பாடினாப்பிலே இருக்கே!" என்றாள் ராஜம்.

"அதில் என்ன இருக்கிறது. விஷயம் தெரியாமல் பாடுகிறான். வெறும் அசட்டுப் பாட்டு!" என்றார்.

மீனு அதற்குள் கடலை பூராவும் வாரி இறைத்துவிட்டு, வேறு 'ஸப்ளை' வேண்டுமென்று அழ ஆரம்பித்தாள்.

இருட்டில் மீனுவை எடுத்து இறுக அணைத்துக்கொண்டாள்.

ராமசாமி பிள்ளை, "நேரமாகிவிட்டது!" என்று எழுந்தார்.

ராஜத்தின் மனத்தில் ஒரு ஏமாற்றம் இருந்தது.

ஊழியன், 12.10.1934

பொய்க் குதிரை

“**வா**ழ்க்கையே பிடிப்பற்றது; வாழ்வாவது மாயம்!” என்றெல்லாம் நினைவு ஓடிக்கொண்டிருந்தது விசுவத்திற்கு; ஏனென்றால், அன்று ஆபீஸில் அவனுக்கும் சம்பளம் போடவில்லை. வீட்டிலே சாமான் கிடையாது; வாடகைக்காரன் நெருக்குகிறான். மனைவி கமலத்தின் துயரந்தேங்கிய முகம் அவன் மனக்கண் முன்பு நின்றது.

பூக்கடைத் தெரு வழியாக நடந்துகொண்டிருக்கிறான். இரவு 7 மணியிருக்கும். மின்சார வெளிச்சமும், டிராமின் கணகணப்பும், மோட்டாரின் கிரீச்சலும் அவன் மன இருளுக்குப் பகைப்புலமாக இருந்தன.

ரஸ்தாவின் ஓரமாக, உலகத்தின் பரபரப்பிற்கும், போட்டி ஆவேசத்திற்கும் வழிவிட்டு விலகி நடப்பவன் போல நடந்துகொண்டு போகிறான்.

ஜனங்கள் ஏகபோகமாக, இரைச்சலாக இடித்துத் தள்ளிக்கொண்டு செல்லுகிறார்கள். ஏதோ பிரக்ஞையற்றவன் போல் நடக்கிறான், வழிவிட்டுக் கொள்ளுகிறான், நடக்கிறான் – எல்லாம் பிரக்ஞையற்று.

ரஸ்தாவில் ஒரு திருப்பம்; சற்று இருள் படர்ந்த வெளிச்சம்; பாதசாரித் திண்ணையிலே, அல்ல அதன் கீழே ஓர் ஓலைப் பாயின் சுருள்; எதேச்சையாகக் கண்கள் அதன்மீது படிகின்றன. ஓலைப் பாய்ச் சுருளா! ஓர் ஏழைக்குழந்தையின் தொட்டில்; சுருட்டிய பாயில் குழந்தை சுகமாக உறங்கியது. உறக்கமா? சீச்சீ, என்ன நினைப்பு! அதன் தாயின் கஷ்டம் என்னவோ! கமலத்திற்கு ஒரு குழந்தை இருந்தால் . . . நினைப்பில் என்ன குதூகலம் . . .!

சீச்சீ! இன்றும் சம்பளம் போடாவிட்டால் என்ன? நாளை போடுகிறான். அந்தக் குழந்தையின் தகப்பனை ஒப்பிட்டால் நாம் ராக்பெல்லர், ஏன், குபேரனல்லவா?

இந்த உற்சாகம் மற்றக் கவலைகளை மறக்கடிக்கிறது. அன்று டிராமிற்குக்கூடச் செலவழிக்காமல் கொண்டுசெல்லும் அந்த ஓரணாவை வைத்துக்கொண்டு . . . .

வழி நடை தெரியவில்லை; திருவல்லிக்கேணிவரை உற்சாகமாக நடக்கிறான்.

கமலா, பாவம் தனியாகக் கொட்டுகொட்டென்று உட்கார்ந்திருப் பாள். நவராத்திரிக் கொலு வைக்கக் கூடாத ... என்ன ஜன்மம் ... என்ன பிழைப்பு ... அவளுக்கு அந்தச் சிறு சந்தோஷத்தையாவது கொடுக்க முடியாத பேடி ....

மௌண்ட் ரோட்டைத் தாண்டி திருவல்லிக்கேணிப் பக்கம் நெருங்கிவிட்டான். வல்லபாய் அக்ரகாரம் கிட்ட வந்துவிட்டது.

வழியிலே ஒரு கூடைக்காரி.

புஷ்பம்! நல்ல முல்லை, மலரும் பருவம் – கம்மென்ற வாசனை! கமலாவின் தலையில் வைத்தால் அவள் முகத்தில் வரும் புன்சிரிப் பாவது பசியை ஆற்றுமே!

உடனே கூடைக்காரியிடம் வேறு யோசனையில்லாது புஷ்பத்தை வாங்கிவிடுகிறான். வழி நெடுக அவள் புன்சிரிப்புத்தான் ... அவன் உதட்டில் ஒரு புன்சிரிப்பு ....

~ ~

"கமலா! கமலா!!"

"யாரது! நீங்களா?" என்று கதவைத் திறக்கிறாள் கமலம். வீடு என்ற ஹோதாவில் இருக்கும் காற்றற்ற சிறு அறையில் மேஜையிலே மங்கிய விளக்கு, துணிமணி சிதறிய கொடி, சுவரோரம் பூராவும் டிரங்குப் பெட்டியும், தட்டுமுட்டுச் சாமான்களும், படுக்கையும்.

கமலா சிரித்துக்கொண்டு கதவைத் திறக்கிறாள். அந்த மங்கிய வெளிச்சத்தில் அவள் கண்கள் எதையோ எதிர்பார்ப்பவை போல் தோன்றின. அவ்வளவுடனும் ஒரு மகிழ்ச்சியிருந்தது. மகிழ்ச்சியைவிட எதிர்பார்த்த ஆசை அதிகம்.

"கமலா! உனக்கு ஒன்று கொண்டுவந்திருக்கிறேன். என்ன, சொல் பார்ப்போம்!" என்றுகொண்டே கொடிப்பக்கம் திரும்பிச் சட்டையைக் கழற்றினான்.

கமலத்தின் முகத்தில் ஒரு சமாதானம், மகிழ்ச்சி பொங்கியது.

விசுவம் அதைக் கவனிக்கவில்லை. அவசர அவசரமாக, "கமலா, இன்று சம்பளம் போடவில்லை. அதற்கென்ன நாளை போடுவார்கள். நான் உனக்கு என்ன கொண்டுவந்திருக்கிறேன், தெரியுமா?" என்றான். குரல், அவன் மனத்திலிருந்த கஷ்டத்தைப் பொருட்படுத்தாத மாதிரி பாவனை செய்து தோற்றது.

"என்ன கொண்டு வந்திருக்கிறீர்கள்?" என்று தளர்ந்த குரலில் கேட்டாள்.

"இதோ பார்!" என்று அவள் பின்புறமிருந்துகொண்டு, அவளுக்குச் சிரிக்கும் முல்லையைக் காண்பித்துவிட்டு, அவள் தலையில் சூட்டி,

அவள் தோள்களைப் பிடித்து உடலைத் திருப்பியவண்ணம் முத்தமிட எத்தனித்தான்.

கமலாவின் கண்களில் கண்ணீர் பொங்கியது. முகத்தை அவன் மார்பில் மறைத்துக்கொண்டு பொருமி, விம்மிவிம்மியழுதாள்.

விசுவத்தின் மனத்தில் கதையைக் கொண்டடித்தது போல் ஓர் உணர்ச்சி! கண்களில் என்ன கோழைத்தனம்!

"அசடே! அசடே! இன்றைக்கு இல்லாவிட்டால் நாளைக்கு வருகிறது. அதற்காக அழுவாளோ! மண்டூகம்!" என்றான் விசுவம்.

"அதற்காக இல்லை!" என்றாள் கமலம். அவள் கண்கள் அவன் கண்களைச் சந்தித்தன. கண்களிலே ஒரு பரிதாபம், ஏக்கம், மகிழ்ச்சி கலந்திருந்தது.

"பின் எதற்கு?"

"தோணித்து; அழுதேன். என்னமோ அப்படி வந்தது!" என்று அவன் அதரத்தில் முத்தமிட்டாள். முத்தம் அந்த மலர்ந்த முல்லையின் ஸ்பரிசம் போலும், கனவின் நிலவு போலும் மென்மையாக இருந்தது.

விசுவம் அவளை அணைத்து, முகத்திலும் அதரத்திலும் முத்த மிட்டான். சோர்ந்தவள் போல் அவன் தோள்களில் சாய்ந்த அவள் மெதுவாகக் கையை நீக்கி விலக்கிவிட்டு, "சாயங்காலம் உங்கள் நண்பர் அம்பியும் லட்சுமியும் வந்திருந்தார்கள்" என்றாள்.

"என்ன விசேஷம்?"

"இன்றைக்குக் கொலுவுக்கு என்னைக் கூப்பிட வந்தாள். உங்களையும் நேரே வந்து அழைக்க அவரும் வந்திருந்தார். கட்டாயம் வரவேண்டுமாம்!"

"கொலுவில் நான் எதற்கு?" என்று சிரித்தான் விசுவம்.

"அதுமட்டுமில்லையாம், இன்னிக்கு ஒரு விருந்தாம். எல்லா நண்பர்களையும் கூப்பிட்டிருக்காளாம். அவசியம் வரணும் என்று சொன்னார்கள்!" என்றாள் கமலம்.

இப்படியாவது அவளை அழைத்துச் சென்று சற்று அவளுக்குக் களிப்பூட்டலாமே என்று நினைத்தான் விசுவம்.

"கமலா, நீயும் புறப்படேன், போகலாம்!" என்றான்.

கமலம் தயங்கினாள்.

"சீ, அசடு! முகத்தைக் கழுவிவிட்டு அந்தச் சுதேசிப் புடவை வாங்கினோமே – அதுதான் வெளுப்பாகி வந்திருக்கிறதே! – அதை எடுத்துக் கட்டிக்கொள். நானும் புறப்படுகிறேன்" என்று துரிதப்படுத்தி னான் விசுவம்.

அவளும் அவன் இஷ்டத்தைப் பூர்த்திசெய்ய முகத்தைக் கழுவி, சிறு குங்குமப் பொட்டிட்டுக்கொண்டு தயாரானாள்.

"கமலா! இங்கே வா!" என்று அவளை மடிமீதிருத்திக்கொண்டு, "கண்ணாடியில் பார்!" என்று சிரித்தான்.

"போங்கள், உடை கசங்கிவிட்டால்?"... என்று எழுந்திருக்க முயன்றாள். அவள் எவ்வளவு விடுவித்துக்கொள்ள முயன்றும் அவன் அவள் அதரங்களை முத்தமிட்டு விட்டான்.

"பாருங்கோ! கசங்கிவிட்டதே!" என்றாள் கமலம்.

இருவருக்கும் கண்ணாடியில் சிறு பாகத்தைத் தவிர மற்றதெல்லாம் வெறும் பலகை என்பது ஞாபகத்திலில்லை.

~ ~

அம்பி விசுவத்தின் பால்யத் தோழன். இருவரும் ஒன்றாகப் படித்தவர்கள். ஆனால் அம்பி பணக்காரன். சம்பாதிக்க வேண்டிய அவசியமில்லை. அவனும் அவன் மனைவி லட்சுமியும் வாழ்க்கை என்பது இன்பமயமான மோட்சம் என்றுதான் அறிந்தவர்கள். அம்பிக்கும் லட்சுமிக்கும், விசுவமும் கமலமும் வராத ஒரு விசேஷம் விசேஷமில்லை.

அன்று ஒரு விருந்து நடத்தவேண்டுமென்று தோன்றியது அம்பிக்கு. அத்துடன் நவராத்திரிக் கொலுவும் சேர்ந்துவிட்டால் கேட்பானேன்!

வீட்டு உள்ஹாலில் பொம்மைகள், விக்ரகங்கள் வைத்துக் கொலு அடுக்கியிருக்கிறது. லட்சுமியும் அவள் தோழிகளும் கம்பளத்தில் உட்கார்ந்து சிரித்துப் பேசிக்கொண்டிருக்கின்றனர்.

கிராமபோனில் முசிரி இவர்களுடைய மனத்தைக் கவர முயற்சித்தும் முடியவில்லை. ஆனால், வெறுப்புத் தோன்றாமல் பாட அவர் கிராமபோன் ப்ளேட்டாக மாறினால்தான் முடியும். அது அங்கு நடந்துகொண்டிருக்கிறது.

"அதோ, கமலா வந்துவிட்டாள்!" என்று எழுந்து ஓடினாள் லட்சுமி.

"வாருங்கோ!" என்று சிரித்துக்கொண்டு கமலத்தின் கையைப் பிடித்து இழுத்துக்கொண்டு உள்ளே செல்ல முயன்றாள்.

"அம்பி எங்கே?" என்றான் விசுவம்.

"அவர் மச்சில்லே இருக்கார்!" என்று கூறிவிட்டு உள்ளே இழுத்துச் சென்றுவிட்டாள் லட்சுமி.

"அதார் விசுவமா? வாடா! ஏண்டா இவ்வளவு நேரம்? யூஸ்லெஸ் பெல்லோ! அப்படி என்ன ஆபீஸ் கேடு? வா உயர!" என்று கத்தினான் அம்பி.

மெத்தை வராந்தாவில் நாலைந்து நாற்காலிகளிடையே பெரிய ஜமக்காளம் விரிக்கப்பட்டிருந்தது. இரண்டிலும் நண்பர்கள் உட்கார்ந்துகொண்டிருந்தனர். அம்பி மட்டும் ஒரு குழந்தையைத்

தோளில் சாத்தியவண்ணம் நடந்துகொண்டு அத்துடன் விளையாடிக் கொண்டிருந்தான். விசுவம் உயர வந்ததும், "அந்தப் பயலை இங்கு கொண்டு வா!" என்றவண்ணம் நெருங்கினான்.

குழந்தை அந்தப் பாதி இருளில் அடையாளம் தெரியாததால் அம்பியைப் பிடித்துக்கொண்டு கத்த ஆரம்பித்தது.

"அடே, திரும்பிப் பாரடா, விஸ்வ மாமா வந்திருக்கார்! அழலாமோ? பிஸ்கோத்து வாங்கித் தருவார். அன்னிக்கித் தரலே! ஏண்டா வாங்கித் தருவாயோ இல்லையோடா?" என்று குழந்தையைச் சமாதானப்படுத்தினான்.

விசுவத்திற்கு குழந்தைக்கு ஏதாவது வாங்கிக் கொடுத்தாக வேண்டும் என்று பட்டது.

"மாமா, பிஸ்கோத்து!" என்றது குழந்தை.

விசுவம் மனத்தில் ஏற்பட்ட நினைவை மறைத்துக்கொண்டு, கையிலிருந்த சாவிக் கொத்தை எடுத்துக் குலுக்கி, வேறு விளையாட்டில் அதன் மனத்தைத் திருப்பினான்.

அதற்குள் கீழேயிருந்து வீணையின் தொனி கேட்க ஆரம்பித்தது. பிறகு கமலத்தின் குரல் – 'சாந்தமு லேக' என்ற தியாகராஜ கீர்த்தனம்.

"அடே, உன் 'ஒய்ப்' (மனைவி) பாடுகிறாள்டா! கேளு!" என்று கத்திக்கொண்டு ஆர்ப்பாட்டம் செய்தான் அம்பி.

திடீரென்று பாட்டு பாதியில் நின்றது. "அம்மாமி கொஞ்சம் ஜலம்" என்ற தனது மனைவியின் குரல் விசுவத்தின் காதில் மட்டும் விழுந்தது. மத்தியானம் என்ன சாப்பிட்டாளோ?

"டேய் விசுவம்! நீ அந்தக் கீர்த்தனத்தை முடி!" என்றான் அம்பி.

"உனக்கு வேலையில்லை!"

"ஸார்! இந்தப் பயல் நல்லாப் பாடுவான் ஸார்! நீங்கதான் கேளுங்கோ! இல்லாவிட்டால் நான் பாட ஆரம்பித்துவிடுவேன்!" என்றான் அம்பி. அம்பியின் சங்கீத ஞானத்திலும் குரல் இனிமையிலும் அவன் நண்பர்களுக்கெல்லாம் பயம். ஏன்? கேட்கத் துர்ப்பாக்கியம் பெற்ற எல்லோருக்கும் அப்படித்தான்.

விசுவத்திற்கு மனத்தில் குதூகலம் இல்லை. உடலில் சோர்வு. ஆனால் அவன் கேட்டதற்குத் தான் கடமைப்பட்டவன் போலிருந்தது. ஏன் வந்தோம் என்ற நினைப்பு. கமலம் என்ன நிலையில் இருக்கிறாளோ?

"பாடுடா!"

விசுவம் அந்தக் கீர்த்தனத்தை எடுத்துப் பாட ஆரம்பித்தான். அதைக் கீழேயிருந்த பெண்கள் கேட்டுவிட்டார்கள். உடனே கமலத்தை, 'இன்னொரு பாட்டு, இன்னொரு பாட்டு' என்றார்கள். அம்பியும் இவனைச் சும்மா விடவில்லை. கமலம் தனது கணவர் குரலைக்

கேட்டவுடன், அவர் மனத்திற்குச் சாந்தியும் சந்தோஷமும் அளிக்கிறதென்று, இவர்களுக்காக அல்லாமல் அவருக்காகப் பாடினாள். எப்படியிருந்தாலும் மனித தேகந்தானே! ஆனால், களைப்பைக் காண்பிக்கவும் முடியவில்லை. மரியாதைக் குறைவல்லவா?

அம்பி கடிகாரத்தைப் பார்த்துவிட்டு, "நேரமாகிவிட்டதே! எனக்காக இல்லாவிட்டாலும் உன் நண்பர்களுக்காகவாவது கொஞ்சம் போஜனத்தைப் பற்றிக் கிருபை செய்யக் கூடாதா?" என்றான்.

உடனே மங்களம் பாடி முடித்துவிட்டு, மற்றப் பெண்கள் எல்லாரும் ஏதேதோ சாக்குகளுடன் தாம்பூலம் வாங்கிக்கொண்டு புறப்பட்டு விட்டனர். லட்சுமியும் கமலமும் தவிர வேறு பெண்கள் இல்லை. கமலத்திற்கு என்னவோ அங்கு அன்று சாப்பிட மனமில்லை. ஆனால் கணவர் என்ன சொல்லுவாரோ?

ஐந்தாறு இலை போட்டு இருவரும் பரிமாறினார்கள். அம்பியும் அவன் நண்பர்களும் சாப்பிட வந்து உட்கார்ந்தார்கள்.

"கமலா! நீ நெய்யைப் பரிமாறு. நான் பப்படத்தைப் போடுகிறேன்!" என்றாள் லட்சுமி.

"நான் எதற்கு?" என்றாள் கமலம்.

"இதென்ன கூச்சம்! எடுத்துக்கொண்டு ..." என்று அவள் கையில் நெய்க் கிண்ணத்தைக் கொடுத்துவிட்டு, பப்படத்தை எடுத்துக் கொண்டுவர உள்கட்டிற்குச் சென்றாள் லட்சுமி.

கமலம் கூசிக் கூசிப் பரிமாறிக்கொண்டு சென்றாள். அம்பிக்கும் பரிமாறியாய்விட்டது. வரிசையாக அவர்கள் நண்பர்களுக்குப் பரிமாறிக்கொண்டு அந்தக் கோடியில் உட்கார்ந்திருந்த விசுவத்திடம் சென்றாள்.

அம்பி உடனே சிரித்துக்கொண்டு, "ஊரார் வீட்டு நெய்யே! பெண்டாட்டி கையே" என்று பாட ஆரம்பித்தான்.

"அந்தப் பழமொழி பொய்த்துப் போகாமல் ஊற்றுங்கள்!" என்று உரக்கச் சிரித்தான்.

கமலத்தின் மண்டையில் பின்புறத்திலிருந்து யாரோ அடித்த மாதிரி இருந்தன இந்த வார்த்தைகள். அவள் கைகள் நடுங்கின! இருவர் கண்களும் கலந்தன. கை நடுக்கத்தில் விழுந்த இரண்டு துளிகளுடன் ஒரு கண்ணீர்த் துளியும் கலந்தது. கமலம் ஜாடையாகச் சமாளித்துக்கொண்டாள். மற்றவர்கள் கவனிக்கவில்லை. எப்படி முடியும்?

இதற்குள் லட்சுமி பப்படத்தை எடுத்துக்கொண்டு வந்தாள்.

"என்னடா விசுவம். சுத்த அசடனாக இருக்கிறாய்! அவளுக்கு ஏதாவது டோலக் கீலக் வாங்கக் கூடாதா? லட்சுமி போட்டிருக்கிறாள், பார்த்தாயா? அவள் முகத்திற்குச் சரியாக இருக்கும். ஏண்டி, நீ

அந்தப் புடவை என்னமோ வாங்கினாயே, அதை அவாளிடம் காண்பி!” என்று அடித்து வெளுத்துக்கொண்டு போனான் அம்பி.

“வாங்க வேண்டும் என்றுதான் உத்தேசித்திருக்கிறேன்” என்றான் விசுவம்.

போஜனம் ஒருவாறு முடிந்தது. தாம்பூலம் வாங்கிக்கொண்டு இருவரும் திரும்பினார்கள்.

விசுவத்தின் வீட்டில் மங்கிய விளக்கு. அவன் படுக்கையில் சாய்ந்திருக்கிறான். பக்கத்தில் கமலம் உட்கார்ந்திருக்கிறாள். வெற்றிலையை மடித்துக் கொடுத்தவள், அவன் முகத்தைப் பார்த்ததும் ‘கோ!’வென்று கதறிக்கொண்டு அவன் மார்பில் முகத்தை மறைத்துக் கொண்டாள். சிறைப்பட்ட துக்கம் பீரிட்டுக்கொண்டு வருவது போல் இருந்தது.

“சீ, அசடு! ஏன் அழுகிறாய்! அம்பி ஒரு அசட்டுப் பயல். அவன் வார்த்தைக்கு ஒரு மதிப்பு வைக்கலாமா? உலகம் தெரியாமல், குடி முழுகிப்போன மாதிரி . . . அசடு! . . . அசடு!” என்று தேற்றினான்.

“அதற்கல்ல . . .” என்றாள் கமலா.

“பின் என்னவோ துக்கம்!”

“இன்றைக்கு மனசே ஒரு நெலை கொள்ளல்லெ!”

“சீ! நான் செய்தது முட்டாள்தனம்! கமலா!” என்று அவள் அதரத்தில் முத்தமிட்டான். கண்ணீரின் ருசி உப்பு மட்டும் கரிக்க வில்லை.

***தினமணி*, 27.10.1934**

புதிய கந்த புராணம்

தற்சிறப்புப் பாயிரம்

இரண்டும் இரண்டும் நான்கு என்ற மகத்தான உண்மையைக் கவிதையாக இசைக்கும் இந்தக் காலத்தில், உள்ளது உள்ளபடியே சொல்லவேண்டுமென்ற சத்திய உணர்ச்சியும் பகுத்தறிவும் பிடர் பிடித்துத்தள்ளும் இந்தக் காலத்திலே, அதன் தனிப் பெருமையாக ஓர் அழியாத காவியம் செய்ய என்னை எனது உள்ளுணர்வு தூண்டியது. அதன் விளையாட்டை யாரேயறிவர்! இந்தக் காவியத்தில் பச்சை உண்மையைத் தவிர வேறு சரக்கு ஒன்றும் கிடையாது. ஆதலால் பகுத்தறிவு அன்பர்களும் ஏனையோரும் படித்து இன்புறுமாறு வேண்டிக்கொள்ளுகிறேன். காவியமும் உங்களைக் களைப்புறுத்தாதபடி, கம்பனைப் போலல்லாமல், சிறிய கட்டுக்கோப்பிலிருப்பதற்கு நீங்கள் எனக்கு வந்தனமளிக்க வேண்டும்.

நாட்டுப் படலம்

திருநெல்வேலி ஜில்லா மூன்று விஷயங்களுக்குப் பிரசித்தி பெற்றது. ஒன்று சிவன் என்ற 'பிறவாத பெம்மான்' பிறந்தது அங்கு. இரண்டாவதாகத் தென்றல் பிறந்தது அங்கு. மூன்றாவதாகத் தமிழ் பிறந்ததும் அங்குதான். இந்த மூன்று பெருமையிலேயே 20–ம் நூற்றாண்டு வரை திருநெல்வேலி ஜில்லா மெய்மறந்து இருந்தது.

துன்பம் தொடர்ந்துவரும் என்பது பழமொழி. புகழும் பெருமையும் அப்படித்தான் போலிருக்கிறது. 20–ம் நூற்றாண்டிலே உலக மகாயுத்தம் நடந்துகொண்டிருக்கும்பொழுது இந்தப் பொல்லாத அதிர்ஷ்டம் மறுபடியும் திருநெல்வேலியைத் தாக்கிற்று. இந்த முக்கியமான சம்பவம் என்னவெனில், கந்தப்ப பிள்ளை 1916–ம் வருடம் திருநெல்வேலியில் திருஅவதாரம் செய்ததுதான்.

ஆற்றுப் படலம்

தாமிரவருணி நதி எப்பொழுதும் வற்றாது என்பது சம்பிரதாயம். அந்தச் சம்பிரதாயத்திற்குப் பங்கம் இந்தக் கலிகாலத்தில் வந்து

விடுமோ என்று பயந்து முனிசிபல் உபநதிகள் பல அதில் வந்து சேருகின்றன.

நகரப் படலம்

இந்தப் புனிதமான நதி தீரத்திலே, வண்ணாரப்பேட்டை என்ற திவ்யப் பிரதேசம் ஒன்று உண்டு. சாட்சி சொன்ன கோமுட்டிச் செட்டி கண்ட குதிரையைப் போல் பட்டணத்தின் தொந்திரவுகளுடன் கிராமத்தின் அழகையும் பெற்றிருந்தது. அதாவது தமிழர்களில் நாகரிக வைதீகர்கள் மாதிரி – குடுமியும், விபூதியும், ருத்திராட்சமும், ஸெர்ஜ் ஸூட்டும் ஐக்கியப்பட்டுப் பரிணமிக்கும் தமிழ்நாட்டு வைதீகர்கள் மாதிரி – இரண்டையும் பெற்ற ஓர் ஸ்தலமாக இருந்தது.

இதன் ஸ்தல புராணம், கபாடபுரம் கடலுடன் ஐக்கியப்படும் பொழுது மறையாவிட்டாலும் சமீபத்தில் வந்த தாமிரவருணியின் வெள்ளத்தினால் ஆற்றில் நித்திய மோன சமாதியடைந்தது என்பது வண்ணாரப்பேட்டை முதியோர்களின் வாக்கு.

இந்தக் கிராம-நகரில் கூட கோபுரங்களும் மாட மாளிகைகளும் இல்லாவிடினும் கூரை வீடுகளுடன் தோளோடு தோள் கொடுத்து நிற்கும் காறை வீடுகளும் உண்டு. இவையெல்லாம் அவ்வூர் பெரியார்களின் வாசஸ்தலம் என்பது உண்மையிலும் உண்மை.

இவ்வூரில் கோவில்களும் உண்டு. அதாவது பட்சபாதமில்லாமல், சிவபிரான் விஷ்ணுவாக முயன்ற – (அது ஊர்க்காரர்களின் முயற்சி; இந்த உரிமை சிதம்பரத் தலத்தில் மட்டுமில்லை) – ஒரு கோவில். "கூறு சங்கு தோல் முரசு கொட்டோசை"யல்லாமல் மற்றொன்றும் அறியாத வேறொரு சிவபிரான். அப்புறம் ஒரு பேராச்சி – எங்கள் ஸ்தலத்திலிருக்கும் மக்களின் ரத்த வெறியையும் வீரத்தையும் எடுத்துக் காட்டும் பேராச்சி. இன்னும் ஒன்றிரண்டு குட்டிச் சுடலைமாடன்கள். இவைதான் அத்தலத்தின் தெய்வங்கள்; காவல் தெய்வங்கள்.

திருஅவதாரப் படலம்

திருநெல்வேலியில் நான்காவது முக்கிய விஷயம் கி.பி. 1916–ம் வருடம் ஒரு இரவில், திரு. அம்மையப்ப பிள்ளைக்கும் சிவகாமி அம்மாளுக்குமாக – அந்த இரவில் முக்கியமாக அந்த அம்மாள்தான் பங்கெடுத்துக்கொண்டார்கள் – திரு. கந்தப்ப பிள்ளை இந்த உலகில் ஜனித்தார்.

பிறக்கும்பொழுது உலகத்தில் ஒரு உற்பாதங்களும் தோன்றவில்லை. ஆனால் அவர் மற்றவரைப் போன்றவரல்ல என்பதை வருகையிலேயே எடுத்துக் காண்பித்துவிட்டார். இவருடைய தாயார் இவர் வரும்வரை பிலாக்கணத்தையும் முனகலையும் கடைப்பிடித்திருந்தாலும் அவர் தாயின் வழியைப் பின்பற்றவில்லை. இதை அவர் தமது பெருமையை ஸ்தாபிக்க சரியான வழியென்று நினைத்திருக்கலாம். ஆனால் அவர் வருகையின் வரவேற்புக் கமிட்டியின் தலைவரான மருத்துவச்சியம்மாள் அப்படி நினைக்கவில்லை. அவரைத் தலைகீழாகப்

பிடித்துக் குலுக்கி, முதுகில் கொடுத்த அறையில் ஆரம்பித்த அழுகை, அவர் வாழ்க்கையின் சூக்ஷ்ம தத்துவமாக ஜீவியத்தின் இறுதிவரை இருந்தது.

திரு. கந்தப்ப பிள்ளை இவ்வுலகத்தில் வந்த பிறகு கார்த்திகைப் பெண்கள் அறுவரால் பாலூட்டி வளர்க்கப்படாவிட்டாலும், ஜம்புத் தீபத்தின் மேற்கே இருக்கும் ஒரு ராஜ்யத்திலிருந்து வந்த இரும்பினா லான காமதேனுவின் பாலை அதாவது மெல்லின்ஸ், கிளாஸ்கோ என்ற அம்ருதத்தை அருந்தி வளர்ந்தார் என்பதை உணர வேண்டும். பழைய ஹோதாவில் சிறு பறையும் சிறு தேரும் இழுத்துத் திரியா விட்டாலும், சிறு டிரமும் (*drum*) சிறு தகரமோட்டாரும் அவருக்கு விளையாட்டுக் கருவியாக இருந்தன. சிவகாமியம்மாள், "செங்கீரை யாடியருளே" என்றும் "முத்தந்தருகவே" என்றும் சொல்லாவிட்டாலும், கையிலிருந்ததை வைத்துக்கொண்டு அவர் இந்த உலகத்தில் ஜனித்த வுடன் ஆரம்பித்த பிலாக்கணத் தத்துவத்தை நன்றாக வளர்த்து வந்தாள். காலாகாலத்தில் வித்யாரம்பமும் ஆயிற்று. அவரது குரு, கல்வி என்ற ஹோதாவில் புதிதாக ஒன்றும் சொல்லிக்கொடாவிட்டா லும், "தான் பெற்று, தாய் வளர்த்த" கந்தப்ப பிள்ளையின் பிலாக்கணத் தத்துவத்தை, அருங்கலையாகத் தமது செங்கோலால் பாலித்து வந்தார். கந்தப்ப பிள்ளையும் உருண்டுசெல்லும் கல் போலும், காற்றிலகப்பட்ட காற்றாடி போலும், வகுப்புப் படிகளைக் கடந்து கல்விக் கோவிலின் வெளிவாயிலை யடைந்தார்.

திருமணப் படலம்

இச்சமயத்தில் அம்மையப்ப பிள்ளையும் சிவகாமியம்மாளும் ஒரு சிறு கூட்டுக் கமிட்டியில் ஆலோசித்து, தமது திருமகனுக்குத் திருமணம் செய்விப்பது என்று தீர்மானித்தார்கள்.

வேங்கை மரத்தடியில் யானையைக் கொண்டு பயமுறுத்திக் காதல்கொள்ள வண்ணாரப்பேட்டையில் வசதியின்மையால், "தந்தை சொல்மிக்க மந்திரமில்லை" என்று, 4000 ரூபாய் தொகையுடன் தினைவிளை கிராமத்து நம்பியா பிள்ளையின் ஏக புத்திரியாகிய ஸ்ரீமதி வள்ளியம்மாளை மணம்செய்ய உடன்பட்டார். திருமணம் ஏக தடபுடலாக அதற்கிருக்க வேண்டிய சண்டை, தோரணைகளுடன் இனிது நிறைவேறியது. மணம் முடியும்வரை கந்தப்ப பிள்ளைக்குத் தனது சகதர்மிணியைப் பார்க்கத் தைரியமில்லாமலிருந்தது. மணம் முடிந்த பிறகும் பார்க்காமலிருக்க முடியாதாகையால் பார்த்தார். அம்மணி என்னவோ அவர் கண்களுக்கு அழகாகத்தான் தோன்றினாள்.

அவருக்குத் தமது சகதர்மிணியைப் பற்றிக் கிடைத்த செய்திக் குறிப்பில், அவள் படித்தவள் என்றும் சங்கீதப் பயிற்சி உடையவள் என்றும் கண்டிருந்தது. அவள் கல்வி 'குட்டிப் பாலர்' என்பதில் முற்றுப் புள்ளி பெற்றது என்றும், ஹார்மோனியம் வாசிப்பது சுருதிக் கட்டை களின்மீது எலி ஓடுவது போன்ற இனிய கீதம் என்றும் கண்டு

கொண்டார். திரு.கந்தப்ப பிள்ளைக்கு சங்கீதம் பிளேட் கேள்வி ஞானம். அதிலும் வண்ணாரப்பேட்டையில் கிடைக்கக்கூடிய ஓட்டைப் பிளேட் ஞானம். இரண்டும் ஏறக்குறைய ஒத்திருந்ததினால் தமது சகதர்மிணிக்கும் சங்கீதப் பயிற்சி உண்டு என்பதை உணர்ந்தார்.

உலாவியல் படலம்

இதற்குள் கலாசாலை என்ற வானத்திலிருந்து பேனா என்ற தெய்வீக ஆயுதமான வேலும் கிடைத்தது. பசி என்ற சூரபத்மனைக் கொல்லப் புறப்பட்டார். தாயின் இளமைப் பயிற்சியானது கல்வி மன்றத்தில் நன்றாகக் கடைந்தெடுக்கப்பட்டு, இப்பொழுது நன்றாகப் பரிணமித்துவிட்டது. அந்த மகத்தான பிலாக்கணம் என்ற சங்கநாதத் துடனும், பேனா என்ற வேலுடனும் அவர் ஏறி இறங்கிய மாளிகைகள் எண்ணத் தொலையாது. கடைசியாக 30 ரூபாய்யென்ற முக்தி பெறும் காலம் வந்ததும், தினம் பசி என்ற சூரபத்மனைத் தொலைத்த வண்ணம் தமது இல்லறத்தை நடாத்துகிறார்.

சுபம்! சுபம்! சுபம்!

புதிய கந்த புராணம் முற்றிற்று.

திருச்சிற்றம்பலம்.

மணிக்கொடி, 28.10.1934

குப்பனின் கனவு

அன்றைக்கு நாள் முழுவதும் மழை சிணுசிணுத்துக்கொண்டிருந்தது. ஒரேயடியாக இரண்டு மணி நேரமோ, மூன்று மணி நேரமோ அடித்து வெறித்தாலும் கவலையற்று வேலை பார்க்கலாம். இப்படி நாள் முழுவதும் அழுதுகொண்டிருந்தால் ..?

குப்பன் ஒரு ரிக்ஷாக்காரன்.

வண்டியை மேற்கும் கிழக்குமாக இழுத்துச்சென்றதுதான் மிச்சம். ஒரு சத்தமாவது கிடைக்கவில்லை.

மேலெல்லாம் நனைந்துவிட்டது. தலையில் போட்டிருந்த ஓட்டைத் தொப்பி – அது எந்த வெள்ளைக்காரன் போட்டதோ – அதுவும் தொப்பலாக நனைந்துவிட்டது. தொப்பியிலும் உள்பக்கம் ஈரம் சுவரியது என்றால், வேஷ்டியைக்கூட பிழிந்துகட்ட நேரமில்லை. அவ்வளவு ஆவல்.

ஒரு நாலணா கிடைத்தால் வீட்டிலே எறிந்துவிட்டாவது முடங்கலாம். போகிற பெரிய மனிதர்களுக்கு ரிக்ஷா என்றால் மழையில் கசந்து கிடக்கிறது. அந்தத் தெரு மூலையில் நிற்கிற பிச்சைக்காரன் பாடு குஷிதான். பிச்சைக்காரனாக இருந்தால்கூட ... சீ ... என்ன மானங்கெட்ட பிழைப்பு!

குப்பன் பொருளாதார சாஸ்திரியல்ல; பொதுவுடைமைக்காரனல்ல. இத்தனை நாளும் அவன் பல்லை இளித்துக்கொண்டு "ஸார்" "ஸார்" என்ற, சட்டைபோட்ட பேர்வழிகளைக் கண்டால் அவனுக்கு எரிச்சலாக இருந்தது. திருட்டுப் பசங்கள் ..! ஒரு பயலாவது ஏறக் கூடாதா?

"ஸார்" என்று ஒருவரிடம் வண்டியைத் திருப்புகிறான்.

அவர் "வேண்டாமப்பா" என்றுகொண்டே டிராமில் ஏறிக்கொண்டு விடுகிறார்.

அந்த மனிதனைக் கிழித்துவிடலாமா என்ற கோபம்.

வண்டியை ஸென்ட்ரல் பக்கம் இழுத்துக்கொண்டு செல்லுகிறான். மனதிலே என்ன என்னவோ ஓடுகிறது. இப்பொழுது ஒரு மொந்தை

சாராயம் அடித்தால், என்ன குஷியாக இருக்கும்! நாவில் ஜலம் ஊறுகிறது. 'மெட்ராஸ் பூராவுமே வேகமாக இழுத்துக்கொண்டு ஓடலாமே' என்று அவனுக்குப் படுகிறது. ஆமாம்! இந்த தொலையாத வேலை.

குப்பன் பெண்டாட்டி நாலு காசு பார்க்காமலா இருப்பாள். அவளும் கொஞ்சம் 'தொழில்' நடத்துகிறவள்தான். பிறகு "எந்த . . . பத்தினியா இருக்கா?" அவனுக்கும் தெரியும். அவனுக்குத் தெரியும் என்று அவளுக்கும் தெரியும். அவள் நாலு காசு பாத்திருந்தா . . . வீட்டுக் கவலை ஒயுஞ்சுது . . . இவனுக்கு அந்த நாலணா கிடைத்தால் சாராயக் கடைக்காச்சு . . .

குப்பன் வண்டியை இழுத்துக்கொண்டு போகிறான். முகத்தில் பன்னீர் தெளித்த மாதிரி ஓயாமல் தூறல் விழுந்து சொட்டிக்கொண்டிருக்கிறது. சில சமயம் மூக்கில் போகாமல் தும்மிக்கொள்கிறான் . . . வண்டியும் சடசடவென்று அவன் எண்ணத்திற்குத் தாளம் போடுகிறது.

'அந்த டிராமிலே ஏர்ன ஆசாமி மாதிரியிருந்தால் . . . .'

அவ்வளவுதான் . . .

குப்பன் வண்டியிலே குஷியாக உட்கார்ந்திருக்கிறான்.

மேலே கோட்டு, உள்ளே சட்டை . . . மடியிலே காசு. கையிலே பீடி . . . இல்லை சிகரெட்டு . . . வண்டியை இழுப்பதும் குப்பன்தான் . . . குப்பாயியும் உட்கார்ந்துகொண்டால் ஜோக்காக இருக்கும் . . . அவதான் ஊட்லெ இருக்கிறாளே . . .

'குப்பா, வண்டியெ வேகமா இஸ்திகினுபோ . . . சாராயக் கடை . . . இல்லெடா வெள்ளைக்காரன் குடிக்கர எடத்துக்கு . . . ஒரு மிஸிகூட . . .

'வண்டி போய் ஒரு மாளிகை முன்பு நிற்கிற மாதிரி . . . குப்பன் இறங்கி குப்பனுக்குக் காசு கொடுக்கிறான் . . . இந்தாடா நாலணா . . . கூட ஓரணா எனாம்! . . . உம் . . . உள்ளே போகிறான் . . . உள்ளே ஸோபா . . . விசிப்பலகை . . . நாறுகட்டில் ஜோக்காத்தான் இருக்குது . . . 'குப்பாயி' என்று கூப்பிடுகிறான். 'போடா குப்பா. வேலை இக்குது' என்று குப்பாயி வருகிறாள் . . . அப்பொழுது ட்ராமில் ஏறிய கனவான் வருகிறார். 'ஏண்டா குப்பா ஏன் வூட்லே . . .' 'போசாமி . . . அதெல்லாம் அந்தக் காலம் மலையேறிப் போச்சு . . . அண்ணைக்கி ஏமாத்தலேயோ? ஏய்! பூடு. அப்படி முழி . . . அப்போ ஏமாத்னப்ப எப்படி இருந்தது? குப்பாயி, வெளிலே புடிச்சுத் தள்ளு அவனை . . . வா . . . ஒனக்கு வேணும்னா நாலணா எடுத்துக்கினு பேசாதே ஓடிப்போ. கூச்சப் போடாதே, இது . . . குப்பாயி வூடு. தெரிஞ்சிதா . . . நீ வேண்ணா வெளிலே ரிக்ஸாக்குது; இஸ்து பொயிச்சிகோ . . .

'ஏண்டா முழிக்கிறே! போலீசைக் கூப்பிடுவேன் . . .'

படீரென்ற அறை. திடுக்கிட்டு நிற்கிறான். வண்டி லாந்தல் கம்பத்தில் மோதிக்கொண்டது.

"என்னா ரிக்ஷா. பிராட்வேக்கு வாரியா?" என்றார் ஒருவர்.

"ஏறு சாமி!"

"என்னா குடுக்கரே?"

"நாலணா!"

குப்பனுக்கு சற்றுமுன் இழந்த முதலாளிப் பதவியைவிட அந்த நாலணா மிகுந்த களிப்பைத் தந்தது.

நாலணா!

***மணிக்கொடி*, 4.11.1934**

பாட்டியின் தீபாவளி

'குத்து விளக்கேற்றி கோலமிட்டு பாரேனோ.'

சங்கரிப் பாட்டியின் வீடு வெறிச்சோடிக் கிடந்தது. பாட்டியின் வாழ்க்கை திடீரென்று இந்திரப் பதவியை இழந்த நஹுஷகன் நிலைமை மாதிரி. அவள் வாழ்க்கை சுகமான கவலையற்ற முடிவை எதிர்நோக்கித் தன் பிள்ளை, மாட்டுப் பெண், குழந்தை மீனு இவர்கள் இடையில் கழிந்து வந்தது. திடீரென்று சென்ற ஐப்பசியில், அந்தக் கண்ணற்ற விதி எல்லோரையும் ஒரேயடியாகக் கொண்டு போய் விட்டது. காலராவிற்குத் தராதரம் தெரிகிறதா? அந்தக் குழந்தை, குழந்தை மீனு, அவள் என்ன பாபம் செய்தாள். கிழக்கட்டையைத் தவிக்கவிட்டுத் திடீரென்று போய்விட்டாளே.

அதன் பிறகு . . .

அதன் பிறகென்ன? கிழவிக்கு நாட்கள் சென்றது தெரியாது. யோகிகள் காலம் கடந்துவிடுகிறார்கள். காலத்தின் மாறுபாடுகளை மீறி மோன நிலையில் இருந்துவிடுகிறார்களாம். அது எனக்குத் தெரியாது. சங்கரிப் பாட்டிக்கு நாட்கள் கழிந்தது தெரியாது. நடைப் பிணம் . . . நடையற்ற பிணமாக இருந்தாலும் தேவலை.

அன்று விடியற்காலம் தீபாவளி ஆரம்பிக்கிறது. சாயங்காலம் முதல் கிழவிக்குத் துக்கம் நெஞ்சையடைத்தது. கிழக்கட்டைக்குத் தீபாவளி வேறு வேண்டியிருக்காக்கும். மடிசஞ்சி மூட்டையைத் தலைக்கு வைத்துப் படுத்துக்கொண்டாள். இரவு பூராவாகவும் துக்கம் . . . தூக்கமாவது மண்ணாவது!

விளக்கையாவது ஏற்றி வைக்கலாமே. கிழவி குடுகுடுவென்று நடுங்கியவண்ணம் எழுந்திருக்கிறாள். என்ன நேரம் என்று தெரியாது. வெளி எல்லாம் இருள், உள் எல்லாம் இருள். உள்ளத்திலும் இருள். எங்கோ தூரத்திலே பேச்சுக் குரல் . . . அர்த்தமற்ற மனிதக் குரல் அவள் காதைக் குத்துகிறது.

நெருப்புக் குச்சியைக் கிழித்து குத்துவிளக்கை ஏற்றுகிறாள். குச்சிதான் சீக்கிரம் பிடிக்கிறதா? நனைந்த தீப்பெட்டி. அடுப்பண்டை போகிறாள். குவிந்த சாம்பலில் மங்கி மடியும் கங்கு. அதைக் கரண்டியில் கொண்டு

வந்து அதன் உதவியால் நெருப்புக் குச்சியைப் பற்ற வைத்து விளக்கை ஏற்றுகிறாள். விளக்கின் மங்கிய தீப ஒளி, குச்சிலில் இருக்கும் தட்டுமுட்டுச் சாமான்களைப் பேய் சாயையாகக் காண்பிக்கின்றன. அசைந்தாடும் தீபவொளி பொருள்களை அசைக்கின்றன. மூலையிலும் மோட்டிலும் பம்முகின்ற இருளையும் அசைந்தாடச் செய்கின்றன.

பாட்டிக் கிழவிக்கு மீனுவின் நினைவு உள்ளத்தைக் கவ்வியது. நெஞ்சையடைத்தது. போன தீபாவளிக்கு முந்திய தீபாவளியில் அவள் கைக்குழந்தையாக, தவழும் குழந்தையாக செல்லத்தின் மடியில் சிரித்துக்கொண்டிருக்கும்போது தைத்த சட்டை, பாட்டியின் மடிசஞ்சி மூட்டையிலே, பரிசுத்தமான விபூதிச் சம்புடத்துடனும் ருத்திராட்சத் துடனும் இருந்தது. அதை மெதுவாக எடுத்து (மங்கிய கண்களின் கண்ணீர் அதை நனைக்கிறது), மீனு என்று குழறிக்கொண்டு, குத்துவிளக்கின் பாதத்தில் சமர்ப்பித்து வணங்குகிறாள். கிழவியின் பொக்கை வாயில் ஒரு பரிதாபமான சிரிப்பு. பட்டுச் சட்டையில் இரண்டு துளிகள்.

பாட்டி குத்துவிளக்கின் பாதத்தில், பட்டுச் சட்டையில் முகம் வைத்து, வணங்குகிறாள். உள்ளம் 'மீனு, மீனு' என்று ஒலி செய்கிறது.

ஏன் அப்படியே சிலையாக, குத்துவிளக்காக இருந்துவிட்டாள். உயிர்தான் . . .

"பாட்டி!"

குழந்தைக் குரல் . . . குழந்தை மீனுவின் . . .

கிழவி திரும்புகிறாள்.

"வாடியம்மா! கோந்தே . . . வாடியம்மா!"

ஆவலுடன் கையை நீட்டுகிறாள்.

"மாத்தேன் போ!" குழந்தை சிரிக்கிறது. ஆனால் கைகளைப் போட்டுத் தாவுகிறது. குழந்தை அவள் வற்றிய நெஞ்சில் தாவுகிறது. அப்பா! பால் வார்த்த மாதிரி . . . என்ன சுகம்!

"பாட்டி! பாட்டி!" என்று நெஞ்சில் குழைகிறது. நெஞ்சிடையே நெளிந்து, வளைந்து குமைகிறது.

"பாட்டி, பாப்பா வெச்சு விளையாடலாமா?"

"வாடியம்மா? மரப்பாச்சி எடுத்துண்டு வரட்டா?"

குழந்தையுடன் ஒரு மூலைப் பக்கம் திரும்புகிறாள். குழந்தை எட்டி ஒரு பொம்மையை எடுக்கிறது. கையொடிந்த மரப்பாச்சி.

"பாட்டி! நீதான் அம்பி மாமாவாம், நான்தான் பொண்ணாம். வச்சு விளையாடலாமே!"

குழந்தைக்குச் சட்டைபோட்டுக் குத்துவிளக்கின் முன்பு மரப்பாச்சி யுடன் உட்கார வைத்தாகிவிட்டது. கிழவி சோபனப் பாட்டு தனது நாதமிழந்து நடுங்கும் குரலில் பாடுகிறாள்.

"பாட்டி, கதை சொல்லு பாட்டி ... அன்னிக்குச் சொன்னையே, அந்தக் கதை சொல்லு பாட்டி ... நன்னா ... நாந்தான் இப்படி மடிலே உக்காந்துப்பேனாம் ..." மறுபடியும் குழந்தை மடியில் ஏறி உட்கார்ந்துகொண்டது. ஆடி ஆடி அசைந்துகொண்டு கேட்கிறது.

"நரகாசுரன்னு ஒத்தனாம். அவன் பொல்லாதவனாம். அக்ரமம் செய்தானாம். எல்லாரையும் அடிச்சு, குத்தி, பாடுபடுத்தினானாம் ..."

"நான் படுத்துவேன்'பியே அது மாதிரியா?"

"அடி கண்ணே, உம்மாதிரி யார் சமத்தாட்டம் படுத்துவா?" குழந்தையைத் தழுவி முத்தம் கொஞ்சுகிறாள். "அவன் பொல்லாதவன் ... அவனை கிருஷ்ணன் வந்து அம்பாலே – வில்லாலே ..."

"அம்புன்னா என்ன பாட்டீ!"

"அம்புன்னா ..."

"பாட்டீ ஒரு பாட்டு சொல்லு பாட்டீ!"

கிழவி பாடுகிறாள்.

"பார்க்குமிடத்திலெல்லாம் நந்தலாலா – நின்றன்

ஆசைமுகம் தோன்றுதடா நந்தலாலா"

"பாட்டீ நான் ஓடரேன் பிடிப்பையோ?"

"சமத்தாட்டம் ஓடு! பிடிக்கரேன்."

குழந்தை குதித்துக்கொண்டு வாசல் பக்கம் ஓடுகிறது. வெளியில் இருக்கும் இருள் திரையை நோக்கி ஓடுகிறது. கிழவியும் தள்ளாடிக் கொண்டு பின்தொடர்கிறாள்.

குழந்தை வாசலை நெருங்கிவிட்டது.

வெளியிலே 'டபார்' என்று ஓர் யானை வெடிச் சப்தம்.

அவ்வளவுதான்.

உலகத்திற்கு தீபாவளி ஆரம்பித்தது.

பாட்டிக்கு ..?

***ஊழியன்*, 9.11.1934**

ஆண்மை

ஸ்ரீனிவாஸனுக்குத் தன்னுடைய கலியாணத்தைப் பற்றி நினைவில் இல்லை. ஏன் என்றால் அது 'பெப்ரமின்ட்' கலியாணம். ஸ்ரீனிவாஸனின் பெற்றோர்கள் பெரியவர்களாகியும் குழந்தைப் பருவம் நீங்காததால் பொம்மைக் கலியாணம் செய்ய ஆசைப்பட்டார்கள். வெறும் மரப் பொம்மையைவிட தங்கள் நாலு வயது குழந்தை சீமாச்சு மேல் என்று பட்டது. பிறகு என்ன? பெண் கிடைக்காமலா போய்விடும்? ஆத்தூர்ப் பண்ணை ஐயர் மகள் ருக்மிணிக்கு இரண்டு வயது. கலியாணம் ஏக தடபுடல். பெற்றோர் மடியிலிருந்தபடியே ஸ்ரீமான் ஸ்ரீனிவாஸனுக்கும் சௌபாக்கியவதி ருக்மிணியம்மாளுக்கும் திருமணம் நடந்தது. அந்தச் சாக்கினால் சஷ்டியப்த பூர்த்திக்கு முன்பே திருமண மேடையில் உட்காரும் பாக்கியம் இரு சம்பந்திகளுக்குக் கிடைத்தது தான் மிச்சம்.

கலியாணம் என்ற பதத்திற்கு அகராதியில் ஓர் அர்த்தம் இருக்கலாம். கவிஞனது வியாக்கியானம் ஒன்று இருக்கலாம். சட்டம், சாஸ்திரம் இவற்றில் வேறு இருக்கலாம். அதெல்லாம் எனக்குத் தெரியாது. நடைமுறை உலகத்திலே, இந்த மகத்தான கலியுகத்திலே, திருமணம் என்றால் குலப்பெருமை கிளத்தும் கலகாரம்பம் என்பது எனக்குத் தெரியும்.

ஸ்ரீனிவாஸன் தகப்பனாரும் தம் சம்பந்தியான ஆத்தூர்ப் பண்ணை யாருக்கு இளைத்தவரல்லர். ஆத்தூர்ப் பண்ணையாரும் ஸ்ரீனிவாஸன் தகப்பனாருக்கு மசியக்கூடியவரல்லர். இப்படி இருவருக்கும் ஆரம்பித்த மௌனமான துவந்த யுத்தம் நாளுக்கு நாள் வளர்ந்தது. சீர் வரிசை, மரியாதை இத்யாதி . . . இத்யாதி காரணம். பரமேச்வர ஐயர் – ஸ்ரீனிவாஸன் தகப்பனார் – தமது பெருமைக்கேற்றபடி, ஆத்தூர்ப் பண்ணை ஐயர் நடந்துகொள்ளவில்லை என்று குறைப்பட்டுக் கொண்டார். அதற்கு ஆதாரமாக, "மாப்பிள்ளையென்று துரும்பைக் கிள்ளிப்போட்டாலும் விறைத்துக்கொண்டுதான் நிற்கும்; பண்ணைப் பெருமையின் ஜம்பம்கூட அதன்முன் சாயாது!" என்பார்.

ஸ்ரீனிவாஸனும் ருக்மிணியும் துவந்த யுத்தத்தில் கலந்துகொள்ள வில்லை. அதைப் பற்றி இருவருக்கும் தெரியாது. ஒவ்வொரு வருஷமும் பரமேச்வர ஐயர் தம் புத்திரனைச் சம்பந்தி வீட்டிற்கு அனுப்பி வைப்பார். பிறகு இல்லாத நோணாவட்டம் எல்லாம் சொல்லிக் கொண்டு வருஷம் பூராவும் பேச அது ஓர் 'ஐட்டம் நியூஸ்'. ஸ்ரீனிவாஸனுக்கு மாமனார் வீட்டிற்குப் போவதென்றால் ரொம்பக் குஷி. ருக்மிணி இருக்கிறாள் என்ற நினைப்பினால் அன்று – பக்ஷணம், நாலைந்து நாள் 'மாப்பிள்ளை' 'மாப்பிள்ளை' என்ற உபசாரம், விளையாட்டு முதலியவை கிடைக்கும் இடமாயும், அப்பாவின் கோபமும் அடியும் எட்டாத இடமாயும் இருந்ததே காரணம். மேலும், விளையாடுவதற்கு நிரம்பப் பயல்கள் இருந்தனர். இதனால்தான் மாமா வீடு என்றால் அவனுக்கு வெகு குஷி.

இப்படிப் பத்து வருஷங்கள் கழிந்தன.

சம்பந்திச் சண்டை ஓயவில்லை.

சீமாவும் சின்னப் பையனாக இருந்து மெதுவாகப் பெரிய மனிதனாகி விட்டான். பரமேச்வர ஐயருக்குப் பையன் வளர வளரக் குதூகலம். ஆத்தூர் பண்ணைக்குப் புத்தி கற்பிக்கச் சாந்தி முகூர்த்தம் என்ற கடைசித் துருப்பை உபயோகிக்க வேண்டிய காலம் நெருங்குவதில் மிகுந்த சந்தோஷம். 'ஆத்தூர்ப் பயலை என்ன செய்கிறேன் பார்!' என்று தம் மனைவியிடம் வீரம் பேசினார். அவருடைய சகதர்மிணியும் தனது கணவன் வீர புருஷன் என்பதில் மிகுதியும் களித்தாள்.

சீமாவும் மாமனார் வீட்டுக்குச் செல்வது படிப்படியாகத் தடைப் பட்டுப் போயிற்று. முதலில் கொஞ்சம் வருத்தந்தான். ஆனால் சீமா புஸ்தகம் படித்தவன் அல்லவா? அதில் 'தந்தை சொல்மிக்க மந்திரமில்லை' என்று படித்திருக்கிறான். தந்தையின் சொல்–மந்திரத்தை விட, கை–மந்திரத்தில் அவனுக்கு அதிக அனுபவம் உண்டு. சீமாவும் மாமனாரை வெறுக்க ஆரம்பித்தான். காரணமும் கொஞ்சம் உண்டு. ருக்மிணி முன்போல் அவனுடன் விளையாடுவதில்லை. ஓடி ஒளிய ஆரம்பித்துவிட்டாள். ருக்மிணியின் தகப்பனாரும், அவன் அங்கு ஒரு தடவை சென்றிருந்தபொழுது, அவன் தகப்பனாரைப் பற்றிப் பேசிக்கொண்டிருந்ததையெல்லாம் ருக்மிணி வந்து அவனிடம் சொல்லியழுதாள்.

அவளுக்குச் சீமாவின் தகப்பனாரை எப்படிப் பேசலாம் என்ற வருத்தம். குழந்தையுள்ளத்தில் தன் இரகசியத்தைச் சீமாவிடம், அவன் அங்கு சென்றிருக்கும்பொழுது சொல்லிவிட்டாள். அதிலிருந்து ருக்மிணி என்றால் சீமாவுக்குத் தனது உள்ளம் என்ற ஒரு பற்றுதல். ஆனால் மாமாவின்மீதும் அத்தையின்மீதும் அடங்காத கோபம். அந்தக் கோபத்தில் ஏற்பட்ட வெறுப்பின் சாயை சீமாவின் மனவுலகத்தில் ருக்மிணியைத் தீண்டியதும் உண்டு.

ருக்மிணி புஷ்பவதியானாள்.

சடங்குகளும் ஏகத் தடபுடலாக நடந்தன. ஆத்தூர்ப் பண்ணை ஐயர் நேரில் வந்து அழைத்தும் இங்கிருந்து ஒருவரும் போகவில்லை.

ருக்மிணிக்கு மிகுந்த வருத்தம். தன் சீமா வராமலிருப்பானா என்று ஏங்கினாள். ஆத்தூர் ஐயரும் குழந்தை ருக்மிணிக்குச் சாந்தி முகூர்த்தம் செய்விக்க ஒரு நல்ல தினத்தைப் பார்த்துப் பரமேச்வர ஐயருக்கு ஒரு கடிதம் எழுதினார்.

பரமேச்வர ஐயருக்கு இந்தக் கடிதத்தைக் கண்டதும் உள்ளம் ஆனந்தக் கூத்தாடியது. தாம் நெடுநாள் எதிர்பார்த்திருந்த தினம் வந்த உற்சாகத்தில் அன்று விருந்து நடத்தினார். பிறகு சம்பந்திக்கு நீண்ட கடிதம் – ஏறக்குறையக் குற்றப் பத்திரிகை – ஒன்று எழுதி, அதில் 5000 ரூ. கையில் வந்தால்தான் தன் மகன் சாந்தி முகூர்த்தம் செய்வான் என்றும், மேலும் சம்பந்தி ஐயரவர்களின் சீர்வரிசைக் குறைவுகளையெல்லாம் இப்பொழுது சரிக்கட்டி மன்னிப்புக் கேட்டுக் கொள்ள வேண்டும் என்றும் எழுதியிருந்தார்.

இந்த விஷயத்தில் சீமாவுக்கு ஒரு சிறிது மனத்தாங்கல்தான். இவ்வளவுக்கும் ருக்மிணி, பாவம், என்ன செய்வாள் என்று நினைத்தான். ஆனால் தகப்பனாருக்கு அடங்கிய பிள்ளை; சொல்லவும் முடிய வில்லை, மெல்லவும் முடியவில்லை.

இந்த விஷயத்தைப் பற்றி ருக்மிணி தனக்குக் கடிதம் எழுதுவாள் என்று எதிர்பார்த்தான். அவள் எழுதினால் அவன் நாவல்களில் படித்த கதாநாயகி போல் ருக்மிணியும் தன்னைக் காதலிக்கிறாள் என்று அப்பாவின் கோபத்தையும் எதிர்ப்பதற்குத் தயாராகியிருந்தான்.

ஆனால் கடிதம் வரவில்லை.

சீமாவுக்குப் பெரிய ஏமாற்றமாக இருந்தது. ஒரு வேளை, நாவல்களில் படித்த மாதிரி வேறொருவனைக் காதலிக்கிறாளோ என்னவோ? பொம்மைக் கலியாணம் செய்யப்பட்ட பெண், நாவல் சம்பிரதாயப்படி வேறொருவனைக் காதலித்து ... கடைசியாகப் பிரம்ம சமாஜத்தில் சேர்ந்து கலியாணம் செய்துகொள்ளுவதுதான் சுவாரஸ்யமான முடிவு. அந்தக் கட்டத்தில்தான் கதாசிரியனும், 'வாசகர்களே!' என்று ஆரம்பித்துக் குழந்தைக் கலியாணத்தின் கொடுமைகளைப் பற்றி வியாசம் எழுத முடியும் ... சீமாவின் உள்ளத்தில் என்னென்னவோ எண்ணங்களெல்லாம் குவிந்தன. ஆனால் ருக்மிணியின்மீது ஒரு பெரிய ஏமாற்றந்தான் மிச்சம்.

கடிதம் வரவில்லை.

சீமாவுக்கு ஒரு யோசனை தோன்றியது. ருக்மிணியை இரகசியமாகக் கவனித்தால், அல்லது அவளைச் சந்தித்தால், தன்னைக் காதலிக்கிறாளா இல்லையா என்று கண்டுபிடித்துவிடலாமே! அப்பாவுக்குத் தெரியாமல் அங்கே போக வேண்டும்.

சீமா இப்பொழுது சென்னையில் படித்துக்கொண்டிருக்கிறான். அப்பாவுக்குத் தெரியாமல் போவது அவ்வளவு கஷ்டமில்லை.

பள்ளிக்கூட மாணவனுக்கா தகப்பனாரிடமிருந்து பணம் தருவிக்க வழி தெரியாது?

2

ஆத்தூர் ஐயரவர்களுக்குப் பணத் திமிரும் சிறிது உண்டு. பரமேச்வரன் தம் வழிக்கு வராமல் எங்கு போய்விடுவான் என்ற தைரியம். தம் சொற் சக்தியால், பரமேச்வர ஐயர் சீமாவுக்கு வேறு பெண் பார்க்க யத்தனித்தால் தடுத்துவிட முடியும் என்ற தைரியமும் இருந்தது. பயல் சீமாவும் இப்படி இருப்பானா என்றுகூடச் சில சமயம் பேசியதுண்டு. இதைக் கேட்ட சமயமெல்லாம் ருக்மிணிக்குக் கண்ணீர் வரும்.

"அவனை மறந்துவிடு, கொட்டத்தை யடக்கிவிடுகிறேன்" என்று ருக்மிணியிடம் உபதேசித்த காலங்களும் உண்டு.

"போங்கள் அண்ணா!" என்று கண்ணீர்விட்டு உபவாசம் இருப்பதே ருக்மிணியின் வழக்கமாகிவிடும் போல் இருந்தது. அவள் கணவன் என்ற வார்த்தையின் பூரண அர்த்தத்தை அறிந்தவளல்லள். உள்ளத்திலே ஏதோ தன்னை யறியாத பக்தி, பாசம் சீமாவின்மீது வளர்ந்து கொண்டேயிருந்தது.

சிறு பருவத்தில் அவனுடன் விளையாடியதெல்லாம் ஒன்றுக்குப் பத்தாக உள்ளத்தில் விளையாட ஆரம்பித்தது. எத்தனையோ தடவை 'அவருக்கு கடுதாசு எழுத வேண்டும்' என்று காகிதங்களை எடுத்து முன்வைத்த நேரங்கள் உண்டு. ஆனால், 'என்ன நினைத்துக்கொள்ளு வாரோ? மாமாவுக்குத் தெரிந்தால் பெரிய அவமானம்' என்ற பயம்.

ஊர் வாயை மூட முடியுமா? ருக்மிணி வாழாவெட்டியாகி விட்டாள் என்று ஊர்க் கிழங்களிடையே பேச்சு. ஊர்ச் சிறுமிகளுக்கும் ருக்மிணி என்றால் சிறிது இளக்காரம். ருக்மிணிக்கு ஆறுதலாக ஒரு வரும் இல்லை. அவள் தாயார் அவளுடைய தகப்பனாரின் எதிரொலி.

புஷ்பங்களிலே பல வகையுண்டு. சிலவற்றைப் பார்த்ததும் குதூகலம், விருப்பம் இவையெல்லாம் பிறக்கும். சில சாந்தியை யளிக்கும். சில உள்ளத்தில் காரணமற்ற துக்கத்தை, சோகத்தை எழுப்பும்.

ருக்மிணி இயற்கையிலேயே நல்ல அழகி. சிறு பிராயத்திலேயே ஆளை விழுங்கும் விழிகள். அதுவும் இயற்கையின் பரிபூரணக் கிருபை இருக்கும்பொழுது! ஆனால் கூம்பிச் சாம்பிய உள்ளத்தின் உள்ளொளி அவளுடைய துயரம் தேங்கிய கண்களில் பிரதிபலிக்கும். அவளைப் பார்க்கும்பொழுது நம்மை யறியாது பெருமூச்சு வரும்.

ஊர்ப் பேச்சுக்கும் அவதூறுக்கும் பயந்து, அதிகாலையிலேயே அவள் ஆற்றுக்குச் சென்றுவிட்டு வந்துவிடுவது வழக்கம். ஆத்தூரில் ஊருக்குச் சற்றுக் கூப்பிடு தூரத்தில்தான் ஆறு. ருக்மிணியும் பயமற்றவள்.

அன்று விடியற்கால நிலா பால் போல் காய்ந்துகொண்டிருக்கிறது.

ருக்மிணி குடமெடுத்துக்கொண்டு குனிந்த தலை நிமிராமல் ஆற்றுக்குச் செல்லுகிறாள்.

சற்றுக் கூர்ந்து முகத்துடன் நெருங்கி நோக்கினால் கண்களிலே சந்திரிகையில் பிரதிபலிக்கும் கண்ணீர்.

அந்த ஆறுதான் அவள் கவலையைக் கேட்கும்.

ஆத்தூர் சிறிய ஸ்டேஷன். மூன்று மணி வண்டி கொஞ்ச நேரந்தான் அங்கு நிற்கும். சீமா அதிலிருந்து இறங்கினான். எப்படியாவது ருக்மிணியை அவள் பெற்றோருக்குத் தெரியாமல் காண்பது என்ற நினைப்பு. கண்டு அவளிடம் என்ன பேசுவது, என்ன சொல்லுவது என்றெல்லாம் அவன் யோசிக்கவில்லை. அவளை எப்படித் தனியாக, இரகசியமாகச் சந்திப்பது என்றுகூட எண்ணவில்லை. வீட்டின் பக்கம் சென்றால் வெளிமுற்றத்திற்கு வரமாட்டாளா? வந்தால் தன்னை அடையாளம் கண்டுகொள்ள மாட்டாளா? என்ற நம்பிக்கை. தான் அவளைச் சந்தித்து வெகு நாட்களாகிவிட்டது – ஏறக்குறைய ஐந்து வருஷத்திற்கு மேலாகிவிட்டது – என்ற நினைப்பேயில்லை.

ஸ்டேஷனிலிருந்து வந்தால் – அங்கு வண்டிகள் கிடையா; நடந்து வந்தால் – அந்த அப்பாவி ஆற்றைக் கடக்க வேண்டும்.

நடந்து வருகிறான்.

கரையேறி அக்கிரகாரத்திற்கு நேராகச் செல்லும் பாதை வழியாக நடந்துவருகிறான். மனசில் பயம். 'பட்பட்' என்று அடித்துக்கொண்டது.

எதிரே ஒரு பெண் வருகிறாள்.

அவள்தான்!

விதியும் கோழைச் சீமாவின்மீது கருணை கூர்ந்தது போல் அவளை யனுப்பியது.

பால் போன்ற நிலாதான்.

சிற்றாடை கட்டிக்கொண்டு, சில சமயம் சீமாவென்று கூப்பிட்டு, பின்னோடு அலைந்துகொண்டிருந்த ஒரு குழந்தை திடீரென்று பதினான்கு வயது நங்கையாக, அதிலும் அழகியாக மாறியதைக் கண்டால் யாருக்குத்தான் அந்த மங்கிய நிலவில் அடையாளம் கண்டுபிடிக்க முடியும்?

அவள் தன்னைக் கடந்து செல்லும்வரை கூர்ந்து கவனித்தான். உள்ளம் அவள்தான் என்று காரணமற்றுக் கூறியது. ஆனால் ஆள் ஜாடையெல்லாம்... மெதுவாகப் பெயரைச் சொல்லிக் கூப்பிட்டால்... நம்பிக்கை யாரைவிட்டது?

"ருக்மிணி!"

அந்தப் பெண் திடுக்கிட்டு நின்றாள்.

"ருக்மிணி!"

வந்தவள் ருக்மிணிதான். தன் பெயரைக் கூப்பிடக் கேட்டதும், பயம். வாயடைத்த பயம். ஆனால் குரல் ஜாடை எல்லாம் இரண்டாம் முறை சப்தத்தில் யாருடையது மாதிரியோ பட்டது.

"ருக்மிணி!" என்றான் மறுபடியும். சற்று தைரியமாக. "யாரது?" என்றாள்.

"நான்தான் சீமா!"

வார்த்தைகளைக் கேட்டதும் அவள் உள்ளத்திலே தாங்க முடியாத குதூகலம்; அதில் பிறந்த சோகம். கண்களில் நீர் தாரை தாரையாகப் பொங்கியது. அழவேண்டுமென்றிருந்தது; சிரிக்கவேண்டுமென்று தோன்றியது. கண்டத்தில் ஏதோ ஒன்று கட்டியாக உருளுவதுபோல் இருந்தது. உதடுகள் அழவேண்டுமென்று துடித்தன. உதட்டை மெதுவாகக் கடித்துக்கொண்டு விழுங்கினாள்.

"ருக்மிணி, என்னை இன்னும் அடையாளம் தெரியவில்லையா? இன்னும் சந்தேகமா?"

"இல்லை, ஆத்திற்கு வாங்கோ போவோம்!" என்றாள்.

"நான் அங்கே வரவில்லை...."

ருக்மிணிக்கு ஏதோ மனத்தில் அடித்தது மாதிரி இருந்தது.

"உன்னைப் பார்க்கத்தான் வந்தேன். இங்கே வா! ஆற்றங்கரைப் பக்கம் போவோம்!" என்றான்.

"சரி!" என்றாள். சீமாவுக்கு இதில் சிறிது ஆச்சரியந்தான். வெகு துணிச்சல்காரி என்று பட்டது.

"ருக்மிணி, உன்னிடம் ஒன்று கேட்க வேண்டும். கேட்பையோ?"

"சந்தேகமா?"

"பின் ஏன் எனக்குக் கடிதம் எழுதவில்லை?..."

"நினைச்சேன்... நீங்கள் என்னவாவது நினைச்சுப்பியளோன்னு பயம்."

"இப்படிப் பயப்பட்டா நான் சொன்னபடி எப்படி நடப்பாய்?"

"கட்டாயமாக நடக்கிறேன். சத்தியமாக நடக்கிறேன். சத்தியமா, சத்தியமா..." என்று துடிதுடித்துக்கொண்டு பேசினாள்.

"என் அப்பாவும் மாமாவும் சண்டைப் பிடிச்சுக்கிறாளே, அவர்கள் நம்மைக் கவனித்தார்களா? அவர்களுக்கு ஒரு புத்தி கற்பிக்க வேண்டும். நாம் இருவரும் அவாளுக்குத் தெரியாமல் எங்காவது போய்விட வேண்டும். நீ என்னுடன் வருகிறாயா? கட்டாயம் வருகிறாயா? கையடித்துக் கொடு!"

"வருகிறேன் சீ..." தன்னை யறியாமல் பழைய சிறு குழந்தை நினைவிலேயே முடிக்கப்போனாள். திடீரென்று கணவன் என்ற மரியாதை நினைவு அவளைக் குழப்பியடித்துவிட்டது. மரியாதைக் குறைவாகப் பேசியதற்குக் கோபித்துக்கொள்ளுவாரோ என்ற நினைவில் விம்மினாள்.

விம்மலுடன், "மன்னியுங்கோ!" என்ற வார்த்தை வெளிவந்தது.

சீமாவுக்கு ருக்மிணி தன்னை மறக்கவில்லை என்பதில் பரிபூரண ஆனந்தம்.

"ருக்மிணி, நீ என்னைச் சீமா என்று கூப்பிட்டால்தான் ..!" என்று அவள் சத்தியம் செய்வதற்கு எடுத்த கையைத் தனது கரத்தில் பற்றினான். அவள் கை எவ்வளவு மெதுவாகப் புஷ்பம் போல் இருக்கிறது என்ற உணர்ச்சியில் உள்ளத்திலிருந்து ஏதோ ஒன்று உடல் பூராவாகப் பாய்வது போல் இருந்தது.

ருக்மிணியும் கரத்தை இழுக்கவில்லை. இழுக்க இயலாதபடி வலியிழந்தாள். கூச்சமும் நாணமும் முகத்தைச் செக்கச் சிவக்கச் செய்தன.

"நீங்கள் இப்படிக் கேட்டால் ..?"

"சொன்னாத்தான் ..."

"சீமா!" என்று மெதுவாக அவன் காதோடு கூறினாள் ... அதரங்கள் என்றும் மலராத விதம் மலர்ந்தன.

சீமாவின் கரங்கள் அவள் இடையில் மெதுவாகச் சுருண்டன.

அவள் இடையிலிருந்த குடம் கை சோர்ந்து மணலுக்கு நழுவியது.

"ருக்மிணி! ... நான் சொன்னபடி கேட்பையோ?"

"இன்னும் சந்தேகமா? ... நீங்கள் கூப்பிட்ட இடத்திற்கு வருகிறேன்."

அவள் கண்களில் களிப்பின் வெறி துள்ளியது. ஒரு கொஞ்சுதலும் குழைவும் காணப்பட்டது.

ருக்மிணி அவனது மார்பில் சாய்ந்தாள்.

"ருக்மிணி, நான் வந்ததாக ஒருவருக்கும் தெரியக்கூடாது. உன் அப்பாவுக்குக்கூட ..."

"ஆகட்டும்."

இருவருக்கும் பிரிய மனம் வரவில்லை.

"ருக்மிணி!"

"சீமா!"

அவள் கரத்தில் முத்தமிட்டான்.

அவளைச் சுற்றியிருந்த கரங்களை மீட்டான்.

குழந்தை ருக்மிணி நாணத்தினால் தழுதழுத்த குரலில் மெதுவாக "நான் ..." என்றாள்.

சடக்கென்று சீமா விலகிக்கொண்டு, "போய் வருகிறேன், கண்ணே!" என்று வெகு வேகமாகச் சென்றான்.

ருக்மிணிக்குத் துக்கம் நெஞ்சையடைத்தது. அவன் முதுகில் வைத்த கண் மாறாமல் பார்த்துக்கொண்டிருந்தாள். விம்மிவிம்மி மூச்சு வந்துகொண்டிருந்தது.

ஆற்றின் அக்கரையை யடைந்ததும் சீமா திரும்பிப் பார்த்தான்.

ருக்மிணி அவன் இருந்த திக்கில் கும்பிட்டாள்.

ருக்மிணியின் நெஞ்சில் மறுபடியும் மேகம் கவிந்தது.

நடந்த கனவு மறைந்தது.

3

ருக்மிணி கணவனுக்குக் கொடுத்த வாக்குத்தத்தத்தை மறக்கவில்லை. பெற்றோரிடம் கூறவில்லை. ஆனால் இயற்கை கூறாதுவிடவில்லை. ருக்மிணி தனது கணவனின் நினைவை மறவாதவண்ணம் இயற்கை கருணை புரிந்தது.

இரண்டு மாத காலத்தில் இயற்கையின் கோளாறுகள் அவள் மீது தோன்றலாயின. வீட்டிற்குத் தெரியாது போய்விடுமா?

பண்ணை ஐயர் திடுக்கிட்டுப் போய்விட்டார். சீமாவைப் பற்றி அவர் நினைக்கவேயில்லை. அவரது குற்றம் என்று உள்ளம் கூறியது. க்ஷாத்திரத்தையெல்லாம் மகளின்மீது தாக்கினார். "யார் என்று சொல்? பயலைத் தொலைத்துவிடுகிறேன்!" என்று கர்ஜித்தார். இதற்கு மேல் தாயாரின் பிடுங்கல் வேறு. ருக்மிணி ஒன்றுக்கும் பதில் சொல்லவில்லை. கணவன் இட்ட பணியை மறப்பாளா? அவர் வருவார், கடிதம் எழுதுவார் என்ற நம்பிக்கை இருக்கும்போது . . .

இரகசியம் என்பது சில விஷயங்களில் வெகு கஷ்டமான காரியம். ஊரில் மெதுவாகப் பரவியது. ஊர்ப் பேச்சுக்குக் கேட்பானேன்! ஒன்றுக்குப் பத்தாகத் திரிந்தது. எந்த ஊர்க் குருவியோ போய்ப் பரமேச்வர ஐயர் குடும்பத்திற்கும் கூறிவிட்டது. பரமேச்வர ஐயருக்கு நெஞ்சில் அடித்த மாதிரி இருந்தது. ருக்மிணியின்மீது அவருக்கு உள்ளூர ஒரு பாசம் இருந்துவந்தது. முதலில் நம்ப முடியவில்லை. சமாசாரம் உண்மை என்ற பிறகு என்ன செய்ய முடியும்? சம்பந்தியின் மீதிருந்த க்ஷாத்திரத்தையெல்லாம் ருக்மிணியின்மீது சுமத்தி மகனுக்கு நீண்ட கடிதம் எழுதிவிட்டார்.

முன்பு சீமாவுக்குப் பணம் எடுத்துக்கொண்டு ருக்மிணியுடன் ஓடிப்போகவேண்டுமென்ற ஆசை, நம்பிக்கை இரண்டும் இருந்தன. இப்பொழுது அந்த நம்பிக்கை பறந்து போய்விட்டது. தான்தான் குற்றவாளி என்று அப்பாவிடம் கூச்சமில்லாமல் எப்படிச் சொல்லுவது? மேலும் ருக்மிணியின்மீது பழி ஏற்பட்டுவிட்டதே! அவளை எப்படி ஊரார் அறியாமல் வைத்து வாழ்வது? சீமாவின் மனம் கலங்கியது.

இச்சமயம் ருக்மிணியிடமிருந்து குளறிக் குளறிக் கண்ணீரால் நனைந்த ஒரு கடிதம் வந்தது. அவளைக் கூட்டிக்கொண்டு போய்விட வேண்டுமாம். முன்பு சொன்னபடி சீக்கிரம் வரவேணுமாம். அப்பா வையராராம். வீடு நரகமாக இருக்காம். அப்பாவிடம் சொல்லவில்லையாம். இந்தக் குழந்தைக்குத்தான் என்ன நம்பிக்கை!

சீமாவுக்கு என்ன பதில் எழுதுவது என்று தெரியவில்லை. தைரியம் இல்லை. பேசாமல் இருந்துவிட்டான்.

ருக்மிணியைப் பற்றி இரவெல்லாம் நினைத்து அழுதான். கண்ணீர் விட்டான். அவ்வளவுதான்.

ஆனால், தகப்பனாருக்கு வேறு கலியாணம் செய்துகொள்ளப் போவதில்லை என்று மட்டுமே எழுதத் தைரியம் இருந்தது. அப்பா இருக்கும் இடத்திற்கும் சென்னைக்கும் வெகுதூரமல்லவா? அதனால் தான் தைரியமிருந்தது. மேல் படிப்பிற்கு அவசியம் 200 ரூ. வேண்டு மாம்... அந்தப் பொய் சொல்லியாவது...

ருக்மிணி, கடிதத்தை எதிர்பார்த்தாள். அது எப்படி வரும்?... உள்ளூர ஏற்பட்ட இந்த மன உளைச்சலாலும், ஹ்ருதய உடைவாலும் சீமா நிறுவிய இலட்சியம் சிதைந்து போயிற்று.

அந்த அதிர்ச்சியில் மூளை குழம்பிவிட்டது.

"அவர் வந்துவிட்டாரா? சீமா வந்தாச்சோ?" இதுதான் புலம்பல் இரவும் பகலும்.

அவளது குழம்பிய மனத்தில், "சென்னைக்கே அவரிடம் சென்றுவிட்டால்?..." என்று பட்டது.

பித்தத்தில்தான் மூளை வெகு கூர்மையாக வேலை செய்யும். இரவு எல்லோரும் படுத்த பிறகு அப்பாவின் பெட்டியைத் திறந்து பணத்தை எடுத்துக்கொண்டாள். அன்று சீமா விடியற்காலையில் சென்ற வண்டியில் போய்விட வேண்டும் என்ற திட்டம். பித்தத்தின் கதியை என்ன சொல்வது! நினைத்தபடி செய்து முடித்தாள்.

வண்டி சாயங்காலம் சென்னையில் கொண்டுவந்து சேர்த்தது.

பிறகு ..?

அவளுக்குத் தெரியவில்லை.

பித்தத்தின் வேகம் அதிகமாயிற்று.

"அவரைக் கண்டீர்களா? சீமாவிடம் கொண்டுவிடுங்கள்!" இவைதான் வார்த்தைகள்.

சென்னையில் கேட்கவா வேண்டும்! அதிலும் ஒரு அழகிய சிறு பெண் அலங்கோலமாகப் போகும்பொழுது!

அவளைத் தொடர்ந்து காலிக் கூட்டம், முக்கால்வாசி சிறுவர்கள் கும்பல், கூடித் தொடர்ந்தது.

சில விடர்களும் தொடர்ந்தார்கள்.

ருக்மிணியும் ஏகாக்கிராந்தையாக அதே புலம்பலுடன் சென்றாள்.

சிலர் சிரித்தார்கள். சிலர் துக்கப்பட்டார்கள். சென்னையின் அவசரத்தில் வேறு என்ன செய்ய முடியும்? மற்றவர்களுடன் வருத்தத்துடன் பேசிக்கொண்டு சென்றார்கள்.

அன்று சீமாவுக்கு உதவிசெய்த குருட்டு விதி அவனை அங்கு கொண்டு தள்ளி, மறுபடியும் உதவி என்ற தனது விளையாட்டை ஆரம்பித்தது.

அவனும் அவள் வந்த தெருவில் அவளை நோக்கி வந்துகொண்டிருந்தான்.

கூட்டத்தை விலக்கிக்கொண்டு அவளிடம் சென்று, "ருக்மிணி!" என்றான்.

"அவரைக் கண்டீர்களா? சீமாவிடம் கொண்டுவிடுங்கள்!" என்றாள்.

அவள் குரலில் ஒரு சோகம் – நம்பிக்கையிழந்த சோகம் – தொனித்தது. கண்களில் அவனைக் கண்டுகொண்டதாகக் குறிகள் ஒன்றும் தெரியவில்லை.

"என்னைத் தெரியவில்லையா, என்ன? ருக்மிணி, நான்தான் – சீமா – வந்திருக்கிறேன்!"

"அவரைக் கண்டீர்களா? சீமாவிடம் கொண்டுவிடுங்கள்!" என்றாள் மறுபடியும்; குரலில் அதே தொனிப்பு.

அவளிடம் விவாதம் செய்யாமல், ஒரு வண்டி பிடித்து அவளை ஏற்றிக்கொண்டு சென்றான். துக்கம் நெஞ்சை யடைத்துக்கொண்டது. என்ன மாறுதல்? கசங்கிய மலர்!

வண்டியில் போகும்போது மறுபடியும், "அவரைக் கண்டீர்களா? சீமாவிடம் கொண்டுவிடுங்கள்!" என்றாள்.

சீமாவுக்குப் பதில் பேச முடியவில்லை...

பிறகாவது அவள் அவனைக் கண்டுகொண்டாளோ என்னவோ? எனக்கு அது தெரியாது.

ஆனா சீமா, பரமேச்வரய்யரிடமும் உலகினர் முன்பும் ஆண்மையுடன் நடந்துகொண்டான்.

மணிக்கொடி, 18.11.1934

புதுமைப்பித்தன் கதைகள்

கடவுளின் பிரதிநிதி

1

சிற்றூர் உண்மையிலேயே சிற்றூர்தான்.

அதன் எல்லை எல்லாம் ஒரே தெருவிற்குள். அந்தத் தெருவும் இடையிடையில் பல்விழுந்த கிழவியின் பொக்கைவாய் மாதிரி இடிந்தும் தகர்ந்தும் சிதறிய வீடுகள். அவ்வளவும் பிராமண வீடுகள். விவசாயம் என்று சம்பிரதாயமாக மண்ணைக் கிளறும், மண்ணைக் கவ்வும் சோம்பேறித்தனம். தெருவின் மேற்குக் கோடியில் முற்றுப் புள்ளி வைத்த மாதிரி கிழக்கே பார்த்த சிவன் கோவில்.

அங்கு கோவில் கொண்டருளிய சிவனாரும், அவ்வூர்வாசிகள் போலத்தான்.

கூறுசங்கு தோல் முரசு கொட்டோசை யல்லாமல் சோறுகண்ட மூளி யார் சொல்.

சிவபிரான் உண்மையாகப் பிச்சாண்டியாக இருப்பதைக் காண வேண்டுமானால் சிற்றூருக்குத்தான் செல்ல வேண்டும்.

ஊருக்கு வெகு தொலைவில், அதாவது ஊருக்குப் பக்கத்திலிருக்கும் வாய்க்காலையும், வயல் காடுகளையும் தாண்டி ஊரின் சேரி.

இந்த அக்கிரகாரப் பிச்சைக்காரர்களுக்கு அடிமைப் பிச்சைக்காரர்கள்.

இரு ஜாதியாருடைய நிலைமையும் ஒன்றுதான். ஒருவர் சேஷப் படாது பட்டினியிருந்தால், இன்னொருவன் அசுத்தத்துடன் பட்டினி யிருக்கிறான்.

சேரிப் பட்டினிகளுக்கு அக்ரகாரப் பட்டினிகளின்மீது பரமபக்தி. இருவருக்கும் அந்தப் பெயர் தெரியாத கும்பினி ராஜ்யத்தில் பரம நம்பிக்கை, பயம்.

ஊர்க்காரர்களுக்கு பிரிட்டிஷ் அமல் அதன் பக்கத்தூரிலிருந்து தான். அதாவது ஐந்து மைல் தூரத்திலுள்ள பெத்துநாய்க்கன்பட்டியில் தான் கி.மு. என்ற பிரிட்டிஷ் பிரதிநிதி.

ஊர்க்காரர்களுக்குச் சுற்றுப் பிரயாணத்தில் நம்பிக்கை கிடையாது. கலியாணம், காட்சி, பிராமண போஜனம் விதிவிலக்காக அவர்களை வெளியூருக்கு இழுத்தால், மறுபடியும் தங்கள் இடிந்த வீட்டில் வந்து பட்டினி கிடக்கும்வரையில் கால்கொள்ளாது.

ஊர்க்காரர்களுக்கு அவர்கள் பிரதிநிதியும் மெய்க்காப்பாளருமான சிவபிரானின்மீது பரமபக்தி. இவ்வளவு சுபிட்சமாக இருப்பதும் நெற்றிக்கண்ணைத் திறக்க மறந்த சிவபிரானின் கருணை என்று நினைப்பவர்கள்.

கோவில் அர்ச்சகர் சுப்பு சாஸ்திரிகள் சிற்றூரைப் பொறுத்தமட்டி லும் வீட்டில் பட்டினியானாலும் நல்ல மதிப்பு உண்டு. வேத அத்தியயனத்தில் சிறிது பயிற்சி. பூஜை மந்திரங்கள் மனப்பாடம். வேதத்தின் அர்த்தம் அவருக்கும் தெரியாது. பரமசாது. தெரியாததினால் அதில் பக்தி.

கோவிலில் வரும் சிறு வரும்படிகளில் காலம் தள்ளிவந்தார். கோவில் சேவையில் கிடைக்கும் கூலி, நியாயமாகப் பெறவேண்டியது தான் என்று நினைப்பவர்; ஏனென்றால் அவருடைய தகப்பனாரும் அந்தத் தொழில் செய்தவர்.

ஊரில் நல்ல மனிதன் என்றால் சுப்பு சாஸ்திரிகள்.

இளகிய மனதுடையவர் என்றால் சுப்பு சாஸ்திரிகள்.

2

இம்மாதிரி சாந்தி குடிகொண்ட வாழ்க்கையிலே சூறைக்காற்று போல் புகுந்தது ஹரிஜன இயக்கம்.

அது ஊரையே ஒரு குலுக்கு குலுக்கியது.

திரு. சங்கர் சிற்றூரில் தமது தொண்டைப் பிரசாரம் செய்யவந்தார். அவரும் ஜாதியில் பிராமணர். தியாகம், சிறை என்ற அக்னிகளால் புனிதமாக்கப்பட்டவர். சலியாது உழைப்பவர். உண்மையை ஒளிவு மறைவில்லாது போட்டு அடித்து உடைப்பவர்.

ஊருக்கு வந்ததும் சாயங்காலம் கோவில் முன்பு ஹிந்து தர்மத்தைப் பற்றிப் பேசப்போவதாக வீடுவீடாகச் சென்று சொல்லிவிட்டு வந்தார்.

அவ்வூர்க்காரர்கள் காந்தி என்ற பெயர் கேட்டிருக்கிறார்கள். அந்தப் பெயரின் மேல் காரணமற்ற பக்தி. கதருடையணிந்தவர்கள் எல்லாம் காந்தியின் தூதர்கள். இதைத் தவிர அவர்களுக்கு வேறு ஒன்றும் தெரியாது.

அன்று சாயங்காலம்.

மேற்கு வானத்திலே சூரியன் இருப்பது கிளைகளினூடு இடிந்த கோபுரத்தில் பாய்ந்த கிரணங்களால் தெரிந்தது. பாழ்பட்ட இலட்சியத்தை மறுபடியும் உயிர்ப்பிக்கப் பாயும் தெய்வீக ஜீவநாடி போல் சூரிய கிரணங்கள் கோபுரத்தைத் தழுவின. அந்தப் பிரகாசத்தில் கோவில் பார்ப்பதற்குப் பரிதாபகரமாக இருந்தது.

துவஜஸ்தம்பத்தினடியில் நின்றுகொண்டு திரு. சங்கர் தமது பிரசங்கத்தை ஆரம்பித்தார்.

முதலில் சேரியின் தினசரி வாழ்க்கையையும், கடவுளற்ற இலட்சிய மற்ற இருளில் அவர்கள் தடுமாறுவதையும், அவர்களும் நமது சகோதரர்கள் என்பதையும் வருணிக்கும்வரை சபையினர்கள் எல்லோரும் அவருடன் ஒத்து அபிப்பிராயப்பட்டனர்.

சுப்பு சாஸ்திரிகளுக்கு கேட்கும்பொழுது கண்களில் ஜலம் தளும்பியது.

பிறகு –

ஹரிஜனங்களைக் கோவில்களில் அனுமதிக்க வேண்டும் என்றும், அதைத் தடைசெய்வதைப் போல் மகத்தான பாபம் கிடையாது என்றும் விஸ்தரிக்கலானார்.

சுப்பு சாஸ்திரிகளுக்கு நெஞ்சில் யாரோ சம்மட்டியால் அடித்தது போல் இருந்தது.

கோவிலுக்குள்ளா?

"அடா பாபி! உன் நாக்கு வெந்துபோகாதா?" என்றார்.

"காந்தி அப்படிச் சொல்லியிருக்கமாட்டார்" என்று மற்றொருவர் அபிப்பிராயப்பட்டார்.

திரு. சங்கர் இதற்கு வேதத்திலிருந்தும், ஹிந்து தர்மசாஸ்திரங்களி லிருந்தும் ஆதாரம் கூற வேதங்களை இயற்றிய ரிஷிமூலங்களை விஸ்தரிக்கவாரம்பித்தார்.

சுப்பு சாஸ்திரிகளுக்குப் பெரும் கலக்கமாயிற்று. தான் இதுவரை நம்பிக்கை வைத்து அதன்படி ஒழுகுவதாக நினைத்த வேதமும் இப்படிக் கூறுமா? பாபி பொய் சொல்லுகிறான். உண்மையாக இருக்குமோ? இருந்தால் இதுவரை முன்னோர்கள் இது தெரியாமலா இருந்திருப் பார்கள்? கலக்கம், சந்தேகம், குழப்பம்.

உள்ளத்தின் கலக்கம் எல்லாம் சீறிக் கொதித்துக் கலங்கிய கண்ணீருடன் வெளிப்பட்டது.

"பதிதன்! சண்டாளன்! துரோகி! கோவிலைப் பாழ்படுத்த வருகிறான்" என்று என்னென்னமோ தழுதழுத்த குரலில் பிதற்றிவிட்டு அகன்று விட்டார்.

உடனே கூடியிருந்த சபையும் பேசி வைத்தது போல் கலைந்து போயிற்று.

துவஜஸ்தம்பத்தினருகில் அதைப் போல் மௌனமாக நிற்கும் திரு. சங்கரைத் தவிர வேறு யாருமில்லை.

இப்படிப்பட்ட வாயில்லாப் பூச்சிகளுக்கு என்னத்தைச் சொல்லுவது? நினைவு குவிந்த உள்ளத்துடன் ஊருக்கு வெளியே சென்றார். ஊர் இருக்கும் மனப்பான்மையில் அன்று அவர் பட்டினி இருக்க வேண்டும் என்பதைத் திட்டமாகத் தெரிந்துகொண்டார்.

ஊர் அன்றிரவு அல்லோலகல்லோலப்பட்டது.

இந்தப் பேச்சு சேரிப் பறையர்களுக்கு எப்படியோ தெரிந்துவிட்டது. இம்மாதிரி மகத்தான பாவத்தைப் போதிக்கும் மனிதனை உதைக்க வேண்டும் என்று நினைத்துவிட்டார்கள். 'சாமி'களுக்குச் சரிசமானமாய் கோவிலுக்குள் இவர்கள் போக வேண்டும் என்று சொன்னால் கண் அவிந்துபோகாதா?

திரு. சங்கர் என்னவோ நினைத்துக்கொண்டு ஊருக்கு மேற்குப் பக்கம் செல்லுகிறார்.

தூரத்திலிருந்து நாலைந்து கல்லை எறிந்துவிட்டு ஓடிவிடுகிறார்கள். ஒரு கல் அவர் மண்டையில் விழுந்து காயத்தை உண்டு பண்ணிவிட்டது.

இதை எதிர்பார்க்கவில்லை.

திரும்பிப் பார்க்குமுன் தலைசுற்றி மயங்கி விழுகிறார்.

3

சுப்பு சாஸ்திரிகளுக்கு அன்று ஒன்றும் ஓடவில்லை. திரு. சங்கருக்கு அவர் வீட்டில் சாப்பாடு என்று அவர் சொல்லியிருந்தார்.

அதிதியின் கொள்கைகள் எப்படியிருந்தாலும் அதிதி, அதிதிதானே?

வெகு நேரமாகியும் சங்கர் வரவில்லை.

ஒரு வேளை கூச்சத்தினால் கோவிலில் இருக்கிறாரோ என்று போஜனத்தையும், கையில் விளக்கையும் எடுத்துக்கொண்டு கோவிலுக்குச் சென்றார்.

அங்கு அவர் இல்லை.

கோவிலில் மடைப்பள்ளியில் போஜனத்தை வைத்துவிட்டு மேற்குப்புறம் வாய்க்கால் பக்கமாகத் தேடிச் சென்றார்.

அங்கு சங்கர் மயங்கிக் கிடப்பதைக் கண்டதும் பதைபதைத்து, பக்கத்திலிருக்கும் வாய்க்காலில் ஓடி ஜலம் எடுத்துவந்து தெளித்து மூர்ச்சை தெளிவித்தார்.

திரு. சங்கரின் நிலைமை தெய்வ நிந்தனையின் கூலி என்று அவர் எண்ணக்கூட அவருக்கு நினைவில்லை.

அவரை மெதுவாகக் கோவிலுக்குள் அழைத்துச்சென்று போஜனத்தைக் கொடுத்து உண்ணச் சொன்னார்.

திரு. சங்கருக்கு இதில் ஆச்சரியப்படக்கூட நேரமில்லை.

அவ்வளவு தலைவலி.

உணவருந்தியதும் படுத்துக்கொண்டார். துணைக்கு சாஸ்திரிகளும் படுத்துக்கொண்டார்.

அன்று இருவருக்கும் தூக்கம் வரவில்லை. ஒருவருக்கு வலி. இன்னொருவருக்குக் குழப்பம்.

நடுநிசி!

சாஸ்திரிகள் எழுந்து மூலஸ்தானத்தின் பக்கம் சென்று தமது உள்ளத்தின் கவலைகளை எல்லாம் சொல்லியழுதார். நம்பிக்கை உடைந்து போயிற்று. எதை நம்புவது என்ற சந்தேகம் வந்துவிட்டது.

"இதுவரை நடந்துவந்தது உண்மையா? அவர் சொல்லுவது உண்மையா? பேசாது இருக்கிறாயே நீயும் உண்மைதானா?"

இந்தப் பரிதாபகரமான குரல், வலியில் தூங்காதிருக்கும் திரு. சங்கருக்குக் கேட்டது. குரலில் என்ன பரிதாபம்! என்ன சோகம்! என்ன நம்பிக்கை!

சங்கருக்கு துக்கம் நெஞ்சையடைத்தது. ஆனால் அந்தக் குரல் வலியைப் போக்கும் சஞ்சீவியாக இருந்தது.

"ஏ! தெய்வமே, நீயும் உண்மைதானா?"

இதற்குப் பதில் போல வானவெளியிலே நாலு மேகங்கள் ஒன்றாகக்கூடி கர்ஜித்துச் சிரித்தன.

மணிக்கொடி, 25.11.1934

கோபாலய்யங்காரின் மனைவி

(பாரதியார் தமது சந்திரிகை என்ற நாவலிலே, கோபால அய்யங்காருக்கும், வீரேசலிங்கம் பந்துலு வீட்டுப் பணிப் பெண்ணாகிய மீனாட்சிக்கும் பிரம்ம சமாஜத்தில் நடந்த கலப்பு மணத்தை வருணித்திருக்கிறார். கதையின் போக்கு 'கண்டதும் காதல்' என்ற கோபால அய்யங்காரின் இலட்சியத் துடன் – ஏன் பிரமை என்றும் கூறலாம் – முடிவடைகிறது. முடிவு பெறாத இரண்டாவது பாகத்தில் வருணிப்பாரோ, என்னவோ? மனிதன், 'காதல் பெண்ணின் கடைக்கண் பணியிலே' அனலை விழுங்கலாம், புளித்த குழம்பையும் குழைந்த சோற்றையும் உண்ணச் சம்மதிப்பானோ என்னவோ? பின் கதையை என் போக்கில் எழுதுகிறேன். பாரதியின் போக்கு இப்படித்தான் இருந்திருக்க வேண்டும் என்பதில்லை.)

டெப்டி கலெக்டர் கோபாலய்யங்கார் தமது மனைவி மீனாட்சியை யழைத்துக்கொண்டு தஞ்சைக்கு வந்து ஒரு மாத காலமாகிறது. ஊரில் எல்லாம் பரபரப்பு, ஒரே பேச்சு, கோபாலய்யங்கார் இடைச்சியைக் கலியாணம் செய்துகொண்டார் என்பதுதான். எல்லாம் கிசுகிசு என்ற பேச்சு. எதிரில் பேச முடியுமா? அதுவும் அந்தக் காலத்தில்; அதுவும் தஞ்சாவூரில். சிலர் போயும்போயும் இடைச்சிதானா அகப்பட்டாள் என்று பேசிக்கொண்டார்கள். படியாதவர்கள், யாரோ இடைச்சியை இழுத்து வந்து வைப்பாக வைத்திருக்கிறார் என்று அபிப்பிராயப் பட்டார்கள். ஆனால் பத்திரிகைகளில் பிரசுரமான செய்தி என்பதால் வேறு வழியின்றி நம்பிக்கொண்டார்கள். பியூன்களுக்கு அய்யங்கார் என்றால் சிறிது இளக்காரம்; அவர் முதுகுப்புறம் சிரிப்பார்கள்.

இவ்வளவும் கோபாலய்யங்காருக்குத் தெரியாது. அதாவது தெரிய சந்தர்ப்பம் வைத்துக்கொள்ளவில்லை. வீட்டிலே மீனாட்சிக்குப் படிப்புச் சொல்லிக்கொடுக்க ஒரு கிறிஸ்தவ உபாத்தினி. முன்பிருந்த பிராமணப் பரிசாரகன் சொல்லிக்கொள்ளாமல் ஓடிவிட்டான். ஒரு நாள் மீனாட்சி சமைத்தாள். அதாவது அவள் குலாசாரப்படி சமைத்தாள். லவங்கப் பட்டை, பெருஞ்சீரகம் இத்தியாதி பொருள்களுடன் தன் கைப்பாகமாக மிகுந்த ஜாக்கிரதையுடன் வைத்திருந்தாள்.

கோபாலய்யங்கார் குடிகாரர்தான்; ஆனால் மாமிச பட்சணியல்ல. மீனாளின் கண்களைப் பார்த்துக்கொண்டு இரண்டு கவளம் வாயில் போட்டார். அவ்வளவுதான். குடலைப் பிடுங்கியது போல் ஓங்கரித்து வாந்தி எடுத்தார். மாமிச உணவின் பாகம் என்ற நினைப்பில் ஏற்பட்டது. மீனாள் பதறித் தன் கணவன் தலையைத் தாங்கினாள். கோபாலய்யங்கார் போஜனப் பிரியர். பசி காதலை வென்றது. அவளை உதறித் தள்ளிவிட்டு வெளியே சென்று சேவகனைக் கூப்பிட்டு, பிராமண குமாஸ்தாவசம் ஹோட்டலில் இருந்து சாப்பாடு தருவித்தார்.

போஜனமான பிறகுதான் கோபாலய்யங்காருக்குத் தமது காதல் திரும்பியும் வந்தது.

"மீனா" என்று கூப்பிட்டுக்கொண்டு உள்ளே வந்தார்.

"சாமீ" என்று எழுந்தாள் மூலையில் உட்கார்ந்திருந்த காதலி. அவள் கண்களில் இரண்டு துளிகள் அவர்கள் இருவருக்கும் இடையே இருக்கும் அகழியை எடுத்துக் காண்பித்தது.

மீனாட்சி பணிப்பெண்; அதிலும் பயந்த பெண். மருண்ட பார்வை. கணவன் என்ற ஸ்தானத்தில் அவரை வைக்கவில்லை. தனது தெய்வம் என்ற ஸ்தானத்தில், அதாவது தனக்கு எட்டாத ஒரு ஸ்தானத்தில் இருக்கும் ஒரு இலட்சியம் என்று கருதியவள். எட்டாதது என்ற நினைப்பில் பிறந்த பயம் கணவன் இஷ்டப்படி நடக்கத் தூண்டிய தேயல்லாது அவரிடத்தில் தன்னை மறந்த பாசம், லயம் பிறப்பித்ததே கிடையாது.

"என்ன மீனா! உனக்கு எத்தனை தரம் அப்படிக் கூப்பிடக் கூடாது என்று சொல்லியிருக்கிறேன். கண்ணா! இப்படி வா! என்ன இப்படி கறிக்குழம்பு வைத்தாய்?" என்றார்.

"இல்லிங்களே, இப்படித்தான் எங்க வீட்டிலே பருப்புக் கொளம்பு வைப்பாங்க" என்றாள்.

"அதை அப்பொழுதே சொல்லி இருக்கக் கூடாதா? ஹோட்டலில் சாப்பாடு எடுத்துவரச் சொன்னால் போகிறது. அது கிடக்கட்டும். இப்படி வா!"

அவளை ஆரத்தழுவி தமது மடிமீதிருத்தி முத்தங்களைச் சொரிந்தார். மீனாள் செயலற்ற பாவை போல் இடங்கொடுத்தாள். கணவன், கலெக்டர் என்ற பயம். அவர் இஷ்டம் போல் இருக்க வேண்டும் என்பதில் ஏற்பட்ட பயம்.

"என்ன மீனா! நீ ஒரு முத்தமிடு."

மீனாள் தயங்கினாள். ஒரு பயந்த முத்தம் கோபாலய்யங்காரின் கன்னத்தை ஸ்பரிசித்தது.

"என்ன மீனா, இன்னும் பயமா? உன் பயத்தைப் போக்குகிறேன் பார். உனக்கு இரத்தமே இல்லையே. இந்த மருந்தைக் குடி" என்று ஒரு கிளாஸில் ஒயினை ஊற்றிக்கொடுத்தார். குடித்தாள். சிறிது

இனிப்பும் காரமும்தான் தெரிந்தது. மறு நிமிஷம் உடல் பூராவாகவும் ஏதோ ஒன்று பரவுவது போல் பட்டது.

"என்னமாக இருக்கிறது?"

"கொஞ்சம் இனிச்சுக்கிட்டு காரமா இருந்துச்சு. என்னமோ மாதிரியா இருக்குதே?"

"என்னமாக இருக்கிறது?"

"நல்லாத்தான் இருக்குது" என்றாள்.

அவளும் வாலிபப் பெண்தானே. அதுவும் ஒயின் உதவியும் கூட இருக்கும்பொழுது அன்று சிறிது பயத்தை மறந்தாள். அன்று அவளுக்குக் கோபாலய்யங்காரின்மீது ஏற்பட்ட பாசம், வாலிபத்தின் கூறு. கோபாலய்யங்கார் மீனா தன்னைக் காதலிப்பதாக எண்ணி மகிழ்ந்தார்.

2

கோபாலய்யங்கார் சிறிது கஷ்டப்பட்டு ஒரு பிராமணப் பரிசார கனை நியமித்தார். சம்பளம் இருபத்தைந்து ரூபாய் என்ற ஆசையும், கலெக்டர் அய்யங்கார் என்ற பயமும் இருந்தால் ஒரு ஏழைப் பிராமணன் அகப்படாமலா போகிறான்?

ஆனால் கலெக்டருக்கும் பரிசாரகனுக்கும் ஒரு சமரச ஒப்பந்தம். கோபாலய்யங்கார் தஞ்சை ஜில்லாவிற்குப் பூராவாகவும் எதேச்சாதி காரியாக இருப்பது என்றும், சமயலறையைப் பொறுத்தமட்டில் பரிசாரகன் சுப்புவைய்யர்தான் எதேச்சாதிகாரி என்றும், சமயலறைப் பக்கம் கலெக்டர் அய்யங்காரோ கலெக்டர் அம்மாளோ வரக் கூடாது, பாத்திரங்களைத் தொடக்கூடாது, இருவருக்கும் பரிமாறுவதும் சமையல் செய்வதும் சுப்புவைய்யரின் வேலை என்றும் திட்டமாயிற்று.

சாப்பாட்டுப் பிரச்னை ஒருவாறு முடிந்ததும், கோபாலய்யங்கார் தமது கலெக்டர் தொழிலையும் காதல் கனவையும் அனுபவிக்க முயன்றார். கலெக்டர் வேலை பரிச்சயமானது. ஆனால் காதல் . . .

மீனாளுக்குப் பயமும், கோபாலய்யங்காரின்மீது மோகமும்தான் இருந்து வந்தன. அதிலும், அவர் பயிற்சி செய்வித்த மருந்தில் கொஞ்சம் பிரேமையும் விழுந்திருந்தது.

ஒருநாள் சாயங்காலம்.

கோபாலய்யங்கார் ஆபீஸிலிருந்து வந்து, தமது ஆங்கில வேஷத்தைக் களைந்துகொண்டிருந்தார்.

அப்பொழுது மீனாள் அதை வேடிக்கை பார்த்துக்கொண்டிருந்தாள். அய்யங்கார் 'டிரஸ்' செய்வதைப் பார்ப்பதில் அவளுக்கு ஒரு பிரேமை. ஆச்சரியம்.

கோபாலய்யங்கார் ஒரு முத்தத்தை எதிர்பார்த்தார். ஆசை இருந்தாலல்லவோ, பாசம் இருந்தால் அல்லவோ?

கோபாலய்யங்காருக்குச் சிறிது ஏமாற்றமாகவிருந்தது.

"மீனா! என் பேரில் உனக்குக் காதல் இருக்கிறதா?" என்றார்.

மீனாவுக்கு அர்த்தமாகவில்லை. சிறிது தயங்கினாள்.

"அப்படிண்ணா?"

கோபாலய்யங்காருடைய ஏமாற்றம் சிறிது கோபமாக மாறியது.

"என் பேரில் பிரியமில்லை போலிருக்கிறது!" என்றார்.

"என்ன சா . . . என்னாங்க அப்புடிச் சொல்லுறிய? உங்கமேலே புரியமில்லாமலா?" என்று சிரித்தாள் மீனாள்.

"வந்து இவ்வளவு நேரமாக ஒரு முத்தமாவது நீயாகத் தரவில்லையே!"

"எங்க ஜாதியிலே அது ஒண்ணும் கெடையாது இப்போ?" என்றாள்.

கோபாலய்யங்காருக்குச் சுறுக்கென்று தைத்தது. நல்ல காலமாக சுப்புவைய்யர் காப்பியைக் கொண்டுவந்து கொடுக்க உள்ளே நுழைந்தார். கோபம் அவர் மேல் பாய்ந்தது.

"தடியா! காப்பியை வைத்துவிட்டுப் போ!" என்று இரைந்தார்.

அய்யங்காருக்கு கொஞ்சம் 'டோஸ்' ஜாஸ்தி போலிருக்கிறது என்று நினைத்துக்கொண்டு போய்விட்டார் பரிசாரகர்.

நாட்களும் வெகுவாக ஓடின. கோபாலய்யங்கார் ஒரு பொம்மைக்குக் காதலுயிர் எழுப்ப பகீரதப் பிரயத்தனம் செய்துகொண்டிருக்கிறார். இதில் தோல்வி இயற்கையாகையால் மது என்ற மோகனாங்கியின் காதல் அதிகமாக வளர ஆரம்பித்தது.

மீனாளுக்கு இந்தச் சாப்பாட்டுத் திட்டம் வெகு நாட்களாகப் பிடிக்கவில்லை. தான் பணிப்பெண்ணாக இருக்கும்பொழுது வேளா வேளைகளில் கிடைக்கும் பிராமண உணவு இப்போது வெறுப்பைத் தருவது அவளுக்கு ஆச்சரியமாக இருந்தது. தகப்பனார் வீட்டில் நடக்கும் சமையலைப் பற்றி ஏங்கவாரம்பித்தாள். தனக்குத் தானே சமைத்துக்கொள்ள அனுமதி கேட்கப் பயம். ஆபீஸ் பியூன் கோபாலக் கோனார் கலெக்டர் வீட்டு வேலைகளைக் கவனிக்க நியமிக்கப்பட்ட கிழவன். அவன் வேளாவேளைகளில் சாப்பாடு எடுத்துக்கொண்டு வந்து வீட்டுத் திண்ணையில் சாப்பிடும்பொழுது அவளுக்கு நாவில் ஜலம் ஊறும்.

வீட்டினுள் இருந்து கண்ணீர் விடுவாள். அவளுக்குக் குழந்தையுள்ளம்; கேட்கவும் பயம்.

கோபாலக் கோனார் அனுபவம் உள்ள கிழவன். இதை எப்படியோ குறிப்பால் உணர்ந்துகொண்டான். ஒருநாள் ரகஸியமாக மாமிச உணவு தயாரித்து வந்து, அவளுக்குக் கொடுத்தான். அவளுக்கு அவன்மீது ஒரு மகளின் அன்பு ஏற்பட்டது. கோபாலக் கோனாருக்கு ஒரு குழந்தையின்மீது ஏற்படும் வாத்ஸல்யம் ஏற்பட்டது.

ரகஸியமாகக் கொஞ்ச நாள் கொடுத்து வந்தான். ரகஸியம் பரமகேட்டை விளைவிக்கும் என்று உணர்ந்து மீனாளுக்கு ஒரு

தந்திரம் கற்பித்தான். அய்யங்கார் போதையிலிருக்கும்பொழுது மாமிச உணவைப் பழக்கப்படுத்த வழி சொல்லிக்கொடுத்தான்.

மீனாள் பிராமணப் பெண் ஆவதுபோய், கோபாலய்யங்கார் இடையனானார்.

3

கோபாலய்யங்கார் மாமிசபட்சணியான பிறகு சுப்புவைய்யரின் எதேச்சாதிகாரம் தொலைந்தது. மீனாள் உண்மையில் கிரகலட்சுமி யானாள்.

இரண்டு வருஷ காலம் அவர்களுக்கு சிட்டாகப் பறந்தது. மீனாளின் துணைக்கருவியாக கோபாலய்யங்காரின் மேல்நாட்டுச் சரக்குகள் உபயோகிக்கப்பட்டன.

தம்பதிகள் இருவரும் அதில் ஈடுபட்டதினால் மூப்பு என்பது வயதைக் கவனியாமலே வந்தது. மீனாளின் அழகு மறைந்து அவள் ஸ்தூல சரீரியானாள். கோபாலய்யங்கார் தலை நரைத்து வழுக்கை விழுந்து கிழப்பருவம் எய்தினார்.

இதை மறப்பதற்குக் குடி.

ஆபீஸிற்கு போகுமுன் தைரியம் கொடுக்கக் குடி.

வந்ததும் மீனாளின் சௌந்தரியத்தை மறக்கக் குடி.

இப்பொழுது அவர்கள் தென்னாற்காட்டு ஜில்லாவில் இருக்கிறார்கள். இருவருக்கும் பங்களா ஊருக்கு வெளியிலே.

இரவு பத்து மணிக்கு அப்பக்கம் யாராவது போனால் கலெக்டர் தம்பதிகளின் சல்லாப வார்த்தைகளைக் கேட்கலாம்.

"ஏ! பாப்பான்!" என்று மீனாள் கொஞ்சுவாள்.

"என்னடி, எடச்சிறுக்கி!" என்று கோபாலய்யங்கார் காதலுரை பகருவார்.

இருவரும் சேர்ந்து தெம்மாங்கு பாடுவார்கள்.

மீனாளின் 'டிரியோ, டிரியோ' பாட்டில் கோபாலய்யங்காருக்கு – அந்த ஸ்தாயிகளில் – பிரியமதிகம்.

***மணிக்கொடி*, 9.12.1934**

சணப்பன் கோழி

பரமேச்வரன் ஓர் இலட்சியப் பைத்தியம். கலாசாலையை விட்டு வெளியே வரும்பொழுது, தற்காலத்திய புதுமை இளைஞர்களின் வெறி இருந்ததில் ஆச்சரியம் இல்லை. முதல்முதலாகப் பட்டினி கிடந்தாலும் கவர்ன்மெண்டு வேலைக்குப் போகவே கூடாது என்ற சித்தாந்தம். அவன் நிலைமைக்கு வேலை கிடைப்பது ரொம்ப சுலபம். அப்பா பென்ஷன் உத்தியோகஸ்தர். இவன் சித்தாந்தத்தைக் கேட்டதும் இத்தனை நாள் போஷித்த அப்பாவுக்குப் பலத்த சந்தேகம் – பரமேச்வரனுக்கு மூளைக் கோளாறு ஏற்பட்டதோ என்று – உண்டாயிற்று. அதிலே தகப்பனாருக்குக் கொஞ்சம் ஏமாற்றம். காலை மடக்கிக் கொண்டு முரண்டுசெய்யும் மாடு என்றால் வாலைக் கடித்தாவது எழுப்பலாம்; பரமேச்வரனுக்கு வாலில்லையே!

மனிதனுடைய வாழ்க்கையில் – தென்னிந்தியத் தமிழனுடைய வாழ்க்கையில் – வேலையை எதிர்பார்த்துக் காலத்தைக் கலாசாலையில் கழித்துப் படிக்கவைக்கும் முதல் முக்கியத்திற்குப் பிறகு, பெரிய இடத்துப் பெண்ணை – கைநிறையப் பணம் கொண்டுவரும் பெண்ணை – கலியாணம் செய்துவைப்பது இரண்டாவது முக்கியமான விஷயம். தான் பென்ஷனாவதற்குள், தன் மகனுக்கு வேலை பார்த்துக் கொடுத்துவிட்டு, தன் அந்திமக் கிரியைகளைப் பையன் சரியாக நடத்தும் நிலையில் கொண்டுவந்து வைப்பது மூன்றாவது வேலை.

பரமேச்வரனுடைய தகப்பனாருக்கு முதல் வேலை விழலுக்கு இறைத்த நீராகிவிட்டது. இரண்டாவதோ, அவருக்குப் பெரிய ஏமாற்றமாகிவிட்டது.

பையன் பெரிய இடத்துப் பெண்ணை, கை நிறையப் பணமும் கழுத்து நிறைய நகையும் போட்டுவரும் பெண்ணைக் கலியாணம் செய்துகொள்ள முடியாது என்று சொல்லிவிட்டான். பையனது தர்க்கம் தகப்பனாருக்கு விளங்கவில்லை. சுகமாக இருக்க விரும்புவது தான் மனித இயற்கை என்பது தகப்பனார் அனுபவம். அதில்

இன்பம் கிடையாது என்பதுதான் பையன் சித்தாந்தம். தகப்பனாருக்குப் பையன் நடத்தை அர்த்தமாகவில்லை.

ஏழைப் பெண், சிறிது படித்த பெண், முக்கியமாகக் குணசௌந்தரியமுடைய பெண் வேண்டும் என்றான் பையன். முதல் இரண்டு நிபந்தனைகளும் சாதாரணமாக நிறைவேறிவிடும். மூன்றாவது? அதுதான் அதிசயம். பரமேச்வரன் எதிர்பார்த்தபடி, ஆசைப்பட்டபடி ஒரு பெண் கிடைத்தது.

லால்குடிப் பெண். ஏழைப் பிரைமரிப் பள்ளிக்கூடத்து உபாத்தியாயர் வீட்டுப் பெண் சாரதா. அந்த மூன்று நிபந்தனைகளுக்கு மேல் நான்காவது நிபந்தனை ஒன்றையும் நிறைவேற்றிவிட்டாள் சாரதா. அவள் நல்ல அழகி. பரமேச்வரன், கண்டதும் காதல் என்பதெல்லாம் பற்றிப் படித்திருக்கிறான். அதை அசம்பாவிதம் என்று நினைத்தவன்; கலியாணமான பிறகுகூடக் கட்டுக்கடங்காத பாசம் ஒருவனைப் பிடிக்கும் என்பதிருந்தால் பரமேச்வரன் அதற்கு ஓர் உதாரணம். அவன் சாரதாவிடம் தன்னை மறந்த மாதிரி, அவளும் பரமேச்வரனிடம் தன்னை மறந்தாள். இது பக்கதிலிருப்பவருக்குப் பொறாமைப்படும் படியாக இருந்தது.

பரமேச்வரனுடைய வாழ்க்கைச் சகடம் கலியாணமாகும்வரை 'கிர்ர்' என்ற சப்தமில்லாமல் மையிட்டதுபோல் ஓடிக்கொண்டிருந்தது. கலியாணமான பிறகு, முதல் அதிர்ச்சி, தனது சாரதாவின் மனம் கலங்குமோ என்றுதான். கலங்கும் நிலைமையும் ஏற்பட்டது. பறவை பெரிதான பிறகும் கூண்டில் இருக்க, அதுவும் கூட ஒரு ஜோடி சேர்த்துக்கொண்டு இருக்க, பெற்ற குருவிகள் இடம் கொடுக்குமா? இது இயற்கை. சிறிது மனத்தாங்கல், சாரதாவை அவள் பெற்றோர் வீட்டில் விட்டுவிட்டு அவனை வேலை தேடும்படியாக்கிற்று.

2

எங்கெங்கோ அலைந்து கடைசியாகப் பம்பாயில் அவனுக்கு 80 ரூ. சம்பளத்தில் வேலை கிடைத்தது. கிடைத்த மறு மாதம் கூட்டிப் போவதாக எண்ணம். சந்தர்ப்பம் ஒத்துவரவில்லை. எப்பொழுதும் சாரதா தியானந்தான். பக்கத்திலிருப்பவர்கள் பெண்டாட்டிக் கிறுக்கனோ என்றுகூட நினைக்கும்படி இருக்கிறதென்று அவனுக்குத் தெரியும். பரமேச்வரன் என்ன யோகீஸ்வரனா, மனத்தை ஒரே இடத்தில் கட்டி வைக்க!

சாரதாவுக்குத் தினம் ஒரு கடிதம். பதிலும் அடிக்கடி வந்து கொண்டிருந்தது – அவளுடைய குதலை எழுத்தில். அதைப் படிப்பதில் அவனுக்கிருந்த பிரேமை, இலக்கிய ரஸிகனுக்குக் கம்பனைப் படிக்கும் பொழுதுகூட இருந்திருக்காது.

திடீரென்று அவள் கடிதம் வரவில்லை.

முதலில் என்னென்னவோ அபாயங்கள் அவளுக்கு நேர்ந்திருக்கலாம் என்று நினைத்தான். அவள் தகப்பனார் ஏன் எழுதவில்லை?

ஏமாற்றத்தினால் அவள்மீது காரணமற்ற கோபம் தோன்றலாயிற்று. அவள் தகப்பனார்மீதும் சிறிது ஓடிற்று. தனது இலட்சியம் என்பதற்காகச் செய்த தனது திருமணத்தை அவமதித்தார்களல்லவா என்ற கோபம். நிலையாகச் சாரதாமீது கோபப்பட அவனால் முடியவில்லை. ஏமாற்றம் வளரவளரக் கோபமும் வளர்ந்தது.

அவளுக்கு ஒரு முரட்டுத்தனமான கடிதம் – அவள் ஹ்ருதயத்தைப் பிளக்கும் கடிதம் – எழுதிக் கொண்டுபோய்த் தபாலில் போட்டான். அதனால் சிறிது மானஸிக வெற்றியின் குதூகலம்; குமுறும் நெஞ்சில் பின்னால் சமாதானம் ஏற்படவில்லை.

தகப்பனும் மகளும் வியாதியாகப் படுத்திருக்கிறார்கள் என்று அவனுக்குத் தெரியுமா?

அரை மணி நேரம் கழித்துத் தந்திச் சேவகன் அவன் மாமனார் இறந்துபோனதாக ஒரு தந்தியைக் கொடுத்துவிட்டுச் சென்றான்.

3

பரமேச்வரனுக்கு நெஞ்சில் சம்மட்டியால் அடித்தது போல் பட்டது. மாமனார் மரணத்தில்கூட வருத்தம் ஏற்படவில்லை. அந்தக் கடிதம் – அது அவளை என்ன செய்யும்! அதைத் தடுக்க வேண்டும். பம்பாயிலிருந்து லால்குடி என்ன பக்கத்துத் தெருவா? அல்லது பெட்டியில் போட்ட காகிதத்தை எடுக்க முடியுமா? ஒரே ஒரு வழி. கடிதம் மத்தியானந்தான் கிடைக்கும். அதற்கு முன்பு நேரில் சென்றுவிட்டால்?

லீவு எழுதிப் போட்டுவிட்டு ரயிலுக்குச் சென்றான். வழி முழுவதும் கடிதமும் சாரதாவும் மாறிமாறித் தோன்றிக்கொண்டிருந்தனர். தனது முட்டாள்தனத்திற்கு நொந்துகொண்டான். தனது குற்றத்தை அவள் மன்னிப்பாளா? அவள் மன்னிப்பாள். பரமேச்வரன் மனம் மட்டும் அவனை மன்னிக்க மறுக்கிறது.

பரமேச்வரனும் மாமனார் வீடு வந்துவிட்டான். வரவேற்பு அழுகையும் துக்க விசாரணையும் ஓய்ந்தன. சாரதா கதவின் பக்கம் வந்து நின்றாள்.

பரமேச்வரன் கண்களைத் துடைத்துக்கொண்டான். துக்கமும் தேக அசௌகரியமும் அவளை உருமாற்றிவிட்டன. துயரத்தின் உரு! முந்திய அழகின் சாயை! பரமேச்வரனுக்குத் துக்கம் நெஞ்சையடைத்தது. கண்கள் கலங்கிவிட்டன.

"சாரதா!" என்றான். கூப்பிடும்பொழுதே கடிதத்தின் நினைவு வந்தது.

"எனக்கு உடம்புக்குக் குணமில்லாமல் இருந்தது. நீங்கள் ஏன் காயிதம் எழுதலே? உடம்புக்கென்ன? இளைத்திருக்கிறீர்களே!" என்றாள்.

"வேலை ஜாஸ்தி!" என்றான், கடிதத்தை நினைத்துக்கொண்டே.

"நான் உனக்குக் கடிதம் எழுதியிருந்தேனே!" என்று அவன் வாய் தவறிச் சொல்லியது.

“வரவில்லை!” என்றாள் சாரதா.

தடுத்துக்கொள்ளலாம் என்ற நம்பிக்கையில் பரமேச்வரனுக்குக் குதூகலம்.

“நான் வெளியே போய் வருகிறேன்!” என்று, தபால்காரனை எதிர்பார்த்துக்கொண்டு வெளியே வந்தான் பரமேச்வரன்.

தபால்காரன் வழியிலேயே சாரதாவின் தம்பியிடம் கடிதத்தைக் கொடுத்துவிட்டது அவனுக்குத் தெரியாது. தபால்காரன் பேசாமல் போய்விடவே சாயங்காலம் வரும் என்று சிறிது அசட்டையாக இருந்தான்.

அவன் வரும்பொழுதெல்லாம் அவனுக்கு மாமனார் வீட்டில் ஒரு சிறிய அறை. அதிலேதான் அவன் தங்குவது.

மத்தியானம் சாப்பிட்டுவிட்டு அங்கு வந்தான். அப்பொழுது அதை நினைக்கவில்லை, கடிதம் கிடைக்கவில்லை என்ற நினைப்பில். உள்ளே வந்ததும் திடுக்கிட்டு நின்றான்.

தலைவிரி கோலமாக அவன் படத்தின் முன்பு கையில் கடிதத்துடன் கிடந்தாள் சாரதா.

“சாரதா!” என்று எடுத்தான்.

“உங்கள் கடிதம் வந்தது!” என்றாள். உள்ளிருந்த துயரம் பொங்கி ஓலமிட்டுவிட்டாள்.

“சாரதா!” என்றான்.

அவள் முகம் அவன் மார்பில் மறைந்தது. ஏங்கி, ஏங்கி அழுது அவனைக் கெட்டியாகப் பிடித்துக்கொண்டாள்.

அவன் மனது தணலாக வெந்தது. அவள் மன்னிப்பாளா?

“சாரதா?”

“என்னை உடன் கூட்டிப் போங்கள்!” என்றாள். கடிதத்தின் காரணம் அவளுக்குத் தெரிந்துவிட்டது.

அவள் பெண்.

***மணிக்கொடி*, 16.12.1934**

மாயவலை

என்.பி. நாயகம் கலாசாலை மாணவன். கலாசாலை மாணவர்களுக்கு என்னென்ன தவறுகள், இலட்சியங்கள், உத்ஸாகங்கள் உண்டோ அவ்வளவும் அவனுக்கு இருந்தது. புதிய எண்ணங்களில் பிரேமை, புதிய அனுபவங்களில் ஆசை, தவறுகள் என்பவற்றைச் செய்வதில் ஒரு குதூஹலம் எல்லாம் இருந்தது. ஆனால் தைரியம் மட்டும் இல்லை.

அவன் ஒரு சந்தோஷப் பறவை. கவலை என்பது வகுப்பு எப்பொழுது முடியும் என்பதைத் தவிர வேறு ஒன்றும் கிடையாது. ஆனால் இவ்வளவிற்குக் கீழும், ஆழமாகப் பொற்சரடு போல் அவன் உள்ளத்தில் மனித இலட்சியங்களின் ஆவேசம் ஓடிக்கொண்டிருந்தது.

அவன் கனவில் அறிவு வளர்ச்சி அடைந்த பெண்கள்தான் இலட்சிய வடிவெடுத்தனர். உடன் படிக்கும் பெண்களின் நாகரிகச் சின்னங்கள் தான் காதல் தெய்வத்தின் உப கருவிகள். மன்மதவேள் தன் பாணங்களைத் தொடுக்கு முன் நாகரிக நாரீமணியை வைத்துக்கொண்டுதான் தனது தொழிலை ஆரம்பிப்பான் என்பது நாயகத்தின் சித்தாந்தம்.

கனவுகளும் இலட்சியங்களும் முட்டாள்தனங்களும் கலாசாலைக் காம்பவுண்டிற்குள்தான் தழைத்து ஓங்கக் கூடியவை. வெளியிலே வந்ததும் உலகத்தின் அதிர்ச்சி அவற்றை நசித்துவிடும். நாயகம் கலாசாலையைவிட்டு வெளியேறும்பொழுது இலட்சியவாதியாகவே காலங்கழிப்பது என்ற பிரதிக்ஞையுடன் வெளியேறினார். இதுவரை தோல்வி என்றால் என்ன என்பதையே அறிந்திராதவர்.

முதல் அதிர்ச்சி அவருக்கு வேலை வடிவில் காத்திருந்தது. இரண்டாவது அதிர்ச்சி இத்தனை நாட்கள் கேட்டவுடன் பணம் கொடுத்துக் கொண்டிருந்த தந்தையே, வேலை பார்க்க வேண்டும் என்று சொன்னது. தகப்பனார் தன்னை வீட்டில் வைத்திருக்கப் பிரியப்படவில்லை என்று எண்ணிக்கொண்டார். உலகம், தான் உயிர் வாழ்வதில் பிரியப்பட வில்லை என்று தெரிந்துகொண்டார். இதற்கு மேலாக தகப்பனாரும் தாயாரும் இவருக்குக் கல்யாணம் செய்துவைக்க ஆத்திரப்படுவது

இவருக்கு வெறுப்பாக இருந்தது. ஆனால் இவருடைய வெறுப்பைப் பொருட்படுத்தாமல் அவர்கள் தங்கள் இஷ்டப்படி பெண் பார்த்துக் கொண்டிருப்பது இவருக்கு ஆச்சரியமாக இருந்தது.

கலியாணமும் கட்டாயத்தின் பேரில் நடந்தது. அவனுடன் அவன் இஷ்டத்திற்கு விரோதமாகப் பிணிக்கப்பட்ட பெண் சாரதா, நல்ல அழகி. ஆனால் படிப்பு என்பது, அதாவது நாயகத்தின் அர்த்தத்தில், சிறிதாவது கிடையாது. பெயர் எழுதத் தெரியும். ஆனால் அந்த அழகில், அவள் குண சம்பத்தில் நாயகத்தால் ஈடுபட முடியவில்லை. தனது மணமே வாழ்க்கையின் தோல்வியாகக் கருதினான். இருவரும் ஒரே வீட்டில் வாழ்ந்தார்கள், ஏறக்குறைய நெருங்கிப் பழகினார்கள். ஆனால் இருவரும் இரு தனி உலகங்களில் வசித்து வந்தார்கள். சாரதாவிற்கு நாயகத்தின்மீது கட்டுக்கடங்காத பாசம் இருந்தது. ஆனால் வெளிக்குக் காண்பிக்கப் பயம். தனது கணவர் எப்பொழுதும் ஒரு மாதிரியாக இருக்கும் பேர்வழி என்று நினைத்தாள். அதில் அவளுக்குப் பயம். அவன் இருக்கும் அறைக்குக் காரியமற்றுச் செல்வதற்குப் பயம். இருவர் வாழ்க்கையும் வீணையும் விரலும் விலகியிருப்பது போன்ற தனிப்பட்ட கூட்டு வாழ்க்கையாக இருந்தது.

கடைசியாக இவருக்கு ஒரு வேலை கிடைத்தது. அதையும் வேலை என்று சொல்லிவிட முடியாது. தன் தெருவில் உள்ள செல்வந்தர் சுந்தரேச பிள்ளையின் மைத்துனிப் பெண், பி. ஏ.யில் தவறிவிட்டாள். அவளுக்கு அரசியல் சாஸ்திரமும் பொருளாதார சாஸ்திரமும் படித்துக்கொடுக்கும் வேலை.

நாயகம் இந்தப் பொறுப்பைத் தன் முழு உள்ளத்துடனும் ஏற்றுக் கொண்டார். சம்பளம் ஏதோ ஐம்பது ரூபாய் என்ற பேச்சு. நாயகத்திற்குச் சம்பளத்தைப் பற்றிக்கூடக் கவலையில்லை.

சுந்தரேச பிள்ளையின் மைத்துனியைப் பார்க்கு முன்னரே என்ன பேசுவது, எப்படிப் பேசுவது என்பதை சந்திக்குமுன்னமே கணக்குப் போட ஆரம்பித்துவிட்டார்.

2

அன்று சாயங்காலம் 6 மணியிருக்கும்.

நாயகம், சுந்தரேச பிள்ளையின் வீட்டை யடைந்தார். நாயகத்திற்குக் கூச்சம். இவ்வளவு பெரிய மாளிகையில் தான் காணாத கனவுப் பெண் இருப்பதில் உள்ளூரப் பூரிப்பு. அவள் எப்படி இருக்கிறாளோ? அறிவில் தனக்கு ஒத்தவளாக, சம்பாஷணையில் இன்பம் ஊட்டுபவளாக இருப்பாள் என்பதில் சந்தேகமில்லை.

சுந்தரேச பிள்ளை நல்ல குஷிப் பேர்வழி. வக்கீல் தொழிலில் நல்ல வரும்படி வந்தால் ஏன் குஷியாக இருக்க முடியாது?

வெராந்தாவைக் கடப்பதற்கு முன் துடை நடுக்கம். அந்தப் பெண் எப்படி இருப்பாளோ?

வேலைக்காரன் நாயகத்தை உள்ளே அழைத்துச் செல்லுகிறான்.

நாற்காலியில் உட்கார்ந்து பேப்பர் பார்த்துக்கொண்டிருந்த சுந்தரேச பிள்ளை, நாயகத்தைப் பார்த்ததும் ஏக ஆரவாரத்துடன், "வாத்தி யார் ஸாரா? வாருங்கள், வாருங்கள்" என்று சிரித்தார்.

"டேய், நீ போய் சின்ன அம்மாளைக் கூப்பிட்டுக்கொண்டு வா" என்று அனுப்பிவிட்டு, "நளினா! நளினா!" என்று வேலைக்காரனுக்குக் கொடுத்த வேலையைத் தானே, நாற்காலியில் உட்கார்ந்தவண்ணம் செய்யவாரம்பித்தார்.

உடனே உள் ஹாலில் இருந்து ஒரு கதவு திறந்தது. "என்ன அத்தான்" என்ற பெண் குரல்.

நாயகம் அந்தத் திசையை நோக்கினான். நாகரீக உடை, நாகரீக மூக்குக் கண்ணாடி, நெற்றியில் சுருண்டு தவழும் சிறு ரோமச் சுருள், கவலையற்ற மாதிரியாகக் கவலையுடன் உடையணிந்த கோலம், சிரித்த கண்கள், குறும்பு தவழும் அதரங்கள்... பொதுவாக திரு. நாயகம் மனக்கோட்டை கட்டிக்கொண்டிருந்த பெண்களின் இலட்சியம் தோன்றியது.

அந்தத் திசையை நோக்கிய நாயகத்திற்கு உடல் முழுவதும் வியர்த்தது, நெஞ்சம் படபடவென்று அடித்துக்கொள்ள ஆரம்பித்தது. கால்கள் உட்கார வேண்டுவது போல் உடலைக் கீழே இழுக்கவாரம் பித்தது. நாயகம் கோழை அல்ல. ஆனால் அன்று அவருக்குப் பரவசத் தினால் ஏற்பட்ட பயம், அச்சுச் சட்டம் போல் அவருக்கு நிரந்தரமான வாய்ப்பூட்டு போட்டது.

"நளினா! இவர்தான் உனது வாத்தியார். மிஸ்டர் நாயகம், அவள் தான் எனது மைத்துனிப் பெண், ஹேமநளினி; இந்த விசையாவது பாஸ் பண்ண வழியைப் பாரு" என்று சிரித்தார் சுந்தரேச பிள்ளை.

திரு. நாயகத்திற்கு அந்த சந்தர்ப்பத்திற்குத் தக்க பதில் என்ன கூறுவது என்பது பெரும் பிரச்சனையாக இருந்தது. அந்தப் பிரச்சனை தீருவதற்கு அவகாசம் கிடைக்கவில்லை.

"ஸார், வாருங்களேன்" என்றாள் நளினி.

நாயகம் பின்னே சென்றான்.

"ஸார், இண்டியன் ஹிஸ்டரியில்தான் போய்விட்டது" என்று சிரித்தாள் நளினி.

"அதற்கென்ன, கொஞ்சம் ஸ்பெஷலாகப் பார்த்துக்கொண்டால் போகிறது" என்றார் நாயகம். இந்த வார்த்தைகள் அவன் வாயிலிருந்து வருவதற்குள் பிரம்மப் பிரயத்தனமாகிவிட்டது.

"ஸார், கூச்சப்படாதீர்கள். உங்கள் வீடு மாதிரி பாவித்துக்கொள்ளுங்கள்" என்றாள் நளினி.

திரு.நாயகத்திற்குத் தூக்கிவாரிப் போட்டது. தன்னை அவள் கோழை என்று நினைத்துச் சிரிக்கிறாள் என்று அவருக்கு அவமானம், கோபம். சொல்லவும் முடியவில்லை, மெல்லவும் முடியவில்லை.

குரலை ஒரு மாதிரியாக வைத்துக்கொண்டு, "நான் கோழை அல்ல" என்று தமது வெற்றிக்கொடி நாட்டினார்.

“உங்களை யார் அப்படிச் சொன்னார்கள்? குரல் ஏன் அப்படிக் கம்மிக் கிடக்கிறதே, காச சம்ஹாரி மாத்திரை இருக்கிறது எடுத்துத் தரட்டுமா” என்றபடியே அலமாரியைத் திறந்து தேடினாள்.

நாயகத்திற்கு தமது ஜயக்கொடி பறிக்கப்பட்டு தரையில் புரள்வதைக் கண்டார். இத்தனைக்கும் ஒரு சிறு பெண். ஒரு அறை கொடுத்தால் . . . அலமாரியைப் பார்ப்பது போல் தன்னைப் பார்த்து ஏன் சிரிக்க வேண்டும்? இவனது மானத தத்துவ ஆராய்ச்சியில் ஒரே பொருள்தான் பட்டது. இந்த மதனைக் கண்டதும் . . .

“இன்று என்ன ஆரம்பிக்கலாம்?” என்றார் நாயகம்.

“நான் எல்லாம் படித்திருக்கிறேன். நீங்கள் ஒன்று செய்தால் நன்றாக இருக்கும், சார்” என்றாள் நளினி.

“என்ன?”

“போன பரீட்சைக் கேள்விகள் தவிர நல்ல முக்கியமான கேள்விகள் ஐந்திற்கு விடை எழுதித் தந்தால் சீக்கிரம் பாடங்களைத் திருப்பிப் படித்துவிடலாம். வேலையும் குறைவாக இருக்கும்” என்றாள்.

“அப்பொழுது நான் கேள்வி கொடுக்கிறேன், நீ எழுதி வை.”

“எனக்கு மற்றதைப் படிக்க வேண்டியிருக்கிறதே. தயவுசெய்து நீங்கள் எழுதித் தாருங்கள், ஸார்” என்று சிரித்தாள் நளினி.

அவள் புன்சிரிப்பு அவருக்குக் கட்டளை மாதிரி இருந்தது.

“புஸ்தகம் காகிதங்களை எடு” என்று வாங்கி உட்கார்ந்து எழுத ஆரம்பித்தார்.

இத்தனை நாள் புரொபஸர்களுக்கு டிமிக்கிக் கொடுத்த நாயகத்திற்கு முதலில் உத்ஸாகமாக இருந்தாலும் நான்காவது பக்கம் போவதற்குள் புளித்துப் போய்விட்டது.

“நான் சொல்லிக்கொண்டு வருகிறேன், நீ எழுது” என்று நோட்டை அவள் கையில் கொடுத்தார். இருவர் கண்களும் சந்தித்தன. திரு. நாயகத்திற்குப் புளகாங்கிதமாக இருந்தது. ஆனால் நளினியின் மீது ஒரு மாற்றமும் கிடையாது.

“சொல்லுங்கள்” என்றாள். சொல்லிக்கொண்டு போக ஆரம்பித்தார்.

“நீங்கள் இப்படி வேகமாகச் சொன்னால் எப்படி எழுதுவது?”

இப்படி இவர் சொல்லுவதும் அவள் தடைசெய்வதுமாக ஒரு பக்கம்கூடச் செல்லவில்லை. மேலும் அவளுக்கு சாதாரண ஆங்கிலப் பதங்களுக்கு எழுத்துக் கூட்டகூடத் தெரியவில்லை என்பதிலிருந்தும், சிற்சில விஷயங்களில் பயங்கர அசட்டுத்தனங்களைக் காண்பிப்பதி லிருந்தும் இவள் உண்மையில் அந்த வகுப்பில் படிக்கிறாளா? என்ற சந்தேகம் தோற்றவாரம்பித்தது. ஆனால் அவன் பேசுவதற்கெல்லாம் ‘கிண்டலாக’ பதில் சொல்லுவது வாயைத் திறப்பதற்கே பயப்படும்படி செய்துவிட்டது.

அன்று பாடம் முடிந்து வீட்டிற்குத் திரும்பும்பொழுது திரு. நாயகத்தின் கையில் ஒரு ஹிந்து தேச சரிதம், ஒரு கத்தைக் காகிதம், எப்பொழுது வெளிவருவோம் என்ற மனப்பான்மை, இத்துடன் வெளியேறினார்.

வீட்டிற்குச் செல்லும்பொழுது மனைவி சாரதாவைப் பற்றி மனம் அடிக்கடி காரணமில்லாமல் எண்ணிக்கொண்டிருந்தது. எவ்வளவு சாதுவாகத் தொந்திரவு கொடுக்காமல் இருக்கிறாள். வேலையை ராஜினாமா செய்து தப்பிக்கொண்டால் என்னவென்று பட்டது. 50 ரூபா சும்மாவா?

நாயகத்தின் நினைவுகள் குமைந்தன. அதில் சாரதா முக்கியமாக இருந்தது அவருக்கே விளங்கவில்லை.

3

நாயகம் வீட்டிற்கு வந்தவுடன் மிகுந்த களைப்பு. பள்ளிக்கூடத்திலும் உபாத்தியாயர்களுக்கு டிமிக்கி கொடுத்தவர், வெகு காலமாக உழைப்பென்பதே இல்லாதவர், இன்று உட்கார்ந்துகொண்டு சாரமற்ற பரிட்சை பதில்கள் எழுதிக்கொண்டிருக்க வேண்டுமென்றால். வீட்டில் வந்ததும் தனதறையில் சென்று உட்கார்ந்து இந்து தேச சரித்திரத்தைப் பற்றிய கேள்விகளுக்குப் பதில் எழுதவாரம்பித்தார். மனம் அதில் படியவில்லை. சரித்திரம் படித்து வெகு நாட்களாகிவிட்டது. புத்தகத்தைப் படித்துக்கொண்டு எழுதவேண்டியிருந்தது.

"சாரதா, தண்ணீர் கொண்டுவா" என்று அந்தச் சாக்கில் நாற்காலியில் சாய்ந்துகொண்டார்.

சாரதா பயந்து நடுங்கிக்கொண்டு அவசரஅவசரமாகத் தண்ணீர் எடுத்துக்கொண்டு வந்து மேஜையின்மீது வைத்துவிட்டுத் திரும்பினாள்.

"ஏன் ஓடுகிறாய், உட்காரு. கொஞ்ச நேரம் பேசலாம்" என்றார் நாயகம்.

தனது கணவன் இதுவரைத் தன்னிடம் இப்படிப் பேசியதைக் கேட்காத சாரதா, ஏதோ கோபிக்கத்தான் போகிறார் என்ற பயத்தில் நடுங்கிக்கொண்டு நின்றாள்.

"உட்காரு."

சாரதா பயந்துகொண்டு உட்கார்ந்தாள்.

"ஏன் சாரதா? என்னைக் கண்டால் ஏன் இப்படி ஒளிகிறாய்?" என்றார். காரணம் அவர்தான் என்பதை மறந்துவிட்டார் போலும்.

சாரதாவிற்குத் தன்மீது கோபம் இல்லை என்று தெரிந்தது. ஆனால் என்ன பதில் சொல்வது என்ற பிரச்னை.

"ஒளியலே" என்றாள்.

"பிறகு ...."

பதில் இல்லை.

"இதை எழுதித் தொலைக்கிறேன். கொஞ்சம் உட்காரு. பிறகு பேசுவோம்."

திரு. நாயகம் என்னமோ எழுதிப் பார்த்தார், முடியவில்லை.

அதற்குள் சாரதா அந்தப் பெரிய புஸ்தகத்தில் படம் பார்க்க ஆரம்பித்துவிட்டாள். குழந்தையின் உள்ளம்.

"இவ்வளவும் படிக்கணுமா? எவ்வளவு பெரிசு!" என்றாள்.

அதிலே ஒரு ஆச்சரியம், அவளை அறியாது அதில் ஒரு பரிதாபம் கலந்தது.

"இவ்வளவும் படிக்கணும்."

"இவ்வளவுமா?" என்றாள்.

அவள் கையிலிருந்த புஸ்தகத்தை அவர் வாங்கும்பொழுது புஸ்தகம் விழுந்தது. சாரதாவின் தலை அவர் மார்பில் இருந்தது. அந்த நிமிஷம், தமது காதல் கோட்டை இருக்கும் இடத்தை யறியாது போனாலும், களங்கமற்ற பாசத்தின் இருப்பிடத்தை அறிந்தார்.

ஹேமநளினிக்கு வாத்தியாரை ஏமாற்ற முடியவில்லை. ஜம்பம் சாயாது என்று கண்டுகொண்டாள். காரணம் தெரியாது. அவளுக்கும் கவலை இல்லை.

***ஊழியன்*, 28.12.1934**

பால்வண்ணம் பிள்ளை

பால்வண்ணம் பிள்ளை கலெக்டர் ஆபீஸ் குமாஸ்தா. வாழ்க்கையே தஸ்தாவேஜிக் கட்டுகளாகவும், அதன் இயக்கமே அதட்டலும் பயமுமாகவும், அதன் முற்றுப்புள்ளியே – தற்பொழுது – 35 ரூபாயாகவும் அவருக்கு இருந்து வந்தது. அவருக்கு பயமும், அதனால் ஏற்படும் பணிவும் வாழ்க்கையின் சாரம். அதட்டல் அதன் விதிவிலக்கு.

பிராணி நூல், மிருகங்களுக்கு, முக்கியமாக முயலுக்கு, நான்கு கால்கள் என்று கூறுமாம். ஆனால் பால்வண்ணம் பிள்ளையைப் பொறுத்தவரை அந்த அபூர்வப் பிராணிக்கு மூன்று கால்கள்தான். சித்த உறுதி, கொள்கையை விடாமை, இம்மாதிரியான குணங்கள் எல்லாம் படை வீரனிடமும் சத்தியாக்கிரகிகளிடமும் இருந்தால் பெருங்குணங்களாகக் கருதப்படும். அது போயும் போயும் ஒரு கலெக்டர் ஆபீஸ் குமாஸ்தாவிடம் தஞ்சம் புகுந்தால் அசட்டுத்தனமான பிடிவாதம் என்று கூறுவார்கள்.

பால்வண்ணம் பிள்ளை ஆபீஸில் பசு. வீட்டிலோ ஹிட்லர். அன்று கோபம். ஆபீஸிலிருந்து வரும்பொழுது – ஹிட்லரின் மீசை அவருக்கு இல்லாவிட்டாலும் – உதடுகள் துடித்தன. முக்கியமாக மேல் உதடு துடித்தது. காரணம், ஆபீஸில் பக்கத்துக் குமாஸ்தாவுடன் ஒரு சிறு பூசல். இவர் மெக்ஸிகோ தென்அமெரிக்காவில் இருக்கிறதென்றார். இவருடைய நண்பர் பூகோள சாஸ்திரம் வேறு மாதிரி கூறுகிறதென்றார். பால்வண்ணம் பிள்ளை தனது கட்சியை நிரூபிப்பதற்காக வெகு வேகமாக வீட்டிற்கு வருகிறார்.

பால்வண்ணம் பிள்ளைக்கும் அவருடைய மனைவியாருக்கும் கர்ப்பத்தடையில் நம்பிக்கை கிடையாது. அதன் விளைவு வருஷம் தவறாது ஒரு குழந்தை. தற்பொழுது பால்வண்ண சந்ததி நான்காவது எண்ணிக்கை; பிறகு வருகிற சித்திரையில் நம்பிக்கை.

இப்படிப்பட்ட குடும்பத்தில் பால்வண்ணக் 'கொடுக்கு'கள் 'பேபி ஷோ'க்களில் பரிசு பெறும் என்று எதிர்பார்க்க முடியாது. பால்வண்ணம் பிள்ளையின் சகதர்மிணி, உழைப்பிலும் பிரசவத்திலும் சோர்ந்தவள். தேகத்தின் சோர்வினாலும் உள்ளத்தின் களைப்பினாலும் ஏற்பட்ட பொறுமை.

கைக்குழந்தைக்கு முந்தியது சவலை. கைக்குழந்தை பலவீனம். தாயின் களைத்த தேகம் குழந்தையைப் போஷிக்கச் சக்தியற்றுவிட்டது. இப்படியும் அப்படியுமாக தர்ம ஆஸ்பத்திரியின் மருந்துத் தண்ணீரும், வாடிக்கைப் பால்காரனின் கடன் பாலுமாக, குழந்தைகளைப் போஷித்து வருகிறது. அந்த மாதம் பால் 'பட்ஜெட்' – எப்பொழுதும் போல் – நான்கு ரூபாய் மேலாகிவிட்டது.

இம்மாதிரியான நிலைமையில் பால் பிரச்னையைப் பற்றி பால் வண்ணம் பிள்ளையின் சகதர்மிணிக்கு ஒரு யுக்தி தோன்றியது. அது ஒன்றும் அதிசயமான யுக்தியல்ல. குழந்தைகளுக்கு உபயோகமாகும்படி ஒரு மாடு வாங்கிவிட்டால் என்ன என்பதுதான்.

தெய்வத்தின் அருளைத் திடீரென்று பெற்ற பக்தனும், புதிதாக ஒரு உண்மையைக் கண்டுபிடித்த விஞ்ஞானியும் 'சும்மா' இருக்க மாட்டார்கள். சளசளவென்று கேட்கிறவர்கள் காது புளிக்கும்படி சொல்லி கொட்டிவிடுவார்கள். பால்வண்ணம் பிள்ளையின் மனைவிக்கும் அதே நிலை ஏற்பட்டது.

பிள்ளையவர்கள் வீட்டிற்கு வரும்பொழுது அவர் ஸ்கூல் பைனல் வகுப்பில் உபயோகித்த பூகோளப் படம் எங்கு இருக்கிறது, மாடியிலிருக்கும் ஷெல்பிலா அல்லது அரங்கிலிருக்கும் மரப் பெட்டியிலா என்று எண்ணிக்கொண்டு வந்தார்.

வீட்டிற்குள் ஏறியதும், "ஏளா! அரங்குச் சாவி எங்கே?" என்று கேட்டுக்கொண்டே மாடிக்குச் சென்று ஷெல்பை ஆராய்ந்தார்.

அவர் மனைவி சாவியை எடுத்துக்கொண்டு பின்தொடர்ந்தாள். அவளுக்குப் பால் நெருக்கடியை ஒழிக்கும் மாட்டுப் பிரச்னையை அவரிடம் கூறவேண்டும் என்று உதடுகள் துடித்துக்கொண்டிருந்தன. ஆனால் மெக்ஸிகோ பிரச்னையில் ஈடுபட்டிருக்கும் பால்வண்ணம் பிள்ளையின் மனம் இதை வரவேற்கும் நிலையில் இல்லை.

"என்ன தேடுதிய?" என்றாள்.

"ஒரு பொஸ்தகம். சாவியெங்கே?"

"இந்தாருங்க. ஒங்ககிட்ட ஒண்ணு சொல்லணுமே! இந்தப் புள்ளைகளுக்கு பால் செலவு சாஸ்தியா இருக்கே! ஒரு மாட்டெத்தான் பத்து நூறு குடுத்து புடிச்சிப்பிட்டா என்ன?" என்றாள்.

"இங்கே வரவேண்டியதுதான். ஒரே ராமாயணம். மாடு கீடு வாங்க முடியாது. எம் புள்ளெய நீத்தண்ணியை குடிச்சு வளரும்" என்று விட்டார். மெக்ஸிகோ வடஅமெரிக்காவிலிருந்தால் பிறகு ஏன் அவருக்குக் கோபம் வராது?

பால் பிரச்னை அத்துடன் தீர்ந்து போகவில்லை. அவர் மனைவியின் கையில் இரண்டு கெட்டிக் காப்பு இருந்தது. அவளுக்குக் குழந்தையின் மீதிருந்த பாசத்தினால் அந்தக் காப்புகள் மயிலைப் பசுவும் கன்றுக்குட்டியுமாக மாறின.

இரண்டு நாட் கழித்து பால்வண்ணம் பிள்ளை ஆபீஸிலிருந்து வந்து புறவாசலில் கால் கை கழுவச் சென்றபொழுது உரலில் கட்டியிருந்த

கன்று, வைக்கோல் அசை போட்டிருக்கும் மாட்டைப் பார்த்து 'அம்மா'வென்று கத்தியது.

"ஏளா?' என்று கூப்பிட்டார்.

மனைவி சிரித்துக்கொண்டே – உள்ளுக்குள் பயம்தான் – வந்தாள்.

"மாடு எப்பொழுது வந்தது? யார் வாங்கிக் கொடுத்தா?" என்றார்.

"மேல வீட்டு அண்ணாச்சி வாங்கித் தந்தாஹ. பாலு ஒரு படி கறக்குமாம்!" என்றாள்.

"உம்" என்றார்.

அன்று புதுப்பால், வீட்டுப்பால் காப்பி, கொண்டுவந்து வைத்துக் கொண்டு கணவரைத் தேடினாள். அவர் இல்லை.

அதிலிருந்து பிள்ளையவர்கள் காப்பியும் மோரும் சாப்பிடுவதில்லை.

அவர் மனைவிக்கு மிகுந்த வருத்தம். ஒரு பக்கம் குழந்தைகள். மற்றொரு பக்கம் புருஷன் என்ற குழந்தை. வம்சவிருத்தி என்ற இயற்கை விதி அவளை வென்றது.

இப்படி பதினைந்து நாட்கள்.

மாட்டை என்ன செய்வது?

அன்று இரவு எட்டு மணி இருக்கும். பால்வண்ணம் பிள்ளையும் சுப்புக் கோனாரும் வீட்டினுள் நுழைந்தார்கள்.

"மாட்டைப் பாரும். 25 ரூபா" என்றார்.

"சாமி மாடு அறுபது ரூபாய் பெறுமே?" என்றான் சுப்புக் கோனார்.

"இருபத்தைந்துதான். உனக்காக முப்பது ரூபாய் என்ன? இப் பொழுதே பிடித்துக்கொண்டு போக வேண்டும்!"

"சாமி ராத்திரியிலா? நாளைக்கு விடியன்னே பிடிச்சுக்கிடுதேன்" என்றான் சுப்புக் கோனார்.

"உம், இப்பவே?"

மாட்டை யவிழ்த்தாய்விட்டது.

மனைவி 'மாடு எழுபது ரூபாயாயிற்றே. குழந்தைகளுக்குப் பாலா யிற்றே' என்று தடுத்தாள். மேலும் வரும்படி வேறு வருகிறதாம்.

"என் புள்ளெகள் நீத்தண்ணி குடிச்சு வளந்துக்கிடும்" என்று விட்டார்.

சுப்புக் கோனார் மாட்டை அவிழ்த்துக்கொண்டு போகும்பொழுது மூத்த பையன் "அம்மா, என் கண்ணுக்குட்டி" என்று எழுந்து உட்கார்ந்துகொண்டு அழுதான்.

"சும்மா கெட சவமே!" என்றார் பால்வண்ணம் பிள்ளை.

மணிக்கொடி, 30.12.1934

குற்றவாளி யார்?

கிரௌன் பிராஸிகியூடர் திவான் பகதூர் அமிர்தலிங்கம் பலே ஆசாமி. கேஸ் விவாதிப்பதில் ரொம்பப் பழக்கம். உட்காரும்பொழுது ஜூரர்களுக்கு ஸ்பஷ்டமாக விளங்கும்படி செய்துவிட்டு உட்கார்ந்தார். அவர் சில வக்கீல்கள் மாதிரி கோர்ட்டின் பச்சாத்தாபத்தையும், இளகிய ஹ்ருதயத்தையும் எதிர்பார்ப்பவர் அல்ல. கைச் சரக்கும் உணர்ச்சி நாடகமும் இல்லாமல் வெறும் விஷயத்தை மட்டும் விளங்க வைத்துவிட்டு உட்கார்ந்தார்.

விஷயம், விஷயம், விஷயம். இதைத் தவிர அமிர்தலிங்கத்திற்கு வேறு கவலை கிடையாது. விஷயமும் தர்க்கமும் கேஸை வாதிப்பதற்கு இருக்கும்பொழுது சோக நாடகம் போடவேண்டியதில்லை என்பது அவர் துணிபு.

அவர் உட்கார்ந்ததும் எதிர்க்கட்சி வக்கீல் திரு. லக்ஷ்மண பிள்ளை குற்றவாளியின் சார்பாக வாதிப்பதற்கு எழுந்தார். திவான் பகதூர் அமிர்தலிங்கத்திற்குப் புன்சிரிப்பு வந்தது. நம்ப முடியாத கதை. ஜூரர்கள், ஆமாம், அவர்கள் எப்படி நம்புவார்கள்? அவருடைய பிரசங்க மழையைச் சிதற அடித்து மாட்சிமை தங்கிய நீதிபதியின் முன் தமது கட்சியை ஸ்தாபிப்பது கஷ்டமல்ல.

அமிர்தலிங்கம் தொழிலில் பழம் பெருச்சாளியானாலும் இந்தக் கேஸில் விவாதிப்பது அவருக்கு மிகவும் உத்ஸாகமாக இருந்தது. இருந்தாலும் அது மிகவும் சிக்கலான கேஸ். ஒரு மோசமான கிரௌன் பிராஸிக்யூடர் கேஸை ஆபாசமாக நடத்திக் குழப்பிவிடலாம்.

குற்றவாளிக்குத் தண்டனை நிச்சயம். முக்கால்வாசி அவனுக்குத் தூக்குத் தண்டனைதான். ஆமாம் நியாயம் வழங்கப்படாமல் இருக்க முடியுமா? உணர்ச்சியில் பண்பட்ட உள்ளமில்லையாயினும் குற்ற வாளியின்மீது சிறிது பச்சாத்தாபம் ஏற்பட்டது. குற்றவாளி அழகன், படிப்பாளி . . . சகவாச தோஷம்.

எதிர்க்கட்சி வக்கீலின் பேச்சில் இது மட்டுந்தான் அமிர்தலிங்கம் கவனித்தார். அதன் பிறகு தனது நீண்ட யோசனையில் கோர்ட்டை மறந்தார்.

எதிர்க்கட்சி வக்கீல் லக்ஷ்மண பிள்ளை பேசி முடித்து உட்கார்ந்தார். அமிர்தலிங்கம் மெதுவாகப் பொடியை உறிஞ்சிவிட்டு கோர்ட்டைக் கவனித்தார். 'லன்ச்'சுக்காகக் கோர்ட்டு ஒத்திவைக்கப்பட்டது.

திவான் பகதூர் அமிர்தலிங்கம் பக்கத்து வாசல் வழியாக வெளியே செல்லும்பொழுது, தனது வழியைத் தடைசெய்துகொண்டு ஒரு வாலிபப் பெண் இருப்பதைக் கண்டார்.

"உங்களிடம் சற்று பேசலாமா? ஒரு நிமிஷம்" என்றாள்.

முகம் இளைத்தவள்; கிழிந்த உடைகளைக் கட்டியிருந்தாலும் அவள் நல்ல அழகி என்று கவனித்தார். அவள் மனம் மிகவும் குழம்பியிருப்பது போல் தோன்றியது.

"என் குமாஸ்தாவைப் பாருங்களேன். உங்களிஷ்டப்படி நடக்க முடியாததற்கு வருந்துகிறேன். நீங்களே பாருங்கள் எனக்குக் கொஞ்ச மாவது ஒழிவு இருக்கிறதா என்று."

"ஆமாம், நீங்கள் டிபன் சாப்பிட வேண்டியதுதான்."

"ஆமாம், டிபன் சாப்பிடாமல் இருக்க முடியுமா?"

அமிர்தலிங்கம் சற்று வெறுப்புடன் பேசினார். திவான் பகதூருக்கும் வயிறு என்று ஒன்றிருக்கிறது என்று யாராவது ஞாபகப்படுத்தலாமா?

"கொஞ்ச நேரமாவது என்னுடன் பேச முடியாதா?"

"நீங்கள்தான் பாருங்களேன். சரி – சரி . . . காரியத்தையாவது சொல்லுங்கள்."

"இங்கேயா! இந்தக் கூட்டத்திலா! சமாசாரம் மிகவும் முக்கியமானது. அதுவும் கொஞ்சம் இரகசியமானது. உங்களைத் தனியாகக் கண்டு பேச முடியுமா?"

"அது முடியாது."

இப்படிச் சொன்னாலும் அவர் மனம் சிறிது இளகியது. அவள் முகம், சோகம் தேங்கிய முகம் கவர்ச்சித்தது. என்னவென்று அறிய ஆவல்.

"கேஸ் முடிந்ததும் எனது அறைக்கு வாருங்கள். அதாவது நீங்கள் சொல்லப்போகும் விஷயம் அவ்வளவு முக்கியமானது, எனது உதவி அவசியம் என்று பட்டால்" என்று சொன்னார்.

"நீங்கள் மனம் இரங்கியதற்கு நான் என்ன சொல்லுவது. ஆனால் அப்பொழுது நான் உங்களைச் சந்திப்பதில் பிரயோஜனமில்லை." பிறகு மிகவும் தணிந்த குரலில், "கிட்டுவைப் பற்றி" என்றாள். அவள் முகம் சிவந்து வியர்த்தது. எப்படியிருந்தாலும் ஹிந்துப் பெண் அல்லவா? வேறு வழியில்லை.

திவான் பகதூர் திடுக்கிட்டார். யாரோ நெஞ்சில் சம்மட்டியால் அடித்தது போல் கலங்கினார்.

"கிட்டுவைப் பற்றி என்ன? நீ யார்?"

“நான் அவருடைய ... மனைவி” என்றாள்; நாணம், சோகம், அவர் பெயரைக் கூறுவதினால் ஏற்படும் ஒரு இன்பம் அலை போல் எழுந்து மறைந்தது.

திவான் பகதூருக்குக் கலக்கம் அதிகமாயிற்று. முகமே அதைக் காண்பித்துவிட்டது.

“கிட்டுவின் மனைவி!”

அவள் அவருடைய முகத்தை ஆவலுடன், சோகத்தில் பிறந்த ஆவலுடன் கவனித்தாள்.

“என் பின்னே வா!” என்று சடக்கென்று கூறினார்.

திவான் பகதூர் அவளைக் கோர்ட்டில் தனக்கென்றிருக்கும் அறைக்கு அழைத்துச் சென்றார். உள்ளே சென்றதும் அவளை ஒரு நாற்காலியில் உட்காரச் சொன்னார். அவள் உட்காரவில்லை. மூலையில் ஒதுங்கி நின்றாள். திவான் பகதூருக்கு இருக்கும் உள்ள கலக்கம் அவரைப் பரபரப்புடன் அறையைச் சுற்றி நடக்கச் செய்தது.

“என் மகனுடைய மனைவி என்று கூறுகிறாய். அது உண்மையா? நீ சொல்லுவது நிஜமாக அப்படித்தானா? நிஜமாக உங்களுக்குள் கலியாணம் நடந்ததா?'' என்று கேட்டார்.

“ஆறு மாசத்துக்கு முன்னே ரிஜிஸ்தர் கலியாணம் செய்து கொண்டோம்” என்றாள் அவள். அவள் வார்த்தைகளில் அவளது களங்கமற்ற உள்ளம் பிரதிபலித்தது.

“அப்படியா?”

“நேற்றுவரை அவர் உங்கள் மகன் என்று எனக்குத் தெரியாது.”

“நிஜமாக!” அவர் வார்த்தைகளில் சந்தேகமும் கேலியும் கலந்திருந்தது.

“இது ரொம்ப – ரொம்ப வேடிக்கையாக இருக்கிறது. நீ இந்தப் ‘பெரிய’ சமாசாரத்தைச் சொல்லாவிட்டால் எனக்குத் தெரிந்தே இருக்காது. புது மருமகள் இருக்கிறாள் என்று தெரியாமல் போயிற்று. இந்தச் ‘சந்தோஷ’ சமாசாரத்தைக் கேட்ட பிறகு காது குளிர்ந்துவிட்டது. இன்னும் என்னமோ சொல்ல வேண்டும் என்று வந்தீர்களே! அதைச் சொல்லுங்கள். கேட்கிறதற்குத் தயார். நேரமும் கொஞ்சம். ஆமாம் நான் டிபன் சாப்பிட வேண்டாமா?” என்று கேலியும் குத்தலுமாக மனதிலுள்ள வெறுப்பை எல்லாம் தமது வக்கீல் வேலையுடன் சேர்த்துக் காண்பித்தார். அமிர்தலிங்கத்திற்கு ஒரு புறம் கோபம், ஒரு புறம் வெறுப்பு. “வீட்டு விலாசம் 6, அய்யப்பன் பிள்ளை தெரு, மைலாப்பூர்” என்று சொல்லிக்கொண்டே வெளியே செல்ல யத்தனித்தார்.

“போகாதேயுங்கள். கேட்டுவிட்டுப் போங்கள். இந்தக் கேஸிலிருக்கும் குற்றவாளியைத் தப்பவைக்க முக்கியமான சாட்சியம் அவரிடம் இருக்கிறதென்று சொல்லச் சொன்னார்.”

“குற்றவாளி! எந்தக் குற்றவாளி?” என்றார் அமிர்தலிங்கம்.

"இப்பொழுது நடக்கிற கேஸில்... அந்தக் குற்றவாளி...."

"இந்தக் கேஸில் என் மகனுமா! உளறாதே. பயப்படாமல் சொல்லு. என்ன சொல்லுகிறாய்?"

"என்னுடைய அண்ணனை அவர் சாட்சியம் தப்புவிக்கும் என்று."

"உன் அண்ணன்!"

திவான் பகதூருக்குப் புதிருக்கு மேல் புதிராக சமாசாரங்கள் வெளிவந்துகொண்டிருந்தன.

"உன் அப்பா பெயரென்ன?"

"ஜம்புநாத அய்யர்."

இந்த குற்றவாளியின் தகப்பனாரும் அவர்தான். உள்ளத்தில் ஏற்பட்ட குழப்பத் திரையை விலக்க முயல்வது போல் அமிர்தலிங்கம் முகத்தை, நெற்றியை, துடைத்தார்.

"அவர் என்னை உங்களிடம் அனுப்பினார்."

இந்த வார்த்தைகள் வக்கீலைக் கோபமூட்டின.

"அப்படியா! கிட்டு, பிறகு எங்கே ஒளிந்து இருக்கிறான். அவன் ஏன் மனிதன் மாதிரி வெளியில் வரக்கூடாது?"

அவள் கலங்கிய கண்களைக் கவனித்தார். அவர் கோபம் விலகியது. அவளுடைய பதிலை அவர் உள்ளம் எதிர்பார்த்தது போல் இருந்தது. அவர் உள்ளமும் உடைந்து உடலும் சோர்ந்தார்.

"அவர் பாயும் படுக்கையுமாய்... மிகவும் அபாயத்திலிருக்கிறார். டாக்டர் பிழைப்பதுகூட..." என்று சொல்லி விம்மிவிம்மி ஏங்கினாள். உள்ளத்தின் கஷ்டம் பொருமிக்கொண்டு வெளிப்பட்டது.

"நாம் இருவரும் என்ன கனவு காண்கிறோமா?" என்றார் அமிர்தலிங்கம்.

"டாக்டர் அன்று வந்துவிட்டுப் போன பிறகு உங்களைப் பார்க்க வேண்டும் என்று சொல்லிக்கொண்டே இருந்தார். இன்னும் ரொம்ப நேரங்கூட... இருக்கமாட்டார் என்று டாக்டர் சொன்னார். அவர் எங்கள் அண்ணனைக் காப்பாற்ற முடியுமாம். நீங்கள்தான் அதை முதலில் கேட்க வேண்டுமாம். எங்கள் அண்ணனுக்குத் தெரிந்த வக்கீல் ஒருத்தரையும் கூப்பிடச் சொன்னார். அதை உங்களால் செய்ய முடியுமா? என் அண்ணாவுக்காக இல்லை. அவர் கஷ்டப்படு வதைப் பார்க்க சகிக்கவில்லை. அதுதான் அவரது மனதை வாட்டிக் கொண்டு இருக்கிறது. அந்த வக்கீலைப் பார்க்கும்வரை நெஞ்சு வேகாது என்று சொல்லிக்கொண்டே இருக்கிறார். அண்ணன் உயிரை அவர் காப்பாற்ற முடியுமாம். அது முடியுமா?"

அமிர்தலிங்கம் அவள் சொன்னதைக் கேட்கவேயில்லை.

"நான் அவனைப் பார்க்க வேண்டும். இரு, இதோ வருகிறேன். யாரையும் உள்ளே வரவிடாதே இரண்டு நிமிஷம்."

அவருடைய ஜூனியர் பக்கத்தறையில் டிபன் சாப்பிட்டுக் கொண்டு இருந்தார்.

"கேஸை நீ பார்த்துக்கொள். நான் ஒரு நோட் வேண்டுமானால் ஜட்ஜிற்கு அனுப்பிவைக்கிறேன்."

ஜூனியரும் நல்ல பழகின ஆசாமிதான்.

அமிர்தலிங்கம் தமது வக்கீல் சட்டையைக் கழற்றிவிட்டு, ஜட்ஜிற்கு ஒரு 'நோட்டும்' எழுதி அனுப்பிவிட்டுத் திரும்பிவந்து அவளை யழைத்துக்கொண்டு பின்புறவழியாக ஒரு வாடகை மோட்டாரில் மகனுடைய வீட்டிற்குச் சென்றார்.

திவான் பகதூர் அமிர்தலிங்கம் தனது மகன் இருக்கும் வீட்டைக் கண்டதும் திடுக்கிட்டார். சென்னையில் பணமில்லாவிட்டால் நல்ல வீடு எங்கு கிடைக்கும்? ஒண்டுக்குடித்தனம்; இருட்டறை; சமையலும் அதற்குள்தான். மகன் கிழிந்த ஓலைப்பாயில் படுத்திருந்தான். அவள் உள்ளே சென்றதும் மாமனாரைப் பற்றிக் கவனிக்கவில்லை. கிட்டுவின் தலை, தலையணையைவிட்டுச் சற்று விலகியிருந்தது. அவனை மெதுவாக எடுத்து மார்புடன் அணைத்துக்கொண்டு தலையணையில் அதை உயரமாக வைத்துச் சாய வைத்தாள்.

"அப்பா வாருங்கள்" என்றான் கிட்டு ஹீனஸ்வரத்தில். "உங்களால் வரமுடியும் என்று நினைக்கவேயில்லை. இருக்கிறதைப் பார்த்தால் இன்னம் கொஞ்ச நேரம் இருப்பேன்."

அமிர்தலிங்கத்திற்கு ஈட்டியால் குத்தியது மாதிரி இருந்தது.

"ஏன் உடம்பிற்குக் குணமில்லை என்று முன்னமே சொல்லிவிடக் கூடாது?" என்றார்.

"உங்களை இதுவரை தொந்திரவு செய்தது போதாதா? மங்களத்தைப் பற்றி உங்களிடம் சொல்ல எனக்குக் கொஞ்சம் பயம். நான் சொல்லுவது உங்களுக்கு அர்த்தமாகாது. ஏதாவது கோபமாக சொல்லுவீர்கள்" என்று சொன்னான்.

மங்களம் அவன் பக்கத்திலிருந்து அவனுக்குப் பால் ஆற்றிக்கொண் டிருந்தாள். தனது வாடிய கைகளால் அவளது கரத்தை மெதுவாகத் தடவிக்கொண்டு, அவள் கண்களில் நோக்கினான். ஒரு சோகம் கலந்த அன்பு தவழ்ந்தது. மங்களத்தின் கண்களில் கண்ணீர் பொங்கியது.

"எனது வாழ்க்கையில் மங்களம் இடம் பெற்றவுடன் எனது வாழ்க்கையே மாறிவிட்டது. ஆனால் கடவுளுக்குக்கூட பொறுக்கவில்லை."

அவன் குரலில் ஒரு புதிய சக்தி பிறந்தது.

"இவளுடைய அண்ணனின் வக்கீலை அழைத்து வந்தீர்களா?" என்றான்.

"அவர் இன்னும் கொஞ்ச நேரத்தில் வருவார்."

"இன்னும் கொஞ்ச நேரத்திலா? கொஞ்ச நேரம் கழித்து எதற்கு?"

"நான்தான் உன்னை முதலில் பார்ப்பது நல்லது என்று நினைத்தேன். கிட்டு, நீ என்மீது உனக்கு நம்பிக்கை இருக்கிறதா?"

“உங்களை நம்பாமலா? ஆனால் எவ்வளவு நேரம் இருப்பேனோ?”

“இந்தக் கேஸில் உனக்கு என்ன சம்பந்தம், முதலில் இருந்து சொல்லு.”

கிட்டு மறுபடியும் களைத்துவிட்டான். மிகவும் கஷ்டப்பட்டு பேச வேண்டியிருந்தது.

“எல்லாவற்றையும் எழுதி வைத்திருக்கிறேன். டாக்டர் அன்றைக்குச் சொல்லிவிட்டுப் போன பிறகு எல்லாவற்றையும் எழுதி வைத்தேன். இவளுடைய அண்ணன் வக்கீல் வந்ததும் கைஎழுத்துப் போட்டு விடுகிறேன். இத்தனை நாள் தாமதியாமல் இருந்தால் . . . மங்களம் நீ கொஞ்சம் வெளியே போய்விட்டு வா. அப்பாவிடம் பேசவேண்டி யிருக்கிறது.”

“அவரைக் களைத்துவிடாதபடி பார்த்துக்கொள்ளுங்கள்” என்றாள் மங்களம்.

அமிர்தலிங்கம் தலையை அசைத்தார்.

“மங்களத்திற்கு நான் என்ன சொல்லப் போகிறேன் என்று தெரியாது. அவளுக்கும் உங்களுக்கும் திடுக்கிடும்படியாகத்தான் இருக்கும்.”

தலையணையின்கீழ் இருந்த காகிதத்தை எடுத்தான்.

“எல்லாம் இதில் இருக்கிறது. அவர் வந்ததும் கைஎழுத்துப் போட்டுவிடுகிறேன்.”

அமிர்தலிங்கம் அதை வாங்கி, கண்ணாடியைப் போட்டுக்கொண்டு வாசிக்க ஆரம்பித்தார். அதை வாசித்து முடித்த பிறகும் அவர் குரல் மாறவில்லை.

“இந்த கேஸில் புதிய விஷயங்களைச் சொல்லியிருக்கிறாய். இதனால் உன் குடும்பத்திற்கு என்ன நேரும் என்பதை யோசித்திருப்பாய் என்று நம்புகிறேன். ஆனால் இதைத் தவிர வேறு வழியில்லை. உனது தாய் நல்ல காலமாக இது எல்லாம் கேட்காமல் இறந்து போகக் கொடுத்துவைத்தவள். நீ உனது மனைவியின் பேரில் மிகவும் பிரியம் வைத்திருக்கிறாய். உனக்கு என் பேரில் கொஞ்சமாவது பிரியம் கிடையாது என்று எனக்குத் தெரியும்.”

“அப்படியல்ல அப்பா. உங்கள் பேரில் எனக்கு எவ்வளவு பிரியம் இருக்கிறது என்று உங்களுக்குத் தெரியாது. நீங்களும் எனக்கு எவ்வளவோ செய்து பார்த்தீர்கள். அது உங்களுக்கு எவ்வளவு கஷ்டமாக இருந்தது என்று எனக்குத் தெரியும். என் குணத்தில் எங்கோ ஒரு கோளாறு இருந்திருக்க வேண்டும். மங்களம் இதற்கு முன்பு என்னைச் சந்தித்திருந்தால் எனது வாழ்க்கை வேறு மாதிரியாக இருந்திருக்கும். மங்களம் எனது வாழ்க்கையில் வரும்பொழுது நான் பலவீனமாகி விட்டேன். எல்லாம் சீக்கிரம் முடிந்துவிடும்” என்றான்.

அமிர்தலிங்கம் முகத்தை மூடிக்கொண்டார்.

“உங்கள் இருவருக்குமாகவாவது வேறு மாதிரி நான் நடந்து கொள்ளலாம். நான் தூக்கிற்குச் செல்லவேண்டிய அவசியமில்லாத

பொழுது உண்மையைச் சொன்னால் என்ன? இன்று முழுவதும் இருப்பேனோ என்னவோ?"

அமிர்தலிங்கம் நடுங்கினார். தன்னை யறியாமல் மறுபடியும் காகி தத்தை வாசித்தார்.

"இது ஒரு மாதிரி முடிந்துவிட்டால் எனது மனம் நிம்மதியாகிவிடும்."

அமிர்தலிங்கம் பத்திரத்தைக் கவனித்து வாசிக்க ஆரம்பித்தார். பழைய வக்கீல் ஆகிவிட்டார்.

"என் முன்பாகக் கையெழுத்துப் போட்டாலே போதும்" என்றார்.

"நீ ஒப்புக்கொள்வதில் ஒரு சந்தேகமும் கிடையாது. உனது மைத்துனன் தப்பித்துக்கொள்ளுவான். ஆனால் உன்னைச் சிறையில் போடுவதற்குள் . . ."

"அப்படியா! அந்தப் பயலைக் கொல்வது குற்றமல்ல. நல்ல மனிதன் எவனும் அவனைக் கொன்றுவிடுவான்."

"எப்படியானாலும் கொலை கொலைதான்" என்றார் வக்கீல்.

கிட்டுவிற்கு அர்த்தமாகவில்லை.

"கொலை கொலைதான். நீ எனது வாழ்க்கையின் ஏமாற்றம். எனது புகழையும் பட்டத்தையும் தேடும் அவசரத்தில் உன்னை மறந்தேன்."

"அப்பா அதற்காக வருத்தப்பட வேண்டாம்."

"கைஎழுத்தைப் போடு."

கிட்டு கையெழுத்திட்டான்.

"கவலைப்படாதே. அரை மணி நேரத்தில் இதை கோர்ட்டிற்குக் கொண்டுபோய் விடுகிறேன்."

பத்திரத்தைப் பைக்குள் வைத்துக்கொண்டார்.

"என்னை நம்பு. உம்! உன்னிடம் சில விஷயங்கள் கேட்க வேண்டும். கேஸில் சில விளங்கவில்லை. நீ கேஸைப் பேப்பரில் பார்த்தாயா?"

"ஆமாம், நேற்றுவரை அவன் தப்பித்துக்கொள்ளுவான் என்று நம்பியிருந்தேன்."

"இதிலிருந்து கேஸென்றால் உனக்கு ஒன்றுமே தெரியாது என்று தெரிகிறதே. இறந்தவன் எப்படி இருப்பான் என்று சொல் பார்ப்போம்."

"அப்படி ஒன்றுமில்லையே."

"அவன் கையிலிருந்த மோதிரம் அதைப் பற்றி . . ."

கிட்டு தலையை அசைத்தான்.

"போலீஸார் வரும்பொழுது பிணத்தின்மீது அது இல்லை. ஒரு சாட்சி அதைப் பற்றிச் சொன்னான். கொலை செய்யப்பட்டவன் அதை அவனிடம் இறப்பதற்கு ஒரு மணி நேரத்திற்கு முன்பு காட்டி யிருக்கிறான்."

"ஆமாம்."

"அதைப் பற்றி உனக்குத் தெரியுமா? ஞாபகப்படுத்திப் பார்; அது ஒரு மலையாளப் பெண் கொடுத்தது என்று உனக்குச் சொல்லி இருக்கிறானா?"

"ஆமாம், சொன்ன மாதிரி ஞாபகம் இருக்கிறது."

"அதைப் பிணத்தின்மீது காணோமே! நீ எடுத்தாயா?"

"ஆம்! நான்தான் எடுத்தேன்" என்றான் கிட்டு.

ஒரு மௌனம். அமிர்தலிங்கம் விரல்களைச் சுடக்கிக்கொண்டார். "அதை எங்கே வைத்தாய்?"

"அப்பா நீங்கள் என்னை இந்த ஸ்திதியில் இப்படி 'கிராஸ் எக்ஸாமினேஷன்' செய்தால்! மிகவும் களைப்பாக இருக்கிறது. மங்களத்தைக் கூப்பிடுங்கள்..."

"கிட்டு, அப்படி ஒன்றுமில்லை. தெரிந்தவரை சொன்னால் அனாவசியமாக நேரம் கழியாது..."

"அந்த மோதிரத்தை எடுத்து நானே எறிந்துவிட்டேன். எங்கே போட்டேன் என்று எனக்கு ஞாபகம் இல்லை."

"மனம் குழம்பியிருந்திருக்கும். ஞாபகப்படுத்திப் பார்."

"பிரயோஜனமில்லை" என்றான் கிட்டு சற்றுநேரம் கழித்து.

"நீதான் அவனுடைய புஸ்தகத்திற்குப்பின் ஒளித்துவைத்தாயா?" என்றார்.

கிட்டுவின் முகம் மலர்ந்தது. "ஆமாம், இப்பொழுதுதான் ஞாபகம் வருகிறது. அங்கேதான் வைத்தேன்" என்றான்.

"அப்படியா, நன்றாக அர்த்தமாகிவிட்டது. சின்ன விஷயம். குழப்பத்தை விளக்கிவிட்டாய்."

"போய் வாருங்கள், அப்பா! நீங்கள் வந்ததற்கு... மங்களத்தைப் பார்த்துக்கொள்ளுவீர்களா?"

அமிர்தலிங்கத்தின் கண்களில் நீர் துளித்தது.

"இன்னும் சந்தேகமா?" என்றார்.

அமிர்தலிங்கம் வெளியே வந்து மோட்டாரில் ஏறினார். உள்ளிருந்து விம்மியழும் அழுகைக் குரல் கேட்டது.

அந்தக் கேஸில் அமிர்தலிங்கம் கடைசியாகப் பேசும்பொழுது மோசமாக இருந்தது எல்லோருக்கும் ஆச்சரியமாக இருந்தது. அவரே குற்றவாளிக்குப் பரிந்து பேசுவது போல் பட்டது.

அவர் தமது மகனுடைய கடிதத்தை வெளியில் எடுக்கவேயில்லை.

ஜூரர்கள் அவனைக் குற்றவாளி என்று அபிப்பிராயப்பட்டார்கள். தீர்ப்புக் கூற நீதிபதி கருப்புக் குல்லாவை அணிந்துகொண்டார்.

திவான் பகதூர் அமிர்தலிங்கமும் ஜூனியரும் வெளியே வந்தார்கள்.

"கேஸ்தான் முடிந்துவிட்டதே, இவன்தான் குற்றவாளி என்று நீர் திட்டமாக நினைக்கிறீரா?" என்றார்.

ஜூனியர் ஆச்சரியப்பட்டு விழித்தார்.

"கேள்வி அதிசயமாக இருக்கலாம். உமக்குச் சந்தேகம் இருக்கிறதா?"

"சந்தேகம் இல்லை."

தனது மகன் கொடுத்த கடிதத்தைக் கொடுத்தார்.

"இதை வாசியும். இதற்காகத்தான் மத்தியானம் சென்றிருந்தேன்."

அவர் வாசித்து முடிக்கும்வரை காத்திருந்தார்.

"அப்புறம்?" என்றார் ஜூனியர் ஆச்சரியத்துடன்.

"எனது மகனைச் சில கேள்விகள் கேட்டேன். செத்தவன் போட்டிருந்த மோதிரத்தைப் பற்றிக் கூறினான்."

ஜூனியருக்கு இன்னும் ஆச்சரியம் அதிகரித்தது.

"அவன் அதை எடுத்துவிட்டானாம். அது அவன்மீது இருக்க அவனுக்குப் பிடிக்கவில்லையாம்."

"அப்படியா?"

"அவன்தான் அதை புஸ்தகத்தின் பின்புறம் ஒளித்தானாம்."

"ஆமாம், ஸார். கேஸில் மோதிரத்தைப் பற்றியே பேச்சில்லையே!"

"ஆமாம். அதுதான் செத்தவன் மோதிரம் வைத்திருந்ததே கிடையாது. அதைப் பற்றி என் மகனுக்கு எப்படித் தெரியும்? அவன் அங்கிருந்தால் தானே!" என்றார்.

ஊழியன், 4.1.1935

வழி

அன்று அலமிக்குத் தூக்கம் வரவில்லை. நினைவுகள் குவிந்தன. சொல்லமுடியாத சோகம் நெஞ்சையடைத்தது. மனக்குரங்கு கட்டுக் கடங்காமல் ஓடியது.

தன்னருகில் இருந்த ஒற்றை விளக்கைச் சற்று தூண்டினாள். உடல் வியர்க்கிறது. தேகம், என்னமோ ஒரு மாதிரியாக, சொல்ல முடியாதபடி தவித்தது.

அவள் விதவை.

நினைவு ஐந்து வருஷங்களுக்கு முன்பு ஓடியது. ஒரு வருஷம் சென்றது தெரியாதபடி வாழ்க்கை இன்பத்தின் முன்னொளி போலத் துரிதமாகச் சென்றது. பிறகு அந்த நான்கு வருஷங்களும் பிணிவாய்ப் பட்ட கணவனின் சிச்ருஷை என்ற தியாகத்தில், வாழ்க்கையின் முன்னொளி செவ்வானமாக மாறி, வைதவ்யம் என்ற வாழ்க்கை– அந்தகாரத்தைக் கொண்டுவந்தது.

அன்று முதல் இன்றுவரை வாழ்க்கை என்பது நாள்–சங்கிலி. கணவன் தேகவியோகச் சடங்குகள், சம்பிரதாயங்கள் துக்கத்தைத் தந்தாலும் பொழுதையாவது போக்கின. அப்படிச் சென்றது ஒரு வருஷம்.

அன்று அவர் இறந்தபின் பதினாறு நாட்களும் இவளைப் பிணம் போல் அழும் யந்திரமாகக் கிடத்தி, சுற்றியிருந்து அழுதார்கள். அவள் உயிர்ப்பிணம் என்ற கருத்தை உணர்த்தவோ, என்னவோ!

அலமி பணக்காரப் பெண்தான். பாங்கியில் ரொக்கமாக 20000 ரூ. இருக்கிறது. என்ன இருந்தாலும் இல்வாழ்க்கை அந்தகாரந்தானே? அவள் நிலை உணவு இருந்தும் உண்ண முடியாது இருப்பவள் நிலை.

அவளுக்குத் தாயார் கிடையாது, தகப்பனார் இருந்தார். அவர் ஒரு புஸ்தகப் புழு. உலகம் தெரியாது அவருக்கு. வாழ்க்கை இன்பங்கள் புஸ்தகமும் பிரசங்கமும். சில சமயம் அலமுவையும் கூட அழைத்துச் சென்றிருக்கிறார்.

மரண தண்டனை யனுபவிக்கும் ஒருவன், சார்லி சாப்ளின் சினிமாப் படத்தை அநுபவிக்க முடியுமா? வைதவ்ய விலங்குகளைப் பூட்டிவிட்டு சுவாரஸ்யமான பிரசங்கத்தைக் கேள் என்றால் அர்த்தமற்ற வார்த்தையல்லவா அது?

அன்று அவளுக்குத் தூக்கம் வரவில்லை. துக்கம் நெஞ்சையடைத்தது. தொண்டையிலே ஏதோ ஒரு கட்டி அடைத்திருப்பது மாதிரி உணர்ச்சி. உதடுகள் அழவேண்டுமென்று துடித்தன.

உறக்கம் வரவில்லை.

எழுந்து முன்தானையால் முகத்தின் வியர்வையைத் துடைத்துக் கொண்டு வெளியிலிருந்த நிலா முற்றத்திற்கு வருகிறாள்.

வானமாத்யந்தமும் கவ்விய இருட்டு. உயர இலட்சியங்களை அசட்டுத்தனமாக வாரி இறைத்தது மாதிரி கண் சிமிட்டும் நட்சத்திரங்கள். அவளுக்கு அவை சிரிப்பனபோல், தன்னைப் பார்த்துச் சிரிப்பனபோல் குத்தின. மணி பன்னிரண்டாவது இருக்கும். இந்த இருட்டைப் போல உள்ளமற்றிருந்தால், தேகமற்றிருந்தால் என்ன சுகமாக இருக்கும்!

இந்த வெள்ளைக்காரன் ஒரு முட்டாள். 'சதி'யை நிறுத்திவிட்டதாகப் பெருமையடித்துக்கொள்கிறான். அதை இந்த முட்டாள் ஜனங்கள் படித்துவிட்டுப் பேத்துகிறார்கள். முதலில் கொஞ்சம் துடிக்க வேண்டி யிருக்கும். பிறகு ... ஆனால், வெள்ளைக்காரன் புண்ணியத்தால் வாழ்க்கை முழுவதும் சதியை, நெருப்பின் தகிப்பை அநுபவிக்க வேண்டியிருக்கிறதே! வைதவ்யம் என்றால் என்ன என்று அவனுக்குத் தெரியுமா? ஒவ்வொரு நிமிஷமும் நெருப்பாகத் தகிக்கும் சதியல்லவா வைதவ்யம்? ...

அவர் இருந்திருந்தால் ...

அதை நினைத்தவுடன் மனம் ஐந்தாறு வருஷங்களைத் தாண்டிச் சென்றுவிட்டது. பழைய நினைவுகள், எட்டாத கனவுகள் அதில் முளைக்க ஆரம்பித்தன.

அவள் உடல் படபடத்தது. நெஞ்சில் சண்டமாருதமாக, பேய்க்கூத்தாக எண்ணங்கள் ஒன்றோடொன்று மோதின.

எதிரே விசாலத்தின் வீடு. இன்னும் தூங்கவில்லையா? அவளுக்கென்ன, மகாராஜி கொடுத்துவைத்தவள்!

அப்பொழுது ...

'கட்டிக் கரும்பே தேனே ...' என்ற பாட்டு. கிராமபோனின் ஓலம். பாட்டு கீழ்த்தரமான சுவையுடைய பாட்டுத்தான்.

அன்று அவளுக்கு மூண்டெழுந்த தீயிலே எண்ணெய் வார்த்தது போல் இருந்தது. அவளுக்குப் பாட்டு இனிமையாக இருந்தது. கேட்பதற்கு நாணமாக இருந்தது. இருட்டில் அவள் முகம் சிவந்தது. இனி இப்படி யாராவது அவளை யழைக்க முடியுமா?

இவ்வளவுக்கும் காரணம் இயற்கையின் தேவை.

இதிலே ஒரு முரட்டுத் தைரியம் பிறந்தது. ஏன், அந்தக் கோடித் தெருச் சீர்திருத்தக்காரர் திரு. குகன் சொல்லிய மாதிரி செய்தால் என்ன? அப்பாவிடம் சொல்ல முடியுமா? அவர் அந்நியர். மேலும்... நான் விதவை என்று தெரியும். போனால் அவருக்குத் தெரியாதா?

திரு. குகன் செய்த பிரசங்கத்தின் வித்து வேகமாகத் தழைத்து ஆட்சி செய்ய ஆரம்பித்தது. ஊரிலுள்ளவர்கள் தூற்றுவார்கள்! அவர்களுக்கு வேறு என்ன தெரியும்?

நினைத்தபடி நடக்க ஹிந்துப் பெண்களுக்குத் தெரியாது. 'இயற்கையின் தேவை' என்ற ஈட்டி முனையில் அவள் என்னதான் செய்ய முடியாது? மேலும் தாயார் இருந்தால் ஓர் ஆறுதல், கண்காணிப்பு இருந்திருக்கும். இதுவரை தனக்கு வேண்டியதை அவளே செய்து கொண்டவள். அவளுக்குக் கேட்டுச் செய்ய ஆள் கிடையாது. மனம் சீர்திருத்தவாதியை அணுகிவிட்டால் உலகமே மோட்ச சாம்ராஜ்யமாகி விடும் என்று சொல்லுகிறது. சீ! போயும் போயும், மூளையில்லாமல், ஆண்பிள்ளையிடம் போய் என்ன! கத்தரிக்காய்க் கடையா வியாபாரம் பண்ண? அவளுக்குச் சீர்திருத்தவாதி உள்பட இந்த உலகமெல்லாவற்றையும் கொன்று துடிப்பதைப் பார்க்க வேண்டுமென்று படுகிறது. சீ, பாவம்! உலகமாவது மண்ணாங்கட்டியாவது! நெருப்பில் போட்டுப் பொசுக்கட்டுமே! மார்பு வெடித்துவிடுவது போலத் துடிக்கிறது. இருளில் கண்ட சுகம், அந்தச் சங்கீத ஓலத்தில் போய்விட்டது. அவளுக்கு விசாலத்தின்மீது ஒரு காரணமற்ற வெறுப்பு. அவளையும், அவள் புருஷன், கிராமபோன் எல்லாவற்றையும் நாசம் செய்ய வேண்டுமென்று படுகிறது. காதைப் பொத்திக்கொண்டு உள்ளே வந்து படுக்கையில் பொத்தென்று விழுகிறாள்.

அசட்டுத்தனமாகத் தலையணைக்கடியில் வைத்திருந்த கொத்துச் சாவியில் இருந்த முள்வாங்கிமுனை விர்ரென்று மார்பில் நுழைந்து விட்டது.

அம்மாடி!

உடனே பிடுங்கிவிடுகிறாள். இரத்தம் சிற்றோடை போல் பீரிட்டுக் கொண்டு வருகிறது. முதலில் பயம். அலமி இரத்தத்தைப் பார்த்ததில்லை. அதனால் பயம். ஆனால், இத்தனை நேரம் நெஞ்சின் மீது வைக்கப் பட்டிருந்த பாரங்கள் எடுக்கப்பட்ட மாதிரி ஒரு சுகம். இரத்தம் வெளிவருவதிலே பரம ஆனந்தம்; சொல்லமுடியாத, அன்றிருந்த மாதிரி ஆனந்தம். அதையே இமை கொட்டாமல் பார்த்துக்கொண் டிருக்கிறாள். இரத்தம் பிரவாகமாகப் பொங்கி மேலுடையை நனைக்கிறது. இரத்தத்தின் பிசுபிசுப்பு தொந்தரவாக இருந்ததினால் மேலுடையை எடுத்துவிட்டாள். இரத்தம் வெளிப்படுவதில் என்ன சுகம்! நேரமாக, நேரமாக பலம் குன்றுகிறது. 'அவரிடம் போவதற்கு என் உயிருக்கு ஒரு சின்னத் துவாரம் செய்துவைத்திருக்கிறேன்! இன்னும் கொஞ்ச நேரத்தில் போய்விடும்! ஏன் போகாது? போனால் இந்த உடல் தொந்தரவு இருக்காது...'

அலமியின் தகப்பனார் புஸ்தகப் புழு. அன்று வெகு நேரமாயிற்று கையிலிருந்த புஸ்தகத்தை முடிக்க. முடித்துப் போட்டுவிட்டு வராந்தாவிற்கு வந்தார். அலமியின் அறையில் வெளிச்சம் தெரிகிறது. "இன்னும் தூங்கவில்லையா?" என்று உள்ளே சென்றார்.

என்ன!

அலமி மார்பில் இரத்தமா! அவள் ஏன் இம்மாதிரி அதைச் சிரித்தவண்ணம் பார்த்துக்கொண்டிருக்கிறாள்!

"அலமி, நெஞ்சில் என்னடி!" என்று கத்திக்கொண்டு நெருங்கினார்.

"நெஞ்சின் பாரம் போவதற்குச் சின்ன வாசல்!" என்றாள் ஈனஸ்வரத்தில். குரல் தாழ்ந்திருந்தாலும் அதில் கலக்கமில்லை, வலியினால் ஏற்படும் துன்பத்தின் தொனி இல்லை.

"இரத்தத்தை நிறுத்துகிறேன்!" என்று நெஞ்சில் கையை வைக்கப் போனார் தகப்பனார்.

"மூச்சுவிடும் வழியை அடைக்க வேண்டாம்!" என்று கையைத் தள்ளிவிட்டாள் அலமி.

"பைத்தியமா? இரத்தம் வருகிறதேடி!" என்று கதறினார்.

"இந்த இரத்தத்தை அந்தப் பிரம்மாவின் மூஞ்சியில் பூசிடுங்கோ! வழியை யடைக்காதீர்கள்!" என்றாள்.

தலை கீழே விழுந்துவிட்டது.

மணிக்கொடி, 6.1.1935

வெளிப்பூச்சு

ரங்கநாதத்திற்கு அன்று சம்பளம் போடவில்லை. நாளும் ஏறக்குறைய மாசக் கடைசியாகிவிட்டது. வீட்டில் எண்ணூற்று ஐம்பது செலவு. வீட்டு வாடகைக்காரன் என்னவெல்லாம் பேசமுடியுமோ அதெல்லாம் சொல்லிவிட்டுப் போய்விட்டான். வீட்டுச் சாமான்களைத் தூக்கி எறிய அவற்றின்மீது கைதான் வைக்கவில்லை. இன்று இரவு வேளைக்கு வீட்டில் அரிசி இல்லை. சாப்பாடு லங்கணம் என்றாலும் பாதகமில்லை. இந்தச் சிறிய கவலைகள் உயிரை வாட்டிவிடுகின்றன.

ஆபீஸிற்கு வந்துவிடுவது என்றால் அது வீட்டுத் தொந்தரவுகளை எல்லாம் ஒரு பெண்ணின் தலையில் போட்டுவிட்டு, அங்கு வந்து ஒளிந்துகொள்ளும் கோழைத்தனம் என்று பட்டது.

வீட்டிற்குப் போவதற்குக்கூட மனமில்லை. கையில் பணக்கஷ்டம் ஏற்பட்டுவிட்டால் சந்நியாச உலகம் மோட்ச சாம்ராஜ்யமாகத் தோன்றும் ரங்கநாதத்திற்கு, மோட்ச சாம்ராஜ்யம் அல்லாவிட்டாலும் குடும்ப வாழ்க்கையைவிட எவ்வளவோ மேலானதாகப் பட்டது.

அன்று அவன் வீட்டிற்குள் வந்தபோது அவனுடைய மனைவி, தன் கணவர் சம்பளம் வாங்கி வந்திருப்பார் என்ற நம்பிக்கையுடன் அவனை எதிர்பார்த்தாள். அவள் கண்களைச் சந்திக்கக்கூட அவனுக்குத் தைரியமில்லை.

கோட்டு ஸ்டாண்டில் சட்டையைக் கழற்றி மாட்டிக்கொண்டே, "இன்று சம்பளம் போடவில்லை. ஒருவரிடம் எட்டு அணா கடன் வாங்கி வந்திருக்கிறேன்" என்றான்.

"எட்டணாவா?" என்றாள்.

ரங்கநாதத்திற்குக் காரணம் இல்லாது சிரிப்பு வந்துவிட்டது. விழுந்துவிழுந்து சிரித்தான். எட்டு அணாவை வைத்துக்கொண்டு பொக்கிஷ மந்திரியாக முடியுமா?

அவளுக்கும் சிரிப்பு வந்துவிட்டது. அவளும் விழுந்துவிழுந்து சிரித்தாள்.

"மிஸ்டர் ரங்கநாத்" என்று வெளியிலிருந்து ஒரு குரல்.

"ஓகோ! ராகவன் வந்திருக்கிறாப்போல் இருக்கிறது. வாங்கோ ஸார்?" – அவளைப் பார்த்து, "வீட்டில் பால் இருக்கிறதா?"

"ஆமாம், காலம்பற வாங்கினது இருக்கிறது."

"அப்போ காப்பியாவது போடு" என்றார்.

ராகவனும் வீட்டிற்குள் வர, அவரை வரவேற்று நாற்காலியில் உட்காரவைத்துப் பேசிக்கொண்டு இருந்தார்.

"வெற்றிலை போடுங்கள் ஸார்" என்று ரங்கநாதம் வெற்றிலைச் செல்லத்தை அவர் பக்கம் வைத்துவிட்டுத் தாமும் போட ஆரம்பித்தார்.

"ஏன் ஸார், இவ்வளவு நேரம் ஆபீஸிலிருந்து வர?" என்றார் ராகவன்.

"கொஞ்சம் வேலை இருந்தது; நீங்கள் அப்போதே வந்தீர்களோ?"

"இல்லை, நான் அந்த மூலையில் திரும்பும்பொழுது நீங்கள் வீட்டிற்குப் போவதைப் பார்த்தேன். என்ன ஸார்? நேற்றுச் சினிமா விற்குப் போனீர்களா? ரொம்ப நல்லா இருந்ததாமே?"

"என்ன கதை?"

"ஸ்டீவன்ஸன் நாவலை, பிலிம் பண்ணியிருக்கிறான். ஆக்ட் நன்றாக இருந்தது."

"அப்படியா? நானும் போகவேண்டும். நாளைக்கும் இருக்குமோ?"

"அது எனக்குத் தெரியாது."

இப்படி இவர்கள் சினிமாவைப் பற்றியும் அதில் நடிக்கிறவர்களைப் பற்றியும் விவாதித்துக்கொண்டிருந்தார்கள்.

அதற்குள் காப்பியும் தயாராகியது. ரங்கநாதத்தின் மனைவி கதவண்டையில் வந்து நின்றாள்.

"என்ன ஸார், காப்பி கொஞ்சம் சாப்பிடுங்களேன்" என்றார் ரங்கநாதம்.

"இல்லை ஸார், இப்பொழுதுதான் சாப்பிட்டேன்; நீங்கள் சாப்பிடுங்கள்" என்றார் ராகவன்.

"கொஞ்சம் சாப்பிட்டால் என்ன வந்துவிடுகிறது? ராதா, காப்பியை இங்கேதான் கொண்டுவாடி" என்றார் ரங்கநாதம்.

காப்பியும் பரிமாறப்பட்டது. இருவரும் சாப்பிட்டுவிட்டு எழுந்தார்கள். மறுபடியும் வெற்றிலைச் செல்லத்தை எடுத்து வெற்றிலை போடச் சொன்னார் ரங்கநாதம்.

ராகவன் வெற்றிலை போட்டுக்கொண்டே, "எனக்கு நேரமாகிறது. உங்களிடம் எட்டணா இருந்தால் கொடுங்கள். அவசரம்; நாளை காலையில் தருகிறேன்" என்றார்.

புதுமைப்பித்தன் கதைகள் • 261 •

"என்ன அவ்வளவு அவசரம்?"

"இல்லை; வீட்டிற்குப் போக வேண்டும்" என்றார்.

ரங்கநாதத்திற்குக் கொடுக்க மனமில்லைதான். கேட்காத மனிதன் கேட்கும்போது? எட்டணாவை வாங்கிக்கொண்டு ராகவன் வெளியேறினார்.

ரங்கநாதத்தின் மனைவி உள்ளே வந்து, "சிறிதே அரிசியும் மண்ணெண்ணெயும் வாங்குங்கள்" என்றாள்.

"தோசை இருக்கிறதோ இல்லையோ? இன்றைக்கு அது போதும்" என்றார்.

"மண்ணெண்ணெய்!"

"ராகவன் எட்டு அணா கேட்டார்; கொடுத்திருக்கிறேன். நாளை காலையில் வாங்கிக்கொள்ளலாம்" என்றார் ரங்கநாதம்.

மணிக்கொடி, 13.1.1935

கோபாலபுரம்

கோபாலபுரம் ஒரு சிற்றூர்.

சிறிது இடிந்த சிவன் கோயிலின் கோபுரம் ஊரின் கீழ்ப்புறத்திலிருக்கும் மாந்தோப்பின்மீது ரஸ்தாவின் திருப்பத்திலிருந்து பார்த்தால் தெரியும். சாயங்காலத்தில், அதாவது அஸ்தமிக்கும் செங்கோளமான சூரியனின் கிரணங்கள் மொட்டைக் கோபுரத்தின்மீதும் மாந்தோப்பின்மீதும் விழுந்து பளபளக்கும் சமயத்தில், நான் ஏன் சைத்ரிகனாகப் பிறந்திருக்கக்கூடாது என்று படும்.

ஊருக்கும் அந்த ரஸ்தாவுக்கும் ஏறக்குறைய அரை மைல் தூரம் இருக்கும். கோபுரத்தைத் தவிர அங்கு மனித வாழ்வின் சின்னங்களைக் காண்பதே அருமை. தூரத்து மைதானத்தில் இரண்டு மூன்று எருமையோ, ஆட்டுக்குட்டியோ மேய்வதைப் பார்ப்பதும், மாட்டுக்காரனின் குரல் கேட்பதும் விதிவிலக்கு.

வாழ்க்கையில் கசப்புற்றவர்களுக்கும், தனிமை என்றும் காதல் என்றும் அழகு என்றும் அர்த்தமில்லாமல் பேசும் கவிஞர்களுக்கும் அவ்விடத்தில் மன நிம்மதி கிடைக்கும்.

நானும் அவ்வூரில் தங்கியவன்தான். அதாவது ஒரு காலத்தில் என்னை அவ்வூர்க்காரர்கள் தெரிந்துகொள்ளுவார்கள். ஆனால் இப்பொழுது . . . .

அது பெருங்கதை.

மனிதன் தெய்வ சிருஷ்டியின் சிகரம் என்பது சாஸ்திரக்காரரும் விஞ்ஞானிகளும் ஏகோபித்துப் பாடும் முடிவு.

நான் கவனித்தவரை, அந்த மாதிரிக் கேவலமான சிருஷ்டியைப் படைத்த பிறகு, கடவுளுக்கு உணர்ச்சி ஏதாவது இருந்தால் வெட்கத்தினால் தூக்குப் போட்டுக்கொண்டிருக்க வேண்டும் என்றுதான் கூறுவேன்.

மனிதனாவது! கடவுளாவது! சீச்சீ! சுத்த அபத்தம்! இதில் தெய்வம் தன்னை வழிபட வேண்டும் என்று மனிதனை எதிர்பார்க்கிறதே அதைப் போல் முட்டாள்தனம் வேறு உண்டா? நான் மட்டும்

கடவுளாக இருந்தால், கட்டாயம் இந்தச் சிருஷ்டித் தொழிலை நெடுங்காலத்திற்கு முன்பே விட்டுவிட்டுத் தூக்குப் போட்டுக் கொண்டிருப்பேன்.

என்ன மனிதன், சீ!

அன்றைக்கு நடந்தது எல்லாம் நேற்று நடந்த மாதிரி இருக்கிறது.

அதற்கு முன்பு கோபாலபுரம் என்னமாக இருந்தது!

லக்ஷ்மி ஒருத்தியே போதுமே ஊர் நிறைந்தாற்போல் இருக்க! சாயங்காலத்திலே சிவன் கோயில் கிணற்றில் ஜலமெடுக்க வரும்போது தமிழ்ப் பெண்மையின் இலட்சியம் . . . சீச்சீ, அவளும் நாற்றமெடுக்கும் தசைக்கூட்டந்தானே! பெண்மையாவது இலட்சியமாவது! அவள் என்ன செய்வாள்?. . . எப்பொழுதும் சிரித்த கண்கள், புன்னகை ஒளிந்த அதரங்கள். பண்ணை ஐயரின் மகள் என்றால் கவலை என்னத்திற்கிருக்கிறது? மாமரத்து மோட்டுக் கிளைக் குயில்கள் போல் குதூகலமாக இருந்தாள். குயில்களுக்குத் தம் மோகனக் குரல் — இன்பத்தால் மற்றவரைத் துன்பப்படுத்துவது தெரியுமா? அப்படித்தான் அவளுக்கும். வாழ்க்கை, இன்பம் என்ற பெருங்களியாட்டமாகச் சென்றது.

அப்பொழுது நான் அங்கே போய்த் தொலைந்தேன். வேறு எந்த ஊராவது என் மனத்தில் தோன்றக் கூடாதா? எவனோ ஒரு முட்டாள், "வாழ்க்கை இன்பத்தின் சிகரத்தை அனுபவிக்க வேண்டுமானால் திருநெல்வேலி ஜில்லாவில் தாமிரவருணிக் கரையிலிருக்கும் சிற்றூர் களில் தங்க வேண்டும், அதிலும் முக்கியமாகக் கோபாலபுரத்தில் வாழ வேண்டும்" என்று எழுதிவைத்தான். நானும் முட்டாள்தனமாக அங்கே சென்றேன். போன ஒரு மாசம், கொஞ்சங்கூடத் தலைகால் தெரியவில்லை. கோபாலபுரம் மோட்சமாக இருந்தது. எத்தனை கதைகள் எழுதினேன், எத்தனை கனவுகள் கண்டேன்! கோபால புரம் . . . அப்பப்பா, அதை நினைக்கும்பொழுதே . . . சீச்சீ! என்ன முட்டாள்தனம்! . . .

பண்ணை ஐயரைப் போல சிநேகத்திற்கு நல்ல மனிதர் கிடையாது. அவருடன் பேசிக்கொண்டிருந்தால் என்ன சுவாரஸ்யம்! ஆனால், ஒவ்வொரு மனிதனிலும் ஒரு பேய் ஒளிந்துகொண்டிருக்கிறது என்பது சுவாரஸ்யமாகப் பேசிக்கொண்டிருக்கும் பொழுது தெரியுமா? எவனொருவனைக் கீறினாலும் இரத்தந்தான் வரும், உள்ளிருக்கும் தீமையைக் காண்பிக்கும் சிவப்பு வெளிச்சம் மாதிரி! மனிதன், அதற்கப்புறம் அவன் சுவாரஸ்யமாகப் புளுகும் விதி, அதைப் பற்றி அதிகமாகக் கூறவேண்டுமானால், பைத்தியக்கார ஆஸ்பத்திரிக்குச் சரியான வேதாந்தம். அதிலிருந்துதான் அம்மாதிரியான அசட்டுத்தனம் வர முடியும். மனிதனுக்கும் தெய்வத்திற்கும் என்ன சம்பந்தம்? விதியாம் விதி!

நான் உட்கார்ந்து எழுதும் அறையிலிருந்து பார்த்தால் லக்ஷ்மி ஜலமெடுக்கப் போவது தெரியும். அவளது களங்கமற்ற சிரிப்பு

உள்ளத்தை எவ்வாறு தீய்த்தது என்று யாருக்குத் தெரியும்? நான் மனிதன், கண்டவிடத்தில் எனது உள்ளத்தின் கொதிப்பைத் திறந்து காண்பிக்க முடியுமா? அதிலும் லக்ஷ்மியிடம்? மனிதனும் குரங்குதான். எதை எடுத்தாலும் பிய்த்து முகரத்தான் தெரியும்.

அவள் எனது இலட்சியம். வேறு ஒருவனைக் கலியாணம் செய்து கொண்டு அவனைக் காதலித்திருப்பவளைக் காதலிக்க எனக்கு உரிமையுண்டா? உணர்ச்சி, உரிமையைத்தான் கவனிக்கிறதாக்கும்! நட்சத்திரம் வேண்டுமென்று அழுகிற குழந்தைக்கு எதைக் கொடுத்து ஆற்ற முடியும்?

எனது காதல் பாபம். எனக்கும் தெரியத்தான் செய்யும். ஆனால் இம்மாதிரியான பாபங்கள் எத்தனை வேண்டுமானாலும் செய்யலாம், செய்யவேண்டும்! பாபந்தான் மனிதனது உடலைப் புனிதமாக்குகிறது.

மனிதன்... அவனைப் போல் அசட்டுத்தனமான பிரகிருதிகள் கிடையா. மனிதன் புழு!

அவளுக்கு என் உள்ளத்து எரிமலையின் கொந்தளிப்புத் தெரியாது.

கோபாலபுர மோகத்தில் நாவல் எழுத வேண்டும் என்ற பைத்தியம் பிடித்தது. கோபாலபுரத்தில் வாழ்க்கையைச் சித்தரிப்பது இலக்கியத்தின் வெற்றி என்று நினைத்தேன். படமும் படிப்படியாக வளர ஆரம்பித்தது. அதில் லக்ஷ்மியும் இடம்பெற்றது அதிசயமன்று. சன்னலிலிருந்து பார்க்கும்பொழுது லக்ஷ்மியின் களங்கமற்ற சிரிப்பு எனது நாவலின் வளர்ச்சிக்கு ஊக்கமளித்தது.

அன்று தீபாவளிக்கு முதல் நாள். அவளுடைய புருஷனும் பட்டணத்திலிருந்து வந்திருந்தான். பண்ணையார் வீட்டில் ஏகத் தடபுடல் என்று நான் சொல்ல வேண்டுமா? மறுநாள் இந்தப் புழுக்களின் தன்மையைக் காண்பிக்கும் நாள் என்று யார் கண்டார்கள்?

மத்தியானம் நான் அவர்கள் வீட்டிற்குள் போனேன். வாசற்படியில் ஏறினதும் எனக்கு என்னமோ ஒரு மாதிரியாக இருந்தது. எல்லோரும் கூடத்தில் உட்கார்ந்திருந்தார்கள். பண்ணையார் ஒரு நாற்காலியில் உட்கார்ந்திருந்தார். எதிரில் ஒரு ஸோபாவில் லக்ஷ்மியும் அவள் கணவனும் உட்கார்ந்திருந்தார்கள். மூவருக்கும் எதிரில் அவள் தம்பி சுந்து, பெரிய மனிதன் போல் உட்கார்ந்திருந்தான். லக்ஷ்மியின் முகம் குன்றிப் போய் வெளிறியிருந்தது. அவள் கணவன் சித்திரப் பதுமை மாதிரி திருதிருவென்று விழித்துக்கொண்டிருந்தான். "அம்பி அவரிடம் ஒரு கடிதம் கொடுத்தான். உமது மேஜையில் இருந்ததாம். அதை எழுதியது நீர்தானா பாரும்!" என்றார் பண்ணையார். எனது மனம் களங்கமற்றிருந்தால்தானே! கடிதம் நான்தான் எழுதினது. ஆனால் அது எனது நாவலின் ஒரு பகுதி. அப்படிச் சொன்னால் நம்புவார்களா? அவள் பெயரும் லக்ஷ்மி. நானும் என்னால் இயன்றவரை சொன்னேன். மனம் களங்கமாக இருக்கும்பொழுது என்னதான் சொல்ல முடியும்? எனக்குச் சுந்துவின் மீது கோபம் வந்தது. ஆனால்

பண்ணையாருக்கும் அவருடைய மாப்பிள்ளைக்கும் லக்ஷ்மியின்மீது சந்தேகம். என் முன்பே நாக்கில் நரம்பில்லாமல் பேசினார்கள். கண்கள் எரிக்குமானால் அவள் என்னை அன்று தீய்த்துவிட்டிருப்பாள். என் மனம் அவளை நோக்கித் தகித்தது. அவள் உள்ளம் எனது செய்கையின்மீது கனன்றது. அவள் மீது அபவாதம்! காரணம் நான்! – அதாவது ஓரளவில் நான்!

மறுநாள் அவள் பிரேதம் கிணற்றில் மிதந்தது. அவளது அசட்டுத்தனம்.

பிறகு அங்கிருக்க முடியுமா? உலகமே எனக்கு எரிமலையாக இருக்கிறதே! ஓரிடத்திலும் தலைவைத்துத் தூங்க முடியவில்லை. மறுபடியும் வந்தாகிவிட்டது.

கோபாலபுரத்துக் கோபுரம் மாந்தோப்பிற்கு மேல் தெரிகிறது. ஊருக்குள் போக முடியுமா? அவளுடைய எண்ணம், மனம், எல்லாம் உடலைப் போல் மறைந்தன. நான் மட்டும் ஏன் பேய் போல் அலைய வேண்டும்? அதுதான் விதி என்று சமாதானப்பட்டுக்கொள்ள வேண்டிய விஷயமாம். மனிதன், விதி, தெய்வம்: தள்ளு – வெறும் குப்பை, புழு, கனவுகள்!

கோபாலபுரம்! இப்பொழுது பெயரைக் கேட்டாலே நடுங்குகிறதே! மறக்க முடியாத மனத்தின் பாறாங்கல் கோபாலபுரம்.

***ஊழியன்*, 25.1.1935**

‘பூசனிக்காய்’ அம்பி

எந்தப் பெற்றோராவது தன் குழந்தைக்கு இப்பெயரைத் துணிந்து வைத்திருப்பார்கள் என்று நான் கூற வரவில்லை. அது நான் கொஞ்ச காலத்திற்கு முன்பு அறிந்திருந்த சிறு பையனின் பட்டப் பெயர் என்றுதான் எனக்குத் தெரியும். அவனைப் ‘பூசனிக்காய் அம்பி’ என்றுதான் எல்லோரும் கூப்பிடுவார்கள். அவனுக்கு வேறு பெயர் இருந்ததாக எனக்கு ஞாபகம் இல்லை.

இந்தப் பெயர் எப்படி வந்திருக்கலாம் என்று எங்களூர் ஆராய்ச்சி யாளர்கள் ரொம்பவும் சிரமப்பட்டிருக்கிறார்கள். அம்பியின் தலை வழுக்கை. அதன் மேல் பொன்னிறமான பூனை மயிர். பூசனிக்காயின் வர்ணத்தைப் பெற்றிருப்பதிலிருந்து அந்தப் பெயரை அவனுக்குக் கொடுத்திருப்பார்கள் என்று ஒரு கட்சியினர் வாதாடினார்கள். இதற்கு நேர்மாறாக அம்பிக்குப் பூசனிக்காயின்மீது இருந்த அபாரப் பிரேமையினால் அப்பெயர் வந்திருக்கலாம் என்று உறுதிபடக் கூறியது மற்றொரு கட்சி. இதற்கு இடையில் கொஞ்சம் கவிதைக் கிறுக்குப் பிடித்த ஒரு கோஷ்டி, அவன், பூசனி காய்க்கும் காலத்தில் பிறந்ததனால் அப்பெயர் இடப்பட்டிருக்கலாம் என்று அறைந்தார்கள். இம் முக்கட்சிகளின் வாதப் பிரதிவாதங்கள் ஒரு முடிவிற்கும் வந்து சேராததினால் அதில் நாமும் சிக்கிக்கொள்ளாமல் ஊர்ப்பிள்ளைகள் மாதிரி அவனைப் ‘பூசனிக்காய்’ அம்பி என்று மட்டும் கூறி மகிழ்வோம்.

அம்பியின் ராஜ்யம் என் வீட்டுப் பக்கத்திலுள்ள ஒரு வளைவு. திருநெல்வேலிப் பக்கத்தில் வளைவு என்பது பத்துப் பதினைந்து வீடுகள் சூழ்ந்த ஒரு வானவெளி. இப்படிப் பல வளைவுகள் சேர்ந்தது தான் ஒரு தெரு, அல்லது ஒரு சந்து. மாவடியா பிள்ளை வளைவு என்றால் அழுக்கு, இடிந்த வீடு, குசேல வம்சம் என்பவற்றின் உபமானம். அந்த வளைவில்தான் எனது ‘பூசனிக்காய்’ அம்பி தனியரசு செலுத்தி வந்தான். மாவடியா பிள்ளை வளைவு கட்டிட வேலைக்குப் பெயர்போனதல்ல. பூசனிக்காய் அம்பியைத் தவிர அந்த வளைவில் ஒரு அபூர்வமும் கிடையாது. வருங்காலத்தில் அதிக நம்பிக்கை வைக்கும் சூதாடிக்குக்கூட அம்பியைவிட வேறு ஒன்றைப் புதிதாகப்

பார்த்துவிடலாம் என்ற நம்பிக்கை வராது. அந்த வளைவின் நடு மத்தியில் ஒரு கிணறு. அங்கு பகலில் வண்ணானைக் கூடத் தோற்கடிக்கும் வெளுப்பு வேலை நடக்கும். அவற்றையெல்லாம் காயப்போடும் ஒரு கம்பிக் கொடி. இந்தக் கம்பிக் கொடி அம்பியின் முக்கியமான துணைக் கருவியாகையால் அதைப் பற்றி அவசியம் கூற வேண்டியதாகி விட்டது.

எனது வீட்டுச் சன்னல் அந்த வளைவை நோக்கியிருந்தது. எனது படிப்பு, படுப்பு, அம்பியின் திருவிளையாடல்களைப் பார்த்தல் எல்லாம் அச்சன்னலின் வழியாகத்தான்.

அம்பிக்கு ஏழு வயதிருக்கும். ஆனால் முகத்தைப் பார்த்தால் 10 அல்லது 12 வயதிற்கு மதிக்கலாம். அவன் உயரம் இன்னதுதான் என்று திட்டமாகக் கூற முடியாது. ஏனென்றால் அவன்மீது பெரிய மனிதனது கிழிந்த ஷர்ட் ஒன்று அலங்கரித்து நிற்கும். அதற்குள் சிறு துண்டு ஒன்று கட்டியிருப்பான் என்பது பலருடைய உத்தேசம். இம்மாதிரியான 'சாமியார்' அங்கி போன்ற சட்டைக்குள் இருந்து கொண்டே அவன் தனது திருவிளையாடல்களை நடத்திவிடுவான். 'அந்தர்' அடிப்பது முதலிய சிறு வேலைகள் எல்லாவற்றிலும் அவனுக்குத் தான் வெற்றி. அவனது சட்டை எப்பொழுதாவது அவனைத் தடுக்கி விட்டிருக்கிறதா என்றால் அது சரித்திரத்திற்குத் தெரியாத விஷயம். பகலில் எந்தச் சமயத்திலும் கம்பியில் 'பூசனிக்காய்' தலை கீழாகத் தொங்கிக்கொண்டிருப்பது சாதாரணமான காட்சி. அவன் ஏறாத கூரை கிடையாது. அவன் தாண்டாத சுவர் கிடையாது. 'பூசனிக்காய்' அம்பிக்கு அப்பக்கத்திலுள்ள சுவர்களின் உயரம், தொத்தி ஏறும் வசதி முதலிய விஷயங்கள் தண்ணீர் பட்ட பாடு. அந்தச் சந்தில் இருக்கும் முனிசிபல் தகரத்தை அடித்து 'லொட பட'வென்று உருட்டிச் செல்வதுதான் அவனது அமைதியான விளையாட்டு.

'பூசனிக்காய்' அம்பிக்கு அவ்வளவாக நண்பர்கள் கிடையா. சில சமயம் அவனது 'சினேகிதர்கள்' அவனைப் பேட்டி காண வருவார்கள். அவர்கள் வரும்பொழுதெல்லாம் கல்லும் மண்ணாங்கட்டியும் ஆகாயமார்க்கமாகப் பறப்பதுதான் அவர்களது 'சினேக' பாவத்தை எடுத்துக் காட்டும். கடைசியாக, பெருத்த கூக்குரலுடன் அவர்கள் வளைவைவிட்டு ஓடுவதுதான் 'பூசனிக்காய்' அம்பியின் வெற்றி. இது எப்பொழுதும் தவறாது நடக்கும் இயற்கை.

பாரதியார், 'தனிமை கண்டதுண்டு அதிலே சாரமிருக்குதம்மா' என்று பாடிவிட்டுப் போனார். 'பூசனிக்காய்' அம்பியும் அந்தச் சாரத்தை மிகவும் அனுபவித்திருப்பான் போல் தெரிகிறது. அளவிற்கு மிஞ்சினால் அமுதமும் விஷந்தானாமே. அம்பிக்குத் தனிமைச் சாரமும் ஒரு தடவை புளித்துப் போய்விட்டது. அவன் குருட்டுப் பிச்சைக் காரனை வளைவிற்கு உள்ளே இழுத்து வந்துவிட்டான். குருடனும் ஏதோ நீண்ட தெருவில் போவதாக நினைத்து சுற்றிச் சுற்றி வந்து கொண்டிருந்தான். இவ்வளவையும் ஒரு குட்டிச்சுவரின்மீது அமர்ந்து

திருப்திகரமாக நோக்கிக்கொண்டிருந்தான் அம்பி. பக்கத்துப் 'பெரியதனக்காரர்' வீடுகளில் எல்லாம் அம்பி 'பொல்லாத' பயல் என்று பெயர் வாங்கிவிட்டான். இதனால் பெரிய வீட்டுக் குழந்தைகளுக்கு எல்லாம் 'பூசனிக்காய்' அம்பி என்றால் அபாரப் பிரேமை. குழந்தை விரல்கள் பலகாரத்தைப் பகிர்ந்து தின்ன அவனை அழைக்கும். 'அப்பா', 'அம்மா' என்ற தொந்திரவுகள் எல்லாம் இல்லாத பெரிய மனிதன் என்பது குழந்தை உலகத்துப் பேச்சு.

ஒருநாள் மாவடியா பிள்ளை வளைவில் பெருத்த கூச்சல். நான் எட்டிப் பார்த்தபொழுது, 'பூசனிக்காய்' அம்பி வளைவின் கூரையொன்றின் மேல் இருந்துகொண்டு பக்கத்துப் பெரிய வீட்டுக்காரர் குழந்தையொன்றைக் கயிற்றின் உதவியால் உயர இழுத்துக்கொண்டிருந்தான். கீழே கூடியிருந்த கூட்டம் பையனை இறக்கிவிடும்படிக் கெஞ்சின. ஆனால் 'பூசனிக்காய்' அவசர அவசரமாகக் குழந்தையைக் கூரைக்கே கொண்டுபோய்விட்டான். குழந்தைப் பயல் உயரச் சென்ற பின்தான் அவனும் 'பூசனிக்காயின்' சதியாலோசனையில் சேர்ந்திருந்தான் என்று தெரிய வந்தது. பயலும் தாயாரைப் பார்த்து அழகுகாட்டிச் சிரித்தானாம். அவன் உதவிக்கு ஏணி வந்து சேர்வதற்குள் அம்பியின் பலத்த நண்பனாகி, அவனுடைய தூண்டுதலில் பெற்றோரையே கேலிசெய்ய ஆரம்பித்துவிட்டான். ஏணி வந்து குழந்தையைப் பிடிக்குமுன் 'பூசனிக்காய்' கம்பி நீட்டிவிட்டான். அதிலிருந்து, இருவருடைய நட்பும், 'ஏ! பூசனிக்காய்', 'ஹி! பட்டு' என்ற சம்பாஷணையுடன் நின்றது.

இச்சந்தர்ப்பத்தில்தான் நான் அம்பியிடம் அதிகமாகப் பழக நேர்ந்தது. அக்காலத்தில், தமிழ்நாட்டில் இலக்கியத்தின் காலியான பாகங்களை நிரப்புவதற்காக உழைத்துக்கொண்டிருந்தேன். இலக்கியத்தில் இருக்கும் காலி கொஞ்சம் பெரியது என்றும், தமிழ்நாடு அதனால் கண்ணுறங்காமல் வாடிக்கொண்டிருக்கிறது என்றும் கேள்விப்பட்ட நான், ஒரு நாளில் இரண்டு மணி நேரத்தில் இந்தக் காலியை நிரப்பும் வேலைக்குத் தத்தம் செய்து இருந்தேன். வேலை பெரிய வேலையல்லவா? ரஷ்யர்கள் போடுகிற ஐந்து வருஷத் திட்டங்களைப் பற்றி எல்லாம் படித்த நானும் ஒரு திட்டம் போடாமலா இருப்பேன். அந்தத் திட்டத்தின்படி ஆபீஸிலிருந்து நான் வந்த பிறகு, உலகத்தை வெறுத்து, சன்யாசி மாதிரி எனது அறைக்குள் சென்று பூட்டிக்கொள்ளுவேன். முந்திய நாள் என்ன எழுதினேன் என்பதை வாசிப்பேன். இதில் சில மாறுதல்கள் செய்ய வேண்டும் என்று எனக்குத் தோன்றும். உடனே அதைத் திரும்ப எழுத ஆரம்பிப்பேன். அப்பொழுது மேற்கோளுக்காக – தமிழ்நாட்டில் மேற்கோள் இல்லாத ஆராய்ச்சிப் புஸ்தகமும் பருப்பில்லாத கலியாணமும் உண்டா? – என்று புஸ்தகத்தை எடுப்பேன். எப்பொழுதும் அம்மாதிரிப் புஸ்தகங்கள் எழுதுவதைவிட மிகவும் சுவாரஸ்யமாக இருக்கும். அது வேறொரு நல்ல வழியில் இக்காலியை நிரப்புவதற்கு வழி கூறும். இந்தப் புதிய திட்டத்தைப் பற்றி ஆலோசிக்க ஆலோசிக்க,

இதுவரை எழுதிய முறையைத் தள்ளிவிட வேண்டியதுதான் என்று திட்டமாகப்படும். இச்சமயத்தில்தான் மூளைக்குக் களைப்பு ஏற்பட்டு ஒரு தடவை வெற்றிலை – வெற்றிலை என்றால் என் அகராதியில் வெற்றிலை + புகையிலை என்று அர்த்தம் – போட வேண்டி வந்து விடும். வெற்றிலை போடும்பொழுது நிம்மதியாக ஆலோசிப்பது நல்லது என்று தோன்றும். உடனே ஜன்னலின் பக்கத்தில் சென்று உட்கார்ந்துகொண்டு வெளியே பார்ப்பேன். அப்பொழுது மிஸ்டர் 'பூசனிக்காய்' அம்பி தென்படுவான். 'ஸார்' என்பான். 'என்னடா பூசனிக்காய்' என்பேன். இதற்கு மேல் எங்கள் சம்பாஷணை வளர்ந்த தில்லை. ஆனால் இருவர் உள்ளத்திலும் இருக்கும் 'நாடோடி'த் தன்மை இருவரையும் பிணித்தது. இவ்விதமான ஆத்மிகப் பிணிப்பு 'பூசனிக்காய்கள்' சர்க்கஸ் வேலைகளுக்கிடையே நடந்தேறும். இதற்குள் நேரமாகி விடுமாகையால் வேறு ஒரு பக்கத்தில் இருக்கும் 'காலி' ஸ்தானத்தை நோக்கிச் சென்றுவிடுவேன்.

இப்படி இருக்கையில் எனது நண்பர் ஒருவர் ஒரு குலைச் செவ்வாழைப் பழங்களை எனக்கு அனுப்பியிருந்தார். பழங்கள் கொஞ்சம் காய்வட்டாக இருந்தன. நான் ஆபீஸிற்குப் போகும்முன் அதை ஜன்னலின் பக்கம் தொங்கவிட்டுச் சென்றேன். பழமும் பழுக்கவாரம்பித்தது. அறை முழுவதும் அதன் வாசனை பரிமளித்தது.

மறுநாள் சாயுங்காலம் ஆபீஸில் இருந்து திரும்பி வரும்பொழுது ஒரு சிறுவன் செவ்வாழைப் பழம் ஒன்று தின்றுகொண்டிருப்பதைக் கண்டேன். கொஞ்ச தூரம் சென்றதும் இன்னும் ஒரு சிறு பையனும் ஒரு செவ்வாழைப் பழம் தின்றுகொண்டிருந்தான். இதிலிருந்து என்ன நடந்திருக்கும் என்பதைக் கண்டுபிடிக்க ஒரு துப்பறியும் கோவிந்தனும் வேண்டாம். வாசகர்களே இதற்குள் அந்த மகத்தான தொழிலைச் செய்து முடித்திருப்பார்கள். எனது அறைக்குட் சென்று பார்த்தேன். பழக்குலை மாயமாக மறைந்துவிட்டது என்று கண்டுகொண்டேன். 'பூசனிக்காய்' வேலைதான். அவனைப் பற்றி நினைக்கும்பொழுதெல்லாம் என் மனம் கொதித்தது. அவனைப் பார்த்தவுடன் துப்பறியும் நாவலில் கடைசி அத்தியாயத்தில் நடக்கிறபடி. 'அடே பூசனிக்காய், வாழைப்பழக் குலைத் திருட்டிற்காக உன்னைக் கைதுசெய்கிறேன்' என்று அவன் தோள்மீது கையை வைத்துச் சொல்ல வேண்டும் என்று ஆசையாகி விட்டது.

கொலைகாரனும் திருடனும் தாம் குற்றம் செய்த இடத்தைப் பார்க்க வருவது இயற்கையாம். அதுதான் 'பூசனிக்காயை' என் சன்னலின் பக்கம் வரும்படித் தூண்டியிருக்க வேண்டும்.

அவன் ஜன்னல் முன்பாக இரண்டு மூன்று தரம் நடந்தான். நான் கவனிக்காதது போல் இருந்தேன்.

பிறகு பக்கத்திலிருக்கும் குட்டிச்சுவரில் ஏறிக்கொண்டு, "இங்கே சர்கேசு வந்திருக்குதே, அதிலே ஒருத்தன் ஆறு குருதெயிலே சவாரி பண்ணுரான்" என்றான்.

குதிரையின் சர்க்கஸ் என்னை இளக்கவில்லை. நான் பேசாமல் இருந்தேன்.

"சேஷனைத் தெரியுமா?" என்றான்.

அவனைப் பற்றிச் சிறிது ஞாபகம் வந்தது. 'பூசனிக்காயின்' நண்பன்.

"துச்சனக்காரப் பயல். போலீஸ்காரனைக்கூடக் கொன்னூட்டான். மடியிலே கத்திகூட வச்சிருக்கான். இன்னிக்கு அவனை சன்னலுக்கிட்டெப் பார்த்தேன்" என்றான்.

ஒரு சின்னப் பயல் காது குத்துவது என்றால் யாருக்குத்தான் கோபம் வராது.

"ஏண்டா பூசனிக்காய் பொய் சொல்லுகிறாய். சேஷனைப் பற்றி உனக்கென்ன? நீதான் பழத்தை எடுத்தாய். அதற்குத் திருட்டு என்று பெயர். உன்னை ஜெயிலுக்குப் பிடித்துப்போகப் போகிறேன்" என்றேன்.

சொல்லி முடிப்பதற்கு முன் ஆசாமி கம்பி நீட்டிவிட்டான். அப்படிச் செய்வான் என்று எனக்குத் தெரியும். இப்பொழுது இந்தப் பக்கமே வருவதில்லை. யாருக்காவது அவன் இருக்குமிடம் தெரிந்தால், அவனிடம் விளையாட்டிற்குச் சொன்னேன் என்று சொல்லுங்கள். இப்பொழுது அவன் இல்லாது மாவடியா பிள்ளை வளைவு வெறிச் சென்று கிடக்கிறது.

***ஊழியன்*, 1.2.1935**

சாமாவின் தவறு

மகத்தான தியாகம் என்பதற்கு சாமாவின் அகராதியில் வெள்ளி குளத்திலிருக்கும் பாட்டியின் வீட்டிற்குப் போவது என்று பொருள். இந்தத் தியாகத்தைச் செய்யாவிட்டால், வருஷம் முழுவதும் கையில் சில்லறை ஓட்டத்திற்கு மிகுந்த தடை ஏற்படும் என்று பூரணமாக அறிவான்.

சாமா பள்ளிக்கூட மாணவன். கல்விக் கடலில் இண்டர்மீடியட் என்ற சுழலின் பக்கம் நீந்திக்கொண்டு இருக்கிறான். வீட்டிலே பிள்ளை 'காலேசில்' படிக்கிறான் என்றதினால் ஓரளவு மரியாதை. வெளியிலே மாணவ உலகத்தின் கவலையற்ற குஷால் செலவு.

இவ்வளவு கவர்ச்சிகளையும் விட்டுவிட்டுப் பாட்டியின் வீட்டிற்குப் போகவேண்டுமென்றால் அது தியாகம்தான். அந்தத் தியாக விஷயத்தை கோடை விடுமுறையில் அவன் வைத்துக்கொள்ளுவது வழக்கம். ஏனென்றால் டவுனில் மாணவர்கள் ஆர்ப்பாட்டம் ஒன்றும் இருக்காது, மறு ஜூன் மாதம்வரை.

இருந்தாலும் பாட்டியின் முறுக்கும், 'எண்ணைக் குளி' தொந்தரவு களும் சகித்துக்கொளுவதற்குக் காரணம், பாட்டியை விட்டுப் புறப்படும்பொழுது 'வழிச்செலவிற்கு'க் கொடுக்கும் தொகைதான்.

சாமா வெள்ளிகுளத்திற்குப் போக பஸ் ஏறும்பொழுது வேண்டா வெறுப்பாகத்தான் ஏறினான்.

பஸ் வெள்ளிகுளத்துச் சாலையில் வந்து நிற்கும்பொழுது கருக்கல் நேரமாகிவிட்டது. இவனைத் தவிர வேறு பிரயாணிகள் கிடையாது. ரஸ்தாவின் பக்கத்தில் கண்ணுக்கெட்டிய தூரம் ஒரு மனிதப் பிறவி கூடக் கிடையாது. டவுனில் புத்தகத்தைச் சுமப்பதே அநாகரிகம் என்று கருதும் சாமாவிற்கு, டிரங்குப் பெட்டியும் சுமப்பது என்றால் கொஞ்சம் மனம் கூசியது. ஆனால் கண்ணுக்கெட்டியவரை அவன் நண்பர் ஒருவரையும் சந்திக்க மாட்டோம் என்ற நம்பிக்கையில் பிறந்த உற்சாகத்தில் அதைக் கையில் எடுத்துக்கொண்டு ஊரை நோக்கி நடந்தான்.

கருக்கலில் செல்வதற்கு மனம் நிம்மதியாகவிருந்தது. ஆனால் அடிக்கடி காலில் முள்ளுக் குத்திவிடுமோ என்ற பயம். போகும் வழி பனங்காடுகளிடையே செல்லும் ஒற்றையடித் தடம். இடைஇடையே குத்துச் செடிகள், கருவேல், இலந்தை முட்செடிகள் முதலியவை படர்ந்து நின்றன.

டிரங்கு கையைக் கீழே அறுத்துக்கொண்டு விழுந்துவிடும் போல் வலியாய் வலித்தது. அடிக்கடி ஒரு கையிலிருந்து மறு கைக்கு மாற்றிக் கொண்டான். 'சீ, என்ன இருட்டு . . . என்ன டிரங்கு, உளியாய் கனக்கிறது' என்று சொல்லிக்கொண்டான். இனிமேல் தூக்கிச் செல்ல முடியாது. இந்தப் பாழும் ஊர்தான் ரஸ்தாவின் பக்கத்தில் இருந்து தொலையக் கூடாதா? வேறு வழியில்லை. நாஸூக்கு, மானம் எல்லாவற்றையும் கட்டி வைத்துவிட்டு, மேல் அங்கவஸ்திரத்தைத் தலையில் கட்டிக்கொண்டு, டிரங்கை முக்கி முனகித் தலைமேல் வைத்துக்கொண்டு நடந்தான்.

கொஞ்சநேரம் கைகளுக்கு மோட்சம். சற்று கவலை தீர்ந்தது. ஆனால் மூச்சுத் திணறுகிறது. தலை உச்சியும் கழுத்து நரம்புகளும் புண்ணாக வலிக்கவாரம்பித்துவிட்டன. சாமாவின் மனதில் வேறு ஒன்றும் தோன்றவில்லை. ஒரே எண்ணம் 'பெட்டி'. கால்நடைகள் 'டிரங்க்' 'டிரங்க்' என்று தாளம் போட்டு நடக்கிறது. நா வரள்கிறது.

'பெட்டி!'

உலகம் பூராவாகவும் அவன் எண்ணத்தில் தோய்ந்து கழுத்துப் பெட்டி மயமாகத் தெரிகிறது. கண்களில், கபாலத்தில் எல்லாம் பொறுக்க முடியாத வலி. 'சீ! பெட்டியாவது கிட்டியாவது! பெட்டியை எறிந்துவிட்டுப் போய்விடலாமா?' என்று இருக்கிறது.

பனங்காட்டில் காற்றில் அலையும் ஓலைச்சப்தம். பழுத்து விழும் பனம்பழங்களின் 'தொப்', 'தொப்' என்ற சப்தம். தலையிலாவது ஒன்று விழுந்து தொலையாதா என்ற ஏக்கம்; எங்கு விழுந்துவிடுமோ என்ற பயம்.

தூரத்தில் சிறு வெளிச்சம். அப்பாடா! ஊர் வந்துவிட்டது! வாய்க்கால் பாலத்தைத் தாண்டிவிட்டால் கொஞ்ச தூரந்தான். இதில் ஒரு ஊக்கம். கால் கொஞ்சம் விசையாக நடக்கின்றன. ஆனால் சிறிது நேரத்தில் கால்கள் தொங்கலாடுகின்றன.

உடனே திடீரென்று ஒரு எண்ணம். எப்படித் தலையில் பெட்டியைச் சுமந்துகொண்டு ஊருக்குள் போகிறது. யாரும் பார்த்து விட்டால், என்ன கேவலம்! அந்த நினைப்பிலேயே உடல் எல்லாம் வேர்க்கவாரம்பிக்கிறது. வாய்க்கால் பக்கத்தில் கருப்பன் அல்லது வேறு யாராவது பயல்கள் நிற்பார்கள். இருட்டில் போகிறவனை ஏன் என்று கூடவா கேட்காது போய்விடுவார்கள்? காலணா கொடுத்தால் போகிறது!

அதற்கு இப்படித் தலையிலா தூக்கிக்கொண்டு போகிறது! மெதுவாகத் தலையில் இருந்து இறக்கிக் கீழே வைக்கிறான். கைகள்

தள்ளாடுகின்றன. தலையிலிருந்த சும்மாட்டுத் தலைப்பாகை கழன்று மாலையாக விழுந்துவிடுகிறது. வேர்வையில் நனைந்த அங்கவஸ்திர விளிம்புகள் கழுத்திற்குச் சுகமாக இருக்கின்றன. தலைக்கு என்ன நிம்மதி! இரும்பு வளையத்திலிருந்து விடுபட்டது போல் மேல்மூச்சு வாங்குகிறது.

கட்டாயம் யாராவது, 'அங்கே யாரது' என்று கேட்பான். கூப்பிட்டுப் பெட்டியைத் தூக்கிக்கொண்டு வரச்சொல்லிவிடலாம் என்ற நம்பிக்கை.

வாய்க்காலைக் கடக்கும்வரை ஒருவரும் கூப்பிடவில்லை. கருப்பனையும் காணோம்; ஒருவனையும் காணோம். கை பச்சைப் புண்ணாக வலிக்கிறதே. இந்தப் பயல்கள் இன்றைக்கு என்று எங்கு தொலைந்திருப்பார்கள். திருட்டுப் பசங்கள்! சனியன்கள்!

வாய்க்காலையும் கடந்தாய்விட்டது. அப்பாடா பெட்டியைக் கீழே வைக்க வேண்டியதுதான். கை என்ன இரும்பா? சீச்சீ! இன்னும் கொஞ்ச தூரந்தானே. பெட்டியைக் கையில் எடுத்துக்கொண்டு நடக்கிறான். ஒவ்வொரு அடியும் எத்தனையோ மைல்கள்! அந்த மூலையிலேதான் பாட்டியின் வீடு! எல்லாம் என்ன ஊரே அடங்கிக் கிடக்கிறது. அதுவும் ஒரு நல்ல காலந்தான். இல்லாவிட்டால் பெட்டி தூக்கிய அவமானம் தெரிந்து போகாதா!

அப்பாடா! வந்தாச்சு பாட்டியின் வீடு! உள்ளே சென்று திண்ணையில் பெட்டியை வைத்துவிட்டு கதவைத் தட்டுகிறான்.

உள்ளே இருந்து "அதாரது?" என்ற குரல்.

"பாட்டி! நான்தான் சாமா!" என்கிறான். கதவு திறக்கப்படுகிறது. அங்கு பாட்டி நிற்கவில்லை. ஓர் இளம் பெண் மங்கிய குத்துவிளக்கின் வெளிச்சத்தில் சிரித்துக்கொண்டு நிற்கிறாள்.

சாமாவின் உடல் குன்றிவிடுகிறது. பெட்டியைத் தூக்கிச் சுமந்து கொண்டு அவள் முன்பு கூலிக்காரன் மாதிரி எப்படிப் போவது. அவள்தான் பங்கஜம். அவன் அத்தையின் மகள்.

"பாட்டி! சாமா வந்திருக்கான்!" என்று உள்ளே பார்த்துக்கொண்டு சொன்னாள்.

"என்னடி, சாமாங்கரே? மொளச்சு மூணெலை குத்தலே, சாமா! நன்னாருக்கு! வாடாப்பா! ஏன் அங்கேயே நிக்கரே" என்றாள்.

பாட்டியின் வீட்டிற்குள் செல்லும்போது வெட்கமாக இருந்தாலும் உள்ளத்திலே ஒரு காரணமற்ற சந்தோஷம் இருந்தது.

"என்னடா 'உம்'இன்னு இருக்கரே? அங்கே கொழந்தைகள் எல்லாம் எப்படி இருக்கு? பரீட்சை எப்படிக் குடுத்தே? அடியே! அந்த மண்எண்ணை வெளக்கை ஏத்துடீ, தொரைகளுக்கு இது புடிக்காது!" என்றாள்.

விளக்கைத் துடைத்துக் குனிந்துகொண்டு சிரிக்கும் பங்கஜத்தைப் பார்த்ததும் அவனுக்கும் சிரிப்பு வந்துவிட்டது.

"பாட்டி! இவள் எப்போ வந்தாள்?" என்றான் அதை மறைக்க.

மணிக்கொடி, 10.2.1935

கலியாணி

வாணிதாஸபுரம் என்பது ஒரு பூலோக சுவர்க்கம். ஆனால், இந்த சுவர்க்கத்தில் ஒரு விசேஷம். மேலே இருக்கும் பௌராணிகரின் சுவர்க்கம் எப்படியிருக்குமென்று அடியேனுக்குத் தெரியாது. ஆனால் இந்த சுவர்க்கத்தைப் பொறுத்தவரை, இது வாணியின் கடைக்கண் பார்வை ஒரு சிறிதும் படாத இடம் என்று எனக்குத் தெரியும்.

வாணிதாஸபுரத்திற்குப் போகவேண்டுமானால், ஜில்லா போர்டு ரஸ்தாவைவிட்டு மாமரம் நிறைந்த வாய்க்கால் கரைமீது அரை பர்லாங்கு நடக்க வேண்டும். ரஸ்தாவின் கீழ்ப் பாரிசத்தில் ஊர். அதன் பக்கத்தில்தான், கிழக்கே பார்த்த சிவன் கோயிலில் தொடங்கி, பத்துப் பதினைந்து வீடுகள் உள்ள அக்ரகாரம். பிறகு ஊர்ப் பொட்டல். சற்று வட பாகமாகப் போகும் சந்து, பிள்ளைமார் சந்து. அதற்கப்புறம் மறவர்கள் தெரு. இவ்வளவையும் கடந்துவிட்டால், வேளாளர் தெருவின் தொடர்ச்சியான மறவர் தெருவின் கடைசிக்கு வந்துவிட்டால், வயலும் குளமும். குளம் தடாகமன்று, வெறும் மண் கரையிட்ட ஏரி. சுற்றிலும் கண்ணுக்கெட்டியவரை கழனிகள். வான வளையத்தைத் தொடும் மூலையில் பச்சை மரங்கள்.

வயல்களின் வழியாக இரண்டு மைல் நடந்தால் நதி. இரு கரையிலும் மருத மரமும் பனையும் கவிந்து நிற்கும். அதிலிருந்துதான் ஊரையொட்டிப் பாயும் வாய்க்கால் புறப்படுகிறது. வேனிற் காலத்தில் குளத்திலும், வாய்க்காலிலும் ஜலம் வற்றிவிடும். அப்பொழுது விடியற் காலையில் ஸ்நானம் செய்வதை இன்பமாகக் கருதுவோர்கள் வாணி தாஸபுரத்திற்கு வந்தால் இரண்டு மைல் நடையைத் துச்சமாகக் கருதுவார்கள்.

வாணிதாஸபுரம், வஞ்சனைச் சுழலிலும் தியாகப் பெருக்கிலும் செல்லும் நாகரிகத்தின் கறைகள் படியாதது. நாயக்கர்கள் காலத்தில் மானியமாகச் சிலருக்குக் கொடுக்கப்பட்ட காலத்திலிருந்து இன்றுவரை அழியாத, மாறுதல் இல்லாத, நித்திய வஸ்துப் போல, பழைய பழகிய பாதைகளிலேயே அது ஓடிக்கொண்டிருக்கிறது.

கிராமவாசிகள் உயிர் வாழ்தலைப் பொறுத்தவரை வெளியூருக்குச் செல்லவேண்டிய அவசியம் கிடையாது, செல்வதுமில்லை. வேண்டிய

தெல்லாம் சாப்பாட்டிற்கும் துணிக்குந்தானே! உடையைப் பொருத்த வரை 'கும்பினியான்' துணி வியாபாரத்தில் அதிக நம்பிக்கை. கிராம வாசிகளுக்கு உலகம் எந்தத் திக்கில் செல்லுகிறது என்ற அறிவும் கிடையாது, அறிய ஆவலும் இல்லை. சனிக்கிழமைச் சந்தைக்கு இலை காய்கறிகளைத் திருநெல்வேலிக்குக் கொண்டுசென்று, விற்று முதல் செய்துவிட்டு, அன்று 12 மணி நேரத்தில் அரைகுறையாகக் கேட்டதை மறு சனிக்கிழமைவரை பேசிக்கொண்டிருப்பதில் திருப்தியடைந்து விடுவார்கள் அந்த மகாஜனங்கள்.

கோயில் பூஜை, உபாத்திமைத் தொழில், உஞ்சவிருத்தி என்ற சோம்பற் பயிற்சி – இவைதான் அங்குள்ள பிராமண தர்மத்தின் பிரதிநிதிகளின் வாழ்க்கை இலட்சியம். வேளாண்மை என்ற சோம்பர்த் தொழில் அங்குள்ள பிள்ளைமார்களின் குல தர்மம். மறவர்கள் ஏவின வேலையைச் செய்தல், ஊர்க் காவல் என்ற சில்லறைக் களவு உட்பட்ட சோம்பல் தர்மத்தைக் கடைப்பிடித்தனர். பறைச்சேரி ஊரின் போக்குடன் கலந்தாலும், அல்லும் பகலும் உழைத்து உழைத்து, குடித்து, பேசிப் பொழுதைக் கழித்தது.

ஊருக்கு, கிராம முனிஸீப்பு சுந்தரம் பிள்ளை, பண்ணையார் ராமையாப் பிள்ளை, சுப்பிரமணிய பண்டாரம், சிவன் கோயில் அர்ச்சகர் சுப்புவையர் – இவர்கள் எல்லோரும் 'பெரிய' மனிதர்கள். எல்லோரும் ஏக மட்டம்; ஏனென்றால், தற்குறிப் பேர்வழிகள். அவர்களில் 'மெத்தப் படித்தவாள்' என்று கருதப்பட்டவரே பிரைமரியை எட்டிப் பார்க்கவில்லை. எழுத்துக் கூட்டி வாசிப்பார்கள். தமிழ்ப் படிப்புத் தெரியும் என்று கூறுவார்கள். ஆனால் வாழ்க்கைக்கு அவசியமான உலக அநுபவம் உண்டு; 'படித்தவர்'களைப் போல் அவர்கள் வடிகட்டின அசடர்கள் அல்லர்.

2

அர்ச்சகர் சுப்புவையர் ஏறக்குறைய மெஜாரிட்டியைக் கடந்து விட்டவர். குழந்தை குட்டி கிடையாது. தமது 45வது வயதில் 'மூத்தாளை' இழந்துவிட, இரண்டாவது விவாகம் செய்துகொண்டவர். இளையாள் வீட்டிற்கு வந்து சிறிது காலந்தான் ஆகிறது. அவள் சிறு குழந்தை. 16 அல்லது 17 வயதுள்ள கலியாணி, சுப்புவையரின் கிரகத்தை மங்களகரமாக்கவே அவரது சமையற்காரியாகக் காலம் கழித்தாள்.

சுப்புவையர் மன்மதனல்லர். அதுவும் 50 வயதில் ஒருவரும் மன்மதனாக இருக்க முடியாது. விதிவிலக்காக ருசியான பக்ஷணங் களுடன் விருந்து சாப்பிடும் யாரும் வயிற்றை ஆலிலை போல் ஒட்டியிருக்கச் செய்ய முடியாது. நரைத்த குடுமியுடன், பஞ்சாங்கத்திற்கு ஒத்தபடி க்ஷவரம் செய்துகொள்வதாகச் சங்கற்பமும் செய்து கொண்டால் நிச்சயமாக எவரும் மன்மதனாக இருக்க முடியாது.

சுப்புவையர் சாதுப் பேர்வழி; கோயிலுண்டு, அவருண்டு. வேறு எந்த ஜோலியிலும் தலையிடுகிறதில்லை. வேளைக்கு வேளை நாவிற்கு ருசியாக உணவு கொடுத்து, தூங்கும்பொழுது கால் பிடித்துவிட்டு, தொந்தரவு செய்யாமலிருப்பதே மனைவியின் லட்சணம் என்று எண்ணுபவர். அதிலும் ஏறக்குறைய இருபது வருடங்களாகப் பழகி, திடீரென்று தன்னை விட்டுவிட்டு இறந்துபோன மூத்தாள்மீது அபாரப் பிரேமை. அவருக்கு அது பழக்கதோஷம். அவளைப் போல் இனி யார் வரப்போகிறார்கள் என்ற சித்தாந்தத்தில், கலியாணியின் பாலிய அழகும் சிச்ருஷையும் தெரியாது போய்விட்டன.

கலியாணி – அவளும் ஏழைப் பெண்தான். உபாத்திமைத் தொழில் பார்த்துவந்த சாமிநாத கனபாடிகளின் மகள். அவ்வூரிலேயே பிறந்து, வெகு காலமாக மாமாவென்றும் சித்தப்பாவென்றும் அழைத்துவந்த ஒருவரைக் கணவராகப் பெற்றவள். ஏழையாகப் பிறந்தால் அழகாகப் பிறக்கக் கூடாது என்ற விதியிருக்கிறதா? கலியாணியின் அழகு, ஆளை மயங்கியடிக்கும் மோக லாகிரியில் பிறந்த காமசொரூபம் அன்று. நினைவுகள் ஓடிமறையும் கண்கள், சோகம் கலந்த பார்வை! அவளது புன்னகை ஆளை மயக்காவிட்டாலும் ஆளை வசீகரிக்கும். அப்படி வசீகரிக்கப்படாதவன் மண் சிலைதான். சுப்புவையரும் அவர் வழிபடும் லிங்க வடிவத்திலிருக்கும் 'விரிசடைக் கடவுளின்' உருவச் சிலையின் ஹிருதயத் துடிதுடிப்பை ஏறக்குறையப் பெற்றிருந்தார். கலியாணி வாலைப் பருவத்தினள். அதிலும் இயற்கையின் பரிபூரண சக்தியும் சோபையும் கொந்தளிக்கும் நிலையிலுள்ளவள். எதற்கெடுத்தாலும் தன்னை மரக்கட்டையாகக் கருதி, இறந்த மூத்தாளின் பெருமையை நினைத்து உருகும் சுப்புவையரின் எண்ணங்களைத் தன் வசம் திருப்புவது என்று கங்கணம் கட்டிக்கொண்டவள்; அதாவது, உள்ளூர அவளறியாமலே இயற்கை அந்த வேலையில் அவளைத் தூண்டியது. அவர் வார்த்தைகள் அவளது வாலிப அழகின் முகத்திலடித்தன. அவரைக் கவர்ச்சிக்கக்கூடிய படியெல்லாம் தனது பெண்மைக் குணங்களைப் பயன்படுத்தினாள். சுப்புவையர் மசிகிற பேர்வழியாகத் தெரியவில்லை. கலியாணியும் ஒரு பெண்ணாயிற்றே, அவளுக்கும் இயற்கையின் தேவையும் தூண்டுதலும் இருக்குமே என்ற ஞானம் சிறிதும் கிடையாது போயிற்று சுப்புவையருக்கு.

அப்பொழுதுதான் சைத்ரிகரான சுந்தர சர்மா அங்கு வந்தார்.

3

அப்பொழுது முன்வேனிற்காலம். பனி நீங்கிவிட்டது. வாய்க்காலில் ஜலமும் வற்றிவிட்டது. பயிர்கள் அறுவடையை எதிர்பார்த்துத் தலைசாய்ந்து நின்றன. குளத்தில் நீர் வற்ற இன்னும் இரண்டு மூன்று மாதமாகும். ஊருக்குக் குடிதண்ணீர் குளத்திலிருந்துதான். ஆற்றிற்கு நடக்க முடியாதவர்களும், நடக்கப் பிரியமில்லாதவர்களும் குளத்திலேயே ஜலம் எடுத்துக்கொள்ளுவார்கள்.

சுந்தர சர்மா அக்ரகாரத்தில் ஒரு காலிக் குச்சு வீட்டில் வாடகைக்கு இருந்துகொண்டு, சாப்பாட்டிற்குச் சுப்புவையர் வீட்டில் வாடிக்கை வைத்துக்கொண்டார். வரும்பொழுது அவர் மனம் களங்கமற்ற மத்தியான வானம் போல் இருந்தது. எப்பொழுதும் குளக்கரையிலோ அல்லது வாய்க்கால் கரையிலோ இருந்துகொண்டு, இரண்டு மூன்று மாட்டுக்காரப் பையன்கள் வேடிக்கை பார்க்கச் சித்திரம் தீட்டிக் கொண்டிருப்பது அவரது பொழுதுபோக்கு.

சில சமயங்களில் மத்தியானச் சாப்பாட்டிற்கு வர இரண்டு அல்லது மூன்று மணியாகிவிடும். சில சமயம் காலைச் சாப்பாடு இல்லாமலேயே சென்றுவிடுவார். வருவது எந்த நேரமென்பதில்லை.

கலியாணி அவரைத் தனது சகோதரன் போல் பாவித்துவந்தாள். ஆனால், உள்ளம் அவரைக் கண்டவுடன் பயத்தினால் சலிக்கும். அவர் வந்து இரண்டு மூன்று நாட்களுக்கு அவருக்குச் சாப்பாடு போடுவது என்றால் வியர்த்து விருவிருத்து முகஞ் சிவந்துவிடுவாள். காரணம் சர்மா வாணிதாஸபுரத்தினரைப் போல் அல்லாது, சற்று நாகரிகமாகவும் சுத்தமாகவும் உடையணிந்துகொள்வதுதான். ஆனால், அவரது கிராப்புத் தலை கழுத்து வரை வளர்ந்து மறைத்திருந்தாலும், எப்பொழுதும் சீர்குலைந்தே முகத்திலும் காதிலும் கிடக்கும். கறுத்த கண்கள் எப்பொழுதும் எதையோ சிந்தித்துக்கொண்டிருப்பது போல எதையாவது நோக்கற்றுப் பார்த்துக்கொண்டிருக்கும்.

சர்மா சைத்திரிகராக இருந்தும் கலியாணியைப் பார்க்காதது ஆச்சரியம் என்று நினைக்கலாம். கனவுகள் அழுத்தும் உள்ளத்தைக் கொண்ட அவர், சுப்புவையரின் இல்லத்தை மறைமுகமான ஹோட்ட லாகக் கருதியதினால் சாப்பாடு முடிவது அவர் அறியாமலே நடந்து வந்தது. மேலும் சுப்புவையரின் வீடு ஜன்னல்களுக்குப் பெயர் போனதன்று. காற்றும் ஒளியும் உள்ளே எட்டிப்பார்க்கக் கூடாது என்று சங்கற்பம் செய்துகொண்ட சுப்புவையரின் மூதாதைகளில் ஒருவரால் கட்டப்பட்டது. பகலில் இருட்டு, இரவில் குத்துவிளக்கின் மங்கலான இருட்டு. சாதாரண காலத்திலேயே எதிரில் வருவது என்னவென்று உணர்கிற பழக்கமில்லாத சர்மாவுக்குப் புலப்படாமல், இவ்வளவு வெளிச்ச உதவியும் சுப்புவையரின் மனைவியை மறைத்து விட்டது அதிசயமன்று. மேலும் கலியாணிக்கு அதிகமாக வெளியில் நடமாடும் பழக்கம் கிடையாது. அவள் பொந்துக்கிளி. மேலும் குளம் வாய்க்கால்களுக்குக் கருக்கலிலேயே போய் வந்துவிடுவாள். இதனால் சர்மா கலியாணியைத் தினம் சந்தித்தாலும் பார்த்தது கிடையாது. அவருக்கு, அவளைப் பொறுத்தவரை, உணவு பரிமாறும் கருவளை யணிந்த கைகள் மட்டிலும் தெரியுமோ என்னவோ!

4

அன்று சுந்தர சர்மா வருவதற்குச் சாயங்காலமாகிவிட்டது. காலையிலேயே சென்றவர், மத்தியான போஜனத்திற்குக்கூடத் திரும்ப

வில்லை. வரும்பொழுது நன்றாக இருட்டிவிட்டது. வரும் வழியிலேயே குளத்தில் குளித்துவிட்டு நேராகத் தமது குச்சு வீட்டிற்குச் சென்று உடைகளை மாற்றிக்கொண்டு, சுப்புவையரின் வீட்டை யடைந்தார். அன்று அவருக்குப் பசி.

சுப்புவையர் வெளித் திண்ணையில் உட்கார்ந்திருந்ததால் இவரைக் கண்டதும், "என்ன அய்யரவாள், பகல்லே கூடச் சாப்பிடல்லை என்று சொன்னாளே; இப்படியிருந்தா உடம்பு என்னத்துக்கு ஆகும்? . . . அடியே, சர்மா வந்திருக்கார், இலையைப் போடு! இன்னும் விளக்கை ஏன் ஏற்றிவைக்கல்லை! நேக்குத் தெரியுமே! அவள் இருந்தா வீடு இப்படிக் கிடக்குமா? பகவான் செயல்!" என்று சொல்லிக்கொண்டே உள்ளே சென்று, குத்துவிளக்கின்மேல் இருக்கும் மாடக்குழியில் தீப்பெட்டியைத் தேடினார்.

சமையல் உள்ளிலிருந்த கலியாணியும் கையில் அகல்விளக்குடன் வந்து குத்துவிளக்கை ஏற்றினாள்.

"என்னடி, விளக்கை ஏன் ஏற்றக் கூடாது? இவ்வளவு நேரமும் என்ன பண்ணினே?"

"ஏற்றினேனே! மங்கியிருக்கும் திரியைத் தூண்டாதிருந்துவிட்ட தினால் அணைந்துவிட்டது. சாத்தை வடிச்சுண்டிருந்தேன்!" என்றாள் கலியாணி.

"சரி, சரி! எனக்குத் தெரியுமே! வீடும் வாசலும் கெடக்கிற கெடையைப் பாத்தால் நன்னாயிருக்கு, பெருக்கிவிட்டுச் சீக்கிரம் இலையைப் போடு!" என்றார்.

கலியாணியின் முகம் சிவந்தது. அந்நியர்கள் முன்பாகவும் இம்மாதிரிப் பேசுகிறாரே என்று அவள் உள்ளங் கலங்கியது. 'அவர் என்ன நினைப்பார்!' என்ற நாணம், எல்லாம் சுறுக்குச் சுறுக்கென்று தைக்கும் வார்த்தைகள், இவை அவள் உள்ளத்தைக் குழப்பிவிட்டன. சரேலென்று உள்ளே சென்றுவிட்டாள். அவளுக்கு அழுகை அழுகையாக வந்தது.

"இன்று எங்கே போயிருந்தேள்?" என்றார் சுப்புவையர்.

"அணைக்கட்டுப் பக்கம் போயிருந்தேன். வேலை முடிவதற்கு நேரமாகிவிட்டது. மத்தியானம் வெய்யிலில் வருவானேன் என்று நினைத்தேன். நாளைக்கு அல்லது மறுநாளைக்குக் கொழுந்து மாமலைப் பக்கம் போகலாம் என்று நினைக்கிறேன். போவதை இப்பொழுதே சொல்லிவிட்டால் நீங்கள் காத்திருக்க வேண்டியதில்லையல்லவா?" என்று சிரித்தார் சர்மா.

இதற்குள் கலியாணி கதவோரத்தில் நின்றுகொண்டு, "என்ன செய்றேள்? சொம்பில் ஜலம் வைத்திருக்கிறேன்!" என்றாள்.

"இந்தாருங்கள், கால் கைகளைக் கழுவிக்கொள்ளுங்கள்!" என்று சர்மாவிடம் ஒரு செம்பு ஜலத்தைக் கொடுத்துவிட்டுத் தானும் கால் முகம் கழுவினார்.

இருவரும் உள்ளே சென்று குத்துவிளக்கின் முன்பு போடப்பட்டிருந்த இலைகளின் எதிரே உட்கார்ந்துகொண்டனர்.

அன்று இருவருக்கும் பரிமாறுவதென்றால் பிராணன் போவது போலிருந்தது.

முதலில் சுப்புவையருக்குச் சாதத்தைப் படைத்தாள். கை நடுங்கிய தினால் சிறிது சிதறிவிட்டது.

"எனக்குத் தெரியுமே! இப்படிச் சிந்திச் சிதறினால் வாழ்ந்தாற் போல்தான்! பார்த்துப் போடக்கூடாதா? போதும், போதும்!" என்றார். பிறகு மனத்திற்குள்ளாகவே, "அவள் இருந்தால் ... கர்ம பலன்!" என்று முனகிக்கொண்டார். இவ்வார்த்தைகள் கலியாணிக்குக் கேட்டன. ஏற்கனவே குழம்பிய மனம் மேலும் கலங்கிவிட்டது. கைகள் இன்னும் அதிகமாக நடுங்கின.

சர்மாவுக்குப் படைப்பதற்காகக் குனிந்தாள். பதற்றத்தில் தட்டிலிருந்த சாதம் முழுவதும் இலையில் கவிழ்ந்துவிட்டது. சர்மா, 'போதும்' என்று இடைமறித்தார். அவரது புறங்கைமீது ஒரு குவியல் மட்டும் தடைப்பட்டு நின்றது. 'போதும்' என்று சொல்லிக்கொண்டிருக்கும் பொழுதே தட்டிக்கொண்டிருக்கும் பிரகிருதி அசடா அல்லது அதற்குக் குறும்பா என்று நோக்கினார். அவர் சற்று அண்ணாந்து பார்த்ததும் அவர் எதிர்பார்த்ததற்கு விபரீதமான காட்சி! பயம் – கூச்சத்திலும், குத்து வார்த்தைகளிலும் ஏற்பட்ட பயம் – என்பது முகத்தில் எழுதி ஒட்டியது போல் மிரண்ட பார்வை!

அவர் பார்த்ததும் அவளுக்கு இன்னும் மிரட்சி யதிகமாயிற்று. அந்தக் குழப்பத்தில் அவர்கள் கைகள் சந்தித்தன. அவள் கண்களில் ஆறுதலை எதிர்நோக்கும் குழந்தையின் வருத்தம்; அழுகை துடிதுடிக்கும் உதடுகள். ஒரு கணம் இருவரும் ஒரே பார்வையில் அசைவற்றிருந்தனர். மறு கணம் அவள் நிமிர்ந்து திரும்பிப் பாராது வேகமாக உள்ளே சென்றுவிட்டாள். சர்மாவின் உள்ளத்தில் அது ஒரு விலக்க முடியாத சித்திரமாகப் பதிந்தது.

மறுபடியும் கலியாணி எத்தனையோ தடவை வந்து பரிமாறினாள். ஆனால், ஒரு கணமாவது சர்மாவைப் பார்க்கவில்லை. ஆனால், சர்மா அவளது உள்ளத்தைத் துருவும் பார்வைகளைச் செலுத்தினார். அவை பாறைகளில் பட்ட கல்லைப் போல் பயனற்றுப் போயின. 'காரணம், காரணம்?' என்று அவர் உள்ளம் அடித்துக்கொண்டது. சாப்பிட்டுவிட்டுப் பேசாது நேரே தமது குச்சு வீட்டிற்குச் சென்று, தமது உள்ளத்துடன் போராடிக்கொண்டிருந்தார். அவரது உள்ளம் கலியாணியைத் தன்னுள் ஐக்கியமாக்கியது. அவள் அழகு சர்மாவின் சைத்ரிகக் கண்களுக்குப் பல நீண்ட காவியங்களாகத் தோன்றிற்று. அன்று இரவு முழுவதும் அவர் தூங்கவில்லை; தமது கனவுகளுடன் போராடிக்கொண்டிருந்தார்.

~ ~

அன்று சாப்பாடு முடிந்தவுடன், சுப்புவையர், வெற்றிலைச் செல்லத்தைக் கையில் எடுத்துக்கொண்டு, வெளியே வந்து உட்கார்ந்து கொண்டு வெற்றிலை போடலாம் என்று பெட்டியைத் திறந்தார். வெற்றிலை பாக்கு எல்லாம் இருந்தன. ஆனால் சுண்ணாம்பு மட்டும் காய்ந்து காறைக் கட்டியாக இருந்தது. "ஜடம்!" என்று கூறிக்கொண்டே, "அடியே!" என்று உள்ளே தலையை நீட்டிக்கொண்டு கூப்பிட்டார். சமையல் உள்ளில் தனது மனத்துடன் போராடிக்கொண்டிருந்த கலியாணி, "என்ன?" என்று கேட்டுக்கொண்டே வெளியில் வந்தாள்.

"அட ஜடமே! உனக்கு எத்தனை நாள் சொல்லுவது – செல்லத்தில் எல்லாம் சரியாயிருக்கிறதாவென்று பார்த்து வை என்று? மூணாது இல்லையே! அர்த்த ராத்திரியிலே யார் கொடுப்பார்கள்? போய் ஒரு துளி ஜலம் எடுத்துண்டு வா! ஒன்னைக் கட்டிண்டு அழரதைவிட ஒரு உருவத்தைக் கட்டிண்டு மாரடிக்கலாம். தொலை, சீக்கிரம். அவளும் போனாள், குடியும் குடித்தனமும் – எல்லாம் சொல்ல வேண்டிய தில்லை!" என்று வைதார்.

கலியாணி உள்ளே சென்று, ஒரு டம்ளரில் ஜலம் கொண்டுவந்து வைத்துவிட்டு, அவர் பாயையும் தலையணையையும் எடுத்து உதறிக் கூடத்தில் விரித்துவிட்டு, மறுபடியும் உள்ளே சென்றுவிட்டாள்.

அன்று பசி வேறா வரப்போகிறது! அவள் மனம் எங்கெல்லாமோ சுற்றியது. சர்மாவைப் பற்றி அடிக்கடி அவளை யறியாமல் அவள் உள்ளம் நாடியது. ஆனால், தனது கணவர் அந்நியர் முன்பும் இப்படிப் பேசுகிறாரே என்ற வருத்தம். ஏங்கி ஏங்கி யழுதாள். அழுகையில் ஓர் ஆறுதல் இருந்தது போல் தெரிந்தது.

மறுபடியும் "அடியே!" என்ற சப்தம். "என்ன?" என்று கேட்டுக் கொண்டே எழுந்து சென்றாள்.

"இன்னும் சாப்பிட்டு முடியவில்லையா? இந்தக் காலைப் பிடி! அப்பா! முருகா! சம்போ, சங்கரா!" என்று கொட்டாவி விட்டுக் கொண்டே பாயில் படுத்துக்கொண்டார் சுப்புவையர்.

உட்கார்ந்து மெதுவாகக் காலைப் பிடித்துக்கொண்டேயிருந்தாள் கலியாணி. அவளுடைய கலங்கிய கண்களிலிருந்து ஒரு சொட்டுக் கண்ணீர் அவர் முழங்காலில் விழுந்தது.

"என்னடி, மேலெல்லாம் எச்சல் பண்ராய்? ஓரெழவும் தெரியல்லெ, என்ன ஜன்மமடா?" என்றார்.

கலியாணி சற்று நேரம் மௌனமாக இருந்தாள். அவரிடம் ஒன்று கேட்கவேண்டுமென்று துணிச்சல் பிறந்தது.

"பாருங்கோ!" என்றாள்.

"உம், போதும் பிடித்தது!" என்றார் ஐயர்.

அவர் கையை மெதுவாக எடுத்துத் தன் மார்பின்மீது வைத்துக் கொண்டு, "அவாள் முன்னெல்லாம் என்னைப் பேசுகிறீர்களே! நான்

என்ன செய்துவிட்டேன்?" என்று சிரிக்க முயன்றாள். கண்களிலிருந்து கண்ணீர் வந்தது. அவள் புன்னகை பரிதாபகரமாக இருந்தது.

"எதற்காக? உனக்குப் புத்தி வரத்தான்! என்ன சொல்லியும் ஒன்னும் உறைக்கவில்லையே! அவள் இருந்தாளே, ஒரு குறையுண்டா? எல்லாம் கணக்கா நடந்தது. கிரகலட்சுமி என்றால் அவள்தான். சொன்னால் போதுமா?"

"அவள், அவள் என்கிறீர்களே? நான் என்ன செய்துவிட்டேன்? இப்படித் திரும்பிப் பாருங்கோ! இப்படியிருக்கும்பொழுது சொன்னால் கேக்கமாட்டேனோ!"

"கையை விடு! எனக்குத் தூக்கம் வந்துடுத்து. என்னைப் படுத்தாதே!" என்று சொல்லிவிட்டுச் சுவர்ப்புறம் திரும்பிக்கொண்டு குறட்டை விடலானார்.

கலியாணிக்கு நெஞ்சில் சம்மட்டியால் அடித்தது போல் இருந்தது. தனது ஸ்பரிசம் சிறிதாவது அவரை மனிதனாக்கவில்லையே என்றதில் ஒரு ரோஷம், சிறிது கோபமும்கூட. அன்று முழுவதும் அவளுக்குத் தூக்கமே வரவில்லை. அவள் உள்ளம் எண்ணங்களுடன் போராடிக் கொண்டிருந்தது.

அன்று முழுவதும் கலியாணிக்குத் தூக்கம் எப்படி வரும்! தூரத்திலே, எங்கிருந்தோ ஒரு வெளிச்சம் தன்னை அழைப்பது போல் ஓர் உணர்வு. அது தன்னை வாழ்விக்குமோ அல்லது தகித்துவிடுமோ என்ற பயம் அவளைத் தின்றுகொண்டிருந்தது.

கணவர் தன்னிடம் என்ன குறை கண்டார்? ஏன் இப்படி உதாசீனமாக இருக்கவேண்டும்? அதற்குக் காரணம் தனது குறையா அல்லது அவரது . . . அவருக்குக் குறை எப்படிச் சொல்ல முடியும்?

இப்படியே அவள் அன்று முழுதும் தூங்கவில்லை. பாயில் படுத்துப் புரண்டுகொண்டிருந்தாள். சற்று ஒரு புறமாகப் புரண்ட சுப்புவையர் பிரக்ஞையில்லாது கையைத் தூக்கிப் போட்டார். அது அவள் மார்பில் அம்மிக் குழவி மாதிரிப் பொத்தென்று விழுந்தது. மயக்கம் கலைந்தது. பயம்! பிறகு புருஷனின் கைதான் என்ற உணர்ச்சி. அதில் ஒரு சாந்தி பிறந்தது. அந்தப் போதையில் அவளுக்குக் கண் கிறங்கியது. தூங்கிவிட்டாள். நடைமுறை உலகத்தில் இல்லாவிட்டாலும், கனவு உலகத்திலாவது கணவன் சிரித்த முகத்துடன் பேசிக்கொண்டிருப்பது போல் அன்று அவளுக்குத் தோன்றியது.

காலையில் கலியாணி எழுந்திருக்கும்பொழுது என்றும் இல்லாதபடி வெகுநேரமாகிவிட்டது. எழுந்ததும் குடத்தை எடுத்துக்கொண்டு நேராகக் குளக்கரைக்குச் சென்றாள்.

5

அன்று இரவு முழுவதும் சுந்தர சர்மாவுக்குத் தூக்கம் பிடிக்கவில்லை என்றால் வியப்பில்லை. இத்தனை நாட்களும் தமது மனத் திரையை

விலக்கி அவளைப் பார்க்காததற்கு ஆச்சரியப்பட்டார். அந்த ஆச்சரியம் அவரை எங்கெங்கோ இழுத்துக்கொண்டு சென்றது. அவரோ சைத்ரிகர் – அழகுத் தெய்வத்தின் அடிமை! கலியாணியின் சோகம் தேங்கிய கண்கள் அவருக்குக் கற்பனைக் கதையாக, காவியமாகத் தெரிந்தது. அன்று இரவு முழுவதும் உள்ளம் கட்டுக்கடங்காமல் கொந்தளித்தது.

சுப்புவையர், பாவம், அது ஒரு பிரகிருதி. அவர் வசம் கலியாணி பிணிக்கப்பட்டால் விதியின் அற்பத்தனமான லீலைகளை உடைத் தெறிய ஏன் மனம் வராது? அவரை மனிதனாகவே சர்மா நினைக்க வில்லை. அவரது சிறையிலிருந்து அவளை விடுவிக்க வேண்டும் என்று அவர் நினைத்தார். அதில் கலியாணியின் சம்மதம் – அதைப் பற்றிக்கூட அவருக்கு அதிகக் கவலையில்லை.

அவளை அழைத்துக்கொண்டு சென்றுவிட்டால் . . . வாழ்க்கை எவ்வளவு இன்பமாக இருக்கும்! இலட்சியத்திற்கு அவள் எவ்வளவு பெரும் ஊக்கமாக இருப்பாள். மனிதப் புழுக்களே இல்லாத, மனிதக் கட்டுப்பாடற்ற, மனித நாகரிகம் என்ற துர்நாற்றம் வீசாத கானகத்தில் வாழ்க்கையையே ஓர் இன்பப் பெருங்கனவாகக் கழித்தால் என்ன?

அன்று முழுவதும் அவர் உள்ளத்தில் ஓடிய எண்ணங்கள் ஒரு நிரந்தரப் பைத்தியக்காரனுடைய உள்ளத்தையும் தோற்கடித்துவிடும். இரவு முழுவதும் விளக்கு அணைக்கப்படவில்லை. மூலையில் சன்னலை யொட்டியிருந்த நாற்காலியில் உட்கார்ந்துகொண்டு விளக்கையே கவனித்துக்கொண்டிருந்தார். விளக்கின் சிமினி கரி பிடித்து மேலே புகையடைந்து வெளிச்சத்தை அமுக்கியது. இரண்டு நிமிஷம் விளக்கு 'பக்பக்' என்று குதித்தது. அவ்வளவுதான், அதுவும் அணைந்துவிட்டது.

அறை முழுவதும் இருட்டு. உள்ளே உட்கார்ந்திருக்க முடியவில்லை. மேல் வேஷ்டியை எடுத்துப்போட்டுக்கொண்டு வெளியே சென்றார். விடிந்துவிட்டது. ஆனால் நட்சத்திரங்கள் மறையவில்லை. கிழக்கே சற்று வெளுப்பு – வெள்ளைக் கீறல் மாதிரி.

சர்மாவுக்குக் காலையில் நடப்பது மனத்திற்கு நிம்மதியாகவிருந்தது. அவர் வாய்க்கால் கரை வழியாகவே நடந்துகொண்டிருந்தார். சற்றுத் தூரம் சென்றவுடன் வயல் வரப்புகளின்மீது நடக்க ஆரம்பித்தார். தேகந்தான் ஏதோ யந்திரம் மாதிரி நடந்துகொண்டிருந்தது. மனம் மட்டும் தங்குதடையின்றிக் கலியாணியின் பின் சென்றுவிட்டது. 'கலியாணியை அழைத்துச் சென்றுவிட்டால்? அதற்கு இசைவாளா? அதற்கு என்ன சந்தேகம்? பிறகு எங்கு போவது? எங்கு போனால் என்ன – மனிதன் இருக்கும் இடத்தைத் தவிர . . .?'

சூரியோதயமாகிவிட்டது. முகத்திற்கு நேரே வெய்யில் விழுந்து கண்கூச ஆரம்பித்ததும், சர்மாவுக்கு 'வெகுதூரம் வந்துவிட்டோம்' என்ற எண்ணம் தோன்றியது. உடனே திரும்பி, குளத்தில் குளித்து விட்டுப் போவதென்று அப்பக்கமாகத் திரும்பி நடந்தார்.

வெய்யிலின் சூடு நிமிஷத்திற்கு நிமிஷம் அதிகமாகிறது. முதுகு பொசுக்கப்படுவது போல் காலை வெய்யில் தகிக்கிறது.

அப்பா!

குளக்கரை வந்துவிட்டது. குனிந்துகொண்டு மேட்டில் ஏறி, கரையின்மீது வளர்ந்திருந்த மரத்தடியில் நின்று முகத்தைத் துடைத்துக் கொண்டார். இரண்டு மூன்று வினாடிகளில் கண் கூச்சம் விலகியது. குளத்தில் யாருமில்லை.

யாருமில்லையா!

மரத்தின் மறைவில் ஜலத்தில் நின்றுகொண்டு கலியாணி தனது ஈரப்புடவையைப் பிழிந்து உடுத்திக்கொண்டிருந்தாள். ஈரம் சொட்டும் கூந்தல் முதுகை மறைத்தது. கன்னத்திலும் தோளிலும் குளக்கரையில் நன்றாக விளக்கிவைத்திருந்த குடத்திலும் கிளைகளின் ஊடே பாய்ந்த சூரியவொளி பிரதிபலித்து மின்னியது. “அப்பா! வர்ணப் பெட்டியும் படம் எழுதும் திரைச் சீலையும் எடுத்து வரவில்லையே!” என்று நினைத்தார் சர்மா. கலியாணிக்கு அவர் இருப்பது தெரியாது. தனிமை என்ற மன மறைவில் தனது ஈரப்புடவைகளை எடுத்து உதறிக் கொசுவி உடுத்திக்கொண்டாள். ஈரப்புடவையில் நின்ற அந்த அழகு அவருக்கு மஜூம்தாரின் சித்திரத்தை நினைவூட்டியது. குனிந்து குடத்தை எடுத்து இடுப்பில் வைத்துக்கொண்டு கலியாணி கரையேறுவதற்குத் திரும்பி னாள். அவள் முன்பு சர்மா வைத்த கண் மாறாமல் பார்த்துக்கொண் டிருப்பதைக் கண்டதும் திகைத்துவிட்டாள். முகம் முழுவதும் சிவந்து விட்டது. கண்கள் மிரண்டு அவரையே வெறித்து நோக்கின.

போவது என்றால் அவரைக் கடந்து போக வேண்டும். மனம் குழம்பியது. என்ன செய்வது? என்ன செய்வது? வெட்கம் தலைகுனியச் செய்துவிட்டது.

சர்மாவுக்கு அவளிடம் பேசவேண்டுமென்ற ஆசை. எப்படிப் பேசுவது? என்ன சொல்லுவது?

“நான் இன்று கொழுந்து மாமலைப் பக்கம் போகிறேன். நேற்றுப் போல் இன்றைக்கும் பட்டினியாக இருந்துவிடாதீர்கள்? நான் வராவிட்டால் பட்டினி இருப்பதாவது? அதென்ன பைத்தியக்காரத் தனம்?” என்று சிரித்தார். அவர்கள் உள்ளம் இருந்த நிலையில், இம்மாதிரியான பேச்சு, அபாயகரமான துறைகளிலிருந்து விலகி நிம்மதி அளிப்பது போல ஒரு பிரமையை உண்டு பண்ணியது.

கலியாணிக்கு இவ்வார்த்தைகள் கொஞ்சம் தைரியத்தை யளித்தன. அவரிடம் பேசுவதற்கு மனம் ஆவல் கொண்டது. உள்ளத்தின் நிம்மதி கன்னத்தின் சிவப்பைச் சிறிது குறைத்தது.

“ஆண் பிள்ளைகள் சாப்பிடுமுன் கொட்டிக்கொண்டு, அவாளுக்குக் கல்லையும் மண்ணையுமா போடுவது? இப்பவே போரேளா? காலையிலே ஏதாவது சாப்பிட வேண்டாமா? அங்கு சாப்பாட்டிற்கு ...” என்றாள்.

"இப்பொழுது சாப்பிட வருகிறேன். மத்தியானத்திற்கு என்ன? அதை நான் பார்த்துக்கொள்ளுவேன். ஏது இவ்வளவு நேரம்? எப்பொழுதும் அருணோதயத்தில் ஸ்நானம் ஆய்விடுமே?" என்றார்.

அதற்கு அவள் ஒன்றும் பதில் சொல்லவில்லை. அவள் முகம் மறுபடியும் சிவந்தது. இரவு பட்ட வேதனையும் ஓடிய எண்ணங்களும் மறுபடியும் அவள் மனத்தில் தோன்ற ஆரம்பித்தன.

அவரைப் பரிதாபகரமாகப் பார்த்துவிட்டுக் கரையேறி, வீட்டை நோக்கி நடந்தாள். அவரைத் தாண்டிச் செல்லும்பொழுது அவள் ஈரப்புடவை அவர்மீது பட்டது. சர்மாவுக்கு அவளை அப்படியே பிடித்து ஆலிங்கனம் செய்யக் கரங்கள் துடித்தன. ஆனால், தமது கனவுக்கோட்டை இடிந்து பாழாகிவிட்டால் என்ன செய்வது என்ற பயந்தான் அவரைத் தடுத்தது.

சர்மா குளித்துவிட்டு நேராகக் கலியாணியின் வீட்டையடைந்தார். அப்பொழுது சுப்புவையர் கோவிலுக்குச் சென்றுவிட்டார். வீட்டில் கலியாணியைத் தவிர வேறு ஒருவருமில்லை.

இவ்வரவை எதிர்பார்த்திருந்த கலியாணி, இலையைப் போட்டுச் சுடுசாதம் எடுத்து வைத்தாள்.

"என்ன! ஏது, இதற்குள் சமையலாகிவிட்டது? ஏன் இவ்வளவு அவசரம்!" என்றார் சர்மா. அவருக்குச் சாப்பாடு செல்லாததற்குக் காரணம் பசியின்மையன்று.

"இன்னும் கொஞ்சம் குழம்பு போட்டுச் சாப்பிடுங்கள்" என்றாள் கலியாணி. அன்று அவளுக்கு வாய்ப்பூட்டுத் திறக்கப்பட்ட மாதிரி இருந்தது. அவரிடம் பேசுவதில் ஓர் ஆறுதல்.

"காலையில் சுடுசாதம் சாப்பிட முடியுமா?... அவர் எங்கே? கோவிலுக்குப் போயிருக்கிறாரா? எப்பொழுது வருவார்?... கொஞ்சமாகப் போடுங்கள், போதும்!" என்றார்.

சாப்பாடு முடிந்தது. கை கழுவ ஜலம் வெளியில் வைக்கப்பட வில்லை. பாத்திரத்தை எடுத்துக்கொண்டு சமையலறைக்குள் சென்ற கலியாணி வரச் சிறிது தாமதமாயிற்று. சர்மா பின்புறம் சென்று கை கழுவிக்கொண்டு, சமையலறைப் பக்கமிருந்த தாழ்வாரத்தின் பக்கம் வந்தார்.

"ஐயோ! ஜலம் வைக்க மறந்துவிட்டேனா! இந்தாருங்கள், இதை மத்தியானத்திற்கு வைத்துக்கொள்ளுங்கள்!" என்று ஒரு சிறு பொட்டலத்தைக் கையில் கொடுத்தாள்.

"இதென்ன? எனக்கு ஒன்றும் வேண்டாம் என்றேனே!" என்றார்.

"தோசை! கொஞ்சந்தான் வைத்திருக்கிறேன். மத்தியானம் பூராவும் பட்டினியிருக்கவாவது?" என்றாள் கலியாணி.

அதை எடுத்துக்கொள்ள வேண்டும் என்று கெஞ்சுவது போல் அவளுடைய கண்கள் அவரை நோக்கின.

சர்மா, ‘கலியாணி!’ என்று கம்மிய குரலில் அவளை யழைத்துவிட்டு, அப்படியே இழுத்து ஆலிங்கனம் செய்து அதரத்தில் முத்தமிட்டார். கலியாணியும், கட்டுண்ட சர்ப்பம்போல் தன்னை யறியாது கொந்தளித்த உள்ளத்தின் எதிரொலிக்குச் சிறிது செவிசாய்த்துவிட்டாள். பிரக்ஞை வந்தது போல் நடைமுறைச் சம்பிரதாயங்கள் அவளைத் தாக்கின.

தனது வலிமையற்ற கைகளால் பலமுள்ளவரை அவரை நெட்டித் தள்ளிவிட்டு, முகத்தைத் திருப்பி, “என்னை விட்டுவிடுங்கள்!” என்று பதறினாள்.

சர்மா தமது கைகளை நெகிழ்த்தினார். கலியாணி விலகி நின்று கொண்டு, “என்ன போங்கள்!” என்று அவரைத் தண்டிப்பது போல் நோக்கினாள்.

சர்மா, “கலியாணி, நான் சொல்வதைக் கேள்!” என்று மறுபடியும் நெருங்கினார். கலியாணி சமையலறைக்குள் சென்று தாளிட்டுக் கொண்டாள். உள்ளிருந்து விம்மிவிம்மி அழும் குரல் கேட்டது.

“கலியாணி! கலியாணி!”

பதில் இல்லை.

சர்மாவும் கலங்கிய உள்ளத்துடன் வெளியே சென்றார். கொழுந்து மாமலைக்குச் செல்வது அவருக்கு நிம்மதியை யளிக்கலாம்.

6

கலியாணிக்கு அன்று முழுவதும் மனம் ஒன்றிலும் ஓடவில்லை. முதலில் பயம், தவறு என்ற நினைப்பில் பிறந்த பயம். ஆனால் சர்மாவின் ஸ்பரிசம் அவள் தேகத்தில் இருந்துகொண்டிருப்பது போன்ற நினைவு சுகமாயிருந்தது. அவள் உள்ளத்தின் ரகசியத்தில் சர்மாவின் ஆசைகள் எதிரொலித்தன.

அன்று முழுவதும் அவளுக்கு ஓரிடத்திலும் இருப்புக் கொள்ள வில்லை. சுப்புவையர் மத்தியானம் வந்தார். அவருடைய இயற்கைப் பிரலாபத்துடன் போஜனத்தை முடித்துக்கொண்டு நித்திரை செய்ய ஆரம்பித்தார்.

கலியாணிக்கு அவரைப் பார்க்கும்பொழுதெல்லாம் பரிதாபமாக இருந்தது. தன்னை ‘மூத்தாளைப் போல்’ இருக்கவில்லை என்று வைதாலும், தன்மீது ஓர் அந்தரங்கமான நம்பிக்கை வைத்திருப்பதால் அதை மோசம் செய்வதா என்று எண்ணினாள்.

கலியாணிக்கு இரண்டையும் ஏக காலத்தில் பிரிய மனமில்லை. வீடு, பேச்சு, சம்பிரதாயம் இதையெல்லாம் உடைக்க மனம் வரவில்லை. சுப்புவையரை ஏமாற்றவும் மனம் துணியவில்லை. இருளில் வழி தெரியாது தவிக்கும் பாதசாரி, ஏதாவது ஒன்றைத் தனது நம்பிக்கைக்குப் பாத்திரமானது என்று சங்கற்பித்துக்கொண்டு அதை நோக்கிச் செல்லுவது போல், தன் கணவர் நித்தியம் பூஜை செய்யும் கோவிலுக்குச்

சென்று கலங்கிய உள்ளத்திற்குச் சாந்தியை நாடினாள். கோவில் மூலஸ்தானத்தின் இருளுக்கு இவளது மன இருள் தோற்றுவிட்டதாகத் தெரியவில்லை. மூலஸ்தானத்தின் மங்கிய தீபவொளியில் லிங்கம் தெரிவது போல் சர்மாவின் முகம்தான் அவள் அகத்தில் பிரதிபலித்துக் கொண்டிருந்தது.

அன்று இரவு கலியாணி சுப்புவையர் பக்கத்தில் உட்கார்ந்து கால் பிடித்துக்கொண்டிருக்கும்பொழுது, அதிகாலையில் எழுந்து ஆற்றிற்குச் சென்று குளித்துவிட்டு வருவதற்கு அனுமதி கேட்டாள். காரணம், சர்மாவின்மீது ஆசையிருந்தாலும் அவரைச் சந்திக்காதிருக்க வேண்டுமென்ற நினைப்பு.

"விடியக் காலத்தில் ஏன் நதிக்கு...?" என்றார் சுப்புவையர்.

"குளத்தில் ஜலம் வற்றி நாற்றமெடுக்கிறதே என்று யோசித்தேன்!" என்றாள்.

"சரி, சரி, போய்ட்டு வாயேன்; அதுக்கென்ன கேள்வி வேண்டியிருக்கு? நேக்குத் தூக்கம் வருகிறது, சும்மா தொந்தரவு செய்யாதே!" என்று மறுபுறம் திரும்பிப் படுத்துக்கொண்டார்.

கலியாணிக்கு அன்று இரவு முழுவதும் உறக்கம் வரவில்லை. சர்மாவை நினைக்கும்பொழுதெல்லாம் ஒரு மகிழ்ச்சி, அவர் மறுபடியும் தன்னைத் தழுவமாட்டாரா என்ற ஆசை. இப்படியே தன் பொருளற்ற கனவுகளிடையே அவள் தூங்கினாள்.

~ ~

கொழுந்து மாமலைக்குச் சென்ற சர்மாவுக்கு வேலை ஓடவில்லை. அன்று முழுவதும், கலியாணி என்ன நினைப்பாளோ, அவளை மறுபடியும் எப்படிப் பார்ப்பது என்பதே யோசனை. அன்று இரவு முழுவதும் காட்டிலேயே இருந்துவிட்டார். அப்பொழுதும் சாந்தி பிறக்கவில்லை. அதிகாலையில் சென்று சாமானை எடுத்துக்கொண்டு ஊரைவிட்டே போய்விடுவது என்று நினைத்துக்கொண்டு திரும்பினார்.

கொழுந்து மாமலை ஆற்றுக்கு அக்கரையில் இருந்தது. ஊருக்கு வரவேண்டுமானால் ஆற்றைக் கடந்துதான் வர வேண்டும். மணி மூன்று இருக்கும்பொழுது ஆற்றங்கரையை யடைந்தார். மனத்தில் சாந்தி பிறக்கவில்லை. உள்ளம் பேய் போலச் சாடியது.

இன்னும் நன்றாக விடியவில்லை. ஆற்றில் யாரோ துணி துவைப்பது போலச் சப்தம். இவ்வளவு அதிகாலையில் அங்கு யார் வர முடியும்?

"யாரது?" என்றார்.

"யாரது?" என்ற பதில் கேள்வி பிறந்தது.

குனிந்து துவைத்துக்கொண்டிருந்த உருவம் நின்றது. ஒரு பெண் – கலியாணி!

"கலியாணி! நீயா இங்கு!... இந்த நேரத்தில்! பயப்படாதே! நான்தான் சர்மா!"

"நீங்களா!"

அவள் சொல்லி முடியுமுன் சர்மா அவளை அப்படியே தழுவிக் கொண்டார். அவள் விலக முயன்றாள். இருவரும் தடுமாறிப் பாதி ஜலத்திலும் பாதி மணலிலும் விழுந்தனர். கலியாணியின் முகத்திலும் அதரத்திலும் மாறிமாறி முத்தமிட்டார். கலியாணி தடுக்கவில்லை. அவருடைய போக்கிற்கெல்லாம் தடை செய்யவில்லை.

சற்று நேரம் கழிந்தது.

"கலியாணி!"

"என்ன?"

"என்னுடன் வந்துவிடு! இந்த மனித நாற்றமே அற்றவிடத்திற்குச் சென்றுவிடுவோம்!"

"ஐயோடி! அது முடியாது!"

அந்த மங்கிய வெளிச்சத்திலும் அவளது மிரண்ட பார்வை மின்னியது.

"பிறகு..?"

"எனக்கு ஒன்றும் தெரியவில்லை. நீங்கள் சொல்லுகிற மாதிரி... அதற்குப் பயமாக இருக்கிறது!"

சர்மாவுக்கு உலகம் அர்த்தமற்ற கேலிக்கூத்துப் போலும், அசட்டுத் தனம் போலும் பட்டது.

"கலியாணி, நான் போகிறேன்!" என்றார்.

"எங்கே? போக வேண்டாம்! இங்கேயே இருந்துவிடுங்கள்!"

"சீ! அது முடியாத காரியம். என்னுடன் வா!" என்று கையைப் பிடித்தார்.

"முடியாது!"

மறுபடியும் அக்கரைப் பக்கம் ஒரு மனித உருவம் சென்று இருளில் மறைந்தது.

கலியாணியின் வாழ்க்கை-அலையில் ஒரு குமிழி உடைந்து போயிற்று.

ஊழியன், 15.2.1935

ஒரு கொலை அனுபவம்

இருள். எங்கு பார்த்தாலும் கரியவிருள். ரோட்டில் வெளிச்சம் மங்கியது. ஒற்றை விளக்கு.

அந்த இருட்டிலே ஒரு மனிதன் தள்ளாடித் தள்ளாடி நடந்து கொண்டு போகிறான். உள்ளூர ஒரு பாட்டு. குடிப் பேர்வழி. அந்த இருட்டிலும் பாடிக்கொண்டு போகிறானே. ஆசாமி தைரியசாலி யாகத்தான் இருக்க வேண்டும். நான் என்றால் பேசவே மாட்டேன்.

இதென்ன வேடிக்கை? அவனுக்கென்ன பைத்தியமா? விளக்கைப் பிடித்துத் தொத்திக்கொண்டு ஏன் ஏற வேண்டும்? விளக்கு ஏற்றி இருக்கும்பொழுது இவன் என்ன அங்கு போய் சாதிக்கப்போகிறான்? இதுவும் ஒரு வேடிக்கைதான்.

ஏறி இரும்புக் கம்பத்தின் குறுக்கில் உட்கார்ந்துகொண்டு 'ராஜாதி ராஜன் நானே' என்று பாடுகிறானே. அவனும் ராஜன்தான்! இவனுக்கும் ஹிட்லருக்கும் ஒரு வித்தியாசமும் கிடையாது.

அடடா! முகத்தைப் பார்த்தால் என் போல் இருக்கிறதே! நான்தான் அவன். இதென்ன வேடிக்கை? முகத்தைப் பார்த்தால் எனக்கு இரட்டைச் சகோதரன் மாதிரி இருக்கிறான். எங்கே வந்து சொத்தில் உரிமை கேட்கப்போகிறானோ?

விளக்கெல்லாம் அணைந்துவிட்டதே! இதென்ன அதிசயம்? ஏன் விளக்கு அணைய வேண்டும்? இரவு பூராவும் எரிவதென்றால் முனிஸிபாலிட்டியாருக்கு குடி முழுகிவிடும் போல் இருக்கிறது.

அந்த இருட்டில் பாதையின் திருப்பத்திலிருந்து இன்னொரு உருவம் வருகிறது. ஏன் இப்படி நடக்க வேண்டும்? ஆசாமியைப் பார்த்தால் பொம்மை மாதிரி. கிட்ட நெருங்கட்டும். அதைத்தான் பார்ப்போம். இதென்ன அதிசயம்? அவனும் நான்தான். முதல்வந்த ஆசாமிதானா அவன்? தலைதான் கம்பத்தின் மேல் தெரிகிறதே. எனக்குப் பைத்தியமா? அல்லது பிரம்மாவிற்குத்தான் பைத்தியம் பிடித்துவிட்டதா? அல்லது பிரம்மாவிற்கு நான் சொத்து சுகம் வைத்துக்கொண் டிருப்பதில் பொறாமையா?

அந்த 'எனக்கு' ஏன் பயம் போட்டு ஆட்ட வேண்டும்? இரண்டு பிரதிபிம்பங்கள். இயற்கையின் கூத்தா? அல்லது பைத்தியக்கார ஆஸ்பத்திரியா?

இரவில் இன்னொரு உருவம் அதற்குப் பின் ஒளிந்துகொண்டு வருகிறது. அவனாவது வேறு மாதிரியாக இருக்க வேண்டும். இரண்டாவது ஆசாமியை நெருங்குகிறானே.

முகம் தெரிகிறது. நல்ல காலம். அவனுக்கு தாடியும் மீசையும் இருக்கிறது. நானல்ல! என்ன? நன்றாகப் பார். அவனும் நான்தான். எனக்கு தாடியும் மீசையுமா முளைத்திருக்கிறது? எனது முகத்தில் ஒன்றையும் காணோமே! முகத்தையும் கண்ணையும் பார்த்தால் என்ன பயமாக இருக்கிறது! மூன்று பேரும் நான்தானா அல்லது 'எல்லாம் நானே' என்ற முக்தியை அடைந்துவிட்டேனா?

தாடியுடைய 'என்' கையில் என்ன மின்னுகிறது?

கத்தி.

முன் செல்லும் 'எனக்குப்' பின் இந்த இரண்டாவது 'நான்' ஏன் பதுங்கிப் பதுங்கிச் செல்ல வேண்டும்? முதல் 'நான்' எங்கே?

ஆமாம்! அவன் குஷியாக கம்பத்தின்மீது பாட்டுப் பாடுகிறான்.

நெருங்கிவிட்டான்!

'அய்யோ கொல்கிறானே!'

மூன்றும் என் குரல். எல்லாம் இருள். ஒன்றையும் காணோம்!

விழித்தேன். பக்கத்தில் எனது நண்பன் 'பகலில் என்ன தூக்கம்?' என்று முதுகைத் தட்டிக்கொண்டிருந்தான். எதிரே எழுதுகோல், காகிதம், இத்யாதி துப்பறியும் நாவல் எழுத வேண்டுமென்ற உள்ளத் தாசையைச் சாந்தி செய்யக் கிடந்தன. துப்பறியும் நாவல் எழுதுவது என்றால் லேசா? தூக்குத் தண்டனை இல்லாமல் ஆட்களைக் கொல்ல வேண்டும். பிறகு துப்பறிவோனாகக் கண்டுபிடிக்க வேண்டும். அப்பப்பா? அந்தத் தொழில் நமக்கு வேண்டாம். மானுடன் ஓடிக்கொண்டு நாயுடன் துரத்த என்னால் முடியாது.

ஊழியன், **22.2.1935**

துன்பக் கேணி

1

வாசவன்பட்டி என்றால் திருநெல்வேலி ஜில்லாவாசிகளுக்குக்கூடத் தெரியாது. ஜில்லாப் படத்தைத் துருவித் துருவிப் பார்த்தாலும் அந்தப் பெயர் காணப்படாது; அது ஜில்லாப் படத்தின் மதிப்பிற்குக் கூடக் குறைந்த ஒரு சிறு கிராமம். ஊரைச் சுற்றிலும் பனை. பெட்ரோல் நாகரிகத்தின் ஏகாதிபத்தியம் செல்லும் ஜில்லா போர்ட் ரஸ்தாகூட, அது தன் மதிப்பிற்குக் குறைந்தது என்று நினைத்துக் கொண்டு, ஊரைவிட்டு விலகி ½ மைலுக்கு அப்பாலேயே செல்லுகிறது. ரஸ்தாவைவிட்டு இறங்கிக் கிழக்குப் பக்கமாக ஒரு மைல் சுமாருக்கு உடைமுள்ளும் சோற்றுக் கத்தாழையும் இரண்டு பக்கத்திலும் வளர்ந்திருக்கும் வண்டித் தடத்தில் சென்றால் ஒரு பனங் காட்டில் கொண்டு விடும். அந்தக் காட்டில் தான்தோன்றியாகச் சென்றுகொண்டிருக்கும் எந்த ஒற்றையடிப் பாதை வழியாகச் சென்றாலும் வாசவன்பட்டி எல்லைக்கு வந்துவிடலாம்.

ஊர் ஆரம்பித்துவிட்டது என்ற குறிப்பு என்னவெனில், பனங்காடு முடிந்து மறுபடியும் அந்த வண்டித்தடம் இரண்டு குட்டிச்சுவர்களுக்கிடையில் அற்புதமாகத் தோன்றுவதுதான். அவ்விரண்டு குட்டிச்சுவர்களும் எதிர்எதிராக இரண்டு 'நந்தவனத்தை'ச் சுற்றி வருகின்றன. தங்க அரளியும், செவ்வரளியும், முல்லையும் தறிகெட்டு வளர்ந்திருக்கும் ஒரு பிரையிடம். 'நந்தவனம்' ஒவ்வொன்றிலும் ஒரு கிணறு உண்டு.

இதைக் கடந்துவிட்டால் கிழக்கே பார்த்த கோவில், மிகவும் பாழடைந்து, மதில்கள் இடிந்து, மொட்டைக் கோபுர அலங்காரத்துடன் காணப்படும். அந்தக் கோவிலின் அர்ச்சகர் வீடு ஒன்றையும், இரண்டு மூன்று இடிந்து கூரை விழுந்த வீடுகளையுமுடைய தெருத்தான் அக்ரகாரம். அது இருபது அடிக்கப்புறம் மறுபடியும் திரும்பி, கத்தாழைச் செடி பூவரச மரங்களுக்கிடையில் சென்று, பிள்ளைமார் வீதியாக மாறுகிறது. தட்டோடு போட்டு நாழி ஓடுகளால் சாய்ப்பு இறக்கிய பெரிய வீடுதான் பண்ணையார் நல்லகுற்றாலம் பிள்ளையின் வீடு. அதைத் தொடர்ந்த இரண்டு மூன்று வளைவுகளில் கணக்கு முதலியார்,

கி.மு. சங்கரலிங்கம் பிள்ளை, பலசரக்குக் கடை ஓட்டப்பிடாரம் பிள்ளை – ஓட்டப்பிடாரம் என்ற ஊர் அவரது பூர்விகம் – வாத்தியார் சுப்புப் பிள்ளை, பிள்ளையார் கோவில் பூசாரி வேணவலிங்கப் பண்டாரம் – இவர்கள் எல்லோரும் வசிக்கும் குடிசைகள். குடிசை களைப் பார்த்தாலே, அவர்கள் பண்ணைப் பிள்ளையைப் போல் வாழ்க்கையின் சௌகரியங்களைப் பெற்றவர்கள் அல்லர் என்று தெரிந்துவிடும். எல்லாரும் பண்ணைப் பிள்ளையவர்களின் வயல்களை, வாரமாகவோ குத்தகையாகவோ எடுத்துப் பயிர் செய்து ஜீவிப்பவர்கள். வேளாளர் எல்லாரும் ஒன்றுக்குள் ஒன்றுதான். கமறும் தேங்கா யெண்ணெய் வாசனை பரிமளிக்கும் இந்தத் தெருவைத் தாண்டினால் ஊர்ப் பொட்டல். அதில் தனிக்காட்டு ராஜாவாக, தேஜோமயானந்த மாக, ஊர்க்காவல் தெய்வமாகிய சுடலைமாடப் பெருமானின் பீடம் நெடுமரம் போல் காறைக்கட்டியினால் உறுதியாகக் கட்டப்பட்டு நிற்கும். இடிந்து விழுந்த கோவிலில் மூர்த்தீகரமாக எழுந்தருளியிருக்கும் மகாவிஷ்ணுவைவிட இவருக்கு ஊர் மக்களிடையில் அதிக மதிப்பு உண்டு. அது அந்தச் சுடலைமாடனுக்குத் தெரியுமோ என்னவோ! அதைச் சுற்றி ஐந்தாறு மறவர் குடிசைகள். இவற்றில் ஊர்த் தலையாரி முதலியோர் வசிப்பார்கள். குடிசைகளைத் தாண்டிச் சென்றால் மானாமாரிக் குளம் – அதாவது தண்ணீருக்கு வானம் பார்க்கும் ஏரி. அதன் இக்கரையின் வலப்புறத்தில் பறைச்சேரி; அங்கு ஒரு முப்பது குடிசைகள்.

வேளாளர் தெருவில், ஊர்ப் பொட்டலை அணுகினாற் போல் பண்ணைப் பிள்ளையவர்கள் கட்டிய சவுக்கை, ஓலைக்கூரை வேய்ந்த திண்ணை, ஓட்டப்பிடாரம் பிள்ளையின் பலசரக்குக் கடைக்கு எதிர்த்தாற் போல் இருக்கும். ஊர்ப்பேச்சு, ஊர்வம்பு, கி.மு.வின் அரசாங்க நிர்வாகம், சீட்டாட்டம் எல்லாம் அங்குதான். சவுக்கையில் வேனிற்காலங்களில் இரவில் ஆட்கள் படுப்பதற்கும், பகலில் 'பெரிய மனிதர்' சாய்ந்திருந்து போவதற்கும் கோரைப் பாய், அழுக்குத் தலையணை, திண்டு முதலியவை மூலைக்கு ஒன்றாகக் கிடக்கும். ஓட்டப்பிடாரம் பிள்ளையின் கடையில் ரூலர் சிகரெட் முதல் பின்னை எண்ணெய் வரை வாங்கிக்கொள்ளலாம். மகா சிவராத்திரி, சுடலைமாடனுக்குக் கொடை முதலிய காலங்களில் அவர் சீட்டுக் கட்டுக்களும் விற்பார். ஓட்டப்பிடாரம் பிள்ளை பலசரக்குகளில் மட்டும் வியாபாரம் செய்பவர் அல்லர். குழிப்பெருக்கம், அரிவரி முதலிய ஆரம்பக் கல்வி விஷயங்களிலும் பண்டமாற்று வியாபாரம் நடத்துபவர். உற்சாகம் வந்துவிட்டால் கடை முன்பு கூடியிருக்கும் தேவமார்களுக்கு 'மருதை வீரன்' கதை, அல்லியரசாணி மாலை முதலியவற்றை வாசித்துக் காலட்சேபம் செய்வார். சவுக்கையில் சுவாரஸ்யமான பேச்சுக்கள் அடிபட்டால் அவர் கடையிலிருந்து கொண்டே கூட்டத்தில் தம்முடைய பங்கையும் சேர்த்துவிடுவார்.

கோடைக்காலம் ஆரம்பமாகி அறுப்பும் தொடங்கிவிட்டது. அறுப்புத் தொடங்கிவிட்டது என்றால் ஓட்டப்பிடாரம் பிள்ளைக்கும்

அதைவிட, சேரியின் பக்கத்தில் கள்ளுக்கடை வைத்திருக்கும் இசக்கி நாடாருக்கும் கொள்ளை. சாயங்காலம் ஐந்து மணியிலிருந்து இரவு பத்துப் பதினொரு மணிவரை பிள்ளையவர்களின் கடை முன்பு சந்தை இரைச்சலாக இருக்கும்.

வாசவன்பட்டியில் அறுப்பு ஆரம்பித்துவிட்டது. சாயங்காலம் பொழுது சாய்கிற சமயம். கணக்குப்பிள்ளையும், கி.மு.வும் சவுக்கையில் உட்கார்ந்துகொண்டிருக்கிறார்கள். கி.மு. வரி வசூலிப்பதில் மும்முரம். அவர் முன்பு அரசாங்கப் பழுப்புக் காகித நோட்டுப் புத்தகங்கள், நீளமான பை – இத்யாதி கிடக்கின்றன. பக்கத்தில் சவுக்கையின் ஓரத்தில் தலையாரி கட்டையத் தேவன் நின்றுகொண்டிருக்கிறான்.

"கட்டையா, கொஞ்சம் சுண்ணாம்பு எடுத்தா! ஆமாம், பாக்கும் இல்லே போலிருக்கு; எல்லாமா ஒரு துட்டுக்கு வாங்கியா!" என்றார் கணக்குத் தீத்தாரப்ப முதலியார்.

"ஆமாம், அவுக கேக்கதை வாங்கியாந்திட்டு, வெள்ளையனைப் பாத்து இளுத்தா! அவன் எப்பப் பார்த்தாலும் இப்பிடித்தான். நாளெ விடியன்னைக்கிக் கச்சேரிக்குப் போகணும், யாவுகம் இருக்கா?" என்று சொல்லிக்கொண்டே குறிப்பிலிருந்தவற்றைத் தாக்கல் பண்ணிக் கொண்டிருந்தார் கி.மு. பிள்ளை.

அப்பொழுது, மேலெல்லாம் பயிரின் புழுதி படிந்து, கக்கத்தில் ஒரு குடையை இடுக்கியவண்ணம், பின்புறம் இரண்டு மூன்று மறவர்கள் கைகட்டி அவருடைய பேச்சைக் கேட்டுவர, வியர்த்து விறுவிறுத்துக் கொண்டு, பண்ணைப் பிள்ளை வந்து, "அப்பாடா!" என்றவண்ணம் சவுக்கையில் உட்கார்ந்தார்.

"வாருங்க அண்ணாச்சி! மேனி எப்படிக் கண்டது?" என்றார் கி.மு.

"மேனியாவது, எளவாவது! சவத்தைத் தள்ளுங்க. ஏலே ஆண்டி, வீட்டுக்கு என்ன வேணுமென்று பாத்துக்கிட்டு வா!" என்று ஒருவனை அனுப்பினார்.

"என்ன அண்ணாச்சி, ஆலடியிலே அறுப்பெத் தொடங்கிட்டிய போல இருக்கெ – இரு சவமே, அண்ணாச்சி கிட்ட பேசுதது தெரியல்லே – வரவர பறக் களுதைகளுக்கும் திமிறு ஏறுது!" என்று எதிரில் இருந்த பறைச் சிறுமியை அதட்டிக்கொண்டு, பண்ணையாரிடம் பேச்சுக் கொடுக்க ஆரம்பித்தார் ஓட்டப்பிடாரம் பிள்ளை.

"ஆமாம், ஒண்ணுக்கும் குறைவில்லை, எல்லாம் ஒரு தொல்லைதான். போன திங்கக் கெளமை கோடு(கோர்ட்டு)க்குப் போயிருந்தேன். கப்பலரிசி வந்து மூடைமூடையாகக் குவியுதாம், பேட்டைப் பிள்ளை சொன்னார். இங்கையா, மண்ணோடு முட்டினாலும் ஒண்ணுமில்லை. அங்கெ நிக்கது மருதியா – ஏ மூதி! தொளுவிலே மாட்டுக்கு ரெண்டு செத்தை எடுத்துப் போட்டுவிட்டு வா!" என்று அதிகாரம் பண்ணி விட்டு, "பிள்ளையவாள், ஆண்டி வந்தான்னா நந்தவனத்துக்கு வரச் சொன்னேன் என்று சொல்லுங்கள்" என்று குறுக்குப் பாதையாக அங்கு சென்றார்.

"ஏட்டி, ஒம் புருசன் என்னமோ பணங் குடுக்கணும் என்று சொல்லுதாகளே, அதுக்குப் பண்ணையாரு கோவிச்சாகளாக்கும்; இருந்தாலும் ஊரு பெரியவுகளை பகைச்சுக்கிடலாமாட்டி!" என்று மருதியிடம் பேச்சுக் கொடுத்தார் கடைக்காரர்.

"என்ன சாமி, எம் பள்ளன் பண்ணை யெசெமாங்கிட்டெ என்னமோ ஒரு ரெண்டு நூறு வாங்கிருக்காஞ் சாமி. ஊருக்குப் பெரிய நாயம்மாரே இப்படிப் படுத்துனா, நாங்க என்ன செய்வோஞ் சாமி? அதுலெ ரெண்டு காளையும் வண்டியும் வாங்கினா, இப்பொ அதுவும் – அந்தச் சொடலைதான் பாக்கணும்! – இவிய இப்பிடி உறுக்கினா, பணத்துக்கு எங்கே போக? சாமி, இம்பிட்டு கருப்பட்டிப் போயிலையும் சருகும் குடுங்க சாமி, தொளுவெப் பாத்துக்கிட்டு வாரேன்!" என்று அவளுக்குத் தெரிந்ததைப் புலம்பிக்கொண்டு மாட்டுத் தொழுவத்தின் பக்கம் சென்றாள் மருதி.

2

மருதியின் புருஷன் பண்ணைப் பிள்ளையிடம் கடன் வாங்கும் பொழுது, 'நிச்சயமாகத் திருப்பிக் கொடுத்துவிடுவோம்' என்ற நம்பிக்கையிருந்துதான் வாங்கினான் என்று நினைக்க முடியாது. கொஞ்ச நாட்கள் மாட்டை உபயோகித்துக்கொண்டு, அது நோஞ்சானா கும் சமயத்தில் பண்ணை எஜமானின் காலைப் பிடித்துப் பணமாகக் கடனைக் கொடுக்காமலிருந்துவிடலாம் என்ற யோசனையின் பேரில்தான் நடத்தியிருக்க வேண்டும். பண்ணை எஜமான் இவனுடைய கூழைக் கும்பிடுகளுக்கெல்லாம் மசிகிற பேர்வழியாகக் காணப்படவில்லை. மேலும் அவர்தான் என்ன செய்வார்? எங்கு பார்த்தாலும் பணமுடை; தீர்வைக்குக்கூடக் கட்டி வராது போலிருக்கிறது. நிலத்தில் ஜெண்டாவை நட்டுவிடாமலிருக்க, மசிகிற பேர்வழிகளிடத்தில் சிறிது (அரசாங்கத்தின் பயத்தினால் ஏற்பட்ட) முரட்டுத்தனத்தோடு நடந்துகொண்டார். காளைகள் அவர் வசமாயின. அவ்வளவுதான் மிச்சம். ஊர்ப் பறைச்சேரி யில் ஏக களேபரம். வெள்ளையனும் அவன் பெண்டாட்டியும் குய்யோமுறையோவென்று கத்தினார்கள். வெள்ளையன் கொஞ்சம் முரண்டினான்; உதை கிடைத்தது.

பண்ணையார், 'பறச் சனமோ குறச் சனமோ!' என்று வெறுத்துக் கொண்டார். என்ன செய்தாலும் நன்றியில்லை என்ற மனக் கசப்பு.

வெள்ளையன் அன்று இரவு வெகு நேரம்வரை வீட்டிற்கு வரவில்லை.

மறுநாள் விடியற்காலமாகப் பண்ணைப் பிள்ளையவர்கள் வெளியில் செல்லுமுன் மாட்டுத் தொழுவத்திற்குச் சென்று பார்த்து விட்டுப் போகலாமே என்று உள்ளே நுழைந்தார். வெள்ளையனின் நோஞ்சான் காளைகள்தான் அசைபோட்டுக்கொண்டு ஆள் அரவத்தைக் கேட்டு எழுந்திருந்தன. மயிலைக் காளைகள் இரண்டையும் காணவில்லை. உடனே, கி.மு. பிள்ளையை எழுப்பிக் காண்பித்துவிட்டு,

சவுக்கையின் பக்கத்தில் கிடந்த தலையாரித் தேவனை எழுப்பிச் சமாசாரம் சொன்னார்கள்.

தலையாரித் தேவனுக்கு வெள்ளையன்மீது சந்தேகம். உடனே அவன் வீட்டிற்குச் சென்று பார்க்க, மருதி மட்டுமே அங்கிருந்தாள். புருஷன் எங்கே என்று மூவரும் நின்று விசாரிப்பதைப் பார்த்து, உள்ளுக்குள் பயந்துகொண்டு, தன் புருஷன் அவ்வளவு நேரம் வீட்டிலிருந்துவிட்டு அப்பொழுதுதான் வெளியே போனான் என்று ஒரு பொய் சொன்னாள்.

அவள் சொல்வது நிஜமா பொய்யா என்பதைத் தீர்மானிப்பதற்குத் தலையாரித் தேவனுக்கு ஒரே வழிதான் தெரியும். உடனே தலை மயிரைப் பிடித்திழுத்து, அவளைக் கீழே தள்ளி, உதைக்க ஆரம்பித்தான். தேவனுக்கு மருதியை உதைப்பதில் ஒரு குஷி.

அவள் குய்யோமுறையோவென்று கத்தினாலும் தலையாரித் தேவனின் ஜபம் சாயவில்லை. அதற்குள் சேரி திரண்டது. களவு விவரமும் பரவியது. வெள்ளையனை இரவு வெகு நேரம் வரை கள்ளுக்கடையில் பார்த்ததாகப் பலர் சொன்னார்கள்.

பிறகு என்ன? மருதி எவ்வளவு கூச்சல் போட்டும் பயனில்லை. வெள்ளையன் பனங்காட்டில் குடித்துவிட்டு மயங்கிக் கிடந்ததைக் கண்டுகொண்டார்கள். ஆள் பிடிபட்டவுடன், அவன் உண்மையில் திருடாமல் இருந்தாலும் என்ன?, விஷயம் வெகு எளிதில் போலீஸ் கேசாக மாறி, வெள்ளையன் சிறைக்குச் சென்றான்.

அவன் சிறை செல்லுமட்டும் ஊர் அல்லோலகல்லோலம்தான். முடிவில்லாமல், சளைக்காமல், பேசுவதற்குச் சமாசாரங்கள் நிறைந் திருந்தன. பண்ணைப் பிள்ளையவர்கள் என்ன முட்டிக்கொண்டும் மாடுகள் வந்தபாடில்லை. அதற்காக வெள்ளையன் பயலைச் சும்மா விடுகிறதா? ஏமாற்றிய பணத்திற்காவது அங்கு போய்விட்டு வரட்டுமே என்பதுதான் அவருடைய வாதம்.

இந்தக் களேபரக் காலத்தில் மருதிக்கு இரண்டு மாதம். அவளைப் பொறுத்தவரை, சேரியில் கிடைக்கும் சௌகரியங்களுக்குத் தகுந்தவாறு, வெள்ளையனுடன் ‘கண்ணாலம்’ செய்துகொள்ளும்பொழுது வாழ்க்கை இன்பகரமாகத்தான் ஆரம்பித்தது. புது மாப்பிள்ளை என்ற உற்சாகத்தில் அவன் வண்டியும் மாடும் வாங்கி இக்கோலமாகும் என்றிருந்தால் அவள் என்ன செய்ய முடியும்? வெள்ளையன் மீது அவளுக்கு அளவுகடந்த பிரியந்தான். இருவரும் கள்ளைக் குடித்துவிட்டு அடிக்கடி சச்சரவிட்டுக்கொண்டாலும் சேரியின் திருஷ்டி தோஷத்தைப் பெற் றிருப்பார்கள். எப்படியோ வெள்ளையன் சிறை சென்றான். மருதி அப்பன் வீடு சென்றாள். பிள்ளையவர்களுக்கு ஏச்சும் இரைச்சலுந்தான் மிச்சம். ஆனால், வெள்ளையன் சிறைக்குப் போனதில் பணத்திற்குப் பதிலாக ஒரு திருப்தி.

எங்கு பார்த்தாலும் பணமுடையாகவும் நிலங்கள் தீய்ந்துபோயும் இருக்கும் காலத்தில், அப்பன் வீடானாலும், அன்பையும் ஆதரவையும்

தவிர வேறு என்ன கிடைக்கப் போகிறது, அதிலும் ஏழைப் பறையனாக இருக்கும்பொழுது? அந்தச் சமயம் பார்த்துச் சாலைக்குக் கப்பி போட ஆரம்பித்தார்கள். மருதிக்கும் அவள் பெற்றோருக்கும் சிறிது வேலை கிடைத்தது. இரண்டு மூன்று மாதம் கையில் காசு ஓட்டம். வீட்டிலே, புருஷன் அநியாயமாகச் சிறை சென்றான் என்பதைத் தவிர வேறு ஒரு கவலையும் இல்லாமல் இருந்தது.

எப்பொழுதும் சாலையில் கப்பி போட்டுக்கொண்டேயிருக்க ஜில்லா போர்டிற்கு என்ன பைத்தியமா பிடித்திருக்கிறது? மறுபடியும் கஷ்ட சக்ரம் அவர்கள்மீது சுழல ஆரம்பித்தது.

அப்பொழுது தேயிலைத் தோட்டத்திற்கு ஆள்பிடிக்கும் ஏஜெண்டு ஒருவன் வந்தான். பறைச்சேரியில், தேயிலைத் தோட்டம் இவ்வுலக வாழ்க்கையில் மோட்சம் போலத் தோன்றியது. திரைகடல் ஓடியாவது திரவியம் தேட வேண்டுமாமே! அதற்காகத் திரைகடலோடிச் சுதந்திரத்தைப் பணையம் வைத்தால் என்ன? கடைசியிலாவது ஏதாவது மொத்தமாகக் கொண்டுவரலாமே!

மருதியும் அவளுடைய தாயாரும் கங்காணியுடன் கொழும்புக்குப் புறப்பட்டார்கள்.

3

விஸ்வாமித்திரரும் வியாசரும் மலைக்குச் செல்வதற்குக் காரணம் ஒன்று; மிஸ்டர் ஸ்டோடார்ட், ஐ.ஸி.எஸ்., மலைக்குச் செல்வதற்குக் காரணம் வேறு; ஸ்ரீமதி மருதியம்மாள் மலைக்குச் செல்வதென்றால் அதற்கும் ஒரு காரணம் இருக்கிறது. ரிஷிகளின் பூர்வாசிரமத்தைப் பற்றி ஆராய்வது நாஸூக்கில்லை என்று கூறுவார்கள். மருதியம்மாளின் மலைவாசத்தைப் பற்றியும் அப்படித்தான்.

'வாட்டர் பால்ஸ்' என்பது தேயிலைத் தோட்டத்திற்காகவே தெய்வத்தினால் இலங்கையில் சிருஷ்டிக்கப்பட்ட இடம் என்பது கிரெளன் தேயிலைத் தோட்டத்தின் தற்போதைய முதலாளியான ஸர் ஜோஸப் பிட்ஜ்மார்ட்டின் கிரெளனின் திட்டமான அபிப்பிராயம். இதில் சுவாரஸ்யம் என்னவென்றால், ஸர் ஜோஸப் சீமையை விட்டுச் சிறிதாவது விலகியதே கிடையாது. இங்கிலீஷ் 'பீப்'பும் (மாட்டுக்கறி), இங்கிலீஷ் 'பேக்க'னும் (பன்றி இறைச்சி) அவர் சொந்தப் பார்வையிலேயே தயாரிக்கப்படாத தேசம் அவர் தேகத்திற்கு ஒத்துவராது என்று அவருடைய ஹார்லி தெரு (லண்டனில் பிரபல வைத்தியர்கள் வசிக்குமிடம்) குடும்ப வைத்திய நிபுணர் அவருக்குக் கூறியிருக்கிறாராம். அதற்காக, மலேரியாவிற்கும் சூரிய உஷ்ணத்திற்கும் வருஷம் 2000 பவுனுக்கு ஈடு கொடுப்பதாக ஒப்புக்கொள்ளும் நபர்களிடம் தேயிலைத் தோட்ட நிர்வாகத்தை அவர் விட்டுவிடுவது வழக்கம்.

தற்பொழுது பாட்ரிக்ஸன் ஸ்மித் என்றவர் 'வாட்டர் பால்'ஸில் நிர்வாகத்தை ஏற்று நடத்தும் 45 வயதுப் பிரம்மசாரி. அவருக்கு

இரண்டு விஷயங்கள் சந்தேகமில்லாமல் தெரியும். ஒன்று, இலங்கைத் தேயிலைத் தோட்டத்தில் பிரம்மசாரியாக இருப்பது என்பதன் அர்த்தம்; இரண்டாவது, தேயிலை உற்பத்தியில் கறுப்பு மனிதர்களுடன் எப்படி நடந்துகொள்ள வேண்டும் என்பது. இதற்கு மேலாகக் கறுப்புக் கூலிகளின் பாஷையும் நன்றாகத் தெரியும்.

கறுப்பு மனிதர்கள் 'வாட்டர் பால்ஸ்' என்ற இடத்தை 'வாட்டர் பாலம்' என்று கூறுவார்கள். இலங்கைக் குன்றுகளின் சரிவில் ஒரு நீர்வீழ்ச்சியின் பக்கத்தில் இருப்பதால் அதற்கு அந்தப் பெயர் வந்தது. அந்த மலைச்சரிவில், இரண்டு மைல் நீளமும் மூன்று மைல் அகலமுமுள்ள தேயிலைக் காடு நீர்வீழ்ச்சியின் இருபக்கத்திலும் உள்ளது. துரையவர்களின் பங்களா, நீர்வீழ்ச்சிக்கு மேலே ஒரு பாதையின்மீது கட்டப்பட்டிருக்கிறது. அதற்கு எதிரே, அந்தப் பெயரற்ற காட்டாற்றின் மறுபக்கத்தில், கூலிகளின் காறைக் குடிசைகள் – கோழிக்கூடுகள் மாதிரி. அதற்கும் தள்ளி ஒரு ஆஸ்பத்திரி, மற்ற கறுப்பு அதிகாரிகள் இருக்கும் இடங்கள். அதிகாரிகளோ, தோலைத் தவிர மற்ற எல்லா அம்சத்திலும் துரைகளின் மனப்போக்கை யுடையவர்கள். அங்கு போய்க் குடியிருந்தால் இரண்டு விதமான மனப்பான்மைதான் ஏற்படும். ஒன்று அங்கிருக்கும் கறுப்புத் துரைகளுடையது, இரண்டாவது சிறைக்குத் தயாராக்குவது. மூன்றாவதும் ஒன்றிருக்கிறது. அதுதான் வாழ்க்கைக்கு முற்றுப்புள்ளி போடுவது.

தட்டப்பாரையில் தங்கி, பிறகு கப்பலேறி மலைக்கு வருமட்டும் மருதிக்கும் அவள் தாயாருக்கும் என்னவோ பெரிய புதையல் எடுக்கப்போவதாக உற்சாகம். 'வாட்டர் பால'த்திற்கு வந்தவுடன் அதன் சீதளமான பருவமும், அவர்களுக்குக் கொடுக்கப்பட்டிருக்கும் காறைக் குடிசையும் கவர்ச்சித்தன. இரவில் குளிருக்குப் போர்த்திக் கொள்ளவும், மழையில் தேயிலை பறிக்கும்பொழுது குடையாகத் தலையில் போட்டுக்கொள்ளவும் கம்பளி. வாரத்திற்கு வாரம் கைமேல் காசு! எல்லாம் வெகு சௌகரியமாக இருந்தன. அங்கிருக்கும் நாற்றம் வாசவன்பட்டிச் சேரியின் நாற்றத்தைவிடச் சிறிது அதிகம். அதுவும் சில நாட்களில் பழகிப் போய்விட்டது. குளிரின் கடுமையால் காலை 7 மணிக்குத்தான் எழுந்திருக்க முடியும். பிறகு கஞ்சியைக் காய்ச்சிக் குடித்துவிட்டு, முதுகில் ஒரு கூடையைப் போட்டுக்கொண்டு தேயிலைக் கொழுந்து பறிக்கச் செல்லுவார்கள். முதலில் பக்கத்தி லிருந்தவர்களிடம் கேட்டுப் பழகிக்கொண்டார்கள். ஆரம்பத்தில் இரண்டு மூன்று வாரத்திற்குக் குஷாலாகத்தான் இருந்தது. ஆனால், கூட வேலைசெய்யும் பெண் கூலிகளின் பேச்சும் நடத்தையும் அவர்களுக்குப் பிடிக்கவில்லை.

மூன்றாவது வாரத்தில் தாய்க் கிழவிக்கு மலைக்காய்ச்சல் வந்தது. ஆஸ்பத்திரிக்குச் சென்று மருந்துத் தண்ணி வாங்கிக் குடித்துக்கொண் டிருந்தாள். அவளுக்குத் துணையாக மருதியும் போய்விட்டு வருவாள்.

அப்பொழுது தேயிலை ஸ்டோர் மானேஜர் அவளை ஆஸ்பத்திரி யில் கண்டார். 'புது உருப்படி' என்பதால் அவர் 'குளித்துவிட்டு வா!' என்றதின் அர்த்தம் அவளுக்குப் புரியவில்லை. கூலிகளின் சம்பிரதாயத்தைப் பற்றி காரியம் மிஞ்சிய பிறகுதான் அறிய முடிந்தது. கிழவிக்கும் வயிற்றில் இடி விழுந்தது மாதிரி ஆயிற்று. ஆனால், பக்கத்தில் பேச்சுக் கொடுத்துப்பார்த்தால் இது மிகச் சாதாரணமான காரியம் என்று ஆயிற்று. அதற்கப்புறம் அவள் அந்தத் திசையிலேயே எட்டிப் பார்ப்பதில்லை. ஆனால் ஸ்டோர் மானேஜர் லேசானவரா? விலக்க முடியாத பழக்கம். வேறு விதியில்லாமல் தலை கொடுக்க வேண்டியிருந்தது. தன் வெள்ளையனை நினைத்துக் கண்ணீர் வடித்தாள் மருதி. வெள்ளையன் இருந்தால்...

நாட்களும் ஓடின. மருதியின் குழந்தையும் பிறந்தது. பெண் குழந்தை. பெண் என்று தெரிந்ததும் மருதிக்குத் தாங்க முடியாத துக்கமாக இருந்தது. பெரிதானால் அதற்கும் அந்தக் கதிதானே...!

கிழவியிருப்பதினால் குழந்தைப் பாதுகாப்பிற்குச் சிறிது வசதியாக இருந்தது. அந்த மலேரியாப் பிரதேசத்தில் என்ன இருந்து என்ன பயன்? உயிர் வாழ வேண்டும் என்ற வேட்கை ஜீவநாடியில் இருக்க வேண்டும். அது அந்தக் குழந்தைக்கு இருந்தது.

தேயிலை பூக்க ஆரம்பித்துவிட்டது என்றால் மலேரியா தேவதைக்குப் பசி என்று அர்த்தம். நீர்வீழ்ச்சியிலும் ஜலம் வற்றிவிடும். வேலையும் அதிகம். எண்ணிக்கையில்லாமல் பிறக்கும் மலேரியாக் கொசுக்களைப் போல் கூலிகளும் மடிவார்கள். அங்கேயே பல காலம் தங்கிப் பழகிப்போன கூலிக்காரர்களைப் புலி அடித்துத் தின்றால் அதற்கும் மலேரியாக் காய்ச்சல் வந்துவிடும். அவ்வளவு சக்தி பொருந்திய மலேரியாவின் முன்பு கிழவியின் பொக்கான சரீரம் எதிர்த்து நிற்க முடியுமா? மருதியையும் குழந்தையையும் விட்டுவிட்டு அவள் போய்விட்டாள். கிழவியின் மரணம் மருதிக்குப் பின்பலத்தையே போக்கி, வாழ்க்கையின் தனிமையை அதிபயங்கரமாக்கியது. வேறு வழியில்லாவிட்டால் என்ன, பயங்கரமாக இருந்தால்தான் என்ன?

தெய்வத்தின் கருணை அவ்வளவு மோசமாகப் போய்விடவில்லை. கண்ணைக் கெடுத்தாலும் கோலையாவது கொடுத்தது. ஸ்டோர் மானேஜர் கண்ணப்ப நாயனார் ரகத்தைச் சேர்ந்த பேர்வழி. தனது இஷ்ட தெய்வத்திற்குத் தான் ருசித்துப் பார்த்துத்தான் சமர்ப்பிப்பார். தற்செயலாக வருவது போல் திரு. பாட்ரிக்ஸன் ஸ்மித் அவர்களை அழைத்து வந்தார். ஸ்மித்தினுடைய ரசனையும் அவ்வளவு மட்டமானதன்று.

மருதியும் குழந்தையுடன் பங்களாவின் பக்கத்தில் தோட்டக்காரியாக வசிக்க ஆரம்பித்தாள்.

இப்படி இரண்டு வருஷம் சென்றது.

4

ஸர் ஜோஸப் பிட்ஜ்மார்ட்டின் கிரெளனின் மூன்றாவது தலை முறைக்கு முன்பு, குடும்ப கெளரவத்தை ஸ்தாபித்த ஸர் ரெட்மன்ட் கிரெளன், பிரிட்டிஷ் சாம்ராஜ்யத்தின் அஸ்திவாரத்திற்குக் காரணமான அசல் பிரிட்டிஷ் குணத்தைப் பெற்றவர். அவர் ஏதோ ஒரு பெயர் தெரியாத பாங்கியில் குமாஸ்தாவாக இருந்த தகப்பனாரை அடிக்கடி தொந்தரவு செய்து, குடும்பத்தில் காலாடி என்ற பட்டப் பெயருடன் கப்பலேறி, இலங்கைத் தேயிலையில் பட்டமும் பணமும் சேகரித்து, ஒரு பிரபுவின் குடும்பத்தில் கலியாணம் செய்துகொண்டவர்.

அந்த மூன்றாவது தலைமுறையின் குடும்ப இலட்சியத்தின் சகல குணங்களையும் துணிச்சலையும் ஸர் ஜோஸப்பின் ஏகபுத்திரியான மாட் கிரெளன் பெற்றிருந்தாள். இங்கிலீஷ் மோஸ்தர்படி அவள் அழகு ஆட்களை மயக்கியடிக்கக் கூடியது. அவர்கள் 'ஸெட்'டில் அவள் செய்யாத அட்டகாசம் கிடையாது. திடீரென்று அவளுக்கு ஆகாய விமானத்தின் வழியாக உலகத்தை ஒரு சுற்றுச் சுற்றி வர வேண்டும் என்று பட்டது. பிறகு என்ன? புறப்பட்ட பத்தாம் நாள் இலங்கையில் விமானத்தின் கோளாறினால் இறங்கவேண்டியதாயிற்று.

திரு. பாட்ரிக்ஸன் ஸ்மித்திற்கு ஒரு தந்தி பறந்தது. அவர் தமது மோட்டாரை எடுத்துக்கொண்டு கொழும்புக்குத் துரிதமாக வந்தார். அன்று முதல் இரண்டு நாட்கள் கொழும்பில் குதூகலம். ஸ்ரீமதி மாட் கிரெளன் குஷியான பேர்வழி என்று அவர் கண்டுகொண்டார்.

புதிய அனுபவத்தில் மிக்க ஆசையுள்ள ஸ்ரீமதி கிரெளனிற்கு இது மிகவும் பிடித்தது. இருவரும் தோட்டத்திற்குப் பிரயாணமானார்கள்.

பங்களாவில் அவளுக்கு ஒரு தனியறை. மருதி அவளுக்குப் பணிவிடைக்காரி. ஸ்ரீமதி மாட் அசட்டுப் பேர்வழியல்ல. தோட்டங்களில் பிரம்மசாரிகள் கறுப்புப் பெண்களை எப்படி நடத்துவார்கள் என்பது அவளுக்குத் தெரியும். ஆனால் அந்தப் 'போக்கிரி'யுடன் பழகுவதில் ஒரு உற்சாகம்.

உஷ்ணப் பிரதேசம் மதனனின் ஆஸ்தான மண்டபம் என்பது மேல்நாட்டு அபிப்பிராயம். எனவே, திரு. ஸ்மித்தும் ஸ்ரீமதி மாட் கிரெளனும் காதலர்கள் ஆனதில் அதிசயமில்லை.

அப்பொழுது . . . .

~ ~

சிறையிலிருந்து விடுபட்ட வெள்ளையன் நேராக ஊருக்குப் போகவில்லை. நேராக மாமனார் வீட்டிற்குச் சென்றான். அங்கு மருதியைக் காணாதது பெரும் ஏமாற்றமாக இருந்தது. சிறையிலிருந்து வரும்பொழுதே அவன் மனது உடைந்துவிட்டது. மருதியின் நினைவு ஒன்றுதான் பசையாக இருந்தது அவனுக்கு.

மாமனிடம் கொஞ்சம் கடன் வாங்கிக்கொண்டு, மருதியைப் பார்ப்பதற்காக அவன் தேயிலைத் தோட்டத்திற்குப் புறப்பட்டான்.

வெள்ளையனும் மாமனைப் போல் மருதியின் இலட்சியமான தேயிலைத் தோட்டத்தைப் பற்றி நினைத்துக்கொண்டு சென்றான்.

'வாட்டர் பால'த்திற்கு வரும் ஒரே மோட்டார் பஸ் சாயங்காலம் அங்கு வரும்.

இறங்கியவுடன் பக்கத்தில் நின்றவர்களை விசாரித்தான். அவர்கள் சிரித்துக்கொண்டு பங்களாவின் பக்கத்திலிருக்கும் குடிசையைக் காட்டினார்கள்.

அவன் நேரே நடக்கும்பொழுது, எதிரே, அந்த மங்கிய வெளிச்சத்தில் துரையும் துரைசானியுமாக இருவர் இடையில் கைபோட்டுக்கொண்டு சிரித்துப் பேசிக்கொண்டு சென்றார்கள்.

அவனுக்கு மருதியின் நினைவு பொங்கியது.

குடிசையை யடைந்து கதவைத் தட்டினான். உள்ளிலிருந்து ஈனஸ்வரத்தில், "யாரது?" என்று குரல் கேட்டது. மனமுடைந்த குரல்; வெள்ளையனுக்குத் தெரிந்துகொள்ள முடியவில்லை.

"மருதியா?" என்று கதவைத் திறந்தான். கருங்கம்பளியில் மருதி படுத்திருந்தாள். பக்கத்தில் குழந்தை படுத்து உறங்கிக்கொண்டிருந்தது.

மாடத்தில் தகர விளக்கு புகைவிட்டுக்கொண்டிருந்தது.

வெள்ளையன் திடுக்கிட்டான். மருதி பேய் என்று பயந்தாள். பேயாக இருந்தாலும் புருஷனின் பேய் என்று பட்டதால் எழுந்து உட்கார்ந்து, "வெள்ளையனா?" என்றாள்.

வெள்ளையன்தான்! அவளைக் கையைப் பிடிக்கப்போனான். "என்னைத் தொடாதே! மேலெல்லாம் பாத்தியா?" என்று முதுகையும் கைகளையும் காட்டினாள். மேலெல்லாம் பறங்கிப் புண்.

வெள்ளையனுக்கு நெஞ்சில் சம்மட்டி கொண்டு அடிப்பது போல் இருந்தது.

"இங்கே இதுதான் வளமொறை!"

வெள்ளையன் பதில் பேசவில்லை. அவன், "இங்கிருந்து புறப்பட வேண்டும்!" என்றான். அவள், "என்னால் வர முடியாது, குழந்தையைக் கொண்டுபோ!" என்றாள்.

முதலில் தன் குழந்தை என்பதில் ஆசை. பின், வேறு யாருடையதோ என்பதில் பொறாமை.

"உன் குழந்தைதான்!" என்றாள்.

"கண்ணாணை?"

"கண்ணாணை!"

"கிளவி போன வருசந்தான் செத்துப்போனா!"

வெள்ளையன் பதில் சொல்லவில்லை.

மருதி கூரையிலிருந்த தகரப் பெட்டியை எடுத்தாள். அதில் 5 ரூ. நோட்டுக்களாக 200 ரூ. இருந்தது. அது துரை அப்போதைக்கப்போது கொடுத்தது.

"எஞ் சம்பளப் பணம் . . . புள்ளையைப் பாத்துக்கொ!" என்று அதை நீட்டினாள்.

அன்று இருவர் தூங்கவில்லை.

பேசி முடிவதற்குள் விடிந்துவிட்டது.

"இந்தா!" என்று குழந்தையை நீட்டினாள்: "அதும் பேரு வெள்ளச்சி!"

வெள்ளையன் தலை மறையும் மட்டும் ஓர் உருவம் பாறையின் மீது நின்று பார்த்துக்கொண்டே யிருந்தது.

"அந்த லெக்கிலேதான் நம்ம ஊரு!" என்று சொல்லிக்கொண்டு அடிவானத்தின் பக்கம் பார்த்துக்கொண்டே நின்றது.

ஒரு சிரிப்பு – ஒரு பெருமூச்சு!

~ ~

வாசவன்பட்டிச் சவுக்கையில் பண்ணைப் பிள்ளை உட்கார்ந்து 'கோடு' விஷயங்களைப் பேசிக்கொண்டிருக்கிறார். பொழுது இருட்டி விட்டது. எதிரில் நிற்கும் ஆள் தெரியாது.

அப்பொழுது ஓர் உருவம் தெருவின் ஓரத்தில் வந்து நின்றது.

"யாரது?"

"சாமி, வெள்ளையனில்லா!"

"எப்பலே வந்தே? புத்தியா யிரு சவமே! கையிலே என்னலே?"

"புள்ளை சாமி!"

"அவ, மருதி எங்கெலே!"

"செத்துப்போனா, சாமி!... சாமீ!"

"என்னலே!"

"பணம்!"

"போலே, முட்டா மூதி! நீயே வச்சுக்கோ! புத்தியாப் பொளெ!"

"புத்தி!"

5

'வாட்டர் பால'த்தில் வெள்ளையன் வந்துபோன பிறகு பல சம்பவங்கள் நடந்துவிட்டன. மருதிக்கு உலகத்தின்மீது இருந்த சிறுபசையும், இப்பொழுது அவளை விட்டு விலகி நெடுந்தூரம் சென்று விட்டது. அடிக்கடி குழந்தையின்மீது நினைவு சென்று விழுந்து கொண்டேயிருந்தது. குழந்தைக்கு வெள்ளைச்சி என்ற பெயர் கொடுத்திருந்தாள். நியாயமாக, அந்த விஷயத்தில் விதி

சரியாகத்தான் நடந்துகொண்டது, அதை வெள்ளையனிடம் சேர்த்து விட்டது.

துரையவர்கள், சீமைக்குத் தனது புதிய ஆங்கிலக் காதலியுடன் செல்லுமுன் மருதிக்குக் கொடுத்த பரிசு – பரங்கிப்புண். அதனுடைய ஆதிக்கம் அதிகமாக வளர ஆரம்பித்தது.

அடுத்த துரை வந்ததும் – அவருக்கு சுகாதாரம் ஒரு பெரிய பைத்தியம் – மருதிக்குத் தோட்டக்காரி என்ற அந்தஸ்துப் போய் மறுபடியும் அவள் தேயிலைக் கூலியாகிவிட்டாள். ஆனால் முன் போல் பெரிய தெய்வங்கள் இவளை ஏறெடுத்துப் பார்ப்பதும் கிடையாது; அதற்குப் பதிலாக வசைமொழிகள் கிடையாது போனால் அவள் அதிர்ஷ்டம்.

அங்கிருக்கும் கூலிகளில் பலர் அவளுக்குக் கள்ளுத் தண்ணி வாங்கிக்கொடுத்து அவளுடைய தயவை எதிர்பார்ப்பது என்ற நிலைமை ஏற்பட்டுவிட்டது.

சில சமயம் மருதிக்கு, ஊரைப் பார்த்துப் போய்விடலாமா என்ற எண்ணம் தோன்றும். ஊரில் போனால் அப்பன் வீட்டில்தான் இருக்க வேண்டும். வெள்ளையனிடம் செல்வதற்கு மனத்தில் எவ்வளவு ஆசை இருந்தும், அங்கு செல்வதற்கு மனம் ஒப்பவில்லை.

இங்கு வந்த சில காலத்திற்குள் அவளுடைய உருவம் அதன் யௌவனக் களை எல்லாம் மாறிவிட்டது. பழைய மருதியல்ல; வாசவன்பட்டியில் இருந்த அவளுடைய சிரிப்பும் பேச்சும் பழங் கதையாகிவிட்டது.

அன்று விடியற்காலம் வெள்ளையன் குழந்தையை எடுத்துக் கொண்டு சென்ற காட்சி அவள் கண் முன் அடிக்கடி தோன்றும். குழந்தை, குழந்தை, குழந்தை! இதுதான் எப்பொழுதும் நினைப்பு. வெள்ளைச்சி இப்பொழுது என்ன செய்துகொண்டிருப்பாள், பேசுவதற்குப் படித்திருப்பாளா? – என்பதெல்லாம் கனவு.

உள்ளூரப் பூச்சியரித்தது மாதிரி நினைவுகள் குடைய ஆரம்பித்து விட்டால் பொக்கான தேகம் என்னதான் எதிர்த்து நிற்க முடியும்? செத்தால் வாசவன்பட்டியில்தான் சாக வேண்டும் என்ற ஆசை அதிகரித்துவிட்டது.

இப்பொழுது மருதிக்குக் கால் கைகளில் புண். அத்துடன் குத்திருமலும் சேர்ந்துகொண்டது. ஆஸ்பத்திரி மருந்துத் தண்ணியை எத்தனை நாள் குடித்தும் பயன் இல்லை. வைத்தியர் மருந்தூசி குத்த வேண்டும் என்றார். அது கொஞ்சநாள் கங்காணிச் சுப்பன் தயவில் நடந்தது; அதுவுமல்லாமல் அவளுக்குப் பக்கத்து வீட்டில் இருந்த பேச்சியும் கூடஇருந்து உதவி செய்தாள்.

அது எப்படியிருந்தாலும் காலையில் தேயிலைக் கொழுந்து பறிக்கச் செல்வது தடைபட்டுவிடக் கூடாது. அதில் கங்காணிச்

சுப்பன் கறார் பேர்வழி. உதை, அடி, அப்புறம் வசவு முதலியவை சாதாரணத் தண்டனைகள். இதைவிடக் கொடுமையானது அபராதம் பிடித்து வாரக்கூலியில் மண்ணைப் போடுவது.

அன்று ஆஸ்பத்திரிக்குச் சென்றுவிட்டு வந்து, கொழுந்து எடுக்கப் போவதற்குச் சற்று நேரமாகிவிட்டது. கூடையைத் தோளில் போட்டுக் கொண்டாள். கங்காணிச் சுப்பன் சுற்றிப் பார்த்துவரும் இடத்தின் பக்கம் அல்லாமல் வேறு பக்கமாகச் செல்ல வேண்டும் என்று பயந்து கொண்டே, தோட்டத்தின் மேல்பக்கமாகச் சென்று கொழுந்துகளை அவசர அவசரமாகப் பறித்துக்கொண்டிருந்தாள் மருதி. அப்பக்கத்தில் தேயிலைச் செடிகள் கொஞ்சம் உயரமாகச் செறிந்து வளர்ந்திருந்தன. மறு பக்கத்தில் தனக்கு உதவியான பேச்சியும் கங்காணிச் சுப்பனும் இருப்பதை அவள் பார்க்கவில்லை. அவர்கள் இருந்த நிலைமை அங்கு சர்வ சாதாரணம்.

ஆனால், இவள் நிற்பதைச் சுப்பன் பார்த்துவிட்டான். அவள் தன்னை ஒற்றுப்பார்க்கிறாள், அதனால் ஏதேனும் சச்சரவு வந்து துரை காதிற்கு எட்டிவிடும் என்ற பயம். தன்னைக் காப்பாற்றிக் கொள்வதற்காக எதிரியின்மீது பாய்வது உயிர்ப் பிராணிகளின் இயற்கைக் குணம். சுப்பனும் ஒரு ஜீவன்தானே!

சுப்பன் அவள்மீது பாய்ந்து, இரைந்துகொண்டே, உதைக்க ஆரம்பித்தான்.

மருதி, பேயோ என்ற நினைப்பில் கதிகலங்கிக் கல்லாக நின்றாள்.

சுப்பன், கூடையைப் பிடுங்கி, இலைகளை அவள் தலை வழியாகக் கொட்டி, நெஞ்சில் ஒரு மிதி மிதித்தான். கூடையில் இருந்தவை கொழுந்துகள் அல்லாமல் பெரும் பாகம் முற்றிய இலையாக இருந்ததைக் கண்டதும் சுப்பனின் கட்சி இன்னும் வலுத்தது. கையில் இருந்த கழியினால் நன்றாகச் சாத்திவிட்டு, அபராதம் போடுவதற்கு நேராக ஆபீஸைப் பார்த்து நடந்துவிட்டான்.

பேச்சிக்குத் தடுக்க ஆசையிருந்தாலும் சுப்பன் என்றால் பெரும் பயம். அதுவுமல்லாமல் அவன் தன்னிடம் நல்லதனமாக நடந்து கொள்ளும்பொழுது அதைக் கெடுத்துக்கொள்ள மனமில்லை. செடி மறைவில் ஒதுங்கியிருந்தவள், அவன் ஓடிய பிறகு மருதியிடம் சென்று பார்த்தாள்.

மருதிக்குப் பேச்சு மூச்சில்லை. பக்கத்திலிருந்த ஓடையில் ஜலம் எடுத்து, அவள் முகத்தில் தெளித்து, நினைவு வரச்செய்தாள் பேச்சி.

மருதிக்குப் பிரக்ஞை வந்ததும் ஒரு பெரிய இருமல். அதில் இரண்டு மூன்று துளி இரத்தமும் விழுந்தது.

கைத்தாங்கலாக மருதி குடிசைக்கு அழைத்துச் செல்லப்பட்டாள்.

6

மருதிக்கு அதிலிருந்து எழுந்து நடக்கவும் ஜீவனற்றுப் போய் விட்டது. சில சமயம், வியாதியின் மகிமையால் சித்த சுவாதீனமற்று,

குழந்தையுடன் கொஞ்சுவது போல் சிரித்துப் பேசிக்கொள்வாள். கலியாணமான ஜோரில் இருந்த முகக் களை அப்பொழுதுதான் தோன்றும்.

மறுபடியும் புத்தி தெளிந்தால், மங்கிய கண்கள் – இடிந்த மனத்தின் செயலற்ற ஏக்கம் – அவள் முகத்தில் கவிந்திருக்கும்.

பேச்சிக்கு ஒரு யோசனை தோன்றியது. 'ஊருக்கு எழுத்துப் போடணும்' என்று சுப்பனிடம் சொன்னாள். வெள்ளையனுக்கு, 'இதைத் தந்தியாகப் பாவித்து வரவேண்டும்!' என்று ஒரு கார்டு எழுதப்பட்டது.

அதுபோன நான்கு தினங்களுக்குள், புதிதாக வந்த துரைக்குக் கூலிகளின் எண்ணிக்கையைக் குறைக்க வேண்டும் என்று எண்ணம் பிறந்தது. அதிலும் வியாதியஸ்தராக இருப்பவர்களுக்குச் சம்பளத்தைக் கொடுத்து அனுப்பிவிட வேண்டும் என்பது அவரது நோக்கம்.

மருதியுடைய பெயரும் அந்த ஜாபிதாவில் சேர்ந்தது.

இந்தச் சமாசாரம் மருதிக்கு எட்டியதும், அவளுக்குத் தெளிவு ஏற்பட்டது. வாசவன்பட்டிக்குப் போய்விடலாம் என்ற நம்பிக்கையிலோ என்னவோ, சிறிது நடமாடவும் முடிந்தது. ஆனால் பலவீனம் மாறவில்லை.

புதன்கிழமைக் கப்பலுக்கு அனுமதிச் சீட்டு, சம்பளம் – எல்லாம் வந்து சேர்ந்தன.

7

வெள்ளிக்கிழமை மத்தியானம் வெய்யிலின் ஆதிக்கம் ஹிட்லரை நல்லவனாக்கியது. மருதி குளக்கரை வழியாகச் சேரியை நோக்கி நொண்டி நொண்டி நடந்துகொண்டிருந்தாள். அவள் இருந்த நிலையில் யாரும் அடையாளம் கண்டுகொள்ள முடியாது. கையில் ஒரு கம்பு, தலையிலும் இடுப்பிலும் இரண்டு மூட்டைகள். இடையில் வைத்திருந்த மூட்டையில் நாலைந்து கதலிப் பழம், இரண்டு ஜோடி வளையல்கள் – எல்லாம் வெள்ளைச்சிக்கு.

சேரியில் பறையும் தம்பட்டமும் அடிப்பது அவள் காதில் ஒலித்து நடைக்கு வேகமூட்டியது. மூலை திரும்பினால் ஊர்ப் பொட்டல், அதற்கப்புறம் அந்த மூலையில் வெள்ளையன் குடிசை. சுடலைமாடன் பீடத்தை அணுகியாய்விட்டது.

அப்பொழுது மேளதாள முழக்கங்களுடன் அந்த மத்தியானப் பனிரண்டு மணி வெய்யிலில் ஓர் ஊர்வலம் வந்துகொண்டிருந்தது. முன் பக்கம் சிலம்பம், ஆட்டத்துடன் பறை! அதற்கப்புறம் ஒற்றைக் குதிரைச் சாரட்டில் மாப்பிள்ளையும் பெண்ணுமாக ஓர் ஊர்வலம்!

நெருங்கிப் பார்க்கிறாள் மருதி. கண் கூசுகிறது. கொண்டையில் பூவும், நெஞ்சில் சந்தனமும், ஜரிகைக் குல்லாவும் வைத்து உட்கார்ந் திருப்பவன் – வெள்ளையன்தான்! என்ன ஜோராக உட்கார்ந்திருக்கிறான்!

அவள் மனசில் ஏதோ பாரம் நீங்கியது மாதிரி இருந்தது. அவளை ஒருவரும் கண்டுகொள்ளவில்லை.

மருதிக்குத் திடீரென்று குத்திருமல் மல்லுமல்லென்று வந்துவிட்டது. கீழே துப்பினாள்; இரண்டு துளி இரத்தம் கலந்திருந்தது.

8

"ஏ மூதி! புல்லுக்கட்டு என்ன விலை?"

"ஆறணாச் சாமி! எடுக்கறதுன்னா எடுங்க . . ."

"ஒரே விலையாச் சொல்லு . . ."

"ஒரே வெலேதான், ஆறணா! எங்கனெ தூக்கியார . .?

அங்கே நிற்பவன் டவாலிச் சேவகன், பாளையங்கோட்டை சப் ரிஜிஸ்திரார் சேவகன். எதிரே நிற்பவள் மருதி. வாசவன்பட்டியில் அவள் கனவு கண்ட சந்தோஷத்தைப் பாளையங்கோட்டையில் பெற முயற்சிக்கிறாள். மருதி வந்ததும் சென்றதும் வாசவன்பட்டியினருக்குத் தெரியாது. பாளையங்கோட்டையில் ஆஸ்பத்திரி இருக்கிறது, மருந்துத் தண்ணி வாங்கிக் குடித்துக்கொள்ள. ஏதோ கூலி கிடையாமலா போய்விடும் என்ற தைரியம் அவளுக்கு.

பகலில் புல் வெட்டி விற்பது. கிடைக்கும் காசு அன்றைய வயிற்றுப் பாட்டிற்குப் போதும். தாமிரவர்ணித் தண்ணீர் விசேஷத்தினாலோ என்னவோ, நோயின் கொடுமைகள், அதாவது வெளித்தோன்றிய புண்கள், உள்ளடங்கின. மேலெல்லாம் மேக நீரின் மினுமினுப்பும் கறுப்புத் தடங்களும் இருந்தாலும் மருதி அவ்வளவு மோசமாகிவிட வில்லை.

சப் ரிஜிஸ்திரார் வீட்டில் வாடிக்கையாகப் புல் கொண்டுவந்து போடுவதாக ஒப்புக்கொண்டாள். வாடிக்கையாகப் போடுவதாலும் அன்றாடம் கைமேல் காசு கிடைப்பதாலும் நாலணா போதும் என்று பட்டது.

மருதியின் தேவைகள் ஒன்றும் ஜாஸ்தியாகிவிடவில்லை. அதனால் அவளுக்கு அந்த நான்கணாவில் சிறிது மிச்சமும் விழுந்தது.

ஆனால், குழந்தையைப் பார்க்க வேண்டும் என்ற ஆசை நாளுக்கு நாள் வளர ஆரம்பித்தது. எப்படிப் போய்ப் பார்ப்பது? அதிலும் வெள்ளையனுக்குத் தெரியாமல் . . .

'குழந்தை, குழந்தை!' – இதுதான் சதாகாலத் தியானமும்.

ரிஜிஸ்திரார் பக்கத்தூருக்குப் போகவேண்டியிருந்ததால் இரண்டு மூன்று நாட்களுக்குப் புல் வெட்டும் தொழிலில் சிறிது ஒய்வு. ஏன் வாசவன்பட்டிக்குப் போய்விட்டு வரக்கூடாது?

அவள் கொழும்பிலிருந்து வெள்ளைச்சிக்கு வாங்கிவந்த ஒரு ஜோடிக் கண்ணாடி வளையல்களையும் எடுத்துக்கொண்டு புறப்பட்டாள்.

புறப்படும்வரையில் வெள்ளைச்சியை எப்படிச் சந்திப்பது என்ற பிரச்னை எழவில்லை. வழியிலெல்லாம் அதே கேள்விதான். குழந்தையை எப்படிச் சந்திப்பது?

ஊரைத் தாண்டியதும், மருதி மூட்டையை இடுக்கிக்கொண்டு, வெகு வேகமாக நடந்தாள். ஒவ்வொரு நிமிஷமும் வெள்ளைச்சியின் உயரம், பேச்சு இவையெல்லாம் எப்படியிருக்கும் என்ற மனக் கனவு.

9

மருதி வாசவன்பட்டிக்குள் செல்லும்பொழுது பகல் 11 மணியிருக்கும். அவளும் ஊரைச் சுற்றிக்கொண்டு ஆட்கள் நடமாட்டமில்லாத பாதையின் வழியாகவே சென்றாள். நல்ல காலம், தெரிந்தவர்கள் ஒருவராவது எதிரில் வரவில்லை.

வெள்ளையனின் வீடு வந்துவிட்டது. சேரியில் பறையர்கள் நடமாட்டம் அதிகமில்லை. பகலில் வீட்டில் உட்கார்ந்துகொண்டிருக்க அவர்கள் என்ன ஜமீன்தார்களா? அல்லது அவர்களுக்கு வயிறில்லையா?

வெளியே, எதிரே நின்று ஒரு நாய் குரைத்தது.

திடீரென்று குடிசைக்குள்ளிருந்து ஒரு குழந்தையின் கதறல், பொத்துப் பொத்தென்று விழும் அடியின் சப்தம்! அதற்குமேல், "கஞ்சிப் பானையெ கவுத்துப்புட்டியே, மூதி! என்னெத்தே குடிப்பே! உங்கப்பன் வந்தான்னா மண்ணையா திம்பான்? அந்தத் தட்டுவாணி முண்டையோட தொலையாமெ . . . சவமே, சவமே . . ." என்ற ஒரு பெண்ணின் கோபச் சொற்கள்.

மருதிக்கு உதரம் கொதித்தது. உள்ளே பாய்ந்து சென்றாள். அடிபட்டுக்கொண்டிருக்கும் குழந்தையை அப்படியே கையில் வாரியெடுத்துக்கொண்டு, அடித்துக்கொண்டிருந்தவளைக் கன்னத்தில் ஓங்கியடித்தாள்.

எதிர்பாராத விதமாகத் திடீரென்று ஒரு புதிய ஆள், வீட்டிற்குள் வந்து, ஒருவரை அடித்தால் யாராவது சும்மா இருப்பார்களா?

சண்டை ஏக தடபுடலாக ஆரம்பித்தது. ஒருவரையொருவர் மாறிமாறி அடித்துக்கொண்டனர். மருதிக்கு முகத்திலும் மார்பிலும் இரத்தம் கண்டது.

இவர்கள் கூக்குரலைக் கண்டதும் குழந்தையும் வீரிட்டுக் கத்தத் தொடங்கியது. சேரிப் பெண்கள் கூடினார்கள்.

பாதிப் பேர் மருதியின் கட்சி, சிலர் வெள்ளையனின் இரண்டாவது மனைவியின் கட்சி. ஆனால், இன்னும் ஒருவரும் மருதியை அடையாளம் கண்டுகொள்ளவில்லை. மருதியும், தன்னை யார் என்று கூறிக் கொள்ளவும் இல்லை.

அந்நிய வீட்டிற்குள் புகுந்து யாராவது அடிக்கப் பார்த்துக் கொண்டிருப்பார்களா? சேரியின் ஏச்சும் உதையும் அவளுக்குக்

கிடைத்தன. மருதி துரத்தப்பட்டாள். அன்று சாயங்காலம் குழந்தை வெள்ளைச்சியை வீட்டில் காணவில்லை.

என்றும் உதையும் திட்டும் வாங்கிக்கொண்டிருக்கிற குழந்தை, பொரிகடலையும் தின்பண்டமும் வாங்கிக்கொடுக்கும் ஒருவரைக் கண்டால் உடன்வருவதற்குச் சம்மதியாமலா இருக்கும்?

மருதி குழந்தையுடன் பாளையங்கோட்டைக்கு வரும்பொழுது இரவு ஒன்பது மணி. பாளையங்கோட்டையில் இருந்தால் தொடர்ந்து வந்து பிடித்துவிடுவார்களோ என்ற பயம் அவளுக்குண்டு.

இரவில் நேராக ரயிலடியில் சென்று படுத்துக்கொண்டாள். எங்காவது வெகு தூரத்தில் போய்விட வேண்டும் – இவர்கள் இருக்கும் இடத்திற்கு வெகு தூரத்திற்கப்பால்!

மருதிக்கு அதிர்ஷ்டம் இல்லை என்று யார் கூற முடியும்?

ரயில் ஸ்டேஷனில் கங்காணிச் சுப்பனைச் சந்தித்தாள். அவன் இடுப்பில் வெள்ளி அரைஞாணும், வெள்ளை வேட்டியுமாகத் தடபுடலாக இருந்தான்.

"ஏட்டி, மருதி! நீ எங்கெ போறே!" என்றான்.

பிறகு என்ன! கங்காணிச் சுப்பன் 'வாட்டர் பால'த்திற்குப் போகிறானாம். இவளையும் கூப்பிட்டான். 'சரி'யென்று உடன்பட்டாள்.

"இந்தப் புள்ளெ யாரு?"

"என்னுது!"

"சவத்தெ அங்கெ ஏன் கொண்டாரே?"

"அது செத்தாலும் என் கிட்டத்தான் சாகணும்!"

10

பதினான்கு வருஷங்கள் கழிந்தன.

கங்காணிச் சுப்பனுடன் சென்ற மருதி இத்தனை காலமும் 'வாட்டர் பால'த்திலேயே கழித்துவிட்டாள். அங்கு இப்பொழுது மருதியின் ஸ்தானம் தேயிலைக் கூலி என்பதல்ல. சுப்பனின் மனைவி என்றே அழைக்கப்பட்டாள். பதினான்கு வருஷங்கள் ஒருவனுடன் தன் வாழ்க்கையைப் பிணித்துக்கொண்ட பிறகாவது மனைவி என்ற அந்தஸ்து வரக்கூடாதா?

மருதி – அவள் இப்பொழுது கொஞ்சம் பருத்து, சற்று விகாரமாக இருந்தாள். முன் பல் இரண்டு விழுந்துவிட்டது. தலையும் கத்தை கத்தையாக ஒவ்வொரு பக்கத்தில் நரைத்துவிட்டது. மருதி சுப்பனுக்கு என்ன மருந்து வைத்துவிட்டாளோ என்று கூலிகள் பேசிக்கொள்வதுண்டு. காரணம், சுப்பனின் திருவிளையாடல்கள் எப்படியிருந்தாலும், மருதியின் பேச்சை யாராவது எடுத்தால் அவர்கள் கதி அதோ கதிதான்.

வெள்ளைச்சி – அவள்தான் மருதியின் வாழ்க்கைப் பற்றுதலுக்கு ஒரு சிறு தீபம்! – 'வாட்டர் பால'த்திலேயே பதிநான்கு வருஷங்களைக் கழித்தால் ஒருவரும் களங்கமற்றவராக இருக்க முடியாது. அவளுக்குச் சகல விஷயங்களையும் அடித்துப் பேசத் தெரியும். ஆனால் அவ்வளவும் வெறும் விளையாட்டுத்தனம். அவள் நின்ற இடத்தில் மௌனத்தைக் காண முடியாது. சிரிப்பும் சத்தமும் எங்காவது கேட்டால் வெள்ளைச்சி அங்கு இருக்கிறாள் என்று திட்டமாகச் சொல்லிவிடலாம். வெள்ளைச்சி இப்பொழுது பிராயமடைந்துவிட்டாள். மருதி கலியாணமாகி வாசவன்பட்டிக்கு முதல்முதலாக வந்த சமயத்தில் இருந்த மாதிரி அதே அச்சாக மூக்கும் முழியுமாக இருந்தாள். மருதிக்கு அவளை ஒரு நல்ல இடத்தில் கலியாணம் பண்ணி வைத்துவிட வேண்டுமென்று ஆசை. அந்த 'வாட்டர் பால'க் கும்பலில், 'கருவாட்டைக் காக்கிற மாதிரி' (மருதியே இப்படிச் சொல்லிக்கொள்வாள்) காத்து வந்தாள். வெள்ளைச்சி வேலையில்லாமல் சுத்திக்கொண்டு வரவில்லை. அவளும் தேயிலைக் கூலியாகச் சிறிது காசு சம்பாதிக்கிறாள். வெள்ளைச்சியின் சம்பளம் வந்து வீடு நிறையப் போவதில்லை; ஆனாலும் அவள் கூலியைச் செலவு செய்யாமல் சேர்த்துவைத்தால் . . . .

சுப்பன் இப்பொழுது தலைமைக் கங்காணி வேலை பார்த்து வருகிறான். அதனால் கொஞ்சம் சம்பள உயர்வு. மருதிக்கும் வெள்ளைச்சிக்கும் அவனுக்கும் போக எல்லோரும் சேர்ந்து குடிப்பதற்கும் சிறிது மிஞ்சும். கங்காணிச் சுப்பனுக்கு மேலதிகாரிகளிடம் தக்கபடி நடந்துகொள்ள அநுபவமும் உண்டு . . . .

அதிலும் வெகு காலமாக இருந்துவரும் ஸ்டோர் மானேஜரின் கையாள் அவன். அவருக்கு வயது ஐம்பதுக்கு மேலாகிவிட்டது. கிழவர், 'வாட்டர் பால' வாசத்தினால் பெற்ற சில வியாதிகள் உண்டு. கம்பெனி அவருக்கு இன்னும் ஒரு வருஷத்தில் உபகாரச் சம்பளம் கொடுத்து அனுப்பிவிடும். ஆனால், தமது இடத்தில் தமது பந்து ஒருவனை வைத்துவிட்டுப் போக வேண்டும் என்று அவருக்கு ஆசை. அந்தரங்கமான நோக்கம் ஒன்றும் உண்டு. தமது ஒரே பெண்ணைச் சகோதரியின் மகனுக்குக் கொடுத்து, அவனை அங்கு கொண்டுவந்து வைத்துவிட வேண்டும். இதை நிறைவேற்றுவதற்காகவே தம் சகோதரி யின் மகன் தாமோதரனை அங்கு தருவித்தார்.

அப்பொழுது கம்பெனியின் முதலாளியிடமிருந்து 'வாட்டர் பால'த்தில் ஒரு பள்ளிக்கூடம் வைக்க வேண்டும் என்று ஓர் ஆர்டர் வந்தது.

கம்பெனியின் விளம்பரத்திற்கு ராமசந்திரன் பதில் அளித்தான். கம்பெனியும் அவனை 'வாட்டர் பால'த்துப் பள்ளிக்கூடத்தின் உபாத்தியாயராக நியமித்தது.

ராமசந்திரன் 'வாட்டர் பால'த்திற்கு வந்துகொண்டிருந்த அதே பஸ்ஸில் ஸ்டோர் மானேஜரின் மகள் மரகதம் பள்ளிக்கூட விடு

முறைக்காக வீட்டிற்கு வந்துகொண்டிருந்தாள். மரகதம் நல்ல அழகி.

11

பள்ளிக்கூடம் என்பது ஸ்டோர் மானேஜரின் வீட்டிற்கு எதிர் புறத்தில் இருந்த தேக்கந் தோப்பில் ஒரு சிறு குடிசை. அதில் ஒரு மேஜை, நாற்காலி, ஒரு கரும்பலகை, அதற்குப் பின்புறத்தில் ராம சந்திரனின் நார்க் கட்டில். எதிரே பிள்ளைகள் உட்கார்ந்துகொள்வதற்கு மணைகள். கூலிக்காரப் பிள்ளைகளுக்கு இது போதாதா?

மேஜையின் வலப்புறத்தில் தேயிலைத் தோட்டத்தின் அதிகாரிகளின் குழந்தைகளுக்கு நாலைந்து நாற்காலிகள்.

பிள்ளைகள் எண்ணிக்கை இருபதுக்குமேல் போகாது. டாக்டருடைய இரண்டு சிறுமிகள், தேயிலை ஸ்டோர் குமாஸ்தாக்களின் மூன்று பையன்கள் – அவர்கள் எல்லோருக்கும் இனிமேல்தான் அட்சராப் பியாசம். பதினைந்து கூலிக்காரக் குழந்தைகள். எல்லாம் ஆறு வயசுக்கு மேற்படாதவை.

ராமசந்திரனுக்கு உபாத்திமைத் தொழிலில் ஒரு கிறுக்கு. அதிலும் கொஞ்சம் இலட்சியங்களும் அவனைப் போட்டு அலைத்தன. இல்லாவிடில் அவன் ஏன் பி. ஏ. படித்துவிட்டு, தகப்பனார் சிபார்சில் கிடைக்கவிருந்த உத்தியோகத்தையும் தள்ளிவிட்டு இங்கு வர வேண்டும்?

ராமசந்திரன் நல்ல அழகன்.

குழந்தைகளில் அவன் வித்தியாசம் பாராட்டுவது கிடையாது. கூலிக்காரக் குழந்தைகள் தங்கள் மடத்தனத்தினால் அவனைக் கோபமூட்டுவதும் உண்டு. ஆனால் சாயங்காலமாகிவிட்டால் குழந்தைகள் 'ஸா'ருடன் விளையாடாமல் வீட்டிற்குச் செல்வதில்லை.

குழந்தைகளுக்குக் கதை கேட்பதில் ரொம்பப் பிரியம். அதிலும் 'ஸார்' கதை சொன்னால் நேரம் போவதுகூடத் தெரியாது.

ராமசந்திரன், தன் பள்ளிக்கூடத்தின் முன்பு கொஞ்சம் அலங்கார மாக இருப்பதற்கு, புஷ்பச் செடிகள் வைத்துப் பயிர் செய்ய வேண்டும் என்று நினைத்தான். ரோஜாப் புஷ்பங்கள் வனாந்தரமாக முளைத்துக் கிடக்கும் அப்பக்கத்தில் அதற்கு மட்டிலும் குறைவில்லை. மற்றச் செடிகளின் கன்றுகள் ஸ்டோர் மானேஜரின் வீட்டில்தான் ஏராளம்.

அதனால்தான் ராமசந்திரன் மரகதத்துடன் பேசிப் பழக நேர்ந்தது.

12

ராமசந்திரன் பள்ளிக்கூடத்தின் முன்பு இருக்கும் பாத்திகளுக்குத் தண்ணீர் தெளித்துக்கொண்டிருக்கிறான். பள்ளிக்கூடம்விட்டுச் சிறுவர்களெல்லாம் சென்றுவிட்டார்கள். எங்கு பார்த்தாலும் நிசப்தம்.

அவன் மனம் அடிக்கடி ஒரு சிந்தனையில் சென்று விழுந்து கொண்டிருந்தது. மரகதம்! – அவளுடன் தான் அதிகமாக நெருங்கிப் பழகுவது தவறு என்று அடிக்கடி பட்டுக்கொண்டிருந்தது. இந்தக் குழந்தைகளின் கலகலப்பான பேச்சுக்கப்புறம் மரகதத்திடந்தான் அவனுக்குப் பேச மனமிருந்தது.

அப்பொழுது வெள்ளைச்சி அங்கு வந்தாள்.

"என்ன விசேஷம்?" என்றான். வெள்ளைச்சியை அவன் பார்த்திருக் கிறான், ஆனால் பேசியதில்லை.

"எளுத்துப் படிக்கணும்! அதுக்காக வந்தேன்" என்றாள் வெள்ளைச்சி.

"படிக்க வேண்டுமா? பள்ளிக்கூட சமயத்தில் நாளையிலிருந்து வா!"

"தடிச்சி மாதிரி, அப்ப வரமாட்டேன். வெக்கமாக இருக்கு. இந்த நேரத்துக்கு வந்தா என்ன?"

"யாரும் ஏதாவது நினைக்கமாட்டார்களா – நீ என்னுடன் தனியாக இருந்தால்?"

"யாருக்கு அவ்வளவு தைரியம்? பல்லை உதுத்துப்புடமாட்டேனா?" என்றாள் வெள்ளைச்சி. அவள் முகத்தின் துடிதுடிப்பைக் கண்டதும் அவனுக்கே சிரிப்பு வந்துவிட்டது. அவ்வளவு தைரியம், களங்கமற்ற தன்மை! அவளுக்குப் படித்துக் கொடுக்க வேண்டும் என்று அவன் தீர்மானித்தான்.

"இப்பொழுது ஆரம்பிப்போமா?" என்றான் ராமசந்திரன். உடனே அவள் உட்கார்ந்துவிடுவாள் என்று அவன் எதிர்பார்க்கவில்லை.

முதலில் உயிரெழுத்துக்களை வரிசையாகச் சொல்லிக் கொடுத்தான்.

அரை மணி நேரமாயிற்று.

"மரகதம்மா மாதிரிப் படிக்க எத்தனை நாளாகும்?" என்றாள் வெள்ளைச்சி.

"ரொம்ப ஆசை இருக்கிறது போல் இருக்கே?" என்று சிரித்தான் ராமசந்திரன்.

"இன்றைக்கு இவ்வளவு போதும், நாளைக்கு வா!" என்றான்.

"சரி!" என்று அவள் எழுந்தாள்.

அச்சமயம் மரகதம், "வாத்யார் ஸார்!" என்று சிரித்துக்கொண்டு உள்ளே வந்தாள்.

இருவரும் தனியே இருப்பதைக் கண்டதும் சிறிது நின்றாள்.

ராமசந்திரன் சிரித்துக்கொண்டு, "எனது புதிய மாணவி, உன்னைப் போல் படிக்க வேண்டுமாம்!" என்றான். அவன் குரல் தொனியைக் கேட்டதும் மரகதத்திற்குத் தோன்றிய சந்தேகம் மறைந்தது.

"வெள்ளைச்சிக்கு ஆசை ரொம்ப! பொல்லாதவள்!" என்றாள் மரகதம்.

"நானும் ஒங்களைப் போலப் படிக்கப்போரேன்!" என்று சொல்லிக்கொண்டே ஓடிவிட்டாள் வெள்ளைச்சி.

"இன்று அத்தான் வந்திருக்கிறார். வீட்டுக்கு வருகிறீர்களா?"

"நான் என்னத்திற்கு? சமைத்தது வீணாகப் போகும்!" என்றான் ராமசந்திரன்.

"ஆமாம்! நாளைக்கு வேண்டுமானால் நான் செய்து தந்துவிடுகிறேன், வாருங்கள் போகலாம்!" என்றாள் மரகதம்.

"புதிய ஆட்கள் இருக்கும்பொழுது நான் வருவது நன்றாக இல்லை. எப்படியும் நான் அவர்களைப் பார்க்காமலா இருக்கப்போகிறேன்? நாளைக்கு வருகிறேன்!"

'நான் சொல்வதைக் கேட்பீர்களா, மாட்டீர்களா?"

"இப்படி முரண்டினால்..."

"பின்னே..."

"இரண்டு பேருக்கும் பொதுவாக ஒன்று சொல்லுகிறேன். இப்பொழுது இருட்டிவிட்டது. பாதி வழிவரை கொண்டுவந்து விட்டுவிட்டு வருகிறேன்!"

"நீங்கள் பிடித்த முயலுக்கு மூன்று கால்தான் போலிருக்கிறது!"

"இல்லை, மூன்றரை! நீ சொன்னபடிதான் பாதி கேட்கிறேனே!"

"கேட்க வேண்டாம், போங்கள்!" என்று விர்ரென்று திரும்பிச் சென்றாள் மரகதம்.

ராமசந்திரன், அவளைக் கூப்பிட்டுக்கொண்டு ஓடி, அவள் முன்பு நின்றான். அவள் கண்களில் நீர் தளும்பி நின்றது.

"இதற்கெல்லாம் இப்படி அழுதால்? வருகிறேன்!" என்று சொல்லி அவளுடன் சென்றான்.

பாதி வழியில் சென்றதும், "அத்தான் எதற்கு வந்திருக்கிறார் தெரியுமா?" என்றாள்.

"எதற்கு?"

"என்னைக் கலியாணம் செய்துகொள்ள!"

"அப்படியா! சந்தோஷம்."

பிறகு இருவரும் பேசவில்லை

13

வெள்ளைச்சியின் படிப்பு வெகு மும்முரமாகச் சென்றது. உயிரெழுத்து, மெய்யெழுத்து எல்லாம் பாராமல் சொல்வாள். சிறிது கஷ்டப்பட்டு எழுதவும் தெரியும்.

ராமசந்திரனுக்கு அவளிடம் ஒரு பிரேமை ஏற்பட்டது. அவளுடைய பேச்சில் ஓர் இன்பம். சிலசில சமயம், முதிர்ந்த விபசாரியின் பேச்சுக்களுடன் களங்கமற்ற அவள் உள்ளமும் வெளிப்பட்டது.

படிப்பு முடிந்தால், கூலிக்காரர்களுடைய சமாசாரங்களையெல்லாம் தன் அபிப்பிராயங்களுடன் கலந்து, அவனிடம் சொல்லுவாள்.

யாருக்கும் தெரியாமல் ஒன்றைச் செய்தால் பாவமில்லை. இது வெள்ளைச்சியின் அபிப்பிராயம்.

இதை எவ்வளவோ மாற்ற முயன்றும் ராமசந்திரனால் முடிய வில்லை. ஆனால் அவனுடன் பழகியதில் சுத்தமாக இருக்கப் பழக்கப் படுத்திக்கொண்டாள் வெள்ளைச்சி.

மருதிக்கு மகள் வாத்தியாரிடம் சென்றுவருவது பிடிக்கவில்லை. ஆனால் வெள்ளைச்சியிடம் எவ்வளவு சொல்லியும் பயன் இல்லை. வாத்தியாரைப் பற்றி ஏதாவது பேச்செடுத்தால் மல்லுமல்லென்று சண்டைக்கு வந்துவிடுவாள்.

துரை பங்களாவில் வேலைசெய்யும் குதிரைக்காரச் சின்னானுக்கு அவளைக் கட்டிக் கொடுத்துவிட வேண்டும் என்பது மருதியின் ஆசை.

கங்காணிச் சுப்பனும் சம்மதித்தான். விஷயம் பேச்சுமட்டில் இருக்கிறது. குதிரைக்காரச் சின்னானுக்கும் அவளைக் கலியாணம் செய்துகொள்வதில் இஷ்டமாம்.

அன்று சாயங்காலம் வெள்ளைச்சி சிறிது நேரம் கழித்துப் பாடம் படிக்க வந்தாள்.

பாலர் பாடப் புத்தகத்தை எடுத்துக் கையில் வைத்துக்கொண்டு, "வா, வெள்ளச்சி, இந்த நாற்காலியில் உட்காரு! ஏது இவ்வளவு நேரம்?" என்றான் ராமசந்திரன்.

வெள்ளைச்சி பதில் சொல்லவில்லை.

ராமசந்திரன் சொல்லுவது அவள் காதில் ஏறவேயில்லை. பெரு மூச்சு விட்டுக்கொண்டிருந்தாள்.

"என்ன வெள்ளைச்சி இன்றைக்குப் படிப்பு சுகமில்லை போலிருக் கிறது! நாளைக்கு வேண்டுமானால் பார்த்துக்கொள்ளலாம். ஏன் ஒரு மாதிரியாக இருக்கிறாய்? வீட்டில் ஏதாவது சண்டையா?" என்றான்.

"நான் இங்கே வரப்பிடாதாம். குதுரைக்காரச் சின்னானை எனக்குக் கலியாணம் செய்யணுமாம்!"

"அது நல்லதுதானே! முந்தியே சொன்னேனே, யாராவது சொல்லு வார்கள் என்று. மருதி சொல்லுகிறபடி கேள்!"

"நான் வரப்புடாதா? எனக்குச் சின்னான் பயலைப் புடிக்கலை, அப்போ –"

"அது எப்படி இருந்தால் என்ன? மருதி சொல்வதைக் கேள்!"

"நான் அப்படித்தான் வருவேன். மானேஜர் அய்யாகிட்ட சொல்லி என்னெ வர வுடாமே ஆக்குவாங்களாம். நான் படிச்சா இந்த மூதிகளுக்கு என்ன?"

ராமசந்திரனுக்கு எப்படி விளக்குவதென்று தெரியவில்லை. அவள் பிடிவாதம் குழந்தையின் பிடிவாதத்தைப் போல் இருந்தது.

அவளைச் சமாதானப்படுத்தி அனுப்பிவிடுவது மேல் என்று பட்டது. ஆனால் அவளை விரட்டுவதற்கு அவனுக்குப் பிடிக்கவில்லை.

ஒரு யோசனை பட்டது. ஒரு பைத்தியக்காரத்தனமான யோசனை. அவளைத் தானே கலியாணம் செய்துகொண்டால் – அவளுடைய குழந்தைத்தனம், அவளுடைய பிடிவாதம், ஆனால் உள்ளுக்குள் இருக்கும் விளைந்த அன்பு, எல்லாம் வசீகரித்தன. ஆனால் பறைச்சி! ஒத்துவருமா?

"வெள்ளைச்சி! நீ என்னைக் கலியாணம் செய்துகொள்ளுகிறாயா?"

வெள்ளைச்சியின் முகத்தில் ஆச்சரியம், அன்பு, குதூகலம் – எல்லாம் அலை மேல் அலையாக எழுந்தன.

"கலியாணம் எதுக்கு? . . ." என்று அவனை ஏறிட்டுப் பார்த்தாள். அப்பார்வையில், அவளது அன்பு, அதற்கு மேல், அவர்கள் இருவருக்கு மிடையில் இருந்த தடையின் பயம் – எல்லாம் கலந்திருந்தது.

அவள் உள்ளத்தின் போக்கு ராமசந்திரனுக்குத் தெளிவாகத் தெரிந்தது. அவனுக்காக அவள் எதை வேண்டுமானாலும் பணையம் வைக்கக் கூடியவள்.

"வெள்ளைச்சி! விளையாட்டிற்கல்ல – நிஜமாகக் கேட்கிறேன், என்னைக் கலியாணம் செய்துகொள்!" என்றான்.

அவள், "ஆகட்டும்!" என்று அவனை நெருங்கினாள்.

14

ஸ்டோர் மானேஜருக்கு ஐம்பது வயதிற்கு மேலானாலும் மனமும் ஆசையும் குறைந்தபாடில்லை. இப்பொழுது அவருடைய திருவிளையாடல்கள் எல்லாம் மிகவும் மறைமுகமாக நடக்கும். ஆனால், அவற்றிற்குக் கையாள் குதிரைக்காரச் சின்னான்.

நெடுநாளாக ஸ்டோர் மானேஜருக்கு வெள்ளைச்சியின்மீது கண் உண்டு. இப்பொழுது இருந்த வளமையில், மருதியும் கங்காணிச் சுப்பனும் முரடர்கள். மேலும் வெள்ளைச்சியின் குணம் 'வாட்டர் பால'த்திற்கு நன்றாகத் தெரியும். ஆனால், ஆசை யாரை விட்டது? குதிரைக்காரச் சின்னான் இந்த விஷயத்தைத் தெரிந்துகொண்டான். நெடுநாளாகக் கங்காணி வேலையில் அவனுக்குக் கண் உண்டு.

நீர்வீழ்ச்சியின் கீழ் 2½ மைல் வரை தேயிலைத் தோட்டம் படர்ந் திருந்தது. அப்பக்கத்தில் ஆட்கள் நடமாட்டம் அவ்வளவு கிடையாது. தோட்டத்தின் எல்லையைத் தாண்டினால் அழிக்கப்படாத 'ரிஸர்வ்' காடுகள். அவற்றின் இடையே நீர்வீழ்ச்சியிலிருந்து ஓடும் ஆறு பாறைகளின்மீது சலசலத்துப் பாய்கிறது.

வெள்ளைச்சியை மெதுவாக அந்தப் பக்கமாக அழைத்துவர, அவளுடன் கூட அலையும் சிறு பெண்களுக்குக் காசு கொடுக்கப்பட்டது.

அவர்கள் அப்போதைக்கப்போது சின்னானின் நட்பைப் பெற்றவர்கள். இத்தனை நாளும் அகப்படாத வெள்ளைச்சியைப் பிடித்துக் கொடுப்பதில் அவர்களுக்குக் கொஞ்சம் குதூகலம்! ஏற்பாட்டின்படி நடந்தது. சின்னான், ஸ்டோர் மானேஜருடன் அங்கு வந்திருந்தான். வெள்ளைச்சியைக் கொழுந்து பறிக்க வைத்துவிட்டு, மெதுவாக நழுவிவிட்டார்கள் கூடவந்த சிறுமிகள்.

வேறு விஸ்தரிப்பானேன்? அவளை முரட்டுத்தனமாகப் பிடித்து மரத்தில் கட்டிவிட்டான் குதிரைக்காரன்.

வெள்ளைச்சியின் கூச்சலைக் கேட்டு உதவிக்கு வருவதற்கு அங்கு ஆட்கள் இல்லை. ஆனால், அன்று தற்செயலாக ராமசந்திரன் அப்பக்கம் வந்தான்.

தூரத்தில் வரும்பொழுதே வெள்ளைச்சியின் நிலையைப் பார்க்க நேர்ந்தது. முதலில் அவன் வெள்ளைச்சி என்று நினைக்கவில்லை.

கிட்ட நெருங்கியதுந்தான் அவனுக்குத் தெரிந்தது. வெறிபிடித்தவன் போல அவ்விருவரையும் தாக்கினான்.

சின்னான் முரடன். ராமசந்திரன் அடிக்கப் பார்த்துக்கொண்டிருப்பானா? தடியைப் பிடுங்கிக்கொண்டு அவன் வெளுத்துவிடவே, ராமசந்திரன் மூர்ச்சையாகி விழுந்தான்.

அவனுக்குப் பிரக்ஞை வரும்பொழுதும் வெள்ளைச்சியின் கூக்குரல்தான் கேட்டது. மெதுவாக எழுந்து அவள் கட்டுக்களை அவிழ்த்துவிட்டான்.

வெள்ளைச்சி அவனைக் கட்டிக்கொண்டு தேம்பித் தேம்பியழுதாள். சிலசில சமயம் ரௌத்திராகாரமாகக் காளியைப் போல் இடிக்குரலில் பிதற்றுவாள்.

ராமசந்திரனுக்கு வலி சகிக்க முடியாது போனாலும், யாராவது கொஞ்சம் தைரியத்துடன் இருந்தால்தானே வீட்டிற்காவது போகலாம்!

இருவரும் நேரே மருதியின் குடிசைக்குப் போய்ச் சேர்ந்தார்கள்.

மருதிக்கு, அவர்கள் செய்தியைக் கேட்டதும் பேரிடி விழுந்தது போல் ஆயிற்று.

அதிலும், தன்னைக் கெடுத்த பாவியின் கையாள்தான் மருமகனாகத் தேர்ந்தெடுக்கப்பட்ட அந்தச் சின்னான். குய்யோமுறையோவென்று கூவிக்கொண்டு ஸ்டோர் மானேஜர் பங்களாவிற்கு ஓடினாள். அவர் அப்பொழுதுதான் சாப்பிட்டுவிட்டு வெளியே வந்து நின்றுகொண்டிருந்தார். பக்கத்தில் மரகதமும் தாமோதரனும் நின்றுகொண்டிருந்தார்கள்.

ஓடிவந்த மருதி, "என்னைக் கெடுத்த பாவி, என் மகளையும் குலைத்தாயே!" என்று ஒரு கல்லைத் தூக்கி அவர்மீது போட்டாள். நெற்றிப் பொருத்தில் பட்டு உயிரைப் பறித்துச் சென்றது கல்!

தாமோதரன் மருதியை ஓங்கியடித்தான். அவள் மூர்ச்சை போட்டு விழுந்துவிட்டாள்.

மரகதம் தகப்பனார்மீது விழுந்து கதறினாள். வேலைக்காரர்கள் வந்து கிழவரை உள்ளே எடுத்துச் சென்றார்கள்.

இதற்குள் நடந்த விஷயம் கூலிக்காரர்களுக்குள் பரவிவிட்டது. அவர்கள் எல்லோரும் கம்பையும் தடியையும் எடுத்துக்கொண்டு துரை பங்களாவின் பக்கம் ஓடினார்கள்.

சின்னான் அங்குதான் இருப்பான் என்பது அவர்கள் நம்பிக்கை. அப்பொழுதுதான் தூங்கி விழித்த துரை, துப்பாக்கியை எடுத்துக் கொண்டு கீழே இறங்கினார். கூட்டம் அடக்கக்கூடியதாக இல்லை. மறுபடியும் உள்ளே போய், கொழும்புப் போலீஸாரை டெலிபோனில் அழைத்துவிட்டு, அவர் கூட்டத்தை நோக்கிச் சுட்டார். கூட்டம் சின்னான் வீட்டில் தீ வைத்துவிட்டது. ஆனால், சின்னான் பைத்தியக்காரனல்லன். கூட்டம் வருமுன்பே எங்கோ ஓடிவிட்டான்.

கூலிக்காரர்களின் கூட்டம் ஸ்டோர் மானேஜரின் வீட்டுப் பக்கத்தை நாடியது.

கூலிக்காரர்கள் திரண்டு ஆர்ப்பாட்டம் செய்கிறார்கள் என்று தெரிந்ததும் ராமசந்திரனுக்குப் பயம் அதிகமாகியது. மரகதத்தையும் அவள் வீட்டிலுள்ளவர்களையும் ஏதாவது செய்துவிட்டால் என்ன செய்வதென்று கவலைப்பட்டான்.

வெள்ளைச்சியிடம் தன் மனத்தில் உள்ளதைக் கூறினான். அவளுக்கு முதலில் சம்மதமில்லை. பிறகு அவன் இஷ்டத்திற்காகச் சென்றாள். அங்கு போனதும்தான் நடந்த சமாசாரம் தெரிந்தது. மரகதத்தையும் தாமோதரனையும் அழைத்துக்கொண்டு துரை பங்களாவிற்கு வந்தான்.

மருதிக்குக் காவலாக வெள்ளைச்சி நின்றுகொண்டிருந்தாள். அப்பொழுது கூட்டம் அவர்கள் வீட்டை நோக்கி வந்தது.

வெள்ளைச்சி முரட்டுத் தைரியம் கொண்டவள்: "கிழவன் போய்விட்டான், இனி ஒன்றும் செய்ய வேண்டாம்!" என்று கூவினாள்.

கூட்டத்தில் பலருக்கு அவ்வித அபிப்பிராயம் கிடையாது. ஆனால் முதல் ஆவேசம் அடங்கிவிட்டது. எல்லோரும் மெதுவாகத் திரும்பினார்கள்.

மருதிக்குப் பிரக்ஞை வந்தது; ஆனால் சித்தம் தெளியவில்லை.

ராமசந்திரன் துரையிடம் நடந்த சமாசாரங்களைக் கூறினான். துரையோ அநுபவம் பெற்றவர்.

குற்றம் அதிகாரிகள் பக்கம் இருக்கிறது என்று தெரிந்ததும் சமாதானம் செய்வதைத் தவிர வேறு வழியில்லை என்று தெரிந்து கொண்டார். பத்திரிகையில் கம்பெனியின் பெயர் அடிபடுவதில் அவருக்குப் பிரியமில்லை.

அன்று விடியற்காலம் போலீஸ் பட்டாளம் ஒன்று வந்தது.

விவகாரங்கள் ஒருவிதமாக முடிவதற்குக் காரணம் துரைதான். துரை கொலையை நாஸூக்காக அமுக்கிவிட்டார். பத்திரிகைகளில் இந்த விஷயம் வெளிவரக் கூடாது என்பதே அவர் கவலை.

மருதிக்குப் பைத்தியம் தெளியவேயில்லை. அவளும், வெள்ளைச்சியும், ராமசந்திரனும் எங்கோ சென்றுவிட்டார்கள்.

'வாட்டர் பால'த்தில் மறுபடியும் அமைதி குடிகொண்டது; தேயிலை உற்பத்தியில் அது தன்னை மறந்தது.

மரகதம்! அவளும் இப்பொழுது 'வாட்டர் பால'த்திலில்லை.

தாமோதரன் இப்பொழுது நெல்லூர்ப் பக்கத்தில் வாத்தியாராக இருக்கிறானாம். அவனுடன் மரகதம் இருப்பதைப் பார்த்தால் அவர்களுக்குக் கலியாணமாகிவிட்டது என்றுதான் நினைக்கவேண்டியிருக்கிறது. அப்படித்தான் பலரும் சொல்லிக்கொள்ளுகிறார்கள்.

***மணிக்கொடி*, 31.3.1935, 14.4.1935, 28.4.1935**

டாக்டர் சம்பத்

நாடகத்தில் கோர சம்பவம்

அது எங்கள் சபாவின் வருஷாந்திரக் கொண்டாட்டத்திற்காக ஏற்பாடு செய்யப்பட்ட நாடகம். ராவ்சாகேப் சம்பந்த முதலியார் எழுதிய 'லீலாவதி – சுலோசனா.'

அன்று சபேசய்யர் சுலோசனையாகவும், குற்றாலம் பிள்ளை லீலாவதியாகவும் வேஷம் தரித்திருந்தார்கள். நாடகம் மெதுவாக நகர்ந்தது. லீலாவதி தன் தங்கைக்குப் பாலில் விஷத்தைக் கலந்து கொடுக்கும் கட்டம் வந்தது. சுலோசனை தன் 'சகோதரி' பரிவுடன் கொடுத்த பாலை வாங்கி நாஸூக்காகக் குடித்துவிட்டு, மரணத்தின் இன்பத்தைப் பற்றிப் பாடிக்கொண்டே, பக்கத்தில் அலங்கரித்திருந்த மஞ்சத்தில் போய் ஒய்யாரமாகப் படுத்தாள்.

அதுவரை அந்தக் காட்சியின் அகப் பதைப்பை எடுத்துக் காட்டுவது போல நாடக மேடையை இருள் நிறைந்ததாகச் செய்திருந்தார்கள். சுலோசனை படுக்கையில் சாய்ந்தவுடன் அந்தப் படுக்கையைச் சுற்றி அமைக்கப்பட்டிருந்த மின்சார விளக்குகள் மின்னல் தோன்றி மறைவது போல இரண்டு வினாடிகள் எரிந்து அவிந்தன. திரையும் விடப்பட்டது.

ஹார்மோனியக்காரர் இடைக்காலத்தைக் கழிப்பதற்காக ஒரே பாட்டைத் திருப்பித் திருப்பிப் புரட்டிக்கொண்டிருந்தார். சிறிது நேரமாயிற்று. திரை எழவேயில்லை. நான் மேடையின் பின்புறத்திலிருந்து வெளியே வந்து முதல் வரிசையிலிருந்த டாக்டர் சம்பத் பக்கத்தில் உட்கார்ந்திருந்தேன். அவ்வளவு தாமதத்திற்கு என்ன காரணமென்று பார்த்துவரலாமென்று ஆசனத்திலிருந்து எழுந்தேன்.

அதே சமயம் ஸ்டேஜ் மானேஜர் திரு. ராமானுஜம் திரையிலிருந்து வெளிப்பட்டு, அரங்கத்திலிருந்து இறங்கி எங்களிடம் வந்தார். அவர் முகம் வெளுத்து வியர்த்திருந்தது. அவர் நேராக டாக்டர் சம்பத்திடம் வந்து ரகசியமாக ஏதோ சொன்னார். அன்று நாடகத்திற்காக

விசேஷமாக வந்திருந்த டிப்டி கமிஷனரிடமும் ஏதோ சொல்லி யழைத்தார். அவர்களுடன் நானும் புறப்பட்டேன்.

திரு. ராமானுஜத்துடன் நேராக நடிகர்கள் வேஷம் போடும் இடத்திற்குப் போனோம். அங்கே ஒருபுறத்தில் எலெக்ட்ரிக் வெளிச்சத் தில் கோரமான தோற்றத்துடன் முகத்தை வலித்துக்கொண்டு, சுலோசனை வேஷத்தில் சபேசய்யர் இறந்துகிடந்தார்.

அவர் அருகில் போனவுடன் ராமானுஜம் டாக்டரிடம் "டாக்டர்! கொஞ்சம் பாருங்கள். சபேசய்யர் மாரடைப்பினால் இறந்து போய் விட்டாரா?" என்றார் பதட்டத்துடன்.

அவருடைய கேள்வியால் திடுக்கிட்டவர் போல டாக்டர் சம்பத் அவரை நிமிர்ந்து பார்த்தார். பிறகு குனிந்து இறந்தவரது உடலைப் பரிசோதித்துவிட்டு "மாரடைப்புமில்லை, ஒன்றுமில்லை. ஏதோ விஷத்தினால் இறந்திருக்கிறார்" என்றார்.

டிப்டி கமிஷனர் "ஒரு நிமிஷம்" என்று சொல்லிவிட்டு மேடையின் முன்புறம் சென்றார். அவர் உத்தரவுப்படியே போலீஸார் ஜனங்கள் உள்ளே வந்துவிடாதபடி காவல் காத்துக்கொண்டிருந்தார்கள். டிப்டி கமிஷனர், சுலோசனை வேஷம் போட்ட சபேசய்யருக்கு உடம்பு சௌக்கியமில்லையென்றும், ஆகையால் நாடகம் மேலே நடக்கா தென்றும், ஜனங்கள் கலவரமில்லாமல் கலைந்து போய்விட வேண்டு மென்றும் அறிவித்தார். கூட்டம் கலைய ஆரம்பித்தது.

டாக்டர் எதிரில் பரக்க விழித்துக்கொண்டு நின்ற குற்றாலம் பிள்ளையை (லீலாவதி வேஷம் போட்டவர்) வெறித்துப் பார்த்துக் கொண்டே "கொலையாக இருக்கலாம்; அல்லது தற்கொலை, தற் செயலாக நேர்ந்த விபத்து ஏதாவதாக இருக்கலாம்" என்றார்.

அதற்குள் டிப்டி கமிஷனர் திரும்பி வந்து சேர்ந்தார். அவர் டாக்டர் சொன்ன கடைசி வாக்கியத்தைத் தொடருவது போல் நேராகப் பால் வைத்திருந்த கூஜாவினிடம் சென்றார். அந்தக் கூஜா ஒரு ஸ்டூலின் மேல் தனியாக இருந்தது. டிப்டி கமிஷனர் அதிலிருந்து ஒரு சொட்டுப் பாலையெடுத்துக் கையில் விட்டுப் பார்த்தார். டாக்டரும் அவரருகில் போய் அதைப் பார்த்தார். கூஜாவை முகர்ந்தார். பிறகு 'அதில் இல்லை' என்று சொல்லிவிட்டு எங்களிடம் திரும்பிவந்தார்.

அதுவரை அந்தக் கோர சம்பவத்தினால் திடுக்கிட்டு மூலைக் கொருவராக ஒடுங்கி நின்றுகொண்டிருந்த நடிகர்கள் யாவரும் அங்கு வந்து சூழ்ந்துகொண்டனர். டாக்டர் சம்பத் "அவருக்குப் பால் கொடுக்கப்பட்ட டம்ளர் எங்கே?" என்றார்.

குற்றாலம் பிள்ளை பதட்டத்துடன் "அதை இப்போதுதான் அலம்பிக் கொட்டிவிட்டுத் தண்ணீர் குடித்தேன்" என்றார்.

டாக்டர் அவருடைய பதிலைக் கேட்டவுடன் "எங்கே கொட்டினீர்கள்?" என்றார்.

குற்றாலம் பிள்ளை "அதோ, அங்கே" என்று ஒரு மூலையைக் காட்டினார். அவர் அதைச் சொல்லி முடிக்குமுன் டாக்டர் அந்த இடத்தையடைந்துவிட்டார். அவர் அந்த இடத்திற்குப் போய் மண்டி போட்டு உட்கார்ந்து கீழே குனிந்து எதையோ உற்றுப் பார்த்தார். ஒரு நிமிஷம் அப்படியே இருந்துவிட்டு, எழுந்து திரும்பி வந்தார்.

வந்தவுடன், "அந்தக் கூஜாப் பாலில் சர்க்கரை போட்டிருக்கிறதா?" என்று ராமானுஜத்திடம் கேட்டார்.

ராமானுஜம், "இல்லை, சர்க்கரை போடாத பால்தான் கொண்டு வருவது வழக்கம். இங்கே வந்த பிறகு நடிகரின் இஷ்டத்தைக் கேட்டுச் சர்க்கரை போடுவோம்" என்று பதிலளித்தார்.

"சபேசய்யர் குடித்த பாலில் சர்க்கரை போட்டிருந்ததா?"

"ஆம், போட்டிருந்தது; காலணாவுக்கு வாங்கிக்கொண்டு வரச் சொன்னேன்."

"யார் வாங்கி வந்தது?"

"சபா வேலையாள் நடேசன்."

"அவன் இங்கே இருக்கிறானா?"

நடிகர்கள் கூட்டத்தின் பின்னால் லாயத்துக் குதிரை போலக் கால் மாற்றிமாற்றி நின்றுகொண்டிருந்த நடேசன் கடைசிக் கேள்விக்குப் பதில் சொல்லுவது போல உலர்ந்த குரலில் "எஜமான்" என்று கேட்டுக் கொண்டே முன்னால் வந்தான்.

டாக்டர் சம்பத், "இப்படி வா, நடேசா, பயப்படாதே, இன்று எங்கே சர்க்கரை வாங்கினாய்?" என்றார்.

"மாமூலுப் போலே எதுத்தாப்போல இருக்கற சாயபு கடையிலே தாங்க."

"சர்க்கரை மடித்து வந்த காகிதம் இங்கே எங்காவது இருக்கும். யாராவது தேடிப் பாருங்கள்." அதுவரை சிலைகள் போல சுவாசத்தைக் கூட அளந்து விட்டுக்கொண்டிருந்த நடிகர்களிடையே கொஞ்சம் அசைவு தோன்றியது. ஒருவர் பின்புறம் குனிந்து, "இதோ இருக்கிறது" என்று ஒரு காகிதத் துண்டை நீட்டினார்.

அதை வாங்கி டாக்டர் சம்பத் பத்திரமாக மடித்து டிப்டி கமிஷனரிடம் நீட்டினார். பிறகு அவரிடம் "என் வேலை முடிந்தது. நாளை ஆஸ்பத்திரியில் பிரேத பரிசோதனையின்போது மறுபடி பார்த்துக்கொள்கிறேன். சபேசய்யர் விஷத்தினால் இறந்திருக்கிறார். செம்பிலுள்ள பாலில் விஷம் இல்லை. அவர் குடித்த பாலில்தான் இருந்திருக்க வேண்டும். இனி உங்கள் பொறுப்பு" என்றார்.

அவசரம் அவசரமாகக் கேள்வி கேட்டல், குறுக்கு விசாரணைகள் எல்லாம் நடந்தன. லீலாவதி வேஷம் போட்ட குற்றாலம் பிள்ளைக்கும் சபேசய்யருக்கும் தொழில் முறையில் போட்டியுண்டு. இருவரும் போலீஸ் கோர்ட்டில் பிரபல வக்கீல்கள். போன வருஷம் குற்றாலம்

பிள்ளைக்குக் கிடைக்கவிருந்த பப்ளிக் பிராசிகூட்டர் வேலை சபேசய்யரின் குறுக்கீட்டினால் வேறு ஒருவருக்குப் போய்விட்டது.

வேலைக்கார நடேசன் முதலில் சபேசய்யரிடம் வேலை செய்து கொண்டிருந்தான். சபேசய்யர் ஒரு பெரிய ஸ்திரீலோலன். நடேசன் அவருடைய கையாள். சபேசய்யரைப் பற்றி ஊரில் கொஞ்சம் வதந்தியும் உண்டு. இரண்டொரு தடவை மயிரிழையில் பகிரங்க அவமானத்திலிருந்து தப்பியிருக்கிறார். அவர் சிபார்சின் மேல்தான் நடேசனுக்கு சபாவில் வேலை கிடைத்தது.

குற்றாலம் பிள்ளையும், நடேசனும் கைது செய்யப்பட்டனர். டிப்டி கமிஷனர் உத்திரவுப்படி அங்கிருந்த சாமான்களுக்கும் மொத்த மாகக் கொட்டகைக்கும் பாரா போடப்பட்டது.

2

மறுநாள் நான் ஜெனரல் ஆஸ்பத்திரிக்குப் போனபோது டாக்டர் சம்பத்தும், ஜெனரல் ஆஸ்பத்திரி டாக்டர் ஒருவரும் பிரேத பரிசோதனையை முடித்துவிட்டு வெளியே வந்து நின்று பேசிக்கொண் டிருந்தார்கள். என்னைக் கண்டவுடன் டாக்டர் சம்பத் புன்னகை செய்து வரவேற்று, ஆஸ்பத்திரி டாக்டரிடம், "இவர்தான் என் நண்பர் ரெங்கசாமி, உல்லாசனி சபையின் தமிழ் கண்டக்டர் (போதகர்)" என்று அறிமுகம் செய்துவைத்தார்.

நான் ஆவலுடன், "பிரேத பரிசோதனை முடிந்ததா?" என்றேன்.

"ஆம், முடிந்தது. கடைசியில் சபேசய்யர் விஷத்தால் இறக்கவில்லை யென்று தெரிந்தது!"

"ஆனால் . . ?"

"எங்களுக்கே தெரியவில்லை அவர் எப்படி இறந்தாரென்று. அவருடைய முகத்து நரம்புகளும், கழுத்து நரம்புகளும் ஏதோ கொடிய வலிப்பு நோயால் இறந்திருப்பதாகக் காட்டுகின்றன" என்றார் டாக்டர்.

அங்கிருந்து இருவரும் நாடகக் கொட்டகைக்குப் போய்ச் சேர்ந்தோம். டாக்டர் சம்பத் நான் அவரோடு இருப்பதைக்கூட மறந்து அந்த இடத்திலிருந்த திரைகளையும், சிறு படுதாக்களையும், படங்களையும் புரட்டிப் புரட்டி ஏதோ பார்த்துக்கொண்டிருந்தார். கடைசியாக முந்திய இரவில் என்னால் தள்ளிவிடப்பட்ட மஞ்சம் ஒரு புறத்தில் கிடந்தது. டாக்டர் அதனிடம் போய்நின்று யோசனையொன்றும் அற்ற பித்தன் போல அதைப் பார்த்துக்கொண்டு நின்றார். நான், "எங்கள் சபாவில்தானா இந்த மாதிரி பயங்கரமெல்லாம் ஏற்பட வேண்டும்? அப்படியானால் உங்கள் பரிசோதனை முடிவைப் போலீஸாருக்கு அறிவிக்க வேண்டாமா?" என்றேன்.

டாக்டர் சம்பத் அருகிலிருந்த ஒரு துண்டுத் திரையைப் புரட்டிப் பார்த்துக்கொண்டே, "அதை ஆஸ்பத்திரி டாக்டர் முன்னமேயே

அறிவித்துவிட்டார். அதோடு ராத்திரியே அவர் விஷத்தால் இறக்க வில்லையென்று எனக்குத் தெரியும்" என்றார்.

"எப்படி?" என்றேன் ஆச்சரியத்துடன்.

"குற்றாலம் பிள்ளை அந்தப் பால் டம்ளரை அலம்பிக் கொட்டிய இடத்தில் குனிந்து பார்த்தேனல்லவா? அங்கு எறும்பு மொய்த்துக் கொண்டிருந்தது. டம்ளர் பாலில் விஷம் இருந்திருந்தால் எறும்பு கிட்டக்கூட வந்திராது. சரி, நாம் போவோமா?" என்றார் டாக்டர்.

நாங்கள் கொட்டகை வாசலையடையும் சமயம், அருகில் வலது கைப்புறத்திலிருந்த டிக்கட் அறையில் யாரோ ஒருவர் எரிந்து கொண்டிருந்த எலெக்ட்ரிக் விளக்கை அவசரமாக அணைத்தார். அதைக் கண்ட டாக்டர் சட்டென்று அப்படியே நின்றுவிட்டார். நான் ஒன்றும் விளங்காமல் நின்றேன். உடனே டாக்டர் "நீங்கள் போய் மோட்டாரில் உட்காருங்கள்" என்று சொல்லிவிட்டு, திரும்பி மேடையை நோக்கி வேகமாக நடந்தார்.

நான் அவர் சொல்லியபடி மோட்டாருக்குப் போகாமல் அவரைப் பின்பற்றினேன்.

3

மூன்றாவது நாள் காலையில் நான் போலீஸ் டிப்டி கமிஷனருடன் டெலிபோனில் பேசிக் கொலையாளியைப் பற்றி ஏதாவது தகவல் கிடைத்ததா என்று கேட்டுவிட்டு டெலிபோனைக் கீழே வைத்தேன். அடுத்த வினாடி டெலிபோன் மணி கணகணவென்று அடித்தது. எடுத்துக் காதில் வைத்துக்கொண்டு "யார் பேசுகிறது?" என்றேன்.

"டாக்டர் சம்பத் பேசுகிறது. எம்.யு.ஸி. (மதராஸ் யுனைடெட் கிளப்)யிலிருந்து பேசுகிறேன். அங்கே என்ன செய்கிறீர்? ஏதாவது வேலையிருக்கிறதா? ஓஹோ! கமிஷனர் என்ன சொன்னார்? பாவம்! குற்றாலம் பிள்ளையையும் நடேசனையும் இன்று மாலையில் விட்டு விடச் சொல்லலாம்" என்றார் டாக்டர். பிறகு, டாக்டர் குரலையும் சுபாவத்தையும் நன்றாக அறிந்திருந்த நான் உடனே புறப்பட்டு எம்.யு.ஸிக்குப் போய்ச் சேர்ந்தேன்.

டாக்டர் ஒரு பிரம்பு நாற்காலியில் சாய்ந்துகொண்டு கையில் சுருட்டுடன் சிந்தனையில் மூழ்கியிருந்தார். என் வரவை யறிந்தவுடன் அவர் சுருட்டைப் பக்கத்திலிருந்த மேஜை மேலிருந்த சாம்பல் தட்டில் வைத்துவிட்டு "அந்த நாற்காலியை இப்படி இழுத்துப் போட்டுக்கொண்டு உட்காருங்கள்" என்றார் புன்னகையுடன்.

நான் நாற்காலியை இழுத்தும் அதில் உட்காராமலே "என்ன கொலையில்லையா? தற்கொலையா?" என்றேன் பதட்டத்துடன்.

"ஏன் இப்படிப் பதறுகிறீர்? முதலில் உட்காரும், எல்லாம் விவரமாகச் சொல்லுகிறேன். இந்த வழக்கில் குற்றவாளியைக் கண்டுபிடித்த

பலனும் கௌரவமும் உமக்குத்தான்” என்று நிதானமாகப் பேசிக் கொண்டே மேஜை மேலிருந்த சுருட்டைக் கையில் எடுத்தார்.

“இந்த வழக்கில் உமக்கு யார்யார் மேல் சந்தேகம் எழுகிறது?” என்றார்.

“இதில் பலர் இருப்பது போலல்லவா கேட்கிறீர்கள்? மறுபடி இந்த வழக்கில் கொலையாளியைக் கண்டுபிடித்த பலனும் கௌரவமும் எனக்குத்தான் என்கிறீர்கள்? எனக்கு ஒன்றும் விளங்கவில்லையே.”

“அது கிடக்கட்டும். எல்லாம் தெளிவுபடுத்துகிறேன். இதில் உமக்கு யார் மேல் சந்தேகம், சொல்லும் பார்க்கலாம்.”

“முதலில் சபேசய்யர் எப்படி இறந்தார் என்று தெரியவேயில்லையே!”

“ஆ! அதை மறந்துவிட்டேன். உமக்குத் தெரிந்திருக்குமென்று நினைத்தல்லவா கேட்டுவிட்டேன். சபேசய்யர் விஷத்தால் இறக்க வில்லை. மின்சாரத் தாக்குதலால் இறந்திருக்கிறார். அவர் பாலைக் குடித்துவிட்டுப் படுத்த மஞ்சத்தில் . . .”

“நிஜமாகவா? எப்படிக் கண்டுபிடித்தீர்கள்? மஞ்சத்தில் என்ன இருந்தது?”

“நான் சொல்லும்போதே இடைமறித்து அதையே கேட்கிறீரே? கொஞ்சம் நிதானமாகக் கேளும். சொல்லுகிறேன். முதலில் உமக்கு இதன் சம்பந்தமாக யார்யார் மேல் சந்தேகம் என்று சொல்லும் பார்க்கலாம்.”

“ஏன்? லீலாவதி வேஷம் போட்ட குற்றாலம் பிள்ளை, வேலைக் காரன் நடேசன், ஸ்டேஜ் மானேஜர் ராமானுஜம் . . . இவர்கள் மேல்தான் சந்தேகத்திற்கு இடமிருக்கிறது.”

“முக்கியமான ஆளை மாத்திரம் விட்டுவிட்டுச் சொல்லுகிறீரே!”

“எனக்கு விளங்கவில்லையே! இதுவரையில் நமக்குத் தெரிந்துள்ள தகவல்களிலிருந்து இவர்கள்மேல்தான் சந்தேகிக்க இடம் ஏற்பட்டிருக்கிறது.”

“இவர்களில் யாருமில்லை கொலையாளி.”

“பின் யாரய்யா?” என்று பொறுமையை இழந்து கேட்டேன்.

“நீர்தான்!” என்றார் டாக்டர் நிதானமாக. அதைக் கேட்டவுடன் நான் திடுக்கிட்டு விட்டேன். டாக்டர் சம்பத் என்னையே கூர்ந்து கவனித்துக்கொண்டிருந்தார். என் உடல் நிலைகொள்ளாமல் தத்தளித்தது. முகத்தில் வியர்வை யரும்பியதை என் உணர்ச்சிகளுக்கு மேல் உணர்ந்தேன்.

டாக்டர் சம்பத் தமது வார்த்தைகளின் பலனைக் கவனிப்பவர் போலக் கொஞ்ச நேரம் என்னைப் பார்த்துக்கொண்டிருந்தார். பிறகு, “எல்லாவற்றையும் விளக்கமாகச் சொல்லிக் கடைசியில் ஒரு

யோசனையும் சொல்லுகிறேன்! அதன்படி நடக்க இஷ்டமுண்டானால் நடவும். இல்லையானால் உமதிஷ்டம்” என்றார்.

நான் பதிலே பேசவில்லை.

டாக்டர் மேலே பேசினார்.

“முதல்முதலாக ஸ்டேஜ் மானேஜர் ராமானுஜம் நம்மிடம் வந்து அந்தத் தகவலைச் சொல்லியபோது நான் தற்செயலாக உமது கண்களைப் பார்த்தேன். நீர் அதைக் கவனிக்கவில்லை. என் மனதில் ஏதோ தோன்றியது. பின்னால் மேடையின் மேல் போய் பிரேதத்தைப் பரீட்சித்தபோது சபேசய்யர் விஷத்தால் இறக்கவில்லையென்பதுதான் தெரிந்ததேயல்லாமல் வேறொன்றும் தெரியவில்லை.

“மறுநாள் ஜெனரல் ஆஸ்பத்திரியில் பிரேத பரிசோதனையின் போதுகூட அவர் மின்சார சக்தியால் மாண்டிருப்பார் என்று நான் சந்தேகிக்கவேயில்லை. அவர் கழுத்தில் ஒரு கறுத்த வடு மாத்திரம் இருப்பதைக் கண்டேன். ஆனால் ஆஸ்பத்திரி டாக்டர் பிரேதத்தின் முகம், கழுத்து நரம்புகளின் நிலைமையிலிருந்து அவர் ஏதோ வலிப்பு நோயால்தான் இறந்திருக்க வேண்டுமென்று யூகித்தார். நானும் அப்படியே இருக்கக்கூடுமென்றே கருதினேன்.

“அங்கிருந்து நாடகக் கொட்டகையில் போய்ப் பார்த்தோமல்லவா? அங்கு அந்த மஞ்சத்தைப் பற்றியும், சபேசய்யர் விதியைப் பற்றியும் நான் குறிப்பிட்டபோது, உமது முகம் நாடக இரவில் நான் உமது கண்களில் கண்டதை ஞாபகப்படுத்தியது. ஆனால் ஏன் என்று எனக்கே தெரியாது. பிறகு நாம் வெளியே வரும்போது அதைப் பற்றி நினைத்துக்கொண்டே வந்தேன். வாசலில் டிக்கட் அறையில் யாரோ சட்டென்று விளக்கை யணைத்தார்களல்லவா? அந்தச் சிறு சம்பவம்தான் எனக்கு வழிகாட்டி உளவாக அமைந்தது.

“நாடகத்தில் சுலோசனை பாலருந்தும் காட்சி ஏறக்குறைய இருளிலேயே நடந்தது. ஆனால் அவள் மஞ்சத்தில் படுத்தவுடன் அந்த மஞ்சத்தைச் சுற்றியமைக்கப்பட்டிருந்த விளக்குகள் பளிச்சென்று எரிந்து அணைந்தன. அது எனக்கு நினைவுக்கு வந்தது. மறுபடி உள்ளே ஓடினேன். மஞ்சத்தைப் பரீட்சித்தபோது நீரும் கூட இருந்தீர். அதில் ஒரு இடத்தில் மின்சாரக் கம்பி மேல் ரப்பர் உறை பிரிந்து இருந்தது. அதுவும் மஞ்சத்தில் படுப்பவர் கழுத்துக்குச் சரியாக. அதை நான் பார்த்தபோது நீர் என்ன சொன்னீர்? உமக்கு நினைவிருக் கிறதா? ‘முட்டாள் பயல்கள். அன்றைக்கே இதைச் சரிப்படுத்தச் சொன்னேன். இன்னும் அப்படியே இருக்கிறது’ என்று சொல்ல வில்லையா?

“மறுபடி நாம் திரும்பியபோதுகூட எனக்கு உம்மீது சந்தேகமே யில்லை. ஆனால் வீட்டிற்கு வந்த பிறகுதான் என் மனசில் ஒளி தோன்றியது. ஒன்றன்பின் ஒன்றாக உமது பல சிறு நடத்தைகள் நினைவு வந்தன. அன்றிரவு நாம் மேடை மேல் போனவுடன் அந்த

மஞ்சத்தை ஒரு பக்கம் தள்ளிவைத்தது முதல் எல்லாவற்றையும் வரிசைப்படுத்தினேன்.

"ஆனால் நீர் கொலை செய்வதற்குக் காரணம் ஏதாவது வேண்டுமே. மேலே விசாரணை செய்தேன். நான் காரணம் சொல்ல வேண்டுமா?" என்று நிறுத்தினார்.

என் தொண்டையிலிருந்து ஒரு சப்தம்தான் வந்தது. நெஞ்சு உலர்ந்துவிட்டது. அவர் முகத்தை நேரே பார்க்கவும் மாட்டாமல் முகத்தை மேஜை மேலிருந்த என் கைகளில் புதைத்துக்கொண்டேன்.

"இப்பொழுது மாத்திரம் தானென்ன? சபேசய்யர் நிஜமாகவே ஒரு புழு என விசாரணையில் தெரிந்தது. நீர் அவனைக் கொன்றதில் உலகத்திற்கு ஒரு உபகாரம் செய்தீர்" என்றார் டாக்டர்.

"ஆனாலும் நான் கொலையாளிதானே. சட்டம் என்னைத் தண்டிக்கும். அதோடு உலகமும் என் மனைவியின் மானத்தைப் பழித்துப் பேசும்."

டாக்டர் சம்பத் தமது சட்டைப் பையிலிருந்த ஒரு கடிதத்தை எடுத்து என்னிடம் நீட்டினார். அதில் சபேசய்யர் தற்செயலாக மின்சாரம் தாக்கி இறந்ததாக விவரமாக எழுதப்பட்டிருந்தது. அதன் கீழ் அவரும் ஆஸ்பத்திரி டாக்டரும் கையெழுத்துப் போட்டிருந்தார்கள்.

எனக்கு டாக்டர் சம்பத் உயிர்ப்பிச்சை கொடுத்தார். ஆனால் என் மனைவியின் கற்புக்கு ஏற்பட்ட களங்கத்தையும், என் கையில் உள்ள இரத்தக் கறையையும் யாரால் துடைக்க முடியும்?

மணிக்கொடி, **14.4.1935**

ஞானக் குகை

அவன் ஓர் அதிசயப் பிறவி. பிறந்து பத்து வருஷங்கள்வரை ஊமை யாகவே இருந்தான். மன்மத ரூபமாக இருந்து என்ன பயன்? வாயி லிருந்து எச்சில் அருவி போல் வழிந்தவண்ணமாக இருக்கும். ஆளை விழுங்கும் கருவிழிகள்தான்; ஆனால், உயிரின் சலனம் இருக்காது, பிரகாசம் இருக்காது. வெருகு விழித்த மாதிரி, அறிவு மங்கி விழித்துக் கொண்டிருக்கும் கண்கள்.

மதுரைச் சீமையில் குறுமலைக்கு அடுத்த சிற்றூரின் தலைமைக் காரத் தேவர் மகன். சொத்தையும் செல்வாக்கையும் ஆளவந்த ஏக புத்திரன். காசி, ராமேசுவர யாத்திரைப் பயன் என்பது அவன் தகப்பனார் எண்ணம்.

குழந்தை பிறந்ததும் தகப்பனாருக்கு மனம் இடிந்துவிட்டது. பத்ரகாளியையும் கூசாது எதிர்த்துப் பார்க்கும் அவர் கண்கள் தரையை நோக்கின. ஆகக்கூடி உள்ளூர் ஜோசியனும், வைத்தியனும் இந்த அற்புதமான சிசுவைப் பற்றிச் சொன்னவைகூடப் பொய்த்து விட்டன.

பிறந்தவுடனேயே தாயார் இந்த உலகத்தில் குழந்தைக்குத் தன் இடத்தைக் காலிசெய்து கொடுத்ததினால், அவளைப் பொறுத்தவரை அந்தக் கவலை நீங்கிற்று என்றே சொல்லலாம். தலைமைக்காரத் தேவர் பொறுப்பின் பளு தாங்க முடியாது, மறவக்குறிச்சிப் பெண்ணைப் பார்த்துக் கலியாணம் செய்துகொண்டிருந்தார். அந்த அம்மையாருக்கு ஜாதகப்படி குழந்தை கிடையாது என்பதைத் தேவருடன் கூடிய ஐந்தாறு வருஷ வாழ்க்கை நிரூபித்தது. அதில் ஏற்பட்ட பொறாமை இந்த அசட்டுக் குழந்தையின்மீது பாய்ந்ததில் அதிசயம் ஒன்றும் இல்லை.

தேவரவர்களுக்கு இந்தக் குழந்தை என்றால் உயிர், கண்ணுக்குக் கண். பலசாலிகள் தங்கள் ஆசைகளை எல்லாம் பலவீனர்களின் மீது சுமத்துவது – தங்கள் வெறுப்பைச் சுமத்துவது போலவே – இயற்கை. அந்த இயற்கை, விதியையும் கடக்க வேண்டியதாயிற்று.

பத்து வருஷங்களாகத் தலைமைக்காரத் தேவரின் பூஜைகளும், நோன்புகளும் குழந்தைக்கு 'அப்பா', 'அம்மா' என்ற இரண்டு

வார்த்தைகளைச் சொல்லும்படிதான் செய்ய முடிந்தது. ஓட்டை வாளியை வைத்துத் தண்ணீர் எடுத்துக்கொண்டிருக்கிறவனுக்கு, பானையில் ஒரு சிரங்கை தண்ணீர் ஊற்ற முடிந்துவிட்டால் ஏற்படும் நம்பிக்கைக்கும் குதூகலத்திற்கும் எல்லையே இராது. தேவரவர்களுக்கு, தமது ஊமைப்பிள்ளையும் சகலகலா பண்டிதனாகி, நாட்டாண்மையைக் கம்பீரமாக வகிப்பான் என்ற அசட்டு நம்பிக்கையும் பிறந்தது.

குழந்தை 'அப்பா', 'அம்மா' என்று சொல்லும் சமயத்தில்தான் அதன் கண்களில் அறிவின் சுடர் சிறிது பிரகாசிக்கும். ஊர்க்காரர்களுக்குக்கூட அசட்டுத்தனம் என்று படும்படி தகப்பனார் நடந்து கொண்டார். அவருடைய அசட்டுத்தனத்தின் சிகரம் என்னவென்றால் பிள்ளையை உள்ளூர்த் திண்ணைப் பள்ளிக்கூடத்திற்கு அழைத்துச் சென்றதுதான். "ஒத்தைக்கொரு பிள்ளை என்றால் புத்திகூடக் கட்டையாப் போகுமா?" என்று ஊர்க்காரர்கள்கூடச் சிரித்தார்கள்.

பள்ளிக்கூட வாத்தியாருக்கு அதிகமாக ஒன்றும் தெரியாவிட்டாலும், அவர் படிப்பு ஊர்க்காரர்களைப் பிரமிக்க வைப்பதற்குப் போதுமானது. மேலும் அநுபவம் நிறைந்தவர். பையனுக்குப் படிப்பு வராது என்று சொல்லவில்லை. நளினமாக சமஸ்கிருதக் கதை ஒன்றைச் சொல்லி, மாடு மேய்த்தல் அறிவு விருத்தியாவதற்கு முதற்படி என்று சொல்லிவைத்தார்.

தலைமைக்காரத் தேவர் மகனுக்கா மாட்டுக்காரப் பிள்ளைகளின் துணை கிடைக்காமற் போகும்? ஜாம்ஜாம் என்று எருமை சவாரி செய்துகொண்டு அவன் குறுமலைப் பிரதேசத்தைச் சுற்றிவர ஆரம்பித்தான். உபாத்தியாயர் சொன்னபடி உள்ளுணர்வு வளர்ந்ததோ என்னவோ, ஈசனுக்குத்தான் வெளிச்சம். ஆனால், ஆந்தையையும், கோட்டானையும், சில் வண்டுகளையும் தேடியலையும் முயற்சியில் எப்படியோ அவன் ஈடுபட ஆரம்பித்தான். அதில் மனத்தைப் பறிகொடுத்தான் என்றே சொல்ல வேண்டும். அவனுக்கு வீட்டுக்கு வருவதென்றாலே வேப்பங்காயாகிவிட்டது.

தேவருக்குப் பிரச்னை மேல் பிரச்னையைக் கொடுத்துப் பரிசோதிக்க வேண்டும் என்று, அவர் பிள்ளைக்காக வழிபட்ட கடவுளுக்கு ஆசையிருந்தது போலும்! பையனை வீட்டுக்குத் திருப்புவது எப்படி என்றாகிவிட்டது.

நீண்ட யோசனையின் பேரில் அவர் ஒரு முடிவுக்கு வந்தார். என்ன அசடனானாலும் பையன் ஒரு மனிதப் பிராணிதானே! அவனுக்குக் கலியாணத்தைச் செய்துவைத்தால் வீட்டுப் பற்று ஏற்படக்கூடும் என்று நினைத்தார்.

தேவருடைய வட்டாரத்திற்குள் பெண்ணா கிடைக்காமற் போய் விடும்! மருதையாத் தேவன் ஏழைதான். அதனால் அவன் மகள் அழகாக இருக்கக் கூடாதா? கருப்பாயி பேருக்கு ஏற்ற கறுப்பாக

இருந்தாலும் நல்ல அழகி. அவள் தேவரின் கட்டளையின் பேரில் அவன் முன்பு தென்பட ஆரம்பித்ததிலிருந்து தேவருடைய மகன் முகத்தில் ஒரு மாறுதல் ஏற்பட்டது. கருப்பாயியைக் கண்டவுடன் அவன் முகம் அறிவுக் களையுடன் பிரகாசிக்கும். கருப்பாயிக்கும் தனக்கும் ஏதோ சம்பந்தம் இருக்கின்றது என்று அந்த இருண்ட சித்தத்தில் மின்வெட்டுக்கள் போல் தோன்றலாயிற்று.

அச்சமயத்தில் அவனுக்கு வயது பதினைந்து. 'அப்பா', 'அம்மா' என்ற இரண்டு சொற்களுடன், இப்பொழுது 'கருப்பாயி' என்ற வார்த்தையும் தெரியும். குறுமலைக் குன்றின் காடுகளும் அவனுக்குத் தெரியும்.

2

குறுமலைச் சாரலில், பிரம்மாண்டமான விருட்சங்களும், கண்ணுக்கு ரம்மியமாகச் செழித்து நெருங்கிய புற்பூண்டுகளும் கிடையா. பெரிய நாய்க்குடைகள் ரூபத்தில் வளர்ந்த உடை மரம், கள்ளி, முட்புதர்களான குத்துச் செடிகள், இடையிடையே விழுதுவிட்ட ஆல், அதைச் சுற்றி வளரும் பனை, கண்ணாடிக் கொம்மட்டிக் கொடிகள் – இவைதான் குறுமலைக் காடு. முயலும், நரியும், கோட்டானும், ஆந்தையுந்தான் அங்குள்ள பயங்கரப் பிராணிகள். கல்லும் கள்ளிமுள்ளும் நிறைந்து, இடையிடையே குத்துப் பாறைகளைச் சுற்றிச் சுற்றிப் போகும் ஒற்றையடித் தடங்களில் மேய்ச்சலுக்குப் போகும் வழிகள் குறுமலைப் பிரதேசத்து மாடுகளுக்கும் மாட்டுக்காரப் பிள்ளைகளுக்கும்தான் தெரியும்.

இந்தக் காட்டில் சித்தர்களும், ஔஷத மூலிகைகளும் உண்டு என்பது ஐதீகம். மாட்டுக்காரப் பையன்கள் கொண்டுவரும் கதைகள் பிரத்யட்சப் பிரமாணமாகக் கொள்ளப்பட்டு வந்தன. இடையிடையே ஜடாமுனிக் கதைகளும் ஊரார் பேச்சின் சுவாரஸ்யத்தை அதிகப் படுத்தி வந்தன.

அன்று தலைமைக்காரத் தேவரின் மகனுக்குத் தாகம் அதிகரித்ததற்குக் காரணம், என்றுமில்லாதபடி சுட்டுப்பொசுக்கும் வெய்யிலின் கொடுமைதான். உச்சி வெய்யிலில் மாடுகள்கூட நிழலில் படுத்துவிட்டன. மலைச்சாரலில் நின்று சமவெளியையும் தூரத்தில் தெரியும் சிற்றூர்களையும் பார்த்தாலே, பூமி ஓர் அக்னி லோகம் போல் தகதகவென்று கானலில் பிரகாசித்தது.

உயர வானத்தில் இரண்டொரு மூலைகளிலிருந்த பஞ்சு மேகங்களும் பார்க்க முடியாதபடி கண் கூசும்.

குறுமலையில் ஒரே சுனைதான் உண்டு. இருண்ட ஊற்று என்றே அதற்குப் பெயர். உச்சி நேரங்களில் நா வரட்சியினால் செத்தாலும் மாட்டுக்காரப் பையன்கள் அந்தத் திக்கிற்குச் செல்லவே மாட்டார்கள்.

இந்த அசட்டுப் பிள்ளைக்குத் தாகம் அதிகரித்தது. அறிவு, சுடர் விளக்காகவும், பயத்தை விரட்டும் கருவியாகவும் இருக்கலாம். ஆனால், அறிவு, சலனம் இல்லாது இருண்டுவிட்டால் பயம் என்பதே ஏன் தோற்றப்போகிறது?

பையன் இருண்ட குகைக்குள் சென்று இரண்டு சிரங்கை ஜலம் வாரிக் குடித்தான். என்ன தோன்றிற்றோ அந்த இருளுண்ட அறிவிற்கு? தண்ணீரில் குதித்து நீந்த ஆரம்பித்தான். அரைமணி நேரம் கழிந்தது. ஜில்லென்ற நீர் உடலை நடுக்க ஆரம்பித்தது. கரையில் வந்து ஒரு பாறைமீது வெய்யில் படும்படியான இடத்தில் மரத்துக் கிளைகளைப் பார்த்துக்கொண்டே உட்கார்ந்திருந்தான்.

எவ்வளவு நேரம் சென்றதோ?

இருண்ட குகைக்குள்ளிருந்து திடீரென்று ஒரு வெளிச்சம் தோன்றியது. அது மெல்லமெல்லப் பரந்து, இருண்ட குகையிலும், அதனடியில் சிறிது அலையிட்டுக்கொண்டிருக்கும் ஜலத்திலும் மின்னியது. அதன்பின் திவ்வியமான வாசனை குகை முழுவதும் பரவியது.

இந்த அசட்டுப் பிள்ளைக்கு அது அற்புதமாகத் தோன்றியதோ என்னமோ – அது வேடிக்கையாக இருந்தது என்பதில் தடையில்லை. வெளிச்சத்தை நோக்கிச் சிரித்துக்கொண்டே இருந்தான்.

வெளிச்சம் அதிகமாகப் பரவியது. ஆளை மயக்கும்படி அதிகரித்தது. அச்சமயத்தில் குகையின் உள் மூலையிலிருந்து ஓர் உருவம் நடந்துவர ஆரம்பித்தது. உருவம் மிகவும் குள்ளமாக இருந்தாலும், வயதை மதிக்க முடியாதபடி இருந்தது. குழந்தையின் முகம், அதில் பொன்னிறமான தாடி. இடையில் ஒரு லங்கோடு. கண்கள் கறுத்து குகையின் நீர் போல் புரண்டு பிரகாசித்தன. அந்த உருவம் இயற்கை விதிகளுக்குப் புறம்பானது போல் ஜலத்தின்மேல் நடந்துவர ஆரம்பித்தது. அப்பொழுதும் இந்த ஊமைப் பிள்ளைக்குப் பயம் தோன்றவில்லை; ஆச்சரியம் தோன்றவில்லை.

அந்தத் தவ உருவம் குகையின் வாசலை நெருங்கியதும், இந்த அசட்டுக் குழந்தை பேசாமல் அவர் பாதத்திலே விழுந்து நமஸ்கரித்தது.

அந்தத் தவ உருவத்தின் முகத்தில் ஒரு புன்னகை தவழ்ந்தது. கண்களில் ஒரு கணம் சிந்தனை தேங்கியது.

அசட்டுக் குழந்தையின் கண்களையே அது கூர்ந்து கவனித்தது.

ஸ்பரிசத்திலே புளகாங்கிதமடைந்த குழந்தையின் சிரிப்பு, படிப்படியாக மறைந்தது. கண்களில் அறிவுச் சுடர் ததும்பியது.

"என்னுடன் வா!" என்று குழந்தையின் கையைப் பிடித்துக்கொண்டு வந்த வழியே திரும்பியது உருவம்.

குகையில் படிப்படியாக இருள் கவிய ஆரம்பித்தது. அமைதி குடிகொண்டது.

பழைய இருள், பழைய அமைதி.

புதுமைப்பித்தன் கதைகள்

3

தவ உருவமும் பையனும் நெடுந்தூரம் நடந்துசென்றார்கள்.

சுனையைத் தாண்டியதும் மணல். எவ்வளவு தூரம் சென்றார்களோ! குகை விரிந்துவிரிந்து இரண்டு பிரமாண்டமான பாறைச் சுவர்களாயிற்று. எங்கோ, உயரப் பறவைகள் எட்டிப்பிடிக்கும் தூரத்தில், வானத்தின் துண்டு அங்கொன்றும் இங்கொன்றுமாக நட்சத்திரங்களைக் காண்பித்து வழிகாட்டியது.

முனி உருவம் கத்தி போல் கதிக்கச் சென்றது. அசட்டுக் குழந்தை பாறையையும் வானத்தையும் பார்த்துச் சிரித்துக்கொண்டு அவரைப் பின்தொடர்ந்தது.

இருவரும் மணல் வழியின் கடைசியை அடைந்தார்கள். அங்கும் பாறைச் சுவர் வழியை மூடியிருந்தது.

அந்த மூலையில் ஒரு சுனை. அதன் பக்கத்தில் ஒரு பாறை.

பாறையின்மீது இருவரும் உட்கார்ந்தனர்.

முனிவர் குழந்தையைத் தன் முகமாக உட்கார வைத்து, அதன் கண்களில் நோக்கி மந்திரத்தை உச்சரித்தார்.

குழந்தையைச் சுற்றிலும் ஒரு தேஜஸ் ஒளிவிட ஆரம்பித்தது. அதற்குப் புதிய விஷயங்கள் தென்படலாயின.

எங்கு பார்த்தாலும் செங்குத்தாகவும் குறுக்கும் நெடுக்குமாகவும் கிடக்கும் மணிகள், பாறைகள்! அதில் தங்கங்களும் வெள்ளியும் கொடி போலப் படர்ந்து மூடிக்கிடக்கின்றன. பவழத்தாலும் தங்கத்தாலும் கிளைகள் கொண்டு வைரங்களாக மலரும் ஓர் அற்புதப் பூங்காவனம். ஒவ்வொரு மரமும் ஒவ்வொரு லோகம். அதன் மலர் அல்லது கனி பல வர்ணங்களில் பிரகாசிக்கும் வைர வைடூரியங்கள். கிளைகளிலிருந்து சுருண்டு தொங்கும் நாகசர்ப்பங்கள், கண்ணாடிகள் போல் பிரகாசிக்கும் மேல்தோலையுடைய பிரமாண்டமான விரியன்கள், விஷப் புகையைக் கக்கிக்கொண்டு திமிர்பிடித்தவை போல் சாவதான மாக நெளிகின்றன. பல பல வகையில் ஒளிவிட்டுக் கண்களைப் பறிக்கும் மணலில் அங்கங்கே உலகத்து ஜீவராசிகளின் எலும்புக்கூடுகள் பாதி புதையுண்டு கிடக்கின்றன.

குழந்தையை அழைத்துவந்த சித்தரின் பிரதிபிம்பங்கள் போல் அச்சு அசல் மாறாத உருவங்கள் ஒவ்வொரு மரத்தடியிலும் நிஷ்டையில் ஆழ்ந்து சலனமற்றிருக்கின்றன. அந்த இயற்கைக்கு விரோதமான உலகத்திலே, சுவையையும் பரிமளத்தையும் பெற்ற காற்று, உணவாகத் தவழ்ந்துகொண்டிருக்கிறது.

“தேவியைப் பார்!” என்று இடிமுழக்கமான குரல் ஒன்று கேட்டது. உடனே அந்தப் புதிய உலகம் மறைந்தது.

பழைய இருட்டில், அந்தப் பாறைச்சுவரின் முகட்டில், ஒரு கன்னக் கனிந்த இருள் உருவம்.

அந்த இருளுக்கே ஒரு பிரகாசம் உண்டு போலும்!

அவள்தான் தேவி!

பிறந்த கோலத்திலே வாலைக் கனிவு குன்றாத கன்னி உருவம்!

உயர இருந்தாலும் குழந்தைக்கு ஒவ்வொரு அங்கமும் நன்றாகத் தெரிந்தது.

அசைவற்று நிற்கும் உருவத்தின் முகத்தில் ஒரு புன்னகை – கொடூரமான, உயிரைக் கொல்லக்கூடிய – ஆனால் உடலில் உணர்ச்சி வேட்கையைப் பெருக்கக்கூடிய – புன்னகை!

குழந்தை அவளையே நோக்கிக்கொண்டிருந்தது. வைத்த கண் எடுக்காமல் நோக்கிக்கொண்டிருந்தது.

மெதுவாகக் 'கருப்பாயி' என்ற வார்த்தை அதன் வாயிலிருந்து வெளிப்பட்டது.

சப்த உலகங்களும் மோதுவன போல் ஒரு பேரிடி. உருவம் இரு கூறாகப் பிளந்து மறைந்தது. பாறைச் சுவர்கள் கவிழ்ந்து விழுந்தன. ஆயிரம் மின்னல்கள் குழந்தையின் நெஞ்சில் பாய்ந்தன.

ஒரே இருட்டு.

~ ~

தலைமைக்காரத் தேவரின் குழந்தை கருகிக் கரிக்கட்டையாகச் சுனையில் மிதப்பதை மாட்டுக்காரப் பையன்கள் கண்டு ஊராருக்குத் தெரிவித்தார்கள்.

மணிக்கொடி, 28.7.1935

சிற்பியின் நரகம்

1

சூரியாஸ்தமன சமயம். காவிரிப்பூம்பட்டினத் துறைமுகத்தில் என்றையும்விட அதிக நெருக்கடி. கறுத்து ஒடுங்கிய மிசிர தேச வாசிகளும், வெளுத்து ஒடுங்கிய கடாரவாசிகளும், தசை வலிமையின் இலட்சியம் போன்ற கறுத்த காப்பிரிகளும், வெளுத்த யவனர்களும், தென்னாட்டுத் தமிழும், வடநாட்டுப் பிராகிருதமும் – எல்லாம் ஒன்றிற்கொன்று முரண்பட்டுக் குழம்பின. சுங்க உத்தியோகஸ்தர்கள் அன்னம் போலும், முதலைகள் போலும் மிதக்கும் நாவாய்களிலிருந்து இறக்குமதி செய்யப்படும் பண்டங்களையும், வேலைக்காரர்களையும் பொற் பிரம்பின் சமயோசிதப் பிரயோகத்தால் தணிக்கை செய்து கொண்டிருந்தனர். அரசனுக்குக் கடாரத்திலிருந்து வெள்ளை யானைகள் கொண்டுவரப்பட்டிருக்கின்றன. அவற்றைப் பார்க்கத்தான் என்றுமில்லாத கூட்டம்!

அஸ்தமன சூரியனின் ஒளியே எப்பொழுதும் ஒரு சோக நாடகம். கோவில் சிகரங்களிலும், மாளிகைக் கலசங்களிலும் தாக்கிக் கண்களைப் பறிப்பது மட்டுமல்லாது, கடற்கரையில் கரும்பாறையில் நிற்கும் துவஜஸ்தம்பத்தின்மீது, கீழ்த்திசை நோக்கிப் பாயும் பாவனையில் அமைககபபடட பொன முலாம பூசிய வெணகலப புலியின முதுகிலும வாலிலும் பிரதிபலிப்பது அவ்விடத்திற்கே ஒரு மயக்கத்தைக் கொடுத்தது.

இந்திர விழாவின் சமயத்தில் மக்களின் வசதிக்காக அமைக்கப்பட்ட ஸ்நான கட்டடத்தின் படிக்கட்டில், பைலார்க்கஸ் என்ற யவனன் கடலை நோக்கியபடி உட்கார்ந்திருந்தான். நீண்ட போர்வையான அவனது டோகா காற்றில் அசைந்து படபடவென்றடித்து, சில சமயம் அவனது தாடியையும் கழுத்துடன் இறுகப் பின்னியது. பெரிய அலைகள் சமயா சமயங்களில் அவனது பின்னிய தோல் வார்ப் பாதரட்சையை நனைத்தன. அவ்வளவிற்கும் அவன் தேகத்தில் சிறிதாவது சலனம் கிடையாது. மனம் ஒன்றில் லயித்துவிட்டால் காற்றுத்தான் என்ன செய்ய முடியும், அலைதான் என்ன செய்ய முடியும்?

பைலார்க்கஸின் சிந்தனை சில சமயம் அலைகளைப் போல் குவிந்து விழுந்து சிதறின. கனவுகள் அவனை வெறியனைப் போல் விழிக்கச் செய்தன.

திடீரென்று, "சிவா!" என்ற குரல். ஒரு தமிழ்நாட்டுப் பரதேசி!

"யவனரே! உமது சித்தம் உமக்குப் பிரியமான ஒன்றுமற்ற பாழ் வெளியில் லயித்ததோ? நான் நேற்றுச் சொன்னது உமக்குப் பதிந்ததா? எல்லாம் மூலசக்தியின் திருவிளையாடல், அதன் உருவம்! கொல்லிப் பாவையும் அதுதான்; குமரக் கடவுளும் அதுதான்! எல்லாம் ஒன்றில் லயித்தால்....?"

"உமது தத்துவத்திற்குப் பதில் ஒரு கிண்ணம் திராட்ச மது எவ்வளவோ மேலானது. அதுவும் ஸைப்பிரஸ் தீவின் திராட்சை... அதோ போகிறானே, அந்தக் காப்பிரியும் எதோ கனவை நம்புகிறான். உமது முதல் சூத்திரத்தை ஒப்புக்கொண்டால், உமது கட்டுக்கோப்பில் தவறு கிடையாதுதான்... அதை எப்படி ஒப்புக்கொள்ள முடியும்? ஒவ்வொருவனுடைய மனப் பிராந்திக்கும் தகுந்தபடி தத்துவம்... எனக்கு அது வேண்டாம்... நாளங்காடியில் திரியும் உங்கள் கருநாடிய நங்கையும், மதுக் கிண்ணமும் போதும்...."

"சிவ! சிவ! இந்த ஜைனப் பிசாசுகள்கூடத் தேவலை, கபாலி வெறியர்கள்கூடத் தேவலை... உம்மை யார் இந்த அசட்டு மூட்டையைக் கட்டிக்கொண்டு யவனத்திலிருந்து வரச் சொன்னது?"

"உம்மைப் போன்றவர்கள் இருக்குமிடத்தில் நான் இருந்தால்தான் அர்த்தமுண்டு. எங்கள் *ஜுபிட்டரின் அசட்டுத்தனத்திற்கும் உங்கள் கந்தனின் அசட்டுத்தனத்திற்கும் ஏற்றத்தாழ்வில்லை..." என்று சிரித்தான் பைலார்க்கஸ்.

"சிவ! உம்மிடம் பாசத்தை வைத்தான், அதுவும் அவன் விளையாட்டுதான்!" என்று தம் சம்புடத்திலிருந்த விபூதியை நெற்றியில் துலாம்பரமாக அணிந்துகொண்டார் பரதேசி.

"நாளங்காடிப் பக்கம் போகிறேன், வருகிறீரா?" என்றார் மீண்டும் அச்சந்நியாசி.

"ஆமாம்! அங்கே போனாலும் சாத்தனைப் பார்க்கலாம். அவனிடம் பேசுவதில் அர்த்தமுண்டு... அவனுக்குத் தெரியும் சிருஷ்டி ரகசியம்..."

"ஓஹோ! அந்தச் சிலை செய்கிற கிழவனையா? உமக்கு ஏற்ற பைத்தியக்காரன்தான்... ஏதேது! அவனே அதோ வருகிறானே!" என்றார் சாமியார்.

பைலார்க்கஸ் எழுந்து அவனை யவன முறையில் வணங்கினான்.

சாத்தனுக்கு எண்பது வயதிருக்கும்; தொண்டு கிழவன். ஆனால் வலிமை குன்றவில்லை; கண்களின் தீட்சண்யம் போகவில்லை. பிரமன் மனித வடிவம் பெற்றது போல் காணப்பட்டான். அவனும் கைகூப்பி வணங்கி, "பைலார்க்கஸ், உன்னைத்தான் தேடிவந்தேன்!

---

* ஜுபிட்டர்: யவன இதிகாசங்களில் குறிப்பிடப்படும் தேவர்களுக்கு அரசன்; கிரகங்களில் வியாழம்.

புதுமைப்பித்தன் கதைகள்

வீட்டிற்கு வருகிறாயா? எனது லட்சியம் இன்றுதான் வடிவம் பெற்றது ...!" என்று ஒரு குழந்தையின் உற்சாகத்துடன் கூவியழைத்தான்.

"இவரைத் தெரியுமா? பாண்டிய நாட்டு, உங்கள் பரதேசி ... அவர் தத்துவங்களை எல்லாம் என்னுள் திணித்துப் பார்த்தார் ... பைலார்க்கஸிடம் முடியுமா?" என்று கேலியாகச் சிரித்தான் யவனன்.

"சுவாமி வரணும், இன்று என் குடிசையில் அமுது படி கழிக்க வேண்டும்" என்று பரதேசியைச் சாஷ்டாங்கமாக நமஸ்கரித்தான் சாத்தன்.

"என்ன, என்ன! நீயுமா?" என்றான் பைலார்க்கஸ்.

"பைலார்க்கஸ்! நீ நிரீசுவரவாதியாக இருப்பதில் எனக்கு வருத்த மில்லை; மற்றவரைக் கேலி செய்யாதே ..."

"அதற்குத்தான் நான் பிறந்திருக்கிறேன், அப்பா! எனது வேலை அது ..."

"சரி, வாருங்கள் போகலாம், சுவாமி வரணும்!" என்று இருவரையும் இரட்டை மாட்டு வண்டிக்கு அழைத்துச்சென்றான் சிற்பி.

வண்டியின் கதி மெதுவாகத்தான் இருக்க முடிந்தது. எதிரே யானைகளும், பொதி கழுதை, பொதி மாடுகளும், துறைமுகத்தை நோக்கிவரும் நேரத்தில் தீப்பந்தம் பிடித்துச் செல்லும் மக்களை விலக்கிக்கொண்டு வண்டி செல்வது கடினந்தான். திடீரென்று அரசாங்க உத்தியோகஸ்தர்களின் ரதம், யானை வந்துவிட்டால் தெருவே தூளிபடும். முரசொலி இருந்து என்ன பயன்? அந்த உப்பு வண்டி ஓட்டிச்செல்லும் பெண் சிறிது தவறினால் ரதத்தின் அடியில்தான்! சாத்தனின் வண்டி அதில் முட்டிக்கொள்ளவிருந்தது.

"தெய்வச் செயல்!" என்றான் சாத்தன்.

"உன் சிருஷ்டி சக்தி!" என்றான் பைலார்க்கஸ், வேறு எதையோ நினைத்துக்கொண்டு.

"பைலார்க்கஸ், உனது பேச்சு எனது பெருமையைச் சாந்தி செய்யலாம். நான் எத்தனை நாள் கஷ்டப்பட்டேன்! அது உனக்குத் தெரியுமா? நீ நேற்றுப் பிறந்தவன் ... கூத்து! ... அதில் எவ்வளவு அர்த்தம்! மனிதனுக்குத் தெரிந்ததெல்லாம், தெரியவேண்டுவதெல்லாம் ... இந்தப் பிரபஞ்சமே, பைலார்க்கஸ், நீ நினைப்பது போல் வெறும் பாழ் வெளியன்று; அர்த்தமற்ற பேய்க் குழப்பம் அன்று ... இருபது வயசிருக்கும்; அப்போ ஒரு தரம் பாண்டிய நாட்டுக்குப் போயிருந் தேன் ... சிற்பத்தைப் பார்க்க வேண்டுமானால் கொல்லிப்பாவையைப் பார்க்க வேண்டும். அங்கேதான், ஒரு மறவன், நாகன், ஒரு கூத்தில் அபிநயம் பிடித்தான். அந்தக் கால் வளைவு, அதை அதிலே பிடித்தேன் ... உலகத்தின் அர்த்தத்தை ... ஒவ்வொன்றாக, படிப்படியாக வளர்ந்தது ... அந்த மலையத்து நடிகைதான் முகத்தின் சாந்தியை, அந்த அபூர்வ மான புன்சிரிப்பை, அர்த்தமற்ற அர்த்தத்தை – பைலார்க்கஸ், உனக்கென்ன! நீ கேலிக்காரன் – உபநிஷத்தில் தேடியலைந்தேன் ... ஹிமயத்தில் தேடியலைந்தேன் ... சாந்தி அந்த இரவு ... என்

மனைவி அங்கயற்கண்ணி இறந்த அன்று கிட்டியது ... பிறகு வெண்கலக் கலப்பிற்கு என்ன பரீட்சை! என்ன ஏமாற்றம்! ... ஆசைதான் வழிகாட்டியது. அந்த ரூப சௌந்தரியம் பெறுவதற்கு எத்தனை ஆட்களைத் தேடினேன்! ... அதன் ஒரு சாயை ... நீலமலைக் கொடுங்கோலன் – பத்து வருஷங்களுக்கு முன்பு சிரச்சேதம் செய்யப் பட்டானே – அவனுடைய இடைதுவளுதலில் கண்டேன் ... தெய்வம் ஒன்று உண்டு ... அதன் அர்த்தத்தை என் சிலை உணர்த்த முடிந்தது எனது பூர்வ ஜன்மப் பலன் ... இந்தக் கைகளால் ... பின்னாலிருந்து ஓர் அர்த்தமுள்ள வஸ்து தூண்டாவிட்டால் ... அதைச் சாதிக்க முடியும்?"

"நீதான் சாதித்தாய்! நீதான் பிரம்மா! உன் சாதனைதான் அது. சிருஷ்டி! மயங்காதே! பயப்படாதே! நீதான் பிரம்மா! சிருஷ்டித் தெய்வம்!" என்று பைலார்க்கஸ் அடுக்கிக்கொண்டே போனான்.

சாமியார் புன்சிரிப்புடன் வெளியே எட்டிப்பார்த்துக்கொண் டிருந்தார்.

வண்டியும் நாளங்காடியை அடைந்து, கீழ்ச் சதுக்கத்தின் வழியாக ஒரு சந்தில் திரும்பி, ஒரு வீட்டின் முன்பு நின்றது.

மூவரும் இறங்கி வாசற்படியில் ஏறினர். ஒரு யவனப் பெண் வந்து காலைக் கழுவினாள். ஒரு காப்பிரி, மரியாதையாகக் குனிந்து, கலிங்க வஸ்திரத்தினால் துடைத்தான்.

"சுவாமி, வரவேண்டும்! பைலார்க்கஸ், இப்படி வா!" என்று இருவரையும் அழைத்துக்கொண்டு ஓர் அறைக்குள் சென்றான் சாத்தன் ... அவன் வயதிற்கு அவ்வளவு துடிதுடிப்பு ஆச்சரியமானதுதான்!

"மூபாங்கோ, தீபம்!" என்று கத்தினான். அந்தக் காப்பிரி ஒரு கைவிளக்கை எடுத்துக்கொண்டு உள்ளே நுழைந்தான். ஜன்னல் இல்லாத அந்த அறையிலும் காற்று நூலிழை போல் வந்து உள்ளத்தை யும் உடலையும் மயக்கியது.

"இங்குகூடவா விளக்கு இல்லை! திரையை ஒதுக்கு! ஸ்வாமி, பைலார்க்கஸ், இதுதான் என் வாழ்க்கை!" என்று திரையை ஒதுக்கினான்.

இருவரும் ஸ்தம்பித்து நின்றனர். அந்த மங்கிய தீபவொளியில், ஒற்றைக் காலைத் தூக்கி நடிக்கும் பாவனையில், ஆள் உயரத்தில் மனித விக்ரகம்! விரிந்த சடையும், அதன்மீது விளங்கும் பிறையும், விரிந்து சின்முத்திரைகளைக் காண்பிக்கும் கைகளும், அந்த அதரத்தில் தோன்றிய அபூர்வப் புன்னகையும் மனத்தில் அலை மேல் அலை யாகச் சிந்தனைக் கற்பனைகளைக் கிளப்பின. மூவரும் அந்தச் சிலையேயாயினர். சிலையின் ஒவ்வொரு வளைவிலும், ஒவ்வொரு அங்கத்திலும் என்ன ஜீவத் துடிதுடிப்பு!

சந்நியாசி, தம்மையறியாமல் பாட ஆரம்பித்தார் ....

பனித்த சடையும், பவளம்போல்
  மேனியும், பால் வெண்ணீறும்,
குனித்த புருவமும், கொவ்வைச்
  செவ்வாயும், குமிண் சிரிப்பும்,
இனித்தங்கசிய எடுத்த பொற்
  பாதமும் காணப் பெற்றால்
மனித்தப் பிறவியும் வேண்டுவதே
  இந்த மா நிலத்தே!

"சுவாமி, அப்படிச் சொல்லக் கூடாது!"

"சாத்தா! அவர் சொல்லுவதுதான் சரி! இது கலையா! இது சிருஷ்டி! இதை என்ன செய்யப்போகிறாய்?"

"அரசன் கோவிலுக்கு . . . இதென்ன கேள்வி?"

"என்ன! இந்த அசட்டுத்தனத்தை விட்டுத் தள்ளு . . . அரசனுடைய அந்தப்புர நிர்வாண உருவங்களின் பக்கலில் இதை வைத்தாலும் அர்த்தம் உண்டு . . . இதை உடைத்துக் குன்றின் மேல் எறிந்தாலும் அந்தத் துண்டுகளுக்கு அர்த்தம் உண்டு; ஜீவன் உண்டு . . ." என்று வெறி பிடித்தவன் போல் பேசினான் பைலார்க்கஸ்.

"சீ, பைலார்க்கஸ்! உனது வெறி பிடித்த கொள்கைகளுக்கு யவனந்தான் சரி! அகஸ்தூஸா – அந்த உங்கள் சாம்ராட் – அவனுக்குத் தான் சரி உன் பேத்தல்!"

"சாத்தனாரே! உமது இலட்சியத்திற்கு அரசன் கோரிக்கைதான் சரியான முடிவு. இனி ஏன் இந்த ஜைனர்கள் தலைதூக்கப் போகிறார்கள் ..!" என்றார் சாமியார்.

"இந்த வெறிபிடித்த மனிதர்களைவிட, அந்தக் கடலுக்கு எவ்வளவோ புத்தியிருக்கிறது . . ." என்று கோபித்துக்கொண்டு பைலார்க்கஸ் வெளியேறிவிட்டான்.

2

அன்றுதான் கும்பாபிஷேகம். சிலையைப் பிரதிஷ்டை செய்த தினம். சோழ தேசத்திலேயே அது ஒரு பெரும் களியாட்டம் என்று கூறவேண்டும். சாத்தனுக்கு இலட்சியம் நிறைவேறிற்று. அன்று பைலார்க்கஸ் தனது குதூகலத்தில் பங்கெடுத்துக்கொள்ள உயிருடன் இல்லையே என்ற வருத்தம் சாத்தனுக்கு அதிகம்.

புதிய கோவிலிலிருந்து வீடு சேரும்பொழுது அர்த்த ஜாமமாகி விட்டது.

வயதின் முதிர்ச்சி அன்றுதான் அவனைச் சிறிது தளர்த்தியது. சோர்ந்து படுத்தான். அயர்ந்துவிட்டான் . . .

அப்பா! என்ன ஜோதி! அகண்டமான எல்லையற்ற வெளி! அதிலே சாத்தனின் இலட்சியம், அந்த அர்த்தமற்ற, ஆனால் அர்த்த

புஷ்டி மிகுந்த, ஒரு புன்சிரிப்பு! மெதுவான ஹிருதய தாளத்தில் நடனம்! என்ன ஜீவன்! என்ன சிருஷ்டி!

திடீரென்று எல்லாம் இருண்டது! ஒரே கன்னக் கனிந்த இருள்! ஹிருதய சூனியம் போன்ற பாழ் இருட்டு!

பிறகும் ஒளி... இப்பொழுது தங்கத்தினாலான கோவில்! கண்கள் கூசும்படியான பிரகாசம்!... கதவுகள் மணியோசையுடன் தாமே திறக்கின்றன... உள்ளே அந்தப் பழைய இருள்!

சாத்தன் உள்ளே செல்லுகிறான். இருட்டின் கரு போன்ற இடம். அதில் மங்கிய தீபவொளி தோன்றுகிறது! என்ன! இதுவா பழைய சிலை! உயிரில்லை! கவர்ச்சிக்கும் புன்னகையில்லையே!... எல்லாம் மருள்... மருள்...!

அந்தகார வாசலில் சாயைகள் போல் உருவங்கள் குனிந்தபடி வருகின்றன. குனிந்தபடி வணங்குகின்றன.

"எனக்கு மோட்சம்! எனக்கு மோட்சம்!" என்ற எதிரொலிப்பு. அந்தக் கோடிக்கணக்கான சாயைகளின் கூட்டத்தில் ஒருவராவது சிலையை ஏறிட்டுப் பார்க்கவில்லை! இப்படியே தினமும்...

நாட்கள், வருஷங்கள், நூற்றாண்டுகள் அலை போல் புரள்கின்றன – அந்த அனந்த கோடி வருஷங்களில் ஒரு சாயையாவது ஏறிட்டுப் பார்க்க வேண்டுமே!

"எனக்கு மோட்சம்..!" இதுதான் பல்லவி, பாட்டு, எல்லாம்!

சாத்தன் நிற்கிறான் ....

எத்தனை யுகங்கள்! அவனுக்கு வெறி பிடிக்கிறது. "உயிரற்ற மோட்சச் சிலையே! உன்னை உடைக்கிறேன்! போடு! உடை! ஐயோ, தெய்வமே! உடைய மாட்டாயா! உடைந்துவிடு! நீ உடைந்து போ! அல்லது உன் மழு என்னைக் கொல்லட்டும். அர்த்தமற்ற கூத்து..!" இடி இடித்த மாதிரி சிலை புரள்கிறது – சாத்தனது ஆலிங்கனத்தில், அவன் ரத்தத்தில் அது தோய்கிறது... ரத்தம் அவ்வளவு புனிதமா! பழைய புன்னகை!...

சாத்தன் திடுக்கிட்டு விழித்தான். வெள்ளி முளைத்துவிட்டது. புதிய கோவிலின் சங்கநாதத்துடன் அவனது குழம்பிய உள்ளம் முட்டுகிறது.

"என்ன பேய்க் கனவு, சீ!" என்று விபூதியை நெற்றியில் அணிந்து கொள்கிறான்.

"பைலார்க்கஸ் – பாவம் அவன் இருந்தால்..." சாத்தனின் மனம் சாந்தி பெறவில்லை.

மணிக்கொடி, 25.8.1935

வாழ்க்கை !

அம்பாசமுத்திரத்திற்கும் பாபநாசத்திற்கும் இடையிலுள்ள ரஸ்தா எப்பொழுதும் ஜன நடமாட்டத்திற்குப் பெயர்போனதல்ல. ஆனால், சொறிமுத்தையன் கோவில் விழாவன்று வேண்டுமானால் வட்டியும் முதலுமாக ஜனங்கள் அந்த வழியில் நடந்து தீர்த்துவிடுவார்கள். சில சமயம் பாபநாசம் நெசவாலை மோட்டார் லாரி காதைப் பிய்க்கும்படியாகப் புழுதியை வாரி இறைத்துக்கொண்டு கோலா கலமான ஓட்டை இரும்புக் கோஷத்துடன் செல்லும். மலை விறகு வண்டிகள் லொடக்லொடக் என்று, அல்லது சக்கரத்தின் பக்கத்தில் வண்டி சரிவில் வேகமாக உருண்டுவிடாதபடி கட்டும் கட்டையை வண்டிக்காரன் அவிழ்க்க மறந்துவிட்டிருந்தால், 'கீரீச்' என்ற நாதத் துடன், தூங்கி வழிந்துகொண்டு சாரை சாரையாகச் செல்லும். வண்டிக்காரர்களும் வண்டிமாடுகளும் சமதளத்தில் இறங்கிவிட்டால் எதிரிலோ பின்னோ என்ன வருகிறது என்று கவனியாது, தூங்கி வழிந்துகொண்டு செல்ல இச்சாலையில் பூரண உரிமையுண்டு. சாலையில் இரண்டு பக்கங்களில் இருக்கும் மரங்களின் சம்பிர மத்திற்குக் கேட்கவேண்டியதில்லை. எதிரே காணப்படும் மலைகளைக் கூடப் பார்க்க முடியாத குறுகிய பார்வையுடையவர்களைப் போல், அடிமை நாட்டினர் மாதிரி பவ்வியமாக அடங்கி ஒடுங்கி வளர்ந்திருக்கும் மரங்களைப் பார்த்தால் போகும் வழி ஒரு நாளும் மலைப் பிர தேசத்தை யடையாது என்று எந்தக் கோவிலிலும் சத்தியம் செய்யத் தயாராக இருப்பான். விக்கிரமசிங்கபுரம் தாண்டிய பிறகுதான், நாணிக் குழைந்து வளர்ந்த இந்த மரங்கள் தங்கள் குலப் பெருமை களைக் காட்ட ஆரம்பிக்கின்றன.

அன்று அவ்வளவு மோசமான வெய்யில் இல்லை. மலைச் சிகரத்தின் இரு பக்கங்களிலும் கவிந்திருந்த கறுப்பு மேகங்களில் மறைந்து, அதற்குச் சிவப்பும் பொன்னுமான ஜரிகைக் கரையிட்ட சூரியன், கீழ்த் திசையில் மிதக்கும் பஞ்சு மேகங்களில் தனது பல வர்ணக் கனவுகளைக் காண்பிக்க ஆரம்பித்துவிட்டான். பொதியை, பெரிய ரிஷிக் கிழவர் மாதிரி கருநீலமும் வெண்மையும் கலந்து கறையேற்றிய மஞ்சுத் தாடிகளை அடிக்கடி ரூபம் மாற்றிக்கொண்டு,

பார்ப்பவனின் மனத்தில் சொல்ல முடியாத அமைதி, துன்பக் கலப்பில்லாத சோகம், இவற்றை எழுப்பியது. பக்கத்தில், அதாவது இரு சிகரங்களுக்கும் ஊடே தெரியும் வான வெளியில், அக்னிக் கரையிட்ட கறுப்பு மேகங்கள் அதற்குத் துணைபுரிந்தன என்று சொல்லலாம். சக்தி பூஜைக்காரனுக்கு, சிவனும் சக்தியும் மாதிரி, இக்காட்சி தோன்றியிருக்கும்.

விக்கிரமசிங்கபுரத்திற்கு இரண்டாவது மைலில், மலையை நோக்கி, அதாவது, பாபநாசத்தை நோக்கி ஒருவன் நடந்துகொண்டிருந்தான். நாற்பது வயது இருக்கும். இடையிடையே நரையோடிய, தூசி படிந்த, கறுப்புத் தாடி. அகன்ற நெற்றியின்மீது சிறிது வழுக்கைவிட்டு, இரண்டு பக்கமும் கோதாமல் வளர்ந்து பின்னிய தலைமயிர் உச்சியில் சிறிது வழுக்கையைக் காண்பித்து, கழுத்தை நன்றாக மறைத்தது. மூக்கு நீண்டிருந்தாலும், வாலிபத்தின் பிடிப்பு விட்டதினால், சிறிது தொங்கி மீசையில் மறைந்தது. கீழுதடு மட்டிலும் மீசைக்கு வெளியே தெரிந்தது. வாயின் இருபுறத்திலும் மூக்கிலிருந்து ஆரம்பித்து தாடியில் மறையும் கோடுகள். அடிக்கடி நினைத்து நினைத்து நெஞ்சை யலட்டிக்கொள்வதனால் சுருங்கல் விழுந்து கண்ணின்மீது தொங்கும் புருவங்கள். உடல் திடகாத்திரமானதன்று; ஆனால் நாடோடியாக அலைந்து மரத்துப்போன தேகம். கிழிந்த சட்டையும் ஓரங்களில் முழங்கால் தடுக்கியதால் கரைகள் கிழிந்த வேஷ்டியும் உடுத்தியிருந்தான். கைகளும் கண்களும் அவன் வயிற்றிற்காகத் திரியும் நாடோடியல்ல என்பதைக் காண்பித்தன. கையிலே ஒரு தடி, தோள்பட்டையில் ஒரு மூட்டை – அதில் ஒரு செம்பும் புஸ்தகமும் துருத்திக்கொண்டிருந்தன – அதன்மேல் ஒரு கம்பளி.

கண்களில், அடிக்கடி ஏதோ ஒரு பெரிய ஏமாற்றத்தை ஒவ்வொரு நிமிஷமும் அனுபவிப்பவன் போல் ஒரு பிரகாசம்; அதனுடன் கலந்து, ஒரு பரிதாபகரமான, தோற்றவனின் சிரிப்பு. கண்கள், அவன் செல்லும் திக்கை நோக்காது வானிலும் மலையிலும் ஒன்றையும் பற்றாது சலித்துக்கொண்டிருந்தன. கால்கள் நெடுந்தூரம் நடந்தாற்போல் ஒவ்வொரு நிமிஷமும் குழலாடின.

மூட்டையை எடுத்து மரத்தடியில் வைத்து, பக்கத்தில் தடியைச் சாத்திவிட்டு உட்கார்ந்து, முழங்காலையும் குதிரைச் சதையையும் தடவிக்கொண்டு, 'அப்பாடா!' என்று சாய்ந்துகொண்டான். இனி அந்த இடந்தான் வீடு. மூட்டையைப் பரப்பினால் தட்டுமுட்டு சாமான்கள், இரவைக் கழிப்பதற்கு வேண்டிய சாப்பாட்டு வகைகள்! அங்கேயே உட்கார்ந்துகொண்டால் தண்ணீருக்கு எங்கே போவது? நாடோடிக்கு ஒன்றும் புரியவில்லை. கால் சொல்வதைக் கேட்டால் அன்றிரவு பட்டினி இருக்கவேண்டியதுதான். சீ, என்ன கஷ்டம்!

ஏதாவது அற்புதம் ஒன்று நடந்து, தான் நினைத்த இடத்திற்குப் போய்விடக் கூடாதா என்று அவன் மனக்குரங்கிற்குச் சிறிது ஆசை எழுந்தது. உதட்டில் ஒரு சிரிப்புடன் காலைத் தடவிக்கொண்டு வேஷ்டியில் ஒட்டியிருந்த ஒரு சிறு வண்டைத் தட்டினான்.

அப்பொழுது, அவன் வந்த திக்கிலிருந்து 'ஜல்! ஜல்!' என்று சலங்கைகள் ஒலிக்க, தடதடவென்று ஓர் இரட்டை மாட்டுவண்டி வந்துகொண்டிருந்தது. வண்டிக்காரன் மாடுகளை 'தை! தை!' என்று விரட்டி, 'தங்கம் தில்லாலே' என்று பாடிக்கொண்டு வாலை முறுக்கினான். வண்டி காலி. இல்லாவிட்டால் பாடிக்கொண்டுபோக அவனுக்கு அவ்வளவு தைரியமா?

"ஓய், வண்டிக்காரரே! எவ்வளவு தூரம்? நானும் ஏறிக் கொள்ளட்டுமா?" என்றான் சாலையில் உட்கார்ந்திருந்த நாடோடி.

"வண்டியா! பாவநாசத்திற்கு. வேணுமானா பெறத்தாலே ஏறிக் கிரும்!" என்றான் வண்டிக்காரன்.

நாடோடியின் வாழ்க்கையில் முதல்முதலாக அவன் எதிர்பார்த்த படி சம்பவிக்கும் ஓர் அற்புதம் நிகழ்ந்தது.

"நீர் எங்கே போராப்பிலே! பாவநாசத்துக்கா?" என்றான் வண்டிக்காரன்.

"ஆமாம்! யாரு வண்டி!"

"இந்தக் காட்டுலே பண்ணையெ எசமான் வண்டி தெரியாத ஆளுவளும் உண்டுமா! கல்லடக்குறிச்சி பெரிய அய்யரு வண்டி. பளைய பாவநாசத்துலே, பட்டணத்திலேயிருந்து அய்யமாரும் அம்மா மாரும் ஊரு பாக்க வந்திருக்காங்க! கூட சாமியாரும் வந்திருக்காரு. அவுங்க எல்லாம் சீசப் புள்ளெங்க. அவரைப் பாத்தால் சாமியாரு மாதிரியே காங்கலே. பட்டும் சரிகையுமாத்தான் கட்டராரு. கூட வந்திருக்காளுவளே, கிளிங்கதான்!" என்று அடுக்கிக்கொண்டே போனான் வண்டிக்காரன்.

இதென்ன வேஷம் என்று ஆச்சரியப்பட்டான் நாடோடி. வண்டியின் ஒரு மூலையில் கிடந்த தியாசபி புஸ்தகங்கள் வந்திருப்பவர் யார் என்று விளக்கிவிட்டன. மனத்தின் குறுகுறுப்புச் சாந்தியானதும் வண்டிக்காரனின் பேச்சில் லயிக்கவில்லை.

'ஊச்'சென்றுகொண்டு மனத்தை வெளியில் பறக்கவிட்டான் நாடோடி. அது, கூடு திரும்பும் பட்சி போல பழைய நினைவுக் குப்பைகளில் விழுந்தது.

இன்று இந்த வண்டியில் ஏறியதுதான், இந்த நாற்பது நாற்பத்தைந்து வருஷங்களில் முதல்முதலாக அவன் விரும்பி நிறைவேறிய ஆசை.

'ஆசை! அதற்கும் மனிதன் சொல்லிக்கொள்ளும் இலட்சியம் என்பதற்கும் வெட்கமே கிடையாது. இலட்சியத்தால் நடக்கிறதாம். நீதியால் நடக்கிறதாம்; தர்மத்தால், காதலால் வாழ்க்கை நடக்கிறதாம்! உண்மையில் இதில் ஏதாவது அர்த்தமிருக்கிறதா? வாழ்க்கையில் ஒன்றுதான் நிஜமானது, அர்த்தமுள்ளது. அதுதான் மரணம். காதல், வெறும் மிருக இச்சை பூர்த்தியாகாத மனப்பிராந்தியில் ஏற்பட்ட போதை. நானும் சுகம் அனுபவித்தாச்சு. என்னதான் பேசினாலும் இதற்கு மேல் ஒன்றும் கிடையாது. அதற்கப்புறம் சமூகம். அன்றைக்கு அந்தப் பயல் ஜட்ஜ்மென்ட் சொன்ன மாதிரிதான் பெரிய ...

மீன் சின்ன மீனைத் தின்னலாம். ஆனால் சின்ன மீன் அதற்கும் சின்ன மீனைத் தின்றால், பெரிய மீன், 'குற்றம் செய்கிறாய்!' என்று தண்டிக்க வருகிறது. இதுதான் சமூகம்! இந்த அசட்டு மனிதக் கூட்டத்தின் பிச்சைக்காரத்தனம்... புனிதமாக ஏதாவது ஒன்று இருக்கிறதா? இந்தப் பால்காரன் விற்கிற பாலுக்கும் உலகத்தின் நன்மைக்கும் வித்தியாசமில்லை. நாமாக நினைத்துக்கொண்டால் நன்மைதான். பின் ஏன் இந்தப் பித்தலாட்டமான இலட்சியங்களை அறிந்துகொள்ள வேண்டும்! அதனால்தானே இந்த ஏமாற்றம், தொந்தரவு. மிருகம் மாதிரி இருந்து தொலைத்தால் என்ன கெட்டுப் போகிறதோ? அசட்டுச் சமூகத்திற்கேற்ற அசட்டுப் பித்தலாட்டங்கள். இதில் 'நான் சொல்வதுதான் சரி' என்ற கட்சி. லோகத்தை மாற்றி யமைக்கப் போராளாம்... அதுவுந்தான் விடியவிடிய நடக்கறதே...'

"பெரியவரே, இங்கேயே எறங்கிகிடும்! அய்யரு கண்டா கட்டிவச்சு அடிப்பாரு... நீங்க எந்தூரு?" என்றான் வண்டிக்காரன்.

"இந்தா, பலகாரம் வாங்கிச் சாப்பிடு!" என்று ஓரணாவைக் கொடுத்துவிட்டு, இறங்கிக் கோவிலுக்குள் செல்லும் வழியில் பக்கத்தி லிருந்த இட்டிலிக் கடையில் — அதற்கு 'ஓட்டல்' என்று பெயர் — நுழைந்து, கைகால் கழுவிவிட்டு முகத்தைத் துடைத்தான் நாடோடி.

அப்பொழுது நன்றாக அந்தி மயங்கி விளக்கேற்றப்பட்டுவிட்டது.

"கோவிலிலே கட்டி வாங்க நேரஞ் செல்லுமா?" என்றான் நாடோடி.

"ஆமாம், பூசையாயித்தானே! எட்டு மணி ஆகும்!"

"அப்போ ஒரு அணாவுக்கு இட்டிலி இலையில் கட்டிக்கொடு!" என்று வாங்கிக்கொண்டு, பழைய பாபநாசத்திற்குப் போகும் பாதையில் இருக்கும் மண்டபத்தை நோக்கி நடந்தான்.

மண்டபத்தில் அவன் எதிர்பார்த்தபடி நிம்மதியில்லை. பண்ணை அய்யர் 'தியாசபி' (பிரம்மஞான) கோஷ்டிக்கு விருந்து நடத்தும் பொழுது அங்கு அமைதி எப்படி இருக்க முடியும்! சமயம், அரசியல் முதல் நேற்றுச் செய்த சமையல்வரை சம்பாஷணையில் அடிபடுகிறது.

"வாழ்க்கையின் இணைப்பையும், சமயத்தின் சாரத்தையும் அறிவிப்பதுதான் தியாசபி, ஸார்!" என்றது ஒரு குரல்.

"நேற்று ஸ்நானம் செய்யரப்போ, மிஸ்டர் கிருஷ்ணன், இதைக் கேளுங்களேன்! ஒரு மான்குட்டி முண்டந்துறையிலே துள்ளித்தே, நீங்க பார்த்தியளா?" என்றது ஒரு பெண் குரல்.

ஆங்கிலத்தில், "நம் கூட்டத்தில் மான்களுக்குக் குறச்சல் இல்லை!" என்றது ஒரு கரடிக் குரல். உடனே கொல்லென்ற சிரிப்பு.

"பேசாமலிருங்கள், சுவாமிஜி பேசப்போகிறார்!"

நாடோடி, படித்துறையில் இட்டிலியை வைத்துவிட்டு, கால் முகம் கழுவ ஜலத்தில் இறங்கினான். அப்பா, என்ன சுகம்! மெய் மறந்தபடி கல்லில் உட்கார்ந்து காலைத் தண்ணீரில்விட்டுத் துழாவிக் கொண்டேயிருந்தான்.

"நமது வாழ்க்கையிலே, அசட்டுத்தனத்திற்காகப் போராடுவது, மிருகத்தனத்திற்காகச் சச்சரவு செய்வது இயற்கை..." என்ற சுவாமிஜியின் குரல் கம்பீரமாக எழுந்தது.

நாடோடி இலை முடிப்பை அவிழ்த்தான்.

"சாமி, பசியா இக்குது! ஒரு இட்டிலி..." என்ற குழந்தைக் குரல் ஒன்று அவன் பக்கத்தில் கேட்டது.

இருட்டில் ஒன்றும் தெரியவில்லை. இருட்டோடு இருட்டாகப் பாறையின் பக்கத்தில் நின்றது ஒரு சிறு குளுவ ஜாதிக் குழந்தை.

"எங்கே! இங்கையா நிக்கிறே! இந்தா! உங்கப்பன் எங்கே! இருட்டிலே எப்படி வந்தே..?"

அப்பொழுதும் சுவாமிஜி பிரசங்கம் நடக்கிறது.

"அப்பன் அதோ இக்குராரு..." என்றது சிசுக்குரல். பிறக்கும் போதே பிச்சையா!

"...ஆனால் உயர்ந்த ஆதர்சங்களுக்காக, மனித வர்க்கத்தின் இலட்சியங்களுக்காக, எத்தனை போர்கள், எத்தனை சச்சரவுகள்! உண்மைக்குக் குணம் ஒன்றுதான்! அதை யடையும் பாதைகள் பல... அதையறியாத மனித நாகரிகம் அதற்குப் பிரசாரத்தைத் தொடங்கியது. நாங்கள் கூறுவது ஒன்றுதான். பேதங்கள் தோல் ஆழமுள்ளவை; இன்பம் ஒன்றுதான். இதன் சோபையும் அழகுமே, கலியுக அவதார புருஷன் கிருஷ்ணாஜி..."

"இவன் கண்டான் பெரிசா!" என்று ஓர் இட்டிலியை விண்டு வாயினுள் போட்டான் நாடோடி.

மெதுவாக வீசிக்கொண்டிருந்த காற்று திடீரென்று அதிகப்பட்டு, பெரும்பெரும் தூற்றலுடன் வீச ஆரம்பித்தது.

நாடோடி மூட்டையைத் தூக்கிக்கொண்டு ஒரு மரத்தின் நிழலுக்கு ஓடினான். அதில்தான் குளுவக் குடும்பத்தின் வாசம். குளுவச்சி மழை அதிகரிக்கிறது என்று மண்ட பத்தை நோக்கி ஓடினாள்.

"சீ, மூதேவி! எங்கே ஏறுதே! ஆள் இருக்கிறது தெரியலே! போ!" என்று ஒரு பெண் குரல் சீறியது.

மழை கொஞ்சம் பலந்தான். குளுவனுடைய சின்னக் குழந்தை மழை பெய்கிறது என்று கத்த ஆரம்பித்துவிட்டது.

"ஓய்! ஜக்கம்மா! மந்தரம் போடறேன் பார்! பாப்பா, மளை நிக்குது! ஏ! மளை நிக்கலே! எங்க பாப்பாத்தி அளுவுரா! ஜல்! மந்திரக்காளி! ஜூ! மந்திரக்காளி!" என்று குழந்தைக்கு வேடிக்கை காட்டிக்கொண்டிருந்தான் குளுவன். குழந்தை இவன் பேச்சில் லயித்துச் சிரித்தது.

விழுந்துவிழுந்து சிரித்துக்கொண்டு ஓடிவரும் குளுவச்சியைப் பார்த்து, "வேணுண்டி உனக்கு! ஒதைக்கிலே!" என்றான் குளுவன்.

"நம்ம எடத்தை அவங்க புடிச்சுக்கிட்டாங்க இன்னிக்கி! உனக் கென்னடா குளுவா, நீ சொரணை கெட்டவன்..."

இருவரும் மழையின் உற்சாகத்தில் சண்டைபோட ஆரம்பித்து விட்டார்கள்.

நாடோடிக்கு இது வினோதமாக இருந்தது. இருக்க இடமில்லை இந்த மழையில். இதில் என்ன உற்சாகம்! வாழ்க்கையே இந்த அசட்டுத்தனந்தான் அல்லது ஏமாற்றந்தான்.

மழை விட்டு மரங்களிலிருந்து மட்டும் ஜலம் சொட்டிக்கொண்டிருந்தது. மேற்புறத்திலிருந்து வெளிவந்த சந்திரன், புதிதாக ஸ்நானம் செய்து எழுந்த பிரகிருதி தேவியின்மீது காதற் பார்வை செலுத்தினான்.

"ஏய் குளுவா! அங்கென பாருடா!" என்று இரண்டு உருவத்தைச் சுட்டிக் காண்பித்து, குசுகுசுவென்று சொன்னாள் குளுவச்சி.

"அதுவுஞ் சரிதான்!" என்று குளுவன் அவளைத் தன் பக்கமாக இழுத்தான். குளுவச்சிக்கு என்ன பலமில்லையா!

ஆனால், அந்த நாடோடி ஒன்றிலும் லயிக்காது துயரந் தேங்கிய முகத்துடன் மலைப் பாதையில் நடந்து மறைந்தான். அவன் கண்கள் ஒரு தடவையாவது திரும்பிப் பார்க்கவில்லை. சாலையின் இருளும் அவன் உருவமும் ஒன்றாயின.

மணிக்கொடி, 10.11.1935

புதிய கூண்டு

1

அருவங்குளம் என்ற நாரணம்மாள்புரம் தாமிரவருணியின் வடகரையில் ஒரு சிறு கிராமம். சுற்றிலும் தோப்புத்துரவு; கண்ணுக்கெட்டிய வரையில் வயல்கள்; அதாவது, திருநெல்வேலி ஜில்லாவின் வசீகர சக்தியின் ஒரு பகுதி அது.

சாயங்காலம்.

வேனிற்கால ஆரம்பமாகையால் இரண்டாவது அறுவடை சமீபித்து விட்டது. பயிர்கள் பொன்னிறம் போர்த்து, காற்றில் அலை போல் நிமிர்ந்து விழுந்து, ஆகாயத்தில் நடக்கும் இந்திரஜாலங்களுக்குத் தகுந்த, அசைந்தாடும் பொற்பீடமாக விளங்கியது.

அகன்ற மார்பில் யக்ஞோபவீதம் போல் ஆற்றில் நீர் பெயருக்கு மட்டிலும் ஓடிக்கொண்டிருந்தது. நீர், ஸ்படிகம் போல் களங்கமற்று மனிதனைக் குனிந்து அள்ளிக் குடிக்கும்படி வசீகரித்தது.

ஆற்றுமணலில் பள்ளிக்கூடத்திலிருந்து திரும்பும் இரு மாணவர்கள் நடந்துகொண்டிருந்தனர். இருவருக்கும் ஒரு கையில் புஸ்தகம், மற்றொரு கையில் போஜனப் பாத்திரம் என்ற மாணவ சின்னங்கள். இருவரும் 'குடுத்துணி' மட்டும் அணிந்து இடையில் ஒரு நாட்டு வேஷ்டி கட்டியிருந்தனர். ஒருவன் மூத்தவன்; இன்னொருவன் சற்று வயசில் குறைந்தவன். இருவரும் சகோதரர் என்பதைக் கேட்டுத் தெரிந்துகொள்ள வேண்டியதில்லை; முகத்தோற்றமே தெரிவிக்கும். இருவரும் நல்ல அழகர்கள். மூத்தவன் அதிதீக்ஷண்ய புத்தியுடைய வனாயினும் கறுத்த கண்களும் கூரிய நாசியும் சற்று அகன்ற நெற்றியும் சற்றுத் தடித்த ஆனால் அழகான உதடுகளும் அவன் சிறிதே உணர்ச்சிவசப்படுகிறவன் என்பதைத் தெரிவித்தன. தம்பியின் மெல்லிய உதடுகள் திடசித்தமும் எதையும் தனது அறிவுத் தராசில் போட்டு நிறுக்கும் உறுதியும் உடையவன் என்பதையும் தெரிவித்தன. இருவரும் ஒற்றைநாடியான சரீரம். அவர்கள் குடுமி, தற்கால அழகுணர்ச்சியைத் திருப்தி செய்யாமல் குறுக்கே விழுந்தாலும், பொதுவாக அவர்களைப் பார்த்ததும் அழகர்கள் என்பதை எடுத்துக்காட்டத் துணைபுரிந்தன.

இருவரும் மிக வேகமாக நதியைக் கடந்தனர். முகத்தின் சோர்வும் களைப்பும் அவர்களைப் பேசவிடாமல் தடுத்து, வீடு என்ற ஒரே எண்ணத்தை மனசில் நிறுத்தியதால் அவர்கள் மிக வேகமாகச் சென்றார்கள்.

தோப்பைத் தாண்டியதும் திடீரென்று ஒரு வரிசை வீடுகள்; தெருவின் மேற்குக் கோடியில் ஒரு கோயில்; அதுதான் நாரணம்மாள் புரம் என்ற அக்கிரகாரம்.

நாரணம்மாள்புரம் மகாவிஷ்ணுவின் பெயரை வைத்துக்கொண்ட மட்டிலேயே திருப்தியடைந்தது. செல்வம் என்பது என்னவென்று கேட்கக்கூடிய மாதிரி அதன் சகோதரனின் ஆதிக்கம் அங்கே தாண்டவமாடியது.

~ ~

மீனாட்சியம்மாள் ஒரு விதவை. தகப்பனார் வீட்டில் தரித்திரம். புக்ககம், நம்பிக்கையைக் கொண்டு உயிர் வைத்திருக்க வேண்டிய இடம். போதாததற்கு இரண்டு ஆண் குழந்தைகளின் பொறுப்பை அவள் தலையில் சுமத்திவிட்டு அவள் கணவன் இந்த உலகத்தை நீத்தார். அந்த மட்டில் பெண் சுமையை ஏற்றாமல்போனாரே என்ற ஆறுதல்தான் அவளுக்கு.

மீனாட்சியம்மாள் இட்டிலி, முறுக்கு, அப்பளம் இட்டு அவைகளிலே தன் இரண்டு பொறுப்புக்களின் சம்ரட்சணையையும் நடத்தி வருகிறாள். பாதிரிகளின் பள்ளிக்கூடத்துப் புண்ணியவான்களின் உதவியால் தன் புத்திரர்களுக்குக் கல்வி என்ற மகத்தான கண் திறக்கப்படு வதற்காகத் தனது பூஜைகளில் அவர்களுக்காகக் குலதெய்வத்தை மீனாட்சியம்மாள் தொழுது வந்தாள். இப்பொழுதும் வெள்ளைக்காரன் என்றால் மீனாட்சியம்மாளுக்குத் தெய்வத்திற்கு நிகர். தன் புத்திரர் களுக்குக் கல்வியை இலவசமாகப் போதிக்கும் தயாநிதிகளை யார்தாம் போற்றாமல் இருப்பார்கள்!

வீட்டு முற்றத்தில் 'அம்மா' என்ற குரல் தன் புத்திரர்கள் வந்து விட்டார்கள் என்பதைத் தெரிவித்தது. புறக்கடையில் உழுந்து கழுவிக் கொண்டிருந்த மீனாட்சியம்மாள், "அம்பியா? அண்ணாவும் வந்தாச்சோ? கையைக் காலைக் கழுவிப்பிட்டு, இந்த உறியிலே முறுக்கு வெச்சிருக்கேன்; எடுத்துச் சாப்பிடுங்கோ. கையிலே உளுந்து இருக்கு" என்றாள்.

அம்பி புஸ்தகத்தை வைத்துவிட்டு வருமுன், அவனுடைய மூத்த சகோதரன் புஸ்தகத்தை ஜன்னலில் வைத்துவிட்டுக் கால் முகம் கழுவ நேரே புழக்கடைக்கு ஓடி வந்தான். வைத்த அவசரத்தில் புஸ்தகங்கள் கீழே விழுந்தன. அம்பி அதையும் ஜாக்கிரதையாக எடுத்து வைத்துவிட்டுச் சட்டையைக் கழற்றிய பிறகு உள்ளே வந்தான்.

"என்னடா, தீட்டையும் கீட்டையும் அப்படியே உள்ளுக்குக் கொண்டுவர்றே? அம்பிக்கு இருக்கிற புத்திகூட, ஏண்டா கிட்டு –

ஹூம் நான்தான் பொண்ணாப் பிறந்தேனே ...” என்று தலையில் அடித்துக்கொண்டாள்.

கிட்டு சிரித்துக்கொண்டே, “அம்மா, உன்னைத் தொட்டுவிடுவேன்; பேசாதே” என்று நெருங்கினான்.

“அடே, கட்டேலெ போறவனே, சித்தெ மடியா கிடியா இரு” என்று பதறினாள் மீனாட்சி.

“என்னடா கிட்டா, அம்மா கிட்ட என்னடா! அவளுக்குத் தெரியுமோ” என்றான் அம்பி.

இருவரும் காலைக் கழுவிவிட்டு, தாய் வைத்திருந்த முறுக்கைச் சாப்பிட்டுவிட்டு ஆற்றங்கரைப் பக்கம் நடந்தார்கள்.

“அம்பி, பரீக்ஷை நெருங்குகிறதே” என்றான் கிட்டு.

“அதற்கென்ன அண்ணா! பயமில்லை” என்று சொல்லிவிட்டுத் தன் நண்பன் ஒருவனைத் தேடிக்கொண்டு சென்றுவிட்டான்.

கிட்டு என்ற கிருஷ்ணமூர்த்தி இந்த வருஷம் பி. ஏ. பரீட்சைக்குச் செல்ல இருக்கிறான். அவன் சகோதரன் அம்பி – அவன் பெயர் ராமசாமி – இண்டர்மீடியட் பரீட்சைக்குப் போகிறான். இருவரும் பாளையங்கோட்டையில் இருக்கும் கிறிஸ்தவக் கலாசாலையில் படிக்கிறார்கள். கிட்டு, தனக்குப் பரீட்சை தேறியதும் குடும்பப் பொறுப்பை ஏற்றுக்கொண்டு குடும்ப சம்ரட்சணையில் களைத்த தன் தாயின் கவலையை நீக்கிவிடுவான் என்பதுதான் அவர்கள் தற்போது கொண்ட லட்சியம். மேலும் சகோதரனது கல்விக்கு இனியாவது தர்மத்தை எதிர்பாராது இருக்க வேண்டும் என்பதும் அவன் நோக்கம்.

2

பாளையங்கோட்டை கிறிஸ்தவக் கலாசாலை ரோமன் கத்தோலிக்க மதத்தினருடையது. அதாவது இருள் சூழ்ந்த பிரதேசங்களில் கர்த்தருடைய மதத்தைப் பரப்ப ரோமாபுரியிலிருந்து அனுப்பப்படும் கருவி. தன் கையை வைத்தே தன் கண்ணில் குத்திக்கொள்ளவைப்பது போல், பழகிய யானையை வைத்துக்கொண்டு காட்டு யானைக் கூட்டங்களைப் பிடிப்பது போல் இந்தத் தொழில் நடந்துவந்தது.

ஞானாதிக்கம் என்ற கிறிஸ்தவச் சாமியாருக்குக் கிட்டுவின் மீதும் அம்பியின்மீதும் ஒரு கண். அதாவது ரோமாபுரியில் பேதுரு அப்போஸ்தலர் கட்டிய மகத்தான கோவிலின் சக்தியைப் பரப்ப இந்த இருவரும் ஏற்றவர்கள் என்பது அவர் துணிபு. அதனால் இருவரைப் பற்றியும் அவர் மிக்க கவலை மேற்கொண்டார். இது மறைமுகமாகவே நடந்தது. ஆனால் நாளடைவில் கிட்டுவை மிக எளிதில் வசப்படுத்திவிடலாம் என்றும் அம்பியிடம் தம் முயற்சி சாயாது என்றும் கண்டுகொண்டார். ரோமாபுரி போப்பின் ஆதிக்கத்தையும் கர்த்தரின் பரிசுத்தமான வார்த்தைகளையும் பரப்புவதற்கு எத்தனையோ வழிகள் உண்டு.

ஞானாதிக்கம் சாமியார் ஓர் உண்மைக் கத்தோலிக்க பாதிரியார். அவர் தமக்குத் தோன்றிய உண்மைகளுக்குத் தம் முழு வாழ்க்கையையும் அர்ப்பணம் செய்தவர். அம்பியையும் வசப்படுத்துவதற்கு ஒரு புது வழியைத் தேடிக்கொண்டிருந்தார். ஏனெனில் அம்பியிடம் கிறிஸ்தவ தர்மத்தையும் ஹிந்து சமயத்தின் தவறுகளையும் பற்றித் தர்க்கிக்க ஆரம்பித்தால் அவன் அதற்கு இடம் கொடுப்பதே இல்லை. "தர்க்க சாஸ்திரமும் சமயமும் ஒத்துவராது; வேண்டுமானால் எங்கள் பண்டிதர்களிடம் தர்க்கம் செய்துகொள்ளுங்கள்" என்று கூறிவிடுவான். ஆனால் கிட்டுவை, உணர்ச்சியில் மயங்கக்கூடிய கிட்டுவைத் தர்க்கத்திற்கு இழுக்காமல் கிறிஸ்தவ நாயன்மார்களின் தியாகத்தையும் தரிசனத்தையும் காண்பிக்கும் இலக்கியங்களினால் பண்படுத்தி வந்தார்.

3

ஸ்ரீ ஜான் சகரியாஸ் நாடாரின் முன்னோர்கள் புரோட்டஸ்டாண்ட் கிறிஸ்தவ மதத்தைத் தழுவியது திருநெல்வேலி ஜில்லாவிலே ஒரு ரஸமான கதை. 19–ம் நூற்றாண்டின் இறுதியில், இங்கிலாந்து, வியாபாரப் பொருள் உற்பத்தி முறையில் ஒரு நூதன வழியைக் கடைப்பிடித்தது. பொருள்களை ஏக காலத்தில் நூற்றுக்கணக்காகச் செய்து குவிப்பதில் பெரும் நம்பிக்கை வைத்தது; அதே சமயத்தில் பாதிரிகள், இந்தியாவின் தெற்கு மூலைகளில் நூற்றுக்கணக்காக ஞானஸ்நானம் கொடுப்பதில் நம்பிக்கை வைத்தார்கள். அவர்கள் நாசரேத், மெய்ஞ்ஞானபுரம் முதலிய பிரதேசங்களில் வந்ததும், முன்பு, கிறிஸ்து பிறப்பதற்கு நெடுங் காலத்திற்கு முன்பு, "உண்டாகுக" என்று கர்த்தர் அருளியதும், உலகம் அவர் போட்ட வரிசைப்படி தழைத்து அப்பெருமானுக்குக் களிப்பூட்டியதாம். இதைப்போல இந்தப் பாதிரிகளும் அந்தப் பிரதேசங்களை அடைந்ததும் தாங்களே கர்த்தர் பெருமான் என்று நினைத்துக்கொண்டனரோ என்னவோ? அங்கிருந்த நாடார்களை நீரைத் தெளித்து, 'நீங்கள் கிறிஸ்தவர்களாகக் கடவது!' என்றதன் பயனாக விளைந்தவற்றில் சகரியாஸ் குடும்பமும் ஒன்று.

அவர் அங்கிருந்த புரோட்டஸ்டாண்ட் பள்ளிக்கூடத்தின் தலைமையாசிரியர். தமக்குக் கர்த்தருடைய கருணை கிடைத்த போதெல்லாம் அஞ்ஞானிகளுக்கு விழிப்பைக் கொடுப்பதில் முனைந்து வந்தார்.

அவருக்கு ஒரு புதல்வி. எந்த மதத்தினரானாலும் உபாத்தியாயர்களுக்கு மட்டும் வம்ச விருத்தியில் தனிச் சிறப்பு உண்டு. அதற்கு விலக்காக இருந்தார் ஸ்ரீ சகரியாஸ். அவருக்கு அந்தப் புதல்வியே மகன், மகள் என்ற இரண்டு ஸ்தானத்தையும் நிரப்பி வந்தாள். அவள் பெயர் லில்லி அற்புதம் ஜயலக்ஷ்மி. அவள்தான் அவர்கள் குடும்பத்தின் விளக்கு; உயிர் நாடி; அதாவது அவள்தான் அந்த வீட்டில் ஒரு முஸோலினியின் ஏதேச்சாதிகாரத்தை ஸ்தாபித்து வந்தாள். பிரேமையினால், தாய் தந்தையர் இருவரும் அவளுக்கு அடிமைகள்.

அவளுடைய அழகு ஆளை மயக்கும் போதைப் பொருள் போன்றதல்ல; மனசில் கனவுகளைத் தோற்றுவிக்கும் ஓர் இன்பகரமான மோகன அழகு. அதன் பின்னே ஒரு சாந்தியின் சோபை அவளுடன் பேசுவதில் பெரும் இன்பத்தைக் கொடுத்தது. தமிழ்க் கவிஞர்களின் கனவுகள் எல்லாம் திரண்டு வடிவெடுத்தது போன்றது அவள் தேக அமைப்பு.

கிறிஸ்தவ சமூகத்தின் சுதந்திரமும் சிறுமைப் புத்தியும் அறிவும் படைத்தவள். கணக்கு, விஞ்ஞானம் முதலியவற்றில் ஒருவிதப் பிரேமை; அதில் ஆசையோடு ஈடுபட்டவள் என்று கூறமுடியாது. பள்ளிக்கூட உலகத்திலே, அந்தப் பாடங்களைப் படிப்பவர்கள் எல்லாரும் பெரிய மேதாவிகள் என்ற ஓர் அபிப்பிராயத்தை உபாத்தியாயர்களும் மாணவர்களும் சேர்ந்து வளர்த்து வருகிறார்கள். இதனால் ஏற்படும் ஒரு போட்டி மனப்பான்மையில் அவள் அதைப் படிக்க ஆரம்பித்திருக் கலாம். ஆனால் கலாசாலையைப் பொறுத்தவரையில், அவர்கள் ‘மார்க்கு’ என்ற அளவுகோலைப் பொறுத்தவரையில் அவள் கெட்டிக்காரிதான்.

இவள் தெரிந்தெடுத்த பாடங்களை உடையது அந்தக் கத்தோலிக்கர் கலாசாலை ஒன்றுதான். அதனால் அவள் அங்கே சென்று படிக்க வேண்டியதாயிற்று.

வகுப்பில் இரண்டு கெட்டிக்காரர்கள் இருந்தால் இரண்டு பேர்களுக்கும் நட்பு ஏற்படுவது இயற்கை; பகைமை ஏற்படுவதும் சகஜம். இவை இரண்டும் அற்று இருப்பது விதிக்கு விலக்கு. ஆனால் ஒன்று ஆணும், மற்றது பெண்ணுமாக இருந்தால் . . .? அது . . . தான் நடக்கவில்லை.

அம்பி, ஹிந்து தர்மம் என்றால் ஏதோ புனிதமான பொருள் என்று அவளை வெறுப்புக் கண்களால் நோக்கினான். அது கிறிஸ்தவக் கலாசாலையில் படிக்கும் மாணவர்களுக்கு உண்டாகும் ஒரு தனி மனப்பான்மை. சில சமயம் அசட்டுச் சமய வெறி என்ற மூடக் கொள்கை வரையில் கொண்டுபோய் விட்டுவிடும் அம்மனப்பான்மை. நல்ல காலம், அம்பிக்கு இந்த வியாதி பீடிக்கவில்லை. ஏதோ அவன் வயசிற்கு மேற்பட்ட அதிதீக்ஷண்ய அறிவில் ஹிந்து தர்மத்தின் உயிர்நாடியை அறிந்துகொண்டான். அதனால் அவளைப் பார்க்குந் தோறும் ஒரு பரிதாபம் அவனுக்குத் தோன்றும். ஹிந்துப் பெண்ணாக, நாடாராகவே இருந்துவிட்டாலும் காதலிக்கலாம் என்ற கனவில் இருப்பவனுக்கு இது இயற்கைதானே?

அற்புதம் ஜயலக்ஷ்மி அவனை அஞ்ஞானி என்ற முறையில்தான் அறிந்திருந்தாள். அதுவும் அல்லாமல் அழகை மறைக்கும் தரித்திரமும் குடுமியும் அவனை அவள் அறிவதற்குப் பெருந்தடையாக இருந்தன. ஆனால் அவன் அறிவுத் திறமையை வியக்காமல் இருக்க முடிய வில்லை. எப்படியாயினும் அஞ்ஞானி; அதுவும் குணப்படுத்த முடியாத அஞ்ஞானிதானே அவன்!

ஏறக்குறைய பரீட்சைக் காலமும் நெருங்கிவிட்டதால் ஆசிரியர்களின் நம்பிக்கையெல்லாம் இவர்களுடைய கீர்த்தியைக் கொண்டு வரும் வெற்றியைக் குறித்தவண்ணமாக இருந்தது.

அன்று ரசாயன அறையில் இருவரும் ஒரு ரசாயன சோதனை செய்துகொண்டிருக்கிறார்கள். இருவருக்கும் அடுத்தடுத்த மேஜையானாலும், இருவரும் அந்த இரண்டு வருஷங்களில் இரண்டு முறை பேசியிருப்பார்களோ என்னவோ? ஆனால், அவர்கள் பேசாதது கூச்சத்தினால் அல்ல.

ரசாயன வகுப்பில் மாணவர்களின் சிறு குறும்பிற்குத் தகுந்த வசதிகள் இருக்கின்றன. ஒன்றுமில்லை: சாக்குக் கட்டியைப் பொடித்து மேஜையில் பதித்திருக்கும் இங்கிப் புட்டிகளில் போட்டுவிட்டால் அது பொங்கிப் பக்கத்தில் இருக்கிறவர்கள் உடைகளை நாசமாக்கிவிடும். இதைவிடச் சிறிது அபாயகரமான, ஆனால் குஷியான வேடிக்கை இரண்டு மூன்று அமிலங்களை ஒன்றாகக் கலந்து வைத்துவிடுகிறது; அது சில சமயம் டபீர் என்று வெடித்து உடைகளைச் சிதைத்துவிடும். சில சமயம் தேகத்தில் பட்டுப் பொத்துவிடுவதும் உண்டு.

அன்று இருவரும் ரசாயன சோதனையில் ஈடுபட்டிருக்கும் பொழுது – (இயற்கையான வகுப்புச் சமயம் அல்ல) ஜயலக்ஷ்மியின் பக்கத்தில் ஒரு பாட்டில் டபீர் என்று வெடித்து அவள் உடைகளை நாசமாக்கிவிட்டது. ஜயா பயந்துபோய்ச் சிறு கூக்குரலிட்டாள். அம்பி திடுக்கிட்டு நின்றான். அடுத்த கணம் ஜயாவிற்கு பயம் தெளிந்தது.

"மிஸ்டர் ராமசாமி! இந்த மாதிரிக் குறும்புசெய்யும் ஒரு கோழை என்று தங்களை நான் நினைக்கவில்லை" என்று ஆங்கிலத்தில் சொன்னாள்.

அம்பிக்குச் சுறுக்கென்று அவ்வார்த்தை உள்ளத்தே தைத்தது. அவனும் பெருமிதமாக, "ஒரு ஹிந்து கோழையல்ல" என்று சொல்லிவிட்டு வேறுபுறம் திரும்பிக்கொண்டான்.

அவளுக்கு இது தன் மதத்தினரைக் கேலிசெய்த மாதிரிப் பட்டது. உடனே ஆசிரியரின் உதவியை நாடி – கத்தோலிக்கராயினும் கிறிஸ்தவர்தானே – இவனுக்குப் புத்தி புகட்ட வேண்டும் என்று சரேலென்று வெளியே சென்றாள்.

நேராக ஞானாதிக்கம் சாமியாரிடம் சென்று விஷயத்தைச் சொல்ல, தம் லட்சியத்திற்கு ஒரு வழி அகப்பட்டதென்று நினைத்தார் அவர். இதை வளர்ப்பது (அவர் ஊடல் என்று நினைத்தார்) இவ்விருவரையும் தமது மதத்திற்கு அவளுடன் கொண்டுவரும் வழி என்று நினைத்து, அவளைப் பார்த்துச் சிரித்துவிட்டு, "உனக்கு ஹாஸ்ய உணர்ச்சி போதாது. நான் அவனைக் கண்டிக்கிறேன். நீ, ஏன் அவனுடன் சண்டை பிடித்துக்கொள்ள வேண்டும்?" என்று சொல்லி அனுப்பிவிட்டார். ஜயாவிற்கு இது திருப்தி அளிக்கவில்லை. அதுவும் அல்லாமல் அவருடைய நடத்தை ஆச்சரியமாக இருந்தது.

4

ஜயாவிற்கு என்ன செய்வது என்று தெரியவில்லை. அம்பியை எப்படியாவது தண்டனை பெறச் செய்ய வேண்டும் என்று தோன்றியது. அவன் அதைச் செய்திருப்பானோ, இல்லையோ என்ற பிரச்னையே இப்போது இல்லை. தன்னால் அவனை என்ன செய்ய முடியும்? இப்பொழுது அவன் அண்ணனிடம் சொன்னால்? – அப்படித்தான் செய்ய வேண்டும். அதுதான் அவள் மனப்போக்கு.

அன்று சாயந்தரம் கலாசாலை விட்டாயிற்று. கிருஷ்ணமூர்த்தி நேராக 'லைப்ரரி'க்குச் சென்றான், வாசிப்பதற்குப் புஸ்தகம் ஏதாவது எடுத்துக்கொண்டு செல்ல.

அங்கே ஜயா அவனைச் சந்தித்தாள்.

"மிஸ்டர் கிருஷ்ணமூர்த்தி, ஒரே ஒரு வார்த்தை" என்றாள்.

எப்பொழுதும் பெண்களுடன் – அதாவது தாயைத் தவிர – வேறு யாருடனும் பேசிப் பழகாதவன் சற்றுத் திடுக்கிட்டுத் திரும்பினான்.

"என்ன!" என்று தழுதழுத்த குரலில் கேட்டான்.

ஜயலக்ஷ்மிக்கு உள்ளூர நகைப்பு. 'இந்த அஞ்ஞானிகள் பெண்களுடன் பேசுவதென்றால் என்ன இவ்வளவு கோழையாக இருக்கிறார்கள்! ஒரு கிறிஸ்தவப் பையன் இப்படி இருப்பானா? இவனைச் சிறிதே கிண்டல் செய்ய வேண்டும்' என்று நினைத்தாள்.

"உங்களுடன் தனியாகச் சற்றுப் பேச வேண்டும்; வராந்தாவிற்கு வாருங்கள்" என்றாள்.

கிட்டுவிற்கு உடல் முழுவதும் வியர்த்தது. மற்றவர்கள் என்ன நினைப்பார்கள்? பதில் பேசத் தைரியம் இல்லை. பின்னால் சென்றான்.

அவள் அன்று மத்தியானம் நடந்ததை, அம்பி செய்ததை, கூறினாள்.

கிட்டுவிற்குப் பிரமாதமான கோபம் வந்துவிட்டது; "அவன் வரட்டும் கண்டிக்கிறேன்; நீங்களும் இருங்கள். உங்கள் முன்னிலையிலேயே" என்றான் கிட்டு.

கீழே 'காம்பவுண்டி'ல் அம்பி நிற்பதைக் கவனித்தான் கிட்டு. "அம்பி! உயரே வா?" என்று கூப்பிட்டான். அந்தக் குரலில் கோபமும் பெருமிதமும் கலந்திருந்தன.

"அவன் வரட்டும்; அவனுக்குப் புத்தி கற்பிக்கிறேன்."

அம்பி வந்தான். மத்தியான்ன சம்பவம் அவனுக்கு ஞாபகமே இல்லை. ஆனால் அவர்கள் இருவரும் நின்றிருப்பது ஆச்சரியமாக இருந்தது.

நெருங்கினான்.

"என்னடா அம்பி! இத்தனை நாள் உன்னை மனிதனாக நினைத்திருந்தேன். உனது 'கிளாஸ் மேட்'டினிடம், அதுவும் ஒரு பெண்ணி

னிடம் இந்த மாதிரிக் குறும்புத்தனமாக நடக்கலாமா?" என்று கோபித்தான் கிட்டு.

அம்பிக்குத் தூக்கிவாரிப் போட்டது. இத்தனை நாள் தன்னுடன் நெருங்கிப் பழகிய கிட்டுவே இப்படி நினைத்தால் . . . அவனுக்குக் கோபம் வந்தது.

"தாங்கள் எத்தனை நாளாக இந்தக் காலேஜில் பிரின்ஸிபால்" என்று கிட்டுவைக் கேட்டுவிட்டு, "தங்களுக்குப் பிரின்ஸிபால் யாரென்று தெரியாவிட்டால் நான் அறிமுகம் செய்துவைக்கிறேன்" என்று ஜயாவைப் பார்த்தான் அம்பி.

இதற்கு முன் எதிர்க்காதவன், அடங்கியிருக்க வேண்டியவன் எதிர்த்தால் ஏன் கோபம் வராது? கிட்டு, பளீரென்று கன்னத்தில் அடித்தான். இதை எதிர்பார்க்காத அம்பி மலைத்துக் கல்லாகச் சமைந்தான். அடிகள் வெகு பலமாக, மூர்க்கமாக, ஒன்றன்பின் ஒன்றாகத் தொடர்ந்தன.

ஜயாவின் நிலைமை மிகக் கஷ்டமாகிவிட்டது; ஏன் சொன்னோம் என்றாகிவிட்டது. அவள் எதிர்பார்த்தது ஓர் அதட்டல், ஒரு மன்னிப்பு. ஆனால் இப்போது அம்பியின்மீது இரக்கம்!

"மிஸ்டர் கிட்டு? நிறுத்துங்கள், இதென்ன? நிறுத்துங்கள் . . ."

அம்பிக்கு ஏற்பட்ட மலைப்பு நீங்கியது; "நீயா அண்ணன்?" என்று கூறிக்கொண்டே கிட்டுவின் மூக்கிலும் முகத்திலும் இரண்டு குத்துவிட்டான்.

அந்தக் குத்தில் கிட்டுவிற்குத் தலை சுற்றியது; அம்பியின் குத்து ஒன்று வயிற்றில் விழுந்தது. அவ்வளவுதான். ஆனால் அம்பி திரும்பிப் பார்க்காமல் நடையைக் கட்டிவிட்டான்.

"அட மிருகமே!" என்று மறையும் உருவத்தைப் பார்த்து எரிந்து விழுந்துவிட்டு ஜயா கீழே விழ இருந்த கிருஷ்ணசாமியைத் தாங்கினாள். வாலிபனை, வெறும் கனமான உடலை, தாங்கப் போதுமான சக்தி அவளுக்கு இல்லை. பாரம் அவளைக் கீழே இழுத்தது. ஆனால் லாவகமாகத் தாங்கியபடியே கீழே படுக்க வைத்தாள். கிட்டுவிற்கு மூச்சுப் பேச்சு இல்லை. ஜயா பயந்து நடுநடுங்கிவிட்டாள். என்ன செய்வது என்று தெரியவில்லை. மடியில் தூக்கிக் கிடத்தியவண்ணம், "கிருஷ்ணசாமி! கிருஷ்ணசாமி!" என்று அவன் பெயரைக் கூப்பிட்ட வண்ணமாக இருந்தாள். கையிலிருந்த கைக்குட்டையால் அவன் முகத்தைத் துடைத்தாள். சற்று விசிறினாள்.

மெதுவாக, "அம்பி!" என்று கூப்பிட்டுக்கொண்டே அவன் கண்ணைத் திறந்தாள்.

கிட்டு ஒரு பெண்ணின் மடியில் இருப்பதை உணர்ந்ததும் உண்டான கூச்சம், அவனைத் தடுமாறி எழுந்திருக்கச் செய்தது.

அவர்கள் கண்கள் சந்தித்தன. ஜயா சிரித்தாள்; ஆனால் அவன் கண்கள் கலங்கின.

"கிட்டு!" என்றாள். கிட்டுவின் மனம் அவன் வசம் இல்லை. அவளை நோக்கிக் கைகளை விரித்தான். ஜயாவின் மார்பு அவன் மார்பில் விழுந்தது. அவளுடைய கரங்கள் அவன் கழுத்தைச் சுற்றின.

அடுத்த கணம் நிலைமையை அறிந்து இருவரும் விலகினார்கள். ஜயாவின் முகம் நாணத்தால் சிவந்தது.

"ஜயா!"

"கிட்டு!"

ஜயாவின் முகம் அவனுடைய மார்பில் மறைந்தது. அவளை வாரியெடுத்துத் தனக்குச் சொந்தமாக்கினான். அவள் அவனைத் தன்னுள்ளத்தில் சிறை செய்தாள்.

"நாளைக்கு உன் அப்பாவிடம் கேட்போம்" என்று கிட்டு சொன்னதும் ஜயாவின் கனவு பாழானது போல் அவளுக்குப் பட்டது.

அவன் அஞ்ஞானி! அவள் கிறிஸ்தவப் பெண்.

5

அம்பியும் கிட்டுவும் சிறு குழந்தையாக இருக்கும்பொழுது எத்தனை தடவை 'டூ' விட்டுக்கொண்டார்கள் என்று அம்பிக்கு ஞாபகம் இல்லையானாலும் இந்த மாதிரி எதிர்பாராதவிதமாய், எதிர்பாராத காரணத்திற்காகப் பெரும் சண்டையிட்டுக்கொள்ளுவோம் என்று அவன் நினைக்கவேயில்லை. அதிலும் தன்னுடைய அண்ணன் இப்படி இருப்பான் என்று சிறிதும் எதிர்பார்க்கவேயில்லை. ஆதலால், அம்பிக்கு அவனுடன் பேசவே மனமில்லை. இருவரும் ஒன்றாக வீட்டிற்குச் செல்லும் வழக்கம் நின்றது.

இது கிட்டுவிற்கு ஒரு விதத்தில் நன்மையாகவே இருந்தது. அவன் சென்ற பிறகு செல்வது என்ற காரணத்தை வைத்துக்கொண்டு ஜயாவை அடிக்கடி சந்திக்க வசதி ஏற்பட்டது அவனுக்கு.

ஜயாவிற்கு அந்த முதல் உணர்ச்சியில் தன்னை மறந்ததாக, வீட்டிற்குச் சென்ற பிறகு நொந்துகொண்டாளாயினும் கிட்டுவை அடிக்கடி சந்திக்கவே, படிப்படியாக அவன் ஓர் அஞ்ஞானி என்ற எண்ணமும் அவள் தனிமையாய் இருக்கும்பொழுதும் தோன்றாமல் ஒழிந்தது.

கிட்டுவிற்கு 'இனிமேல்' என்ற நினைவு ஏற்படாதிருந்ததில் ஆச்சரியம் இல்லை. உணர்ச்சி விஷயங்களில் இனிமேல் என்ற பிரச்னையைப் பெண்களே சீக்கிரத்தில் கவனிக்கக் கூடியவர்கள். தன்னை ஒப்புக் கொடுப்பது, தன்னுடைய வாழ்க்கையை ஓர் ஆண் மகனிடம் பணயமாக வைப்பது எவ்வளவு சீக்கிரத்தில் நடக்கிறதோ, அவ்வளவு விரைவிலேயே வருங்காலத்தைப் பற்றித் திட்டம் போடும் திறனும் படைத்துவிடுகிறார்கள் அப்பெண்கள்.

சம்பவம் நடந்து பத்துப் பதினைந்து நாட்கள் கழித்து ஒரு சாயந்தரம் இருவரும் சந்தித்தபோது, ஜயா பேச்சை அந்த விஷயத்தில்

திருப்பினாள். "கிட்டு, நான் ஒன்று கேட்கப்போகிறேன். கோபித்துக் கொள்வாயோ?"

"என்னடி ஜயா, இப்படிக் கேட்கிறாய்?"

"உன்னிடம் ஒரு விஷயம் கேட்க வேண்டுமென்று . . . கோபித்துக் கொள்வாயோ என்றுதான் பயமாக இருக்கிறது!" என்று கிட்டுவின் மீது சாய்ந்து அவன் கழுத்தில் கரங்களைச் சுற்றி, அவன் கண்களை நோக்கினாள்.

"ஜயா, சொல்கிறதைச் சொல்லேன் . . . நான் என்ன முரடனா?"

"கோபப்பட மாட்டீர்களே?"

"கோபப்பட மாட்டேன் என்று எத்தனை தரம் சொல்லுகிறது?" என்று அவளை முத்தமிட்டான்.

"கிட்டு . . . நாம் இப்படியே . . . பிறகு என்ன செய்வது?"

கிட்டு திடுக்கிட்டு விழித்தான். தான் ஒரு பெண்ணை அநியாய மாகச் சதிசெய்து வாழ்க்கையைக் குலைத்துவிட்டதாக நினைத்தான். வருங்காலம் என்பது அந்தகாரம் போல் அவன் அறிவை மறைத்தது.

"ஜயா, என்னுடன் வந்துவிடு. சமூகத்தில் இடம் இருக்காது . . . ஆனால் . . . ஜயா, என்ன செய்வது? நீ சொல் நான் கேட்கிறேன் . . ." என்று காதில் கேட்ட லட்சியங்களை ஒப்பித்தான்.

"கிட்டு, கோபம் வருமா நான் சொன்னால்? . . . நீ எங்கள் மதத்தைத் தழுவிவிடு . . . அப்புறம் கஷ்டமில்லை. எனக்காக நீ செய்வாயோ?" என்று அவன் மார்பில் தலையைச் சாய்த்தவண்ணம் அவன் கண்களை நோக்கினாள்.

கிட்டு அவளை இறுக அணைத்துக்கொண்டு, "ஆ . . . ஆ . . . க . . . ட்டும்" என்றான். அது லேசான வழிதான். ஆனாலும் அவன் மனம் எந்தத் திக்கில் தத்தளித்தது என்று அவனுக்குத் தெரியாது. ஒரு பெண்ணைக் காப்பாற்ற எது வேண்டுமானாலும் செய்யலாம் என்று நினைத்தான்.

"அப்படியானால் அப்பாவிடம் வாயேன் அநுமதி கேட்கலாம்" என்று அழைத்தாள் ஜயா.

இருவரும் சகரியாஸ் நாடாரிடம் சென்றார்கள். அவர் முதலில் திடுக்கிட்டார். ஆனால், கடைசியாகத் தம் செல்வக் குழந்தைக்கு அநுமதி தர வேண்டியிருந்தது. அதில் பிறகு அவருக்கு இரட்டிப்புச் சந்தோஷம். ஒன்று தமக்கு ஒரு பிராம்மண மாப்பிள்ளை கிடைப்பது. இன்னொன்று தம்முடைய மகளின் கல்யாணத்தினால் அநியாயமாகச் சாத்தானின் நரக ராஜ்யத்திற்குப் போகாது ஓர் ஆவியைக் கர்த்தரின் பரமண்டலத்திற்குச் சேர்க்க முடிந்தது என்பது. அன்று அவர் படுக்கைக்குப் போகுமுன் ஜபம் செய்யும்போது பாவியான அஞ்ஞானி யின் மனத்தைக் குணப்படுத்தக் கர்த்தராகிய இயேசுவிடம் மன்றாடிக் கேட்டுக்கொண்டார்.

பரீட்சை முடிந்ததும் கிட்டுவிற்கு ஞானஸ்நானத்துடன் திருமணத்தை யும் நடத்திவிடுவது என்றும், அங்கிருந்த ரெவரண்ட பீட்டர்ஸன்

புதுமைப்பித்தன் கதைகள் ◆ 353 ◆

துரை உதவியால் புரோட்டஸ்டாண்ட் கல்லூரியில் ஓர் உபாத்தியாயர் உத்தியோகத்தை வாங்கிக்கொடுப்பது என்றும் பேசி முடிந்தது.

கிட்டு, தன் வாழ்க்கைப் பிரச்னைகள் இவ்வளவு எளிதாக, இனிமையாக நடைபெறும் என்று எதிர்பார்க்கவில்லை; ஆகையால் இதில் மிகுந்த சந்தோஷம் உண்டாயிற்று. மேலும் எவ்வளவு நாஸுக்காக நாகரிகமாக இருக்கிறது என்பதில் மிகுந்த குதூகலம். இந்த இரகசியத்தை அவனுடன் பகிர்ந்துகொள்ள ஐயாவே போதும் என்று பட்டது. போகும்போதெல்லாம் காப்பி அருந்தப் பழக்கிக்கொண்டான். ஐயா சாமர்த்தியசாலியாகையாலும், கிட்டுவின் காதலுக்காகத் தன் உயிரையும் தியாகம் செய்யக்கூடியவளாகையாலும் மாமிச உணவுகளைப் பற்றி வாசனைகூடப் படாமல் ஜாக்கிரதையாக இருந்துவந்தாள்.

பரீட்சையும் வந்து சென்றது. அதுவரையில் தன்னுடைய இரகசியத்தைக் கிட்டு வெகு ஜாக்கிரதையுடன் காத்துவந்தான். அவனுக்குத் தன் வீட்டிற்குச் செல்லும்போதெல்லாம் அங்கு இருண்டு சிதைந்து கிடக்கும் தரித்திரக் கோலம், அவனது மனசில் தாயின்மீதும் ஒரு வெறுப்பைத் தோற்றுவித்தது.

ஒரு நாள் காலையில் அருவன்குளத்தைவிட்டுச் சென்றவன் திரும்பி வரவில்லை. போகும்பொழுது, "அம்மா? கொஞ்சம் தீர்த்தம் தா?" என்று வாங்கிச் சாப்பிட்டுவிட்டுச் சென்றவன்தான்.

அன்று மத்தியான்னம் கிட்டு, கிறிஸ்தப்பர் கிருஷ்ணமூர்த்தியாகி, ரெவரண்ட் பீட்டர்ஸனின் முன்பு ஐயாவுக்குத் தன் வாழ்விலும் தாழ்விலும் பங்கெடுத்துக்கொள்ளும் உரிமையைக் கொடுத்தான். திருமணம் மிகச் சுருக்கமாக இரண்டு மூன்று சகரியாஸ் நாடாரின் நண்பர்களுடன் நடந்தபின் தம்பதிகள் திரும்பினர்.

அன்று பாளையங்கோட்டைச் சந்தைக்குச் சென்றிருந்த சாமண்ணா இந்தச் செய்தியைத் தலைதெறிக்க ஓடிவந்து அம்பிக்கும் அவன் தாய்க்கும் அறிவித்தார். மீனாக்ஷியம்மாளுக்குத் தூக்கிவாரிப் போட்டது. சாமண்ணாவிற்குப் பைத்தியம் பிடித்துவிட்டதோ என்ற சந்தேகம் தொடர்ந்து தோன்றிற்று. "அம்பி, எதுக்கும் நீ போய்ப் பார்த்துவிட்டு வா!" என்று அனுப்பினாள். அவளால் அதை நம்ப முடியவில்லை. கிட்டு அப்படிச் செய்வான் என்று அவள் மனம் ஒப்புக்கொள்ள மாட்டேன் என்றது.

அம்பியை இந்தச் செய்தி திடுக்கிடச் செய்தது. ஆனாலும் அவனுக்கு இப்படி நடக்கக்கூடும் என்று முன்பே பட்டது. முன் சம்பவங்கள், அது நடக்கக் கூடியதுதான் என்றாலும் கிட்டு அவ்வளவு அசடன் என்று அம்பி எதிர்பார்க்கவில்லை.

நேரே தான் படிக்கும் கலாசாலைக்குச் சென்று ஞானப்பிரகாசம் சாமியாரின் அறைக்குள் நேராகச் சென்றான். சாமியாருக்குக் கிட்டுவின் மீது பரமகோபம். தம் வலைக்குத் தப்பிப் புரோட்டஸ்டாண்ட் மதத்தைத் தழுவியதில் அடங்காத சீற்றம். அவரால் அதை மன்னிக்கவே

முடியவில்லை. கிட்டு இப்படிச் செய்ததைவிட ஹிந்து மதத்திலே ஓர் அஞ்ஞானியாகக் காலங்கழிக்க முரணி இருந்தாலும் அவருக்கு அவ்வளவு கோபம் இருந்திராது.

வெண்ணெய் திரண்டு வரும்பொழுது பானை உடைந்தால் சீற்றம்வருவது இயற்கைதானே? ஆனால், அதைவிடப் பன்மடங்கு சீற்றம் வெண்ணெயை மற்றவன் அடித்துக்கொண்டு போகும் ஏமாற்றத்தினால் ஏற்படும்பொழுது அது மன்னிக்கப்பட வேண்டிய விஷயம். மேலும் ஸ்ரீலஸ்ரீ ஞானப்பிரகாச சாமியாரும் மனிதன்தானே?

கிட்டுவின்மீது உண்டான சீற்றத்தையெல்லாம் வைத்து அம்பியைக் கண்டதும் அவன்மீது பாய்ந்தார். கிட்டு புரோட்டஸ்டாண்ட் ஆனது அம்பியின் தவறு என்று அவர் நினைப்பது போல இருந்தது.

கிட்டுவின்மேல் இருந்த வெறுப்பையெல்லாம் அம்பியிடம் கொட்டி, உண்மையையும் கக்கி, கடைசியாக, "அந்தச் சைத்தானின் மதத்தின னுடன் நீ ஒன்றும் வைத்துக்கொள்ளக் கூடாது" என்று புத்தி கற்பித்து அனுப்பிவைத்தார்.

அம்பிக்கு இருந்த சிறிது சந்தேகமும் போய்விட்டது. இனிக் கிட்டுவைப் பார்த்து என்ன பயன்? வீண் மனத்தாங்கலும் கசப்புந்தான்!

நேராகத் தாயிடம் வந்து நடந்ததைக் கூறினான். "அப்படி இருக்காது; அப்படி இருக்காது" என்று மனப்பால் குடித்துக்கொண்டிருந்தவளுக்கு நெஞ்சில் சிவதனுசைக் கொண்டு அடித்தது போல் இருந்தது.

உடனே ஏகமாகப் பிரலாபித்துக்கொண்டு பாளையங்கோட்டைக்குப் புறப்பட்டாள். வழிநெடுக அழுகை, பிரலாபம், பொருமல்! கிட்டு இறந்தமாதிரிதான்!

சகரியாஸ் நாடாரின் வீட்டின் முன்பு பெரிய கூட்டம் கூடிவிட்டது.

"கிட்டு! கிட்டு!" என்ற மீனாக்ஷியம்மாளின் பிரலாபம். தெய்வத்தை யும் தனக்குத் தெரிந்த எல்லாவற்றையும் வைதுகொண்டு கிட்டுவை வரும்படி மன்றாடினாள். வந்தால் ஹிந்து சமூகம் சேர்த்துக்கொள்ளுமா? அதுவும் அவளுக்குத் தெரியும்; பெற்ற மனம்.

கிட்டுவிற்கு இது பெரிய அவமானமாக இருந்தது. தன்னுடைய புதிய மாமனாரைப் போலீசுக்கு அனுப்பிவிட்டு, வெளியே விறுவிறென்று வந்து, "வரமுடியாது! கூச்சல் போடாதே, போ"வென்று அதட்டிவிட்டு உள்ளே சென்றுவிட்டான்.

இத்தனை நேரமும் அம்பி ஒரு வார்த்தையும் பேசாமல் பார்த்துக் கொண்டிருந்தவன், தன் தாய்க்குப் பெரும் அவமானம் வந்துவிடக் கூடாது என்று ஒரு ஜட்காவில் அவளைத் தூக்கிப்போட்டு வண்டியை வேகமாக விடச் சொன்னான். அங்கே கூடியிருந்த கிறிஸ்தவ சகோதரர்கள், 'ஓ'வென்று கூவிக் கேலிசெய்தார்கள்.

வண்டி நேராக அருவன்குளத்திற்குச் செல்ல முடியாது. ஆற்றிற்கு இக்கரையிலேயே வாடகையைக் கொடுத்துவிட்டு இருவரும் சென்றார்கள்.

புதுமைப்பித்தன் கதைகள் • 355 •

மீனாக்ஷியின் பொருமல் அவள் துக்கத்திற்குப் போக்குவீடாக இருந்தது. அம்பியின் சாந்தமான முகம் ஹிருதயத்தில் கொட்டும் இரண்டாயிரம் தேள்களின் விஷத்தைச் சகித்துக்கொண்டிருந்தது என்பதை யாரால் உணர முடியும்?

அவர்கள் ஊருக்குள் வரும்போது நன்றாக இருட்டிவிட்டது. இருவரும் தனித்துச் செல்வதை அக்கிரகாரத் தெருவில் வாசற்படியில் நின்றுகொண்டு குசுகுசு என்று பேசியவண்ணம் பார்த்திருந்தனர் யாவரும்.

இருவரும் அந்த இடிந்த குச்சினுள் செல்லும்வரையில் ஒருவராவது ஏன் என்று பேசவில்லை. அம்பி உள்ளே சென்று விளக்கை ஏற்றினான். மீனாக்ஷி ரேழியிலேயே படுத்து ஏங்கிக்கொண்டிருந்தாள்.

"ஆமாம், விளக்கு ஒன்றுதான் குறை!" என்ற முனகல்.

வெளியில் யாரோ, "அம்பி! அம்பி!" என்று கூப்பிடும் சப்தம்.

வெளியே வந்தான்.

அங்கே தீக்ஷிதர் நின்றுகொண்டிருந்தார். வயசு எண்பதிற்கு மேல் இருக்கும். நல்லவர். அநுபவம் உள்ளவர்.

"அம்பி!" என்று கூப்பிட்டுவிட்டுத் தயங்கினார்.

"என்ன?"

"அம்பி, நான் ஊருக்கு நல்லவன்'தாப்பா. நீயும் நல்லவன். ஊரோடு ஒக்க ஓடு. மடப்பயல் கிட்டு செய்ததற்காக உங்களை விலக்கிவைத்திருக்கிறார்கள் ஊரார். என்ன செய்யலாம்? விதி! இங்கிருந்தால் பிரயோஜனம் இல்லை. விலகிண்டூட்டா ஒருவருக்கும் கஷ்டமில்லை . . ."

"அப்படியா!" என்றான் அம்பி. கிட்டுவின்மீது ஒரு பச்சாத்தாபம் தோன்றியது.

"அதற்கென்ன? சரிதான்" என்றான் மறுபடியும்.

ஆமாம் பழைய, ஓநாயும் ஆட்டுக் குட்டியும் கதைதான். அதற்கு என்ன?

6

கிட்டு அந்த ஆவேசத்தில் உள்ளே சென்றவன் ஒருவருடனும் பேசாமல் தன் அறைக்குள் சென்று கதவை அடைத்துக்கொண்டான். அவன் மனசில் பேய்கள் சுதந்தர நடனம் புரிந்தன. மனம் குழம்பியது. இருள்!

ஒரு பக்கம் தாய்; மறுபுறம் ஜயா!

ஜயா, கிறிஸ்தவ மதத்தினளானாலும் ஒரு பெண். தன்னுடைய கணவனின் கஷ்டத்தை அறிந்துகொண்டாள். தனது பணிவிடைதான் அவனுக்குச் சாந்தி தரும் என்று தெரிந்துகொண்டாள்.

மெதுவாகப் பின்புறம் வந்து நின்றாள்.

கிட்டுவின் கழுத்தில் அவள் கரங்கள் சுருண்டன.

"கிட்டு!"

அவள் கண்களிலிருந்து முத்துக்கள் உதிர்ந்தன போல் அவன் நெற்றியை இரண்டு துளிகள் நனைத்தன.

"ஜயா!" – ஒரு பெருமூச்சுத்தான் வந்தது.

அவனுடைய தலையைத் தன் மார்பில் ஆதரவுடன் அணைத்தாள்.

அன்று நெடுநேரம் அந்த அறை மௌனமாக இருந்தது.

சாந்தி பிறக்கவில்லை!

ஜயாவிற்குப் பயத்தில் பிறந்த ஒரு யோசனை தோன்றியது. அவனுக்கும் மாமிச உணவு பழக்கிவிட்டால் இனித் தாயை நோக்கிக் கிட்டுவின் மனம் செல்லாது என்று நினைத்தாள்.

உடனே கீழே சென்று கறிவடையை ஒரு தட்டில் எடுத்துவந்து அவன் முன்பு வைத்தாள். இதுவரையில் அவன் மனம் கோணாது இருக்கச் சபதம் செய்தவள் அன்று அவன் பக்கலில் உட்கார்ந்து ஒன்றை எடுத்து அவன் வாயில் ஊட்டினாள்.

கிட்டு ஏதோ யந்திரம் மாதிரிக் கடித்தான். வடை மாதிரித் தெரியவில்லை. நடுவில் ஏதோ கடிபடாமல் ஜவ்வுப்போல் தட்டுப் பட்டது.

"இது என்ன ஜயா?" என்றான்.

ஒரு புன்சிரிப்புடன் தன்னுடைய வாயில் ஆள்காட்டி விரலை வைத்துக்கொண்டு இரகசியமாக அவள், "கறிவடை?" என்றாள்.

"ஜயா! உன் காதல் எனக்குப் போதாதா! நான் ரப்பரையுமா தின்ன வேண்டும்?" என்று பரிதாபகரமாகச் சிரித்தான்.

சட்டென்று அவன் முகம் மாறியது. வடைகளை அப்படியே சிதறிவிட்டு, "போ! போ!" என்று இரைந்தான்.

ஜயாவிற்கு நெஞ்சில் வாள் கொண்டு குத்திய மாதிரி இருந்தது. அவனுடைய நிலையைக் கண்டு வெளியே சென்றுவிட்டாள்.

அவள் அன்று இரவு தலைவிரி கோலமாகத் தலை வாயிற்படியில் படுத்துக் கிடந்தது அவனுக்கும் தெரியாது; வீட்டில் உள்ளவர்களுக்கும் தெரியாது. அன்றிலிருந்து அவளும் மாமிச உணவு தொடுவதில்லை.

7

அம்பியும், மீனாக்ஷியம்மாளும் உயிர் வாழவேண்டி ஆசைப்பட்டால் கிராமத்தைவிட்டு விலக வேண்டியதுதான். அவர்கள் அதைவிட்டுப் புறப்படுவதற்கு ஒரு வாரத்திற்குமுன் நரகம் எப்படி இருக்கும் என்பதைச் சிறிது அறிந்தார்கள்.

அம்பி, கைலாசபுரத்தில் இரண்டு ரூபாய்க்குள் ஒரு குடிசை வாடகைக்கு எடுத்தான். அங்கிருந்து வரும்பொழுது வீட்டையும் அநாவசியச் சாமான்களையும் விற்றுவிட்டதனால் சிறிதே கையில் பணம் இருந்தது.

வேளாளத் தெருவில் இருந்துகொண்டு, மீனாக்ஷியம்மாள் முறுக்கு, அப்பளம் விற்றுக் காலட்சேபம் செய்ய முயலுவதென்றும் அதற்குள் அம்பி ஒரு வேலை தேடிக்கொள்வதென்றும் ஏற்பாடு.

வேலை என்ன மரத்தில் காய்த்துத் தொங்குகிறதா? ஏக்கத்தினால் நாளுக்கு நாள் மெலிந்துவந்த மீனாக்ஷியம்மாளுக்கு முன் போல் ஒன்றும் செய்ய முடியவில்லை.

இதற்குள் நாலைந்து மாசங்கள் சென்றன; கையில் இருந்த பணமும் செலவாகி விட்டன. அம்பியும் தேடாத இடத்தில் எல்லாம் தேடுகிறான். வேலைக்கு என்ன செய்வது?

அன்று மத்தியான்னம் வெயிலில் அலைந்துவிட்டுச் சோர்ந்து வீட்டிற்குள் வந்தான். அன்று காலையிலிருந்து பட்டினி. மீனாக்ஷி அப்போது படுத்த படுக்கையாகக் கிடந்தாள். மருந்திற்கு என்ன செய்வது? அது இப்போது எங்கிருந்து கிடைக்கும்?

தபாற்காரன், "ஸார்! ராமசாமி. மணியார்டர், ஸார்?" என்றான்.

அம்பிக்குத் தூக்கிவாரிப் போட்டது. அவனுக்கு யார் மணியார்டர் அனுப்பப்போகிறார்கள்? ஒரு வேளை தவறான விலாசமாக இருக்கலாம்.

அப்படி ஒன்றும் இல்லை. கிட்டுவிடமிருந்து வந்திருக்கிறது. அவனுக்கு அடங்காத கோபம்! எதனாலோ?

தபாற்காரனை அதைத் திருப்பி அனுப்புமாறு சொல்லிவிட்டு உள்ளே சென்று ஒரு கார்டில் பின்வருமாறு எழுதினான்:

> ஸ்ரீ கிறிஸ்தப்பர் கிருஷ்ணமூர்த்தி அவர்களுக்கு. தங்கள் மணியார்டர் எங்களுக்கு அநாவசியம். இரத்தத்தையும் வாழ்நாட்களையும் தியாகம் செய்தவருக்குப் பதில் உபகாரமாக, அவள் சுகமாக ஒரு கணமாவது இருக்க வேண்டும் என்ற நினைப்பே இல்லாமல், பொறுப்பை உதறித் தள்ளின ஒருவருடைய போலி அன்பு அல்லது பச்சாத்தாபம் அவளுக்கு வேண்டாம். இனியாவது தயவுசெய்து எங்களைப் புண்படுத்தாதிருந்தால் போதும். மடிந்தாலும் ஹிந்து தர்மத்திற்காக மடிவோம்! இனியாவது அந்த அன்பு மட்டிலும் இருந்தால் போதும்.
>
> இப்படிக்கு,
> ராமசாமி.

இந்தக் கார்டு கிட்டுவின் ஹிருதயத்தைப் பிளந்தது. இருளில் முட்டிக்கொள்ளும்போது நட்சத்திரம் கிடைத்தாலும் புழுதியில்தானே புரள வேண்டும்?

ஜயாவைப் போல் ஒரு சகதர்மிணி அகப்படாள் என்பதும் உண்மையே! வாழ்க்கையின் லக்ஷ்யம் அதனோடு முடிவடைந்து

விடுகிறதா? கிறிஸ்தவ மதம், 'நான் சொல்வதை நம்பு; நீயாக ஆலோசிக்க உனக்கு அநுமதி இல்லை' என்கிறது. ஹிந்து மதம், 'நீ என்ன வேண்டுமானாலும் எண்ணு; ஆனால் சமூகக் கட்டுப்பாடு என்ற வேலியைத் தாண்டாதே!' என்கிறது. இவற்றில் எது பெரியது?

எப்படியாவது தாயைப் பார்க்க வேண்டும் என்ற ஆசை! ஆனால் அம்பியின் கோபத்திற்குப் பயம். ஜயா! அவள் அவன்தான்! இவன் நினைத்ததெல்லாம் அவளுக்குச் சரி.

~ ~

நாட்கள் கழிந்தன.

அம்பிக்குப் பெட்ரோல் கம்பெனியில் 15 ரூபாய் சம்பளத்தில் ஒரு வேலை.

மீனாக்ஷியம்மாளுக்குப் படுக்கை நிரந்தரம்; கிட்டுவின் நினைவு நிரந்தரம்.

அன்று சாயந்தரம் மீனாக்ஷியம்மாளின் நினைவு தடுமாறியது.

ஏதோ, தற்செயலாகக் கிட்டுவும் துணிந்து தன் மனைவியுடன் வந்தான்.

உள்ளே ஜயாவை அழைத்துச் செல்வதற்குப் பயம். அதற்குள் ஜயா முந்திக்கொண்டாள். "நான் வெளியில் நிற்கிறேன்; பார்த்துவிட்டு வாருங்கள்" என்றாள்.

கிட்டு உள்ளே சென்றதும் திடுக்கிட்டான். தாயின் சாயைதான் படுக்கையில் கிடந்தது.

அம்பி ஒன்றும் பேசவில்லை.

சற்று நேரம் பொறுத்து, "இதுதான் உன் வேலை, பார்த்தாயா?" என்றான்.

கிட்டுவிற்குக் கோபம் வந்தது.

"நான் எனது லக்ஷியத்தை அடைந்தேன். அதற்கு யார் தடை?" என்றான்.

"ஒரு பெண்ணுக்காக அசட்டுத்தனமான மதந்தான் உனது லக்ஷியமோ? தனது தர்மத்தைப் பற்றிக் கேட்டாவது இருக்க வேண்டும். லக்ஷியம் என்ன குட்டிச்சுவர்?" என்றான் அம்பி.

இருவருக்கும் வாக்குவாதம் வலுத்துவிட்டது.

மீனாக்ஷியம்மாள் விழித்தாள்.

"தெய்வமே! நீ இருக்கிறாயா? என் இரத்தம், என் குழந்தைகள்! இவைகள் இரண்டிற்கும் இப்படிச் சண்டையை உண்டுபண்ணிவிட்டதே, தர்மமா? அது நிஜந்தானா! இதற்குமேல் எல்லாம் ஒன்று உண்டா? ஏ தெய்வமே, நீ நிஜந்தானா!" என்று பரபரப்புடன் எழுந்து உட்கார்ந்து பேசினாள். முகத்தில் தேஜஸ் இருந்தது; புதிய சக்தி இருந்தது. சொன்னவுடன் களைப்படைந்து சாய்ந்தாள்.

வெளியே எங்கோ ஒரு மாடு கன்றை நோக்கி, "அம்மா!" என்று கதறியது. மீனாக்ஷியம்மாள் ஆவியும் எந்தத் தாயையோ நோக்கி விடுதலை பெற்றது.

"போ! வெளியே!" என்றான் அம்பி.

"என் தாய்!" என்றான் கிட்டு.

அப்போது ஜயா உள்ளே தைரியமாக நுழைந்தாள்.

"இந்த இடத்திலா சண்டை? நீங்கள் ஆண்பிள்ளைகளா?" என்றாள்.

ஓடிச்சென்று மீனாக்ஷியம்மாளை மடிமீது எடுத்துக் கிடத்திக் கொண்டு கதறினாள்.

கிட்டுவைக் கொடுத்த புனிதமான சரீரம் அல்லவா?

அம்பிக்கு என்ன? அவன் தைரியசாலி; அறிவின் தராசு.

இவள் செய்கை இருவர் மனசிலும் ஒரு சாந்தியைத் தந்தது.

அவள் பெண். உணர்ச்சிவசப்பட்டவள். மதம் அவளுக்குத் தெரியாது. அம்பிக்கு அவள் செய்கை அவன்முன் அவளைப் பெரிய புனிதவதியாக்கியது.

மெதுவாகச் சரீரத்தைக் கிடத்திவிட்டு, கிட்டுவின் பக்கத்தில் வந்து நின்றுகொண்டு, "போய்வருகிறோம்" என்றாள்.

"நீ ஒரு ஹிந்துப் பெண்" என்றான் அம்பி.

"நான் கிட்டுவின் மனைவி" என்றாள் ஜயா.

"கிட்டு . . ." என்று என்னவோ சொல்ல வாயெடுத்தான் அம்பி. அதற்குள் இருவரும் சென்றுவிட்டார்கள்.

அம்பி அந்த அறையில் இருந்து, அந்தப் புனிதவதியான தாயின் சரீரத்திற்குச் சாந்தியைக் கொடுக்க மனித உலகால் முடியாது போனதைப் பற்றிக் குமுறினான்.

அதற்கென்ன செய்யலாம்? அதுதான் வாழ்க்கை!

***தினமணி – பாரதி மலர்*, 1935**

பிரம்ம ராக்ஷஸ்

நித்தியத்துவத்திற்கு ஆசைப்பட்டு, இடர்ப்பட்டு அழிவுற்றவர்களின் கடைசி எச்சரிக்கையாக இருந்தது அவன் கதை.

அவன் பொன்னை விரும்பவில்லை, பொருளை விரும்பவில்லை, போகத்தை விரும்பவில்லை. மனக் கோடியில் உருவம் பெறாது வைகறை போல் எழும் ஆசை எண்ணங்களைத் துருவியறியவே ஆசைப்பட்டான். மரணத்தால் முற்றுப்புள்ளி பெறாது, ஆராய்ச்சியின் நுனிக் கொழுந்து வளரவேண்டுமென்ற நினைப்பினால் அவன் ஏற்றுக் கொண்ட சிலுவை அது. அன்று முதல் – ஆம், அது நடந்து வெகுகால மாகிவிட்டது – இன்றுவரை, ஆசைகள் உந்த, அழிவு அவனைக் கைவிட, மரணம் என்ற விழிப்பற்ற ஒரு சொப்பனாவஸ்தை போல மூல காரணங்களாலும் நியதிகளாலும் எற்றுண்டு, ஜடத்திற்கும் அதற்கு வேறான பொருளுக்கும் உண்டான இடைவெளியில் அவன் அலைந்து திரிந்தான். ஆசை அவியவில்லை; ஆராய்ச்சி அவிந்து மடிந்து, நியதியை யிழந்து, விபரீதத்தின் தீவிர கதியில் சென்றது. அவன் இப்பொழுது வேண்டுவது முன்பு விரும்பித் துருவிய இடைவெளி ஆராய்ச்சியன்று; சாதாரணமான மரணம். உடல் இருந்தால் அல்லவா மரணம் கிட்டும்! ஜடமற்ற இத்திரிசங்கு நிலையில் சமூகத்தில் அடிபட்டு நசுங்கியவர்கள் ஆசைப்படும் மோட்ச சாம்ராஜ்யம் போல மரண லட்சியம் அவனுக்கு நெடுந்தூரமாயிற்று.

அவன் அப்பொழுது நின்ற இடம், அப்புறத்து அண்டமன்று; கிரக கோளங்கள் சுழலும் வெளியன்று; அது பூலோகந்தான். அவனுடைய வாசஸ்தலமாயிருந்த குகையின் பலிபீடத்தில் அவனுடைய ஆசையின் நிலைக்களமான பழைய தேகம், துகள்களாகச் சிதைவுபட்டுக் கிடந்தது. ஜடத்திலே வெறும் ஆகர்ஷண சக்தி போல், சூட்சுமமான உருவற்ற கம்பி போல், பார்வைக்குத் தென்படாத ஒளிரேகை போல் அவ்வுடல் அவனுக்குக் காட்சியளித்து வந்தது. உலகத்தைப் பதனமாகப் பாதுகாக்க அமைந்த ஏழு சஞ்சி போன்ற லோகங்களிலே எங்கு வேண்டுமானாலும் அவன் அலையலாம்.

ஆனால், அவற்றைத் தாண்டி இடைவெளியிலே செல்ல அவனுக்குச் சக்தியில்லை, நியதியில்லை.

அவன் அப்பொழுது நின்ற இடம் ஜடத்தின் சூட்சும ரூபங்களான வாயுக்களும் செல்லக்கூடாத, வெறும் சக்திகளே முட்டி மோதிச் சஞ்சரிக்கின்ற உலக கோளத்தின் மிகவும் சூட்சுமமான ஏழாவது சஞ்சி.

அவ்விடத்திலே அவனுக்கு வெகு நேரம் நிற்க முடியாது. ஆனால், சூட்சும உடலின் இயற்கையால் அடிக்கடி அங்கு உந்தித் தள்ளப்படுவான். சக்திகள், பிரளயம் போலக் கோஷித்து, உருண்டு புரண்டு, சிறிய வித்துப் போல் நடுமையத்தில் கிடக்கும் ஜடத்திற்கு உயிர் அணுக்களை மிகுந்த வேகத்தில் தள்ளும். அவ்விடத்திலே, சக்தி அலைகள், நினைவு பிறந்து மடியும் கால எல்லைக்குள், இடைவழித் தேகத்தைக் குழப்பி நசுக்கி, புதிய சக்திகளை அவனது சூட்சும தேகத்தில் ஊட்டி உள்ளே பூமியை நோக்கித் தள்ளிவிடும். புதிய சக்தியூட்டப்பட்ட அவனது சரீரம், ஜட தாதுக்கள் பாசி போல் உற்பத்தியாகி உரம்பெற்று, கீழ் நோக்கியிறங்கும் இடைச் சஞ்சிகளில் நின்று, செக்கச்செவேலென்று எங்கும் பரந்து, நினைவின் எல்லைக் கோடாகக் கிடக்கும் கிரக கோளங்களின் வானப் பாதைகளை நோக்கும்.

அவனது உருவம் சூட்சும உருவம். அதாவது ஆசையின் வடிவத்தை ஏற்கும் உருவம். அவன் தனது பழைய ஜீவியத்தில் எந்த அம்சத்தைப் பற்றி நினைக்கிறானோ, அச்சமயத்தில் முன் அவனது பூத உடல் பெற்றிருந்த வடிவத்தைச் சூட்சும தேகம் இப்பொழுது பெறும். பூதவுடலிலே பார்ப்பதும், கேட்பதும், உண்பதும், வெளிப்படுத்துவதும் முதலிய காரியங்களைத் தனிப்பட்ட கருவிகள் செய்தன. இப்பொழுது அவனுக்கு உடல் முழுவதுமே வாய்.

அவன் பார்வைகள் வெளியே எட்டினாலும் ஆசைகள் பூமியை நோக்கி இழுத்தன. ஆசையின் ரேகைகள் அவனைப் பலிபீடத்தை நோக்கி யிழுத்தன!

அவன் அன்று பூதவுடலை நீங்கி வெளிப்பட்டதும், இவ்வுலகத்தைப் பாதுகாக்கும் ஏழு சஞ்சிகள் போல் உள்ளிருக்கும் வஸ்துவின் விடுதலைக்குத் தடையாக ஏழு இருப்பதையும் உணர்ந்தான். ஒன்றைக் கடந்தால் மற்ற ஆறையும் இறுகப் பிடித்தது போல் ஒன்றவைத்து, ஏழையும் நீக்கிப் பாய வேண்டும். இப்பொழுது ஒன்றைவிட்டுப் பிரிந்ததினால், போக்கின்படியாகக் கிடைக்கும் மரணத்தால் விழிப்பையும் இழந்து, சொப்பனாவஸ்தை போன்ற இந்த இடைநிலையில் கட்டுப்பட வேண்டியதாயிற்று.

ஆசைகள் மெதுவாக மரணத்தை நோக்கித் திரும்பின. பழைய நிலைகள் படிப்படியாகப் பரிணமித்து அவனையே விழுங்கிப் பூமியை நோக்கித் தள்ளின.

பலிபீடத்தில் வந்து விழுந்தான். அவனே பிரம்ம ராக்ஷஸ்!

2

குறிஞ்சிப்பாடியின் பக்கத்திலே சூரங்காடு பெரிய மலைப்பிரதேசம். காலத் தேவனின் தங்கைகள் போன்ற பாறைகள் இயற்கையின் செழிப்பான கானகம் என்ற அந்தப்புரத்திலே மறைந்து கிடந்தன.

சூரங்காடு, மனிதர்கள் பலத்திற்கு நிலைக்களமாக விளங்குவது. அங்கே இருப்பது என்னவென்று ஒருவருக்கும் தெரியாது.

குறிஞ்சிப்பாடியின் சமூகத்தின் திவலை ஒன்று எப்பொழுதோ நெடுங்காலத்திற்கு முன்பு அதில் சென்றது – திரும்பவில்லை; குறிஞ்சிப் பாடியினர் பிறகு அத்திசையில் செல்வதில்லை.

சூரங்காட்டில் கொடிய மிருகங்கள் கிடையா. விஷக் கிருமிகள் கிடையா. அது நிசப்தமும் இயற்கைத் தேவியும் கலக்குமிடமாம். சப்த கன்னிகைகள் திரிவார்களாம். மனிதர்கள் போனால் திரும்ப மாட்டார்கள். இது குறிஞ்சிப்பாடியினரின் எழுதாக் கிளவி.

இந்த வேத வித்திற்குக் குறிஞ்சிப்பாடியில் தோன்றும் மகான்கள் அடிக்கடி பாஷ்யம் விரித்து அதை ஒரு பெரும் சமுதாயக் கட்டுப் பாடாக்கினர்.

அக்காலத்திலே, குறிஞ்சிப்பாடியின் சமூகத்திலே தோன்றி, அதன் வளர்ச்சிக்கும் பிரபலத்திற்கும் பாடுபட்டவன் நன்னய பட்டன் என்ற வாலிபன்.

குறிஞ்சிப்பாடியில் குறுகிய ஆசைகளைப் பலப்படுத்தி வளர்ப்பதே அவனுக்கு ஒரு மகத்தான சேவையாகப் பட்டது. போரிலே மரணத்தை நேருக்கு நேராகப் பார்த்தவன். குறிஞ்சிப்பாடிச் சமூகத்தின் விஷப் பூச்சிகளைச் சித்திரவதை செய்து, மரணக் கதவை மெதுவாகத் திறந்து, அதன் உளைச்சலிலே பயத்தைப் போக்கியவன். அவனுக்கு மரணம் பயத்தைத் தரவில்லை.

விதியின் விசித்திர கதிக்கு அளவுகோல் உண்டா? நன்னய பட்டனுக்கு மரணத்தின் பயத்தை அறிவிக்க மூல சக்திகள் நினைத்தன போலும்.

அவன் மனைவி பெண் குழந்தையைப் பெற்றுக்கொடுத்து அந்த உளைப்பிலே உயிர் நீத்தாள்.

அன்று, நன்னய பட்டன் மரணத்திற்கு எத்தனையோ ரூபங்கள் உண்டு என்று அறிந்தான்.

அதற்கப்புறம் மூன்று வருஷங்கள், வெங்காயச் சருகு போல் உதிர்ந்துவிட்டன. அந்த மூன்று வருஷங்களும் நன்னய பட்டனுக்கு சமூகத்தின் குறுகிய கால அளவுகோலைக் கடந்து வேறு உலகத்தில் யாத்திரை செய்வதாயிருந்தன. அவன் சக்திகளின் பௌருஷத்தின் எல்லையை நாடினான்.

ஒரு நாள், அந்தி மயங்கும் சமயம், குறிஞ்சிப்பாடி இருவரை இழந்தது. காலம் என்ற அரங்கில் சரித்திரம் மீண்டும் ஒரு முறை பழையபடி நடித்தது.

நன்னய பட்டன் திசையறியாமல் சென்றான். பசியறியாமற் சென்றான். கைக்குழந்தையின் – மூன்று வயதுக் குழந்தையின் – சிறு தேவைகள் அவனுக்குப் பூத உடம்பின் தேவைகளை இடித்துக் கூறும் அளவுகோலாயின. அதன் பசியைச் சாந்திசெய்யும் பொறுப்பு இல்லாவிட்டால் அவனிடம் பசியின் ஆதிக்கம் தலைகாட்டியிராது.

அவன் அன்று ஆசைப்பட்டது எல்லாம் மரணத்தினின்றும் தப்புவதற்கு வழி.

ஏன் மரணத்தினின்றும் தப்பவேண்டுமென்று அவனிடம் யாராவது கேட்டிருந்தால் அவனால் காரணம் கூறியிருக்க முடியாது. ஆனால், பயம் என்று ஒப்புக்கொண்டிருக்க மாட்டான். மரணத்தை வெல்வதே – காலத்தின் போக்கைத் தடைசெய்வதே – ஆண்மை என்று பதில் சொல்லியிருப்பான். பேதை! மரணம் என்பது இல்லாவிடில் நரகம் என்பது எப்படித் தெரியும்!

அப்பொழுது அவனது சிறு மனம் குறிஞ்சிப்பாடிக்கு மேல் விரிந்து, அகில லோகத்தையும் கட்டி ஆள்வதற்கான மூல சக்திகளின் சூட்சுமக் கயிற்றைக் கைக்குள் அடக்க வேண்டும் என்ற அறிவுகெட்ட ஆசையால் கட்டுண்டது.

இருண்டு நெடுநேரமாகியும் நடந்துகொண்டேயிருந்தான். கையில் குழந்தை, ஆசையற்று, ஆனால் ஆசையின் வித்துக்களான தேவையில் மட்டும் நிலைக்கும் மனநிலையில் கட்டுண்டு, நித்தியத்துவத்திற்கும் மரணப் பாதையின் சுழலுக்கும் மத்தியிலுள்ள பிளவுக் கோட்டின் எல்லை வெளியான இடைவெளியில் நின்று உறங்கியது.

குறிஞ்சிப்பாடியின் வேதம் பொய்யாகும் நிலையை நன்னய பட்டன் நிதரிசனமாகக் கண்டான்.

நெடுநேரம் நடந்த களைப்பு, இருளின் கருவைப் போன்ற ஒரு குகை வாயிலில் சிறிது உட்காரவைத்தது.

உறக்கத்தை அறியாத கண்கள் குகைக்குள் துருவின.

அந்தக் குகைதான் பிரம்ம ராக்ஷஸாகத் தவிக்கும் ஒரு பழைய மனிதனுடைய ஆசையின் பயங்கரமான பலிபீடம்.

வெகு காலமாக அப்பாதையிலே யாரும் வரவில்லை.

மனித தைரியத்தின் உச்ச ஸ்தானமாக இருந்த அந்தக் குகையின் வாசலில் நன்னய பட்டன் உட்கார்ந்ததும் குழந்தை வீரிட்டு அலறத் தொடங்கியது. குழந்தையைத் தேற்றிப் பார்த்தான்; எவ்வளவோ தந்திரங்களைச் செய்து பார்த்தான். குழந்தையின் அலறல் நிற்கவில்லை.

அதைத் தோளில் சாத்திக்கொண்டு, முதுகைத் தட்டிக்கொடுத்த வண்ணம் எழுந்து உலாவி அங்குமிங்குமாக நடக்கத் தொடங்கினான். குகையின் வாசலைவிட்டு அகன்று செல்லும்பொழுது குழந்தையின் அழுகை படிப்படியாக ஓய்ந்தது. ஆனால், திரும்பிக் குகையை

அணுகியதுதான் தாமதம், குழந்தையின் குரல் உச்சஸ்தாயியை எட்டியது.

இரண்டு மூன்று முறை இப்படிப் பரீட்சித்த பிறகு, இந்த அதிசயமான செயல் குகையில் என்ன இருக்கிறது என்று பார்க்க அவனுள் ஆசையை எழுப்பியது.

மரத்தடியில் சற்று நேரம் இருந்து குழந்தையை உறங்க வைத்துவிட்டு, எழுந்து, குகையை நோக்கி நடக்கலானான்.

காற்றற்று, அசைவில்லாது நிற்கும் மரங்களிடையே ஒரு துயரம் பொதிந்த பெருமூச்சு எழுந்தது.

சற்று நின்று, சுற்றுமுற்றும் கவனித்தான். அவனைத் தவிர வேறு யார் இருக்கப்போகிறார்கள்?

குகை வாயிலின் பக்கம் போனதும் தேக மாத்யந்தமும் காரண மற்றுக் குலுங்கியது. மயிர்க் கால்கள் திடீரென்று குளிர்ந்த காற்றை ஏற்றது போல் விறைத்து நின்றன.

நன்னய பட்டன் உள்ளத்தில் இயற்கைக்கு மாறான இக்குறிகளினால் ஆச்சரியம் தோன்றியது.

குகை வாயிலைக் கடந்து உள்ளே சென்று, அவன் இருள் திரையில் மறைந்தான்.

உள்ளே சென்றதும் நன்னய பட்டனுக்குப் புதிய சக்தி பிறந்தது. என்றுமில்லாதபடி அவன் மூளை, தீவிரமாக விவரிக்க முடியாத எண்ணங்களில் விழுந்து, அவற்றைத் தாங்கச் சக்தியற்று, புயலில் அகப்பட்ட சிறு படகு போலத் தத்தளிக்கிறது. நெஞ்சுறுதி என்ற சுங்கான், மனத்தின் அறிவுகெட்ட வேகத்தைக் கட்டுமீறிப் போகாது காத்ததினால் நிரந்தரமான பைத்தியம் பிடிக்காது தப்பினான்.

இருட்டிலே, இருட்டின் நடுமையம் போல் ஏதோ ஒன்று தெரிந்தது. சிறிது சிறிதாக மனித உருவம் போல் வடிவெடுத்தது. பின்னர் இருளில் மங்கியது. இதைப் பார்த்தவண்ணமாகவேயிருந்தான் நன்னய பட்டன். அதைத் தவிர மற்ற யாவும் மறந்துபோயின.

அதைப் பார்த்துக்கொண்டிருக்க இருக்க, இரத்தத்திற்குப் பதிலாக வேறு ஏதோ ஒரு புதிய திரவப் பொருள் புரண்டுபுரண்டு ஓடுவது போல் சிறு வலியுடன் கூடிய இன்பத்தைக் கொடுத்தது.

மனத்திலே, குகை மறைந்து வேறு ஓர் உலகம் தென்பட்டது. ஜடத்திலே தோன்றாத விபரீதமான பிராண சக்திகள், பேரலை வீசி எல்லையற்ற சமுத்திரம் போல் கோஷித்தன. அந்தச் சக்திக் கடலின் திசை முகட்டிலே ஒளிச் சர்ப்பங்கள் விளையாடித் திரிந்தன. இதன் ஒலிதானா அந்தக் கோர கர்ஜனைகள்!

நன்னய பட்டனின் பார்வை மங்கியது. மேகப் படலம் போல் ஏதோ ஒன்று கண்களை மறைத்தது. இருட்டையும் நிசப்தத்தையும் தவிர அவன் இந்திரியங்கள் வேறொன்றையும் உணரவில்லை.

எத்தனை காலம் கழிந்ததோ அவனுக்கு உணர்வில்லை. மந்திரத்தால் கட்டுண்டு, பின்னர் அதிலிருந்து விலகிய சர்ப்பம் போல் எழுந்து நடந்தான். கால்கள் தள்ளாடின. குகையின் வெளியில் வருவதற்குள் அவனுக்குப் பெரிய பாடாகிவிட்டது.

இவ்வளவும் ஒரு வினாடியில் நடந்தேறியது என்று சொன்னால் நன்னய பட்டன் நம்பமாட்டான். அவன் குழந்தையின் பக்கம் வந்து தரையிலேயே சோர்ந்து படுத்தான். மனிதனது பலவீனமெல்லாம் இயற்கைத் தாயின் மடியிலே ஒருங்கே தஞ்சம் புகுந்தது போல ஆசை வித்தின் ஆரம்ப வடிவமான குழந்தையின் பக்கத்தில் கிடந்தான்.

கானகத்திலும் இருள் மயங்கி மடிய, வைகறை பிறந்தது. குகைக்கு மேல் முகட்டுச் சரிவில் நின்ற மாமரக்கொம்பின் கொழுந்துகளில் பொன் முலாம் பூசப்பட்டிருந்தது.

நன்னய பட்டன் எழுந்தான்.

அவனுக்கு முன்பே குழந்தை எழுந்து தவழ்ந்து விளையாடிக் கொண்டிருந்தது.

சூரங்காட்டிலே பசி தீர்த்துக்கொள்ள என்று நெடுந்தூரம் அலைய வேண்டியதில்லை. மா, பலா முதலியவை சாதாரணமாக வளர்ந்து கிடக்கும். பாறைக் குடைவுகளிலே குளிர்ந்த சுனையூற்றுக்களும் ஏராளம்.

3

ஆசை அவனை மறுபடியும் குகைக்குள் இழுத்தது. குழந்தையை மரத்தடியில் வைத்துவிட்டு உள்ளே சென்றான்.

குகையின் இருள் திரண்ட ஓரத்திலே கருங்கற் படுக்கை போன்ற ஒரு பாறை. சுற்றிலும், யாரோ ரசவாதியொருவன் எப்பொழுதோ அங்கிருந்து ஆராய்ச்சி நடத்தியது போல் மட்பாண்டங்களும் குடுவைகளும் ஓரத்திலே வரிசையாக அடுக்கப்பட்டும், உறி கட்டித் தொங்க விடப்பட்டும் கிடந்தன.

இவ்வாறு அடுக்கடுக்காய்க் கிடந்த மனித வாசத்தின் அறிகுறிகளுக்கிடையில் ஒரு பொருள் அவன் கவனத்தை இழுத்தது.

அந்தக் கருங்கற் பாறைப் படுக்கையிலே ஒரு எலும்புக்கூடு கிடந்தது.

நன்னய பட்டன் பயம் என்பதை அறியாதவன். மரணத்தையும் பச்சை ரத்தப் பிரவாகத்தோடு வெளியே தெரியும் மண்டையோடுகளையும் அவன் கண்டு அஞ்சியவனல்லன். ஆனால், அவனுக்கு அதை நெருங்கநெருங்க, முந்திய நாள் இரவு இருட்டிலே குகைக்குள் நுழைந்த சமயம் ஏற்பட்ட, விவரிக்க முடியாத, உள்ளத்தை விறைத்துப் போகச்செய்யும் உணர்ச்சிகள் தோன்றலாயின. ஆனால் அவன் ஒன்றையும் பொருட்படுத்தாது நெருங்கினான்.

அப்பொழுது குகையின் எந்த இடைவெளியிலிருந்தோ ஒரு சிறு சூரிய கிரணம் வந்து எலும்புக்கூட்டின் வலக் கண் குழியில்

விழுந்தது. நன்னய பட்டன், முன்னால் ஓர் அடியெடுத்து வைக்க முடியாது, கட்டுண்ட சர்ப்பம் போல நின்று, வெளிச்சம் விழுந்த மண்டையோட்டில் இருக்கும் கண்குழியை நோக்கினான். அதில் ஒரு புழு நெளிவது போலத் தோன்றியது.

அது புழுவா? அன்று.

ஒரு சிறிய கருவண்டு மெதுவாக வெளியேறி, ஒளி ஏணியில் ஏறிச்செல்வது போல் சிறகை விரித்து ரீங்காரமிட்டவண்ணம் பறந்து சென்று முகட்டிலிருந்த இடைவெளியில் மறைந்தது.

மறைந்ததுதான் தாமதம்! அந்தத் துவாரத்திற்கு வெளியே அண்ட கோளமே இற்றுவிழும்படியாகக் காதைச் செவிடாக்கும் இடிச் சிரிப்பு! அது அந்த அமைதியின் நிலையமான சூரங்காட்டையே ஒரு குலுக்குக் குலுக்கியது.

நன்னய பட்டன் உடல் வியர்த்தது. அவனது பூதவுடல் கட்டுக் கடங்காது நடுங்கியது; ஆனால், கண்கள் மட்டிலும் பயப்பிராந்தியில் அறிவை இழக்கவில்லை. அசாதாரண விவகாரத்தில் தூண்டப்பட்டு உண்மையை அறியத் தாவுகிறது என்பதை உணர்த்தும் பாவனையில் எலும்புக்கூடு கிடக்கும் இடத்தையும் வண்டு மறைந்த திசையையும் ஒருங்கே கவனித்தான்.

வெடிபடச் செய்த சிரிப்பு மங்கியதும் சூரிய கிரணம் மறைந்தது. அசாதாரணமான அமைதி பிறந்தது.

நன்னய பட்டன் குகையைச் சுற்றிப் பார்க்கத் தொடங்கினான்.

கற்பாறைப் படுக்கைக்கு மறுபக்கம் குகையின் ஒரு சுவர். அதன் மேல் இருளிலும் தெரியக்கூடிய ஒளித் திராவகத்தால் சிவப்பாக எழுதப்பட்டது போன்ற யந்திரம். அதன் ஒரு பாகத்தில் தாமரைப்பூ ஒன்று செதுக்கப்பட்டிருந்தது. தாமரை மலரின் இதழ்கள் எலும்புக் கூட்டின் மார்பகத்துக்கு நேராக இரண்டடி உயரத்தில் சுவரின் மேல் இருந்தன.

கற்பலகையில், எலும்புக்கூட்டிற்கும் சுவருக்கும் உள்ள ஒரு சிறு இடைவெளியில், சுவரில் இருப்பதைப் போலவே யந்திரம் செதுக்கப் பட்டு அதன் மையத்திலும் ஒரு செந்தாமரைப் புஷ்பம் செதுக்கப் பட்டிருந்தது. கற்பலகையில் வரையப்பட்ட யந்திரம் இருளில் பொன்னிற மாக மின்னியது. தாமரை மலர் வெண்மையான பளிங்கினால் செய்து பொருத்தப்பட்டது போல் இருந்தது.

நன்னய பட்டன் அதன்மீது கையை வைத்துத் தடவிப் பார்த்தான். அது தனியாகச் செதுக்கிப் பாறையில் பொருத்தப்படாத விசித்திரமாக இருந்தது. அது எப்படி அமைக்கப்பட்டது?

எலும்புக்கூடு ஆறடி நீளம். உயிருடன் இருந்தபொழுது அம்மனி தன் ராக்ஷஸன் போல இருந்திருக்க வேண்டும் என்பதில் சந்தேகம் இல்லை.

இவ்வாறு நினைத்துக்கொள்ளவே, நன்னய பட்டன் வேறு பக்கமாகத் தலையை நிமிர்த்தி நோக்கினான்.

என்ன ஆச்சரியம்!

ஒரு பிரம்மாண்டமான முதலை வாயைத் திறந்துகொண்டு அந்தரத்தில் தொங்கியது.

இருட்டில் தோன்றும் மயக்கமா?

இல்லை! இல்லை!

இரண்டு சரடுகள் வளையங்கள் போல் உயரேயிருந்து தொங்க விடப்பட்டு, அவற்றின் ஊடே இம்முதலை புகுத்தப்பட்டு, உயரத்தில் தொங்கிக்கொண்டிருந்தது.

இருட்டின் கூற்றால் முதலில் சரடு தொங்குவது தெரியவில்லை நன்னய பட்டனுக்கு.

மெதுவாக அதை யணுகினான். இருட்டில் கால் இடறியது. ஜோதி யாக ஒரு திரவ பதார்த்தம் உருண்ட பானையிலிருந்து வழிந்தோடியது. அதன் பளபளப்பு, கருங்கல் தளத்தைத் தங்க மெருகிட்டதுமல்லாது குகையையே சிறிது பிரகாசமடையச் செய்தது.

லாவகமாகப் பலிபீடத்தின்மீது ஒரு காலை வைத்து ஏறி நின்று, அவன் முதலையின் வாயை நோக்கினான். கண்கள் ஒளி வீசின; வாய் கத்தியால் வெட்டிவைத்த சதைக் கூறு போல் தெரிந்தது. ஆனால் அதன்மீது சலனம் இல்லை, உயிர் இல்லை.

முதலையின் திறந்த வாயில் ஓலைச் சுவடிகள் போல் கட்டுக் கட்டாக என்னவோ இருந்தன.

நன்னய பட்டன் அவற்றை யெடுத்தான்.

ஓலைச் சுவடிகள் போலில்லாமல் அவை மிகவும் கனமாக இருந்தன.

அவற்றை அப்படியே சுமந்துகொண்டு குகைக்கு வெளியே வந்தான்.

அச்சமயத்தில்தான் நன்னய பட்டனுக்குப் 'பூலோகத்தில் இருக் கிறோம்' என்ற உணர்வு ஏற்பட்டது. அத்தனை நேரம், ஜன்னி கண்ட நிலையில், உள்ளுக்குள் போராடும் பயத்தை அமுக்கி அந்தக் குகை இரகசியங்களைத் துருவிக்கொண்டிருந்தான்.

குழந்தை, ஒரு மர நிழலில் தவழ்ந்து விளையாடிக்கொண்டு சிறிது தூரத்தில் இரை பொறுக்கும் மைனாவைப் பார்த்துச் சிரித்துக் கொண்டிருந்தது.

நன்னய பட்டனுக்கு சுயப் பிரக்ஞையாக – அதாவது, ஓடித் திரியும் எண்ணக் கோணல்களிலிருந்து யதார்த்த உலகத்திற்குக் கொண்டு வரும் ஒரு துருவ நட்சத்திரமாக – அக்குழந்தை இருந்தது.

அதைத் தூக்கி வைத்துக்கொண்டு கையிலிருந்த ஓலைச் சுவடியை அவிழ்த்தான். வெளிச்சத்தில் பிடித்து ஏடுஏடாக வாசித்தான்.

முதலில் அவனது கவனம் அந்தச் சுவடிகளின் விசித்திரமான குணத்திலேயே தங்கியது. அப்பொழுதுதான் கருக்கிலிருந்து நறுக்கித்

திருத்தப்பட்ட பனை ஓலை மாதிரியே காணப்பட்டது. இளம் பச்சைகூட மாறவில்லை. ஓலையில் ஓடும் மெல்லிய நரம்புகள்கூட வெள்ளையாகத் தென்பட்டன. ஆனால் ஓலைதான் உலோகம் போல் கெட்டியாகவும் கனமாகவும் இருந்தது. அதில் எழுத்துப் பள்ளங்களில் சிறிது பளபளப்பு இருந்தது.

இதென்ன விசித்திரமான ஓலை என்பது பிடிபடாமல் உள்ளிருக்கும் வாசகத்தை உரக்கப் படிக்க ஆரம்பித்தான்:

. . . காலத்தின் கதியைத் தடைசெய்யும் உண்மையைக் கண்டு பிடித்துவிட்டேன். ஆமாம், அது மட்டிலுமா? வெறும் ஜடத்தை, மூலப் பிரகிருதிகளை, பிராண பக்திகொண்டு துடிக்கும் உயிர்க் கோளங்களாக மாற்றுந் திறமை படைத்துவிட்டேன். நான்தான் பிரம்மா! சேதன அசேதனங்கள் எல்லாம் எனது அறமே! நானே நான்! நான் நானே . . .

இவ்வாறு சில ஏடுகள், முழுதும் தறிகெட்ட மூளையின் ஓட்டம் போல் வார்த்தைக் குப்பையால் நிறைக்கப்பட்டிருந்தன. நன்னய பட்டனுக்கு இந்தக் கொந்தளித்துச் செல்லும் லிபிகளின் அர்த்தம் புரியவில்லை. மூளை சுழன்றது!

பின்னர்:

இவ்வளவு தூரம் உனக்குப் பொறுமையிருக்கிறதா! இனிமேல் என் இரகசியத்தைக் கேள்!

பிரபஞ்ச இரகசியத்தை அறிய எங்கெல்லாம் சென்றேன், தெரியுமா? மிசிர தேசம் வரை. அக புராணம் வழிகாட்டியது! செமிராமிஸ், காலத்தின் கதியை நிறுத்தும் வித்தையைக் கற்பித் தான். உண்மையில் ஒரு படி அது! அதற்கு மேல் எத்தனை! மூளை குழம்பாது நீ என்னுடன் வருவாயா? அப்படியானால் . . . குகைக்குள் மூலையில் தொங்குகிறதே முதலைக் கூடு, அது ஒடிந்து மண்ணாகி மண்ணுடன் சேராதபடி செய்தவன் அவன்தான். அதை இப்பொழுதும் உயிருடன் எழுந்து நடமாடச் செய்யலாம். அதை யார் அறிவித்தான் என்று உனக்குச் சொல்ல வேண்டுமா? அதைத்தான் சொல்ல மாட்டேன். அது உனக்குத் தெரியலாகாது.

வேண்டுமானால் உண்மையைப் பரிசோதித்துப் பார்.

மூலையில் நீ கொட்டிவிட்டாயே அந்த ஜீவ ரசம், அதை ஒரு துளி எடுத்து, உன் இரத்தத்தில் கலந்து, அதன் மூக்கில் பிடி! அப்புறம் பார்!

எனது எலும்புக் கூட்டிற்கு உடலளித்துப் பின்னர் என் உயிரை அதில் பெய்ய வேண்டும். அப்பொழுதுதான் நான் உனக்கு இரகசியங்களை விளக்கமாகச் சொல்ல முடியும் . . .

இவ்வாறு வாசித்துக்கொண்டிருந்த நன்னய பட்டனுக்குக் கண் பிதுங்குவது போலிருந்தது. என்ன! ஓலை வெறும் ஓலை. அதிலிருந்த

ஓர் எழுத்தைக்கூடக் காணவில்லை. அவ்வளவும் மறைந்து, வெறும் தகடுகளாக, மங்கி மறையும் சூரிய ஒளியில் சுவடிகள் மின்னின.

வாசித்ததெல்லாம் உண்மையா அல்லது வெறும் சித்தப் பிரமையா? அவன் சொன்னதைப் பரீட்சித்துப் பார்த்தால்? நன்னய பட்டன் மறுபடியும் குகையினுள் சென்றான்.

குகையிலிருந்த சூரிக்கத்தியால் விரலில் சிறிது நறுக்கி இரத்த மெடுத்து மின்னிக்கொண்டிருந்த ஜீவ ரசத்தில் கலந்தான். குகை முழுதிலும் சுகமான ஒரு பரிமள கந்தம் பரவியது. அவனுடைய உடலையும் உள்ளத்தையும் மோக லாகிரியில் தள்ளியது.

மெதுவாக முதலைக் கூட்டை எடுத்துக் கீழே வைத்து, அதன் மூக்கில் இந்த வாசனைக் கலவையைப் பிடித்தான்.

சிறிது நேரம் ஒன்றும் நிகழவில்லை. பின்னர், ஒளியிழந்து மங்கி ஒரே நிலையில் நின்ற முதலையின் கண்களில் சிறிது பச்சை ஒளி வீசியது. மெதுவாக அதன் உடல் அசைந்தது. திறந்தபடியே இருந்த வாய் மெதுவாக மூடியது. முதலை அவனை நோக்கி நகர ஆரம்பித்து விட்டது.

அதே சமயம் 'களுக்' என்ற ஒரு பெண்ணின் சிரிப்பு. ஏறிட்டுப் பார்த்தான் நன்னய பட்டன். எதிரே குகை வாயிலில் தவழுந் தனது குழந்தையின் முன்னால் அழகின் வரம்பைச் சிதற அடித்து, பிறந்த மேனியில் நிற்கும் ஒரு பெண் உருவம் குழந்தையை நோக்கிச் சிரித்தவண்ணம் நின்றது! என்ன அழகு! அப்பெண்ணின் நீண்டு சுருண்ட கறுத்த தலைமயிர் இரு வகிடாக அவளது உடலழகை அப்படியே முழங்கால்வரை மறைத்தது. நன்னய பட்டன் ஸ்தம்பித்து அவளையே நோக்கியவண்ணம் நின்றான். வைத்த கண் எடுக்க முடியாதபடி அப்படியே நின்றான்.

"பயப்படாமல் அவள் திரும்பும்பொழுது கவனி! பின்பு உன் வேலை!" என்றது அவன் காதருகில் ஒரு குரல். அதற்கு என்ன கம்பீரம், என்ன அதிகாரத் தோரணை!

அப்பெண்ணோ, நெடுநேரம் குழந்தையையே நோக்கி நின்று சிரித்துக்கொண்டிருந்தாள். குழந்தையைத் தன்னிடம் வரும்படி சமிக்ஞை செய்தாள். குழந்தை அசையவில்லை. நெடுநேரம் முயன்றும் குழந்தை அசையவில்லை. மெதுவாக அவள் குழந்தையை ஏறிட்டுப் பார்த்தவண்ணமே, பின்னிட்டு நடந்து வந்தாள். அப்பொழுதும் குழந்தை அசையவில்லை... ஆனால் குழந்தையின் உடல் அவ்விடத் திலேயே கட்டுண்டு கிடப்பது போல் பட்டது நன்னய பட்டனுக்கு! ஏனென்றால் அப்படித் தவித்தது குழந்தை அவ்வுருவத்தினிடம் செல்ல! பின்னாகவே அடியெடுத்துவைத்துச் சென்ற அப்பெண்ணுருவத் தின் முகத்தில் சடக்கென்று ஒரு மாறுதல் ஏற்பட்டது. கோபம் தணலாகத் தீப்பொறி பறக்க, முகம் கோரமாகச் சுருங்கி நிமிர்ந்தது.

மேலுதட்டின் அடியிலிருந்து புறப்பட்டன இரண்டு மெல்லிய கோரப் பற்கள்!

மின்வெட்டுப் போல் திரும்பியது அவ்வுருவம். அவ்வளவுதான்! என்ன கோரம்! பின்புறம் முழுவதும் வெறும் எலும்புக்கூடு! மண்டையோட்டின் கீழ்ப்பாகத்திலிருந்து தொங்கியது ஒரு சிறு சடை!

நன்னய பட்டன்! நன்னய பட்டனா அவன்? அவன் முகமும் உடலும் ஏன் இக்கோர உருப்பெற்றுவிட்டன! கையில் நீண்ட நகம்; தேகத்தில் சடை மயிர், வாயில் வச்சிர தந்தம், உதடுகள் நெஞ்சுவரை தொங்குகின்றன!

பேய்ப் பாய்ச்சலில் சென்று, மறையும் ஒரு பெண்ணுருவின் சடையைப் பிடித்துத் திரும்பி, குகையுள் மறைந்தான். வெளியே என்ன ஆச்சரியம்! குமுறும் இடியும் மின்னலும் எங்கிருந்தோ வந்து கவிந்தன.

குகைக்குள்ளே பேயுருவத்தில் நடமாடுகிறான் நன்னய பட்டன்.

பலிபீடத்தின்மீது இருக்கும் எலும்புக்கூட்டின் உட்கலசங்களில் சுருண்டு உலர்ந்திருந்த குடல், ஈரல், இருதயம் இவற்றை எடுத்து வைத்துக் களிமண்ணால் சேர்த்துப் பிணித்துக்கொண்டிருக்கிறான். வெளியே மழையற்று, மின்னல்கள் பிரபஞ்சத்தின் கேலிச் சிரிப்பைப் போல் கெக்கலித்துக்கொண்டிருக்கின்றன.

அந்த உருவத்தின் தலைமாட்டில் குழந்தை சுய அறிவு இழந்தது போல் பிரக்ஞையற்று, விழித்த கண் திறந்தபடி உட்கார்த்திவைக்கப் பட்டிருக்கிறது.

நன்னய பட்டன் அதன் இதயத்துடன் பெண் உருவிடமிருந்து பிடுங்கிய சடையைக் கட்டி, அதன் மற்றொரு மூலையை உருவத்தின் நாபியில் சேர்க்கிறான்.

அவனது நாக்கு மட்டிலும் சாதாரணமாகத் தொங்குகிறது.

மெதுவாகப் பலிபீடத்தின் தாமரைக் குமிழ்களில் செப்புக் கம்பிகளைப் பின்னி, அவற்றைப் பலிபீடத்தின்மீது வைத்து வளர்த்தப்பட்டிருக்கும் உருவத்தின் கை, கால், தலை இவற்றுடன் சுற்றி, குகைக்கு வெளியே கொண்டுவந்து ஓர் உயரமான மேட்டில் ஈசான திக்கு நோக்கி யந்திரம் போல வளைத்துப் பதிக்கிறான்.

"உம்! உஷார்! ஜீவ சத்தைக் கண்களில் தடவு!" என்றது ஒரு குரல்.

நன்னய பட்டன் அவ்வாறே தடவினான்.

"கிட்ட நிற்காதே! விலகி நில்!" என்றது குரல்.

'சட்டச் சடசடா!' என்று ஆரம்பித்துப் புரண்டு வெடித்தது ஒரு பேரிடி.

மின்னல் வீச்சு, கம்பிகள் வழியாகப் பாய்ந்து குகை முழுதும் ஒரே பிரகாசமாக்கிக் கண்ணைப் பறித்தது.

"தொட்டுப் பார்!" என்றது அக்குரல் மறுபடியும்.

நன்னய பட்டன் அணுகினான்.

பலிபீடத்தின்மீதிருந்த உருவத்தைத் தொட்டான்!

என்ன ஆச்சரியம்! வெறும் களிமண், சதைக் கோளமாக மாறி விட்டது!

"அதன் நாபியிலும் இதயத்திலும் ஜீவ ரசத்தைத் தடவு!"

நன்னய பட்டன் அப்படியே செய்தான்.

மறுபடியும் ஏற்பட்டது மின்னலும் இடியும்.

"உணர்வு ஏற்பட்டுவிட்டது. தொட்டுப் பார்! இதயம் அடித்துக் கொள்ளும். இனி உயிர்தான் பாக்கி! குழந்தையை அதன் முகத்தில் படுக்க வை!"

நன்னய பட்டன் அப்படியே செய்தான். இதற்குள் அவனது கோர உருவத்தில் செம்பாதி மறைந்துவிட்டது.

"முதலில் அந்த மூலையில் இருக்கும் மருந்தைக் கையில் தடவி, உருவத்தின் கைகளை உன் இரண்டு கைகளாலும் பிடித்துக்கொண்டு முதலையின் முதுகில் நில்! ஒரு கையை எடுத்தால் உன் உயிர் போவது நிச்சயம். ஜீவ ரசத்தை எடுத்து இருவர்மீதும் கொட்டிவிட்டு நான் சொன்னது போல் செய்!" என்றது அக்குரல்.

நன்னய பட்டன் யந்திரம் போல அவற்றைச் செய்து முடித்தான்.

"உருவத்தின் கண்களையே பார்! வேறு பக்கம் திரும்பாதே!"

மறுபடியும் இடிஇடிக்க ஆரம்பித்தது! கோர இடி, சமுத்திர அலை போல் தனது உள்ளுணர்வைத் தாக்கி உடலில் தாங்கொணா வேகத்தில் புரளுவதை அறிந்தான். உருவத்தின்மீது வைத்த கண் மாறவில்லை. உருவத்தின் கண்கள் மெதுவாக அசைகின்றன. அதன் நெற்றியில் சிறு வியர்வை துளிர்க்கிறது. கண்கள் மெதுவாகத் திறக்கின்றன.

அச்சமயம் 'களுக்'கென்று பெண்ணின் சிரிப்புக் குரல்.

மறுபடியும் அதே உருவமா! பார்க்க வேண்டுமென்ற ஆசை மறுபடியும் அதன் உருவப் பிரமையில் சென்று லயித்தது. மெதுவாகக் கண்ணைத் திருப்பினான்.

அப்பேயுருவம் மெதுவாகப் பலிபீடத்தை அணுகி, சடையை எடுக்க முயன்றது. கட்டளையை மறந்து அதைத் தட்டக் கையெடுத்தான்!

"எடுக்காதே!" என்ற அதிகாரத் தொனியுள்ள குரல்! உருகிய பிழம்புகள் பாதங்கள் வழியாக இதயத்தை நோக்கிப் பாய்வது போல் ஒரு சிறு வினாடி நினைத்தான். அவ்வளவுதான் :

மற்றொரு பேரிடி! நீட்டின கையை மடக்க முடியவில்லை.

ஒரு கணத்தில் மூன்று எலும்புக்கூடுகள்தான் பலிபீடத்தின் மீது கிடந்தன!

ஏக்கமான பெருமூச்சு குகையினின்று வெளிப்பட்டு வானவெளியில் மறைந்தது.

இன்னும் எத்தனை காலம்!...

மணிக்கொடி, **29.3.1936**

விநாயக சதுர்த்தி

அன்று விநாயக சதுர்த்தி. நான், பலசரக்குக் கடையிலிருந்து சாமான்கள் கட்டிவந்த சணல் நூல்களையெல்லாம் ஒன்றாகச் சேர்த்து முடித்து, வீட்டின் கூடத்தில் நாற்கோணமாகக் கட்டினேன். அப்புறம் மாவிலை களை அதில் தோரணமாகக் கோத்துக்கொண்டிருந்தேன். ஆமாம், பட்டணத்திலே மாவிலைகூடக் காசு கொடுத்துத்தான் வாங்க வேண்டும். "என்ன, மாவிலைக்குமா விலை?" என்று பிரமித்துப் போகாதீர்கள்! மாவிலைக்கு விலையில்லையென்று வேண்டுமானால் வைத்துக் கொள்ளுங்கள். ஆனால், மரத்தில் ஏறிப்பறித்து, வீடு தேடிக் கொணர்ந்து கொடுப்பதற்குக் கூலி கொடுக்க வேண்டுமா, இல்லையா? நாங்கள் படித்த பொருளாதார சாஸ்திரப்படி இந்த 'உழைப்பின் மதிப்பை' அந்த இலையின்மேல் ஏற்றிவைத்துப் பார்க்க வேண்டும். இதுதான் 'விலை' என்பது! நீங்கள் கிராமாந்தரங்களில் இருந்தால், எவனுடைய மாமரத்திலேனும் வழியிற் போகும் எவனையாவது ஏறச் சொல்லி, "டேய், ரெண்டு மாங்குழை பறித்துப் போடுடா!" என்று சொல்லி விடுவீர்கள். சில பிள்ளைகள் தாங்களே மரத்திலேறிப் பறிப்பார்கள்; சிலர் மரத்தோடு கட்டிவைக்கப்படுவதும் உண்டு. இந்த 'ரிஸ்க்' எல்லாம் நினைத்துத்தான் பட்டணவாசிகள், மண் முதல் மாங்குழை வரை எல்லாப் பொருள்களையும் விலை கொடுத்து வாங்க முயற்சிக்கிறார்கள். இதுதான் அழகு, நாகரிகம்! பட்டணத்திலே, ஆந்தைகள் வசிக்கும் பொந்துகள் மாதிரியுள்ள வீடுகளில், கும்பல்கும்பலாய் வசிக்கும் நாங்களும் இந்த நாகரிகத்தின் சிறு சிறு துணுக்குகள்தானே!... நிற்க... நான் தோரணத்தைக் கட்டிக்கொண்டிருந்தேன். அதாவது, காசு கொடுத்து வாங்கின மாவிலைகளில் 'வேஸ்டேஜ்' (கழிவு) இல்லாமலிருக்க எல்லாவற்றையும் சேர்த்து வைத்துத் தொடுத்துக் கொண்டிருந்தேன். எனக்குப் பல் முளைத்த மாதிரி அவை கோணல் மாணலாகத் தொங்கின.

நான் தோரணம் கோத்துக்கொண்டிருக்கிறேன்....

பக்கத்திலே பிள்ளையார், பச்சைக் களிமண் ஈரமும் எண்ணெய்ப் பசையும் பளபளக்க, சர்க்கரைப் பொட்டலம், காகிதக் குடை,

நாவற்பழம், புளி வகையராக்களுடன் அரங்கத்தில் பிரவேசிக்கக் காத்திருக்கும் ராஜபார்ட் போல, ஏன், "சிம்மாசனம் காலியாகட்டுமே, ஏறி உட்காருவோம்!" என்று காத்திருக்கும் பட்டத்திளவரசன் போல பரிதாபகரமாகக் காத்துக்கொண்டிருக்கிறார்.

என் மனம் ஒரு ரசமான பேர்வழி. இந்த மாதிரியான சோம்பேறி வேலை எனக்குக் கிடைத்துவிட்டால், அது கண்டபடி ஓட ஆரம்பித்து விடும்.

"உனக்கு ஒரு ரசமான கதை சொல்லட்டுமா?" என்றது.

"'பிரேக்' கழன்று போய்விட்டது. இனி வெறிதான்!" என்று திட்டப்படுத்திக்கொண்டேன்.

"ஆமாம்! வண்ணாரப்பேட்டையிலே சுப்பு வேளான் இருந்தானே, ஞாபகம் இருக்கிறதா?" என்றது.

ஒரு வரிசைத் தோரணத்துக்கு இலைகளை வைத்துச் சரிக்கட்டி விட்டேன்.

"அவன்தான் ஆக்கு! – கடைசியிலே வெள்ளைக் களிமண்ணையே தின்று செத்தானே, அந்த மருத வேளான் மகன்!" என்றது மறுபடியும்.

அப்படியே நான் எங்கள் ஊருக்குச் சென்றுவிட்டேன். அந்தத் தாமிரவருணி ஆற்றின் கரை, தூரத்திலே மேற்குத் தொடர்ச்சி மலை, சமீபத்தில் சுலோசன முதலியார் பாலம், சின்ன மண்டபம், சுப்பிர மணியசாமி கோவில், சாலைத் தெரு, பேராச்சி கோவில், மாந்தோப்பு, பனை விடலிகள், எங்கள் வீடு – எல்லாம் அப்படி அப்படியே என் கண் முன்பு தோன்றலாயின.

"ஆமாம், எல்லாம் வாங்கிக்கொண்டு வந்தீர்களே! பிள்ளையாருக்கு விளாம்பழம் எங்கே?" என்று கேட்டுக்கொண்டே, சர்க்கரைப் பொட்டலத்தை எடுத்தாள் என் மனைவி.

"கூடைக்காரி வருவாளே! வாங்கினாப் போகிறது!" என்று சொல்லி, ஒரு முரட்டு மாவிலையை எடுத்து, பத்து அங்குல இடத்தையும் அதொன்றினால் மறைத்து 'அலங்காரம்' செய்ய முயற்சித்தேன்.

"கூடைக்காரி வந்தால்தானே! நீங்கள் போய் எட்டிப் பாருங்களேன்!" என்றாள் சகதர்மிணி.

"திட்டமாக வருவாள், நான் சொல்லுகிறேன் பார்!" என்றேன். என் வாழ்க்கையில் ஒரு நாளாவது தீர்க்கதரிசி அல்லது 'பலிக்கா விட்டால் பணம் வாபீஸ்!' என்று விளம்பரம் செய்யும் ஜாமீன் ஜோஸியராக ஆகிவிடுவது என்று (சந்தர்ப்ப விசேஷத்தால்) என் சோம்பலை வியாக்கியானம் செய்தேன்.

பக்கத்திலே இருக்கும் பரிவாரங்களில் ஒன்றைப் பறிகொடுத்தார் விநாயகர்.

"சுப்பு வேளான் குடும்பத்துக்கே சாபம், தெரியுமா?" என்றது என் மனசு.

புதுமைப்பித்தன் கதைகள் • 375 •

"அதென்ன?"

"கும்பினிக்காரன் வந்த புதுசு. அந்தக் காலத்திலே சுலோசன முதலியார் பாலம் கட்டலே. நம்ம சாலைத் தெருதான் செப்பரை வரைக்கும் செல்லும். அங்கேதான் ஆற்றைக் கடக்க வேண்டும். கொக்கிரகுளத்திலே இப்பொழுது கச்சேரிகள் இருக்கே, அங்கேதான் கும்பினியான் சரக்குகளைப் பிடித்துப்போடும் இடம். அந்த வட்டாரத் திலே நெசவும், பாய் முடைகிறதும் – இந்தப் பத்தமடைப் பாய் இருக்கே அது – ரொம்பப் பிரபலம். அப்பொழுது ஒரு இருநூறு முந்நூறு வண்ணான்களைக் குடியேற்றிவைத்தான் கும்பினிக்காரன். 'குஷ்டந் தீர்ந்த துறை' என்ற பேர் 'வண்ணாரப்பேட்டை' என்று ஆயிற்று!"

"இதோ, இதைப் பாருங்கள். இந்த உப்புப் போதுமோ என்று பாருங்கள்!" என்று கையில் கொஞ்சம் உப்பைக் கொணர்ந்தாள் பத்தினி.

"இதெல்லாம் உன் 'டிபார்ட்மெண்டு'. என்னைக் கேட்டால் . . .?" என்று சிரித்துக்கொண்டு அவளைப் பார்த்தேன்.

"என்னைக்குமா உங்களைக் கேக்கறேன்? ஏதோ கேட்டால் . . ."

அவள் காலையில் ஸ்நானம் செய்து தலையை ஈரங்காயாமல் எடுத்துக்கட்டியிருந்தாள். அவ்வளவு அவசரம்! நெற்றியில் விபூதி, அதற்கு மேல் குங்குமம் . . . பறந்து பறந்து வேலை செய்வதால் முகத்தில் ஒரு களை . . . வேகத்திலும் ஓர் அழகு இருக்கத்தான் செய்கிறது என்று நினைத்தேன் . . .

"ஏடி, கமலா! கொஞ்சம் அந்தச் செல்லத்தை எடுத்துவை!" என்று கேட்டேன்.

"ஆமாம், அடுப்பிலே பாகு என்னமா காய்கிறதோ! இந்தச் சமயத்தில்தான் உங்களுக்கு . . ." என்று சொல்லிக்கொண்டு வெற்றிலைப் பெட்டியை எடுத்துவைத்துவிட்டு உள்ளே சென்றாள்.

அப்பொழுது எங்கிருந்தோ மெல்லிய தளிர்க் காற்று வீட்டிற்குள் பிரவேசித்து உலாவியது. மாவிலைக் கும்பலில் உட்கார்ந்துகொண்டு வெற்றிலையை மடிக்க ஆரம்பித்தேன். எனக்கு வெற்றிலை போடுகிற தென்றால் ஒரு தனிப் பிரயோக முறை. அந்தச் சடங்கில் ஒரு சிறிதும் வழுவிவிட்டால் இலட்சியம் நிறைவேறிய மாதிரியே இருக்காது.

வெளியே வெய்யில் ஏறஏற, உள்ளே பிள்ளையார் காய ஆரம்பித்தார். எப்படியானாலும் சுயகுணத்தைக் காண்பிக்காமல் இருக்க முடியுமா?

"அப்பொ பாளையங்கோட்டையிலே இருந்த கோட்டைகூட இடியலே. மதுரை வரைக்குந்தான் ரயில் வந்திருக்கும். இந்தப் பக்கத்திலே எல்லாம் வண்டிப் பாதைதான் . . . .

"இப்பொ மாதிரியா? சாயங்காலம் நாலு மணிக்கப்புறம் அந்தப் பக்கத்திலே போகிறதென்றால் யாருக்கும் பயந்தான். இப்பொழுது

கட்டடமும் பங்களாவும் இருக்கிற இடமெல்லாம் அப்பொழுது *உடன்காடு ....

"அப்பா! அந்தக் காலத்திலே ஒரு மருத வேளார் இருந்தார். நல்ல மனுஷர். சோழியப் பிராமணன் மாதிரி உச்சிக் குடுமியும் பூணூலும் இருந்தாலும் முகத்திலே ஒரு களை இருக்கும். அவருக்கு ரொம்பக் காலமா பிள்ளையில்லே. இப்போ சின்ன மண்டபத்துக்குப் போகிற பாதையில் இருக்கே ஒரு பிள்ளையார், அதை அந்தக் காலத்திலேதான் பேச்சியா பிள்ளை வைத்து ஒரு 'அரசுக் கல்யாணம்' நடத்திவைத்தார். அந்தப் புதுப் பிள்ளையாரை இருபது வருஷம் சுற்றி வந்ததின் பயனாக ஒரு பிள்ளை பிறந்தது மருத வேளாருக்கு. ஆண் குழந்தைதான். அழகுன்னா, சொல்லி முடியாது! உன் மனைவிக்கு இருக்கே இப்படி அழகான கண்கள்! அவனுக்குச் சுப்பிரமணியன் என்று பெயரிட்டார். பிள்ளை வெகு துடி ... ஆனால், நாலு காரியம் உருப்படியாகப் பண்ணத் தெரியாது .... எப்பப் பார்த்தாலும் விளையாட்டுத்தான். என்ன செல்லம் கொடுத்தாலும் 'அடியாத மாடு படியாது' என்பது வேளாரின் கொள்கை. அதிலேயே அவர் நம்பிக்கை இழக்கும்படி நடந்துகொண்டான் என்றால் பயல் எவ்வளவு துடியாக இருந்திருக்க வேண்டும்!

"சாயங்காலமும் வேளார் குளித்துவிட்டுப் பிள்ளையாரைச் சுற்ற வருவார். அப்பொழுது படித்துறைப் பக்கம் உட்கார்ந்திருக்கும் பிள்ளையாருடனும், சாயங்கால பூஜைக்கென்று கோவிலுக்குத் தண்ணீர் எடுக்க வரும் விசுவநாத தீட்சதரிடமும் அவர் தம் குறைகளைச் சொல்லி அழுவார். அன்று பேச்சியா பிள்ளையும் அங்கு வந்திருந்தார். அவர் வேளாரைக் கண்டதும் ஆவேசமாய்ப் பேச ஆரம்பித்தார்.

" 'என்ன'வே! இண்ணக்கி அந்தப் பய சுப்பு நம்ப தோட்டத்திலே இறங்கி நாலு மாங்கா களவாடிக்கிட்டு ஓடிட்டானாமே ...!' 'ஓய்' என்ற விளியிடைச் சொல், 'வேய்' ஆகி, பின் வெறும் 'வே' என்று குறுகிவிட்டது: 'வே' போட்டுப் பேசுகிறவர் காசியிலிருந்தாலும் சரி, அவர் தென்பாண்டிநாட்டு ஆசாமி என்பதைத் தெரிந்துகொள்ளலாம்.

"என்ன எசமான் செய்ய! கண்டிச்சுப் பாத்தாச்சு. மண்ணெடுக்கப் போடான்னா போரதில்லே. சக்கரத்துக்கிட்டயே வரமாட்டான். படிக்கவாவது போட்டுப் பார்த்தேன் ... வாத்யாரய்யா அவனுக்குக் குளிர்விட்டுப் போச்சு என்று சொல்லிக் கைவிட்டுவிட்டார். என் விதி! பயலுக்குத் தொழில் தெரியாமலா இருக்கு? ... வீடு முழுக்கவும், ஒரு நாளைக்குப் பாத்தா, யானையும் குதிரையுமா பண்ணிப் போட்டு விடுவான் ... 'இதெல்லாம் சுட்டுக்கொண்டா. வர்ணம் பூசித் தாரேன். கொலுவுச் சாமானா விக்கலாண்டா!' இன்னா, 'அதெல்லாம் எனக்குத் தெரியாது!' என்று சொல்லி, மறுபடியும் வெறும் களிமண்ணாக்கி விடுகிறான். 'அட! சும்மாவாவது வீட்டோட கெட!' என்றால்

* உடை மரம் – கருவேல மரம்

கேட்கிறானா?... எப்பப் பார்த்தாலும் சண்டை, சண்டை, சண்டை! எப்பப் பார்த்தாலும் போராட்டந்தான்! அதோ போகுது பாருங்க, அந்தக் களுதே! கூப்புட்டு, எசமான் மின்ன வச்சுக் கேக்கரேன்... 'ஏலே அய்யா, சுப்பு!' என்று குரலெடுத்துக் கூப்பிட்டார் வேளார்.

" 'பயல் கெடக்கிறான் வே! சவத்தெ தள்ளும்! நாலு காயிலே என்ன பெரமாதம்! இவன் எடுக்காட்டா அணில் கொத்தித் தள்ளுது... நான் சொல்றது என்னன்னா, இந்த வயசிலேயே இது ஆகாது!' என்றார் பேச்சியா பிள்ளை.

" 'பிள்ளைவாள்! நீங்க சொல்றது நூத்துக்கொரு வார்த்தை' என்றார் விசுவநாத தீட்சதர்.

" 'ஆமாம் எசமான்!' என்று ஏங்கினார் மருத வேளார்..."

"நீங்கதான் ஏன் சும்மா இருக்கிறீர்கள்? பிள்ளையாரை எடுத்து வைத்தால் ஆகாதோ?" என்று சொல்லிக்கொண்டு வந்தாள் என் மனைவி.

"அதெல்லாம் முடியாது. நான் நாஸ்திகன். அதெல்லாம் குடும்ப விளக்கு குலவிளக்கு 'டிபார்ட்மெண்ட்'!" என்றேன் நான்.

"மஹா 'டிபார்ட்மெண்'டைக் கண்டுவிட்டீர்களாக்கும்! சோம்பல் என்றால் அப்படிச் சொல்றதுதானே! எல்லா நாளுமா... கைவேலையா இருக்கே!" என்று பெருங்காய டின்னை எடுத்துக்கொண்டே அவள் சொன்னாள்.

அதற்குள் என் மன ராணி என்னை மடியைப் பிடித்திழுத்தாள். இரண்டு பெண்டாட்டிக்காரன் பாடுதான்....

"சுப்பு வேளானுக்குப் பதினாறு வயது. அப்பொ மதத்திலே கிறுக்கு விழுந்தது. நாலு நாள் ஓயாது ஒழியாது அற்புதமாக விக்ரகங்கள் செய்வான்... அப்புறம் அது பழைய களிமண்தான்... வேளார் தான் தள்ளாத வயசிலேயும் குடும்ப போஷணையைக் கவனிக்க வேண்டியதாச்சு.

"அப்பொப் பார்த்து அந்தக் கசமுத்து வேளார் மகளிடம் தடித்தனமா நடந்துகொண்டானாம் சுப்பு. சாயங்காலம் அந்தப் பெண் இசக்கி அம்மை, தண்ணீர் எடுக்க ஆற்றங்கரைக்கு வந்தாளாம்... இவன் போய் அவள் எதிரில் நின்றுகொண்டு, 'ஏட்டி, என்னைக் கலியாணம் பண்ணிக்கிறியா?' என்று கேட்டானாம்.

"உள்ளுக்குள் பூரிப்போ என்னவோ! பானையைக் கீழே போட்டு உடைத்து, 'ஓ, ராமா!' என்று அழுதுகொண்டு, 'இவன் என்னை இப்படிக் கேக்க ஆச்சா?' என்ற நினைப்பில் வீட்டுக்குச் சென்றாளாம்.

"ஊர்க்காரர்கள் இவனை அடிக்கக் கூடிவிட்டார்கள். இவன் தோழர்கள் எல்லாம் இவனுக்குப் பரிந்து பொய் சொல்லியும், 'விளையாட்டுக்குச் சொன்னான்' என்று சொல்லியும் பார்த்தார்கள்.

"இந்தப் பயல் ஒரே பிடிவாதமாக, 'நெசத்துக்குத்தான் கேட்டேன்!' என்றானாம். அன்றைக்கு நல்ல உதை. இந்த சமாசாரம் மருத

வேளாருக்கு எட்டிற்று. கோயிலுக்கு 'நூறு தேங்காய் அபராதம்' கொடுப்பதாகச் சொல்லி, பையனை மீட்டு வந்தார்.

"ஆனால், மறுநாளைக்கு கசமுத்து வேளார் மண் எடுக்கப்போன சமயம், இவன் அவர் வீட்டுக்குள் போய்ப் பெண்ணுக்கு *அடுக்களைத் தாலி கட்டிவிட்டான்.

"ஊரில் ரகளைதான். 'கலியாணம் என்னமோ ஆச்சு!' என்று இரண்டு சம்பந்திகளும் கூடிக்கொண்டால் . . . கொஞ்ச நாள் ஊர்க் காரருக்கு நன்றாகப் பேசிக்கொண்டிருக்க விஷயம் கிடைத்ததுதான் மிச்சம் . . .

"இரண்டு சிறுசுகளும் புதுக் குடித்தனம் செய்தன.

"கொஞ்ச நாள் வரைக்கும் சுப்பு ஒழுங்காக வீட்டுக் காரியங்களைக் கவனித்து வந்தான். பானை வனைகிறது, சுடுகிறது – இதிலெல்லாம் ரொம்ப ஜோர் . . .

"அப்பத்தான் கும்பினியானும் கட்டபொம்முவும் முட்டிக்கிற சமயம் – கும்பினிக்காரன் 'துபாஷ்' யாரோ பட்டணத்து முதலியார். அந்த வட்டாரத்திலே அவருக்குக் கொஞ்சம் சொற்சக்தி யுண்டு. அவரும் குட்டந்தீர்த்த துறையிலேதான் குடியிருந்தார்.

"ஒரு நாள் சுப்பு மண்வெட்டப் போனதிலிருந்து பிடித்தது வினை . . .

"ஏதோ ஒரு இடத்திலே வெள்ளைக் களிமண் அகப்பட்டது. பயல் வண்டி நிறைய வாரிக்கொண்டு வந்தான். ஆனால் பழைய பொம்மை செய்கிற வெறி வந்துவிட்டது. அதற்கப்புறம் சக்கரத்தைச் சீந்துவதில்லை . . . அந்தச் சமயத்தில்தான் அவன் மனைவிக்கு நாலு மாசம் கர்ப்பம். வீட்டில் கிடைத்ததைச் சாப்பிடுகிறது, பொம்மை செய்கிறது, அழிக்கிறது, மறுபடியும் செய்கிறது, அழிக்கிறது, மறுபடியும் செய்கிறது, அழிக்கிறது – இப்படியே நாட்கள் கழிந்தன. பெண் எவ்வளவோ சொல்லிப் பார்த்தாள். அதெல்லாம் நடக்கிற காரியமா? 'போ! போ!' என்று சொல்லிவிட்டான் சுப்பு.

"அன்னிக்கி விநாயக சதுர்த்தி. சுப்பு விடியற்காலையிலேயே எழுந்து ஒரு விநாயகர் செய்துகொண்டிருந்தான். விநாயகர் என்றால் உம்முடன் பேசுவது போல் இருக்கும் – அவ்வளவு உயிருடன் இருந்தது அந்தக் களிமண் கண்கள்! மனைவியும் ரொம்ப ஜரூராகப் பூஜைக்கு வேண்டிய வேலைகளெல்லாம் செய்துகொண்டிருந்தாள்.

"ஏட்டி, நான் குளிச்சிட்டு வாரேன்!" என்று வெளியே சென்றான் சுப்பு.

"அன்றைக்குப் பார்த்து துபாஷ் வீட்டுச் சேவகர்கள் நல்ல பிள்ளையார் வேண்டித் தேடியலைந்தார்கள். சுப்பு செய்த பிள்ளை

---

* அந்தரங்கமாகச் சென்று தாலிகட்டுவது; கந்தர்வ விவாகத்திற்குச் சமமான பழக்கம்.

யார் எசமானுக்குப் பிடித்திருக்கும் என்று நம்பினார்கள். அதிலும் வெள்ளைப் பிள்ளையார்; கேட்கவா வேண்டும்!

"முதலில் இசக்கி அம்மைக்குக் கொடுக்க இஷ்டமில்லைதான். இருந்தாலும் நாலு பணம் அஞ்சு பணம் என்று ஆசை காட்டினால்! வில்லைச் சேவகன் (டவாலி போட்டவன்) சும்மா தூக்காமல், காசு கொடுப்பதாகச் சொன்னதிலேயே அவளுக்குப் பரம திருப்தி. அதைக் கொடுத்துவிட்டு மாமனார் செய்த குட்டிப் பிள்ளையார்களில் ஒன்றைக் கொண்டுவந்து அந்த இடத்தில் வைத்திருந்தாள்.

"சுப்பு குளித்துவிட்டு வந்தான். வீட்டில் நடந்த கதை தெரிந்தது ....

" 'இந்தத் தேவடியாத் தொழில் உனக்கு எதுக்கு?' என்று அவளை எட்டி உதைத்துவிட்டு, ஈரத் துணியைக்கூடக் களையாமல் அவன் நேரே வெளியே சென்றான்.

"அப்பொ துபாஷ் முதலியார் வீட்டில் பூஜை சமயம். இந்தப் பயல் தடதடவென்று உள்ளே போய், பூஜைக்கு வைத்திருந்த பிள்ளையாரைத் தூக்கிக்கொண்டு வெளியே ஓடினானாம். முதலில் துபாஷ் திடுக்கிட்டார். ஆனால், சேவகர்கள் தொடர்ந்து ஓடினார்கள். இவன், பிள்ளையாரை இறுக மார்பில் கட்டிக்கொண்டு, மேல்மூச்சு கீழ்மூச்சு வாங்க, தெருவழியாக ஓடினான். சேவகர்கள் நாலு பக்கமும் மறிக்கவே, அவன் வசந்த மண்டபத் தோப்புக்குள் குதித்து ஓடினான். சேவகர்கள் நாலைந்து பகுதியாகப் பிரிந்து மடக்க ஓடினதினால் பேச்சிக் கசத்தின் பக்கம்தான் அவன் ஓட முடிந்தது. அதைத் தாண்டினால் கும்பினிக் காவல்காரன் கையில் அகப்பட வேண்டியது தான். சுப்புவுக்கு என்ன தோன்றியதோ – சட்டென்று கசத்தில் குதித்துவிட்டான். அவன் அப்புறம் வெளிவரவே இல்லை.

"வலைகூடப் போட்டு அரித்துப் பார்த்தார்கள். உடம்புகூட அகப்படவில்லை!"

அப்பொழுது சாம்பிராணிப் புகையும் வெண்கல மணிச் சப்தமும் என்னை அவள் பக்கம் இழுத்தன.

என் மனைவி, நின்று, கண்ணை மூடிக்கொண்டு, கைகூப்பிய வண்ணம் அந்தக் களிமண்ணுக்கு அஞ்சலி செய்துகொண்டிருந்தாள். அவள் கண்களை எப்பொழுதும் 'மோட்டார் கார் ஹெட்லைட்' என்று கேலி செய்வேன். அவையும் மூடி ஒரு பரிதாபமான புன்சிரிப்புடன் ஒன்றுபட்டன. அவள் மனசில் என்ன கஷ்டம்! என்ன நம்பிக்கை!

அவளையே பார்த்துக்கொண்டு நின்றேன்.

"அப்புறம் என்ன தெரியுமா? அவன் குடும்பத்தில் பிறக்கிற பிள்ளைகளுக்கு எல்லாம் அவன் செத்த வயசில் இந்தப் பிரமை ஏற்படும் ... கடைசியில் வெள்ளைக் களிமண்ணைத் தின்று உயிரை விடும்! ..." என்றது மனசு!

"இதையும் நம்ப வேண்டுமா?" என்றேன்.

"இது முழுப் பொய். கதை ரசமாக இருப்பதற்குச் சொன்னேன் ...?"

"ஆக்கு ...!"

"வெயிலாகிறதே, எழுந்திருங்கள்! சாப்பிடவாவது வேண்டாமா! என்ன பிரமாதமான யோஜனை?" என்றாள் என் மனைவி.

"ஒரு கதை!" என்றேன் நான்.

"உங்களுக்குச் சொல்ல இஷ்டமில்லாவிட்டால் ஒரு கதையாக்கும்!" என்று சொல்லிக்கொண்டு இலைகளைப் போட்டாள்.

"நிஜமாக!" என்றேன்.

"நாங்கள் நம்புகிறதிலெல்லாம் உங்களுக்கு நம்பிக்கையில்லை. பின் நாங்கள் எப்படி உங்களை நம்புவது?"

"நம்ப வேண்டாமே!"

"இந்தப் புது மாதிரிப் பேச்சு எனக்குப் புரியலே! வாருங்கள், நேரமாகிறது!" என்றாள் அவள்.

யாரும் சாப்பிடப் பின்வாங்குவார்களா இந்தத் தேசத்தில்!

மணிக்கொடி, 30.9.1936

ஒரு நாள் கழிந்தது

"கமலம்! அந்தக் கூஜாவிலே தண்ணீர் எடுத்தா! வெற்றிலைச் செல்லம் எங்கே? வச்சது வச்ச இடத்தில் இருந்தால்தானே?" என்று முணமுணத்தார் முருகதாசர்.

கையில் இருக்கும் கோரைப் பாயை விரிப்பதே ஒரு ஜாலவித்தை. நெடுநாள் உண்மையாக உழைத்தும் பென்ஷன் கொடுக்கப்படாததால் அது நடு மத்தியில் இரண்டாகக் கிழிந்து, ஒரு கோடியில் மட்டிலும் ஒட்டிக்கொண்டிருந்தது. அதை விரிப்பது என்றால் முதலில் உதறித் தரையில் போட்டுவிட்டு, கிழிந்து கிடக்கும் இரண்டு துண்டுகளையும் சேர்த்துப் பொருந்தவைக்க வேண்டும். அதுதான் பூர்வாங்க வேலை. பின்பு, விடுதலை பெற முயற்சிக்கும் அதன் கோரைக் கீற்றுகள் முதுகில் குத்தாமல் இருக்க ஒரு துண்டையோ அல்லது மனைவியின் புடவையையோ அல்லது குழந்தையின் பாவாடையையோ எதையாவது எடுத்து மேலே விரிக்க வேண்டும்.

முருகதாசரைப் பொறுத்தவரை – அது அவரது புனைபெயர் – அது இரண்டு பேர் செய்ய வேண்டிய காரியம்.

மறுபடியும், "கமலா!" என்று கூப்பிட்டார்.

சமையல் + உக்ராண + ஸ்நான அறை மூன்று நான்கு கட்டுகள் தாண்டி, துண்டாக, அலாதியாக இருப்பதால் இவருடைய பாய் விரிப்புக் கஷ்டங்கள் அந்த அம்மையாருக்கு எட்டவில்லை.

சென்னையில் 'ஒட்டுக் குடித்தனம்' என்பது ஒரு ரசமான விஷயம். வீட்டுச் சொந்தக்காரன், குடியிருக்க வருகிறவர்கள் எல்லாரும் 'திருக்கழுக்குன்றத்துக் கழுகு' என்று நினைத்துக்கொள்ளுவானோ என்னமோ!

'குடித்தனக்காரர் குடியிருக்க இரண்டு ரூம் காலி' என்று வெளியில் போட்டிருந்த போர்டை நம்பித்தான் முருகதாசர் வீடு–வேட்டையின் போது அங்கே நுழைந்தார்.

உள்ளே வீட்டின் பாக வசதிதான் விசித்திரமாக இருந்தது. முன்பக்கம், ஒற்றைச் சன்னல் படைத்த ஒரு சிற்றறை. அதற்கப்புறம்

எங்கோ பல கட்டுகள் தாண்டி மற்றொரு அறை. அதுதான் சமையல் வகையராவுக்கு. முதல் அறை படிக்க, படுக்க, நாலு பேர் வந்தால் பேச – இவை எல்லாவற்றிற்கும் பொது இடம். முதலில், முருகதாசர் பொருளாதாரச் சலுகையை உத்தேசித்தே அதில் குடியிருக்கலாம் என்று துணிந்தார். அதனால், தமக்கும் தம் சகதர்மிணிக்கும் இப்படி நிரந்தரமான 'பிளவு' இருக்கும் என்று சிறிதும் எட்டி யோசிக்கவில்லை; மேலும் அவர் யோசிக்கக்கூடியவரும் அல்லர்.

பக்கத்தில் இருந்த அரிக்கன் விளக்கை எடுத்துக்கொண்டு அவர் சமையல் பகுதியை நோக்கிப் பிரயாணமானார்.

இடைவழியில், குழாயடியில் உள்ள வழுக்குப் பிரதேசம், அடுத்த பகுதிக்காரர் விறகுக் கொட்டில் முதலிய விபத்துக்கள் உள்ள 'பிராட்வே'யை எல்லாம் பொருட்படுத்தாது, ஒருவாறு வந்து சேர்ந்தார். சமையல் அறை வாசலில் ஒரே புகைமயம். "கமலம்!" என்று கம்மிய குரலில் கூப்பிட்டுக்கொண்டு உள்ளே நுழைந்தார்.

உள்ளே புகைத் திரைக்கு அப்பாலிருந்து, "வீடோ லட்சணமோ! விறகைத்தான் பாத்துப் பாத்து வாங்கிக்கொண்டு வந்தியளே! ஒங்களுக்கிண்ணு த்ண்ணீலே முக்கிக் குடுத்தானா? எரியவே மாட்டு தில்லை? இங்கே என்ன இப்பொ? விறகு வாங்கின சீரைப் பாத்து மகிழ வந்திட்டியளாக்கும்!" என்று வரவேற்புப் பத்திரம் வாசிக்கப்பட்டது.

"தீப்பெட்டியை இப்படி எடு! அதுக்காகத்தான் வந்தேன்!" என்று நடைப் பக்கமாகப் பின்நோக்கி நடந்தார்.

"இங்கே குச்சியுமில்லை, கிச்சியுமில்லை! அலமுவெ தீப்பெட்டி வாங்க அனுப்பிச்சேன். மண்ணெண்ணெய் விளக்கே நீங்கதான் துடைச்சுக்கொள்ளணும்!" என்றாள் கமலம்.

"குழந்தையை அந்தியிலே வெளியிலே அனுப்பிச்சையே, நான் வந்த பிறகு வாங்கிக்கொள்ளப்படாதா?" என்று அதட்டினார் முருகதாசர்.

"ஆமாம், சொல்ல மறந்தே போயிட்டுதே . . . செட்டியார் வந்துவிட்டுப் போனார்; நாளை *விடியன்னை வருவாராம்!" என்றாள் கமலா.

முருகதாசர் இந்தப் பாசுபதாஸ்திரத்தை எதிர்பார்க்கவில்லை.

"வந்தா, வெறுங்கையை வீசிக்கிட்டுப் போகவேண்டியதுதான்! வர்ரதுக்கு நேரம் காலம் இல்லை?" என்று முணுமுணுத்துக்கொண்டே வெளியேற முயற்சித்தார்.

"அங்கே, எங்கே போயிட்டிஹ, ஒங்களைத்தானே! கொஞ்சம் நல்லெண்ணை வாங்கிகிட்டு வாருங்களேன்!"

"எங்கிட்ட இப்பொ துட்டுமில்லெ, காசுமில்லை!" என்று திரும்பி நின்று பதிலளித்தார் முருகதாசர்.

---

* விடியுமுன் என்பதன் மரூஉ

“அதுவும் அப்படியா! இன்னா இந்த *மிளவொட்டியிலே **மூணுதுட்டு இருக்கு; அதெ எடுத்துகிட்டுப் போங்க!”

“வந்ததுக்கு ஒரு வேலையா? அங்கே ஒரு பாடு எழுதித் தொலைக்கணும்; இங்கே உனக்கு இப்பத்தான் எண்ணெ புண்ணாக்கு – பகலெல்லாம் என்ன செய்துகிட்டு இருந்தே? இருட்னம் பொறவா எண்ணை வாங்'றது! எல்லாம் நாளைக்குப் பாத்துக்கலாம்!”

“சோம்பல் வந்தா சாத்திரமும் வரும், எல்லாம் வரும். ஏன் அண்ணைக்குப் போய் வாங்கிட்டு வரலியா – எல்லாம் ஒங்களுக்குத் தான். இப்பத்தான் அப்பளக்காரன் வந்து கொடுத்துட்டுப் போனான்; பிரியமா சாப்பிடுவேளென்று சொன்னேன். பின்னெ அந்தச் சின்னக் கொரங்கே என்ன இன்னும் காணலெ! போனாப் போனதுதான்; நீங்கதான் சித்த பாருங்களேன்!”

இவ்வளவிற்கும் அவர் இருந்தால்தானே! விறகுப் பிரதேசத்தைத் தாண்டி வழுக்குப் பிரதேசத்தை எட்டிவிட்டார். புகையையும் பேச்சையும் தப்பி வந்தால் போதும் என்றாகிவிட்டது. முருகதாசரின் ஆஸ்தான அறையின் ஒரு விசித்திரம் என்னவென்றால் சென்னையில் ‘லைட்டிங் டைம்’ அட்டவணையைக்கூட மதிக்காமல் அது இருண்டு விடும்.

இம்மாதிரி மண்ணெண்ணெய் நெருக்கடி ஏற்படாத காலங்களில் அந்த அறைக்குத்தான் முதலில் இராத்திரி. ஆனால், எண்ணெய் நெருக்கடிக் காலங்களில் சிவபிரானின் ஒற்றைக் கண் போன்ற அந்த அறையின் சன்னல், எதிர்ப்பக்கம் நிற்கும் மின்சார விளக்குக் கம்பத்தி லிருந்து கொஞ்சம் வெளிச்சத்தைப் பிச்சை வாங்கும், கார்ப்பொரேஷன் தயவு வரும்வரை. ஸ்ரீ முருகதாசர் வேறு வழியில்லாமல் தெரு நடை யில் நின்று அலமுவின் வருகையை எதிர்நோக்கியிருக்க வேண்டிய தாயிற்று.

முருகதாசர் வானத்தை அளக்கும் கதைகளைக் கட்டுவதில் மிகவும் சமர்த்தர்; ‘சாகாவரம் பெற்ற’ கதைகளும் எழுதுவார். அந்தத் திறமையை உத்தேசித்து, ஒரு விளம்பரக் கம்பெனி மாதம் முப்பது ரூபாய்க்கு வானத்தையளக்கும் அவரது கற்பனைத் திறமையைக் குத்தகை எடுத்துக்கொண்டது. அதனால் அவர் வீர புருஷர்களையும், அழியாத சித்திரங்களையும் எழுத்தோவியமாகத் தீட்டுவதை விட்டு விட்டு, சோயாபீன் முதல் மெழுகுவர்த்தி வரையிலும் வெளிநாடுகளி லிருந்து வந்து குவியும் பண்டங்களின் காவியங்களை இயற்றிக் கொண்டிருக்கிறார். ‘டபாஸா’ வீரிய மாத்திரையின்மீது பாடிய பரணியும், தேயிலைப் பானத்தின் சுயசரிதையும், அந்தத் தமிழ்

* மிளவொட்டி (மிளகுப் பெட்டி) – ஐந்தரைப் பெட்டி என்பது சகஜமான பெயர்.
** மூணு துட்டு – ஓர் அணா; ஒரு துட்டு என்பது பாண்டி நாட்டில் நான்கு தம்பிடி.

தெரியாத வெள்ளைக்காரனையும் இவர்மீது அனுதாபம் காட்டும்படி செய்துவிட்டன. அதற்காகத்தான் அந்த முப்பது ரூபாய்!

வீட்டு எதிரில் நிற்கும் மின்சார விளக்கின் உதவியைக் கொண்டும் பிள்ளையவர்களால் அலமுவைக் கண்டுபிடிக்க இயலவில்லை. வெற்றிலை, வேலை, குழந்தை வராத காரணம் – எல்லாம் அவரது மனத்தில் கவலையைக் கொண்டு கொட்டின. நடையிலிருந்து கீழே இறங்கிச் சந்தின் மூலை வரை சென்று பார்த்து வரலாமா என்று புறப்பட்டார்.

பக்தி மார்க்கத்தில் ஏகாக்கிரக சிந்தையைப் பற்றிப் பிரமாதமாக வர்ணிக்கிறார்கள். மனம் ஒரே விஷயத்தில் லயித்துவிட்டால் போது மாம். பிள்ளையவர்களைப் பொறுத்தவரை அவர் இந்தப் 'பணம்' என்ற மூன்றெழுத்து மந்திரத்தில் தீவிர சிந்தை செலுத்துபவர். பணத்தை வாரிச் சேர்த்துக் குபேரனாகிவிட வேண்டும் என்ற எண்ணம் ஒன்றுமில்லை. கவலையில்லாமல் ஏதோ சாப்பிட்டோம், வேலை பார்த்தோம், வந்தோம் என்று இருக்க வேண்டும் என்பதற்காக எத்தனையோ வித்தைகளையெல்லாம் செய்துவிட்டார். அவருடைய குடும்பத்தின் வரவு செலவு திட்டத்தை மட்டிலும் அவரால் எப்பொழுதும் சமன் செய்ய முடியவில்லை. நிதி மந்திரியாக இருந்தால் பட்ஜட்டில் துண்டுவிழுவதற்குப் பொருளாதாரக் காரணங்கள் காட்டிவிட்டு, உபமான்யங்களைத் தைரியமாகக் கேட்கலாம். கவலையில்லாமல், கொஞ்சமும் உடம்பில் பிடிக்காமல் கடன் கேட்டுப் புறப்படுவதற்கு முடியுமா? குடும்பச் செலவு என்றால், சர்க்கார் செலவாகுமா?

கவலை இருக்கப்படாது என்ற உறுதியின் பேரில்தான் நம்பிக்கை என்ற இலட்சியத்தை மட்டும் திருப்தி செய்விக்க, 'சாகாவரம் பெற்ற' கதைகளை எழுதுவதைக் கொஞ்சம் கட்டிவைத்துவிட்டு, இந்த 'லிப்டன் தேயிலை', காப்பி, கொக்கோ ஆகியவற்றின் மான்யங்களை அவர் எழுத ஆரம்பித்தார். ஒரு பெரிய நாவல் மட்டிலும் எழுதி விட்டால் அது ஒரு பொன் காய்க்கும் மரமாகிவிடும் என்று அவர் நெஞ்சழுத்தத்துடன் நினைத்த காலங்களும் உண்டு. இப்பொழுது அது ஒரு நெடுந்தூர இலட்சியமாகவே மாறிவிட்டது.

முன்பாவது, அதாவது நம்பிக்கைக் காலத்தில், ஏதோ நினைத்ததைக் கிறுக்கிவைக்கக் காகிதப் பஞ்சமாவது இல்லாமல் இருந்தது. அப்பொழுது ஒரு பத்திரிகை ஆபீஸில் வேலை. ஆனால், இப்பொழுது காசு கொடுத்து வாங்காவிட்டால் முதுகில்தான் எழுதிக்கொள்ள வேண்டும். முருகதாசர் நல்ல புத்திசாலி; அதனால்தான் முதுகில் எழுதிக்கொள்ள வில்லை. யாராவது ஒரு நண்பரைக் கண்டுவிட்டால் போதும், தமது தூர இலட்சியத்தைப் பற்றி அவரிடம் ஐந்து நிமிஷமாவது பேசாமல் அவரை விடமாட்டார். நண்பர்கள் எஸ்.பி.ஸி.ஏ. (ஜீவஹிம்சை நிவாரணச் சங்கம்)யின் அங்கத்தினர்களோ என்னவோ, அத்தனையும் சகித்துக்கொண்டிருப்பார்கள் ...

சந்தில் திரும்பிப் பார்த்தால் அலமுவின் ராஜ்யம் நடந்து கொண்டிருந்தது.

"ஏட்டி, என்ன! நீயோ, உன் லட்சணமோ?" என்று ஆரம்பித்தார் முருகதாசர்.

ஒரு ரிக்ஷா வண்டி. ஏர்க்கால் பக்கத்தில் வண்டிக்காரன் உட்கார்ந்து கொண்டிருக்கிறான். அலமு, ஒரு சுண்டெலி மாதிரி ஜம்மென்று மெத்தையில் உட்கார்ந்திருக்கிறாள். ரிக்ஷாக்காரனுடன் ஏதோ நீண்ட சம்பாஷணை நடந்துகொண்டிருந்தது போலும்!

"ஏட்டி!" என்றார் முருகதாசர் மறுபடியும்.

"இல்லையப்பா? நீ இனிமே என்னை அலமுன்னு கூப்'டுவேன்னியே!" என்று சொல்லிக்கொண்டே வண்டியிலிருந்து இறங்கப் பிரம்மப் பிரயத்தனம் செய்துகொண்டிருந்தாள்.

"தீப்பெட்டி எங்கடீ?" என்றார் முருகதாசர்.

"கடைக்காரன் குடுக்கமாட்டேங்கறான், அப்பா!"

"குடுக்காதெ போனா நேரே வீட்டுக்கு வாரது! இங்கெ என்ன இருப்பு?"

"அப்படிக் கேளுங்க சாமி! நம்ம கொளந்தென்னு மெரட்டாமே சொல்லிப் பாத்தேனுங்க. வீட்டுக்கு வண்டியிலே கொண்டாந்து வுடணுமுண்ணு மொண்டி பண்ணுதுங்க. எனக்குக் காலுலே சுளுக்கு. அந்தச் சின்னாம்பயலே காணும்..." என்று நீட்டிக்கொண்டே போனான் ரிக்ஷாக்காரன்.

"அப்பா, அவன் பங்கஜத்தெ மாத்ரம் கூட்டிக்கிட்டே போரானே!" என்றாள் அலமு. பங்கஜம் எதிர்வீட்டு சப்ரிஜிஸ்திரார் குழந்தை. அது ரிக்ஷாவிலும் போகும், மோட்டாரிலும் போகும்! அந்த விஷயம் ரிக்ஷாவுக்குத்தான் புரியுமா, குழந்தைக்குத்தான் புரியுமா?

"அலமு! ராத்திரிலே கொழந்தைகள் ரிக்ஷாவிலே போகப்படாதுடீ! எறங்கி வா!" என்று குழந்தையைத் தூக்கிக்கொண்டு வாடிக்கைக் கடைக்காரனிடம் சென்றார் முருகதாசர்.

பிள்ளையவர்கள் கடையை எட்டு முன்பே கடைக்காரன், "சாமி! இந்த மாதிரியிருந்தா கட்டுமா? போன மாசத்திலே தீர்க்கலியே! நானும் சொல்லிச்சொல்லிப் பார்த்தாச்சு. பாக்கியை முடிச்சு, கணக்கெத் தீர்த்துடுங்க! எனக்குக் குடுத்துக் கட்டாது. நான் பொளைக்க வந்தவன்!" என்றான்.

"நானும் பிழைக்க வந்தவன்தான். எல்லாரும் சாகவா வருகிறார்கள்! மின்னெ பின்னேதான் இருக்கும். நான் என்ன கொடுக்கமாட்டேன் என்று சொல்லுகிறேனா?"

"போங்க சாமி! அது ஒண்ணுதான் பாக்கி! ரூ. 2–5–4 ஆச்சு: எப்ப வரும்?"

"தீப்பெட்டியெக் குடு, சொல்றேன்!"

"பெட்டிக்கென்ன பிரமாதம்! இந்தாருங்க, எப்ப வரும்?"

"எப்பவா? சம்பளம் நாளைக்குப் போட்ருவாங்கன்னு நினைக்கிறேன்; நாளை இல்லாவிட்டால் திங்கள்கிழமை."

"திங்கட்கிழமெ நிச்சயந்தானே? நான் சீட்டுக் கட்டணும்!" என்றான்.

"சரி, பார்க்கிறேன்!" என்று திரும்பினார் தாசர்.

"பார்க்கிறேன்னு சொல்ல வேண்டாம், நிச்சயமாக வேண்டும்!"

ஒரு கவலை தீர்ந்தது... அதாவது திங்கட்கிழமை வரை.

பாதி வழியில் போகையில், "அப்பா!" என்றது குழந்தை.

அவர் எதையோ நினைத்துக்கொண்டிருந்ததால், தன்னை யறியாமல் கொஞ்சம் கடினமாக, "என்னடி!" என்றார்.

"நீதான் கோவிச்சுக்கிறியே, அப்பா! நான் சொல்லமாட்டேன், போ!"

"கோவம் என்னடி, கோவம்! சும்மா சொல்லு!"

"அதோ பார், பல்லு மாமா?"

முருகதாசரின் நண்பர் சுப்பிரமணிய பிள்ளைக்குக் கொஞ்சம் உயர்ந்த பற்கள். அவை வெளியே நீண்டுகொண்டு, தமது இருப்பை அனாவசியமாக உலகத்திற்கு அறிவித்துக்கொண்டிருந்தன. அதனால் அலமு அவருக்கு இட்ட காரண இடுகுறிப் பெயர் அது.

"எங்கடி!"

"அதோ பார், வீட்டு நடேலே! என்னை எறக்கிவிடப்பா!" என்று அவரது கையிலிருந்து வழுகி விடுவித்துக்கொண்டு, வீட்டிற்கு ஓட ஆரம்பித்தது.

"மெதுவா! மெதுவா!" என்றார் பிள்ளை; குழந்தையா கேட்கும்?

"மாட்டேன்!" என்றது. அதற்கப்புறம் ஏக களேபரம். பாவாடை தடுக்கியதோ என்னமோ! அலமு வலுக்கட்டாயமாக அங்கப் பிரதக்ஷணம் செய்ய ஆரம்பித்தாள்.

பிள்ளையவர்கள் ஓடிப்போய்க் குழந்தையை வாரி எடுத்தார். ஆனால் இவர் பதட்டத்திற்கு ஏற்ப அங்கு குழந்தைக்கு ஒன்றும் ஏற்படவில்லை.

"தோளுக்கு மேலே தொண்ணூறு, தொடச்சுப் பாத்தா ஒண்ணுல்லே!" என்று பாடிக்கொண்டு குழந்தை எழுந்தது.

"என்ன ஸார், குழந்தையை நீங்க இப்படி விடலாமா?" என்று சொல்லிக்கொண்டே சுப்பிரமணியம் அவர்கள் பக்கம் வந்தார்.

"என்ன ஸார் செய்யட்டும்! என்ன சொன்னாலும் கேட்கிறதில்லை என்ற உறுதி மனசிலே ஏறிப்போயிருக்கு. வெளிலே புறப்பட்டாச்சா, அப்புறம் தேடிக்கொண்டு பின்னோட பத்துப் பேர். இவளைக் கடைக்கனுப்பிச்சுட்டா தாயார். இவ்வளவு நேரம் அந்த ரிக்ஷாக்

காரனோடே தர்க்கம் – என்ன செய்கிறது! வாருங்கள் ஸார், உள்ளே! ஒன் மினிட்! விளக்கை ஏத்துகிறேன்."

குழந்தை அலமு அதற்குள் வீட்டிற்குள், "பல்லு மாமா வந்துட்டார்!" என்று பொதுவாக உச்ச ஸ்தாயியில் விளம்பரம் செய்துகொண்டு ஓடிவிட்டாள்.

"குழந்தை துருதுருவென்று வருகிறதே! பள்ளிக்கூடத்திற்காவது அனுப்பக் கூடாதா?" என்றார் நண்பர்.

"ஆமாம் ஸார், தொந்திரவு சகிக்கலே. அங்கேதான் கொண்டு தள்ளணும். வயசு கொஞ்சம் ஆகட்டுமே என்று பார்க்கிறேன்" என்றார் முருகதாசர், விளக்குத் திரியை உயர்த்திக்கொண்டே.

"நேத்து பீச்சுக்குப் போயிருந்தேன்! சுந்தரத்தைப் பார்த்தேன் ..." என்று ஆரம்பித்தார் சுப்பிரமணிய பிள்ளை.

"அந்த ராஸ்கல் வந்துட்டானா! என்றைக்கும் அவன் தொல்லை தான் பெரிய தொல்லையாக இருக்கிறது. இங்கே வந்தான்னா ஆபீஸுக்கு வந்து யாருக்காவது வத்தி வச்சுட்டுப் போயிடரது ... மின்னே வந்தப்போ, என்ன எழவு சொன்னானோ, அந்த ஆர்ட்டிஸ்ட் 'பதி' இருந்தானே அவனுக்குச் சீட்டுக் கொடுக்க வழி பண்ணிட்டான் ..." என்று படபடவென்று பேசிக்கொண்டே போனார் முருகதாசர்.

"அப்படிப் பாத்தா உலகத்திலே யார்தான் ஸார் நல்லவன்! அவன் உங்களைப் பத்தி ரொம்பப் பிரமாதமாக அல்லவா கண்ட இடத்திலெல்லாம் புகழ்ந்துகொண்டிருக்கிறான்?"

"சவத்தெ தள்ளுங்க, ஸார்! பேன் பார்த்தாலும் பார்க்கும், காதை அறுத்தாலும் அறுக்கும். அவன் சங்காத்தமே நமக்கு வேண்டாம் ... நீங்க என்ன சொல்ல வாயெடுத்தீர்கள்?"

"அதுதான், உங்களெப் பத்தித்தான் ஒரு இங்கிலீஷ்காரனிடம் பிரமாதமாகப் பேசிக்கொண்டிருந்தான் ..."

"இவ்வளவுதானா! கதையை எழுதரேன் அல்லது கத்தரிக்காயை அறுக்கிறேன், இவனுக்கென்ன? ..."

அதே சமயத்தில் வெளியிலிருந்து, "முருகதாஸ்! முருகதாஸ்!" என்று யாரோ கூப்பிட்டார்கள்.

"அதுதான்! அவன்தான் வந்திருக்கிறான் போலிருக்கிறது! பயலுக்கு நூறு வயசு ..."

" 'சைத்தான் நினைக்கு முன்னால் வந்து நிற்பான்' என்பதுதான்!" என்று முணுமுணுத்தார் முருகதாசர்.

பிறகு அவர் எழுந்து நின்று வெளியில் தலையை நீட்டி, "யாரது?" என்றார்.

"என்ன! நான்தான் சுந்தரம், இன்னும் என் குரல் தெரிய வில்லையா?" என்று உரத்த குரலில் கடகடவென்று சிரித்துக்கொண்டு உள்ளே நுழைந்தார் வந்தவர். அவருடைய சிரிப்புக்கு இசைந்தபடி காலில் போட்டிருக்கும் ஜோடு தாளம் போட்டது.

"என்ன சுந்தரமா? வா! வா! இப்பொத்தான் உன்னைப் பற்றிப் பேசிக்கொண்டிருந்தோம். நீயும் வந்தாய்! காப்பி போடச் சொல்லட்டுமா? அலமு! அலமு!" என்று உரக்கக் கூவினார் முருகதாசர்.

எங்கிருந்தோ, "என்னப்பா!" என்று அலமுவின் குரல் வந்தது.

"அம்மாவை மூணு கப் காப்பி போடச் சொல்லு. சீக்கிரம் ஆகணும்!"

"நீ என்ன பத்திரிகையையே விட்டுவிட்டாயாமே! இப்பத்தான் கேள்விப்பட்டேன்."

"வயிற்றுப் பிழைப்பிற்கு எதில் இருந்தால் என்ன? சீலைப்பேன் குத்துகிறதும் ஒரு 'பிஸினஸ்' ஆகு இருந்து, அதில் ஒரு 'சான்ஸ்' கிடைத்தால் அதையும் விட்டா வைக்கிறது? நான் பத்திரிகையை விட்டுவிட்டா கதை எழுதாமல் இருந்துவிடுவேனோ? ஒரு பெரிய நாவலுக்குப் 'பிளான்' போட்டிருக்கேன். தமிழன்களுக்கு அதிர்ஷ்டம் இருந்தால், எனக்குக் காகிதம் வாங்கவாவது காசு கிடைக்கும். அதில் 'சென்ட்ரல் ஐடியா' என்ன தெரியுமா?..."

"நீங்க நேற்று பொருட்காட்சிக்குப் போனீர்களாமே!" என்று பேச்சை மாற்ற முயன்றார் சுப்பிரமணிய பிள்ளை. இந்த விஷயத்தைத் தொட்டுவிட்டால், முருகதாசர் கீறல் விழுந்த கிராமபோன் பிளேட் மாதிரி விடாமல் திருப்பித்திருப்பி அதையே கதைத்துக்கொண் டிருப்பார்!

"அப்பா! காப்பியாயிட்டுது. நீதான் வந்து எடுத்துக்கிட்டுப் போகணும். சுடுது!" என்று சொல்லிக்கொண்டு, நிலைப்படி இரண்டு பக்கத்தை யும் தொட்டவண்ணமாய் ஒற்றைக் காலை ஆட்டிக்கொண்டு நின்றாள் அலமு.

"அம்மா எங்கே?"

"அம்மா சாத்தெ வடிச்சுக்கிட்டிருக்கா, அப்பா!"

"சரி! இதோ வாரேன், போ!"

"வாயேன்!"

"வர்ரேன்னா, போடீ உள்ளே!"

"காப்பி ஆறிப்போயிடும், அப்பா!"

"இதோ ஒரு நிமிஷம்!" என்று சொல்லிக்கொண்டு உள்ளே சென்றார்.

"மாமா! நீ என்ன கொண்டாந்தே!" என்று கேட்டுக்கொண்டு, சுப்பிரமணிய பிள்ளை மடியில் உட்கார்ந்து, கழுத்திலிருக்கும் நெக்டையைப் பிடித்து விளையாட ஆரம்பித்தாள் அலமு.

"அதெப் பிடித்து இழுக்காதே! மாமாவுக்கு கழுத்து வலிக்கும்!" என்றார் சுந்தரம் பிள்ளை.

“வலிக்காதே!” என்று மறுபடியும் ஆரம்பித்தாள்.

முருகதாசரும் மேல்துண்டின் உதவியால் ஒரு செம்பை ஏந்திய வண்ணம் உள்ளே நுழைந்தார்.

“என்னப்பா, மூணு டம்ளர் கொண்டாந்தே! எனக்கில்லையா?”

“உனக்கென்னடி இங்கே! அம்மாகூடப் போய்ச் சாப்பிடு.”

“மாட்டேன்” என்று ஒரு டம்ளரை எடுத்து வைத்துக்கொண்டது குழந்தை.

முருகதாசர் காப்பியை ஆற்றி, சுந்தரம் கையில் ஒரு டம்ளரைக் கொடுத்தார்.

சுந்தரம் வாங்கி மடக்மடக்கென்று மருந்து குடிப்பது போல் குடித்துவிட்டு, “காப்பி வெகு ஜோர்!” என்று சர்டிபிகேட் கொடுத்தார்.

மற்றொரு டம்ளர் சுப்பிரமணிய பிள்ளையிடம் கொடுக்கப்பட்டது. “மாமா! எனக்கில்லையா?” என்று அவரிடம் சென்று ஒண்டினாள் அலமு.

“வாடி, நாம ரெண்டு பேரும் சாப்பிடுவோம்!” என்றார் முருகதாசர்.

“மாமாகூடத்தான்!” என்றது குழந்தை. சுப்பிரமணிய பிள்ளை கையிலிருந்த டம்ளரில் அலமுவைக் குடிக்கச் செய்தார்.

பாதியானதும், “போதும்!” என்றது குழந்தை.

“இந்தாருங்க ஸார்!” என்று மற்ற டம்ளரையும் நீட்டினார் முருகதாசர்.

“வேண்டாம்! வேண்டாம்! இதுவே போதும்!” என்றார் சுப்பிரமணிய பிள்ளை.

“நான்சென்ஸ்!” என்று சொல்லிவிட்டு, குழந்தை எச்சிற்படுத்தியதைத் தாம் வாங்கிக்கொண்டார் தாசர்.

“நேரமாகிறது, மவுண்டில் ஒரு நண்பரைப் பார்க்க வேண்டும்!” என்று எழுந்தார் சுந்தரம். “அதற்குள்ளாகவா? வெற்றிலை போட்டுக் கொண்டு போகலாம்!” என்றார் முருகதாசர்.

“கையில் எடுத்துக்கொண்டேன். நேரமாகிறது! அப்புறம் பார்க்கிறேன்!” என்று சொல்லிக்கொண்டு வெளியேறினார் சுந்தரம்.

கையில் இருந்த புகையிலையை வாயில் ஒதுக்கிவிட்டு, சிறிது சிரமத்துடன் தமக்கு நேரமாவதைத் தெரிவித்துக்கொண்டார் சுப்பிரமணிய பிள்ளை.

தொண்டையைச் சிறிது கனைத்துக்கொண்டு, “சுப்ரமண்யம், உங்களிடம் ஏதாவது சேஞ்ஜ் இருக்கிறதா? ஒரு மூன்று ரூபாய் வேண்டும்!” என்றார் முருகதாசர்.

“ஏது அவசரம்!”

“சம்பளம் போடலே; இங்கு கொஞ்சம் அவசியமாக வேண்டியிருக்கிறது ... திங்கட்கிழமை கொடுத்துவிடுகிறேன்!”

“அதற்கென்ன?” பர்ஸை எடுத்துப் பார்த்துவிட்டு, “இப்போ என் கையில் இதுதான் இருக்கிறது!” என்று ஓர் எட்டணாவைக் கொடுத்தார் சுப்பிரமணியம்.

“இது போதாதே!” என்று சொல்லி, அதையும் வாங்கி வைத்துக் கொண்டார் முருகதாசர்.

“அப்பொ ...” என்று மீண்டும் ஏதோ ஆரம்பித்தார்.

“பார்ப்போம்! எனக்குக் கொஞ்சம் வேலையிருக்கிறது” என்று சுப்பிரமணியமும் விடைபெற்றுச் சென்றார்.

முருகதாசர் தமது ஆஸ்தான அறையின் சிம்மாசனமான பழைய கோரைப் பாயில் உட்கார்ந்துகொண்டு, அந்த எட்டணாவைத் திருப்பித் திருப்பிப் பார்த்துக்கொண்டு, நீண்ட யோசனையில் ஆழ்ந்திருந்தார்.

“அங்கெ என்ன செய்யறீங்க?” என்ற மனைவியின் குரல்!

“நீதான் இங்கே வாயேன்!”

கமலம் உள்ளே வந்து, “அப்பாடா!” என்று உட்கார்ந்தாள். அவர் கையில் இருக்கும் சில்லறையைப் பார்த்துவிட்டு, “இதேது?” என்றாள்.

“சுப்பிரமணியத்திடம் வாங்கினேன்!”

“உங்களுக்கும் ... வேலையில்லையா?” என்று முகத்தைச் சிணுக்கினாள் கமலம். பிறகு திடீரென்று எதையோ எண்ணிக்கொண்டு, “ஆமாம், இப்பத்தான் நினைப்பு வந்தது. நாளைக்குக் காப்பிப் பொடியில்லை, அதெ வச்சு வாங்கி வாருங்களேன்!” என்றாள்.

“அந்தக் கடைக்காரனுக்காக அல்லவா வாங்கினேன்! அதைக் கொடுத்துவிட்டால்?”

“திங்கட்கிழமை கொடுப்பதாகத்தானே சொன்னீர்களாம்!”

“அதற்கென்ன இப்பொழுது!”

“போய்ச் சீக்கிரம் வாங்கி வாருங்கள்!”

“திங்கட்கிழமைக்கு?”

“திங்கட்கிழமை பார்த்துக்கொள்ளுகிறது!”

***மணிக்கொடி*, 15.1.1937**

வேதாளம் சொன்ன கதை

எனக்கு வேட்டையாடுவதிலே அபார பிரேமை. எனக்கு இந்தப் பழக்கம் வருவதற்குக் காரணமே காசித் தேவர்தான். அவர் பொதுவாக நல்ல மனுஷ்யர்; கொஞ்சம் நிலபுலன்களும் உண்டு. வருகிற கலெக்டர்களுக்கு எல்லாம் 'ஷிகாரி' உத்தியோகம் பார்த்துப் பல மெடல்கள் பெற்றவர். சமயாசமயங்களில் சில கலெக்டர்களுக்குப் புலிகளைச் சுட்டுக்கொடுத்து, புகழும் புலித்தோலும் சம்பாதித்துக் கொடுத்திருக்கிறார்.

எனக்கு வேட்டையில் பிரியம் பழக்க வாசனையில் பிறந்ததென்றாலும் மிளா, மான், முயல் இவைகளின் எல்லையைத்தான் எட்டியிருந்தது. ஏனென்றால், நமக்கு நிச்சயமாக இந்த ரகத்தில் அபாயம் கிடையாது அல்லவா?

அன்று நான் காசித் தேவரை அழைத்தபொழுது தமக்குக் கோர்ட்டில் வேலையிருப்பதாகக் கூறிவிட்டார். அவருடைய துப்பாக்கியை வாங்கிக்கொண்டு பழைய பாபநாசத்தை யடைந்தேன். ஏன் கலியாண தீர்த்தம்வரை சென்று வரலாகாது என்ற யோசனை தட்டியது.

முட்புதர் வழியாகவுள்ள குறுக்குப் பாதையாகச் சென்றேன். அப்பொழுது சித்திரை வெய்யில். குத்துச்செடிகளையும் முட்புதர்களையும் தாண்டி, உயர்ந்த மரங்கள் அடர்ந்த பாதைகள் வழியாக, சருகுகள் வழுக்கும் சமயம் துப்பாக்கிக் கட்டையை ஊன்றிக்கொண்டு சென்றேன். கீழே திரும்பிப் பார்த்தால் பாறைகளும் கண்கூசும் கானலும்! உயர, எங்கோ இடைவெளி மூலமாகத் தூரத்துப் பொதிய மலைச் சிகரம் தெரியும். பஞ்சு மேகங்கள் சிகரத்தைத் தழுவியும் தழுவாமலும் நீல வானில் மிதந்தன.

போகும் பாதையில் வழி நெடுக, சில்வண்டுகளின் காதைத் துளைக்கும் ரீங்கார சப்தம். சமயாசமயங்களில், திடீரென்று, பேசி வைத்தாற் போல் ஒலி நிற்கும். அந்த நிசப்தம் – மௌனம் – சிரமமற்று ஒன்றிலிருந்து ஒன்றில் தாவிச் செல்லும் சிந்தனை வண்டின் போக்கைச் 'சக்'கென்று விசை வைத்தது போல் நிறுத்திவிடும். அந்த ஒற்றை

வினாடி அமைதியின் பயங்கரத்தை விவரிக்க முடியாது. அப்பொழுது தான், சப்த கன்னிகைகள், பிரம்ம ராக்ஷஸுகள் இவற்றின்மீது நமக்கு இருக்கும் நம்பிக்கை நம்மைப் பன்மடங்கு கெட்டியாகப் பிடித்துக் கொள்ளும்.

நான் ஏதோ நினைத்துக்கொண்டு சென்றேன். எவ்வளவு தூரம் சென்றேனோ! இந்தச் சில்வண்டு ரீங்கார அமைதிதான் என்னைச் சட்டென்று நிறுத்தியது. எந்த இடத்திலோ வழி தவறியிருக்க வேண்டும். நான் நின்ற இடத்திற்கு இதுவரை நான் வந்ததில்லை. இருந்தாலும் அவ்வளவு இலகுவில் பாபநாசம் காடுகளில் நான் வழி தவறிவிடக் கூடியவனல்லன்; சிறு பிராயம் முதலே இப்பகுதிகளில் அலைந்து பழக்கம்.

'பார்ப்போம், குடி முழுகிவிடவில்லை!' என்று கையில் இருந்த கடிகாரத்தைப் பார்த்தேன். மணி பனிரண்டு. உச்சி நேரம். கடிகாரம் பசியை எழுப்பியது. தண்ணீரையாவது குடித்துப் பசியாறலாம் என்று மேலும் கீழுமாகச் சுற்றிப் பார்த்தேன்.

நான் இருந்த இடத்திற்குக் கீழே, பாறைச் சரிவில் ஒரு சுனை; தூரத்துச் சூரியனின் பளபளப்பு அதில் ஒரு கணம் மின்னியது. அங்கு இறங்கித் தாகத்தைத் தீர்த்துக்கொண்டு, ஆகவேண்டிய காரியத்தைப் பார்க்கலாம் என்று நினைத்தேன்.

மலைச்சரிவில் நேரே செங்குத்தாக இறங்க வழியில்லை. சிறிது சுற்றி இரண்டு மைல் நடந்து அந்தச் சுனையருகில் வந்து சேர்ந்தேன். கோபுரம் போல் குவிந்து சரிந்த இரு பாறைகளுக்கிடையில் உள்ள ஒரு குகையில் சுனை. அதில் பெருக்கெடுக்கும் நீர் வழிந்து ஒரு சிறிய தடாகமாக முன்பக்கத்தை நிறைத்தது. தரை தெரியும்படியாக அவ்வளவு தெளிவாக இருந்தாலும் குறைந்தது நாற்பதடி ஆழமாவது இருக்கும். உள்ளே சிறு மீன்களும் கறுப்புத் தவளைக் குஞ்சுகளும் பளிச்பளிச்சென்று மின்னி ஓடின.

பாறைச் சரிவில் நின்று இரு கைகளாலும் அள்ளிஅள்ளித் தண்ணீரைக் குடித்தேன். அளவுக்கு மிஞ்சிக் குடித்ததினால் சிறிது சோர்வு. வலிக்கும் கால்களைத் தண்ணீரில் முழங்கால் அளவுக்கு விட்டுக்கொண்டு உட்கார்ந்துவிட்டேன். அப்பா, என்ன சுகம்!

பழையபடி எந்த வழியாகத் திரும்புவது என்பது பெரிய பிரச்னையாயிற்று. உட்கார்ந்து சுற்றுமுற்றும் பார்த்துக்கொண்டே யோசித்தேன்.

சுனைக்குப் பக்கத்தில், பாறைச் சரிவில் ஓர் உயர்ந்த ஆலமரம். நான் அத்தனை நேரம் அதைக் கவனிக்கவில்லை. அதன் ஓர் உச்சி நான் சிறிது நேரத்திற்கு முன் நின்றிருந்த உயர்ந்த மேட்டை எட்டியது. 'எத்தனை வயதிருக்கும்? பழங்கால விருட்சம்!' என்று எண்ணமிட்டுக்கொண்டே அண்ணாந்து பார்த்தேன்.

அந்த ஓரத்து உச்சிக் கிளையில் என்ன தொங்கிக்கொண்டிருக்கிறது? பழந்தின்னி வௌவால்! நரித் தலையும், தோல் இறகுகளும் பிரம்மாண்டமாக இருக்கும். காசித் தேவர் இந்த ஜாதி வௌவால்களைப்

பற்றிச் சொல்லியிருக்கிறார். கிடைப்பதே அருமையாம்! மேலும் அவருக்குப் பிரியமான மாமிசமாம்.

'அதை ஒரு கை பார்ப்போமே!' என்று பாறையில் வைத்திருந்த துப்பாக்கியை எடுத்து, அதை நோக்கிக் குறிவைத்தேன்.

"அடேடே! சுட்டுவிடாதே! நில், நில்!" என்று பயத்தில் பிளிறும் மனிதக் குரல் கேட்டுத் திடுக்கிட்டேன்.

"அடேடே! நில்! நான் வௌவாலில்லை! வேதாளம்! சுட்டு விடாதேயப்பா, தயவுசெய்து!" என்று மறுபடியும் கூவியது அக்குரல்.

என் கையிலிருந்த துப்பாக்கி நழுவிச் சுனையுள் விழுந்துவிட்டது.

வேதாளம் என்றால் யாருக்குத்தான் பயமிருக்காது? அதிலும் எனக்கு!

வேதாளப் பயத்தில் துப்பாக்கியையும் சுனைக்கு அர்ப்பணம் பண்ணியாகிவிட்டது. காசித் தேவருக்கு என்ன பதில் சொல்லுவது என்றுதான் புரியவில்லை.

இச்சந்தர்ப்பத்தில், வேதாளம் ஒரு அந்தர் அடித்துச் சிறகை விரித்துப் பறந்துவந்து எனக்கெதிரில் உட்கார்ந்துகொண்டது. அதன் பல்லும் முகமும், என்ன கோரம்! முதுகின் மேல், முதுகோடு முதுகாய், அது சிறிது முன் பறந்துவர உதவிய தோல் சிறகு ஒட்டிக் கிடந்தது. தலை சுத்த வழுக்கை; கபால ஓரத்தில் இரண்டொரு நரைத்த சடைகள்; கை கால் விரல்களில் நாட்பட வளர்ந்து பழுப்பேறிய நகங்கள்.

அது பல்லைப் பல்லைக் காண்பித்துக்கொண்டு, என்னைப் பார்த்தவண்ணம் குரங்கு மாதிரிக் குந்தி உட்கார்ந்துகொண்டிருந்தது. அதன் ஆழமான கண்களில் கிணற்று ஜலம் மின்னுவது மாதிரி அதன் கண்மணிகள் மின்னின.

கொஞ்சம் மரியாதையாகப் பேசி, தட்டிக் கழித்துவிட்டு அதை ஒழித்துவிட வேண்டும் என்பதுதான் என் ஒரே ஆசை.

தட்டுக்கெட்டாற் போல, "நீர் ஏன் அப்படித் தலைகீழாகத் தொங்கிக்கொண்டிருந்தீர்?" என்று கொஞ்சம் மரியாதைப் பன்மை யிலேயே விசாரித்தேன்.

"நான் வேதாளம்! நாங்கள் தலைகீழாகத்தான் தொங்க வேண்டும்!"

"வௌவால்களல்லவா அப்படித் தொங்க வேண்டும்?" என்றேன். நான் இதுவரையில் ஒரு வேதாளத்தையாவது நேரில் சந்தித்தது கிடையாதல்லவா!

"வௌவால்களும் அப்படித்தான் என்று சொல்லும். தலைகீழாகத் தொங்குவது எங்களது அசைக்க முடியாத உரிமை. எங்கள் ஜீவனுள்ள மட்டிலும் அதற்காகப் போராடுவோம்!" என்று கொஞ்சம் ஆவேசத் துடன் தலையை ஆட்டிப் பேசியது அந்த வேதாளம்.

அது தலையை ஆட்டிய வேகத்தில் அதன் கோரப்பற்கள் இரண்டும் கீழே விழுந்துவிட்டன. வேதாளம், அவற்றை உடனே எடுத்துச் சுனைத் தண்ணீரில் கழுவிவிட்டு மறுபடியும் ஈற்றில் ஒட்டவைத்துக்கொண்டது.

இதைக் கண்டதும் எனக்குச் சிரிப்பு வந்துவிட்டது. களுக்கென்று சிரித்துவிட்டேன்.

"ஏதேது! என்னைக் கண்டால் உமக்குப் பயம் தட்டவில்லையா! ஜாக்கிரதை! மனிதர் எல்லாரும் என்னைக் கண்டால் பயப்பட வேண்டும் என்பது சம்பிரதாயம்! நீர் மனிதர்தானே!" என்று கேட்டது.

இந்த வேதாளத்தின் விசித்திர சந்தேகங்கள் அதன்மீது எனக்கு அனுதாபத்தை உண்டுபண்ணின.

"உமக்கு நான் மனிதனா அல்லவா என்றுகூட ஏன் தெரியவில்லை? நான் மனிதன்தான்!" என்று சொன்னேன்.

"எனக்குப் பார்வை கொஞ்சம் மங்கல், அதனால்தான். பார்வை மங்கக் காரணம் என்ன தெரியுமா? நான் பிறந்ததே திரேதா யுகம்!" என்று தனது வயதை அறிவித்துவிட்டு, "அதெல்லாம் அந்தக் காலத்திலே! இந்தக் காலத்து மனுஷனுக்குத்தான் பயப்படக்கூடப் புத்தியும் இல்லை, திராணியும் இல்லையே!" என்று மனித வர்க்கத்தின் தற்போதைய பலவீனத்தைப் பற்றித் தன் அபிப்பிராயத்தை எடுத்துக் காட்டியது.

"அட பாபமே!" என்று நான் எனது அனுதாபத்தைத் தெரிவித்துக் கொண்டேன்.

"அந்தப் பாபத்தாலேதான், ஐயா, நான் சைவனானது! அந்தக் காலத்து மனுஷன் என்றால் எங்கள் ஜாதியைக் கண்டு பயப்படுவான், ரத்தத்தைக் கக்குவான்! இப்போதுதான் உங்களுக்குக் கக்குவதற்குக் கூட ரத்தம் இல்லையே! அதனாலேதான் அதோ இருக்கு பாரும், தேன்கூடு – அதிலிருக்கும் தேனைச் சாப்பிட்டுக்கொண்டு, சென்ற ஒரு நூறு வருஷமாக ஜீவித்து வருகிறேன்!"

"தினை மாவும் கொஞ்சம் சேர்த்துக்கொள்ளக் கூடாதோ? உடம்புக்கு நல்லதாச்சே!" என்றேன்.

"இந்தக் காலத்திலே அது எங்கய்யா கிடைக்கிறது? முந்திக் காலத்திலேன்னா எல்லாரும் பயப்பட்டா, நாங்க நினைக்கிறதெ குடுத்தா. இந்தக் காலத்திலே, எதுக்கெடுத்தாலும் துட்டு இல்லாமல் காரியம் நடக்கமாட்டேன் என்கிறதே!" என்றது.

"நீர் பூர்வ ஜன்மத்தில் ..."

"பூர்வாசிரமத்தில் என்று சொல்லுங்காணும்!" என்று இரைந்து கொண்டு, என்னை அடிக்க வேகமாகக் கையை ஓங்கியது.

திடீரென்று ஓங்கியதால் அதன் கை 'மளுக்' என்ற சப்தத்துடன் சுளுக்கிக்கொண்டது. இந்தக் கிழ வேதாளத்தின்மீது நிஜமாகவே எனக்கு அன்பு தோன்றவும், அதன் கையைப் பிடித்து உதறிச் சுளுக்கைத் தடவி விட்டுக்கொண்டே, "வயசு காலத்திலே இப்படி உடம்பை அலட்டிக்கொள்ளலாமா? நீர் பூர்வாசிரமத்தில் பிராமணன் தானே! அப்படியானால் தர்ப்பணம், சிரார்த்தம் செய்துவைத்துப் பிழைக்கலாமே!" என்று ஆலோசனை சொன்னேன்.

“நீர் சொல்லுகிறதும் நல்ல யோசனைதான்; ஆனால், எனக்கு வாதமாச்சே! குளிர்ந்த ஜலத்தில் குளித்தால் உடம்புக்கு ஒத்துக் கொள்ளாதே! என்ன செய்யலாம்?”

“அப்படியானால் உடம்புக்கு ஏதாவது டானிக் வாங்கிச் சாப்பிட வேண்டும். உங்கள் வேதாள உலகத்தில் வைத்தியர்கள் கிடையாதா?”

“எங்களுக்குத்தான் சாவே கிடையாது என்று பிரம்மா எழுதி வைத்துவிட்டானே! அதனாலேதான் வைத்திய சாஸ்திரத்தை நாங்கள் கற்றுக்கொள்ளவில்லை!”

“சிட்டுக்குருவி லேகியம் சாப்பிடும்; உடம்புக்கு நல்லது!”

“மறுபடியும் மறுபடியும் இப்படிச் சொல்லுகிறீரே! நான் சைவனாகித்தான் குடலே பலவீனமாகிவிட்டதே! வேறெ ஏதாவது மூலிகைச் சத்து இருந்தா சொல்லும்!”

“அப்படியானால் ஜஸ்டிஸ் சோமேசத்திடம் கேட்டுச் சொல்லு கிறேன். எனக்கு நேரமும் ஆகிறது; மேலும் இந்தக் காட்டிலே வழியும் தவறிவிட்டது!” என்று சொல்லி எழுந்தேன்.

“நான் வேண்டுமானால் வழி காண்பிக்கிறேன் வாரும்!” என்று எழுந்தது வேதாளம்.

“துப்பாக்கியை எடுக்க வேண்டுமே?” என்றேன்.

“உமக்கு ஞாபகப் பிசகு அதிகமோ! தண்ணீரில் கால்பட்டாலே எனக்கு வாதஜுரம் கண்டுவிடுமே! இருந்தாலும் நீர் நல்லவராக இருக்கிறீர், உமக்காக...” என்று தண்ணீருக்குள் அந்தரடித்து, துப்பாக்கியை எடுத்துக்கொண்டு வந்தது.

கரையில் அதற்கு நிற்கக்கூடச் சக்தியில்லை. ஓட்டைப் பல்லும், கை கால்களும் வெடவெடவென்று ஆடின.

என் மேல்வேஷ்டியைக் கொடுத்துப் போர்த்திக்கொள்ளும்படி சொன்னேன்.

போகும் வழியில், “அந்தக் காலத்து வளமுறை எப்படி?” என்று பேச்சுக் கொடுத்தேன்.

முன்னே சென்ற வேதாளம், நின்று திரும்பி, “எனக்கு ராமன் கிருஷ்ணன் எல்லாரையும் தெரியும். அவாள்கூடப் பயந்துண்டுதான் இருந்தா. எனக்கு அவாளைச் சின்னப் பையனாக இருக்கும்போதே தெரியும். அவாள் எல்லாம் தைரியசாலிகள்தான். ராக்ஷஸன் என்றால் தொம்சம் பண்ணிடுவாள். ஆனால், எங்களைக் கண்டா எப்போதுமே நல்லதனமா பயப்படுவா. அந்தக் காலத்து மனுஷாள்தான் என்னங்கிறீர்? தைரியத்திலே அசகாய சூரர்கள்தான். ஆனால் அவாளுக்கு மட்டு மரியாதை எல்லாம் தெரியும். முன்னோர்கள் சொன்னபடி, தெய்வம், பேய், பிசாசு, பூசாரி என்றால் ஒழுங்காகப் பயப்படுவாள். உங்கள் சுந்தரமூர்த்தி நாயனார்தான் என்ன? அவரைக்கூட எத்தனை தரம் பயங்காட்டியிருக்கேன் தெரியுமா? அந்தக் காலத்திலேதான் எங்களுக்கு முதல்லே பிடிச்சது வினை. எங்கேயோ வடக்கே இருந்து

சமணன் என்றும், புத்தன் என்றும் கூட்டம் கூட்டமாக வந்தாள். அந்த முட்டாள் பயல்கள், 'கொல்லப்படாது! பாவம் கீவம்' என்று சொல்லி, ஆட்களைத் தங்கள் கட்சிக்குத் திருப்பிவிட்டார்கள். அந்தக் காலத்திலேயிருந்துதான் நம்ம பரமசிவன் முதற்கொண்டு எல்லாத் தேவாளும் சைவராகிவிட்டார்கள். காலம் அவாளை அப்படி ஆட்டி வைத்தது. முன்னே திரிபுரத்தை எரித்தாரே, இந்தச் சிவன், இப்பொ அவராலே அந்தக் குருவிக்கூட்டைக்கூட எரிக்க முடியாது!" என்றது.

இச்சந்தர்ப்பத்தில் ஒரு சிறு முயல், அதன் காலில் இடறிப் பாய்ந்து பக்கத்துப் புதரைப் பார்த்துத் தாவியது.

"ஐயோ!" என்று கூவிக்கொண்டு, வேதாளம் வந்து என்னைக் கட்டிப் பிடித்துக்கொண்டது.

ஓடியது ஒரு முயல்தான் என்று சொல்லி அதன் பயத்தைத் தெளிவித்தேன்.

"நாங்கள் தலைகீழாகத் தொங்கித்தொங்கிக் கால்களெல்லாம் பிரயோஜனமில்லாமல் போய்விட்டன. இந்தத் தலைகீழ் ராஜ்யம் வந்ததும் அந்தச் சமணர்கள் காலத்தில்தான்!" என்றது.

"எப்படி?" என்றேன்.

"அவர்கள் எல்லாம் மரத்திலே உறியைக் கட்டி, அதிலே உட்கார்ந்து கொண்டார்கள். ஜனங்களெல்லாரும் அந்தப் பக்கம் திரும்ப ஆரம்பிச்சா! நான்தான் அப்போ அதற்கு இந்த வழி பண்ணி மறுபடியும் எங்களைப் பார்த்துப் பயப்படும்படி செஞ்சேன்!" என்று அது கொஞ்சம் பெருமையடித்துக்கொண்டது.

பேசிப்பேசி அதற்குள் பழைய பாபநாசத்திற்கு வந்துவிட்டோம்.

மண்டபத்தருகில் நின்ற ஒரு முருங்கை மரத்தைப் பார்த்ததும் எனக்கு ஒரு யோசனை தட்டியது.

"உமக்கு உச்சினிபுரத்து வேதாளத்தைத் தெரியுமா?" என்றேன்.

"அந்த விக்கிரமாதித்தப் பயலைத் தூக்கிக்கொண்டு அலைந்தாரே, அவரா! அவர் என் அண்ணா பிள்ளை!" என்றது.

"இதோ ஒரு முருங்கை மரம் இருக்கிறதே, இதில் ஏறி உட்கார்ந்து கொள்ளும்! நான் வேண்டுமானால் தினம் இங்கு வருகிறேன். உம்முடைய பழைய கதை எல்லாம் சொல்லுமே!" என்றேன்.

"ஓஹோ! அப்படியா சேதி? எங்க அண்ணா சுத்த அசடு. ஏமாந்து சொல்லிக்கொண்டு கிடந்தான்? நான் சொல்ல வேண்டுமானால், என்ன தெரியுமா? உமக்குக் கிடைக்கிற லாபத்தில் சரி பாதி எனக்குக் கொடுக்க வேண்டும். அப்படி ஸ்டாம்பு ஒட்டிப் பத்திரம் எழுதினால் தான் மேலே பேசலாம்!" என்றது.

"இப்பொ எல்லாம் புஸ்தக வியாபாரம் கொஞ்சம் மந்தம். நீர் அப்படியெல்லாம் கேட்கக் கூடாது!"

"அப்படியானால் ஒரு கோவிலாவது கட்டி வையும்" என்றது.

வேதாளப் பொருளாதார சாஸ்திரத்தில் கோவில் அவ்வளவு லேசாகக் கட்டிவிடலாம் என்றால் மனுஷ உலகத்தில் அப்படி இல்லையே! "பிறகு யோசித்துக்கொள்ளலாம்!" என்று நினைத்துக் கொண்டு எழுந்து, தவிடுள்ள அரிசி, 'விட்டமின் டி' எல்லாம் சேர்த்துச் சாப்பிட்டு உடம்பைத் தேற்றிக்கொள்ளும்படி அதற்கு ஆலோசனை கூறிவிட்டு, காசித் தேவர் வீட்டை நோக்கி நடந்தேன். நான் எப்படிச் சத்தியம் செய்தாலும் அவர் என்னை நம்பப் போகிறாரா? எங்கோ படுத்துத் தூங்கினேன் என்றுதான் சொல்லுவார்.

நான் திரும்பிப் பார்க்கையில் அந்த வேதாளம் வௌவால் மாதிரிப் பறந்து சென்று ஓரத்து மலைச் சரிவில் மறைந்துவிட்டது.

மணிக்கொடி, 15.2.1937

மனித யந்திரம்

ஸ்ரீ மீனாட்சிசுந்தரம் பிள்ளை ஒரு ஸ்டோர் குமாஸ்தா. அவர் உப்புப் புளி பற்று-வரவு கணக்கின் மூலமாகவும் படிக்கல்லின் மூலமாகவும் மனித வர்க்கத்தின் சோக நாடகங்களையும் மனித சித்தத்தின் விசித்திர ஓட்டங்களையும் அளந்தவர்.

அவருக்குச் சென்ற நாற்பத்தைந்து வருஷங்களாக அதே பாதை, அதே வீடு, அதே பலசரக்குக் கடையின் கமறல்தான் விதி. அதுவும் அந்தக் காலத்தில் அடக்கமான வெறும் மூலைத் தெரு ராமு கடையாகத் தான் இருந்தது. கடையும் பிள்ளையவர்களுடன் வளர்ந்தது. ஆனால் அதில் சுவராஸ்யமென்னவெனில் வெறும் 'மீனாச்சி' ஸ்ரீ மீனாட்சி சுந்தரம் பிள்ளையாகப் பரிணமித்தாலும் அவருக்கு அந்தப் பழையது தான், அந்தக் காவியேறிய கம்பிக்கரை வேஷ்டிதான். கடைக்கு முன்னால் இருந்த காறையும் கூரையும் போய் 'ரீ-இன் போர்ஸ்ட் காங்க்ரீட், எலெக்ட்ரிக் லைட், கௌண்டர்' முதலிய அந்தஸ்துகள் எல்லாம் வந்துவிட்டன. கடையும் பிள்ளையும் ஒன்றாக வளர்ந்தார்கள்; ஆனால் ஒட்டி வளரவில்லை. கடையில் வரவு செலவு வளர்ந்தது; பிள்ளையவர்களுக்குக் கவலையும் வளர்ந்தது.

ஸ்ரீ மீனாட்சிசுந்தரம் பிள்ளை பற்று வரவு கணக்குகளில் உள்ள சிக்கல்களையெல்லாம் அற்புதமாகத் தீர்த்து வைப்பார். அந்தக் காலத்தில் புன்னை எண்ணெய்க் குத்துவிளக்கடியில் இரவு பன்னிரண்டு மணிவரை மல்லாடுவார். இப்பொழுதும் அந்த மல்லாட்டத்திற்கெல் லாம் குறைச்சல் இல்லை; ஆனால் இப்பொழுது மின்சார விளக்கும் விசிறியும் உடன் விழித்திருக்கும். அவரது சம்பளமும் ஆமை வேகத்தில் 'ஓடி' மாதத்துக்கு ரூ. 20 என்ற எல்லையை எட்டிவிட்டது. பற்று வரவு கணக்கு நிபுணர் ஸ்ரீ மீனாட்சிசுந்தரம் பிள்ளையின் திறமை யெல்லாம் அந்த ஸ்டோர் கடையுடன்தான். வீட்டு வரவு செலவு கணக்கு மட்டும் அவருடைய இந்திர ஜால வித்தைகளுக்கெல்லாம் மீறி, உலகளந்த பெருமாளாக, சென்ற நாற்பத்தைந்து வருஷங்களாகப் பரந்து கிடக்கிறது; பரந்துகொண்டு வருகிறது.

காலை ஐந்து மணிக்கு ஈர ஆற்று மணல் ஒட்டிய அவர் பாதங்கள், வெகு வேகமாக ஆற்றில் இறங்கும் சந்திலிருந்து ராஜபாட்டையில் திரும்பி, மறுபடியும் ஒற்றைத் தெரு என்ற சந்தில் நுழைவதைக் காணலாம்.

மழையானாலும் பனியானாலும் ஈர வேஷ்டியைச் சற்று உயர்த்திய கைகளால் பின்புறம் பறக்கவிட்டுக்கொண்டு, உலர்ந்தும் உலராத நெற்றியில் சுப்பிரமணிய சுவாமி கோவில் விபூதி, குங்குமம், சந்தனம் விகசிக்க அவர் செல்லும் காட்சியைச் சென்ற நாற்பத்தைந்து வருஷங்களாகக் கண்டவர்களுக்கு அவர் பக்தியைப் பற்றி அவ்வளவாகக் கவலை ஏற்படாவிட்டாலும், நன்றாக முடுக்கிவிடப்பட்ட பழுது படாத யந்திரம் ஒன்று நினைவிற்கு வரும்.

ஆறு மணியாகிவிட்டால் நேற்றுத் துவைத்து உலர்த்திய வேஷ்டியும் துண்டுமாக, ஈரத் தலையைச் சிக்கெடுத்தவண்ணம் ஸ்டோர் கடையை நோக்கி நடப்பார். மறுபடியும் அவர் இரவு பத்து அல்லது பன்னிரண்டு மணிக்கு கடையைப் பூட்டிக்கொண்டு திரும்புவதைப் பார்க்கலாம்.

'மீனாச்சி', கணக்குப்பிள்ளை அந்தஸ்தை எட்டுவதற்கு முன்பே நாலைந்து குழந்தை–மீனாட்சிகள் தெருவில் புழுதி ரக ஆராய்ச்சியில் ஈடுபடுவது சர்வ சாதாரணமாகிவிட்டது.

பிள்ளையவர்கள் பொறுமைசாலி – ஆதிசேஷன் ஒரு பூமியின் பாரத்தைத்தான் தாங்குகிறானாம் – ஆனால் பொறுப்பு, ஏமாற்று, சுயமரியாதை, நம்பிக்கை என்ற நியதியற்றுச் சுழலும் ஒரு பெரிய கிரக மண்டலத்தையே தூக்கிச் சுமக்கிறார் அவர். ஏறு நெற்றி, வழுக்கைத் தலை, கூன் முதுகு, பெட்டியடியில் உட்கார்ந்துஉட்கார்ந்து குடமான வயிறு – இவைதான் இச்சுமைதாங்கி உத்தியோகத்தால் ஏற்பட்ட பலன்கள்.

பிள்ளையவர்கள் மிகவும் சாது; அதாவது படாடோபம், மிடுக்கு, செல்வம், அகம்பாவம் முதலியவற்றின் உதைகளையும் குத்துக்களையும் ஏற்றுஏற்று மனமும் செயலும் எதிர்க்கும் சக்தியையும் தன்னம்பிக்கையையும் அறவே இழந்துவிட்டன. தாம் கீழ்ப்பட்டவர், விநயமாக இருக்க வேண்டும், தம்மைப் பாதுகாத்துக்கொள்ள உண்மை, நாணயம் முதலிய பழக்கங்களைக் கைக்கொள்ள வேண்டும் என்று உறுதிப் பட்டவர். ஆனால் அவர் உள்ளத்தில், அந்தப் பெட்டிப் பாம்பாக அடங்கிக் கிடக்கும் உள்ளத்தில், அல்லாவுத்தீன் ஜீனியைப் போல் ஆசை பூதாகாரமாய் விரிந்து, அவரது சித்தப் பிரபஞ்சத்தையே கவித்து ஆக்கிரமித்துக் கொண்டது. தன்னைக் காத்துக்கொள்ள வேண்டும் என்பதற்காகச் செயல் திறமையிழந்தவன் செய்வது போல் ஆசைப் பேய்க்குப் பூசையும் பலியும் கொடுத்து மகா யக்ஞம் செய்ய எந்தப் பக்தனாலும் முடியாது.

இந்த மனம் இருக்கிறதே, அப்பா! ஸ்ரீ மீனாட்சிசுந்தரம் பிள்ளைக்கும் அது உண்டு. நீறு பூத்த நெருப்பை வேதாந்திகள் பெரிய விஷயங்களுக்கு உபமானம் சொல்லுவார்கள். ஆசையைப் பொறுத்தவரை அந்த

உபமானத்தால் பிள்ளை பெரிய மனுஷர்தான். 'மீனாச்சியா! அந்த அப்பாவிப் பயல்!' என்று பலர் துச்சமாகக் கருதுவார்கள். முகத்திற் கெதிரேயும் சொல்லுவார்கள். அப்படிப்பட்ட 'அப்பாவி'ப் பிராணியின் மனத்தில் புகைந்து கவிகிறது ஆசை. வீட்டில் குழந்தைக்குப் பால் தட்டாமலிருக்க – ஏன், பால் விற்று நாலு காசும் சம்பாதிக்க – மாடும் கன்றும் வாங்க வேண்டும்! தெற்குத் தெரு மாவன்னாவுக்கு 'மேடோவர்' செய்த நிலத்தைத் திருப்ப வேண்டும். இது மட்டுமா? கால் மேல் கால் போட்டு, 'ஏ மீனாட்சி!' என்று தாம் அழைக்கப் படுவது போல், தம் இஷ்டப்படி ஆட ஒரு மீனாட்சியும் ஸ்டோர் கடையும் கைக்குள் வரவேண்டும். ஒரு முறை கொழும்புக்குப் போய் விட்டுத் தங்க அரைஞாண், கடிகாரச் சங்கிலி, வாட்டசாட்டமான உடம்பு, கையில் நல்ல ரொக்கம், கொழும்புப் பிள்ளை என்ற பட்டம் முதலிய சகல வைபவங்களுடனும் திரும்ப வேண்டும். தெருவில் எதிரே வருகிறவர் எல்லாரும் துண்டை இடுப்பில் கட்டிக்கொண்டு, பல்லை இளித்தவண்ணம் 'அண்ணாச்சி சௌக்கியமா?' என்று கேட்க வேண்டும்! ஊரில் நடைபெறும் கலியாணமும் சம்பவிக்கும் இழவும் இவர் வருகையை எதிர்பார்த்துத்தான் தம் பாதையில் செல்ல வேண்டும் . . .!

இன்னும் எத்தனையோ எண்ணங்கள்! தினசரி பணப்புழக்கம் எல்லாம் அவர் கையில்தான். கடைசியாய், தனியாகக் கடையைப் பூட்டிச் சாவியை எடுத்துக்கொண்டு போகிறவரும் அவர்தான். அதே சமயத்தில்தான் கடைக்குக் கூப்பிடுகிற தூரத்தில் இருக்கும் ரயில்வே ஸ்டேஷனில் ஐந்து நிமிஷம் நின்றுவிட்டுத் தூத்துக்குடி ஷட்டில் வண்டி புறப்படுகிறது. டிக்கட் வாங்கிக்கொண்டு ராத்திரியோடு ராத்திரியாகக் கம்பி நீட்டிவிடலாம். டிக்கட்டுக்கு மட்டிலும் பணம் எடுக்கத் தினசரி கடையில் பணம் புரளும். ஆனால், அந்தப் போலீஸ்காரப் பயல் இருக்கிறானே! நினைக்கும்பொழுதே பிள்ளையவர் களுக்கு அவன் கை தோளில் விழுவது போலப் பயம் தட்டிவிடும். திடுக்கிட்டுத் திரும்பிக்கூடப் பார்த்துவிடுவார்.

சிலர் நேரத்தைத் தெரிந்துகொள்ளக் கைக்கடிகாரம் கட்டிக் கொள்ளுவார்கள். வேறு சிலர் நிழலின் குறியை உபயோகப்படுத்திக் கொள்ளுவார்கள். கடிகாரத்தின் மெயின் ஸ்பிரிங் ஒடிவதற்கு ஹேது உண்டு. சூரியனை மேகம் மறைத்தால் நிழலின் குறியெல்லாம் அந்தரடித்துக்கொண்டு போக வேண்டியதுதான். அதனால்தானோ என்னவோ, சென்ற நாற்பத்தைந்து வருஷங்களாகக் கொக்கிரகுளத்தி லுள்ள பலருக்கும் ஸ்ரீமான் மீனாட்சிசுந்தரம் பிள்ளை சாவி கொடுக்காத கடிகாரமாய், மேகத்தால் மறையாத சூரியனாய், என்றும் பழுதுபடாத நித்திய வஸ்துவாய் இருந்துவருகிறார்.

பிள்ளைக்கு எதிலும் நிதானம். இயற்கையின் நியதியைப் போல் இருக்கும் அவர் நடவடிக்கையெல்லாம் – நேற்று இருந்த மாதிரித்தான் இன்றும், நாளையும், இனியும். ஒன்றுமட்டும் சொல்லுகிறேன். கொக்கிரகுளத்தில் உள்ள மிகவும் முதிர்ந்த கிழவருக்கும், அவர்

தம் சன்னக் கம்பிக் கறுப்புக் கரை நாட்டு வேஷ்டியுடன்தான் காட்சியளித்து வருகிறார்; இந்த ஒழுங்கிலிருந்து அவர் விலகியதும் கிடையாது; விலக முயன்றதும் விரும்பியதும் கிடையாது.

ஸ்ரீ பிள்ளையவர்களின் முகம் தேஜஸ் கீஜஸ் என்ற தொந்தரவெல்லாம் பெறாவிட்டாலும் அவர் ஒரு சித்தாந்தி. பற்று வரவு கணக்கு அவருக்கு வாழ்க்கையின் இரகசியங்களை எடுத்துக் காண்பித்து, புகையூடு தெரியும் விளக்கைப் போன்ற ஒரு மங்கிய சித்தாந்தத்தை உபதேசித்தது.

2

மூலைத் தெரு லாந்தல் கம்பங்கூடச் சோர்ந்துவிட்டது. கொக்கிர குளத்திலுள்ள லாந்தல் கம்பங்களுக்கு இரவு பத்து மணிக்குள்ளாகவே சர்வ சாதாரணமாக ஏற்படும் வியாதி இது.

மூலைத் தெருவில் மற்ற இடங்களெல்லாம் ஒடுங்கிவிட்டன. ஸ்டோரில் பெட்டியடி மேல் ஒற்றை மின்சார விளக்குப் பிரகாசிக்கிறது. பிள்ளையவர்கள் ஓலைப் பாயில் உட்கார்ந்துகொண்டு மேஜையின் மேலுள்ள சிட்டைப் புத்தகத்தில் ஏதோ பதிந்துகொண்டு இருக்கிறார்.

“சுப்புப் பிள்ளையா? நாலு, நாலரை, நாலரையே மாகாணி, நாலரையே மாகாணியும் ஒரு சல்லியும், நாலரையே மாகாணி ஒரு சல்லி, ஒரு துட்டு, நாலு, ஒம்பது, அஞ்சு சல்லி! . . . சவத்துப் பயலுக்கு குடுத்துக் குடுத்துக் கட்டுமா? நாளைக்கு வரட்டும் சொல்லறேன். கோவாலய்யனா? சொல்லவும் முடியாது, மெல்லவும் முடியாது! என்ன செய்யறது? பிள்ளையவாள் பாடு அவன் பாடு . . .” ஏடுகளைப் புரட்டுகிறார். நெற்றியில் வழியும் வேர்வையைத் துடைத்துவிட்டு ராமையாப் பிள்ளை பேரேட்டைத் திருப்பிக் கூட்ட ஆரம்பித்தார். “வீசம், அரைக்கால், அரையேரைக்கால் . . .”

“என்ன அண்ணாச்சி, இன்னங் கடையடைக்கலே? என்னத்தெ விளுந்துவிளுந்து பாக்கிய?” என்றுகொண்டே வந்தார் மாவடியா பிள்ளை. “வாரும், இரியும்!” என்று சொல்லி, மறுபடியும் கணக்கில் ஈடுபட்டார் பிள்ளை.

“என்னய்யா, வண்டி போயிருக்குமே! இன்னமா? உமக்கென்ன பயித்தியம்?”

“தம்பி, நீங்க ஒரு மூணு வீசம் அரை வீசம் கொடுக்கணுமில்லெ; நாளாயிட்டுதே! கொஞ்சம் பாருங்க, கடைலே பெரண்டாத்தானே முடியும்?”

“அதுக்கென்னையா வர்ர வியாழக்கிழமை பாக்கிறேன். நீங்க வீசம்படி *பின்னைக்கி எண்ணை குடுங்க; எல்லாத்தையும் சேர்த்துக் குடுத்திடுவேன்!”

---

* பின்னைக்கி எண்ணை: புன்னைக்காய் எண்ணெய்

"பாத்துச் செய்யுங்க!" என்று சொல்லிக்கொண்டே மேல் துண்டை எடுத்து ஒரு தோளில் போட்டுக்கொண்டு எழுந்தார். கொட்டாவி வந்துவிட்டது. வாய்ப் பக்கம் விரலால் சுடக்கு விட்டுக்கொண்டே 'மகாதேவ, மகாதேவ' என்று முணுமுணுத்தவண்ணம் நெடுங்காலக் களிம்பால் பச்சை ஏறிப்போன புன்னைக்காய் எண்ணெயிருக்கும் செப்புப் பாத்திரத்தண்டை சென்றார். குனியுமுன் தலையை விரித்து உதறி, இடது கையால் அள்ளிச் சொருகிக்கொண்டு, கட்டை விரலுக்கும் நடுவிரலுக்கும் இடையில் பிடித்து வீசம் படியில் எண்ணெயை எடுத்துக்கொண்டு திரும்பினார்.

"தம்பி!" என்றுகொண்டே நீட்டினார்.

மாவடியா பிள்ளை கையில் இருந்த சிறு பித்தளை டம்ளரில் வாங்கிக்கொண்டார்.

பிள்ளையவர்கள் மறுபடியும் ஒழுங்காக மேல்துண்டை மடித்துப் பெட்டியடியில் போட்டுக்கொண்டு, 'மகாதேவா!' என்று வாய்விட்டு ஓலமிட்டவண்ணம் ஒற்றைக் கையைப் பெட்டியின்மேல் ஊன்றியபடி மெதுவாகச் சம்மணமிட்டு உட்கார்ந்தார்.

மாவடியா பிள்ளை புறப்படுவதாகத் தோன்றவில்லை.

"என்ன அண்ணாச்சி, இன்னந் *தேரமாகலியா!" என்று, பெட்டியடிப் பக்கத்தில் இருந்த தட்டில் உள்ள பொரி கடலையை எடுத்துக் கொறிக்க ஆரம்பித்தார்.

"இன்னம் ரெண்டு மூணு புள்ளியைப் பாத்துவிட்டுத்தான் கடையெடுக்கணும். எனக்குச் **செல்லும். வார வைகாசிலே ராதா வரத்துப் பிள்ளை என்னமோ காசுக் கடை வைக்ராஹளாமே; ஒங்கிளுக்கென்னய்யா!" ... என்று சிரித்தார் பிள்ளை.

"அவாளுக்கென்ன! காசுக் கடையும் வைப்பாஹ, கும்பினிக் கடையும் வைப்பாஹ. கையிலே பசை இருந்தா யார்தான் என்னதான் செய்யமாட்டாஹ? வார வைகாசிலையா? யார் சொன்னா?" என்று வாயில் உப்புக் கடலை ஒன்றை எடுத்துப் போட்டபடியே கேட்டார்.

"என்னய்யா, ஒரேயடியா கையை விரிக்கிய? ஒங்களுக்குத் தெரியாமலா பிள்ளைவாள் வீட்லெ ஒண்ணு நடக்கும்? யாருகிட்டெ ஒங்க மூட்டையெ அவுக்கிய?" என்று கையில் எடுத்த பென்ஸில் முனை மழுங்கியிருந்ததால் நகத்தால் கட்டையை உரித்துக்கொண்டே சொன்னார்.

மாவடியா பிள்ளை அப்படி இலகுவில் 'மூட்டையை அவிழ்த்து' விடுபவரல்லர். 'ஊர்க் கதை எல்லாம் நமக்கெதுக்கு? நான் வாரேன். தேரமாகுது!" என்று எண்ணெயை எடுத்துக்கொண்டு புறப்பட்டு விட்டார்.

---

* தேரம் : நேரம்

** செல்லும் : நேரம் செல்லும்

“தம்பி! விசாளக்கௌமையை மறக்காமே!” என்றார் பிள்ளை.

“மறப்பனா!” என்றுகொண்டே இருட்டில் மறைந்தார் மாவடியா பிள்ளை.

பிள்ளையவர்களுக்கு அப்புறம் கணக்கில் மனம் லயிக்கவில்லை. ராதாபுரத்துப் பிள்ளை ஆரம்பிக்கப்போகும் காசுக் கடையிலும், அதில் மாவடியா பிள்ளைக்குக் கிடைக்கக்கூடிய ஸ்தானத்தையும் பற்றி விஸ்தாரமாக நினைக்க ஆரம்பித்துவிட்டார்.

‘மாவடியா பிள்ளைக்கென்ன! கையிலே பணம் புரண்ட வண்ணந்தான். இப்பவே ஒரேயடியாக முழுங்கரானெ. ஆளைக் கையிலே பிடிக்க முடியுமா? . . .’

அவர் மனம் காசுக் கடைப் பெட்டியடியில் உட்கார்ந்திருக்கும் கற்பனை – மாவடியா பிள்ளையைக் கண்டு பொறாமைப்பட்டது. ‘என்னதான் இருந்தாலும் நாணயமா ஒரு இடத்தில் இருக்கிறவன் என்று பேர் வாங்கப்போறானா! நாற்பத்தைந்து வருஷங்கள் ஒரே இடத்தில் இருந்து பேர் வாங்கினால் அல்லவா தெரியும்? . . .’ உடனே மனம் நாற்பத்தைந்து வருஷங்களையும் தாவி, ஏதோ அந்தக் காலத்தில் பள்ளிக்கூடத்திற்குப் போக மறுத்ததினால் ஏற்பட்ட இந்த மாறுதலை நினைத்தது. அந்தக் காலத்தில் அது பிரமாதமாகப் படவில்லை. அப்புறம் பிள்ளையும் குட்டியும் வந்து, அது இது என்று ஆகஆகச் சந்தர்ப்பம் தவறாக மாறிப் பெரிய தவறாக உருவெடுத்தது. வக்கீல் பிள்ளையும் உடன்படித்தவர்தான். இப்பொழுது அவரை ‘ஏலே ஆறுமுகம்!’ என்று கூப்பிட முடியுமா?

பிள்ளையவர்களுக்கு மனம் கணக்கில் லயிக்கவில்லை. பெட்டியில் மூடிவைத்தார். ‘தூத்துக்குடி வண்டி இன்னும் புறப்படவில்லையே!’ என்ற எண்ணம் திடீரென்று உதித்தது. ‘சவத்தைக் கட்டி எத்தனை நாள்தான் மாரடிப்பது!’ என்று முணுமுணுத்தார். நெற்றியில் குபீர் என்று வியர்வை யெழும்பியது. பெட்டிச் சொருகை அனாவசிய பலத்தை உபயோகித்து வெளியே இழுத்தார். உள்ளேயிருந்த சில்லறையும் ரூபாயும் குலுங்கிச் சிதறின. செம்பு, நிக்கல், வெள்ளி என்று பாராமல் மடமடவென்று எண்ணினார். நாற்பதும் சில்லறையும் இருந்தது. அவசரஅவசரமாக எடுத்து மடியில் கொட்டிக்கொண்டு, விளக்கை அணைத்து, மடக்குக் கதவுகளைப் பூட்டினார்.

சாவிக் கொத்து கையில் இருக்கிற உணர்வுகூட இல்லாமல் வேகமாக ஸ்டேஷனை நோக்கி நடந்தார். நாற்பத்தைந்து வருஷமாக உழைத்துப் போட்டும் என்ன பலன்? நாக்குக்கு ருசியாச் சாப்பிட முடிந்ததா? என்ன பண்ணிவிடுவான்? கொஞ்ச தூரம் சென்ற பிறகுதான் செருப்பைக்கூடக் கடையிலேயே வைத்துவிட்டு வந்து விட்டார் என்ற உணர்வு தட்டியது.

நல்ல காலமாக எதிரில் யாரையும் காணோம். ‘பார்த்தால்தான் என்ன? கடையைப் பூட்டின பிறகு நேரே வீட்டிற்குத்தான் போக வேண்டுமா? நம்ம நினைப்பு அவனுக்கெப்படித் தெரியும்?’

ஸ்டேஷனுக்கு வந்தாய்விட்டது. பெட்ரோமாக்ஸ் விளக்கடியில் தூங்கும் சில்லறைச் சிப்பந்திகள், பக்கத்து வெற்றிலை பாக்குக் கடையில் வாயடி யடிக்கும் போர்ட்டர்கள்! வெளி கேட்டில் அவ்வளவு கூட்டம் இல்லை. ரயிலுக்குக் கூட்டம் இருக்காததும் நல்லதுதான் என்று நினைத்து உள்ளுக்குள் சந்தோஷப்பட்டுக்கொண்டார் பிள்ளை.

டிக்கட் கவுண்டரில் பத்தேகாலணாவை வைத்துவிட்டு, "தூத்துக்குடி!" என்றார் பிள்ளை. அதற்குள் நா வரண்டுவிட்டது.

"எங்கே?" என்றார் டிக்கட் குமாஸ்தா.

பிள்ளை திடுக்கிட்டார். "தூத்துக்குடி!" என்றார் மறுபடியும்.

"வாயில் என்ன கொழுக்கட்டையா? தெளிவாகத்தான் சொல்லேன்?" என்றுகொண்டே ஒரு டிக்கட்டைப் 'பஞ்ச்' செய்து கொடுத்தார் குமாஸ்தா.

அப்பாடா!

பிள்ளையவர்கள் நிம்மதியடைந்தவர் போல் மூச்சை உள்ளுக்கு வாங்கி மெல்ல விட்டுக்கொண்டு பிளாட்பாரத்தில் நுழைந்தார். வண்டி வந்து நின்றுகொண்டிருக்கிறது. புறப்பட இன்னும் பத்து நிமிஷம். ஒரு சோடா விற்பவனும், ஆமவடை – முறுக்கு – போளி – ஐயரும் குரல் வரிசையைப் பிளாட்பாரத்தின் மேலும் கீழுமாகக் காண்பித்து நடந்தனர். லக்கேஜ் தபால் வண்டிப் பக்கத்தில்தான் ஸ்டேஷன் மாஸ்டரும், ஸ்டேஷன் சிப்பந்திகளும்! தொடரின் பின்புறத் தில், ஒருவரும் இல்லாத தனி வண்டியில் ஏறி, கூட்ஸ் ஷெட் பக்கம் பார்த்த ஜன்னல் அண்டையில் உட்கார்ந்தார். ஜன்னல் பக்கம் இருந்த நிம்மதி இவரது மனத்தைத் துருதுரு என்று வாட்டியது. எழுந்து பிளாட்பாரத்தின் பக்கத்திலிருக்கும் ஜன்னல் பக்கம் வந்து உட்கார்ந்துகொண்டு, வண்டி எப்பொழுது புறப்படும் என்பதை ஆவலாக அறிய எஞ்சின் பக்கம் திரும்பிப் பார்த்துக்கொண்டிருந்தார்.

"பிள்ளைவாள்! ஏது இந்த ராத்திரியில்!" என்றது கம்பீரமான ஒரு குரல். வேறு ஒருவரும் இல்லை, ரயில்வே போலீஸைச் சேர்ந்த அவரது நண்பர் கலியாணசுந்தரம் பிள்ளை. திடுக்கிட்டுத் திரும்பினார்.

போலீஸ்காரன்! பிள்ளையவர்கள் நண்பரைப் பார்க்கவில்லை; காக்கி உடையைத்தான் பார்த்தார்!

தன்னை யறியாமல் அவரது வாய், "தூத்துக்குடி வரை!" என்றது.

"என்ன அவசரம்! நான் உங்களை மணியாச்சியில் பார்க்கிறேன்!" என்று சொல்லி, அளவெடுத்து வைக்கும் பெருமிதமான நடையுடன் லக்கேஜ் வான் பக்கம் நிற்கும் ஸ்டேஷன் மாஸ்டரை நாடினார் கலியாணசுந்தரம் பிள்ளை.

மீனாட்சிசுந்தரம் பிள்ளைக்கு நுனிநாக்கு முதல் அடித்தொண்டை வரை ஒரே வறட்சி; கண்கள் சுழன்றன.

“கலர்! சோடா!” என்று நீட்டினான் ஸோடாக்காரன்.

“ஏ, ஸோடா! கலர் ஒன்று உடை!” என்றார் பிள்ளை.

‘டஸ்!’ என்ற சப்தம்; ‘ஸார்’ என்று நீட்டினான் சோடாக்காரன். வாங்கிக் குடித்தார். ‘பூப்!’ என்று ஏப்பமிட்டுக்கொண்டே ஓரணாவை அவன் கையில் கொடுத்துவிட்டுப் பலகையில் சாய்ந்து கண்ணை மூடினார் பிள்ளை. ‘கலியாணி பார்த்துவிட்டானே! நாளைக்கு நம் குட்டு வெளிப்பட்டுப் போகுமே!’

துறைமுகத்தில் கலியாணசுந்தரம் பிள்ளை தமக்காகக் காத்துக் கொண்டிருப்பதை மனக் கண்ணால் பார்த்தார்.

ரயில் விஸில் கிரீச்சிட்டது. பிள்ளையவர்கள் அவசரஅவசரமாகக் கதவுப் பக்கம் வந்து இறங்கினார்.

பிளாட்பாரத்தில் கால் வைத்ததுதான் தாமதம், வண்டி நகர ஆரம்பித்தது.

‘என்ன பிள்ளைவாள் இறங்கிட்டிய!’ என்ற வேகம் அதிகரித்து ஓடும் ரயில் சாளரத்திலிருந்து ஒரு குரல். கலியாணசுந்தரம் பிள்ளை தான்.

“அவாள் வரலை!” என்று கத்தினார் பிள்ளை.

மெதுவாக, நிதானமாக ஸ்டேஷனைவிட்டு வெளியேறி ஸ்டோர் பக்கமாக நடந்தார் பிள்ளை. வழியில் சிறிது தூரம் செல்லுகையில் தான் பாஸ் இல்லாமல் எப்படிக் கப்பலில் செல்வது என்ற ஞாபகம் வந்தது பிள்ளைக்கு. ‘புத்தியைச் செருப்பால்தான் அடிக்கணும்!’ என்று சொல்லிக்கொண்டார் பிள்ளை. அவருக்குத் தமது ஆபத்தான நிலைமை அப்பொழுதுதான் தெளிவாயிற்று. உடல் நடுங்கியது.

‘யார் செய்த புண்ணியமோ!’ என்று மடியில் இருந்த விபூதியை நெற்றியில் இட்டுக்கொண்டு, ‘மகாதேவா!’ என்றார் வாய்விட்டு.

ஸ்டோருக்கு வந்துவிட்டார். சாவதானமாகக் கதவைத் திறந்து, விளக்கை ஏற்றினார். மடியில் இருந்த சில்லறையைப் பெட்டிக்குள் வைத்துவிட்டு, சிட்டையை எடுத்து, ‘மீனாட்சி பற்று பதினொன்றே காலணா’ என்று எழுதினார்.

மறுபடியும் விளக்கு அணைந்தது. காலில் செருப்பை மாட்டிக் கொள்ளும் சப்தம்; பூட்டு கிளிக் என்றது.

முதலாளி வீட்டை நோக்கி சருக்சருக்கென்ற செருப்புச் சப்தம்.

பிள்ளை வழியில் துண்டை உதறிப் போட்டுக்கொண்டார். தலையை உதறிச் சொருகிக்கொண்டார்.

முதலாளி காற்றுக்காக வெளியே விசிப் பலகையில் தூங்குகிறார்.

“ஐயா! ஐயா!” என்றார் மீனாட்சிசுந்தரம் பிள்ளை.

“என்ன வே, இவ்வளவு நேரம்!” என்று புரண்டுகொண்டே கொட்டாவி விட்டார் முதலாளி ஐயா.

"இல்லே, சோலி இருந்தது. எம் பத்துலே இண்ணக்கி பதினொண்ணே காலணா எளுதிருக்கேன்!" என்றார் பிள்ளை. அப்பொழுதும் அந்த நாவறட்சி போகவில்லை.

"சரி! விடியனெ வரப்பொ மூக்கனெ வண்டியைப் போட்டுக்கிட்டு வரச்சொல்லும். சந்தைக்குப் போக வேண்டாம்!" என்றார். சொல்லி விட்டு, கொடுங்கையைத் தலைக்கு வைத்துக்கொண்டு கண்ணை மூடிக்கொண்டார்.

மீனாட்சிசுந்தரம் பிள்ளை முதலாளி ஐயாவைச் சற்று நேரம் பார்த்துக்கொண்டே நின்றார். அப்புறம் மெதுவாகத் திரும்பி நடந்தார்.

மணிக்கொடி, 25.4.1937

காலனும் கிழவியும்

வெள்ளைக்கோயில் என்றால் அந்தப் பகுதியில் சுடுகாடு என்று அர்த்தம். ஆனால் அது ஒரு கிராமமும்கூட. கிராம முனிஸீபு முதலிய சம்பிரமங்கள் எல்லாம் உண்டு. ஊர் என்னமோ அப்படி அப்படித்தான்.

'வெள்ளைக்கோயிலுக்குப் போறேன்' என்றால் உலகத்திடம் செலவு பெற்றுக்கொள்வது என்பது அந்தப் பகுதி வாசிகளின் வியாக்கியானம். ஆனால், வெள்ளைக்கோயிலுக்குப் போய்த் திரும்பி வருகிறவர்களும் பலர் உண்டு. ஏன், சுப்பு நாடான் தினசரி காலையும் சாயங்காலமும் அங்கு போய்த்தான் ஏழை மக்களுக்குக் கஷ்டத்தை மறக்கவைக்கும் அமுதத்தை இறக்கி வருகிறான். மாடத்தி தினசரி அங்கு போய்த்தான் சுள்ளி பொறுக்கிக்கொண்டு திரும்புகிறாள். ஆனால் இப்படித் திரும்புகிறவர்களைப் பற்றி மட்டிலும் நினைவு வருகிறதில்லை போலும் அவ்வூர் வாசிகளுக்கு.

அந்தப் பிரதேசத்திற்குச் சென்றும் வெறுங்கையுடன் திரும்பி வரும் நிலைமை ஒரே ஓர் ஆசாமிக்கு ஏற்பட்டது. அவர்தான் தர்மராஜா.

இந்தச் சமாசாரத்தைப் பற்றி வெள்ளைக்கோயில்காரருக்குத் தெரியாது. ஏனென்றால், மருதாயி, புகையும் சுடுகாட்டுக்கும் சலசலக்கும் பனைவிளைக்கும் இடையில் உள்ள ஒரு குடிசையில் வசிக்கும் கிழவி.

மருதாயிக்கு இந்த விளையில் பனைகள் சிறு விடலிகளாக நின்றது தெரியும். அது மட்டுமா? கும்பினிக்காரன் பட்டாளம் அந்த வழியாகச் சென்றது எல்லாம் தெரியும். அந்தக் காலத்தில் மருதாயியின் பறையன் நல்ல செயலுள்ளவனாக இருந்தான். வஞ்சகமில்லாமல் குடிப்பான்.

மருதாயிக்கு அந்தக் காலத்திலேயிருந்த மிடுக்கு சொல்லி முடியாது. அறுப்புக்குச் சென்றுவிட்டு, களத்திலிருந்து மடி நிறையக் கொண்டு வரும் நெல்லை, கள்ளாக மாற்றுவதில் நிபுணி. சதிபதிகள் இருவரும் இந்த இலட்சியத்தை நோக்கி நடந்தால் வெள்ளைக்கோயில் பக்கம் குடியிருக்காமல் வேறு என்ன செய்ய முடியும்?

மருதாயிக்குப் பிள்ளைகள் பிறந்தன. அவையெல்லாம் எப்பவோ ஒரு காலத்தில் நடந்த சமாசாரம் – கனவு போல. இப்பொழுது பேரன் மாடசாமியும், எருமைக்கிடாவுந்தான் அவளுடைய மங்கிய கண்கள் கண்ட உண்மைகள். கிடாவை வெளியில் மேயவிட்டுக் கொண்டு வருவான் பேரன். கிடாவும் நன்றாகக் கருகருவென்று ஊரார் வயலை மேய்ந்து கொழுத்து வளர்ந்திருந்தது. வாங்குவதற்கு ஆள் வருவதை மாடசாமி எதிர்பார்த்திருந்தான்.

மாடசாமி அவளுடைய கடைக்குட்டிப் பெண்வழிப் பேரன். கொஞ்சம் துடியான பயல். பாட்டனின் ரத்தம் கொஞ்சம் ஜாஸ்தி. அதனால்தான் மாடு மேய்க்கிற 'சாக்கில்' கிழவியைக் குடிசையில் போட்டுவிட்டுப் போய்விடுவான். அவனுக்கு ஒரு பெண்ணைக் கட்டிவைத்துவிட்டால் தனக்கு இந்தக் குடிசைக் காவல் ஓயும் என்று நினைப்பாள் கிழவி. தன் கைக்கு ஒரு கோல் போல அவளுக்கும் ஒரு உதவிக்கட்டை தேவை என்று நினைத்தாள்.

காலத்தின் வாசனை படாத யமபுரியில் சிறிது பரபரப்பு. யம தர்மராஜா நேரிலேயே சென்று அழைத்து வரவேண்டிய ஒரு புள்ளியின் சீட்டுக் கிழிந்துவிட்டது என்பதைச் சித்திரபுத்திரன் மகாராஜாவிடம் அறிவித்தான். சித்திரபுத்திரனுக்கு ஓலைச் சுவடிகளைப் பார்த்துப் பார்த்தோ என்னவோ சிறிது காலமாகப் பார்வை அவ்வளவு தெளிவில்லை.

நேற்றும் இன்றும் அற்ற லோகத்தில் மாறுதல் ஏற்படுவது ஆச்சரியந் தான். இருந்தாலும் உண்மையை மறைக்க முடியவில்லையே!

தர்மராஜாவின் சிங்காதனத்தின் மேல்அந்தரத்தில் தொங்கும் ஒளிவாளின்மீது மாசு படர்ந்துவிட்டது – காரணம், மகாராஜனின் தொழிலிலும் மனத்திலும் மாசு படர்ந்ததால் என்று கிங்கரர்களுக்குள் ஒரு வதந்தி. மகாராஜாவும் தம் முன் வரும் உயிர்களுக்கு நியாயம் வழங்கும்போதெல்லாம் அடிக்கடி உயர அண்ணாந்து வாளைப் பார்த்துக்கொள்வாராம்.

போருக்கு முதல்வனையும் ஊருக்கு முதல்வரையும் மகாராஜாவே நேரில் சென்று அழைத்து வரவேண்டும் என்பது சம்பிரதாயம். காலத்திற்கு அதிபதியான மன்னன் அந்தக் கைங்கரியத்தைச் செய்வதில் மனக் குழப்பம் ஏற்பட்டது.

பூலோகத்திலே, குறிப்பாக வெள்ளைக்கோயிலிலே, அப்போது அஸ்தமன சமயம். பேய்க்காற்று யமதர்மராஜனின் வருகையை அலறி அறிவித்தது. பனைமரங்கள் தங்கள் ஓலைச் சிரங்களைச் சலசலத்துச் சிரக்கம்பம் செய்தன. சுடுகாட்டுச் சிதையில் வெந்து நீறாகும் வாத்தியார் உடல் ஒன்று கிழவிக்குக் கிடைக்கப்போகும் பெருமையைக் கண்டு பொறாமைப் புகையைக் கக்கித் தன்னை யழித்துக்கொண்டது. எங்கிருந்தோ ஒரு கூகையின் அலறல்.

ஓடிப்போய்ப் பேயாக மாறியாவது தனக்குக் கிடைக்கப்போகும் சித்திரவதைகளிலிருந்து தப்ப முயலும் வாத்தியார் உயிரை மறித்து,

தூண்டிலில் மாட்டி, மேல் நோக்கிப் பறக்கும் கிங்கரர்கள், மகாராஜா தூரத்திலே வருவதைக் கண்டு வேகமாக யமபுரியை நோக்கிச் செல்லலானார்கள்.

எங்கிருந்தோ ஒரு நாய் தர்மராஜனின் வருகையை அறிந்துகொண்டு அழுது ஓலமிட்டது.

கிழவி, குடிசைக் கதவை இழுத்துச் சாத்திவிட்டு இடுக்கான நடையில் வந்து உட்கார்ந்து வெற்றிலைக் குழவியை எடுக்கத் தடவினாள். கை கொஞ்சம் நடுங்கியது. என்றுமில்லாமல் கொஞ்சம் நாவரட்சி ஏற்பட்டது. 'சவத்துப் பயலெ அந்திலெ சந்திலெ தங்காதே, மாட்டே ஓட்டிக்கிட்டு வந்திருன்னு சொன்னா, மூதி ...' என்று சொல்லிக்கொண்டே தண்ணீர்க் கலயத்தை எடுத்தாள்.

புறக்கடையில் திடுதிடுவென்று எருமைக் கிடா வந்து நின்றது. அதன் மேலிருந்த கறுத்த யுவன் குதித்தான்.

"ஏலே மாடா, எத்தினி தெறவேதான் ஒன்கிட்டச் சொல்லி மாரடிக்க. மூதி, தொளுவிலெ கட்டி, பருத்தி விதையெ அள்ளி வய்யி, பாளையங்கோட்டை எசமா வந்திருந்தாவ. நாளைக்கி கடாவெ கொண்டாரச் சொன்னாவ!" என்றாள் வந்தவனைப் பார்த்து.

வந்தவன்தான் எமதர்மராஜா.

'பாவம், கிழவிக்கு அவ்வளவு கண் பஞ்சடைந்து போய்விட்டதா?' என்று அவன் மனம் இளகியது. கிழவியின் கடைசி விருப்பத்திற்குத் தடையாக ஏன் இருக்க வேண்டும் என்று எருமையைத் தொழுவில் கட்டிவிட்டு, பருத்தி விதையை அள்ளிவைத்தான். பூலோகத் தீனியைக் கண்டிராத எருமை திருதிருவென்று விழித்தது.

கிழவி திடுக்கிட்டுவிடாமல் இதமாக வந்த காரியத்தைத் தெரிவிக்க வேண்டும் என்று நினைத்துக்கொண்டு குனிந்து குடிசைக்குள் நுழைந்தான் யமன்.

"ஏலே அய்யா, அந்த வெத்திலைச் சருகை இப்பிடித் தள்ளிப் போடு!" என்றாள் கிழவி.

வெற்றிலையை எடுத்துக் கொடுத்துவிட்டு, "அதிருக்கட்டும் கிழவி, நான் யார் தெரியுமா? என்னை நல்லாப் பாரு! நான்தான் ..." என்று ஆரம்பித்தான் எமன்.

"என்ன குடிச்சுப்பிட்டு வந்தியாலே! எனக்கென்ன கண்ணு பொட்டையாப் போச்சுன்னு நினைச்சிக்கிட்டியாலே!" கிழவிக்கு அவன் நின்ற நிலையைப் பார்த்ததும் மத்தியானச் சம்பவம் ஏதோ நினைவுக்கு வந்தது.

"சிங்கிகொளத்தா மவளே, அவதான் சொக்கி, அவளைப் பார்த்திருக்கியாலே ... நேத்துக்கூடச் சுள்ளி பொறுக்க வந்தாளே ... அவ அப்பங்காரன் வந்திருந்தான் ... உனக்கு அவளெப் புடிச்சுக் கட்டிப் போட்டுட்டா நல்லதுன்னான். என்ன சொல்றே? ..."

காலத்தின் அதிபனான, காலத்தின் எல்லைக்கு அப்பாற்பட்ட யமதர்மராஜன் நடுநடுங்கினான்.

"நான்தான் யமதர்மராஜன்!" என்று அவனது வாய் உளறியது. பயப் பிராந்தியில் வாய் உண்மையைக் கக்கியது. ஆனால் அந்த உண்மை கிழவியின் உள்ளத்தில் பயத்தை ஏற்படுத்தவில்லை.

"குடிச்சுப்பிட்டுத்தான் வந்திருக்கே . . . ஒங்க பாட்டன் குடிச்சுக் குடிச்சுத்தான் தொலைஞ்சான் . . . அதான் வெள்ளக்கோயில் குடிசை! நாசமாப் போரத்துக்கு நாலு வளி வேணுமா? விதி யாரை விட்டுது . .?" என்றாள்.

விதியைப் பற்றி நினைத்ததும் கிழவிக்கு என்றுமில்லாத தளர்வு தட்டியது . . . மூச்சுத் திணறியது . . . யமனுக்குக் கால்களில் தெம்பு தட்டியது . . . விதிக்கோலைப் பற்றித் தன் ஆட்சியை நிலைநாட்ட நிமிர்ந்தான் . . . .

"ஏலே, ஒன் வக்கணையெல்லாம் இருக்கட்டுமிலே, என்னா, எருமை அத்துக்கிட்டு ஓடுது? மறிச்சுப் பிடிச்சா?" என்றாள் கிழவி.

'ஏதேச்சையாக அலைந்த வாகனத்தைக் கட்டிப்போட்டுப் பருத்தி விதை வைத்தால் நிற்குமா?' என்று நினைத்துக்கொண்டே, வெளியேறி வந்து சமிக்ஞை செய்தான் யமன். வாகனம் வந்து மறைவில் அவன் சொற்படி நின்றது.

எருமையின் முதுகில் போட்டிருக்கிற பாசக் கயிற்றை எடுத்துக் கொண்டு மறுபடியும் உள்ளே நுழைந்தான் யமன். பாசத்தால் அவளைக் கட்டிவிடலாம் என்று நம்பினான். பாவம்!

"ஏலே, கயிறு நல்லா உறுதியாக இருக்கே, எங்கலே வாங்கினே? ஒங்க பாட்டனிருந்தாருல்ல, அவருக்கு அப்பங் காலத்துலேதான் இது மாதிரி கெடைக்கும். அங்கென சுத்தி ஒரு கொடியாக் கட்டிப் போட்டு வய்யி, ஒண்ணுக்குமில்லாட்டா நாலு ஓலையையாவது சேத்துக் கட்டிக்கிட்டு வரலாம்!" என்றாள்.

பாசக் கயிற்றின் நுனியைக் கூரையைத் தாங்கும் விட்டத்தில் கட்டிக்கொண்டே, தான் அவள் பேரன் அல்லன் என்பதை இந்தக் கிழவிக்கு எப்படித் தெளிவுபடுத்துவது என்று எண்ணியெண்ணிப் பார்த்தான். தனது சுய உருவைக் காண்பித்தால் – பயந்துவிட்டால் என்ன செய்வது என்ற நினைப்பு . . . வேறு வழியில்லை . . . .

"ஏ கிழவி, என்னை இப்படி திரும்பிப் பார்!" என்று அதிகாரத் தொனியில் ஒரு குரல் எழுந்தது.

கிழவி திரும்பிப் பார்த்தாள். கூரையின் முகட்டையும் தாண்டி, ஸ்தூலத் தடையால் மறையாமல் யமன் தன் சுய உருவில் கம்பீரமாக நிற்பதைக் கண்டாள்.

"நீ யாரப்பா! இங்னெ ஏம் பேரன் நிண்டுகிட்டிருந்தானே, அவனெங்கே?" என்றாள்.

"நான்தான் யமன்! நான்தான் அவன்; உன் பேரனில்லை!" என்றான் யமன்.

“அப்படியா சேதி! வா இப்படி இரி” என்றுகொண்டே, வெற்றிலையைத் தட்டத் தொடங்கினாள் கிழவி. “இப்பம் எதுக்கு இங்கெ வந்தே?”

யமன் அவள் அருகில் வந்து உட்கார்ந்தான். அதனால், நின்றதன் காம்பீரியம் மறைந்துவிட்டது.

“போருக்கு முதல்வனையும் ஊருக்கு மூத்தவரையும் நான்தான் அழைத்துக்கொண்டு போக வேண்டும்!” என்றான்.

“அப்பிடின்னா?”

“நீ என்கூட வரவேண்டும். நீ அப்பொழுது கட்டிப்போடச் சொன்னாயே அது உன் எருமையல்ல, என் வாகனம்...”

“நான் ஒன்கூட வரணுமாக்கும்! என்னெ கூட்டிக்கிட்டுப் போவ ஒனக்குத் தெறமை யிருக்கா? ஒனக்குப் பாதி வேலேகூட சரியாச் செய்யத் தெரியாதே. என்னெக் கட்டோடெ கூட்டிக்கிட்டுப் போவ ஒனக்கு முடியுமா?”

“எனக்கு முடியாத ஒன்று இருக்கிறதா? நான் இதுவரை எத்தனை பேரை அழைத்துச் சென்றிருக்கிறேன் – அது உனக்கெப்படித் தெரியும்? நீ என்ன புராணம் இதிகாசம் படிக்கக்கூடிய ஜாதியில் பிறந்திருக்கிறாயா?...” இப்படிச் சொல்லிக்கொண்டு போகும்பொழுதே யமனுக்குத் தானே தனக்குப் பொய் சொல்லிக்கொள்கிறது போலப் பட்டது; ஏனென்றால் அவனுக்கு மார்க்கண்டன் சமாசாரமும் நினைவுக்கு வந்துவிட்டது.

“அதெல்லாம் இருக்கட்டும், நீ என்னெக் கூட்டிக்கிட்டு போய்த் தின்னா, நான் இருந்த நெனப்பே, என்னப் பத்தின நெனப்பே, நான் வச்சிருந்த பொளங்கின சாமானெல்லாம் ஒன்னோடெ எடுத்துக்கிட்டுப் போவ முடியுமா? என்னமோ எமன் கிமன் இன்னு பய முறுத்திரியே, ஒன் தொழிலே ஒனக்குச் செய்யத் தெரியலியே! அதெத் தெரிஞ்சிக்கிட்டு எங்கிட்ட வா!” என்று காலை நீட்டிக்கொண்டு முழங்காலைத் தடவினாள் கிழவி.

“என்ன சொன்னாய்! எனக்கா தெரியாது? இதோ பார், உன்னை என்ன செய்கிறேன்!” என்று உறுமிக்கொண்டு எழுந்தான் யமன். அந்தோ! அவன் வீசவேண்டிய பாசக்கயிறு அவனே கட்டிய கொடியாகத் தொங்கியது!

“உன்னாலெ என் உசிரெத்தானே எடுத்துக்கிட்டுப் போவ முடியும்? இந்த உடலைக்கூடத் தூக்கிட்டுப் போவ உனக்குத் தெறமை இருக்கா? யோசிச்சுப் பாரு. ஒண்ணெ வேறயா மாத்த முடியும்; உன்னாலே அழிக்க முடியுமா! அடியோட இல்லாமே ஆக்க முடியுமா? அதெ உன்னைப் படைச்ச கடவுளாலேயே செய்ய முடியாதே! அப்புறமில்ல உனக்கு? பழசுன்னா அவ்வளவு கிள்ளுக்கீரேன்னா நெனச்சே?” என்று பொக்கை வாயைத் திறந்துகாட்டிச் சிரித்தாள் கிழவி.

கையைப் பிசைந்துகொண்டே வெளியேறினான் யமன். அன்று தான் அவனுக்கு உண்மையான தோல்வி. மார்க்கண்டேயன் சமாசாரம்கூட அவனுக்கு அன்று வெற்றி மாதிரியே புலப்பட்டது.

யமராஜனின் தோல்வியைக் கண்டு தன்னைக் காப்பாற்றிக் கொள்ளப் போய்ப் பதுங்கியது போலப் பேய்க் காற்றும் ஓய்ந்து நின்றது. மாடசாமி எருமையை ஓட்டிக்கொண்டு வந்து சேர்ந்தான். கட்டுத்தறியில் தீனி போட்டுப் பருத்தி விதை வைத்துத் தயாராக இருந்ததைக் கண்டான். குருட்டுக் கிழவிக்கு வெறும் இடத்தில் எருமையிருப்பதாகத் தோன்றியதால் எல்லாம் தானாகத் தடவித் தடவிச் செய்திருக்கிறாள் என்று அவனுக்குத் தோன்றியது.

உள்ளே நுழைந்தான். வாயில் வெற்றிலையைக் குதப்பிக்கொண்டே கிழவி யமதேவனின் விஜயத்தையும், தோல்வியையும் பற்றிச் சொன்னாள். மாடசாமி வாலிபத்தின் அவநம்பிக்கையுடன் சிரித்தான். 'குருட்டு மூதி என்னவோ ஒளருது!' என்று முணுமுணுத்தான்.

இருந்தாலும், 'நல்ல கெட்டிக் கயிறு; காஞ்ச சருகாவது கட்டலாம். கைக்கு வந்தது தவறிவிட்டதே!' யென்று அவள் ஏங்கியது அவனுக்கும் கொஞ்சம் நம்பும்படிதான் இருந்தது.

மணிக்கொடி, 15.9.1937

நாசகாரக் கும்பல்

டாக்டர் விசுவநாத பிள்ளை (வெறும் சென்னை எல்.எம்.பி. தான்) சென்ற முப்பது முப்பத்தைந்து வருஷமாக ஆந்திர ஜில்லாவாசிகளிடை யமன் பட்டியல் தயாரித்துவிட்டு, பென்ஷன் பெற்று, திருச்செந்தூர் ஜில்லா போர்டு ரஸ்தாவில் பாளையங்கோட்டைக்கு எட்டாவது கல்லில் இருக்கும் அழகியநம்பியாபுரம் என்ற கிராமத்தில் குடியேறி னார். (என் திருநெல்வேலி நண்பர்கள் அழகியநம்பியாபுரத்தைத் தேடி ஜில்லாப் படத்துடன் மோதி மூளையை வரள வைத்துக்கொள்ள வேண்டாம். அதில் இல்லை.)

ஏறக்குறைய அதே சமயத்தில்தான், குடிமகன் மருதப்பனும் இலங்கைத் தோட்டத் துரைகளுக்கு க்ஷவரகனாக இருந்து, படிப்படி யாகக் கொழும்பு கோட்டைத் தெருக்களில் ஸலூன் வைக்கும் அதிர்ஷ்டமடைந்து, அதில் ஒரு பத்து வருஷ லாபத்தாலும், அங்கு சிறிது மனனம் செய்துகொண்ட 'வாகட சாஸ்திரம்', 'போகர் இருநூறு', 'கோரக்கர் மூலிகைச் சிந்தாமணி' இவற்றின் பரிச்சயத்தாலும் உயர்திரு. மருதப்ப மருத்துவனாராகி அழகியநம்பியாபுரத்தில் வந்து குடியேறினான்.

இவ்விருவரும் இவ்வூருக்கு ஒரே சமயத்தில் படையெடுத்தது தற்செயலாக ஏற்பட்ட சம்பவம். ஆனால், அழகியநம்பியாபுரத்தில் இவர்கள் வருகைக்கப்புறம் ஒரு மறைமுகமான மாறுதல் ஏற்பட்டது.

ஸ்ரீ விசுவநாத பிள்ளை சாதாரண வேளாளர் வகுப்பில் பிறந்து, வைத்தியத் தொழில் நல்ல லாபம் தரும் என்ற நம்பிக்கையில் வாலிப காலத்தில் அதில் ஈடுபட்டார். அந்தக் காலத்தில் வைத்தியக் கல்வி படிக்க வருகிறவர்களுக்கு 'ஸ்டைப்பண்ட்' (உபகாரச் சம்பளம்) கொடுத்ததும் இவருக்கு இந்தத் தொழிலில் ஆசை விழ ஒரு தூண்டு கோல் என்று சொல்ல வேண்டும். மேலும், அக்காலத்தில் சர்க்கார் உத்தியோகம் கைமேலே. பத்தொன்பதாம் நூற்றாண்டின் இறுதியில் வெள்ளைக்கார வைத்திய சாஸ்திரம் இவ்வளவு பிரமாத அபிவிருத்தி யடையவில்லை. உளுத்துப்போன அந்த 'மெடீரியா மெடிகா'வும் சீமையிலிருந்து தளும்பி வழிந்த வைத்திய சாஸ்திரமுமே இந்திய

விதேசி வைத்தியசாலை 'வடிகால்களில்' ஓடின. ஆகையால், பாஸ் செய்வதற்கும் உத்தியோகம் பார்ப்பதற்கும் அவ்வளவாகச் சிரமமில்லா திருந்தது. மேலும் வெள்ளைக்காரர்கள் தங்கள் வைத்திய சாஸ்திரத்தைப் பிரசாரம் செய்வதிலேயே ஊக்கங்கொண்டிருந்தனர்.

ஸ்ரீ விசுவநாத பிள்ளை படித்துத் தேறி, பணம் சம்பாதித்தது ஒரு பெரிய வசன காவியம்; அதற்கு இங்கு இடமில்லை. ஆனால், அந்தப் 'பிணமறுக்கும் தொழில்' அவரை நாஸ்திகராக்கிவிடவில்லை. அவருக்கு 'மெடீரியா மெடிகா'வில் எவ்வளவு அபார நம்பிக்கையோ, அவ்வளவு சைவ சித்தாந்த நூல்களிலும் உண்டு. சிவஞான போதச் சிற்றுரையும், 'ஸ்டெதாஸ்கோப்'பும் உத்தியோக காலத்தில் அபேதமாக இடம்பெற்றன. மேலும் திருநீறு முதலிய புறச் சின்னங்களின் உபயோகத் தையும் அவர் நன்கறிந்தவர்.

ஸ்ரீ விசுவநாத பிள்ளை பொதுவாக நல்ல மனுஷ்யர். நாலு பெயரிடம் சுமுகமாகப் பேசிப் பழகக்கூடியவர். எடுப்பு, மாஜி சர்க்கார் உத்தியோகஸ்தர் என்ற மிடுக்கு, ஒன்றும் கிடையாது.

பிள்ளையவர்களின் குடும்பம் விசாலமானதன்று. பெரிய கட்டுக் கோப்பில் தம் வம்சம் விருத்தியாகி லோகத்தின் அஷ்ட திக்கிலும் சென்று ஜயக்கொடி நாட்ட வேண்டும் என்று அவர் ஆசை கொள்ளா தவர் என்பதை அவருடைய ஏகபுத்திரன் மிஸ்டர் கிருஷ்ணசாமி நிரூபித்தான். ஸ்ரீமதி விசுவநாத பிள்ளை – அதாவது 'சாலாச்சியம்மா' (விசாலாட்சியம்மாள்) – நிரந்தரமாக, பிள்ளையவர்களின் சலித்துப் போன வைத்தியத்திற்கும் மீறிய வயிற்று சம்பந்தமான வியாதி உடையவள் என்பதை மத்தியானத்தில் மட்டிலும் அருந்தும் கேப்பைக் கஞ்சி எடுத்துக் காட்டுகிறது. சாலாச்சியம்மாள் பழைய காலத்து வேளாளக் குடும்ப நாகரிகத்து மோஸ்தர்படி பின்கொசுவம் வைத்துக் கட்டிய உடையுடனும், கழுத்து காதணிகளுடனும் வீடு நிறைந்து காட்சி யளிப்பாள்.

மிஸ்டர் கிருஷ்ணசாமி அப்பாவின் வற்புறுத்தலுக்காகப் 'பட்டணத்தில்' வைத்தியப் படிப்பில் தகப்பனார் சென்ற பாதையில் நம்பிக்கைகொள்ள முயலுகிறான்.

உயர்திரு. மருதப்ப மருத்துவனார் வாழ்க்கை இதே ரீதியில் செல்லவில்லை. மேடு பள்ளங்களைக் கண்டது. தலை நரைக்கும்வரை உழைப்பில் காய்த்துப்போன கை, காசு பணத்தை நிறையக் காணவில்லை.

அநுபவத்தின் கொடூரமான அல்லது இன்பகரமான சாயை விழாத, நம்பிக்கையும் நேசப்பான்மையும் நிறைந்த வாலிபப் பருவத்தில் குடிமகன் மருதப்பன் தூத்துக்குடியில் கொழும்புக்குக் கப்பலேறினான். திருநெல்வேலித் தாழ்த்தப்பட்ட வகுப்புக்களிடை கொழும்பு என்றால் இலங்கையின் ரப்பர் தேயிலைத் தோட்டங்கள் என்றுதான் பொருள். உயர்ந்த வேளாள வகுப்புக்களிடையேதான் கோட்டைப் பகுதி மண்டி வியாபாரம் என்ற அர்த்தம். மருதப்பன் நம்பிக்கையும் மேற்சொன்ன விதத்தில்தான்.

நூரளைத் தோட்டத் துரைகளுக்கும் உயர்தரத் தோட்ட உத்தியோகஸ்தர்களுக்கும் க்ஷவரத் தொழில் செய்து, கை நிறையக் கொடுத்த பக்ஷிஸ், சம்பளம், உணவு இவற்றுடன், இடையிடையே தொல்லைப்படுத்திய மலைக்காய்ச்சலும் பெற்று, கடைசியாகத் தன் முப்பதாவது வயதில் கொழும்பில் ஸலூன் வைத்தான். அந்தக் காலத்தில் ஸலூன் தொழிலில் அவ்வளவு போட்டி கிடையாது. இந்தியாக்காரர்கள் அவனுக்கு ஆதரவு அளித்தனர். தொழில் வளர்ந்தது. எப்பொழுதோ ஒரு முறை செய்த அவனுடைய இந்தியப் படையெடுப்பும் கலியாணமும் இடையிடையே நடைபெற்ற சம்பவங்கள்.

ஸலூன் முயற்சியில் நல்ல பலன் ஏற்பட்டதோடு, சித்த வைத்திய சாஸ்திரத்தில் சிறிதளவு பரிச்சயம் பெற்றுக்கொள்ள அவகாசமும் கிடைத்தது. இதனுடன் சமீபகாலமாக, இலங்கை மருத்துவ குல அன்பர்களின் சர்ச்சைகளின் மூலஸ்தானமாக விளங்கும் இலங்கைத் தினசரி ஒன்றும் அவன் மன விசாலத்திற்கு உற்ற துணையாக இருந்தது.

மருத்துவனார் தம் ஐம்பதாவது வயதில் தாய் நாடு திரும்பும் இலங்கைக் குடியேற்ற விருதுகளுடன் திருநெல்வேலி ரயில்வே ஸ்டேஷனில் இறங்கியபொழுது கையில் ரொக்கமாக ரூ. 5,000–மும், மேற்கொண்டு அழகியநம்பியாபுரத்தில் மூன்று கோட்டை நன்செய்யும், கொழும்பு ஸலூனில் வாரிசாக அவர் புத்திரனும் உண்டு.

அழகியநம்பியாபுரத்திற்கு பஸ் வந்துவிட்டது என்பதற்கு ரஸ்தாவின் இடப்பக்கத்துப் புளியமரத்தடியில் இருக்கும் எட்டாவது மைல் கல், அதற்குப் பக்கத்தில் உள்ள வயிரவன் பிள்ளை வெற்றிலை பாக்குக் கடை, டாக்டர் விசுவநாத பிள்ளையின் நந்தவனம் என்ற புன்செய்த் தோப்பின் மூங்கில் கேட், இவை எல்லாவற்றிற்கும் எதிராக இருக்கும் மருதப்ப மருத்துவரின் இரண்டடுக்குக் காறை வீடு – யாவும் பறைசாற்றினாற் போல் அறிவிக்கும்.

ரஸ்தாவில் இரு புறமும் மிகவும் நெருக்கமாக வளர்ந்த புளிய மரங்கள்; பஸ் நிற்கும் ஸ்தானத்துக்கு அருகில் எப்போதோ ஒரு காலத்தில் நிறுத்திவைக்கப்பட்ட சுமைதாங்கிக் கல்; அதன் குறுக்குக் கல் யதாஸ்தானத்தைவிட்டுக் கீழே விழுந்து எத்தனை காலமாயிற்றோ! பொதுவாக, நம்மில் பலர் தம்மை எந்த ஹோதாவில் ஒரு குறிப்பிட்ட மதத்தைச் சேர்ந்தவர்கள் என்று சொல்லிக்கொள்ளுகிறார்களோ, அதே உரிமையில் அதற்குச் சுமைதாங்கி என்ற பெயர் கிடைத்திருக்கிறது.

நேரம் நல்ல உச்சி வெய்யில். ஆனாலும், சாலையில் இம்மிகூடச் சூரிய வெளிச்சம் கிடையாது. பலசரக்குக்கடைச் சுப்புப் பிள்ளை பட்டறையில் உட்கார்ந்து, சுடலைமாடன் வில்லுப்பாட்டுப் புஸ்தகம் ஒன்றை ரஸமாக உரக்கப் பாடி, கடைச் சாய்ப்பின் கீழ் துண்டை விரித்து முழங்காலைக் கட்டி உட்கார்ந்திருக்கும் இரண்டொரு தேவமாரை (மறவர்) மகிழ்வித்துக்கொண்டிருக்கிறார். தம்பலத்தால் வாயில் எச்சில் ஊற்று நிறையநிறைய, வாசிப்புக்கு இடையூறு

ஏற்படாதபடியும், கீழே உட்கார்ந்திருப்பவர்மீது சிறிதும் தெறிக்காதபடியும் லாவகமாகத் தலையை வெளியே நீட்டி அவர் துப்பும்போது, கடையின் பக்கத்துச் சுவரில் துப்பாமலிருப்பதற்கு நீண்ட நாள் அனுபவம் மட்டும் போதாது, அதற்குத் தனித் திறமையும் வேண்டும் என்பது தெரியும். ஆனால், அது சுப்புப் பிள்ளையின் தனித் திறமை கேட்டிருக்கும் மறவர் கண்களில் படவில்லை. உலகத்தில் புகழையும் பெருமையையும் சமாதி கட்டித்தானே வழிபடுகிறார்கள்! அழகிய நம்பியாபுர மறவர்களுக்கும் இந்தத் தத்துவ இரகசியம் தெரிந்திருந்தது என்றால் அவர்களைப் பற்றி மனிதர்கள் என்று நம்பிக்கைகொள்ளாமல் வேறு என்ன செய்வது?

மலையாளம் போனியானா, ஏ, சுடலே!
நீ மாறி வரப்போரதில்லை!...

என்று இழுத்தார் பிள்ளை.

"ஆமாமிய்யா! மலையாளத்திலே அந்தக் காலந்தொட்டே கொறளி வேலைக்காரனுவ இருக்கானுவளா?" என்றான் பலவேசத் தேவன் என்ற அநுபவமில்லாத இளங்காளை. அவனுடைய முறுக்கேறிய சதை அவன் வேலை செய்கையில் உருண்டு நெளிவதைச் சாப்பாடில்லாமலே பார்த்துக்கொண்டிருக்கலாம். அவன் தலையாரித் தேவனின் மகன்.

"நீ என்னலே சொல்லுதே? அந்தக் காலத்துலேதான் இந்த வித்தை பெரவலம். சொடலையையே சிமிளிலே வச்சு அடச்சுப் பிட்டானுவன்னா பார்த்துக்கிடேன்!" என்றான் வேலாண்டி. அவன் ஒரு கொண்டையன்கோட்டையான் (மறவர்களுக்குள் ஒரு கிளை). வயது விவேகத்தைக் குறிக்க வேண்டிய நரைத்த தலை அந்தஸ்தைக் கொடுத்தது; ஆனால் உடல் அநுபவமற்ற இளங்காளைகளின் கட்டு மாறாமல் இருந்தது. வாரத்திற்கு நிலத்தைக் குத்தகை எடுத்து, அதில் ஜீவிக்க முயலும் நம்பிக்கையின் அவதாரமான தமிழ்நாட்டு விவசாயிகளில் அவன் ஒருவன். இடுப்பில் வெட்டரிவாள் ஒன்று வைத்திருப்பான். அதன் உபயோகம் விறகு தறிப்பது மட்டுமல்ல என்று தெரிந்தவர்கள் சொல்லிக்கொள்வார்கள். ஆனால், நாணயஸ்தன்; பொய் சொல்லுவது மறக் குலத்தோர்க்கு அடுக்காது என்று பழக்கத்திலும் அப்படியே நடப்பவன்.

இந்த இடைப் பேச்சைக் கேட்ட சுப்புப் பிள்ளை, கண்ணில் போட்டிருந்த பித்தளைக் கண்ணாடியை நெற்றிக்கு உயர்த்தி, சிறிது அண்ணாந்து பார்த்து, "அட்டமா சித்தியும் அங்கேயிருந்துதான் வந்திருக்கிறது. புராணத்திலேயேதான் சொல்லியிருக்கே!" என்று ஒரு போடு போட்டார்.

இப்படிப்பட்ட விஷயங்களில் சுப்புப் பிள்ளையின் தீர்ப்புக்கு அப்பீலே கிடையாது; ஏனெனில், பெரும்பாலும் அழகியநம்பியாபுரவாசிகளில் பலர் அவரிடமே குட்டுப்பட்டு சுவடிப் பாடம் கற்றிருக்கின்றனர். பலவேசமும் இதற்கு விதிவிலக்கல்லன். இப்பொழுது

அவன் கோணல்மாணலாகக் கையெழுத்துப் போடுவதெல்லாம் அவர் புண்ணியத்தில்தான்.

"நம்மவூர்லே இருந்தானே கள்ளப்பிரான் பிள்ளை, கட்டேலே போவான், அவன் வேலெமானத்தைப் பாத்திரச் சாமான் விக்கிறவன் தடுக்காட்டி ... நானே நேர்லே கண்டெனே! நம்ம வைத்தியர் வாளுக்குந்தான் தெரியும்!" என்று தலையை எதிர்வாடையை நோக்கி நிமிர்த்தி ஆட்டினார் சுப்புப் பிள்ளை.

சம்பத்துக் காரணமாக ஜாதி வித்தியாச மனப்பான்மையைச் சிறிது தளர்த்தி, ஒரு விதத்திலும் பட்டுக்கொள்ளாமல் 'வைத்தியர்வாள்' என்று மருதப்ப மருத்துவனாரை அழைப்பது அவரது சமீபத்திய சம்பிரதாயம்.

'வைத்தியர்வாள்' இச்சந்தர்ப்பத்தில் வீட்டு முற்றத்தில் ஏதோ பச்சிலைகளை ஸ்புடமிட்டு முகம் வியர்க்க ஊதிக் கருக்கிக் கொண்டிருந்தார். ஆனால் அவரது பாம்புச் செவியில் சம்பாஷணை அரைகுறையாக விழுந்தது. முகத்தைத் துடைத்துக்கொண்டே நிமிர்ந்த மருத்துவனார், "பிள்ளையவாள், என்ன சொல்லுதிஹ?" என்று அங்கிருந்தே குரல் கொடுத்தார்.

"என்ன! நம்ம கள்ளப்பிரான் பிள்ளை இருந்தானே ... அவனைத் தான் பத்திச் சொல்லிக்கிட்டு இருந்தேன் ... அவனைப் பத்தித்தான் உங்களுக்கு நல்லாத் தெரியுமே ..." என்று கடையிலிருந்தபடி குரலெழுப்பினார்.

உடலைத் துடைத்துக்கொண்டு, வேஷ்டியை உதறிக்கட்டியவண்ணம் கடையை நோக்கி நடக்கலானார் வைத்தியர்.

2

அப்பொழுது தூரத்தில் மோட்டார் ஹார்ன் சப்தம் கேட்டது.

"ஏது மணியும் ஒண்ணாயிட்டுது போலிருக்கே. அன்னா கேக்கது மெயில் பஸ்தானே! பிள்ளைவாள் தானம் (ஸ்நானம்) பண்ணியாச்சா? வரியளா – செல்லுமா?" என்றார் சாய்ப்புக் கம்பைப் பிடித்து நின்ற வைத்தியர்.

"போகத்தான். ஏலே, ஐயா பலவேசம், கடையெச் சித்தெ பாத்துக்கிட மாட்டியா?" என்று பஸ் வரும் திக்கை நோக்கினார். மெயில் பஸ் என்றும் மத்தியானம் ஒரு மணிக்கு அழகியநம்பியாபுரத்தைத் தாண்டிச் செல்வது ஒரு விசேஷமான சம்பவம். கடைப்பிள்ளைக்குத் திருநெல்வேலி டவுனிலிருந்து ஏதாவது சாமான் வரும்; டாக்டர் விசுவநாத பிள்ளை (வகுப்புவாரிப் பிரதிநிதித்வம், சைவத்தின் உயர்வு, ஆரியர் சூழ்ச்சி இத்யாதி விஷயங்களில் நம்பிக்கைகொண்ட ஜஸ்டிஸ் கட்சி அங்கத்தினர் தான், ஆனாலும் ...) அவர்களுக்கு 'ஹிந்து' பத்திரிகை வரும்; சமயா சமயங்களில் திருவனந்தபுரம் எக்ஸ்பிரஸில் வரக்கூடிய தொலைப் பிரயாணிகள் வருவார்கள்.

இரண்டொரு நிமிஷத்தில் பஸ் வந்து ஏக ஆர்ப்பாட்டமாகக் காய்ந்த சருகுகளை வாரிவாரி இறைத்துக்கொண்டு சுமைதாங்கி முன் நின்றது.

பஸ் டாப்பில் இருந்த கடைச்சரக்கை உருட்டித் தள்ள கண்டக்டர் டாப்பில் ஏறினான். டிரைவர்—ஐயா பீடி பற்ற வைக்க இறங்கிக் கடைப்பக்கம் வந்தார். இவ்வளவு நேரமாக வாமனாவதாரமெடுத்துக் கால்களைச் சுருட்டிக் கிடந்த பிரயாணிகளில் இரண்டொருவர் கீழே இறங்கினார்கள்.

முன்புறம் க்ஷவரம்; பின்புறம் பின்னல்; ஈய வளையம் இழுத்துத் தோளோடு ஊசலாடும் காது; இடையில் வேஷ்டியாகக் கட்டிய பழைய கிழிந்த கண்டாங்கிச் சேலை – இக்கோலத்தில் இடுப்பில் சாணிக்கூடை ஏந்திய இரண்டொரு பறைச் சிறுமிகள் எட்டி நின்று கார் வினோதத்தைப் பார்த்தனர்.

கடைச் சரக்கை மேலிருந்தபடியே எறிந்த கண்டக்டர், “ஸார், ஸூட்கேஸ் பெட்ஷீட் வேங்கிக்கிடுங்க!” என்று குரலெடுத்தான்.

டிரைவர் பக்கத்தில் இருக்கும் ‘ஒண்ணாங் கிளா’ஸிலிருந்து, கையில் வதங்கிப்போன பத்திரிகை ஒன்றைப் பிடித்துக்கொண்டு ஒரு ‘மோஸ்தர்’ வாலிபன் நாஸூக்காக இறங்கினான். அவனது ‘சென்னை பிராட்வே’ பாஷன் பிளேட் மூஞ்சியும், விதேசி மோஸ்தர் உடையும் யதாஸ்தானத்தை விட்டகன்ற மூலவர் போன்ற ஒரு விசித்திர சோபையை அவனுக்கு அளித்தன. அந்தக் காட்டுமிராண்டி ரஸ்தாவில் அந்தப் பழைய பசலி பஸ் எப்படியோ, அப்படி, லண்டனில் பழசானாலும் சென்னையின் நிகழ்காலமான அவனது உடை மோஸ்தர், அந்தக் கி. மு. உலகத்தில் அவனை வருங்கால நாகரிகனாக்கியது.

“ஏடே! தெரஸரய்யா மவன்லா வந்திருக்காவ!” என்று சொல்லிக் கொண்டே ஓடினான் பலவேசம் பெட்டியை இறக்க.

மாஜி உத்தியோகஸ்தர் மகன் என்றால் கிராமத்தில் எப்பொழுதும் ஓர் அந்தஸ்து உண்டே! அதைக் கொடுத்தனர் கடையில் பொழுது போக்க முயன்ற நபர்கள்.

“அதாரது?” என்று பொதுவாகக் கேட்டான் வேலாண்டி, கையைத் தரையில் ஊன்றி எழுந்திருக்க முயன்றுகொண்டு.

“என்னப்பா, இன்னந் தெரியலியா? நம்ப மேலவீட்டு தெரஸர் பிள்ளை இருக்காஹள்லா – அவுஹ மகன் மகராச பிள்ளை! – என்னய்யா சௌக்கியமா?” என்று கடைப் பட்டறையிலிருந்தபடியே விசாரித்தார் சுப்புப் பிள்ளை.

மகராஜன் அவர் திசையைப் பார்த்துச் சிரித்தான்.

“என்ன எசமான் சவுக்கியமா – அங்கே பட்டணத்திலே மளெ உண்டுமா? – ஐயா, உடம்பு முந்தி பாத்த மாறுதியே இரிக்கியளே!” என்றான் வேலாண்டி.

பீடியை இரண்டு தம் இழுத்து எறிந்துவிட்டு வெற்றிலை போட்டுக் கொண்ட டிரைவர், ஸீட்டில் உட்கார்ந்துகொண்டு, 'வண்டி புறப்படப் போகிறது, பிரயாணிகள் ஏறிக்கொள்க!' என்ற பாவனையில் ஹார்ன் அடித்தான். கண்டக்டர் அப்பொழுதுதான் தனக்கு ஞாபகம் வந்த 'ஹிந்து' பத்திரிகையை அவசரஅவசரமாகக் கடைக்கு எடுத்து ஓடினான்.

தங்கள் தேக உபாதையை நீக்கிக்கொள்ளச் சென்றிருந்த பிரயாணிகள் அவசரஅவசரமாக ஓடி வந்தனர். அதில் ஒரு முஸ்ஸீம் அன்பர் – பார்வைக்குச் செயலுள்ளவர் போல் முகத்தில் களை இருந்தது – அவர் முன் ஸீட்டைப் பிடித்துக்கொள்ளும் நோக்கத்துடன் அவசரமாக அதில் குறிவைத்து ஓடிவந்தார்.

இவ்வளவு கூட்டத்தையும் கவலையின்றிக் கவனித்துக்கொண்டிருந்த மருத்துவர், "என்ன மரைக்காயர்வாளா? ஏது இப்படி?" என்று முகமலர்ந்து குசலப் பிரச்னம் செய்தார்.

மரைக்காயர்வாள் செவியில், அவர் ஸீட்டைப் பிடித்து மேல் துண்டைப் போட்டு ஏறி உட்காரும்வரை, அது ஏறவில்லை. ஏறி உட்கார்ந்து வெளிக் கம்பியைப் பிடித்து உடலை முறுக்கிக்கொண்டு, தலையணி ஒரு புறம் சரிய, "வைத்தியர்வாள்! வரவேணும், ஒரு அவசரம், ஒரு நிமிட்!" என்றார்.

மருதப்ப மருத்துவனார் முகம் மலர்ந்தது. "ஏது மரைக்காயர்வாள், எங்கே இப்படி?" என்று சொல்லிக்கொண்டே பஸ் அருகில் ஓடினார்.

"நம்ம மம்முது கொளும்புக்குப் போரான் இல்லெ! டவுன் இஸ்டேஷன் வரை கொண்டுபோயி வளியனிப்பிப்புட்டு வருதேன். வாவன்னா கோனா இருக்காஹள்லா, அவுஹ அளெச்சுக்கிட்டுப் போரதாவச் சொன்னாஹ. அதிரியட்டும், நமக்கு ஒரு லேஹியஞ் செஞ்சு தாரதாவ சொன்னிஹள்லா? அதெத்தாங் கொஞ்சம் காபகப் படுத்தலாமிண்டுதான் ... இம்பிட்டுத்தான் ... நீங்க வண்டியெவிடுங்க – சலாம்!" என்று அவர் பேச இடங்கொடாமல் காரியத்தை முடித்துக் கொண்டார் மாப்பிள்ளை மரைக்காயர்.

"சதி, சதி!" என்று சொல்லிக்கொண்டே பின்தங்கினார் மருத்துவனார். வண்டி புகையிரைச்சலோடு கிளம்பியது.

"பிள்ளைவாள்! என்ன வாரியளா?" என்று துண்டை உதறிவிட்டுத் தோளில் போட்டுக்கொண்டார் மருத்துவனார்.

"வாரியலா வைக்கச்சண்டா" என்று முணுமுணுத்துக்கொண்டே பட்டறையைவிட்டு இறங்கினார் சுப்புப் பிள்ளை.

இதுவரை பேந்தப்பேந்த விழித்துக்கொண்டு சிகரட் பிடித்து நின்றது அலங்காரப் பொம்மை.

"நான் சின்ன எசமாஞ் சாமானெ எடுத்துக்கிட்டுப் போகுதேன், ஐயா, கடயெ பார்த்துக்கலே, பலவேசம் – வாங்க எசமான்!" என்று மேல்துண்டுச் சும்மாட்டில் படுக்கையையும் தோல் பெட்டி ஒன்றையும் தூக்கிக்கொண்டு முன்னே நடந்தான் வேலாண்டி.

வைத்தியரும் கடைக்காரப் பிள்ளையும், டாக்டர் விசுவநாத பிள்ளை தோட்டத்திற்குள் மூங்கில் கதவைத் தள்ளிவிட்டு மறைந்தனர்.

சாலையில் முன் போல உயிரற்ற அமைதி. சுள்ளி பொறுக்கும் சிறுமிகள்கூட மறைந்துவிட்டனர்.

3

டாக்டர் விசுவநாத பிள்ளையின் தோட்டம் வெய்யிலுக்கு உகந்தது. வியர்க்க விருவிருக்கச் சுற்றியலைகிறவர்களுக்கு வேப்ப நிழலுக்கும் எலுமிச்சைக் காட்டுக்கும் மத்தியில் கட்டப்பட்டிருக்கும் சவுக்கை பூலோக சுவர்க்கம். சாப்பாட்டு நேரங்களைத் தவிர மற்றப் பொழுதைப் பிள்ளையவர்கள் சவுக்கையிலேயே மெய்கண்ட சிவாச்சாரியார் உறவிலேயே கழிப்பார். மத்தியானப் பொழுதில் 'ஹிந்து'ப் பத்திரிகை யோடு விளங்குவார்.

இரு பக்கமும் நந்தியாவட்டையும் அரளியும் செறிந்த பாதை வழியில், வைத்தியருடன் சென்ற கடைக்காரப் பிள்ளை, "ஐயா! என்ன அங்கெ இருக்கியளா? மஹராசன் வந்திருக்கான் போல்ருக்கே!" என்று குரல் கொடுத்தார்.

சாய்வு நாற்காலியில் சாய்ந்திருந்த பிள்ளை எழுந்து, குனிந்த வண்ணம் மூக்குக் கண்ணாடியின் மேல்வழியாகப் பார்வையைச் செலுத்தி, "லீவு! – வர்ரதாக எளுதியிருந்தான் – எங்கே?" என்று கேட்டுக் கொண்டே அந்தஸ்தாக எழுந்திருந்தார்.

"வேலாண்டி வீட்டுக்கு அளச்சுக்கிட்டுப் போனான். இந்தாருங்க உங்க பேப்பர்!... சண்டை எப்பிடியிருக்கு?" என்று பதில் எதிர் பார்க்காமலே மருத்துவரைத் தொடர்ந்தார் பிள்ளை.

சிறிது நேரத்தில் பிள்ளை மூங்கில் கதவை யடைத்துக்கொண்டு போகும் சப்தம் கேட்டது.

விசுவநாத பிள்ளை தோட்டத்துக் கமலைக் கிணறு குளிக்க மிகவும் வசதியுள்ளது. கல் தொட்டியில் தண்ணீரை இறைத்து விட்டுவிட்டு நாள் பூராவும் குளித்துக்கொண்டிருக்கலாம்.

சுப்புப் பிள்ளை தலையில் துண்டைக் கட்டிக்கொண்டு, துலாக் கல்லில் காலை வைத்து நின்று, வேஷ்டியை வரிந்து கட்டிக்கொண்டார்.

மருத்துவர், தொட்டியில் பாதியளவு கிடந்த தண்ணீரைத் திறந்துவிட்டுத் தொட்டியைக் கழுவ ஆரம்பித்தார்.

"ஐயா, ஒங்ககிட்ட ஒரு சமுசாரமிலா கேக்கணுமிண்ணு இருக் கேன்... நம்ம கொளத்தடி வயலிருக்கெ, முக்குருணி வீசம், அது வெலைக்கி வந்திருக்கரதாவப் பேச்சு ஊசலாடுது; அதான் நம்ம பண்ணையப் பிள்ளைவாள் வரப்புக்கு மேக்கே இருக்கே, அதான். நம்ம மூக்கம் பய அண்ணைக்கு வந்தான். ஒரு மாதிரி பேசறான். வாங்கிப் போட்டா நம்மது ஒரு வளைவா அமஞ்சு போகுதேன்னு நெனச்சென். நீங்க என்ன சொல்லுதிய?"

‘உஸ்’ என்றபடி முதல் வாளித் தண்ணீரைத் தொட்டியில் ஊற்றிவிட்டு, கிணற்றுக்குள் மறுபடியும் வாளியை இறக்கினார் சுப்புப் பிள்ளை. வாளியில் தண்ணீர் நிறைந்தது. நிமிர்ந்து வைத்தியரைப் பார்த்தார்.

“வே! ஒமக்கு என்னத்துக்கு இந்தப் பெரிய எடத்துப் பொல்லாப்பு? அது பெரிய எடத்துக் காரியம். மூக்கம் பய படுத பாட்டெப் பாக்கலியா! பண்ணையார்வாள்தான் கண்லே வெரலே விட்டு ஆட்ராகளே! ஒரு வேளை அது மேலே அவுகளுக்குக் கண்ணாருக்கும் – சவத்தெ விட்டுத் தள்ளும்!”

“என்னய்யா, அவுகளுக்குப் பணமிருந்தா அவுஹமட்டோடே; அவுக பண்ணயார்ன்ன கொடிகட்டிப் பறக்குதா? அதெத்தான் பார்த்து விட்ரணும்லா! நான் அதுக்கு அஞ்சுனவனில்லெ. நாளெக்கே முடிக்கேன். என்னதான் வருது பாப்பமே!” என்று படபடத்தார் மருதப்பனார்.

“என்னமோ நாஞ் சொல்லுதெதெச் சொன்னேன்; உம்ம இஸ்டம்!” என்றார் பிள்ளை.

4

அன்று மாலை பொழுது மயங்கிவிட்டது. மேல்வானத்துச் சிவப்புச் சோதியும், பகல் முழுதும் அடங்கிக் கிடந்து மாலையில் ‘பரப்பரப்’ என்று ஓலை மடல்களில் சலசலக்கும் காற்றுந்தான் சூரியன் வேலை ஓய்ந்ததைக் குறிக்கின்றன.

குளக்கரைக்கு (ஏரிக்கரை) மேல் போகும் ரஸ்தாவில், முண்டாசு கட்டிக்கொண்டு கையில் இரண்டொரு பனை மடல்களைப் பிடித்த வண்ணம் நடந்துவருகிறார் சுப்புப் பிள்ளை.

குளத்துக்குக் கீழ்புறமிருந்து ரஸ்தாவுக்கு ஏறும் இரட்டை மாட்டு வண்டித் தடத்தின் வழியாக, வண்டிக்காரனுடைய தடபுடல் மிடுக்குகளுடன், மாட்டுச் சலங்கைகள் கலந்து புரள, குத்துக்கல்லில் சக்கரம் உராயும் சப்தத்துடன் ஒரு இரட்டை மாட்டு வண்டி மேட்டிலிருந்த ரஸ்தாவில் ஏறிற்று.

மங்கிய இருளானாலும் தொப்ளான் குரல், பண்ணையார் வண்டிதான் என்பதை நிச்சயப்படுத்தியது.

சாலையில் ஒதுங்கி நின்ற சுப்புப் பிள்ளை, “என்ன அண்ணாச்சி, இந்த இருட்’லெ எங்கெ போயிட்டு வாரிய?” என்று குரல் கொடுத்தார்.

வண்டியுள் திண்டில் சாய்ந்திருந்த பண்ணையார் சிதம்பரம் பிள்ளை, “ஏடே, வண்டியை நிறுத்திக்கொ” என்று உத்தரவிட வண்டி சற்று தூரம் சென்று நின்றது.

பிள்ளையவர்கள் உள்ளிருந்த செருப்பை ரஸ்தாவில் போட்டு விட்டு மெதுவாக அதில் காலை வைத்து இறங்கினார்.

"கீளநத்தம் மேயன்னா இருக்காஹள்லா ..."

"ஆமாம் நம்ம நாவன்னா கோனாவோட மச்சினப்பிள்ளை ...."

"அவுஹதான் ... அவுஹளோட சமுசாரத்தோட ஒடப்பிறந்தாளெ மருந்தூர்லே குடுத்திருந்தது – அவ 'செல்லா'யிப்போனா ... பதினாறு ... போயிட்டு வாரேன்!"

"மதினி போகலியா ...?"

"அவ வராமெ இருப்பாளா? கூடத்தான் வந்தா; அங்கே ஆள் சகாயம் ஒண்ணுமில்லே – இருந்துட்டு வாரனேன்னா – விட்டுட்டு வந்திருக்கேன்; இப்பொ அவ இங்கெ சும்மாதானெ இருக்கா? ..." என்றார்.

"ஆமாம், அதுக்கென்ன! ... வயசென்ன இருக்கும்?" என்றார் சுப்புப் பிள்ளை மீண்டும்.

"வயசு அப்படி ஒண்ணும் ஆகலெ – முப்பது இருக்கும்!" என்றார்.

"புள்ளெக ஏதும் உண்டுமா? ... சரி, அதிருக்கட்டும். அண்ணாச்சி, ஒங்ககிட்ட ஒரு சமுசாரம்லா சொல்லணும்னு நெனச்சேன். ஏங் காதுலே ஒரு சொல் விழுந்தது. ஒங்கிளுக்கு அதெத் தெரிவியாமே இருந்தா, நாயமில்லை!" என்றார்.

பணத்திற்கு ஏதோ அடிப்போடுகிறாரோ என்று பயந்த பண்ணை யார் "ஏது, அனுட்டானமாச்சா?" என்று கேட்டுக்கொண்டே குளத்தினுள் இறங்கினார்.

கரைச் சரிவில் செருப்பை விட்டுவிட்டுத் தண்ணீருள் இறங்கிய பண்ணையார் பலத்த உறுமல்கள், ஓங்காரங்கள் முழங்க, கால் முகம் கழுவ ஆரம்பித்தார்.

முன்பே தம் மாலைப் பூஜை விவகாரங்களை ஒரு மாதிரி முடிவுகட்டிய சுப்புப் பிள்ளை, வேஷ்டி துவைக்கும் கல்லில் அமைதி யாக உட்கார்ந்து காரியம் முடியட்டும் என்று எதிர்பார்த்திருந்தார்.

திருநீறிட்டு, திருமுருகாற்றுப்படையையும் திருவாசகத்தில் இரண்டொரு செய்யுட்களையும் மனனம் செய்துவிட்டு, "சிவா!" என்ற குரலெழுப்பிக் கரையேறினார் பண்ணையார்.

"நம்ம மருதப்பன் இருக்கான் இல்லியா, பய கொளும்புலெ ரெண்டு காசு சம்பாரிச்சிட்டான்னு மண்டெக் கருவம் தலை சுத்தியாடுது. இண்ணைக்கி புதிய தெரஸர் புள்ளெவாள் கெணத்துலெ குளிச்சுக்கிட்ருக்கப்பச் சொல்லுதான், 'பண்ணையப் பணம்னா அவுகமட்டோட, ஊரெல்லாம் என்ன பாவட்டா கட்டிப் பறக்குதா?' என்று; உங்களெ ஒரு கை பாத்துப்பிட்டுத்தான் விடுவானாம்; பாருங்க ஊரு போரபோக்கை!"

"சவம் கொலைச்சா கொலைச்சுட்டுப் போகுது! அவர் இப்ப மருத்துவர்லா! அப்படித்தான் இருக்கும் – எதுக்காம் இவ்வளவும்?"

“ஒங்க வயக்காட்டுப் பக்கம் முக்குருணி வீசம் இருக்குல்லா – நம்ம மூக்கன் பய நெலம், அதுக்குத்தான் இம்புட்டும். வாங்கப் போரேன்னு வீரியம் பேசுதான்.”

“மூக்கப்பய நெலமா?... எங்கிட்டல்லா கால்லெ விழுந்து கெஞ்சிட்டுப் போனான்; அந்த நன்னி கெட்ட நாய்க்கு ஒதவப்படாதுன்னுதான் வெரட்னேன். அவன் கால்லெ போய் விளுந்தானாக்கும்! அதுலெ என்ன வீராப்பு?”

“‘ஒனக்கு எதுக்குடா அந்த நெலம், அதெ வாங்குதததுலெ பிள்ளை வாளுக்குத்தானே சௌகரியம்’ணேன். அவ்வளவுதான். இந்தவூரு புள்ளெமாரே அப்படித்தானாம்; எப்பவும் அடாபிடியாம்; அவன் கிட்ட காரியம் நடக்காதாம்!”

“அப்பிடியா சேதி! ஏலே தொப்ளான், நாங்க நடந்து வருதோம்: வண்டியைக் கொண்டுபோய் அவுத்துப் போட்டுப்புட்டு, எந்த ராத்திரியும் மூக்கன் பயலே கையோட புடிச்சா!”

“நாம வாங்குதாப்லியே காம்பிச்சுக்கப்படாது; தெரஸர் பிள்ளை வாள்தான் வேணும்னாஹள்ளா – அவக பேரச் சொல்லி வைக்கது.”

“அதெதுக்கு? கூட நாலு காசெ வீசினா போகுது. அந்த நாய்கிட்ட பொய்யெதுக்கு?”

“இல்லெ அண்ணாச்சி, உங்களுக்குத் தெரியாது; நான் சொல்லுதைக் கேளுங்க!”

“ராத்திரி கடையடச்சம் பொரவு இப்படி வீட்டுக்குத்தான் வாருங்களேன், பேசிக்கிடலாம்!”

5

“அப்பா! அம்மைக்கி உடம்பு என்ன அப்படியே இருக்கே; நீங்க கெவுனிக்கரதில்லெ போல்ருக்கு!” என்றான் மகராஜன்.

எதிரிலிருந்த ஹரிக்கன் லைட்மீது ஒரு விட்டில் வந்து மோதியது. சிறிது மங்க ஆரம்பித்த திரியைத் தூண்டினான்.

“நம்ம கையிலே என்ன இருக்கு? இருவது வருஷமா குடுக்காத மருந்தா?” என்று மூக்குக் கண்ணாடியைக் கழற்றிவிட்டுக் கண்களை நிமிண்டியவண்ணம் கூறினார் விசுவநாத பிள்ளை.

“நீங்க பென்ஷன் வாங்கினதோட, வைத்தியமும் உங்ககிட்ட பென்ஷன் வாங்கிட்டுதா? – நீங்களே இப்பிடிப் பேசுனா?”

“பேசுரதென்ன! உள்ளதத்தான் சொன்னேன். குடல் பலகீனப்பட்டுப் போச்சே! எது குடுத்தாலுந்தான் ஒடலோட ஒட்ட மாட்டேங்குதே!”

“நான் ஒரு முறையைப் பிரயோகம் பண்ணிப் பாக்கட்டுமா? இயற்கை வைத்தியம். முதல்லே கொஞ்சம் பட்னி இருக்கணும்; அப்பொ ஒரு ‘கிரைஸிஸ்’ (வியாதி நிலையில் நெருக்கடி, கவலைக்

கிடமான நிலை) ஏற்படும். அப்புறம் சிகிச்சையை ஆரம்பித்தால் பலனுண்டு.”

“என்னடா, நீ மெடிக்கல் ஸ்கூல்லெதானெ படிக்கிறே! இயற்கை வைத்தியம் எங்கெ வந்துது? வீணாக் காலத்தைக் கழிச்சு பெயிலாப் போகாதே!”

“அதுக்கும் படிக்கத்தான் செய்யரேன். இந்த முறையிலே எத்தனையோ பேருக்கு உடம்பு குணமாயிருக்கிறதே! நானெ செய்திருக்கிறனே!”

“சரி, பாரேன்! நானா வேண்டாமுங்கேன்?”

இவர்கள் இவ்வாறு பேசிக்கொண்டிருக்கையில் சவுக்கைக்கு வெளியில் செருப்புச் சப்தம் கேட்டது. தொப்ளான், ஹரிக்கன் லைட்டோடு ஒதுங்கி நிற்க, பண்ணையார்வாளும் சுப்புப் பிள்ளையும் உள் வெளிச்சத்தில் பிரசன்னமாயினர்.

“அட, பண்ணையார்வாளா? ஏது இந்த இருட்லெ? இந்த நாக்காலியிலே உக்காரணும்; சுப்பு பிள்ளை, நீர் இந்த பெஞ்சிலே இப்டி இரியும். ஏது அகாலத்திலே?” என்று தடபுடல் காட்டி எழுந்து நின்றார் விசுவநாத பிள்ளை.

“விசேசமென்னா! இப்படி வந்தேன்! ஒங்களெ எட்டிப்பாத்துட்டுப் போகலாமெண்ணுதான் நொளைஞ்சேன். ஏது மாப்ளெ எப்ப வந்தாப்லெ? ரசாவா?” என்றார் பண்ணையார். மகராஜனை மாப்பிள்ளை என்றழைப்பதில் அவருக்குப் பரமதிருப்தி.

“ஆமாம், கோடை அடைப்பு; மதியந்தான் வந்தான். ராசா, நீதான் பிள்ளைவாள் கடையிலே போயி ஒரு பொகயிலைத் தடை வாங்கிட்டு வா...” என்று வருகிறவர்களுக்காகத் தாம்பாளத்தில் வைத்திருக்கும் வெற்றிலையை அடுக்கிப் பண்ணையார் முன்பு வைத்தார்.

“நான் அப்பமே கடையடைச்சிட்டனே!...”

“எனக்கா இந்தச் சிருமம்? தடைப் போயிலைண்ணாத்தான் நமக்கு ஆகாதே. ஏலே தொப்ளான், செல்லத்தை வைய்யென்லே! என்னலே முளிக்கே!” என்று சுப்பு சிதம்பரம் பிள்ளைகள் ஏக காலத்தில் பேசினார்கள்.

வெளியே புறப்பட்ட மகராஜன் மறுபடியும் தூணில் சாய்ந்து உட்கார்ந்தான்.

“சவுக்கெலெயே காத்தைக் காணமே, ஊருக்குள்ள பின்ன ஏன் வெந்து நீறாகாது! அண்ணாச்சி இந்த வருசம் காய்ப்பு எப்படி?” என்று தலையை இருட்டில் நீட்டி எச்சிலைத் துப்பிக்கொண்டே கேட்டார் சிதம்பரம் பிள்ளை.

“காய்ப்பென்ன, பிரமாதமா ஒண்ணுமில்லெ – ஏதோ வீணாக் காயிரதுக்கு கெணத்துத் தண்ணி வேரடியிலே பாயிது...”

“இல்லெ, ஒரு பத்து முப்பது ரோசாக் கம்பு வச்சுத் தளுக்க வச்சா பிரயோசனமுண்டு – ஒரு பயலைப் போட்டாப் போகுது” என்றார் சிதம்பரம் பிள்ளை.

பேச்சில் சோர்வு தட்ட அவர் சுப்புப் பிள்ளையைப் பார்த்தார்.

“தெரஸர் பிள்ளைவாள், ஒங்ககிட்ட ஒரு விசயமா கலந்துக்கிட்டுப் போகலாமுண்ணு வந்தேன் – ஐயாவும் வந்தாஹ – ஊர் விசயம் – தலை தெறிச்சுப்போய் அலயரான்கள் சில பயஹ – இப்பிடி வாருங்க ...” என்று எழுந்து விசுவநாத பிள்ளையை வெளியில் அழைத்துக்கொண்டு போனார் சுப்புப் பிள்ளை.

“ஆமாம், ஆமாம், சரிதான் ... வாங்குதவன் பாடு குடுக்கவன் பாடு, நமக்கென்ன? ... அப்படியா! பிள்ளைவாளுக்கு எடைலேயா வந்து விளுந்தான் ... அப்பமே எனக்குத் தெரியுமே ... காறை வீடு கட்னா கண்ணவிஞ்சா போகும்? ...” என்ற விசுவநாத பிள்ளையின் பேச்சுக்கள் இடைவிட்டு அங்கொன்றும் இங்கொன்றுமாக விழுந்தன.

இருவரும் சில நிமிஷங் கழித்துச் சவுக்கைக்குள் ஏறினர்.

“என்ன! ...” என்று சிரித்தார் பண்ணைப் பிள்ளை.

“இதுக்கு நீங்க எதுக்கு வரணும்? சொல்லிவிட்டா நான் வரமாட்டனா? ... ராசா, நீ வீட்டுக்குப் போயி கண்ணாடி அலமாரியிலே சாவிக் கொத்தை வச்சிட்டு வந்துட்டேன் ... எடுத்தா ... அப்பிடியே அம்மைக்கி அந்த டானிக்கை எடுத்துக் குடு ... எல்லாம் நாளைலேயிருந்து ஒன் வயித்தியத்தெப் பாக்கலாம் ...” என, மேல்வேஷ்டியை எடுத்து உதறிப் போட்டுக்கொண்டு வெளியேறினான் மகராஜன்.

“வீட்டுலே உடம்புக்கு எப்படி இருக்கு – தாவளையா? ... நம்ம மாப்ளைக்கி இன்னம் எத்தனை வருசம் படிப்பாம்?... காலா காலத்லெ கலியாணத்தெ கிலியாணத்தெ முடிச்சுப்போட வேண்டாமா? ...”

“நானும் அப்பிடித்தான் நெனச்சேன். அடுத்த வருசத்தோட படிப்பு முடியிது ... வார தை மாசம் நடத்திப் போடணும்னு உத்தேசம் ... மூக்கம் பயலெ எங்கே இன்னம் காணம்? ...” என்று வெளிக்குரலை எதிர்பார்த்துத் தலையைச் சாய்த்தபடி கேட்டார்.

“சவத்துப் பய இப்பம் வருவான் ... ராத்திரி பத்திரத்தை எளுதி முடிச்சுக்கிடுவோம் ... காலெலெ டவுனுக்குப் போயி ரிஸ்தர் பண்ணிப் போடுதது ... கூச்சல் ஓஞ்சப்பரம் பத்திரத்தெ எம் பேருக்கு மாத்திக்கலாம் ...”

“அது அவாளுக்குத் தெரியாதா? ... காரியம் முடிஞ்சாப் போதும் ...” என்றார் சுப்புப் பிள்ளை.

6

நாலைந்து நாள் கழிந்து ஒரு நாள் மத்தியானம். நல்ல உச்சி வெய்யில் ‘சுள்’ என்று முதுகுத் தோலை உரிக்கிறது.

வயல் காட்டு வரப்புக்களில் படர்ந்து கிடக்கும், அவருக்கு மட்டும் தெரிந்த, சில மூலிகைப் பச்சிலைகளைக் கை நிறையப்

பிடுங்கி வைத்துக்கொண்டு, குளக்கரை மேல் போகும் ரஸ்தாவில் ஏறி, மறுபுறம் செங்குத்தாக இறங்கும் கல்லடுக்கிய சரிவு வழியாக இறங்கி, மருத்துவ மருதப்பனார் பச்சிலைகளைக் குளத்திலிட்டு அலச ஆரம்பித்தார். தலையில் முக்காடாக அணிந்திருந்த துணி, விலகிவிலகிக் குனிந்து வேலை செய்வதற்கு இடைஞ்சல் கொடுத்ததால் நிமிர்ந்து நின்று தலையில் கிடந்த துண்டை எடுத்து இடுப்பில் வரிந்து கட்டிக்கொண்டு மறுபடியும் குனிந்தார்.

"வைத்தியரய்யா! என்ன, தெரஸர் பிள்ளைவாள் ராவோட ராவா மூக்கன் நெலத்தைக் கொத்திக்கிட்டுப் போயிட்டாகளாமே!" என்ற குரல் மருத மரக்கிளை ஒன்றிலிருந்து கேட்டது.

அண்ணாந்து பார்த்தார். மருதக் கிளை ஒன்றிலிருந்து கீழே நிற்கும் ஆடுகளுக்குக் குழை வெட்டிப் போட்டுக்கொண்டிருந்தான் வேலாண்டி.

"ஊர் வெள்ளாளன்மாரு கூடிக்கிட்டா என்ன? ஆனைக்கு ஒரு காலம்னா பூனைக்கும் ஒரு காலம் வரும். பண்ணையப் பிள்ளைவாளுக்கு அந்த நெலம் வந்துதான் நெரயணுமாக்கும்; வாங்கினா ஒரே வளவாப் போயிடுமேன்னு நெனச்சென். சவத்துக்குப் பொறந்த பயஹ பேச்சேத் தள்ளு!"

"ஆமாம். மூக்கம் பய கொளும்புக்கில்லா போயிட்டானாம் . . . அந்தப் பயலுக்கு என்ன அவசரம் இப்பிடி அள்ளிக்கிட்டுப் போவுது . . ."

"மூதி தொலைஞ்சுட்டுப் போகுது. அண்ணெக்கி வந்து மூக்காலே அளுதானேன்னு பாத்தேன் . . . ஊர்லெ தேவமாருன்னு பேர் வச்சுக் கிட்டு பூனையாட்டம் ஒண்டிக்கெடந்தா என்னதான் நடக்காது . . . புள்ளைமாருக்குன்னுதான் இந்த வூரா . . . அப்போ நாங்க போயிரு தோம் . . . அதெத்தான் அத்துப் பேசட்டுமே . . . என்னடே தொப்ளான், எங்கே அவசரம்?" என்றார் வைத்தியர்.

தலை தெறிக்க ஓடிவந்த தொப்ளான், "நீங்க இங்கியா இரிக்கிய, தெரஸரய்யா சமுசாரத்துக்குத் தடபுடலாக் கெடக்கு, ஒங்களெ சித்த சத்தங்காட்டச் சொன்னாவ – டவுன் பஸ்ஸு போயிட்டுதா? பாத்தியளா?" என்று பஸ் எதிர்பார்க்கப்பட்ட திசையை வெறிக்கப் பார்த்துக்கொண்டே கேட்டான்.

"அதுவும் அப்பிடியா! காத்தெக் கட்டிப்போட முடியுமா? வேலாண்டி, நான் அப்பம் ஒரு சேதி சொன்னனே பாத்தியா – பாத்துக்கோ . . . ."

ஈரம் சொட்டும் பச்சிலை முடிப்போடு குறுக்குப் பாதை வழியாக ஊரை நோக்கி நடந்தார் மருத்துவர்.

"என்னடே! தொப்ளான் – நீ எங்கலே போரே . .?"

"நான் ஒரண்டையும் போகலே . . . பட்டணத்து எசமான் பெரிய டாக்குட்டரெக் கூப்பிட டவுனுக்குப் போராவ . . ."

"என்னடே பஸ் வந்துதா?" என்றுகொண்டே 'மெட்ராஸ்' மெரு கிழந்து, கவலை தேங்கிய முகத்துடன் வந்தான் மகராஜன்.

"இல்லே எசமான், ஒண்ணையும் காங்கலியே!" என்றான் தொப்ளான்.

7

நேற்றிரவு பன்னிரண்டு மணி சுமாருக்கு ஸ்ரீமதி விசுவநாத பிள்ளை – அதாவது 'சாலாச்சி ஆச்சி' – இறந்துபோனாள். கிராமம் என்றால் கேட்கவா வேண்டும், இழவு வீட்டுச் சம்பிரமத்தை? அப்பொழுது பிடித்து ஓயாது ஒழியாது அழுகையும் கூச்சலும்.

வெளியே விசுவநாத பிள்ளை தலைகுனிந்தவண்ணம் பெஞ்சியில் உட்கார்ந்திருக்கிறார். மகராஜன் தூணில் சாய்ந்து தலைகுனிந்த வண்ணம் நகத்தை நிமிண்டிக்கொண்டிருக்கிறான். வெளிப் பெஞ்சியில் பண்ணையார் சிதம்பரம் பிள்ளை தமது ஓயாத வெற்றிலைத் துவம்சத்துடன் துஷ்டிக்கு வருகிறவர்களோடு பேசியும், சிற்றாள்களை யும் சுப்புப் பிள்ளையையும் வேலை ஏவிக்கொண்டும் இருக்கிறார் . . .

சாலாச்சியம்மையின் தேகம் பலஹீனப்பட்டுப்போயிருந்தாலும் மகராஜனது இயற்கை சிகிச்சை பிரயோகிக்கப்பட்டிராவிட்டால் இவ்வளவு சீக்கிரத்தில் விழுந்துவிட்டிருக்காது.

'கிரைஸிஸை' எதிர்பார்த்துப் பூர்வாங்க சிகிச்சை நடத்தினான் மகராஜன். வியாதியே 'அன்னத் துவேஷமாக' இருக்கையில் பட்டினி முறை உடலை ஒரேயடியாகத் தளர்த்திவிட்டது. இரண்டே நாள் உபவாசம் நாடியையும் அரைகுறையாக்கியது.

அந்த நிலையில்தான் மருதப்ப மருத்துவனார் அழைக்கப்பட்டார். கையைப் பிடித்துப் பார்த்துவிட்டு, "இன்னும் நாற்பத்தெட்டு நாழிகை கழித்துத்தான் ஏதும் சொல்ல முடியும்; அதுவரை உடம்பில் சூடு விடாமல் தவிட்டு 'ஒத்தடம்' கொடுத்துக்கொண்டிருக்க வேண்டும்" என்று அபிப்ராயம் சொல்லிவிட்டு வெளியேறினார். இரவு எட்டு மணிக்கு வந்த டாக்டர் கொடுத்த இரண்டு 'இஞ்செக்ஷேன்கள்' சுமார் ஒரு மணிநேரம் கவலைக்கிடமான தெளிவை உண்டாக்கின. 'மகனுக்குப் பண்ணையப் பிள்ளை மகளை முடிச்சுவைக்கப் பாக்கக் கொடுத்து வைக்கலியே' என்ற ஏக்கத்தோடு ஆவி பிரிந்தது . . .

"ஏலே தொப்ளான், என்னலே இன்னங் குடிமகனைக் காணலெ; போனியா – ?" என்று அதட்டினார் பிள்ளை.

"வூட்லெதான் இருந்தாரு; 'நீ போ, இதாவாரென்'னு சொன்னாரு!" என்றான் தொப்ளான்.

"என்ன இன்னமா வர்ரான் – ரெண்டு மணி நேரமாச்சே . . . நீ போய் இன்னொரு சத்தங் குடு . . ."

இரண்டு தென்னங் கீற்றுகளை இழுத்துவந்து தொப்பென்று போட்ட பலவேசம், “மாடசாமியத்தானெ கேக்கிய? அவன் வைத்யரு வீட்டெப் பாத்துப் போகுததெக் கண்டேன்!” என்றான்.

“நீதான் போயி அவனெ இப்படிக் கையோட கூட்டியா . . . நேரம் என்ன ஆகுது பாரு . . .” என்றார் சிதம்பரம் பிள்ளை.

“ஆகட்டும், எசமான்!” என்று சென்றான் பலவேசம்.

கால் மணி கழித்து, தனியாகவே திரும்பி வந்தான் பலவேசம். ஆனால் ஓடி வந்தான்.

“எசமான், நான் போனேன். வெளிலே மருதப்பரு நிண்ணுக்கிட்டிருந்தாரு. ‘இனிமே, குடிமகன் இந்த வேலைக்கு வரமாட்டான்; அவன் தொளில் இதில்லெ; இனிமேச் செய்ய முடியாதாம்ணு போய்ச் சொல்லு’ன்னு சொல்லிப்பிட்டாரு!” என்றான் பலவேசம்.

“மாடசாமியா அப்படிச் சொன்னான்?” என்று தென்னங்கீற்றைத் தடுக்காக முடைந்துகொண்டிருந்த சுப்புப் பிள்ளை எழுந்தார்.

“இல்லெ, மருதப்பருதான் சொன்னாரு.”

“அவன் சொன்னான், இவன் கேட்டுக்கிட்டு வந்தானாம். நீ சாதி மறவனாலே! அப்படியே அலகிலே ரெண்டு குடுத்துக் கூட்டியாராமே! என்ன வேலாண்டி, நீ என்ன சும்மா நிக்கே? ரெண்டு சிறுக்கி மகன்களையும் பின்கட்டுமாறாக் கட்டிக்கொண்டா – முதுகுத் தொலியே உறிச்சுப்பிடரேன்!” என்று கர்ஜித்தார் சிதம்பரம் பிள்ளை.

“என்னண்ணாச்சி, நாலு காசுக்குப் பால்மார்றான் போலே – விசிறி எறிஞ்சாப் போகுது . . .” என்று சமாதானம் செய்யவந்தார் விசுவநாத பிள்ளை.

“ஓங்கிளுக்கு ஊரு வளமே தெரியாது; அம்பட்டப் பயலா காரியமாத் தெரியலியே! ஏலே, நீ புளிய மிளார் நல்ல பொடுசாப்பாத்துப் பறிச்சுக்கிட்டு வாலே, தொப்ளான்!” என்று மறுபடியும் கர்ஜித்தார் சிதம்பரம் பிள்ளை.

கால்மணிக்கூறு கழிவதற்கு முன் சிதம்பரம் பிள்ளை சுக்ரீவாக்ஞையின் பலன் ஏக இரைச்சலோடு விசுவநாத பிள்ளை வீடு நோக்கி வந்தது.

மேல்துண்டை வைத்துப் பின்கட்டுமாறாக மருதப்பரையும், மாடசாமியையும் கட்டிக் கழுத்தைப் பிடித்து நெட்டித் தள்ளிக்கொண்டே வந்தான் வேலாண்டி.

“திரும்பினியா, பாளெ யறுவாளெக் கொண்டு தலையைச் சீவிப்புடுவேன் – நடலெ! என்ன முளிக்கே!” என்ற அதிகாரத் தொனி பின்னால் வயிற்றிலடித்துக்கொண்டு ஓலமிட்டுவரும் நாவிதக் குடும்பத்தின் இரைச்சலுக்கு மேல் கேட்டது.

“ரெண்டு பயல்களையும் அந்தத் தூணோடு வச்சுக்கட்டு! என்னலே மாடசாமி, சோலியப் பாக்கியா இன்னமும் வேணுமா?” என்றார் சிதம்பரம் பிள்ளை.

“முடியாதையா!” என்று முணுமுணுத்தான் மாடசாமி.

உள்ளே அழுதுகொண்டிருந்த பெண்களும் ரகளை பார்க்க வந்துவிட்டனர்.

“மிளாரெ எங்கடா?” என்று ஒன்றை வாங்கி முழங்காலிலும் முதுகிலும் மாறிமாறிப் பிரயோகித்தார். அவன் வலி பொறுக்க மாட்டாமல் குய்யோமுறையோவென்று கத்த ஆரம்பித்தான்.

அவன் மனைவி போட்ட ஓலத்தால் மருதப்பர் தூண்டுதல் என்பதும் எல்லோருக்கும் வெளியாயிற்று.

“பிள்ளைமாருன்னா என்ன கொம்பு மொளச்சிருக்கா? பிரிட்டீஸ் ராச்சியமா என்ன? ரொம்ப உறுக்கிரஹளே! மனிசனைக் கட்டிப் போட்டு அடிக்கதுன்னா நாய அநியாயமில்லையா – இண்ணக்கி சிரிக்கிரவுஹ நாளைக்கி வாரதையும் நினைச்சுப் பாக்கணும்!” என்றார் மருதப்பர்.

“நாசுவப் பயலா காரியமாத் தெரியலெயெ; வேலாண்டி, அவன் மொளியை (முழங்காலை)ப் பேத்துக் கையிலெ குடு! அவனுக்குக் குடுக்கிற கொடைலே இவன் சங்கெத் தூக்கணும்: என்ன பாத்துக்கிட்டு நிக்கே?”

வேலாண்டி கையிலிருந்த குறுந்தடியை ஓங்கி முழங்கால் குதிரையில் ஒரு போடு போட்டான். “ஐயோ அம்மா! என்னியப் போட்டுக் கொல்ராண்டோ! ஊர்லே நாயமில்லியா! நீதியில்லியா!” என்று கதறினார் வைத்தியர்.

விசுவநாத பிள்ளை ஓடியே வந்து வேலாண்டியிடமிருந்த குறுந் தடியைப் பிடுங்கிக்கொண்டு, “அண்ணாச்சி, பாக்கச் சகிக்கலே – காரியத்தைப் பாத்துச் செய்யணும். சவத்துப்பய போரான் . . . அவ அதிட்டம் இப்படியிருந்தது; இந்தப் பயல்களுக்கும் இப்படிப் புத்தி போகுது . . .” என்று ஆரம்பித்தார்.

“எங்கை எப்படியிருக்குன்னு பார்லே!” என்று மறுபடியும் ஒரு குத்துவிட்டான் வேலாண்டி. மருதப்பன் பல்லில் முன்னிரண்டும் விழுந்துவிட்டன.

ரத்தங் கண்டதும் பீதியடித்துப்போன மாடசாமி, கண்களில் நீர் பெருக, சங்கை எடுத்து ஊத ஆரம்பித்தான்.

“சவத்தெ அவுத்து விடுடா! இந்தத் தெசேலே தலைவச்சுப் படுத்தா மாறுகால் மாறுகை வாங்கிப் போடுவேன், ஓடிப்போ நாயே!” என்று கர்ஜித்தார் சிதம்பரம் பிள்ளை. அவிழ்த்துவிடப்பட்ட மருதப்பரும் மனைவியின் கைத்தாங்கலில் நொண்டிக்கொண்டே தூரத்தில் சென்று, ஒரு பிடி மண் எடுத்து வானத்தில் எறிந்து, “இப்பிடி சுட்ட மண்ணாப் போகணும்! என் வயிரெரியிராப்லே போணும்” என்று ஏச்சு அழுகையுடனே கூவிவிட்டுச் சென்றார்.

அப்படியும் இப்படியுமாகப் பிரேத சம்ஸ்காரம் முடிந்து திரும்ப மணி நான்காகிவிட்டது.

மாடசாமி முதுகுவலிக்குக் காரணமே வைத்தியர் மருதப்பர் அவனுக்கு முன்பு கொடுத்திருந்த சிறுகடன்தான் என்றும், 'அதைத் திருப்பிக் கொடு அல்லது இந்த வேலை செய்' என்று போதிக்கப்பட்டது என்றும் சிதம்பரம் பிள்ளைக்கு அறிவிக்கப்பட்டது. அவர் அதையெல்லாம் பொருட்படுத்தவில்லை.

"போலீஸுக்கு கீலீஸுக்கு எட்டுச்சுன்னா அவன் தலை அவன் களுத்திலே இருக்காது!" என்று மருதப்பருக்கு வேலாண்டி மூலம் எச்சரித்தனுப்பிவிட்டு, விசுவநாத பிள்ளைக்குத் தக்க சமாதானங்கள் சொல்ல ஆரம்பித்தார்.

மனைவியை யிழந்தது, தெருக்கூத்தாகக் கிரியை நடந்தது, உத்தியோக காலத்தில் சர்க்காரின் அதிகார எல்லையைத் தெரிந்துகொண்டிருந்தது – எல்லாம் அவரை ஒரேயடியாகப் பீதியடிக்க வைத்துவிட்டன.

பரஸ்பரப் பேச்சில் மனைவியின் கடைசி ஆசையையும் சொல்லி வைத்தார் விசுவநாத பிள்ளை, பேச்சுவாக்கில்.

"நீங்க சொன்னப்லெ வர்ர தை மாசம் முடிச்சிப்புடுவம்!" என்று அந்தப் பேச்சை முடிவு கட்டினார் பண்ணையார்.

மருதப்பர் அன்று வீட்டுக்குள் சென்று படுத்தவர், மானத்தாலோ மனக்கொதிப்பாலோ அல்லது அடி பலத்தாலோ வெளியேறவில்லை.

இரகசியமாக இரண்டாம் பேருக்குத் தெரியாமல் ஸ்ரீவைகுண்டம் போலீஸ் ஸ்டேஷனுக்குப் பிராது அனுப்பினார். ஏற்க மறுத்து எச்சரித்து விரட்டப்பட்டான் போன ஆள். ஊரே திரண்டு எதிர்க்கும் பொழுது பணமிருந்து என்ன பயன்? போதாக் குறைக்குத் தாழ்த்தப்பட்ட, கிராமங்களில் அவமானகரமானது என்று கருதப்படும் ஒரு தொழிலைச் செய்யும் ஜாதி! சில சமயத்தில் ஊரையே அழித்துவிட வேண்டும் என்ற நபும்ஸகக் கோபம் அவரைத் தகித்தது. அடுத்த நிமிஷம் ஒரே மலைப்பு!

சம்பவமும், செய்தி பாதி வதந்தி முக்காலாக 'உஸ் ஆஸ்' என்று பக்கத்தூர்களில் பரந்தது. வேளாளருக்கு நெஞ்சு விரிந்தது. "சவத்துப் பயல்களைச் சரிக்கட்டிப் பாருங்க, இல்லாட்டா அங்கயெப் போல மலையாளத்து அம்பட்டனெ குடியேத்திப் போடுவோம் . . ." என்று மூட்டை கட்டி வந்து இலவச அபிப்பிராயம் சொல்லிவிட்டுச் சென்றனர் பலர்.

மகராஜனுக்கு அழகியநம்பியாபுரத்தில் இருப்பே கொள்ளவில்லை. 'எப்பொழுதடா பதினாறு கழியும், சென்னைக்குப் போய்விடுவோம்' என்ற துடிதுடிப்பு.

இப்படியிருக்கையில் மருதப்பரைக் காணோம் என்ற பேச்சுக் கிளம்பியது. இது ஊர்க்காரருக்கே அதிசயத்தை விளைவித்தது.

வீடு அடைத்துப் பூட்டிக் கிடந்தது. எங்கு போனார், எப்படிப் போனார் என்பதே ஆச்சரியம்.

சிதம்பரம் பிள்ளை இதைக் காதில் போட்டுக்கொள்ளவில்லை. "சவம் தன்னைப் பயந்து கொளும்புக்கு ஓடியிருக்கும்!" என்று திருப்திகொண்டார்.

விசுவநாத பிள்ளைக்கு இப்பொழுது சாப்பாட்டுக்குக்கூட வீட்டுக்குப் போவதென்றால் வேம்பாகிவிட்டது. மகராஜனே சமயா சமயங்களில் சாப்பாடு கொண்டுவந்துவிடுவான். "அப்பாவைத் தனியாக இங்கே விட்டுவிட்டுப் போவதா, அவரும் உடன் வந்தால் என்ன?" என்று நினைத்தான். ஆனால் சவுக்கை மோகம் கொண்ட பிள்ளையவர்கள் மறுத்துவிட்டார்கள். பிள்ளையும் பண்ணையாரும் அன்னியோன்னியம். பிரிந்து காண்பது துர்லபம். அப்படி ஒட்டிக் கொண்டனர். சிதம்பரம் பிள்ளையின் முரட்டுத் தைரியத்தில் டாக்டருக்கு நிலைதளராத நம்பிக்கை; டாக்டரின் குருட்டுக் குழந்தைத் தன்மையில் அவருக்கு ஒரு முரடனின் பிரேமை. சுப்புப் பிள்ளைக்கு நினைப்பு புது மாதிரியாக ஓடியது. இவ்வளவு கோளாறுக்கும் அந்த நிலந்தான் காரணம் என்ற உண்மையைக் கண்டுபிடித்து, பிள்ளையவர்கள் காதில் ஓதினார். அதிரடித்துப்போன நெஞ்சில் இது சடக்கென்று வேரூன்றியது. அதனால் அவரை யறியாது வெளிக் காட்டிக்கொள்ள தைரியமற்ற ஒரு பயங்கர வெறுப்பும் உறவாடியது. அதை வைத்தே தன் மகளை இரண்டாந்தாரமாக டாக்டருக்கு முடித்துவிட்டால் என்ன என்று கோட்டை கட்டினார் சுப்புப் பிள்ளை. சொத்துக்குச் சொத்தாச்சு, இந்த அல்லற் பிழைப்பும் ஒழியும்.

பதினாறும் கழிந்தது. சமயம் பார்த்து விதை ஊன்றினார் சுப்புப் பிள்ளை. பயிரிட வேண்டியதுதானே பாக்கி! தானாகவே முளைவிடும் என்பதில் சுப்புப் பிள்ளைக்கு அபார நம்பிக்கை.

அடுக்களைத் தாலி கட்டவைத்தால் போகிறது!

8

பதினாறு முடிந்த ஐந்தாவது நாள் விடியற்காலம் மூன்றரை மணி. முண்டிதமான தலையுடன் பஸ்ஸை எதிர்பார்த்து நிற்கிறான் மகராஜன். கூடவே தகப்பனாரும், பண்ணைப் பிள்ளையும், சுப்புப் பிள்ளையும் நிற்கின்றனர்.

பஸ் வந்து நின்றது. இருட்டில் ஒருவர் இறங்கினார்.

மகராஜன் ஏறினான்; சாமான்களும் ஏற்றப்பட்டன. வண்டி புறப்பட்டது.

"போனதும் லெட்டர் போடு!" என்றார் விசுவநாத பிள்ளை.

"என்ன தெரஸர் பிள்ளையா? யாரு போராஹ?" என்றது அந்தப் புதிய குரல்.

"மரைக்காயர்வாள்! ஏது இப்படி!"

"பண்ணையார்வாளெப் பாக்க வந்தேன்; அன்னா அவுஹளே நிக்காஹளே! நீங்க மூக்கன்கிட்ட வாங்கினிஹளாமில்லா, அந்த நெலத்தை எனக்கு முன்னாலேயே அடமானம் வச்சிருந்தான் – சமுசாரத்தைச் சொல்லிப்புட்டுப் போகலாமுண்ணு வந்தேன். நம்ம வைத்தியர்வாளும் அவுஹ பொஞ்சாதியும் நேத்துத்தான் இஸ்லாத்தைத் தளுவினாஹ! இந்த பஸ்லேதான் நம்ம கடெலே மானேசராயிருக்க கொளும்புக்குப் போராஹ!" என்றார் மரைக்காயர்.

"கோடு இருக்கே, நடத்திப் பார்ப்போமே!" என்றார் சிதம்பரம் பிள்ளை.

மணிக்கொடி, 1.11.1937

நினைவுப் பாதை

மேலச்செவல் வைரவன் பிள்ளை என்ற பாலசுப்பிரமணிய பிள்ளையின் மனைவி வள்ளியம்மையாச்சி நேற்றுத்தான் இறந்துபோனாள். தம்பதிகள் இருவரும் ஏறக்குறைய அரை நூற்றாண்டுக்கு மேல் வாழ்க்கையின் மேடுபள்ளங்களையெல்லாம் ஒன்றாகவே கடந்து வந்திருக்கின்றனர். வள்ளியம்மையாச்சி இறந்துபோனாள். ஏதோ தெய்வ சங்கற்பம் அப்படி. இன்று காடேற்று (இரண்டாம் நாள் கிரியை). நீண்ட நாள் வியாதி ஒன்றுமில்லை. போன சனிக்கிழமை புழக்கடையில் கால் வழுக்கி விழுந்தாள். இடுப்பிலும் விலாவிலும் ஊமையடி. அதில் படுத்தவள்தான் எழுந்திருக்கவேயில்லை.

வயதில் மூத்தவர் இறந்தால் அழுகைக்கும் ஓலத்திற்கும் குறைவில்லாவிட்டாலும் வருத்தமிருக்காது. பெண்கள் ரஸித்து அழுவார்கள்; வார்த்தைகள் முத்துமுத்தாய்க் கோவையாக வந்து விழும். அத்துடன் ஓரிரண்டு துளி கண்ணீரும் கலந்திருக்கலாம். ஆனால் அது அழுகிறவர்களின் சொந்த அந்தரங்க வருத்தத்தைப் பற்றியதாகவேயிருக்கும்.

அன்று இன்னும் விடியவில்லை. விடிவெள்ளி எதிர்வீட்டுக் கூரைக்கு ஒரு முழ உயரத்தில் தொங்குவது போல் தெரிகிறது. வாசல் தெளிக்கும் சப்தங்கூடக் காலையின் வரவை எதிரேற்கவில்லை. ஏன், 'துஷ்டிக்காக' (இழவுக்காக) அழுகிறவர்கள்கூட எழுந்திருக்கவில்லை என்றால் . . .

வைரவன் பிள்ளை வளைவின் வெளிக் குறட்டில் கோரைப்பாயின் மீது முழங்காலைக் கட்டிக்கொண்டு ஓர் உருவம் உட்கார்ந்திருக்கிறது. வேறு யாருமில்லை. அவர்தான். அன்று அவ்வீட்டில் தூங்காதவர் அவர் ஒருவர்தான். முழங்காலைக் கட்டியபடி, மேலே பார்த்துக்கொண்டு உட்கார்ந்திருக்கிறார். குறிப்பாக எதன்மீதும் பார்வையை உபயோகிக்கவில்லை. வெளியே வாசலில் விசிப்பலகையின் மேல் முழுதும் போர்த்த உடலங்கள், சமயாசமயங்களில் குறட்டைவிட்டு, உயிர் இருப்பதைத் தெரிவித்துக்கொள்ளுகின்றன.

வைரவன் பிள்ளை மனது, அண்ட சராசரங்கள் எல்லாவற்றையும் பார்வையிட்டுவிட்டு மறுபடியும் மறுபடியும் வள்ளியம்மையாச்சியின் கிடத்தப்பட்ட கற்பனைப் பிரேதத்தின்மீது வந்து கவிகிறது . . .

ஏறக்குறைய இந்த ஐம்பது வருஷ காலத்தில் அவர் வள்ளியம்மை யாச்சியைப் பற்றி அவ்வளவாக – முதல் பிரசவத்தில் தவிர – பிரமாத மாக நினைத்தது கிடையாது . . . மனைவி என்பது நூதன வஸ்துவாக இருந்து, பழகிய பொருளாகி, உடலோடு ஒட்டின உறுப்பாகிவிட்டது. ஒவ்வொருவரும் தமக்கு ஐந்து விரல் இருப்பதை ஒவ்வொரு நிஷமும் நினைத்துக்கொண்டா இருக்கிறார்கள்? . . . விரல் ஒன்று போனால் ஐந்தென்ற நினைப்புப் பிறக்கும் . . . அப்பொழுது அவர் மனக்கண்முன் வள்ளியம்மையாச்சி புதுப் பெண் கோலத்தில் தம் கைபிடித்து வந்த காட்சி நின்று தேங்கியது . . . .

வைரவன் பிள்ளை தூங்குவதற்காக உட்கார்ந்த இடத்தருகில் ஒரு சிறு ஜன்னல் – பனங் கம்பு 'அழி' வைத்தது. உள்ளிருந்து குசுகுசு என்ற சப்தம் . . . .

"ஏட்டி, அஞ்சு கொத்துச் சவடி (சங்கிலி) உனக்குன்னு தானேட்டி சொன்னா. பேச்சியம்மை கேக்கதுக்கு மின்னெ நீ போய் உங்க தாத்தாக்கிட்ட கேட்டு வாங்கிக்க!"

"ஆமாம் . . . எனக்குத் தூக்கம் வருதுங்கே – என்னைப் போட்டுப் படுத்தாதே!" . . . என்று வெடுக்கென்னும் ஓர் இளம் பெண் குரல் . . .

உடனே 'வீல்' என்று தொட்டிலில் அழும் குழந்தைக் குரல் . . . .

"சவமெ நீயும் ஆரம்பிச்சிட்டியா? . . . ஒன் வாய் ஓயாதா? . . . செத்த ஒரு நிமிட்டு சும்ம இரியாதா? எனக்குன்னுதான் வந்திட்டு தம்மா . .!" என்ற அங்கலாய்ப்பு . . . .

"அதாரது பாப்பாத்தியா . . .!" என்று நினைத்தார் வைரவன் பிள்ளை. அவள்தான் பிள்ளையின் நாற்பது வயதான முதல் புத்திரி பாப்பாத்தியம்மாள். அவளுக்கு, வயதுவந்த ஒரு பெண்ணும் நான்கு வயதுச் சிறுவனும் பத்து மாதக் கைக்குழந்தையும் உண்டு . . . .

இதைக் கேட்ட வைரவன் பிள்ளைக்குக் கைக்குழந்தை பாப்பாத்தி, சமைந்து (பருவமெய்தி) சடங்கு நடக்கும்போது அவள் நின்ற கோலம் . . . அப்புறம் மணப்பந்தலில் அவள் நின்ற காட்சி . . . எல்லாம் அவர் மனக்கண்முன் சலனப் படமாக விரிந்தது. பாப்பாத்தி எப்பொழுதும் அப்படித்தான் . . . ஆமாம், அவள் பிறக்கும்போதுதானே கடைமுறிந்து நாலு பக்கமும் பணமுடை . . . கஷ்டத்தில் வளர்ந்த பெண் – காசில் இருந்த கருத்து அளவுக்கு மீறி வளர்ந்துவிட்டது . . . அவள் மகளுக்கென்று சொல்லியிருந்தால், அவள் மகளுக்குத்தானே . . . அதற்குள் எதற்கு இந்தச் சின்னப் புத்தி . . . "ஏட்டி, இந்த வெத்திலையைத் தட்டு" என்று எடுத்த வாய் – அதிகாலையில் எழுந்திருந்ததும் அவர் போட்டுக்கொள்வதற்காகத் தயாராக வெற்றிலையை இடித்து வைத்தல் அவரது பல் போனதிலிருந்து தட்டாது நடந்துவரும் பழக்கம் –

சடக்கென்று நின்றது ... உள்ளத்தின் குழப்பம் புதிய மாறுபாட்டில் மேலும் குழம்பியது ...

வீட்டின் பக்கத்தில் நின்று குடிமகன் சுடலை ஊதிய இரட்டைச் சங்கின் அலறல் மறுநாள் வந்ததைப் பிள்ளையவர்கள் பிரக்ஞைக்குக் கொணர்ந்தது ... அதே சமயத்தில், உள்ளிருந்து பெண்களின் அழுகைக் குரல், சங்கத்தின் ஏக்க அலைகளுடன் தொடர்ந்து மனப்பாரத்தை அதிகப்படுத்தியது ... வைரவன் பிள்ளையின் பார்வை விடிவெள்ளியை நாடியது .... அது அவர் கண்ணில் தென்பட வில்லை ... எதிர்வீட்டுக் கூரை முன்பே அதை விழுங்கிவிட்டது ... கூரையின் உச்சிக்கோடு வானத்திற்கு ஓர் எல்லை காட்டியது ....

தெருக்கோடி முனையில் 'ஜல்ஜல்' என்ற மாட்டுச் சலங்கைகளின் சப்தம் ... சிறிது நின்றது. யாரோ இறங்கினர் ... தெருக்கோடியிலிருந்தே ... "என்னைப் பெத்த தாயாரே!"... என்ற பிலாக்கணம் ... பார்வதியும் வந்து சேர்ந்துவிட்டாள் என்ற திருப்தி வைரவன் பிள்ளைக்கு ... பார்வதி கடைக்குட்டிப் பெண் ... தூரத்தில் வாழ்க்கைப்பட்டிருக்கிறாள் ....

அப்பொழுது விசிப்பலகை ஒன்றிலிருந்த உருவம் எழுந்து, சடசடவென்று சோம்பல் முறித்தவண்ணம், "சம்போ மகாதேவா!" என்று கொட்டாவி விட்டுக்கொண்டே, "பாட்டையா, நல்லத் தூங்கினியளா? அதாரது?" என்று சொல்லிக்கொண்டே, வண்டி வந்த திசையை நோக்கியது ....

அதற்குள் வண்டியும் மெதுவாக வாசற்படியில் நின்றது ... முன்னால் பார்வதி நெஞ்சிலடித்துக்கொண்டே உள்ளே நுழைந்தாள் ... உள்ளே அழுகைக் குரல் பலமாயிற்று ....

"கரிசங்கொளத்து மாப்பிள்ளை வாராஹ!" என்று சொல்லிக் கொண்டே பக்கத்து வீட்டுக் கள்ளர்பிரான் பிள்ளை – அவர்தான் மற்றொரு பலகையில் படுத்திருந்தவர் – எழுந்திருந்தார்.

மாப்பிள்ளை மௌனமாக வந்து பிள்ளையவர்கள் பக்கத்தில் உட்கார்ந்தார் .... தலை குனிந்தவண்ணம் கேட்டார்: "அத்தைக்கு என்ன செஞ்சது? லெட்டர்லெகூட ஒண்ணையும் குறிப்பிடலியே!..." வைரவன் பிள்ளை பதில் பேசவில்லை.

"ஆச்சிக்கி என்ன? கெடப்பிலே கெடந்தாளா என்ன?... அண்ணைக்கி என்ன, கால் கொஞ்சம் தவறிச்சு ... நல்ல ஊமையடி ... இப்படி வரும்னு யார் நெனச்சா ... வயசாச்சில்லியா? எல்லாம் தெய்வ சங்கல்பம். அதுக்கு நாம் என்ன பண்ண முடியும்!... ஆச்சி திரேகம் கல்லுன்னா கல்லுத்தான் ... எண்ணைக்காவது ஒருநா மண்டையிடிண்ணு தலையெ சாச்சிருக்காளா?... அந்தப் பெரிய டாக்டரு இருக்கானே – அவன் எமடன்தான்!... அவனே அவ்வளவு தான்னுட்டான்!" என்று வாசாமகோசரமாக விஷயத்தைச் சொல்லி, தேறுதலும் சொல்ல ஆரம்பித்தார் முதலில் எழுந்தவர் ....

அப்பொழுதுதான் எழுந்த சுந்தரம் பிள்ளை, நெற்றியில் விபூதியை எடுத்துப் பூசிக்கொண்டே, "போன மாசமேதான் சுப்பு பிள்ளை அண்ணாச்சி சொல்லலே, ஆச்சிக்கு ஒரு கண்டமிருக்குன்னு! ... நானும் அண்ணைக்கி விளை(விளையுமிடம்)யைப் பார்த்துட்டு வரப்போ பேசிகிட்டுத்தானே வந்தேன் ... எல்லாம் வெள்ளிக்கிளமை களிஞ்சாத்தானின்னார் ... காலன் வாரதுக்கு கணக்கிண்ணும் நேரமிண்ணும் உண்டுமா?" ... என்று சொன்னார் ....

வைரவன் பிள்ளை யோசனையைச் சுடலையின் மற்றொரு சங்கொலி கலைத்துக் குழப்பி அதனுடன் ஒன்றுபட்டது.

அதற்குள் நன்றாய் விடிந்துவிட்டது.

வீட்டினுள்ளிருந்த நான்கு வயதுப் பையனொருவன், இடை அரைஞாண் கயிற்றில் மூலை மட்டும் சொருகிய பட்டுக்கரைத் துண்டு ஒன்றைப் பிரம்மப்பிரயத்தனம் செய்து மேலே இழுத்துப் போட்டும் முக்கால்வாசிப் பாகம் புழுதியில் புரள, வெளியே வந்து குறட்டின் மேல் ஏறினான்.

வைரவன் பிள்ளை உணர்வற்ற நிலையிலே அவனை ஒரு கையால் அணைத்தார் ...

அவர் பக்கம் ஒண்டிக்கொண்டு அவரை அண்ணாந்து ஏறிட்டுப் பார்த்தவண்ணம், "நாந்தான் ஆச்சிக்கு நெய்ப்பந்தம் பிடிச்சேனே!" என்று தன் திறமையை விளக்கிக்கொண்டான் சிறுவன்.

"பயலெப் பாருங்களேன்! ... ஏலே, ஒங்க ஆச்சியெ எங்கடா?" என்றார் சுந்தரம் பிள்ளை.

"செத்துப் போயிட்டா!" என்று அர்த்தமில்லாமல் சொன்னான் சிறுவன்.

"அது பசலெ, அதுக்கென்ன தெரியும்?" என்றார் வைரவன் பிள்ளை.

"அவனா? வலுப் பயல்லெ, அவனுக்கா தெரியாது! ... ஏலே, ஒங்க ஆச்சியை ..." என்பதற்குள், உள்ளிருந்து தாம்பாளத்தில் இளநீர் பால் முதலிய கிரியைக்கு வேண்டியவற்றையும் குடம் சொம்பு முதலியவற்றையும் எடுத்துவந்துவைத்த கள்ளர்பிரான் பிள்ளை, "எல்லாம் காலா காலத்திலே போயிட்டு வந்திட்டா நல்லதுதானே! நீங்க மேலவீட்டு அண்ணாச்சியைச் சத்தங் காட்டுங்க! ..." என்றார்.

சுடலை மறுபடியும் மெழுகு வைத்த இரட்டைச் சங்கை முழக்கினான். எல்லோரும் துண்டை உதறித் தோள் மேல் போட்டுக் கொண்டு எழுந்தனர் ... சுடலை முன்னால் முழக்கிக்கொண்டே நடந்தான்.

வைரவன் பிள்ளை கைத்தடியை ஊன்றிக்கொண்டு தள்ளாடி நடந்தார். அவருக்கு முன்னால் தலை முண்டிதமான அவருடைய ஒரே மகன் செல்லுகிறான் ... மனசிலோ, நடையிலோ கவலை தள்ளாடவில்லை.

வைரவன் பிள்ளை மனக்கண்முன் மணக்கோலத்தில் பதினாறு வயதில் பார்த்த வள்ளியம்மையாச்சியின் உருவம் நின்றது ....

சுடலை சங்கை முழக்கினான் ....

இனிப் பார்க்கப்போவதை வைரவன் பிள்ளை மனது நினைக்க மறுத்தது ....

"ஏலே, நீயுமா? திரும்பலியா!" என்ற சுந்தரம் பிள்ளையின் குரல் .... பேரன் தொடர்வதைத் திரும்பிப் பார்த்தார்.

மறுபடியும் சுடலை சங்கை முழக்கிக்கொண்டே சந்து திரும்பினான் ....

***தினமணி வருஷ மலர்*, 1937**

?

அதுவரை மனிதன் காலடிச் சுவடே படாத பிரதேசங்கள் வழியாகக் குருவும் சிஷ்யனுமாக இருவர் சென்றுகொண்டிருக்கின்றனர். இருவரும் நடந்துகொள்ளும் மாதிரியைத் தவிர மற்றப்படி வித்தியாசம் தெரியவில்லை. இருவரும் ஒரே வயதினர்; ஒரே விதமான நரை திரை; ரொம்ப நெருங்கிக் கவனித்தால் ஒருவர், சொல்லளவில், சிறிது இளையவர் மாதிரித் தெரியும். ஆனால், முகத்தில் சிந்தனையின் அசைவு ஏற்படும்பொழுதெல்லாம் மூப்பு தானே வெளிப்படும்.

இருவரும் ஹிமய சிகரப் பிரதேசங்களில் உள்ள பனிப் பாலைவனம் வழியாகச் செல்லுகின்றனர். உயிரைக் கருவறுக்கும் குளிர். தூரத்திலே எட்டாத இலட்சியம் போல நிற்கிறது கைலயங்கிரி.

கால்கள் அப்பொழுதுதான் விழுந்த பனிச் சகதிகளில் அழுந்து கின்றன; சில இடங்களில் பனிப்பாறைகளில் வழுக்குகின்றன.

பார்வையின் கோணம் கதிக்க விழத்தக்க ஒரு திருப்பத்தில் வந்து நின்றார் குரு.

"அதோ தெரிகிறது பார்த்தாயா கைலயங்கிரி, உயர்ந்து நிமிர்ந்து கம்பீரமாக வானைக் கிழித்துக்கொண்டு! சிகரத் திலகம் போல அதன் உச்சியில் வான்தகட்டில் தெரிகிறதே ஒரு நட்சத்திரம் – பிரகாசமாக – அதைப் போலத்தான் இலட்சியம், தெய்வம்!" என்று சுட்டிக்காட்டினார் குரு. கண்களில் சத்தியத்தைக் கரைகண்ட வெறி ததும்பி வழிகிறது.

"பிரபோ! நிமிர்ந்து நின்று என்ன பயன்? உயிரற்றுக் கிடக்கிறதே! பிரகாசமாக இருந்தால் மட்டும் போதுமா? ஒருவன் எட்டிப் பிடிப்பதற்காக அது இருந்தென்ன அல்லது கண்ணுக்குத் தெரியாமல் போய் என்ன?"

"ஒருவன் தொட்டால் உலகம் தொட்ட மாதிரி!"

"உலகம் அவனை இழந்துவிடுவதனாலா?"

"இல்லை, உலகத்தை அவன் இழப்பதனால்...."

புதுமைப்பித்தன் கதைகள்

இருவரும் தலைநிமிர்ந்து நின்று சிகரத்தைப் பார்த்தபடி யோசனையிலாழ்கின்றனர்.

"இல்லை, நான் சொன்னது பிசகு!" என்று தலைகுனிகிறார் குரு.

தினமணி வருஷ மலர், 1938

மனக்குகை ஓவியங்கள்

1

கர்த்தராகிய பிதா, பரமண்டலத்தின் சாளரங்களில் ஒன்றைத் திறந்து எட்டிப் பார்த்தார்.

கீழே, பல யோஜனைகளுக்கு அப்பால், அவர் கற்பித்த பூமண்டலமும் அதன்மீது ஊர்ந்து திரியும் சகல ஜீவராசிகளும் அவர் தமது சாயையில் சிருஷ்டித்து மகிழ்ச்சியுற்ற ஆதாம் ஏவாளின் வாரிசுகளும் தென்பட்டன.

ஒரு தாயின் பெருமிதத்துடன், ஒரு சிருஷ்டிகர்த்தரின் கம்பீர மகிழ்ச்சியுடன் அப் பூமண்டலத்தைக் கவனித்தார்.

அன்று ஏழாம் நாள். தொழிலை (விளையாட்டை?) முடித்துக் கை கழுவிவிட்டுச் சிரமபரிகாரம் செய்துகொண்டிருந்தபொழுது எந்த நிலையில் இருந்தனவோ அதே நிலையில் மனிதனைத் தவிர்த்துப் பூமண்டலத்தின் மற்றைய ஜீவராசிகளெல்லாம் அவருக்குத் தென்பட்டன.

மனிதன் மட்டிலும், ஏக்கத்தாற் குழிந்த கண்களோடு, விலாவெலும் பெடுத்த கூனல் உடலை வளைத்து, நெற்றி வியர்வை நிலத்தில் சொட்டச்சொட்ட, எதையோ குகையொன்றில் வைத்து ஊதி ஊதி உருக்கிக்கொண்டிருந்தான்.

பிதாவின் களங்கமற்ற நெற்றியில், கண்ணாடியில் கலந்த ஆவி போல் சோர்வு போர்த்திய துயரக் களை தோன்றி மறைந்தது.

தம் இரத்தத்தின் இரத்தமான, கனவின் கனவான, லட்சியத்தின் லட்சியமான புதல்வனின் நினைவு தட்டியது போலும்!

இன்னுமா?

"ஹே! மானுடா, ஏனப்பா உன் பார்வை குனிந்தே போய்விட்டது?" என்ற குரல் பல யோஜனைகளுக்கு அப்பால் உள்ள மனிதனுடைய உள்ளத்தில் ஒலித்தது.

மனிதன் தன்னுடைய நம்பிக்கை வறண்ட கண்களைக் கொண்டு வானத்தை அண்ணாந்து பார்த்தான்.

"நீர் எப்பொழுதும் அங்கேயே இருக்கிறீரே?" என்று பதில் கேள்வி கேட்டான்.

"நான் என்ன செய்யட்டும்! உன்னை மாசுபடுத்தும் அந்தப் புழுதி தோய்ந்த கரங்களுடன், மார்புடன் என்னைக் கட்டித் தழுவ முயலுகிறாயே?"

"என்னைச் சிருஷ்டிக்க நீர் உபயோகித்த புழுதியைவிட்டு நான் எப்படி விலக முடியும்? அதை விட்டு விலகி நான் உம்மை எப்படி வரவேற்க முடியும்? நான் நிமிர்ந்து நேராக நிற்பதற்கே இந்தப் புழுதிதானே ஆதாரம்? புழுதியைக் கண்டு அஞ்சும் உமக்கு அதன் மீது நிற்கும் என்னை அறிந்துகொள்ளச் சக்தி உண்டா? நீர் அந்தச் சக்தி பெற்றுக் கீழே வரும்வரை நான் இந்தப் புழுதியில் கண்டெடுத்த – அதில் என்னோடு பிறந்த, என் சகோதரனான – இந்த இரும்புத் துண்டை வைத்து, என்னைப் பாதுகாத்துக்கொள்ளுகிறேன்!" என்று குனிந்து நெருப்பை ஊதலானான். குகையுள் பளபளவென்று மின்ன ஆரம்பித்தது.

2

உத்தானபாதனது குழந்தை தெய்வத்திடம் வரம் கேட்பதற்காகத் தபஸ் செய்யக் கானகத்திற்கு ஓடிற்று.

மகாவிஷ்ணுவும் ஸ்ரீதேவியும் ஆகாய மார்க்கமாகச் செல்லும் பொழுது இக்குழந்தையைக் கண்டுவிட்டார்கள்.

ஸ்ரீதேவிக்குப் பசலைக் குழந்தையின் உறுதியைக் கண்டு பரிவு ஏற்பட்டுவிட்டது. தன் கணவருக்கு இருக்கும் அந்தக் 'காத்து அளிக்கும்' சக்தியை விவரம் தெரியாத குழந்தைகள்கூட அறிந்திருக்கின்றனவே என்பதில் ஒரு பூரிப்பு! கணவரைப் பார்த்துக்கொண்டாள்.

ஸ்ரீதேவியின் கடைக்கண் வீச்சுக்கிணங்கி வரங்களை வாரிச் சொரியக் குழந்தையை அணுகினார் மகாவிஷ்ணு.

குழந்தை ஓடிக்கொண்டிருந்தது.

பகற் கனவை ரஸித்துப் பல முறை ஏமாந்த குழந்தை அது. அதற்கு எதிலும் சர்வ சந்தேகம். மனத்தின் பேரில் அதற்கு அசைக்க முடியாத, நிரந்தரமான சந்தேகம்.

உத்தானபாதனது மடியில் உட்கார்ந்து விளையாடுவதாக, கொஞ்சுவதாக நம்பி எத்தனையோ முறை முன் ஏமாந்திருக்கிறதல்லவா?

மகாவிஷ்ணு சங்கு சக்கராயுதராக அதனை வழிமறித்து நின்று "குழந்தாய்!" என்று அழைத்தார்.

"நீ யார்?" என்று கேட்டது குழந்தை.

"குழந்தாய், என்னைத் தெரியாதா? நான்தான் மகாவிஷ்ணு!" என்று புன்சிரிப்புடன் தம்மை அறிவித்துக்கொண்டார்.

"பொய்! நான் என்ன கனவு காண்கிறேனா?" என்று தன்னைக் கிள்ளிப் பார்த்துக்கொண்டது குழந்தை.

"நிஜந்தான். இந்தா, இந்த வரத்தைக் கொடுக்கிறேன்! இதிலிருந்து தெரிந்துகொள்!"

"ஓஹோ, செப்பிடுவித்தைக்காரனா?"

"நான்தான் மகாவிஷ்ணு; என் பக்கத்திலிருக்கும் ஸ்ரீதேவியைப் பார்!"

"பகல்வேஷக்காரனும்கூடவா! எங்கப்பா கிட்டப்போ! சம்மானம் குடுப்பார் – என்னை ஏமாத்த முடியாது!" என்று சிரித்துக்கொண்டே, "நேரமாகிறது; தபஸ் பண்ணப்போறேன்!" என்று காட்டிற்குள் ஓடிவிட்டது அக்குழந்தை.

கொடுக்க விரும்பிய வரத்தை ஒரு நட்சத்திரத்தின்மீது வீசி எறிந்துவிட்டு ஆகாச கங்கையில் ஒரு முழுக்குப்போட்டார் பகவான்.

பசியால் தவிக்கும் 'கல்லினுள் சிறு தேரை' தென்பட்டது. அதை நோக்கி விரைந்து சென்றார்.

3

யமபுரி.

மார்க்கண்டச் சிறுவனுக்காகப் பரிந்துகொண்டு வந்த சிவபிரான் கையில் தோல்வியுற்று தர்மராஜன் அப்பொழுதுதான் திரும்பி வந்திருக்கிறான்.

தனது தர்மாசனத்தில் உட்காரவும் அவனுக்கு அச்சம் – தயங்குகிறான்.

ஆசனத்தடியில் விடாப்பிடியாக உட்கார்ந்துகொண்டு முரண்டு செய்துகொண்டிருந்த நசிகேதக் குழந்தை, "மரணம் என்றால் என்ன?" என்று மறுபடியும் தன் மழலை வாயால் கேட்டது.

எத்தனையோ தத்துவங்களைச் சொல்லிப் பார்த்தான்.

குழந்தையை ஏமாற்ற முடியவில்லை. தன் ஒற்றைக் கேள்வியை வைத்துக்கொண்டு அவனை யுகம்யுகமாக மிரட்டிவருகிறது அக்குழந்தை.

தோல்வியின் சுபாவமோ என்னவோ!

"மனிதர்கள் என்னைக் கண்டு ஏன் மிரளுகிறார்கள்? அஞ்சுகிறார்கள்? நான் உதவி செய்யத்தானே செல்லுகிறேன்? எனக்குப் பயந்து என்னையும்விடப் பெரிய எமனான சங்கரனிடம் சரண் புகுந்தாவது என்னை விரட்டப்பார்க்கிறார்களே! இது என்ன புதிர்? என்னைக் கண்டு பயப்படுவதற்கு என்ன இருக்கிறது?" என்று அவனது ஏக்கப் படுதாவில் நினைவு-அலைகள் தோன்றி விரிந்தன.

அன்றுதான் அவன் தன் தனிமையை முழுதும் அறிந்தான்.

அப்பொழுதுதான் கிங்கரர் இருவர் தன்முன் கொண்டு நிறுத்திய மனித உயிரைப் பார்த்துத் தன் அந்தரங்கக் கேள்வியை வாய் குழறிக் கேட்டுவிட்டான்.

"அதோ கிடக்கிறது பார், நான் போட்டுவிட்டு வந்த உடல்; அதில் போய் உட்கார்ந்துகொள். அப்புறம் உன் கிங்கரர்களை ஏவி, உன்னை அழைத்துவரும்படி உத்தரவு செய். அப்பொழுது தெரியும் உனக்கு!" என்று சொல்லிச் சிரித்தது அந்த மனித உயிர்.

4

பர வெளியிலே, பேரம்பலத்திலே நின்று, தன்னையே மறந்த லயத்தில், ஆனந்தக் கூத்திட்டுப் பிரபஞ்சத்தை நடத்துகிறான் சிவபிரான்.

ஒரு கால் தூக்கி உலகுய்ய நின்று ஆடுகிறான்.

பக்கத்தில் வந்து நின்றார் நாரதர்.

"அம்மையப்பா! எட்ட உருளும் மண்ணுலகத்தைப் பார்த்தருள்க!... அதோ கூனிக் குறுகி மண்ணில் உட்கார்ந்து ரசவாதம் செய்கிறானே! சிற்றம்பலமான அவனது உள்ளத்திலே தேவரீர் கழலொலி என்ன நாதத்தை எழுப்புகிறது, தெரியுமா?... துன்பம், நம்பிக்கை–வறட்சி, முடிவற்ற சோகம்...."

தன்னை மறந்த வெறியில் கூத்தாடும் பித்தனுக்கா இவ்வார்த்தைகள் செவியில் விழப்போகின்றன!

வீணையை மீட்டிக்கொண்டு வேறு திசை பார்த்து நடந்தார் நாரதர்.

5

கைலயங்கிரியிலே கண்ணைப் பறிக்கும் தூய வெண்பனி மலையடுக்குகள் சிவந்த தீ நாக்குகளைக் கக்குகின்றன.

திசையும் திசைத் தேவர்களும், யாவரும் யாவையும் எரிந்து மடிந்து ஒன்றுமற்ற பாழாக, சூன்யமாகப் போகும்படி பிரான், கோரச்சுடரான நெற்றிக்கண்ணைத் திறந்து, தன் தொழில் திறமையில் பெருமிதம் கொண்டு புன்னகை செய்கிறான்! கண்ணில் வெறியின் பார்வை!

பார்த்த இடங்களில் எல்லாம் தீ நாக்கு நக்கி நிமிர்கிறது!

இடியும் மின்னலும், இருளும் ஒளியும் குழம்பித் தறிகெட்டு நசிக்கின்றன.

இக்குழப்பங்களையும் மீறி ஒரு சிறு குழந்தை அவனது காலடியை நோக்கி ஓடி வருகிறது.

தோலாடையைத் தன் தளிர் விரல்களால் பற்றி இழுக்கிறது.

பிரான் குனிந்து பார்க்கிறான், புன்சிரிப்போடு.

"அழிப்பதற்குச் சர்வ வல்லமை இருக்கிற தெம்பில் வந்த பூரிப்போ இது?" என்கிறது குழந்தை.

"சந்தேகமா! நீதான் பார்க்கிறாயே!" என்கிறான் பரமன்.

"உமக்கு எல்லாவற்றையும் அழிக்க முடியும். உம்மை அழித்துக் கொள்ள முடியுமா? நீர் மட்டும் மிஞ்சுவதுதான் சூன்யம் என்று அர்த்தமா? உம்மையும் அழித்துக்கொள்ளும்படி நீர் தொழிலை நன்றாகக் கற்றுவந்த பின்பு நெஞ்சைத் தட்டிப் பார்த்துக்கொள்ளும்!" என்று சொல்லிக்கொண்டே கருகி நசித்தது அக்குழந்தை.

கலைமகள், மே 1938

நியாயந்தான்

வடலூர் குமாரு பிள்ளை கொழும்புக்குப் போவதென்று ரெயிலேறிய பொழுது ஐ.பி. கொடுத்துவிட்டு மேல்துண்டை உதறிப்போட்டுக் கொண்டுதான் புறப்பட்டார். தகப்பனாரது திடீர் மரணத்தால் மேல்விழுந்து அமுக்கிய கடன்காரர்களுக்குப் புகல்சொல்ல அந்த ஒரு வழிதான் தெரிந்தது. மேலும் அவர் மற்றவர்களைப் போல் 'ஒதுக்கிவைத்து'க்கொண்டு கைகளை விரிக்கவில்லை. அப்பொழுது அவருக்கு அநுபவம் போதாது. பள்ளிக்கூடம் என்ற சொப்பன உலகத்தின் வாசகங்களை உண்மையாகவே நம்பி மோசம்போனார். உபாத்தியாயர்கள் கற்பித்துக்கொடுக்கவும், பெரியவர்கள் பிரசங்க மேடையில் வாசாமகோசரமாகப் பேசவும் முன்னோர்கள் எழுதி வைத்துப்போனதை உபயோகித்துப் பார்த்தார். கை சுட்டது. தூத்துக்குடி போகும் வண்டியின் மூன்றாவது வகுப்பில் உட்கார்ந்த பின்புதான் சுமையை இறக்கிவைத்த ஆசுவாசம் ஏற்பட்டது.

கொழும்பிலும் அவரது லக்ஷ்யம் பிரமாதப்பட்டுப் போகவில்லை. வர்த்தக உலகைக் கைப்பற்ற வேண்டும் என்ற ஆசை ஒன்றும் அவருக்கு இல்லை. ஏதாவது வெங்காயக் கிட்டங்கியில், சொன்னதைச் செய்து விட்டு நாலு காசு சம்பாதிக்க வேண்டும் என்பதே நோக்கம். தாமோ தனிக்கட்டை! ஊரில் உள்ள தாய்க்கு மாசம் மூன்று ரூபாய் அனுப்ப வழி கிடைத்தால் போதும் என்பதே அவரது பரிபூரணமான ஆசை.

கொழும்புக்குப் போவதென்றால் மேல்துண்டுடன், அதையே துணையாக நம்பிச் செல்கிறவர்களுக்கு உபவாச மகிமைதான் ஸ்டேஷனில் காத்திருக்கும். அது பிள்ளையவர்களுக்குத் தெரியாது. டிக்கட்டுக்குப் பணம்; அதற்கு மேல் ஒரு வேளை சாப்பாட்டுக்குச் சில்லறை; இதுதான் அவரது ஆஸ்தி. வியாபாரம் செய்து லாபம் சம்பாதிக்க வேண்டும் என்ற எண்ணத்துடன் கொழும்புக்கு வருகிறவர் கள், மேல்துண்டையே மூலதனமாகவும் ஜாமீன் பேர்வழியாகவும் கொண்டு வருகிறவர்களிடம் வசூல் பட்டியலையோ, ஸ்டோர் அறையின் சாவியையோ ஒப்படைத்துவிடுவார்களா? அவ்வளவு

வேண்டாம் – நட்ட நடுப் பகலில் கடைக்குள் ஏறி அவர்கள் கண் முன்பே நடமாடவிடுவார்களா? வெள்ளைக்காரர் 'ஸ்லேவ் ஐலண்ட்' என்ற யதார்த்தமான பெயரைக் கொடுத்திருக்கும் சரகத்தில் வசிக்கும் கிட்டங்கிப் பிள்ளைமார்களும் முதலாளிமார்களும் பிள்ளையவர்களை நம்பாததில் அதிசயமில்லை. அவர் அந்தப் பக்கத்தில் ஏறியிறங்காத கடை பாக்கியில்லை; ஜனசங்கியைக் கணக்கு உத்தியோகஸ்தரின் நுணுக்கத்துடன் கடை க்ஷேத்திர யாத்திரை நடைபெற்றது. இதற்குள் மூன்று நான்கு நாட்கள் கழிந்துவிட்டன. அன்னிய நாட்டான் பிச்சை எடுக்க ஆரம்பித்தால் இங்கிலாந்து முதலிய இடங்களில் தாய் நாடு திரும்புவதற்காவது வழியுண்டு. பிடித்துக் கப்பலேற்றி விடுவார்கள். கொழும்புச் சட்டங்கள் எப்படியோ? வடலூர் குமாரு பிள்ளையின் மனம் பிச்சை எடுக்க ஒப்பவில்லை. அதனால்தான் அப்படிப்பட்ட சட்டம் அங்கிருக்கிறதா என்று தெரிந்துகொள்ள வழியில்லாமல் போய்விட்டது.

வர்த்தகத்திற்கும் ஏகாதிபத்தியத்திற்கும் ராணுவ பலம் எவ்வளவு அவசியமோ, அவ்வளவு தெய்வ பக்தியும் அவசியம். இந்த உண்மை யைப் பிரிட்டிஷ்காரர் மட்டிலும் தெரிந்துகொண்டிருக்கவில்லை; கொழும்புப் பிள்ளைமாரும் தெரிந்துகொண்டிருந்தனர். ராணுவ பலத்தைப் பொறுத்தவரையில் யானைக்குப் பாதுகாப்புக் கிடைக்கும் பொழுது அதன்மீது ஊரும் எறும்புக்கும் அது கிடைக்கும் அல்லவா? அதனால் வெள்ளைக்காரனுக்குக் கிடைக்கும் பாதுகாப்பில் தம் நம்பிக்கையைப் போட்டுவிட்டு, பக்தி விஷயத்திற்காக மட்டிலும் ஒரு சிறிய பிள்ளையார் கோயிலைக் கட்டி அதற்குப் பக்கத்தில் ஒரு கிணறு ஒன்றையும் வெட்டிப் போட்டார்கள். பெரிய முதலாளி மார்கள் தர்பாராக வந்து, கடைச் சிப்பந்திகள் தண்ணீர் இறைத்து ஊற்ற, குளித்துவிட்டுப் பிள்ளையாரை அவரவர் உயர்வு ஏர்வை களுக்குத் தக்கபடி வழிபட்டு விட்டுச் செல்வார்கள். தனித் தனி நபரின் பக்திப் பெருக்கு, டைபாய்ட் வியாதியஸ்தனின் டெம்பரேச்சர் படம் மாதிரி அன்றைய வியாபார ஓட்டத்தைப் பொறுத்ததாக இருந்தாலும், பொதுவாகச் சங்கத்தினரின் முழு ஆதரவு இருந்ததால் விநாயகர் பாடு சராசரி பக்தி விகிதத்திற்கு மோசமாகிவிடவில்லை. அதிகாலை ஏழு மணிக்கு அந்தப் பகுதியில் நோக்கும் திசை எல்லாம் 'நடமாடும் கோயில்கள்'தாம். பிள்ளையார் கோயிலின் நைவேத்திய விசேஷங்கள் சிறிய சிப்பந்திகளிடையே பக்திக் கவர்ச்சிக்குத் தூண்டுதலாக இருந்தது.

வடலூர்ப் பிள்ளையும் சித்தி விநாயகர் பக்கத்தில் கோயில் கொண்டருளினார். பிள்ளையார் மனநிலையைப் பற்றி அறிந்துகொள்ள, எனக்குத் தேவதையின் மனோதத்துவ சாஸ்திரம் தெரியாது. பிள்ளையவர்கள் மனசில் மட்டிலும் கசப்பு, கசப்பு, கசப்பு. கோயில் ஐயர் ஒரு நாளைக்கு மட்டிலும் ஏதோ கொடுத்தார். அதில் அவர் மனசு அபார மகிழ்ச்சி கொண்டுவிடவில்லை. மேலும் பிள்ளையாரைப் போல் நிர்விசார சமாதியிலிருக்க அவர் கல் அல்ல. அவர் மனசில்

எரிமலைகள் சீறின; புதிய சமூக சாஸ்திரங்கள், ஒழுக்கக் கட்டுப்பாடுகள் தோன்றின; நியாயமானவை என்று அறிவை நம்பும்படி வற்புறுத்தின. இப்படிப்பட்ட தத்துவ ஆசிரியனாகப் பரிணமிக்கும் சமயத்தில்தான் உமையாள்புரம் மீனாட்சிசுந்தரம் பிள்ளையின் பக்திக் கண்கள் வடலூர்த் துயரத்தின் பிண்டத்தைக் கண்டன. மீனாட்சிசுந்தரம் பிள்ளையின் கண்கள் மூன்று தினங்கள் அவரை அதே இடத்தில் பார்த்தன. உமையாள்புரத்து ஆசாமி ஆறஅமரச் சிந்திப்பதில் விசேஷத் தன்மை வாய்ந்தவர். அதனால்தான் மூன்றாம் முறையாக வடலூர்க் குமாரு பிள்ளையைக் கண்டபொழுது அவர் மூர்ச்சையுற்றிருக்க வேண்டியதாயிற்று. ஏனென்றால் பிள்ளையவர்கள் காற்றைப் புசித்து வாழும் கரடிவித்தை கற்றவரல்ல. கற்றிருந்தால் இந்தக் கொழும்புப் பிரயாணமே சித்தித்திருக்காது. மீனாட்சிசுந்தரம் பிள்ளைதான் அவருக்கு மூர்ச்சை தெளிவித்து “உனக்கு என்ன செய்கிறது?” என்றார். “பசிக்கிறது” என்றார் வடலூர்ப் பிள்ளை சுருக்கமாக. உமையாள்புரம் மீனாட்சி சுந்தரம் பிள்ளை ஓர் உயிர்ப் பிராணிக்கு உதவி செய்வது என்று உறுதிகொண்டுவிட்டார். காரணம், அன்று விடியற்காலந்தான் வேலைக் காரப் பையன் ஒருவன் முறைத்துக்கொண்டு வெளியேறிவிட்டான். எண்ணெய் தேய்த்துவிடுவதிலும் கால் பிடிப்பதிலும் நிபுணன் அவன்.

உமையாள்புரம் மீனாட்சிசுந்தரம் பிள்ளையின் கடையில் சிப்பந்தியாயிருப்பதில் அவருக்கு அவ்வளவு அபார மகிழ்ச்சியும் ஏற்படவில்லை; சேவகம் என்பதற்காக அதிருப்தியும் ஏற்படவில்லை. கடைசியாக விநாயகக் கடவுளின் அருள் என்ற நம்பிக்கை ஏற்படாத தும் ஆச்சரியந்தான். ஏனென்றால் விருத்தாந்தத்தைக் கேட்ட ஐந்தாறு நாட்களுக்கு முன்தான் ‘வேலையில்லை போ’ என்று விரட்டிய உமையாள்புரம் மீனாட்சிசுந்தரம் பிள்ளை, விநாயகக் கடவுளின் பரிபூரணமான அருள் அது என்று நினைத்தார். ஆனால் பிள்ளையவர்கள் தமது பிரக்ஞையிழப்பின் அருள் என்று நம்பினார்; அப்படி வெளிப் படையாகச் சொல்லிக்கொள்ளவில்லை.

பிள்ளையவர்களுக்கு இருந்த ஒரே ஆசையெல்லாம் திருநெல்வேலிக் கடன்காரர்களைத் தம் காலடியில் வைத்து ஆட்டிப் பார்க்க வேண்டும் என்பதே. அது சாத்தியமில்லாததால், தம்முடன் நெருங்கி, தாம் வசிக்க நேர்ந்த சமுதாயத்தைக் காலடியில் கொண்டுவந்து வைத்து, ஒரு நாளைக்காவது கண்ணில் விரலைவிட்டு ஆட்ட வேண்டும் என்பதே! இந்த ஆசை, பசியின் சாயை மறையமறையப் பிரம்மாண்ட மாக வளர ஆரம்பித்தது. உமையாள்புரம் பிள்ளை, வடலூர்ப் பிள்ளையைப் பண வசூலுக்கும் சரக்குப் பிடிக்கவும் அனுப்ப ஆரம்பித்தார். பல முதலாளிகளுடன் பழக்கம் ஏற்படுத்திக்கொள்ளச் சந்தர்ப்பம் அளித்தார்.

கொழும்புக் கடைகளில் உதவித் தொழிலுக்குப் போகிறவர்களுக்கு எப்பொழுதாவது தனிக் கடை ஆரம்பிக்கலாம் என்ற நம்பிக்கை இருக்கும்; அல்லது ஏற்படும். பிள்ளையவர்கள் விஷயத்திலும் இது ஏற்பட்டது.

வடக்கத்தி சேட் ஒருவன் இவரை நம்பிப் பணம் கொடுக்க உத்தேசித்தான். தவிரவும் உமையாள்புரம் பிள்ளையும் ஏதோ உதவினார். ஒரு நல்ல நாளில் வடலூர்ப் பிள்ளையின் சொந்தக் கடை திறக்கப்பட்டது. முதலாளி ஸ்தானத்தைப் பெற்றுவிட்டால் வியாபார அநுபவம் வந்துவிடுமா? அதனால்தான் ஆள் வைத்துக் கடை நடத்த வேண்டியதாயிற்று. வியாபார நுணுக்கம் தெரிந்தாலும் தெரியாவிட்டாலும் முதலாளியான பிறகு வைப்பாட்டி வைத்துக் கொள்ளாமல் இருப்பது கௌரவக் குறைவு. அதை உத்தேசித்தோ அல்லது இயற்கையின் தேவையாலோ மலிவான சிங்கள வைப்பாட்டியை வைத்துக்கொண்டார்.

பிள்ளையவர்கள் தொழிலை ஆரம்பித்த நேரத்தின் விபரீதமோ என்னவோ? வர்த்தக உலகத்தில் பணம் புரளுவது கஷ்டமாயிற்று. பெரியபெரிய விலாசங்கள் இரண்டு மூன்று தொடர்ந்தாற் போல் முறிந்தன. கடன்காரரின் பிடுங்கல் அதிகமாயிற்று. பிள்ளையவர்களின் வியாபார ஓட்டமும் அவ்வளவு தெளிவில்லை. திருநெல்வேலிக் கதை மறுபடியும் கொழும்பிலும் 'ஒன்ஸ¬ மோர்' அடித்துவிடுமோ என்ற பீதி அதிகமாயிற்று. ஆனால் மிரண்டுவிடவில்லை. பேச்சு வெளி வராமல் இருக்க, சரக்குகள் அதிகமாக வாங்க ஆரம்பித்தார். திடீரென்று மூன்று கிடங்குகள் வாடகைக்கு அமர்த்தப்பட்டன. அன்று சாயங்காலத்திற்குள்ளாகவே அவ்வளவிலும் லக்ஷ ரூபாய்க்குச் சரக்கு. சாயங்காலம் கடையடைக்கும்பொழுது சிப்பந்திகளைக் கூப்பிட்டுச் சம்பளமும், அதற்குமேல் ஐந்தும் பத்தும் கொடுத்து, கணக்குத் தீர்ப்பது போல் காட்டிக்கொள்ளாமல் கண்களில் மண்ணைத் தூவினார். கடை, கிடங்கு எல்லாவற்றையும் இழுத்துப் பூட்டிச் சீல் வைத்தார்; சிங்களத்தியின் வீட்டுக்குப் போய்விட்டார்.

மறுநாள் காலை மணி ஒன்பதாகியும் கடை திறக்கப்படவில்லை. வடலூர்ப் பிள்ளையும் முறிந்துபோனார் என்ற செய்தி காட்டுத் தீப் போலப் பரவியது. சேட்ஜிகளும், சிறிய கடைக்காரர்களும் வயிற்றிலும் வாயிலும் அடித்துக்கொள்ளவில்லை; மனமார, வாயாரத் திட்டினார்கள்.

சிங்களத்தியின் வீட்டில் இருப்பதாகத் துப்புத் தெரிந்தது. எல்லாரும் ஒருமிக்க வீட்டுக்குள் புகுந்தார்கள். "பேமானிப் பயலே!..." என்று ஆரம்பித்தார் சேட்ஜி. மற்றவர்களும் அவர்கள் குலாசாரப்படி திட்டினார்கள்.

பிள்ளையவர்கள் அமைதியாகக் கல்லைப் போல் இருந்தார் .... சந்தடி ஓய்ந்ததும், "உங்களை ஏமாற்றுவது என் நோக்கம் அல்ல ... கடன் எல்லாவற்றையும் பைசாவிடாமல் கொடுக்க வேண்டும் என்பதுதான் என் ஆசை. பெரிய முதலாளிகளே தயங்குகிறார்கள். ஒரே சமயத்தில் எல்லாரும் கேட்டுவிட்டால் எல்லாருக்கும் நஷ்டமாகுமே என்பது என் வருத்தம். இப்பொழுது சொல்லுகிறேன்: நீங்கள் கொடுத்திருக்கும் கடனைத் தவணையாகப் பெற்றுக்கொள்ளுகிறீர்களா? அப்படியானால் பாக்கியில்லாமல் செலுத்துகிறேன்.

இல்லாவிட்டால் கோர்ட்டுக்குப் போய் இருக்கிறதைப் பங்கு போட்டுக் கொள்ளுங்கள்" என்று கடைசியாகச் சொன்னார். வர்த்தகர்கள் பீதியடித்துப் போனார்கள். 'இப்பொழுது வசூல் செய்தால் தம்படி கூடத் தேறுமோ என்னவோ? அவன் தவணை மூலம் பூர்த்தி செய்வான் என்பது எப்படி நிச்சயம்?' – ஒரு வழியாக நிர்ணயிக்க முடியவில்லை. முடிவில் அவரைத் திட்டிவிட்டுச் சென்றார்கள்.

வடலூர்ப் பிள்ளை அதனுடன் தூங்கப் போய்விடவில்லை; அல்லது ஊருக்கும் கம்பி நீட்டவில்லை. ஒரு முரட்டு வக்கீலைப் பிடித்து அமர்த்தினார். அவன் கையில் தம் வழக்கையும் யோசனை யையும் ஒப்படைத்தார். வக்கீல், கடன் கொடுத்திருந்தவர்களின் பட்டியல் தயாரித்து அவரவர்கள் தொகைக்குத் தக்கபடி விகிதாசாரம் போட்டு, முடிவு கூற ஒரு மாதம் நோட்டீஸ் கொடுத்து அனுப்பினான். சிறு கடன்காரர்கள் கிடைத்தது போதும் என்று ஒன்றுக்குக் காலாக வாங்கிக்கொண்டு ஓடினர். இப்படி மெஜாரிட்டித் தொல்லை ஒழிந்தது. மற்றும் பெரிய புள்ளிகள் வேறு விதியில்லாமல் நிபந்தனையை ஏற்றுக்கொண்டனர்.

கையில் மூலதனம் போடாமல் ஒரு லக்ஷ ரூபாய் சரக்கு; அது இருக்கும்பொழுது தவணை செலுத்துவதற்குமா வலிக்கிறது? மாதம் முதல் தேதியன்று 'டணார்' என்று ரொக்கம் நபருக்குப் போய்விடும். ஆனால், மார்க்கெட்டில் பிள்ளையவர்கள் நம்பிக்கையை இழந்து விட்டார். நெடுங்காலம் வரையில் அந்தக் கறுப்புப் புள்ளி மாறவில்லை. தவணை குறியாகச் செலுத்தியது அவரிடம் நம்பிக்கையை அவருக்குக் கிழடு தட்டிய பின்பே வருவித்தது. அவருடைய தொழிலும் நன்றாக வளர்ந்தது. பத்து வருஷங்கள் கொழும்பு வியாபாரமே அவரது கைக்குள் என்ற நிலைமை உண்டாயிற்று.

மூலதனம் பெறுவதற்கு வடலூர்ப் பிள்ளை செய்தது சரியா, தப்பா? சந்தர்ப்பத்தை உபயோகித்துக்கொண்டார். அப்புறம் நாணயஸ்தனாக இருந்தாரே? முதலில் அவரது கை ஓய்ந்து கிடக்கும் பொழுது அவரை நசுக்கிப் போட வேண்டுமென்று, சமூகம் என்ற தனித்தன்மையற்ற ஒன்று, நினைத்ததே! அவர் செய்தது தவறானால் முதலில் அவர் ஐ.பி. போட வேண்டிய நிலைமையை ஏற்பட வைத்தது மட்டும் சரியா? ஓய்ந்து சள்ளுச்சள்ளென்று இருமும் காலத்திலும் வடலூர்ப் பிள்ளைக்கு ஓயாத வேதாங்கமாகிவிட்டது இந்த மாதிரிப் பேச்சு.

***ஜோதி*, மே 1938**

உபதேசம்

டாக்டர் விசுவநாதன், கூரிய ஆப்பரேஷன் கத்தியை பேசினில் வைத்துவிட்டு, கத்தரிக்கோலால் குடலின் கெட்டுப்போன பகுதியைக் கத்தரித்தார். லிண்டை வைத்து ரணமும் சீழுமான பகுதியைத் துடைத்துத் தொட்டியில் போட்டார். "நர்ஸ், ஊசி" என்றார். பக்கத்தில் ஸ்டெரிலைஸ் செய்த நூல் கோர்த்துவைத்த ஊசியை நர்ஸ் கொடுக்க, டாக்டர் கை மடமடவென்று சக்கிலியத் தையல் போட ஆரம்பித்தது . . .

கிளாஸ் மேஜையில் கிடத்தப்பட்டிருக்கிற வியாதியஸ்தன் சிறிது முனகினான்; பிரக்ஞை வருவதின் முன்னணி சமிக்ஞை.

"டாக்டர் வில்கின்ஸன், இன்னும் கொஞ்சம் குளோரோபாரம் . . . ஒரு நிமிஷம் போதும் . . . ஹ¬ம், வெற்றிதான் என்று நினைக்கிறேன்" என்று பேசினில் ஊசியைப் போட்டுவிட்டு, கை உறைகளையும் முகமூடியையும் கழற்றிவிட்டுக் கை கழுவ பேசினிடம் சென்றார் விசுவநாதன். "வியாதியஸ்தனுக்கு பிரக்ஞை வந்துவிட்டது; ஆனால் அளவு கடந்த முயற்சி, ஒரு மணி நேரம் கழித்துக் கொஞ்சம் குளுகோஸ் கொடுங்கள் . . . " என்று சொல்லிக்கொண்டே வாயில் சிகரட்டைப் பற்றவைத்துக்கொண்டு ஆப்பரேஷன் தியேட்டரை விட்டு டாக்டர் வில்கின்ஸன் தொடர இறங்கி நடந்தார். இவரது நரைத்தலையில் சூர்ய ஒளிப் பிரகாசம் விழுந்தது இவர் முகத்திற்கு ஒரு விபரீதமான தேஜஸைக் கொடுத்தது.

விசுவநாதுக்குப் பல மேல்நாட்டுச் சர்வகலாசாலைகளின் பட்டம். நிறபேதம் பாராட்டும் பிரிட்டிஷ் வைத்ய கௌன்ஸில், இந்திய வைத்ய கௌன்ஸில்கள் இவரது அபாரமான கல்பனை முறைகளைக் கண்டு பிரமிக்கும். ரண சிகிச்சை என்றால் டாக்டர் விசுவநாத் என்ற அர்த்தம் சென்னைவாசிகள் அகராதிக்கு மட்டுமல்ல. யூகோஸ்லாவிய இளவரசருக்கு வந்த விசித்திரமான வீக்கத்திற்குச் சிகிச்சை செய்த நிபுணர்களில் இவரும் ஒருவர் . . . மண்டையில் வீக்கம், மற்றவர்கள் கத்தி எடுத்தால் பிராண ஹானி ஏற்படுமோ என்று பயப்பட்டார்கள். ஏனென்றால் ஆப்பரேஷன் வெற்றியடைவது

அதைச் சீக்கிரம் செய்து முடிப்பதைப் பொறுத்தது. ஒரு வினாடி அதிகமானால் இளவரசருக்குப் பிரேதப் பெட்டியை ஆர்டர் செய்ய வேண்டியதுதான் .... ஆனால் விசுவநாத் கைகள் வேலையைக் குறைந்தபட்ச நேரத்திற்கும் பாதியளவிலேயே செய்து முடித்தன. இப்பொழுது அவர் சௌகர்யமாகப் பள்ளிக்கூடத்தில் வாசித்துக்கொண்டிருப்பதற்கு டாக்டர் விசுவநாத்தான் காரணம் ....

சென்ற ஜெர்மன் சண்டையில் பேஸ் காம்புகளில் உழைத்ததினால், ஆப்பரேஷன் கத்தியை வைத்துக்கொண்டு யமன் வரவைத் தடுக்க, டாக்டர்கள் தப்பு வழி என்று சொல்லக்கூடிய முறைகளில் எல்லாம் பரிசீலனை செய்ய இவருக்குச் சந்தர்ப்பம் வாய்த்தது.

டாக்டர் வில்கின்ஸன் இவரது சகா. அவரது அந்தரங்க அபிப் பிராயம் மற்ற இந்தியர்களைப் பற்றி என்னவாக இருந்தாலும், டாக்டர் விசுவநாதுடன் கருப்பன் என்ற பிரக்ஞையில்லாமலே பழகி வந்தார். நாஸ்திகத்தின் பேரில் இருவருக்கும் இருந்த அபார பக்தி இந்த நெருக்கத்திற்குக் காரணமாக இருக்கலாம் ... முப்பத்து முக்கோடி கருப்பு தேவாதி தேவர்களும், மூன்றே மூன்று வெள்ளைத் தெய்வங்களும் இவர்களது கிண்டல்களை இரண்டு நாட்கள் கூட இருந்து கேட்டுக்கொண்டிருந்தால் இவர்கள் கண் எதிரிலேயே தூக்குப் போட்டுக்கொள்ளும் .... ரூபமற்ற தெய்வங்களுக்கு அப்படிப் பட்ட அடி ....

அன்று ஆப்பரேஷன் தியேட்டருக்குக் கொண்டுவரப்பட்டவன் ஒரு ஹடயோகி. விஷங்களையும் கண்ணாடிச் சில்லுகளையும் கண் எதிரிலும் தின்று சாகாதவன். சித்தாந்தச்சாமி என்ற அவன், இந்த இரு டாக்டர்கள் முன்னிலையில்கூடத் தன் திறமையைக் காட்டியிருக்கிறான்.

அவன் ஏதோ திடீரென்று பிரக்ஞையற்றுக் கிடக்கிறான் என்ற தகவல் கிடைத்ததும் ஆம்புலன்ஸ் காரை அனுப்பி சத்திரத்திலிருந்து அவனை எடுத்துவரச் செய்ததும் இவர்தான். ஹடயோகியின் உட்புறம் எப்படியிருக்கிறது என்பதைப் பார்க்க இருவருக்கும் இருந்த ஆசைக்கு அளவில்லை. எக்ஸ்ரே பரீட்சையில் குடலில் ஒரு பகுதி பழுத்து அழுகிவிட்டது என்று கண்டனர். காரணம் குடல் சதையில் ஒரு கண்ணாடிச் சில் குத்திக்கொண்டிருந்ததே. ஹடயோகி ஏதோ முறைதப்பிச் செய்ததின் விளைவு ....

சித்தாந்தச்சாமிக்கு இரண்டு ஸ்பெஷல் நர்ஸ்கள்; மூன்று மணி நேரத்திற்கொருதரம் டாக்டர் பரிசோதனை எல்லாம் ....

மறுநாட் காலையில் டாக்டர் வில்கின்ஸன் கேட்ட செய்திகள் அவரைத் திடுக்கிட வைத்தது. ஒன்று ஆஸ்பத்திரியில் கிடத்தப் பட்டிருந்த சித்தாந்தச்சாமியைக் காணோம் என்பது. மற்றொன்று டாக்டர் விசுவநாத் காஷாயம் வாங்கிக்கொண்டார் என்பது. முதல் விஷயத்தில் டாக்டர் வில்கின்ஸனுக்கு அவ்வளவு சிரத்தையில்லை; அது போலீஸ் கேஸ். டாக்டர் விசுவநாத்திற்கு மூளைக்கோளாறுதான்

ஏற்பட்டிருக்கும் என்று முதலில் நம்பி அதற்கு வைத்தியம் செய்ய வேண்டும் என்று நினைத்தார்.

உடனே தமது மோட்டார் காரில் டாக்டர் விசுவநாத் பங்களாவிற்குச் சென்றார். தலை மொட்டை; இடையில் ஒரு காவி வேஷ்டி; காலில் குப்பிப்பூண் பாதக் குறடு; இந்த அலங்காரத்தைக் கண்டதும் டாக்டர் வில்கின்ஸனுக்குத் தூக்கிவாரிப் போட்டது. 'எப்படியானாலும் இந்தியர்கள் இந்தியர்கள்தான்' என்று நினைத்துக்கொண்டார்.

"என்ன டாக்டர், இதென்ன ஜோக்? என்றைக்கு உமது தெய்வங்கள் உம்மைப் பேட்டி கண்டன? தவடையில் கொடுத்து ஏன் அனுப்பவில்லை?" என்று சிரித்தார்.

"வில்கின்ஸன், சிரிக்காதே. இது ஒரு புதிய பரிசீலனை. எனது சித்தாந்தம் ஒரு முடிவு கட்டப்படவில்லை; பரிசீலனை செய்துதான் பார்க்க வேண்டும்" என்றார் டாக்டர் விசுவநாத். இவரிடத்தில், பாசறை ஆஸ்பத்திரி வாழ்க்கையில் தோன்றிய வெறி காணப்பட்டது . . .

டாக்டர் வில்கின்ஸனுக்கு ஒன்றும் பதில் சொல்ல முடியவில்லை. "வெல், குட் லக்" என்று சொல்லிவிட்டுத்தான் திரும்ப முடிந்தது.

~ ~

ஐந்து வருஷங்கள் கழித்து கைலாச பர்வத சிகர யாத்திரைக் கோஷ்டியில் டாக்டர் வில்கின்ஸனும் ஒருவராகச் சென்றார். அப்பொழுது பிளான் போடப்பட்ட பாதையே புதிது. இதுவரை யாரும் அந்த வழியில் சென்றதில்லை. திபேத்திய சர்க்கார் கொஞ்சம் தில்லுமுல்லு செய்ததால் யாத்திரைக் கோஷ்டித் தலைவர் கடைசி நேரத்தில் வகுத்தது. கோஷ்டியில் பலத்த எதிர்ப்பு இருந்தாலும் யாத்திரைக்காரர்கள் விட்டுக்கொடுக்க மனமில்லாமல் ஒத்துக் கொண்டனர்.

யாத்திரை ஆரம்பித்து இருபதாவது நாள். ஒன்றும் முளைக்காத உறைபனி பாலைவனத்தின் வழியாகச் செல்லுகின்றனர். மணல் பாதைதான். அருகில் அரை மைல் தூரத்தில் பனிச் சிகரம்.

கோஷ்டியின் நடுவில் நடந்து சென்றுகொண்டிருந்த டாக்டர் வில்கின்ஸனுக்குச் சித்தாந்தச் சாமியாரின் அடையாளங்களுடன் ஒரு மனிதன், பனிக்கட்டி உச்சியில் நிற்பது போலத் தெரிந்தது.

"அதோ பாருங்கள் அந்த மனிதனை! அவனை எனக்குத் தெரியும். அவன் ஒரு சாமியார்" என்று தனக்கு முன்னே செல்லுபவரிடம் சொன்னார்.

முன்னே சென்ற ஜேக் ஆல்பர்ட்ஸன், ஆல்ப்ஸ் கிளப் நிரந்தர அங்கத்தினர். தூரதிருஷ்டிக் கண்ணாடியைத் திருப்பிவைத்துப் பார்த்து, "மனிதன் மாதிரிதான் தெரிகிறது . . . ஆனால் . . ." இவர் பேசி

முடிக்குமுன் வில்கின்ஸன், பக்கத்திலிருந்த பாறையில் தாவி, பனிச் சிகரத்தை நோக்கி நடக்க ஆரம்பித்தார். ஜேக் ஆல்பர்ட்ஸனும் துணிந்தவர்; அவரைப் பின்பற்ற முயற்சிக்கையில் கோஷ்டித் தலைவர் தடுத்து "இருட்டிவிட்டது; அங்குப் போய்த் திரும்புவதென்றால் காம்புக்குப் போய்ச் சேர முடியாது" என்றார்.

"அந்த மனிதன் தனியாகப் போகிறான்; அவனைச் சாக அனுப்புவதா?" என்று கோபித்துக்கொண்டார் ஆல்பர்ட்ஸன். அப்பொழுது தான் வில்கின்ஸன் கோஷ்டித் தலைவருக்குத் தெரிந்தது. வேறு வழியின்றி, 'அடையாளத்திற்கு தீ வளர்த்து வைக்கிறோம்; சீக்கிரம் வாருங்கள்' என்று சொல்லிவிட்டு கோஷ்டியை அழைத்துச் சென்றார் தலைவர்.

ஜேக் ஆல்பர்ட்ஸனும் பாறைகளில் தாவித்தாவி விலகின்ஸனைத் தொடர்ந்து சென்றார். பனிப்பாறை நெட்ட நெடுகலாக செங்குத்தாக இருந்ததால் அவர்கள் நின்ற இடத்திலிருந்து பார்க்கும்பொழுது உச்சி தெரியாது. இரண்டு பாறைகளின் இடுக்கு. அதைத் தாண்டி, எதிரில் நீட்டிக்கொண்டிருக்கும் உறைபனிக்கட்டிமீது கால் வழுக்காது எட்டி வைத்து நின்றுகொண்டால் அதன் வழியாகவே பனிச் சிகரத்தின் உச்சியை அடைய முடியும். ஜேக் ஆல்பர்ட்ஸனும், வில்கின்ஸனும் ஒருவர்பின் ஒருவராக இடுக்கு வழியாக நுழைந்தனர். அந்த இடுக்குக்கப் புறம் பாதாளம். ஒரே குதியில்தான் பனிப்பாறை மீது குதிக்க வேண்டும். வில்கின்ஸன் மூச்செடுத்துத் தாவினார். கால் வழுக்கப் பார்த்தது. நல்ல காலம். ஐஸ்-கோடரியை ஊன்றிக்கொண்டார்.

"நாரோ ஷேவ்" என்று சொல்லிக்கொண்டு ('மயிரிழை தவறினால்...' என்று அர்த்தம்) ஜேக் பின்தொடர்ந்தார்.

இருவரும் பனித்தளத்தின்மீது வளைந்து செல்லும் பாதையில் நடக்கலாயினர். பனிக்கட்டிக்கிடையில் செங்குத்தாகக் கருங்கல் லிங்கம் போல் செதுக்கியிருந்தது. அதன் தலையில் காஷாய வஸ்திர மூட்டை. ஜேக், அதை எடுத்துப் பிரிக்கையில், "வில்கின்ஸன், இங்கே பாரும்?" என்று கூவினார்.

வில்கின்ஸன் திரும்பிப் பார்த்தார். செங்குத்தாகச் சுவர் போல நிற்கும் உறைபனிக் கட்டிக்குள் மனித உருவம்... டாக்டர் விசுவநாத். பத்மாசனமிட்டு நிஷ்டையில் உட்கார்ந்த பாவனையில்.

"ஐயோ பாவம், இவருக்கு இந்த முடிவா? பெரிய டாக்டர்" என்று தலையைக் குனிந்து வணங்கினார்.

பின்பு மூட்டையைப் பிரித்தார். அதில் ஒரு தோல் பர்ஸ்–டைரி. அதைத் திறந்ததும்...

நண்பன் வில்கின்ஸனுக்கு,

நீ இங்கு வருவாய் என்று எனக்குத் தெரியும். நான் சாகவில்லை; நீ என்னை எந்த நிலையில் பார்த்தாலும் சாகவில்லை என்று

உபதேசம்

நம்பு. நமது உயிர்நூல் சாஸ்திரங்களைக் கிழித்தெறிந்து விட்டு வேறு மாதிரியாக எழுத வேண்டும். அஸ்திவாரமே தப்பு. இப்பொழுது வெளியில் சொல்லாதே. நீ பைத்தியக்காரனாக்கப் படுவாய்... அந்தச் சாமியார் லேசான ஆசாமியல்ல....

என்றிருந்தது. மூட்டையைக் கட்டிப் பழையபடி வைத்துவிட்டு "ஜேக், திரும்புவோமா" என்றார் டாக்டர் வில்கின்ஸன்.

"பின் வேறு என்ன செய்வது" என்றார் ஜேக்.

ஜோதி, ஜூன் 1938

புரட்சி மனப்பான்மை

அன்று என் நண்பரின் பத்திரிகை ஆபீஸிற்குப் போயிருந்தேன். அங்கே ஓர் புரட்சிக்காரர் – 'அசல், அப்பட்டமானவர்', கொஞ்சம் கூடக் கலப்புக் கிடையாது – நண்பருடன் பேசிக்கொண்டிருந்தார். அவர் மாஜி – ஏதோ ஓர் – சதிக் கைதி.

என் நண்பர் என்னை அவருக்கு அறிமுகம் செய்துவைத்தார். "நம் போன்றவர்கள் எல்லாரும் தெரிந்துகொள்ள வேண்டியவராக்கும்" என்றார் என் நண்பர். புரட்சிக்காரர் 'ஓய், உமக்கு வெள்ளைக்காரனைச் சுடத் தெரியுமாங்காணும்' என்ற ஒரு பார்வை பார்த்தார்.

சரி, இதுதான் ஸ்ரீமான் புரட்சியா என்று நிர்ணயித்துக்கொண்டு நாற்காலியில் உட்கார்ந்தேன். புரட்சிக்காரர் அணிய வேண்டிய அசல் விதேசிச் சரக்கு, யாரையும் எடுத்தெறிந்து பேசும் தன்மை... சர்வ லட்சணமும் பொருந்தியிருந்தது. சாட்சாத் புரட்சிக்காரர் தரிசனத்திற்காக என் முன்னோர்கள் வழிபட்டுவந்த கடவுளை நான் கும்பிட்டுக்கொண்டேன்.

பாட்லிவாலா, பண்டார சன்னிதி, கங்காரு, 1939 மாடல் மோட்டார் கார், இரட்டைப் பெண்கள், ஸினிமா ஸ்டார் காந்தாமணி பாய், உயர்திரு தேசபக்தர், இத்யாதி இத்யாதி ரகத்தைப் பார்க்க மனுஷருக்கு சுபாவமாக உள்ள ஆசையை என் விஷயத்தில் திருப்தி செய்து வைத்த அந்த ஸ்ரீமான் இன்குவிலாப் ஜிந்தாபாத்துக்கு என் மனமார்ந்த வந்தனம்.

என் நண்பரும் சிறைசென்ற தேசபக்தர். கார்ல் மார்க்ஸ் பாராயணமும் கொஞ்சம் உண்டு. சுருங்கச் சொல்லுகிறேனே – வெகு தீவிரம்.

குசலப் பிரச்னங்களுடன் பரஸ்பர போலீஸ் காவல், சிறையில் கசையடி, இடைமறிக்கப்பட்ட கடிதங்கள், சமீபத்தில் வெளியான விக்டர் கொலான்ஸின் தீவிரவாத கிரந்தம் – சுங்க அதிகாரிகள் கண்ணில் பிஸ்கோத்து டின் மாதிரி இந்தியாவிற்குள் நுழைந்தது – எல்லாம் சேர்த்து அந்தச் சமயத்தில் ஸ்ரீமான் எழுத்தாளரைச் சென்ற வருஷத்துப் பஞ்சாங்கமாக, அதாவது சமயா சமயங்களில் திருப்பிப் பார்க்க வேண்டிய விஷயமாக ஆக்கியது.

வேண்டாத இடங்களில், வெற்றிலைபாக்கு + புகையிலை என்ற அழுத்தமான வாய்ப்பூட்டை – (144 உத்திரவைவிடக் கடுமையானது) – பிரயோகித்துக்கொள்ள எனக்குத் தெரியும் என்பது அவருக்குத் தெரியாது . . .

எனது நண்பரை இப்படிப் புரட்சி சக்தி அமுக்கிவிடும் என்று நான் எதிர்பார்க்கவில்லை. லாட்டியடி முதல் பிரிட்டிஷ் ஏகாதிபத்தியத்தின் கோபம் வரை தாலுகா டிவிஷன்களில் ஏற்றுத் தாங்கியவர். அவர் தாலுகா பிராந்தியம் என்று நான் விசேஷமாகக் குறிப்பிடுவதின் காரணம், அங்குள்ள மலையாளத்து ரிஸர்வ் போலீஸ்காரர்கள் சட்டத்தையும் ஒழுங்கையும் தங்கள் சொந்த பாங்கியில் இருக்கும் கரண்ட் டெபாஸிட்டாகக் கருதி அதில் அத்துமீறித் தலையிடுகிறவர்களைத் தங்கள் சொந்தக் கோபாவேசத்திற்கு ஆளாக்குகின்றனர். பட்டணத்துப் போலீஸ்காரன் என்றால் கொஞ்சம் தாராள புத்தியுண்டு. இப்படி எல்லாம் அனுபவமுள்ள ஒரு மனிதன் சர்வசூன்யமாகத் தன்னை யிகழ்ந்துகொள்ளுவார் என்று நான் நினைக்கவேயில்லை.

வெற்றிலையின் நரம்பைக் கீறி எறிந்தேன். அது 'பினாமி' (காரமில்லாத மெட்ராஸ்) வெற்றிலை. வெறுப்புடன் சுண்ணாம்பைத் தடவினேன். சுவரில் சுரண்டி எடுத்தது போல உருண்டுஉருண்டு வெற்றிலையை ஒட்டை போட்டது. இந்த சம்பிரமத்தில் களிப்பாக்கு. அதற்கு மேலாக முகப் பவுடர், செண்டு இவைகளில் நம்பிக்கை வைத்து ஆட்களை மயக்கிவரும் குரூபியான விபச்சாரிக்கு உதாரணம் போன்ற புகையிலை.

இவை போதாதென்பது போல "ஸ்ரீமான் வெங்கு ராவைத் தெரியுமோ, கவர்னர் ஸ்பெஷல் வெடிகுண்டு வழக்குக் கைதி; பெல்லாரி ஜெயிலிலே தனி வார்டில் போட்டு அடித்தார்களே. ஓகோ, அப்பொழுது உங்களை திருச்சி ஜெயிலுக்கு மாற்றிவிட்டார்களோ – வீரன்னா வீரன்தான் சார் – என்ன வேலைகளெல்லாம் பண்ணியிருக்கிறான் தெரியுமோ . . . ."

"அவரைப் பார்க்க உங்களுக்கு அரிய சந்தர்ப்பம் கிடைத்திருக்குமே? பாவிப்பயல்கள் என்னை மாத்திப் போட்டானே!" என்று பரதவித்தார் புரட்சி மோகன லாகிரியில் சிக்கிய என் நண்பர்.

"மூவ்மெண்ட் டயம்ல என்ன செய்தார் தெரியுமா . . . செப்டம்பர் நடு ராத்திரி ரூம்ல டார்ச்கூட இல்லை. வெளியிலே சடபுடவென்று கதவு தட்ற சப்தம் கேட்டது – என்ன செய்தார் தெரியுமா?" என்று ஒரு ஆணித்தரமான கேள்வி போட்டார் . . . .

"தெரியாது, அதற்கப்புறம்" என்றேன் நான்.

அரிச்சந்திரன் மயான காண்டத்தில் ஊன்றிக்கொண்டு நிற்க வேண்டிய தடி சடக்கென்று ஒடிந்துவிட்டால் எப்படியிருக்கும்? 'பின் – அரிச்சந்திரன்' அந்த சமயத்தில் சோகம் குலைய மிருதங்கக் காரனைப் பார்த்து உறுமுவது போலிருந்தது என் நண்பரின் பார்வை.

ஸ்ரீமான் புரட்சியின் ரசனை கொஞ்சம் கட்டை போலும்: "அவர் அசல் கோதுமை சப்பாத்திதான் சார். பஞ்சாபிக்காரன் மாதிரிச் சாப்பிடுவார்" என்றார், பாவம் ஸ்ரீமான் புரட்சி.

சரி, நேரம் சரியில்லை என்று நினைத்துக்கொண்டு, "உம்மிடம் ரெண்டு ரூபாய் கடன் வாங்க வேண்டுமென்று வந்தேன். நாளைக்கும் வருவேன். உம்மால் என்னை ஏமாற்ற முடியாது" என்று சொல்லிக்கொண்டு வெளியேறினேன்.

உப்பங்காற்று மட்டிலும் வீசும் சமுத்திரக் கரைக்குப் போகும் பொழுதுதான் விஷமத்தனமான என் கசப்பு என்னைவிட்டு அகன்றது.

அப்பொழுது அங்கு வந்தான் ஸ்ரீ பாலு; மெஸர்ஸ் பீபரிவாலா ஹுக்கும் சந்த் அண்ட் சன்ஸ் கம்பெனியின் பல ஜோலி குமாஸ்தா. கம்பெனியில் காப்பிக் கொட்டை கேஸ்களுக்கு ஆணியடித்து விலாசம் ஒட்டுவது முதல் வரவுசெலவு கணக்கு தயாரிப்பது, சேட்ஜி மகள் ஸோனியாவுக்கு வர்ணப் பென்ஸில் வாங்கிக் கொடுப்பதுவரை உள்ள வேலைகள் எல்லாவற்றையும் விரக்தியுடன் செய்யும் அபேதவாதி அவன்.

"என்ன சார் இப்படி உட்கார்ந்திருக்கேள்! ஹி! ஹி! போன வாரம் நீங்க எழுதின கதை ரொம்ப ஜோர் சார், வாழ்க்கையின் நுணுக்கங்களை அப்படியே எழுத்தோவியமா பண்ணியிருக்கேள் சார், ஹி! ஹி!" என்று அசட்டுச் சிரிப்புச் சிரித்தான். அவன் அடிக்கடி என் கதைகளைப் படிப்பான். அதைவிட என் விமர்சனங் களைப் படிப்பான். முக்கால்வாசி என் கைச்சரக்கே என் தலை மேல் தூக்கிப்போட்டு உடைக்கப்படும்.

என்ன இருந்தாலும் புகழல்லவா சார்? யாருக்குத்தான் இழக்க மனசு வரும். வர்ணக் கடுதாசி ஒட்டிய ஜப்பான் விளக்கு மாதிரியான [illegible] புகழ் வெளிச்சத்தில் உடம்பைக் கொஞ்சம் காயவைத்துக் கொண்டேன்.

'......' என்ற பத்திரிகையைக் குறிப்பிட்டு "போன வருஷம் மே மாசப் பிரதியைப் பார்த்தீர்களா?" என்றான்.

"எதற்கு?" என்றேன்.

"அதிலே ஓர் ஆழ்ந்த உண்மை இருக்கு; பார்த்தேன் சார். நேற்று இப்படி மூர் மார்க்கெட் பக்கம் போனேன். இதை அடுக்கி யிருந்தான். அட்டைப் படம் எல்லாம் கிழிஞ்சு போச்சு. காலணாவுக்கு ரெண்டுன்னான். ஏன் சார் நமக்கு விஷயந்தானே வேணும். அப்படியே ஒரு ரெண்டணாவுக்கு ஒரு கத்தை வாங்கினேன். நம்ம வீட்டுக்காரி இருக்காளே, அவளுக்குக் காகிதக் கூடை பண்ணணுமாம், அப்படியே குடுத்துடுன்னு வாதாடினாள். அதிலே ரொம்ப விஷயங்கள் இருக்கு, படிச்சுட்டுத்தான் தருவேன்னுட்டென். எப்பப் பாத்தாலும் இந்தத் தொந்திரவுதான் சார். நல்ல கோட் சார், மூணா வருஷந்தான் வாங்கினது. கை ஓரத்திலேதான் கொஞ்சம் கிழிசல். அதைக் கொடுத்து

ஒரு கண்ணாடி ஜாடி வாங்கிப்பிட்டாள் சார். என்ன பண்ணச் சொல்ரேள், என்னெ?" என்று ஒரு மூச்சு பேசி முடித்தான்.

நான் எப்பொழுது ஓயப்போகிறதோ என்று கேட்டுக்கொண்டே இருந்தேன்.

"ஏன் சும்மா ஒரு மாதிரி இருக்கேள்? கொஞ்சம் வெத்திலெயேப் போடுங்களேன்" என்று விதேசி டப்பி நாஜூக் வெற்றிலைச் செல்லத்தை என்னிடம் நீட்டிவிட்டு, "நீங்கள் என்ன நினைக்கிறேள் – எண்ணெய் தேய்ச்சுக் குளிச்சால் உடம்புக்கு நல்லதா சார்?" என்றான்.

"எனக்கெப்படித் தெரியும்? நான் தேய்ச்சுக்காம இருந்ததில்லையே" என்றேன்.

"சும்மாத்தான் கேட்டேன். அதிலே போட்டிருக்கான், எண்ணெய் தேய்ச்சுண்டா கெடுதல்னு. கெடுதல் எப்படின்னா ஜன்னி வந்து விடுமாம். பாம்பு கீம்பு கடிச்சா விஷத்தோட ரோஷம் (உக்கிரம் – மெட்ராஸ் வார்த்தை) ரொம்ப ஜாஸ்தியாம். இந்தக் கெடுதல்கள் எல்லாம் எதற்கு? அவன் ஒரு மருந்து சொல்றான். அதிலே எனக்கு அவ்வளவு நம்பிக்கையில்லை – வெல ஜாஸ்தி – அது மட்டுமா (காதோடு காதாக) சுக ஜன்னி வந்திடுமாம். இன்னிக்கு ஒரு காரியம் செய்ரதுன்னு தீர்மானம் பண்ணிப்புட்டேன். இனிமே எண்ணெயே தேய்ச்சுக்கற தில்லென்னு. வீட்ல ஏக ரகளை. இன்னிக்கு என்ன கிழமை தெரியுமா – புதன்! ஒரே பாட்டா முடியாதின்னுப்பிட்டேன். தலைலேகூட எண்ணெயைக் கொண்டுவந்து வச்சிப்பிட்டா. நான் தீரமா உதறித் தள்ளிட்டு ஆபீஸுக்கு வந்துட்டேன். இன்னும் வீட்டுக்குப் போகல்லே. இப்படியே பீச்சுக்கு வந்திட்டு பூ வாங்கிக்கிண்டு போகலாமுன்னு வந்தேன் ...."

"ஏன் ஓய், உம்ம வீட்டு மூலக்கிரகத்து சமாசாரத்தை வெளியில் போட்டு உடைக்கிறீர்? என்ன சமரசக் கமிட்டி ஏற்படுத்தணுமா?' என்றேன்."

"போமையா! உங்களைப் பார்த்ததும், ரொம்ப நாளாச்சே, வீட்டுக்கு வாருங்களேன் காப்பி சாப்பிட்டுட்டுப் போகலாம் என்று கூப்பிடலாம்னு வந்தேன்" என்றான் பாலு.

"வீட்லே காப்பி சாப்பிடரதிருக்கட்டும். என்கூட ஹோட்டல்லே காப்பி சாப்பிடுமே!" என்றேன்.

"ஹுஹும்! வீட்லெ காப்பி பாழாப் பேச்சேன்னு கத்துவா. வாருங்கள் போகலாம்" என்றான் பாலு.

'பாலு நீ ... பார்த்திருக்கையா' என்றேன்.

'புரட்சிக் கைதி! அவரையா ... நான் எப்படிப் பார்த்திருக்க முடியும்?'

"இல்லெ பாக்கணும்ன்னு ஆசை இருக்கா?"

"ஆசையா! மனசு அப்படியே துடிதுடிக்கிறது. ஆமாம்; புரட்சிக் காரரா? எப்படி இருப்பார்? ரொம்பத் தீவிரமாக இருப்பாரோ?"

"பாக்கணும்ன்னா கூட்டிண்டு போறேன்" என்று புதிய சிஷ்யன் சேர்த்துக்கொடுக்கும் சேவையில் இறங்க முயன்றேன்.

"இல்லெ, வீட்லெ காப்பி ஆறிப் போய்விடும். சுருக்க போவோம் வாருங்க. இல்லாட்டா ஒரே தொல்லைதான்" என்று எட்டி நடந்தான் பாலு.

இரண்டு தெய்வங்களுக்கு ஒரே சமயத்தில் சிஷ்யனாகும் திண்டாட்டத்தை பாலுவுக்கு ஏற்படுத்தக் கூடாது என்ற ஜீவகாருண்ய சேவையில் ஈடுபட்டேன்.

ஜோதி, ஜூலை 1938

அபிநவ-ஸ்நாப்

பாங்கியில் இருந்த இரண்டாயிரத்துச் சில்லறை ரூபாய் ஒத்தி வைக்கப்பட்ட – மாஜி மந்திரி வாசஸ்தலமாக இருந்த – பங்களாவிற்கு எதிர்வீடு 'ஸ்ரீ நிவாஸ்' ஆனபொழுது, வரத வேங்கடராமன் அபினவ–ஸ்நாப் ஆனார். இந்த விபத்து ஏற்படு முன் சென்னையின் தொண்ணூற்று ஒன்பதாவது பெரிய குடும்பஸ்தன், சந்துபாய் லல்லுபாய், சணல், வெங்காய வியாபாரக் கம்பெனியின் ஹெட் குமஸ்தா. அவருக்கு நாற்பத்தி ஒன்பதாவது வயதில் ஆனி மாதம் (நல்ல சுபலக்கினத்தில்தான்) இந்த விபத்து ஏற்பட்டது.

ஸ்நாப் என்றால் என்ன என்பதைச் சொல்லிவிடுகிறேன். நாகரீக மானவர்கள், நல்லவர்கள் (முக்கியமாக மெஜாரிட்டியினர்) அங்கீகரிக்கும் கொள்கைகளை, செய்யும் காரியங்களை ஒப்புக்கொள்வதாக, தானும் பின்பற்றுவதாகப் பாவனை செய்தல். அஸ்திவாரமில்லாத கட்டடமாகையால் எப்பொழுதும் மூக்கு கொஞ்சம் நெற்றிக்குமேல் உயர்ந்து காற்றில் மிதக்கும். நாசி நுனியில் பார்வையை நிறுத்தினால் என்னவெல்லாமோ தெரியும் என்பார்கள் யோகிகள். தங்க விளிம்பு கண்ணாடி வழியாக மூக்கின் நுனியில் ஸ்நாப்களின் பார்வை கவிந்தே இருக்கும். அவர்களுக்கு என்னவெல்லாம் தெரியும் என்பது எனக்குத் தெரியாது. ஒன்று மாத்திரம் நிச்சயமாகத் தெரியும். எதிரில் நிற்கும் உம்மையும் நம்மையும் போன்ற சாதாரண பேர்வழிகள் மனிதப் பிராணிகளாகக்கூட அவர்களுக்குத் தோற்றாது.

ஸ்ரீமான் வரத வேங்கடராமன், இருளப்பன் சந்து 49 நம்பர் வீட்டு மாடியில் ஐந்து குழந்தைகளுடன் (மனைவி ஒன்றுதான்) இருந்தபொழுது – முதல் மகன் சர்வீஸ் கமிஷன் பாஸ் பண்ணி வீட்டிலிருக்கிறான்; ரங்கநாயகிக்குக் கூடிய சீக்கிரத்தில் சாந்தி நடத்த வேண்டும் – கடன் வாங்கத் தெரியும்; மிச்சம் பிடிக்கத் தெரியும்; லல்லுபாய் கணக்குகளை ஆடிட் செய்ய 'தயார்' பண்ணவும், குடும்பத்தின் நுணுக்க விவகாரங்களில் உள் வீட்டு மந்திரியுடன் அபிப்ராய பேதம் கொள்ளவும் தெரியும். ஏதோ ஒரு சந்தர்ப்பத்தில் 'ஹிந்து' பத்திரிகை என்று ஒன்று இருப்பதாகத் தெரிந்துகொண்டார். அவரது கடைசிப் பதிப்பு – ஆப்டோன் படங்கள் அடங்கியவை

அல்ல – சிந்தாமணிப் பாட்டுப் பாடியபொழுது தமிழில்கூட பேசுகிற பயாஸ்கோப் வந்துவிட்டதாகத் தெரிந்துகொண்டார்.

அன்று சேட்ஜி விஷயமாக – சென்னையில் வடக்கத்தியார் யாவரும் 'சேட்ஜி'தான் – லஞ்ச் ஹோம் பக்கமாகப் போனபொழுது அந்தத் தறிதலை மணி அவரை ஹோட்டல் வாசலில் சந்தித்தான். காப்பி சாப்பிட்டு முடியுமுன் புது மாம்பலம் 'ஸ்ரீ நிவாஸ்' அவர் தலையில் ஏறி உட்கார்ந்துகொண்டது. பாங்க் டிபாஸிட் அப்புறம் பெயர் மாறியது. சில்லறை விஷயந்தானே. அன்றைக்கு வீட்டுக்குப் போகும்போது அவருடைய நெஞ்சு திக்திக் என்று அடித்துக்கொண்டது. ஆனால் தெய்வ சங்கல்பமாக, பூக்காரன் கை நிறைய கனகாம்பரமும் கொஞ்சம் நீளமாகவே கதம்பமும் கொடுத்துவிட்டுப் போயிருந்தது அவருக்குத் தெரியாது. தெரிந்திருந்தால் நெஞ்சு அவ்வளவு வேதனைப் பட்டிருக்காது.

பூரண சுதந்திரம் அடைந்துவிட்டால் நமக்கெல்லாம் எவ்வளவு குதூகலம் இருக்குமோ அவ்வளவு கண்மண் தெரியாத மகிழ்ச்சி இருளப்பன் சந்து 49 நம்பர் மாடியில். பங்களாவை வாங்கிவிட்டதாகவே நினைத்துவிட்டாள் சகதர்மிணி. செய்தி கிடைத்த அரை மணி நேரத்துக்கெல்லாம் கீழே வசிக்கும் ஒட்டுக் குடித்தனங்களுக்கெல்லாம் டபிள் காலம் பதிமூன்று திக்கில் ஸ்ட்ரீமர் தலைப்பு அலங்காரங் களுடன் விசேஷப் பதிப்பு விநியோகிக்கப்பட்டது. வேறு என்ன சொல்ல வேண்டும்? அன்று ஸ்ரீமான் வரத வேங்கடராமன் அவரது குடும்பத்தினர் முன் 'மாபெரும் வீரராகவே' திகழ்ந்தார். விசுவரூப தரிசனம் குடும்ப நபர்களுக்குக் கிட்டியது என்னலாம்.

"அப்பா ஒரு கூச் வச்சிப்பிட்டா நீ காலம்பர ஒன்பதுக்குள்ளேயே எலக்ட்ரிக் ட்ரெயினிலே போயிடலாம். ஒரு செக்கண்ட் கிளாஸ் பாஸ் வாங்கினாப் போரது . . ." என்றான் 'கருவிலுருவாகும்' கவர்மெண்ட் குமஸ்தா.

"நம்ம ரங்கத்துக்கு வர்ற ஆவணியிலேயே நல்ல நாளாய்ப் பார்த்து நம்ம பங்களாவிலேயே மோஸ்த்தராகச் செய்யணும்" என்றாள் கனகாம்பரம்–வைக்கோல் போரைச் சுமந்த சகதர்மிணி.

"இதிலென்ன பிரமாதம்" என்றார் ஸ்ரீமான் வரத வேங்கடராமன், சிவபுரியை ஆசமனம் பண்ணிக்கொண்டு.

கம்பன் தன் கதாபாத்திரத்தின் பூரிப்பைக் குறிக்க, 'வாம மேகலையினுள் வளர்ந்த தல்குலே' என்கிறான். ஆனால் எனது ஜூனியர் கனகாம்பரம்–வைக்கோல் போர் கதம்பத்தின் உள்ள நிகழ்ச்சி பற்றி எனக்குத் தகவல் இல்லை.

சின்னமணியின் சிந்தாமணிப் பாட்டுக்களுக்குப் பதிலாக 'ஸ்ரீ நிவாசில்' ரேடியோ வைத்துவிடுவது என்று நிச்சயமாயிற்று . . .

மாஜி இருளப்பன் சந்து 49ம் நெ. மாடிவாசியை இப்பொழுது உங்களால் அடையாளம் கண்டுபிடிக்க முடியாது. அவர் ஸ்ரீ வி. வி. ராமன். பித்தளை போர்ட் தொங்குகிறதே அதைப் பார்த்தாவது

தெரிந்துகொள்ளுங்கள். இப்பொழுது அவர் டவுனில் 'பிஸினஸ்' பண்ணுகிறார் (தொழில் மாறவில்லை – சந்துபாய் லல்லுபாயில் ஆடிட்டுக்கு கணக்கு 'தயார்' செய்வதுதான் – பெயர் மாறிவிட்டது). காலை ஒன்பது மணிக்கு சுந்துவின் வேகாத உருளைக்கிழங்கு சாம்பார் – விட்டமின் போகாதிருக்க – உள்ளும் உணர்வும் சுடும் ரஸம், அதற்கெதிர்த்த தன்மை படைத்த தயிர் இவற்றைக் கனவேகமாக உள்ளே செலுத்திவிட்டு கனவேகமாக செகண்ட் க்ளாஸில் – பாஸ் வாங்கியதன் பயனாக – நின்றுகொண்டே பீச் ஸ்டேஷன் வரை யாத்திரை – இந்தப் பேறுகள் யாவும் ஸ்ரீமான் வி.வி. ராமனுக்கு.

இரண்டாயிரத்துச் சில்லறைக்கு மாறிய 'ஸ்ரீ நிவாஸ்' ரெடிமேட் செமண்ட் விஷயமானாலும் ஜப்பான் சரக்கைப் போல மினுக்குள்ளது. அதோடு எதிர் பங்களா மாஜி சுகாதார மந்திரி வசித்த இடம்.

ரங்கத்தின் சாந்தி ஏகமோக்களா. விசேஷ கலாபவனத்தில் மட்டிலும் பிரத்யேகமாக கீழைப் பிரதேச நாட்டியத் திறமையை விளக்கும் குமாரி பானுசுமதி – பங்கஜத்தின் பரத நாட்டியம். 'ஸ்ரீ நிவாசில்' கூட்டத்திற்குக் கேட்கவா வேண்டும்? சாக்ஷாத் சர்க்கார் செக்ரட்ரியேட்டில் ஆயுளில் முக்கால்வாசியைக் கழிக்கும் பெரிய உத்யோகஸ்தர்கூட வந்திருந்தார். குமாரி பானுசுமதி – பங்கஜத்தின் நாட்டியமென்றால் சகாரா பாலைவனத்திலும்கூட அவரைப் பார்க்க முடியும் என்பது ஸ்ரீமான் வி. வி. ராமனுக்குத் தெரியாது.

குமரி பானு . . . இத்யாதி இத்யாதிக்கு சங்கீதத்திலும் பிரபலம். பலர் 'சபாஷ்!' சொன்னார்கள். 'ஐயோ . . .!' நீட்டலாகச் சொல்லி நயத்தில் தெவிட்டி மகிழ்ந்தார்கள்.

"சங்கீதம் ஒரு சமுதாயத்தின் ஜீவநாடி!" என்றார் ஒரு மாஜி நீதிபதி நரைத் தலையை ஆட்டிக்கொண்டு.

"ஜீவநாடியின் துடிதுடிப்பு என்று சொல்லுங்கள் சார்!" என்றார் சகாராவுக்கும் துணியும் தீர உத்யோகஸ்தர்.

'மனமாகிய மாயையிலே
அருளாகிய கோவிலிலே'

என்பதற்கு அபிநயம் பிடித்தாள் குமாரி பானு ஸுமதி இத்யாதி.

"நாட்டியம் என்றால் குமாரி, குமாரி என்றால் நாட்டியம்" என்று சொன்னார் விசேஷ கலாபவன நிரந்தர பிரஸிடண்ட்.

"ஆர்ட்ன்னா கலை, கலைன்னா ஆர்ட்" என்றார் தமக்கு இங்கிலீஷ் தெரிந்ததாக நினைத்துக்கொண்ட சங்கீத பூஷணம் பால கந்தர்வ தாதாசார்யார்.

"ஆஹா!" என்றார் அவரது பின்பாட்டுக்காரர்.

"என்னடா பாபு, சங்கீத பூஷணத்தை ரொம்ப நாளாக் கேட்கல்லியே. வர்ற சீசன்ல ஒரு ஸ்பெஷல் வீக் (வாரம்) ஒதுக்கிவிடு" என்று உத்தரவு போட்டார் மாஜி நீதிபதியொருவர்.

"கம்பன் சொல்ரான் பார் ஒரு இடத்திலே ..." என்று ஆரம்பித்தார் ஒரு கலா ரஸிகர் ....

"அதெல்லாம் உள்ளுணர்வு சார் ... அந்த சமுதாயத்திலே துன்பமும் இல்லை. மரணமும் இல்லை. சாயுஜ்ய பதவி ஸார். கனவு லோகம் – ஞானரதம்" என்று அடுக்கிக்கொண்டே போனார் ஒரு ஆர்ட் கிரிடிக்.

ஸ்ரீமான் வி. வி. ராமனுக்கு இது ஒன்றும் புரியவில்லை. அவரது சங்கீத ஞானம் அதிர்ஷ்டவசமாகவோ துரதிர்ஷ்டவசமாகவோ குட்டி பாலர் வகுப்பு, 'தந்தம் தந்தம் தனதினனா! தந்திரக் குரங்கின் மோசம் பார்' என்ற அளவிலேயே நின்றுவிட்டது. ரங்கத்தின் ஞானம் ஞாயமாக எல்லாரும் புரிந்துகொள்ளும் பெட்டி வாசிப்புடன் நின்றுவிட்டது. அவளுக்கும் பரதநாட்டியம் ஒரு புது தினுசு சர்க்கஸ் மாதிரி இருந்தது. தகப்பனாருக்கும் பெண்ணுக்கும் இந்த விஷயத்தில் ஏகமனதான அபிப்ராயம். ஆனால் வந்திருந்தவர்களுடன் கலை பேசினார்கள். ஸ்ரீமதி ராமன் பதிர்பேணி சிருஷ்டியில் ஈடுபட்டிருந்த தால் சிரமமில்லாமல் போயிற்று. இல்லாவிட்டால், 'ஏண்டி இவள் இப்படி அம்மணமா வந்து ஆடறாள்' என்று வெடிகுண்டு எறிந்திருப் பாள். நாட்டியத்தின் விளைவாக ஸ்ரீ வி.வி. ராமன் விசேஷ கலாபவனத்தின் கௌரவ அங்கத்தினர் ஆனார்.

27வது அகில இந்திய சங்கீத மகாநாட்டில் 'பரத நாட்டியமும் ஆத்ம பலமும்' என்ற பொருள் பற்றி அரிய உபன்னியாசம் செய்தார். பையன் குமாரியின் சதங்கை ஒலியில் சிதறிப்போகாமலிருந்த காரணம் காட்பாடியில் ஸ்பெஷல் மலேரியா எதிர்ப்பு உத்யோகஸ்தர் பர்ஸனல் கிளார்க்காகச் சென்றதுதான். இல்லாவிட்டால் பையனும் கலை பண்ண ஆரம்பித்திருப்பான்.

'ஸ்ரீ நிவாஸ்' வாழ்வு குஷாலாகக் கழிந்தது என்றாலும் குடும்ப வரவு செலவுக் கணக்கு, வாராவாரம் நடைபெறும் விசேஷக் கலை வகுப்புகள் முதலியவற்றின் விளைவாக நிரந்தரமாக பிரஞ்சு பட்ஜெட் டாக – நஷ்டக் கணக்கு – மாறியது. மாதத்தின் சில தேதிகளில் குடும்ப எரிமலைகள் சீறின என்றாலும் நெருப்புக் கக்கும் நிலையை எட்டவில்லை.

அன்று ஒரு ஞாயிற்றுக்கிழமை. 'ஸ்ரீ நிவாஸ்' ரேடியோ ஸ்ரீமான் உச்சி பாகவதரின் கிராமிய கீதங்கள் யந்திர கமறலுடன் பாடிக் கொண்டிருந்தது ....

அப்பொழுது தறிதலை மணி வந்தான்.

"என்னடா மணி காண்ரதே இல்லியே! ஏண்டா குமாரியின் ஆத்மிக டான்ஸ்க்கு வரலே ... அன்னிக்கு சபையில் கிருஷ்ணன் வந்து பொன் கொரல்லே உபதேசம் பண்ணாப்லே இருந்தது. நம்ம நாகரீகத்து ஜீவத் துடிதுடிப்புடா? உள்ளுணர்வு அப்படியே பேசித்து; மயிர் கூச்சலிட்டதடா!" என்று பரவசப்பட்டார்.

"அது சரிதான்டா, பங்களாவை மீட்கலாம்னு நினைக்கிறேன், என்ன சொல்றே!"

"எனக்கே கொடுத்திடேன்" என்று வார்த்தை பின்தங்கியே வந்தது.

"இல்லடா, அது மேலே எனக்கு ஒரு பற்றுதல்; அது என் அதிர்ஷ்ட சக்கரம்" என்றான் மணி.

ஸ்ரீமான் வரத வேங்கடராமன் நிம்மதியாக மூச்சுவிட்டார். இருளப்பன் சந்துக்குப் போவதா, மாரியப்பன் தெருவுக்குப் போவதா என்று அவர் மனம் பிளான் போட ஆரம்பித்தது.

"அன்னிக்கு உடம்புக்கு என்னமோன்னியே, டொமாட்டோ சாப்பிடு, எல்லா விட்டமினும் இருக்கு" என்று உபதேசம் செய்தார் கடைசி முறையாக ஸ்ரீ வி.வி. ராமன். அதற்கப்புறம் அவர் குமாஸ்தா வரத வேங்கடராமனாகிவிட்டார்.

ஜோதி, அக்டோபர் 1938

விபரீத ஆசை

தாந்தோன்றித்தனமாக இசையில் படியாமல் குழம்பும் பாண்டு மேவும் வாத்தியங்கள், ரோஜாப்பூ, பன்னீர், ஊதுவத்தி, எருமுட்டை கலந்த வாசனை, தூரத்துப் பாடை எல்லாம் மெட்ராஸ் பிண 'வாசனை நாற்றம்' கலந்த காட்சியை என் புலனறிவில் இடித்து சிந்தனையையும் தாக்கியது....

நான் இப்பொழுது என் வீட்டு மொட்டை மாடியில் நின்றேன்....

மனிதனுக்குப் பிணத்தைப் பார்க்கும் ஆசை, எல்லா ஆசைகளையும்விடப் பெரிது. பயத்தில் பிறந்த ஆசையோ என்னவோ....

அது ஒரு பணக்காரப் பிணம். அதாவது மாஜி பணக்காரனாக இருந்த பிணம்....

உடன்வருகிறவர்கள் ஜாஸ்தி. கொள்ளி வைப்பவனுக்கு கைத்தாங்கல் சம்பிரமம் எல்லாம்....

பிணம், பட்டு அணிந்திருந்தாலும் வாயைத் திறந்திருந்தது. திறந்த வாயைச் சந்தனமிட்டு மூடியிருந்தார்கள். அப்பொழுதுதான் குளித்து எழுந்தவர் மாதிரி வாரிவிடாத நரைத்த கிராப்புத் தலை....

என் கண்கள் இந்த நுணுக்கமான விவரங்களை உயரவிருந்து இரண்டொரு நிமிஷ காலத்தில் கவனித்ததென்றாலும் என் மனம் வேறெங்கோ சென்றுவிட்டது.

நேரத்தையும் தூரத்தையும் தாண்டிச் செல்லும் யந்திர விசை சிந்தனையிடந்தானே இருக்கிறது....

புனரபி மரணம், புனரபி ஜனனம்....

இதிலென்ன புதுசு... சவத்தை விட்டுத்தள்ளு என்கிறது விவகார அறிவு. ஆனால் பற்றுதல் விட்டால்தானே.

புனரபி மரணம்... இத்யாதி... இத்யாதி.

இதைக் கங்கைக் கரையில் உட்கார்ந்துகொண்டு நிர்விசாரமாகச் சொல்லிக்கொண்டிருக்கலாம்....

கலியாணமாகாத வயதுவந்த கன்னிப் பெண்ணை வைத்துக் கொண்டு காக்க முயலும் மாஜி சுமங்கலி அவ்வாறு நிர்விசாரமாக இருப்பாளா? அதுதான் போகட்டும்; நாளைக்கு அடுப்பு மூட்ட வேண்டுமே....

வாழ்வென்ற குளத்தில் நிரந்தரக் கடன் என்ற பாசியை ஏதோ இரண்டொரு நாளாவது விலக்கும் முப்பது ரூபாய் இனி யார் வந்து போடுவார்கள்.... ஜட்கா வண்டிக் குதிரை மாதிரி ஓடி ஓடி உழைத்தவருக்கு நாலு பேர் சவாரி சௌகரியமாக இருக்கும்.... ஆனால் அவரை விட்டால் கதியில்லை என்பவருக்கு.... அந்தக் காலத்தில் ரங்கசாமி நண்பன்தான். ரொம்ப நல்லவன். சாது.... அத்தோடு அவனது மனைவியும் ரொம்ப நல்லவள். சாது.... அது மட்டுமா? விவரம் தெரியாத அழகி...

நான் அப்பொழுது அவர்கள் வீட்டுக்குப் போவேன்... அடிக்கடி....

என் குழந்தையின் வியாஜமாக நான் அங்குச் செல்லுவேன்.... என் குழந்தைக்கு அவர்கள் பேரில் ரொம்பப் பிரியம்.... அவர்களுக்கும் அப்படித்தான்.

நான் என் நண்பனைப் பார்க்கப் போவேன்.... என் எண்ணம் அத்துடன் நின்றுவிடவில்லை. அது அவர்கள் இரண்டு பேருக்கும் தெரியாது.... என் மனமும் விழுந்துவிட ஆரம்பித்தது.... இப்பொழுது எனக்கு அவள் பேர்கூட ஞாபகமில்லை.... அவ்வளவு காலமாகி விட்டது....

ரங்கசாமி வாழவேண்டிய இடம் சர்க்கார் ஆஸ்பத்திரி. என்னவோ தவறிப்போய் மேடைத் தெரு 9ம் நம்பர் வீட்டில் குடித்தனம் நடத்தினான். அவனும் நானும் ஒரே ஆபீஸில்தான் வேலை பார்த்து வந்தோம். அவனுக்கு முப்பது ரூபாய் சம்பளம். எனக்கு ஐம்பது ரூபாய் சம்பளம். எனக்குக் கால் தடுக்கினால் எங்கப்பா வைத்து விட்டுப்போன வயல் வரப்பின் மேலாவது விழலாம்; அவன் கடன்காரன் காலடியில்தான் விழவேண்டும். அவன் எத்தனையோ தடவை கடன்காரன் காலடியில் விழுந்திருக்கிறான். கடன்காரனுக்குப் பின்னால் டாக்டர் எப்பொழுதும் நிற்பார்....

நான் அப்பொழுது என் குடும்பத்தை வீட்டுக்கு ஊருக்கு அனுப்பி விட்டிருந்தேன். என் கைச் சமையல் கசந்தால், ரங்கசாமி வீட்டுச் சாப்பாடு அல்லது அட்டுப் பிடித்த ஐயன் கிளப் உண்ணாவிரதம்.

இந்த சமயத்தில்தான் நான் ரொம்ப நெருங்கி ரங்கசாமி வீட்டில் பழக நேர்ந்தது. டாக்டர் ஏதோ லத்தீன் பெயரில் காய்ச்சல் என்று சொன்னார்.... அவனது நோய் மறுநாள், மறுநாள் என்று எல்லை யில்லாமல் நீண்டுகொண்டே போயிற்று. படுக்கையாகிவிட்டான். மனைவி பிரசவத்திற்காகத் தாடி வளர்க்கும் ஹோட்டல் ஐயன் மாதிரி முகம், வரவரக் குழிந்துகொண்டு பிரேதக் களை தட்ட ஆரம்பித்து விட்டது. மூன்று மாதம் அவளும் ஓயாது ஒழியாது உழைத்தாள்....

உத்தியோகம் தனிப்பட்ட ஸ்தாபனத்தில். எத்தனை நாளைக்குத் தான் ரங்கசாமிக்காகக் காத்துக்கொண்டிருப்பான் எஜமானன் .... வேலையும் போய்விட்டது. சுமை முழுவதும் என்மேல் விழுந்தது ....

முதலில் எனது உதவியைச் சந்தோஷத்துடன் ஏற்றாள். பிறகு, 'அண்ணா! அண்ணா!' என்று கூப்பிட்டு மனதைத் திருப்திசெய்து கொண்டாள்.

டாக்டர் வருவார்; மருந்து எழுதிக்கொடுப்பார்; உணவு எழுதிக் கொடுப்பார்; உயிரை உடலுடன் ஒட்டவைக்க அவரும் என்னென்னவோ வித்தையெல்லாம் செய்துதான் பார்த்துவந்தார்.

ரங்கசாமியைத் தூக்குவது, கிடத்துவது, அவனுக்கு வேண்டிய சிசுருஷைகளைச் செய்வது எல்லாம் நானும் அவளும்தான். அந்தத் தனியான வீட்டில் நானும் அவளுந்தான் ... இதே நினைப்புத்தான், எப்பொழுதும் என் மனதில் .... உதவிசெய்யும்பொழுது எங்கள் உடலம் தொட்டுக்கொள்ளும். எனக்கு சுரீர் என்று விஷமேறும். அவளுக்கு எப்படியோ ....

இராத்திரியில் வென்னீர் ஏதாவது போட வேண்டுமென்றால் நான் அடுக்களைக்குச் செல்லுவேன். அவள் உடனிருந்து பார்த்துக் கொள்ளுவாள்.

"அண்ணா, என்னவோ போல் பார்க்கிறாரே!" என்ற ஓலம் கேட்கும். அடுப்பில் போட்டது போட்டபடி அங்கு ஓடுவேன். அவள் கணப்புச் சட்டியில் தவிட்டை வறுப்பாள். நான் வாங்கிவாங்கி ஒத்தடம் இடுவேன். நான் அவனையே பார்த்துக்கொண்டு பின்புறம் கை நீட்டும்பொழுது சில சமயம் என் கை அவளது வளையலில் படும்; அல்லது ஸ்தன்யங்களில் பட்டுவிடும். அந்த ஒரு நிமிஷம் எனக்கு நரக வேதனைதான். அவளது இளமையில் என் மனம் லயித்து நிற்குமே ஒழிய, அவளது சங்கடமோ, அவளது ஊசலோ எனக்குப் படாது. அச்சமயங்களில் நான் அவளைத் திரும்பிப் பார்த்ததில்லை. அவள் அதில் படபடப்பைக் காட்டிக் கலவரத்தை உண்டு பண்ணிவிடவில்லை. பின் பலமுறை வேண்டுமென்றே தனியாக நாங்கள் நிற்கும்பொழுது அவள்மீது நான் பரீட்சை நடத்தியதுண்டு .... ஆனால் பிரதிபலன், எதிர்பிரதிபலிப்பற்ற பார்வை.

நாலைந்து நாட் கழித்து நான் ஆபீசுக்குப் போகப் புறப்படும் பொழுது ரங்கசாமியைப் பார்க்க அவன் வீட்டிற்குள் போனேன். விடியற்காலையில்தான் அவர்கள் வீட்டிலிருந்தே என் ரூமுக்குத் திரும்பியிருந்தேன்.

முந்திய நாள் ராத்திரி ஒரு கண்டம். நடுநிசியில் டாக்டர் வந்தார். மருந்து கொடுத்திருந்தார். தூங்கினால் விழிக்கவைக்க வேண்டாமென்று சொல்லிவிட்டுச் சென்றிருந்தார். காலை வரையில் ரங்கசாமி தூங்கவேயில்லை.

பார்லி கஞ்சியைப் போட்டுவைத்திருக்கும்படிச் சொல்லிவிட்டு நான் என் ரூமுக்குச் சென்றிருந்தேன்.

திரும்பிவந்து பார்க்கும்பொழுது அவள் ரங்கசாமி பக்கத்தில் அலங்கோலமான உடையில் நின்றுகொண்டிருந்தாள். தலையில் ஈரம் சொட்டுகிறது. இடையில் ஒரு துண்டுதான். மஞ்சள் இட்ட மாங்கல்யம் துல்யமாகப் பிரகாசித்துத் தொங்கிக்கொண்டிருக்கிறது. துண்டு, அவளது ஈரம் காயாத அங்க லட்சணங்களை எடுத்துக் காண்பித்தது.

என்னைக் கண்டவுடன் – அவள் தன் உடை அலங்கோலத்தை நினைக்கவில்லை – என்னைப் பார்த்துத் தழுதழுத்த குரலில் "வந்து பாருங்களேன், என்னமோ மாதிரி இருக்கே" என்றாள்.

நான் அருகில் சென்று ரங்கசாமியைத் தொட்டுப் பார்த்தேன். நாடியைப் பார்த்தேன். நாசியைப் பார்த்தேன் – அங்கிருந்தது மாஜி ரங்கசாமிதான் . . . .

இவ்வளவும் என் புலனறிவிற்குத் தெரிந்ததே ஒழிய என் மனம் அவள் கட்டியிருந்த துண்டின் இடைவெளியிலேயே லயித்தது. மனதில் குமுறல்; பேய்க்கூத்து.

"ஒன்றுமில்லை, அயர்ந்த தூக்கம். இப்படிப் பயப்படலாமா? வாருங்கள் இந்தப் பக்கம்." என்னமோ அன்று தைரியமாக அவள் கையைப் பிடித்தேன். எதிர்ப்பின்றி உடன் வந்தாள்.

"அந்தப் புடவையை உடுத்துங்கள்" என்று கொடியிலிருந்து அதை எடுத்தேன்; அவளிடம் கொடுக்கவில்லை. அவள் துண்டு நெகிழ்ந்தது; நான் மிருகமானேன்; அவள் பிணமானாள்.

நான் அன்று ஆபீஸுக்குப் போகவில்லை. ரங்கசாமியின் சடலத்தைப் பின்தொடர்ந்தவர்கள் நாங்கள் இருவர்தான். அவள் தீச்சட்டி எடுத்துக்கொண்டு நடந்தாள். திரும்பி வரும்பொழுது, அவளைப் பார்ப்பதற்கு எனக்குப் பரிதாபமாக இருந்தது. அவளை ஊருக்கு அனுப்பும்வரை நான் மீண்டும் அதைப் பற்றி நினைக்கவில்லை; அதனால் ஏற்பட்ட வெறுப்பையோ பாசத்தையோ அவள் காட்டிக் கொள்ளவில்லை . . . .

அது எங்களுக்குள் ஓர் மறந்த சம்பவமாகியது. என் மனம் நிம்மதியடைந்தது.

இப்பொழுது ஏன் சொல்ல வந்தேன் என்றால் என் மகள் லக்ஷ்மிக்கு அவர்கள் இருவரும் பிரியம் வைத்த சுண்டான், இப்பொழுது பருவம் அடைந்துவிட்டாள்; எனக்கும் கொஞ்சம் கடன் இருக்கிறது; அதோடு பிராவிடண்ட் நிதியிலிருந்தும் இன்ஷுர் தொகை கொஞ்சமும் அவளுக்கும் அவள் தாயாருக்கும் கிடைக்கும். கவலையில்லை; ஆனாலும் பிணத்தைப் பார்க்கும்போதெல்லாம் என் மனதில் ரங்கசாமி வீட்டில் நடந்த சம்பவம் நினைவுக்கு வருகிறது. அதே மாதிரி மிருக இச்சை தோன்றுகிறது . . . .

பார்க்காமல் ஓட முயலுகிறேன். முடியவில்லையே. கீழ்ப்பாக்கத்திற்கு என்னைக் கொண்டு போகும்முன், நாலு பேர் சவாரி கிடைத்தால் தேவலை என்று தோணுகிறது.

எல்லாம் ரங்கசாமியால் வந்த வினை. அவன் ஏன் இப்படி நோஞ்சானாகக் குடும்பம் நடத்த முயல வேண்டும்?

~ ~

பிரேதத்தைப் பார்க்கும்போதெல்லாம் ஏன் இந்தக் கற்பனை? ரங்கசாமியும் அவனது மனைவியும் வந்து இந்த நாடகமாடிவிட்டுப் போக வேண்டும்?

என – க் – குப் – பய – மா – இருக் – கே ....

ஜோதி, ஏப்ரல் 1939

சாமியாரும் குழந்தையும் சீடையும்

“மனிதன் கடவுளைப் படைத்தான், அப்புறம் கடவுள் மனிதனை சிருஷ்டிக்க ஆரம்பித்தான்.

“இருவரும் மாறிமாறிப் போட்டி போட ஆரம்பித்தார்கள். இன்னும் போட்டி முடியவில்லை.

“நேற்றுவரை பிந்திப் பிறந்த கடவுளுக்கு முந்திப் பிறந்த மனிதன் ஈடுகட்டிக்கொண்டு வந்தான்.

“இதில் வெற்றி தோல்வி, பெரியவர் சின்னவர் என்று நிச்சயிப்பதற்கு எப்படி முடியும்.

“நிச்சயிக்க என்ன இருக்கிறது?...”

இப்படியாகப் பின்னிக்கொண்டே போனார் ஒரு சாமியார். எதிரிலே தாமிரவருணியின் புது வெள்ளம் நுரைக் குளிர்ச்சியுடன் சுழன்று உருண்டது.

அவர் உட்கார்ந்திருந்தது ஒரு படித்துறை. எதிரே அக்கரையில் பனைமரங்களால் புருவமிட்ட மாந்தோப்பு. அதற்கப்புறம் சிந்து பூந்துறை என்று சொல்வார்களே அந்த ஊர். இப்பொழுது பூ சிந்துவதற்கு அங்கு மரம் இருக்கிறது. அதைப் போல எண்ணக் குலைவையும் ஏமாற்றத்தையும் சிந்துவதற்கு சுமார் ஆயிரம் இதயங்கள் துடிக்கின்றன. துடிப்பு நின்றவுடன் வைத்து எரிக்க அதோ பக்கத்திலேயே சுடுகாடு இருக்கிறது. இப்பொழுதும் இந்த நிமிஷத்தில் கூடத்தான் அது புகைந்துகொண்டிருக்கிறது. தோல்வியின், ஏமாற்றத்தின் வாகனங்களை வைத்துப் பெருமைப்பட்டுக்கொண்டிருப்பது பலவீனந்தானே. பலவீனத்தை வைத்துக்கொண்டு நாலு காசு சம்பாதிக்க பிச்சைக்காரனுக்கு முடியும். மனுஷனால் வாழ முடியுமா? அதனால்தான் இந்த சுடுகாடு என்ற ரணசிகித்சை–டாக்டர் வாழ்க்கை என்ற நோயாளிக்கு மிக அவசியம்.

அதை இந்தச் சாமியார் அறிந்துகொண்டிருந்தார். அதனால்தான் இவருக்கு விரக்தி ஏற்பட்டது. இவருக்கு இடது பக்கத்தில் சுலோசன முதலியார் பாலம். கட்டபொம்மு சண்டையின்போது சமரசம் பேச

முயன்ற துபாஷ் அவர். அவர்தான் அதைக் கட்டினது. திருநெல்வேலிக் காரர்களுக்கு அதில் அபாரப் பெருமை. முட்டையும் பதநீரும்விட்டு அரைத்த காரையில் கட்டியதாம். அதில் ஒரு தனிப் பெருமை.

இதற்கு முன் எப்போதோ ஒரு முறை இதுபோல வந்த வெள்ளம் அடித்துக்கொண்டுவந்த வைக்கோல் போர், முன்பல்லைத் தட்டின மாதிரி இரண்டு மூன்று கண்மாய்களைப் பெயர்த்துக்கொண்டு போய்விட்டது. மறுபடியும் கட்டிவிட்டார்கள் இப்பொழுது. பொய்ப் பல் கட்டிக்கொண்டால் எப்படியும் கிழவன்தானே; அப்படித்தான் அதுவும். வயசு முதிர்ந்த நாகரிகம் ஒன்று தன்னை வலுவுள்ளது மாதிரி காட்டிக்கொள்வது போன்றிருந்தது. அதற்கும் சற்று அப்பால் பொதிகை. குண்டுக்கல் மாதிரி ஒரு குன்று; தெத்துக்குத்தான வானத்தின் சிகப்பு கோரச் சிரிப்பைத் தாங்குவது போலப் படுத்திருந்தது குன்றின் தொடர்.

சாமியாருக்குப் பின்புறத்தில் சுப்பிரமணியன் கோவில். அதாவது வாலிபம், வலிமை, அழகு, நம்பிக்கை இவற்றையெல்லாம் திரட்டி வைத்த ஒரு கல்சிலை இருக்கும் கட்டிடம். அதற்குப் பின்னால் ஒரு பேராய்ச்சி கோவில். மேற்குத் திசையின் கோரச் சிரிப்புக்கு எதிர்ச் சிரிப்பு காட்டும் கோர வடிவம். இருட்டில் மினுக்கும் கோவில். வாலிபமும் நம்பிக்கையும் அந்தக் கோரச் சிரிப்பின் தயவில் நிற்பது போல் சாமியாரின் முதுகுப்புறத்திலிருந்தன.

அவர் வெறுத்துவிட்டவை; ஆனால் மனிதனால் வெறுக்க முடியாதவை. அதனால்தான் அவரது முதுகுப்புறமானது அவற்றிற்கு அப்பால் விலகிச்செல்ல முடியாது தவித்தது.

சாமியாரின் வலது பக்கத்தில் . . . .

சாமியாரின் வலது பக்கத்தில் ஒரு சின்னக் குழந்தை. நான்கு வயசுக் குழந்தை. பாவாடை முந்தானையில் சீடை மூட்டை கட்டிக் கொண்டு, படித்துறையில் உட்கார்ந்து காலைத் தண்ணீரில்விட்டு ஆட்டிக்கொண்டிருக்கிறது. சின்னக் கால்காப்புகள் தண்ணீரிலிருந்து வெளிவரும்பொழுது ஓய்ந்துபோன சூரிய கிரணம் அதன்மேல் கண் சிமிட்டும். அடுத்த நிமிஷம் கிரணத்திற்கு ஏமாற்றம். குழந்தையின் கால்கள் தண்ணீருக்குள் சென்றுவிடும். சூரியனாக இருந்தால் என்ன? குழந்தையின் பாதத் தூளிக்குத் தவம் கிடந்துதான் ஆகவேண்டும்.

குழந்தை சீடையை மென்றுகொண்டு சாமியாரைப் பார்க்கிறது.

சாமியார் வெள்ளத்தைப் பார்க்கிறார். வெள்ளம் இருவரையும் கவனிக்கவில்லை.

"மனிதன் நல்லவன்தான்; தான் உண்டாக்கின கடவுளிடம் அறிவை ஒப்படைத்திருந்தால் புத்திசாலியாக வாழ்ந்திருக்க முடியும். அப்பொழுது அது தன்னிடமிருந்ததாக அவனுக்குத் தெரியாது. இப்பொழுது அறிவாளியாக அல்லல்படுகிறான்.

"சிருஷ்டித் தொழிலை நடத்துகிறவனுக்கு அறிவு அவசியம் என்பது அப்போது அவனுக்குத் தெரியாது. இப்பொழுது அவஸ்தைப்படுகிறான். அதற்காக அவனைக் குற்றம் சொல்ல முடியுமா?

"மனிதன் தன் திறமையை அறிந்துகொள்ளாமல் செய்த பிசகுக்குக் கடவுள் என்று பெயர். மனிதனுக்கு உண்டாக்கத்தான் தெரியும். அழிக்கத் தெரியாது. அழியும்வரை காத்திருப்பதுதான் அவன் செய்யக் கூடியது.

"அதனால்தான் காத்திருக்கிறான். ஆனால் அவனுக்குத் துரு துருத்த கைகள். அதனால்தான் பிசகுகளின் உற்பத்தி கணக்கு வரம்பை மீறுகிறது..." என்றார் சாமியார்.

துறையில் தலை நிமிர்ந்து வந்த நாணல் புல் ஒன்று சுழலுக்குள் மறைந்துவிட்டது. குழந்தையும் 'ஆமாம்' என்பது போல் தலையை அசைத்துக்கொண்டு ஒரு சீடையை வாயில் போட்டுக்கொண்டு கடுக்கென்று கடித்தது.

அந்தப் படித்துறையில் கடுக்கென்ற அந்த சப்தத்தைக் கேட்க வேறு யாரும் இல்லை.

சூறாவளி, 23.4.1939

செவ்வாய் தோஷம்

முருக்கம்பட்டிக்கு லோகல் பண்டு ஆஸ்பத்திரிதான் உண்டு. அதாவது சின்னக் காய்ச்சல், தலைவலி, கைகால் உளைச்சல், வெட்டுக்காயம் அல்லது வேனல்கட்டி – இவைகளை மட்டிலுமே குணப்படுத்துவதற்கான வசதி அமைந்தது. கிராமவாசிகள் திடமான தேகமுள்ளவர்களானதால் பட்டணத்துக்காரர்களைப் போல நாகரிகமான வியாதிகளைப் பெறுவதில்லை. கொய்னா மாத்திரம் மத்ய சர்க்காரின் மலேரியா எதிர்ப்பு முயற்சியால் கிராமவாசிகளிடையே இலவச விநியோகத்திற்காக வேண்டியமட்டிலும் உண்டு.

டாக்டர் வீரபத்திர பிள்ளை எல்.எம்.பி., அந்தப் பிரதேசத்தின் தேக சௌக்கியத்திற்குப் பொறுப்பாளியல்லரானாலும், கிராமவாசிகள் வருவித்துக்கொள்ளக்கூடிய வியாதிகளைத் தடுக்க முயற்சிசெய்யும் பாத்தியதை அவருக்கு உண்டு. 'கைராசிக்காரர்' என்ற அக்கிராமவாசிகளின் பட்டம் அவருடைய வைத்திய கௌரவத்திற்குப் பின்னொளியாக இருந்துவந்தது.

அவருடைய வைத்தியம் தெரிந்த வியாதிகளுக்கு ராஜ பாதை; அவருக்குச் சிறிது சந்தேகம் தோன்றிவிட்டால் போதும், சாதாரணமானதானாலும் வியாதியஸ்தனை நூறு சதவிகிதம் பயமூட்டையுடன், வண்டி கட்டி, ஜில்லா ஆஸ்பத்திரிக்கு அனுப்பிவிடுவார்.

கம்பௌண்டர் வெங்கடசாமி நாயுடு அப்படியில்லை. அவருடைய ஞானம் இரண்டு களஞ்சியங்களில் இருந்தது: ஒன்று, யூனியன் ஜாக் கொடிபோட்ட – டாக்டர் பிள்ளையவர்களின் கைக்குள் அடங்கிய – சீமைச் சிகிச்சை; இன்னொன்று, எண்ணற்ற ஓலைச் சுவடிகளிலிருந்து திரட்டப்பட்ட மூலிகை சாஸ்திரம். வியாதியஸ்தனைக் குணப்படுத்துவதைவிட, குறிப்பிட்ட முறையின் தன்மையைப் பரிசீலனை செய்வதில் நெஞ்சழுத்தமுடையவர். ஆயுள்வேத சாஸ்திரத்தில் ஏற்பட்ட அபாரப் பிரேமையின் விளைவே அவருடைய இந்த நெஞ்சழுத்தத்திற்குக் காரணம் என்று சொல்ல வேண்டும்.

முருக்கம்பட்டி ஆஸ்பத்திரியில், பெரும்பான்மையான நாட்களில், குழந்தைகளுக்குப் பேதி மருந்து அல்லது மலச்சிக்கலால் ஏற்பட்ட காய்ச்சலுக்கு மருந்து, இவை தயாரிப்பதிலேயே காலம் கழிந்துவிடும்.

அதனால், பிணமறுக்கும் கிடங்கின் பூட்டு துருப்பிடித்துச் சிக்கிக் கிடப்பதில் ஆச்சரியமில்லை.

கிடங்கு, ஆஸ்பத்திரிக் காம்பவுண்டின் கீழ்க் கோடி மூலையில் இருக்கிறது. அன்று ராத்திரி பத்து மணி சுமாருக்கு ஆஸ்பத்திரித் தோட்டியான ராக்கன் வந்து எசமானிடம் கோயிலூரிலிருந்து பிணம் ஒன்று வந்திருப்பதாகச் செய்தி அறிவித்து, சாவியை வாங்கிக்கொண்டு போய்த் திறக்கக் கஷ்டப்பட்டான். முடியாமற்போகவே பூட்டுச் சிக்கெடுக்க டாக்டர் அம்மாளிடம் எண்ணெய் வேறு வாங்கிச் செல்ல வேண்டியதாக இருந்தது.

கோயிலூர் கி.மு., அந்த வட்டாரத்தில் 'ரவுண்டு வரும்' ஏட்டு கந்தசாமி பிள்ளை – எல்லாரும் அந்தக் கேஸை எடுத்துவந்திருந்தார்கள். கேஸ், கோயிலூர்ப் பள்ளனுடைய பிரேதம். அவர்கள் சொன்ன விபரந்தான் விசித்திரமாக இருந்தது; அது வைத்திய சாஸ்திரத்துக்கு அதீதமானது.

ரத்தக் காட்டேரி அடித்துவிட்டதால் அந்தப் பள்ளன் மாண்டு போனதாகக் கூறப்படுகிறது.

இ.பி.கோ.வில் பேயடிப்பதற்குத் தனிப்பிரிவு இல்லை என்பதைத் தெரிந்துகொண்டிருந்தும், ஏட்டுப்பிள்ளைகூட வெட்டியான் கூற்றை நம்பி ஆமோதிக்கிறார்.

டாக்டர் வீரபத்திர பிள்ளைக்குப் பிரேத பரிசோதனையெல்லாம் வைத்தியக் கலாசாலையில் முதல் இரண்டு வருஷங்களில் கற்றுக் கொள்வதற்காக அநாதைப் பிரேதங்களை அறுத்துப் பார்த்ததோடு முடிவடைந்துவிட்டது. முருக்கம்பட்டிக்குள் சரணாகதியடைந்த பிறகு அவருக்கு இதுவரை பிரேத பரிசோதனை உத்தியோகம் ஏற்பட்டது கிடையாது. அப்படிப்பட்டவருக்கு இம்மாதிரி விதிவிலக் கான ஒரு கேஸ் சம்பவித்தது ஊர்க்காரர்கள் பொதுப்பகையில் செய்த குற்றத்தை மறைப்பதற்குச் செய்யப்படும் ஒரு முட்டாள்தனமான முயற்சியோ என்று நினைத்தார்.

கம்பௌண்டர் நாயுடுவுக்கு ஆள் அனுப்பிவிட்டு, "யாருடா அது?" என்ற அதட்டலுடன், பாதக்குறடு சரல்கற்களில் கிரீச்சிட, அவர் பிரேதக் கிடங்குக்குச் சென்றார்.

இவரைக் கண்டதும் ஏட்டு கந்தசாமி பிள்ளை போலீஸ்–ஸலாம் செய்து, தமது கேஸ் புஸ்தகத்தை நீட்டிக் கையெழுத்து வாங்கிக் கொண்டு, விலகி நின்றார். "என்ன கந்தசாமி பிள்ளை, பய கதை விடரானே!" என்று சிரித்தார் டாக்டர்.

"பேய் பிசாசு இல்லை என்று சொல்ல முடியுமா?" என்றார் கந்தசாமி பிள்ளை.

"பயந்தான் பேய். ரிப்போர்ட்லெ பேயடிச்சதுன்னு எழுதி வையாதியும், சிரிச்சுத் துப்பப்போரான்!" என்றார் டாக்டர்.

"நீங்கள்தான் முகத்தைப் பாருங்களேன்! அப்பந் தெரியும் – ஏலே வெட்டியான், அந்தச் சாக்கெ விலக்கடா!" என்று உத்தரவு போட்டார் கந்தசாமி பிள்ளை.

டாக்டர், கையில் அரிக்கன் விளக்கை உயர்த்திப் பிடித்துக் கொண்டு, குனிந்து பிரேதத்தைப் பார்த்தார்.

கண் பிதுங்கி வெளியே தள்ளிக்கொண்டிருந்தது. சொல்ல முடியாத பயத்தில் முகத்தை வார்ப்பு எடுத்த மாதிரி அவ்வளவு கோரம்! கிட்டிப்போன பற்களுக்கிடையில் நாக்கு வெளியே தள்ளிக் கிடந்தது. பல் நாக்கில் பதிந்து விறைத்துக்கொண்டதால் வாயை அகற்றிக்கூட நாக்கை உள்ளே தள்ள முடியாது.

"சாக்கை அப்புறம் எடுத்தெறி!" என்றார் டாக்டர்.

பிரேதம் ஒரு பக்கமாகச் சாய்ந்து கிடந்தது. முதுகில் பலத்த அறை விழுந்ததால் அதைக் தேக்குவதற்காக உடம்பை வளைத்த பாவனையில் வளைந்து விறைப்பேறிக் கிடந்தது. கை விரல்களும் வக்கிரமாக முறுகிக் கிடந்தன.

"சரி, உள்ளே எடுத்துக்கொண்டுபோய் மேஜையிலே கெடத்துங்கடா!" என்று சொல்லி நிமிர்ந்தார் வைத்தியர்.

"உடம்பில் கோறை ஒன்றையும் காணவில்லை. ஆனால் அடிக்குக் குனிந்த மாதிரிக் கிடக்கிறது" என்று ஏட்டைப் பார்த்தபடியே கூறினார்.

அச்சமயம் இருட்டில் ஓர் உருவம் தெரிந்தது. "அதாரது?" என்ற குரலுக்கு, "நான்தான் நாயுடு!" என்று சொல்லிக்கொண்டே கம்பௌண்டர் அருகில் வந்தார்.

"பேயடிச்ச கேஸ்கூட நம்ம ஆஸ்பத்திரிக்கு வருதுவே!" என்று சிரித்தார் டாக்டர் வீரபத்திர பிள்ளை.

"பேயா, அடிச்சா சாகத்தான்! இரண்டுமூன்று நாளாக இந்தப் பக்கம் ஒரு ரத்தக் காட்டேரி தெரிகெட்டுப் போய் அலையிது. அதாத்தானிருக்கும்!" என்றார் நாயுடு.

"நீரும் பேயை நம்புறீரா – உருப்பட்டாப்லேதான்!" என்று சொல்லி, டாக்டர், "ஏலே இன்னுமா – எத்தினி நேரம், சவத்தெ இளுத்துக் கெடத்த?" என்று அதட்டினார்.

"வே, கந்தசாமி பிள்ளை, நம்ம தோட்டி பாத்துக்கிடுவான் – நீங்க வேணும்னா ஆஸ்பத்திரி வெராண்டாவுலே படுத்துக்கிடுங்க – காலையிலே வேலையைச் சுருக்கா முடிச்சுடுவோம்!" என்று சொல்லிக் கொண்டே ஆஸ்பத்திரிக் காம்பவுண்டுக்கு எதிரில் உள்ள தமது வீட்டிற்குப் புறப்பட்டார்.

"ஸார், ஒரு நிமிசம், நான் ஒரு பார்வை பார்த்துப்புட்டு வந்திருதேன்!" என்றுகொண்டே உள்ளே நுழைந்தார் கம்பௌண்டர் நாயுடு.

டாக்டர் சிறிது தூரம் தள்ளிச்சென்று நின்றார்.

உள்ளே சென்ற கம்பௌண்டர் நாயுடு சிறிது நேரத்தில் விறைக்க விறைக்க ஓடிவந்தார்.

"வெட்டியான் சொல்லுரதில் அணுவளவு சந்தேகமில்லெ; ரத்தக் காட்டேரிதான்!" என்றார் நாயுடு.

"உமக்கும் என்ன பைத்தியமா? வேறெ வேலெ இருந்தாப் போய்ப் பாரும்!" என்று அதட்டினார் டாக்டர்.

"இப்பவே வேணும்னா அறுத்துப்பாருங்க! நான் சொல்லுரது சரியா தப்பா என்று தெரியும்" என்றார் நாயுடு.

"பார்க்க வேண்டியது உமது மூளைக்குத்தான் வைத்தியம்!" என்று சொல்லிக்கொண்டே மேல்துண்டை உதறித் தோளில் போட்டுக் கொண்டு, கைகளைத் தோளுக்குமேல் உயர்த்தி சுடக்கு முறித்துக் கொட்டாவிவிட்டார் டாக்டர்.

"நீங்க எங்கூட ஷெட்டுக்குள் வாருங்க, காண்பிக்கிறேன்!" என்று தமது கட்சியை நிரூபிக்க அவசரப்பட்டார் கம்பௌண்டர்.

"என்னதான் சொல்லுமே!"

"நீங்க வாருங்க, ஸார்!" என்று ஷெட்டுக்குள் நுழைந்து, பிணத்தின் மீது கிடந்த சாக்கை அகற்றினார் கம்பௌண்டர்.

"டேய் தோட்டி! விளக்கைக் கொஞ்சம் ஒசத்திப் பிடி!" என்று சொல்லி, மடியிலிருந்து சூரிக்கத்தி ஒன்றை எடுத்தார்.

அவர் என்னதான் காட்டப்போகிறார் என்பதைப் பார்க்க ஷெட் வாசலில் நின்றுகொண்டிருந்த டாக்டர், "என்னவே, வேலை!" என்று சொல்லுமுன், பிணத்தின் கையில் கத்தியைக் குத்திக் கிழித்து, மாங்காயைப் பிளந்து காட்டுவதைப் போல், காயத்தை விரித்துப் பிடித்துக் காண்பித்து, "இதில் ஒரு சொட்டு ரத்தம் இருக்கிறதா பாருங்கள்!" என்றார்.

"ரத்தம் இருந்தாலும் பிணமானபின் வடிவதை எங்கே கண்டீர்?" என்றுகொண்டே நெருங்கினார் டாக்டர்.

"ரத்தம் வடியாது, உறைந்தாவது இருக்க வேண்டுமே! எங்கே பாருங்கள்?" என்றார் நாயுடு.

டாக்டர் குனிந்து பரிசோதித்துப் பார்த்தார். ரத்தத்தை வடிகட்டிப் பிழிந்தெடுத்த சதை போலக் கிடந்தது பிணம்.

டாக்டர் வேறு ஓர் இடத்தில் பரிசோதிக்கும்படி கூறினார். அங்கும் அப்படியே இருந்தது. டாக்டருக்குப் புல்லரித்தது.

"அப்புறம்!" என்றார். அவருடைய நாக்கு மேல்வாயில் ஒட்டிக்கொண்டது.

"வாருங்க, போவோம்!" என்று வெளியே வந்த கம்பௌண்டர், "இவன் ரத்தம் எங்கே இருக்கிறது என்று பார்க்க வேண்டுமா?" என்றார். "கோயிலூர்க் கணியான் செத்துப்போனானே அவனைப் பொதைக்கத்தானே செய்தார்கள்?" என்று கேட்டார் தோட்டியிடம்.

புதுமைப்பித்தன் கதைகள் • 477 •

"ஆமாஞ் சாமி! அங்கனெதான் இவனும் மாட்டிக்கிட்டான்!" என்றான் தோட்டி ராக்கன்.

"எப்படா நடந்தது?"

"சாயங்காலம் சாமி!"

"வருகிறீர்களா, போவோம்?" என்றார் கம்பௌண்டர்.

"அவ்வளவு நிச்சயமா உமக்கு? அப்படியானாப் போவோம்!" என்றார் டாக்டர்.

"ஏட்டுப்பிள்ளையையும் கூட்டிக்கொள்ளுவோம்; ஏலே ராக்கா, மம்பட்டியை எடுத்துக்கிட்டு கூட வா!" என்றார் நாயுடு.

"நான் வரமாட்டேன் சாமி; எனக்குப் புள்ளை குட்டியில்லே!" என்றான் ராக்கன்.

"நாங்க இருக்கரப்ப என்னடா பயம்? சும்மா வா, ஒண்ணும் நடக்காது!" என்று தேற்றினார் கம்பௌண்டர்.

2

இந்தப் பரிசோதனைக் கோஷ்டி கோயிலூர் பள்ளர் சுடுகாட்டை அடையும்போது மணி பன்னிரண்டு.

வானத்திலே துளி மேகங்கூடக் கிடையாது. நிலவொளியும் இல்லை; வெறும் நட்சத்திரப் பிரகாசம்தான்.

சுடுகாடு ஆற்றங்கரையிலிருந்தது. அது ஒரு வெட்டவெளி. நாலைந்து பர்லாங்குக்கப்புறந்தான் அந்தப் பகுதியில் மரம் என்ற பேருக்கு ஒன்றிரண்டு பனை முளைத்துக் கிடந்தது.

"எங்கடா அவனைப் பொதெச்சாங்க?" என்று அதட்டினார் டாக்டர். தம்மை இழுத்தடிக்கிறானே அந்தக் கம்பௌண்டர் என்று அவருக்கு நினைப்பு.

"அதோ, அந்தக் குத்துக்கல் தெரியுதே அதுதான் சாமி!" என்றான் ராக்கன். அவன் சொல்லி வாய் மூடவில்லை....

நாயின் ஊளை போல ஆரம்பித்த ஒரு சப்தம், கணநேரத்துக்கு நேரம் சுருதி கூடி, ஆந்தையின் அலறலாக மாறி, வெறும் பேய்ச் சிரிப்பாக வானமுகட்டைக் கிழித்தது.

கடகடவென்று விக்கிவிக்கிச் சிரிப்பது போன்ற அலறல் ஒரு கணம் வானத்தையே நிறைத்தது.

அடுத்த கணம் அமைதி.

அதே பேய்-அமைதி!

நடந்துகொண்டிருந்தவர்கள் யாவரும் தரையுடன் தரையிட்டது மாதிரி கல்லாய் உறைந்து நின்றனர்.

"சாமி, நான் வரமாட்டேன், பேய்!" என்று ஓட்டம் பிடித்தான் ராக்கன்.

மண்வெட்டி, ஓடிய வேகத்தில், அவன் கைவிட்டு நழுவியது. அதை எடுத்துக்கொள்ள அவன் தாமதிக்கவில்லை.

"நாய் ஊளையிட்ட மாதிரி இருந்துதல்ல!" என்றார் ஏட்டுப்பிள்ளை.

"சுடுகாட்டில் நாய்க்கா பஞ்சம்; அது நாயில்லை!" என்றார் கம்பௌண்டர்.

மூவரும் அந்தக் கணியானைப் புதைத்திருந்த இடத்திற்கு வந்து சேர்ந்தார்கள்.

கம்பௌண்டர் நாயுடு விளக்கை உயர்த்திப் பிடித்துக்கொள்ள, ஏட்டுப்பிள்ளை தைரியமாக வேஷ்டியை வரிந்து கட்டிக்கொண்டு, மண்வெட்டியால் தோண்ட ஆரம்பித்தார்.

ஆற்றருகில் உள்ள இடந்தானே; வேலை சுளுவாக நடந்தது.

"அதோ வெள்ளையா என்னமோ தெரிகிறது!" என்றார் கம்பௌண்டருடன் ஒண்டிக்கொண்டிருந்த டாக்டர்.

ஏட்டுப்பிள்ளை மண்வெட்டியைக் குழிக்கு வெளியில் எறிந்துவிட்டு, கைகளால் மண்ணைப் பரசி எடுக்க ஆரம்பித்தார். கம்பௌண்டரும் கையிலிருந்த விளக்கை டாக்டரிடம் கொடுத்துவிட்டு, உள்ளே இறங்கி, துணியின் முனையைப் பிடித்து இழுத்துத் தூக்கவே, பிரேதம் தென்பட்டது.

டாக்டர் குழிக்குள் விளக்கைப் பிடித்துக்கொண்டு குனிந்து பார்த்தார்.

பிரேதம், கைக் கட்டு, கால்விரல் கட்டு, வாய்க் கட்டுகளுடன் மலத்திக் கிடத்தப்பட்டிருந்தது.

புதைத்து நான்கு நாட்களாகியும் நெற்றியிலிருந்த சந்தனமும் குங்குமமும் அழியவில்லை. கழுத்தில் கிடந்த மாலை வாடவில்லை. பிரேதம் போல் கட்டப்பட்டு ஒருவன் படுத்துத் தூங்குவது போலவே தென்பட்டது.

"அவன் எமை ஆடுது!" என்று அலறிக்கொண்டே விளக்கை நழுவவிட்டார் டாக்டர்.

நல்ல காலம், கம்பௌண்டர் அதை ஏந்திக்கொண்டார்.

பிரேதத்தின் வலது இமை ஆடியது. யாவரும் அதையே பார்த்து நின்றார்கள்.

பிணம் எழுந்து உட்கார்ந்து பேசும் என்று எதிர்பார்ப்பது போலிருந்தது அவர்கள் பார்வை.

வலது கண் இமைகள் மெதுவாக அசைந்தன. உள்ளிருந்து சிரமப் பட்டு ஒரு கருவண்டு வெளியே வந்தது. வெளிச்சத்தைக் கண்டு திகைத்தது போலத் தள்ளாடியது. பிறகு சிறகை விரித்து உயரப் பறந்து சென்றது.

"வண்டுகளைப் போல அது ரீங்காரமிடவில்லை, பார்த்தீரா?" என்றார் நாயுடு.

வண்டு போனதையே பின்பற்றிய கண்கள் அதை இருளில் இழந்தன.

"இதோ பாருங்கள்!" என்று பிரேதத்தின் வலது கரத்தைக் கத்தியால் கிழித்துக் காயத்தை விரித்துப் பிடித்தார் நாயுடு.

புது ரத்தம் குபுகுபு என்று பொங்கி அவர் விரல்களை நனைத்தது!

~ ~

மூவரும் ஆற்றில் குளித்துக்கொண்டிருந்தார்கள்.

"ரிப்போர்ட் எப்படி எழுத?" என்று கைகளை மணலால் தேய்த்துக் கொண்டே கேட்டார் ஏட்டுப்பிள்ளை. தன் கையில் ரத்தம் பட்டது போல அவ்வளவு பிரமை.

"பயத்தால் மரணம் என்று எளுதிப்புடும்!" என்றார் கம்பௌண்டர்.

"நாயுடு, இது எப்படித் தெரிந்தது?" என்றார் டாக்டர்.

"அவன் ஜாதகத்தைப் பார்த்திருக்கிறேன்; அவனுக்குச் செவ்வாய் தோஷம்; அந்த ஜாதகமெல்லாம் ரத்தக் காட்டேரிதான்!" என்றார் கம்பௌண்டர்.

***சூறாவளி*, 9.7.1939**

சுப்பையா பிள்ளையின் காதல்கள்

வீரபாண்டியன்பட்டணத்து ஸ்ரீ சுப்பையா பிள்ளை ஜீவனோபாயத்திற்காகச் சென்னையை முற்றுகையிட்டபொழுது, சென்னைக்கு மின்சார ரெயிலோ அல்லது மீனம்பாக்கம் விமான நிலையமோ ஏற்படவில்லை. மாம்பலம் என்ற 'செமன்ட்' கட்டிட நாகரிகம் அந்தக் காலத்திலெல்லாம் சதுப்பு நிலமான ஏரியாக இருந்தது. தாம்பரம் ஒரு தூரப் பிரதேசம்.

திருநெல்வேலியிலே, ரெயில்வே ஸ்டேஷன் சோலைக்குள் தோன்றும் ஒற்றைச் சிகப்புக் கட்டிடமாக, 'ஜங்க்ஷன்' என்ற கௌரவம் இல்லாமல், வெறும் இடைகழி ஸ்டேஷனாக இருந்தபோது திருவனந்தபுரம் 'எக்ஸ்பிரஸ்' மாலை நாலு அல்லது ஐந்து மணிக்குத் தஞ்சாவூர் மார்க்கமாகச் செய்த நீண்ட பிரயாணத்தின் சின்னங்களுடன் சோர்வு தட்டியது போல வந்து நிற்கும். அந்தக் காலத்தில் வீரபாண்டியன் பட்டணத்துக்குப் போக வேண்டும் என்றால், தபால் வண்டியானால் மலிவு; பிரம்மாண்டமான லக்ஷ்மி விலாஸ், கணபதி விலாஸ் சாரபங்க் ஏறினால் சீக்கிரம் செல்லலாம். அப்பொழுதெல்லாம் திருநெல்வேலி மைனர்கள் ஸ்ரீவைகுண்டம் வைப்பாட்டிமார் வீடுகளுக்கு ஜட்கா வண்டியில் போய்விட்டு இரவு பத்து மணிக்கெல்லாம் திரும்பி விடுவார்கள். அந்தக் காலத்தில் எல்லாம் ஜட்கா என்றால் அவ்வளவு 'மௌஸ்'.

அந்தக் காலத்திலெல்லாம் ஸ்ரீ சுப்பையா பிள்ளை ஒரு வாலிபன். ஊரையே வளைத்துக் கோட்டை கட்டிவிடும்படிப் பணம் சேர்த்துக் கொண்டு வந்துவிடலாம் என்ற நம்பிக்கையுடன் புறப்பட்டவர் இன்னும் ஒரு முறைகூட – அதாவது தம் கல்யாணம், தம்முடைய தகப்பனார் மரணம் இவைகளுக்காக ஐந்தாறு நாட்கள் ரஜா எடுத்துக்கொண்டு அந்தப் பிரதேசத்திற்கு மின்வெட்டு யாத்திரை செய்தது தவிர – மற்றப்படி ஒரு முறைகூடச் சென்றதே இல்லை.

'தனலட்சுமி பிரொவிஷன் ஸ்டோர்ஸ்' பூர்வத்தில் பேட்டைப் பிள்ளை ஒருவரால் பவழக்காரத் தெருவில், அப்பகுதியில் வசிக்கும் திருநெல்வேலி வாசிகளின் சுயஜாதி அபிமானத்தை உபயோகித்துச்

சிலகாலம் பலசரக்கு வியாபாரம் நடத்தியது. அந்த வியாபாரத்தில் ஸ்ரீ சுப்பையா பிள்ளையும் பண வசூல், கணக்கு, வியாபாரம் என்ற நானாவித இலாகாக்களையும் நிர்வகித்தார், அதாவது 'மான்ட் போர்ட்' சீர்திருத்தக் காலத்து மாகாண மந்திரிகள் மாதிரி. பிறகு 'தனலட்சுமி ஸ்டோர்ஸ்' ஜவுளிக் கடையாக மாறி, திருநெல்வேலி மேலரத வீதி ஜவுளி வர்த்தகர்களில் சில்லறைப் பேர்வழிகளுக்கு மொத்தச் சரக்குப் பிடித்துக்கொடுக்கும் இணைப்புச் சங்கிலியாகி, பெரிய வர்த்தகம் நடத்துவதற்குக் காரணம் கம்பெனிக்கு ஆரம்பத்தில் கிடைத்த ஆதரவினால் ஏற்பட்ட லாபம் என்பதுடன், எதிரில் திறக்கப்பட்ட 'மீனாட்சி பிரொவிஷன் அன்ட் பயர்வுட் ஸ்டோர்ஸ்' என்பதை மறந்துவிடலாகாது. இது தஞ்சாவூர் ஐயர் ஆரம்பித்த கடை. சர்க்கரையாகப் பேசுவார்; பற்று வரவும் செளகரியத்திற்கு ஏற்றபடி இருந்தது. அவர் கடையில் கணக்கு வைத்தால், குடும்பத் தலைவர்கள் வீட்டுத் தேவைகளுக்கு என்று தனி சிரமம் எடுத்துக் கொண்டு வெளியில் காலடி எடுத்துவைக்கவேண்டிய அவசியமில்லாது போயிற்று. மேலும் 'தனலட்சுமி ஸ்டோர்ஸ்' முதலாளி, தமக்கு அந்தப் பகுதி 'திருநெல்வேலிச் சைவர்களுடன்' ஏற்பட்ட நெருங்கிய தொடர்பால் கடையில் நேரடியாக வந்து வாங்குகிறவர்களுக்கு ஒரு மாதிரி, வீட்டில் இருந்துகொண்டு கணக்குச் சிட்டையை அனுப்பி மாசாமாசம் பாக்கி வைப்பவர்களுக்கு ஒரு மாதிரி என்று நடக்க ஆரம்பித்ததும் இதற்கு ஒரு துணைக் காரணம். விசேஷமாக மண் பானைச் சமையல் என்ற விளம்பரங்களுடன் சைவச் சாப்பாட்டு ஹோட்டல் ஒன்றும் மூடப்பட்டது. அதாவது 'தனலட்சுமி ஸ்டோர்ஸி'ல் மொத்த வியாபாரம் நடத்திய ஹோட்டல் பிள்ளை, ஊரோடு போய்ச் செளகரியமாக வாழ வேண்டும் என்ற நோக்கத்துடன் 'ரிட்டயராகி'விட்டார்; சாத்தூர் 'டிவிஷ'னில் அவருடைய மகன் 'ரெவின்யூ இன்ஸ்பெக்டர்' உத்தியோகம் பார்த்ததால் அவருக்கு ஹோட்டல் நடத்துவது அகெளரவமாக இருந்தது. நிலபுலன்களைப் பார்க்கப்போவதாகச் சென்னைக்குச் செலவு பெற்றுக்கொண்டார். இப்படியாகத் 'தனலட்சுமி ஸ்டோர்ஸ்' ஜவுளிக்கடையாக மாறியது.

இந்த மாறுதலால் ஸ்ரீ சுப்பையா பிள்ளைக்கு அந்தஸ்தும் உயர்ந்தது; சம்பளமும் உயர்ந்தது. திருநெல்வேலிக் கடைப்பிள்ளைகள் வரும்போதும் போகும்போதும் காட்டும் சிரத்தையால் உப வருமானமும் ஏற்பட்டது. உடை, நாட்டு வேஷ்டியிலிருந்து மல் வேஷ்டியாயிற்று. பாங்கியில் பணமும் கொஞ்சம் சேர்ந்தது. அதனுடன் அவருடைய குடும்பமும் பெருகியது. குடும்ப 'பட்ஜட்'டில் வீட்டு வாடகை இனம் பெரும் பளுவாக இருந்தாலும் கொடுக்கும் பணத்திற்கு ஏற்ற வசதி அளிப்பதாக இல்லை.

தேச விழிப்பின் முதல் அலையான ஒத்துழையாமை இயக்கம், பின்னர் அதன் பேரலையான உப்பு சத்தியாக்கிரகம் – இவருடைய வாழ்விலோ, மனப்போக்கிலோ மாறுதல் ஏற்படுத்தவில்லை. வீரபாண்டியன்பட்டணத்தின் ஒரு சிறு பகுதியாகவே அவர்

சென்னையில் நடமாடினார். ஜீவனோபாயம், பிறகு சௌகரியப் பட்டால் பிறருக்கு உதவி, சமூகத் தொடர்புகளுக்குப் பயந்து பணிதல் – எல்லாம் சேர்ந்த உருவம் ஸ்ரீ சுப்பையா பிள்ளை. காலணாப் பத்திரிகைகள் காங்கிரஸின் சக்தியை அவரிடம் கொண்டுவந்து காட்டவில்லை என்றால், பவழக்காரத் தெரு, திருநெல்வேலி மேற்கு ரதவீதி, அப்புறம் நினைவிலிருக்கும் வீரபாண்டியன்பட்டணம் என்ற மூன்று சட்டங்களுக்குள்ளாகவே அவருடைய மனப் பிரதிமை அடங்கிக்கிடந்தது என்று வற்புறுத்துவது அவசியமில்லை.

மின்சார ரெயில் வண்டி அவருடைய வாழ்வில் ஒரு பெரிய மாறுதலை ஏற்படுத்தியது. அவர் வேலை பார்த்த கடையின் பூர்வாசிரமத்தில், அதில் பற்று வரவு நடத்திய பெங்களூர் நாயுடு, ஒரு முழு வாழ்விலும் சம்பாதித்த ஏமாற்றத்தின் சின்னங்களுடன் பழையபடி சொந்த ஊருக்குப் போய்விட விரும்பினார். அவருக்குத் தாம்பரத்தில் ஒரு சின்ன வீடு இருந்தது. ஸ்ரீ சுப்பையா பிள்ளைக்கு அவருடைய வார்த்தைகள்மீது நம்பிக்கை இருந்தது. அதன் விளைவாகப் பிள்ளையவர்களுக்குத் தாம்பரம் – பீச் யாத்திரை பிரதி தினமும் லபித்தது. ஊருக்கெல்லாம் மின்சாரம் வந்தாலும் அவருக்கு அந்தப் பழைய மண்ணெண்ணை (கிரோசின்) விளக்குத்தான்; குழாய் வந்தும் அவருக்குத் தாம்புக் கயிறும் தவலையுந்தாம்.

பிள்ளையவர்கள் இத்தனை காலம் வீட்டு வாடகைக்குச் செலவு செய்தது, இப்பொழுது தனக்கும் தன் மூத்த பையனுக்கும் – அவன் படிக்கிறான் – ரெயில் பாஸுக்குச் செலவாயிற்று. விடியற்காலம் கிணற்றுத் தண்ணீர் ஸ்நானம். பழையது, கையில் பழையது மூட்டை, பாஸ், வெள்ளி விபூதிச் சம்புடத்தில் உள்ள இரண்டணாச் சில்லறை – இந்தச் சம்பிரமங்களுடன் பவழக்காரத் தெருவை நோக்கிப் புறப்படு வார். இரவு கடைசி வண்டியில் காலித் தூக்குச் சட்டி, பாஸ், வெள்ளி விபூதிச் சம்புடத்தில் உள்ள இரண்டணாச் சில்லறை, பசி, கவலை – இவற்றுடன் தாம்பரத்திற்குத் திரும்புவார். ‘பெண்ணுக்குக் கல்யாணம் காலாகாலத்தில் செய்யவேணும். மூத்தவனுக்குப் பரீக்ஷைக்குப் பணம் கட்ட வேணும். தோற்றுப் போய் வீட்டோடு இருக்கும் சின்னவனை ஏதாவது ஒரு தொழிலில் இழுத்துவிட வேணும். நாளைக்குப் பால்காரனுக்குத் தவணை சொல்லாமல் பணம் ஏதோ கொஞ்சம், கூடக் குறையவாவது கொடுக்க வேணும் . . .’

பிள்ளையவர்கள் அநுட்டானாதிகள் முடித்துக்கொண்டு, சாப்பிட்டு முடித்து ‘முருகா’ என்று கொட்டாவி விட்டபடி திண்ணையில் சரிவதற்குமுன் மணி பன்னிரண்டாகிவிடும். இப்படியே தினந் தோறும் . . . .

2

காலை ஏழு மணி சுமாருக்குத் திருவனந்தபுரம் ‘எக்ஸ்பிரஸ்’ விசில் சப்தம், ‘அவுட்டர் சிக்னல்’ அருகில் கேட்கும்பொழுது

ஸ்ரீ சுப்பையா பிள்ளை தாம்பரம் ஸ்டேஷன் மாடிப் படிகளில் கால் வைப்பார். எதிரில் நிற்கும் டிக்கெட் பரிசோதகன் புது ஆசாமியாக இருந்தால் பாஸை எடுத்துக் காண்பித்துவிட்டு மேலேறுவார். இல்லா விட்டால், சிந்தனைகளுடன், படிகளில் கால் உயர்ந்தேறிச் செல்லும்; கண்கள் தெற்கு நோக்கி ரெயில் வண்டி வரும் திசையைத் துழாவும்; திருநெல்வேலியிலிருந்து தமக்குத் தெரிந்த யாரும் வந்தால் பார்க்கலாமே என்ற ஆசைதான். 'எக்ஸ்பிரஸ்' புறப்பட்ட பிறகுதான் மின்சார ரெயிலும் புறப்படும். ஆகையால் அந்த நேரத்தில், 'எக்ஸ்பிரஸ் பிளாட்பார'த்திற்குச் சென்று இரவு முழுவதும் கொசுக்களுடன் மல்லாடிய சிரமத்தைச் செங்கற்பட்டு அவசரக் காப்பியில் தீர்த்துக் கொண்ட பாவனையில் ஜன்னல் வழியாகத் தலை நீட்டுபவர்களைப் பார்ப்பதில் ஒரு நாட்டம் பிள்ளையவர்களுக்கு எப்பொழுதும் உண்டு.

இடுப்பில் நாலு முழம் மல், தோளில் ஒரு துவர்த்து, மடியில் சம்புடம் வகையறா, கையில் போசன பாத்திரம் – இந்தச் சம்பிரமங் களுடன் பிள்ளையவர்களை எப்பொழுதும் – மழையானாலும் வெயிலானாலும் பார்க்கலாம். எப்பொழுதும் ஒரு வாரமாக க்ஷவரம் செய்யாத முகம், நெற்றியில் பளிச்சென்ற விபூதி, நனைந்துலரும் தலை மயிரைச் சிக்கெடுக்கும் வலக்கை – இவைகளை நினைத்துக் கொண்டால் சுப்பையா பிள்ளையின் உருவம் வந்து நின்றுவிடும். மழைக் காலமானால் கையில் குடை ஒன்று எப்பொழுதும் விரித்துப் பிடித்தபடி போசன பாத்திரத்துடன் அதிகமாகக் காணப்படும்.

தெற்கு ரத வீதி ஜவுளி வியாபாரிகள் இவரிடம் தப்பித்துக்கொண்டு நேரடியான வியாபாரம் நடத்திவிடுவது துர்லபம்; அப்படி எப்பொழு தாவது நடத்த முயன்றிருந்தால் பிள்ளையவர்களுக்குத் தேக அசௌக்கியம், ரெயிலுக்கு வரத் தாமதமாயிற்று என்பதுதான் கணக்கு. இதனால் பிள்ளையிடம் கடை முதலாளிக்கு வெளிக்காட்டிக் கொள்ளப்படாத தனி வாஞ்சை – 'சுப்பையா இல்லாட்டா நம்ம கையொடிஞ்ச மாருதி' என்பார் முதலாளிப் பிள்ளை. இவ்வளவிருந்தும் பண விஷயத்தில் என்னவோ அவர் வெகு கறாற்ப் பேர்வழி.

பிள்ளையவர்கள் ரெயிலில் ஏறுவதே ஒரு தினுசு. நடுமைய வண்டியில், வாசலுக்கு அருகில் உள்ள வலது பக்கத்து 'ஸீட்டில்', எஞ்சினுக்கு எதிர்ப்புறமாகத்தான் உட்காருவார். அது அவருடைய 'ஸீட்'. புறப்படுகிற இடத்தில் ஏறிக் கடைசியாக நிற்கிற இடத்தில் வந்து இறங்குகிறதால் இந்த இடத்துக்கு அவரிடம் யாரும் போட்டிக்கு வந்ததே இல்லை. வந்திருந்தாலும் முயற்சியில் வெற்றி பெற்றிருக்க மாட்டார்கள். தாம்பரத்திலிருந்து 'பீச்' வரையில் உள்ள பாக்கங்களிலும் பேட்டைகளிலும் இரண்டிரண்டு நிமிஷம் வண்டி நிற்கும்பொழுது தான் அவருடைய நிஷ்டை கலையும். வண்டி 'பீச்' ஸ்டேஷனில் வந்து நின்றுவிட்டது என்றவுடனேயே இறங்குவதில்லை. வெளியில் இறங்கியதும் வேஷ்டியை உதறிக் கட்டிக்கொண்டபின் துவர்த்து முண்டை உதறி மேலே போட்டுவிட்டு பிறகு ஜன்னல் வழியாக வண்டிக்குள் தலையையும் கையையும் விட்டு கையில் போசனப்

பாத்திரத்தை எடுத்துக்கொண்டு காலெட்டி வைப்பார் ஸ்ரீ சுப்பையா பிள்ளை. ஆர அமர மெதுவாக, சாவகாசமாக இறங்கி ஸ்டேஷனை விட்டு வெளியே போகும் கடைசிப் பிரயாணி சுப்பையா பிள்ளை. தாம்பரத்திலும் பீச்சிலும் வண்டியில் ஏறும் முதல் பிரயாணியும் அவர்தாம். அவரிடம் சொந்தமாகக் கடிகாரம் ஏதும் இல்லை. அவரே ஒரு கடிகாரம்.

பிள்ளையவர்கள் வண்டியில் ஏறி உட்கார்ந்தாரானால் தலையை வெளி நீட்டாமல் ஜன்னல் பக்கமாகத் திரும்பிவிடுவார். 'பீச் ஸ்டேஷன்' கோட்டைச் சுவர்களில் கண்பார்வை மோதிக்கொள்ளும்வரையில் அந்தப் பாவனையில் கழுத்தே இறுகிவிட்ட மாதிரி உட்கார்ந்திருப்பார். பார்வையில் ஒரு குறிப்பு இருக்காது; அத்திசையில் இருக்கும் பொருள்கள், ஜீவன்கள் அவர் பார்வையில் விழும் என்பதில்லை; விழுவதில்லை என்று சொல்ல வேண்டும்.

ஆனால் இவைகளுக்கெல்லாம் விதிக்கு விலக்கு இந்த மீனம் பாக்கம் ஸ்டேஷன். இதை வண்டி நெருங்கும்பொழுது அவர் கண்கள் உயிர் பெறும். மிரண்டு சோலையுடன் கூடிய கப்பிக்கல் ரஸ்தாவையும் தாண்டி, தூரத்தில் தெரியும் விமான நிலையத்தில் தங்கும்.

'எப்பவாவது ஒரு தரத்துக்கு அஞ்சு ரூபாயை வீசி எறிந்துவிட்டு ஆகாசக் கப்பலில் ஏறிப் பார்த்து விட வேணும்' என்பது அவரது தினசரி உத்தேசம் – பிரார்த்தனை. எப்பவாவது . . . மீனம்பாக்கத்தில் சிவில் விமான ஏற்பாடு அமைக்கப்பட்டதிலிருந்து நாளது தேதி வரை, அந்த 'எப்பவாவது' என்ற எல்லைக்கு முடிவுகாணவில்லை. வண்டி இரண்டு நிமிஷம் நின்று சென்னையை நோக்கிப் புறப்படும் வரையில் தில்லை நோக்கிய நந்தன்தான். வண்டி, 'ஸ்டேஷன் பிளாட்பார'த்தை விட்டு நகர்ந்து வேகமெடுக்குமுன், இவரையும் வண்டியையும் வழியனுப்பிப் பின்தங்கி, மறுபடியும் தென்படும் விமான நிலையக் கட்டிடங்கள் பிள்ளையவர்களின் இரத்தவோட்டத் தைச் சிறிது துரிதப்படுத்துவதுதான் மிச்சம். அடுத்த ஸ்டேஷன் வருவதற்குமுன் அவருடைய மனம் ஜப்பான் சீட்டிகளிலும் புடைவை களிலும் முழுகி மறைந்துவிடும். முக்குளித்து வெளிவரும்போதெல்லாம், மனமானது 'பெண்ணுக்கு வரன் தேடுவது, மேயன்னா விலாசத்துப் பாக்கிக்காக இன்னொரு தடவை கடுதாசி போடுவது, இந்த வருசமாவது வைகாசிக்குக் காவடி எடுத்துவிட வேணும் என்று நிச்சயிப்பது' – இவ்விதமாக 'பீச் ஸ்டேஷனை' நெருங்கிக்கொண்டிருக்கும். ஒரு முறை திருநெல்வேலிப் பக்கமாகப் போனால் பெண்ணுக்கு வரன் நிச்சயிப்பதுடன் காவடியையும் எடுத்துவிட்டு, சின்னப் பயலுக்கு ஏதாவது ஒரு வழி செய்துவிட்டு வரலாம். ராதாபுரத்துப் பிள்ளை கொளும்புக்குப் போகையில் தாக்கல் எளுதுவதாகச் சொன்னார்கள். வந்து ஆறு மாசம் ஆச்சே, போனதும் எதுக்கும் ஒரு கடுதாசி போட்டு விட்டு மறு வேலை பார்க்கணும். இந்தச் சேட்டுப் பயலைப் பார்த்துக் கிட்டு நேரா கடைக்குப் போயிட்டா அப்புறம் வெளிலே போகவேண்டி

யிருக்காது; முதலாளியையும் பாத்துப் பேச அப்பந்தான் சௌகரியம்... அவுஹ என்னமோ ஊருக்கு ஒரு மாசம் போயிட்டு வரணுமாமே – விதிதான்... எப்படியும் கேட்டுப் பாக்கது....'

வண்டி மாம்பலம் வந்து நின்றது. 'பிளாட்பார'த்தில் ஜனக்கூட்டம்; ஏக இரைச்சல். கூடைக்காரிகளும் ஆபீஸ் குமாஸ்தாக்களும் அபேதமாக இடித்து நெருக்கிக்கொண்டு ஏறினார்கள். இந்த நெருக்கடியில், இவர் பார்வையில் விழும் வாசலில் பெரிய சாக்கு மூட்டையும் தடியுமாக ஏறிய கிழவனாருக்குப் பின் பதினாறு வயசுப் பெண் ஒருத்தி 'விசுக்' என்று ஏறிக் கிழவனாருக்கு முன்னாக வந்து காலியாகக் கிடந்த பெஞ்சில் உட்கார்ந்துகொண்டாள். 'பொம்பிளையா மாதிரியாக் காங்கலியே; நெருக்கித் தள்ளிக்கொண்டு மின்னாலே ஓடியாந்து உட்கார்ந்துகொண்டாளே; பொம்பிளை வண்டியில்லே' என்று ஆச்சரியப்பட்டார் பிள்ளை.

வந்து உட்கார்ந்தவள் ஒரு மாணவி. வைத்தியத்துக்குப் படிப்பவள். கழுத்தில் 'லாங் செயி'னுடன் ஒரு 'ஸ்டெதாஸ்கோப்'பும் அலங்காரத்துக்காக(?) தொங்கிக்கொண்டிருந்தது. இன்ன வர்ணம் என்று நிச்சயமாகக் கூறமுடியாத பகல் வேஷ வர்ணங்களுடன் கூடிய ஒரு புடைவை. அதற்கு அமைவான 'ஜாக்கெட்'. செயற்கைச் சுருளுடன் கூடிய தலை மயிரைக் காதை மறைத்துக் கொண்டையிட்டிருந்தாள். காதிலிருந்து ஒரு வெள்ளிச் சுருள் தொங்கட்டம். கையில் புஸ்தகமோ, நோட்டோ அவர் நன்றாகக் கவனிக்கவில்லை. நெற்றி உச்சியை உள்ளங்கையால் தேய்த்துத் தினவு தீர்த்துக்கொண்டார். கண்களைக் கசக்கிக்கொண்டு, ஒரு வாரமாகக் கத்தி படாத முகவாய்க் கட்டையை தடவிக் கொடுத்துக்கொண்டு, ஜன்னல் வழியாக எதிர்ப்பக்கத்தில் தெரியும் வீடுகளைப் பார்த்தார். பார்வை மறுபடியும் அந்தப் பெஞ்சுக்குத் திரும்பியது.

சாக்கு மூட்டையுடன் திண்டாடிய கிழவனார் அதைத் தனது முழங்காலருகில் சரிய விட்டுவிட்டு இரண்டு கைகளாலும் தடியைப் பிடித்துக்கொண்டு கொட்டாவிவிட்டு அசை போட்டபடி பெஞ்சியின் மூலையில் ஒண்டி உட்கார்ந்திருந்தார். பெண்ணோ சாவகாசமாகச் சாய்ந்து வண்டியில் நிற்கும் மற்றவர்கள்மீது ஒரு தடவை பார்வையைச் சுழற்றிவிட்டு, தனது கைப்பையைத் திறந்து அதற்குள் எதையோ அக்கறையாகப் பார்த்துக்கொண்டிருந்தாள். வண்டி புறப்பட்டது...

கோடம்பாக்கத்தின் 'செமன்ட்' சதுரக் கட்டிடங்களில் அவர் கண் விழுந்தது. 'பெத்துப் போட்டா போதுமா...' என்று அந்த நேரத்தில் வீட்டுக் கிணற்றடியில் தண்ணீர் சுமக்கும், வரன் நிச்சயிக்க வேண்டிய தமது மகளைப் பற்றி நினைத்தார். அவளைப் போல இவளையும் பெண் என்ற ரகத்தில் சேர்த்துக்கொள்ள அவர் மனம் மறுத்தது.

'ஷாக்' அடித்தது போல் பிள்ளையவர்கள் கால்களைப் பின்னுக் கிழுத்தார். கூட்டத்தின் நெருக்கத்தால் அவளது செருப்புக் காலின்

நுனி அவரது பெருவிரல் நுனியைத் தொட்டது. பரக்க விழித்த பார்வையுடன் பிள்ளையவர்கள் கால் உடல் சகலத்தையும் ஒடுக்கிச் சுருக்கி 'ஸீட்டு'க்குள் இழுத்துக்கொண்டார். அந்தப் பெண்ணும் ஒரு பார்வை பார்த்துவிட்டு கையிலிருந்த புஸ்தகத்தில் ஆழ்ந்து விட்டாள். சிந்தனை அதில் விழவில்லை. அந்தப் பார்வை பிள்ளையவர்கள் மனசுக்குள் எதையோ தூண்டில் போட்டு இழுத்தது. நெற்றியில் வியர்வை அரும்ப ஜன்னல் வழியாக வலப்புறத்து வயல் – கட்டிடக் குவியல்களைப் பார்த்தார்.

மனம் எப்பவோ நடந்த கல்யாண விஷயத்தில் இறங்கியது. வீரபாண்டியன்பட்டணத்துக் கருக்கு மாப்பிள்ளை – மேளதாளக் குறவைகளுடன் வீட்டில் குடிபுகுந்த ஸ்ரீமதி பிள்ளையின் மஞ்சள் அப்பி சுத்துருவில் மருக்கொழுந்துடன் கூடிய நாணிக் கோணிய உருவம், பிறகு தேக உபாதையையும் குடும்பச் சுமையையும் தூக்கிச் சென்ற நாள் சங்கிலிகள், குத்துவிளக்கை அவித்துவைத்த குருட்டுக் காமம் . . . .

சடபட என்ற பேரிரைச்சலுடன் எதிர் லயனில் ஒரு மின்சார ரெயில் விரைந்து நெருங்கியது. வண்டிகள் ஒன்றையொன்று தாண்டிச் செல்லும் சில விநாடிகளில் காதையும் மனதையும் குழப்பும் கிடு கிடாய்த்த சப்தம்; எதிரே ஓடிமறையும் ஜன்னல்களில் தோன்றி மறையும் தலைகள் – அப்பாடா! வண்டி சென்றுவிட்டது. சப்தமும் தூரத்தில் ஒடுங்குகிறது.

பிள்ளையவர்களின் மனம் ஓசையின் பின்பலத்தால் வேறு ஒரு திசையில் சஞ்சரிக்கிறது. 'பிராட்வே' முனையில் டிராமும் மோட்டாரும் மோதிக்கொள்ள நெருங்கிவிட்டது. இடையில் அந்தப் பெண். பிள்ளையவர்கள் அவளை எட்டி இழுத்து மீட்கிறார். 'தனியாக வந்தால் இப்படித்தான்' என்கிறார். மீண்டும் ஓரிடத்தில் ஒரு ரிக்ஷாவில் அதே பெண்; சக்கரத்தின் கடையாணி கழன்று விழுகிறது. ஓடிப்போய் வண்டியைச் சரிந்துவிடாமல் தாங்கிக்கொள்கிறார். கூட்டம் கூடி விடுகிறது. கூட்டத்திலே போராடி மல்யுத்தம் செய்து அவளை மீட்டுக்கொண்டு வருகிறார் . . . . பிள்ளையவர்களின் மனசு சென்று சென்று அவள் உருவத்தில் விழுகிறது. முகத்தை ஜன்னல் பக்கம் திருப்புகிறார். 'எழும்பூர் தாண்டிவிட்டதா' என்று ஆச்சரியப்படுகிறார்.

பார்க் ஸ்டேஷன்!

கூட்டம் ஏகமாக இறங்குகிறது. பிள்ளையவர்கள் பார்த்தபொழுது எதிர் 'ஸீட்' காலியாக இருந்தது. கிழவனும் மூட்டை முடிச்சுக்களுடன் இறங்கிவிட்டான். அந்தப் பெண் எப்போது இறங்கினாள்? வந்த அவசரம் மாதிரிதான் போன அவசரமும் . . . . வண்டியில் பெரும் பான்மையான கூட்டமும் இறங்கிவிட்டது. இவர் பெட்டியில் எல்லா இடங்களும் காலி.

மின்சார விசில் . . . .

வண்டி புறப்பட்டுவிட்டது. தலையை நீட்டி எட்டிப் பார்த்தார். அப்பாடா! ஒருத்தருமில்லை. காலை எதிர்ப் பெஞ்சில் நீட்டிக்கொண்டு பிடரியில் இரு கைகளையும் கோர்த்து அண்டை கொடுத்துக்கொண்டு கண்களை அரைவட்டமாகச் சொருகி யோசனையில் ஆழ்ந்தார். மறுபடியும் அந்தப் பெண்ணின் உருவம் மனசில் வந்து கூத்தாட ஆரம்பித்தது. விரல்களை வாயருகில் சொடக்கிவிட்டு 'சிவா' என்றபடி கொட்டாவிவிட்டார்.

கோட்டை தாண்டி ரெயில் 'தகதக'வென்ற கடலின் பார்வையில் ஓடிக்கொண்டிருந்தது. 'வரும்போது ஞாபகமா பால்காரனுக்கு வழி பண்ணனும் . . . அடுத்த சீட்டை எடுத்தால் திருநெல்வேலி போய்வரச் செலவுக்குக் கட்டுபடியாகிவிடும் . . . திருச்செந்தூரிலே ஒரு கட்டளை ஏற்படுத்திவிட்டால், முருகன் திருநீறாவது மாசாமாசம் கிடைக்கும் . . . .'

வண்டி ஊதியது . . .

'அந்தச் சின்னப் பையனுக்கு வேட்டி எடுக்கவா? போன மாசந்தானே ஒரு சோடி வாங்கினேன் . . . பயலெக் கண்டிக்கணும்.'

வண்டி வந்து நின்றது.

கீழே இறங்கி வேட்டியை உதறிக் கட்டினார். மேல்துண்டை உதறிப் போட்டுக்கொண்டார். ஜன்னல் வழியாக எட்டிப் போசனப் பாத்திரத்தை எடுத்துக்கொண்டு கால் எட்டிவைத்தார்.

டிக்கெட் இன்ஸ்பெக்டர் சரிபார்த்த கடைசிப் பிரயாணி ஸ்ரீ சுப்பையா பிள்ளை.

***சூறாவளி*, 13.8.1939**

கொன்ற சிரிப்பு

சோழ சாம்ராஜ்யத்தின் கடைசி உயிர்ப்பு. அந்தகன் என்ற சோழன் பழைய வீர வம்சத்தின் கனவுகளையெல்லாம் பாழாக்கி – படாடோபத் திற்கும் வீண் மிடுக்கிற்கும் மட்டும் குறைவில்லை – பொம்மையரசனாக அந்த வீரர்களின் சிங்காதனத்தை அபசாரம் செய்துகொண்டிருக்கிறான். தெற்கே பாண்டியர்கள் இவன் நாடுகளைக் கபளீகரித்து விட்டனர். மேற்கே சேரர்கள் ... அவர்கள் எந்த நிமிஷத்தில் இவன் சிங்காதனத்தையே காலிசெய்துவிடுவார்களோ! வடக்கே, அம்மம்ம! எத்தனையோ பெயர் தெரியாத அரசர்கள்! அவர்களில் புதிதாக என்னமோ மிலேச்சராம், துருக்கராம், இன்னும் எத்தனையோ பேர்! அந்தகன், மனிதன் தனக்கு நித்திய வாழ்வு என்று மனப்பால் குடிப்பது போல், கவலையின்றி அரசாண்டுகொண்டிருக்கிறான். அதுவும், சம்பிரதாயமாக அவன் ஆட்சி செய்துகொண்டிருப்பதாகப் பாவனைதான் ...

மருதனூர் என்பது ஒரு சிறு கிராமம். இயற்கையின் எழில் கொழிக்கும் ஒரு தனி ... என்ன சொல்வது? வனப்பை வருணிக்க அந்தக் கிராமத்தின் தவப்புதல்வன், அந்த இயற்கை யன்னையின் தாய்ப்பால் பருகிய கானப்பிரியன்தான் பாட வேண்டும். என்னால் கூற முடியுமா? அவன் அங்கு யாருக்குப் பிறந்தான் என்று ஊராருக்குத் தெரியாது.

ஒரு நாள் இரவு குழந்தையொன்று காளிதேவியின் கோயில் வாசலில் தாயை நோக்கியழுதது. எந்தத் தாயை நோக்கியோ, அந்தத் தேவிதான் அருளினாளோ என்னவோ! அதிலிருந்து காளி கோயில் பூசாரி எடுத்து வளர்த்தான். காளியின் புத்திரன், பூசாரியின் வளர்ப்புப் பிள்ளை ... இதுதான் கானப்பிரியனின் இளமைச் சரிதம்.

அந்த மோகனமான பொழுதிலே இயற்கைத் தாயின், காளியின் கோர ஸ்வரூபத்திலே, குதூகலித்துக் குரலெழுப்பும் பறவைகளிடத்திலே அவன் கல்வி கற்றான். அது கானமாகக் கவிதையாக எழுந்தது. எல்லோரும் கானப்பிரியன் என்றார்கள். அவனும் கானப்பிரியன் என்று தன்னை யழைத்துக்கொண்டான்.

எப்பொழுதும் அந்தத் தடாகத் துறையிலே என்ன அதிசயமோ! கானப்பிரியனை அங்கு காணாமல் இருக்க முடியாது. இல்லாவிட்டால் குரலெழுப்பும் குயில் கிளைகளின் அடியில் அவன் நின்று கவனித்துக் கொண்டிருப்பதைக் காணலாம். அப்பொழுது அவன் கண்கள் – அவை என்ன தெய்வ தரிசனத்தைக் கண்டனவோ? அவற்றில் என்ன கனவு, எவ்வளவு உற்சாகம்! என்ன என்ன என்று என்னால் சொல்ல முடியுமா? கவிஞனைக் கேட்டுப்பார்க்கவும்.

கானப்பிரியன் சங்கோசப் பிராணி. மனிதர்கள் என்றால் அவன் உற்சாகம் எல்லாம் எங்கோ பதுங்கி ஒடுங்கிவிடும். அதிலும் பெண்கள் . . . கேட்கவே வேண்டாம். அவனிடம் பேசுவது என்றால் எல்லாருக்கும் ஆசை; அவனுக்கு மட்டும் கூச்சம். அவனைப் பார்ப்பதிலே ஒரு தனிப்பெருமை.

ஊர் அம்பலக்காரரின் மகள் பெண்களின் இலட்சியமாயும் ஆண்களின் கனவாயும் இருந்தாள். அவள்தான் அவனை எப்படியோ பேசவைத்துவிட்டாள். அவன் உள்ளத்தை யறிந்தவள் அவள் ஒருத்தி தான். அவன் கவிதையின் கனிவைக் கண்டவள் அவளே.

அவளைச் சாயங்காலம் சந்தித்தால் கானப்பிரியனுக்குப் புதிய பாட்டுக்கள் தேவி அருள் புரிவாள். நாவில் ஸரஸ்வதி நர்த்தனம் செய்வாள். இவர்கள் கூட்டுக் களியிலே, தனிப்பட்ட கனவிலே, தேவியின் பாதுகாப்பிலே, உலகத்தின் இலட்சியம் மறைந்து வாழும்.

அவள் பெயர் காவேரி. அன்று காவேரியின் கன்னி எழில் கம்பனை வளர்த்தது. அது பழைய கதை. இப்பொழுது காவேரி, இந்தக் காவேரி . . .

அன்று காவேரி ஜலம் எடுத்துவரச் சற்றுத் தாமதம். கானப் பிரியனுக்குக் குயில் சொன்ன கதையையும், மலர் பாடிய பாட்டையும் அவளுக்குச் சொல்ல ஆவல். அந்தச் சூரியாஸ்தமனத்தை அவளிடம் காண்பிக்க . . .

அதோ அவள் வருகிறாள், ஆசைக் காவேரி!

“கானனா? வா, வா!” என்று குடத்தை ஜலத்தில் நழுவவிட்டு அவன்மீது சாய்கிறாள்.

“இன்று ஏன் இவ்வளவு நேரம், போ! அந்தக் குயில் . . .”

“கானா, இன்று உனக்கு ஒரு சமாசாரம். நீ ஏன் உன் கவியைக் கொண்டு மன்னனிடம் பரிசு பெறக் கூடாது? இன்று யாரோ ஒரு கவியாம், போகிறானாம், அதைக் கேட்டுக்கொண்டிருந்தேன். நீ பாடுவதில் நூற்றில் ஒன்றுகூட இல்லை. வெறும் வார்த்தைக் குப்பை, நீயேன் . . . .”

“நானா! அரசனிடமா? நானா!”

“ஏன், கானா? நாம் இருவரும் . . .” என்று தழுவிக் குழைந்து அவன் கண்களில் உற்று நோக்கினாள். இருவரும் ஐக்கியப்பட்ட வாழ்க்கையின் கனவு அவள் கண்களில் தவழ்ந்தது.

"காவேரி! உனக்காக நான் போகிறேன் ...!"

"என்ன, கானா, எனக்காகவா?"

"இல்லை கண்ணே, நமக்காக" ... சற்று மௌனம்.

இருவரும் தழுவி நிற்கின்றனர்.

அந்த மௌனத்தில் அவர்கள் அறிந்தது எவ்வளவோ.

2

சோழ சமஸ்தானம்.

அந்தகன் கொலுவில் உல்லாசமாக இருக்கிறான். பக்கத்தில் அவனது பிரியை – அதாவது, மரியாதையாக வைப்பு – வாஸந்திகை என்ற ஆந்திரப் பெண். மற்றப் பக்கத்தில் அடைப்பைத் தொழில் புரியும் பணிப் பெண்கள். இடையில் மெல்லிய கலிங்கம், மேலே முத்துவடக் கச்சு.

சற்றுக் கீழே இவனுக்கு ஏற்ற மந்திரி, பிரதானிகள். அவன் நாட்டிலே மாதம் மூன்று மழை பெய்து வருகிறதா, திருடர்கள் கொஞ்சமாகக் கொள்ளையடிக்கிறார்களா, அந்நியர் வசமாகாமல் இன்னும் எத்தனை பிரதேசங்கள் வரி வசூலிக்க இருக்கின்றன என்பதைப் படாடோபத்துடனும் கூழைக் கும்பிடுடனும் சமுகத்தில் தெரிவித்துக்கொள்ளும் மந்திரிகள்!

சேவகன் ஒருவன் ஓர் ஓலையைக் கொண்டுவந்து அடிபணிந்து நிற்கிறான். அரசன் அதைத் தொட்டுக் கொடுக்க, கற்றுச்சொல்லி பிரித்து, "ராஜாதி ராஜ ராஜ கம்பீர அந்தகச் சோழ மண்டலாதிபதி சமஸ்தானத்திற்குக் கானப்பிரியன் எழுதிக்கொண்டது: எனது கவியைச் சமுகத்தில் அரங்கேற்ற ஆசை – கானப்பிரியன்" என்று படித்தான்.

"என்ன வாஸந்திகா?"

"வரட்டுமே!"

"இந்த நடிகைகள் கொஞ்சம் நன்றாகப் பாடி ஆடுகிறார்களே!"

"அவன்தான் வரட்டுமே!"

"சரி, சேவகா, வரச்சொல்!"

கானப்பிரியன் உள்ளே வருகிறான். இயற்கையின் நிமிர்ந்த நடை, நேர் நோக்கு – கண்களிலே ஏதோ தோன்றி மறைந்த ஒரு கனவு. சபையைப் பார்க்கிறான். செயற்கையின் திறன், பெருமிதம், இறுமாப்பு – எல்லாம் சற்று மலைப்பை உண்டுபண்ணுகின்றன.

கவிஞன் அரசனைப் பார்க்கிறான். அந்தகன் கானப்பிரியனைப் பார்க்கிறான். வாஸந்திகை இருவரையும் நோக்குகிறாள். இருவரையும் வெல்ல ஒரு வலை வீச்சு, உலகத்தின் சக்தி அவள் காலின் கீழ். ஏன் உலகத்தின் இலட்சியம் அத்துடன் இருக்கக் கூடாது?

கானப்பிரியன் அவளைக் கவனிக்கவில்லை.

அரசனை நோக்கிப் பாடுகிறான்.

ஒரு காதற் பாட்டு.

அந்தக் காலத்திலே பாட்டுடைத் தலைவன் பரிசில் கொடுக்க வேண்டிய அரசனாக இருக்க வேண்டியது மரபு.

அதெல்லாம் நினைவில்லை. ஏன்? தெரியாது.

அவனது காவேரியின் காதல், அவள் கன்னி எழில், வாழ்க்கைக் கனவு எல்லாம் கவிதையாக வடிவெடுத்துப் பொங்குகிறது. கம்பீரமான, மோகனமான குரலிலே பாடுகிறான்.

அங்கிருக்கும் சிங்காதனம்கூட உருகிச் சிரக்கம்பம் செய்யும் போலிருக்கிறது. ஏன்? கம்பன் குரலைக் கேட்டதுதானே!

அங்கு இரண்டு உள்ளங்களை அது தொடவில்லை. ஒன்று வெற்றியை நினைத்து வலை வீசிய கண்களையுடையது. இன்னொன்று, அவளைக் குறித்துப் பாடுவதாக, அவள்மீது அநாவசியமாகக் காதல் கொண்டுவிட்டதாக நினைத்த நெஞ்சம்.

பாட்டு முடிந்தது!

எங்கும் நிசப்தம்.

திடீரென்று, ஆஸ்தான மண்டபமே எதிரொலிக்கும்படி எக்காளச் சிரிப்பு!

ஏளனத்திலே, பொருளற்ற கேலிக்கூத்திலே, கீழ்த்தரக் காமச் சுவையிலே தோன்றி அலை மேல் அலையாயெழுந்த அந்தகனின் எக்காளச்சிரிப்பு!

"சபாஷ், வென்றுவிட்டாயடி வாஸந்திகா!" என்று அவளுக்குக் கீச்சங் காட்டிக்கொண்டு, அவசரத்தில் எச்சிலை ஸ்படிகத்திற்குப் பதில் யார் முகத்திலோ உமிழ்ந்துவிட்டான். இருந்தாலும் உற்சாகம் ஓயக் காணோம். "என்ன, இருந்தால் உன் அழகு இப்படியல்லவா சபையில் இருக்க வேண்டும்! நூற்றில் ஒரு பெண்! நீதான் என் அரசி!" என்று இன்னும் இடியிடி என்று ஒரு சிரிப்பு!

இது ஓயுமுன் கானப்பிரியன் அங்கு இல்லை.

3

கானப்பிரியனுக்கு உடலெல்லாம் குன்றி உயிர், உற்சாகம், கவிதை, யாவும் குவிந்தன.

நெஞ்சில் இந்திர தனுசால் அடிபட்ட மாதிரி!

பொருளற்ற, அர்த்தமற்ற மிடுக்கு, படாடோபம்! அரசியலாம், பரிசிலாம்... சீச்சி....

அன்று இருட்டிய பின்....

காளி கோயிலின் முன் கானப்பிரியன் தலைவிரி கோலமாகக் கிடக்கிறான். வெளியே இருந்த இருள் அவன் உள்ளத்தைக் கவ்வியது.

இருளில் ஓர் உருவம்.

"காவேரி!"

"கானப்பிரியா?"

பதில் இல்லை.

ஓடிவந்து தரைமீது கிடந்த தனது ... எடுத்து மடிமீது கிடத்துகிறாள், மார்புடன் அணைக்கிறாள்.

"கானா! பிரியா!"

"உன் அன்பிலே, தேவி அருளிலே . . . ." அவ்வளவுதான். கானப் பிரியனின் உயிர் தேவியின் திருவருளை நாடிச் சென்றுவிட்டது.

"அடி காவேரி! உனக்கு வேண்டும். கம்பனையே பாடுபடுத்திய சோழ பரம்பரையல்லவா! உனக்கு வேணும்! ஏன் உன் பிரியனை யனுப்பினாய்?

"அடி காவேரி...!"

1940க்கு முன்பு

கருச்சிதைவு

டெலிபோன் மணி காதை அறுத்தது.

ஸ்ரீமான் சுந்தரம் பிள்ளை பம்பாய் சர்க்கார் மின்சாரத் திட்ட அறிக்கையில் மூன்றாவது பக்கத்தின் நான்காவது பாராவை மொழி பெயர்த்து எழுதி, 'இருக்கிறது' என்று போட்டு முடித்தார்.

டெலிபோன் மணி விடவில்லை. காதை அறுத்துக்கொண்டிருந்தது.

மேஜையிலிருந்து எழுதின கடுதாசிகளைக் கம்போஸிங் ரூமுக்கு எடுத்துச்சென்றுகொண்டிருந்த வடிவேலு, ஓடிவந்து, ரிஸீவரைக் காதில் எடுத்துவைத்துக்கொண்டு, "ஹல்லோ! யாரது?" என்ற சந்தேக வார்த்தைகளைக் கக்கினான்.

"இந்த மகத்தான திட்டம் பம்பாய் மாகாணவாசிகளுக்கு மட்டுமல்லாமல் ..." என்று எழுதியபடி மங்கிய டைப் கடுதாசிகளில் கண்ணைச் சொருகிக்கொண்டிருந்த ஸ்ரீமான் சுந்தரம் பிள்ளை அவர்களிடம், "டெலிபோன், ஸார்!" என்றுகொண்டே ரிஸீவரைக் கையில் கொடுத்தான்.

பிள்ளையவர்கள் சாவதானமாகப் பேனாவை மேஜைமேல் வைத்தார். சொருகு பலகைமேல் சாய்த்துவைத்தெழுதிய அட்டையை மேஜைமேல் வைத்தார். ஒரு பக்கமாகச் சாய்ந்து தமது ஜோல்னாப் பையைத் தேடிப்பிடித்து அதில் கைக்குட்டையைத் தேடி, அங்கில்லாமல் 'பேப்பர் வெய்ட்' அடியிலிருந்த அதை எடுத்து நெற்றியைத் துடைத்துக் கொண்டார். ஷர்ட் கைகளைத் தள்ளிவிட்டுக்கொண்டு, "என்ன டெலிபோனா?" என்று ரிஸீவரை வாங்கிக்கொண்டு, "யாரது? ஓஹோ நீங்களா? என்ன ரெண்டு மூணு நாளா இந்தப் பக்கத்திலியே காணலியே ... அப்படியா? என்ன, கதையா? அதுக்கென்ன? இன்னிக்கு சாயங்காலமா? ரெடின்னு வச்சுக்குங்க!" என்று சொல்லிவிட்டு, பம்பாய் மாகாண மின்சாரத் திட்டத்தில் ஈடுபட்டார். மும்முரமாக ஈடுபட்டால் டைப் கடுதாசிகள் எத்தனை நேரம்தான் மேஜைமேல் நிற்க முடியும்? நேராகக் குப்பைக் கூடையில் ஐக்கியமாயின.

"வடிவேலு, புரூப்!" என்று காய்தாப் பண்ணிவிட்டு, மேஜைக்குள் இருந்த வெற்றிலைச் செல்லத்தை – வர்ணம் போன மசாலா டின்னுக்கு

அவர் செல்லமாக இட்டிருக்கும் பெயர் – எடுத்துச் சாவதானமாக வெற்றிலை போட ஆரம்பித்தார்.

அவருக்கு வெற்றிலை போடுவது வெறும் சம்பிரதாயமல்ல – மகாயக்ஞம்!

யந்திரம் எழுதி இந்தஇந்தத் திக்கில் இன்னின்ன தேவதைகளை நிறுத்திவைக்க வேண்டும் என்றிருப்பது போல, அவருடைய செல்லத்தில் இன்னின்ன சரக்குகள் இன்னின்ன இடத்தில் இருக்க வேண்டும் என்பது நியதி : ஆனால் இருக்கும் என்று எதிர்பார்ப்பது தவறு. எப்பொழுதும் எல்லாம் இருக்காது என்பதைப் பொது விதியாகக் கொள்ளுவதால், ஸ்ரீ சுந்தரம் பிள்ளை தம்மைத் தவறாக அர்த்தப் படுத்திக்கொண்டதாகக் கருத மாட்டார்.

தென்புலத்தில், அதாவது யமன் திசையில், சுண்ணாம்பு மட்டிலும் எப்பொழுதும் இருக்கும் – காறைக் கட்டியாகவாவது. அதைச் சூரண மாகவோ அல்லது அவகாசமிருந்தால் மத்தித்து அதன் பூர்வாசிர மத்திற்கு அதைக் கொண்டுவந்தோ வைத்துக்கொண்டபின், வெற்றிலையை ஒவ்வொன்றாக எடுத்து, காம்புகளைக் கீறிவிட்டுச் சுண்ணாம்பைத் தடவுவார். பிறகு அதில் சீவல் பாக்கோ அல்லது அது இருந்த இடத்தில் கிடக்கும் தூசு தும்பட்டமோ, இதைச் சுமை ஏற்றிப் பொட்டலமாக மடித்து ஒரே கவளமாகப் போட்டுக்கொள்ளுவார்.

பிறகு புகையிலை தேடு படலம். சாதாரணமாக அது அருகில் இருக்கும் நண்பருடைய பிரதேசத்தில் ஆக்ரமிப்பாகவே இருக்கும். வாய்மொழியாக ‘புகையிலையிருக்கிறதா?’ என்று மரியாதைக்கு எச்சரித்துவிட்டு, பொட்டலத்தை எடுத்துக்கொண்டுவந்து மறுபடியும் நாற்காலியில் உட்கார்ந்தபின், புகையிலை சுற்றியிருந்த கடுதாசியை மட்டும் எறிந்துவிட்டு, மீதியை ஒரு தடவைக்கு உபயோகித்துவிடுவார்.

இது அவர் பொதுவாக அனுஷ்டிக்கும் விதி.

அன்று அவர் தமது சகபாடியின் மேஜைக்கு அருகில் சென்ற பொழுது அவரும் அதே விருத்தியில் ஈடுபட்டிருந்தார்.

“என்னப்பா வந்துட்டியா, எங்கிட்ட ஒரு தரத்துக்குத்தான் இருக்கும்!” என்று அங்கலாய்த்தார் அவருடைய நண்பர். புகையிலையை வாயில் ஒதுக்கிக்கொள்ளும்வரை பிள்ளை அதைக் கேட்கவில்லை.

“என்ன, இல்லையா? நான் வாங்கிக் கொண்டுவரச் சொல்லுகிறேன்!” என்று சொல்லிக்கொண்டே தம் மேஜைக்கு வந்தவர், ஒரு புஸ்தகத் திற்குள் ஐக்கியமானார்.

“ஸார், கொஞ்சம் புரூப் பார்த்துக் கொடுங்கோ! பேஜ் போடணுமாம்!” என்று குழைந்தான் வடிவேலு. அவனுடைய குழைவுக்கு மரியாதை என்று அர்த்தம்.

“புரூப் எங்கே? கொண்டுவந்தால்தானே!” என்று புஸ்தகத்தின் மீதுள்ள கவர்ச்சியால் சீறினார் பிள்ளை.

“அப்பவே கொண்டுவந்து வச்சுட்டேன்” என்று சொல்லிக்கொண்டே எடுத்துக் கையில் கொடுத்தான் வடிவேலு.

பிள்ளையவாள் அவசரத்தில் 'காலி'யாகத் தாவி, மெய்யெழுத்துக் களையும் ஒற்றுக்களையும் கார்வார் செய்து, கையெழுத்திட்டு வடிவேலு கையில் ஒப்படைத்துவிட்டு, மறுபடியும் புஸ்தகத்தில் சரணாகதி யடைந்தார்.

மணியும் மூன்றாயிற்று. மறுபடியும் டெலிபோன் மணியடித்தது. "ஹல்லோ! யாரது?... நீங்கள்தானா? இன்னும் ஒரு மணி நேரத்தில் பையனை அனுப்புங்கோ!... எத்தனை பக்கம்?... நாலு பக்கமா? வரும் வரும்... லெடவுட் பண்ணிடுங்கோ... அப்பன்னா நானே கையிலே எடுத்துக்கொண்டு வந்துவிடுகிறேன். பையன் புறப்பட்டுவிட்டானா? அப்படின்னா இங்கியே இருக்கேன்..." என்று சொல்லிவிட்டுப் பேனாவையும் கடுதாசியையும் எடுத்தார்.

பேனாவைத் திறந்துவைத்துக்கொண்டு வெள்ளைக் கடுதாசியைப் பார்த்தபடியே பேனாவை எழுதும் பாவனையில் பிடித்துக்கொண்டு உட்கார்ந்திருந்தார்.

சரிப்படவில்லை. மேஜையின்மீது அட்டையையும் பேனாவையும் வைத்துவிட்டுக் கைகளைச் சுடக்குவிட்டார்.

பிறகு சாவதானமாகக் கொட்டாவி விட்டார்.

மேஜையிலிருந்த பேனாவும் அட்டையும் கையிலேறிவிட்டு, மறுபடி புறப்பட்ட இடத்திற்கே போய்ச்சேர்ந்தன.

மேஜையின் சொருகை உருவித் திறந்து நிதானமாக வெற்றிலை மடித்துப் போட்டுக்கொண்டார் ஸ்ரீ பிள்ளை.

புகையிலைக் கட்டத்திற்கு வரும்பொழுது சுறுசுறுப்புத் தட்டியது. மேஜையிலிருந்த எழுத்துச் சாதனங்கள் கையிலிறங்கின.

"ஒரே ஒரு ஊரில் ஒரே ஒரு ராஜா இருந்தான்..." என்று எழுதிவிட்டுப் பேனாவை மூடி மேஜைமீது வைத்துவிட்டார்.

சிறிது நேரம் பேந்தப்பேந்தச் சுற்றுமுற்றும் பார்த்து விழித்துக் கொண்டிருந்தார்.

அப்புறம் சில நிமிஷங்கள் கழித்து "...அவன் ஒரு கதைப் பைத்தியம். சண்டைக்கு வந்த எதிராளி ராஜாவிடம் 'உனக்குக் கதை சொல்லத் தெரியுமா?' என்று ஒரு தூதுக் கோஷ்டியை அனுப்பிக் கேட்டு விட்டானாம்...."

சுந்தரம் பிள்ளை, மேஜையில் பேனா முதலிய சில்லறைத் தொந்தரவுகளை வைத்துவிட்டு, வெளியே வராந்தாவிற்குச் சென்று வெற்றிலை துப்பிவிட்டு வாயைக் கொப்புளித்தார். ஒரு டம்ளர் ஜலம் குடித்துவிட்டுவந்து உட்கார்ந்துகொண்டு மறுபடியும் பேனாவை எடுத்தார்.

"... அவனுடைய மந்திரிக்குக் கதை என்றாலே பிடிக்காது. கதை கேட்பதால் தன்னுடைய ராஜ்யத்தின்மீதிருந்த ஆதிபத்திய உரிமையை இழந்து வெறும் சிற்றரசனாகப்போன ராஜாவுக்குப் புத்தி சொல்லிக் கொடுக்க ஒரு யோசனை செய்தான் மந்திரி.

“சர்க்கார் சம்பிரதாயப்படி அதற்கு ஒரு திட்டம் வகுக்க ஒரு விசேஷக் கமிட்டி ஏற்படுத்துவது என்று முடிவு கட்டப்பட்டது ....”

மறுபடியும் பேனாவை மூடி வைத்துவிட்டு, மோட்டுவளையைப் பார்த்து யோசனையிலாழ்ந்தார் ஸ்ரீ பிள்ளை.

“...இந்த விசேஷக் கமிட்டிக்கு பிரிட்டனிலிருந்து சட்ட அநுபவம் வாய்ந்த ஒரு நிபுணரையும் கதாசாஸ்திரத்தில் பாண்டித்தியம் பெற்ற ஒரு பிரபலஸ்தரையும், பிரிட்டிஷ் ராயல் வைத்திய சங்கத்தைச் சேர்ந்த ஒரு வைத்திய நிபுணரையும் தருவிப்பது என்று தீர்மானிக்கப் பட்டது.

“இந்த விசேஷச் செலவுக்கு சமஸ்தான கஜானாவில் போதுமான பணம் இல்லாததினால், ஒரு புதிய வரி போடுவதா அல்லது ஒரு கடன் பத்திரம் பிரசுரிப்பதா என்பது பற்றி ஆலோசிக்கப்பட்டது.

“அதற்குள் இந்தச் சமாசாரம் பெரிய ராஜாவுக்குத் தெரிந்துவிட, இவ்வித முயற்சிகள் செய்யச் சிற்றரசருக்கு சன்னதின் ஷரத்தின்படி உரிமை கிடையாது என்று ஓலை அனுப்பினான்.

“நாலு விதமாகவும் யோசித்துவிட்டு, இந்த யோசனைகளை அப்படியே ஒதுக்கிவிடுவதுதான் நன்மை என்று மந்திரி நினைக்க லானான்.

“மந்திரியின் நினைப்பு காரியாம்சத்திற்கு வருமுன் ராஜாவுக்கு சஷ்டிஅப்தபூர்த்தி விழா வந்துவிட்டது. பெரிய ராஜா, இந்தச் சிற்றரசனுக்கு வெகுமதியாக ஒரு பெரிய கதைப் புஸ்தகத்தை அனுப்பினான். அது ஒரு லக்ஷத்திச் செல்வானம் பக்கங்கள் கொண்டது.

“புஸ்தகத்தைக் கண்டதும் அதைப் பூராவும் படித்து முடிப்பதற்குத் தனக்கு ஆயுசு இருக்குமோ என்று நினைத்து, சிற்றரசன் சிம்மாசனத்தி லிருந்துகொண்டே கண்ணீர் விட்டான்.

“மந்திரி பிரதானிகளும் பிரஜைகளும் ராஜாவைத் தனியாக அழ விட்டுவிடுவதா என்று நினைத்து அனுதாபம்காட்டி கூட அழுதார்கள்.

“இந்தச் சமயத்தில் பிரதம மந்திரிக்கு அழுகை வரவில்லை. நெடுமரம் போல நின்றான் ...”

“நெடுமரம் போல நி ...” என்று மறுபடியும் அடித்துவிட்டு எழுதினார் சுந்தரம் பிள்ளை.

கதை தானாகவே, தன்னிஷ்டம் போலவே பின்னிக்கொண்டு போவதைக் கண்டு பயந்துபோன சுந்தரம் பிள்ளை இந்த நெடுமரம் என்ற மதில் சுவர் வந்ததும் நிம்மதியுடன் பெருமூச்செறிந்தார்.

கதை—வண்டியைத் தமக்குப் புரியும் வழியில் திருப்புவதற்காக, அந்த அழாத பிரதம மந்திரியைச் சிரச்சேதம் செய்தார்.

அந்த வேலை முடிந்தபின் கதைக்கு உயிர் சந்தேகமின்றி அகன்று விட்டது என்பதை நாடி பிடித்துப் பார்த்தவர் போல நிச்சயப்படுத்திக்

கொண்டு, அவனை உயிர்ப்பிக்கப் பரமசிவனைக் கூப்பிடலாமா அல்லது வெறும் மந்திரவாதியைத் தருவித்து அவனுக்கு ராஜா மகளைக் கட்டிக்கொடுத்துக் கதையை மேளதாளத்துடன் மங்களமாக முடித்துவிடலாமா என்று யோசித்துக்கொண்டிருக்கையில், "என்ன ஸார் முடிந்துவிட்டதா?" என்றுகொண்டே நுழைந்தார் சுந்தரம் பிள்ளையிடம் கதை கேட்ட ஆசிரியர்.

"பையனை அனுப்புகிறேன் என்றீர்களே?" என்று சொல்லி எழுந்தார் ஸ்ரீ பிள்ளை.

"பையனிடம் கடுதாசி அனுப்பிவிட்டால் என்றுதான்..." என்று சிந்தித்துக்கொண்டே மேஜையிலிருந்த கடுதாசிகளை எடுத்துப் படிக்க ஆரம்பித்தார் ஆசிரிய நண்பர்.

"இதுதானா நாலு பக்கம்?... போஸ்ட்டர் எழுத்தில் போட்டாக்கூட நாலு பக்கம் வருமோ என்னமோ? இதற்கு என்ன அர்த்தம்?" என்றார்.

"நீர்தான் சொல்லுமே!"

"சரி வாருங்க, காப்பி சாப்பிட்டு வரலாம்!" என்றார் நண்பர்.

"வருவது எதற்கு, நேரா வீட்டுக்குப் போவோமே?" என்றார் சுந்தரம் பிள்ளை.

"அங்கே போனால் எழுதுவீரா?" என்றார் நண்பர்.

"போன பிறகு பார்த்துக்கொள்ளலாம், நீங்க எழுந்திருங்க!" என்றுகொண்டு மேஜையை எடுத்துப் பூட்ட ஆரம்பித்தார் பிள்ளை.

துண்டை எடுத்து உதறி மேலே போட்டுக்கொண்டு புறப்பட்டார் நண்பர்.

"கொஞ்சம் இருங்க, வெற்றிலை போட்டுக்கொண்டு வருகிறேன்" என்று உட்கார்ந்துகொண்டார் ஸ்ரீ பிள்ளை.

வெற்றிலை போட்டு முடிந்தது.

"ஸார், ஒரு நிமிஷம்!" என்று சொல்லிக் கடைசி வரியை எழுதினார் பிள்ளை.

"தான் படித்த அத்தனை கதைகளையும் படிக்க வேண்டும் என்று ராஜா அந்த மந்திரிக்குத் தண்டனை அளித்தான்" என்று எழுதி, "இப்படி முடித்துவிடலாமா?" என்றார்.

"எப்படியாவது முடித்தால் போதும்; என்னிடம் குப்பைக் கூடை இருக்கிறதை மறந்துவிட்டீரா?" என்றார் நண்பர்.

"அது என்னிடமே இருக்கிறதே!" என்று சொன்னார் பிள்ளை.

ராஜாவும், மந்திரி, பிரதானிகளும், இங்கிலீஷில் கசங்கும் மாகாண மின்சாரத் திட்டத்துடன் கிடந்து நசுங்கினர்.

1941க்கு முன்பு

சொன்ன சொல்

நல்லசிவம் பிள்ளையவர்கள் பூர்வீகத்தில் மருதூர்வாசி; ஆனால் மருதூர் வாசம் எல்லாம் முந்திய ஜன்ம வாசனை போல அவ்வளவு நெருங்கிய சொந்தம் உள்ளது. ஏழுமாத கர்ப்பிணியாக அவரது தாயார் அவரைச் சுமந்துகொண்டு சுப்பையா பிள்ளையுடன் மருதூரைவிட்டு புறப்படும்போது ஊரே கண்ணீர் வடித்தது என்று சொல்ல வேண்டும். வாழையடி வாழையாக நல்ல செயலிலிருந்த பண்ணையார் சுப்பு பிள்ளையின் குடும்பம் நொடித்துவிட்டது. பண்ணையார் சுப்பு பிள்ளை சொன்ன சொல் தவறாதவர் என்று பெயர் வாங்குவதற்கே தம்முடைய நண்பரும் காசுக்கடைப் பிள்ளையுமான உமையொருபாகன் பிள்ளைக்குக் கொடுத்த வாக்கை நிறைவேற்றிவைப்பதற்காக பூர்வீக நிலத்தை எல்லாம் விற்றார். அவருக்கு உதவினார். ஆனால் கடை முறிந்தபோது சுப்பையா பிள்ளையின் குடும்பமும் முறிந்தது.

உமையொருபாகன் பிள்ளை ஆதியில் காசுக்கடை ஆரம்பிக்கும் போது, பிள்ளையவர்களையும் பங்கெடுத்து கூட்டாளியாக வரும்படி கேட்டார். ஆனால் பிள்ளையவர்கள் அதற்குச் சம்மதிக்கவில்லை. "எனக்கு பூமியைப் பார்த்துக்கொள்வதற்கே நேரம் போதமாட்டேன் என்கிறது. வியாபாரத்தில் ஈடுபடுவது என்றால் நிலம் மண்ணாகப் போய்விடும்; நான் ஒன்று சொல்லுகிறேன்; உனக்கு ஆபத்து வந்தால் எந்த நிமிஷமானாலும் என்னிடம் வா; கை கொடுக்கிறேன்" என்றார். அந்தக் காலத்தில் அவர் அப்படி கையடித்திருக்கும்போது, தன்னை ஒரு விஷப் பரீட்சைக்கு ஆளாக்கிக்கொள்ளுகிறோம் என்று நினைத்தாரோ என்னவோ.

ஒருநாள் இரவு 11 மணிக்கு மருதூரில் உமையொருபாகன் பிள்ளை இரட்டை மாட்டு வண்டியில் வந்திறங்கி வாசலில் நார் கட்டிலில் படுத்திருந்த சுப்பையா பிள்ளையவர்களின் காலைக் கட்டிக்கொண்ட பொழுது சத்தியசந்தனாகிவிடுவது என்று உறுதியாக நினைத்தார். உமையொருபாகன் பிள்ளை கேட்ட தொகை திடீரென்று சேகரிக்கக் கூடியதுமல்ல; சேகரித்துக் கொடுத்தாலும் அவரது நிலையையே

சற்று ஆட்டிவைக்கக் கூடியது. பேசாமற் உள்ளே சென்று பெட்டியை திறந்து பார்த்தார். வீட்டில் ரொக்கமாக ரூ. 2000–ந்தானிருந்தது. "ஏளா, அங்கே என்ன செய்யுறே" என்று மனைவியைக் கூப்பிட்டு கைவசமுள்ள நகைகளை எடுத்துக் கொடுக்கும்படி கேட்டார். கணவருடைய வேண்டுகோள் விபரீதமாகப் பட்டது. கர்ப்பிணி, அந்த சமயத்தில் நிதானித்துப் பேசுவதற்கு இயலுமா? யார்தான் சாதாரண காலத்தில்கூட தம்முடைய கணவரின் நண்பருக்காக கழுத்து நகையை அவிழ்த்துக் கொடுக்க சம்மதிப்பார்கள். அவள் முடியாது என்றதும், நண்பனது கஷ்டத்தைத் தீர்த்து வைப்பது தமது கடமைகளில் ஒன்று என்று நினைத்து, நிலத்தை அடமானம் வைக்க முற்பட்டார். இரண்டொரு புள்ளிகள் விற்பனை என்றால் சம்மதிப்பதாக சொன்னார்கள். இன்னும் இரண்டொரு நண்பர்களிடம் கைமாற்றாக வாங்கிய தொகை ரூ. 5000–ம் போக மீதிக்கு நிலத்தை விற்றுக்கொடுப்பது என்று தீர்மானித்தார். சுப்பையா பிள்ளை இவ்வளவு அக்கறை காட்டுகிறதைப் பார்த்தால் இதில் ஏதோ சூது இருக்கிறது என்று சிலர் சந்தேகித்தார்கள். மறுநாளைக்கு பத்திரத்தை ரிஜிஸ்தர் செய்துகொள்ள சம்மதிப்பதாக பணம் கொடுக்கிறவரை இணங்க வைப்பதற்காக நிலத்தையும் அதற்கு இசைந்தாற் போல ஏராளமாக தியாஜியம் செய்ய வேண்டியிருந்தது. உமையொருபாகன் பிள்ளை கையில் ஏழாயிரத்துடன் டவுனுக்கு ஏகினார். மறுநாள் விற்பனைப் பத்திரத்தை ரிஜிஸ்தர் செய்து தொகையுடன் சுப்பையா பிள்ளையவர்கள் டவுனுக்குச் சென்றார். உமையொருபாகன் பிள்ளையையும் தொகையை யும் கடைசியாகப் பார்த்தது அப்பொழுதுதான்.

மூன்று நாட்கள் கழித்து உமையொருபாகன் பிள்ளை வைரத்தைப் பொடித்துத் தின்று மாண்டுபோனார். கடை முறிந்தது. ரூபாய்க்கு அரையணாக்கூடத் தேறாது எனச் செய்தி வந்தது.

மாலை ஐந்து மணி இருக்கும்; டவுனுக்கு காரியமாக சென்றிருந்த வேலப்ப பிள்ளை வேகுவேகென்று ஓடிவந்து தகவலைச் சொன்னார்.

பிள்ளையவர்கள் ஒன்றும் பேசவில்லை. வெற்றிலை போட்டுக் கொண்டிருந்தார். புகையிலையை எடுத்துச் சாவதானமாக போட்டுக் கொண்டு, "இருங்க தம்பி வர்ரேன்" என்று சொல்லிவிட்டுப் போனார்.

வருவதற்கு சற்று தாமதித்தது. வந்ததும் துண்டை உதறித் திண்ணை யில் போட்டுவிட்டு சாவதானமாக உட்கார்ந்தார்.

மடியிலிருந்த வைர நகைகள் சிலவற்றை எடுத்து மௌனமாக வேலாயுதம் பிள்ளையிடம் கொடுத்தார்.

"வேலையா, வண்டியைப் போடச் சொல்லுகிறேன்? நேரே ஸ்ரீவைகுண்டத்துக்குப் போயி நம்ப சிதம்பர் ஐயர் கடையிலே இதை விற்று தொகையைக் கொண்டு வா. நானும் ஒரு துண்டு எழுதித் தாரேன். காதோடு காதாக இருக்க வேண்டும். நான் இங்கேயே உறங்காமல் உட்கார்ந்திருப்பேன்; என்ன சொல்லுறே" என்றார்.

"இது என்னத்துக்கு அண்ணாச்சி; நம்ம ஊர்லெதானே; மின்னெப் பின்னெ சொல்லிக்கிட்டாப் போகுது" என்றார்.

"தம்பி பண விஷயம்; வாக்குத்தான் சொத்து" என்றார்.

வேலாயுதம் பிள்ளை திரும்ப வரும்போது இரவு மணி இரண்டு. இருவருமாகச் சென்று முந்திய நாட்களில் கடன் வாங்கிய புள்ளிகளிடம் சென்று வீட்டுக் கதவைத் தட்டிக் கொடுத்தார்கள்.

"பிள்ளையவாள் விடிஞ்சா என்ன பூனையா கொண்டுபோயிடுது? என்னத்துக்கு இந்த அவசரம்" என்றார்கள். அவர்களுக்கு உமையொரு பாகன் பிள்ளை செல்லாகிப்போன கதை தெரியாது.

"மனிதன் வாழ்வு என்ன நிச்சயம்?" என்றார் சுப்பையா பிள்ளை.

"எத்தினி நாளாக ஐயா இந்த வேதாந்தம். காலையிலே காஷாயமோ?" என்று கேலி செய்தார்கள்.

"ஒருவேளை கயிலாசமோ" என்றார் பிள்ளை.

இருவரும் திரும்பினார்கள்.

பிள்ளையவர்கள் நார்கட்டிலில் படுத்துக்கொண்டார்.

"வேலையா, வீட்டுக்குப் போகலியா?" என்றார்.

"இனியெங்கே, நடுச்சாமத்திலே ஏன் போய் தட்டி எழுப்பணும். இங்கே திண்ணையில் சாய்ந்தால் போகிறது' என்றார் வேலாயுதம் பிள்ளை.

"நீ ரொம்பக் கெட்டிக்காரன் தாண்டா; நான் இப்படி அப்படி சாகமாட்டேன்; நாளைக்கு டவுனுக்கு போனாத் தேவலை" என்றார்.

மறுநாள் காலை அனுதாபம் கேட்க வருவது போல மிச்ச நிலமும் விலைக்கு வருமா என நோட்டம் பார்க்க வந்தவர்கள் சுப்பையா பிள்ளையைப் பார்க்க முடியவில்லை.

அவர் டவுனுக்குச் சென்று திரும்புவதற்கு மூன்று நாட்களாயின.

1941 (?)

மகாமசானம்

சாயந்தரமாகிவிட்டால், நாகரிகம் என்பது இடித்துக்கொண்டும் இடிபட்டுக்கொண்டும் போகவேண்டிய ரஸ்தா என்பதைக் காட்டும் படியாகப் பட்டணம் மாறிவிடுகிறது. அதிலும் தேகத்தின் நரம்பு முடிச்சுப்போல, நாலைந்து பெரிய ரஸ்தாக்களும், டிராம் போகும் ரஸ்தாக்களும் சந்திக்கும் இடமாகிவிட்டாலோ தொந்தரவு சகிக்கவே முடியாது. ஆபீஸிலிருந்து 'எச்சு'ப் போய் வருகிறவர்கள், இருட்டின் கோலாகலத்தை அநுபவிக்கவரும் அலங்கார உடை தரித்தவர்கள், மோட்டாரில் செல்லுவதற்கு இயலாத அவ்வளவு செயலற்ற அலங்கார வேஷ வௌவால்கள் எல்லாம் ஏகமேனியாக, 'எல்லாம் ஒன்றே' என்று காட்டும் தன்மை பெற்றவர்கள்போல் இடித்துத் தள்ளிக்கொண்டு அவரவர் பாதையில் போவார்கள். அன்றும் அம்மாதிரியே போய்க் கொண்டிருந்தார்கள்.

'ஒற்றைவழிப் போக்குவரத்து' என்ற ஸஞ்சார நியதி வந்ததிலிருந்து உயர்ந்த அடுக்குக் கட்டிடங்களின் உச்சியின்மேல் நின்றுகொண்டு பார்த்தால் அங்கே நாகரிகத்தின் சுழிப்புத் தெரியும். கரையைப் பீறிட்டுக்கொண்டு பாயும் வெள்ளத்தை அணைக்கட்டின்மேல் இருந்துகொண்டு பார்த்தால் எப்படியோ, அப்படி இருக்கும்.

நான் சொல்லவந்த இடமும் அதுதான். மவுண்ட் ரோட் ரவுண்டாணா. மலைப்பழ மாம்பழக் கூடைக்காரிகளின் வரிசை. அவர்களுக்குப் பின்புறம் எச்சில் மாங்கொட்டையைக் குதப்பித் துப்பிவிட்டு, சீலையில் கையைத் துடைத்துக்கொள்ளும் 'மெராஸ் பறச்சிங்கோ', கைத்தடியோடு 'சிலுமன்' கொடுத்து உலாவிக்கொண் டிருக்கும் காபூலிவாலா, முகம்மதியப் பிச்சைக்காரன், நொண்டிப் பிச்சைக்காரன், குஷ்டரோகப் பிச்சைக்காரன், ராத்திரித் 'தொழிலுக்கு'த் தயாராகும் யுவதி – பாதையின் ஓரத்தில் உட்கார்ந்துகொண்டு, நிம்மதியாகச் சீவிச் சிங்காரித்துக்கொண்டிருக்கிறாள் அவள் – அப்புறம் நானாவித, "என்ன சார் ரொம்ப நாளாச்சே", "பஸ் வந்துட்டுது", "ஏறு" என்கிற பேர்வழிகள் எல்லாம். அவசரம், அவசரம், அவசரம் . . .

அப்பொழுது அவன் ரஸ்தாவின் ஓரத்தில் உள்ள நடைபாதையில் படுத்துச் சாவகாசமாகச் செத்துக்கொண்டிருந்தான்.

சாவதற்கு நல்ல இடம். சுகமான மர நிழல். வெக்கை தணிந்து அஸ்தமனமாகிவரும் சூரியன். "ஜேஜே" என்ற ஜன இயக்கம். ராஜ கோலாகலம் என்றுதான் சொல்ல வேண்டும்.

அப்பொழுது அவன் செத்துக்கொண்டிருந்தான்; சாவகாசமாகச் செத்துக்கொண்டிருந்தான்.

ஜனங்கள் அவ்வழியாகப் போய்க்கொண்டிருந்தார்கள்; வந்து கொண்டிருந்தார்கள். அவர்களுக்குத் தெரியாது; சிலர் தெரிந்துகொள்ள விரும்பவில்லை.

அவன் கிழட்டுத் துருக்கப் பிச்சைக்காரன். தாடி மிகவும் நரைத்து விட்டது. மேலே அழுக்குப் பிடித்த கந்தை; கையையும் காலையும், மூப்பு போஷனையின்மை இரண்டும் சேர்ந்து சூம்பவைத்துவிட்டன. கால், காய்த்துப்போன கால்.

அவன் பக்கத்தில் தலைமாட்டில் இன்னும் ஒரு பிச்சைக்காரன் உட்கார்ந்துகொண்டிருந்தான். தகரக் குவளையில் தண்ணீரை எடுத்துக் கிழவனுடைய தலையைத் தூக்கி ஒரு மிடறு தண்ணீர் கொடுக்க முயன்றும் முடியாமையால் வாயை மட்டிலும் நனைத்தான். தன்னுடைய கைகளைத் தலைக்குக் கீழ்க் கொடுத்துத் தூக்க முயன்றான். படுத்துக்கிடந்த கிழவன், அதாவது செத்துக்கொண்டிருந்த கிழவன், தன் பக்கத்தில் காருண்ய ஸ்தல ஸ்தாபனத்தார் நிறுத்திவைத்திருந்தார் களே, அந்தத் தகரப் பீப்பாய், அதை, பிடித்தபடியே தலையை நிமிர்த்த முயன்றான். அவன் கண்களில் ஒளி மங்கிவிட்டது. அவன் உதடு நீலம் பூத்துவிட்டது. அவன் கதையெல்லாம் இன்னும் சிறிது நேரத்திற்குள் சம்பூர்ணமாகிவிடும். ஆனாலும் அவன் அந்தத் தகரப் பீப்பாயைப் பிடித்த பிடிப்பை விடவில்லை. பிடிப்பில் ஓர் ஆறுதல் இருந்தது; பலம் இருந்தது. பக்கத்தில் யாரோ தண்ணீர் கொடுக்கிறார்கள் என்ற பிரக்ஞை இருந்ததாக மட்டும் தெரியவில்லை. தண்ணீர் வந்தது; குடிக்க வேண்டும்: அவ்வளவுதான் அவன் மனசில். அதற்கு மேல் நினைக்க விருப்பமில்லை; தேவையில்லை; திராணி இல்லை.

அப்போது டிராம் வண்டி ஏறுவதற்காக இரண்டு பேர் வந்தார்கள். இரண்டு பேரும் நின்றார்கள். ஆனால் டிராம் வரவில்லை. இருவரில் ஒருவர் தகப்பனார்; முப்பது வயசு. இரண்டாவது நபர், சிறு பெண் குழந்தை. நாலைந்து வயசு இருக்கும். அவரைப் பார்த்தால் தம் குடும்பத் தேவைகளைத் திருப்தி செய்துகொள்வதற்குக் கஷ்டப் படுபவராகத் தெரியவில்லை. குழந்தை சாதாரணக் குழந்தை; ஆனால், தாய் சிறிதே கவனமுள்ளவள் என்பது தெரியும்படி, சுத்தமாக, படாடோபம் இல்லாமல் அலங்கரித்து விடப்பட்டிருந்தது.

குழந்தையும் தகப்பனாரும் டிராமுக்குக் காத்துக்கொண்டு நின்றார்கள். குழந்தை அவருடைய ஆள்காட்டி விரலைப் பிடித்துக் கொண்டு நின்றது. நின்றுகொண்டிருந்தவர்களுக்கு எதிர்ச் சாரியிலுள்ள கூடைக்காரி வைத்திருந்த மாம்பழம் நல்லதாகத் தெரிந்தது.

புதுமைப்பித்தன் கதைகள்

"குஞ்சு, நீ இங்கேயே நிக்கணும். அப்பா அந்தப் பக்கமாப் போய் ஒனக்கு மாம்பழம் வாங்கிண்டு வருவாளாம்" என்றார் அவர்.

"ஆகட்டும்" என்றது குழந்தை.

"நீ ரோட்டிலே இறங்கி வரவே படாது, தெரியுமா? வந்தாப் பழமில்லை" என்றார் அவர். 'குழந்தையைத் தனியே விடக்கூடாது' என்று அவர் மனசு குறுகுறுத்தது.

"இங்கியே நிக்கறேன் அப்பா" என்று கையடித்துக் கொடுப்பது போல அவரை அந்தப் பக்கம் போகும்படித் தூண்டியது குழந்தை.

மாம்பழ வேட்கையில் அவர் குழந்தையைத் தனியாக விட்டுவிட்டு ரஸ்தாவைக் குறுக்காகத் தாண்டி எதிர்ப்புறமாகச் சென்றார்.

குழந்தை தைரியமானது, இதற்குமுன் இவ்வாறு நின்று பழகியது என்றுதான் சொல்ல வேண்டும். முதல் பயத்தில் அப்பாவைத் தொடர்ந்த கண்கள் அப்புறம் பராக்குப் பார்ப்பதில் ஒன்றிவிட்டன.

சிவப்பு மோட்டார் ஒன்று அதன் கண்களைக் கவர, அந்தப் பக்கமாகவே பார்த்துக்கொண்டு நின்றது. அவசரப்பட்ட ஜீவன் ஒன்று குழந்தையைக் கவனிக்காமல் நடந்துபோகையில் இடித்துவிட – அதன் மனம் எந்த உலகில் ஓடுகிறதோ – குழந்தை தள்ளாடியது. இடிபடாமல் நிற்பதற்காகச் சிவப்பு மோட்டார் பார்க்கும் ஆசையையும் துறந்து நடைபாதை ஓரத்தில் உள்ள சுவர் அருகில் போய் நின்று கொண்டது. சுவரில் ஒன்றி நின்று சாய்ந்துகொண்டு தன்னுடைய பைக்குள் கைபோட்டபடி நாலு திசைகளிலும் சுற்றிப் பார்த்தது.

செத்துக்கொண்டிருக்கும் அக்கிழவனும் அவனுடைய சாவுக்கு உதவி செய்துகொண்டிருக்கும் வேறு ஒருவனும் அதன் கண்ணில் பட, 'அதென்ன வேடிக்கை?' என்று பார்க்கத் தயங்கித்தயங்கி அவர்கள் பக்கம் நெருங்கியது.

'பால் குடிக்கமாட்டேன்' என்றால் அம்மா தன்னை மட்டும் வற்புறுத்தி டம்ளரில் வைத்துக்கொண்டு தன்னிடம் மல்லுக்கட்டி அதைப் புகட்டுவதும், அப்பா, 'வேண்டாம்' என்றால் பேசாதிருந்து விடுவதும் அதற்குத் தெரியும். பெரியவர்களுக்கு 'வேண்டாம்' என்று சொல்ல உரிமையுண்டு; அம்மாவானாலும் அவருக்குப் பயப்படுவாள் என்பது அந்தக் குழந்தையின் சித்தாந்தம். அதற்கு அது வேடிக்கையாக இருந்தது. பெரியவர்களுக்கு டம்ளரில் புகட்டுவதா என்று அதற்கு ஆச்சரியம்.

இந்த வேடிக்கையைப் பார்க்க அந்த இரண்டு அநாதைகளின் அருகில் சென்றது குழந்தை. கிழவனுடைய தலைப் பக்கம் நின்றது.

இளைய பிச்சைக்காரன் மறுமுறையும் கிழவன் தொண்டையை நனைக்க முயன்றுகொண்டிருந்தான். அவனுக்குக் கைப்பழக்கம் போதாது. அவன் ஊற்ற முயன்றபோது, ஒன்று அதிகமாகக் குபுக்கென்று விழுந்து கழுத்தை நனைத்தது; அல்லது டம்ளரிலிருந்து விழவேயில்லை.

கிழவன் தகரப் பீப்பாயைப் பிடித்துக்கொண்டு செத்துக் கொண்டிருந்தான்.

குழந்தை நீரைப் பருகுவதற்கு வாயைக் குவியவைப்பது போல வைத்துக்கொண்டு, தன்னுடைய கையில் உள்ள கற்பனை டம்ளரைப் பிடித்தபடி, "மெதுவா, மெதுவா" என்றது.

தண்ணீர் வார்த்தவன் ஏறிட்டுப் பார்த்தான். "அம்மா, நீ இங்கே நிக்கப்படாது; அப்படிப் போயிரம்மா" என்றான்.

"ஏன்?" என்றது குழந்தை.

"இவுரு சாவுறாரு" என்றான் பிச்சைக்காரன்.

"அப்படீன்னா?"

"சாவுறாரு அம்மா, செத்துப்போறாரு" என்று தலையைக் கொளக்கென்று போட்டுக் காண்பித்தான்.

அது குழந்தைக்கு நல்ல வேடிக்கையாகத் தோற்றியது.

"இன்னும் ஒருதரம் அப்படிக் காட்டு" என்றது.

'கூட்டம் கூடிவிடக் கூடாது' என்ற பயத்தில் பிச்சைக்காரன் வாயைப் பொத்திக்கொண்டு கையை மட்டும் காண்பித்தான்.

கிழவனுடைய தலைமாட்டில் அவனுடைய அந்திமக் கிரியைக்காக என்பதைக் குறிக்க இரண்டு தம்படிகள் போடப்பட்டிருந்தன. அவை குழந்தையின் கண்களில் பட்டன.

"பட்டாணி வாங்கிக் குடேன்" என்று படுத்துக் கிடந்தவரைச் சுட்டிக் காட்டியது.

தனக்குப் பிடித்தது மற்றவர்களுக்கும் பிடித்திருக்க வேண்டும் என்ற நம்பிக்கை அதற்கு.

எங்கே பெரியவர் யாராகிலும் வந்து தன்மீது மோசடிக் குற்றம் சாட்டப்போகிறார்களோ என்ற பயத்தில் நாலு பக்கமும் சுற்றிப் பார்த்துக்கொண்டு, "ஒங்கிட்டே துட்டு இருக்கா?" என்று கேட்டான் பிச்சைக்காரன்.

"இந்தா, ஒரு புதுத் துட்டு" என்று குழந்தை அவன் வசம் நீட்டியது.

அவன், குழந்தை கொடுத்ததைச் சட்டென்று வாங்கிக்கொண்டான். அது ஒரு புதுத் தம்படி. கோடீசுவரர்கள் அன்னதான சமாஜம் கட்டிப் பசிப்பிணியைப் போக்கிவிட முயலுவது போல், கடலில் காயம் கரைத்து வாசனையேற்றிவிட முயலுவது போல், குழந்தையும் தானம் செய்துவிட்டது.

பஞ்சடைந்த கண்ணோடு கிழவன் தகரப் பீப்பாயைப் பிடித்துக் கொண்டு செத்துக்கொண்டிருந்தான். ஜனங்கள் போய்க்கொண்டிருந் தார்கள்; வந்துகொண்டிருந்தார்கள்.

இந்த நிலையில் அவசரமாகப் போய்க்கொண்டிருந்த நபர் ஒருவரின் கையிலிருந்து ஓரணாச் சிதறிக் கீழே விழுந்தது. அதுகூட நினைவில்லாமல் அவரும் நடந்துகொண்டு கூட்டத்தில் மறைந்தார்.

அவ்வளவு அவசரம். உட்கார்ந்திருந்த பிச்சைக்காரன் அதைக் கவ்வியெடுத்தான். ஒருவரும் பார்க்கவில்லையேயென்று சுற்றுமுற்றும் பார்த்துக்கொண்டான்.

"நீ போம்மா" என்று குழந்தையைப் பார்த்து மீண்டும் ஒரு முறை சொல்லிப் பார்த்தான்.

குழந்தை, "மாட்டேன்" என்று காலைப் பரப்பிக்கொண்டு நின்றது. முகத்தை வலித்து 'அழகு' காட்டியது.

"பாவா, கொஞ்சம் பாலு வாங்கியாறேன்" என்று சொல்லிக் கொண்டு இளம் பிச்சைக்காரன் எழுந்து எதிர்ச்சாரி ஓட்டலை நோக்கி நடந்தான்.

இது கிழவன் காதில் படவில்லை. அவன் தகரப் பீப்பாயைப் பிடித்துக்கொண்டு செத்துக்கொண்டிருந்தான்.

குழந்தைக்கு அவனை நன்றாகப் பார்க்க முடிந்தது. அருகில் போய் நின்றுகொண்டு வேடிக்கை பார்த்தது. இப்பொழுது விரட்டு வதற்குச் 'சின்னப் பூச்சாண்டி' இல்லையல்லவா? தனக்குப் பக்கத்தில் குழந்தை நிற்பது கிழவனுக்குப் பிரக்ஞை இல்லாததால் தெரியவில்லை. அவன் ஓட்டைப் பீப்பாயைப் பிடித்துக்கொண்டிருந்தான். அவனும் ஒரு பெரிய "ஓட்டை ஓடசல்" ஜந்துதானே! குழந்தைக்கு அவனுடைய மூஞ்சி, தாடி, அவன் வாயைத் திறப்பது எல்லாம் புதுமை. அவனுடைய நீலம் பாரித்த உதட்டில் ஓர் ஈ வந்து உட்கார்ந்தது; இரண்டாவது ஈ வந்து உட்கார்ந்தது; அதை ஓட்ட அவன் வாயைத் திறந்து உதட்டைக் கோணுவது குழந்தைக்கு வேடிக்கையாக இருந்தது. என்ன நினைத்ததோ மெதுவாகப் "பாவா" என்று இளம்பிச்சைக்காரனைப் போலக் கூப்பிட்டுப் பார்த்தது. உள்ளுக்குள் பயம், பூச்சாண்டி எழுந்து உட்கார்ந்து கொள்ளுமோ என்று.

படுத்துக் கிடந்தவன் கண்கள் விரியத் திறந்திருந்தன; கண்ணின் மணியின்மேல் ஓர் ஈ வந்து உட்கார்ந்தது . . . .

"என்னடி, அங்கே போய் நிக்கறே; ஒன்னை எங்கெயெல்லாம் பார்க்கிறது?" என்ற ஓர் அதட்டல் கேட்டது. பேரம் தர்க்கமாகி, தம் கணக்குக்குக் கூடைக்காரியை ஒப்புக்கொள்ளவைத்து இரண்டு மாம்பழங்களை வாங்கி வந்தவரின் நியாயமான கோபம் அது.

"இல்லேப்பா, அது பாவாப் பூச்சாண்டி; பாத்துண்டிருந்தேன்" என்றது குழந்தை ஓடிவந்துகொண்டே.

சிலர் மட்டும் ஏறிட்டுப் பார்த்தார்கள்.

குழந்தையைத் தூக்கிக்கொண்டார் அவர்; அது பழத்தைத் தூக்க முடியாமல் தூக்கி மோந்து, "வாசனையா இருக்கே!" என்று மூக்கருகில் வைத்துத் தேய்த்துக்கொண்டது.

***கலைமகள்*, டிசம்பர் 1941**

காஞ்சனை

1

அன்று இரவு முழுவதும் எனக்குத் தூக்கம் பிடிக்கவேயில்லை. காரணம் என்னவென்று சொல்ல முடியவில்லை. மனசுக்குக் கஷ்டமும் இல்லை, அளவுக்கு மிஞ்சிய இன்பமும் இல்லை, இந்த மாதிரித் தூக்கம் பிடிக்காமல் இருக்க. எல்லோரையும் போலத்தான் நானும். ஆனால் என்னுடைய தொழில் எல்லோருடையதும் போல் அல்ல. நான் கதை எழுதுகிறேன்; அதாவது, சரடுவிட்டு, அதைச் சகிக்கும் பத்திரிகை ஸ்தாபனங்களிலிருந்து பிழைக்கிறவன்; என்னுடையது அங்கீகரிக்கப்படும் பொய்; அதாவது – கடவுள், தர்மம் என்று பல நாமரூபங்களுடன், உலக 'மெஜாரிட்டி'யின் அங்கீகாரத்தைப் பெறுவது; இதற்குத்தான் சிருஷ்டி, கற்பனாலோக சஞ்சாரம் என்றெல்லாம் சொல்லுவார்கள். இந்த மாதிரியாகப் பொய் சொல்லுகிறவர்களையே இரண்டாவது பிரம்மா என்பார்கள். இந்த நகல் பிரம்ம பரம்பரையில் நான் கடைக்குட்டி. இதை எல்லாம் நினைக்கப் பெருமையாகத்தான் இருக்கிறது. நாங்கள் உண்டாக்குவது போல், அந்தப் பிரமனின் கைவேலையும் பொய்தானா? நான் பொய்யா? திடீரென்று இந்த வேதாந்த விசாரம் இரவு சுமார் பன்னிரண்டு மணிப் போதுக்கு ஏற்பட்டால், தன்னுடைய ஜீரண சக்தியைப் பற்றி யாருக்குத்தான் சந்தேகம் தோன்றாது? "அட சட்!" என்று சொல்லிக்கொண்டு எழுந்து உட்கார்ந்தேன்.

உட்கார்ந்தபடி எட்டினாற் போல மின்சார விளக்கைப் போடுவதற்கு வாக்காக வீட்டைக் கட்டிவைத்திருந்தான். போட்டேன். வெளிச்சம் கண்களை உறுத்தியது. பக்கத்துக் கட்டிலில் என் மனைவி தூங்கிக் கொண்டிருந்தாள். தூக்கத்தில் என்ன கனவோ? உதட்டுக் கோணத்தில் புன்சிரிப்பு கண்ணாம்பூச்சி விளையாடியது. வேதாந்த விசாரத்துக்கு மனிதனை இழுத்துக்கொண்டுபோகும் தன்னுடைய நளபாக சாதுர்யத்தைப் பற்றி இவள் மனசு கும்மாளி போடுகிறது போலும்! தூக்கக் கலக்கத்தில் சிணுங்கிக்கொண்டு புரண்டு படுத்தாள். அவள்

மூன்று மாசக் கர்ப்பிணி. நமக்குத்தான் தூக்கம் பிடிக்கவில்லை என்றால், அவளையும் ஏன் எழுப்பி உட்கார்த்தி வைத்துக்கொள்ள வேண்டும்?

உடனே விளக்கை அணைத்தேன். எனக்கு எப்போதும் இருட்டில் உட்கார்ந்துகொண்டிருப்பதில் ஒரு நிம்மதி. இருட்டோடு இருட்டாய், நாமும் இருட்டும் ஐக்கியமாய், பிறர் பார்வையில் விழாமல் இருந்து விடலாம் அல்லவா? நாமும் நம் இருட்டுக் கோட்டைக்குள் இருந்து கொண்டு நம் இஷ்டம் போல் மனசு என்ற கட்டை வண்டியை ஓட்டிக்கொண்டு போகலாம் அல்லவா? சாதாரணமாக எல்லோரும் மனசை நினைத்த இடத்துக்கு நினைத்த மாத்திரத்தில் போகும் ரதம் என்று சொல்லுவார்கள். மனித வித்து அநாதி காலந்தொட்டு இன்று வரையில் நினைத்துநினைத்துத் தேய்ந்து தடமாகிவிட்ட பாதையில் தான் இந்தக் கட்டை வண்டி செல்லுகிறது. சக்கரம் உருண்டு உருண்டு பள்ளமாக்கிய பொடிமண் பாதையும் நடுமத்தியில் கால்கள் அவ்வளவாகப் பாவாத திரடுந்தான் உண்டு; ஒவ்வொரு சமயங்களில் சக்கரங்கள் தடம்புரண்டு திரடு ஏறி ‘டொடக்’ என்று உள்ளே இருக்கிறவர்களுக்கு அதிர்ச்சி கொடுக்கிறதும் உண்டு; மற்றப்படி சாதுவான, ஆபத்தில்லாத மயிலைக் காளைப் பாதை. நினைவுச் சுகத்தில் இருட்டில் சிறிது அதிகமாகச் சுண்ணாம்பு தடவிவிட்டேன் போலும்! நாக்கு, சுருக்கென்று பொத்துக்கொண்டது. நான் அதைப் பொருட்படுத்துவதில்லை. இருட்டில் வெற்றிலை போடுவது என்றால், அதிலும் மனசை, கயிற்றை முதுகில் போட்டுவிட்டுத் தானே போகும்படி விட்டுவிடுவது என்றால், இந்த விபத்துக்களையெல்லாம் பொருட்படுத்தலாமா? உள்ளங்கையில் கொட்டி வைத்திருந்த புகையிலையைப் பவித்திரமாக வாயில் போட்டுக்கொண்டேன்.

சீ! என்ன நாற்றம்! ஒரேயடியாகப் பிணவாடை அல்லவா அடிக்கிறது? குமட்டல் எடுக்க, புகையிலையின் கோளாறோ என்று ஜன்னல் பக்கமாகச் சென்று அப்படியே உமிழ்ந்து, வாயை உரசிக் கொப்புளித்துவிட்டுவந்து படுக்கையின்மீது உட்கார்ந்தேன்.

துர்நாற்றம் தாங்க முடியவில்லை, உடல் அழுகி, நாற்றம் எடுத்துப் போன பிணம் போல; என்னால் சகிக்க முடியவில்லை. எனக்குப் புரியவில்லை. ஜன்னல் வழியாக நாற்றம் வருகிறதோ? ஊசிக் காற்றுக்கூட இழையவில்லையே! கட்டிலை விட்டு எழுந்திருந்து ஜன்னலின் பக்கம் நடந்தேன். இரண்டடி எடுத்துவைக்கவில்லை; நாற்றம் அடியோடு மறைந்துவிட்டது. என்ன அதிசயம்! திரும்பவும் கட்டிலுக்கு வந்தேன். மறுபடியும் நாற்றம். அதே துர்க்கந்தம். கட்டிலின் அடியில் ஏதேனும் செத்துக் கிடக்கிறதோ? விளக்கை ஏற்றினேன். கட்டிலடியில் தூசிதான் தும்மலை வருவித்தது. எழுந்து உடம்பைத் தட்டிக்கொண்டு நின்றேன்.

தும்மல் என் மனைவியை எழுப்பிவிட்டது. “என்ன, இன்னுமா உங்களுக்கு உறக்கம் வரவில்லை? மணி என்ன?” என்று கொட்டாவி விட்டாள்.

மணி சரியாகப் பன்னிரண்டு அடித்து ஒரு நிமிஷம் ஆயிற்று.

என்ன அதிசயம்! நாற்றம் இப்பொழுது ஒருவித வாசனையாக மாறியது. ஊதுவத்தி வாசனை; அதுவும் மிகவும் மட்டமான ஊதுவத்தி; பிணத்துக்குப் பக்கத்தில் ஏற்றிவைப்பது.

"உனக்கு இங்கே ஒரு மாதிரி வாசனை தெரியுதா?" என்று கேட்டேன்.

"ஒண்ணும் இல்லியே" என்றாள்.

சற்று நேரம் மோந்து பார்த்துவிட்டு, "ஏதோ லேசா ஊதுவத்தி மாதிரி வாசனை வருது; எங்காவது ஏற்றிவைத்திருப்பார்கள்; எனக்கு உறக்கம் வருது; விளக்கை அணைத்துவிட்டுப் படுங்கள்" என்றாள்.

விளக்கை அணைத்தேன். லேசாக வாசனை இருந்துகொண்டுதான் இருந்தது. ஜன்னலருகில் சென்று எட்டிப் பார்த்தேன். நட்சத்திர வெளிச்சந்தான்.

லேசாக வீட்டிலிருந்த ஜன்னல், வாசல், கதவுகள் எல்லாம் படபடவென்று அடித்துக்கொண்டன. ஒரு வினாடிதான். அப்புறம் நிச்சப்தம். பூகம்பமோ? நட்சத்திர வெளிச்சத்தில் பழந்தின்னி வௌவால் ஒன்று தன் அகன்ற தோல் சிறகுகளை விரித்துக்கொண்டு பறந்து சென்று எதிரில் உள்ள சோலைகளுக்கு அப்பால் மறைந்தது.

துர்நாற்றமும் வாசனையும் அடியோடு மறைந்தன. நான் திரும்பி வந்து படுத்துக்கொண்டேன்.

2

நான் மறுநாள் விடியற்காலம் தூக்கம் கலைந்து எழுந்திருக்கும் போது காலை முற்பகலாகிவிட்டது. ஜன்னல் வழியாக விழுந்து கிடந்த தினசரிப் பத்திரிகையை எடுத்துக்கொண்டு வீட்டின் வெளி முற்றத்துக்கு வந்து பிரம்பு நாற்காலியில் உட்கார்ந்தேன். கிரீச்சிட்டு ஆட்சேபித்துவிட்டு அது என்னைச் சுமந்தது.

"ராத்திரி பூராவும் தூங்காமே இவ்வளவு நேரம் கழித்து எழுந்ததும் அல்லாமல் இப்படி வந்து உட்கார்ந்துகொண்டால் காப்பி என்னத்துக்கு ஆகும்?" என்று என் சகதர்மிணி பின்பக்கமாக வந்து நின்று உருக்கினாள். 'ஐக்கிய நாடுகளின் ஜரூர் மிகுந்த எதிர் தாக்குதல்கள் தங்குதடையில்லாமல் முன்னேறி வருவதில்' அகப்பட்டுக்கொண்ட ஜனநாயகத்திலும் உலக சமாதானத்திலும் உறுதி பிறழாத நம்பிக்கை கொண்ட எனக்குச் சற்றுச் சிரமமாகத்தான் இருந்தது.

"அது உன் சமையல் விமரிசையால் வந்த வினை" என்று ஒரு பாரிசத் தாக்குதல் நடத்திவிட்டு எழுந்தேன்.

"உங்களுக்குப் பொழுதுபோகாமே என் மேலே குத்தம் கண்டு பிடிக்கணும்னு தோணிட்டா, வேறே என்னத்தைப் பேசப் போறிய? எல்லாம் நீங்கள் எளுதுகிற கதையைவிடக் குறைச்சல் இல்லை!" என்று சொல்லிக்கொண்டே அடுப்பங்கரைக்குள் புகுந்தாள்.

நானும் குடும்ப நியதிகளுக்குக் கட்டுப்பட்டு, பல்லைத் துலக்கிவிட்டு, கொதிக்கும் காப்பித் தம்ளரைத் துண்டில் ஏந்தியபடி பத்திரிகைப் பத்திகளை நோக்கினேன்.

அப்போது ஒரு பிச்சைக்காரி, அதிலும் வாலிபப் பிச்சைக்காரி, ஏதோ பாட்டுப் பாடியபடி, "அம்மா, தாயே!" என்று சொல்லிக் கொண்டு வாசற்படியண்டை வந்து நின்றாள்.

நான் ஏறிட்டுப் பார்த்துவிட்டு இந்தப் பிச்சைக்காரர்களுடன் மல்லாட முடியாதென்று நினைத்துக்கொண்டு பத்திரிகையை உயர்த்தி வேலி கட்டிக்கொண்டேன்.

"உனக்கு என்ன உடம்பிலே தெம்பா இல்லை? நாலு வீடு வேலை செஞ்சு பொளெச்சா என்ன?" என்று அதட்டிக்கொண்டே நடைவாசலில் வந்து நின்றாள் என் மனைவி.

"வேலை கெடச்சாச் செய்யமாட்டேனா? கும்பி கொதிக்குது தாயே! இந்தத் தெருவிலே இதுவரையில் பிடியரிசிகூடக் கிடைக்க வில்லை; மானத்தை மறைக்க முழத்துணி குடம்மா" என்று பிச்சைக்கார அஸ்திரங்களைப் பிரயோகிக்க ஆரம்பித்தாள்.

"நான் வேலை தாரேன்; வீட்டோடவே இருக்கியா? வயத்துக்குச் சோறு போடுவேன்; மானத்துக்குத் துணி தருவேன்; என்ன சொல்லுதே!" என்றாள்.

"அது போதாதா அம்மா? இந்தக் காலத்திலே அதுதான் யார் கொடுக்கிறா?" என்று சொல்லிக்கொண்டே என் மனைவியைப் பார்த்துச் சிரித்து நின்றாள்.

"என்ன, நான் இவளை வீட்டோடே ரெண்டு நாள் வெச்சு எப்படி இருக்கான்னுதான் பாக்கட்டுமா? எனக்குந்தான் அடிக்கடி இளைப்பு இளைப்பா வருதே" என்றாள் என் மனைவி.

"சீ! உனக்கு என்ன பைத்தியமா? எங்கேயோ கெடந்த பிச்சைக் காரக் கழுதையை வீட்டுக்குள் ஏத்த வேண்டும் என்கிறாயே! பூலோகத்திலே உனக்கு வேறே ஆளே ஆம்பிடலியா?" என்றேன்.

வெளியில் நின்ற பிச்சைக்காரி 'களுக்' என்று சிரித்தாள். சிரிப்பிலே ஒரு பயங்கரமான கவர்ச்சி இருந்தது. என் மனைவி வைத்த கண் மாறாமல் அவளையே பார்த்துக்கொண்டிருந்தாள். மனசு முழுவதும் அந்த அநாமத்திடமே ஐக்கியமாகிவிட்டது போல் இருந்தது.

"முகத்தைப் பார்த்தா ஆள் எப்படி என்று சொல்ல முடியாதா? நீ இப்படி உள்ளே வாம்மா" என்று மேலுத்தரவு போட்டுக்கொண்டு அவளை அழைத்துச் சென்றாள்.

உள்ளுக்குள்ளே பூரிப்புடன் அந்த மாய்மாலப் பிச்சைக்காரி பின்தொடர்ந்தாள். என்ன! நான் கண்களைத் துடைத்துக்கொண்டு அவள் பாதங்களையே பார்த்தேன். அவை தரைக்கு மேல் ஒரு குன்றிமணி உயரத்துக்கு அந்தரத்தில் நடமாடின. உடம்பெல்லாம் எனக்குப் புல்லரித்தது. மனப் பிரமையா? மறுபடியும் பார்க்கும்போது,

பிச்சைக்காரி என்னைப் புன்சிரிப்புடன் திரும்பிப் பார்த்தாள். ஐயோ, அது புன்சிரிப்பா! எலும்பின் செங்குருத்துக்குள் ஐஸ் ஈட்டியைச் செருகியது மாதிரி என்னைக் கொன்று புரட்டியது அது!

என் மனைவியைக் கூப்பிட்டேன். அவள் வீட்டுக்குள் வருவது நல்லதற்கல்ல என்று சொன்னேன். இந்த அபூர்வத்தை வேலைக்காரியாக வைத்துக்கொள்ளத்தான் வேண்டும் என்று ஒரேயடியாகப் பிடிவாதம் செய்தாள். மசக்கை விபரீதங்களுக்கு ஓர் எல்லை இல்லையா? என்னவோ படுஆபத்து என்றுதான் என் மனசு படக்குப்படக்கு என்று அடித்துக் கொண்டது. மறுபடியும் எட்டி அவள் பாதங்களைப் பார்த்தேன். எல்லோரையும் போல் அவள் கால்களும் தரையில்தான் பாவி நடமாடின. இது என்ன மாயப் பிரமை!

தென்னாலிராமன் கறுப்பு நாயை வெள்ளை நாயாக்க முடியாது என்பதை நிரூபித்தான். ஆனால் என் மனைவி பிச்சைக்காரிகளையும் நம்மைப் போன்ற மனிதர்களாக்க முடியும் என்பதை நிரூபித்தாள். குளித்து முழுகி, பழசானாலும் சுத்தமான ஆடையை உடுத்துக் கொண்டால் யாரானாலும் அருகில் உட்காரவைத்துப் பேசிக் கொண்டிருக்க முடியும் என்பது தெரிந்தது. வந்திருந்த பிச்சைக்காரி சிரிப்பு முட்டும்படிப் பேசுவதில் கெட்டிக்காரி போலும்! அடிக்கடி 'களுக்' 'களுக்' என்ற சப்தம் கேட்டது. என் மனைவிக்கு அவள் விழுந்துவிழுந்து பணிவிடை செய்வதைக் கண்டு நானே பிரமித்து விட்டேன். என்னையே கேலிசெய்துகொள்ளும்படியாக இருந்தது, சற்றுமுன் எனக்குத் தோற்றிய பயம்.

சாயந்தரம் இருக்கும்; கருக்கல் நேரம். என் மனைவியும் அந்த வேலைக்காரியும் உட்கார்ந்து சிரித்துப் பேசியபடி கதை சொல்லிக் கொண்டிருந்தார்கள். நான் முன்கூடத்தில் விளக்கேற்றிவிட்டு ஒரு புஸ்தகத்தை வியாஜமாகக்கொண்டு அவளைக் கவனித்தவண்ணம் இருந்தேன். நான் இருந்த ஹாலுக்கும் அவர்கள் இருந்த இடத்துக்கும் இடையில் நடுக்கட்டு ஒன்று உண்டு. அதிலே நான் ஒரு நிலைக் கண்ணாடியைத் தொங்கவிட்டு வைத்திருந்தேன். அவர்களுடைய பிம்பங்கள் அதிலே நன்றாகத் தெரிந்தன.

"நீ எங்கெல்லாமோ சுத்தி அலஞ்சு வந்திருக்கியே; ஒரு கதை சொல்லு" என்றாள் என் மனைவி.

"ஆமாம். நான் காசி அரித்துவாரம் எல்லா எடத்துக்கும் போயிருக் கிறேன். அங்கே, காசியிலே ஒரு கதையைக் கேட்டேன்; உனக்குச் சொல்லட்டா?" என்றாள்.

"சொல்லேன்; என்ன கதை?" என்று கேட்டாள் என் மனைவி.

"அஞ்சுநூறு வருச மாச்சாம். காசியிலே ஒரு ராசாவுக்கு ஒத்தைக் கொரு மக இருந்தா. பூலோகத்திலே அவளெப் போல அளகு தேடிப் புடிச்சாலும் கெடெக்காதாம். அவளெ ராசாவும் எல்லாப் படிப்பும் படிப்பிச்சாரு. அவளுக்குக் குருவா வந்தவன் மகாப் பெரிய சூனியக்காரன். எந்திரம், தந்திரம், மந்திரம் எல்லாம் தெரியும். அவனுக்கு இவமேலே

ஒரு கண்ணு. ஆனா இந்தப் பொண்ணுக்கு மந்திரி மவனெக் கட்டிக்கிடணும்னு ஆசை.

"இது அவனுக்குத் தெரிஞ்சுபோச்சு; யாருக்குத் தெரிஞ்சுபோச்சு? அந்தக் குருவுக்கு . . . ."

என்ன அதிசயம்! நான் அவள் சொல்லிக்கொண்டிருக்கும் கதையைக் கேட்டுக்கொண்டிருக்கிறேனா அல்லது கையில் உள்ள புஸ்தகத்தை வாசித்துக்கொண்டிருக்கிறேனா? கையிலிருப்பது 'சரித்திர சாசனங்கள்' என்ற இங்கிலீஷ் புஸ்தகம். அதிலே வாராணசி மகா ராஜன் மகளின் கதை என் கண்ணுக்கெதிரே அச்செழுத்துக்களில் விறைத்துப் பார்த்துக்கொண்டிருந்தது. கையில் விரித்துவைத்த பக்கத்தில் கடைசி வாக்கியம், 'அந்த மந்திரவாதிக்கு அது தெரிந்துவிட்டது' என்ற சொற்றொடரின் இங்கிலீஷ் மொழிபெயர்ப்பு. மூளை சுழன்றது. நெற்றியில் வியர்வை அரும்பியது. என்ன, எனக்குப் பைத்தியம் பிடித்துவிட்டதா! பிரித்துப் பிடித்துவைத்திருந்த பக்கத்திலேயே கண்களைச் செருகியிருந்தேன். எழுத்துக்கள் மங்க ஆரம்பித்தன.

திடீரென்று ஒரு பேய்ச்சிரிப்பு! வெடிபடும் அதிர்ச்சியோடு என் மனசை அப்படியே கவ்வி உறிஞ்சியது. அதிர்ச்சியில் தலையை நிமிர்த்தினேன். எனது பார்வை நிலைக் கண்ணாடியில் விழுந்தது. அதனுள், ஒரு கோர உருவம் பல்லைத் திறந்து உன்மத்த வெறியில் சிரித்துக்கொண்டிருந்தது. எத்தனையோ மாதிரியான கோர உருவங் களைக் கனவிலும், சிற்பிகளின் செதுக்கிவைத்த கற்பனைகளிலும் பார்த்திருக்கிறேன். ஆனால் இந்த மாதிரி ஒரு கோரத்தைக் கண்டதே இல்லை. குரூபமெல்லாம் பற்களிலும் கண்களிலுமே தெறித்தது. முகத்தில் மட்டும் மோக லாகிரியை எழுப்பும் அற்புதமான அமைதி. கண்களிலே ரத்தப் பசி! பற்களிலே சதையைப் பிய்த்துத் தின்னும் ஆவல். இந்த மங்கலான பிம்பத்துக்குப் பின்னால் அடுப்பு நெருப்பின் தீ நாக்குகள். வசமிழந்து அதையே பார்த்துக்கொண்டிருந்தேன். தோற்றம் கணத்தில் மறைந்தது; அடுத்த நிமிஷம் அந்தப் பிச்சைக்காரியின் முகமே தெரிந்தது.

"உன் பெயர் என்ன என்று கேட்க மறந்தே போயிட்டுதே" என்று மனைவி கேட்பது எனது செவிப்புலனுக்கு எட்டியது.

"காஞ்சனைன்னுதான் கூப்பிடுங்களேன். கதேலெ வர்ற காஞ்சனை மாதிரி. எப்படிக் கூப்பிட்டா என்ன! ஏதோ ஒரு பேரு" என்றாள் பிச்சைக்காரி.

என் மனைவியைத் தனியாக அங்கு விட்டிருக்க மனம் ஒப்பவில்லை. என்ன நேரக்கூடுமோ? பயம் மனசைக் கவ்விக்கொண்டால் வெடவெடப்புக்கு வரம்பு உண்டா?

நான் உள்ளே போனேன். இருவரும் குசாலாகவே பேசிக்கொண்டிருந்தனர்.

வலுக்கட்டாயத்தின் பேரில் சிரிப்பை வருவித்துக்கொண்டு நுழைந்த என்னை, "பொம்பளைகள் வேலை செய்கிற எடத்தில் என்ன உங்களுக்காம்?" என்ற பாணம் எதிரேற்றது.

காஞ்சனை என்று சொல்லிக்கொண்டவள் குனிந்து எதையோ நறுக்கிக்கொண்டிருந்தாள். விஷமம் துளும்பும் சிரிப்பு அவளது உதட்டின் கோணத்தில் துள்ளாடியது. நான் வேறு ஒன்றும் சொல்ல முடியாமல் புஸ்தக வேலியின் மறைவில் நிற்கும் பாராக்காரன் ஆனேன். மனைவியோ கர்ப்பிணி. அவள் மனசிலேயா பயத்தைக் குடியேற்றுவது? அவளை எப்படிக் காப்பாற்றுவது?

சாப்பிட்டோம். தூங்கச் சென்றோம். நாங்கள் இருவரும் மாடியில் படுத்துக்கொண்டோம். காஞ்சனை என்பவள் கீழே முன்கூடத்தில் படுத்துக்கொண்டாள்.

நான் படுக்கையில் படுத்துத்தான் கிடந்தேன். இமை மூட முடியவில்லை. எப்படி முடியும்? எவ்வளவு நேரம் இப்படிக் கிடந்தேனோ? இன்று மறுபடியும் அந்த வாசனை வரப்போகிறதா என்று மனம் படக்கு படக்கென்று எதிர்பார்த்தது.

எங்கோ ஒரு கடிகாரம் பன்னிரண்டு மணி அடிக்கும் வேலையை ஆரம்பித்தது.

பதினோராவது ரீங்காரம் ஓயவில்லை.

எங்கோ கதவு கிரீச்சிட்டது.

திடீரென்று எனது கைமேல் கூரிய நகங்கள் விழுந்து பிறாண்டிக் கொண்டு நழுவின.

நான் உதறியடித்துக்கொண்டு எழுந்தேன். நல்ல காலம்; வாய் உளறவில்லை.

என் மனைவியின் கைதான் அசப்பில் விழுந்து கிடந்தது.

அவளுடையதுதானா?

எழுந்து குனிந்து கவனித்தேன். நிதானமாகச் சுவாசம் விட்டுக் கொண்டு தூங்கினாள்.

கீழே சென்று பார்க்க ஆவல்; ஆனால் பயம்!

போனேன். மெதுவாகக் கால் ஓசைப்படாமல் இறங்கினேன்.

ஒரு யுகம் கழிந்த மாதிரி இருந்தது.

மெதுவாக முன்கூடத்தை எட்டிப் பார்த்தேன். வெளிவாசல் சார்த்திக் கிடந்தது. அருகிலிருந்த ஜன்னல் வழியாக விழுந்த நிலா வெளிச்சம் காலியாகக் கிடக்கும் பாயையும் தலையணையையும் சுட்டிக்காட்டியது.

கால்கள் எனக்குத் தரிக்கவில்லை. வெடவெடவென்று நடுங்கின.

திரும்பாமலே பின்னுக்குக் காலடி வைத்து நடந்து மாடிப் படியருகில் வந்தேன். உயரச் சென்றுவிட்டாளோ?

விடுவிடு என்று மாடிக்குச் சென்றேன்.

அங்கே அமைதி.

பழைய அமைதி.

மனம் தெளியவில்லை.

மாடி ஜன்னலருகில் நின்று நிலா வெளிச்சத்தை நோக்கினேன். மனித நடமாட்டம் இல்லை.

எங்கோ ஒரு நாய் மட்டும் அழுது பிலாக்கணம் தொடுத்து ஒடுங்கியது.

பிரம்மாண்டமான வௌவால் ஒன்று வானத்தின் எதிர் கோணத்திலிருந்து எங்கள் வீடு நோக்கிப் பறந்துவந்தது.

வெளியே பார்க்கப் பார்க்கப் பயம் தெளிய ஆரம்பித்தது. என்னுடைய மனப்பிரமை அது என்று நிதானத்துக்கு வந்தேன்.

ஆனால் கீழே!

மறுபடியும் பார்க்க வேண்டும் என்ற ஆவல்.

கீழே இறங்கினேன்.

தைரியமாகச் செல்ல முடியவில்லை.

அதோ! காஞ்சனை பாயில் உட்கார்ந்துதான் இருக்கிறாள். என்னைப் பார்த்துச் சிரித்தாள். விஷச் சிரிப்பு. உள்ளமே உறைந்தது. நிதானமாக இருப்பதைப் போலப் பாசாங்கு செய்துகொண்டு, "என்ன, தூக்கம் வரவில்லையா?" என்று முணுமுணுத்துக்கொண்டே மாடிப் படிகளில் ஏறினேன்.

அப்பொழுது சாம்பிராணி வாசனை வந்ததா? வந்தது போலத்தான் ஞாபகம்.

நான் எழுந்திருக்கும்போது நெடுநேரமாகிவிட்டது.

"என்ன, வரவரத்தான், இப்படித் தூங்கித் தொலைக்கிறக; காப்பி ஆறுது!" என்று என் மனைவி எழுப்பினாள்.

3

இருட்டுக்கும் பயத்துக்கும் ஒளிவிடம் இல்லாத பகலிலே எல்லாம் வேறு மாதிரியாகத்தான் தோற்றுகிறது. ஆனால், மனசின் ஆழத்திலே அந்தப் பயம் வேரூன்றிவிட்டது. இந்த ஆபத்தை எப்படிப் போக்குவது?

தன் மனைவி சோரம் போகிறாள் என்ற மனக்கஷ்டத்தை, தன்னைத் தேற்றிக்கொள்வதற்காக வேறு யாரிடமும் சொல்லிக் கொள்ள முடியுமா? அதே மாதிரிதான் இதுவும். என்னைப் போன்ற ஒருவன், ஜன சமுதாயத்துக்காக இலக்கிய சேவை செய்கிறேன் என்று தம்பட்டம் அடித்துக்கொண்டு மனப்பால் குடித்துக்கொண்டிருக்கும் ஒருவன், "ஸார், எங்கள் வீட்டில் புதுசாக ஒரு பேய் குடிவந்துவிட்டது. அது என் மனைவியை என்ன செய்யுமோ என்று பயமாக இருக்கிறது; ஆபத்தைப் போக்க உங்களுக்கு ஏதாவது வழி தெரியுமா?" என்று கேட்டால், நான் நையாண்டி செய்கிறேனா அல்லது எனக்குப் பைத்தியம் பிடித்துவிட்டதா என்றுதான் சந்தேகிப்பான். யாரிடம் இந்த விவகாரத்தைச் சொல்லி வழி தேடுவது? எத்தனை நாட்கள் நான் பாராக் கொடுத்துக்கொண்டிருக்க முடியும்?

இது எந்த விபரீதத்தில் கொண்டுபோய் விடுமோ? சொல்லவும் முடியாமல் மெல்லவும் முடியாமல் திண்டாடிக்கொண்டிருந்தேன். என் மனைவிக்கு அந்தப் புதிய வேலைக்காரி என்ன சொக்குப்பொடி போட்டுவிட்டாளோ? அவர்கள் இருவரும் மனசில் துளிக்கூடப் பாரமில்லாமல் கழித்துவிட்டார்கள்.

இன்றைப் பார்த்துப் பகலும் இராத்திரியை விரட்டிக்கொண்டு ஓடிவந்தது. இவ்வளவு வேகமாகப் பொழுது கழிந்ததை நான் ஒரு நாளும் அநுபவித்ததில்லை.

இரவு படுக்கப்போகும்போது என் மனைவி, "காஞ்சனை, இன்றைக்கு மாடியிலேயே நமக்கு அடுத்த அறையில் படுத்துக்கொள்ளப் போகிறாள்" என்று கூறிவிட்டாள். எனக்கு மடியில் நெருப்பைக் கட்டியது போல ஆயிற்று.

இது என்ன சூழ்ச்சி!

இன்று தூங்குவதே இல்லை. இரவு முழுவதும் உட்கார்ந்தே கழிப்பது என்று தீர்மானித்தேன்.

"என்ன படுக்கலியா?" என்றாள் என் மனைவி.

"எனக்கு உறக்கம் வரவில்லை" என்றேன். மனசுக்குள் வல் ஈட்டிகளாகப் பயம் குத்தித் தைத்து வாங்கியது.

"உங்கள் இஷ்டம்" என்று திரும்பிப் படுத்தாள். அவ்வளவுதான். நல்ல தூக்கம்; அது வெறும் உறக்கமா?

நானும் உட்கார்ந்து உட்கார்ந்து அலுத்துப்போனேன்.

சற்றுப் படுக்கலாம் என்று உடம்பைச் சாய்த்தேன்.

பன்னிரண்டு மணி அடிக்க ஆரம்பித்தது.

இதென்ன வாசனை!

பக்கத்தில் படுத்திருந்தவள் அமானுஷ்யக் குரலில் வீரிட்டுக் கத்தினாள். வார்த்தைகள் ரூபத்தில் வரும் உருவற்ற குரல்களுக்கு இடையே காஞ்சனை என்ற வார்த்தை ஒன்றுதான் புரிந்தது.

சட்டென்று விளக்கைப் போட்டுவிட்டு அவளை எழுப்பி எழுப்பி உருட்டினேன்.

பிரக்ஞை வரவே, தள்ளாடிக்கொண்டு எழுந்து உட்கார்ந்தாள், "ஏதோ ஒன்று என் கழுத்தைக் கடித்து ரத்தத்தை உறிஞ்சின மாதிரி இருந்தது" என்றாள் கண்களைத் துடைத்துக்கொண்டு.

கழுத்தைக் கவனித்தேன். குரல்வளையில் குண்டூசி நுனி மாதிரி ரத்தத்துளி இருந்தது. அவள் உடம்பெல்லாம் நடுங்கியது.

"பயப்படாதே; எதையாவது நினைத்துக்கொண்டு படுத்திருப்பாய்" என்று மனமறிந்து பொய் சொன்னேன்.

அவள் உடம்பு நடுநடுங்கிக்கொண்டிருந்தது. மயங்கிப் படுக்கையில் சரிந்தாள்.

அதே சமயத்தில் வெளியில் சேமக்கலச் சப்தம் கேட்டது.

கர்ணகடூரமான குரலில் ஏதோ ஒரு பாட்டு.

அதிகாரத் தோரணையிலே, "காஞ்சனை! காஞ்சனை!" என்ற குரல்.

என் வீடே கிடுகிடாய்த்துப் போகும்படியான ஓர் அலறல்! கதவுகள் படபடவென்று அடித்துக்கொண்டன.

அப்புறம் ஓர் அமைதி. ஒரு சுடுகாட்டு அமைதி.

நான் எழுந்து வெளிவாசலின் பக்கம் எட்டிப்பார்த்தேன்.

நடுத்தெருவில் ஒருவன் நின்றிருந்தான். அவனுக்கு என்ன மிடுக்கு!

"இங்கே வா" என்று சமிக்ஞை செய்தான்.

நான் செயலற்ற பாவை போலக் கீழே இறங்கிச் சென்றேன்.

போகும்போது காஞ்சனை இருந்த அறையைப் பார்க்காமல் இருக்க முடியவில்லை. நான் எதிர்பார்த்தபடியேதான் இருந்தது. அவள் இல்லை.

தெருவிற்குப் போனேன்.

"அம்மா நெத்தியிலே இதைப் பூசு. காஞ்சனை இனிமேல் வர மாட்டாள். போய் உடனே பூசு. அம்மாவை எளுப்பாதே" என்றான்.

விபூதி சுட்டது.

நான் அதைக் கொண்டுவந்து பூசினேன், அவள் நெற்றியில். அது வெறும் விபூதிதானா! எனக்குச் சந்தேகமாகவே இருக்கிறது. அவன் கையில் சேமக்கலம் இல்லை என்பதும் ஞாபகம் இருக்கிறதே!

மூன்று நாட்கள் கழிந்துவிட்டன.

காலையில் காப்பி கொடுக்கும்போது, "இந்த ஆம்பிளைகளே இப்படித்தான்!" என்றாள் என் மனைவி. இதற்கு என்ன பதில் சொல்ல?

***கலைமகள்*, ஜனவரி 1943**

செல்லம்மாள்

1

செல்லம்மாளுக்கு அப்பொழுதுதான் மூச்சு ஒடுங்கியது; நாடியும் அடங்கியது. செல்லம்மாள் பெயரற்ற வெற்றுடம்பு ஆனாள். அதாவது பதியின் முன்னிலையிலே, உற்றார் உறவினருக்கு ஐந்நூறு அறுநூறு மைல் தூரத்திலே, பட்டணத்துத் தனிமையிலே மாண்டுபோனாள்.

நெற்றியில் வியர்வை ஆறாகப் பொழிந்துகொண்டிருந்த பிரம நாயகம் பிள்ளை, கையிலிருந்த தவிட்டு முடிப்பைச் சற்று எட்ட வைத்துவிட்டு, செல்லம்மாளாக இருந்த அந்த உடம்பைப் பார்த்துக் கொண்டிருந்தார்.

சற்று அரைக்கண் போட்டபடி திறந்திருந்த இமைகளை மூடினார். அங்கொன்றும் இங்கொன்றுமாக வசமிழந்து கிடந்த கைகளை எடுத்து நெஞ்சின்மேல் மடித்து வைத்தார். இடது கால் சற்று ஒருபுறமாக மடிந்து கோணியிருந்தது. அதை நிமிர்த்தி, இரண்டு கால்களையும் சேர்த்துவைத்துக் கிடத்தினார். வாயிதழ் சற்றுத் திறந்திருந்தது. அதையும் மூடினார். செல்லம்மாள் இறந்துவிட்டாள் என்று உள்மன உணர்ச்சி இருந்ததே ஒழிய, ஸ்பரிசத்தில் அவருக்குப் புலப்படவில்லை. அப்பொழுதுதான் மூச்சு அடங்கியது.

ஒரு பெரும்பளுவை இறக்கிக் கழுத்துக்கு ஆசுவாசம் கொடுப்பது போலவே, அவரது மனசிலிருந்தும் பெரும்பளு இறங்கியது. மனசிலே, மரணப் பிரிவினால் துன்பப் பிரவாகம் மதகுடைத்துக்கொண்டு பெருகி அவரை நிலைகுலையச் செய்யவில்லை. சகதர்மிணியாக இருந்த ஒரு ஜன்மத்துக்குத் துன்பச் சுமை குறைந்துவிட்டது என்பதிலே அவருடைய மனசுக்கு ஒரு நிம்மதி.

பிரமநாயகம் பிள்ளைக்கு மனப்பக்குவம் ஏற்பட்டுவிட்டது. சாவின் சாயையிலே அவரது மனம் நிலைகுலையவில்லை. அதனால் பிரமநாயகம் பிள்ளையைப் பந்தவினையறுத்த யோகி என நினைத்துவிடக் கூடாது; அல்லது, அவரது மனசுக்கு வேலி போட்டுப் பாதுகாத்து வளர்த்து, 'போதி' மரம்வரையில் கொண்டுவிடும் ஞான மிகுந்த சுத்தோதனப்

பெருந்தகையல்ல அவரது பிதா. வறுமை, நோய், சாக்காடு மூன்றையும் நேரில் அநுபவித்தவரே.

பிரமநாயகம் பிள்ளை வாழ்வின் மேடுபள்ளங்களைப் பார்த்திருக்கிறார் என்றால், அவர் ஏறிய சிறுசிறு மேடுகள் யாவும் படிப்படியாக இறங்கிக்கொண்டே போகும் பள்ளத்தின் கோளாறுகளேயாகும். வாழ்வு என்ற ஓர் அநுபவம் அவருக்கு ஏற்படும்போது அவர் மேட்டிலிருந்துதான் புறப்பட்டார்.

குடும்பத்தின் சகல செலவுகளுக்கும் வருஷந்தோறும் வருமானம் அளிக்கும் நிலபுலன்களைப் பங்கிட்டால், பட்டினி கிடக்காமல் பார்த்துக்கொள்ளக்கூடிய அளவு துண்டுகளாகப் பாகப்படுத்துவதை அவசியமாக்கும் அளவுக்கு வம்ச விருத்தி உடையவர் பிரமநாயகம் பிள்ளையின் பிதா.

பிரமநாயகம் பிள்ளை நான்காவது குழந்தை. சிறு வயசில் படிப்பில் சற்றுச் சூடிகையாக இருந்ததால், மற்றவர்களுக்குக் கையெழுத்து வாசிக்கும்வரையில் கைகாட்டிவிட்டு அவரைப் படிப்பித்தார் அவர் தகப்பனார். அவருக்கு இருந்த பொருள் வசதி, மகன் ஊரைவிட்டு ஐந்நூறு அறுநூறு மைல் எட்டி வந்தும், பட்டினி கிடக்காமல் மட்டும் பார்த்துக்கொள்ளக்கூடிய அளவுக்கே கல்வி வசதி அளித்தது. உற்ற பருவத்தில் பிரமநாயகம் பிள்ளைக்குச் செல்லம்மாள் கையைப் பிடித்து, அம்மி மிதித்து அருந்ததி பார்க்கவைக்கும் பாக்கியம் கிடைத்தது.

பிரமநாயகம் பிள்ளையின் தகப்பனார் காலமானார். சொத்து பாகமாயிற்று. குடும்பக் கடன் விவகாரம் வியாச்சிய எல்லையை எட்டாதபடி மூத்தவர் இருந்து சமாளிக்க, பிரமநாயகம் பிள்ளை ஜீவனோபாயத்துக்காகச் செல்லம்மாளைக் கைப்பிடித்து அழைத்துக் கொண்டு சென்னைக்கு வந்து தஞ்சம் புகுந்தார்.

சென்னை அவருக்கு நிம்மதியற்ற வாழ்வைக் கொடுத்து அக்கினிப் பரீட்சை செய்தது. செல்லம்மாள் வீட்டிலே அவருக்கு நிம்மதியற்ற வாழ்வைக் கொடுத்துச் சோதித்தாள்; குணத்தினால் அல்ல, உடம்பினால். அவளுக்கு உடம்பு நைந்துவிட்டது. பிள்ளைக்கு வெளியில் சதா தொல்லை. வீட்டிலே உள்ளூர அரிக்கும் ரணம்.

பிரமநாயகம் பிள்ளை ஒரு ஜவுளிக் கடையில் வேலை பார்க்கிறார். ஜவுளிக்கடை முதலாளி, ஒரு ஜோடி ஜீவன்கள் உடலைக் கீழே போட்டுவிடாமல் இருக்கவேண்டிய அளவு ஊதியம் தருகிறார். செல்லம்மாளின் வியாதி அதில் பாதியைத் தின்றுவிடுவதுடன் கடன் என்ற பெயரில் வெளியிலும் படருகிறது.

பிரமநாயகம் பிள்ளைக்கு மனசில் எழும் தொல்லைகள், முதலில் ரணம் காட்டி, பிறகு ஆறி மரத்துப்போன வடுவாகிவிட்டன. சம்பளத் தேதி என்று ஒன்று இல்லை. தேவையானபோது வாங்கிக்கொள்ள வேண்டும் என்பது சம்பிரதாயம். அதாவது தேவையை முன்கூட்டி எதிர்பார்த்து, அதற்காக முதலாளியின் மனசைப் பக்குவமடையச்

செய்து, பிறகு தினசரி இடைவிடாமல் கேட்டுக்கேட்டு, வழக்கம்போல இன்றும் கிடைக்காது என்ற மன ஓய்ச்சலுடன் கேட்கும்போது, நிதானத்தைக் குலைக்கும்படியாக அவர் கொடுத்து விடுவதைப் பெற்றுக்கொண்டு வீடு திரும்புவதே அவர் வேலை பார்க்கும் ஸ்தாபனத்தின் வளமுறை. இப்படியாக, மாதம் முழுவதும் தவணை வாரியாகத் தேவைகளைப் பிரித்து, ஒரு காரியத்துக்காக எதிர்பார்த்த தொகையை அத்தியாவசியமாக முளைத்த வேறு ஒன்றுக்காகச் செலவழித்துவிட்டு, பாம்பு தன் வாலைத் தானே விழுங்க முயலும் சாதுர்யத்துடன் பிரமநாயகம் பிள்ளை தமது வாழ்வின் ஜீவனோபாய வசதிகளைத் தேவை என்ற எல்லை காணமுடியாத பாலைவனத்தைப் பாசனம் செய்ய, தவணை என்ற வடிகால்களை உபயோகிக்கிறார்.

செல்லம்மாளுக்கு உடம்பு இற்றுப் போயிற்று. இடைவிடாத மன உளைச்சலும் பட்டினியும் சேர்ந்து நோய் அவளைக் கிடத்திவிடும். காலையில் கண்ட ஆரோக்கியம் மாலையில் அஸ்தமித்துவிடும். இதை முன்னிட்டும் சிக்கனத்தை உத்தேசித்தும் பிரமநாயகம் பிள்ளை நகரின் எல்லை கடந்து, சற்றுக் கலகலப்புக் குறைவாக உள்ள, மின்சார வசதி இல்லாத இடத்தில் வசித்து வந்தார். அதிகாலையில் பசியை ஆற்றிக்கொண்டு கைப்பொட்டணத்துடன் கால் நடையாகவே புறப்பட்டுத் தமது வயிற்றுப் பிழைப்பின் நிலைக்களத்துக்கு வந்து விடுவார். பிறகு அங்கிருந்து நன்றாக இருட்டி, செயலுள்ளவர்கள் சாப்பிட்டுக் களைப்பாறும் தருணத்தில் வீட்டு நடையை மிதிப்பார். செல்லம்மாள் அன்றைப் பொழுதைக் கழித்த நிலைதான் அவரது சாப்பாட்டுக்கு மூலாதார வசதி. வரும்போது வீடு இருட்டி, வெளிவாசல் கதவு தாழிடாமல் சாத்திக் கிடந்தது என்றால் அவர் உள்ளே சென்று கால் முகம் கழுவி அநுட்டானாதிகளை முடித்துக் கொண்ட பிற்பாடு அடுப்பு மூட்டினால்தான் இரு ஜீவன்கள் பசியாறுவதற்கு மார்க்கம் உண்டு. அவர் வீடு அடையும் தருணத்தில் அந்தப் பிராந்தியத்துக் கடைகள் யாவும் மூடிக் கிடக்குமாகையால் வீட்டில் உள்ளதை வைத்துத்தான் கழிக்க வேண்டும். சில சமயங்களில் வீட்டில் உள்ளது என்பது காலியான பாத்திரங்கள் என்ற பொருட் பொலிவுக்குள் பந்தப்பட்டுக் கிடக்கும். அச்சமயங்களிலும் பிள்ளையவர்களின் நிதானம் குலைந்துவிடாது. வெந்நீர் வைத்தாவது மனைவிக்குக் கொடுப்பார்.

இப்படியாக, பிரமநாயகம் பிள்ளை சென்னையில் பத்து வருஷங் களையும் கழித்துவிட்டார். அவருக்கு ஒவ்வொரு சமயங்களில் ஊருக்குப் போய்விடுவோமா என்ற துணிச்சலான நினைவு தோன்றுவதும் உண்டு. ஆனால் அடுத்த நிமிஷம், சக்தியின்மை மனசில் ஆழ்ந்த ஏமாற்றத்தை, கைப்பை, தரையிட்டுவிடும். மேலும் அங்கு எப்படி யெல்லாம் இருக்குமோ என்ற பயம் அவருடைய மனசை வெருட்டியது.

சங்கடங்களை நிவர்த்தித்துக்கொள்ளும் மார்க்கங்களைப் பற்றி அவர், அதோ கிடத்தி இருக்கிறதே அந்தச் சடலத்துடன், அதில்

மூச்சு ஓடிக்கொண்டு பேசாத சில சமயங்களில், உல்லாசமாக ஊருக்குப் போய்விடுவதில் உள்ள சுகங்களைப் பற்றிப் பேசியதும் உண்டு. செல்லம்மாள், வறண்ட உதடுகளில் சில சமயம் உற்சாக மிகுதியால் களுக்கென்று சிரித்து வெடிப்பு உண்டுபண்ணிக்கொள்வாள். ஊர்ப் பேச்சு, தற்சமயப் பிரச்னைகளை மறப்பதற்குச் சௌகரியமாக, போதை தரும் கஞ்சா மருந்தாகவே அந்தத் தம்பதிகளுக்கு உபயோகப் பட்டு வந்தது.

2

அன்று பிரமநாயகம் பிள்ளை அதிகாலையில் பழஞ்சோற்று மூட்டையுடன் நடைப்படியைத் தாண்டும்பொழுது செல்லம்மாளுக்கு எழுந்து நடமாட முடிந்தது. இரவு அவர் திரும்பும்போது திருப்தியுடன் சாப்பிட, அவருக்குப் பிரியமான காணத் துவையலும் ஒரு புளியிட்ட கறியும் வைக்கப்போவதாகச் சொல்லிவிட்டு, கையில் உமிக் கரிச் சாம்பலுடன் புழைக்கடைக்குச் சென்றாள்.

"இண்ணைக்கித்தான் சித்தெ தலெ தூக்கி நடமாடுதெ. வீணா உடம்பெ அலெட்டிக்கிடாதே" என்று நடைப்படியைத் தாண்டிய திரு. பிள்ளை திரும்பி நின்று மனைவியை எச்சரித்துவிட்டு, வெளிப் புறமாகக் கதவை இழுத்துச் சாத்தி, ஒரு கையால் அதைச் சற்றுப் பிடித்துச் சமன் செய்து, நிலைக்கும் கதவுக்கும் இருந்த இடைவெளியில் விரலை விட்டு உள்தாழ்ப்பாளைச் சமத்காரமாகப் போட்டார். பிறகு தாழ்ப்பாள் கொண்டியில் விழுந்துவிட்டதா என்பதைக் கதவைத் தள்ளிப்பார்த்துவிட்டு, தெருவில் இறங்கி நடந்தார்.

அன்று வழி நெடுக அவரது மனசு கடைக்காரப் பிள்ளையின் மனப் பக்குவத்தையும் செல்லம்மாளின் அபிலாஷைகளையுமே சுற்றிச்சுற்றி வட்டமிட்டு வந்தது.

செல்லம்மாள், பேச்சின் போக்கில், அதாவது முந்திய நாள் இரவு, நெஞ்சு வலிக்கு ஒற்றடமிட்டுக்கொண்டிருக்கும்போது, "வருகிற பொங்கலுக்கு வீட்டு அரிசி சாப்பிடவேணும். ஊருக்கு ஒருக்க போய்ப்போட்டு வரலாம்; வரும்போது நெல்லிக்காய் அடையும், ஒரு படி முருக்க வத்தலும் எடுத்துக்கிட்டு வரணும்" என்று சொல்லி விட்டாள்.

பேச்சிலே வார்த்தைகள் மேன்மையாகத்தான் இருந்தன. அதைவிட அவள் புலிப் பால் கொண்டுவரும்படி கேட்டிருக்கலாம்; பிரம்ம வித்தை கற்றுவரும்படி சொல்லியிருக்கலாம். அவை அவருக்கு எட்டாக் கனவாகப் பட்டிரா.

"அதற்கு என்ன, பார்த்துக்கொள்ளுவோமே! இன்னம் புரட்டாசி களியலியே; அதற்கப்புறமல்லவா பொங்கலைப் பற்றி நினைக்கணும்?" என்றார்.

“அது சதிதான்; இப்பமே சொன்னாத்தானே, அவுக ஒரு வளி பண்ணுவாக!” என்று அவகாச அவசியத்தை விளக்கினாள் செல்லம்மாள். ‘அவுக’ என்றது கடை முதலாளிப் பிள்ளையைத்தான்.

“தீபாவளிக்கு ஒங்க பாடு கவலையில்லே; கடைலேயிருந்து வரும்; இந்த வருசம் எனக்கு என்னவாம்?” என்று கேட்டாள்.

“எதுவும் உனக்குப் பிடித்தமானதாப் பாத்து எடுத்துப்போட்டாப் போச்சு. மொதல்லெ நீ எளுந்து தலையைத் தூக்கி உக்காரு” என்று சிரித்தார் பிரமநாயகம்.

வழி நெடுக, ‘அவளுக்கு என்னத்தைப் பற்றுக் கணக்கில் எழுதிவிட்டு எடுத்துக்கொண்டு வருவது? பழைய பாக்கியே தீரவில்லையே! நாம் மேலும்மேலும் கணக்கேற்றிக்கொண்டே போனால் அநுமதிப் பார்களா?’ என்றெல்லாம் எண்ணமிட்டுக்கொண்டே நடந்தார். கடைக்குள் நுழைந்து சோற்றுப் பொட்டணத்தையும் மேல்வேட்டியை யும் அவருடைய மூலையில் வைத்தார்.

“என்னடே பெரமநாயகம், ஏன் இத்தினி நாளிய? யாரு வந்து கடையெத் தெறப்பான்னு நெனச்சுக்கிட்டே? வீட்டிலே எப்படி இருக்கு? சதி, சதி, மேலே போயி அரைப் பீசு 703 எடுத்துக்கிட்டு வா; கையோட வடக்கு மூலைலே, பனியன் கட்டு இருக்கு பாரு, அதையும் அப்படியே தூக்கியா” என்ற முதலாளி ஆக்ஞை அவரை ஸ்தாபன இயக்கத்தில் இணைத்துவிட்டது. ஒரு கஜம், அரைக் கஜம், பட்டு, பழுக்கா, சேலம், கொள்ளேகாலம், பாப்லின், டுவில் – என்றெல்லாம் பம்பரமாக வயிற்றுக் கடவுளுக்கு லக்ஷார்ச்சனை செய்துகொண்டிருந்தார் பிரமநாயகம் பிள்ளை.

மாலை ஒன்பது மணிக்கு முதலாளிப் பிள்ளையவர்களிடம் தயங்கித் தயங்கித் தமது தேவையை எடுத்துச் சொல்லி, மாதிரி காட்டுவதற்காக மூன்று சேலைகளைப் பதிவு செய்துவிட்டு, மேல் வேட்டியில் முடிந்தவராக வீடு நோக்கி நடந்தார்.

3

நடைப்படியருகில், பிரமநாயகம் பிள்ளை வந்து மூட்டையை இறக்கிவைத்துவிட்டு, கதவுச் சந்துக்கிடையில் வழக்கம் போல விரல் களை விட்டு உள்தாழை நெகிழ்த்தினார். தெருவில், இருள் விழுங்கிய நாய் ஒன்று உறக்கக் கலக்கத்துடன் ஊளையிட்டு அழுதது. அதன் ஏக்கக் குரல் அலைமேல் அலையாக மேலோங்கி எழுந்து மங்கியது.

பிரமநாயகம் பிள்ளை கதவைத் தள்ளித் திறந்துகொண்டு உள்ளே நுழைந்தார்.

வீட்டில் விளக்கில்லை. ‘உறங்கி இருப்பாள். நாளியாகலே . . .’ என நினைத்துக்கொண்டே நிலைமாடத்தில் இருந்த நெருப்புப் பெட்டியை எடுத்து அருகிலிருந்த சிமினி விளக்கை ஏற்றினார். அந்த மினுக்கட்டான் பூச்சி இருளைத் திரட்டித் திரட்டிக் காட்டியது.

அதன் மங்கலான வெளிச்சம் அவரது ஆகிருதியைப் பூதாகாரமாகச் சுவரில் நடமாட வைத்தது.

முதல் கட்டைத் தாண்டி உள்ளே நுழைந்தார். செல்லம்மாள் புடைவைத் துணியை விரித்து, கொடுங்கை வைத்து இடதுபுறமாக ஒருக்களித்துக் கிடந்தாள். வலதுகை பின்புறமாக விழுந்து தொய்ந்து கிடந்தது. அவள் கிடந்த நிலை, தூக்கமல்ல என்பதை உணர்த்தியது. பிரமநாயகம் பிள்ளை குனிந்து முகத்துக்கு நேரே விளக்கைப் பிடித்துப் பார்த்தார். கண் ஏறச் செருகியிருந்தது. நெஞ்சில் மட்டும் சிறிது துடிப்பு; சுவாசம் மெல்லிய இழை போல் ஓடிக்கொண்டிருந்தது.

நிமிர்ந்து பின்புறமாகப் புழைக்கடைக்குச் சென்றார். போகும்போது அவரது பார்வை சமையற் கட்டில் விழுந்தது. உணவெல்லாம் தயாரித்து வரிசையாக எடுத்து அடுக்கி இருந்தது. அடுப்பில் வெந்நீர் கொதித்துக்கொண்டிருந்தது.

சாவகாசமாக, கிணற்றில் ஜலம் மொண்டு கால் கைகளைச் சுத்தம் செய்துகொண்டார். திரும்ப உள் நுழைந்து அடுப்படியிலிருந்த அகல் விளக்குத் திரியை நிமிண்டித் திருத்தி ஏற்றினார். பக்கத்திலிருந்த மாடத்திலிருந்து ஒரு சுக்குத் துண்டையும் நெருப்புப் பெட்டியையும் எடுத்துக்கொண்டு உள்கட்டுக்குத் திரும்பி வந்தார்.

சுவரின் பக்கத்திலிருந்த குத்துவிளக்கை ஏற்றிவைத்துவிட்டு, செல்லம்மாளருகில் வந்து உட்கார்ந்தார். கையும் காலும் ஜில்லிட்டிருந்தன. கற்பூரத் தைலத்தை உள்ளங்கையில் ஊற்றி, சூடு ஏறும்படித் தேய்த்துவிட்டு, கமறலான அதன் நெடியை மூக்கருகில் பிடித்தார். பிரயோஜனம் இல்லை. எண்ணெயை ஊற்றிச் சற்றுப் பதற்றத்துடன் மூக்கின் மேலும் கபோலத்திலும் தடவினார். பிறகு எழுந்து சென்று கொதிக்கும் நீரை ஒரு பாத்திரத்தில் எடுத்துக்கொண்டுவந்து, கையிலும் காலிலும் நெஞ்சிலுமாக ஒற்றடமிட்டார். அதிலும் பிரயோஜனம் இல்லை. சுக்குத் துண்டை விளக்கில் கரித்துப் புகையை மூக்கருகில் பிடித்தார்.

முகம் ஒரு புறமாகச் சாய்ந்திருந்ததனால் வாக்காக இல்லை. மெதுவாக அவளைப் புரட்டி மலர்த்திப் படுக்க வைத்தார். மறுபடியும் சுக்குப் புகையைப் பிரயோகித்தார்.

இரண்டு முறை ஊதியதும் செல்லம்மாள், புகையைத் தவிர்க்கச் சிறிது தலையை அசைக்க ஆரம்பித்தாள். உடலையே அதிரவைக்கும் ஒரு பெரிய தும்மல். மறுபடியும் மயக்கம். மறுபடியும் புகையை ஊத, முனகி, சிறு குழந்தை மாதிரி அழுதுகொண்டே, "தண்ணி..." என்று கேட்டாள் செல்லம்மாள்.

"இந்தா, கொஞ்சம் வாயை இப்படித் திறந்துக்கோ" என்று சிறு தம்ளரில் வெந்நீரை எடுத்து வாயை நனைக்க முயன்றார். அதற்குள் மறுபடியும் பல் கிட்டிவிட்டது; மயக்கம்.

பிரமநாயகம் பிள்ளை, தாம் அநுபவபூர்வமாகக் கண்ட சிகிச்சையை மீண்டும் பிரயோகித்தார்.

செல்லம்மாள் சிணுங்கிக்கொண்டே ஏறிட்டு விழித்தாள். எங்கிருக்கிறோம் என்பது அவளுக்குப் புரியாதது போல அவள் பார்வை கேள்விகளைச் சொரிந்தது.

"நீங்க எப்ப வந்திய? அம்மெயெ எங்கே? உங்களுக்காகச் சமைச்சு வச்சிக்கிட்டு எத்தனை நேரமாக் காத்துக்கிட்டு இருப்பா?" என்றாள்.

பிரமநாயகம் பிள்ளை இம்மாதிரியான கேள்விக்குப் பதில் சொல்லி, இதமாக, புரண்டு கிடந்த பிரக்ஞையைத் தெளிவிப்பதில் நிபுணர். கேள்விகளுக்குச் சரியான பதில் சொல்ல வேண்டும் என்பதில்லை; கேட்டதற்கு உரிய பதில் சொன்னால் போதும்.

திடீரென்று செல்லம்மாள் அவரது கையை எட்டிப் பிடித்துக் கொண்டு, "அம்மா, அம்மா, ஊருக்குப் போயிடுவோம். அந்தத் துரோகி வந்தா புடிச்சுக் கட்டிப் போட்டுவிடுவான் . . . துரோகி! துரோகி! துரோகி . . ." என்று உச்ச ஸ்தாயியில் கத்திக்கொண்டு போனாள். குரல் கிரீச்சிட்டது. பிரமநாயகம் பிள்ளை இடது கையால் ஒரு துணியைக் குளிர்ந்த ஜலத்தில் நனைத்து நெற்றியில் இட்டார்.

செல்லம்மாள் மறுபடியும் பிதற்ற ஆரம்பித்தாள். எதிரிலிருப்பது யார் என்பது அவளுக்குப் புலப்படவில்லை. "அம்மா, அம்மா . . . நீ எப்போ வந்தே?. . . தந்தி கொடுத்தாங்களா . . .?" என்றாள்.

"ஆமாம். இப்பந்தான் வந்தேன். தந்தி வந்தது. உடம்புக்கு எப்படி இருக்கிறது?" என்று பிரமநாயகம் பிள்ளை தாயாக நடித்தார். செல்லம்மாளின் தாய் இறந்து ஐந்து வருஷங்கள் ஆகின்றன. இவளுக்கு இம்மாதிரிப் பிதற்றல் வரும்போதெல்லாம் தாய் உயிருடன் இருப்பதாக ஒரு பிரமை தொடர்ந்து ஏற்படும்.

"அம்மா, எனக்குக் கொஞ்சம் தண்ணி தா . . . இவுங்க இப்படித் தாம்மா . . . என்னைப் போட்டுட்டுப் போட்டுட்டுக் கடைக்குப் போயிடுதாக . . . எப்ப ஊருக்குப் போகலாம்? . . . யாரு எங்காலையும் கையையும் கட்டிப் போட்டுப் போட்டா? . . . இனிமே நான் பொடவெயே கேக்கலே . . . என்னைக் கட்டிப் போடாதிய . . . மெதுவா நகந்து நகந்தே ஊருக்குப் போயிடுதேன். ஐயோ! என்னெ விட்டுடிங்கன்னா! நான் உங்களை என்ன செஞ்சேன்? . . . கொஞ்சம் அவுத்துவிட மாட்டியளா? . . . நான் எங்கம்மையைப் பாத்துப்போட்டு வந்திடுதேன் . . . அப்புறம் என்னைக் கட்டிப் போட்டுக்கிடுங்க."

மறுபடியும் செல்லம்மாளுக்கு நினைவு தப்பியது.

வைத்தியரைப் போய் அழைத்து வரலாமா என்று நினைத்தார் பிரமநாயகம் பிள்ளை. 'இவளை இப்படியே தனியாக விட்டுவிட்டு எப்படிப் போவது? கொஞ்ச தூரமா?'

மறுபடியும் சுக்குப் பிரயோகம் செய்தார்.

நாடி மெதுவாக ஓடிக்கொண்டிருந்தது.

செல்லம்மாள் செத்துப்போவாளோ என்ற பயம் பிரமநாயகம் பிள்ளையின் மனசில் லேசாக ஊசலாடியது.

அந்தப் பயத்திலே மனஉளைச்சலோ சொல்லை மீறும் துக்கத்தின் வலியோ இல்லை. வியாதியஸ்தனின் நாக்கு உணரும் ஒரு கைப்பும், அதற்குச் சற்று ஆழமாக ஒரு நிம்மதியும் இருந்தன. எவ்வளவு கஷ்டப்பட்டும் என்ன பலன் என்ற ஒரு மலைப்பு.

செல்லம்மாள் சிணுங்கிக்கொண்டே ஒருபுறமாகச் சரிந்து படுத்தாள்.

என்ன சொல்லுகிறாள் என்பது பிடிபடாமல், காலுக்கு ஒற்றட மிட்டுச் சூடு உண்டாக்கிக்கொண்டிருந்த பிரமநாயகம் பிள்ளை, "என்ன வேண்டும்?" என்று கேட்டுக்கொண்டு அவளது தலைப் புறமாகத் திரும்புமுன், சுவாசம் சரியாக ஓட ஆரம்பித்தது. செல்லம் மாள் மயக்கத்திலிருந்து விடுபட்டுத் தூங்க ஆரம்பித்தாள். முகத்தில் வெறிச்சோடிக்கிடந்த நோய்க் களை மங்கி அகன்றது.

பத்து நிமிஷம் கழியவில்லை; செல்லம்மாள் விழித்துக்கொண்டாள். மேலெல்லாம் ஏன் நனைந்திருக்கிறது என்று தடவிப் பார்த்துக்கொண்டு சிதறிக்கிடந்த ஞாபகத்தைக் கோவை செய்ய முயன்றாள்.

"தலையை வலிக்கிறது" என்றாள் சிணுங்கிக்கொண்டே.

"மேலெல்லாம் பூட்டுப் பூட்டாக வலிக்குது" என்று சொல்லிவிட்டுக் கண்களை மெதுவாக மூடினாள்.

"மனசை அலட்டிக்கொள்ளாமல் நிம்மதியாகத் தூங்கு; காலையில் சரியாகப் போய்விடும்" என்றார்.

"உம்" என்றுகொண்டு கண்களை மூடியவள், "நாக்கை வறட்டுது; தண்ணி" என்றாள், எழுந்து உட்கார்ந்துகொண்டு.

"ஏந்திரியாதே; விளப்போறே" என்றுகொண்டே முதுகைத் தாங்கிய படி வெந்நீரை ஒரு தம்ளரில் கொடுத்தார். அதைத் தொட்டுப் பார்த்துவிட்டு, "அது வாண்டாம். பச்சைத் தண்ணி கொடுங்க. நாக்கை வறட்டுது" என்றாள்.

"பச்சைத் தண்ணி குடிக்கப்படாது; வெந்நிதான் உடம்புக்கு நல்லது" என்று சொல்லிப் பார்த்தார்; தர்க்கம் பண்ணி அவளை அலட்டுவதைவிடக் குளிர்ந்த ஜலத்தைக் கொடுத்துவிடுவதே நல்லது என்று ஊற்றிக் கொடுத்துவிட்டு மெதுவாகப் படுக்கவைத்தார்.

கண்ணை மூடிச் சில விநாடிகள் கழித்ததும், "உங்களைத்தானே; எப்ப வந்திய? சாப்பிட்டியளா?" என்றாள்.

"நான் சாப்பிட்டாச்சு. நீ படுத்துத் தூங்கு; சும்மா ஒண்ணை மாத்தி ஒண்ணை நெனச்சுக்காதே" என்றார் பிரமநாயகம் பிள்ளை. பதில் அவள் செவியில் விழுந்தது; பிரக்ஞையில் பதியவில்லை. செல்லம் தூங்கிவிட்டாள்.

பிரமநாயகம் பிள்ளை கோரைப் பாயை எடுத்து வாசல் கதவுப் புறமாக விரித்துக்கொண்டு, "முருகா" என்று கொட்டாவியுடன் உட்காரும்பொழுது, ஒரு கோழி கூவியது. உலகம் துயிலகன்றது. பிள்ளையவர்களுக்குச் சற்று உடம்பைச் சரிக்க இடம் கொடுக்கவில்லை.

முழங்காலைக் கட்டிக்கொண்டே உட்கார்ந்துகொண்டிருந்தார். மனம் மட்டும் தொடர்பற்ற பல பழைய நிகழ்ச்சிகளைத் தொட்டுத் தொட்டுத் தாவிக்கொண்டிருந்தது.

பொழுதும் புலர ஆரம்பித்தது. கறிகாய் விற்பனைக்காகத் தலையில் சுமடு எடுத்துச்செல்லும் பெண்கள், வர்த்தகத்தில் சற்றுச் செயலிருந்த தால் கை வண்டியில் காய்கறி ஏற்றி நரவாகன சவாரி செய்யும் பெண்களின் குரல் பிள்ளையவர்களை நினைவுக் கோயிலிலிருந்து விரட்டியது. உள்ளே சென்று குனிந்து கவனித்தார். கொடுங்கையாக மடித்து, கன்னத்துக்கு அண்டை கொடுத்து, உதடுகள் ஒருபுறம் சுழிக்க, அவள் ஆழ்ந்த நித்திரையில் இருந்தாள்.

எழுந்திருந்ததும் வயிற்றிற்கு ஏதாவது சுடச்சுடக் கொடுத்தால் நலம் என்று நினைத்தவராய் உள்கட்டுக்குச் சென்று அடுப்பைப் பற்ற வைத்துவிட்டு, புழைக்கடைப்புறம் சென்றார்.

அவர் திரும்பிவந்து "முருகா" என்று விபூதியை நெற்றியில் இட்டுக்கொண்டிருக்கையில், செல்லம்மாள் விழித்து எழுந்திருந்து படுக்கையில் உட்கார்ந்து தலையை உதறிக் கோதிக் கட்டிக்கொண்டு சிணுங்கியவண்ணம் உள்ளே ஏறிட்டுப் பார்த்தாள்.

"இப்பொ எப்படி இருக்கு? நல்லாத் தூங்கினெ போல இருக்கே" என்றார் பிரமநாயகம் பிள்ளை.

"மேலெல்லாம் அடிச்சுப் போட்டாப்பலே பெலகீனமா இருக்கு. பசிக்கிது ... சுடச்சுட ஏதாவது இருந்தாத் தேவலை" என்று செல்லம்மாள், தலையைச் சற்று இறக்கி, உச்சியைச் சொறிந்தபடி, புருவத்தை நெறித்துக்கொண்டு சொன்னாள்.

"அடுப்பிலே கருப்பட்டிக் காப்பிப் போட்டிருக்கேன்; பல்லைத் தேச்சுப்பிட்டுச் சாப்பிட்டாப் போகுது; பல் தேய்க்க வெந்நி எடுத்துத் தரட்டுமா?" என்றார்.

"வெந்நியெ எடுத்துப் பொறவாசல்லெ வச்சிருங்க. நான் போய்த் தேச்சுக்கிடுதேன்" என்றாள் செல்லம்மாள்.

"நல்ல கதையாத்தான் இருக்கு; நேத்துக் கெடந்த கெடப்பெ மறந்துபோனியா? நடமாடப் படாது."

"ஒங்களுக்குத்தான் என்ன, வரவர அசிங்கம் கிசிங்கம் இல்லாமெப் போகுது" என்று சொல்லிக்கொண்டே சுருட்டி வாரிக் கட்டிக்கொண்டு எழுந்தாள். கால் தள்ளாடியது.

மூசுமூசென்று இரைத்துக்கொண்டு சுவரில் கைகளை ஊன்றிக் கொண்டாள். பிரமநாயகம் பிள்ளை சட்டென்று பாய்ந்து அவளது தோள்பட்டையைப் பிடித்துக்கொண்டார்.

"பைய என்னைப் பொறவாசலுக்குக் கொண்டு விட்டிருங்க. பல்லைத் தேக்கட்டும். நிக்க முடியல்லே" என்றாள்.

அவளுடைய விதண்டாவாதத்துக்குப் போக்குக் கொடுத்து, கைத்தாங்கலாகப் புழைக்கடையில் கொண்டுபோய் அவளை உட்கார வைத்தார்.

பல்லைத் தேய்த்துவிட்டு, "அப்பாடா" "அம்மாடா" என்ற அங்கலாய்ப்புக்களுடன் செல்லம்மாள் மீண்டும் படுக்கையில் வந்து படுப்பதற்குள் உடல் தளர்ந்துவிட்டது. படுத்தவுடன் தளர்ச்சியாகக் கண்களை மூடினாள்.

பிள்ளையவர்கள் காப்பி எடுத்துவந்து ஆற்றிக்கொண்டு, "பதமாக இருக்கு, குடி; ஆறிப்போச்சுன்னு சொல்லாதே" என்றார். அதற்கு அவளால் பதில் சொல்ல முடியவில்லை. கையமர்த்தினாள். சில நிமிஷங்கள் கழித்து மெதுவாகக் கண்களைத் திறந்தாள். சிரமத்துடன் கைகளை ஊன்றிக்கொண்டு எழுந்து உட்கார்ந்தாள். தம்ளரிலிருந்த காப்பியைத் தொட்டுப் பார்த்துவிட்டு, "சூடே இல்லையே! அடுப்பிலே கங்கு கெடக்கா? கொஞ்சம் வச்சு எடுத்து வாருங்க" என்றாள்.

"அதெ அப்பிடியே வச்சிறு; வேறெ சூடா இருக்கு; தாரேன்" என்று வேறு ஒரு பாத்திரத்தில் இன்னும் கொஞ்சம் எடுத்துவந்து தந்தார்.

காப்பியை எடுத்து நெஞ்சுக்கு இதமாக ஒற்றடமிட்டுக்கொண்டு, சாவகாசமாக ஒவ்வொரு மிடறாகக் குடித்துக்கொண்டிருந்த செல்லம்மாள், "நீங்க என்ன சாப்பிட்டிய?" என்றாள்.

"பழையது இருந்தது. ஓர் உருண்டை சாப்பிட்டேன். நீ காப்பியைச் சீக்கிரம் குடி. நேரமாகுது. வைத்தியனைப் போய்ப் பார்த்துக்கிட்டு வாரேன்" என்றார்.

"வைத்தியனும் வேண்டாம்; ஒண்ணும் வேண்டாம். எனக்கு என்ன இப்ப? வீணாக் காசெக் கரியாக்காதிக. புளிப்பா எதுவும் தின்னாத் தேவலை. புளிச்ச தோசைமாவு இருந்துதே, அதெ என்ன பண்ணிய?" என்றாள்.

"புளிப்பாவது கத்திரிக்காயாவது! காப்பியைக் குடிச்சுப்பிட்டுப் படுத்திரு. நான் வைத்தியனைக் கூட்டிக்கிட்டு வாரேன்; நேத்துக் கெடந்த கெடப்பு மறந்துபோச்சுப் போலே!" என்று எழுந்தார்.

"அந்தக் காப்பியை ஏன் வீணாக்கிறிய? நீங்க சாப்பிடுங்களேன்" என்றாள் செல்லம்மாள்.

வைத்தியனைத் தேடிச் சென்ற பிரமநாயகம் பிள்ளை, பஞ்சத்தில் அடிபட்டவன் போன்ற சித்த வைத்திய சிகாமணி ஒருவனைத் தேடிப் பிடித்து அழைத்துக்கொண்டு வந்தார். இருவரும் உள்ளே நுழைந்தபோது படுக்கையில் செல்லம்மாளைக் காணவில்லை.

அடுப்பங்கரையில் 'சுர்' 'சுர்' என்று தோசை சுடும் சப்தம் கேட்டது. வைத்தியரைப் பாயை விரித்து உட்காரவைத்துவிட்டு, "என்னத்தைச் சொன்னாலும் காதுலே ஏறமாட்டேன்கிறதே; இன்னம் என்ன சிறுபிள்ளையா?" என்று குரல் கொடுத்துக்கொண்டு உள்ளே நுழைந்தார் பிள்ளை.

வேர்க்க விறுவிறுக்க, செல்லம்மாள் தன் சக்திக்கு மீறிய காரியத்தில் ஈடுபட்டிருந்தாள். கை நடுக்கத்தால் தோசை மாவு சிந்திக் கிடந்தது. தட்டத்தில் ஒரு தோசை கரிந்து கிடந்தது. அடுத்தது வாக்காக வரும் என்று எண்ணெய் மிளகாய்ப் பொடி முதலிய உபகரணங்களுடன்

தோசைக் கல்லைப் பார்த்துக்கொண்டிருந்தாள் செல்லம்மாள். அவரை ஏறிட்டுப் பார்த்துச் சிரித்தாள்.

"போதும் போதும். சிரிக்காதே; வைத்தியர் வந்திருக்கிறார். ஏந்திரி" என்று அவளைக் கையைப் பிடித்துத் தூக்கினார்.

"இதெக் கல்லை விட்டு எடுத்துப் போட்டு வருகிறேன்."

"நீ ஏந்திரி" என்று சொல்லிக்கொண்டே வெந்துகொண்டிருந்த தோசையுடன் கல்லைச் சட்டுவத்தால் ஏந்தி எடுத்து அகற்றினார்.

"நீங்க போங்க. நானே வர்ருதேன்" என்று குலைந்த உடையைச் சீர்திருத்திக்கொண்டு, தள்ளாடிப் பின்தொடர்ந்துவந்து பாயில் உட்கார்ந்தாள்.

வைத்தியன் நாடியைப் பரீட்சித்தான். நாக்கை நீட்டச் சொல்லிக் கவனித்தான்.

"அம்மா, இப்படி இருக்கிறபோது நீங்க எழுந்திரிச்சு நடக்கவே கூடாது. உடம்பு இத்துப்போச்சு. தெகன சக்தியே இல்லியே! இன்னும் மூணு நாளைக்கு வெறும் பால் கஞ்சிதான் ஆகாரம். உடம்புக்கு வலு கொஞ்சம் வந்ததும் மருந்து கொடுக்கலாம். காப்பியைக் கொஞ்ச நாளைக்கி நிறுத்தி வையிங்க. காலையிலும் ராத்திரியிலும் பால். மத்தியான்னமாக் கஞ்சி. படுக்கையெ விட்டு எந்திரிக்கவே கூடாது, ஐயா. மயக்கம் வந்தா இந்தச் செந்தூரத்தைத் தேனில் குழப்பி நாக்கிலெ தடவுங்க. இந்தத் தைலத்தை மூக்குத் தண்டிலும் பொட்டிலும் தடவுங்க; நான் மூணு நாள் கழிஞ்சு வருகிறேன்" என்று மருந்துக்குக் கையில் ஒரு ரூபாய் வாங்கிக்கொண்டு வெளியேறினான்.

"பாத்துப் பாத்து, நல்ல வைத்தியனைத் தேடிப் புடிச்சாந்திய; பால் கஞ்சிச் சாப்பிடணுமாம்; ஆய்! நான் என்ன காச்சக்காரியா? ஒடம்பிலே பெலகீனம் இருக்கிறதெக் கண்டுபிடிக்க வைத்தியனா வரணும்? மனுசான்னா மயக்கம் வாறதில்லையா! வந்தா, வந்த வளியாப் போகுது" என்றாள் செல்லம்மாள்.

இந்தச் சமயத்தில் வெளியில், "ஐயா, ஐயா!" என்று ஒரு குரல் கேட்டது.

"என்ன, முனிசாமியா! உள்ளே வா. ஏன் வரலேன்னு கேட்டு விட்டாகளாக்கும். வீட்டிலே அம்மாவுக்கு உடம்பு குணமில்லை; நேத்துத் தப்பினது மறு பிழைப்பு; நாளைக்கு முடிஞ்சா வருகிறேன் என்று சொல்லு. முனிசாமி, நீ எனக்கு ஒரு காரியம் செய்வாயா? அந்த எதிர்ச் சரகத்திலே ஒரு மாட்டுத் தொழுவம் இருக்குது பாரு; அங்கே பால்கார நாயுடு இருப்பார். நான் கொஞ்சம் கூப்பிட்டேன் என்று கூட்டிக்கொண்டு வா" என்று அனுப்பினார்.

"என் பேரிலே பளியெப் போட்டுக் கடைக்குப் போகாமே இருக்க வேண்டாம். போய்ச் சம்பளப் பணத்தெ வாங்கிக்கிட்டு வாருங்க" என்றாள் செல்லம்மாள்.

“அடெடே! மறந்தே போயிட்டேன். நேத்துப் பொடவை எடுத்தாந்து வச்சேன்; உனக்கு எது புடிச்சிருக்கு பாரு. வேண்டாததெக் குடுத்து அனுப்பிடலாம்” என்று மூட்டையை எடுத்துவந்து வைத்தார் பிரமநாயகம் பிள்ளை.

“விடியன்னையே மூட்டையைப் பாத்தேன்; கேக்கணும்னு நெனச்சேன்; மறந்தே போச்சு” என்று கூறிக்கொண்டே மூட்டையிலிருந்த மூன்று புடைவைகளையும் புரட்டிப்புரட்டிப் பார்த்தாள்.

“எனக்கு இந்தப் பச்சைதான் புடிச்சுருக்கு; என்ன வெலையாம்?” என்றாள்.

“அதெப்பத்தி ஒனக்கென்ன? புடிச்சதெ எடுத்துக்கோ” என்று பச்சைப் புடைவையை எடுத்து அலமாரியில் வைத்துவிட்டு, மற்ற இரண்டையும் மூட்டையாகக் கட்டிச் சுவரோரத்தில் வைத்தார்.

“கண்ட மானிக்குக் காசெச் செலவு பண்ணிப்புட்டு, பின்னாலே கண்ணைத் தள்ளிக்கிட்டு நிக்காதிய. நான் இப்பவே சொல்லிப்பிட்டேன்” என்று கண்டிப்புப் பண்ணினாள் செல்லம்மாள்.

வந்த பால்கார நாயுடுவிடம் மூன்று தினங்களுக்குச் சுத்தமான பசும்பாலுக்கு ஏற்பாடு செய்துவிட்டு, கடை முதலாளியிடம் தாம் கேட்டதாக ரூ. 15 வாங்கி வரும்படியும், சேலை மூட்டையைச் சேர்ப்பித்து விடும்படியும் முனிசாமியிடம் சொல்லியனுப்பினார்.

4

அன்று பாயில் தலை சாய்க்க ஆரம்பித்ததிலிருந்து செல்லம்மாளுக்கு உடம்பு மோசமாகிக்கொண்டே போயிற்று. க்ஷீணம் அதிகமாயிற்று. மத்தியான்னம் அவளைக் கவனித்துச் சுச்ருஷை செய்ததன் பயனாக, அடுப்பில் கிடந்த பால் கஞ்சி, பசை மாதிரிக் குளுகுளு என்றாகிவிட, பிரமநாயகம் பிள்ளை அதில் வெந்நீரை விட்டுக் கலக்கி அவளுக்குக் கொடுக்க முயன்றார். பலவீனத்தினால் அரோசிகம் அதிகமாகிவிடவே உடனே வாந்தி எடுத்துவிட்டது. ஆனால் குமட்டல் நிற்கவில்லை. செல்லம்மாள் நினைத்து நினைத்து வாயிலெடுக்க ஆரம்பித்தாள். உடல் தளர்ச்சி மிகுந்துவிட, மறுபடியும் பழைய கோளாறுகள் தலைதூக்க ஆரம்பித்தன.

அருகில் இருந்துகொண்டு காலையும் கையையும் பிடித்துப் பிடித்துக் கை ஓய்ந்ததுதான் மிச்சம். பகல் மூன்று மணிக்கெல்லாம் சோர்வு மேலீட்டால் செல்லம்மாள் மயங்கிக் கிடந்தாள். செத்துப் போய் விடுவோமோ என்ற பயம் அவளுக்கு ஏற்பட்டது. ஒவ்வொரு சமயங்களில் மூக்கும் கையும் குரக்கு வலித்து இழுத்து வாங்க ஆரம்பித்தன.

“எனக்கு என்னவோ ஒரு மாதிரியாக வருது. வேறொரு வைத்தியனைப் பார்த்தால் தேவலை” என்றாள் செல்லம்மாள்.

“உடம்பு தளர்ந்திருப்பதால் இப்படி இருக்கிறது. சொல்லுகிறபடி, ஆடாமெ அசங்காமெ படுத்துக் கிடந்தாத்தானே! பயப்பட

◆ 528 ◆ செல்லம்மாள்

வேண்டாம்; எல்லாம் சரியாகப் போயிடும்” என்றார் பிரமநாயகம் பிள்ளை.

அவருக்கும் உள்ளுக்குள் சற்று விபரீதமாகப் பட்டது. “கொஞ்ச நேரத்தில் பால்காரன் வருவான். பாலை வாங்கி வைத்துவிட்டு டாக்டரைக் கூப்பிட்டுக்கொண்டு வருகிறேன். குன்னத்தூர் அத்தையெ வரச்சொல்லிக் காயிதம் எழுதட்டா?” என்றார்.

“எளுதி என்னத்துக்கு? அவளாலே இந்தத் தூரா தொலைக்குத் தன்னந்தனியா வந்துக்கிட முடியுமா? கொஞ்சம் கருப்பட்டிக் காப்பி சுடச்சுடப் போட்டுத் தர்ரியளா? இந்த வாந்தியாவது செத்தெ நிக்கும்” என்று சொல்லிவிட்டுச் சற்றுக் கண்ணை மூடினாள்.

“இந்த மாங்கொட்டைத் துண்டெக் கொஞ்சம் வாயிலே ஒதுக்கிக்கோ; நான் காப்பி போட்டுத் தாரேன்” என்று அடுப்பங்கரைக்குச் சென்றார்.

அவர் அடுப்பைப் பிரித்துவிட்டு அனலில் சற்று வெந்நீர் இடலாம் என்று தவலைத் தண்ணீரை அடுப்பேற்றும்போது பால்காரனும் வந்தான்.

கருப்பட்டிக் காப்பியைச் செல்லம்மாள் அருகில் வைத்துவிட்டுப் பாலைக் காய்ச்சி ஒரு பாத்திரத்தில் ஊற்றி வைத்துவிட்டு, “நான் போய் டாக்டரைக் கூட்டிக்கொண்டு வருகிறேன்” என்று வெளியே புறப்பட்டார்.

“சுருக்க வந்து சேருங்க; எனக்கு ஒருபடியா வருது” என்று மூடிய கண்களைத் திறக்காதபடி சொன்னாள் செல்லம்மாள். அவ்வளவு தளர்ச்சி. வெளிக்கதவு கிறீச்சிட்டு, பிரமநாயகம் பிள்ளை புறப்பட்டுவிட்டதை அறிவித்தது.

அவர் திரும்பி வரும்போது பொழுது கருக்கிவிட்டது. எவரோ ஓர் ஒன்றரையணா எல்.எம்.பி.யின் வீட்டு வாசலில் அவரது வருகைக்காகக் காத்துக் காத்து நின்றார். அவரும் வருவதாகக் காணவில்லை. கவலை, கற்பனையால் பல மடங்கு பெருகித் தோற்ற, நிலைமையும் விலாசமும் தெரிவித்து, உடனே வரும்படி கெஞ்சிக் கடுதாசி எழுதிவைத்துவிட்டு வீட்டுக்குத் திரும்பி வந்தார்.

கதவைத் திறந்துகொண்டு உள்ளே நுழைந்ததும் அவர் கண்ட காட்சி திடுக்கிட வைத்தது. செல்லம்மாள் முற்றத்தில் மயங்கிக் கிடந்தாள். சற்று முன் குடித்த காப்பி வாந்தியெடுத்துச் சிதறிக் கிடந்தது.

அவசரஅவசரமாக விளக்கை ஏற்றினார். வெந்நீரை எடுத்து வந்து அவள் மேல் சிதறிக் கிடந்த குமட்டல்களைக் கழுவி, அவளைத் தூக்கிவந்து படுக்கையில் கிடத்தினார்.

வைத்தியன் கொடுத்துவிட்டுச் சென்ற செந்தூரத்தைத் தேனில் குழப்பி நாக்கில் தடவினார். மூக்கிலும், கால் கைகளிலும் தைலத்தைத் தடவினார். பிரக்ஞை வரவில்லை. மூச்சு இழையோடிக்கொண்டிருந்தது.

மீண்டும் தைலத்தைச் சற்றுத் தாராளமாகவிட்டு உடலில் தேய்த்து மயக்கம் தெளிவிக்க முயன்றுகொண்டிருந்தார்.

அச்சமயம் வெளியே ஒரு ரிக்ஷா வந்து நின்றது. "ஸார்! உள்ளே யார் இருக்கிறது?" என்று குரல் கொடுத்துக்கொண்டே கைப் பெட்டியும் வறுமையுமாக டாக்டர் உள்ளே வந்தார்.

"நல்ல சமயத்திலே வந்தீர்களையா!" என்று சொல்லிக்கொண்டே அவரை வரவேற்றார் பிரமநாயகம் பிள்ளை.

"இப்போ என்ன?" என்றபடியே அருகில் வந்து உட்கார்ந்து கையைப் பிடித்துப் பார்த்தார். வாயைத் திறக்க முயன்றார். பல் கிட்டிவிட்டிருந்தது.

"ஒரு நெருப்புப் பெட்டி இருந்தாக் கொண்டு வாருங்க; ஊசி குத்தணும்" என்றார்.

பிரமநாயகம் பிள்ளை அருகில் மாடத்தில் இருக்கும் நெருப்புப் பெட்டியை மறந்துவிட்டு அடுப்பங்கரைக்கு ஓடினார். அவரது வருகைக்காகக் காத்திருப்பதற்காக மோட்டுவளையைப் பார்க்க முயன்ற டாக்டரின் கண்களுக்கு மாடத்து நெருப்புப் பெட்டி தெரிந்தது. எடுத்து 'ஸ்பிரிட்' விளக்கை ஏற்றி மருந்து குத்தும் ஊசியை நெருப்பில் சுடவைத்துச் சுத்தப்படுத்தினார். கையில் நெருப்புப் பெட்டியுடன் அசடு வழிய வேர்வை வழிய நின்றுகொண்டிருந்த பிரமநாயகம் பிள்ளையிடம், இடது கையைச் சற்று விளக்கருகில் தூக்கிப் பிடித்துக்கொள்ளும்படி சொல்லிவிட்டு, மருந்தைக் குத்தி ஏற்றினார். இரண்டொரு விநாடிகள் இருவரும் அவளையே பார்த்துக் கொண்டிருந்தார்கள்.

செல்லம்மாள் சிணுங்க ஆரம்பித்தாள்.

டாக்டர் மெதுவாகத் தம்முடைய கருவிகளை எடுத்துப் பெட்டியில் வைத்தார். "கொஞ்சம் சீயக்காய்ப் பொடி இருந்தால் கொடுங்கோ" என்று கேட்டார். பிரமநாயகம் பிள்ளை வேட்டி துவைக்கும் வெள்ளைச் சவுக்காரக் கட்டியைக் கொடுக்க, மௌனமாகக் கை கழுவிவிட்டு, "தூங்குகிறாப் போலிருக்கிறது. எழுப்ப வேண்டாம். எழுந்தால் பால் மட்டும் கொடுங்கள்; இம்மாதிரிக் கேஸ்கள் வீட்டில் வைத்திருப்பது சவுகரியக் குறைச்சல் ஐயா; ஆஸ்பத்திரிதான் நல்லது" என்று கூறிக்கொண்டே பெட்டியைத் தூக்கிக்கொண்டு எழுந்து நடந்தார்.

முன் தொடர்ந்த பிள்ளை, "எப்படி இருக்கிறது?" என்று விநயமாகக் கேட்க, "இப்பொழுது ஒன்றும் சொல்லுவதற்கில்லை. எதற்கும் நாளை காலை வந்து என்னிடம் எப்படி இருக்கிறது என்று சொல்லுங்கள்; பிறகு பார்ப்போம்; இந்த ரிக்ஷாக்காரனுக்கு ஒரு நாலணா கொடுங்கள்" என்று சொல்லிக்கொண்டே வண்டியில் ஏறிக்கொண்டார். மடியிலிருந்த சில்லறை மனித மாட்டின் மடிக்கு மாறியது. ரிக்ஷா செல்லுவதைப் பார்த்து நின்றுவிட்டு உள்ளே திரும்பினார்.

செல்லம்மாள் தூங்கிக்கொண்டிருந்தாள்.

பிரமநாயகம் பிள்ளை ஓசைப்படாமல் அருகில் வந்து உட்கார்ந்து அவளையே பார்த்துக்கொண்டிருந்தார். தொட்டால் விழித்து விடுவாளோ என்ற அச்சம்.

அவளுடைய நெஞ்சின்மேல் ஓர் ஈ வந்து உட்கார்ந்தது. மென்மையான துணியின்மேல் அதற்கு உட்கார்ந்திருக்கப் பிரியம் இல்லை. மறுபடியும் பறந்து வட்டமிட்டு, அவளது உள்ளங்கையில் உட்கார்ந்தது. மறுபடியும் பறந்து, எங்கு அமர்வது என்று பிடிபடாதது போல வட்டமிட்டுப் பறந்தது. கடைசியாக அவளுடைய உதட்டின்மேல் உட்கார்ந்தது.

"தூ, தூ" என்ற துப்பிக்கொண்டு உதட்டைப் புறங்கையால் தேய்த்தபடி செல்லம்மாள் விழித்துக்கொண்டாள்.

சற்று நேரம் அவரையே உற்றுப் பார்த்துக்கொண்டிருந்தாள்.

"உங்களுக்குக் கொஞ்சங்கூட இரக்கமே இல்லை. என்னை இப்படிப் போட்டுட்டுப் போயிட்டியளே" என்று கடிந்துகொண்டாள்.

"நான் இல்லாமலிருக்கப்போ நீ ஏந்திரிச்சு நடமாடலாமா?" என்று சொல்லிக்கொண்டே அவள் கன்னத்தைத் தடவிக்கொடுத்தார்.

"நான் செத்துத்தான் போவேன் போலிருக்கு; வீணாத் தடபுடல் பண்ணாதிய" என்று சொல்லிவிட்டுக் கண்ணை மூடினாள்.

"உடம்பில் தளர்ச்சியாக இருக்கிறதால்தான் அப்படித் தோணுது; காலைப் பிடிக்கட்டா?" என்று மெதுவாகத் தடவிக்கொடுத்தார்.

"அப்பாடா! மேலெல்லாம் வலிக்குது. உள்ளுக்குள்ளே ஜில்லுன்னு வருது. என் கையைப் புடிச்சுக்கிட்டுப் பக்கத்திலேயே இருங்க" என்று அவர் கையைச் செல்லம்மாள் தன் இரண்டு கைகளாலும் பிடித்துக் கொண்டு கண்களை மூடிக்கொண்டாள்.

சற்று நேரம் பேசாமல் இருந்துவிட்டு, "அம்மையெப் பாக்கணும் போல இருக்கு" என்று கண்களைத் திறக்காமலே சொன்னாள்.

"நாளைக்கு உடனே வரும்படி தந்தி கொடுத்தாப் போகுது; அதுக்கென்ன பிரமாதம்?" என்றார் பிள்ளை. அவருக்குப் பயம் தட்டியது. பிரக்ஞை தடம் புரண்டுவிட்டதா?

"ஊம், துட்டெ வீணாக்க வேண்டாம். கடுதாசி போட்டால் போதும். அவ எங்கெ வரப்போறா? நாளைக்காவது நீங்க கடைக்குப் போங்க" என்றாள் செல்லம்மாள்.

"நீ கொஞ்சம் மனசெ அலட்டிக்காமே படுத்துக்கோ" என்று சொல்லிக்கொண்டே அவள் கைப்பிடிப்பிலிருந்து வலது கையை விடுவித்துக்கொண்டு நெற்றியைத் தடவிக்கொடுத்தார்.

"வலிக்குது. தாகமாக இருக்கு, கொஞ்சம் வெந்நி" என்றாள்.

"வெந்நி வயத்தைப் பெரட்டும்; இப்பந்தானே வாந்தியெடுத்தது?" என்றார். மெதுவாக அவள் கைகள் இரண்டையும் பிடித்துக்கொண்டு

முகத்தையே பார்த்துக்கொண்டிருந்தார். செல்லம்மாளுக்குக் காலையிலிருந்த முகப்பொலிவு மங்கிவிட்டது. உதடுகள் சற்று நீலம் பாரித்துவிட்டன. அடிக்கடி வறட்சியைத் தவிர்க்க உதட்டை நக்கிக்கொண்டாள்.

"நெஞ்சில் என்னமாவோ படபடவென்று அடிக்குது" என்றாள் மறுபடியும்.

"எல்லாம் தளர்ச்சியின் கோளாறுதான்; பயப்படாதே" என்று நெஞ்சைத் தடவிக்கொடுத்தார்.

ஒரு விநாடி கழித்து, "பசிக்குது; பாலைத் தாருங்க. நான் தூங்குதேன்" என்றாள் செல்லம்மாள்.

"இதோ எடுத்து வாரேன்" என்று உள்ளே ஓடிச் சென்றார் பிரமநாயகம் பிள்ளை. பால் திறைந்து போயிருந்தது. அவருக்குத் திக்கென்றது. மாடத்திலே உலர்ந்துபோன எலுமிச்சம்பழம் இருந்தது. அதை எடுத்து வெந்நீரில் பிழிந்து சர்க்கரையிட்டு அவளருகில் கொண்டு வந்து வைத்துக்கொண்டு உட்கார்ந்தார். சற்று நேரம் சூடான பானகத்தைக் குடிக்கும் பக்குவத்துக்கு ஆற்றினார்.

"செல்லம்மா!" என்று மெதுவாகக் கூப்பிட்டார்.

பதில் இல்லை. மூச்சு நிதானமாக வந்துகொண்டிருந்தது.

"செல்லம்மா, பால் தெரைஞ்சு போச்சு; பானகம் தாரேன். குடிச்சுப்புட்டுத் தூங்கு" என்றார்.

"ஆகட்டும்" என்பது போல அவள் மெதுவாக அசைத்தாள்.

சிறு தம்ளரில் ஊற்றி மெதுவாக வாயில் ஊற்றினார். இரண்டு மடக்குக் குடித்துவிட்டுத் தலையை அசைத்துவிட்டாள்.

"ஏன், வெளக்கை . . ." – விக்கலுடன் உடல் குலுங்கியது. நெஞ்சு விம்மி அமர்ந்தது. காலும் கையும் வெட்டி வாங்கின.

அதிர்ச்சி ஓய்ந்ததும் பிள்ளை பானகத்தைக் கொடுத்தார். அது இருபுறமும் வழிந்துவிட்டது.

பாத்திரத்தை மெதுவாக வைத்துவிட்டுத் தொட்டுப் பார்த்தார்.

உடல்தான் இருந்தது.

வைத்த கையை மாற்றாமல் பூதாகாரமாகச் சுவரில் விழுந்த தமது சாயையைப் பார்த்தார். அதன் கைகள் செல்லம்மாள் நெஞ்சைத் தோண்டி உயிரைப் பிடுங்குவன போல் இருந்தன.

சித்த வைத்தியன் கொடுத்த மருந்தில் மிஞ்சிக் கிடந்தவற்றை உடம்பில் பிரயோகித்துப் பார்த்தார். "இனிமேல் ஆவது ஒன்றுமில்லை" என்பது தெரிந்தும் தவிட்டு ஒற்றடம் கொடுத்துப்பார்த்தார்.

அவரது நெற்றியின் வியர்வை அந்த உடலின் கண் இமையில் சொட்டியது.

அரைக்கண் போட்டிருந்த அதை நன்றாக மூடினார். குரக்குவலி இழுத்த காலை நிமிர்த்திக் கிடத்தினார். கைகளை நெஞ்சில் மடித்து வைத்தார்.

அருகில் உட்கார்ந்திருந்தவர் பிரக்ஞையில் தளதளவென்று கொதிக்கும் வெந்நீரின் அழைப்புக் கேட்டது.

உள்ளே சென்று செல்லம்மாள் எப்போதும் குளிக்கும் பருவத்துக்குப் பக்குவப்படுத்தினார்.

உடலை எடுத்து வந்தார். "செல்லம்மாள் இவ்வளவு கனமில்லையே; என்னமாக் கனக்கிறது!" என்று எண்ணமிட்டார்.

தலை வசப்படாமல் சரிந்துசரிந்து விழுந்தது.

கீழே உட்காரவைத்து, நின்று தமது முழங்காலில் சாய்த்து வைத்துத் தவலைத் தண்ணீர் முழுவதையும் விட்டுக் குளிப்பாட்டினார். மஞ்சள் இருக்குமிடம் தெரியாததனால் அதற்கு வசதி இல்லாமற் போய்விட்டது. மேல்துணியை வைத்து உடலைத் துவட்டினார்.

மீண்டும் எடுத்துக்கொண்டு வந்து படுக்கையில் கிடத்தினார். அவளுக்கு என வாங்கிய பச்சைப் புடைவை அந்த உடலில் சுற்றிக் கட்டப்பட்டது. நெற்றியில் விபூதியும் குங்குமமும் இட்டார். தலைமாட்டினருகில் குத்துவிளக்கை ஏற்றிவைத்தார். எப்பொழுதோ ஒரு சரஸ்வதி பூஜைக்கு வாங்கின சாம்பிராணி ஞாபகம் வந்தது. கனல் எடுத்து வந்து வைத்துப் பொடியைத் தூவினார். நிறை நாழி வைத்தார்.

செல்லம்மாள் உடம்புக்குச் செய்யவேண்டிய பவித்திரமான பணிவிடைகளைச் செய்து முடித்துவிட்டு அதையே பார்த்து நின்றார்.

கூடத்தில் மூச்சுத் திணறுவது போல் இருந்தது. வெளிவாசலுக்கு வந்து தெருவில் இறங்கி நின்றார்.

ஊசிக் காற்று அவர் உடம்பை வருடியது.

வானத்திலே தெறிகெட்டுச் சிதறிக் கிடந்த நட்சத்திரங்களில் திரிசங்குக் கிரகமண்டலம் அவர் கண்ணில் பட்டது. அவருக்கு வான சாஸ்திரம் தெரியாது. சங்கு மண்டலத்தின் கால், தூரத்தில் தெரிந்த கறுப்பு ஊசிக் கோபுரத்தில் மாட்டிக்கொண்டு அஸ்தமிக்கவோ உதயமாகவோ முடியாமல் தவித்தது.

அருகில், "ஐயா!" என்றான் முனிசாமி.

"முதலாளி குடுத்தாங்க" என்று நோட்டுகளை நீட்டினான்; "அம்மாவுக்கு எப்படி இருக்கு?" என்றான்.

"அம்மா தவறிப்போயிட்டாங்க. நீ இந்த நோட்டை வச்சுக்க; ஒரு தந்தி எளுதித் தாரேன். அதெக் குடுத்துப்புட்டு, முதலாளி ஐயா வீட்டிலே சொல்லு. வரும்போது அம்பட்டனுக்கும் சொல்லிவிட்டு வா" என்றார்.

நிதானமாகவே பேசினார்; குரலில் உளைச்சல் தொனிக்கவில்லை.

பிரமித்துப்போன முனிசாமி தந்தி கொடுக்க ஓடினான்.

பிரமநாயகம் பிள்ளை உள்ளே திரும்பி வந்து உட்கார்ந்தார். கனலில் மீண்டும் கொஞ்சம் சாம்பிராணியைத் தூவினார்.

அந்த ஈ மறுபடியும் அந்த உடலின் முகத்தில் வட்டமிட்டு உட்கார்ந்தது.

பிரமநாயகம் பிள்ளை அதை உட்காரவிடாமல் விரட்டுவதற்கு விசிறியால் மெதுவாக வீசிக்கொண்டே இருந்தார்.

அதிகாலையில், மனசில் வருத்தமில்லாமல், பிலாக்கணம் தொடுக்கும் ஒரு பெண்ணின் அழுகையில் வெளிப்பட்ட வேஷத்தை மறைப்பதற்கு வெளியில் இரட்டைச் சங்கு பிலாக்கணம் தொடுத்தது.

கலைமகள், **மார்ச் 1943**

சாப விமோசனம்

ராமாயண பரிசயமுள்ளவர்களுக்கு இந்தக் கதை பிடிபடாமல் (பிடிக்காமல்கூட) இருக்கலாம். அதை நான் பொருட்படுத்த வில்லை.

1

சாலையிலே ஒரு கற்சிலை. தளர்ந்து நொடிந்துபோன தசைக் கூட்டத்திலும் வீரியத்தைத் துள்ளவைக்கும் மோகன வடிவம்; ஓர் அபூர்வ சிற்பி பூலோகத்தில் இதற்காகவென்றே பிறந்து தன் கனவையெல்லாம் கல்லில் வடித்துவைத்தானோ என்று தோன்றும் அவ்வளவு லாகிரியை ஊட்டுவது. ஆனால் அந்தப் பதுமையின் கண்களிலே ஒரு சோகம் – சொல்லில் அடைபடாத சோகம் – மிதந்து, பார்க்கிறவர்களின் வெறும் தசை ஆசையான காமத்தைக் கொன்று அவர்களையும் சோகத்தில் ஆழ்த்தியது. அது சிற்பியின் அபூர்வக் கனவு அன்று. சாபத்தின் விளைவு. அவள்தான் அகலிகை.

அந்தக் காட்டுப் பாதையில் கல்லில் அடித்துவைத்த சோகமாக, அவளது சோகத்தைப் பேதமற்ற கண்கொண்டு பார்க்கும் துறவி போன்ற இயற்கையின் மடியிலே கிடக்கிறாள். சூரியன் காய்கிறது. பனி பெய்கிறது. மழை கொழிக்கிறது. தூசும் தும்பும் குருவியும் கோட்டானும் குந்துகின்றன; பறக்கின்றன. தன் நினைவற்ற தபஸ் வியாக – கல்லாக – கிடக்கிறாள்.

சற்றுத் தூரத்திலே ஒரு கறையான் புற்று. நிஷ்டையில் ஆழ்ந்து தன் நினைவகற்றித் தன் சோகத்தை மறந்து தவம் கிடக்கிறான் கோதமன். இயற்கை, அவனையும் அபேதமாகத்தான் போஷிக்கிறது.

இன்னும் சற்றுத் தூரத்திலே இந்தத் தம்பதிகளின் குடும்பக்கூடு கம்பமற்று வீழ்ந்தது போல, இவர்களுக்கு நிழல்கொடுத்த கூரையும் தம்பம் இற்று வீழ்ந்து பொடியாகிக் காற்றோடு கலந்துவிட்டது. சுவரும் கரைந்தது. மிஞ்சியது திரடுதான். இவர்கள் மனசில் ஏறிய துன்பத்தின் வடுப் போலத் தென்பட்டது அது.

தூரத்திலே கங்கையின் சலசலப்பு. அன்னை கங்கை, இவர்களது எல்லையற்ற சோகத்தை அறிவாளோ என்னவோ!

இப்படியாக ஊழி பல கடந்தன, தம்பதிகளுக்கு.

ஒரு நாள் . . . .

முற்பகல் சூரிய ஒளி சற்றுக் கடுமைதான். என்றாலும் கொடிகளின் பசுமையும் நிழலும், இழைந்துவரும் காற்றும், உலகின் துன்பத்தை மறைக்க முயன்று நம்பிக்கையையும் வலுவையும் தரும் சமய தத்துவம் போல, இழைந்து மனசில் ஒரு குளுமையைக் கொடுத்தன.

ஆண் சிங்கம் போல், மிடுக்கு நடை நடந்து, எடுத்த கருமம் முற்றியதால் உண்ட மகிழ்ச்சியை மனசில் 'அசை போட்டுக்கொண்டு' நடந்து வருகிறான் விசுவாமித்திரன். மாரீசனும் சுவாகுவும் போன இடம் தெரியவில்லை. தாடகை என்ற கிழட்டுக் கொடுமை நசித்து விட்டது. நிஷ்டையில் ஆழ்ந்தும், எரியோம்பியும் தர்ம விசாரத்தில் ஈடுபட்டிருப்பவர்களுக்கு நிம்மதியைத் தரும் சாதனமாகத் தன்னை ஆக்கிக்கொண்டதில் ஒரு திருப்தி.

அடிக்கடி திரும்பித்திரும்பிப் பார்த்துக்கொள்கிறான். பார்வையில் என்ன பரிவு! இரண்டு குழந்தைகள் ஓடிப்பிடித்து விளையாடி வருகின்றன. அவர்கள் வேறு யாருமல்ல; அவதார சிசுக்களான ராம லக்ஷ்மணர்களே. அரக்கர் நசிவை ஆரம்பித்துவைத்துவிட்டு, அதன் பொறுப்புத் தெரியாமல் ஓடிப் பிடித்து வருகிறார்கள்.

ஓட்டம் புழுதியைக் கிளப்புகிறது. முன்னால் ஓடி வருகிறான் லக்ஷ்மணன்; துரத்தி வருபவன் ராமன். புழுதிப் படலம் சிலையின் மீது படிகிறது . . . .

என்ன உத்ஸாகமோ என்று உள்ளக் குதுகலிப்புடன் திரும்பிப் பார்க்கிறார் விசுவாமித்திரர். பார்த்தபடியே நிற்கிறார்.

புழுதிப் படலம் சிலையின்மீது படிகிறது.

எப்போதோ ஒரு நாள் நின்று கல்லான இதயம் சிலையுள் துடிக்கிறது. போனபோன இடத்தில் நின்று இறுகிப்போன ரத்தம் ஓட ஆரம்பிக்கிறது. கல்லில் ஜீவ உஷ்ணம் பரவி உயிருள்ள தசைக் கோளமாகிறது. பிரக்ஞை வருகிறது.

கண்களை மூடித் திறக்கிறாள் அகலிகை. பிரக்ஞை தெரிகிறது. சாப விமோசனம்! சாப விமோசனம்!

தெய்வமே! மாசுபட்ட இந்தத் தசைக்கூட்டம் பவித்திரம் அடைந்தது.

தனக்கு மறுபடியும் புதிய வாழ்வைக் கொடுக்கவந்த தெய்விக புருஷன் எவன்? அந்தக் குழந்தையா?

அவன் காலில் விழுந்து நமஸ்கரிக்கிறாள். ராமன் ஆச்சர்யத்தால் ரிஷியைப் பார்க்கிறான்.

விசுவாமித்திரருக்குப் புரிந்துவிட்டது. இவள் அகலிகை. அன்று இந்திரனுடைய மாய வேஷத்துக்கு ஏமாறிய பேதை. கணவன் மீதிருந்த அளவுக்குள் அடங்காத பாசத்தின் விளைவாக, தன்

உடம்பை, மாய வேஷத்தால் ஏமாறி, மாசுபடுத்திக்கொண்டவள்; கோதமனின் மனைவி. அவ்வளவையும் ராமனிடம் சொல்லுகிறார். அதோ நிற்கும் புற்று இருக்கிறதே, அதில் வலை முட்டையில் மோனத்தவங்கிடக்கும் பட்டுப்பூச்சி போலத் தன்னை மறந்து நிஷ்டையில் ஆழ்ந்து இருக்கிறான். அதோ அவனே எழுந்துவிட்டானே!

நிஷ்டை துறந்த கண்கள் சாணை தீட்டிய கத்தி போல் சுருள்கின்றன. உடலிலே, காயகற்பம் செய்தது போல் வலு பின்னிப் பாய்கிறது. மிடுக்காக, பெண்ணின் கேவலத்திலிருந்து விடுவித்துக்கொள்ள முடியாதவனைப் போலத் தயங்கித்தயங்கி வருகிறான்.

மறுபடியும் இந்தத் துன்ப வலையா? சாப விமோசனத்துக்குப் பிறகு வாழ்வு எப்படி என்பதை மனசு அப்பொழுது நினைக்கவில்லை. இப்பொழுதோ அது பிரம்மாண்டமான மதிலாக அவனது வாழ்வைச் சுற்றியே மண்டலிக்கிறது. அவள் மனமும் மிரளுகிறது.

ராமனுடைய கல்வி, தர்மக்கண்கொண்டு பார்த்தது. தெளிவின் ஒளி பூண்டது. ஆனால் அநுபவச் சாணையில் பட்டை பிடிக்காதது; வாழ்வின் சிக்கலின் ஒவ்வொரு நூலையும் பின்னலோடு பின்னல் ஓடியாமல் பார்த்த வசிஷ்டனுடைய போதனை. ஆனால் சிறுமையை அறியாதது. புது வழியில் துணிந்துபோக அறிவுக்குத் தெம்பு கொடுப்பது.

உலகத்தின் தன்மை என்ன, இப்படி விபரீதமாக முறுக்கேறி உறுத்துகிறது! மனசுக்கும் கரணசக்தியின் நிதானத்துக்கும் கட்டுப் படாமல் நிகழ்ந்த ஒரு காரியத்துக்கா பாத்திரத்தின்மீது தண்டனை? "அம்மா!" என்று சொல்லி அவள் காலில் விழுந்து வணங்குகிறான் ராமன்.

இரண்டு ரிஷிகளும் (ஒருவன் துணிச்சலையே அறிவாகக் கொண்டவன்; மற்றவன் பாசத்தையே தர்மத்தின் அடித்தலமாகக் கண்டவன்) சிறுவனுடைய நினைவுக்கோணத்தில் எழுந்த கருத்துக்களைக் கண்டு குதுகலிக்கிறார்கள். எவ்வளவு லேசான, அன்புமயமான, துணிச்சலான உண்மை!

"நெஞ்சினால் பிழை செய்யாதவளை நீ ஏற்றுக்கொள்ளுவதுதான் பொருந்தும்" என்கிறான் விசுவாமித்திரன் மெதுவாக.

குளுமை பூண்ட காற்றில் அவனது வாதக் கரகரப்பு ரஸபேதம் காட்டுகிறது.

கோதமனும், அவன் பத்தினியும், அந்தத் தம்பமற்றுத் திரடேறிப் போன மேடும் அவ்விடத்தை விட்டு அகலவில்லை. முன்பு உயிரற்றிருந்த இடத்தில் ஜீவகளை துவள நிலைத்தது.

சாட்டையின் சொடுக்கைப் போலப் போக்கை மாற்றியமைக்க வந்த சக்திகள் அவ்விடம் விட்டுப் பெயர்ந்துவிட்டன. மிதிலைக்குப் பொழுது சாயும்பொழுதாவது போக வேண்டாமா? மணவினை, இரு கைகளை நீட்டி அழைக்கிறதே.

கோதமனுக்கு அவளிடம் முன்போல் மனக் களங்கமின்றிப் பேச நாவெழவில்லை. அவளை அன்று விலைமகள் என்று சுட்டது, தன் நாக்கையே பொக்க வைத்துவிட்டது போல இருக்கிறது. என்ன பேசுவது? என்ன பேசுவது?

"என்ன வேண்டும்?" என்றான் கோதமன். அறிவுத் திறம் எல்லாம் அந்த உணர்ச்சிச் சுழிப்பிலே அகன்று பொருளற்ற வார்த்தையை உந்தித் தள்ளியது.

"பசிக்கிறது" என்றாள் அகலிகை, குழந்தை போல.

அருகிலிருந்த பழனத்தில் சென்று கனிவர்க்கங்களைச் சேகரித்து வந்தான் கோதமன். அன்று, முதல்முதல் மணவினை நிகழ்ந்த புதிதில் அவனுடைய செயல்களில் துவண்ட ஆசையும் பரிவும் விரல்களின் இயக்கத்தில் தேக்கத்தில் காட்டின.

'அந்த மணவினை உள்ளப் பரிவு பிறந்த பின்னர்ப் பூத்திருந்தாலும் ஏமாற்றின் அடிப்படையில் பிறந்ததுதானே! பசுவை வலம் வந்து பறித்து வந்ததுதானே!' என்று கோதமனுடைய மனசு, திசைமாறித் தாவித் தன்னையே சுட்டுக்கொண்டது.

அகலிகை பசி தீர்ந்தாள்.

அவர்களது மனசில் பூர்ணமான கனிவு இருந்தது. ஆனால் இருவரும் இருவிதமான மனக்கோட்டைகளுக்குள் இருந்து தவித்தார்கள்.

கோதமனுக்குத் தான் ஏற்றவளா என்பதே அகலிகையின் கவலை.

அகலிகைக்குத் தான் ஏற்றவனா என்பதே கோதமனின் கவலை.

சாலையோரத்தில் பூத்திருந்த மலர்கள் அவர்களைப் பார்த்துச் சிரித்தன.

2

அகலிகையின் விருப்பப்படி, ஆசைப்படி அயோத்தி வெளி மதில்களுக்குச் சற்று ஒதுங்கி, மனுஷ பரம்பரையின் நெடி படராத தூரத்தில், சரயூ நதிக்கரையிலே ஒரு குடிசை கட்டிக்கொண்டு தர்மவிசாரம் செய்துகொண்டிருந்தான் கோதமன். இப்பொழுது கோதமனுக்கு அகலிகைமீது பரிபூர்ண நம்பிக்கை. இந்திரன் மடிமீது அவள் கிடந்தால்கூட அவன் சந்தேகிக்க மாட்டான். அவ்வளவு பரிசுத்தவதியாக நம்பினான் அவன். அவளது சிற்றுதவி இல்லாவிடின் தனது தர்மவிசாரமே தவிடுபொடியாகிவிடும் என்ற நிலை அவனுக்கு ஏற்பட்டது.

அகலிகை அவனை உள்ளத்தினால் அளக்க முடியாத ஓர் அன்பால் தழைக்க வைத்தாள். அவனை நினைத்துவிட்டால் அவள் மனமும் அங்கங்களும் புது மணப்பெண்ணுடையன போலக் கனிந்துவிடும். ஆனால், அவள் மனசில் ஏறிய கல் அகலவில்லை. தன்னைப் பிறர் சந்தேகிக்காதபடி, விசேஷமாகக் கூர்ந்து பார்க்கக்கூட

இடங்கொடாதபடி நடக்க விரும்பினாள். அதனால் அவள் நடையில் இயற்கையின் தன்மை மறைந்து இயல்பு மாறியது. தன்னைச் சூழ நிற்பவர்கள் யாவருமே இந்திரர்களாகத் தென்பட்டார்கள்; அகலிகைக்குப் பயம் நெஞ்சில் உறையேறிவிட்டது. அந்தக் காலத்திலிருந்த பேச்சும் விளையாட்டும் குடியோடிப் போயின. ஆயிரம் தடவை மனசுக்குள் திருப்பித்திருப்பிச் சொல்லிப் பாடம் பண்ணிக்கொண்டு, அந்த வார்த்தை சரிதானா என்பதை நாலு கோணத்திலிருந்தும் ஆராய்ந்து பார்த்துவிட்டுத்தான் எதையும் சொல்லுவாள். கோதமன் சாதாரணமாகச் சொல்லும் வார்த்தைகளுக்குக்கூட உள்ளர்த்தம் உண்டோ என்று பதைப்பாள்.

வாழ்வே அவளுக்கு நரக வாதனையாயிற்று.

அன்று மரீசி வந்தார். முன்னொரு நாள் ததீசி வந்தார். மதங்கரும் வாரணாசி செல்லும்போது கோதமனைக் குசலம் விசாரிக்க எட்டிப் பார்த்தார். அவர்கள் மனசில் கனிவும் பரிவும் இருந்தபோதிலும் அகலிகையின் உடம்பு குன்றிக் கிடந்தது. மனசும் கூம்பிக் கிடந்தது. அதிதி உபசாரங்கூட வழுவிவிடும்போல் இருந்தது. ஏறிட்டுச் சாதாரணமாகப் பார்க்கிறவர்களையும் களங்கமற்ற கண்கொண்டு பார்க்கக் கூசியது. குடிசையில் ஒளிந்துகொண்டாள்.

கோதமனுடைய சித்தாந்தமோ இப்பொழுது புதுவித விசாரணையில் திரும்பியது. தர்மத்தின் வேலிகள் யாவும் மனமறிந்து செய்பவர்களுக்கே. சுயப்பிரக்ஞை இல்லாமல் வழு ஏற்பட்டு, அதனால் மனுஷ வித்து முழுவதுமே நசித்துவிடும் என்றாலும் அது பாபம் அல்ல; மனலயிப்பும், சுயப்பிரக்ஞையுடன் கூடிய செயலீடுபாடுமே கறைப்படுத்துபவை. தனது இடிந்துபோன குடிசையில் மறுபடியும் பிறர் கூட்டிவைத்த ஒரு தன்மையில் இருந்துகொண்டு புதிய கோணத்தில் தன் சிந்தனையைத் திருப்பிவிட்டான் கோதமன். அவனுடைய மனசில் அகலிகை மாசு அற்றவளாகவே உலாவினாள்; தனக்கே அருகதை இல்லை; சாபத் தீயை எழுப்பிய கோபமே தன்னை மாசுபடுத்திவிட்டது என்று கருதினான்.

சீதையும் ராமனும் உல்லாசமாகச் சமயாசமயங்களில் அந்தத் திசையில் ரதமூர்ந்து வருவார்கள். அவதாரக் குழந்தை, கோதமனின் மனசில் லக்ஷ்ய வாலிபனாக உருவாகித் தோன்றினான். அவனது சிரிப்பும் விளையாட்டுமே தர்மசாஸ்திரத்தின் தூண்டாவிளக்குகளாகச் சாயனம் (வியாக்கியானம்) பண்ணின. அந்த இளம் தம்பதிகளின் பந்தந்தான் என்ன? அது கோதமனுக்குத் தனது அந்தக் காலத்து வாழ்வை ஞாபகப்படுத்தும்.

அகலிகையின் மனப் பாரத்தை நீக்கவந்த மாடப்புறா சீதை. அவளது பேச்சும் சிரிப்பும் தன்மீதுள்ள கறையைத் தேய்த்துக் கழுவுவன போல் இருந்தன அகலிகைக்கு. அவள் வந்தபோதுதான் அகலிகையின் அதரங்கள் புன்சிரிப்பால் நெளியும். கண்களில் உல்லாசம் உதயவொளி காட்டும்.

வசிஷ்டரின் கண்பார்வையிலே வளரும் ராஜ்ய லக்ஷ்யங்கள் அல்லவா? சரயூ நதியின் ஓரத்தில் ஒதுங்கி இரு தனி வேறு உலகங்களில் சஞ்சரிக்கும் ஜீவன்களிடையே பழைய கலகலப்பைத் தழைக்கவைத்து வந்தார்கள்.

அகலிகைக்கு வெளியே நடமாடி நாலு இடம் போவதற்குப் பிடிப்பற்று இருந்தது. சீதையின் நெருக்கமே அவளது மனச்சுமையை நீக்கிச் சற்றுத் தெம்பை அளித்தது.

பட்டாபிஷேக வைபவத்தின்போது அயோத்திக்கு வருவதாக ஒப்புக்கொண்டிருந்தாள். ஆனால் அரண்மனைக்குள் ஏற்பட்ட உணர்ச்சிச் சுழிப்புக்குத்தான் என்ன வலிமை! ஒரே மூச்சில் தசரதன் உயிரை வாங்கி, ராமனைக் காட்டுக்கு விரட்டி, பரதனைக் கண்ணீரும் கம்பலையுமாக நந்திக்கிராமத்தில் குடியேற்றிவிட்டது.

மனுஷ அளவைகளுக்குள் எல்லாம் அடைபடாத அதீத சக்தி, ஏதோ உன்மத்த வேகத்தில் காயுருட்டிச் சொக்கட்டான் ஆடியது போல் நடந்து முடிந்துவிட்டது.

வசிஷ்டர்தான் என்ன, சர்வ ஜாக்கிரதையோடு மனுஷ தர்மத்தின் வெற்றியாக ஒரு ராஜ்யத்தை ஸ்தாபிக்கக் கண்ணில் எண்ணெயூற்றி வளர்த்தார். அவருடைய கணக்குகள் யாவும் தவிடுபொடியாகி, நந்திக்கிராமத்தில் நின்றெரியும் மினுக்கு வெளிச்சமாயிற்று.

சரயூ நதிக் குடிசை மறுபடியும் தம்பமற்று விழுந்தது என்று சொல்ல வேண்டும். கோதமன் தர்மவிசாரமெல்லாம் இந்தப் பேய்க் காற்றில் சூறை போயிற்று. மனசில் நம்பிக்கை வறண்டு சூன்யமாயிற்று.

அகலிகைக்கோ? அவளது துன்பத்தை அளந்தால் வார்த்தைக்குள் அடைபடாது. அவளுக்குப் புரியவில்லை. நைந்து ஓய்ந்து விட்டாள். ராமன் காட்டுக்குப் போனான். அவன் தம்பியும் தொடர்ந்தான்; சீதையும் போய்விட்டாள். முன்பு கற்சிலையாகிக் கிடந்தபோது மனசு இருண்டு கிடந்த மாதிரி ஆகிவிட்டது. ஆனால் மனப்பாரத்தின் பிரக்ஞை மட்டும் தாங்க முடியவில்லை.

கருக்கலில் கோதமர் ஜபதபங்களை முடித்துக்கொண்டு கரையேறிக் குடிசைக்குள் நுழைந்தார்.

அவர் பாதங்களைக் கழுவுவதற்காகச் செம்பில் ஜலத்தை ஏந்தி நின்ற அகலிகையின் உதடு அசைந்தது.

"எனக்கு இங்கு இருப்புக்கொள்ளவில்லை. மிதிலைக்குப் போய் விடுவோமே."

"சரி, புறப்படு; சதானந்தனையும் பார்த்து வெகு நாட்களாயின" என்று வெளியே இறங்கினார் கோதமர்.

இருவரும் மிதிலை நோக்கி நடந்தார்கள். இருவர் மனசிலும் பளு குடியேறி அமர்ந்திருந்தது. கோதமர் சற்று நின்றார்.

பின்தொடர்ந்து நடந்துவந்த அகலிகையினுடைய கையை எட்டிப் பிடித்துக்கொண்டார்; நடந்தார்; "பயப்படாதே" என்றார்.

இருவரும் மிதிலை நோக்கி நடந்தார்கள்.

3

பொழுது புலர்ந்துவிட்டது. கங்கைக் கரைமேல் இருவரும் சென்று கொண்டிருக்கிறார்கள்.

யாரோ ஆற்றுக்குள் நின்று கணீரென்ற குரலில் காயத்திரியைச் சொல்லிக்கொண்டிருந்தார்கள்.

ஜபம் முடியுமட்டும் தம்பதிகள் கரையில் எட்டிக் காத்து நின்றார்கள்.

"சதானந்தா!" என்று கூப்பிட்டார் கோதமர்.

"அப்பா... அம்மா!" என்று உள்ளத்தின் மலர்ச்சியைக் கொட்டிக் காலில் விழுந்து நமஸ்கரித்தான் சதானந்தர்.

அகலிகை அவனை மனசால் தழுவினாள். குழந்தை சதானந்தன் எவ்வளவு அன்னியனாகிவிட்டான், தாடியும் மீசையும் வைத்துக் கொண்டு ரிஷி மாதிரி!

கோதமருக்கு மகனது தேஜஸ் மனசைக் குளுமையூட்டியது.

சதானந்தன் இருவரையும் தன் குடிசைக்கு அழைத்துச் சென்றான். சிரமபரிகாரம் செய்துகொள்ளுவதற்கு வசதி செய்துவைத்துவிட்டு, ஜனகனது தத்துவ விசார மண்டபத்துக்குப் புறப்படலானான்.

கோதமரும் உடன் வருவதாகப் புறப்பட்டார். மகனுக்கு அவரை அழைத்துச் செல்லுவதில் பிரியந்தான். நெடுந்தூரத்துப் பிரயாணமாச்சே என்று ரத்த பந்தத்தின் பரிவால் நினைத்தான். ஊழிகாலம் நிஷ்டையில் கழித்தும் வாடாத தசைக்கூட்டமா, இந்த நடைக்குத் தளர்ந்துவிடப் போகிறது? அவனுக்குப் பின் புறப்பட்டார். அவருடைய தத்துவ விசாரணையின் புதிய போக்கை நுகர ஆசைப்பட்டான் மகன்.

மிதிலையின் தெருக்கள் வழியாகச் செல்லும்போது அயோத்தியில் பிறந்த மனத்தொய்வும் சோகமும் இங்கும் படர்ந்திருப்பதாகப் புலப்பட்டன கோதமருக்கு. அடக்கிவிட்ட பெருமூச்சு காற்றினூடே கலந்து இழைந்தது.

ஜனங்கள் போகிறார்கள், வருகிறார்கள்; காரியங்களைக் கவனிக் கிறார்கள்; நிஷ்காம்ய சேவை போல எல்லாம் நடக்கிறது; பிடிப்பு இல்லை; லயிப்பு இல்லை.

திருமஞ்சனக் குடம் ஏந்திச் செல்லும் அந்த யானையின் நடையில் விறுவிறுப்பு இல்லை; உடன் செல்லும் அர்ச்சகன் முகத்தில் அருளின் குதுகலிப்பு இல்லை.

இருவரும் அரசனுடைய பட்டிமண்டபத்துக்குள் நுழைந்தார்கள். சத்சங்கம் சேனா சமுத்திரமாக நிறைந்திருந்தது. இந்த அங்காடியில் ஆராய்ச்சி எப்படி நுழையும் என்று பிரமித்தார் கோதமர். அவர் நினைத்தது தவறுதான்.

புதுமைப்பித்தன் கதைகள்

ஜனகன் கண்களில் இவர்கள் உடனே தென்பட்டார்கள்.

அவன் ஓடோடியும் வந்து முனிவருக்கு அர்க்கியம் முதலிய உபசாரங்கள் செய்வித்து அழைத்துச்சென்று அவரைத் தன் பக்கத்தில் உட்கார வைத்துக்கொண்டான்.

ஜனகனுடைய முகத்தில் சோகத்தின் சோபை இருந்தது. ஆனால் அவன் பேச்சில் தழுதழுப்பு இல்லை; அவனுடைய சித்தம் நிதானம் இழக்கவில்லை என்பதைக் காட்டியது.

என்னத்தைப் பேசுவது என்று கோதமர் சற்றுத் தயங்கினார்.

"வசிட்டன் தான் கட்டிய ராஜ்யத்தில் உணர்ச்சிக்கு மதகு அமைக்கவில்லை" என்றான் ஜனகன், மெதுவாகத் தாடியை நெருடிக்கொண்டு.

ஜனகனின் வாக்கு, வர்மத்தைத் தொட்டுவிட்டது.

"உணர்ச்சியின் சுழிப்பிலேதானே உண்மை பிறக்கும்" என்றார் கோதமர்.

"துன்பமும் பிறக்கும், உணர்ச்சியைப் பயன்படுத்திக்கொள்ளத் தெரியாது போனால். ராஜ்யத்தைக் கட்ட ஆசைப்படும்போது அதற்கும் இடம் போட்டு வைக்க வேண்டும்; இல்லாவிட்டால் ராஜ்யம் இருக்காது" என்றான் ஜனகன்.

"தங்களதோ?" என்று சந்தேகத்தை எழுப்பினார் கோதமர்.

"நான் ஆளவில்லை; ஆட்சியைப் புரிந்துகொள்ள முயலுகிறேன்" என்றான் ஜனகன்.

இருவரும் சற்று நேரம் மௌனமாக இருந்தார்கள்.

"தங்களது தர்மவிசாரணை எந்த மாதிரியிலோ?" என்று விநயமாகக் கேட்டான் ஜனகன்.

"இன்னும் ஆரம்பிக்கவே இல்லை; இனிமேல்தான் புரிந்துகொள்ள முயலவேண்டும்; புதிர்கள் பல புலன்களையெல்லாம் கண்ணியிட்டுக் கட்டுகின்றன" என்று சொல்லிக்கொண்டே எழுந்தார் கோதமர்.

மறுநாள் முதல் அவர் ஜனகன் மண்டபத்துக்குப் போகவில்லை. புத்தியிலே பல புதிர்கள் ஹிமாசலத்தைப் போல ஓங்கி நின்றன. தனிமையை விரும்பினார். ஆனால் நாடிச் செல்லவில்லை. அகலிகை மனசு ஒடிந்துவிடக் கூடாதே!

மறுநாள் ஜனகன், "முனீசுவரர் எங்கே?" என்று ஆவலுடன் கேட்டான்.

"அவர் எங்கள் குடிசைக்கு எதிரே நிற்கும் அசோக மரத் தடியில்தான் பொழுதைக் கழிக்கிறார்" என்றார் சதானந்தர்.

"நிஷ்டையிலா?"

"இல்லை; யோசனையில்."

"அலை அடங்கவில்லை" என்று தனக்குள்ளே மெதுவாகச் சொல்லிக்கொண்டான் ஜனகன்.

~ ~

அகலிகைக்கு நீராடுவதில் அபார மோகம். இங்கே கங்கைக் கரையருகே நிம்மதி இருக்கும் என்று தனியாக உதய காலத்திலேயே குடமெடுத்துச் சென்றுவிடுவாள்.

இரண்டொரு நாட்கள் தனியாக, நிம்மதியாகத் தனது மனசின் கொழுந்துகளைத் தன்னிச்சையோடு படரும்படி விட்டு, அதனால் சுமை நீங்கியதாக ஒரு திருப்தியுடன் குளித்து முழுகி விளையாடிவிட்டு நீர் மொண்டு வருவாள்.

இது நீடிக்கவில்லை.

குளித்துவிட்டுத் திரும்பிக் குனிந்த நோக்குடன், மனசை இழைய விட்டுக்கொண்டு நடந்துவந்துகொண்டிருந்தாள்.

எதிரே மெட்டிச் சப்தம் கேட்டது. ரிஷி பத்தினிகள் யாரோ! அவர்களும் நீராடத்தான் வந்துகொண்டிருந்தார்கள். அவளைக் கண்டதும் பறைச்சியைக் கண்டது போல ஓடி விலகி, அவளை விறைத்துப் பார்த்துவிட்டுச் சென்றார்கள்.

"அவள்தான் அகலிகை" என்பது தூரத்தில் கேட்டது. கோதமனுக்கு அன்று அடிவயிற்றில் பற்றிக்கொண்டு பிறந்த சாபத் தீயைவிட அதிகமாகச் சுட்டன அவ்வார்த்தைகள்.

அவள் மனசு ஒரேயடியாகச் சுடுகாடு மாதிரி வெந்து தகித்தது. சிந்தனை திரிந்தது. "தெய்வமே! சாப விமோசனம் கண்டாலும் பாப விமோசனம் கிடையாதா?" என்று தேம்பினாள்.

யந்திரப் பாவை போல அன்று கோதமருக்கும் சதானந்தருக்கும் உணவு பரிமாறினாள். 'மகனும் அன்னியனாகிவிட்டான்; அன்னியரும் விரோதிகளாகிவிட்டார்கள்; இங்கென்ன இருப்பு?' என்பதே அகலிகையின் மனசு அடித்துக்கொண்ட பல்லவி.

கோதமர் இடையிடையே பிரக்ஞை பெற்றவர் போல் ஒரு கவளத்தை வாயிலிட்டு நினைவில் தோய்ந்திருந்தார்.

இவர்களது மன அவசத்தால் ஏற்பட்ட பளூ சதானந்தனையும் மூச்சுத் திணற வைத்தது.

பளூவைக் குறைப்பதற்காக, "அத்திரி முனிவர் ஜனகனைப் பார்க்க வந்திருந்தார். அகத்தியரைப் பார்த்துவிட்டு வருகிறார். மேருவுக்குப் பிரயாணம். ராமனும் சீதையும் அகத்தியரைத் தரிசித்தார்களாம். அவர்கள் இருவரையும், 'நல்ல இடம் பஞ்சவடி. அங்கே தங்குங்கள்' என்று அகத்தியர் சொன்னாராம். அங்கே இருப்பதாகத்தான் தெரிகிறது" என்றான் சதானந்தன்.

"நாமும் தீர்த்த யாத்திரை செய்தால் என்ன?" என்று அகலிகை மெதுவாகக் கேட்டாள்.

"புறப்படுவோமா?" என்று கைகளை உதறிக்கொண்டு எழுந்தார் கோதமர்.

"இப்பொழுதேயா?" என்றான் சதானந்தன்.

"எப்பொழுதானால் என்ன?" என்று கூறிக்கொண்டே மூலையிலிருந்த தண்டு கமண்டலங்களை எடுத்துக்கொண்டு வாசலை நோக்கினார் கோதமர்.

அகலிகை பின்தொடர்ந்தாள்.

சதானந்தன் மனம் தகித்தது.

4

பொழுது சாய்ந்து, ரேகை மங்கிவிட்டது. இருவர் சரயூ நதிக்கரையோரமாக அயோத்தியை நோக்கி வந்துகொண்டிருக்கிறார்கள்.

பதினான்கு வருஷங்கள் ஓடிக் காலவெள்ளத்தில் ஐக்கியமாகிவிட்டன. அவர்கள் பார்க்காத முனிபுங்கவர் இல்லை; தரிசிக்காத க்ஷேத்திரம் இல்லை. ஆனால் மனநிம்மதி மட்டிலும் அவர்களுக்கு இல்லை.

வலுவற்றவனின் புத்திக்கு எட்டாது நிமிர்ந்து நிற்கும் சங்கரனுடைய சிந்தனைக் கோயில் போல, திடமற்றவர்களின் கால்களுக்குள் அடைபடாத கைலயங்கிரியைப் பனிச் சிகரங்களின்மேல் நின்று தரிசித்தார்கள்.

தமது துன்பச் சுமையான நம்பிக்கை வறட்சியை உருவகப்படுத்தின பாலையைத் தாண்டினார்கள்.

தம் உள்ளம் போலக் கொழுந்துவிட்டுப் புகைமண்டிச் சாம்பலையும் புழுதியையும் கக்கும் எரிமலைகளை வலம்வந்து கடந்தார்கள்.

தமது மனம் போல ஓயாது அலைமோதிக்கொண்டு கிடக்கும் சமுத்திரத்தின் கரையை எட்டிப் பின்னிட்டுத் திரும்பினார்கள்.

தம் வாழ்வின் பாதை போன்ற மேடுபள்ளங்களைக் கடந்து வந்துவிட்டார்கள்.

'இன்னும் சில தினங்களில் ராமன் திரும்பிவிடுவான்; இனி மேலாவது வாழ்வின் உதயகாலம் பிறக்கும்' என்ற ஆசைதான் அவர்களை இழுத்து வந்தது.

பதினான்கு வருஷங்களுக்குமுன் தாம் கட்டிய குடிசை இற்றுக் கிடந்த இடத்தை அடைந்தார்கள்.

இரவோடு இரவாக, குடியிருக்க வசதியாகக் கோதமர் அதைச் செப்பனிட்டார். வேலை முடியும்போது உதய வெள்ளி சிரித்தது.

இருவரும் சரயூவில் நீராடித் திரும்பினார்கள்.

கணவனாருக்குப் பணிவிடை செய்வதில் முனைந்தாள் அகலிகை. இருவரது மனசும் ராமனும் சீதையும் வரும் நாளை முன்னோடி

வரவேற்றது. இருந்தாலும் காலக்களத்தின் நியதியை மனசைக் கொண்டு தவிர, மற்றப்படித் தாண்டிவிட முடியுமா?

ஒரு நாள் அதிகாலையில் அகலிகை நீராடச் சென்றிருந்தாள்.

அவளுக்கு முன், யாரோ ஒருத்தி விதவை குளித்துவிட்டுத் திரும்பிவந்துகொண்டிருந்தாள்; யார் என்று அடையாளம் கண்டு கொள்ள முடியவில்லை; ஆனால் எதிரே வந்தவள் அடையாளம் கண்டுகொண்டுவிட்டாள். ஓடோடியும் வந்து அகலிகையின் காலில் சர்வாங்கமும் தரையில் பட விழுந்து நமஸ்கரித்தாள்.

தேவி கைகேயி! தன்னந்தனியளாக, பரிசனங்களும் பரிவாரமும் இல்லாமல், துறவியாகிவிட்டாளே!

குடத்தை இறக்கிவைத்துவிட்டு அவளை இரு கைகளாலும் தூக்கி நிறுத்தினாள். அவளுக்குக் கைகேயியின் செயல் புரியவில்லை.

"தர்ம ஆவேசத்திலே பரதன் தன்னுடைய மனசில் எனக்கு இடம் கொடுக்க மறந்துவிட்டான்" என்றாள் கைகேயி.

குரலில் கோபம் தெறிக்கவில்லை; மூர்த்தண்யம் துள்ளவில்லை. தான் நினைத்த கைகேயி வேறு; பார்த்த கைகேயி வேறு. படர்வதற்குக் கொழுகொம்பற்றுத் தவிக்கும் மனசைத்தான் பார்த்தாள் அகலிகை.

இருவரும் தழுவிய கை மாறாமல், சரயூவை நோக்கி நடந்தார்கள்.

"பரதனுடைய தர்ம வைராக்கியத்துக்கு யார் காரணம்?" என்றாள் அகலிகை. அவளுடைய உதட்டின் கோணத்தில் அநுதாபம் கனிந்த புன்சிரிப்பு நெளிந்து மறைந்தது.

"குழந்தை வைத்த நெருப்பு ஊரைச் சுட்டுவிட்டால் குழந்தையைக் கொன்றுவிடுவதா?" என்றாள் கைகேயி.

குழந்தைக்கும் நெருப்புக்கும் இடையில் வேலி போடுவது அவசியந் தான் என்று எண்ணினாள் அகலிகை. "ஆனால் எரிந்தது எரிந்தது தானே?" என்று கேட்டாள்.

"எரிந்த இடத்தைச் சுத்தப்படுத்தாமல் சாம்பலை அப்படியே குவித்து வைத்துக்கொண்டு சுற்றி உட்கார்ந்திருந்தால் மட்டும் போதுமா?" என்றாள் கைகேயி.

"சாம்பலை அகற்றுகிறவன் இரண்டொரு நாட்களில் வந்து விடுவானே" என்றாள் அகலிகை.

"ஆமாம்" என்றாள் கைகேயி. அவள் குரலில் பரம நிம்மதி தொனித்தது. ராமனை எதிர்பார்த்திருப்பது பரதனல்ல; கைகேயி.

மறுநாள் அவள் அகலிகையைச் சந்தித்தபொழுது முகம் வெறிச் சோடியிருந்தது; மனசு நொடிந்து கிடந்தது.

"ஒற்றர்களை நாலு திசைகளிலும் விட்டு அனுப்பிப் பார்த்தாகி விட்டது. ராமனைப் பற்றி ஒரு புலனும் தெரியவில்லை. இன்னும் நாற்பது நாழிகை நேரத்துக்குள் எப்படி வந்துவிடப் போகிறார்கள்? பரதன் பிராயோபவேசம் செய்யப்போகிறானாம். அக்கினி குண்டம் அமைக்க ஏற்பாடு செய்து வருகிறான்" என்றாள் கைகேயி.

பரதன் எரியில் தன்னை அவித்துக்கொள்ளுவது தன்மீது சுமத்தப் பட்ட ராஜ்ய மோகத்துக்குத் தக்க பிராயச்சித்தம் என்று அவள் கருதுவது போல இருந்தது பேச்சு.

சற்று நிதானித்து, "நானும் எரியில் விழுந்துவிடுவேன்; ஆனால் தனியாக, அந்தரங்கமாக" என்றாள் கைகேயி. அவள் மனசு வைராக்கி யத்தைத் தெறித்தது.

பதினான்கு வருஷங்கள் கழித்து மறுபடியும் அதே உணர்ச்சிச் சுழிப்பு. அயோத்திக்கு ஏற்பட்ட சாபத்தீடு நீங்கவில்லையா?

அகலிகையின் மனசு அக்குத்தொக்கு இல்லாமல் ஓடியது. தனது காலின் பாபச் சாயை என்றே சந்தேகித்தாள்.

"வசிட்டரைக் கொண்டாவது அவனைத் தடைசெய்யக் கூடாதோ?" என்றாள் அகலிகை.

"பரதன் தர்மத்துக்குத்தான் கட்டுப்படுவான்; வசிட்டருக்குக் கட்டுப்படமாட்டான்" என்றாள் கைகேயி.

"மனிதருக்குக் கட்டுப்படாத தர்மம், மனித வம்சத்துக்குச் சத்துரு" என்று கொதித்தாள் அகலிகை.

தன்னுடைய கணவர் பேச்சுக்குப் பரதன் ஒரு வேளை கட்டுப்படக் கூடாதோ என்ற நைப்பாசை. மறுபடியும் அயோத்தியில் துன்பச் சக்கரம் சுழல ஆரம்பித்துவிடக் கூடாதே என்ற பீதி.

கோதமன் இணங்கினான். ஆனால் பேச்சில் பலன் கூடவில்லை.

பரதனை உண்டு பலிகொள்ள அக்கினி தேவன் விரும்பவில்லை. அனுமன் வந்தான்; நெருப்பு அவிந்தது. திசைகளின் சோகம், கரை உடைந்த குதுகல வெறியாயிற்று. தர்மம் தலைசுற்றியாடியது.

வசிட்டனுக்கும் பதினான்கு வருஷங்கள் கழித்த பிறகாவது கனவு பலிக்கும் என்று மீசை மறைவில் சிரிப்புத் துள்ளாடியது.

இன்ப வெறியில் அங்கே நமக்கு என்ன வேலை என்று திரும்பி விட்டான் கோதமன்.

சீதையும் ராமனும் தன்னைப் பார்க்க வருவார்கள் என்று அகலிகை உள்ளம் பூரித்தாள். வரவேற்பு ஆரவாரம் ஒடுங்கியதும் அவர்கள் இருவரும் பரிவாரம் இன்றி வந்தார்கள்.

ரதத்தைவிட்டு இறங்கிய ராமனது நெற்றியில் அநுபவம் வாய்க்கால் வெட்டியிருந்தது. சீதையின் பொலிவு அநுபவத்தால் பூத்திருந்தது. இருவர் சிரிப்பின் லயமும் மோக்ஷ லாகிரியை ஊட்டியது.

ராமனை அழைத்துக்கொண்டு கோதமன் வெளியே உலாவச் சென்றுவிட்டான்.

தன் கருப்பையில் கிடந்து வளர்ந்த குழந்தையால் சுரக்கும் ஒரு பரிவுடன் அகலிகை அவளை உள்ளே அழைத்துச் சென்றாள். இருவரும் புன்சிரிப்புடன் உட்கார்ந்திருந்தார்கள்.

ராவணன் தூக்கிச் சென்றது, துன்பம், மீட்பு எல்லாவற்றையும் துன்பக்கறை படியாமல் சொன்னாள் சீதை. ராமனுடன் சேர்ந்துவிட்ட பிறகு துன்பத்துக்கு அவளிடம் இடம் ஏது?

அக்கினிப் பிரவேசத்தைச் சொன்னாள். அகலிகை துடித்துவிட்டாள்.

"அவர் கேட்டாரா? நீ ஏன் செய்தாய்?" என்று கேட்டாள்.

"அவர் கேட்டார்; நான் செய்தேன்" என்றாள் சீதை, அமைதியாக.

"அவன் கேட்டானா?" என்று கத்தினாள் அகலிகை; அவள் மனசில் கண்ணகி வெறி தாண்டவமாடியது.

அகலிகைக்கு ஒரு நீதி, அவனுக்கு ஒரு நீதியா?

ஏமாற்றா? கோதமன் சாபம் குடலோடு பிறந்த நியாயமா?

இருவரும் வெகு நேரம் மௌனமாக இருந்தனர்.

"உலகத்துக்கு நிரூபிக்க வேண்டாமா?" என்று கூறி, மெதுவாகச் சிரித்தாள் சீதை.

"உள்ளத்துக்குத் தெரிந்தால் போதாதா? உண்மையை உலகுக்கு நிரூபிக்க முடியுமா?" என்றாள் அகலிகை. வார்த்தை வறண்டது.

"நிரூபித்துவிட்டால் மட்டும் அது உண்மையாகிவிடப் போகிறதா; உள்ளத்தைத் தொடவில்லையானால்? நிற்கட்டும்; உலகம் எது?" என்றாள் அகலிகை.

வெளியிலே பேச்சுக் குரல் கேட்டது. அவர்கள் திரும்பிவிட்டார்கள்.

சீதை அரண்மனைக்குப் போவதற்காக வெளியே வந்தாள். அகலிகை வரவில்லை.

ராமன் மனசைச் சுட்டது; காலில் படிந்த தூசி அவனைச் சுட்டது.

ரதம் உருண்டது; உருளைகளின் சப்தமும் ஓய்ந்தது.

கோதமன் நின்றபடியே யோசனையில் ஆழ்ந்தான். நிலை காணாது தவிக்கும் திரிசங்கு மண்டலம் அவன் கண்ணில் பட்டது.

புதிய யோசனை ஒன்று மனக்குகையில் மின்வெட்டிப் பாய்ந்து மடிந்தது. மனச்சுமையை நீக்கிப் பழைய பந்தத்தை வருவிக்க, குழந்தை ஒன்றை வரித்தால் என்ன? அதன் பசலை விரல்கள் அவள் மனசின் சுமையை இறக்கிவிடாவா?

உள்ளே நுழைந்தான்.

அகலிகைக்கு பிரக்ஞை மருண்ட நிலை. மறுபடியும் இந்திர நாடகம், மறக்க வேண்டிய இந்திர நாடகம், மனத்திரையில் நடந்து கொண்டிருந்தது.

கோதமன் அவளைத் தழுவினான்.

கோதமன் உருவில் வந்த இந்திர வேடமாகப் பட்டது அவளுக்கு. அவள் நெஞ்சு கல்லாய் இறுகியது. என்ன நிம்மதி!

கோதமன் கைக்குள் சிக்கிக் கிடந்தது ஒரு கற்சிலை.

அகலிகை மீண்டும் கல்லானாள்.

மனச் சுமை மடிந்தது.

~~

கைலயங்கிரியை நாடி ஒற்றை மனித உருவம் பனிப் பாலை வனத்தின் வழியாக விரைந்துகொண்டிருந்தது. அதன் குதிகாலில் விரக்தி வைரம் பாய்ந்து கிடந்தது.

அவன்தான் கோதமன்.

அவன் துறவியானான்.

கலைமகள், மே 1943

கட்டிலை விட்டிறங்காக் கதை

நான் பாளையங்காலில் குளித்துக்கொண்டிருக்கும்போது சில ஏடுகள் மிதந்து வந்தன. உடம்பைத் தேய்த்துக்கொண்டிருந்தவன், ஒன்றை எட்டி எடுத்துக் கவனித்துப் பார்க்க, கதை மாதிரி தெரிந்ததால், கிடைத்ததை எல்லாம் சேகரித்து வாசித்தேன். தேறினது இந்தக் கதைதான். இந்த ஏட்டுக்கு ஆதாரமோ, நான் சாக்கிரதைக் குறைவாக மிதக்கவிட்டுவிட்ட கதையின் முற்பகுதியோ இனிமேல் கிடைக்காதாகையால், இது விக்கிரமாதித்தன் கதையென்று வழங்கும் கதைகளில் இது வரையில் வெளிவராத பாடம் என்பதுடன் இவ்வாராய்ச்சியை முடித்துக்கொள்ளுகிறேன். தெரிந்தவர்கள் தொடர்க.)

முத்துமோகனவல்லிப் பதுமை என்ற

முப்பத்தேழாவது பதுமை சொல்லிய

கட்டிலை விட்டிறங்காக் கதை

***நேம நிஷ்டைகள் செபதபங்கள் யாவும் முடித்து, பார்ப்பனர்களுக்கும் பரிசனங்களுக்கும் கோதானம், பூதானம், வஸ்திரதானம் யாவும் குறைவறக் கொடுத்து, தம் மந்திரிப் பிரதானிகள் சூழ, தோகையர் பல்லாண்டிசைப்ப ஜாம்ஜாமென்று கொலுமண்டபத்திலே புகுந்தருளி, சிங்காதனத்துக்கு அபிடேக ஆராதனைகள் யாவும் முடிப்பித்து, போச மகாராசனானவன் அந்தச் சிங்காதனத்திலே ஏறி அமர்வதற்காகக் காலடி வைப்பானாயினான். முப்பத்தேழாவது படியின்மீது அவன் கால் நிழல் பட்டவுடன் முத்துமோகனவல்லிப் பதுமை என்ற முப்பத்தேழாவது பதுமை அட்டகாசமாய்ச் சிரித்து... வாரீர் போச மகாராசரே, உமக்கு இந்தச் சிங்காதனம் அடுக்குமோ, இது விக்கிரமாதித்த ராசாவானவர், பட்டி என்கிற மந்திரியோடு, காடாறு மாதமும் நாடாறு மாதமுமாய் அறுபத்தீராயிரம் வருஷம் வரை, மனு நெறி தவறாது, புலியும் புல்வாயும் ஓரிடத்துறையும் பெற்றி வழுவாது, அபேதமாக, அபூர்வமாக அட்டமா திக்குகளையும்

*** ஏடு சிதிலமானதால் எழுத்துத் தெளிவாகத் தெரியவில்லை

கட்டியாண்டு, மூட்டைப்பூச்சிக்கும் முறைமை வழுவாது நடந்தமை அறியீரோ! அந்த மகாராசனுடைய கீர்த்தி வல்லபங்களிலே ஆயிரத்தில் ஒரு பங்காவது உமக்கு உண்டோ எனக் கை மறித்தது. போச மகாராசனும், 'ஓகோ இதேது! அதிசயமாகத் தோணுது! மூட்டைப் பூச்சிக்கும் முறைமை வழுவாத செங்கோலாவது!' என அதிசயித்து, அன்று இரவு தான், நடுச்சாமத்திலே, பேயும் உறங்கும் நள்ளிரவிலே, தன் பட்டமகிஷியானவள் சப்ரமஞ்சத்திலே, தாதியர் சிலர் வீசவும், சிலர் பனிநீர் தெளிக்கவும் உறக்கம் செய்யும் சமயத்திலே ஓஹோவெனப் பதைத்தபடி, ஊர்ப் பேய் பிடித்தவள் போலவும், உன்மத்தம் கொண்டவள் போலவும் கூக்குரலிட்டோலமிட, தான் வீரவாள் எடுத்து, அந்தக் கிருகத்தில் அந்த நேரத்தில் ஆரோகணித்துப் பிரவேசித்து, "என் பட்டத்து ராணியே, பாக்கியவல்லியே, நாட்டின் குலக் கொழுந்தே, என்ன உனக்குச் சம்பவித்தது?" என்று கேட்டும் பதில் வராததனால், கட்டிலைத் தடவி, மூட்டையொன்று விழித்து நிற்கக் கண்டு, கட்டைவிரலால் நசுக்காமல், கட்கத்தினால் கொன்ற சேதி நினைவுக்கு வர, திகைத்துப் பதைத்து அருகில் நின்ற மந்திரி சுமந்திரனை விளித்து, "மூட்டையைக் கொன்றதற்குப் பிராயச்சித்தம் உண்டா? மூட்டைக்கு மனு நெறி உண்டா? சொல்லும், சொல்லும்" என்று கேட்க, மந்திரி சுமந்திரனானவன், ஏதேது, நம் தலைக்குத் தீம்பு வந்ததென்று திட்டப்படுத்திக்கொண்டு தெண்டனிட்டு, "ராச்சிய பாரத்திலே பலவிதமுண்டு. தேசந்தோறும் *ராசமும் மாறும்; கையில் வெண்ணெய் வைத்து நெய்க்கு அழுவாருண்டோ? இப்பேர்க்கொத்த அதிசயங்களையும் சொல்லற்கொத்த அதிமோகனப் பதுமை இருக்கும் போது, பறையறைந்து, பார்ப்பனர்களைக் கூட்டுவித்துச் சாஸ்திர விசாரம் செய்து தேவரீர் திரு நேரத்தை வீணாக்குவாருண்டோ? நான் சுமந்திரனல்லவா? அப்பேர்க்கொத்த ஆலோசனை சொல்லு வேனா?" என்று தலைவணங்கி நின்றான். "சவாசு, சவாசு, மந்திரி சுமந்திரனாரே! நீர் சொன்னது ஆயிரத்துக்கு ஒரு வார்த்தை! அதைத் தெரிந்துதானே நாம் உமக்கு மந்திரிப் பதவி தந்தோம்? இந்தாரும் உம் புத்திக் கூர்மைக்கு மெச்சியும், நம் சந்தோஷத்தைத் தெரிவித்தும், தருகிறோம் இந்த முத்து மாலையை. அதை நீரே நேரே சென்று நும்முடைய பத்தினிக்குக் கொடுத்துவப்பீர்" என்று கட்டளையிட்டுவிட்டுப் பதுமையைப் பார்த்து, "வாராய் முத்துமோகன வல்லிப் பதுமையே, உங்கள் விக்கிரமாதித்தன் மூட்டைப்பூச்சிக்கு முறைமை வழுவாது நடந்தமை சொன்னீரே; அதன் வயணமென்ன?" என்று குத்துக்கால் போட்டு, குடங்கையிலே மோவாயை ஊன்றிக் குனிந்து நின்று கேட்டான். அதற்கு அந்த முத்துமோகனப் பதுமையானது, "விக்கிரமாதித்த ராசா கதை என்றால் விடுகதையா விட்டுச்சொல்ல; பொட்டென்று மறக்க? நீர் இந்தப் படியில் இப்படி அமரும்; நான் சொல்லுகிறேன். காது கொடுத்துக் கேளும். இடையிலே

---

* ராசம் என்ற சொல், ராச்சியபார முறையைக் குறித்த வழக்கொழிந்த பிரயோகம் போலும்.

கொட்டாவி விட்டால், நட்டாற்றில் சலபானம் பண்ணியவன் பாவம் வந்து சம்பவிக்கும் . . . .

(இதிலிருந்து பத்து ஏடுகளைக் காணவில்லை)

. . .லே, நாமகள் திலதம் போலும், நாரணன் நாபி போலும், அட்டகோண யந்திரத்தின் மையக்கோட்டை போலும், செம்பாலும் இரும்பாலும் கல்லாலும் கருத்தாலும் கட்டிய நகரம் ஒன்றுண்டு. அதற்குப் பகைவர்கள் வரமாட்டார்கள். பாவம் அணுகாது. பசியும் அணுகாது. அதன் கோட்டை வாசலோ எண்ணூறு யானைகளை வரிசையாக நிறுத்தினாலும், அதன் பிறகும் ஒரு பாகம் இடம் கிடக்கும். அந்தக் கோட்டைக் கதவுகள் வயிரத்தினால் ஆனவை. இரவில் கோடி சூரியப் பிரகாசம் போலச் சுடர்விட்டு, நூற்றிருபது காதத்துக்குப் பகைவர்கள் வந்தாலும் காட்டிக் கொடுத்துவிடும்; பட்டப்பகலிலோ என்றால், அவர்கள் கண்களைக் கூசவைத்துப் பொட்டையாக்கித் திக்குத் தெரியாமல் அலைந்து, முதலைகளும் சுறா மீன்களும், எங்கே எங்கே என்று நடமாடும் அகழிக்குள் விழுந்து, தம் ஆயுசைப் போக்கும்படி செய்விக்கும். இப்பேர்க்கொத்த கோட்டை வாசலை உடைத்தாயிருக்கிறதனாலே, இந்தப் பட்டணத்துக்கு மாந்தை, மாந்தை என்று பெயர். கேளாய் விக்கிரமார்க்க அரசனே, இதற்கு இன்னும் ஒரு காரணமும் சொல்லுவார்கள். இந்தப் பட்டணத்து மாந்தர்கள், மன்னர் இட்ட கட்டளையை மறவாது, மறையாது, ஒழுகி வந்ததனால், மந்தை போல் நடக்கும் மாந்தர் வாழ் சாந்தமாம் நகர் இச்செகதலத்திலுண்டோ? நீர் ஒரு முறை வாரும், அந்த ஊரைப் பாரும். தேவலோகத்து அளகாபுரியும், குபேரபட்டணமும், பூலோகத்து அத்தினாபுரியும் அதற்கு ஈடாகா. அதில் இல்லாதன இல்லை என்றால் முற்றும் உண்மை, முக்காலும் உண்மை. அந்தப் பட்டணத்திலே, முந்தையோர் வரம்பின் முறைமை வழுவாது, மனு நெறி பிசகாது, மன்னவனாம் தென்னவனுக் கிளையான் இணையாரமார்பன், அஜமுகன் என்பான் அரசாட்சி செலுத்தி வந்தான். அவனுக்கு ஐம்பத்தாறாயிரம் பத்தினிமாரும், அதற்கு இரட்டிப்பங்கு வைப்பாட்டிமாரும் உண்டு. அந்த ஐம்பதினாயிரவரில், அவனுடைய கண்ணுக்குக் கண்ணாக, கட்டிக் கரும்பாக, நகத்திற்குச் சதையாக, பூவுக்கு மணமாக, பத்தினிப் பெண்களிலே பதுமினிப் பெண்ணாய், கண்ணால் பார்க்கவும் மயக்கம் போடும் மோகலாகிரி தரும் அஜமுகி என்பவள் ஆசைக்குகந்த பட்ட மகிஷி. வாஞ்சைக்குகந்த வஞ்சிக் கொடியாளுக்குப் பிள்ளையே பிறக்காமல், சிங்காதனச் சிறப்புக்கு ஆண் வாரிசே அளிக்க மாட்டேன் என்று தெய்வங்கள் யாவும் ஒன்றுகூடிச் சங்கற்பித்தது போலவும், பட்டமகிஷியின் பேரிளம்பெண் பருவத்தையும் வெகு துரிதத்தில் ஓட்டி விரட்டியடித்துக்கொண்டு போவான் போல, காலதேவன், நாட்களை வாரங்களாகவும் வாரங் களைப் பட்சங்களாகவும் பட்சங்களை மாதங்களாகவும் மாதங்களைப் பருவமாகவும் பருவங்களை வருஷங்களாகவும் நெருக்கிக்கொண்டு வரவும், வயிற்றுக்குப் பாரமாகப் பிறந்த வைப்பாட்டிப் பிள்ளைமார்கள்

நாள் தவறாமல் படித்தரம் பெற்றுப்போக, பட்டி மண்டபத்தில் முட்டி மோதுவதைக் கண்டு ஆறாச் சினமும் அளவிலாப் பக்தியும் கொண்டவனாகி, அதிவீர சூர பராக்கிரம கேதுவான அஜமுகன் என்ற செகதலம் புகழும் மகிபதி, அவனியில் உள்ள சாத்திர விற்பனர்கள் யாவரையும் கூட்டுவித்து, "ஐயன்மீர்! கடையேன் கடைத்தேற ஒரு வழி அருளல் வேண்டும்" என்று விண்ணப்பித்துக் கொள்ள, சகலகலா வல்லவனும், அட்ட மாசித்தியில் கெட்டிக்காரனு மான சித்தவல்லப சிரோன்மணி யொருவன் சபாமண்டலத்தே எழுந்தருளி நிமிர்ந்து நின்று, "புவித்தலம் முழுதும், கவித்தொரு குடைக்கீழ், செவித்தலம் தன்னிற் பவத்துயர் கேளாது செங்கோல் நடாத்தும் அங்கண்மா ஞாலத்து அதிவீர மன்னா, நம் சயனக்கிருகத் தில், வடதிசை கிடக்கும் சப்ரமஞ்சக் கட்டிலின் சாபமே நுமக்குப் பிள்ளைப் பேறு வாயாதது; கட்டிலை அகற்றி, கானகத்தின் கீழ்த் திசையில், கருங்காலியும் சந்தனமும் பின்னிப் பிணைந்து வளர்ந்து நிற்கிறது; அதை வெட்டிக் கட்டிலாக்கிக் கால் நீட்டிப் படுத்தால், பத்தாம் மாதம் ஆண் மகவு நிச்சயம்" என்று சொல்லாநிற்க, அத்துறவிக்குப் பசிப்பிணி போக்க மடமும் மான்யமும் கொடுத்து, சைத்தியோபசாரம் செய்விக்கச் சேடிப் பெண்கள் அறுநூற்றுவரையும் உடனனுப்பினான். பிறகு முரசறைவித்து, 'காட்டிலே கருங்காலியும் சந்தனமும் கட்டித் தழுவி வளர்ந்த மரத்தைக் கொண்டுவந்து தருவோருக்கு ஆயிரம் பொன் பரிசு' என்று பரிசனங்களிடையே சொல்லச் சொல்லி, தச்சர்கள் யாவரையும் அழைப்பித்துக் கட்டில் செய்ய ஆணையிட்டான். காட்டிலிருந்து மரமும் வந்தது. கட்டிலும் செய்து முடித்தார்கள். அப்பொழுதுதான் அரசே, நாங்கள் இருவரும் அந்தக் கட்டிலின் குறுக்குச் சட்டத்தின்கீழ் ஈசான திசையில் இருந்த சிறு பொந்தில் குடிபுகுந்தோம். விக்கிரமாதித்த மன்னா, வெற்றிவேல் அரசே, நாங்கள் காலெடுத்து வைத்த நேரம், காலன் கரிக்கோடு போட்ட நேரம் போலும்! – என்று அந்தப் பெட்டை மூட்டைப்பூச்சி ரெட்டைச் சொட்டுக் கண்ணீர் சிந்தி விட்டு, பட்டியைப் பார்த்துப் பெருமூச்சுவிட்ட விக்கிரமார்க்க மகாராசாவை நோக்கித் தன்னுடைய துயரக் கதையைத் தொடர்ந்து சொல்லலாயிற்று:

தச்சன் வீட்டுத் தடுக்கின் இடுக்கில் பசிக்கு வேளாவேளை எதுவும் கிடைக்காமல், தச்சக் குழந்தைகளின் ஆள்காட்டி விரலுக்கும் கட்டை விரலுக்கும் பயந்து, நித்திய கண்டமும் பூர்ண ஆயுசுமாகத் தவித்து வரும் நாளில், சந்தனக் கருங்காலி சப்ரமஞ்சக் கட்டில் அதிர்ஷ்டம், எங்களுக்குத் தந்த பேருபகாரமாக, தெய்வம் கொடுத்த வரமாக, எங்களை வாழ்வித்தது. பிறகு கேட்பானேன்? மன்னா, மல்லிகை மொக்கும், பனிநீர்ச் சந்தனமும், பக்குவமான ராச ரத்தமுமே எங்களுக்குக் கிடைத்துவந்தன. என் கண்ணுக்குக் கண்ணாளரும் மூட்டை வம்ச மன்மதனுமான என்னுடைய கட்டழகன், கருநாவற் பழம் போலும், காட்டீச்சைப்பழம் போலும், முதிர்ந்து கனிந்த களாப்பழம் போலும் மேனி பொலிந்து, வண்ணம் மிகுந்து, நடை நிமிர்ந்து என் உயிரைக் கொள்ளை கொண்டதுடன், மாந்தை

நகர் மூட்டைக்கதிபதி காட்டு வீரப்பன் என்ற விருதெடுத்து அண்டாண்ட புவனங்களையும் கட்டியாண்டார். கோவணாண்டிகள் குபேரபட்டணத்து வாரிசாகப் போன கதையாக நாங்கள் புகுந்து விட்டாலும், தெய்வம் கொடுத்த திருவரத்தால் நியம நிஷ்டைகள் பிறழாது, ஆசார சீலம் அகலாது வாழ்ந்துவரும் நாளில், ஒரு நாள் என் கணவர் முகம் சோர்வுற்று, நலங்குலைந்து, முடுக்கில் ஒண்டிக் கிடந்ததைக் கண்ணுற்று, "மூட்டைக்கரசா, என் ஆசைக்குகந்த ஆணழகா, கவலை என்ன?" என்று கால் பிடித்துக் கேட்டேன். அதற்கு அவர், "என் பத்தினிப் பெண்ணே, அருந்ததியே, புத்திரப் பேறு வாய்க்காவிடில் நம்முடைய ராச்சியம் சீரழிந்து கெட்டுக் குட்டிச்சுவராகப் போகுமே. க்ஷேத்திராடனம் செய்வோமா, தீர்த்த விசேடம் தெரிசித்து வருவோமா என்று கருதுகிறேன்" என்றார். நான் அதற்கு, "அரசே, நேற்றிரவு நான் பசியாற்றப் பவனி சென்றபோது பட்டமகிஷி, மன்னவன் தங்கபஸ்பம் உண்டதனால் உள்ள அருங்குணங்களை வர்ணித்துக்கொண்டிருந்தாள். நீர் போய், மன்னவன் துடையில் நாலு மிடறு ரத்தம் பருகிவாரும். பிறகு யோசிப்போம்" என்றேன். என் கணவரும் என் புத்திக்கு மெச்சி, "கெட்டி கெட்டி! நீயொருத்தியே, இந்த ராச்சியத்திலே எனக்கு ஏற்ற பட்டமகிஷி. இனிமேல் எனக்கு மந்திரி ஏன், தந்திரி ஏன்?" என்று என்னைக் கட்டித் தழுவிவிட்டு வெளியே சென்றார். நானும் என் வாயில் திருடிக் கொணர்ந்த சந்தனத்தைப் பூசி, வாசனையிட்டு அலங்கரித்து என் மன்மதனார் வரவுக்காகக் காத்திருந்தேன். கணப்பொழுது கழிந்ததோ இல்லையோ, என் கணவனார் பகையரசரைக் கண்ட பட்டாளம் போலும், மந்திரவாதியைக் கண்ட தந்திரப் பேய் போலும் திடுதிடு என்று ஓடிவந்தார். நானோ பதறிப்போய் என்ன என்ன என்று பயந்து அவரைக் கட்டித் தழுவிக்கொண்டேன். "பெண்ணே, என் பதுமினிக் கண்ணே! பதறாதே. பெண் புத்தி கேட்பவன் பின்புத்திக் காரன் என்று சொல்லுவார்கள். அது வாஸ்தவமாகப் போய்விட்டது. ஆனால் உன் தாலிப் பாக்கியத்தால் நான் இன்று தப்பிப் பிழைத்தேன். நீ பத்தினி என்பதற்கு இது ஒன்றே போதும். முதலில் நம் ராச்சிய பாரத்துக்கு ஒரு மந்திரியை நாளை காலையிலேயே அமர்த்தி வைத்துவிட்டுத்தான் மறுகாரியம் பார்க்க வேண்டும்" என்றார். "அது இருக்கட்டும், அரசே! நாளை விஷயம் நாளையல்லவா கவனிக்க வேண்டும்; இன்னும் நாளை வர நாழிகை எத்தனையோ கிடக்கிறதே. நடந்த கதை என்ன இப்பொழுது சொல்லலாமே?" என்று நான் கேட்டேன்.

அதற்கு அவர், "இப்பொழுது நான் போன நேரம், சகுனப் பிழையோடு, நேரங்கெட்ட நேரமுமாகும். கண்ணை மூடிக்கொண்டு போகவேண்டியதாகிப் போச்சு. என்னடா கர்மகாண்டம் என்று பகவத் கீதையில் நாலு சுலோகத்தை உச்சரித்துக்கொண்டே காலிருக்கும் இடம் என்று நினைத்துக்கொண்டு உத்தேசமாகச் சென்று கடித்தேன். அது பிருஷ்ட பாகம். என்னவோ சுருக்கென்றதே என்று மன்னன் எழுந்திருக்க, நான் சற்று விலகாமற் போயிருந்தால் நசுங்கியே

போயிருப்பேன். மன்னன் அசங்க, மகாராணி கைகளைக் கட்டிலிலே ஊன்றினாள். அவளுடைய மோதிரத்துக்கிடையில் ஏறி ஒளிந்து கொண்டேன். பிறகு மன்னனும் ராணியும் கட்டிலைத் தேடுதேடென்று தேடினார்கள். அவர்கள் இருந்த நிலையை என்னால் பார்க்க முடியாமல் கண்களை மூடிக்கொண்டே காயத்திரி ஜபித்துக்கொண்டு இருந்தேன். பிறகு கட்டிலில் உட்கார்ந்துகொண்டு சல்லாபமாகப் பேசுகையில், “மூட்டையாக இருக்கும்” என்றாள் பட்டத்து ராணி. அதற்குக் கீர்த்திவாய்ந்த அந்த மகிபதியானவன், “பெண் புத்தி என்பது பின்புத்தி என்ற ஆன்றோர் வாக்கு உன் விஷயத்தில் முற்றும் பொருந்தும். செகதலம் தாங்கும் மகிபதி கட்டிலில், பட்ட மகிஷிக்குத் தான் இடமுண்டேயல்லாமல் மூட்டைப்பூச்சிக்கு இடம் உண்டா? விவரம் தெரியாமல் பேசுகிறாயே! அதிருக்கட்டும். இந்த மாதம் மாதவிடாய் நின்றுவிட்டதா?” என்று கேட்டான். அதற்கு அவள், “அரசர்க்கு அரசே, தாங்கள் சொல்லுவது என் விஷயத்தில் முற்றும் பொருந்தும். நான் பெண்தானே? இருந்தாலும், மாதவிடாய் குறித்துத் தாங்கள் கேட்டது அவசரப்பட்ட கேள்வி. கட்டில் வந்து இருபத்தைந்து நாளும் பதினெட்டு நாழிகையுந்தான் கழிந்திருக்கின்றன; அதற்குள் எப்படி நிச்சயமாகச் சொல்ல முடியும்?” என்று சொல்லிக்கொண்டே கட்டிலில் மீண்டும் கைகளை ஊன்றினாள். நான் இதுதான் சமயம் என்று தப்பி ஓடி வந்துவிட்டேன் என்று சொல்லிவிட்டு, நெற்றியில் வடிந்த வியர்வையை ஆள்காட்டி விரல்கொண்டு வடித்து, ‘சொட்டு’ தரையில் முத்துப் போல் விழுவதைப் பார்த்துக் கொண்டிருந்துவிட்டு, “என் அருமைக் கதிர்ப்பச்சையே, என் ஆட்சியின் அணிகலனே, நெஞ்சு ‘படக்குப்படக்கு’ என்று அடித்துக்கொள்ளுகிறது. உன் மடியில் தலையைச் சற்றுச் சரிக்கிறேன்” என்று படுத்துக்கொண்டார். நான், வெளியே உலாவச் சென்றிருந்தபோது திருடி எடுத்துக்கொண்டு வந்திருந்த பனிநீர் தெளித்து வீசினேன். கண்ணயர்ந்தாற் போல் படுத்திருந்தார். எனக்கோ, அவர் ரத்த பானம் பண்ணினாரா, தங்கபஸ்பம் கலந்த ரத்தம் எப்படி இருக்கிறது என்று கேட்டுத் தெரிந்து கொள்ள ஆவல். மெதுவாக அவரை உசுப்பிக் கேட்க, என் மூட்டைக்கு அதிபதி சொல்லுவார்:

“கேட்டாயோ பத்தினியே, ரத்தம் உண்டது நினைவிருக்கிறது. ஆனால் ருசி நினைவில்லை; பயத்தில் மறந்தே போச்சு. நாளை காலையில் நமக்கு ஒரு மந்திரியை நியமித்த பிற்பாடுதான் அந்தக் காரியத்தைக் கவனிக்க வேண்டும்; அது நம்முடைய ராச்சியத்துக்குட் பட்ட எல்லையானாலும் அன்னிய அனுபோகமாச்சே, ஆருயிருக்கு அச்சமாச்சே! மந்திரி சொல்லாமல் தந்திரம் பண்ணமுடியுமா?” என்று சொல்லிவிட்டுத் திரும்பிப் படுத்துக்கொண்டார். எனக்கோ ருசி எப்படி என்று தெரிந்துகொள்ளத் துடியாய்த் துடித்தது. புருஷதிலகத்தின் சிரசை மெதுவாகத் தூக்கி ஆடாமல் அசங்காமல் வைத்துவிட்டு எங்கள் அரண்மனையைவிட்டு வெளியே வந்தேன். மெதுவாகப் படுத்துக் கிடந்த தோள்பட்டையண்டை நெருங்கினேன். இருந்தாலும் சங்கோசமாக இருந்தது. பர புருஷனல்லவா? தொடாமல்

எப்படி ரத்தம் பருகுவது? என் ஆசைக் கணவர் என்னை அருந்ததி என்று அழைத்தது ஞாபகம் வர, ஓடோடியும் திரும்பி வந்து படுத்துக் கொண்டேன். கற்பிழப்பது பஞ்சமாபாதகங்களில் ஒன்றல்லவா? பெண் புத்தி பின்புத்திதானே? இந்தச் சமயத்தில் அது சற்றே முன்புத்தி யானது, பூர்வ ஜன்ம வாசனைதான்.

மறுநாள் காலை என் மூட்டையழகர் நியம நிஷ்டைகளை எல்லாம் முடித்துவிட்டு, எங்கள் அரண்மனை முற்றத்திலே சற்று நேரம் கொலுவீற்றிருந்தார். வெயில் 'சுள்' என்று காய்ந்து வெளி வாசலை எட்டியவுடன், வழக்கம் போல நாங்கள் எங்கள் ராச்சியத்தைப் பரிபாலனம் பண்ணிவரப் பவனி புறப்பட்டோம். யமன் திசையில் கொஞ்ச தூரம் போகையிலே, வாடி வதங்கித் தள்ளாடி நடந்த மூட்டைப்பூச்சி ஒன்றைக் காண, நான் சங்கோசப்பட்டு என் கணவரின் பின்புறமாக ஒதுங்கி நின்றேன். உடனே என் கணவரானவர், அட்டகாச மாக ஆரோகணித்து நின்று, "அகோ, வாரும் பிள்ளாய், தள்ளாடித் தவிக்கும் புதியவரே, உமக்கு எதிரே நிற்பவர் யார் என்று தெரிந்து கொள்ளக் கண் பொட்டையாங் காணும்! நாம் இந்த மூட்டை ராச்சியத்துக்கு மணிமுடி தரித்த மன்னவன் காணும்; காலில் விழுந்து தெண்டனிட்டு நமஸ்காரம் செய்யும். நாம் உமக்கு உயிர்ப்பிச்சை தந்தோம்; அஞ்சாதீர்" என்றார். அதற்கு அந்தப் பரக்கழி மூட்டைப்பூச்சி, 'அக்அக்' என்று சிரித்து, "முடிமன்னரே, நீர் செங்கோல் நடத்த மருந்துக்குக்கூட பரிசனங்கள் உம் ராச்சியத்தில் கிடையாதா? நானும் நாலு நாழிகையாகச் சுற்றிச்சுற்றிப் பார்க்கிறேன்; சுஜாதி வர்க்கத்தில் ஒருத்தரையும் காணவில்லையே!" என்றது. மீசை கோபத்தில் துடித்தாலும் அடக்கிக்கொண்டு, "உம்முடைய முதல் பிழை பொறுத்தோம். பரிசனங்கள் இல்லாவிட்டால் ராச்சியம் ஆள முடியாது என்று எந்தச் சாஸ்திரத்தில் படித்தீர்? நாங்கள் ஆண்டுகொண்டிருப்பதைத்தான், இதோதான் நேரில் பார்க்கிறீரே. நமக்கு ஒரு மந்திரி தேவை. உமக்கு வேலை பார்க்க இஷ்டமா?" என்று என் கணவர் அதட்டிக் கேட்க அந்தப் பரக்கழி காலில் விழுந்து 'அபிவாதயே' சொல்லியது: ஆத்திரேய கோத்திரமாம்; அஷ்ட சஹஸ்ரம்; நாலு சாஸ்திரமும் ஆறு வேதமும் படித்த வைதிக வித்து; ஆனால் பிரம்மசாரி. புராதன காலத்திலிருந்தே அமாத்தியத் தொழிலில் பிரக்கியாதி பெற்ற குடும்பமாம்; மந்திரி வேலையையும் போக ஒழிந்த வேளைகளில் வைதிக கர்மாக்களையும் செய்து கிடப்பதற்காக, அவனைத் திட்டம் பண்ணி அமர்த்தினார்.

காலை எழுந்தவுடன் கொலுமண்டபத்திலிருந்து என் மன்னர் செங்கோல் செலுத்துவது கண் நிறைந்த காட்சியாக இருக்கும். "அகோ வாராய் மதிமந்திரி! மாதம் மும்மாரி பெய்து வருகிறதா?" என்று கேட்பார். அமாத்திய குலதிலகமான மந்திரி சுமந்திரனும், "ஆம் அரசே, நுங்கோலே செங்கோல்" என்று தெண்டனிட்டுத் தெரிவிப்பான். பிறகு இரண்டு பேருமாய் வெளியே போய் ராச்சியத்தைப் பரிபாலனம் பண்ணிவிட்டு வருவார்கள். இப்படி வெகு காலமாக அரசாட்சி பண்ணிவந்தோம்.

அப்படியிருக்கையில் ஒரு நாள் மந்திரி சுமந்திரனானவன், "ராஜ்யம் என்றால் பரிசனங்கள் இருக்க வேணும்; அவர்கள் வந்து திறை கொடுக்க வேணும்; நாம் இருந்த இடத்தைவிட்டு அசையாமல் அலங்காமல் ராஜ்யபாரம் பண்ண வேணும்; அதுதான் மன்னனுக்கு அழகு; மேலும் பட்டமகிஷியாருக்குச் சேடிப்பெண்கள் வேண்டாமா? தன்னந்தனியாக எத்தனை நாள்தான் தாமே சீவி முடித்துச் சிங்காரித்துச் சிரமப்படுவார்கள்? நான் போய்ப் பரிசனங்களைக் கூட்டி வருகிறேன்" என்று சமுகத்தில் செப்பியது; மன்னனும் என்னைப் பார்த்துச் சரிதானே என்று தலையசைத்தார்.

எங்கள் விருப்பம் தெரிந்ததுதான் தாமதம். அந்த விவேகியான மந்திரி கணப்போதில் கோடானுகோடி பரிசனங்களைக் கட்டிலில் கொண்டுவந்து நிரப்பிவிட்டது. எனக்கு அறுபதினாயிரம் சேடிப் பெண்கள். எனக்குக் களைப்பாயிருந்தால் எனக்குப் பதிலாகக்கூடச் சுவாசம் விடுவார்கள், சாப்பிடுவார்கள் போலிருக்கிறது. அவ்வளவு பணிவிடை. இந்த மாதிரியாக ராச போகத்தில் இருந்தபோது ஒரு நாள் நான் என் சேடிப்பெண்களுடன் ரத்தபானம் செய்யப் போனேன். ராணியின் தோள்பட்டையை உறிஞ்சிப் பார்த்தேன். ரத்தம் வேற்றாள் மாதிரி ருசி வேறாக இருந்தது. ஆண்களே இப்படித் தான் என்று மனம் கசந்து கணவர்மீதும் கோபம்வர ஊடலுடன் வந்து அரண்மனைக்குள் ஒண்டி இருந்தேன். அவருடன் பேச்சுக் கொடுக்கக் கூடாது, அவரும் ஒரு புருஷன்தானே என்று இருந்தேன்.

அச்சமயத்தில் என் கணவர் படபடவென்று உள்ளே ஓடிவந்தார்.

"இந்த மானிட வம்சத்திலேயே யோக்கியமான பெண்ணைப் பார்க்க முடியாது போலிருக்கிறது! நான் இன்று போய் ரத்தபானம் செய்ய முயன்றேன். ருசி வேறாக இருந்தது. என் பத்தினியே, நீயே பாரு, மனித ஜந்துக்கள் எவ்வளவு கேவலம்!" என்று அவர் சொல்ல, எனக்குக் கோபம் பின்னும் அதிகமாயிற்று. அவர் பிற பெண்ணையும் என்னைப் போல் ஸ்பரிசித்துவிட்டு, ஆள்மாறாட்டமாகத் தப்பு நினைப்பு வேறு வைத்துக்கொண்டு பெண்பழி வேறு சுமத்துகிறார். எனக்கு அன்று ரத்த ஆசை இருக்கத்தான் செய்தது; கண்மூடித்தனமாகப் போய்ப் பிற புருஷனைத் தொட்டேனா? குருட்டுத்தனமாக நடந்து கொண்டதோடு மட்டும் அல்லாமல் பெண்பழி வேறு சுமத்தினால் யாருக்குத்தான் கோபம் வராது? பேசாமல் முகத்தைத் திருப்பிக் கொண்டேன். பெண்கள்மீது அவருக்கு இருந்த அபார கோபத்தினால் ஊடலாக்கும் என்று நினைத்துக்கொண்டு வெளிவாசலுக்குப் போனார். அமாத்திய சுமந்திரன் ஓடோடியும் வந்தான். "அரசே, அரசே, நாம் நினைத்தது வீண்தோஷம். ராச்சியம் கைமாறி இருக்க வேண்டும்; கட்டிலில் படுத்துத் தூங்குவோர் ரெண்டு பேருமே வேறு" என்று தெண்டனிட, என் ஊடல் தணிய, அவர் சினம் ஆற, நாங்கள் சமாதானமானோம். எப்படியிருந்தாலும் தொட்டுத் தாலி கட்டின நேசம் போகுமா?

நாங்கள் இருவரும் சயனித்துக் கண்ணயர்ந்துவிட்டோம். நடுச் சாமம் இருக்கும். எங்கள் கொலு மண்டபத்தில் கடல் பொங்குவது போலப் பெரிய இரைச்சல் கேட்டுத் திடுக்கிட்டு விழித்தோம். மன்னர் அது என்னவென்று கேட்டுக்கொண்டே வெளியே போனார். நானும் தொடர்ந்து போய்க் கதவுக்குப் பின்பக்கமாக ஒதுங்கி நின்று கேட்டேன்.

எங்கள் பரிசனங்கள் எல்லாம் கூடியிருந்தார்கள். அவர்களில் மூப்பும் மொய்ம்பும் மிகுந்த அறிவாளி ஒருவர், மன்னர் முன் சாஷ்டாங்கமாகத் தெண்டனிட்டு, “மன்னாதி மன்னா, செகதலம் புகழும் மகிபதி, எங்களுக்கு உயிர்ப்பிச்சை அருள வேண்டும்; மூட்டைக் கடி பொறுக்காமல், கட்டிலை வெந்நீரிலிட அங்கே உத்தரவாகிவிட்டது. எங்களை எப்படியாவது ரக்ஷிக்க வேணும்” என்று கெஞ்சினார்.

மந்திரிமேல் மன்னருக்குக் கோபாவேசம் பொங்கியது.

“அட அப்பாவிப் பிராமணா, அமாத்தியன் என்று சொல்லிக் கொண்டு என் ஆளுகைக்கே ஆபத்தைக் கொண்டுவந்து விட்டாயே! பரிசனங்கள் இல்லாத காலத்தில் நாங்கள் சந்தோஷமாக ராச்சிய பாரம் பண்ணவில்லையா? இப்பொழுது இவர்களை எல்லாம் கூட்டிக்கொண்டுவந்து கொல்லப்போவதும் அல்லாமல், எனக்கும் என் பத்தினிக்கும் பிராணாபத்தைக் கொண்டுவந்துவிட்டாயே. நாட்டைவிட்டு ஓடிய ராசனைப் பற்றிக் கேள்விப் பட்டதுண்டா? வா, போய் ஒற்று விசாரித்து வருவோம்” என்று அவரையும் அழைத்துச் சென்றார்.

விக்கிரமார்க்க மகிபதியே, அவரைக் கடைசியில் உயிரோடு பார்த்தது அதுவே. மன்னர் மன்னவா! எனக்குத் தாலிப் பிச்சை தரவேண்டும். அவருடைய உடல் நசுங்கிக் கிடந்தது இன்னும் என் கண்முன் நிற்கிறதே, தெய்வமே! அவர் உயிரைக் கொடும். அல்லது நான் உமது ஈட்டியில் கழுவேறி உயிரை மாய்த்துக்கொள்ளுவேன் என்று அந்த மூட்டைப் பத்தினியானது விக்கிரமார்க்க ராசனுடைய ஈட்டி முனைமேல் ஓடி ஏறி நின்று, தன் உடல் போதுமான கனமில்லாமையால் உயிர்விட முடியாமல் தவிக்க, மன்னர் மன்னவனும் அதற்கு அபயம் அளித்து, “பெண்ணே, பயப்படாதே; நாங்கள் இப்பொழுதுதான் காடாறு மாதம் தொடங்கியிருக்கிறோம்; உன் புருஷன் உயிரை மீட்டுத் தருகிறோம்” என்று உத்தாரம் கொடுத்து விட்டு, மன்னர் மன்னவன் பட்டியைப் பார்த்து, “வாரும் பிள்ளாய், நும் யோசனை என்ன? கூடுவிட்டுக் கூடுபாய்ந்து காரியம் கூட்டுவோமா அல்லது மந்திர வாள் எடுத்துக் கதையை முடிப்போமா?” என்று கேட்க, அதற்குப் பட்டியானவன் தெண்டனிட்டு வணங்கி, “சமுகத்துக்குத் தெரியாததை நான் என்ன புதிதாகச் சொல்லப் போகிறேன்? மோசம் செய்த தாசிப் பெண்ணைக் கூடுவிட்டுக் கூடு பாய்ந்துதானே பரிசு கெடுத்தோம்? மற்றும் மந்திர வாளைத்தான் இரண்டு முறை உபயோகித்துவிட்டோமே; ஒரே ஒரு செப்பிடு

வித்தையைத் திரும்பத்திரும்பப் பார்த்துக்கொண்டிருக்க ஜனங்களுக்குப் பிடிக்குமோ? வேதாளத்தைக் கூப்பிட்டுத்தான் கேட்டுப் பார்க்க வேணும்" என்று சொல்லி வாய்மூடு முன், "ஆ, ஆசைப் பத்தினியே" என்று கூவிக்கொண்டு ஒரு மூட்டைப்பூச்சி ஓடிவர, பெண் மூட்டைப்பூச்சியும் உடல் பூரித்துத் தனக்கு வைதவ்யக் கோலம் நீங்கியது விக்கிரமார்க்க சமுகப் பாக்கியத்தால் என்று நினைத்து அவர் காலில் விழுந்து வணங்கும்படி கணவனிடம் சொல்ல, "அகோ மூட்டை அரசனே! நீர் தப்பிய விதம் எப்படி" என்றார் விக்கிரமார்க்க மன்னன்.

"விக்கிரமார்க்க மகிபதி, நானும் என் மந்திரி சுமந்திரனும் காரியம் விசாரிக்கச் சென்றபோது படுத்திருந்தவர் விரலை நீட்ட, என் ராச்சியத்துக்கே அழிவு தேடின அமாத்தியன் அதில் சிக்கி, வினைக்கேற்ற தண்டனையைப் பெற்றான். நான் தப்பிவரத் தாமதமாயிற்று. அதற்குள் இவள் உங்கள் உதவி நாடினாள். எனக்குத் தங்கள் நேசம் கிட்டியது. இனிமேல் நம் ராச்சியம் உங்களுடைய குடை நிழலில் சிற்றரசாக ஒதுங்கி வாழும்" என்று தெண்டனிட்டது.

காடாறு மாதத்தை இனி எப்படிக் கழிப்பது என்ற விசாரம் மிகுந்தவனாக, விக்கிரமார்க்க மகாராசா, அஜபுத்தி நாட்டு அராஜகத்தை ஒடுக்க எண்ணுவானாயினான்.

அதற்கும் இடம் இல்லாமற் போயிற்று. "அன்று கட்டிலில் படுத்திருந்த வேற்றாள் வேறு ஒருவருமில்லையாம்; அஜபுத்தி ஆசைப்பட்டுப் பெற்ற பட்டத்து இளவரசனாம். மன்னன் இல்லாச் சமயம் பார்த்துச் சேடிப்பெண்ணுடன் சல்லாபம் செய்தானாம். சுமந்திரனைக் கொன்ற பிரம்மஹத்தி அவனைத் தொடரும். தாங்கள் கவலைப்பட வேண்டாம், அரசே" என்றது அந்த மூட்டைப்பூச்சி மகிபன்.

காடாறு மாதத்தைக் கழிப்பது எப்படி என்று தெரியாத விக்கிரமார்க்க மன்னன் தவியாகத் தவிக்கும்போது, பட்டி என்ற மந்திரியானவன் வணக்கம் செய்து, "சுவாமி . . . .

(இத்துடன் ஏடு நின்றுவிடுகிறது. கதையின் பிற்பகுதி கிடைக்கவில்லை.)

***கலைமகள்*, ஜூலை 1943**

கடவுளும் கந்தசாமிப் பிள்ளையும்

மேலகரம் மே.க. ராமசாமிப் பிள்ளை அவர்களின் ஏகபுத்திரனும் செல்லப்பா என்பவருமான மேலகரம் மே.க.ரா. கந்தசாமிப் பிள்ளை யவர்கள், 'பிராட்வே'யும் 'எஸ்பிளனேடு'ம் கூடுகிற சந்தியில் ஆபத்தில் லாத ஓரத்தில் நின்றுகொண்டு வெகு தீவிரமாக யோசித்துக் கொண்டிருந்தார். 'டிராமில் ஏறிச்சென்றால் ஒன்றே காலணா. காலணா மிஞ்சும். பக்கத்துக் கடையில் வெற்றிலை பாக்குப் போட்டுக்கொண்டு வீட்டுக்கு நடந்துவிடலாம். பஸ்ஸில் ஏறிக் கண்டக்டரை ஏமாற்றிக் கொண்டே ஸென்ட்ரலைக் கடந்துவிட்டு அப்புறம் டிக்கட் வாங்கித் திருவல்லிக்கேணிக்குப் போனால் அரைக் 'கப்' காப்பி குடித்துவிட்டு வீட்டுக்குப் போகலாம்; ஆனால் வெற்றிலை கிடையாது....

'கண்டக்டர்தான் என்னை ஏமாற்றுஏமாற்று என்று வெற்றிலை வைத்து அழைக்கும்போது அவனை ஏமாற்றுவது, அதாவது அவனை ஏமாறாமல் ஏமாற்றுவது தர்ம விரோதம். நேற்று அவன் அப்படிக் கேட்டபடி ஸென்ட்ரலிலிருந்து மட்டும் கொடுத்திருந்தால் காப்பி சாப்பிட்டிருக்கலாம்.

'இப்பொழுது காப்பி சாப்பிட்டால் கொஞ்சம் விறுவிறுப்பாகத் தான் இருக்கும்.'

இப்படியாக மேற்படியூர் மேற்படி விலாசப் பிள்ளையவர்கள் தர்ம விசாரத்தில் ஈடுபட்டிருக்கும்பொழுதுதான் அவருக்குக் கடவுள் பிரசன்னமானார்.

திடீரென்று அவருடைய புத்தி பரவசத்தால் மருளும்படித் தோன்றி, "இந்தா, பிடி வரத்தை" என்று வற்புறுத்தவில்லை.

"ஐயா, திருவல்லிக்கேணிக்கு எப்படிப் போகிறது?" என்றுதான் கேட்டார்.

"டிராமிலும் போகலாம், பஸ்ஸிலும் போகலாம், கேட்டுக்கேட்டு நடந்தும் போகலாம்; மதுரைக்கு வழி வாயிலே" என்றார் ஸ்ரீ கந்தசாமிப் பிள்ளை.

"நான் மதுரைக்குப் போகவில்லை; திருவல்லிக்கேணிக்குத்தான் வழி கேட்டேன்; எப்படிப் போனால் சுருக்க வழி?" என்றார் கடவுள். இரண்டு பேரும் விழுந்துவிழுந்து சிரித்தார்கள்.

சாடி மோதித் தள்ளிக்கொண்டு நடமாடும் ஜனக் கூட்டத்திலிருந்து விலகி, செருப்பு ரிப்பேர் செய்யும் சக்கிலியன் பக்கமாக இருவரும் ஒதுங்கி நின்றார்கள்.

மேலகரம் ராமசாமிப் பிள்ளையின் வாரிசுக்கு நாற்பத்தைந்து வயசு; நாற்பத்தைந்து வருஷங்களாக அன்ன ஆகாரமில்லாமல் வளர்ந்தவர் போன்ற தேகக் கட்டு; சில கறுப்பு மயிர்களும் உள்ள நரைத்த தலை; இரண்டு வாரங்களாக க்ஷவரம் செய்யாத முகவெட்டு; எந்த ஜனக் கும்பலிலும், எவ்வளவு தூரத்திலும் போகும் நண்பர்களையும் கொத்திப் பிடிக்கும் அதிதீட்சண்யமான கண்கள்; காரிக்கம் ஷர்ட், காரிக்கம் வேஷ்டி, காரிக்கம் மேல்அங்கவஸ்திரம்.

வழி கேட்டவரைக் கந்தசாமிப் பிள்ளை கூர்ந்து கவனித்தார். வயசை நிர்ணயமாகச் சொல்ல முடியவில்லை. அறுபது இருக்கலாம்; அறுபதினாயிரமும் இருக்கலாம். ஆனால் அத்தனை வருஷமும் சாப்பாட்டுக் கவலையே இல்லாமல் கொழுகொழு என்று வளர்ந்த மேனி வளப்பம்.

தலையிலே துளிக்கூடக் கறுப்பில்லாமல் நரைத்த சிகை, கோதிக் கட்டாமல் சிங்கத்தின் பிடரிமயிர் மாதிரி கழுத்தில் விழுந்து சிலிர்த்துக்கொண்டு நின்றது. கழுத்திலே நட்டநடுவில் பெரிய கறுப்பு மறு. கண்ணும் கன்னங்கறேலென்று, நாலு திசையிலும் சுழன்று, சுழன்று வெட்டியது. சில சமயம் வெறியனுடையது போலக் கனிந்தது. சிரிப்பு? அந்தச் சிரிப்பு, கந்தசாமிப் பிள்ளையைச் சில சமயம் பய முறுத்தியது. சில சமயம் குழந்தையுடையதைப் போலக் கொஞ்சியது.

"ரொம்பத் தாகமாக இருக்கிறது" என்றார் கடவுள்.

"இங்கே ஜலம் கிலம் கிடைக்காது; வேணுமென்றால் காப்பி சாப்பிடலாம்; அதோ இருக்கிறது காப்பி ஹோட்டல்" என்றார் கந்தசாமிப் பிள்ளை.

"வாருங்களேன், அதைத்தான் சாப்பிட்டுப் பார்ப்போம்" என்றார் கடவுள்.

கந்தசாமிப் பிள்ளை பெரிய அபேதவாதி. அன்னியர், தெரிந்தவர் என்ற அற்ப பேதங்களைப் பாராட்டுகிறவர் அல்லர்.

"சரி, வாருங்கள் போவோம்" என்றார். 'பில்லை நம் தலையில் கட்டிவிடப் பார்த்தால்?' என்ற சந்தேகம் தட்டியது. 'துணிச்சல் இல்லாதவரையில் துன்பந்தான்' என்பது கந்தசாமிப் பிள்ளையின் சங்கற்பம்.

இருவரும் ஒரு பெரிய ஹோட்டலுக்குள் நுழைந்தனர். கடவுள் கந்தசாமிப் பிள்ளையின் பின்புறமாக ஒண்டிக்கொண்டு பின் தொடர்ந்தார்.

இருவரும் ஒரு மேஜையருகில் உட்கார்ந்தார்கள். பையனுக்கு மனப்பாடம் ஒப்பிக்க இடங் கொடுக்காமல், "ஸூடா, ஸ்ட்ராங்கா இரண்டு கப் காப்பி!" என்று தலையை உலுக்கினார் கந்தசாமிப் பிள்ளை.

"தமிழை மறந்துவிடாதே. இரண்டு கப் காப்பிகள் என்று சொல்" என்றார் கடவுள்.

"அப்படி அல்ல; இரண்டு கப்கள் காப்பி என்று சொல்ல வேண்டும்" என்று தமிழ்க் கொடி நாட்டினார் பிள்ளை.

முறியடிக்கப்பட்ட கடவுள் அண்ணாந்து பார்த்தார். "நல்ல உயரமான கட்டிடமாக இருக்கிறது; வெளிச்சமும் நன்றாக வருகிறது" என்றார்.

"பின்னே பெரிய ஹோட்டல் கோழிக் குடில் மாதிரி இருக்குமோ? கோவில் கட்டுகிறது போல என்று நினைத்துக்கொண்டீராக்கும்! சுகாதார உத்தியோகஸ்தர்கள் விடமாட்டார்கள்" என்று தமது வெற்றியைத் தொடர்ந்து முடுக்கினார் பிள்ளை.

கோவில் என்ற பதம் காதில் விழுந்ததும் கடவுளுக்கு உடம்பெல்லாம் நடுநடுங்கியது.

"அப்படி என்றால் ..?" என்றார் கடவுள். தோற்றாலும் விடவில்லை. "சுகாதாரம் என்றால் என்ன என்று சொல்லும்?" என்று கேட்டார் கடவுள்.

"ஓ! அதுவா? மேஜையை லோஷன் போட்டுக் கழுவி, உத்தியோகஸ்தர்கள் அபராதம் போடாமல் பார்த்துக்கொள்வது. பள்ளிக்கூடத்திலே, பரீட்சையில் பையன்கள் தோற்றுப்போவதற் கென்று சொல்லிக்கொடுக்கும் ஒரு பாடம்; அதன்படி இந்த ஈ, கொசு எல்லாம் ராக்ஷசர்களுக்குச் சமானம். அதிலும் இந்த மாதிரி ஹோட்டல்களுக்குள்ளே வந்துவிட்டால் ஆபத்துத்தான். உயிர் தப்பாது என்று எழுதியிருக்கிறார்கள்" என்றார் கந்தசாமிப் பிள்ளை. அவருக்கே அதிசயமாக இருந்தது இந்தப் பேச்சு. நாக்கில் சரஸ்வதி கடாட்சம் ஏற்பட்டுவிட்டதோ என்று சந்தேகித்தார்.

கடவுள் அவரைக் கவனிக்கவில்லை. இவர்கள் வருவதற்கு முன் ஒருவர் சிந்திவிட்டுப்போன காப்பியில் சிக்கிக்கொண்டு தவிக்கும் ஈ ஒன்றைக் கடவுள் பார்த்துக்கொண்டே இருந்தார். அது முக்கி முனகி ஈரத்தைவிட்டு வெளியேவர முயன்றுகொண்டிருந்தது.

"இதோ இருக்கிறதே!" என்றார் கடவுள். உதவி செய்வதற்காக விரலை நீட்டினார். அது பறந்துவிட்டது. ஆனால் எச்சில் காப்பி அவர் விரலில் பட்டது.

"என்ன ஐயா, எச்சிலைத் தொட்டுவிட்டீரே! இந்த ஜலத்தை எடுத்து மேஜைக்குக் கீழே கழுவும்" என்றார் பிள்ளை.

"ஈயை வரவிடக்கூடாது, ஆனால் மேஜையின் கீழே கழுவ வேண்டும் என்பது சுகாதாரம்" என்று முனகிக்கொண்டார் கடவுள்.

பையன் இரண்டு 'கப்' காப்பி கொண்டுவந்து வைத்தான்.

கடவுள் காப்பியை எடுத்துப் பருகினார். சோமபானம் செய்த தேவகளை முகத்தில் தெறித்தது.

"நம்முடைய லீலை" என்றார் கடவுள்.

"உம்முடைய லீலை இல்லைங்காணும், ஹோட்டல்காரன் லீலை. அவன் சிக்கரிப் பவுடரைப் போட்டு வைத்திருக்கிறான்; உம்முடைய லீலை எல்லாம் பில் கொடுக்கிற படலத்திலே" என்று காதோடு காதாய்ச் சொன்னார் கந்தசாமிப் பிள்ளை. சூசகமாகப் பில் பிரச்னையைத் தீர்த்துவிட்டதாக அவருக்கு ஓர் எக்களிப்பு.

"சிக்கரிப் பவுடர் என்றால் . . . ?" என்று சற்றுச் சந்தேகத்துடன் தலையை நிமிர்த்தினார் கடவுள்.

"சிக்கரிப் பவுடர், காப்பி மாதிரிதான் இருக்கும்; ஆனால் காப்பி அல்ல; சில பேர் தெய்வத்தின் பெயரைச் சொல்லிக்கொண்டு ஊரை ஏமாற்றிவருகிற மாதிரி" என்றார் கந்தசாமிப் பிள்ளை.

தெய்வம் என்றதும் திடுக்கிட்டார் கடவுள்.

பெட்டியடியில் பில்லைக் கொடுக்கும்பொழுது கடவுள் புத்தம்புதிய நூறு ரூபாய் நோட்டு ஒன்றை நீட்டினார்; கந்தசாமிப் பிள்ளை திடுக்கிட்டார்.

"சில்லறை கேட்டால் தரமாட்டேனா? அதற்காக மூன்றணா பில் எதற்கு? கண்ணைத் துடைக்கவா, மனசைத் துடைக்கவா?" என்றார் ஹோட்டல் சொந்தக்காரர்.

"நாங்கள் காப்பி சாப்பிடத்தான் வந்தோம்" என்றார் கடவுள்.

"அப்படியானால் சில்லறையை வைத்துக்கொண்டு வந்திருப்பீர்களே?" என்றார் ஹோட்டல் முதலாளி. அதற்குள் சாப்பிட்டுவிட்டு வெளியே காத்திருப்போர் கூட்டம் ஜாஸ்தியாக, வீண் கலாட்டா வேண்டாம் என்று சில்லறையை எண்ணிக்கொடுத்தார். "தொண்ணூற்று ஒன்பது ரூபாய் பதின்மூன்று – சரியா? பார்த்துக்கொள்ளும் சாமியாரே!"

"நீங்கள் சொல்லிவிட்டால் நமக்கும் சரிதான்; எனக்குக் கணக்கு வராது" என்றார் கடவுள்.

ஒரு போலிப் பத்து ரூபாய் நோட்டைத் தள்ளிவிட்டதில் கடைக் காரருக்கு ஒரு திருப்தி.

வெளியே இருவரும் வந்தார்கள். வாசலில் அவ்வளவு கூட்டமில்லை. இருவரும் நின்றார்கள்.

கடவுள், தம் கையில் கற்றையாக அடுக்கியிருந்த நோட்டுக்களில் ஐந்தாவதை மட்டும் எடுத்தார். சுக்குநூறாகக் கிழித்துக் கீழே எறிந்தார்.

கந்தசாமிப் பிள்ளைக்கு, பக்கத்தில் நிற்பவர் பைத்தியமோ என்ற சந்தேகம். திடுக்கிட்டு வாயைப் பிளந்துகொண்டு நின்றார்.

"கள்ள நோட்டு; என்னை ஏமாற்றப் பார்த்தான்; நான் அவனை ஏமாற்றிவிட்டேன்" என்றார் கடவுள். அவருடைய சிரிப்பு பயமாக இருந்தது.

"என் கையில் கொடுத்தால், பாப்பான் குடுமியைப் பிடித்து மாற்றிக்கொண்டு வந்திருப்பேனே!" என்றார் கந்தசாமிப் பிள்ளை.

"சிக்கரிப் பவுடருக்கு நீர் உடன்பட்டீரா இல்லையா? அந்த மாதிரி இதற்கு நான் உடன்பட்டேன் என்று வைத்துக்கொள்ளும். அவனுக்குப் பத்து ரூபாய்தான் பெரிசு; அதனால்தான் அவனை ஏமாற்றும்படி விட்டேன்" என்றார் கடவுள்.

வலிய வந்து காப்பி வாங்கிக் கொடுத்தவரிடம் எப்படி விடை பெற்றுக்கொள்வது என்று பட்டது கந்தசாமிப் பிள்ளைக்கு.

"திருவல்லிக்கேணிக்குத்தானே? வாருங்கள் டிராமில் ஏறுவோம்" என்றார் கந்தசாமிப் பிள்ளை.

"அது வேண்டவே வேண்டாம்; எனக்குத் தலை சுற்றும்; மெதுவாக நடந்தே போய்விடலாமே" என்றார் கடவுள்.

"ஐயா, நான் பகலெல்லாம் காலால் நடந்தாச்சு. என்னால் அடி எடுத்து வைக்க முடியாது; ரிக்ஷாவிலே ஏறிப் போகலாமே" என்றார் கந்தசாமிப் பிள்ளை. 'நாம்தாம் வழி காட்டுகிறோமே; பத்து ரூபாய் நோட்டைக் கிழிக்கக் கூடியவர் கொடுத்தால் என்ன?' என்பதுதான் அவருடைய கட்சி.

"நர வாகனமா? அதுதான் சிலாக்கியமானது" என்றார் கடவுள்.

இரண்டு பேரும் ரிக்ஷாவில் ஏறிக்கொண்டார்கள். "சாமி, கொஞ்சம் இருங்க; வெளக்கை ஏத்திக்கிறேன்" என்றான் ரிக்ஷாக்காரன்.

பொழுது மங்கி, மின்சார வெளிச்சம் மிஞ்சியது.

"இவ்வளவு சீக்கிரத்தில் அன்னியோன்னியமாகி விட்டோமே! நீங்கள் யார் என்றுகூட எனக்குத் தெரியாது; நான் யார் என்று உங்களுக்குத் தெரியாது. பட்டணத்துச் சந்தை இரைச்சலிலே இப்படிச் சந்திக்க வேண்டுமென்றால் . . . ."

கடவுள் சிரித்தார். பல், இருட்டில் மோகனமாக மின்னியது. "நான் யார் என்பது இருக்கட்டும். நீங்கள் யார் என்பதைச் சொல்லுங்களேன்" என்றார் அவர்.

கந்தசாமிப் பிள்ளைக்குத் தம்மைப் பற்றிச் சொல்லிக்கொள்வதில் எப்பொழுதுமே ஒரு தனி உத்ஸாகம். அதிலும் ஒருவன் ஓடுகிற ரிக்ஷாவில் தம்மிடம் அகப்பட்டுக்கொண்டால் விட்டுவைப்பாரா? கனைத்துக்கொண்டு ஆரம்பித்தார்.

"சித்த வைத்திய தீபிகை என்ற வைத்தியப் பத்திரிகையைப் பார்த்ததுண்டா?" என்று கேட்டார் கந்தசாமிப் பிள்ளை.

"இல்லை" என்றார் கடவுள்.

"அப்பொழுது வைத்திய சாஸ்திரத்தில் பரிசயமில்லை என்றுதான் கொள்ள வேண்டும்" என்றார் கந்தசாமிப் பிள்ளை.

"பரிசயம் உண்டு" என்றார் கடவுள்.

'இதென்னடா சங்கடமாக இருக்கிறது?' என்று யோசித்தார் கந்தசாமிப் பிள்ளை. "உங்களுக்கு வைத்திய சாஸ்திரத்தில் பரிசயமுண்டு; ஆனால் சித்த வைத்திய தீபிகையுடன் பரிசயமில்லை என்று கொள்வோம் : அப்படியாயின் உங்கள் வைத்திய சாஸ்திர ஞானம் பரிபூர்ணமாக வில்லை. நம்மிடம் பதினேழு வருஷத்து இதழ்களும் பைண்டு வால்யூம்களாக இருக்கின்றன. நீங்கள் அவசியம் வீட்டுக்கு ஒரு முறை வந்து அவற்றைப் படிக்க வேண்டும்; அப்பொழுதுதான் ...."

'பதினேழு வருஷ இதழ்களா! பதினேழு பன்னிரண்டு இருநூற்று நாலு.' கடவுளின் மனசு நடுநடுங்கியது. 'ஒருவேளை கால் வருஷம் ஒருமுறைப் பத்திரிகையாக இருக்கலாம்' என்ற ஓர் அற்ப நம்பிக்கை தோன்றியது.

"தீபிகை மாதம் ஒரு முறைப் பத்திரிகை. வருஷ சந்தா உள் நாட்டுக்கு ரூபாய் ஒன்று; வெளிநாடு என்றால் இரண்டே முக்கால்; ஜீவிய சந்தா ரூபாய் 25. நீங்கள் சந்தாதாராகச் சேர்ந்தால் ரொம்பப் பிரயோஜனம் உண்டு; வேண்டுமானால் ஒரு வருஷம் உங்களுக்கு அனுப்புகிறேன். அப்புறம் ஜீவிய சந்தாவைப் பார்க்கலாம்" என்று கடவுளைச் சந்தாதாராகச் சேர்க்கவும் முயன்றார்.

'பதினேழு வால்யூம்கள் தவிர, இன்னும் இருபத்தைந்து ரூபாயை வாங்கிக்கொண்டு ஓடஓட விரட்டலாம் என்று நினைக்கிறாரா? அதற்கு ஒரு நாளும் இடம் கொடுக்கக் கூடாது' என்று யோசித்துவிட்டு, "யாருடைய ஜீவியம்?" என்று கேட்டார் கடவுள்.

"உங்கள் ஆயுள்தான். என் ஆயுளும் அல்ல. பத்திரிகை ஆயுளும் அல்ல; அது அழியாத வஸ்து. நான் போனாலும் வேறு ஒருவர் சித்த வைத்திய தீபிகையை நடத்திக்கொண்டுதான் இருப்பார்; அதற்கும் ஏற்பாடு பண்ணியாச்சு" என்றார் கந்தசாமிப் பிள்ளை.

இந்தச் சமயம் பார்த்து ரிக்ஷாக்காரன் வண்டி வேகத்தை நிதானமாக்கிவிட்டுப் பின்புறமாகத் திரும்பிப் பார்த்தான்.

வேகம் குறைந்தால் எங்கே வண்டியில் இருக்கிற ஆசாமி குதித்து ஓடிப்போவாரோ என்று கந்தசாமிப் பிள்ளைக்குப் பயம்.

"என்னடா திரும்பிப் பாக்கிறே? மோட்டார் வருது, மோதிக்காதே; வேகமாகப் போ" என்றார் கந்தசாமிப் பிள்ளை.

"என்ன சாமி, நீங்க என்ன மனுசப்பெறவியா அல்லது பிசாசுங்களா? வண்டிலே ஆளே இல்லாத மாதிரி காத்தாட்டம் இருக்கு" என்றான் ரிக்ஷாக்காரன்.

"வாடகையும் காத்தாட்டமே தோணும்படி குடுக்கிறோம்; நீ வண்டியே இஸ்துக்கினு போ" என்று அதட்டினார் கந்தசாமிப் பிள்ளை.

"தவிரவும் நான் வைத்தியத் தொழிலும் நடத்தி வருகிறேன்; சித்த முறைதான் அநுஷ்டானம். வைத்தியத்திலே வருவது பத்திரிகைக்கும்,

குடும்பத்துக்கும் கொஞ்சம் குறையப் போதும். இந்த இதழிலே ரசக்கட்டைப் பற்றி ஒரு கட்டுரை எழுதியிருக்கேன்; பாருங்கோ, நமக்கு ஒரு பழைய சுவடி ஒன்று கிடைத்தது; அதிலே பல அபூர்வப் பிரயோகம் எல்லாம் சொல்லியிருக்கு" என்று ஆரம்பித்தார் கந்தசாமிப் பிள்ளை.

'ஏதேது, மகன் ஓய்கிற வழியாய்க் காணமெ' என்று நினைத்தார் கடவுள். "தினம் சராசரி எத்தனை பேரை வேட்டு வைப்பீர்?" என்று கேட்டார்.

"பெருமையாகச் சொல்லிக்கொள்ளும்படி அவ்வளவு ஒன்றுமில்லை. மேலும் உங்களுக்கு, நான் வைத்தியத்தை ஜீவனோபாயமாக வைத்திருக்கிறேன் என்பது ஞாபகம் இருக்க வேண்டும். வியாதியும் கூடுமானவரையில் அகன்றுவிடக் கூடாது. ஆசாமியும் தீர்ந்துவிடக் கூடாது. அப்பொழுதுதான், சிகிச்சைக்கு வந்தவனிடம் வியாதியை ஒரு வியாபாரமாக வைத்து நடத்த முடியும். ஆள் அல்லது வியாதி என்று முரட்டுத்தனமாகச் சிகிச்சை பண்ணினால், தொழில் நடக்காது. வியாதியும் வேகம் குறைந்து படிப்படியாகக் குணமாக வேண்டும். மருந்தும் வியாதிக்கோ மனுஷனுக்கோ கெடுதல் தந்துவிடக் கூடாது. இதுதான் வியாபார முறை. இல்லாவிட்டால் இந்தப் பதினேழு வருஷங்களாகப் பத்திரிகை நடத்திக்கொண்டிருக்க முடியுமா?" என்று கேட்டார் கந்தசாமிப் பிள்ளை.

கடவுள் விஷயம் புரிந்தவர் போலத் தலையை ஆட்டினார்.

"இப்படி உங்கள் கையைக் காட்டுங்கள், நாடி எப்படி அடிக்கிறது என்று பார்ப்போம்" என்று கடவுளின் வலது கையைப் பிடித்தார் கந்தசாமிப் பிள்ளை.

"ஓடுகிற வண்டியில் இருந்துகொண்டா?" என்று சிரித்தார் கடவுள்.

"அது வைத்தியனுடைய திறமையைப் பொறுத்தது" என்றார் கந்தசாமிப் பிள்ளை.

நாடியைச் சில விநாடிகள் கவனமாகப் பார்த்தார். "பித்தம் ஏறி அடிக்கிறது; விஷப் பிரயோகமும் பழக்கம் உண்டோ?" என்று கொஞ்சம் விநயத்துடன் கேட்டார் பிள்ளை.

"நீ கெட்டிக்காரன்தான்; வேறும் எத்தனையோ உண்டு" என்று சிரித்தார் கடவுள்.

"ஆமாம், நாம் என்னத்தையெல்லாமோ பேசிக்கொண்டிருக்கிறோம்: அதிருக்கட்டும், திருவல்லிக்கேணியில் எங்கே?" என்றார் கந்தசாமிப் பிள்ளை.

"ஏழாம் நம்பர் வீடு, ஆபீஸ் வேங்கடாசல முதலி சந்து" என்றார் கடவுள்.

"அடெடெ! அது நம்ம விலாசமாச்சே; அங்கே யாரைப் பார்க்க வேண்டும்?"

“கந்தசாமிப் பிள்ளையை!”

“சரியாய்ப் போச்சு, போங்க; நான்தான் அது. தெய்வந்தான் நம்மை அப்படிச் சேர்த்துவைத்திருக்கிறது. தாங்கள் யாரோ? இனம் தெரியவில்லையே?” என்றார் கந்தசாமிப் பிள்ளை.

“நானா? கடவுள்!” என்றார் சாவகாசமாக, மெதுவாக. அவர் வானத்தைப் பார்த்துக்கொண்டு தாடியை நெருடினார்.

கந்தசாமிப் பிள்ளை திடுக்கிட்டார். கடவுளாவது, வருவதாவது!

“பூலோகத்தைப் பார்க்க வந்தேன்; நான் இன்னும் சில நாட்களுக்கு உம்முடைய அதிதி.”

கந்தசாமிப் பிள்ளை பதற்றத்துடன் பேசினார். “எத்தனை நாள் வேண்டுமானாலும் இரும்; அதற்கு ஆட்சேபம் இல்லை. நீர் மட்டும் உம்மைக் கடவுள் என்று தயவுசெய்து வெளியில் சொல்லிக்கொள்ள வேண்டாம்; உம்மைப் பைத்தியக்காரன் என்று நினைத்தாலும் பரவாயில்லை. என்னை என் வீட்டுக்காரி அப்படி நினைத்துவிடக் கூடாது” என்றார்.

“அந்த விளக்குப் பக்கத்தில் நிறுத்துடா” என்றார் கந்தசாமிப் பிள்ளை.

வண்டி நின்றது. இருவரும் இறங்கினார்கள்.

கடவுள் அந்த ரிக்ஷாக்காரனுக்குப் பளபளப்பான ஒற்றை ரூபாய் நோட்டு ஒன்றை எடுத்துக் கொடுத்தார்.

“நல்லா இருக்கணும் சாமீ” என்று உள்ளம் குளிரச் சொன்னான் ரிக்ஷாக்காரன்.

கடவுளை ஆசீர்வாதம் பண்ணுவதாவது!

“என்னடா, பெரியவரைப் பாத்து நீ என்னடா ஆசீர்வாதம் பண்ணுவது?” என்று அதட்டினார் கந்தசாமிப் பிள்ளை.

“அப்படிச் சொல்லடா அப்பா; இத்தனை நாளா, காது குளிர மனசு குளிர இந்த மாதிரி ஒரு வார்த்தை கேட்டதில்லை. அவன் சொன்னால் என்ன?” என்றார் கடவுள்.

“அவன்கிட்ட இரண்டணாக் கொறச்சுக் குடுத்துப் பார்த்தால் அப்போ தெரியும்!” என்றார் கந்தசாமிப் பிள்ளை.

“எசமான், நான் நாயத்துக்குக் கட்டுப்பட்டவன், அநியாயத்துக்குக் கட்டுப்பட்டவனில்லெ, சாமி! நான் எப்பவும் அன்னா அந்த லெக்கிலெதான் குந்திக்கிட்டு இருப்பேன்; வந்தா கண் பாக்கணும்” என்று ஏர்க்காலை உயர்த்தினான் ரிக்ஷாக்காரன்.

“மகா நியாயத்துக்குக் கட்டுப்பட்டவன்தான்! தெரியும் போடா; கள்ளுத்தண்ணிக்கிக் கட்டுப்பட்டவன்” என்றார் கந்தசாமிப் பிள்ளை.

“வாடகை வண்டியெ இஸ்துகிட்டு நாள் முச்சூடும் வெயிலிலே ஓடினாத் தெரியும். உன்னை என்ன சொல்ல? கடவுளுக்குக் கண்ணில்லெ; உன்னியே சொல்ல வச்சான், என்னியே கேக்க வச்சான்” என்று சொல்லிக்கொண்டே வண்டியை இழுத்துச் சென்றான்.

கடவுள் வாய்விட்டு உரக்கச் சிரித்தார். விழுந்துவிழுந்து சிரித்தார். மனசிலே மகிழ்ச்சி, குளிர்ச்சி.

"இதுதான் பூலோகம்" என்றார் கந்தசாமிப் பிள்ளை.

"இவ்வளவுதானா!" என்றார் கடவுள்.

இருவரும் வீட்டை நோக்கி நடந்தார்கள்.

வீட்டுக்கு எதிரில் உள்ள லாந்தல் கம்பத்தின் பக்கத்தில் வந்ததும் கடவுள் நின்றார்.

கந்தசாமிப் பிள்ளையும் காத்து நின்றார்.

"பக்தா!" என்றார் கடவுள்.

எதிரில் கிழவனார் நிற்கவில்லை.

புலித் தோலாடையும், சடா முடியும், மானும், மழுவும், பிறையுமாகக் கடவுள் காட்சியளித்தார். கண்ணிலே மகிழ்ச்சி வெறி துள்ளியது. உதட்டிலே புன்சிரிப்பு.

"பக்தா!" என்றார் மறுபடியும்.

கந்தசாமிப் பிள்ளைக்கு விஷயம் புரிந்துவிட்டது.

"ஓய் கடவுளே, இந்தா பிடி வரத்தை என்கிற வித்தை எல்லாம் எங்கிட்டச் செல்லாது. நீர் வரத்தைக் கொடுத்துவிட்டு உம் பாட்டுக்குப் போவீர்; இன்னொரு தெய்வம் வரும், தலையைக் கொடு என்று கேட்கும். உம்மிடம் வரத்தை வாங்கிக்கொண்டு பிறகு தலைக்கு ஆபத்தைத் தேடிக்கொள்ளும் ஏமாந்த சோணகிரி நான் அல்ல. ஏதோ பூலோகத்தைப் பார்க்க வந்தீர்; நம்முடைய அதிதியாக இருக்க ஆசைப்பட்டீர்; அதற்கு ஆட்சேபம் எதுவும் இல்லை. என்னுடன் பழக வேண்டுமானால் மனுஷனைப் போல, என்னைப் போல நடந்துகொள்ள வேண்டும்; மனுஷ அத்துக்குக் கட்டுப்பட்டிருக்க வேண்டும்; நான் முந்திச் சொன்னதை மறக்காமல் வீட்டுக்கு ஒழுங்காக வாரும்" என்றார் கந்தசாமிப் பிள்ளை.

கடவுள் மௌனமாகப் பின்தொடர்ந்தார். கந்தசாமிப் பிள்ளையின் வாதம் சரி என்று பட்டது. இதுவரையில் பூலோகத்திலே வரம்வாங்கி உருப்பட்ட மனுஷன் யார் என்ற கேள்விக்குப் பதிலே கிடையாது என்றுதான் அவருக்குப் பட்டது.

கந்தசாமிப் பிள்ளை வாசலருகில் சற்று நின்றார். "சாமி, உங்களுக்குப் பரமசிவம் என்று பேர் கொடுக்கவா? அம்மையப்பப் பிள்ளை என்று கூப்பிடவா?" என்றார்.

"பரமசிவந்தான் சரி; பழைய பரமசிவம்."

"அப்போ, உங்களை அப்பா என்று உறவுமுறை வைத்துக் கூப்பிடுவேன்; உடன்பட வேணும்" என்றார் கந்தசாமிப் பிள்ளை.

"அப்பா என்று வேண்டாமப்பா; பெரியப்பா என்று கூப்பிடும். அப்போதுதான் என் சொத்துக்கு ஆபத்தில்லை" என்று சிரித்தார் கடவுள். பூலோக வளமுறைப்படி நடப்பது என்று தீர்மானித்தபடி

சற்று ஜாக்கிரதையாக இருந்துகொள்ள வேண்டும் என்று பட்டது கடவுளுக்கு.

"அப்படி உங்கள் சொத்து என்னவோ?" என்றார் கந்தசாமிப் பிள்ளை.

"இந்தப் பிரபஞ்சம் முழுவதுந்தான்" என்றார் கடவுள்.

"பயப்பட வேண்டாம்; அவ்வளவு பேராசை நமக்கு இல்லை" என்று கூறிக்கொண்டே நடைப்படியில் காலை வைத்தார் கந்தசாமிப் பிள்ளை.

2

வீட்டு முன்கூடத்தில் ஒரு தகர விளக்கு அவ்விடத்தைக் கோவிலின் கர்ப்பக் கிருகமாக்கியது. அதற்கு அந்தப் புறத்தில் நீண்டு இருண்டு கிடக்கும் பட்டகசாலை. அதற்கப்புறம் என்னவோ? ஒரு குழந்தை, அதற்கு நாலு வயசு இருக்கும். மனசிலே இன்பம் பாய்ச்சும் அழகு. கண்ணிலே எப்பொழுது பார்த்தாலும் காரணமற்ற சந்தோஷம். பழைய காலத்து ஆசாரப்படி உச்சியில் குறுக்காக வகிடு எடுத்து முன்னும் பின்னுமாகப் பின்னிய எலிவால் சடை வாலை வளைத்துக் கொண்டு நின்றது. முன்புறம் சடையைக் கட்டிய வாழைநார், கடமையில் வழுவித் தொங்கி, குழந்தை குனியும்போதெல்லாம் அதன் கண்ணில் விழுந்து தொந்தரவு கொடுத்தது. குழந்தையின் கையில் ஒரு கரித்துண்டும், ஓர் ஓட்டுத்துண்டும் இருந்தன. இடையில் முழங்காலைக் காட்டிக்கொண்டிருக்கும் கிழிசல் சிற்றாடை. குனிந்து தரையில் கோடுபோட முயன்று, வாழைநார் கண்ணில் விழுந்ததனால் நிமிர்ந்து நின்றுகொண்டு, இரண்டு கைகளாலும் வாழை நாரைப் பிடித்துப் பலங்கொண்ட மட்டும் இழுத்தது. அதன் முயற்சி பலிக்க வில்லை. வலித்தது. அழுவோமா அல்லது இன்னும் ஒரு தடவை இழுத்துப்பார்ப்போமா என்று அது தர்க்கித்துக்கொண்டிருக்கும் போது அப்பா உள்ளே நுழைந்தார்.

"அப்பா!" என்ற கூச்சலுடன் கந்தசாமிப் பிள்ளையின் காலைக் கட்டிக்கொண்டது. அண்ணாந்து பார்த்து, "எனக்கு என்னா கொண்டாந்தே?" என்று கேட்டது.

"என்னைத்தான் கொண்டாந்தேன்" என்றார் கந்தசாமிப் பிள்ளை.

"என்னப்பா, தினந்தினம் உன்னியேத்தானே கொண்டாரே; பொரி கடலையாவது கொண்டாரப்படாது?" என்று சிணுங்கியது குழந்தை.

"பொரி கடலை உடம்புக்காகாது; இதோ பார். உனக்கு ஒரு தாத்தாவைக் கொண்டுவந்திருக்கிறேன்" என்றார் கந்தசாமிப் பிள்ளை.

"இதுதான் உம்முடைய குழந்தையோ?" என்று கேட்டார் கடவுள். குழந்தையின் பேரில் விழுந்த கண்களை மாற்ற முடியவில்லை அவருக்கு.

கந்தசாமிப் பிள்ளை சற்றுத் தயங்கினார்.

"சும்மா சொல்லும்; இப்பொவெல்லாம் நான் சுத்த சைவன்; மண்பானைச் சமையல்தான் பிடிக்கும். பால், தயிர்கூடச் சேர்த்துக் கொள்ளுவதில்லை" என்று சிரித்தார் கடவுள்.

"ஆசைக்கு என்று காலம் தப்பிப் பிறந்த கருவேப்பிலைக் கொழுந்து" என்றார் கந்தசாமிப் பிள்ளை.

"இப்படி உட்காருங்கள்; இப்பொ குழாயிலே தண்ணீர் வராது; குடத்திலே எடுத்துக்கொண்டு வருகிறேன்" என்று உள்ளே இருட்டில் மறைந்தார் கந்தசாமிப் பிள்ளை.

கடவுள் துண்டை உதறிப்போட்டுவிட்டுக் கூடத்தில் உட்கார்ந்தார்.

மனசிலே ஒரு துறுதுறுப்பும் எல்லையற்ற நிம்மதியும் இருந்தன.

"வாடியம்மா கருவேப்பிலைக் கொழுந்தே?" என்று கைகளை நீட்டினார் கடவுள்.

ஒரே குதியில் அவருடைய மடியில் வந்து ஏறிக்கொண்டது குழந்தை.

"எம் பேரு கருகப்பிலைக் கொளுந்தில்லெ; வள்ளி. அப்பா மாத்திரம் என்னெக் கறுப்பி கறுப்பின்னு கூப்பிடுதா; நான் என்ன அப்பிடியா?" என்று கேட்டது.

அது பதிலை எதிர்பார்க்கவில்லை. அதன் கண்களுக்குத் தாத்தாவின் கண்டத்தில் இருந்த கறுப்பு மறு தென்பட்டது.

"அதென்ன தாத்தா, கன்னங்கறேலுன்னு நவ்வாப் பழம் மாதிரி களுத்திலே இருக்கு? அதைக் கடிச்சுத் திங்கணும் போலே இருக்கு" என்று கண்களைச் சிமிட்டிச்சிமிட்டிப் பேசிக்கொண்டு மடியில் எழுந்து நின்று, கழுத்தில் பூப்போன்ற உதடுகளை வைத்து அழுத்தியது. இளம் பல் கழுத்தில் கிளுகிளுத்தது. கடவுள் உடலே குளுகுளுத்தது.

"கூச்சமா இருக்கு" என்று உடம்பை நெளித்தார் கடவுள்.

"ஏன் தாத்தா, களுத்திலே நெருப்பு கிருப்புப் பட்டு பொத்துப் போச்சா? எனக்கும் இந்தா பாரு" என்று தன் விரல் நுனியில் கன்றிக் கறுத்துப்போன கொப்புளத்தைக் காட்டியது.

"பாப்பா, அது நாகப்பளந்தாண்டி யம்மா; முந்தி ஒரு தரம் எல்லாரும் கொடுத்தாளேன்னு வாங்கி வாயிலே போட்டுக் கொண்டேன். எனக்குப் பங்கில்லியான்னு களுத்தெப் புடிச்சுப்புட்டாங்க. அதிலெ இருந்து அது அங்கியே சிக்கிக்கிச்சு; அது கெடக்கட்டும். உனக்கு விளையாடத் தோழிப் பிள்ளைகள் இல்லியா?" என்று கேட்டார் கடவுள்.

"வட்டும் கரித்துண்டும் இருக்கே; நீ வட்டாட வருதியா?" என்று கூப்பிட்டது.

குழந்தையும் கடவுளும் வட்டு விளையாட ஆரம்பித்தார்கள்.

ஒற்றைக் காலை மடக்கிக்கொண்டே நொண்டியடித்து ஒரு தாவுத் தாவினார் கடவுள்.

"தாத்தா, தோத்துப்போனீயே" என்று கை கொட்டிச் சிரித்தது குழந்தை.

"ஏன்?" என்று கேட்டார் கடவுள்.

கால் கரிக்கோட்டில் பட்டுவிட்டதாம்.

"முந்தியே சொல்லப்படாதா?" என்றார் கடவுள்.

"ஆட்டம் தெரியாமெ ஆட வரலாமா?" என்று கையை மடக்கிக் கொண்டு கேட்டது குழந்தை.

அந்தச் சமயத்தில் ஸ்ரீ கந்தசாமிப் பிள்ளை முன்னே வர, ஸ்ரீமதி பின்னே குடமும் இடுப்புமாக இருட்டிலிருந்து வெளிப்பட்டார்கள்.

"இவுங்கதான் கைலாசவரத்துப் பெரியப்பா; கரிசங்கொளத்துப் பொண்ணை இவுங்களுக்கு ஒண்ணுவிட்ட அண்ணாச்சி மகனுக்குத் தான் கொடுத்திருக்கு. தெரியாதா?" என்றார் கந்தசாமிப் பிள்ளை.

"என்னமோ தேசாந்திரியாகப் போயிட்டதாகச் சொல்லுவாகளே, அந்த மாமாவா? வாருங்க மாமா, சேவிக்கிறேன்" என்று குடத்தை இறக்கி வைத்துவிட்டு விழுந்து நமஸ்கரித்தாள். காது நிறைந்த பழங்காலப் பாம்படம் கன்னத்தில் இடிபட்டது.

"பத்தும் பெருக்கமுமாகச் சுகமாக வாழவேணும்" என்று ஆசீர்வதித்தார் கடவுள்.

காந்திமதி அம்மையாருக்கு (அதுதான் கந்தசாமிப் பிள்ளை மனைவியின் பெயர்) என்றும் அநுபவித்திராத உள்ள நிறைவு ஏற்பட்டது. மனமும் குளிர்ந்தது. கண்ணும் நனைந்தது.

"வாசலில் இருக்கற அரிசி மூட்டையை அப்படியே போட்டு வச்சிருந்தா?" என்று ஞாபகமூட்டினார் கடவுள்.

"இவுகளுக்கு மறதிதான் சொல்லி முடியாது. அரிசி வாங்கியாச்சான்னு இப்பந்தான் கேட்டேன். இல்லைன்னு சொன்னாக. ஊருக்கெல்லாம் மருந்து கொடுக்காக; இவுக மறதிக்குத்தான் மருந்தைக் காங்கலெ. படெச்ச கடவுள்தான் பக்கத்திலே நிண்ணுதான் பார்க்கணும்" என்றாள் காந்திமதி அம்மாள்.

"பாத்துக்கிட்டுத்தான் நிக்காறே" என்றார் கடவுள் கிராமியமாக.

"பாத்துச் சிரிக்கணும், அப்பந்தான் புத்தி வரும்" என்றாள் அம்மையார்.

கடவுள் சிரித்தார்.

கடவுளும் கந்தசாமிப் பிள்ளையும் வாசலுக்குப் போனார்கள்.

"இந்தச் செப்பிடுவித்தை எல்லாம் கூடாது என்று சொன்னேனே" என்றார் பிள்ளை காதோடு காதாக.

"இனிமேல் இல்லை" என்றார் கடவுள்.

கந்தசாமிப் பிள்ளை முக்கி முனகிப் பார்த்தார்; மூட்டை அசையவே இல்லை.

"நல்ல இளவட்டம்!" என்று சிரித்துக்கொண்டே மூட்டையை இடுப்பில் இடுக்கிக்கொண்டார் கடவுள்.

"நீங்க எடுக்கதாவது; உங்களைத்தானே, ஒரு பக்கமாத் தாங்கிப் பிடியுங்க; சும்மா பாத்துக்கிட்டே நிக்கியளே!" என்று பதைத்தாள் காந்திமதியம்மாள்.

"நீ சும்மா இரம்மா; எங்கே போடணும்னு சொல்லுதெ?" என்றார் கடவுள்.

"இந்தக் கூடத்திலியே கெடக்கட்டும்; நீங்க இங்கே சும்மா வச்சிருங்க" என்று வழிமறித்தாள் காந்திமதியம்மாள்.

கந்தசாமிப் பிள்ளையும் கடவுளும் சாப்பிட்டுவிட்டு வாசல் திண்ணைக்கு வரும்பொழுது இரவு மணி பதினொன்று.

"இனிமேல் என்ன யோசனை?" என்றார் கடவுள்.

"தூங்கத்தான்" என்றார் பிள்ளை கொட்டாவி விட்டுக்கொண்டே.

"தாத்தா, நானும் ஒங்கூடத்தான் படுத்துக்குவேன்" என்று ஓடிவந்தது குழந்தை.

"நீ அம்மையெக் கூப்பிட்டுப் பாயும் தலையணையும் எடுத்துப் போடச் சொல்லு" என்றார் கந்தசாமிப் பிள்ளை.

"என்னையுமா தூங்கச் சொல்லுகிறீர்?" என்று கேட்டார் கடவுள்.

"மனுஷாள்கூடப் பழகினால் அவர்களைப் போலத்தான் நடந்தாகணும்; தூங்க இஷ்டமில்லை என்றால் பேசாமல் படுத்துக் கொண்டிருங்கள். ராத்திரியில் நடமாடினால் அபவாதத்துக்கு இடமாகும்" என்றார் கந்தசாமிப் பிள்ளை.

3

கந்தசாமிப் பிள்ளை பவழக்காரத் தெரு சித்தாந்த தீபிகை ஆபீசில் தரையில் உட்கார்ந்துகொண்டு பதவுரை எழுதிக்கொண்டிருக்கிறார். போகர் நூலுக்கு விளக்கவுரை பிள்ளையவர்கள் பத்திரிகையில் மாதமாதம் தொடர்ச்சியாகப் பிரசுரமாகி வருகிறது.

"ஆச்சப்பா இன்னமொன்று சொல்லக் கேளு, அப்பனே வயமான செங்கரும்பு, காச்சிய வெந்நீருடனே கருடப் பிச்சு, கல்லுருவி புல்லுருவி நல்லூமத்தை (கருடப்பச்சை என்றும் பாடம்) . . ." என்று எழுதிவிட்டு, வாசல் வழியாகப் போகும் தபாற்காரன் உள்ளே நுழையாமல் நேராகப் போவதைப் பார்த்துவிட்டு, "இன்றைக்கும் பத்திரிகை போகாது" என்று முனகியபடி, எழுதியதைச் சுருட்டி மூலையில் வைத்துவிட்டு விரல்களைச் சொடுக்கு முறித்துக்கொண்டார்.

வாசலில் ரிக்ஷா வந்து நின்றது. கடவுளும் குழந்தையும் இறங்கி னார்கள். வள்ளியின் இடுப்பில் பட்டுச் சிற்றாடை; கை நிறைய மிட்டாய்ப் பொட்டலம்.

"தாத்தாவும் நானும் செத்த காலேஜ் உசிர் காலேஜெல்லாம் பார்த்தோம்" என்று துள்ளியது குழந்தை.

"எதற்காக ஓய், ஒரு கட்டடத்தைக் கட்டி, எலும்பையும் தோலையும் பொதிந்துபொதிந்து வைத்திருக்கிறது? என்னைக் கேலிசெய்ய வேண்டும் என்ற நினைப்போ?" என்று கேட்டார் கடவுள். குரலில் கடுகடுப்புத் தொனித்தது.

"அவ்வளவு ஞானத்தோடே இங்கே யாரும் செய்துவிடுவார்களா? சிருஷ்டியின் அபூர்வத்தைக் காட்டுவதாக நினைத்துக்கொண்டுதான் அதை எல்லாம் அப்படி வைத்திருக்கிறார்கள். அது கிடக்கட்டும்; நீங்க இப்படி ஓர் இருபத்தைந்து ரூபாய் கொடுங்கள்; உங்களை ஜீவிய சந்தாதாராகச் சேர்த்துவிடுகிறேன்; இன்று பத்திரிகை போய் ஆக வேணும்" என்று கையை நீட்டினார் பிள்ளை.

"இது யாரை ஏமாற்ற? யார் நன்மைக்கு?" என்று சிரித்தார் கடவுள்.

"தானம் வாங்கவும் பிரியமில்லை; கடன் வாங்கும் யோசனையும் இல்லை; அதனால்தான் வியாபாரார்த்தமாக இருக்கட்டும் என்கிறேன். நன்மையைப் பற்றிப் பிரமாதமாகப் பேசிவிட்டீர்களே! இந்தப் பூலோகத்திலே நெய் முதல் நல்லெண்ணம் வரையில் எல்லாம் கலப்படம்தான். இது உங்களுக்குத் தெரியாதா?" என்று ஒரு போடு போட்டார் கந்தசாமிப் பிள்ளை.

கடவுள் யோசனையில் ஆழ்ந்தார்.

"அதிருக்கட்டும், போகரிலே சொல்லியிருக்கிறதே, கருடப்பச்சை: அப்படி ஒரு மூலிகை உண்டா? அல்லது கருடப்பிச்சுதானா?" என்று கேட்டார் கந்தசாமிப் பிள்ளை.

"பிறப்பித்த பொறுப்புதான் எனக்கு; பெயரிட்ட பழியையும் என்மேல் போடுகிறீரே, இது நியாயமா? நான் என்னத்தைக் கண்டேன்? உம்மை உண்டாக்கினேன்; உமக்குக் கந்தசாமிப் பிள்ளையென்று உங்க அப்பா பெயர் இட்டார்; அதற்கும் நான்தான் பழியா?" என்று வாயை மடக்கினார் கடவுள்.

"நீங்கள் இரண்டு பேரும் வெயிலில் அலைந்துவிட்டு வந்தது கோபத்தை எழுப்புகிறது போலிருக்கிறது. அதற்காக என்னை மிரட்டி மடக்கிவிட்டதாக நினைத்துக்கொள்ள வேண்டாம்; அவசரத்தில் திடுதிப்பென்று சாபம் கொடுத்தீரானால், இருபத்தைந்து ரூபாய் வீணாக நஷ்டமாய்ப்போகுமே என்பதுதான் என் கவலை" என்றார் கந்தசாமிப் பிள்ளை.

பொட்டலத்தை அவிழ்த்துத் தின்றுகொண்டிருந்த குழந்தை, "ஏன் தாத்தா அப்பாகிட்டப் பேசுதே? அவுங்களுக்கு ஒண்ணுமே தெரியாது; இதைத் தின்னு பாரு, இனிச்சுக் கெடக்கு" என்று கடவுளை அழைத்தது.

குழந்தை கொடுக்கும் லட்டுத் துண்டுகளைச் சாப்பிட்டுக் கொண்டே, "பாப்பா, உதுந்தது எனக்கு, முழுசு உனக்கு!" என்றார் கடவுள்.

குழந்தை ஒரு லட்டை எடுத்துச் சற்று நேரம் கையில் வைத்துக் கொண்டே யோசித்தது.

"தாத்தா, முழுசு வாய்க்குள்ளே கொள்ளாதே. உதுத்தா உனக்குன்னு செல்லுதியே. அப்போ எனக்கு இல்லையா?" என்று கேட்டது குழந்தை.

கடவுள் விழுந்துவிழுந்து சிரித்தார். "அவ்வளவும் உனக்கே உனக்குத்தான்" என்றார்.

"அவ்வளவுமா! எனக்கா!" என்று கேட்டது குழந்தை.

"ஆமாம். உனக்கே உனக்கு" என்றார் கடவுள்.

"அப்புறம் பசிக்காதே! சாப்பிடாட்டா அம்மா அடிப்பாங்களே! அப்பா லேவியம் குடுப்பாங்களே!" என்று கவலைப்பட்டது குழந்தை.

"பசிக்கும்; பயப்படாதே!" என்றார் கடவுள்.

"தாங்கள் வாங்கிக்கொடுத்திருந்தாலும், அது ஹோட்டல் பட்சணம். ஞாபகம் இருக்கட்டும்" என்றார் கந்தசாமிப் பிள்ளை.

"நான்தான் இருக்கிறேனே!" என்றார் கடவுள்.

"நீங்கள் இல்லையென்று நான் எப்பொழுது சொன்னேன்?" என்றார் கந்தசாமிப் பிள்ளை.

சில விநாடிகள் பொறுத்து, "இன்றைச் செலவு போக, அந்த நூறு ரூபாயில் எவ்வளவு மிச்சம்?" என்றார் கந்தசாமிப் பிள்ளை.

"உமக்கு ரூபாய் இருபத்தைந்து போகக் கையில் ஐம்பது இருக்கிறது" என்று சிரித்தார் கடவுள்.

"அதற்குப் பிறகு என்ன யோசனை?"

"அதுதான் எனக்கும் புரியவில்லை."

"என்னைப் போல வைத்தியம் செய்யலாமே!"

"உம்முடன் போட்டிபோட நமக்கு இஷ்டம் இல்லை."

"அப்படி நினைத்துக்கொள்ள வேண்டாம். என்னோடே போட்டி போடல்லே; லோகத்து முட்டாள்தனத்தோடே போட்டி போடுகிறீர்கள்; பிரியமில்லை என்றால் சித்தாந்த உபந்நியாசங்கள் செய்யலாமே?"

"நீர் எனக்குப் பிழைக்கிறதற்கா வழி சொல்லுகிறீர்; அதில் துட்டு வருமா!" என்று சிரித்தார் கடவுள்.

"அப்போ?"

"எனக்குத்தான் கூத்து ஆட நன்றாக வருமே; என்ன சொல்லுகிறீர்? தேவியை வேண்டுமானாலும் தருவிக்கிறேன்."

கந்தசாமிப் பிள்ளை சிறிது யோசித்தார். "எனக்கு என்னவோ பிரியமில்லை!" என்றார்.

"பிறகு பிழைக்கிற வழி? என்னஙகாணும், பிரபஞ்சமே எங்கள் ஆட்டத்தை வைத்துத்தானே பிழைக்கிறது?"

"உங்கள் இஷ்டம்" என்றார் கந்தசாமிப் பிள்ளை.

கந்தசாமிப் பிள்ளை மறுபடியும் சிறிது நேரம் சிந்தித்தார். "வாருங்கள், போவோம்" என்று ஆணியில் கிடந்த மேல்வேட்டியை எடுத்து உதறிப் போட்டுக்கொண்டார்.

"குழந்தை!" என்றார் கடவுள்.

"அதுதான் உறங்குகிறதே; வருகிற வரையிலும் உறங்கட்டும்" என்றார் பிள்ளை.

கால்மணிப் போது கழித்து மூன்று பேர் திவான் பகதூர் பிரகதீசுவர சாஸ்திரிகள் பங்களாவுக்குள் நுழைந்தனர். ஒருவர் கந்தசாமிப் பிள்ளை; மற்றொருவர் கடவுள்; மூன்றாவது பெண் – தேவி.

"நான் இவருக்குத் தங்கபஸ்பம் செய்து கொடுத்துவருகிறேன். நான் சொன்னால் கேட்பார்" என்று விளக்கிக்கொண்டே முன் வராந்தாப் படிக்கட்டுகளில் ஏறினார் பிள்ளை; இருவரும் பின்தொடர்ந்தனர். தேவியின் கையில் ஒரு சிறு மூட்டை இருந்தது.

"சாமி இருக்காங்களா; நான் வந்திருக்கேன் என்று சொல்லு" என்று அதிகாரத்தோடு வேலைக்காரனிடம் சொன்னார் கந்தசாமிப் பிள்ளை.

"பிள்ளையவர்களா! வரவேணும், வரவேணும்; பஸ்பம் நேத்தோடே தீர்ந்து போச்சே; உங்களைக் காணவில்லையே என்று கவலைப் பட்டேன்" என்ற கலகலத்த பேச்சுடன் வெம்பிய சரீரமும், மல் வேஷ்டியும், தங்க விளிம்புக் கண்ணாடியுமாக ஒரு திவான் பகதூர் ஓடி வந்தது. எல்லோரையும் கும்பிட்டுக்கொண்டே அது சாய்வு நாற்காலியில் உட்கார்ந்துகொண்டது.

"உட்காருங்கள், உட்காருங்கள்" என்றார் திவான் பகதூர்.

கந்தசாமிப் பிள்ளை அவரது நாடியைப் பிடித்துப் பார்த்துக் கொண்டே, "பரவாயில்லை; சாயங்காலம் பஸ்மத்தை அனுப்பி வைக்கிறேன்; நான் வந்தது இவாளை உங்களுக்குப் பரிசயம் பண்ணி வைக்க. இவாள் ரெண்டு பேரும் நாட்டிய சாஸ்திர சாகரம்; உங்கள் நிருத்திய கலாமண்டலியில் வசதி பண்ணினா சௌகரியமாக இருக்கும்" என்றார் கந்தசாமிப் பிள்ளை.

திவான் பகதூரின் உத்ஸாகம் எல்லாம் ஆமையின் காலும் தலையும் போல் உள்வாங்கின. கைகளைக் குவித்து, ஆள்காட்டி விரல்களையும் கட்டை விரல்களையும் முறையே மூக்கிலும் மோவாய்க்கட்டையிலுமாக வைத்துக்கொண்டு "உம்", "உம்" என்று தலையை அசைத்துக்கொடுத்துக்கொண்டிருந்தார்.

"இவர் பெயர் கூத்தனார்; இந்த அம்மாளின் பெயர் பார்வதி. இருவரும் தம்பதிகள்" என்று உறவைச் சற்று விளக்கிவைத்தார் கந்தசாமிப் பிள்ளை.

"நான் கேள்விப்பட்டதே இல்லை; இதற்கு முன் நீங்கள் எங்கேயாவது ஆடியிருக்கிறீர்களா?" என்று தேவியைப் பார்த்துக்கொண்டு கூத்தனாரிடம் திவான் பகதூர் கேட்டார்.

கடவுளுக்கு வாய் திறக்கச் சந்தர்ப்பம் கொடுக்காமல் "நாங்கள் ஆடாத இடம் இல்லை" என்றாள் தேவி.

"என்னவோ என் கண்ணில் படவில்லை. இருக்கட்டும்; அம்மா ரொம்பக் கறுப்பா இருக்காங்களே. சதஸிலே சோபிக்காதே என்று தான் யோசிக்கிறேன்" என்றார் வர்ணபேத திவான் பகதூர்.

"பெண் பார்க்க வந்தீரா அல்லது நாட்டியம் பார்க்கிறதா யோசனையோ?" என்று கேட்டாள் தேவி.

"அம்மா, கோவிச்சுக்கப்படாது. ஒன்று சொல்லுகிறேன் கேளுங்க; கலைக்கும் கறுப்புக்கும் கானாவுக்கு மேலே சம்பந்தமே கிடையாது. நானும் முப்பது வருஷமா இந்தக் கலாமண்டலியிலே பிரஸிடெண்டாக இருந்துவருகிறேன். சபைக்கு வந்தவர்கள் எல்லாருக்கும் கண்கள்தான் கறுத்திருக்கும்."

"உம்ம மண்டலியுமாச்சு, சுண்டெலியுமாச்சு!" என்று சொல்லிக் கொண்டே தேவி எழுந்திருந்தாள்.

"இப்படி கோவிச்சுக்கப் படாது" என்று ஏக காலத்தில் திவான் பகதூரும் கந்தசாமிப் பிள்ளையும் எழுந்திருந்தார்கள்.

"இவர்கள் புதுப்புதுப் பாணியிலே நாட்டியமாடுவார்கள். அந்த மாதிரி இந்தப் பக்கத்திலேயே பார்த்திருக்க முடியாது. சாஸ்திரம் இவர்களிடம் பிச்சை வாங்க வேணும். ஒருமுறைதான் சற்றுப் பாருங்களேன்" என்று மீண்டும் சிபார்சு செய்தார் கந்தசாமிப் பிள்ளை.

"சரி, பார்க்கிறது; பார்க்கிறதுக்கு என்ன ஆட்சேபம்?" என்று சொல்லிக்கொண்டு சாய்வு நாற்காலியில் சாய்ந்தார். "சரி, நடக்கட்டும்!" என்று சொல்லிக்கொண்டு இமைகளை மூடினார்.

"எங்கே இடம் விசாலமாக இருக்கும்?" என்று தேவி எழுந்து நின்று சுற்றுமுற்றும் பார்த்தாள்.

"அந்த நடுஹாலுக்குள்ளேயே போவோமே" என்றார் கடவுள்.

"சரி" என்று உள்ளே போய்க் கதவைச் சார்த்திக்கொண்டார்கள்.

சில விநாடிகளுக்கெல்லாம் உள்ளிருந்து கணீரென்று கம்பீரமான குரலில் இசை எழுந்தது.

மயான ருத்திரனாம் – இவன்
மயான ருத்திரனாம்!

கதவுகள் திறந்தன.

கடவுள் புலித்தோலுடையும் திரிசூலமும் பாம்பும் கங்கையும் சடையும் பின்னிப் புரள, கண்மூடிச் சிலையாக நின்றிருந்தார்.

மறுபடியும் இசை. மின்னலைச் சிக்கலெடுத்து உதறியது போல, ஒரு வெட்டுவெட்டித் திரும்புகையில் கடவுள் கையில் சூலம் மின்னிக் குதித்தது; கண்களில் வெறியும், உதட்டில் சிரிப்பும் புரண்டோட, காலைத் தூக்கினார்.

புதுமைப்பித்தன் கதைகள்

கந்தசாமிப் பிள்ளைக்கு நெஞ்சில் உதைப்பு எடுத்துக்கொண்டது. கடவுள் கொடுத்த வாக்கை மறந்துவிட்டார் என்று நினைத்துப் பதறி எழுந்தார்.

"ஓய் கூத்தனாரே, உம் கூத்தைக் கொஞ்சம் நிறுத்தும்.

"சட்! வெறும் தெருக்கூத்தாக இருக்கு; என்னங்காணும், போர்னியோ காட்டுமிராண்டி மாதிரி வேஷம் போட்டுக்கொண்டு" என்று அதட்டினார் திவான் பகதூர்.

ஆடிய பாதத்தை அப்படியே நிறுத்தி, சூலத்தில் சாய்ந்தபடி பார்த்துக்கொண்டே நின்றார் கடவுள்.

"ஓய்! கலைன்னா என்னன்னு தெரியுமாங்காணும்? புலித் தோலைத்தான் கட்டிக்கொண்டீரே. பாம்புன்னா பாம்பையா புடிச்சுக்கொண்டு வருவா? பாம்பு மாதிரி ஆபரணம் போட்டுக் கொள்ள வேணும்; புலித்தோல் மாதிரி பட்டுக் கட்டிக்கொள்ள வேணும்; கலைக்கு முதல் அம்சம் கண்ணுக்கு அழகுங்காணும்! வாஸ்தவமாகப் பார்வதி பரமேசுவராளே இப்படி ஆடினாலும் இது நாட்டிய சாஸ்திரத்துக்கு ஒத்து வராது. அதிலே இப்படிச் சொல்லலே. முதல்லே அந்தப் பாம்புகளையெல்லாம் பத்திரமாகப் புடிச்சுக் கூடையிலே போட்டு வச்சுப்புட்டு வேஷத்தைக் கலையும். இது சிறுசுகள் நடமாடற எடம், ஜாக்கிரதை!" என்றார் திவான் பகதூர்.

ஸ்ரீ கந்தசாமிப் பிள்ளையையும் அவர் லேசில் விட்டுவிடவில்லை. "கந்தசாமிப் பிள்ளைவாள், நீர் ஏதோ மருந்து கொடுத்துக்கொண் டிருக்கிறீர் என்பதற்காக இந்தக் கூத்துப் பார்க்க முடியாது; கச்சேரியும் வைக்க முடியாது; அப்புறம் நாலு பேரோடே தெருவிலே நான் நடமாட வாண்டாம்?"

கால் மணி நேரங் கழித்துச் சித்த வைத்திய தீபிகை ஆபீசில் இரண்டு பேர் உட்கார்ந்துகொண்டிருந்தார்கள், தேவியைத் தவிர. குழந்தை பாயில் படுத்துத் தூங்கிக்கொண்டிருந்தது.

இரண்டு பேரும் மௌனமாக இருந்தார்கள். "தெரிந்த தொழிலைக் கொண்டு லோகத்தில் பிழைக்க முடியாது போல இருக்கே!" என்றார் கடவுள்.

"நான் சொன்னது உங்களுக்குப் பிடிக்கவில்லை; உங்களுக்குப் பிடித்தது லோகத்துக்குப் பிடிக்கவில்லை; வேணும் என்றால் தேவாரப் பாடசாலை நடத்திப் பார்க்கிறதுதானே!"

கடவுள், 'ச்சு' என்று நாக்கைச் சூள் கொட்டினார்.

"அதுக்குள்ளேயே பூலோகம் புளிச்சுப்போச்சோ!"

"உம்மைப் பார்த்தால் உலகத்தைப் பார்த்தது போல்" என்றார் கடவுள்.

"உங்களைப் பார்த்தாலோ?" என்று சிரித்தார் கந்தசாமிப் பிள்ளை.

"உங்களிடமெல்லாம் எட்டி நின்று வரம் கொடுக்கலாம்; உடன் இருந்து வாழ முடியாது" என்றார் கடவுள்.

"உங்கள் வர்க்கமே அதற்குத்தான் லாயக்கு" என்றார் கந்தசாமிப் பிள்ளை.

அவருக்குப் பதில் சொல்ல அங்கே யாரும் இல்லை.

மேஜையின் மேல் ஜீவிய சந்தா ரூபாய் இருபத்தைந்து நோட்டாகக் கிடந்தது.

"கைலாசபுரம் பழைய பரமசிவம் பிள்ளை, ஜீவிய சந்தா வரவு ரூபாய் இருபத்தைந்து" என்று கணக்கில் பதிந்தார் கந்தசாமிப் பிள்ளை.

"தாத்தா ஊருக்குப் போயாச்சா, அப்பா?" என்று கேட்டுக் கொண்டே எழுந்து உட்கார்ந்தது குழந்தை.

கலைமகள், அக்டோபர்; நவம்பர் 1943

சித்தி

1

செண்பகராமன் பிள்ளைக்கு வைராக்கியம் திடீரென்று ஏற்பட்டது. உலக வியவகாரங்களில் நொடித்துப்போய், மனசு கைத்து அவர் காஷாயத்தை மேற்கொள்ளவில்லை. தொட்டதெல்லாம் பொன்னான கைதான் அது. ஊரிலே செல்வாக்கு, உள்ளத்திலே நிறைவு ஏற்பட வேண்டியதற்குப் போதுமான சௌகரியம் எல்லாம் இருக்கத்தான் செய்தது. அவர் சிரித்துக்கொண்டேதான் காவி அணிந்து, கால் விட்ட திசையில் நடந்தார். துணை காரணமாகத் துன்பமோ, தீட்சையோ அவரை உந்தித் தள்ளவில்லை. பிள்ளையவர்கள் புறப்பட்ட தினம் வெள்ளிக்கிழமை. மூன்று நாட்கள் வீட்டில் யாரும் அவர் வரவில்லையே என்று கவலைப்படவில்லை. காரணம் அடிக்கடி அவர் அவ்வாறு 'சோலியாக' அசலூருக்குப் புறப்பட்டுவிடுவது வீடறிந்த பழக்கம். மூன்றாம் நாள் வந்த கார்டுதான் 'அவர் இப்பொழுது செண்பகராமன் பிள்ளை அல்ல; முப்பது கோட்டை விதைப்பாடும், மூன்று லக்ஷம் பாங்கி டிபாசிட்டும் உள்ள பண்ணையார் அல்ல; மண்டபத்துக்கு மண்டபம் கொடுங்கை வைத்துப் படுத்துத் தூங்கிக் கால்கொண்ட திசையில் செல்லும் ஆண்டி' என்பதை அறிவித்தது.

பிள்ளையவர்கள் செயல் கேட்டு ஊரே கலகலத்துவிட்டது. திடீரென்று வைராக்கியம் ஏற்படுவதற்குக் காரணம் என்ன என்பது தெரியாத பலருக்கு, மனங் கண்டது எல்லாம் காரணமாகத் தெரிந்தது. யார் யாரெல்லாமோ என்ன என்ன எல்லாமோ சொன்னார்கள். அவ்வளவு காரணமும் தப்பு என்பது தெரிந்த ஒருவர் உண்டு. அவரே மீனாட்சியம்மாள் என்ற ஸ்ரீமதி செண்பகராமன் பிள்ளை. சம்சார பந்தத்தில் மனிதன் எப்படி நடந்துகொள்கிறான் என்பதைப் பூர்ணமாகத் தெரிந்துகொள்வதற்கு ஒருவருக்குத்தான் முடியும். அம்மி மிதித்து அருந்ததி பார்த்து ஊரறிய ஒரே தலையணையில் தலை சாய்க்கச் சம்மதித்துக்கொண்ட ஜீவனுக்குத்தான், அன்று தொடங்கிய ஒழுங்கு எந்தக் கதியில், எந்த நியதியில் செல்லுகிறது என்பதைப் பூரணமாகத்

தெரிந்துகொள்ளச் சௌகரியம் உண்டு. விவேகிகள் தெரிந்து கொள்ளுவார்கள்; அந்த வசதி பெறாதவர்கள் தலையைத் தாங்கிய தலையணையைப்போல பாரத்தைத் தாங்கியதால் விழுந்த குழியைத் தான் மன உலகில் பெற்றிருக்க முடியும். மீனாட்சியம்மைக்கு, தன் கணவர், தன்னுடன் அந்த இளமையிலே, நிதானம் இழந்த தெப்பம் போல உணர்ச்சிச் சுழிப்பில் மிதந்த காலத்திலும், பிறகு குடும்பம், குடித்தனம் என்ற வேட்கையில் வேரூன்ற நினைத்து ஆவேசத்துடன் சம்பாத்தியத்தில் தம்மை மறந்து இறங்கிய காலத்திலும், ஊரின் நன்மை தின்மைகளிலும் வல்லடி வழக்குகளிலும் தர்மாவேசம் உந்தத் தம்மை மறந்து வேலைசெய்த காலத்திலும், தாமரையிலையில் உருண்டு உருண்டு விளையாடும் தண்ணீர் போல இருந்து வருகிறார் என்பதைப் பூரணமாக அறிந்திருந்தாள். அவரது செயல் அவளுக்கு அதிசயமாகத் தெரியவில்லை.

செண்பகராமன் பிள்ளையின் தங்கை சித்திரை அம்மாள் அண்ணனுக்கு யாரோ 'செய்வினை' செய்துவிட்டார்கள் என்றுதான் எண்ணினாள். கண்கண்ட ராசாவாக ஊரை ஆண்ட அண்ணன், ஒரே நாளில் ஆண்டியாகி ஓடுவதற்கு வேறு காரணம் இருக்க முடியாதென்று தீர்மானமாக நம்பினாள்; அவளுடைய புருஷரோ சற்றுச் சந்தேகச் சுபாவி. "அத்தானுக்குப் பித்தந்தான்" என்று தீர்மானித்து விட்டார். தலைக்குனிவாக இருந்தது. பிள்ளையவர்களை மீண்டும் கைப்பிடியாகப் பிடித்துவந்து வைத்தியம் செய்து குணப்படுத்திக் குடும்பத்தில் மறுபடியும் கட்டிப்போட வேண்டும் என்று ஆசைப் பட்டார். சேதி கேட்டு வந்த இவ்விருவருக்கும், "அவுக திரும்ப மாட்டாக; நீங்க போனா அலச்சல்தான் மிச்சம்; நல்ல வளியிலே நாம போய் நல்ல பாம்பெ போடலாமா?" என்று நிதானம் குறையாமல் பேசிய மீனாட்சியம்மையின் வார்த்தைகள்தாம் புரியவில்லை. ஒருவேளை... ஒருவேளை, அவரை விரட்டிவிட்டுச் சொத்தையும் பொருளையும் தாய்வீட்டுக்குச் சுருட்டிக்கொண்டு போக மீனாட்சியம்மை வெட்டிய குழியோ என்று சந்தேகித்தார்கள்.

பிள்ளைகளுக்குத் தாமே மைனர் கார்டியன் என்றும், செண்பக ராமன் பிள்ளையவர்களின் குடும்ப நிர்வாகம் முழுவதும் தம் அதிகாரத்தின்கீழ் ஒப்படைக்கப்பட வேண்டும் என்றும் அவர் முதல் காரியமாகக் கோர்ட்டில் வழக்குத் தாக்கல் செய்தார். மீனாட்சி யம்மையின் பந்துக்கள் இதைப் பார்த்துக்கொண்டிருப்பார்களா? அவளுக்கு ஒன்றுவிட்ட சகோதரர் ஒருவர் உண்டு. அவர்தாம் கிராமத்தில் இருந்துகொண்டு செண்பகராமன் பிள்ளையின் நிலபுலன் வரவுசெலவுக் கணக்குகளைப் பார்த்துக்கொண்டிருந்தார். நிர்வாகம் தம்வசமேதான் கொடுக்கப்படுவது நியாயம் என்பதற்கு அனுசரணை யாக, செண்பகராமன் பிள்ளையின் ஒரு மகன் சார்பாக ஸிவில் வழக்குப் புலியான ஒரு வக்கீலுடன் சேர்ந்து எதிர் வழக்குத் தாக்கல் செய்தார். மஞ்சட் கயிறு அகலாது போனாலும் மீனாட்சியம்மையின் கதி வெள்ளைப் புடைவை வியவகாரமாயிற்று.

தங்கையம்மாள், ஊர் ஊராக ஆள்விட்டுத் தேட ஏற்பாடு செய்தாள். ஸிவில் வழக்கு ஆவேசத்திலிருந்த அவளுடைய கணவருக்கு அது பிடிக்கவில்லை. வீணாகக் காலத்தைப் போக்கி, சொத்துச் சீரழிந்த பிறகு அத்தான் வந்தென்ன, அப்படியே ஆண்டியாகப் போயென்ன என்று நினைத்தார். ஆள்விட்டுத் தேடுவதை அப்புறம் பார்த்துக்கொள்வோம் என்பது அவரது கட்சி. ஊரிலே அவருக்குச் செல்வாக்கு உண்டு; செயலுண்டு. செண்பகராமன் பிள்ளையுடைய வாண்டுப் பயலுக்கு முறைப்பெண் என்ற பாத்தியதைக்கு வாண்டுப் பெண் ஒருத்தி அவருக்கு உண்டு. அவ்விருவருக்கும் செல்லக் கல்யாணம் செய்துவைத்துச் செண்பகராமன் பிள்ளை விளையாடியதனால் பிடி பலமாகத்தான் இருந்தது. அது இன்னும் கொஞ்சம் பலமாகுமென்ற நைப்பாசையும் உண்டு. அவருக்குப் பிடி மட்டும் பலம். உரிமையோ பாத்தியதையோ இல்லை. எதிர்பாத்தியதைக்காரனுக்கு ஒரு வகையில் உரிமை இருந்தாலும் ஊர் தன் பக்கந்தான் சேரும் என்ற பலத்த நம்பிக்கை அவருக்கு உண்டு.

2

செண்பகராமன் பிள்ளை காவி போட்டுக்கொண்டு பக்கத்துச் சத்திரம் வரையில் நடந்தார். அங்கே சாப்பிடவில்லை. உடம்பிலே ஒரு தெம்பு, மனசிலே ஒரு கலகலப்பு. காரணம் அற்ற சந்தோஷம் என்றுதான் சொல்ல வேண்டும்: சிட்டுக்குருவி மாதிரி, அவருக்கு இந்தத் தீர்க்கமான காரியம் இவ்வளவு சுளுவில் கைகூடும் என்ற நம்பிக்கை ஏற்பட்டதே இல்லை. கண்ணீரும் அழுகையும் வழிமறிக்கக் கூடும். ஊரார் வந்து நின்று எழுப்பும் கௌரவம் என்ற மதில்களைத் தாண்ட முடியாது போய்விடக் கூடும் என்ற அச்சம் அவருக்கு இருந்துவந்ததுண்டு. ஆனால் ஒன்று: யாரோ ஒருவர் கணீர் என்ற குரலில் "அப்பா, செண்பகராமா!" என்று கூப்பிடுவது போன்ற தோற்றம் அவரைப் பலமுறை ஏமாற்றியதுண்டு. சில சமயம் காலமாகி விட்ட அவருடைய தகப்பனாரின் குரல் போலக் கேட்கும்.

முன்பு எப்பொழுதோ ஒரு முறை, நடுநிசிப்போது, வாலிபம் குன்றாத காலம், மனைவியுடன் சல்லாபமாகப் பேசிக் கட்டித்தழுவும் சமயத்தில், யாரோ ஜன்னலுக்கு வெளியே வந்து நின்று, “அப்பா, சண்பகராமா!” என்று கூப்பிட்டது போலக் கேட்டது. “அப்பாவா? இதோ வருகிறேன்” என்று தழுவிய கையை வழுவவிட்டு, எழுந்து வெளியே கதவைத் திறந்துகொண்டு வந்தார். வந்து, வெளியே வெறிச்சோடிக் கிடந்த பட்டகசாலையில் நின்றபொழுதுதான் ‘இதென்ன முட்டாள்தனம்!’ என்ற பிரக்ஞை எழுந்தது. குரலும் தகப்பனாருடையது போல இருந்தது என்ற புத்தித்தெளிவு போன்ற ஒரு சந்தேகமும் ஏற்பட்டது. இவர் குரல் கொடுத்துக்கொண்டு எழுந்து சென்ற நிலையில் உடலும் மனமும் கூம்பிப்போன மீனாட்சியம்மாள், “அப்பா செத்து அஞ்சு வருசமாச்சே. இதென்ன தெய்வக் குத்தமோ, சோதனையோ” என்று நடுங்கிக்கொண்டு கேட்டாள். அவளைத்

தேற்ற, வேறு எங்கோ கேட்ட சத்தம் என்று சொல்லி சமாளித்துக் கொள்வதற்குள் அவர் பாடு பெரும்பாடாகிவிட்டது.

இதே மாதிரிதான் நடுப்பகல்: கடையில் உட்கார்ந்து 'பெரிய' கணக்கப்பிள்ளை எடுத்துக்கொடுத்த பேரேடுகளைப் புரட்டிப் பார்த்துக்கொண்டிருக்கும்போது, இதே மாதிரி யாரோ கூப்பிட்டார்கள்; பதில் குரல் கொடுக்க வாயெடுத்தவர் மின்னலதிர்ச்சியுடன் எதிர்மோதி வந்த சூழ்நிலை உணர்ச்சி வேதனை கொடுத்தபடி வாயடைத்தது. கடையிலே உட்கார்ந்திருந்தபடி சமாளிப்பதற்கு மிகவும் சங்கடப்பட்டார்.

சாலையிலே, கருக்கிருட்டிலே முன் என்ன இருக்கிறது என்ற கவலை சற்றும் இல்லாமல், முதுகில் போட்ட சரடு புரண்டு விழாமல், 'கினிங் கினிங்' என்ற மணிச் சத்தத்துடன் நடந்துபோகும் காளைகளைப் போல மனசை அசை போடவிட்டு நடந்தார். சமயா சமயங்களில் ஊரில் எப்படி இந்தக் காரியம் சுழித்துக்கொண்டு எதிர் ஒலிக்கும் என்பதை அவர் மனசு கற்பனை செய்ய முயலும். அவ்வளவையும் தப்பித்து வந்துவிட்டதில் ஓர் எக்களிப்பு; அதாவது, தாய் கிணற்றடியில் தண்ணீர் எடுக்கச் சென்றபோது மெதுவாக அடுக்குச் சட்டியைக் கவிழ்த்து அதன்மேல் ஏறி நின்று, உறியில் உள்ள நெய்விளங்காயைத் திருடித் தின்றுவிட்டு, உதட்டோரத்தில் ஒரு பொடி இல்லாமல் துடைத்துக்கொண்டதாக மனப்பால் குடித்துக் கொண்டு, "ஏளா, எனக்குப் பண்டமில்லையா?" என்று பாசாங்கு செய்யும் தன்னுடைய சுப்பையாவின் காரியம் போல, பிறர் கண்களில் படாதபடி வியவகாரத்தை நடத்திக்கொண்டதில் ஓர் எக்களிப்பு.

"என்னலே திருட்டு மூதி! உன் ஒதட்டிலேதான், உறிப்பானேலெ இருந்த நெய்விளங்காய் உக்காந்திருக்கே" என்று அவனுடைய தாய் அவன் குண்டுணித்தனத்தைச் செல்லமாக வெளிப்படுத்துவது போல், காலம் என்ற அன்னையும் தம்முடைய திருட்டுத்தனத்தை வெளிப் படுத்திவிடும் என்பதை அவர் புரிந்துகொள்ளாமலில்லை. அப்போது நாம் அங்கு இருக்கமாட்டோம் என்பதில்தான் அவருக்கு ஏகமேனியாக எக்களிப்புத் தலைசுற்றி ஆடியது.

ஆனால் ஒரு காரியம். "நாம் ஏன் இந்தக் காவியைப் போட்டுக் கொள்ள வேண்டும்?" என்ற கேள்வி மட்டும், செய்கிற காரியத்தை எதிர்த்துக் கேள்வி போட்டு மடக்கிக்கொண்டே இருந்தது.

மாடு இழுக்க வண்டி உருண்டது. மனசு இழுக்க அவரும் நடந்தார், நடந்தார், நடந்தார் . . . நடந்துகொண்டே இருந்தார். கறுப்பாகச் செறிந்துகிடந்த மரங்கள், கருப்பச்சை கண்டு, கடும்பச்சை யாகிப் பளபளவென்று மின்னின. நக்ஷத்திரங்கள் எப்பொழுது மறைந்தன என்ற விவரம் அவருக்குத் தெரியாது. ஊருக்கு வெகு தொலைவில், இரட்டை மாட்டு வண்டிக்குப் பின்னால் எங்கோ நடந்துகொண்டிருப்பது அவருக்குத் தெரிந்தது.

தூங்கிக்கொண்டிருந்த வண்டிக்காரன் எழுந்து, அவிழ்ந்துகிடந்த முண்டாசை எடுத்துக் கட்டிக்கொண்டு, "தை, தை" என்று காளைகளை நிமிண்டினான். சக்கரங்கள் சடபடவென்று உருண்டன.

வண்டியும் தூசிப்படலத்தை எழுப்பிக்கொண்டு அந்தத் திரை மறைவில் ஓடி மறைந்தது.

எதிரியை மடக்குவதற்குத்தான் சரக்கூடம் போடுவார்கள்; பிரம்மா ஸ்திரத்தைப் பிரயோகித்தால்தான் புகைப்படலத்தின் மறைவில் வருகை தெரியாமல் வந்து எதிரியின் வல்லுயிரை வாங்கும். ஓடுகிற மாட்டுவண்டிக்கு இந்த ராசாங்கமெல்லாம் என்னத்திற்கு? – இப்படியாக நினைத்துக்கொண்டு சிரித்தார் பிள்ளை. படித்த படிப்பு எல்லாம் மனசில் திசைமாறித் தாவி, தம்முடைய பயனற்ற தன்மையைக் காட்டிக்கொள்வதாக நினைத்தார். இனிமேல் படித்துப் பாழாய்ப்போன கதையை எல்லாம் தலையில் விஷம் ஏறுவது போல் ஏறித் தம்மைக் கிறங்கவைப்பதற்குச் சற்றும் இடம் கொடுக்கக் கூடாது என்று நினைத்தார். படித்த படிப்பென்ன! அறிந்த ஞானம் என்ன! எல்லாம் எதற்கு? யார் கூப்பிடுகிறார்கள் என்ற விடுகதையை விடுவிக்க வகையில்லாமல் திண்டாடுகிறதே!

சாலை இந்த இடத்தில் திடுதிப்பென்று வளைந்து திரும்புகிறது. பிள்ளையவர்களும் திரும்பினார். திருப்பத்துக்கு அப்பால் ஆலமரமும் ஒரு சின்ன மண்டபமும் கிணறும் இருந்தன. வண்டிக்காரன் காளைகளை நுகத்தடியில் கட்டிவிட்டு, அடுப்பு மூட்டி, ஆலம் விழுது கொண்டு பல் துலக்கிக்கொண்டிருந்தான். மண்டபத்து முகப்புத் தூணில் முதுகைச் சாய்த்து, அருகே ஆண்டிப் பொட்டணம் துணை இருக்க, கிழட்டுச்சாமி ஒன்று மனசைச் சோம்பலிலே மிதக்கவிட்டு நிர்விசாரமாக உட்கார்ந்துகொண்டிருந்தது. வண்டிக்காரனிடம் பட்டையை வாங்கி, பல் துலக்கி, ஸ்நானம் செய்து இரண்டு மிடறு தண்ணீர் பருகிவிட்டு மண்டபத்தில் கால் உளைச்சலைப் போக்கிக் கொண்டு நிதானமாக நடந்தால் என்ன என்று செண்பகராமன் பிள்ளை கருதினார்.

வழக்கம் போல, "ஏலே, அந்தப் பட்டையை இப்படிப் போடு" என்று அதிகாரம் செய்யத்தான் அவருக்குத் தெரிந்திருந்தது.

ஆண்டியாகிப் பன்னிரண்டு மணிநேரம் கடந்தும் அதிகார வாசனை போகவில்லை.

"என்ன சாமி, ஏலே, ஓலே இங்கிய? ஓலே பட்டெல இருக்கும்" என்று எடுப்பாகப் பதில் சொன்னான் வண்டிக்காரன்.

குத்துக்கல்லில் சாய்ந்திருந்த கிழட்டுச்சாமி சிரித்தது. முத்து முத்தான பல்லும், தாடியும் பார்ப்பதற்கு மோகனமாகத்தான் இருந்தன. பிள்ளையவர்களுக்கு வேட்டியின் காவிக்கு அடுத்த சொல் அதுவல்ல என மௌனத்தைக் கடைப்பிடித்து நிழலில் உட்கார்ந்தார்.

குதிரைச் சதையை வருடிக்கொண்டார். தடவிக் கொடுத்துக் கொள்வது சுகமாக இருந்தது.

அவருக்குச் சற்றுத் தூரத்தில் மாடுகள் படுத்து அசை போட்டுக் கொண்டிருந்தன. கறுத்த காளை போன ஜன்மத்தில் வழிமறிச்சான் உத்தியோகம் போலும்! ரஸ்தாவில் பாதி தனக்கென்று படுத்துக் கொண்டிருந்தது.

இவர்கள் நடந்துவந்த திசையிலே, திருப்பத்துக்கு அப்பால், பூம்பூம் என்ற ஹார்ன் சப்தத்துடன் ஒரு வாடகை மோட்டார், கொள்ளுமட்டும் ஜனங்களை ஏற்றிக்கொண்டு பேரிரைச்சலுடன் ஐக்கிய ஜனநாயக நாடுகளின் 'ஏகோபித்த' அணி வகுப்பினர்களைக் கூட்டிக்கொண்டு திரும்பியது. வழிமறிச்சான் காளை உதறியடித்துக்கொண்டு எழுந்திருந் தது. பஸ் டிரைவர் 'ஸ்டியரிங்' சக்கரத்தை ஒடித்துத் திருப்பினான். பஸ் எதிரிலிருந்த புளியமரத்தில் ஏற முயன்றது; கவிழ்ந்தது. உள்ளே குமைந்த ஜனக் குமைச்சல் பிரலாபிக்கும் ரத்தக் களரியாயிற்று. அதிலிருந்து ஜனங்களும் மூட்டைமுடிச்சுகளும் வெளியே பிய்த்து எறியப்பட்டன. உள்ளே பலர் அகப்பட்டு நசுங்கினர். ஸ்டியரிங் சக்கரத்தின்மீது டிரைவரின் பிரேதம் கவிழ்ந்து படுத்திருந்தது. ஒடிந்த கண்ணாடித் துண்டு அவன் மூக்கைச் செதுக்கி எங்கோ எறிந்துவிட்டது.

பதறி அடித்துக்கொண்டு எழுந்திருந்தார் பிள்ளை. மோட்டாரின் அடியில் சிக்கிக் கிடப்பவர்களை விடுவிப்பது எப்படி என்று தெரியாமல், அர்த்தமற்ற கூப்பாடு போட்டுக்கொண்டு வண்டியைச் சுற்றிச்சுற்றி ஓடிவந்தார். விபத்துப் பலமாகிவிட்டதனால் தனக்கு ஆபத்து வந்துவிடுமோ என்று உலைப் பானையைச் சற்றும் கவனிக்காமல், கட்டை வண்டிக்காரன் வண்டியைப் பூட்டிக்கொண்டு குறுக்குப் பாதையாக ஓடி ஆட்களை அழைத்துவருவதாகச் சொல்லிச் சிட்டாகப் பறந்துவிட்டான். விழுந்த காக்கையைச் சுற்றி ஓலமிடும் காக்கை மாதிரிதான் செண்பகராமன் பிள்ளை கத்தினார். அவருக்கு எப்படி உதவிசெய்வது என்று புரியவில்லை. இதற்குள் மோட்டார் வண்டியில் பின்னே இருந்தவர்கள் அதிர்ச்சியின் வேகம் அடங்கியதும் இறங்கினார்கள். உள்ளே இருந்த மற்றவர்களை இழுத்து வெளியே எடுத்தார்கள். செண்பகராமன் பிள்ளைக்கு மூட்டைகளை எடுத்து வரிசையாக அடுக்கத்தான் முடிந்தது. எதிரே கண்ட ஆபத்து அவரைக் கதிகலங்க வைத்துவிட்டது.

எதிரே வந்த போக்கு வண்டிகள் இரண்டொன்று நின்றன. அடிபட்டவர்களை அடுத்த ஊர்வரையில் ஏற்றிச்செல்லச் சம்மதித்தனர்.

கோடை இடி மாதிரி நிகழ்ந்த இந்த ரௌத்திர சம்பவத்தின் ஆரவாரம் ஒடுங்கி அந்த இடம் மறுபடியும் நிம்மதியாக இரண்டு மணி சாவகாசம் பிடித்தது.

தம்மை அழைக்கும் குரலின் மாயக்கூத்துப் போலத் தென்பட்டது பிள்ளைக்கு. ஆனால் ஒடிந்து வளைந்த இரும்பாக நின்ற வாடகை மோட்டார்தான் அச்சம்பவத்தை நினைப்பூட்டும் தழும்பாக, கண்களை உறுத்தியது.

செயல் ஒடுங்கி நின்ற பிள்ளை, நிதானம் பெற்றுக் கட்டை வண்டிக்காரன் போட்டுவிட்டு ஓடின பட்டையை எடுத்துக்கொண்டு கிணற்றருகில் சென்றார்; பல் துலக்கினார்; குளித்தார்; ஈரவேட்டியை ஆலம் விழுதுகளில் தொங்கவிட்டார்; மண்டபத்தில் வந்து உட்கார்ந்தார்.

அடுப்பு, புகைந்துகொண்டிருந்தது. அதையே கவனித்துக் கொண்டிருந்தார்.

"இன்னும் நெருப்பு அணையவில்லை" என்றது கிழட்டுச்சாமி.

இத்தனை கோரத்தையும் கல்லுப் பிள்ளையார் மாதிரி இருந்த இடத்தைவிட்டு அசையாமல் கிழட்டுச்சாமி பார்த்துக்கொண்டு உட்கார்ந்திருந்தது என்ற உணர்ச்சி செண்பகராமன் பிள்ளையின் மனசில் ஈட்டிகொண்டு செருகியது. துறவித் தன்மையை வெறுத்தார். மறுகணம் 'அவ்வளவு கல்நெஞ்சோ!' என்று பதைத்தார். அதே மண்டபத்தில் உட்காரக்கூடப் பயந்தவர் மாதிரி சற்று நகர்ந்து தள்ளி உட்கார்ந்தார். பதில் சொல்லத் தெரியவில்லை.

"மோட்டார் வண்டியைச் சுற்றிச்சுற்றி ஓடிவந்ததனால் யாருக்கு என்ன லாபம்?" என்று கேட்டது கிழட்டுச்சாமி.

சும்மா இருந்தது போதாதென்று தம்மையும் வேறு கேலி செய்கிறான் இந்தக் கிழட்டு ஆண்டி என்று கோபப்பட்டார் செண்பகராமன் பிள்ளை. எழுந்தார். பதில் பேசவில்லை.

"அடுப்பு இன்னும் புகைகிறது; அணையவில்லை" என்று சிரித்தது கிழட்டுச்சாமி.

"அதை அணைத்துவிடட்டுமா?" என்றார் பிள்ளை. அவருக்குப் பேச்சுக் கொடுத்துக்கொண்டிருக்க விருப்பம் இல்லை. ஒரு பட்டை தண்ணீர் மொண்டு, அடுப்பில் ஊற்றி அணைத்துவிட்டு, வேட்டி உலர்ந்துவிட்டதா என்று வேட்டியைத் தொட்டுப் பார்த்தார்.

"கிழட்டுப் பட்டையானாலும் ஒரு பட்டை தண்ணீருக்கு எவ்வளவு சக்தி இருக்கு பாத்தியா?" என்றது கிழட்டுச்சாமி.

உலர்ந்த வேட்டியைக் கொசுவி, உதறிக் கட்டிக்கொண்டார் பிள்ளை.

மறுபடியும் மண்டபத்தில் வந்து உட்கார்ந்தார்.

"சாமி எங்கே போறதோ" என்று கேட்டார்.

"எல்லாரும் போற எடத்துக்குத்தான்? வேற எங்கே போக்கடி; இந்தா இந்த அவலைத் தின்னுகிறாயா?" என்று மூட்டையை அவிழ்த்துக் கையில் ஒரு குத்து அவலைக் கொடுத்தது கிழட்டுச்சாமி.

பிள்ளை இரண்டு கைகளையும் நீட்டி வாங்கிக்கொண்டார். வாயில் கொஞ்சம் இட்டுக் குதப்பிக்கொண்டே, "அது என்ன புஸ்தகம்?" என்று புருவத்தை நிமர்த்திச் சுட்டிக்காட்டினார். கிழட்டுச்சாமி அதை எடுத்துக் கையில் கொடுத்தது. பிழைகள் மலிந்த திருவாசகப் பதிப்பு அது. அநாதியான சிவபிரான் மாதிரி முன்னும் பின்னும் அற்றிருந்தது.

பிள்ளையவர்களுக்கு மனப்பாடமான கிரந்தம்; ருசியோடு படித்த புஸ்தகம்.

"அதை வாசியும்" என்றது கிழட்டுச்சாமி.

பிள்ளையவர்கள் அவலை மடியில் கட்டி வைத்துவிட்டு ராகத் துடன் வாசிக்க ஆரம்பித்தார். சாமி கேட்டுக்கொண்டே இருந்தது.

"வெளியிலே குப்பையிலே கிடந்தது; ஆருக்காவது உதவுமே என்று எடுத்து வந்தேன்; எனக்கு எழுதப் படிக்கத் தெரியாது" என்றது கிழட்டுச்சாமி.

படிக்காதவன் தூக்கின சுமையா என்று அதிசயப்பட்டார் பிள்ளை. எழுத்தறிவற்ற மூடமோ, வயிற்றுப் பிழைப்புக்குக் காவியோ என்று சந்தேகித்தார் பிள்ளை.

கிழடு சிரித்துக்கொண்டிருந்தது.

"நான் கைலாசத்துக்குப் போகிறேன்" என்றது கிழட்டுச்சாமி.

'கிண்டல் ரொம்பப் பலமாக இருக்கிறதே' என்று நினைத்தார் பிள்ளை. உதறியடித்துக்கொண்டு சாடிப் பேச அவருக்குத் தைரியம் இல்லை.

"கூண்டோட கைலாசம் இல்லை; கைலாச பர்வதத்துக்குத்தான் போகிறேன்; நீரும் வருகிறீரா?" என்று அவரைப் பார்த்துச் சிரித்தது அந்தக் கிழட்டுச்சாமி.

"எங்கே போனால் என்ன? வருகிறேன்" என்று எழுந்தார் பிள்ளை.

"சரி, இருக்கட்டும். உம்ம பேரு என்ன?" என்றது கிழட்டுச்சாமி.

"சாந்தலிங்கம் என்று சொல்லணும்" என்றார் பிள்ளை.

"இதுவரை சொல்லிக்கொண்டு வந்தது?" என்றது கிழட்டுச்சாமி.

"செண்பகராமன் பிள்ளை என்று சொல்லுவார்கள்" என்றார்.

3

செண்பகராமன் பிள்ளையின் வாண்டுப்பயல் வடிவேலுவுக்கு மாமனாரான ஆனையப்ப பிள்ளைக்கு எதிராக வழக்குத் தொடுத்த மனைவிவழி மைத்துனர் நல்லசிவம் பிள்ளை, அவருடைய இரண்டா வது மகன் முத்துசாமியின் சார்பாகச் சொத்தைத் தம் நிர்வாகத்தின் கீழ் ஒப்படைக்க வேண்டும் அல்லது கோர்ட்டார் மேற்பார்வையில் வைத்திருக்க வேண்டும் என்று கட்சி ஆடினார். அவருடைய வக்கீல் கெட்டிக்கார வக்கீல். ஆனையப்ப பிள்ளைக்கு ஊரில் செல்வாக்கு உண்டு. நல்லசிவம் பிள்ளையின் வக்கீல், வருகிற அறுவடைவரை வழக்கை ஒத்திவைத்து, பூநெல்லை அகற்றிக் கிஸ்திப் பணத்தையும் மீனாட்சியம்மை சார்பாகத் தாமே கட்டிவிட்டால், குடுமி தம் கைக்குள் சிக்கிவிடும் என்று திட்டம் போட்டார்.

வடிவேலுவின் நலத்தை முன்னிட்டு வழக்காடப் புகுந்த ஆனையப்ப பிள்ளையின் யோசனை வேறு. அறுவடையின்போது களத்து நெல்லை

மடக்கிவிட வேண்டும், அப்பொழுது நல்லசிவம் பிள்ளையின் கொட்டம் அடங்கும் என்று மனப்பால் குடித்தார் ஆனையப்ப பிள்ளை. கோர்ட்டில் இன்ஜங்ஷன் வாங்கி அப்படியே நெல்லை மடக்கிக்கொண்டு போய் விட வேண்டும் என்று அவர் யோசனை பண்ணியிருப்பது வாண்டு வடிவேலு மூலம் மீனாட்சியம்மையின் காதுக்கு எட்ட, நல்லசிவம் பிள்ளை உஷாரானதில் அதிசயம் இல்லை. ஆனையப்ப பிள்ளை மருமகனைத் தன் வீட்டோடு கூட்டிப்போய் வைத்துக்கொண்டு அவன் படிப்பை மேற்பார்வை செய்யாவிட்டால் அவன் கெட்டுக் குட்டிச்சுவராகப் போவான் என்பதைத் தம் மனைவி மூலம் மீனாட்சி யம்மைக்குச் சொல்லிவிட்டார். பையன்மீது உள்ள பாசத்தினால் அது சரியெனவே அவளுக்குப் பட்டது. "ஒங்க வீட்டு மருமகன்தானே? அவனை ஒப்படியாகப் பண்ணுவது இனி உங்க பொறுப்புத்தானே?" என்று பதில் சொல்லித் திருப்தி அடைந்தாள்.

கிராமத்திலிருந்து வந்த நல்லசிவம் பிள்ளை அக்கா என்று உறவு கொண்டாடிக்கொண்டுவந்து, "பிள்ளையை வேறு வீட்டில் விட்டு வைப்பது நமக்குக் குறைச்சல்; மேலும் ஆனையப்ப பிள்ளைக்கு இப்பொழுது கடன் தொல்லை அதிகம்; சிறுசை வைத்துக்கொண்டு தன் காரியத்தைச் சாதித்துக்கொள்ளப் பார்க்கிறான்" என்று ஓதினார்.

"செண்பகராமன் பிள்ளையின் சம்பாத்தியம் மண்ணாங்கட்டியாகப் போகும்; முதலில் வடிவேலை வீட்டுக்கு அழைத்துக்கொண்டு வா" என்று யோசனை சொன்னார்.

மீனாட்சி அம்மாளுக்கு அவர் சொல்லுவதும் சரியாகத்தான் பட்டது. அவனுடைய நன்மையை எண்ணி முத்துசாமியை உருப்படாமல் ஓட்டாண்டி ஆக்கிவிடுவதா என்று மனசு பொங்கியது. பகல் மூன்று மணிக்குத் தன்னுடைய நாத்தனார் வீட்டுக்குப் போனாள். பள்ளிக்கூடம் போகாமல் வீட்டிலே கொட்டமடித்துக்கொண்டிருந்த வடிவேலைத் தரதரவென்று இழுத்துக்கொண்டு வந்தாள். "நான் மாமா வீட்டில்தான் இருப்பேன்" என்று வடிவேலு கத்தினான். அவளுடைய கைகளைப் பிறாண்டினான். ஆனால் அவளுக்குப் பின்னால், 'ஓ ராமா' என்று படைப்பயம் போட்டுக்கொண்டுதான் தெரு வழியாக இழுபடவேண்டி இருந்தது.

நயினார்குளத்தங் கரையில் மாலை மயங்கும் சமயத்தில் ஆனையப்ப பிள்ளையும், நல்லசிவம் பிள்ளையும் சந்தித்துக்கொண்டார்கள். வார்த்தை தடித்தது: நல்ல காலம், உடல் தடிக்கவில்லை.

"உன் கொட்டத்தை அடக்குகிறேன்" என்றார் ஆனையப்ப பிள்ளை.

"செண்பகராமன் பிள்ளை ஊரிலே கண்ட மழுமாறிகளுக்குச் சொத்துச் சம்பாதித்து வைத்துவிட்டுப் போகவில்லை" என்று உறுமினார் நல்லசிவம் பிள்ளை.

"யாரடா மழுமாறி? செண்பகராமன் பிள்ளை சொத்து என்ன கொள்ளியற்றுப் போச்சு என்று நினைத்துக்கொண்டாயா?" என்று பதிலுக்கு உறுமினார் ஆனையப்ப பிள்ளை.

◆ 586 ◆ சித்தி

கிராமத்தில் பயிர் அரிவாளை எதிர்பார்த்துத் தலைசாய்த்து நின்றது.

"அண்ணாச்சி, நாளைக்கு நாம் நினைக்கிற காரியம் கைகூடத் திருச்செந்தூருக்குப் போய் ஓர் அர்ச்சனை நடத்திவிட்டு வருவோம்" என்று சொல்லிக்கொண்டே ஆனையப்ப பிள்ளையின் வீட்டுக்குள் ஒரு புல்லுருவி நுழைந்தது. பரமசிவம் பிள்ளை, நல்லசிவம் பிள்ளை சார்பில் கிருஷ்ண பரமாத்மாவாக எதிர்கோட்டைக்குள்ளே சென்று விளையாடினார். முருகனுக்கு வெள்ளியன்று அர்ச்சனை நடத்தி, பிறகு கோர்ட்டுக்கும் வக்கீலுக்கும் அர்ச்சனை நடத்தினால் காரியம் நிச்சயமாக ஜயம் என்று இரவோடு இரவாகத் திருச்செந்தூருக்குப் பிரயாணமானார்கள், ஆனையப்ப பிள்ளையும் புல்லுருவி பரம சிவமும். பணத்தைப் பணம் என்று பாராமல் நல்லசிவம் பிள்ளை அறுவடையை அசுர கதியில் நடத்த ஆரம்பித்தார்.

வெள்ளி, சனி, ஞாயிறு மூன்று நாட்களில் நெல்லை எத்தனை கோட்டையானாலும் ஒதுக்க முடியாதவன் ஒரு வேளாளனா என்பது நல்லசிவம் பிள்ளையின் கட்சி.

அர்ச்சனை பாலபிஷேகம் செய்துவிட்டு, நெஞ்சில் சந்தோஷத்தோடு கோவில் வசந்த மண்டபத்தில் உட்கார்ந்து, மேற்கொண்டு நடக்க வேண்டிய காரியத்தைப் பற்றி யோசித்துக்கொண்டிருக்கும்போது அவருடைய மறவன் ஓட்டஓட்டமாக ஓடிவந்து காரியம் மிஞ்சிப் போனதாகச் சொன்னான். பக்கத்தில் பரமசிவம் பிள்ளை இல்லை. அவர் கோவிலிலிருந்தே நழுவிவிட்டார். "அண்ணாச்சி, இங்கே ஒரு எடத்துக்குப் போயிட்டு வருகிறேன்" என்று அவர் சொல்லும்போது அவர் வார்த்தையைக் கபட நாடகம் என்று ஆனையப்ப பிள்ளை நினைக்கவில்லை. இன்ஜங்ஷன் யோசனையைக் கைவிட வேண்டிய தாயிற்று.

இப்படியாக, செண்பகராமன் பிள்ளையின் குடும்ப நிர்வாகத்தை யார் கவனிப்பது என்பதற்காக, இரண்டு நபர்கள் அவருடைய சொத்தை வாரி இறைத்துக்கொண்டு கோர்ட்டு வாசலில் காத்துக் கிடந்தார்கள்.

4

சாந்தலிங்கச்சாமி மறுபடியும் தென்திசை நாடும்பொழுது வருஷம் பத்து ஓடிவிட்டன. எங்கெங்கோ கிழட்டுச்சாமியுடன் சுற்றினார். கைலாச பர்வதத்தில் கிழட்டுச்சாமி ஒடுக்கமானபோது அருகில் இருந்தவர் சாந்தலிங்கச்சாமிதான்.

அவர் கொடுத்த திருவாசகப் புஸ்தகம், அவர் வைத்துவிட்டுப் போன மூட்டை இரண்டோடும், நிம்மதி இன்மை என்ற நிஜச் சொத்துடன் உலகம் முழுவதும் சுற்றித் திரிந்தார். கடைசியாக, திருச்செந்தூருக்கு வந்து உட்கார்ந்தார். மனசு மட்டும் இருப்புக் கொள்ளவில்லை. யாரோ தம்மைத் தேடி அழைப்பது போன்ற ஒரு

மனநிலை; வாசியை வசப்படுத்தும் பழக்கம் பெற்றும் அடங்கவில்லை. கூப்பிட்டவர் யார்? ஏன் கூப்பிட வேண்டும்? பத்து வருஷங்களாக வாட்டும் கேள்வி.

கடைசியில் ஆனையப்ப பிள்ளையின் பாலபிஷேகத்துக்கு ஏமாறாத முருகன் காலடியில்தான் அவர் வந்து விழுந்தார். ஓயாத கடலும் ஓயாத மனசும் அவரை அலட்டின. காவித் துணியை அணிந்து கொண்டபோது இருந்த மன உல்லாசம் எங்கோ ஓடி மறைந்துவிட்டது. புறப்பட்ட இடத்தையே அலகை போல, தாம் சுற்றிச்சுற்றித் திரிந்து கொண்டிருப்பதாக நினைத்துக்கொண்டார். தமக்குச் சாந்தலிங்கம் என்று பெயர் இட்டுக்கொண்டதைக் கண்டு கிழட்டுச்சாமி சிரித்ததில் அர்த்தபுஷ்டி இருந்ததாகவே இப்பொழுது அவருக்குப் பட்டது.

நல்ல வெள்ளிக்கிழமையும் நாளுமாக வௌவால் மாதிரி இருட்டில் அல்லாடக் கூடாது என்று நினைத்துக் கோவிலுக்குச் சென்றார்.

சந்நிதியில் தம்மை மறந்த நிஷ்டை சற்றுக் கைகூடியது. லயத்தில் இருப்பவரை "அத்தான்" என்று யாரோ ஓடிவந்து கட்டிப்பிடித்துக் கொண்டார்.

ஆனையப்ப பிள்ளைதான். வழக்கம் போல வெள்ளிக்கிழமை வழிபாட்டுக்காகத் திருச்செந்தூருக்கு வந்திருந்தார்.

மங்கிய விளக்கொளியும் பத்து வருஷங்களும் போட்ட திரை அவருடைய பார்வையை மழுங்க வைக்கவில்லை. முருகனிடம் மாறாத நம்பிக்கை வைத்ததன் பலன் என்று அவர் கருதினார்.

சாந்தலிங்கச்சாமி அதிர்ச்சியிலிருந்து தெளிந்து நிதானப்பட்ட பிறகு தம்முடைய சகோதரி புருஷன் என்பதை உணர்ந்தார். செண்பக ராமன் பிள்ளையாக நடந்துகொள்ள மனம் ஒப்பவில்லை.

ஆனையப்ப பிள்ளைக்கு எப்படித் தம் காரியத்தைச் செண்பக ராமன் பிள்ளையிடம் சாதித்துக்கொள்வது என்ற யோசனை. எதிர்க்கக் கூடாது; போக்கில் விட்டுத் திருப்ப வேண்டும்; அவ்வளவுதான்.

இரவு இரண்டு மணிவரையில் இரண்டு பேரும் வசந்த மண்டபத்தில் உட்கார்ந்து பேசினார்கள்.

"நீங்கள் நல்ல வளியில் இருப்பதை நான் கெடுக்க விரும்பவில்லை; சிறு பையன்கள் என்ன பாவம் பண்ணினார்கள்? சொத்தை ஊர்க்காரன் தின்னாமல் ஒரு ஒழுங்குபடுத்திவிட்டு மறுபடியும் காஷாயம் போட்டுக்கொள்ளுங்கள்" என்றார் ஆனையப்ப பிள்ளை.

மறுபடியும் வெள்ளை உடுத்துக் கோர்ட்டு ஏறிக் குடும்பத்தைச் சீர்தூக்கி வைக்க வேண்டும். ஆமாம். வடிவேலுவும் முத்துசாமியும் என்ன பாவம் பண்ணினார்கள்? அவர்களுக்காக இந்தக் கட்டை உழைப்பதில் குற்றம் இல்லை என்றது சாந்தலிங்கச்சாமியின் மனசு. 'ஊர்ப் பயல்கள் கொட்டத்தை அடக்காமல் ஓடியா போவது?' என்றது செண்பகராமன் பிள்ளையின் மனசு.

“சரி, வருகிறேன். எழுந்திருங்கள். மீனாட்சி எப்படி இருக்கா?” என்றார் செண்பகராமன் பிள்ளை.

“அவளை உங்களுக்குத் தெரியாதா? கேப்பார் பேச்சைக் கேட்டுக் கேட்டுத்தான் குடும்பம் குட்டிச்சுவராய்ப் போச்சு. காலையில் நான் சொல்லுவதற்குச் சரி என்று தலையாட்டுவாள். மாலையில் அவன் சொல்லுவதற்குச் சரி என்று தலையாட்டுவாள். கடைசியில் வீண் சிரமமும் பணவிரயமுந்தான் மிச்சம்” என்றார் ஆனையப்ப பிள்ளை.

இரண்டு பேரும் மூன்று மணி சுமாருக்குத் திருநெல்வேலிக்குப் போகும் பஸ்ஸில் ஏறினார்கள். சாந்தலிங்கச்சாமியின் மனசு என்னவோ செய்யத் தகாத காரியத்தில் ஈடுபடுவதாகவே அல்லாடியது.

‘நான் இந்த வேஷத்தில் வீட்டு நடைப்படியை மிதிக்கலாமா?’ என்றது செண்பகராமன் பிள்ளையின் மனசு.

பலபலவென்று விடியும்போது பஸ் ஸ்ரீவைகுண்டத்துக்கு வந்துவிட்டது. இன்னும் ஒரு மணிநேரம் கழித்தால் சாந்தலிங்கச் சாமிக்கு ஒடுக்கம்; அதாவது அப்புறம் செண்பகராமன் பிள்ளைதான்.

“ஆனையப்ப பிள்ளையவாள், நீங்க சொல்லுவது ரொம்பச் சரியாத்தான் படுகிறது; எனக்குக் குடும்பம் ஏது, குட்டி ஏது? நான் ஆண்டி” என்றார் சாந்தலிங்கச்சாமி.

“அத்தான், வண்டியைவிட்டு இறங்குங்க, நாம் காப்பியைச் சாப்பிட்டுவிட்டு அப்புறம் பேசிக்கொள்வோம்” என்றார் ஆனையப்ப பிள்ளை.

இருவரும் இறங்கி எதிரில் இருந்த ஹோட்டலுக்குள் போனார்கள். அங்கே இரைச்சல் காதை அடைத்தது. இருவரும் குழாயடியில் முகத்தைத் தேய்த்துக் கழுவிப் பல் துலக்கினார்கள்.

குனிந்து வாயை உரசிக் கொப்பளித்துக்கொண்டிருக்கும் சாந்தலிங்கச்சாமிக்கு, “அப்பா செண்பகராமா!” என்று யாரோ உரத்த குரலில் கூப்பிட்டது கேட்டது.

“அத்தான், அதாரது என்னை அடையாளம் கண்டு கூப்பிட்டார்கள்?” என்று தலையை நிமிர்ந்து கேட்டார் செண்பகராமன் பிள்ளை.

பக்கத்தில் இருந்த சிறுவன், “சாமி, ஒங்களை யாரும் கூப்பிடலியே? நான்தானே பக்கத்தில் நிக்கேன்?” என்றான்.

‘இந்தச் சென்மத்திலே நான் சாந்தலிங்கமாக மாட்டேன் போலும்!’ என்று தனக்குள்ளே சிரித்துக்கொண்டது ஜீவாத்மா.

காவி தரித்த செண்பகராமன் பிள்ளைதான் அங்கு நின்றார். சாந்தலிங்கம் மனசுக்குள்ளாகவே ஆழ்ந்து முழுகிவிட்டது. மனசு ஆழம் காணாத கிணறு அல்லவா?

“அத்தான், நேரத்தைக் களிக்காதிய” என்று ஆனையப்ப பிள்ளை குரல் கொடுத்தார்.

செண்பகராமன் பிள்ளைக்குப் பத்து வருஷங்களுக்குப் பிறகு காப்பி உடலிலே வேறு ஒருவிதமாகப் புழுக்கத்தையும் புளகாங்கிதத்தையும் கிளப்பியது.

இருவரும் மீண்டும் பஸ்ஸில் ஏறினார்கள். பஸ் புறப்பட்டது.

எப்போதோ ஒரு காலத்தில் கிழட்டுச்சாமி, கல்லுப்பிள்ளையார் மாதிரி உட்கார்ந்திருந்ததும், இப்போது தம்முடைய சதை ஆடுவதும் பக்கத்தில் பக்கத்தில் நினைவுக்கு வந்தன. கைலயங்கிரியில் ஒடுக்கமான கிழட்டுச்சாமி எதிரே உட்கார்ந்துகொண்டு கேலிசெய்வது மாதிரி இருந்தது.

"சாமி, ஒங்களே செலம்பரத்திலே பாத்த மாதிரி தோணுதே" என்றான் பக்கத்தில் உட்கார்ந்திருந்த கிழவன்.

"நீ யாரைச் சொல்லுகிறாய்?" என்று கேட்டார் செண்பகராமன் பிள்ளை.

"ஒங்களை எனக்குத் தெரியாதா? நீங்க சாந்தலிங்கச்சாமி இல்லே? பொத்தாமரை பக்கத்திலியே உக்காந்திருப்பியளே?" என்றான் அந்தக் கிழவன்.

"சாந்தலிங்கச்சாமி ஒடுக்கமாயிட்டுது. எனக்கும் அவரைத் தெரியும்" என்றார் செண்பகராமன் பிள்ளை.

"எப்பம்?" என்றான் கிழவன்.

"அவங்க ஒடுக்கத்தில் ஆகி சுமார் நாலு மணி நேரமாச்சு" என்றார் செண்பகராமன் பிள்ளை, நிதானமாக.

***கலைமகள்*, ஜனவரி 1944**

சிவசிதம்பர சேவுகம்

தாடி வளர்த்தால் ஞானம் ஏற்பட்டாலும் ஏற்படும். முகவாய்க் கட்டையில் பேன் பற்றினாலும் பற்றும். சிவசிதம்பரம் பிள்ளைக்கு பேன் பிடிக்கவில்லை. ஆனால் மேற்கு ரத வீதி வர்த்தகர்கள் அவரை சாமி, சாமி என்று கூப்பிட ஆரம்பித்தார்கள். கழுத்துப் பிடரி வரை வளர்ந்த சிகை; அதாவது அள்ளிச் சொருகி, நிலைகுலைந்து தவழும் சிகை; நரையோடி நெஞ்சை மறைக்கும் தாடி; கண்ணுக்கு மேல் பார்த்து சாரம் கட்டிவிட்ட மாதிரி புருவம்; மல் வேஷ்டி, சிட்டி துண்டு, ஐந்து பெண்கள், பதினைந்து ரூபா சம்பளம், கல்லத்தி முடுக்குத் தெருவில் வறுமையின் இருளடித்த ‘கர்ப்பக்கிருகம்’ – இவர்தான் சாமி சிவசிதம்பரம் பிள்ளை. லேயன்னா மேனா வீனா ஜவுளிக் கடையில் அவருக்கு சேவகம். பட்டணத்திலே அந்தக் காலத்தில் குண்டு விழுந்தபோது, முறிந்து மூடிய ஜவுளிக்கடை ஒன்றின் ‘ஸ்பிளின்டர்ஸ்களாக’ திருநெல்வேலி மேற்கு ரத வீதியில் வந்து விழுந்தார். அன்று விழுந்த இந்தச் சதைப்பிண்டம் இன்றும் நாடியின் தாள அமைதி குன்றாமல் அடித்துக்கொண்டிருக்கிறது. அவர் மாறியது கிடையாது, அவரது குடும்பமும் மாறியது கிடையாது, அவருடைய சேவகமும் மாறியது கிடையாது. அவர் வந்தபோது லேயன்னா இருந்தார்; தாமிரவருணி ஆற்றில் பெருவெள்ளம் வந்து பையன்களைப் பரீட்சைக்குப் போகவிடாதபடி யடித்து, ஊழியின் இறுதிக் காலத்தைக் கோடுபோட்டுக் காட்டியபோது மேயன்னா இருந்தார்; சற்றுக் கண்விழித்து எழுந்த விராட் புருஷன் எழுந்து உட்கார்ந்து சோம்பல் முறித்த மாதிரி வந்த 1930–ம் வருஷ உப்பு யுகம் வந்தபோது வீயன்னா இருந்தார். இப்பொழுது இம்மூன்றும் கலந்து தேசத்தை நெருக்கியபோது, விலாச முதலாளிகளின் புதல்வர்கள் பெயரால் கடை நடந்துகொண்டிருந்தது. முறையே மூத்த மக்கள் மூவரும் தம்முள் அத்தான் மைத்துனர்களாகிவிட்டார்கள். அவர்கள் தானிருந்து கடையை நடத்துகிறார்கள். மற்றவர்கள், லேயன்னாவுக்கு இவர் தவிர ஒரு மகனும், மற்றும் இருவருக்கும் முறையே இரண்டிரண்டு பேரும் உண்டு. இவர்கள் சர்க்கார் முதல் மார்வாடி சேட் மாவு தொழிற்சாலை வரையுள்ள பெரிய வர்த்தக ஸ்தாபனங்களில் சேவகத் தொழில் செய்துகொண்டிருந்தார்கள். எப்போதோ ஒரு தடவை

எட்டிப் பார்ப்பது, ஏட்டுக் கணக்குகளைப் பார்ப்பது, பிறகு 'ஒத்தி வைத்த' நலத்துக்காக சேவகம் செய்து சம்பளம் வாங்குவது, இப்படியே ஓடிய ரத்த பந்த சக்கரத்துக்கு பின்னல் இழையாக அமைந்திருந்தார் சிவசிதம்பரம் பிள்ளை. சிவசிதம்பரம் பிள்ளைக்குத்தான் ஆதி முதல் அந்த ஜவுளிக்கடையின் உட்கணக்குத் தெரியும்; கடையின் மேசைப் பெட்டி மாதிரி, புத்தியும் ஜீவனும் விவேகமும் உள்ள மேசைப் பெட்டி மாதிரி, அவர் இருந்துவந்தார்.

சிலர் பூட்டின் வாயிலேயே சாவியைத் தொங்கப்போட்டிருப்பார் களல்லவா, அதே மாதிரி இந்த இளவட்ட முதலாளிகளும் இவரது மடியிலேயே சாவியைப் போட்டுவைப்பார்கள். அதாவது இவரது மடியில் அல்லது மூத்த பிள்ளை வள்ளியூர் லெச்சுமணப் பிள்ளை பட்டகசாலை கிழக்குச் சுவர் காந்திப் படத்துக்குக் கீழே அல்லது சிவசிதம்பரம் பிள்ளை இடுப்பில் சாவி தொங்கிக்கொண்டிருக்கும். தான் உண்டு, தன் கணக்கு உண்டு, தன் காரியம் உண்டு என்றிருப்ப வராகையால் முதலாளிகளுக்கு இவர் யாரோ காவேரிப் பாசனத்து மருதூர் கார்காத்த வேளாளர் என்பது மட்டும் தெரியும். சிவ சிதம்பரம் பிள்ளை அதற்குமேல் யாரையும் தெரிந்துகொள்ள விடுகிறதில்லை. லேயன்னாவினுடைய மூத்த மகனுக்கு கணக்குத் தப்பாமலிருப்பதில்தான் குறி. யாராயிருந்தால் என்ன; பேசுகிற பேரேடு என்று நினைத்து, அதற்குமேல் அவரைப் பற்றிச் சிந்திக்கிற தில்லை. அவர் 'மெட்டிக்கிலேஸனுக்கு' ஒரு வகுப்பு முந்தி தோத்துப் போய் பள்ளிக்கூடத்துடன் 'கத்திகிட்டு' வந்துவிட்ட காலம்; மைனர் பிள்ளையாக நடமாடுவதற்கு சற்று கால் தள்ளாட ஆரம்பித்தபோது, சிவசிதம்பரம் பிள்ளையின் 'உத்தியின் பேரில்' ஒரு தாலியும் கட்டி, வீட்டோடு கட்டிப்போட்டு மேல ரத வீதி ஜவுளிக்கடை சொருகு பலகைகளுக்குள் சென்று வெளிவரும் சரக்காக்கினார்கள். லேயன்னா கண்ணை மூடிய பிறகுதான் அவர் முதலாளி ஸ்தானத்துக்கு வந்து அப்பால் சென்று உலாவும் சரக்காக பரிணமித்தார். லேயன்னா கண்ணை மூடும்போது, "செலம்பரம், செலம்பரம்" என்ற ஜெபந்தான். பிரிவு, கடையைப் பிரித்துவிடாமல் சிவசிதம்பரம் பிள்ளைதான் இருந்து லேயன்னா கடைப் பங்கு வகையராவையும், கன்னடியன்கால் பாசன நன்செய் வகைகளையும் ஈவுசெய்து மக்களுக்குள் குடுமிப்பிடி வராமல் பார்த்துக்கொண்டார்.

கடை மேல்பார்வை பிறகு மேயன்னா வசம் இருந்து, அவர் காலத்துக்குப் பிறகுதான் லேயன்னாவின் மூத்த மகன் வசம் திரும்பியது. மேயன்னாவுக்கு வில்லங்க சொத்துக்கள் கொஞ்சம் உண்டு. அதைத் திருப்புவது, அகப்படுகிற சாமியார்களை எல்லாம் கும்பிட்டு ரசக்கட்டு சோதனையில் இறங்குவது தவிர வேறு எதிலும் நாட்டம் செலுத்த ஜீவிய காலம் முழுவதிலும் சவுகரியமே கிடைத்ததில்லை. மண்ணாந்தைச்சாமியிடம் வாகட நூல் சோதனையிலீடுபட்டிருக்கும் போதுதான் வீரபாகு பிள்ளை வந்து "நம்ம சவுந்தரத்தை, பழமலைக்குக் கட்டிப் போட்டுவிடலாம் என்று நினைப்பதாக"ச் சொன்னார்கள்.

"அதுக்கென்ன, சவுகரியப்படி செய்யிங்க, ரசத்தை மொறையாக் கெட்டினா, அட்ட திக்கும் கட்டியாளலாம், சாமி சொல்லுதாக" என்றார் மேகலிங்கம் பிள்ளை. "அட்ட திக்கும் கட்டியாளுவது அப்பறம் இருக்கட்டும், ஒங்க கேசு நாளைக்கு வருதாமே, அதுக்கு என்ன செய்ய உத்தேசம்" என்றார் வீரபாகு பிள்ளை. "செலம்பரத்தை வக்கீல் ஐயரிடம் அனுப்பி இருக்கேன். எல்லாம் அவன் பார்த்துக்கிடுவான். நம்ப சாமிக்கு கோவில் திருப்பணி செய்யணும்னு நாட்டம்; வடக்குப் பிரகார பொற்றாமரைக் கொளத்துப் படிகளை எடுத்துக் கட்டினா என்னான்னு கேக்கராஹ" என்றார் மேகலிங்கம் பிள்ளை. "ஆமாம் உங்களுக்கு வேலையும் தொளிலும் இல்லை, ரசத்தை கெட்டட்டா குளத்துப் படியைக் கெட்டட்டா என்று கருத்துப் போகுது! மொதல்லெ, ஒங்க பொண்ணுக்கு வாசல்லெ வந்த வரனைப் பார்த்து கெட்டிவையுங்க" என்று துண்டை உதறித் தோளில் போட்டுக்கொண்டு எழுந்தார் வீரபாகு பிள்ளை.

லெச்சுமணப் பிள்ளை ஜேஷ்டகுமாரன் பழமலைக்கும், மேகலிங்கம் பிள்ளை புத்திரி சவுந்தரத்துக்கும் கல்யாணமாயிற்று. பழமலை பழையபடி வரட்டு வேளாளனானான். மண்ணாங்கட்டிச்சாமிக்கு கோவில் திருப்பணிக்குத் தொகை கிடைத்தது. வக்கீலய்யருக்கு வழக்கை ஈரங்கி ஒத்திப்போட்டு சவ்வு மிட்டாய் மாதிரி இழுத்துக் கொண்டு போக சவுகரியம் கிடைத்தது.

லேயன்னா காலமானார். கடையை மேகலிங்கம் பிள்ளை பார்த்துக் கொள்ளுவதுதான் முறை என்றார் வீரபாகு பிள்ளை. அவருக்கு ஜில்லா போர்ட் ரஸ்தா குத்தகை, தலைக்குமேல் வேலையாக இருந்தது. யாரையாவது கெடுப்பது என்றால் மண்ணை வாரிப்போடுவது என்பது, யாரையும் கெடுத்தல் என்பதுதான் தமிழில் வெகுஜன வாக்கு. வீரபாகு பிள்ளை ரோடின் தலையில் கப்பிக் கல்லையும் மண்ணையும் வாரிவாரிப் போட்டுக்கொண்டே இருந்தார்; பிறகு அதில் மறுபடியும் ரிப்பேர் நடத்த லாயக்காக பஸ் சௌர்விஸ் நடத்தினார். அதனால் மேகலிங்கம் பிள்ளை கடையைப் பார்த்துக்கொள்ளுவதுதான் முறை என்ற நியாயம் அவருக்குப் புரிந்தது.

மேகலிங்கம் பிள்ளை கடைக்கும் வந்துபோகலானார். மண்ணாந்தைச் சாமியாரும் கோவில் திருப்பணிகளில் ரொம்ப ஊக்கம் காட்டினார். இப்படிக் கொஞ்ச காலம் சிதம்பரம் பிள்ளையின் விசுவாச பாத்திரம் சற்று மாறியது.

இப்பொழுது சிவசிதம்பரம் பிள்ளை இகபர சுகங்கள் இரண்டுக் காகவும் பண வசூலுக்குப் புறப்படுவார். ஒன்று கடை வரவுசெலவு, இன்னொன்று திருக்குள வரவுசெலவு. அவர் இவ்விரண்டு சேவகங் களையும் பகிர் நோக்கு இல்லாமலேயே கவனித்தார் என்றால் நிஷ்காம சேவையில் அவருக்கு இருந்த அளவுகடந்த மனப்பக்கு வத்தால் அன்று; அவருக்கு அப்படி ஒரு பிரயோகம் இருப்பதாகவே தெரியாது. பிரதிப் பிரயோசனம் எல்லாம் ஜவுளிக் கடை பசியாற்று

வதற்குப் போதும் என்று நிர்ணயம் செய்துகொடுத்துவரும் சம்பளமே யாகும்.

மேகலிங்கம் பிள்ளைக்கு திடீரென்று காலன் வந்தான். ‘கிடக்கப் படுத்தார், கிடந்தொழிந்தாரே’ என்ற வாக்கு பூர்ணமாகப் பலித்தது. கர்மம் முதலிய சகல கிரியைகளும் முடிந்த பின்பு கடை கணக்கைப் பரிசோதனை செய்ததில் மேயன்னா பங்குக்குமேல் பற்று வகையராவாக பதினையாயிரத்துச் செல் வளர்ந்து தொகை பற்றில் இருந்தது தெரிந்தது. வீரபாகு பிள்ளை திடுக்கிட்டார்! இதில் எவ்வளவு ரசவாதப் புகையாகப் போச்சு, எவ்வளவு சட்ட வக்கணை வியவகாரத்தில் மறைந்தது என்று புலன் கண்டு சொல்லுவதே கடினமாகிவிட்டது. இது தவிர கப்பலில் பாதிப் பாக்குப் போட்ட கதையாக மண்ணாங்கட்டிச் சாமியார் திருவிளையாடல் எவ்வளவு குழி தோண்டியது என்பது பிரம்ம ரகசியம் போல் திக்குமுக்காட வைத்தது. “என்னவே, இடிச்ச புளி மாதிரி இழுத்த இழுப்புக்கெல்லாம் ஆடினீர், என்னிடம் ஒரு வார்த்தை சொல்லக் கூடாதா?” என்றார் வீரபாகு பிள்ளை. சிவசிதம்பரம் பிள்ளைக்கு ரொக்க வியவகாரம் இவ்வளவு ஓட்டை என்று அன்றுதான் தெரியும். “தெரிந்தால் விடுவேனா” என்று பதில் சொல்லிவிட்டுத் தலையைத் தொங்கப் போட்டார் சிவசிதம்பரம் பிள்ளை. வீரபாகு பிள்ளைக்குத் தம்முடைய ரொக்கத்தைப் பற்றி கவலை பெரிதாயிற்று. பழமலையும், பால்வண்ணமும் – அதாவது மேயன்னாவுடைய பி.ஏ. படித்த மகன் – மைத்துனனும் மைத்துனனுமாச்சே, இரண்டு பேருமாகச் சேர்ந்துகொண்டு தம்முடைய ரஸ்தாவில் மண்ணைப் போட்டுவிட்டால் என்ன செய்வது என்ற கவலை ஏற்பட்டது. டென்டர் பிடித்துப் பழக்கமல்லவா, தன் மகளைப் பால்வண்ணத்துக்கு கொடுத்து, இந்தப் பக்கத்தில் முடிச்சை இறுக்கிப்போட்டால் அதில் தப்பிதம் இல்லை என்று நினைத்தார். நினைத்தபடி நடத்துவதில் காலத்தை வீணாக்கவில்லை. தஞ்சாவூர் ஜில்லாவில் தண்ணீர் வசதி இல்லாத் தாலுகா குமஸ்தாவாகப் பால்வண்ணம் புறப்பட்டபொழுது மீனாட்சியும் தொடர்ந்தாள்.

மண்ணாந்தைச்சாமியாருக்கு பக்தன் மண்ணாகிவிட, குளப்பறி திருப்பணி முன்போல் அவ்வளவு சீராக நடக்கவில்லை. ரொம்ப நாள் பழகினாலும் கடவுள்கூடப் புளித்துப் போவார் அல்லவா. திருநெல்வேலி சைவ வேளாள குலதிலகங்களுக்கு ஏககாலத்தில் தக்ஷிணாமூர்த்தியாகவும், கும்பமுனியாகவும் தென்பட்ட மண்ணாந்தைச் சாமியார், போகராக ஆகிவிட்டார்! குலதிலகங்களின் சம்மத வரம்புக்கு மீறிய அளவில், பிள்ளை வரம் கொடுக்கப் புகுந்ததாக சாமியார்மீது புகார். அவர் அங்கிருந்து அந்தர்த்தானமாகி, பட்டிவீரன்பட்டி கந்தவேள் ஆலயத்தின் மேற்குக் கோபுரவாசல் திருப்பணியில் ஈடுபட வேண்டியதாயிற்று. இப்படியாக மேயன்னாவின் ஆசைகள், திருவிளையாடல்கள் எல்லாம் ஜவுளிக்கடை பேரேட்டுக் கணக்கைத் தவிர மற்ற இடத்தில் தடந்தெரியாது போயிற்று.

திருநெல்வேலிச் சீமான்கள் தெய்வத்தை சந்தியில் விட்டுவிட்டு ஓடிப்போக மாட்டார்கள். போன கணக்கைக் குளத்தில் போட்டு தூற்றுவிட்டு, திருப்பணியையாவது அரையும்குறையுமாக நிற்காமல் நிறைவேற்றிவிட ஆசைப்பட்டார்கள். திருச்செந்தூர் – ஸ்ரீவைகுண்டம் ரஸ்தா குத்தகையில் எதிர்பார்த்த வரம்புக்கும் அதிகமாகக் கணக்கு லாபம் காட்டியதால், திருப்பணிக்கு என்று ஆயிரம் ரூபாய் கொடுத்து, பழமலை கடையையும், சிவசிதம்பரம் பிள்ளை கோயில் திருப் பணியையும் பார்த்துக்கொள்ளுவது என்று சேவக பங்கீடு செய்து வைத்தார். சிவசிதம்பரம் பிள்ளைக்கு ஜவுளிக்கடை நிழல் போய் ஆயிரங்கால் மண்டப நிழலும், நரி வெளவால் நெடியும் பரிச்சயமாயிற்று.

2

சிவசிதம்பரம் பிள்ளை சொப்பனத்திலிருந்து விழித்துக்கொண்டது போல் தம் வாழ்வின் பேரேட்டுக் கணக்கைப் பார்த்தார். ஐந்து பெண்கள், எம்டன் குண்டு போட்டபோது கிடைத்துவந்த சம்பளம், குடவயிறு, சில நரையோடிய தலை மயிர்கள் – இவைதான் இவரது வரவிலிருந்தது. மற்றதெல்லாம் பற்றிலிருந்தது. எம்டன் போட்ட குண்டு விரட்டின காலத்திலிருந்து மேயன்னா கண்ணை மூடிவிட்ட நேரம் வரை அவர் வாழ்வு தனிச்சாகை பிடிக்கவில்லை. ஜவுளிக் கடையும் மூன்று குடும்பமும் அவர்களது வாழ்வும் போக்குமே இவரை இழுத்து வந்திருக்கிறது. குதிரை லாயத்தை எட்டும் நேரத்தில் குத்துப்புல்கூட அகப்படவில்லை என்றால் இதுவரை இந்த மாதிரி நினைத்ததே கிடையாது. ஐந்து பெண்களைக் கரையேற்ற வேண்டுமே; அவருக்கு நினைக்கநினைக்க மூச்சே திணற ஆரம்பித்தது. நெஞ்சு சுளுக்கிக்கொள்ளும் போலிருந்தது.

ஆனால் ஒன்றில் பரம சுகம். படித்துறை கட்டிக்கொண்டிருப்பதில் பரம சுகம். நிச்சிந்தையாக, யாரோ கொடுக்கிற பணத்தைக் கொண்டு ஏதோ தெய்வத்துக்கு சேவை நடக்கிறது, நடந்துகொண்டிருக்கிறது. சிற்றுளியும் டொங்டொங் என்று எதிரொலிக்கிறது. நரிவெளவால் கிறீச்சிடுகிறது. எங்கு பார்த்தாலும் கருங்கல் தளத்தின் எதிரொலி.

அதிலிருந்துதான் அவருக்கு தாடி வளர ஆரம்பித்தது. இடையிடையே நரையோடிய தாடி வளர ஆரம்பித்தது. ஒரு வரிசை முடிந்தவுடன், பிறகு மறுபடியும் பணவசூல், அப்புறம் கட்டுமான வேலை. கோவிலிலே வசனம் இருந்த மாதிரி சேவகம். முன்பு நரசேவகம். இப்பொழுது தெய்வ சேவகம். லோகத்திலும் அயோக்கியர்கள் நடமாடுகிறார்கள்; தெய்வ சந்நிதானத்திலும் நடமாடுகிறார்கள். அங்கே வியாபாரார்த்த மாக மனசை அடமானம் வைக்கிறார்கள்; இங்கே உலகத்தை உய்விக்கும் பரந்த நோக்கத்துடன் வியாபாரார்த்தமாக மனசை அடமானம் வைக்கிறார்கள். மானத்தை விற்கிரயம் பண்ணுகிறார்கள். பொற்றாமரைக் குளம் இடிந்து கிலமாகு முன்பு அதன் ஜீவ முடிச்சு இடிந்து கிலமாகிவிட்டது. அது அவருக்குத் தெரியாது. நிச்சிந்தையாகப்

படித்துறை கட்டிக்கொண்டு இருக்கிறார்; அதாவது, செத்துப்போன உடலத்துக்கு ரணசிகிச்சை செய்து, பாண்டேஜ் கட்டிக்கொண்டிருக்கிற மாதிரி சட்டத்தின் அடித்தளத்திலே அமைந்த சர்க்காரின் நிழலுக் குள்ளேதான் சாமியே தஞ்சமாகிவிட்டார். இன்று அவரைப் பட்டினி போடலாம்; அவர் கணக்கை ஆடிட் செய்யலாம்; ஆனால், பட்டினி கிடக்கும் மனுஷனுக்கு ஐயோ பாவம் என்றிரங்கி, கால் காசு எடுத்துப்போட அவர் நினைத்தால் அவருடைய கையை முறித்துப் போடுவார்கள். அவருக்குக் குளிக்க குளம் வேண்டாமா? அவருடைய பக்தர்களின் மனப்பாசியை அகற்ற பொற்றாமரைக் குளம் வேண்டாமா; சிவசிதம்பரம் பிள்ளை நிச்சிந்தையாகக் குத்துக்கல்லில் உட்கார்ந்து குளப்படி கட்டிக்கொண்டிருக்கிறார். டொங்டொங் என்று சிற்றுளிச் சத்தம் ஆயிரக்கால் மண்டபத்தில் எதிரொலிக்கிறது. ஐந்து பெண் களுக்குக் கலியாணம் இன்னும் ஆகவில்லை என்று அது எதிரொலிக் கிறது. அந்த சத்தம் அவருக்கு மனசில் அந்த நினைப்பை அகற்றுகிறது. பற்றில்லாமல் திருப்பணி செய்து, மறு பிறவியில் கிடைக்கும் செல்வத்தைக் கொண்டுவந்து இவர் கலியாணம் செய்துவைப்பார் என்று மக்களனைவரும் காத்துக்கொண்டிருந்துதான் முடியுமா? தெய்வம் சிருஷ்டித்ததே ஒழிய தர்ம சாஸ்திரத்தையும் கையில் எழுதி நம் கையோடு கொடுத்தனுப்பியதா? இவர்களது கலியாணத்துக்கு தெய்வம் எப்படிப் பொறுப்பு? கொஞ்சம் பொய் சொன்னால், முதல் மகள் கலியாணத்தைக்கூட முடித்துவிடலாம். அப்புறம் மண்ணாந்தைச் சாமி மாதிரி ஓடுவதற்கு சிவசிதம்பரம் என்ன, கால்கட்டு இல்லாத நபரா?

சிற்றுளி டொங்டொங் என்று ஒரு நாதத்தை எழுப்பி அந்த லயத்தில் மனப்போக்கை மிதக்கவிட்டது. சிவசிதம்பரம் பிள்ளை தாடியை நெருடிக்கொண்டே கேட்டுக்கொண்டிருக்கிறார்.

“ஐயா, ஒங்க முதலாளி ஐயா தவறிப்போனாக தெரியுமா? மோட்டார் மரத்திலே மோதி, ஒங்க வீரவாகு பிள்ளைதான், என்ன ஒரு மாதிரி” என்றது ஒரு குரல்.

“இன்னும் ஒரு வரிசைதான் பாக்கி, இன்னம் இருநூற்றி ஐம்பது இருந்தால் போதும்” என்றார் சிவசிதம்பரம் பிள்ளை.

தமிழ்மணி **(பொங்கல் மலர்), 1944**

நிர்விகற்ப சமாதி

ஸ்ரீமான் உலகநாத பிள்ளை பரம வேதாந்தி. தம்முடைய பரம்பரைத் தன்மைக்கு மாறாக சைவ சித்தாந்தத் தத்துவங்களை ஒதுக்கி, மடத்துச் சைவம், ஏகான்மவாதம் என்று ஒதுக்கிய அத்வைதத்துக்குள் தம்மை இழந்தார். ஊர்க் குருக்களையாவுக்கு அவரைக் கண்டால் பிடிக்காது. காரணம் அவரது ஏகான்மவாதம் அல்ல. பணம் இன்மை.

கிராமத்துத் தபாலாபீஸில் போஸ்ட் மாஸ்டராக உத்தியோகம் பார்ப்பதில் உள்ள சங்கடங்களும் சௌகரியங்களும் பல. எந்நேரத்துக்கு வந்தாலும் ஆபீஸ் மூடிவிட்டது என்று சொல்லி தபால் வில்லைகளை விற்பதற்கு மறுக்க முடியாது. மாதத்தில் இருபத்தியொன்பது நாளும் தபால்தான் கிடையாதே என்று மத்தியானம் இரண்டு மணி சுமாருக்கு வெளியே நடந்துவிட முடியாது. வெற்றுப் பையை அரக்கு முத்திரை வைத்து ஒட்டி, 'ரன்னர்' எப்போது வந்து தொலைவான் என்று காத்திருக்க வேண்டும். அவனிடம் காலிப் பையைக் கொடுத்துவிட்டு, மற்றொரு காலிப் பையை வாங்கிக்கொள்ள வேண்டும்.

நிற்க. எப்போதோ ஏதோவென்று தபால் பெட்டியில் வந்து விழும் காகிதங்களை குருக்களையாவுக்கு வாசித்துக்காட்ட வேண்டும். குருக்களையாவுக்கு கடுதாசி வாசிக்கும் பழக்கம், பட்டணத்துக்காரரின் பேப்பர் படிக்கும் தன்மையை ஒத்திருந்தது என்று சொல்ல வேண்டும். காந்திஜி பட்டினி கிடக்கிறார் என்றால் ஊரே அல்லோலகல்லோலப் படும்; பத்திரிகையும் மகாலிங்கய்யர் ஓட்டல் இட்டிலி மாதிரி விற்பனையாகும். ஆனால், அதற்காக ஊர்க்காரர்கள் எல்லாம் பட்டினி கிடந்து உயிரை விட்டுவிடுவார்கள் என்பது அர்த்தமா? அப்படி ஒன்றும் ஆபத்து நேர்ந்துவிடாது. இந்தத் தமிழ்நாட்டிலே, சட்டத்தின் பேரிலும் ஒழுங்கின் அடிப்படையிலும் பிரிட்டிஷார் 150 வருஷங் களாகக் கட்டிவைத்த ஏகாதிபத்தியக் கோயில் தமிழ்நாட்டாரின் ஆவேசத்தினால் ஆட்டமெடுத்துவிடாது. திலகர் கட்டத்தில் கூடி நீண்ட பேருரைகள் செய்வோம்; நீண்ட அறிக்கைகள் வெளியிடுவோம்; கோழைத்தனத்துக்கு அஹிம்சைப் போர்வை போர்த்திக்கொள்வோம்; கருத்து வேற்றுமைகளை நயமாக சுசிப்பிப்போம்; ஆவேசம் காட்டிய

'ஒருசிலர்' கொலை, ஆபத்தில்லையெனவும், சௌகரியம் உண்டு எனவும் பொழிந்து பாராட்டுவோம்; தனிப்பட்ட முறையில் "இந்தப் பசங்களே இப்படித்தான் சார்" என்று சொல்லுவோம்; இதெற்கெல்லாம் பேப்பர் அவசியம்! மேலும் ஹோம் மாத்திரைக்கு விலாசம் தெரிந்து கொள்ள பேப்பர் ரொம்பவும் முக்கியம். இதே மாதிரிதான் குருக்களையா வுக்கு வேற்றாரின் கடுதாசிகளும் கார்டுகளும்.

உலகநாத பிள்ளைக்கு சோம்பல் ஜாஸ்தி; அதனால்தான் கடுதாசி படிக்கும் வழக்கம் வேப்பங்காய்.

குருக்களையா வந்துவிட்டார் என்றால் ஐயாவுக்கு சிம்ம சொப்பனந்தான்.

வரும்போதே, "என்னவே, அந்த மேலத்தெரு கொசப்பய, பணத்துக்கு எழுதினானே, பதில் வந்ததா?" என்று கேட்டுக்கொண்டுதான் நடைப் படியை மிதிப்பார். 'மேலத்தெரு கொசப்பயல்' என்று சூட்சுமமாகக் குறிப்பிடுவது சுப்பையர் என்ற முக்காணிப் பிராமணனைத்தான்.

தென்னாட்டில், திருச்செந்தூர் பிராமணர்கள் முன்குடுமி வைத்திருப்பார்கள்; குயத் தொழிலில் ஈடுபட்டுள்ள வகுப்பினரும் முன் குடுமி வைத்திருப்பார்கள். இதனால்தான் இந்த ஏச்சு.

நிற்க, ஸ்மார்த்தர்கள் யாவரும் ஏகான்மவாதிகள்; ஆகையால் அவர்களை வைவது சங்கர சித்தாந்தத்தை நோக்கி எய்யும் பாசுபதாஸ்திரம் என்பது குருக்களையாவின் அந்தரங்க நம்பிக்கை. இம்மாதிரி சொல்வதால் இவரை சைவ சித்தாந்த பவுண்டுக்குள் அடைத்துவிடலாம் என்பது அதற்கு அடுத்தபடியான நம்பிக்கை.

உலகநாத பிள்ளைக்கு இது தைக்காது; ஏனென்றால், சுப்பையரிடம் ஏதோ பாக்கி தண்ட வேண்டும் என, சென்ற பத்து வருஷங்களாக குருக்களையா சொல்லிவரும் புகார், மனசை அந்தத் திசையிலேயே திருப்பிவிடும்.

சுப்பையர் ஏன் பணத்துக்குக் கடிதம் எழுத வேண்டும்? அதற்கு இதுவரை பதில் ஏன் வராதிருக்க வேண்டும் என்பதைப் பற்றி உலகநாத பிள்ளை சிந்தித்தது கிடையாது. சிந்திக்கும்படி மனம் தூண்டியதும் கிடையாது. வேலாயுதத் தேவரின் தாயார் மருதி, கொளும்பில் உள்ள தன் பேரனுக்கு முக்காலணா கார்டில் மகாபாரதத் தில் ஒரு சர்க்கத்தையே பெயர்த்து எழுதுகிற மாதிரி, ஒருமாத விவரங்களை எழுதுவதற்கு பிள்ளையவர்கள் வீட்டு நிழலை அண்டி நிற்பதும், அதை எழுதி முடிப்பதை ஹடயோக ஸித்தியாக நினைத்து பெருமைப்படுவதுடன் மறந்துவிடுவதும் பிள்ளையவர்கள் குணம்.

அதேமாதிரிதான் வேலாயுதத் தேவரின் எதிர்வீட்டு பண்ணையா ரான தலையாரித் தேவரின் தேவைக்கும் ஊரில் உள்ள கேட்லாக்கு களை எல்லாம் வாங்கிக்கொண்டுவந்து, சாம்பிள் காலண்டர் இனாம்

என்று இடங்களுக்கெல்லாம் காலணா கார்ட் காலத்திலிருந்து முக்காலணா கார்ட் சகாப்தம் வரை எழுதித் தீர்த்துக்கொண்டிருக்கும் வைபவத்துக்கு உலகநாத பிள்ளையின் ஒடிந்துபோன இங்கிலீஷ் அத்யாவசியம். பூர்வ ஜென்மாந்திர வாசனை போல் எங்கே உள்ளூர ஒட்டிக்கொண்டிருக்கும் ஷெப்பர்ட் இலக்கண பாஷைப் பிரயோகத்தை அனுசரிப்பதாக நினைத்து ரிலீப்நிப் பேனா வைத்து வாட்டசாட்டமாக உட்கார்ந்து எழுதி, தபாலை எடுத்துவந்து பையில் போட்டு, அரக்கு முத்திரைவைத்து ஊர்வழி அனுப்புவது உலகநாத பிள்ளையின் கடமை. பிறகு ஒரு வாரமோ அல்லது பத்து நாளோ கழித்து ரன்னர் மத்யானம் இரண்டு மணிக்குக் கொண்டுவரும் பட்டணத்து கடுதாசி வைபவங்களைக் கொண்டுபோய் தேவரவர்கள் சன்னிதானத்தில் காலட்சேபம் செய்ய வேண்டும். இங்கிலீஷ் வருஷ முடியும் கட்டம் வந்துவிட்டால் அதாவது டிஸம்பர் மாதத்தில் உலகநாத பிள்ளையின் 'இலக்கிய சேவைக்கு' ரொம்ப கிராக்கி உண்டு. பண்ணைத் தேவர் வாங்கின ரவிவர்மாப் படம் போட்டு வெளியான காலண்டர் நன்றாக இருந்துவிட்டால் கம்பனிக்கு இன்னும் சில கடிதங்கள் எழுத வேண்டி யேற்படும். ஆனால் அவற்றிற்கு இந்தப் பத்து வருஷங்களாக பதில் வராத காரணம் உலகநாத பிள்ளைக்குப் புரியவில்லை. ஏக காலத்தில் பல விலாசத்தில் ஒரே கையெழுத்தில் இலவச காலண்டர்களுக்கும் சாம்பிள்களுக்கும் கடிதம் போனால் கம்பனிக்காரன் சந்தேகப் படக்கூடுமே என்பதை உலகநாத பிள்ளை அறிவார். அவ்வாறு அறிந்ததினால்தான் ஒவ்வொரு கடிதத்தின் கீழும், 'கடிதம் எழுதுகிறவருக்குக் காலண்டர் தேவை இல்லை. விலாசதாரர்களுக்கு இங்கிலீஷ் தெரியாததினாலும், தாம் ஒருவர் மட்டுமே அந்த பாஷையை அறிந்தவரானதினாலும் அவர்களுக்காக கடிதம் எழுத வேண்டி யிருக்கிறது' என்பதை ஸ்பஷ்டமாக குறிப்பிடுவார். அப்படி எழுதியும் அந்தக் கம்பனிக்காரர்கள் நம்பாத காரணம் அவருக்குப் புரியவில்லை. ஆனாலும் பண்ணையாருக்கு தவிர வேறு யாருக்கும் அச்சடித்த படம் எதுவும் வந்தது கிடையாது.

இதிலே கொஞ்ச நாள் உலகநாத பிள்ளை பேரில் சந்தேகம் ஜனித்து, அவர் தபால் பைக்குள் கடிதங்களைப் போட்டு முத்திரையிடும்வரை ஒரு கோஷ்டி அவரைக் கண்காணித்தது. கடிதத்தை அவர் கிழித் தெறிந்துவிட்டு பண்ணையாருக்குப் போட்டியாக வேறு யாரும் ஏற்பட்டுவிடாதபடி பார்த்துக்கொள்ளுகிறாரோ என்ற சந்தேகம் அர்த்தமற்ற சந்தேகமாயிற்று. அதன் பிறகுதான் பண்ணைத் தேவர் அதிர்ஷ்டசாலி என்ற நம்பிக்கை ஊர் ஜனங்களிடையே பலப்பட்டது. அவர் எடுத்த காரியம் நிச்சயமாகக் கைகூடும் என்று ஊர் ஜனங்கள் நினைப்பதற்கு இந்தக் காலண்டர் விவகாரமே மிகுந்த அனுசரணையாக இருந்தது. இதன் விளைவாக விதைப்பதானாலும், வீடு கட்டுவதா னாலும் தேவரின் கைராசி நாடாத ஆள் கிடையாது.

பண்ணைத் தேவர் பண்ணைத் தேவரல்லவா; இந்த விவகாரங்களில் எல்லாம் ஜனங்களின் ஆசைக்கு சம்மதித்து இடம் கொடுப்பது, தமது அந்தஸ்துக்கு குறைவு என்று நினைத்தார். உலகநாத பிள்ளையின்

கைராசி என்றும், கடிதம் எழுதும் லக்னப் பொருத்தமே அதற்குக் காரணம் என்றும் சொல்லித் தட்டிக் கழித்துப் பார்த்தார். நம்பிக்கையும் வெறுப்பும் கொடுக்கல் வாங்கல் விவகாரமா? நினைத்தால் நினைத்த நேரத்தில் மாறக் கூடியதா?

உலகநாத பிள்ளை இவ்வளவு செய்கிறாரே இத்தனை வருஷ காலங்களில் தமக்கு என்று சொந்தமாக ஒரு காலணா செலவழித்து கார்ட் எழுதியது கிடையாது. இப்போது முக்காலணா கார்ட் யுகத்தின்போது கடிதம் எழுதிவிடப் போகிறாரா?

குருக்களையாவின் சேர்க்கையினால் அவருக்கு ஊர் விவகாரம் முழுவதும் தெரிந்திருக்க வேண்டும். ஆனால் அதுதான் அவருக்குத் தெரியாது. ஏன், சொல்லப்போனால் அவருடைய சொந்த வீட்டு விவகாரமே தெரியாது.

சர்க்கார் கொடுக்கும் சம்பளம் ஜீவனத்துக்கு போதுமா? அதற்குள் ஜீவனம் நடத்த முடியுமா? என்று அவர் சிந்தித்தது கிடையாது. சிந்திக்க முயன்றதும் கிடையாது. எல்லாம் மாயை; உள்ளூர நிற்கும் ஆத்மா மாசுபடவில்லை. தான் வேறு இந்த மாயை வேறு. தான் இந்தப் பிரபஞ்சத்தை ஆட்டிவைக்கும் சக்தியின் ஒரு அம்சம் என்று திடமாக நம்பியிருந்தார். ஏனென்றால், அவரது ஆத்ம விசாரத்தை சோதனை போட்டுப் பார்க்க இதுவரை தெய்வத்துக்கோ மனுஷனுக்கோ அவகாசம் கிடைத்ததில்லை. மனுஷ வர்க்கம் முழுவதுமே தன்னைப் படைத்தவனுடைய தன்மையை ஸ்புடம் போட்டுப்பார்ப்பது போல தவறுக்கு மேல் தவறு செய்துகொண்டிருந்தும் அவர்களைப் பொருட் படுத்தாது நின்ற கடவுள், ஏதோ எப்போதோ ஒரு சங்கரர் சொன்னதை உலகநாத பிள்ளை வாஸ்தவமாக நம்புகிறாரா? இல்லையானால் சோதிக்கவா மூட்டை கட்டிக்கொண்டு வரப்போகிறார்?

கடவுள் தமது நம்பிக்கையை பரிட்சை பண்ணி சுமார் முப்பத்தி ஐந்து சதவிகிதமாவது பாஸ் மார்க்கெடுக்க வரவேண்டும் எனவோ அல்லது வருவார் எனவோ எதிர்பார்த்தது கிடையாது.

வராமலிருக்க வேண்டுமே என அவர் எதிர்பார்ப்பது எல்லாம் இரண்டு பேரைத்தான். ஒன்று ரன்னர்; இரண்டாவது குருக்களையா. ரன்னரைக்கூட சமாளித்துவிடலாம்; குருக்களையாவை சமாளிக்கவே முடியாது.

அன்று நால்வர் ஏககாலத்தில் வந்து சேர்ந்தார்கள். ‘ஐயாவோ’ என்று கூப்பாடு போட்டுக்கொண்டு வெளியே வந்து நின்ற ரன்னர் முத்தையா தொண்டைமான்.

இரண்டாவது ஆசாமி கார்டும் கவர்கூடும் வாங்க வந்த சுப்பையர்.

மூன்றாவது ஆசாமி குருக்களையா. அவர் தமது வழக்கப் பிரகாரம் ‘பத்திரிகை’ படிக்க வந்திருந்தார்.

நாலாவது ஆசாமி ஏதோ ஊருக்குப் புதிது. பட்டணத்துப் படிப்பாளி போல் இருந்தது. சுமார் நாற்பது நாற்பத்திஐந்து வயசிருக்கும்.

அவரும் ஏதோ ஸ்டாம்பு வாங்குவதற்காக உலகநாத பிள்ளை வீடுதேடி வந்து வெளியில் சைக்கிளை சாத்திவிட்டு உள்ளே நுழைந்தார்.

"யாரது?" என்று கேட்டார் உலகநாத பிள்ளை.

"ஸ்டாம்பு வேணும். வாங்கலாம் என்று வந்தேன்" என்றார் வந்தவர்.

"என்னேடே முத்தையா கடுதாசி எதுவும் உண்டுமா?" என்று முழங்காலை தடவினார் குருக்களையா.

"எனக்கென்ன தெரியும்? பைக்குள்ள என்னவோ, ஆனா எசமானுக்கு சர்க்கார் கடுதாசி வந்திருக்கு" என்றான் முத்தையா.

"பிள்ளைவாள் நமக்கு ஒரு காலணா கார்ட் குடுங்க; கடையிலே யாருமில்லே; சுருக்கா போகணும்" என்றார் சுப்பையர்.

"சுப்பையர்வாள்! என்னமோ செவல்காரன் உங்கள் பாக்கியை குடுத்துடுவான்னு விடேன்தொடேன்னு கடுதாசி எழுதினியளே பார்த்தீரா? ஒரு பதில், உண்டு, இல்லை என்று வந்துதா?" என்று அதட்டினார் குருக்களையா.

"நான் எழுதினது உமக்கு எப்படித் தெரியும்; பதில் வரவில்லை என்று உமக்குக் கெவுளி அடித்ததோ" என்றார் சுப்பையர்.

"ஊர்த் தபால் எல்லாம் உலகநாத பிள்ளை வாசல் வழியாகத்தான் போக வேண்டும்! தெரியுமா? எனக்குக் கெவுளி வேறே வந்து அடிக்கணுமாக்கும்!" என்றார் குருக்களையா மிதப்பாக.

"தாலுக்கா எசமானை மாத்தியாச்சு; நாளைக்குப் புது ஐயா வாராரு; இங்கே நாளண்ணைக்கு செக்கு பண்ண வருவாகன்னு சொல்லிக்கிடுராவ" என்றான் முத்தையா.

"அது யாருடா புது எஜமான்!" என்று சற்று உறுமினார் குருக்களையா.

"போடுகிற கடுதாசியையெல்லாம் படிக்கிற வழக்கமுண்டா" என்று புதியவர் உலகநாத பிள்ளையை வினயமாகக் கேட்டார்.

"நாங்க படிப்போம், படிக்கலை, நீ யார் கேட்கிறதுக்கு. படிக்கிறோம்; நீர் என்ன பண்ணுவீர்; ஏன் பிள்ளைவாள், மக்காந்தை மாதிரி உட்காந்திருக்கீர்; தபால் ஸ்டாம்பு குடுக்க முடியாதுன்னு சொல்லி அய்யாவெ வெளியேற்றும்" என்று அதட்டினார் குருக்களையா.

"நீங்க சும்மா இருங்க; ஸார், ஸ்டாம்பு ஸ்டாக்கு ஆயிட்டுது. கையில இரண்டு ஓரணா ஸ்டாம்பு தானிருக்கு; கார்ட் தரட்டுமா?" என்றார்.

"ஏன் முன்கூட்டியே வாங்கிவைக்கவில்லை?" அதட்டினார் வந்தவர்.

“என்னவே அதட்டுரே?” என்று பதில் அதட்டு கொடுத்தார் குருக்களையா.

“ஏனா நான்தான் புது போஸ்ட் மாஸ்டர்; உம்மை செக் பண்ண வந்தேன். உம்மமீது ‘பிளாக் மார்க்’ போட்டு வேலையை விட்டு நீக்க ஏற்பாடு செய்கிறேன்; கடுதாசி படிக்கிற வழக்கமா?” என்றார் புதியவர்.

“எனக்குக் குத்தம் என்று படல்லே; இதுவரை . . . புகார் . . .”

“பரம ஏகான்மவாதமோ . . . பகிர் நோக்கு இல்லையாக்கும்” என்று குத்தலாகக் கேட்டார் புதியவர்.

“நான் அப்பவே இந்த ஏகான்ம மாயாவாதம் வேண்டாம் என்று சொன்னேனே கேட்டீரா; இனிமேலாவது . . .” என்று தலையில் அடித்துக்கொண்டார் குருக்களையா.

உலகநாத பிள்ளை பகிர் முகமற்று பேச்சற்று நிர்விகற்ப சமாதியில் ஒடுங்கினார். அந்த மௌனத்திலும் தம் நடத்தை குற்றம் என்று படவில்லை அவருக்கு.

“என்ன பிள்ளைவாள்! அந்தப் பய காலண்டர் அனுப்பலியே” என்று கேட்டுக்கொண்டே வேலாயுதத் தேவர் உள்ளே நுழைந்தார்.

எல்லோரும் மௌனம் சாதிப்பது கண்டு “என்ன விசேஷம்” என்றார்.

“இவகதான் புதுசா தாலுகாவுக்கு வந்த போஸ்ட் மாஸ்டராம்! உலகநாத பிள்ளை வேலையெ போக்கிடுவோம் என்று உருக்குதாவ” என்று ஏளனம் செய்தார் குருக்களையா.

“இவுகளா? சதி. இந்த ஊரு எல்லையெத் தாண்டி கால் வச்சாத் தானே அய்யாவுக்கு வேலை போகும். இங்கே வேலாயுதத் தேவன் கொடியல்ல பறக்குது” என்று துண்டை உதறிப் போட்டுக்கொண்டு மீசையில் கைவைத்தார் வேலாயுதத் தேவர்.

“ஊர் எல்லை தாண்டினாத்தான் என் அதிகாரம்; நான் போணும்னு அவசியம் இல்லெ; என் பொணம் போனாலும் போதும்” என்றார் புதியவர்.

“மயானத்துக்குக் கால் மொளைச்சு நடந்துபோன காலத்தில் பாத்துக்குவம். இப்ப பேசாமே சோலிய பாத்துக்கிட்டுபோம்!’ என்றார் தேவர்.

“சதி, சதி விடுங்க. குருக்களையாவாலே இவ்வளவும். எவனையா வேலெ மெனக்கட்டு வேறொருத்தன் கடுதாசியைப் படிப்பான்” என்றார் சுப்பையர்.

***நவசக்தி*, ஆண்டு மலர், டிசம்பர் 1944 – ஜனவரி 45**

நிசமும் நினைப்பும்

“அடேடே! வி.பி.யா? வாருங்க; ஏது இந்தப் பக்கம் வந்து வெகு நாளாச்சே!” என உத்ஸாகத்துடன் வரவேற்றார் என்.பி. ராமலிங்கம்.

மூன்று நாள் தாடியைப் புறக்கையினால் பலமாகத் தேய்த்துப் பிறகு சிக்கிப் பின்னிப் பறந்துகொண்டிருந்த சிகையைக் கோதி விட்டுவிட்டு உள்ளே நுழைந்தார் வி.பி. அரைமணி நேரத்துக்குமேல் உட்காரக் கூடாது. அவனிடம் இருக்கிறதை வாங்கிக்கொண்டு கடைசிப் பஸ் புறப்படுமுன் புறப்பட்டுவிட வேண்டும் என்ற வைராக்கியத்துடன், மனசு தனது நாட்டத்தின் பலன் காயா பழமா என்பது பற்றி அலமந்தது. சற்று அழுக்குப் பிடித்த நீண்ட கதர் ஜிப்பா, கரையோரத்தில் கால்பட்டுக் கிழிந்த வேஷ்டி, கீழே விழு வோமா வேண்டாமா எனத் தோளில் தொத்திக்கொண்டு தொங்கும் கதர் மேல்வேஷ்டி, அவருக்குத் தேசபக்தர் என விலாசம் ஒட்டின. குதிகாலடியில் அர்த்தசந்திர வட்டமாகத் தேய்ந்துபோயும் விடாப் பிடியாகச் சேவை வைராக்கியத்துடன் மிளிரும் மிதியடியைத் தலைவாசலில் நிறுத்திவிட்டு, “என்ன ராமலிங்கம், எல்.எஸ்.பி. எங்கே?” என்று கேட்டுவிட்டு, சுற்றுமுற்றும் பார்த்தபடி சுவரோரத்தில் இருந்த பெஞ்சின்மேல் உட்கார்ந்தார். “எல்.எஸ்.பி. பிரஸ்ஸுக்குப் போயிருக்கான். சித்தக் கழிச்சு வந்துடுவான்” என்றார் ராமலிங்கம். பிறகு சற்றுக் கழித்து “என்ன விசேஷம்” என்றார்.

“விசேஷம் ஒன்னுமில்லெ; ஒரு அஞ்சு ரூபா பணம் இருந்தாத் தேவலை” என முழங்காலைத் தேய்த்தார் ஸ்ரீமான் வி.பி.

“ஏது, ரொம்ப அவசரமோ?” என்று சற்று நிதானித்தார் ராமலிங்கம்; பிறகு விவகாரத்தை விளக்குகிறவர் மாதிரி, “இன்னிக்கு மணியார்டர் எதுவுமே வறல்லே; ஸ்டார் புக் ஸ்டால்காரப் பயல் அடுத்த வாரம் வாடான்னுட்டான். அதிருக்கட்டும்; நீ போன மாசம் எழுதினியே, அந்தக் கதை, அதைப் பத்தி புரொபஸர் சிதம்பரலிங்கம் என்ன சொன்னார் தெரியுமா? லோகத்திலேயே அந்த மாதிரிக் கதை என்று பொறுக்கி எடுத்தால் பத்துக்கூடத் தேறாதாம்; அவ்வளவு உயர்வாம்; தமிழுக்கு யோகம்னு தலைகால் தெரியாம

கூத்தாடினார்." ராமலிங்கம் சற்று நிதானித்து வி.பி. முகத்தைப் பார்த்தார்.

"அந்தச் சிதம்பரலிங்கம், அதான் இங்கிலீஷ் புரொபெஸர், அவன்தானே? அவன் மகா கண்டுட்டானாக்கும்! எல்லாரைப் பத்தியும் அவன் அப்படித்தான் சொல்லிக்கொண்டிருப்பான். நீ அவனிடம் முகவுரை கேட்டுக் காவடி எடுத்தியா? எவண்டா வர்ரான்னு கொக்கு மாதிரி உக்கார்ந்திருக்கிற கிழட்டுப் பொணத்துக்கு மின்னாலே நின்னு காக்கா புடிச்சா இது மட்டுமா சொல்லுவான்? இன்னும் சொல்லுவான். அவனுக்குத் தமிழைப் பத்தி என்ன தெரியும்? இங்கிலீஷைப் பத்தித்தான் என்ன தெரியும்? அவனுடைய இங்கிலீஷ் இலக்கியம் போன தலைமுறை இங்கிலீஷ்காரர்களுடன் போச்சே; பாட புஸ்தக வாத்தியாருக்கு . . . ."

"ஏன் ஸார் வி.பி. அவரை ஏன் இப்படித் திட்டுகிறீர்? அவர் உம்மைப் புகழத்தானே செய்தாராம்?"

"என்னைப் புகழ அவன் யார்? அவனுடைய வறட்டு இங்கிலீஷும், விதரணை இல்லாத தமிழும் . . . ."

"அதிருக்கட்டும், வருணேந்திரன் இந்த மாதம் விலாசினி பத்திரிகையிலே புதுத் தோரணையிலே . . ."

"புதுத் தோரணையிலே சரசுவதிக்குக் குடம் உடைச்சான்; என்னமோ தத்துப்பித்துன்னு . . . ."

"சரி விடுங்கோ, உங்களுக்கு ஒத்தரையுமே பிடிக்காது . . . ஸார், உங்களையாவது உங்களுக்குப் பிடிக்குமோ" என்று சற்று எகத்தாளமாகக் கேட்டார் ராமலிங்கம்.

"என்னை எனக்குப் பிடிக்கிறதோ பிடிக்கலியோ அதெல்லாம் உமக்கென்ன? . . . அஞ்சு ரூபாய்க்கு விதியெக் காணோம்; உமக்கு ஆராய்ச்சி, பிரசங்கம், நையாண்டி வேறு ஒரு கேடா . . ." என்று உறுமினார் வி.பி.

"மிஸ்டர் வி.பி., நீங்க போயிட்டு நாளைக்குக் காலையிலே வாருங்க. எல்.எஸ்.பி. இருப்பார்; வந்து அவரோடே பேசிக்கிங்கோ; சரி, நாழியாறது . . ." என்று எழுந்திருந்தார் ராமலிங்கம்.

அந்தச் சமயம் பார்த்து எல்.எஸ்.பி. ஒரு கனைப்புக் கனைத்துக் கொண்டு, செருப்பை நடைவாசலில் போட்டபடி, "ஏது, உள்ளே வி.பி.யா?" என்று குரல் கொடுத்தபடி உள்ளே நுழைந்தார்.

வி.பி.யும் ராமலிங்கமும் முகத்தில் ஈயாடாதபடி நின்றிருந்ததைக் கண்டதும், நிலைமையை ஊகித்துக்கொண்டு, "ஸார் வி.பி., உங்களை சந்திக்கணும்னு ரொம்ப ஆசைப்பட்டுக்கொண்டிருக்கிறவர் ஒருத்தர் வந்திருக்கார்; நீங்களே இங்கே வந்துவிட்டீர்கள்; தெய்வ சங்கல்பம்னா இதுதான்; அவர் யார் தெரியுமோ, பெரிய புரொபெஸர், பழுத்த பண்டிதர், அபார ரஸிகர். சிதம்பரலிங்கம்" என்று சொல்லிக்கொண்டே அடுக்கினார்.

“புரொபெஸர்வாள் இப்படிக் கொஞ்சம் வரணும்; இவாள்தான் இன்னித் தேதிக்குத் தமிழிலே கதை எழுதறத்துக்குண்ணே பொறந் திருக்கறவர். வி.பி.ன்னு நாங்கள் கூப்பிடுவோம். பெயர் விக்கிரமசிங்க புரம் பலவேசம் பிள்ளை” என ஓர் ஆவர்த்தி வாசித்து நிறுத்தினார் எல்.எஸ்.பி.

புரொபெஸர் சிதம்பரலிங்கம் உள்ளே வந்தார். தலையிலே பனிக்குல்லா, உடம்பிலே பிளானல் ஷர்ட்டும் கம்பளிப் போர்வையும், கண்ணில் தங்க விளிம்புக் கண்ணாடி, இடுப்பில் மல்வேட்டி.

“இவாள்தான் விக்கிரமசிங்கபுரம் பலவேசம் பிள்ளையோ? பலே பேர்வழி ஐயா – என்னை அப்பிடியே பிரமிச்சு உக்காரும்படி பண்ணிவிட்டீரே; திருநெல்வேலிச் சைவமோ!” என்றார்.

“இல்லை, செட்டியப் பிள்ளைமார்” என்று சுருக்கமாகச் சொல்லி நிறுத்திக்கொண்டார் வி.பி.

“ராமலிங்கம், நம்ப ராம விலாஸ்லெ போய் நாலு கப் காப்பி ஸ்டிராங்கா எடுத்தாறாச் சொல்லேன்; வி.பி., டிபன் எதுவும் கொண்டாரச் சொல்லட்டா? முகம் சோர்வாக இருக்கே. ராமலிங்கம், முறுகலா இரண்டு ஊத்தப்பமும் போட்டுக்கொண்டு வரச் சொல்லு; வெத்திலை பாக்குப் புகையிலையை மறந்துடாதே; வி.பி. இருக்கும்போது மறக்கலாமா?...”

“பத்மநாப ஐயர்வாள், எனக்கு இந்த வயசிலே, இந்த ராத்திரியிலே காபி சாப்டாத் தூக்கம் வருமா? ஒன்னும் வாண்டாம்னா.”

“அப்போ ஓவல்டின் கொண்டுவரச் சொல்லுகிறேனே ... ஏதாவது கொஞ்சம் ... சிரமபரிகாரமா” என்று சொல்லிக்கொண்டே மேஜையைத் துழாவினார் எல்.எஸ்.பி. “இதுதான் இவருடைய புஸ்தகத்தின் கடைசி பாரம். இதிலேதான் நான் சொன்னேனே, அந்தக் கதை வந்திருக்கு; இந்த மனுஷனுக்குக் கற்பனை எங்கிருந்துதான் வருதோ; நானும் எத்தனையோ பேரைப் பார்த்திருக்கேன்; முகத்து முன்னாலே வச்சுச் சொல்லப்படாது; குணமும் அப்படித்தான்னா” என்று மேலும் தொடர்ந்து நாமாவளி நடத்தினார்.

சிதம்பரலிங்கம் சாவதானமாக நாற்காலியில் உட்கார்ந்துகொண்டு, “ஏன் நிக்கறேள்? உட்காருங்கோ” என்று கையமர்த்திவிட்டு, “நானும் உங்களை வி.பி.ன்னே கூப்பிடத்தான் போறேன்” என்று அபூர்வ ஹாஸ்யம் பிடித்தது போலச் சிரித்தார்.

எதிரில் இருந்த இருவரும் ஒத்துச் சிரித்தனர்.

“மிஸ்டர் வி.பி., நான் சொல்லுகிறேனேன்னு வருத்தப்படப்படாது; உங்களுடைய கற்பனை ரொம்ப ரா (*raw*: சாணை பிடிக்காதது), ரொம்ப ஒயில்ட் (*wild*: வளமுறை மீறிய அபூர்வ கற்பனைகளை ருசிபேதத்தைப் பாராட்டாமல் பிரயோகிப்பது). நம்ம ஜனங்கள் ரசிக்கிறதுக்குச் சித்தெ நாள் பிடிக்கும் ....”

“என்னைப் படித்து ரசிக்கிறவாள் இங்கிலீஷ் ஞானம் அவ்வளவு இல்லாத நம்ம ஜனங்கள்தான்” என்றார் வி.பி.

“நீங்கள் சொல்றது வாஸ்தவந்தான். நம்ம ஜனங்கள்னு நான் சொல்லவறப்போ, இங்கிலீஷ் படித்த நம்ப ஜனங்களைத்தான் சொன்னேன். அவாள் ரஸித்தால்தான் உங்களுக்குப் பேர் வரும். அதற்கு நான் ஒரு வழி சொல்றேன்; உங்கள் கதைகளை இங்கிலீஷில் நான் மொழிபெயர்த்துச் சீமைக் கம்பெனியில் பிரசுரிக்கிறேன்; அப்புறம் உங்களுக்கு உலகப் புகழ் வராத போனா . . . .”

விவகாரம் தம் கையைவிட்டுத் தாண்டிவிடுமோ என்று பயந்த எல்.எஸ்.பி., “நான் இன்னொன்னு உனக்குச் சொல்ல மறந்துபோச்சே . . . இதோ காப்பி வந்துட்டுது, முதல்லெ சாப்பிடு” என்று ஸர்வரிடம் இருந்த ஓவல்டினை வாங்கி மரியாதையாக ஆற்றிப் புரொபெஸரிடம் கொடுத்துவிட்டு, “கிட்டு, நம்ப ஸாரிடம் முதல்லெ ஊத்தப்பத்தை எடுத்து வையடா: என்ன, முறுகலாக் கொண்டாந்தியா? காபியெ அப்படியே ஆத்தாமே பெஞ்சிலே வய்யி. எங்கே ராமலிங்கம், இப்படி வெத்திலையெ எடுத்தா” என்றார் எல்.எஸ்.பி.

“சீமையிலா! என் புஸ்தகமா?” என்ற பெருமிதத்தில் எதிரில் இருந்த கண்ணாடி அலமாரியில் தோன்றிய மங்கிய பிம்பத்தைப் பார்த்துத் தலையைக் கோதிவிட்டுக்கொண்ட வி.பி.க்கு ஊத்தப்பத்தில் விசேஷ ருசி தென்பட்டது. புரொபெஸரது மேதையும் ஊத்தப்ப ருசியும் தம்முள் எது பெரியது என்பதற்காக அவரது மன அரங்கில் போட்டியிட்டன.

“நம்ம புரொபெஸர் தமிழிலே லிட்டரி கிரிட்டிஸிஸம்னா என்னான்னு ஒரு புஸ்தகம் எழுதப்போறார்; அதுவும் நம்ம கம்பெனிக்கு எழுதப்போறார்; அதிலே தமிழ்ப் புது இலக்கியம் என்பது பற்றி ஒரு அநுபந்தமும் உண்டு” என்றார் எல்.எஸ்.பி.

“சபாஷ்! இப்பொ அதுதான் வேணும், வாசிக்கிறவாள் எல்லாம் மாடு பருத்திக்கொட்டை தின்கிற மாதிரி, எதையானாலும் விதரணை இல்லாமல் வாசிக்கிறா.”

“மாடு பருத்திக்கொட்டை தின்கிறாப் போலே, என்ன அபூர்வமான கல்பனை!. . .” என்று கண்ணை மூடிக்கொண்டு அந்த ‘அபூர்வ கல்பனை’யை அசைபோட்டார் புரொபெஸர்.

“என்ன வி.பி., மணி பத்தரை ஆயிட்டுது. லாஸ்ட்டு பஸ் போயிடப்படாது; நீ எதுக்கு வந்தேன்னு தெரியும்! நாளைக்குப் பத்து மணிக்கு இந்தப் பக்கமா வா . . .” என்றார் எல்.எஸ்.பி.

“என்னடா எல்.எஸ்.பி., என்னை ஒனக்குத் தெரியாதா? நாளை இல்லாட்டா, நாளன்னிக்கே வர்றேன்; வெளியே வா ஒரு நிமிஷம் . . .” என்றுகொண்டே எழுந்து நடையைத் தாண்டி நின்றார்.

எல்.எஸ்.பி. நடைவாசலில் நின்றார்.

“ஒரு எயிட் அனாஸ் இருந்தாக் குடு” என்றார் எழுத்தாளர்.

கையில் வைத்திருந்த எட்டணாவை எல்.எஸ்.பி. இலக்கிய சேவைக்காகச் சம்பாவனையாக அளித்துவிட்டு, இருளில் மறைந்த திருவுருவத்தைத் திரும்பிப் பாராமல் உள்ளே வந்து உட்கார்ந்தார்.

“அபூர்வ ஆசாமிதான்; ஒத்தைக் கட்டை; உக்காத்தி வச்சு எழுத வைக்கறதுதான் கஷ்டம்” என்று புரொபெஸரிடம் விளக்கினார். சம்பிரதாயபூர்வமாகச் சிதம்பரலிங்கம் பிள்ளை காட்டிய இங்கிலீஷ் மோகத்துக்கு வேட்டுவைப்பதாக அவர் பாவனை.

“அதென்ன அப்படி எண்ணிவிட்டீர்கள்! எனக்கு இந்த வயசுக் காலத்திலே படிக்கிறதாவது, மொழிபெயர்க்கிறதாவது!...” என்றார் சிதம்பரலிங்கம்.

“செய்யவேண்டியதுதான்; நீங்கள் செய்யாட்டா, யார் செய்யறது? அதிருக்கட்டும்; உங்கள் புஸ்தகத்தை இந்த மார்ச்சில் முடித்துவிட்டால் வருகிற வருஷத்துக்குப் பாடபுஸ்தகமாக வைக்க முடியுமா? முன்னுரையும் சுருக்காகக் கொடுத்துடுங்கோ. அப்புறம் வேறே என்ன?...”

ராமலிங்கம் ஒரு செக் புஸ்தகத்தை நீட்டினான். “ஏதோ ஐந்நூறு ரூபா போட்டிருக்கேன்; என் சக்திக்கு ஏற்றது” என்று செக்கில் கையெழுத்திட்டுவிட்டு மரியாதையாக இரண்டு கைகளாலும் நீட்டினான்.

“அது கெடக்கட்டும்னா; செக்தானா பிரமாதம்? நாளைக்கு வந்து முன்னுரையை வாங்கிக்கொண்டு போயிடச் சொல்லிவிடுங்கோ; புஸ்தகம் ரெடியாத்தான் இருக்கு; ஒரு வாரத்திலே அனுப்பறேன்” என்று சொல்லி எழுந்தார்.

“நானே காலையில் வருகிறேனே” என வழிஅனுப்பினார் எல்.எஸ்.பி.

சிதம்பரலிங்கக் கையெழுத்துப் பிரதி, பிரசுராலய க்ஷேத்திராடனம் புரிந்து புண்ணியம் சம்பாதித்தது என்பதை அறியாததற்குக் காரணம் தொழிலில் அவர் புதிது என்பதுதான்.

“ராமலிங்கம், அந்தப் பித்துக்குளி கணக்கிலே ஒரு எட்டணா கைப்பத்தெழுது; பொணம் எப்பப் பாத்தாலும் சமய சந்தர்ப்பம் தெரியாமெ வந்து கழுத்தை அறுக்கிறது, எதாவது தத்துப்பித்துனு ....”

“எல்லாம் நீ குடுக்கற எளக்காரந்தான், அந்த நாய் மூஞ்சிலியே வந்து நக்க வருது. இந்தப் பயகள்கிட்ட நீ பொஸ்தகத்தை வாங்காதே, வாங்காதே, மானம் போறதுன்னு நான் எத்தினி நாள் மண்டையை உடைச்சுக்கிறது?” என்று கடிந்துகொண்டார் பங்காளி ராமலிங்கம்.

“போகட்டும் பொழைச்சுப்போறான். அவன் கதைதானே நிறைய விக்கிறது? இந்தக் கிழட்டு ராஸ்கல் பிடிச்ச பிடியில் ரூ. 500 கறந்து விட்டானே!”

“நீ வடிகட்டின முட்டாள்!”

“புஸ்தகம் பாடபுஸ்தகமா வந்தா அப்ப யார் முட்டாளோ!”

"வராவிட்டாலோ?"

"இந்த வருஷம் இல்லை என்றால் அடுத்த வருஷம்; அது லாஸ் இல்லை (நஷ்டமில்லை)."

"இந்த எழுதுகிற பயல்கள் எல்லாருமே திருட்டுக் கூட்டம்; சொன்னாச் சொன்னபடி நடக்க மாட்டான்கள்; பொஸ்தகக் கடை வக்கிறதைவிடப் பொடலங்காய் விக்கலாம்."

"புடலங்கா அழுகிப்போகும்டா முட்டாள்!"

2

ராம பத்மா பிரசுரகர்த்தர்கள் லிமிட்டெட் என இலக்கிய சேவைக்கெனவே உதயமான கம்பெனியின் நடையைவிட்டு இறங்கி, இருட்டுக்குள் தான் என்ற பேதம் அற்று லயித்துப்போன வி.பி.யை யார் என்ன சொன்னாலும் அவர் பிறவி எழுத்தாளர்தாம். இந்த இலக்கிய சிங்காதனம் கிடைக்கு முன்பே, தம்முடைய பெயரின் மேல் அவருக்கு வெறுப்பு உண்டு. இலக்கிய சிங்காதனம் தம்முடைய மானஸிக நிச்சயத்தைப் பொறுத்தவரையாவது கிடைத்துவிட்ட பிற்பாடு, தம்முடைய தகப்பனார்வழிப் பாட்டன் பேரில் இந்தப் பெயரை முன்னிட்டு வெறுப்பு ஸ்திரப்பட்டது. "மாட்டுக்கு பருத்தி விதை வச்சியா, வண்டியை இழுத்துக் குறட்டு ஓரமாக விட்டுவிட்டு, போயி சுப்பையாத் தேவனைச் சத்தங்குடுத்துட்டு வா" என்று அதிகாரம் செய்வோரிடம், இடுப்பில் துண்டை வரிந்துகொண்டு கும்பிக் கொதிப்பை ஆற்றிக்கொள்ள முயலும் ஜீவன்களுக்குப் பலவேசம் என்ற பெயர் இருந்தால் முழுவதும் பொருத்தமாக இருக்கும். அன்று, சென்ற யுகம் என மனக்குறளி காலநிர்ணயம் செய்யக்கூடிய ஒரு காலத்தில், தகப்பனாருடைய சுண்டு விரலைப் பிடித்துக்கொண்டு அம்பாசமுத்திரம் உயர்தரப் பாடசாலைத் தலைமை ஆசிரியர் முன்பு, சிவப்பு உல்லன் குல்லாவுக்கு வெளியில் நாய்வால் மாதிரி நீட்டிக் கொண்டிருந்த வாழை நார் முடிப்புச் சடையும், எண்ணெய்க்கசடு வழியும் நெற்றியில் சாந்துப்பொட்டும், காதில் தட்டும், பச்சைக் கோட்டும், பிறந்த நாளுக்கு ஆச்சி வாங்கித்தந்த ஜரிகைக் கரை நீலப்பட்டு வேட்டியும் சிலேட்டும் கையுமாக நின்று நாமகள் கோட்டை வாசல் திறக்க வரங் கிடந்தபோது, "என்னடா, பேருக்கு ஏற்றாற்போலப் பலவேசமாக இருக்கியே; பின்னாலே புலிவேசம் போட்டுடப்போறெ, கையில் என்ன இருக்கு, தெரியுமா?" என்று பிரம்பைக் காட்டி அவர் வரவேற்றது, மனசில் சிலாசாசனம் போலப் பதிந்து கிடந்தது. அதிலிருந்து தொடங்கிய இந்த நாமாவளி ஆத்மசோதனை இன்றுவரை தீர்ந்தபாடில்லை. குற்றாலநாதனான குறும்பலா ஈசனைச் சூசிப்பிக்கும்படி பலா ஈசன் என்பதன் திரிபா அல்லது திருடனிலும் தியாகியிலும் திபெத் என்ற வார்த்தையிலும் தன்னைக் கரந்து சகல ரூபனாக விளங்கும் அந்தச் சாட்சாத் பரம்பொருளின் கற்பனை இந்த இலக்கிய சோபையைப் பெற்றபோது ... காலில் எதையோ சதக் என மிதித்தார்.

சாணிதான், வெறும் சாணி; பட்டணத்து ரோட்டில் சாணி என்பது அவருக்கு அபூர்வமாகத் தென்பட்டது; தமது ஊர் வளமைகளை நினைவுக்குக் கொண்டுவந்தது. கற்பனை இவ்வாறு பிறழ்ந்தது ஒரு விநாடிதான்; மறுபடியும் ஈசன் பலவேஷனாகத் தென்படுவது மாறி, பலவேசம் பிள்ளையே ராமலிங்கமும், எல்.எஸ்.பி.யும், சிதம்பர லிங்கமும், தாமுமாகக் காட்சியளித்துத் தம்முள் தர்க்கம் பண்ண ஆரம்பித்துவிட்டனர்.

இருட்டோ, நல்ல நிம்மதியான இருட்டு; தேனாம்பேட்டை கண்ணாயிரம் பிள்ளை தெரு, 1/27 நம்பர் மேல் மாடியில் உள்ள 'கல்கத்தா இருட்டறை'க்கு (இது சரித்திரப் புளுகு அல்ல; சாசுவத உண்மை) போன மாசத்து வாடகைப் பாக்கிக்கும் இந்த மாதத்து வாடகைக்குமாக அந்திக்கால நாமாவளி செய்யவரும் வீட்டுக்கு உடமஸ்தரான பட்டணத்து முதலியார், இதுவரை காத்துக் கொண்டிருக்க வயிறுதான் பசிக்காதா, அவருக்கு வீடு வாசல் பிள்ளை குட்டி என்ற உலக பந்தங்கள் இல்லாத தனிக் கட்டையா? நிச்சயமாகப் போயிருப்பார்; நிம்மதியாகப் போய்ப் படுத்துத் தூங்கலாம்; சிறிது விடியற்காலையிலேயே எழுந்து வெளியே புறப்பட்டுவிட்டால், இந்தக் கடன்காரப் பயலிடம் எதையாவது வாங்கி, அவர் கடையண்டை கொண்டுபோய்க் கொடுத்துத் திருப்தி செய்துவிடலாம். இருந்தாலும் இந்த ராமலிங்கம் பயலுக்கு என்ன இவ்வளவு துடுக்கு? நான் புஸ்தகம் எழுதிக் கொடுக்காமல் போயிருந்தால் அந்தப் பயல் கதிதான் என்ன? இவன் என்ன மகா பங்கு போட்டானாம்! 200 ரூபா செக், அது ரொக்கமாகிறதுக்கு முன்னால் ஆயிரத்தெட்டுத் தடவை அமிஞ்சி செக்கென்று எல்.எஸ்.பி. வயிற்றில் நெருப்பைக் கட்டிக்கொண் டிருந்தானாமே. சிவனேன்னு பேப்பர் வித்தவனெக் கொண்டுவந்து இந்தப் புஸ்தகக் கம்பெனியிலே மாட்டி விட்டுவிட்டான். என் புஸ்தகம் வராதெ போனா, கடையைச் சாத்த வேண்டியிருந்திருக்கும்னு எல்.எஸ்.பி.தான் என்கிட்டச் சொன்னானே. என்னா, எல்.எஸ்.பி. பேசாமெ உட்கார்ந்திருக்கே. ராமலிங்கம் என்னைப் பார்த்து, அதுவும் அவன் நாசமாப் போகாமல் காப்பாத்த வந்த என்னைப் பார்த்து, பல்லு மேலே நாக்கைப் போட்டு, வெளியே போன்னு சொன்னானே, அவனை என்ன பண்ணினாத் தேவலை? நீதான் சொல்லு! நான் எவனையாவது என்னிக்காவது மரியாதைக் குறைவாக . . .

'அதை விடுங்க சார் வி.பி. – ராமலிங்கம் பெரிய மனுஷ்யன், அவனை இப்படிப் பிரமாதப்படுத்தினா? நீங்கதானே தன்னை என்னமோ பெரிய மனுஷன்னு அவனையே நினைச்சுக்கும்படி செய்யறேள். போய்க் காபி வாங்கிண்டு வாடான்னு சொல்ல வேண்டியவனை ஒரு பொருட்டாக மதித்துப் பேசினால் தலைக் கொழுப்பு ஏறாதா? நான்தான் உங்களுக்கு மிந்தியே அவனுடைய யோக்கியதையைச் சொல்லியிருக்கிறேனே . . . நான் வேணும்னா மன்னிப்புக் கேட்டுக்கிறேன்!'

'என்ன எல்.எஸ்.பி. உங்களை எனக்குத் தெரியாதா? நீங்களாவது மன்னிப்புக் கேட்பதாவது? நீங்க அன்னிக்கு வறத்துக்குக் கொஞ்சம் லேட்டாயிருந்தா பல்லை உதுத்துக் கையிலே குடுத்திருப்பேன் – ரைட்டர்னு மதிப்புக் கொடுக்காத மாட்டுக்குப் புத்தி வருத்த வேண்டாம் ....'

'நீங்க அவனிடம் பேச்சு எதுக்கு வச்சுக்கொள்ளுகிறீர்கள்?" இனிமேலிக்கி, எதானாலும் என்னிடம் சொல்லுங்கள், என்னிடம் கேளுங்கள் ... கடைசி பாரம் புரூப் வந்திருக்கு; ராத்திரி கொண்டு போய்ப் பாத்துப்பிட்டுக் காத்தாலே எட்டு மணி வாக்கிலே அனுப்பிச் சுடுங்கோ ... அந்தப் பாரத்தை ஏத்தி இறக்கிவிட்டா இந்த வாரத்துக்குள்ளாறயே புஸ்தகத்தைக் கொண்டுவந்துடலாம் ....'

(அப்படி வாடா மகனே. புரூப்பா வேணும்? கொடுத்தனுப்புறேன் ... வாங்கிப் போட்டு வச்சாப் போறது. மன்னிப்புக் கேக்கட்டும். என் வீட்டு நடைவாசல்லெ வந்து நிக்கவைக்கிறேன் ....)

'எல்.எஸ்.பி., அந்தப் பாரத்தை இப்படிக் குடுங்கொ. காத்தாலெ தானே வேணும்? நானும் லைபராிக்கு வர்றேன்; அப்பொ கொண்டு வந்து போட்டுவிட்டுப் போயிடறேன் ....'

'என்ன ஸார் வி.பி., என் கஷ்டம் உங்களுக்குத் தெரிய மாட்டேன்கிறதே ....'

'எல்.எஸ்.பி., உங்களைப் பற்றி எனக்கு மனஸிலே கல்மஷமே இல்லை. ராமலிங்கம் வரட்டும்; புரூப்பை வாங்கிக்கொண்டு போகட்டும் ... ஒரே பேச்சுத்தான் ... ரெண்டு வார்த்தைக்காரன் நான் அல்ல.'

'... ஸார் ... ஸார் ....'

'... யார் அது? ...'

'நான்தான் ராமலிங்கம், என்ன ஸார். என் பேர்லெ பிரமாதமாகக் கோவிச்சுண்டுட்டியளாமே? அன்னிக்குப் பேப்பர்க் கம்பெனி சிவசாமி இருக்கான்னோல்லியோ, அவன் பில்லுலெ பேசினதுக்கு மாறா, பவுண்டுக்கு ஒரு தம்பிடி ஜாஸ்தி பண்ணிக் கணக்குப் பண்ணி அனுப்பிட்டான். பாரம் கம்போஸாயி ரெடியான பிறகு பிரஸ்காரன் டிலே பண்ணுவானோ? சிவசாமி என்னைக் கேக்காமே காயிதத்தைப் பிரஸ்ஸுக்கே அனுப்பிச்சிட்டான். பிரஸ்காரனும் இங்கே ஒரு வார்த்தை சொல்லாமே பாரத்தை மிஷின்லே உட்டுப்புட்டான்; அப்புறம் பில் வறது. அந்தச் சமயத்திலே மனசு எப்படி இருந்திருக்கும்! இந்தப் புஸ்தக வியாபாரமே கேப்மாறி ஜாதிக்குத்தான் சரி ... நீங்களும் வந்தியள் ... நானும் என்னமோ எக்குத்தப்பா ...."

'என்ன ராமலிங்கம், உன்னை எனக்குத் தெரியாதா? வா, இப்படி உட்காரு; புரூப் அன்னிக்கே ரெடியாகிவிட்டது; நீ பாரு, குழந்தைப் பிள்ளை மாதிரி இருக்கக் கூடாது; ராம பத்மா கம்பெனி பங்காளி நீ; அடுத்த தடவை நான் பார்க்கிறப்போ ....'

‘எக்ஸ்யூஸ் மி ஸார்’ என்றான் ராமலிங்கம். எழுத்தாளர் ஸ்ரீமான் வி.பி. மன அரங்கில் ஒரு வெற்றி.

இந்த வெற்றி ஸ்ரீமான் வி.பி. அவர்களை 1/27 கண்ணாயிரம் பிள்ளை தெரு மாடியாகிய கல்கத்தா இருட்டறையின் வாசலுக்கே கொண்டுவந்துவிட்டது.

பூட்டில் கையை வைத்தார். இரண்டு பூட்டு!

உடம்பு ஜில்லிட்டது. வீட்டுக்காரப் பயல் எதிர்ப் பூட்டுப் போட்டுவிட்டானா?

‘சட்! என்ன அசட்டுத்தனம். நேற்றுச் சாவியைத் தொலைத்த விபரீதத்தினால்தானே இந்த இரட்டைப் பூட்டு?’

“வெறும் கயிற்றரவு!” என்று கதவைத் திறந்துகொண்டு உள்ளே சென்று படுத்தார்.

வெற்றி நிம்மதியிலே அசதி தாலாட்ட, தம்மை மறந்தார்.

3

“ஸார்! ஸார்!”

அயர்ந்த நித்திரையில் ராமலிங்க வெற்றி நாடகத்தில் மறுபடியும் மறுபடியும் உழன்று ரஸித்துக்கொண்டிருந்த இலக்கிய மேதை வி.பி.யை இந்த விகற்ப உலகுக்குச் சடபடவென்ற சத்தமும், ஏழாம் கிணற்றடியிலிருந்து வரும் “ஸார்” என்ற அழைப்பும் மல்லுக்கட்டி இழுத்துவந்தன.

“ஏது, வீட்டுக்கார முதலி விடியறத்துக்கு மிந்தியெ முற்றுகை போட்டுவிட்டானா?” என்ற உதைப்புடன், “என்ன முதலியார்வாளா, நேற்று வந்திருந்தீர்களோ? நான் ஒரு ஜோலியாய்ப் போனேன். வர்றத்துக்கு லேட்டாயிட்டது” என்று சமாதானம் சொல்லிக்கொண்டு கதவைத் திறந்தார்.

எதிரே ராமலிங்கம் நின்றுகொண்டிருந்தார்; நீண்ட ஜிப்பா, மொராக்கோ தோல் பை சகிதம் நின்றிருந்தார்.

“ஏது! ராமலிங்கமா! வாருங்க உள்ளே” என்று அழைத்துக்கொண்டு சென்று நேற்றிரவு தமக்கு ஹம்ஸ தூளிகா மஞ்சமாக அசதியைப் போக்கிய ஜமுக்காளத்தின் பேரில் உட்காரவைத்துவிட்டு, காகிதப் பொட்டலத்தில் சுருட்டிவைத்திருந்த வெற்றிலை மடிப்பை எடுத்துக் கொண்டு அந்த ஜமுக்காளத்தின் வேறு ஒரு மூலையில் உட்கார்ந்து கொண்டு, காய்ந்துபோன சுண்ணாம்பைச் சூர்ணமாக்கி, வெற்றிலையில் போட்டு மடக்கி வாயில் மென்று அதுக்கிக்கொண்டு, “என்ன இவ்வளவு காத்தாலேலெ?” என்றார்.

ராமலிங்கம் வாய் பேசாமல் ஒரு கடிதத்தை எடுத்துக்கொடுத் திருந்தார். அதில் ரொக்கமாக ஒரு பத்து ரூபாயும் ஐந்து நாட்கள் தவணை கழித்துத் தேதியிட்ட 50 ரூபாய் செக்கும் இருந்தன. “ராமலிங்கம் கைவசமுள்ள புரூப்பைப் பார்த்துக் கையோட

அனுப்பிச்சுட்டா ரொம்ப ஒத்தாசெயா இருக்கும்; புஸ்தகம் சீக்கிரம் வெளிவந்தால் எல்லாருக்கும் சவுகரியந்தானே?" என்று எழுதியிருந்தது.

"புரூப் எங்கே?" என்றார் வி.பி.

ராமலிங்கம் பேசாமல் எடுத்துக் கொடுத்தான்.

பேசாமல் எழுத்தெழுத்தாகப் பார்த்துத் திருத்திக்கொடுக்கலானார் எழுத்தாளர்.

மனசு ஒரு புதுமாதிரியான சுரம் பேச ஆரம்பித்தது.

நேத்துச் சோமாறிப் பயல் மாதிரி இந்த ராமலிங்கத்துடன் மல்லுக்கு நிற்காமல் உறுதியைக் காட்டினதுதான் செக்கும் பணமும் காலையில் சிட்டாகப் பறந்து வந்திருக்கிறது. ராமலிங்கம் என்ன பெட்டிப் பாம்பாக உட்கார்ந்திருக்கிறான்! என்ன மரியாதை! தாராளமாகப் பேசக்கூடப் பயப்படுகிறானே! இதுக்குத்தான் ஆத்ம சக்தின்னு பேரு. அறிஞ்சுதான் அஹிம்சையைப் பிடித்துக்கொண்டிருக்கிறார் மகாத்மா. எனக்கு நேத்தே இந்த மாதிரிதான் நடக்கும்னு தெரியும்.

"என்ன ராமலிங்கம், உங்க பிரஸ்காரனுக்கு 'வந்தால்தான்' என்று எழுதினால் ஏன் இத்தனை தடவை திருத்தினாலும் இரண்டு வார்த்தை மாதிரி ஸ்பேஸ் போட்டு வைக்கிறான்? முதல் புரூப், இரண்டாவது புரூப், இப்போ கடைசி பாரம் புரூப், எல்லாத்திலேயும் ஒரே மாரடிப்பாக இருக்கு."

"மெட்ராஸ் பிரஸ்களில் எல்லாம் கம்பாஸிட்டர்கள் அப்படித்தான் போட்டுத் தொலைக்கிறான், என்ன எழவைப் பண்ணுகிறது ...."

"எப்படியோ பார்த்துச்செய்; இந்த வாரக் கடைசியிலே புஸ்தகம் வந்துவிடாது?" என விரல்களைச் சுடக்கு முறித்துக்கொண்டே கேட்டார்.

"ஏன், வெள்ளிக்கிழமையே வந்துடும். வெள்ளிக்கிழமை ராத்திரி எட்டு மணிக்குப் புஸ்தகம் ரெடியாயிடும் ..."

"ராமலிங்கம், ஒரு நிமிஷம் இரேன், காபி சாப்பிட்டுவிட்டுப் போகலாம்; நான் தலையில் தண்ணியைக் கொட்டிக்கொண்டு வந்துவிடுகிறேன்."

"இல்லெ ஸார்; எனக்கு வேலை இருக்கு; மாம்பலம் போகணும் ...."

"அடே ஒரு நிமிஷம் இருடான்னா; என்னிக்கோ ஒரு நாள் நான் உன்னைக் கூப்பிடுகிறேன்" என்று சொல்லிக்கொண்டே, வேகமாக மாடிப்படி வழியாக இறங்கினார் எழுத்தாளர்.

"நீயா கூப்பிடுகிறாய் ..." என்று யாரும் இல்லாத அறையில் சிரித்துக்கொண்டான் ராமலிங்கம்.

4

வீட்டுக்கார முதலியாரவர்களுக்கு,

அநேக கோடி நமஸ்காரம். தாங்கள் நான் வீட்டில் இல்லாத சமயத்தில் இங்கு வந்து சென்றுகொண்டிருப்பது கேட்க

வருந்துகிறேன். இத்துடன் ரூ. 50க்கு ஒரு செக் வைத்து அனுப்பி வைத்திருக்கிறேன். நாளது தேதி வரையில் உள்ள பாக்கியையும் வருகிற மாத வாடகையையும் எடுத்துக்கொண்டு மீதியைத் தங்கள் வசம் வைத்திருந்தால், நான் கடைப்பக்கமாக வரும் போது பெற்றுக்கொள்ளுகிறேன்.

1/27, கண்ணாயிரம் பிள்ளை தெரு, இப்படிக்கு,
தேனாம்பேட்டை, தங்கள்
சனிக்கிழமை வி.பி.

ராம பத்மா பிரசுரம் லிமிட்டெட் முதலாளி ஸ்ரீ எல்.எஸ்.பி. அவர்களுக்கு,

நமஸ்காரம்.

தாங்கள் தங்களது சகபாடி ஸ்ரீ ராமலிங்கம் மூலமாக ரூ. 50க்கு அனுப்பியிருந்த செக்கைப் பாங்கியில் எடுக்க மறுத்துவிட்டார்கள். இதன் மூலம் எனக்கு இரண்டாவது தடவை அவமானம் விளைத்துவிட்டீர்கள். எழுத்தாளன் என்றால் உங்கள் வீட்டுக் கொத்தடிமை என நினைத்துக்கொண்டீர்களோ? இது ஜனநாயக உலகம். எழுத்துக்கும் எழுதுகிறவனுக்கும் எங்கும் மதிப்பு உண்டு. ராம பத்மா பிரசுராலயம் தமிழ் இலக்கிய சரித்திரத்தி லேயே தனக்கென ஒரு மாசு விளைவித்துக்கொண்டிருப்பது கண்டு பரிதபிக்கிறேன். தங்கள் செக்குக்குக் கௌரவம் கொடுத்து, நான் வேறு ஒரு நண்பரிடம் அனுப்பியதனால் ஏற்பட்டுள்ள விபரீத பலனை, இலக்கிய நலனை முன்னிட்டாவது கூடிய சீக்கிரத்தில் நேர்படுத்த முடியும் என எதிர்பார்க்கிறேன்.

(குறிப்பு: திரும்பவும் தாங்கள் ராமலிங்கத்தை அனுப்ப வேண்டாம்.)

1/27, கண்ணாயிரம் பிள்ளை தெரு,
தேனாம்பேட்டை, தங்கள்
புதன்கிழமை வி.பி.

கிணற்றில் கல் போட்ட மாதிரி ராம பத்மா கம்பெனி பேசாதிருந்து விட்டது; அதையும் குற்றம் சொல்ல முடியாது. கவனத்தை இலக்கிய சேவையில் திருப்பி இருந்ததனால் இலக்கிய ஊழியரைப் பற்றிக் கவனிப்பதற்கு அதற்குப் போதில்லை.

வி.பி. நாளுக்கு நாள் துர்வாச விகாரம் படைக்க ஆரம்பித்து விட்டார். அந்த நாய்ப் பயலுடைய புஸ்தகக் கம்பெனிக்கே போவதில்லை என்று தீர்க்கமாக வீட்டோடு உட்கார்ந்திருந்தார். அனுப்பப்பட்டிருந்த பத்து ரூபாய் அவரது வைராக்கியத்துக்கு ஒத்தாசையாக இருந்தது.

வெள்ளிக்கிழமை மாலை நான்கு மணி இருக்கும், வீட்டுக்கார முதலியார் வக்கீல் மூலம், வீட்டை 24 மணி நேரத்துக்குள் காலி செய்யும்படி கொடுத்திருந்த நோட்டீஸ் வந்தது.

"அயோக்கிய ராஸ்கல்; இந்த நொள்ளை ரூமுக்கு நோட்டீஸ் வேறெயா? கார்ப்பரேஷன் ஹெல்த் இன்ஸ்பெக்டரிடம் புகார் சொல்லி இந்தப் பயலுக்குத் தண்ணிக் காட்டுகிறேன்" என்று காலி அறையினிடம் கறுவிக்கொண்டிருந்தார்.

"வி.பி., கதவைத் திற, என்ன, இந்த நேரத்திலா தூங்குகிறாய்?" என்ற எல்.எஸ்.பி. குரல் கேட்டது.

தமது கோபத்தைத் தெரிவிக்கும் பாவனையில் பதில் பேசாமல் கதவைத் திறந்தார் வி.பி.

"என்ன சொன்னாலும் வி.பி. நீ ரொம்ப அதிர்ஷ்டசாலி. உன் வேலைன்னா பிரஸ்காரன் ஒரு நொடியிலே முடிச்சுக் குடுத்துடறான். இந்தக் கவர் டிஸைனைப் பாரு. இங்கிலீஷ் கெட்டப் மாதிரி; யாரு இந்தக் காலத்திலே உனக்கு இந்த மாதிரி இன்டரஸ்ட் எடுத்துண்டு செய்யறா?

"புஸ்தகம்னா இதல்லவா புஸ்தகம்? உனக்குத்தான் பொஸ்தகம் போடற விவகாரம் அத்துப்படியாயிருக்கு; உன்னைப்போல யாரிருக்கா!

"அதிருக்கட்டும்; அன்னிக்கி என்ன அப்படி கன்னாப்பின்னான்னு கடுதாசி எழுதிவிட்டே? நிதானம் வாண்டாம்? பின்னெ உனக்கும் ராமலிங்கத்துக்கும் வித்தியாசம் என்னா? அதெப் பார்த்த பிற்பாடு என் மனசு நொந்தே போச்சு ... உனக்கு என்ன புள்ளையா குட்டியா? ... ஏகக்கட்டை. அந்த ஒம் பணந்தான் பத்திரமா என்னிடம் இருக்கட்டுமே ...."

"அது உனக்குத் தெரியாதா? வீட்டுக்காரன் நோட்டீஸ் கொடுத்து விட்டான்; அதுதான் அவ்வளவு கோபம்; உன்னை எனக்குத் தெரியாதா?" என்றார் இரண்டாவது பிரம்மா.

"இதுதானா பிரமாதம்! நாளைக்கே கிளியர் பண்ணிட்டா போச்சு. ஏன் இங்கே கெடந்து திண்டாடறே? வாடகைக்கு வாடகை மிச்சம்; குஷியாப் போதுபோக்கக் கம்பெனிக்குக் கம்பெனி ஆச்சு ..."

"நான் வாடகை கட்டாயம் குடுக்கத்தான் செய்வேன்; அப்படியானா வறேன். சும்மா வந்திருக்க முடியாது ..."

"அட சட்! வாடகையா பிரமாதம்! உனக்கு எவ்வளவு எடம் வேணும்? சும்மா இருக்கிற நேரத்திலே அங்கே வருகிற புரூப்பைப் பார்த்தா கணக்கு அட்ஜஸ்ட் ஆயிடுது; நீ உன் மூட்டையை இப்பவே கட்டு. ரிக்ஷாவிலேயே போய்விடலாம்."

***கலைமகள்*, ஏப்ரல் 1945**

எப்போதும் முடிவிலே இன்பம்

அது மிகவும் ஆசாரமான முயல். நாலு வேதம், ஆறு சாஸ்திரம் மற்றும் தர்க்கம் வியாகரணம் எல்லாம் படித்திருந்தது. திரிகரண சுத்தியாகத் தெய்வத்தின்மீது பாரத்தைப் போட்டு, வாழ்வின் சுகங்கள் எல்லாம் ஒன்று பாக்கிவிடாமல் அனுபவித்துவந்தது.

அந்த முயல் எலியட்ஸ் ரோடில் உள்ள ஒரு கலெக்டர் பங்களாவில் வசித்து வந்தது. வெகு காலமாகத் தான் வசிக்கும் இடம் ஒரு கலெக்டரின் பங்களா என்பது அதற்குத் தெரியாது. அதைத் தெரிந்து கொண்ட பிற்பாடு அதற்குப் பெருமை சொல்லி முடியாது. வனராஜனான சாக்ஷாத் மிருகேந்திரனே போல அதன் நடையில் மிடுக்கு ஏற்பட்டது. உலகத்தில் தன்னை ஏறெடுத்துப் பார்க்க யாருக்கும் அருகதை இல்லை என நினைக்கவும் ஆரம்பித்துவிட்டது அந்த முயல்.

தான் வசிப்பது கலெக்டர் வீடு என்பதை அது அறிந்துகொண்ட வரலாற்றை ஒரு ரசமான இதிகாசம் என்று சொல்ல வேண்டும். கலெக்டர் யுகத்தில் இதிகாச கர்த்தர்களுக்கு இடம் இல்லாமல் போனது இதிகாச கர்த்தர்களின் துரதிருஷ்டமே தவிர முயலின் துரதிருஷ்டம் என்று அதன்மேல் பழி சாற்ற முடியாது. ஏனென்றால் ஜோதிஷர்கள் சொல்லக்கூடிய மிகமிகச் சிறந்த நக்ஷத்திரத்தில், அதற்கு மேலான சிறந்த லக்கினத்தில் பிறந்த முயல் அது. அதன் ஜன்ம லக்கினத்தைப் பற்றியோ, அதன் அதிருஷ்டத்தைப் பற்றியோ சந்தேகப்படும் மனப்பாங்கு படைத்தவர்கள் ஜோதிஷ சாஸ்திரத்தையே அறியாதவர்கள் என்றுதான் சொல்ல வேண்டும்.

நாலு வேதமும் ஆறு சாஸ்திரமும் படித்திருந்தால்தான் என்ன? முயல் முயல்தானே? அதன் குணம் போய்விடுமா? சமண சந்நியாசிகள் பாறைகளில் குடைந்த நிலவறைகள் மாதிரி தோட்டம் முழுவதிலும் குடைந்து வளை போட்டுவிட்டது. முன் 'கேட்' அருகில் உள்ள ரோஜாப் புதரின் பக்கத்தில் உள்ள வளையில் குதித்து மறைந்தது என்றால், புழைக்கடையில் சுற்றிச் சுவர் ஓரத்தில் உள்ள கறிவேப்பிலைச் செடிக்கு அருகில் உள்ள குண்டுக்கல்லுக்குக் கீழிருந்து அது வெளியே வரும். இது தவிர அதன் நிலவறைகள் தரையில் திக்குக்கு ஒரு

மாதிரியாகச் சென்று மழைக் காலத்தில் மனிதர் காலடித் தடம் பட்டதும் பொதுக்கென்று உள்வாங்கிவிடும். மாலை நேரத்தில் கலெக்டர் துரை பங்களாவின் சுற்றுப்புறத்தில் உலாவுவார். ஒரு தடவை அவருடைய காலும் சொதக் என்று உள்வாங்கிக் கணுக்கால் சுளுக்கிக்கொள்ள, மாலியைக் கூப்பிட்டுத் திட்டினார். முயலை விரட்டு என்று உத்தரவு போட்டுவிட்டார். காங்கிரஸ்காரர்கள் என்றால் தண்டோராப் போட்டோ வெளியேற்ற உத்தரவு பிறப்பித்தோ துரத்திவிடலாம். கலெக்டரின் உத்தரவு அமலுக்கு வருவதற்குச் சிறிது காலம் பிடித்தது. மாலி மிகவும் கிழவன். சமயங்களில் தூரத்தில் முயல் மாதிரி எதுவும் தென்படுமாகில் எக்ஸ்–பி என்ஜின் புறப்படுகிற மாதிரி 'சூ'வென்று சத்தம் போட்டுக்கொண்டு ஓடி வருவான். காகதாலீய நியாயத்தை நிர்த்தாரணம் செய்வது போல முயல் தன் வாலை ஆட்டிவிட்டு, அருகில் உள்ள வளைக்குள் சரேலென்று அந்தர்த்தானம் ஆகிவிடும்.

ஓடிஓடிச் சலித்துப்போன கிழட்டு மாலிக்கு ஒரு யுக்தி தோன்றியது. ஒரு கறுப்பு நாயை இந்த உத்தியோகத்துக்கு அமர்த்தினான். நிலாக்காலங்களில் தவிர மற்ற நாட்களில் இருட்டுடன் இருட்டாக உலாவலாமாகையால் அதற்கு அந்த உத்தியோகம் ஏற்றது என்று நினைத்தான். அதற்குத் தினசரி கால் வீசை மாமிசமும், இரண்டு எலும்புத் துண்டுகளும், சில சமயங்களில் கலெக்டர் போட்ட மிச்சத் தீனி என்ற போனஸுவும் உண்டு. முதலில் பறை நாய்க்கு இந்த உத்தியோகம் மிகவும் சௌகரியமாக இருந்தது. பகல் முழுவதுமாக ஒரு மரத்தடியிலோ சுவர் ஓரத்திலோ பொழுதைக் கழிப்பது, ராத்திரி வேளைகளில் ரோந்து சுற்றிவருவது: இம்மாதிரி ஏற்பாடு அதற்குப் பரமபதமாக இருந்தது.

இந்தக் கறுப்புக் குட்டி பறை நாய்; அதிலும் பட்டணத்துக்குப் பறை நாய். அதற்கு முயல் என்றால் எப்படி இருக்கும் என்றுகூடத் தெரியாது. மேலும் அது எழுத்தாளர் அல்ல; சொந்த மனசினாலோ, இரவல் விவகாரத்தினாலோ கற்பனை பண்ணிக்கொள்வதற்கு அதற்குச் சக்தி இல்லை.

மூன்று நான்கு நாட்கள் உத்தியோகம் பார்த்தும் முயலைப் பார்க்காததற்கு முக்கியமான காரணமும் ஒன்று உண்டு. அந்த நாய்க்கு வாக்கிலே சனி. தூரத்தில் எதுவும் கறுப்பாகத் தெரிந்தால் வள் என்று குரைக்கும். சற்று நேரம் அந்தத் திசையையே பார்த்துக்கொண்டு நின்றுவிட்டுப் பிறகு பாய்ந்து ஓடும். கறுப்பு நாயின் இந்த ஏற்பாடு முயலுக்குச் சௌகரியமாக இருந்தது. அபாயச் சங்கின் சப்தம் கேட்டதும், டபக் என்று நிலவறைகளுக்குள் புகுந்துகொள்ள வேண்டும் என்ற உத்தரவைப் படித்துத் தெளிந்தது போல அது வளைக்குள் சென்று ஒளிந்துகொள்ளும். இந்தப் புதிய குரல் எங்கிருந்து வருகிறது, எதனுடைய குரல் என்பதெல்லாம் அதற்குத் தெரியாது. உயிர்ப் பிண்டங்கள் எல்லாவற்றிற்குமே ஊறிப்போயுள்ள ஒரு குணம், அதைக் குலை நடுக்கமெடுத்து அவ்வாறு ஓடும்படி தூண்டியது.

முயல் தர்க்க சாஸ்திரம் படித்த பிராணியாகையினாலே, இம்மாதிரி இரண்டு மூன்று தடவை ஓடின பிற்பாடு, இம்மாதிரி ஓடி ஒளிவது அதற்குப் பிடிக்கவில்லை. வளைக்குள் பதைக்கப்பதைக்க ஓடி, இண்டில் உட்கார்ந்துகொண்டு ஆசுஊசென்று வரும் இரைப்பும் சுவாசமும் நிதானப்பட்டு, படக்குப்படக்கு என்று அடித்துக்கொள்ளும் நெஞ்சு ஒருவிதமாகச் சுமாரானவுடன், கீழ்க்கண்டவாறு யோசனை செய்யும்: 'கயிற்றரவு என்று சொல்லுவார்களே, ஒருவித மயக்க நிலை, அதைப் பற்றி படித்தவனாகிய நானா இப்படி ஓடி வருவது? எதற்கும் அந்தச் சத்தம் என்ன என்று பார்த்தே தீர வேண்டும். இல்லாவிட்டால் நான் படித்துப் பாழாய்ப்போய் என்ன பலன்?' என்று நினைத்தபின் மெதுவாக ஊர்ந்து வந்துவந்து வளைக்கு வெளியே கண்களை மட்டும் வைத்துக் கவனித்துக்கொண்டிருந்தது.

குரைத்த பிற்பாடு கூர்ந்து கவனித்துவிட்டுக் கறுப்பு நாய் பாய்ந்து ஓடி வருவதற்கும், முயல் தீர்க்காலோசனை செய்துவிட்டுத் திரும்பி எட்டிப் பார்ப்பதற்கும் சமயம் ஒத்திருந்ததனால், தர்க்க சாஸ்திர பண்டிதர் கண்ணில் ஏதோ பிரம்மாண்டமான ஒன்று நாலு கால் பாய்ச்சலில் ஓடுவது தென்பட்டது. ராமநாமத்தைச் சொல்லி மனசைத் திடப்படுத்திக்கொண்டு, குரலையும் திடப்படுத்திக்கொண்டு, "அது யார்?" என்று இலக்கணப் பிழை இல்லாமல் கேட்டது முயல்.

"அதாரது?" என்று கொச்சையாகத் தனது உத்தியோகக் கடமைக் காலம் வீணாகிறதே என்ற எரிச்சலுடன் பறை நாய் திருப்பிக் கேட்டது.

நாயின் கொச்சைக் குரலைக் கேட்டுப் பயம் தெளிந்த முயல், மீண்டும் அதிகாரத்துடன், "அது யார் அது?" என்று அழுத்தம் திருத்தமாகக் கேட்டது.

"நானா, நான்தான் கலெக்டர் பங்களாவின் காவல் உத்தியோகஸ்தர்: முயல் என்று ஒன்று இருக்கிறதாம்; அதை வேட்டையாடி வெளியே துரத்துவதற்கு நியமிக்கப்பட்ட ஸ்பெஷல் உத்தியோகஸ்தர் நான்" என்றது கறுப்பு நாய்.

"அப்படியா, முயலைத் துரத்துவதற்காக நியமிக்கப்பட்டவரா? ஏதோ இருட்டில் நன்றாகத் தெரியவில்லை. இப்படிக் கொஞ்சம் வாரும், பார்ப்போம்" என்றது முயல்.

சுற்றுமுற்றும் பார்த்து எதுவும் தென்படாமல், "எங்கே இருக்கிறீர்? நீர் யார்?" என்று கொஞ்சம் மரியாதையாகக் கேட்டது ஸ்பெஷல் ரோந்து உத்தியோகஸ்தர்.

"இதோ இப்படி இந்த வளையண்டை வாரும். நான்தான் முயல். நீர் விரட்டுவதற்காக இங்கே வெகு காலமாக இருந்துவருகிறவன். எனக்கு நாலு வேதம், ஆறு சாஸ்திரம், தர்க்கம், வியாகரணம் எல்லாம் தளபாடம்" என்றது முயல், வளைக்குள் இருந்துகொண்டே.

"ஐயா முயலாரே, முயலாரே. கொஞ்சம் வெளியே வாரும்: எனக்காகச் சற்று வெளியே வாரும்; உமக்குக் கோடிப் புண்ணியம் உண்டு. எனக்கு உத்தியோகம் போய்விடக் கூடாது; தயவு செய்து

வெளியே வாரும்” என்று கூத்தாடியது; கெஞ்சியது. முயலின் குரலைத்தான் கேட்டிருந்ததே ஒழிய அது எப்படி இருக்கும் என்று கறுப்பு நாய்க்குத் தெரியாது.

“நான் வெளியில் வருவது இருக்கட்டும். உமக்குத் தர்க்க சாஸ்திரம் தெரியுமா? அதைக் கற்றுக்கொள்ளாமல் என்னிடம் வாதம் பண்ண வருகிறீரே?” என்றது முயல்.

“எனக்குத் தர்க்கமும் தெரியாது; படிப்பும் கிடையாது. நான் பறை நாய். உமக்குக் கோடிப் புண்ணியம் உண்டு. நீர் இந்தப் பங்களாவை விட்டு வெளியே போய்விடும்; இல்லாவிட்டால் எனக்கு வேலை போய்விடும்” என்று அழுதது கறுப்பு நாய்.

“உம்முடைய நிலையைப் பார்த்தால் பரிதாபமாகத்தான் இருக்கிறது. நான் இந்தப் பங்களாவைவிட்டுப் போய்விடுவது என்றால் அதனால் உமக்குத்தானே நஷ்டம் என்று எனக்குக் கஷ்டமாக இருக்கிறது” என்றது முயல்.

“அது எப்படி?” என்றது கறுப்பு நாய். “நான் போகாவிட்டால் உமக்கு வேலை போய்விடும் என்று நீர் பயப்படுகிறீர்; நான் போய் விட்டால் பிறகு உமக்கு இங்கே வேலை ஏது? யாராவது ஒருவரைச் சும்மா வைத்துச் சம்பளம் கொடுத்துக்கொண்டிருப்பார்களா? நான் போய்விட்டாலும் உமக்கு வேலை போவது நிச்சயந்தானே?” என்றது முயல்.

கறுப்பு நாய் இவ்வளவு தூரம் எட்டி யோசிக்கத் திராணி இல்லாததனால், மருண்டு ஓவென்று பிலாக்கணம் வைக்க ஆரம்பித்துவிட்டது. அதற்கு என்ன செய்வதென்று புரியவில்லை.

“ஓய், என் வீட்டுவாசலில் உட்கார்ந்துகொண்டு பிலாக்கணம் வைக்காதேயும். உமக்கு வேலை போகக் கூடாது; அவ்வளவுதானே உம்முடைய கவலை? நான் சொல்லுகிறபடி சத்தியம் செய்து கொடுப்பீரா?” என்று கேட்டது முயல்.

“ஆகட்டும், ஆகட்டும்” என்றது நாய்.

“அதிருக்கட்டும், நீர் சுத்த சைவந்தானே?” என்று கேட்டது முயல்.

“அப்படி என்றால்?”

“நீர் மாமிசம், எலும்பு, அணில் . . . பிறகு . . . நான் . . . முதலிய மிருக ராசிகளைச் சாப்பிடுகிறவரா?”

“ஆமாம்; ஆமாம். சாப்பிடுகிறவன் . . . சுத்த சைவம்?” என்றது நாய். மத்தியான்னம் கிடைத்த கறித்துண்டு ஞாபகத்துக்கு வரவே நாக்கைச் சப்புக்கொட்டிக்கொண்டது.

“அப்படிச் சாப்பிடாதவர்கள்தாம் சைவம். உமக்கும் நமக்கும் எப்படி ஒத்துவரும்?” என்றது முயல். “உமக்கு அந்தப் பழக்கத்தை விட்டுவிட முடியுமா?” என்று கேட்டது மீண்டும்.

“எப்படி முடியும்? ஒரு இறாத் துண்டோ எலும்புத் துண்டோ இல்லாதுபோனால் என் உடம்புக்கு ஒத்துவராதே!” என்றது நாய்.

“கீரை, கிழங்கு தினுசுகளைச் சாப்பிட்டுப் பாருமே. உடம்புக்கும் நல்லது; நான் உம்மிடம் தயக்கமில்லாமல் நெருங்கியும் பழக முடியும்” என்றது முயல்.

“நான் செத்துப்போவேனே!” என்று ஏங்கியது கறுப்பு நாய்.

“அப்படியானால் உமக்கும் நமக்கும் ஒத்து வராது; எனக்குத் தூக்கம் வருகிறது” என்று சொல்லிவிட்டு வளைக்குள் சென்றுவிட்டது வேதம் படித்த முயல்.

கறுப்பு நாய்க்கு மிகவும் வருத்தம். இவ்வளவு கெட்டிக்கார, தர்க்கம் படித்த முயலைப் பார்க்க முடியாமல் போயிற்றே என்று வேதனை.

எப்படியானாலும் மீண்டும் ஒரு தடவை அதைப் பார்க்கப் பிரயாசைப்படுவது, இல்லாவிட்டால் தெய்வம் விட்ட வழி என்று நினைத்துக்கொண்டு தான் வழக்கமாகப் போய்ப் படுத்துக்கொள்ளும் கறிவேப்பிலைப் புதரடிக்குச் சென்றுவிட்டது.

2

மறுநாள் அதிகாலையில் எழுந்து, முயல் காயத்திரி ஜபித்துக் கொண்டிருந்தது. சூரிய கிரணங்கள் மூடிய இமை வழியாக அதன் கண்ணுக்குள் இந்திரஜாலங்களைக் காட்டிக்கொண்டிருந்தன. கீரைப் பச்சையும் டொமாட்டோச் சிவப்பும் அடிக்கடி தோன்றி, கலெக்டர் பங்களாக் காய்கறி தோட்டத்துக்கு அதன் மனசை இழுத்துச் சென்றன.

நேற்றுப் பார்த்த இடத்தில் முயல் அகப்படுமா, அதை மறுபடியும் பார்க்க முடியுமா என்று கவலைப்பட்டுக்கொண்டு கறுப்பு நாய் அந்தப் பக்கமாக மோப்பம் பிடித்துக்கொண்டுவந்தது.

எதிரே காயத்திரி பண்ணிக்கொண்டிருக்கும் ஜந்துதான் நேற்று ராத்திரி பேசிய முயல் என்று அதற்குத் தெரியாது.

நாயைக் கண்டவுடனேயே, ஜபதபங்களைச் சீக்கிரமாக முடித்துக் கொண்டு, “நாயாரே, சௌக்கியந்தானா?” என்று கேட்டது முயல்.

சத்தம் வந்த திக்கைத் திரும்பிப் பார்த்து நாய் திடுக்கிட்டுப் போயிற்று. இத்தனை சின்னச் சாதியா நேற்று ராத்திரி அத்தனை பெரிய பேச்சுப் பேசியது என்று அதிசயப்பட்டுக்கொண்டு அதனிடம் நெருங்கியது.

“காலையில் ஆகாரம் பண்ணியாச்சா?” என்று கேட்டுக்கொண்டே வளைக்குள் சென்று உட்கார்ந்துகொண்டது முயல்.

“எனக்கு இத்தனை காலையிலேயே கொடுப்பதற்கு யார் இருக் கிறார்கள்? இன்னும் கலெக்டரே சாப்பிட்டாகலியே” என்றது நாய்.

"நீர் வருகிற வேகத்தைப் பார்த்ததும் அப்படித்தான் நினைத்தேன்" என்றது முயல்.

"நேற்று ராத்திரி என் வேலைக்கு ஆபத்து வராமல் ஒரு வழி பண்ணித்தருவதாகச் சொன்னீரே, அதைப் பற்றி விசாரித்துக்கொண்டு போகலாம் என்று வந்தேன்" என்றது நாய்.

"உமக்கும் நமக்கும் ஒத்துவராதே; நான் எப்படி வழி சொல்லுகிறது? நீரோ மாம்ச பட்சணி; நானோ சாத்வீக உணவுக்காரன். எண்ணெய்க்கும் தண்ணீருக்கும் சரிப்பட்டு வருமா? உறவு என்றால் தண்ணீரில் பால் கலப்பது மாதிரி இருக்க வேண்டும் என்பது ஆன்றோர் வாக்கு" என்றது முயல்.

"நீர் எனது வேலையைக் காப்பாற்றிக்கொடுக்கிறதானால் என்ன செய்ய வேண்டுமானாலும் செய்கிறேன். இதோ இப்போதே சத்தியம் பண்ணித் தரட்டுமா?" என்று ஆவலுடன் கேட்டது நாய்.

"நீர் உம்முடைய மாம்ச உணவை விட்டுவிடுவீரா?" என்று கேட்டது முயல்.

"அதுதான் என்னால் முடியாது என்று அப்போதே சொன்னேனே; நான் செத்துப்போன பிற்பாடு எனக்கு வேலை இருந்து என்ன, போய் என்ன? கலெக்டர்கூட என்னைப் போலத்தானே சாப்பிடுகிறார்?" என்றது நாய்.

"நீரோ மாமிசத்தை விட முடியாது என்கிறீர்; என்னைத் தின்ன மாட்டேன் என்றாவது சத்தியம் செய்து கொடுப்பீரா?" என்று கேட்டது முயல்.

"இந்த லோகத்திலே யாராவது குருவைத் தின்பார்களா? உமக்கு ஏன் இந்தச் சந்தேகம்?" என்றது நாய்.

"லோகத்திலேதான் சில பேர், தம் வயிற்றுக்குள்ளே குரு போய் விட்டால், தாமே குருவாகிவிட்டதாக நினைத்துக்கொள்ளுகிறார்கள். அது உமக்குத் தெரியாது போல இருக்கிறது" என்று சொல்லியது முயல்.

"உமக்கு அந்தச் சந்தேகம் வேண்டாம். நான் உம்மைத் தின்பதே இல்லை என்று சத்தியமாக, ஆணையாகச் சொல்லுகிறேன். இன்னும் வேறு என்ன வேண்டும்?" என்றது நாய்.

"நான் சொல்லுகிறபடியெல்லாம் கேட்க வேண்டும்; நான் சொல்லுகிற வேலை எல்லாம் செய்ய வேண்டும்" என்றது முயல்.

"ஆகட்டும்" என்றது நாய்.

"அப்படியானால் பக்கத்துத் தோட்டத்தில் முயலினி என்று ஒரு யுவதி இருக்கிறாள். அவளிடம் போய் அவளுடைய கோத்திரம் என்ன என்று கேட்டுக்கொண்டு வாரும்?" என்றது முயல்.

"எனக்குத் தந்திரம்...?" என்றது நாய்.

"நீர் போய் விசாரித்துக்கொண்டு வாரும். அதற்குள் ஒரு நல்ல யுக்தியாக யோசித்துவைக்கிறேன்" என்றது முயல்.

நாய் அகன்றதும், காய்கறித் தோட்டத்துக்குள் புகுந்து இரண்டு இணுக்குக் கீரையும் நல்ல டொமாட்டோப் பழமாக இரண்டும் சாப்பிட்டு ஏப்பமிட்டுக்கொண்டு, கீரைப் பாத்திக்கு அருகில் இருந்த வளை வழியாக ஓடி மறைந்தது முயல்.

பக்கத்துப் பங்களா ஒரு ஜமீன்தாருடையது. பறை நாயை உள்ளே வரும்படி விடுவார்களா? நாலைந்து வேலைக்காரப் பையன்களும் ஒரு கோம்பை நாயுமாகச் சேர்ந்து விரட்ட, வாலைக் காலிடையில் பதுக்கிக்கொண்டு அழுதுகொண்டே ஓடிவந்துவிட்டது கறுப்பு நாய்.

முயல் சொல்லி அனுப்பின காரியத்தைக் கேட்டு வருவதற்குக்கூட முடியவில்லையே, அதன் முகத்தில் எப்படி விழிப்பது என்று குன்றிப் போய், பங்களாவுக்குள் நுழைந்த சமயத்தில் பட்டப்பகலாகிவிட்டது. சாப்பாட்டுக்காக, தோட்டக்காரன் குடிசைப் பக்கமாகப் போயிற்று. சாப்பிடும் தட்டை மோந்து பார்த்தது. வெறும் தட்டுதான் கிடந்தது. தனக்கு வேலைதான் போய்விட்டதோ என்று பதறியது. அதற்குப் போட்டிருந்த தீனியை நரி ஒன்று தின்று நடந்துவிட்டது அதற்கு எப்படித் தெரியும்?

3

அன்று இரவு நல்ல நிலா. சற்றுச் சுகமாக உலாவி வருவோமே என்று நினைத்து வேத வித்தான முயல் வெளியே புறப்பட்டது. மனசுக்கு இன்பமாக இருக்கவும் சாந்தம் ஏற்படவும் சாமகானம் பாடிக்கொண்டு எங்கெங்கோ நடந்தது. சிறிது நேரம் கழித்து எவ்வளவு தூரம் நடந்துவிட்டோம் என்று சுற்றுமுற்றும் பார்க்க, தூரத்தில் முயலினி ஓர் இலையைக் கடித்துக்கொண்டிருப்பதைப் பார்த்து ‘என்ன லாவண்யம்! என்ன அழகு!’ என்று அப்படியே சொக்கிப்போய் நின்றது. பிறகு குண்டுகுண்டென்று ஓடி அதனிடம் நெருங்கி, “முயலினி, உன் கோத்திரம் என்ன?” என்று கேட்டது.

“உங்கள் கோத்திரந்தான்” என்று சொல்லிவிட்டு வேறு ஓர் இலைக்குப் போயிற்று முயலினி.

“இத்தனை பிரயாசைப்பட்டும் என் ஆசை எல்லாம் பாழாய்ப் போயிற்றே!” என்று பெருமூச்சுவிட்டது முயல்.

“இல்லை, விளையாட்டுக்குச் சொன்னேன்: உங்கள் கோத்திரம் இல்லை” என்று கண்ணை ஒரு வீசுவீசிவிட்டு வேறு ஒரு தளிரை மென்றது முயலினி.

“என் கோத்திரம் உனக்கு எப்படித் தெரியும்?” என்று கேட்டது முயல்.

“காதலுக்குக் கண் இல்லை என்று எங்கே படித்தீர்கள்?” என்று புன்சிரிப்புச் சிரித்தது முயலினி.

“இன்னிக்கு ஒரு ஆளை உன்னிடம் அனுப்பினேனே, வந்து விசாரித்தானா?” என்று கேட்டது முயல்.

"ஓ, அதுவா! பகல்லே யாரோ என் அந்தப்புரத்தில் நுழைந்தார் என்று ஜமீன்தார் வீட்டு வேலைக்காரர்களும் கோம்பையும் போய் விரட்டினார்கள்" என்றது முயலினி.

"நம்முடைய பங்களாவுக்கு வாயேன்" என்றது முயல்.

"என்ன, நாள் நக்ஷத்திரம் பார்க்காமலா? வேதசாஸ்திரம் படித்த தாங்களா இப்படிச் சொல்லுவது?" என்றது முயலினி.

4

சேதி கேட்டு வருவதாகப் போன நாய் திரும்பியே வரவில்லையே என்று கவலைப்பட்டுக்கொண்டிருந்தது முயல். காலையில் அனுஷ்டானாதிகள் நடத்தும்பொழுது மனசு அதற்குக் காயத்திரியில் லயிக்கவே இல்லை. கறுப்பு நாய்க்கு என்ன துன்பமோ, வேலைதான் ஒருவேளை போய்விட்டதோ என்று மனசை வாட்டிக்கொண்டது முயல்.

பகல் சுமார் பத்து மணிப் போதுக்கு முயலினி இரண்டு டொமா டோப் பழத்தையும் ஓர் இணுக்கு முள்ளு முருங்கை இலையையும் ஸ்திரீதனமாக எடுத்துக்கொண்டு வந்துசேர்ந்தது.

முயலினியைக் கண்டதும் தன் வேதனையை மறந்து உல்லாசமாகப் பொழுதைக் கழித்துக்கொண்டிருக்கும்போது, வளைக்கு வெளியே இரைச்சலும் சந்தடியுமாகக் கேட்க, முயல் வாசலருகில் வந்து, "அங்கே யார் அது, கூச்சல் போடுகிறது? இது கல்யாண வீடு என்று தெரிய வில்லையா?" என்று உள்ளிருந்தபடி அதட்டியது.

"ஐயா முயலாரே, நான்தான் கறுப்பு நாய். ஒரு வழக்கு. தீர்த்து வைக்க வேண்டும்" என்றது.

"போதும். இதுதான் பிழைப்பாகப் போச்சு; நேற்றுப் போனவன் ஒரேயடியாக எங்கே தொலைந்துபோனாய்? என்ன, வேலையைப் போக்கடித்துக்கொண்டாயா?" என்றது முயல்.

"அங்கே போய்ப் பட்டபாட்டைச் சொல்லுவதென்றால் நான்கு நாட்கள்கூடப் போதா. இந்த வழக்கை மட்டும் தீர்த்து வைத்துவிடும்" என்று கெஞ்சியது நாய்.

"என்ன சண்டையாம்! பிரதிவாதி யார்?" என்று கேட்டது முயல்.

"நான்தான் நரி" என்றது நரி.

"நரியா? இந்த வட்டாரத்திலே ஏது நரி? நமக்கு இப்பொழுது சமயம் இல்லை" என்றது முயல்.

"ஐயா, முயலாரே, முயலாரே" என்று வாலை ஆட்டிக்கொண்டு கெஞ்ச ஆரம்பித்துவிட்டது நாய்.

"போடா போ, உனக்குப் புத்தி கித்தி இல்லை! காரியமா அனுப்பினால் திரும்பியே தலைகாட்டுகிறதில்லை. வழக்குக் கொண்டு

வந்தூட்டான் வழக்கு. எனக்குக் கல்யாணமாகி இன்னும் அரைமணிப் பொழுது கழியவில்லை. அதற்குள் இந்த நரியோடே ஏண்டா சண்டை போட்டுக்கொண்டாய்?" என்று அதட்டியது முயல்.

"ஓய் முயலாரே, உம்முடைய உயிருக்காகப் பயப்பட வேண்டாம். இன்னும் சுமார் ஒரு மண்டலத்துக்கு முயல் கறி சாப்பிடக் கூடாது என்று எங்கள் ஜாதி வைத்தியர் எனக்குக் கட்டளை இட்டிருக்கிறார். இப்பொழுது சும்மா தாராளமாக வெளியே வந்து பாருமே" என்றது நரி.

"சம்சாரம் வீட்டில்தானோ?" என்று வளைக்குள் குனிந்து பார்க்க முயன்றது நரி.

"ஓய், நீர் தூரத்திலேயே நின்று பேசும்; எனக்கு நன்றாகக் காது கேட்கிறது" என்று கீச்சிட்டது முயல்.

"அப்படியா! வழக்கு ஒன்றும் பிரமாதம் அல்ல. தினசரி அவருக்குத் தட்டில் வைக்கிற சாப்பாட்டை நான் இரண்டு நாட்களாகத் தின்று விடுகிறேன். அதுதான், பத்தியம் என்று சொன்னது உமக்கு ஞாபகம் இருக்கிறதா? அதைக் கண்டு பயந்து, தம் வேலைக்கு ஆபத்தோ என்று கவலைப்படுகிறது நாய். எப்படி இருந்தாலும் ஜாதிக்குணம் போகுமா? மேலும் என்னைப் போல அர்த்த சாஸ்திரம், தண்டநீதி எல்லாம் அது படித்திருக்கிறதா? சுத்தப் பட்டிக்காடு" என்றது நரி.

"உமக்கு அர்த்த சாஸ்திரத்தில் நல்ல பரிசயமோ?" என்றது முயல்.

"என்ன அப்படிக் கேட்டுவிட்டீர்? கரதலப் பாடம்" என்றது நரி.

"ரொம்ப நாளாக எனக்கும் அது படிக்க வேண்டும் என்று ஆசை" என்றது முயல்.

"அப்பியசித்தால் போகிறது. நாளையிலிருந்தே பாடம் கேட்க வருகிறீரா?" என்றது நரி.

"வருகிற தக்ஷிணாயனத்தின்போது பாடம் ஆரம்பிக்கலாம்; நீர் என்ன சொல்ல வந்தீர்?" என்றது முயல்.

"நாய் எதற்காகச் சம்பளத்துக்கு உழைக்க வேண்டும்? கௌரவமாகப் பிழைக்க வழியில்லையா? ஏன், கலெக்டரையே விரட்டிவிட்டால் போகிறது" என்றது நரி.

"கலெக்டரையா! விரட்டுகிறதா!" என்று பிரமித்துப்போயிற்று நாய்.

"கலெக்டரை விரட்டி, இந்தப் பங்களாவுக்கு உம்மையே ராஜாவாகப் பண்ணுகிறேன். ஆமை புகுந்த வீடும், அமீனா புகுந்த வீடும் உருப்படாது என்று ஜனங்கள் நினைக்கிறது உமக்குத் தெரியுமா? முயலைக் கேட்டுப் பாரும். ஆமாம் என்று சொல்லும். எனக்கு ஒரு சிநேகிதன் ஆமை இருக்கிறது. அதை அழைத்துக்கொண்டு விடியற்காலையிலே வருகிறேன். முயலாரே, நீர் பயப்படாமல் சும்மா வெளியே வந்து நடமாடும்" என்று சொல்லிவிட்டுப் புறப்பட்டது.

"நான் இப்பொழுதிருந்தே ராஜாவா?" என்று பல்லை இளித்துக் கொண்டு கேட்டது நாய்.

"ஆமாம் மகாராஜா; நாளை மாலை பங்களாவில் கிருகப்பிரவேசம்" என்று சிரித்துக்கொண்டு சென்றது நரி.

"வடிகட்டின அசடே, இந்தத் துரோகியை இங்கே ஏன் கூட்டிக் கொண்டு வந்தாய்?" என்று அதட்டியது முயல்.

"நான் மகாராஜாவாக்கும்! என்னை முன் போல வாபோன்னு பேசப்படாது" என்றது நாய்.

"சீ, முட்டாள், வாயை மூடிக்கொண்டு சற்றுக் கேளு. நரிக்கு முன்னால்தான் நீ ராஜா. நரி இல்லாவிட்டால் நீ என் சேவகன். அதைத் தூரத்தில் பார்த்தாலும் எனக்கு எச்சரிக்கை கொடுக்க வேண்டும். நான் காயத்திரி பண்ணும்போது நீ என் பக்கத்தில் காவலுக்கு உட்கார்ந்திருக்க வேண்டும். முயலினி எங்காவது போனால் துணைக்கு நீயும் போக வேண்டும்" என்றது முயல்.

"அப்படியே ஆகட்டும், எஜமான்" என்றது நாய்.

"ஜாக்கிரதை. தந்திரத்தைத் தந்திரத்தால்தான் ஜயிக்க வேண்டும். அவன் கலெக்டரை ஒழிச்சதும் நாம் அவனை ஒழிக்க வேணும். ஜாக்கிரதை" என்றது முயல்.

"ஜாக்கிரதை" என்று சொல்லிவிட்டுப் பக்கத்திலேயே படுத்துக் கொண்டு தூங்கிப்போய்விட்டது நாய்.

"அர்த்த ஜாமமாய்விட்டது; முயலினியும் தூங்கியிருப்பாள்; நாமும் தூங்க வேண்டியதுதான்" என்று கெட்டாவி விட்டது முயல்.

"தூங்கல்லெ" என்ற கீச்சுக் குரல் வளைக்குள்ளிருந்து கேட்டது.

5

அதிகாலையிலே எழுந்திருந்து முயல் சூரிய நமஸ்காரம் பண்ணிக் கொண்டிருந்தது. அந்தச் சமயத்திலே நரி குலைதெறிக்க ஓடிவந்தது. முயல் வெகுவேகமாக வளைக்குள் சென்று உட்கார்ந்துகொண்டு தலையை மட்டிலும் வாசல் பக்கம் வைத்துக்கொண்டது.

"என்ன, உமக்கு என் மேல் இன்னும் சந்தேகமா?" என்று கேட்டுவிட்டு "மகாராஜா" என்று நாயின் முன்னால் தண்டம் சமர்ப்பித்து நின்றது.

"எல்லாம் இருக்கிற இடத்தில் இருந்தால் சந்தேகம் என்ன? சண்டை என்ன?" என்றது முயல்.

"மகாராஜா, என் வாக்குப் பொய்யாகுமா? ஆமை என்று சொன்னவுடனேயே ஆட்கள் எல்லாம் ஓட்டம் பிடிக்கிறார்கள். வீட்டுவாசலில் வண்டி வந்து நிற்கிறது. காலையிலேயே போய் ஆமையை வரும்படி சொல்லிவிட்டு வந்தேன். அதற்குள் தங்களுக்கு வெற்றி" என்றது நரி.

“அப்படியா, எங்கே நான் பார்க்க வேண்டுமே” என்று சொல்லிக் கொண்டு ஓடியது நாய்.

“மகாராஜா, மகாராஜா, மந்திரி பரிவாரம் இல்லாமல் தாங்கள் தனியாக ஓடலாமா” என்று சொல்லிக்கொண்டே பின்தொடர்ந்தது நரி.

சுமார் ஒரு மணிநேரம் கழித்து வேர்க்க விறுவிறுக்கத் திரும்பி ஓடிவந்தது.

“என்ன அவசரம்? மகாராஜா எங்கே?” என்று கேட்டது முயல்.

“நாய்க்கு எப்பொழுதாவது ஜாதிப் புத்தி போகுமா? அதை மகாராஜா ஆக்கினதே பிசகு. தாங்களே மகாராஜா” என்று பல் இளித்தது நரி.

“என்ன ராஜத் துரோகம் பேசுகிறாய்? அர்த்த சாஸ்திரம் படித்த உனக்கு அடுக்குமா?” என்று கோபப்பட்டது முயல்.

“இனிமேல் தாங்களே எனக்கு மகாராஜா. எப்படியும் நாய், நாய்தான். ஓடிப்போய்த் தோட்டக்காரனிடம் வாலைக் குழைத்துக் கொண்டு நிற்குமா? அவன் அதன் கழுத்தில் கயிற்றைக் கட்டிப் போகிற வண்டியுடன் இழுத்துச் சென்றுவிட்டான்” என்றது நரி.

“மகாராஜாவைச் சிறைப்பிடித்துக்கொண்டு போய்விட்டார்களாம்” என்று முயலினியிடம் தெரிவித்து வருத்தப்பட்டது முயல்.

“மகாராஜா, வருத்தப்பட்டு ஆகிற காரியம் எதுவும் இல்லை. இனிமேல் தாங்களே ராஜ்ய பாரத்தை ஏற்று நடத்த வேண்டும்” என்றது நரி.

“அதற்கென்ன, செய்தால் போகிறது. ஆனால் ஒரு நிபந்தனை. பகலில் நீ இங்கே தலைகாட்டக் கூடாது” என்றது முயல்.

‘அதுவும் அப்படியா? அதற்கு ஒரு வழி பண்ணுகிறேன்’ என்று எண்ணமிட்டு, “ஆகட்டும் மகாராஜா” என்றது.

அன்று ராத்திரி நல்ல நிலா. கலெக்டர் ஓடிப்போகவில்லை. கிழட்டுத் தோட்டக்காரனையும் கறுப்பு நாயையும் வேலைக்கு லாயக்கில்லை என்று விரட்டிவிட்டுத் துப்பாக்கியும் கையுமாக நின்றிருந்தார். கலெக்டர் பங்களாக் கோழிகளை ஜபித்துக்கொண்டு மந்திரி உத்தியோகம் பார்க்க வந்த நரி, அவருடைய துப்பாக்கிக் குண்டுக்கு இலக்காகி உயிரைவிட்டது.

லதாக்ருஹத்தில் முயலினியுடன் சல்லாபித்துக்கொண்டிருந்த முயல், வெடிச் சத்தம் கேட்டு, “இந்தப் பிரதேசமே ஆபத்துப் போல இருக்கே” என்று நடுநடுங்கியது.

“இதற்குமுன் பஞ்சவடி மாதிரி இருந்த இடம்; குட்டிச்சுவராகப் போச்சு” என்றது முயலினி.

“என்ன என்று பார்த்து வரட்டுமா?” என்றது முயல்.

“அது எதற்குப் பீடை? கூப்பிடு தூரத்திலே சர்க்கார் தோட்டம் இருக்கிறது. நாளைக்கு அங்கே போய்விடுவோம். உங்கள் ஜபதபங் களுக்குச் சௌகரியமாகக் குளம் ஒன்று உண்டு” என்றது முயலினி.

முயல்கள் கண்ணுக்குத் தென்படாததைக் கண்டு கலெக்டர் அதிசயப்படவில்லை. தமக்கு எதிராகப் பெரிய சதி நடந்ததும் அவருக்குத் தெரியாது.

கலைமகள், ஜூன் 1945

கபாடபுரம்

1

கடல் கொண்ட கோவில்

நான் கிழக்குக் கோபுர வாசல் திண்ணையில், 'முருகா' என்ற கொட்டாவியுடன் துண்டை உதறிப்போட்டுக்கொண்டு சாய்ந்தேன். கிழக்குக் கோபுர வாசல் கதவு எப்பொழுதும் சாத்தித்தான் இருக்கும். ஆனால், அதே மாதிரி எப்பொழுதும் அதன் திட்டிவாசல் திறந்தே இருக்கும். திட்டிவாசல் வழியாக சமுத்திர கோஷமும் சமுத்திர அலைகளும் புலன்களில் உராய்ந்துகொண்டு இருக்கும்.

நான் உள்ளிருப்பதைக் கவனியாமல் அர்ச்சகர்கள் கதவைத் தாளிட்டுப் பூட்டிக்கொண்டு சென்றுவிட்டார்கள். அன்றிரவு நான் கன்னியின் சகபாடியாக அவளுடன் தனிமையில் கழிக்க வேண்டிய தாயிற்று. பொச்சாப்பும் குரோதமும் புகையும் மனிதர் வாழ் சமாதிகளுக்குள் ஒன்றில், என்னை இவ்வாறு நிச்சிந்தையாக ஒரு கன்னியுடன் இராப் பொழுதைக் கழிக்க விட்டுவிடுவார்களா? கல்லில் உறையும் கன்னி எனில், திரிகால பூஜையும் ஆர்ப்பாட்டமும் பண்ணிக்கொண்டிருப்பவர்கள்கூட, சற்றும் சஞ்சலமற்று நடந்து விடுகிறார்கள். என்ன மனிதர்கள், என்ன பிழைப்பு!

நான் உள்ளுக்குள்ளாகவே சிரித்துக்கொண்டேன். கல்லில் வடித்திருந்த உருவத்தில் மனசை லயிக்கவிட்ட எனக்கு, அந்தக் கோயிலில் அந்த அர்த்த ஜாமத்தில் இப்படி எண்ணமிட்டுப் பொழுதைக் கழிக்க நேர்ந்தது தற்செயலாக நிகழ்ந்த ஒரு காரியமா அல்லது... அதற்கும் அப்பால், அதற்கும் அப்பால் என வெங்காயத் தோல் உரிந்துகொண்டுபோவது போல் மனித அறிவு என்ற ஸ்பரிசம் படப்பட மற்றொரு திரையிட்டுவிட்டு, அதற்கும் அப்பால் அகன்று சென்றுகொண்டே இருக்கும் அந்த விவகாரத்தைச் சேர்ந்த ஒரு நிகழ்ச்சியா என என்னால் நிர்ணயிக்க முடியவில்லை.

புதுமைப்பித்தன் கதைகள் ♦ 627 ♦

எனது இளமையில், எப்போதோ ஒரு முறை – கணக்குக்கூடத் தவறிப்போய் வெகுகாலமாகிவிட்டது – கன்னியின் கொலு விழாவிற்கு வந்தேன். மஞ்சணை மெழுகு வைத்து அர்ச்சகன் அந்தக் கருங்கல் வடிவத்தை பதினாறு வயது சிறுமியாக ஆக்கியிருந்தான். அந்த அர்ச்சகனுடைய கைத்திறமையை மறந்து அந்த அழகில் மனசை இழந்தேன். பிறகு உலகத்து ஊர்வசிகள் எல்லாம் பெண் பிறவிகளாகக் கூட எனக்குத் தென்படவில்லை. ஆனால் அதற்கு மறுநாள் ஏற்பட்ட ஏமாற்றத்தையும் என்னால் இன்றுவரை மறக்க முடியவில்லை. மறுநாள்தான் அர்ச்சகனுடைய கைத்திறமையை உணர முடிந்தது. உதயகால பூஜையின்போது, தேய்ந்தும் மாய்ந்தும் போய்த் தென்பட்ட கருங்கல் விக்கிரகந்தானா முந்திய நாள் இரவில் கண்ட யுவதி! அன்று சிதறின ஆசை பிறகு மறுபடியும் மனசில் குவியவே இல்லை.

திட்டிவாசல் வழியாகக் கடற்காற்று பரம்பரம் என அடித்துக் கொண்டிருந்தது. இருப்புக் கொள்ளவில்லை. மூலக்கிரகத்தை ஏறிட்டுப் பார்த்தேன். இருட்டுடன் ஐக்கியமாகிக் கிடக்கும் சிலையில் வைர மூக்குத்தி மட்டும் சுடர்விட்டது. எழுந்து பிரகாரத்தைச் சுற்றி வந்தேன். தூக்கமோ அகன்றுவிட்டது. என்ன செய்யலாம்? பொழுது விடிவதற்கு இன்னும் எவ்வளவு நேரம் இருக்கும் என்று பார்க்கலாம் எனக் கிழக்குக் கோபுர வாசலின் திட்டிவாசல் வழியாக வெளியேறி னேன். கடலலைகள் ஆக்ரோஷமாகக் குமுறி கிழக்கு வாசலிலிருந்து சமுத்திரத்துக்குள் இறங்கும் படிக்கட்டுக்களை மோதி நுரை கக்கின. அன்று நல்ல நிலாக் காலம் ஆகையால் கடற்பரப்பு நுரைக் கரையிட்ட வெள்ளி போல் மின்னியது. பேரலைகளுக்கிடையிலே, கடல் மட்டத்துக்கு அடியில் உள்ள குன்றுகளின் முகடுகள் பெரிய சுறா மீன்களின் முதுகு போலத் தென்படும். அடுத்த கணம் பனைப் பிரமாண்டமாக படம் எடுக்கும் நாக சர்ப்பம் போன்ற பேரலை மடங்கி அடித்து அதை முழுக்கிவிடும். வானத்தை அண்ணாந்து பார்த்தேன். இன்னும் விடிவெள்ளி உதிக்கவில்லை. எவ்வளவு நேரந்தான் காத்திருப்பது. நின்றுநின்று காலோய்ந்து மறுபடியும் கோவிலுக்குள் நுழைந்தேன். திண்ணையில் துண்டை உதறிப் போட்டுக் கொண்டு அசந்துவிட்டேன். கடலின் ஓங்காரநாதம் தாலாட்டியது. நினைவு வழுவியது எப்பொழுது என்பது எனக்குத் தெரியாது. ஆனால் எங்கோ வெகு தொலைவில் நினைவின் அடிவானத்தில் பேரிரைச்சல் கேட்டுக்கொண்டே இருந்தது . . . .

என்ன அதிசயம். கடல் அலைச் சத்தம் கேட்கவில்லையே. கடல் ஓய்ந்துவிட்டதா அல்லது என் காதுகள்தான் ஓய்ந்து விட்டனவோ? முழுப் பிரக்ஞையும் வந்துவிட்டது. ஆனால் இமைகளை மட்டும் விழிக்க முடியவில்லை. இடைவெளிகளினூடே கோயிலின் திட்டிவாசல் தெரிந்தது. கண் இமைகளை யார் இப்படி அமுக்குகிறார்கள். மேல்விழுந்து அழுத்தும் பெரும்சுமையை உதறித் தள்ளுகிறவன் போல, கண் இமைகளை நிர்ப்பந்தப்படுத்தித் திறக்க முயன்றேன். முடியவில்லை. மூச்சுத் திணறியது. சற்று அயர்ந்தேன். மந்திர

வலையிலிருந்து விடுபட்டவைகளைப் போல எனது கண்கள் திறந்தன. அப்பாடா என்ன சுகம்! எழுந்து உட்கார்ந்தேன். உறக்கச் சடைவு தீரவில்லை. என்ன அதிசயம்! அலைச் சத்தமே கேட்கவில்லையே! இதென்ன கூத்து? திட்டிவாசல் வழியாக நிலவொளிதான் தெரிந்தது. கர்ப்பக்கிரகத்தில் வைரத்தின் ஒளிச் சிமிட்டும் பழையபடிதான் இருந்தது. எழுந்து திட்டிக் கதவு வழியாக வெளியே வந்தேன். என்ன ஆச்சர்யம்! கண்ணுக்கெட்டியவரை சமுத்திரத்தையே காணவில்லை. பால் போன்ற நிலவில் சமுத்திரப் படுகைதான் தெரிந்தது. கடல் வற்றுவதாவது! எதிரில் சற்று முன் குமுறிக்கொண்டு நின்ற பேரலைகள் எங்கு சென்று ஒளிந்தன? கடல் ஜலம் உள்வாங்கிவிட்டதா!

சமுத்திரப் படுகையிலே பெரும் பெரும் கற்குன்றுகள் சிதறிக் கிடந்தன. தூரத்திலே ஒரு குன்றின் பேரில் கோபுரமும் கோவிலும் தென்பட்டன. சமுத்திர மட்டத்துக்குக் கீழ் கோவிலும் கோபுரமுமா? பரளியாறும் பன்மலை யடுக்கத்து குமரிக்கோடும் கொடுங்கடல் கொள்ள என எவனோ ஒருவன் ஏங்கியது நினைவுக்கு வந்தது. நான் கண்ட கோவில் அழிந்துபோன, கடல் உண்டு பசியாறின சமுதாயத்தின் கோவிலோ? என்ன கோவிலாக இருக்கக் கூடும்? ஒருவேளை இந்தக் கன்னிக்கு அவர்கள் கட்டிய கோவிலோ? எண்ணமிட்டுக்கொண்டே கோபுர வாசலில் இருந்து கடலுக்குள் இறங்கும் படிக்கட்டுகள் வழியாக இறங்கினேன். ஐந்நூறு படிகள்! கடல் படுகையில் நான் கால் வைத்து அண்ணாந்து பார்த்தேன். கன்னியின் கோவில் மலை முகட்டிலிருந்தது! கடல் திசையை நோக்கினேன். நிலவொளி அவ்வளவு தீட்சண்யமாக விழவில்லை. நாலா திசைகளிலும் சிதறிக் கிடக்கும் பாறைகளின் நிழல்கள் படுகையில் குடிகொண்டிருந்தன. படுகையில் கணுக்கால் அளவுதான் சகதி; பொருட்படுத்தாமல் நடந்து சென்றேன். ஆனைத் துதிக்கை போன்ற தன் எட்டுக் கைகளையும் வைத்து ஒரு பாறையைப் பற்றிக்கொண்டு கவந்தன் மாதிரி வெறுந் தசைக் கோளமாகக் கண்சிமிட்டிக் கிடந்தது ஒரு ஜலராசி. அதன் வாழ்வு இன்னும் எவ்வளவு நேரமோ என்று எண்ணமிட்டுக்கொண்டு அதைக் கடந்தேன். தண்ணீர் வற்றிப்போனதால் மாண்டிருக்கும் என்று நினைத்தேன். அது ஜிவ்வென்று எழும்பி, தனது எட்டுத் துதிக்கைகளில் ஒன்றை என்மீது வீசியது. நல்ல காலம் நான் அதைக் கடந்துவிட்டேன். இல்லாவிட்டால் கழுத்தே முறிந்துபோயிருக்கும். கடல் படுகையில் அழகான பவழக் கொடிகள், விசித்திர விசித்திரமான செடிகள் கொடிகள் இருந்தன. இந்த இருட்டுப் பாதை வழியாகச் செல்லுவதற்கே பயமாக இருந்தது.

பாறையின் பேரில் ஏறி நிலவு வெளிச்சத்துக்குப் போய்விட்டால் போதும் என்றாகிவிட்டது. பாறை வழுக்குமோ என்று நினைத்தேன். கரடுமுரடாக இருந்ததினால் பற்றி ஏறுவதற்குச் சுளுவாக இருந்தது. அதன் உச்சிக்கு வந்த பிறகுதான் வளைந்துவளைந்து நான் நடந்து வந்த தூரம் எவ்வளவு என்பது தெரிந்தது. கரையிலிருந்து பார்க்கும் போது தொலைவில் தெரிந்த கோவில் அடுத்த குன்றின் மேலிருந்தது.

அது இதைவிட சற்றுத் தாழ்ந்தது. மறுபடியும் கீழே இறங்கிவிட்டால் அதில் ஏறுவது என்று நான் தடமாடிக்கொண்டு வரும்போது கிழக்குச் சரிவில் படிக்கட்டுகள் தென்பட்டன. எந்த யுகத்து மனிதர்கள் செதுக்கி வைத்ததோ! அதிசயப்பட்டுக்கொண்டு படிக்கட்டுகள் வழியாக இறங்கினேன். கால்கள் சற்று வழுக்கத்தான் செய்தன. மனசில் உள்ள வேகந்தான் என்னை இழுத்துச்சென்றது. படிக்கட்டுகள் மறுசரிவில் உயர ஏற ஆரம்பித்தன. சுமார் ஐம்பது படிக்கட்டுகள்தானிருக்கும். கோயிலிலிருந்த குன்றின்மேல் கொண்டுவிட்டது. கரையைத் திரும்பிப் பார்த்தேன். எங்கோ எட்டாத் தொலைவில் ஒரு பெருங்குன்றின்மேல் சிகரமும் கிழக்கு வாசலும் தெரிந்தன.

நான் நின்றிருந்த குன்று வெறும் பாறை. யாரோ அதை வெட்டிச் செதுக்கி சமதளமாகத் திருத்தி இருக்கிறார்கள். கோவிலும் அந்தக் குன்றின் ஒரு பகுதி. குடைவரைக் கோவில் என்று சொல்லுகிறார்களே அந்த ரகம். ஆனால் இதன் அமைப்பு வேறு. குன்றின் உச்சியைக் கோவிலாகச் செதுக்கி அதனோடு ஒட்டி பிரகாரமாக தளத்தையும் செப்பனிட்டிருக்கிறார்கள். கோவில் எல்லாம் பிரமாதமான உயரமல்ல. சுமார் நாற்பது அல்லது ஐம்பது அடி உயரந்தானிருக்கும். அதற்குக் கோபுரம் ஏதும் கிடையாது. மலையாளத்துக் கோவில்கள் மாதிரித் தானிருந்தது. ஆனால் கருங்கல் வேலைப்பாடு. சுற்றி வந்தேன். கிழக்குப் பக்கத்தில் வாசலிருந்தது; ஆனால் கதவில்லை. கோவிலின் முற்றத்தில் கிழக்குப் பிரகாரம் மூன்று நான்கு அடி அகலத்துக்கு மேல் இல்லை. அந்த பிரமாண்டமான பாறை பிளவுபட்டு, வெறும் பாதாளமாக இருட்டுடன் ஐக்கியமாயிற்று. வெளிப்பக்கத்தில் நிற்க பயமாக இருந்தது. கோவில் வாசலில் கால் வைத்தேன். உள்ளே செல்லப் பயம். அங்கு ஒரே இருட்டாக இருந்தது. சற்று தயக்கத்துடனேயே உட் புகுந்தேன். இந்த ஒற்றைக் கல் கோவிலுக்குள்ளும் சிறு பிரகாரம். இதன் மையத்தில்தான் கர்ப்பக்கிரகம். பிரகாரத்தைச் சுற்றி வந்தேன். இருட்டில் எதுவும் தெரியவில்லை. காலில்கூடப் பாசியும் நுரையும் மிதிபட்டது. கர்ப்பக்கிரகத்தைச் சுற்றி ஒரு பிரதட்சணம் வந்துவிட்டு, அதன் வாசல் பக்கம் நின்றேன். வாசலில் இரண்டு பக்கத்திலும் இரு அபூர்வமான மிருகங்களை துவாரபாலகர்கள் போல் கல்லில் செதுக்கியிருப்பது சற்று மங்கலாகத் தெரிந்தது. கர்ப்பக்கிரகத்தில் என்ன இவ்வளவு இருட்டு என்று எண்ணமிட்டுக்கொண்டே கைகளை முன்னோக்கி நீட்டிக்கொண்டு கருங்கல் நிலையில் கால் வைத்தேன். நிலைப்படியில் தாமரைப்பூ செதுக்கியிருப்பது காலுக்குத் தட்டுப் பட்டது. முன் நீட்டிய கைகளை வழவழப்பான இருள் வழிமறித்தது. வழி கிடையாதா அல்லது கல்லால் செதுக்கிய கதவா என்று எண்ணமிட்டுக்கொண்டு தடவிப் பார்த்தேன். கரும் பளிங்கு போல வழவழப்பாக இருந்தது. கால் பாதத்தில் தட்டுப்படும் தாமரை உறுத்தியதினால் சற்று பாதத்தை உயர்த்திவிட்டு மறுபடியும் காலைக் கீழே வைத்தேன். குமிழ் போல ஏதோ தட்டுப்பட்டது. தாமரையின் மையம் என்று நினைத்தேன். அதே சமயத்தில் கருப்புப் பளிங்குக் கதவு உட்பக்கமாகத் திறந்தது. நான் கதவின்மீது கைகளை ஊன்றிக்

கொண்டு நின்றதினால் தடமாடிக்கொண்டு உள்ளே சாய்ந்தேன். அங்கும் இருட்டு. அதே சமயம் வெளிவாசல் பக்கம் பேரிரைச்சல் கேட்டது. கடல் ஜலம் பிரளயம் போல நுங்கும் நுரையுமாக கோவிலுக்குள் பிரவேசித்தது. கர்ப்பக்கிரகத்தின் கதவு தானாகவே சாத்திக்கொண்டது. இனிமேல் நமக்கு ஜலத்தில் சமாதி கட்டின மாதிரிதான் என்று பீதியடைந்து பதறினேன். ஆனால் பயம் மறுகணம் அகன்றது. கதவு பொருந்தியடைத்துக்கொண்டதும் கர்ப்பக்கிரகத்துக்குள் பிரமாதமான பிரகாசம். கண்ணையே குருடாக்கிவிடுமோ என்று பயந்தேன். இத்தனை நேரம் இருட்டில் கிடந்து தடமாடியதினால் இந்தத் தொந்திரவு போலும். ஒளியின் தன்மை கண்களுக்குப் பழக்கமாக ஆக உறுத்துவது போய் பன்னீர் விட்ட மாதிரி குளுமையாக இருந்தது. வெளிச்சம் எங்கிருந்து வருகிறது என்று பார்த்தேன். மேல் சுவரில் உள்ள ஒரு மாடத்தில் குத்துவிளக்குப் போல ஒன்றிருந்தது. அதன் உச்சியிலிருந்து வந்தது இந்தப் பிரகாசம். சற்று நெருங்கிச் சென்று கவனித்தேன். குத்துவிளக்கு தங்கம் போலப் பிரகாசித்தது. அதன் உச்சியில் வைரம் ஒன்று பதித்திருந்தது. அதிலிருந்து எழுந்தது இந்தப் பிரகாசம். தூண்டாமணி விளக்கு என்று சொல்லுகிறார்களே அதுதானோ என்று அதை எடுத்துப் பார்க்க முயன்றேன்.

“அடே, அதைத் தொடாதே” என்று அதட்டியது ஒரு குரல்.

நான் திடுக்கிட்டுத் திரும்பினேன். குரல் ஆணோ பெண்ணோ எனச் சந்தேகப்படும்படியாக இருந்தது. வாக்கு தமிழ்தான் என்றாலும் தொனிப்பு யாழ்ப்பாணத்துக்காரர் ரீதியில் இருந்தது. சுற்றுமுற்றும் பார்த்தேன். யாரும் தென்படவில்லை.

“நான் இங்கேதான் இருக்கிறேன். இதோ என்னைப் பார்” என்றது அந்தக் குரல்.

நிருதியின் திசையிலிருந்த பலிபீடத்தின்மீது ஒரு தலை அமர்ந்திருந் தது. பெண்ணின் தலை. அதன் அளகபாரம் பலிபீடத்தில் மயில் தோகை மாதிரி விரிந்து கிடந்தது. முகத்தைப் பார்க்கப்பார்க்க எனக்கு அதிசயம் தாங்க முடியவில்லை. வருஷாவருஷம் வாழையடி வாழையாக அர்ச்சக பரம்பரை மஞ்சணை மெழுகு வைத்து அலங் காரம் செய்யும் முகத்தின் சாயலுக்கும் இதற்கும் சற்றும் வித்தியாச மில்லை. எத்தனை எத்தனை காலம் இந்த முகத்தின் சாயல் அர்ச்சக பரம்பரையின் நினைவில் படிந்து மனித வம்சத்தின் ஞாபகச் சரடாக இருந்துவந்திருக்கிறது! எனக்கு பலிபீடத்தில் அமர்ந்திருந்த தலை பேசியதில் அதிசயம் தோன்றாதது எனக்கே வியப்பாக இருந்தது. அசாதாரணமான நிலையில் அகப்பட்டுக்கொண்டால் எல்லாம் இயல்பாகத் தோன்றும் போலும். இப்படியாக நான் எண்ணமிட்டுக் கொண்டிருக்கும்போது, சண்பகப் பூவின் வாசம் கலந்த மெல்லிய காற்று கர்ப்பக்கிரகத்தில் ஊசலாடியது. காற்று எங்கிருந்து வருகிறது எனச் சுற்றுமுற்றும் பார்த்தேன். அந்தக் காற்று அந்தக் கற்குகைக்குள் ளாகவே தோன்றி அதனுள்ளேயே மடிகிறது போலும்.

"இம்மாதிரிக் காற்று அடித்தால் சூர்யோதயமாகிவிட்டது என்று அர்த்தம். அஸ்தமனமாகும்போது மல்லிகையின் வாசம் வீசும்" என்றது அந்தத் தலை.

இது என்னடா புதுவிதமான கடிகாரமாகத் தோன்றுகிறதே என்று எண்ணமிட்டுக்கொண்டு "நீ யார்? எப்படி சிரசை மட்டும் காப்பாற்றி உயிருடன் இருந்துவருகிறாய்?" எனக் கேட்கலாமா என்று வாயெடுத்தேன்.

அந்த சிரசு கண்களை மூடியபடியே நான் சொல்லவந்ததை எதிர்பார்த்தது போல, வாயைத் திறவாமலேயே, பேசியது.

"நானும் ஒரு காலத்தில் உன்னைப் போல உடம்புடன்தானிருந்தேன். உலக பந்தங்களுக்கு உடன்பட்டு பிறப்புச் சங்கிலிக்குள் தன்னையும் உட்படுத்திக்கொள்ள விரும்புகிறவர்களுக்குத்தான் உடம்பு அவசியம். காலத்தை எதிர்த்து நிற்க விரும்புகிறவர்களுக்கு உடம்பு அனாவசியம். மேலும் பால் பேதத்தினால் உடலில் தோன்றும் இச்சா பந்தங்களையும் போக்கிக்கொள்ளலாம் அல்லவா? என்னுடைய வயசு என்னவென்று நினைக்கிறாய்? மூன்று கர்ப்ப காலம் கடந்துவிட்டது : நான் எத்தனை காலம் பிரக்ஞையுடன் இருக்க இச்சைப்படுகிறேனோ அத்தனை காலமும் வாழ முடியும். என்னுடைய இச்சை என்று அவிந்ததோ அன்று நான் காற்றுடன் காற்றாகக் கரைந்துவிடுவேன் . . . ."

அந்த சிரசு மறுபடியும் பேச ஆரம்பித்தது.

"உடல் இழந்த வாழ்வு எனக்கு எப்படி ஏற்பட்டது என்பதைத் தெரிந்துகொள்ள விரும்பாதே. அந்த ரகசியம் உனக்குக் கிடைக்காது. அது குமரிமலையுடனும் பரளியாற்றுடனும் பரம ரகசியமாக ஹிரண்ய கர்ப்பத்தில் சென்று ஒடுங்கிவிட்டது. கேவலம் நீ ஒரு மனிதன். மிஞ்சிப்போனால் இன்னும் இருபது வருஷங்கள் உயிரோடு இருப்பாய். அதாவது இந்த உடம்போடு உறவு வைத்திருப்பாய். உனக்கு எதற்கு இந்த ரகசியங்கள்?" என்று கேட்டது.

"அழியும் உடம்பு என்பதை உன்னுடைய முன்னோர்களும் அறிந்துதானிருந்தார்கள். இருந்தாலும் கர்ப்ப கோடி காலம் பிரக்ஞை மாறாமல் வாழ்வதற்கு ஒரு வழி உண்டு என்பதைக் கண்டுபிடிக்காமல் ரொம்ப நாட்களைக் கழித்தார்களா? அப்படி அவர்கள் கழித்திருந்தால் இப்போது என்னுடன் பேச உனக்கு முடியுமா?" என்று கேட்டேன்.

தலை கடகடவென்று சிரித்தது. "உனக்கு உண்மையைத் தெரிந்து கொள்ளப் போதுமான தைரியம் உண்டா? நான் யார் என்பதைத் தானே தெரிந்துகொள்ள ஆசைப்படுகிறாய். கர்ப்ப கோடி காலத்துக்கு முன் நான் எப்படி இருந்தேன், நான் வாழ்ந்த உலகம் எப்படி இருந்தது என்பதை நான் உனக்குக் காட்டுகிறேன். மணிவிளக்கு நிற்கிறதே, அந்த மாடத்தின் அருகில் யாளியின் தலை ஒன்று செதுக்கியிருக்கிறது தெரிகிறதா? அந்தத் தலையை வலப்புறமாகத் திருப்பு."

நான் அது சொல்லியபடியே செய்தேன். தளத்தின் ஒரு பகுதி விலகியது. படிக்கட்டுகள் தென்பட்டன.

"தைரியமாக உள்ளே போ; உனக்கு ஆபத்து எதுவும் ஏற்படாது" என்றது அந்தத் தலை.

"நீ இருக்கும்போது எனக்கு என்ன பயம்? மேலும் ஆபத்துக்குப் பயப்படுகிறவனாக இருந்தால் சமுத்திரத்துக்கு அடியில் வலிய வந்து மாட்டிக்கொள்ள வேண்டாமே! நீ சொல்லக் கூடாத பரம ரகசியம் அங்கே என்ன இருக்கிறது?" என்று கேட்டேன்.

"என்னிடம் காதல் பேசினது போதும். என் வயசு மூன்று கர்ப்ப காலங்கள். நான் உன் பாட்டிகளுக்கும் பாட்டி என்பதை மறந்து பேசாதே. இஷ்டமிருந்தால் போய்ப் பார்" என்று சற்று கடுகடுப்பாகப் பேசியது அந்த சிரம்.

"நானும் உன்னைப் போல உடம்பை இழந்துவிட்டு, எத்தனை கர்ப்ப கோடி காலமானாலும் உன் எதிரில் உட்கார்ந்து பேசிக் கொண்டிருக்கத்தான் ஆசைப்படுகிறேன்" என்று சொல்லிக்கொண்டே படிக்கட்டுகளின் வழியாகக் கீழே இறங்கிச் சென்றேன். படிகள் எங்கு கொண்டு என்னை விடும் என்பது பற்றி நான் கவலைப்பட வில்லை. கீழே என்ன இருக்கிறது: உலகத்தாருக்குத் தெரியக் கூடாது என காலம் என்ற திரையிட்டு, இயற்கை மறைத்து வைத்துள்ள ரகசியங்களில் எது என் வசம் சிக்கப்போகிறது என்று எண்ணமிட்டுக் கொண்டே நடந்தேன். கடல் கன்னிக் கோவிலில் இருந்த தூண்டாமணி விளக்கின் ஒளி, சிறிது தூரந்தான் படிக்கட்டுகளில் வீசியது. அதன் பிறகு, வழி நெடுக, நிலவொளி போல, வெள்ளியை உருக்கி வெளிச்சம் செய்தது போல ஒரு ஒளி எனக்கு வழிகாட்டியது. நிலவு எனவோ அல்லது நட்சத்திர ஒளியெனவோ அதை வருணிப்பது பொருந்தாது. தற்கால நியான் விளக்குகள் போல ஒரு வெளிச்சம். ஆனால் நியான் ஒளியைப் போல கண்ணையோ உடம்பையோ உறுத்தவில்லை. குளுகுளுவென்று ரம்யமாக இருந்தது. வெளிச்சம் எந்தத் திசையி லிருந்துதான் வருகிறது என்பதை நிர்ணயிக்க முடியாதபடி ஒளிப்பிர வாகத்தின் காந்தி எல்லாவிடங்களிலும் ஒரே மாதிரி இருந்தது. பத்துத் திசையிலும் சிக்கென்று மூடிய பிலமாக இருந்தும், சுகந்தமான காற்று ஒன்று சற்று வேகமாக அடித்துக்கொண்டிருந்தது. பிலத்தில் நான் இறங்கிச் செல்லச்செல்ல, பேரலைகளின் குமுறல் போன்ற ஒரு பேரிரைச்சல் என் செவியை உடைக்க ஆரம்பித்தது. சப்தம் வந்த திசையை நான் நெருங்க ஆரம்பித்தேன்.

படிக்கட்டுகள் கடைசியாக ஒரு நிலவறையில் சென்று முடிவடைந்தன. நிலவறை அறுகோண யந்திரம் போல அமைக்கப்பட்டிருந்தது. படிக்கட்டுகளுக்கு எதிர் பாரிசத்தில் உள்ள சுவரில் உள்ள பிறையில் தலையற்ற முண்டம் ஒன்று வளர்த்தியிருந்தது; பச்சைக் கல்லைக் குடைந்து செய்த ஒரு பாத்திரம், அதன் தலை இருக்க வேண்டிய இடத்தில் ஒரு யந்திர சக்கரத்தின்மீது வைக்கப்பட்டிருந்தது.

உடலத்தின்மீது ஒரு பிரம்பு கிடந்தது. நிலவறையின் இரு பாரிசத்திலும் இரண்டு வழிகள் தென்பட்டன. நான் பிலத்தின் மையத்தில் வந்து நின்று எந்தத் திசை நோக்கிச் செல்லலாம் என்று எண்ணமிட்டேன்.

எந்தத் திசையில் சென்றால் என்ன? எல்லாம் பார்க்க வேண்டிய இடந்தானே என்று நினைத்துக்கொண்டு இடது பக்கமிருந்த பாதை வழியாகச் செல்லுவதற்குத் திரும்பினேன்.

"இது திசைகள் அற்றுப்போன இடம்; எந்த வழியாகச் சென்றாலும் ஒன்றுதான்" என்ற ஒரு குரல் கேட்டுத் திரும்பினேன். ஒருவரையும் காணவில்லை. என் காதில் விழுந்தது நிச்சயமாக ஆண் குரல்.

குரலுக்குப் பதில் கொடாமல், நான் முதலில் நிச்சயம் பண்ணின பாதை வழியாகச் சென்றேன்.

யாரோ கடகடவென்று கர்ண கடூரமான குரலில் சிரிப்பது போலக் கேட்டது. திரும்பிப் பார்த்தாலும் ஆள் எங்கே தென்படப் போகிறது; பேசுகிறவன் என்றால் எதிரில் வந்து பேசட்டுமே என்று முனகிக் கொண்டே நடந்தேன். இந்தப் பாதையிலும் நன்றாக வெளிச்சமாகத் தானிருந்தது. ஆனால் நான் முன்பு கேட்ட பேரலைச் சத்தம் இன்னும் ஆக்ரோஷமாகக் கேட்டது. கடல் தளத்தருகில் நெருங்குகிறோமா, கடல் பிரவாகம் செல்லும் பிலத்துவாரம் எதுவும் இருக்கும் போலும் என்று நினைத்தேன். அடுத்த நிமிஷம் அது என்ன அசட்டுத்தனமான நினைப்பு, கடல் தண்ணீர் உள்ளே வர வழியிருந்தால் இந்தப் பிலம் முழுவதும் அல்லவா நிரம்பியிருக்க வேண்டும்? இரைச்சலுக்குக் காரணம் வேறு ஏதாவதாக இருக்க வேண்டும் எனத் தீர்மானித்தேன். ஆச்சு, இன்னும் எவ்வளவு தூரமிருக்கப் போகிறது? போயே பார்த்துவிடுகிறது. சப்தத்தைத் தாங்குவதற்குச் செவித் தொளைகளுக்குப் போதுமான சக்தியில்லை. மேல்துண்டை எடுத்துக் காதோடு காதாக வரிந்து கட்டிக்கொண்டு மேல் நடக்கலானேன். சிறிது தூரம் சென்றதும் வெக்கை அடிக்க ஆரம்பித்தது. வரவர வெக்கை அதிகமாயிற்று. அக்னிச் சுவாலைக்குள் நடப்பது போலத் திணறினேன்.

ஆனால் அடியெடுத்து வைக்கும்போது தரை சுடவில்லை. இதற்கு மேல் சுமார் பத்து கெஜ தூரந்தான் என்னால் போக முடிந்தது. மேல் நடப்பது சாத்தியமில்லை என்று திரும்பினேன்.

"வடக்குச் சுவரில் உள்ள மாடத்தில் ரசக் குழம்பு இருக்கிறது. அதை உடம்பில் தடவிக்கொண்டால் மேலே போக முடியும்" என்று ஒரு குரல் கேட்டது. பழைய குரல்; அதே குரல்.

மாடத்திலிருந்த பாத்திரத்தை எடுத்தேன். உருக்கிய வெள்ளி போல, சந்தனக் குழம்பின் மென்மையுடன் கைக்கு இதமாக இருந்தது. அள்ளி எடுத்து உடம்பு முழுவதும் பூசிக்கொண்டேன். வெக்கை குடியோடிப் போயிற்று. ஆனால் உடம்பு வெள்ளி வார்னிஷ் கொடுத்த மாதிரி ஒரேயடியாக மின்னியது. இந்த நவராத்திரி வேஷத்துடன் மேலும் நடந்து சென்றேன். தூரத்தில் புகையும் அக்னிச் சுவாலையும் ஒரு பிலத்திலிருந்து எழுவதும், மறுகணம் அடியோடு மறைவதுமாகத்

தெரிந்தது. பூமிக்கடியில் இருக்கும் எரிமலையோ எனச் சந்தேகித்தேன். நான் நினைத்தது சரிதான். எரிமலைதான். இந்த அக்னி கக்கும் மலையினருகில் எப்படிப் படிக்கட்டும் மண்டபமும் கோவிலும் வந்து கட்டினார்கள்? ஏன் கட்டினார்கள்? எந்த மனித வம்சம் இதைக் கட்டியிருக்கக் கூடும் என எண்ணமிட்டுக்கொண்டு நின்றேன். பொங்கிக் கொப்புளிக்கும் அக்னிச் சுவாலை ஒடுங்கியது. பூமியினடியில் மட்டும் பெருங்குமுறல் கேட்டுக்கொண்டிருந்தது. நானும் சற்று தைரியமாக எரிமலையின் விளிம்பு அருகே சென்றேன். ஆழத்தில் வெகு தூரத்தில் பாறையும் மண்ணும் உலோகங்களும் பாகாக உருகிக் கொந்தளித்துச் சுவாலை விடுவது தெரிந்தது. விளிம்பருகிலும் படிக்கட்டுகள். ஆனால் மிகவும் ஒடுங்கியவை. பாறையைக் கொத்திச் செதுக்கியது போலத் தென்பட்டது. இந்தப் படிக்கட்டுகள் எரிமலையின் உட்புறச் சுவரில் தென்பட்ட பிலத்துக்குச் சென்றது. நானும் சற்று தைரியமாக இறங்கி அந்தப் பிலத்துக்குள் சென்றேன். அங்கே ஒரே இருட்டு. திரும்பிவிடலாமா என யோசித்தேன். திரும்பவும் படிக்கட்டுகள் வழியாக மேலேறி வருவதற்குப் பயமாக இருந்தது. வந்தது வருகிறது என இருட்டில் நடந்து சென்றேன். சிறிது தூரம் செல்லுவதற்குள் எரிமலையின் பேரிரைச்சல் கேட்கவே இல்லை. அதற்கு வெகு தொலைவில் வந்துவிட்டது போல அவ்வளவு நிசப்தமாக இருந்தது. சுமார் அரை மணிப் பொழுது நடந்து சென்றிருப்பேன். இந்தப் பாதை என்னை ஒரு மண்டபத்தில் கொண்டுசேர்த்தது. கால் கடுக்க ஆரம்பித்தது. தரையில் உட்கார்ந்துகொண்டேன். சுற்றுமுற்றும் இருட்டில் எதுவும் தெரியவில்லை. அக்னி வெக்கைக்குத் தப்புவதற்காக நான் உடம்பில் பூசிக்கொண்ட திராவகந்தான் மின்னியது.

"இன்னும் எத்தனை நேரந்தான் உட்கார்ந்திருக்கப்போகிறாய். கால் வலி தீரவில்லையா? ஆனாலும் நீ தைரியசாலிதான்" என்றது ஒரு குரல். அதே குரல்; பழைய குரல்.

"நீ யார். எங்கு பார்த்தாலும் என்னைத் தொடர்ந்து வருகிறாயே? நீ எங்கே நிற்கிறாய்? எனக்குத் தென்படவில்லையே?" என்று கேட்டேன்.

அந்தக் குரல் சிரித்தது.

நான் உன் பக்கத்தில்தான் இருக்கிறேன். எனக்கு உடம்பு கிடையாது. அதனால் நான் எங்கும் இருக்க முடியும். நான் எங்கு இருந்தாலும் உன் பக்கத்தில் இருக்க முடியும். அதைப் பற்றி உனக்கு என்ன கவலை? நீ எங்களுடைய அதிதி. உன்னை உபசரிப்பது எங்கள் கடமை."

2

ஸித்தலோகம்

"அசரீரியாருக்கு ஆசாரமாகப் பேசத் தெரியும் போலிருக்கு; வந்தவனை வாவென்று கேட்பாரில்லை; இருட்டில் திண்டாட

விட்டுவிட்டு வேடிக்கை பார்ப்பது இந்த இடத்துச் சம்பிரதாயம் போலும்" என்று நான் முழங்காலைத் தடவிக்கொண்டே கேட்டேன்.

"எங்களுக்குத் தெரியாததைப் பற்றி நீ பேசிக்கொண்டிருந்தது போதும்; உடனே, எதிரே தெரிகிறதே வாசல், அதன் வழியாகப் போனால் பாதாள கங்கை ஓடுகிறது. அதில் போய்க் குளி. இல்லா விட்டால் உடம்பு வெந்துபோகும். நீ உடம்பில் பூசிக்கொண்டிருக்கிறது கார்கோடக பாஷாணம் சேர்ந்த ரசக் குழம்பு. வெளி வெக்கை இருந்தால்தான் உடம்பைப் பாதுகாக்கும். இல்லாவிட்டால் உடம்பையே தின்றுவிடும். எலும்புக்கூடுகூட மிஞ்சாது" என்றது அசரீரிக் குரல்.

எனக்குப் பகீர் என்றது. விழுந்தடித்துக்கொண்டு எழுந்தேன். "நீரும் என்கூட வாருமே; பேச்சுத் துணையாக இருக்கும்" என்று சொல்லிக்கொண்டு பிலத்தின் வழியாக பாதாள கங்கைக்குச் சென்றேன். பிரமாண்டமான பாம்புப் பொந்து போல் பூமியைக் குடைந்துகொண்டு நதி வேகமாக ஓடியது. இருட்டுக்கும் ஜலத்துக்கும் வேறுபாடு தெரியவில்லை. ஜலத்தில் கால் வைத்தேன். ரொம்ப ஜில்லென்றிருந்தது. ஒரு முறை சென்றிருக்கிறேன் மானஸரோ வரத்துக்கு; அந்தத் தண்ணீர் அவ்வளவு ஜில்லென்றிருந்தது. வெகு நேரம் தண்ணீரில் துளைந்தால் முடக்குவாதம் வந்துவிடக் கூடாது என்று இரண்டு மூன்று முக்குப் போட்டுவிட்டுக் கரையேறினேன். ஆற்றில் இறங்கியதுதான் தாமசம், உடம்பில் பூசியிருந்த வர்ணச்சாயம் அப்படியே கரைந்து போய்விட்டது. கரையேறி உடம்பைத் துடைத்துக்கொண்டு நிற்கும்போது, தண்ணீரில் மின்னல் கொடிகள் போல அப்பொழுதைக்கப்பொழுது தெரிந்து மறைந்தது. சூரிய வெளிச்சமே படாத இந்த பிலத்தில்கூட ஜல ராசிகள் எப்படித் தோன்ற முடியும் என்று ஆச்சரியப்பட்டுக்கொண்டே நின்றேன்.

"வீணாகப் பொழுதைப் போக்கிக்கொண்டிருக்காதே. உன்னை ஸித்தலோகத்துக்கு அழைத்துச்செல்ல உத்தேசித்திருக்கிறேன். உனக்கு அங்கே சென்றால்தான் உணவு" என்றது அந்த உடம்பற்ற குரல்.

"ஸித்தலோகமா? அங்கே செல்வதற்கு இந்தப் பிலத்தினுள் வழி ஏது?" என்று கேட்டேன்.

"இதோ இந்த பாதாள கங்கை இருக்கிறதே இதன் வழியாக" என்றது குரல்.

"நீந்தியா?" என்று கேட்டேன்.

"குளிரும் என்று பயப்படாதே. உன்னை ஏற்றிச் செல்ல புணை வரும்" எனச் சிரித்தது அந்தக் குரல்.

"இந்த நதி எங்கிருந்து வருகிறது என்றா எண்ணுகிறாய்? இதுதான் பூலோகத்திலேயே பிரமாண்டமான நதி. இங்கிருந்து பத்து யோஜனை தூரத்திலுள்ள கன்னிச் சுனையிலிருந்து உற்பத்தியாகி கார்கோடகத் தீவுவரை கிழக்கு நோக்கிச் சென்று பிறகு அங்கிருந்து வட திசை திரும்பி அங்கு காட்டினடியில் ஓடி, அங்கேயே மடிகிறது. பூமிக்கு

அடியில் இதே மாதிரி இன்னும் எத்தனையோ நதிகள் உண்டு. அதோ வருகிறது பார் ஒரு புணை. நீ அதில் ஏறிக்கொண்டால் ஸித்தலோகத்துக்குப் போய்ச்சேரலாம்" என்றது அந்தக் குரல்.

அது பேசி முடிப்பதற்கு முன் அந்தப் புணை நான் நின்ற படிக்கட்டுகள் அருகில் வந்து தேங்கியது. என்ன கோரம்! மூன்று நான்கு பிணங்களை, இல்லை முண்டங்களைச் சேர்த்துக் கட்டிய மிதப்பு. முண்டங்கள் தங்கம் போலத் தகதகவென மின்னின. இதில் ஏறிக்கொள்வதா?

"தயங்காதே; நெருப்பு என்றால் வாய் சுட்டுவிடுமா? அல்லது பிணம் என்றால் நீயும் பிணமாகிவிடப்போகிறாயா? தயங்காதே; ஏறி உட்கார்ந்துகொள்" என்று அதட்டியது அந்தக் குரல்.

நானும் சுவாதீனம் இழந்தவனைப் போல அதில் ஏறி உட்கார்ந்து கொண்டேன். மிதப்பு நகர ஆரம்பித்தது.

"நீயும் என்னுடன் வரவில்லையா" என்று கேட்டேன்.

"இதுதான் என் எல்லை" என்றது அசரீரி.

"பிறகு எப்பொழுது சந்திப்பது?" என்றேன்.

"ஸித்தலோகத்தில்" என்றது அசரீரி.

"எல்லையும் எல்லையற்ற தன்மையுமா?" என எனக்குள்ளாகவே எண்ணமிட்டேன். பிரேதப் புணை வெகு விரைவாகச் செல்ல ஆரம்பித்தது. நதியின் வேகத்தைவிடப் பன்மடங்கு வேகமாகத் தண்ணீரைக் கிழித்துக்கொண்டு சென்றது.

நான் பிணத்தின்மீது உட்கார்ந்தபடி ஜலத்தைப் பார்ப்பதும் இருட்டைப் பார்ப்பதுமாக இருந்தேன். திடீரென்று உஸ் என்ற இரைச்சல் கேட்டது. புணைக்குக் குறுக்காகக் கருநாகம் ஒன்று படமெடுத்துக்கொண்டு சீறிக்கொண்டு நீந்திச் சென்றது. பயம் பன்மடங்கு அதிகமாக இருந்தது. தலை கிறங்கும்படியாகப் புணையின் வேகமும் அதிகமாக இருந்தது. எத்தனை நேரம் கழிந்ததோ?

புணை வேகம் குறைய ஆரம்பித்தது. பிறகு மெதுவாக வலது கரையில் சென்று ஒதுங்கியது. நான் பதனமாகக் கரையில் கால் வைத்தேன். இங்கே முன் போல் பாதையில்லை. மணற்பாங்காக இருந்தது.

என்ன அதிசயம்! நான் திரும்பிப் பார்க்குமுன் புணையாக வந்த கவந்தங்கள் எழுந்து கரையேற ஆரம்பித்தன. அவை கரைக்கு வந்து நின்றதுதான் தாமசம். அவை தலை பெற்றன. மனிதத் தலைகளா! அல்ல. மாட்டுத் தலைகள். அவற்றின் நெற்றியில் பிரகாசமான கண் போன்ற துவாரம் தெரிந்தது.

"வாருங்கள் போகலாம்" என்றன அந்த நான்கு அதிசயத் தோற்றங்களும்.

நான் தயங்கினேன்.

"இதுதான் ஸித்தலோகம். மாடர்கள் அல்லது நந்திக் கணங்கள் என எங்களைச் சொல்லுவார்கள். பயப்படாமல் வாரும்" என்று சொல்லிக்கொண்டு எனது வருகையை எதிர்பார்க்காமலேயே நடக்க ஆரம்பித்தன. நானும் தொடர்ந்து நடந்தேன்.

விசித்திரவிசித்திரமான தாவர வர்க்கங்கள் தோன்ற ஆரம்பித்தன. பூமியின் சிசுப் பருவத்திலே தோன்றிய தாவர வர்க்கங்கள் என்று சொல்லுவார்களே சயன்ஸ்காரர்கள் அவை போன்றவை. பிரமாண்ட மான நாய்க்குடைகள், தாழைகள், கொடிகள் விசித்திரவிசித்திரமாக முளைத்திருந்தன. ஆனால் அவை யாவும் பொன் போலும் வெள்ளி போலும் மின்னின. இன்னும் சிறிது தூரம் சென்றதும், ஏழு வர்ணங் களிலும் தண்டு முதல் இலை வரை பளபளவென சாயம் பூசி வைத்த மாதிரி நிற்கும் விருக்ஷங்களைக் கண்டேன். அதிலே நீல நிறமான கருநாகங்கள் சோம்பிச் சுற்றிக் கிடந்தன. வழியிலே தங்கத் தகடு போல மின்னிய தவளை கத்திச் சென்றது.

மரச்செறிவுகளுக்கிடையே நந்திக் கணங்கள் மறைந்துவிட்டனர். அவர்கள் எந்த வழியில் சென்றார்கள் என்பதைக் கவனிக்கவில்லை. கால் கொண்டுபோன வழியே நடந்தேன். மரங்களுக்கிடையே திறந்த வெளி வந்தது.

அங்கே சமாதி நிலையில் பதினெட்டுப் பேர் அந்தரத்தில் அமர்ந் திருந்தனர். அவர்கள் ஒவ்வொருவருக்கடியிலும் வெள்ளி போன்ற ஒரு உருண்டை இடையறாது சுழன்றுகொண்டிருந்தது.

"வா அப்பா, வந்து உட்காரு" என்றார் தலைவராக அமர்ந்திருந்த ஸித்த புருஷர்.

அத்தனை பேருக்கும் உருவபேதம் கற்பிக்க முடியாதவாறு ஒரே அச்சில் வார்த்த சிலைகள் போன்றிருப்பதைக் கண்டு அதிசயப் பட்டேன்.

"உடம்பை இஷ்டப்படி கற்பித்துக்கொள்ள முடியாதா? இருந்து பார் எப்படி என்பது தெரியும்" என்றார் அவர்.

நான் அவரது காலடியில் அமர்ந்தேன்.

"உனக்குப் பசிக்குமே" என்று சொன்னார்.

நந்திக் கணத்தில் ஒருவன் தோன்றினான். முகத்தைக் கழற்றி வைத்தான். அப்பொழுதுதான் மாட்டின் தலையை அப்படியே வெட்டி எடுத்துப் பதனிட்டுச் செய்த முகமூடி என்பதைக் கண்டேன்.

"இது பூர்வீக காலத்துத் தலைக் கவசம், இரும்பு தோன்றுவதற்கு முன்" என்றார் ஸித்த புருஷர்.

நந்தி நேராக எதிரே இருந்த ஒரு விசித்திரமான மரத்தினடியில் சென்றான். இலைகள் அவனைத் தழுவிக்கொண்டன. மரத்தின் பாம்புக் கைகள் அவனைச் சுற்றிச்சுற்றிப் பின்னின.

சற்று நேரங்கழித்து இலைகள் தானாக விலகின. அதனடியிலிருந்து விழுந்தது ஒரு எலும்புக் கூடு.

ஸித்த புருஷர் ஏதோ துரட்டி போன்ற ஆயுதத்தைக் கொண்டு அதை மரத்தினடியிலிருந்து இழுத்துப் போட்டார். எலும்புகள் பற்று விடாமல் பூட்டோடு அப்படியே வந்தன. வேறு இரண்டு நந்திகள் வந்து எலும்புக் கூட்டைத் தூக்கிச் சென்றார்கள்.

"இங்கே பிரபஞ்ச நியதிப்படி பிரஜோற்பத்தி கிடையாது. அதனால் ஒவ்வொரு எலும்புக் கூடும் அத்யாவசியம்" என்றார் ஸித்த புருஷர்.

இவர் என்ன, நம்மைப் பசிக்கிறதா என்று கேட்டுவிட்டு வீண்கதை பேசுகிறார் என்று நினைத்தேன். எதிரிலிருந்த மரம் எருமை முக்காரம் போடுவதுபோலக் கனைத்தது! சில மரங்களில் அதன் பால் நாளங்கள் வழியாக வேகமாக ஓடும்போது கனைக்கும் சப்தம் கேட்கும் எனப் படித்திருக்கிறேன். நரமாம்ச பட்சணியான இந்த மரமும் அப்படித்தான் போலும்.

ஸித்த புருஷர் அருகில் இருந்த அம்பு ஒன்றை எடுத்து வீசினார். வெறும் சதைப்பற்றில் பாய்வது போல் புகுந்தது.

அம்புடன் தொடுக்கப்பட்டிருந்த கயிற்றின் வழியாக அதன் பால் வழிந்து ஓடிவந்து ஒரு பாத்திரத்தை நிறைத்தது. பாத்திரம் நிறைந்ததும் மரத்திலிருந்து அம்பை உருவினார். கொப்புளித்து வந்த பால் சற்று நேரத்தில் காய்ந்து மரத்தோடு மரமாகிவிட்டது.

பாலை எடுத்து என்னிடம் கொடுத்துச் சாப்பிடச் சொன்னார். மனிதனைத் தின்ன மரத்தின் பாலையா சாப்பிடுவது!

நான் விழித்தேன்.

"சுடுகாட்டு மாமரத்துப் பழம் தின்பது என்றால் விரசமாகத் தெரியவில்லையே? சாப்பிட்டுத்தான் பாரேன் எப்படி இருக்கிறது என்று" என ஸித்த புருஷர் சிரித்தார்.

நானும் எடுத்துப் பருகினேன். பசி களைப்பு எல்லாம் பஞ்சாய்ப் பறந்து உடம்பிலே புதிய சக்தியும் தெம்பும் உண்டாயின. "இதையே சாப்பிட்டுக்கொண்டிருந்தால் சாக்காடு இல்லை" என்றார்.

"கடல் கொண்ட கோவிலில் உள்ள கன்னி யார்?" என்றேன்.

"அவளா! அந்தக் காலத்தில் உனக்கு வாழ்க்கைப்பட வேண்டியவள். பூசாரி சடையன் மகள். இன்று காவல் தெய்வம்" என்றார் ஸித்த புருஷர்.

"ஞாலத்தில் யாத்திரை செய்வது போல் காலத்திலும் யாத்திரை செய்து பார்க்கப் பிரியமா?" என்று கேட்டார்.

"அது எப்படி முடியும்?" என்று கேட்டேன்.

“இதோ சுழன்றுகொண்டே இருக்கிறதே அந்த ரஸக் குளிகையைப் பார்த்துக்கொண்டு” என்றார்.

3

குமரிக்கோடு

“ரஸக் குளிகையைப் பார்ப்பது இருக்கட்டும்; நான் எங்கே இருக்கிறேன்?” என்றேன்.

“ஈரேழு பதினான்கு லோகங்களில் இது ஒன்று என்று நினைத்துக் கொண்டிருக்கிறாயா?” என்றார் ஸித்த புருஷர்.

“நான் அப்படி எதுவும் நினைக்கவில்லை. சிந்திப்பதற்கு லாயக்கில்லாதபடி புத்தி குழம்பிக்கிடக்கிறது” என்றேன் நான்.

“புத்தி குழம்புவதற்கு இங்கே உனக்கு ஊமத்தைச் சாறு பிழிந்து யாரும் கொடுக்கவில்லையே?”

“இயல்பு என நான் நினைத்துக்கொண்டிருப்பதற்கு மாறாக இங்கே காரியங்கள் நடந்துகொண்டிருக்கும்போது ஊமத்தைச் சாறு வேறு அவசியமா?” என்றேன்.

“இயல்பு என்று நீ நினைத்துக்கொண்டிருப்பதற்கு மாறாக எதுவும் நிகழ்ந்தால் அதை இயல்புக்கு மாறானது என்று நிச்சயப்படுத்தி விடலாமா?” என்றார் ஸித்த புருஷர்.

“உடலற்ற தலை பேசுவதும், உடம்பற்ற குரல் துணை வருவதும், தலையற்ற முண்டம் புணையாகவும் பிறகு வழிகாட்டியாகவும் உயிர் பெறுவது என்றால் அது எனக்குக் கொஞ்சம் அதிசயமாகத்தான் இருக்கிறது. நான் பிறந்து நாளதுவரையில் நடமாடிய உலகத்தில் அந்த மாதிரி நடந்தது கிடையாது. அங்கே செத்தவர்கள் செத்தவர்கள்தான்” என்றேன்.

“சாவு என்பது என்ன?” என்றார் ஸித்த புருஷர்.

‘உறங்குவது போலும் சாக்காடு – உறங்கி விழிப்பது போலும் உயிர்ப்பு’ என்று சொன்னால் உங்களுக்குத் திருப்திதானே?” என்றேன்.

“நீ திருக்குறள் படித்திருக்கிறாய் என்பதை எனக்குச் சொல்லிக் காண்பித்தது போதும். சாக்காடு என்றால் என்ன?” என்றார் ஸித்த புருஷர் மறுபடியும்.

“அது என்னதென்று சொல்லத் தெரியாமல்தான் எங்களுடைய சமய சாஸ்திரங்கள் தவிக்கின்றன” என்றேன்.

“எங்கள் உங்கள் என்று பேதம் பேசினது போதும்; நானும் உங்களவன்தான். உனக்குத் தெரியாமல்போனால் இல்லை என்று சாதித்துவிடுவாய் போலிருக்கிறதே.”

“நிச்சயமான ஏகோபித்த அபிப்ராயம் இல்லாதவரை . . . .”

"சமய சாஸ்திரத்தின் நிச்சயத்தன்மை பற்றி பிறகு பேசிக்கொள்வோம். சாவு என்றால் என்ன என்பது நிச்சயமாக உனக்குத் தெரியாது என்பதை ஒப்புக்கொள்."

"நான் ஒப்புக்கொள்கிறேன். அதற்கு மேலே சொல்லுங்கள்."

"செத்த பிறகு என்ன நடக்கிறது? மூச்சு நின்றுவிடுகிறது. ரத்த ஓட்டம் நின்றுவிடுகிறது. ஸ்மரணை கழன்றுவிடுகிறது. நீ உடம்பு என்று சொல்லுகிறாயே அது பல அணுக்களின் சேர்க்கையிலே, அவை சேர்ந்து உழைப்பதிலே உயிர்த் தன்மை பெற்றிருக்கிறது. அது அகன்றவுடன் அணுக்கள் தம் செயலை இழந்துவிடுவதாகப் பொருள் அல்ல; அவை சேர்ந்து உழைக்கும் சக்தியை இழந்துவிடுகின்றன; அவ்வளவுதான். அவற்றைத் தனித்து எடுத்து அவற்றிற்கு வேண்டிய ஆகாராதிகளைக் கொடுத்துக்கொண்டுவந்தால் அவை வளரும் . . . ."

"ஆமாம்; அது சாத்தியந்தான்; எங்கள் லோகத்திலும் ஒரு வெள்ளைக்காரர் இதைச் செய்துகாட்டியிருக்கிறார்" என்றேன்.

"இதை நீங்கள் வேறு செய்துபார்த்து திருப்தியடைந்திருக்கிறீர்களா? இதுதான் முதல் படி. இதற்கப்புறந்தான் விவகாரமே ஆரம்பிக்கிறது. மரணத்தில் எத்தனை வகையுண்டு என்பது தெரியுமா? கிழடு தட்டிச் சாவது ஒன்று; பிஞ்சிலே மடிவது ஒன்று; நோய் விழுந்து மடிவது ஒன்று; பிறகு திடகாத்திர தேகத்துடன் இருந்துவருகையில் அணுக்களின் சேர்க்கையைத் துண்டிப்பதால் ஏற்படுவது ஒன்று; இந்த மாதிரி மரணத்தில் எத்தனையோ வகை. ஆதி காலத்தில் நரபலி கொடுத்துக் கொண்டிருந்தார்களே அதனால் எவ்வளவு உபயோகம் இருந்தது தெரியுமா? எமனை எட்டி நிற்கும்படிச் சொல்வதற்கு எங்களுக்கு சக்தி கிடைத்ததெல்லாம் இதனால்தான் . . . ."

"நாம் அநாகரீகமானது எனக் கண்டித்துக்கொண்டிருந்த ஒரு காரியம் ஆதிகாலத்தில் சாஸ்திர வளர்ச்சிக்கு எவ்வளவு துணை செய்திருக்கிறது" என நான் எண்ணமிடலானேன்.

"கழுத்துடன் அரிந்து உயிரைப் போக்கிவிட்ட பிற்பாடு அணுக்களின் நசிவு ஏற்படாமல் தடுத்துக்கொள்ள முடியுமானால், அதாவது அதில் உள்ள உயிர்ப்பை மட்டும் அவிந்துபோகாமல் காப்பாற்றிக் கொண்டால், அந்த உடம்பை நம் இஷ்டப்படி இயக்கலாம் அல்லவா?"

"உதாரணமாக?"

"வெறும் மூளை இருக்கிறதே, அதுதான் மனம் புத்தி சித்தம் என்பனவற்றிற்கெல்லாம் ஆதார கோளம் என்பது உனக்குத் தெரியுமா? பழகிக்கொண்டால் பக்கத்தில் உள்ளவரை நம் இஷ்டப்படி ஆட்டி வைக்க முடியும் என்பது தெரியுமல்லவா?"

"ஆமாம். அது சாத்தியந்தான். நான்கூட நேரில் பார்த்திருக்கிறேன்."

"அதே மாதிரி ஜீவனை அகற்றிய தலையைத் தூர வைத்துவிட்டு, அதன்மூலம் அங்கு நடப்பதை அறியலாம். அங்கு நாம் விரும்புவதை நடத்தலாம். அதே மாதிரி தலைகள் மூலம் உடற்கூறுகளை நம்

இஷ்டப்படி இயக்கலாம். இதெல்லாம் வெறும் பொம்மலாட்டம். பிரபஞ்ச தாதுக்களின் நுட்பங்களை அறிந்தவர்களுக்கு உயிர்ப்பை மட்டும் உடம்பில் காப்பாற்றிவைப்பதற்கு முடியும்....”

“அப்படியானால் நான் முதலில் கோவிலுக்குள் நுழைந்தபோது அந்தக் கன்னியின் சிரசின் மூலம் தாங்கள்தான் பேசினீர்களோ” என்று கேட்டேன்.

ஸித்த புருஷர் விழுந்துவிழுந்து சிரித்தார். அந்தச் சிரிப்பிலே நாக சர்ப்பத்தின் சீறலும் தொனித்தது. எனக்கு வெகு பயமாக இருந்தது.

என் மனசில் ஓடிய எண்ணங்கள் எல்லாம் அவருக்கு வெட்ட வெளிச்சம் என்பதை உணர்ந்துகொண்ட எனக்கு இன்னும் பீதி அதிகமாயிற்று.

நான் பயத்தைக் காட்டிக்கொள்ளவில்லை. “தூரத்தில் பேசுவதற்கும் பொருள்களை இயக்குவதற்கும் நாங்கள் எங்கள் லோகத்தில் வெறும் ஜடப் பொருள்களையே உபயோகிக்கிறோமே. அந்தக் காரியத்தை நடத்துவதற்காக உயிர்க் கொலை செய்வது அநாவசியம்தானே?” என்றேன் நான்.

“நீங்கள் ஜடப் பொருள்களை இயக்கி காரிய சாதனை செய்கிறீர்கள் என்பது எனக்குத் தெரியும்; ஜடப் பொருள்களை இயக்குவது என்றால் ஜடத்துக்குள் வசப்பட்டு அதன் நியதிகளுக்கு இணங்கி, தானே காரியம் நடக்கிறது. உங்களுடைய காரியங்களைப் புயல்கூடத் தடுத்துவிடுமே; எங்களுக்கு அப்படியா? எரிமலையைத் தாண்டிக் கொண்டு எங்கள் எண்ணங்கள் செல்லுகின்றனவே; உங்களுக்கு அப்படியா? நீங்கள் பேசினால் அங்கே குரல் கேட்கும்; அதாவது உங்கள் குரல் கேட்கும்; இங்கு அப்படியா? நீங்கள் ஜடப் பிராணனை உபயோகிக்கிறீர்கள். நாங்கள் அதற்கும் நுண்தன்மை வாய்ந்த சூட்சுமப் பிராணனை உபயோகிக்கிறோம். அது கிடக்கட்டும். நான் கேட்டதற்குப் பதில் சொல்லு; நீ காலத்தில் யாத்திரை செய்ய விரும்புகிறாயா? சொல்லு.”

“நான் எதற்கும் தயாராகத்தான் வந்திருக்கிறேன். முதலில் நீங்கள் ஏன் இங்கு வர வேண்டும். ஏன் பூலோகத்துக்கு வரக் கூடாது? நீங்கள் பேசுவதற்கு உபயோகமாகும் சிரமுடைய கன்னி யார்? இதெல்லாம் தெரியச் சொல்ல மாட்டீர்களா?” என்று கேட்டேன்.

ஸித்த புருஷர் சிரித்துக்கொண்டு “பூலோகத்தில் எங்களுக்குக் கிடைக்காத சௌகர்யங்கள் எல்லாம் இங்கு கிடைக்கும்போது நாங்கள் ஏன் அங்கு வர வேண்டும்? மேலும் எங்கிருந்தால் என்ன? நாங்கள் இப்போது பூலோகத்தில் இல்லை என்பதை நீ எப்படிக் கண்டாய்?” என்று கேட்டார்.

நான் அவரது வாயையே பார்த்துக்கொண்டிருந்தேன்.

அவர் மேலும் பேசலானார்.

“இப்பொழுது நாம் உட்கார்ந்து பேசிக்கொண்டிருக்கும் இடம் ஒரு காலத்தில் கடல் மட்டத்துக்கு மேலே பெரியதொரு மலைத்

தொடராக இருந்தது. இந்த எரிமலை இருக்கிறதே, அது அந்தக் காலத்தில் கிடையாது. பனிக்கட்டிகள் மூடிய பெரும்பெரும் மலைகள் இந்த இடமெல்லாம். இதற்குத் தெற்கே அகண்டமான பெரியதொரு நிலப்பரப்பு இருந்தது. அதில்தான் உன்னுடைய மூதாதைகளும் என்னுடைய மூதாதைகளும் வாழ்ந்து வந்தார்கள். இந்த மலையிலிருந்து புறப்பட்டு இரண்டு நதிகள் ஓடின. ஒன்று குமரியாறு. அது கிழக்கே கடலில் சங்கமமாயிற்று. மற்றது பல்துளியாறு என்பது. அது இங்கிருந்து புறப்பட்டு ஏழு பாலைவனங்களைக் கடந்து ஏழ்பனை நாட்டின் வழியாக ஈசனை வலம் வந்து மறுபடியும் தென்திசை நோக்கியோடி, பனிக்கடலுள் மறைந்தது. பனி வரையில் பிறந்து பனிக் கடலில் புகுந்தது பல்துளியாறு. குமரி நதி கீழ்த்திசைக் கடலில் சங்கமமாகுமிடத்தில்தான் தென்மதுரை இருந்தது. அதில்தான் பாண்டியர்கள் மீன் கொடியேற்றி மீனவனை வழிபட்டார்கள். அவர்கள் குலதெய்வம் மீன்கண்ணி. படைப்புக் காலந்தொட்டே வழிபட்டுவரும் சிலை அது. அதற்குப் பூசனை நடத்திவந்தவள் கன்னி. படைப்புக் காலந்தொட்டு ஜீவித்துவருகிறாள் அவள். உன்னைப் போல உன் வயசிலிருக்கும்போதும் அவளைக் கண்டேன். எனக்கு முந்தியோரும் அவளை அப்படியே கண்டுவந்திருக்கிறார்களாம். மீன்கண்ணியின் ஆலயம் ஆதியில் தென்மதுரையில் இருந்தது. நீரிலே நெருப்புத் தோன்ற தென்மதுரை அழிந்தது. நிலப்பரப்பு குன்றியது. பிறகு மீன்கண்ணியின் சிலை, அதே சிலை கபாடபுரத்தில் ஈசனார் திருவடி நிழலிலே பிரதிஷ்டை செய்யப்பட்டது. கபாடபுரத்தை நிருமித்ததும் அங்கு குடியேறியதும் வேலெறிந்த பாண்டியன் காலத்திலாகும் . . . கபாடபுரம் நிலப்பரப்பின் மையத்திலிருந்தது. மீண்டும் கடற்கோள். கடல் மீண்டும் நகரின் ஒரு பாரிசத்தைத் தொட்டது. அந்த நிலையில்தான் வடிம்பலம்ப நின்ற பாண்டியன் சிம்மாசனமேறினான். அதன் பிறகு . . . மறுபடியும் மறுபடியும் சமுத்திர ராஜன் சீற்றங்கொண்டான் . . . கபாடபுரமும் தென்மதுரை போல மூழ்கி மறைந்தது . . .”

ஸித்த புருஷர் பேசி நிறுத்தினார். நாங்கள் இருவரும் மவுனமாக இருந்தோம்.

எனது பார்வை இடையறாது சுழன்றுவரும் ரசக்கோளத்தின் மீது கவிந்தது. அதன் சுழற்சி நிதானமாக ஒரே வேகத்தில் வெளிச்சத்தைப் பிரதிபலித்தது . . .

4

கபாடபுரத்தின் அழிவு

நான் உற்றுக் கவனித்துக்கொண்டே இருந்தேன். சற்று சித்தம் கிறங்கியது. உடம்பிலிருந்து சுழன்ற புத்தி மட்டும் எங்கோ விரைந்து சென்றது. வேகத்தில் செல்லும் திசை தெரியவில்லை. நேரம் தெரியவில்லை. எதிரே பெரும் பாலைவனம் தெரிந்தது. என்ன சூடு என நினைப்பதற்குள் அவற்றை விட்டு அகன்றுவிட்டேன்.

மாலைநேரம். பிரமாண்டமான செம்புக் கதவின் முன் பக்கம் நின்றுகொண்டிருந்தேன். அது மேற்கே பார்த்திருந்தது. என்ன அற்புதமான வேலைப்பாடு! கதவைத் தள்ளித் திறப்பது என் போன்ற மனிதனால் இயலாத காரியம். உயரம் நூறடிக்கு மேலிருக்கும்; அகலம் இருபத்தைந்து அல்லது முப்பது அடிக்குள்ளாக இருக்காது. கதவின் இரு பக்கங்களிலும் நிமிர்ந்து நின்ற மதில் கற்களைச் செம்பை உருக்கி வார்த்துக் கரைகட்டியிருந்தார்கள். இந்தக் கதவு பிரமாண்டமான தொரு கற்பாறையின் உச்சியிலிருந்தது. வடபுரத்தில் ஆழமான சமுத்திரம். அலைகள் அதனடியில் வந்து மோதி நுரை கக்கின.

தென்புறத்தில் காடு. மரம் செறிந்த காடு குன்றினடியில் தென்பட்டது. உயர்ந்த விருக்ஷங்களுக்கு மேல் தனது கொக்குத் தலையைத் தூக்கி நின்றுகொண்டிருந்த கர்ப்பேந்திரம் ஒன்று ஒரு யானையைத் தனது கைகளில் பற்றிக் கிழித்துத் தின்றுகொண்டிருந்தது.

மேற்கே பெரிய மலை ஒன்று கனிந்து புகைந்துகொண்டு இருந்தது. அஸ்தமன செவ்வானத்தில் தென்பட்ட பிறைச் சந்திரன் எனக்கு இழை நெற்றிக்கண் நிமலனை நினைப்பூட்டியது. திரித்திரியாகத் திரிந்து படரும் புகை சடையையும், கனிந்த உச்சி நெற்றிக்கண்ணையும் நினைப்பூட்டியது.

அதிசயப்பட்டுக்கொண்டே நின்றேன். பிரமாதமான பேரியும் வாங்காவும் மணிச்சத்தமும் கேட்க ஆரம்பித்தது. கதவு மெதுவாகத் திறக்க ஆரம்பித்தது.

ஊர்வலத்தின் முன்னால் பூசாரி சடையன் பவித்திரமாக நீறு அணிந்து இடையில் வைரவாள் சொருகி நடந்தான். அவனுக்குப் பின் அவள் வந்தாள். என்ன அழகு! அவளைப் பலியிடப் போகிறார்கள். அவளுக்குப் பின் வடிம்பலம்ப நின்ற பாண்டியன் வந்தான். அவனுக்குப் பின் நான் வந்தேன். அதாவது என்னைப் போன்ற ஒருவன் வந்தான். கையிலே வேல்.

அவன் கர்ப்பேந்திரத்தைக் கண்டான். அதன்மேல் வீசினான். வேல் குறி தவறி அதன் ஒற்றைக் கண்ணைக் குருடாக்கியது. ஐந்நூறு அடி உயரமுள்ள மிருகத்திற்கு இந்தக் குன்று எம்மாத்திரம்! அதன் கோரக் கைகள் பூசாரி சடையனைப் பற்றின. சடையன் தனக்கு மரணம் நிச்சயம் என்று தெரிந்துகொண்டாலும், வைரக் கத்தியைக் கொண்டு அதன் குரவளையில் குத்தினான். சடையன் தலை அந்த மிருகத்தின் கோர விரல்களில் சிக்கி அறுபட்டது.

ஊர்வலத்தில் ஒரே களேபரம். தெறி கெட்ட மிருகம் எங்கே பாயுமோ என நாலா திசையிலும் சிதறி ஓடினர். கர்ப்பேந்திரமோ வலி பொறுக்கமாட்டாமல் மலையுச்சியை நோக்கி ஓடியது.

இந்தக் களேபரத்தில் என் சாயலில் இருந்த அவன் கன்னியை அழைத்துக்கொண்டு கடற்கரைக்கு ஓடினான், அரசன் வாளுக்கும் கோபத்துக்கும் தப்பிவிடலாம் என்று. நேரே ஓடிய கர்ப்பேந்திரம் எரிமலையின் உச்சியில் சென்று பாதாளத்தில் விழுந்து மறைந்தது.

கடற்கரை நோக்கி ஓடியவர்கள், நீரிலே நெருப்புத் தோன்றி வரக் கண்டனர். அதே சமயத்தில் மண் மாரி போல் சாம்பல் விழுந்தது. எரிமலை கர்ஜிக்கத் தொடங்கியது. அக்னிக் குழம்புகள் பாகாக உருகி ஓடிக் கடலில் கலந்து அதையும் பொங்கவைத்தது. கடலின் அலைகளோ ஊழியின் இறுதிப் பிரளயம் போலத் தலை தூக்கியடித்தன. நிமலன் நெற்றிக்கண்ணைத் திறந்தான். கபாடபுரத்தின் செப்புக் கதவுகள் பாகாக உருகியோடுவதைக் கண்டேன்.

பிறகு அலைச் சப்தம், பேரலைச் சப்தம், ஒரே அலைச் சப்தம்.

சந்திரோதயம், 30.6.1945, 10.7.1945, 20.7.1945

அன்று இரவு

1

அரிமர்த்தன பாண்டியன்

நான்மாடக்கூடலில் அன்றிரவு மூவர் உறங்கவில்லை. அதில் ஒருவன் சொக்கேசன். மனிதனுடன் மனிதனாக நடமாடி, அவர்களுடைய சுகதுக்கங்களில் பகிர்ந்துகொண்டு, வளையல் விற்று, சாட்சி சொல்லி, சங்கப் புலவர்கள் கருவமடக்கி, வாழையடி வாழையாக ஆண்டுவரும் பாண்டியர்களுக்கு மந்திரியாய், நல்லாசிரியனாய், தெய்வமாய்க் கைகொடுத்துவரும் சொக்கேசன், அழகன் உறங்கவில்லை. பிறவா நெறி காட்டுவானுக்கு உறக்கம் ஏது? ஊண் ஏது? அடுத்த ஆள் ஓர் அரசன்; பாண்டியன், அரிமர்த்தன பாண்டியன், இமையா நாட்டம் பெற்றவன் போல, சயனக்கிருஹத்தில் மஞ்சத்தில் அமர்ந்து நினைவுக் கோயிலில் நடமாடிவந்தான். அறிவை அன்று நடைபெற்ற நிகழ்ச்சிகள் சரக்கூடம் போட்டன; நடைபெற்ற நிகழ்ச்சிகள் வாலுடன் தலையிணைத்துக் காட்டி நகரின் வரம்பமைத்த பாம்பு மாதிரி அறிவு சக்கரவியூகம் போட்டது.

பிரகாசம் கண்ணைக் குத்தித் தூக்கத்திற்கு ஊறுவிளைக்காமல் இருப்பதற்காக அமைத்த நீலமணி விளக்கு, அவனது மார்பில் கிடந்த ஆரத்தில் பட்டு, சற்று அசையும்போது மின்னியது. கை விரல் மோதிரத்தை நெருடிக்கொண்டே சாளரத்தின் வழியாகத் தெரிந்த சிறிய துண்டு வான்வெளியை நோக்கிக்கொண்டிருந்தான். அன்றிரவு கிருஷ்ண பட்சத்துச் சந்திரன்; அது உதயமாக இன்னும் இரண்டு சாமம் கழிய வேண்டும். சாளர வரம்புக்கு உட்பட்ட தாரகைகள் ஒன்று இரண்டு, தீர்க்கதரிசிகளின் அறிவு வரம்புக்குள் அடைபட்ட பிரபஞ்ச ரகசியங்கள் ஒரு குறிப்பிட்ட கோலத்தில் அமைந்து, மனித உயிர் நாடும் வேட்கைக்குச் சாந்தி தரும் சமயம் என்ற ஒரு குறிப்பிட்ட கோலத்தைக் காட்டுவது போல, ஜோதிட விற்பன்னர்கள் வகுக்காத ராசி மண்டலங்களை அமைத்துக் காட்டியது.

சாளரத்தின் உச்சியிலிருந்து, வானத்துக்கு நேர்கோட்டில் ஆணியடித்து வைரம் பதித்தது மாதிரி, அல்ல, மஞ்சள் கலந்து சிவப்புக்கல் பதித்த மாதிரி ஒரே ஒழுங்கில் அமைந்து நின்று அசைந்து கண் சிமிட்டியது. மன்னன் மனம், அன்றைய நிகழ்ச்சிகளை ஒரு விநாடி மறந்து தாரகைக் கூட்டத்தில் லயித்தது. மனம் ஒன்ற ஒன்ற, இருட்டுக்குள் இருளுக்கு வரம்பு போட்ட மாதிரி கோபுரமும் கலசமும் திரண்டு உருவாயின; அதன் மத்தியில் அந்த விளக்குகள். என்ன, நம்மூர்க் கோயிலைக் கூடவா, நாம் தினம் கும்பிட்டு மன உளைச்சல் என்ற சுமையை இறக்கிவைக்கும் சுமைதாங்கியான கோயிலைக் கூடவா மறந்துவிட்டோம் என்று நினைக்கிறான் பாண்டியன். தன்னை அறியாமல் மீசையை நெருடிக்கொண்டே சிரிக்கிறான். கோபுரத்தைத் தாண்டி ஒண்டித் தெரியும் துண்டு வானத்தில் ஒரு நட்சத்திரமும்கூடச் சிரிக்கிறது.

'முப்பது வயசுக்குள் எவனாவது திடீரென்று மாறிப் பரம் ஒன்றே என்ற நினைப்புடன் நடமாட முடியுமா? குதிரை வாங்கப்போன மந்திரி திரும்பிவரும்பொழுது, விழுந்து கும்பிடு என்று என் மனசே சொல்லும்படி எப்படி மாறிவிட முடியும்? கொண்டுபோன பணத்தை என்ன செய்தான்? விரயம் செய்து போகத்தில் ஆழ்வதென்றால் அவன் உடம்பு அதைக் காட்டியிருக்குமே.'

அரிமர்த்தனன் மனசிலே அன்று பிற்பகல் பட்டிமண்டபத்தில் நடைபெற்ற நிகழ்ச்சிகள் நினைவுக்கு வருகின்றன:

அமாத்தியன் திருவாதவூரன், பகல் முழுவதும் கால் கடுக்க நடுவெயிலில் நின்று கல் சுமந்து கசையடிபட்டதன் சோர்வு சற்றும் காட்டாமல், வந்தபோது பூத்து அலர்ந்த புன்சிரிப்போடு நிற்கிறான். அரசன் அரிமர்த்தன பாண்டியன் சிங்காசனத்தில் அமர்ந்திருக்கிறான்.

"அமாத்தியரே, குதிரைகளுக்குக் கொடுத்தனுப்பிய தொகை எங்கே?"

"அவனைத் தவிர இவ்வுலகில் கொடுப்பவர் யார்? கொள்பவரார்?"

"வாதவூரரே, அப்படியானால் பணம் வாங்கவில்லை என்று மறுக்கிறீரா?"

"குதிரை வரும் என்று சொல்லுகிறேன்."

"குதிரையைப் பற்றி நீர் கவலைப்பட வேண்டாம். பணத்தை என்ன செய்தீர், சொல்லிவிடும்; உம்மை மன்னித்துவிடுகிறேன்."

"அரசே, வாதவூரர் கொண்டுசென்றது அரசாங்கப் பணம்; அதை விரயம் செய்யத் தங்களுக்குக்கூட உரிமை கிடையாது என்பதைத் தாங்கள் எத்தனை முறை இந்த வாதவூரர் முன்னிலையிலேயே சொல்லியிருக்கிறீர்கள்; மன்னிப்பது என்றால் பாண்டியன் தனது ஆட்சியை அழிப்பது என்பதே பொருள்" என்று இடைமறிக்கிறார் ருத்திரசாத்தனார் என்ற மந்திரி.

"பணம் வந்துவிட்டால் போதுமா? சமயத்தில் குதிரைகள் கிடைக்காததனால் நாம் எவ்வளவு ஆபத்தான நிலையில் இருந்தோம்?

புதுமைப்பித்தன் கதைகள்

சோழன் திரட்டிய சேனை நம்மீது விழுந்திருந்தால் நாடு என்ன கதியாகும்? களப்பிரர்கள் சோழநாட்டைச் சூறையிடாதிருந்தால் இன்று மீன் கொடியில் ரத்தக்கறைகள் அல்லவா படிந்திருக்கும்? தோல்வி என்பது நமக்கு இல்லை. சொக்கேசன் உள்ளவரை, பாண்டியன் உள்ளவரை அந்நியன் தலை மண்ணில் உருளத்தான் செய்யும்; இருந்தாலும் . . ." என்கிறார் ஏனாதியான பகைக்கூற்றச் சித்திரனார்.

"வாதவூரரே, என்ன சொல்லுகிறீர்? தொகை எங்கே?" என்கிறான் அரிமர்த்தனன்.

"கொடுத்தவன் வாங்கிக்கொண்டான்; குதிரைகள் வரும்" என்கிறார் வாதவூரர்.

"அரசே, வாதவூரருக்கு வயசு முப்பதுதான். திருக்கோவையாரைப் பாடியவர் என்பதற்காக, அவரை நாம் சிறிது காலம் பார்க்காமல் இருந்துவிட்டதற்காக, ஜீவன்முக்தராகிவிட்டார் என்று நினைப்பது தவறு. சங்கரனார் நெற்றிக்கண்ணைத் திறந்தாலும் குற்றம் குற்றமே என்ற நாடு இது. சங்கரருக்கே அப்படியென்றால் வாதவூரருக்கு மட்டும் என்ன இளக்காரம்?" என்கிறார் ருத்திரசாத்தனார்.

"வாதவூரரே, என்ன சொல்லுகிறீர்? சித்தர்கள் போலப் பரி பாஷையில் பேசி ராஜாங்க நேரத்தைக் கழிக்க வேண்டாம். குதிரைகள் வரும் என்கிறீரே; எப்போது வரும்?"

வாதவூரன் கண்கள் ஏறச் செருகிவிட்டன. நின்ற நிலையிலேயே உள்ளோடு ஒன்றிவிட்டான்.

உதடுகள், "குதிரைகள் – குதிரைகள் – குதிரைகள் . . ." என முணுமுணுக்கின்றன.

பாண்டியன் மனசிலும், "குதிரைகள், குதிரைகள், குதிரைகள்" என்ற வார்த்தைகள் எதிரொலிக்கின்றன.

பட்டிமண்டபத்துக்கு வெளியே சடபடவென்று ஆர்ப்பாட்டமான சத்தம். காவலர்கள் இருவர் ஓடிவருகிறார்கள். "குதிரைகள் வந்து விட்டன! அரசே! குதிரைகள் வந்துவிட்டன!" என்று நமஸ்கரிக் கின்றனர்.

"என்ன, குதிரைகளா! எங்கே!" என்று எழுந்திருக்கிறான் மன்னன். சபையும் திரண்டு எழுந்திருக்கிறது. வீரக்கழல் முழங்க, அரசன் மிடுக்குடன் வாசலுக்குப் போகிறான். மந்திரி பிரதானிகள் பின் தொடர்கிறார்கள். பட்டிமண்டபத்திலே 'குதிரைகள் குதிரைகள்' என்று தம்மை மறந்து ஜபிக்கும் வாதவூரரையும் சிலைகளையும் தவிர யாரும் இல்லை.

குதிரைகள்தாம் எத்தனை! பத்து அக்குரோணிக்குப் போதுமானவை; அவ்வளவும் வெள்ளை. குதிரை நோட்டம் தெரிந்த கணக்காயர்கள் சுற்றிச்சுற்றிப் பார்க்கிறார்கள்; ஒரு சுழி இருக்க வேண்டுமே. அத்தனையும் உயர்ந்த ஜாதிக் குதிரைகள்.

குதிரைப் பாகன்தான் கண்கொள்ளாக் காட்சி. அவனை அழைத்துச்சென்று அப்படியே முடிசூட்டிவிடலாமா என்றுகூட

நினைத்தான் அரிமர்த்தனன். என்ன அசட்டுத்தனமான நினைப்பு! அவன் துருஷ்கனா, யவனனா, சோனகனா? கண்களிலேதான் அம்மம்ம, என்ன பயங்கரம்! சாட்டையைக் கொண்டு சிமிட்டாக் கொடுக்கிறான். அத்தனை குதிரைகளும் அணிவகுத்து நிற்கின்றன!

"பெற்றுக்கொண்டு சீட்டைக் கொடும்; போகவேண்டிய வழி கணக்கில் அடங்காது" என்கிறான் குதிரைப் பாகன். குரலில் இனிமையும் பயங்கரமும் கலந்திருந்தன.

அரசன் முறிச்சீட்டில் கையெழுத்திட்டுத் தருகிறான். பாகன் வாங்கிக்கொண்டு வணக்கங்கூடச் செய்யாமல் போய்விடுகிறான்.

மன்னனும் மந்திரிப் பிரதானிகளும் பட்டிமண்டபத்துக்குள் திரும்ப வருகிறார்கள். வாதவூரன் முகத்தில் சோகம் தேங்க, "நாடகத்தால் உன் அடியார் போல் நடித்து நான் நடுவே, வீடகத்தே புகுந்திடுவான் மிகப்பெரிதும் விரைகின்றேன்" என்று தழுதழுத்தபடி உருகி நிற்கிறார்.

"வாதவூரரே, என்னை மன்னிக்க வேண்டும்; நான் ராஜ்யத்தைச் சுமக்கிறவன்."

"அரசே, நான் உலகின் துயரத்தை, வேதனையைச் சுமக்கிறவன்."

"வாதவூரரே, அப்படி மனம் நொந்துகொள்ளக் கூடாது. தாங்கள் பழையபடி எனக்கு அமைச்சராகவே இருக்க வேண்டும்; தாங்கள் இல்லாவிட்டால் இத்தனை குதிரைகள் கிடைக்குமா?"

"அமைச்சன் மருத்துவனைப் போல இருக்கவேணும் என்பதை நான் தங்களுக்குச் சொல்ல வேண்டுமா?" என்கிறார் ருத்திரசாத்தனார்.

"பகையை விரட்டப் படைப்பலம் வேண்டாமா?" என்கிறார் ஏனாதி.

அரிமர்த்தனன் மனசு மறுபடியும் அந்தக் குதிரைகள்மீது, அந்த வெள்ளைக் குதிரைகள்மீது சவாரி செய்கின்றன. பகைவர்கள் தலைமீது நடமிடும் குதிரைகள். வாதவூரன் கொடுத்த குதிரைகள் அல்லவா? என்ன அறிவு, என்ன தூய்மை! தெய்வாம்சமாக, தெய்வமாகக் குதிரைப் பாகனைப் போலவே நின்றானே . . .

நடுச்சாமத்தைப் புள்ளியிடச் சங்கு விம்முகிறது, அலறுகிறது, முழங்குகிறது. அதன் ஓசையும் மடிகிறது.

அது என்ன சத்தம், தனி நரி ஊளையிடுகிற மாதிரி! அதன் குரல் ஒடுங்கும் சமயத்தில் ஆயிரம்ஆயிரமாக நரிகள் ஊளையிடுகின்றன. நான்மாடக்கூடலில் நரிகளா? குதிரைப்பந்தி இருக்கும் திசையிலிருந்து அல்லவா கேட்கிறது! அரிமர்த்தனன் எழுந்து நிலாமுற்றத்துக்குச் செல்லுகிறான். காதுகளை ஈட்டியிட்டுக் குடைவது போன்ற இரைச்சல். இருட்டில் கண்கள் துழாவுகின்றன. இருட்டைத் தவிர வேறு எதுவும் தெரியவில்லை.

மன்னவன் வீரக்கழல் ஒலிக்க, உத்தரீயம் தரையில் புரள, மறுபடியும் சயனக்கிருஹத்தில் நுழைகிறான். மஞ்சத்தருகில் சாய்த்துவைத்திருந்த உடைவாளுடன் அறையை விட்டு விரைகிறான். வாசலில் தூக்கமும் மருட்சியும் கண்களில் தேங்க, குழலும் மேலாக்கும் சரிய, துவண்ட நடையில் விளக்கெடுத்து முன் செல்லுகிறார்கள் பணிப்பெண்கள். அந்த மங்கிய ஒளியில்தான் அவர்கள் என்ன அழகு!

அரசன் அரண்மனை வாசலில் வந்து நிற்கிறான். "குதிரை லாயத்தில் நரிகள் புகுந்துவிட்டன, அரசே, அவை நகருக்குள்ளும் பிரவேசித்துவிடும் போலத் தெரிகிறது ..." என்று கும்பிடுகிறார்கள் குதிரைப் பந்தியின் காவலர்கள்.

மூன்று ஜோடிக் கழல் ஒலிகள் இருட்டில் படிப்படியாக மங்கி ஓய்ந்தன.

திடீரென்று இருட்டையே கூர்ங்கத்தி கொண்டு கிழிப்பது போல ஒரு தனி அலறல். பீதியில் வெருண்டு உயிருக்குப் போராடி மடியும் குதிரையின் குரல் அது. அதைத் தொடர்ந்து ஆயிரம் பேய்கள் கெக்கலிகொட்டி நகைப்பது போன்ற நரி ஊளை. போர்க்களத்தில் கவந்தங்கள் ஆடுவதையும், அச்சிற்று விழும் தேரில் அடிபட்டு நசுங்கும் குதிரைகள் யானைகள் போடும் கூச்சல்களையும் கேட்டவன் தான் அரிமர்த்தன பாண்டியன். ஆனால் அன்று கேட்ட அந்தத் தனிக் குதிரையின் சப்தம், அவனிடம் அபயம் கேட்டு ஏமாந்து உயிர்விடுவது போல இருந்தது. நான்மாடக்கூடலில் இந்த இருட்டுப் பேய்க்கூச்சல் ஜனங்களை எழுப்பிவிட்டிருக்கக் கூடும். அவர்கள் இரட்டைத் தாழிட்டு வீட்டுக்குள் அமர்ந்துவிட்டனர்.

குதிரைக் கொட்டடியின்முன் காவலர்கள் கதவைத் தாழிட்டுக் காவல்காத்து நின்றனர்.

"உள்ளே மருந்துக்குக்கூட ஒரு குதிரை இல்லை. நமது லாயத்தில் நின்ற பழைய குதிரைகளைக்கூட ஒன்று பாக்கிவிடாமல் கொன்று கிழித்துவிட்டன" என்றார்கள் காவலர்கள்.

"புதுக் குதிரைகள்?"

"அவை மறைந்த மாயந்தான் தெரியவில்லை. உள்ளே நரிகள் நின்றுதான் ஊளையிடுகின்றன. அவை வெளியே வந்துவிடாமலிருக்க, கதவை இழுத்துச் சாத்திவைத்திருக்கிறோம். நாங்கள் சாத்து முன்பே பெரும் பகுதி வெளியே ஓடிவிட்டன.

"அரசே, குதிரைப் பந்திக்குள் நரிகள் ஊளையிடுகின்றனவே; புதுக் குதிரை ஒன்றுகூட இல்லையே" என்று பக்கத்தில் ஒரு குரல் கேட்டது.

அரசன் திரும்பிப் பார்க்கிறான். அமாத்தியர் ருத்திரசாத்தனார் நின்றுகொண்டிருந்தார்.

"ஆமாம். புதுக் குதிரைகளைக் காணவில்லையாம்" என்றான் அரிமர்த்தனன்.

"நானும் அப்படித்தான் எதிர்பார்த்தேன். தங்கள் மந்திரியின் சித்து விளையாட்டாக இருக்கலாம். நீங்கள் கவனித்தீர்களோ, குதிரைகள் வந்தபோது அவனது நிலையை? நான் வரும்போதே மீண்டும் அவரைக் கைதுசெய்யும்படி உத்திரவிட்டுவிட்டு வந்தேன்."

"சீ! அப்படி இருக்காது. மேலும் நீதி வகுக்க நாம் யார்?"

"அரசே, தாங்களுமா?"

"குதிரைப் பாகன் எங்கு மறைந்தான் என்பதுதான் தெரியவில்லை. நேற்று நமது கோயில் ஆயிரக்கால் மண்டபத்தில் சென்று படுத்ததைத் தான் சிலர் பார்த்ததாகத் தெரிகிறது. ஒற்றர்கள் கிரகித்த தகவல் இதுதான்" என்றது மற்றொரு குரல். ஏனாதி பகைக்கூற்றச் சித்திரனார் தாம்.

"பாகனைப் பிடித்தால் காரியம் தெரியும்."

இடைவெட்டு

அடியார்க்கு நல்லார்: நான்தான் அப்பொழுதே சொன்னேனே: குதிரைகள் நிச்சயமாக வரும் என்று? எனக்குத் தெரியாதா வாதவூரனை.

சேனாவரையர்: வாதவூரன் பொய்யன் என்று நான் எப்பொழுதும் சொன்னதுண்டா? சமயத்துக்கு வராத குதிரைகள் இனி வந்து என்ன, வராமல் என்ன? இப்பொழுது வெகு சிரேஷ்டமான பரிகள் கிடைத்தாலும் அவை நரிகளுக்குத்தான் சமம். மானம் கெட்டுப்போய் அரசனும் அவற்றை ஏற்றுக்கொண்டானே!

இளம்பூரணர்: புரை தீர்ந்த நன்மை பயக்கும் என்றால் எதுவும் பொய்யே அல்ல. இன்று அரசன் ஏற்றவை நரிகளாகவே இருந்தாலும் அவை பரிகளே. வாதவூரனுக்கு வயசு முப்பது என்பதற்காக வாயில் வந்தபடி எல்லாம் பேசுவதா?

ஒற்றன்: குதிரைகள் கொண்டுவந்தானே, அவனை நீங்கள் எங்காவது கண்டீர்களா?

அடியார்க்கு நல்லார்: சொக்கேசன் ஆலயத்து வசந்த மண்டபத்துக் குள் போய் உட்கார்ந்தான். நான் என் கண்களால் கண்டேன்.

சேனாவரையர்: நான் பார்க்கும்பொழுது அவன் வசந்த மண்டபத்தில் இருந்தான் என்று சொல்லும். அவன் இப்பொழுது எங்கும் இருக்கலாம். அவனது கழுத்தில் கிடந்த மறுவைப் பார்த்தீர்களா? ஆலகால விஷம் மாதிரி அல்லவா இருந்தது? உன்மத்தன் போல் அல்லவா, நிதான புத்தியுடன் நடந்துகொள்ளச் சிரமப்படும் உன்மத்தன் போல் அல்லவா, அவன் விழித்தான்?

இளம்பூரணர்: மறு இருக்கிற இடத்தில் இருந்தால் எல்லாருக்கும் அதிருஷ்டந்தான். அவன் அதிருஷ்டசாலிதான் என்பது நிச்சயமில்லை. வாதவூரன் நிச்சயமாக அதிருஷ்டசாலிதான்.

2

வாதவூரர்

வாதவூரன் மனசும் அறிவும் தட்டுமறித்து விளையாடின. யாருக்கு யார் பதில் சொல்லுகிறார்கள் என்ற நினைப்பின்றி யாரோ மனசில் சொன்னதை, தாம் நாவால் சொன்னதாகவே வாதவூரருக்குப் பட்டது. குதிரைகள் வாங்க வேண்டும் என்ற நினைப்பே அற்றுப்போகும்படி தம்மை இழுத்து உட்கார்த்திவிட்ட பெரியார் தம்மிடம் என்னத்தைக் கண்டுவிட்டார் என்பதுதான் முடிவில்லாப் புதிராக அவரை மலைக்க வைத்தது.

கல்லால நீழலில் அமர்ந்த தட்சிணாமூர்த்தத்துக்கு, கண்கூடாகக் கண்டு, ஸ்பரிசித்துப் பேசக்கூடிய ஒரு ரூபம் இருக்குமாகில் அது அவர்தாம். என்னை ஆட்கொள்வதற்காக அம்மையப்பனே அப்படி வந்தானோ! சீ! நான் யார்? எனக்குத் தகுதி என்ன? மனசில் அவன்மீது நாட்டம் இருந்துவிட்டால் போதுமா? கால் எடுத்து வைக்கமுடியாமல், அறிவுதான் அடிக்கு நூறு வேலிகள் கட்டுகிறதே, அப்படிப்பட்ட அறிவு, என்னை ஆட்கொண்டு என்னை அளந்து நிற்கும்போது அவனால்தான் வர முடியுமா, என்னால்தான் அவனிடம் போக முடியுமா?

பாண்டியனிடம் சமத்காரமாகப் பேசிவிட்டதால் நான் செய்த காரியம் சரியாகிவிடுமா? அவன் கொடுத்தானாவது! அவன் வாங்கிக் கொண்டானாவது! அவன் அரிமர்த்தனனாக வந்து கொடுத்த பொழுது அரிமர்த்தனனாக நிற்கும் அவனிடம் கணக்குக் காட்டுவதை விட்டு, வேதாந்தம் பேசி என்னை நான் பொய்த்துக்கொண்டேனே! என்னைவிட நெஞ்சறி கள்வன் எவன்? என்னையும் நம்பி, பணத்தைக் கொடுத்தானே பாண்டியன்! பாண்டியன் பணம். பாண்டியன் பணம் கரையும்பொழுது காலம் நின்றதே; களனே அழிந்ததே. அந்த பெரியாரை நான் திரும்பவும் பார்க்க வேண்டுமே. அவர் அருகில் இருந்தால், தாய் மடியில் இருப்பது போலல்லவா இருந்தது? அவர் என்னிடம் என்ன சொன்னார்? என்னத்தைத்தான் சொல்லவில்லை? அவர் சொன்னதை வேதமும் வேதாந்திகளும் சங்கரனும் சொல்லத் தான் செய்திருக்கிறார்கள். அவர் சொன்னதன் நுட்பம் வார்த்தைக்குள் இல்லையே. குரலிலா? கண்ணிலா? அவர் எதைக் கொண்டு என்னை இழுத்துவிட்டார்? எனக்குத் தெரிந்ததைத்தான் சொன்னார். ஆனால் தெரிந்தது என நான் நம்பி இருந்ததற்கு எவ்வளவு உள்ளூறை கொடுத்துவிட்டார்! "தாமே குதிரைகள் வரும்; நீ உன் குதிரைகளை அடக்கக் கற்றுக்கொள்" என்றாரே சிரித்துக்கொண்டு! அப்பொழுது பாண்டியனும் அவனுடைய குதிரைகளும் அவனுடைய குதிரை வேட்கையும் இந்தப் பிரபஞ்ச லீலையில் எவ்வளவு அற்பமாக, துச்சமாகப் பட்டன; நமது பார்வைக்குள் படவேண்டாத ஒன்றாகப் படும்படி செய்துவிட்டாரே! நானா பணத்தை எடுத்துக் கொடுத்தேன்?

இந்தப் பிரபஞ்சமே எடுத்துக் கொடுத்தது. அதற்குப் பாண்டியன் என்னை வெயிலில் நிறுத்த வேண்டும், கசையடி கொடுக்க வேண்டும், கண்ணைப் பிடுங்க வேண்டும், யானையை விட்டு என் தலையை இடற வேண்டும்? இவையெல்லாம் அற்பத்துக்கு அற்பமான காரியங்கள். பாண்டியனது குதிரை வேட்கை மாதிரி பிரபஞ்சத்தின் பார்வையில் படவேண்டாத ஒன்று. என்னுடைய கட்சியும் பாண்டியன் கட்சி போன்றதுதான். மதுரை அதிருஷ்டம் பெற்ற ஊர்தான். பாண்டியநாடு அதிருஷ்டம் பெற்ற நாடுதான். என்னை எப்படியாவது நீதியின் ஆதிக்கத்திலிருந்து பாதுகாப்பதற்காக என்னஎன்ன பாடு பட்டான்! அவனுக்குக் குதிரையைப் பற்றிக்கூட அக்கறை இல்லை போல் இருக்கிறது. நீதி என்ற ஒன்று திருப்தியடையும்படி நான் பதில் தந்துவிட்டால் என்னைப் பாதுகாத்து மறுபடியும் இந்த மந்திரி உத்தியோக விலங்கை மாட்டிவிடுவதில் அவனுக்கு என்ன ஆசை! அரிமர்த்தனனும் அதிருஷ்டசாலிதான். என் உயிருக்கு உயிரான ருத்திரசாத்தனும் ஏனாதியும் சத்திரவைத்தியர்கள் போல அல்லவா நடந்துகொள்ளுகிறார்கள்! மனித வம்சம் அநாதி காலந்தொட்டு இன்றுவரை, இனிமேலும், அறுகு போலப் படர்ந்துகொண்டே இருக்க, கண்களைக் கட்டிக்கொண்டு நடக்கும் நீதியின் பின்புறமாக, தம் மனசைச் செப்புக் கோட்டைக்குள் சிறை செய்து நடந்தார்களே, அவர்கள் அல்லவா மந்திரிகள்! மந்திரிகள் என்று உலகத்தில் வேடமிட்டால் மந்திரியாகவே நடிக்க வேண்டும். இடையிலே வேஷத்தைக் கலைத்துக்கொள்ளலாமா? அது மனுதர்மமாகாது; உயிர்த் தருமம். உயிர்த் தருமத்துக்கு அரசனது பட்டிமண்டபத்தில் இடங்கொடுக்க முடியுமா? கொடுத்தால் பட்டிமண்டபத்தில் வௌவாலும் குறுநரியும் கொண்டாடி நடக்குமே....

என்ன?

குதிரைகளா? பாண்டியனுடைய பணியாளர்கள் அல்லவா வந்து சொல்லுகிறார்கள்? குதிரைகள்! குதிரைகள் வந்துவிட்டனவோ? குதிரைகளாவது வருவதாவது! பணம் போன திக்கில் குதிரைகள் ஏது? உன்னை ஆட்கொண்ட ஐயன், அன்று கல்லாலின் அடியில் உன்னையே உருக்கிவிட்டவன், உன்னைக் காப்பாற்றக் குதிரைகளைக் கொண்டுவந்து விட்டானா? என்ன ஆபத்து! எனக்காக, என் பொய்க்காக, என்னுடைய நிலையில்லா மனசுக்காக, என்னுடன் சேர்ந்து தெய்வமே, என்னுடைய குருதேவனே அந்தப் பொய்யை நிலைநாட்டத் துணிந்தானா? நான் கொடுக்காத தொகைக்குக் குதிரைகளா? எனக்காக, என்னுடைய அற்ப ஜீவனைப் பற்றுவதற்காக, சகல லோகங்களுமே திரண்டு நின்று எனது பொய்யை நிலைநாட்ட வருவதா? களங்கமற்ற தர்மமானது என்னுடைய சிற்றறிவின் கொடுக்கல் வாங்கல்களின் அற்ப நடத்தைகளுக்கு, அகந்தைக்குத் துணை வருவதா? உலகத்தையே பொய்ப்பிக்கும் பொய்யை உண்டாக்கிய நான் அதமன் அல்லவா? சர்வேசுவரனுடைய லீலை என்னுடைய பொய்க்கும்

துணை நின்று அதை மெய்ப்பிக்க அதலபாதாளத்தில் இறங்குமாகில் அது... அது... எனது நா எழவில்லையே..!

வாதவூரரின் உடலிலிருந்து விலங்குகள் கழற்றப்படுகின்றன. அவருக்குப் பழைய மரியாதைகள் செய்யப்படுகின்றன. ஆனால் அவை மெய்யான பாரவிலங்குகளாக ஊனையும் உயிரையும் உணர்வையும் அதற்குப் பின்புறமாக உள்ள மகாசூட்சுமமான கரணங்களின் சேர்க்கைக் கோப்பையும் அழுத்தின. அவரது நெஞ்சு உலர்ந்தது, வறண்டது, சுழன்றது, பொங்கியது, குமுறியது; சுழித்து நுரைத்துக் கொப்புளித்துப் பொய்ம்மை என்னும் வேதனையைக் கக்கி விக்கித் தடுமாறியது. அவருடைய வேதனை உலகத்தின் வேதனை ஆயிற்று. மதுரை மூதூரின் வேதனையாக உருவெடுத்தது; பெருக்கெடுத்தது. பிரவாகமாகச் சுழித்துக் குறியற்றுக் குறிக்கோள் அற்று விம்மிப் புடைத்து ஓடியது. கரைகள் என்ற பிரக்ஞை இல்லாமலே மதுரை மூதூரை நனைத்தது, முழுக்கியது, ஆழ்த்தியது. பஞ்சணை மெத்தையில் அமர்ந்திருந்தது வாதவூரன் உடல். அவருடைய வேதனை உலக வியாபகமாக, மதுரையையும் அதற்கும் அப்பால் உள்ள அண்டங்களையும் தன்னுள் ஆக்கியது...

நடுநிசியில் ருத்திரசாத்தனுடைய சேவகர்கள் அவருடைய உடலில் விலங்கிட்டனர். விலங்குகள் ஏறின என்ற உணர்வும் அற்றுப்போன சமயம் அது. வேதனை வெள்ளம் அவரையும் அவரது பிரபஞ்சத்தையும் அமுக்கித் தன்னுள் ஆக்கித் தடந்தெரியாமல் செய்துவிட்டது.

இடைவெட்டு

சேனாவரையர்: வையை நதியிலே வெள்ளம் இப்படி வந்தது என்று சொன்னால் நம்புகிறவர்கள் யார்? சில சமயங்களில் கண்ணால் காணும் விஷயங்கள்கூட நிஜமா என்ற சந்தேகம் தோன்றுகிறது. நீர் அந்தப் பக்கமாக ஒரு கூடை மண்ணை அள்ளிப்போடும்.

இளம்பூரணர்: பரிகள் நரிகளுக்குச் சமம் என்றீரே. உமக்கு யக்ஷிணி உபாசனை உண்டோ? சொன்ன மாதிரி பாண்டியன் குதிரை லாயத்திற்குள் நரிகள் எப்படிப் புகுந்தன? தலையாலங்கானத்துப் போரில் கவந்தங்கள் ஆடினவாம். கூளிகளும் பேய்களும் கூழ் அட்டனவாம். அன்று கேட்ட பேரிரைச்சல்கூட இன்றைய நரி ஒன்றின் சத்தத்துக்கு ஈடாகாதே. அலறல் கால பாசம் போல் அல்லவா உயிரை நாடித் தடவியது! நரிச் சத்தம் கேட்டே நகரத்தில் சாவுக்குக் கணக்கு இல்லையாம்.

அடியார்க்கு நல்லார்: பேசிக்கொண்டே நிற்காதீர். முழங்கால் பரியந்தம் தண்ணீர் சுற்றுவது தெரியவில்லை? இன்று வையையில் வெள்ளம் எப்படி உண்மையோ அப்படி நரிகளும் உண்மை. இவை கண்ணுக்குத் தெரிந்தவைகள். இவற்றிற்கும் மேலாக ஏதோ ஒன்று, ஆதிகாரணமான ஒன்று...

ஒற்றர்: ருத்திரசாத்தன் உத்தரவுப்படி வாதவூரனை விலங்கிட்டு விட்டார்கள். அவனைப் பிடித்தால் போதாது. குதிரைப் பாகனையும் பிடிக்க வேண்டும்.

மூவரும்: மன்னவன் ஆக்ஞை அல்ல அது. அவன் அப்படி உத்தரவு போடமாட்டான். ஐயோ, வெள்ளம் பொங்குகிறதே! நுரைகள் புரள்வதைப் பாருங்கள். சிவனுடைய சிரிப்பு மாதிரி ....

3

சொக்கன்

ஆலவாய்மெய்யன், உலகத்தைத் தன்வசம் இழுக்கும் சொக்கன் விளையாடினான். ஜீவாத்மாவின் வேதனையை உணராது விளையாடினான். அங்கயற்கண்ணியின் கண்ணில் பாசமும் கன்னத்தில் குழிவும் தோன்ற அவன் விளையாடினான். பெரியவராக வந்து, பெரிய ஞானோபதேசம் செய்வது போலப் பாவனை செய்து, தெரிந்ததையே சொல்லி, ஏற்கனவே தன் பாசத்தில் சிக்கிய ஜீவனை இன்னும் ஒரு பந்தனம் இட்டு வேடிக்கை பார்த்தான். ஈசன் விளையாடினான். வாதவூரன் அவனுடைய விளையாட்டுப் பொம்மையானான். ஈசனுக்குப் பிரபஞ்சமே வாதவூரனாயிற்று. பிரபஞ்சத்துக்கு உடைமையான அவனது பார்வை வாதவூரன்மீது மட்டும் விழுந்தது. பிரபஞ்சமும் அண்டபகிரண்டமும் அனந்தகோடி ஜீவராசிகளும் யோக நித்திரை போன்ற தாமஸ நித்திரையில் ஆழ்ந்துள்ள நிலைப்பொருள்களும் ஏகோபித்து ஏற்றுச் சுமக்க வேண்டிய அவனது பார்வை அத்தனையையும் விட்டு அதில் ஒன்றான மகாநுட்பமான வாதவூரன் என்ற தோற்றத்தின்மீது, ஓர் உருவ வரம்புக்கு உட்பட்ட தனிச் சாகையின்மீது விழுந்தால் அது சுமக்குமோ?

ஆமாம், அதனால்தான் வாதவூரன் நெஞ்சிலே வேதனை பிறந்தது. சொக்கன் திடுக்கிட்டான். விளையாட்டு விபரீதமாயிற்று. அவன் மனசையும் அந்த வேதனை கவ்வியது. அங்கயற்கண்ணியின் கண்கள் வாளையைப் போலப் புரண்டு சிரித்தன. கன்னங்கள் குழிவுற்றன. கோவைக் கனிக்கு நிறமும் மென்மையும் கற்பிக்கும் அவள் அதரங்கள் மலர்ந்தன. கொங்கைகள் பூரித்தன. காம்புகள் விம்மின. செல்வி சிரிக்கத் தொடங்கிவிட்டாள். அண்ணல் தன் செயல் கண்டு, பித்தாடும் சொக்கன் வேதனைகொண்டு சிரிக்கலானான். சிரிப்பு நாபிக் கமலத்திலிருந்து கொப்புளித்துப் பொங்கியது.

ஈசன் மனசிலோ வேதனை. ஈசன் வாதவூரனாகிவிட்டான். அவன் துயரம் இவன் துயரமாகியது. ஜீவனுடைய பொறுப்புக்குள் உட்பட்டு, அதன் அற்பத்திலும் அற்பமான கொடுக்கல் வாங்கல் பேரங்களின் சிக்கலை நன்குணர்ந்து அதன் சுமைகளைத் தாங்கலானான். ஈசன் கழுத்துத் தள்ளாடியது. என்ன சுமை! என்ன பாரம்! கண்கள் ஏறச் செருகின.

அவனது வேதனையைக் கண்டு அங்கயற்கண்ணி சிரிக்கிறாள். அண்டபகிரண்டமும் ஏகோபித்து அவளுடன் சேர்ந்து ஈசனைப் பார்த்துச் சிரிக்கின்றன.

வாதவூரனாக ஈசன் வேதனை கொண்டான். அவன் மனம் என்ற சர்வ வியாபகமான காலம் கொல்லாத சர்வ மனம் நைந்தது. குமுறியது. கொப்புளித்தது. வாதவூரனாகக் கிடந்து வெம்பியது. குதிரை எனக்காட்டி ஏமாற்றி வந்துவிட்ட செயலுக்காக தானும் அந்த மனிதனைப் போல் சிட்சை பெற்றால்தான் ஆறும்; வாதவூரன் தன் அருகில் வந்தால், அவனருகில் தான் இருக்க லாயக்கு என்று நினைத்தாள்.

வேதனை சுமந்த கழுத்துடன் ஆலவாய்க் கர்ப்பக் கிருகத்திலிருந்து வெளிவந்தது ஓர் உருவம். ஈசன் வெளிவந்தான். சுற்றுமுற்றும் பார்த்தான். எங்கே பார்த்தாலும் வெள்ளம். மது;ரை மூதூரை ஊர் என்று அறிய முடியாதபடி ஆக்கிவிட்டது வெள்ளம். ஈசன் நடந்தான். ஈசன் சிரித்தான். ஈசன் வெள்ளத்தில் நீந்தி விளையாடி முக்குளித்துக் கும்மாளி போட்டுக்கொண்டிருந்தான்.

அங்கயற்கண்ணி சிரித்தாள். வெள்ளம் இன்னும் உக்கிரமாக நுரை கக்கிப் பாய்ந்தது.

மனித வம்சம் துயரத்திலும் வேதனையிலுமே ஒன்றுபட்டு வரும். தன்னை அறியாமலே முக்திநிலை எய்தும். அன்றிரவு அவ்வூரின் நிலை அது. யானையும் காளையும் மனிதனும் மதிலும் மண்ணும் அரசனும் ஆண்டியும் அன்று வெள்ளத்தைத் தடுக்க, மறிக்க, தேக்கி நகரத்தைக் காப்பாற்ற, காரிருட்டில் அருகில் இருப்பவன் என்ன செய்கிறான் என்பதை அறியாமல் மண்வெட்டிப் போட்டுப்போட்டு நிரப்பினர். மண் கரைந்தது. மறுபடியும் போட்டனர். கரைந்தது. மறுபடியும் போட்டனர்.

அன்றிரவு இரண்டு ஜீவன்கள் வெவ்வேறான துயரத்தில் வாடின. வாதவூரன் தன் பொய்யை நிலைநாட்டிய தெய்வத்தின் கருணையைச் சுமக்க முடியாமல் வேதனைப்பட்டான். மண் வெட்டிவெட்டிப் போடும் அனந்தகோடி ஜனங்கள் முயற்சியை அவனது வேதனை கரைத்தது. உழைத்துஉழைத்துச் சோர்வடைகிறவர்களுக்குப் பசியாற்ற ஒரு கிழவி, பந்தமற்ற நாதியற்ற கிழவி பிட்டு அவித்து அவித்துக் கொட்டி விற்று வருகிறாள். அவள் கிழவி. அவளுக்கு நாதி இல்லை. பந்தம் இல்லை. பிட்டும் பிட்டுக்குழலுந்தான் பந்தம். தணிக்கை பண்ணிவரும் கணக்கர்கள் பசி போக்கப் பிட்டுக்காரியிடம் வந்தார்கள். அவளது அடுப்பில் எரிந்த நெருப்பில் கொஞ்சம் எடுத்து அவளது வயிற்றில் கொட்டிவிட்டுப் போனார்கள். மதுரைவாசிகள் எல்லாரும் கரைக்கு மண் போடவேணுமாம். அவளது பங்குக்கும் தச்சுமுழம் நாலு அளந்து போட்டிருக்கிறதாம். அவள் என்ன செய்வாள்? பிட்டுக் குழலைப் பார்ப்பாளா? அடுப்பைப் பார்ப்பாளா? அந்த இருட்டில் ஆள் தேடிப்போவாளா?

இருட்டிலே "ஆச்சீ" என்ற குரல் கேட்டது. அதிலே எக்களிப்பும் பரிவும் கலந்திருந்தன. வேதனை வெள்ளத்தில் முக்குளித்த ஈசன் குரல் அல்லவா?

"யாரப்பா, புட்டு வேணுமா?" என்று கேட்டாள் ஆச்சி.

"என்ன ஆச்சி, புட்டா அவிக்கிறாய்? புட்டு நன்றாக இருக்குமா?" என்கிறான் ஈசன்.

"என்னப்பா, இப்படி வா. உன்னை வெளிச்சத்தில் நல்லாப் பார்க்கட்டும். என் பேரன் மாதிரி இருக்கியே; வா இப்படி உட்காரு. உன் பங்கை நிரப்பிவிட்டியா? எனக்கு நாலு மொளம் அளந்திருக்காங் களாம். நீதான் ரெண்டு கூடை மண்ணை போடேன். உனக்குக் கோடி புண்ணியம் உண்டு" என்றாள் கிழவி.

"எனக்கு என்ன கொடுப்பாய் ஆச்சி?"

"என்னிடம் காசு பணம் ஏது? இப்பவரை சாப்பிட்டவங்க கணக்குச் சொல்லிவிட்டு போயிட்டாங்க. உனக்கு வேணும்னா, புட்டுத் தாரேன்."

"ஆச்சி, அப்படியென்றால் நீ ரொம்ப ஏழையா?"

"இதென்ன கூத்தா இருக்கு! உங்க ஊர்லே பணக்காரங்களா புட்டுச் சுட்டுப் பொளைக்கிறாங்க?" என்று சிரித்தாள் கிழவி. நாலு புறமும் நரிகள் ஊளையிடும் வனாந்தரத்தில் சிக்கிக்கொண்ட ஜீவனின், நிர்க்கதியாகத் தவிக்கும் உயிரின் துயரம் அந்தச் சிரிப்பிலே இழையோடியது.

"நீயோ பரம ஏழை. எனக்கோ பசி சொல்லி முடியாது. போனாப் போகிறது. புட்டு உதிர்ந்துபோனால், அதை மட்டும் எனக்கு எடுத்து வைத்திருந்து கொடு. நான் போய் உன் பங்குக்கு மண் போடுகிறேன். ஆனால் எனக்குப் பசி அதிகம். ஒரு கூடை போட்டால், உடனே ஓடி வருவேன்."

"இந்தா...."

"இப்ப வேண்டாம் ஆச்சி. போட்டுவிட்டு வருகிறேன்...."

ஈசன் மறுபடியும் வெள்ளத்தில் முக்குளித்து விளையாடினான். கரையேறினான். மறுபடியும் தண்ணீரில் குதிக்க ஆசை. ஆனால் பிட்டு ருசி நாக்கைச் சுழற்றியது. ஒரு கூடை மண் எடுத்துப் போட்டான்.

பாதிவெள்ளம் படக்கென்று வற்றியது. ஆனால் ஜலம் மனித வெள்ளம் இட்ட மண் கரைமேல் மோதித் தத்தி அலம்பி வழிந்து கொண்டிருந்தது.

"ஆச்சீ, ஒரு கூடை போட்டுவிட்டேன். பசிக்கிறது, புட்டுப் போடு."

"பேரப்பிள்ளை, தெய்வமேதான் உன்னை இங்கே அனுப்பியிருக்கு. நீயும் அதிட்டக்காரன்தான். நீ போனதுலே இருந்து எடுக்கிற புட்டு எல்லாம் உதுந்துதான் போகிறது. இதோ பார், எத்தனை பேர் காத்து உட்கார்ந்திருக்கிறார்கள்."

"அது கெடக்கட்டும். இந்த முந்தித் துணியிலே புட்டெப் போடு. நேரமாச்சு. மண்ணைப் போட்டு கரையை அடைக்க வேண்டாமா?"

"ஆமாம், ஆமாம். நேரமும் விடியலாச்சு. ராசா வந்தா...."

புதுமைப்பித்தன் கதைகள் • 657 •

"ஆமாம், ஆமாம்."

ஈசன் ஒரே அமுக்கில் பிட்டை விழுங்கிவிட்டான். என்ன ருசி! பேரின்பம்! ஒரே ஓட்டமாக ஓடி, கூடையை விட்டெறிந்துவிட்டு, வெள்ளத்தில் குதித்து விளையாடினான்.

அசுரப் பசி போலச் சுழித்தோடும் வெள்ளத்தில் மீன் போலப் புரண்டு, முழுகி, முக்குளித்து விளையாடினான். வெள்ளத்தில் படம் விரித்துச் சீறிக்கொண்டு நீந்திச்செல்லும் நாக சர்ப்பம் மாதிரி எதிர்த்து நீந்துவான். ஆனந்த வெள்ளத்தில் மிதக்கும் யோகியைப் போலச் சுகாசனமிட்டு வெள்ளத்தின் போக்கில் மிதந்து வருவான். திரும்பவும் வாலடித்துத் திரும்பும் முதலையைப் போலக் கரை நோக்கி வருவான். பிறகு மீன்கொத்திப் புள் மாதிரி கைகளைத் தலைக்குமேல் வீசிக் கோபுரம் போலக் குவிய நீட்டிக்கொண்டு உயரப் பாய்ந்து தலைகுப்புற ஜலத்தைக் கிழித்துக்கொண்டு மறைந்து விடுவான். ஜனங்கள் செத்தானோ என்று பயப்படும்போது மறுகரையில் தலை தெரியும். பிறகு சீறிவரும் பாம்பு மாதிரி நீந்தித் திரும்புவான்.

வெளிச்சம் வரஆரம்பித்தது. வெள்ளத்தின் பீதி குறைய, ஜனங்களும் கரைகளில் நின்று வேடிக்கை பார்த்தார்கள்.

சூரியனுடைய முதல் கிரணங்கள் வெள்ளத்தின் நுரைகளில் வானவில்லிட்டன. அரிமர்த்தன பாண்டியனுடைய மணிமுடி மீதும் பட்டத்து யானையின் வைரமிழைத்த முகபடாம்மீதும் பட்டுத் தெறித்து மின்னி விளையாடின.

அரசன் கரையோரமாகப் பட்டத்து யானை மேல், ஜனங்களிட்ட கரையைப் பார்த்துக்கொண்டு, கணக்கர்கள் கணக்கு ஒப்பிக்க, வந்துகொண்டிருந்தான். தூரத்திலே அவன் கண்ணில் ஒரு பகுதி மட்டும் உடைத்துக்கொண்டு வெள்ளம் பாய்வது தெரிந்தது. மீசை துடிக்க அந்த இடத்துக்கு யானையை விரட்டி ஓட்டும்படி சொல்லு கிறான். பாகன் அங்குசத்தினால் குத்துக் குத்தி, செவியின் புறத்தில் விரல்களால் இடிக்கிறான். அடுத்த கணம் யானை அந்த இடத்துக்கு வந்து நிற்கிறது.

அரிமர்த்தன பாண்டியன் தரையில் குதிக்கிறான்.

மேல்மூச்சு வாங்க ஓடிவந்த கணக்கர்கள் அவசரஅவசரமாக ஏடுகளைப் புரட்டி, "பிட்டு வாணிச்சி பங்கு" என்கிறார்கள்.

கூடியிருந்த ஜனக் கும்பல், "தண்ணீரில் கும்மாளி போடுகிறவன் கடமை" என்கிறது.

அரசன் கைதட்டிச் சைகை செய்து கரைக்கு வரும்படி அழைக்கிறான்.

ஈசன் நாகசர்ப்பம் போலக் கரைக்கு நீந்தி வந்தான். கரையேறி ஈரம் சொட்டச்சொட்ட நிற்கிறான்.

கோபாவேசமாக, "ஏன், மண்ணைப் போடாமல் பொழுதைக் கழிக்கிறாய்? சோம்பேறி!" என்று கேட்கிறான் அரசன்.

ஈரச் சிகையை அண்ணாந்து உலுப்பிக்கொண்டு ஈசன் வாய்விட்டு அசட்டுச் சிரிப்பு சிரித்தான். கண்டத்தில் நனைந்த மறு சூரிய ரேகை பட்டு மின்னியது. ஈசன் சிரித்தான்.

அரசன் கோபித்தான். கூட்டத்தை விலக்குவோர் வசம் இருந்த பொற்பிரம்பை வெடுக்கெனப் பிடுங்கி ஓங்கி ஓர் அடி கொடுத்தான். பொற்பிரம்பு ஈசன் முகத்திலும் நெஞ்சிலும் ரத்த விளிம்பு காட்டியது.

அரசன் சினம் அவியவில்லை. மீண்டும் ஓங்கினான்.

ஈசனது அசட்டுச் சிரிப்பு அதிகமாயிற்று. வெருண்டவன் போல ஜலத்தில் பாய்ந்தான்.

அரசன் சினம் அவிந்தது. ஈசனைக் காப்பாற்ற அவனைத் தாவி எட்டிப் பிடித்தான். ஈசனது முடிப்பிட்ட முந்தி கிழிந்து கையுடன் வந்தது. ஈசன் ஜலத்தில் முக்குளித்து மறைந்துவிட்டான். அரசனும் தொடர்ந்து குதித்து மறைந்துவிட்டான்.

வெள்ளம் மடமடவென்று வற்றியது. நுங்கும் நுரையுமாகக் கொப்புளித்த பிரளயம் சர்வேசனது ஹிரண்ய கர்ப்பத்தில் ஒடுங்கியது.

ஈரச் சகதியிலே மன்னவன் அரிமர்த்தன பாண்டியனது சடலம் கிடந்தது.

உலராத சகதியிலே, முகத்தில் சிவந்த வடுவுடனும் சொல்லில் அடங்காத பொலிவுடனும் மன்னவன் அரிமர்த்தன பாண்டியனது சடலம் கிடந்தது.

மடங்கி இறுகப் பற்றிய கைக்குள், முன்றானைக்குள் பந்தகமிட்ட ஓலை நறுக்கு ஒன்று இருந்தது.

ஈசனுக்குக் குதிரைகள் பெற்றுக்கொண்டதாக எழுதித் தந்த அந்த முறிச்சீட்டு.

இடைவெட்டு

இளம்பூரணர்: அவன் மண் சுமப்பவன் என்றால் என்ன? நெஞ்சில் தைரியம் இருந்தால் தண்ணீரில் நீந்தக் கூடாதா? மதுரை நகரத்தில் எத்தனை வீரர்கள் உண்டு! அவர்கள் காலில் உள்ள வீரக்கழல்களின் ஓசை எவ்வளவு! அவ்வளவு பேரும் மண்ணை வெட்டித்தானே போட்டுக்கொண்டிருந்தார்கள்? அவன் ஒருத்தன்தானே தனக்குள் வெள்ளம் அடக்கம் என்பது போல அதன்மீது பாய்ந்து நீந்தினான்? அவனை அடிக்கலாமா?

அடியார்க்கு நல்லார்: இருட்டில் இருந்த பயம் நமக்கு இப்பொழுது இல்லை. வெள்ளமும் வற்றிவிட்டது. வெள்ளத்தில் வரம்பு தெரிகிறது. அவன் எங்கே? அரிமர்த்தன பாண்டியன் எங்கே?

சேனாவரையர் : பரிகள் எங்கேயோ, வெள்ளம் எங்கேயோ, வெள்ளத்தில் நீந்தியவன் எங்கேயோ, அங்கே அர்மர்த்தன பாண்டியன்.

4

அங்கயற்கண்ணி

மதுரை மூதூரின் கர்ப்பக்கிருகத்திலே மணியூசலிலே கருங்குயில் ஒன்று உந்திஉந்தி ஆடிக்கொண்டிருந்தது. விளக்கற்ற வெளிச்சத்திலே புலன்களுக்கு எட்டாத ஒளிப் பிரவாகத்திலே மணியூசல் விசையோடு ஆடியது. அளகச் சுருள் புலன் உணர்வு நுகரும் இருட்டுடன் இருட்டாகப் புரள, கால் விசைத்து உந்திச் சுழி குழிந்து அலை போல உகள, கொங்கைகள் பூரித்து விம்மிக் குலுங்க, அன்னை மணியூசல் ஆடினாள். ஆலவாய் ஈசன், அழகன் சொக்கன் வருகை நோக்கி மணியூசலாடினாள். தோள் துவள அவள் சங்கிலிகளைப் பற்றி அமர்ந்த பாவனை, சொக்கனை ஆரத் தழுவ அகங்காட்டும் செயல் போல அமைந்திருந்தது. அங்கயற்கண்ணியின் அதரத்திலே கீற்றோடிய புன்சிரிப்பு; மருங்கிலே துவட்சி; கண்ணிலே விளையாட்டு; நெஞ்சிலே நிறைவு. செல்வி மணியூசல் ஆடினாள். அண்ட பகிரண்டங்களையும் சகல சராசர பேதங்கள் யாவற்றையும் தன்னுள் அடக்கும் ஆலிலை வரிவிட்டு புரண்டு விளையாடியது.

அந்த ஒளியில், அந்த இருட்டில், அந்த நிறைவில் சொக்கன் வந்தான். முகத்திலே வடு, மார்பிலே வடு, நெஞ்சிலே நிறைவு. விளையாடச் சென்ற ஈசன் வீடு திரும்பினான். விளையாட்டின் பலன் ஏற்று ஈசன் வீடு திரும்பினான்.

அன்னை அகங்குழைய நெஞ்சம் பூரிக்க அண்ணலை நோக்கினாள். அந்தப் பார்வை அகிலத்தை இழுக்கும் சொக்கனை இழுத்தது. தானாக, தன்னில் ஓர் அம்சமாகப் பிரபஞ்சத்தைக் கொண்ட ஈசனது அகன்ற மார்பில் அன்னை துவண்டாள். மணியூசலிலே வேகமும் கனலும், வேட்கையற்ற வேட்கையும் இரண்டு நாகசர்ப்பங்கள் உயிர்ப் பாசத்தினால் பின்னிப் புரளுவது போல ஏதோ ஒரு தோற்றந்தான் அந்த இருட்டில் தெரிந்தது. அன்னையின் நெஞ்சு சுரந்தது. ஈசனின் வேதனை அவிந்தது.

மணியூசல் விசைகொண்டு உயர்ந்து பொங்கியது. வாமபாகத்தில் தன்னில் ஓர் அம்சமாக அன்னையை அமர்த்தி, வலக்கரம் கொண்டு சங்கிலியைப் பற்றி விரல்கொண்டு ஊன்றி ஆடினான்.

பாதத்தினடியில் முயலகன் முதுகு சற்று வளைந்து கொடுத்தது. கொடுமை என்ற அவனது கோரப் பற்களிடையிலும் புன்சிரிப்பு என்ற எழில் நிலாப் பொங்கியது.

வாமபாகத்தமர்ந்த அன்னை இடக்கரம் ஒரு சங்கிலியைப் பற்றியது. அவளது பெருவிரல் ஈசனது பெருவிரலில் பின்னிப் பிணைந்து உந்தியது.

“அடித்ததற்குப் பலன் அரியணைக்குப் பதில் அரன்மடி போலும்” என்றாள் அன்னை.

அவர்களது மடிமீது அரிமர்த்தன பாண்டியன் அமர்ந்திருந்தான்; சிசுவைப் போல. கவலை இல்லை; எதுவும் இல்லை.

“வாதவூரன் நெஞ்சில் வெள்ளம் அடங்கவில்லை. வழிநடையும் தூரந்தான்” என்றான் ஈசன்.

பொற் பிரம்பு

ஈசன் முகத்தில் விழுந்தது பொற்பிரம்பின் அடி. அவனது மார்பில் விழுந்தது. நெஞ்சில் விழுந்தது. அப்புறத்து அண்டத்தின் முகடுகளில் விழுந்தது. சுழலும் கிரகங்களின்மீது விழுந்தது. சூலுற்ற ஜீவராசிகள்மீது விழுந்தது. கருவூரில் அடைபட்ட உயிர்கள்மீது, மண்ணின்மீது, வனத்தின்மீது, மூன்று கவடாக முளைத்தெழுந்த தன்மீது, முன்றிலில் விளையாடிய சிசுவின்மீது, முறுவலித்த காதலியின் மீது, காதலின்மீது, கருத்தின்மீது, பொய்மையின்மீது, சத்தியத்தின் மீது, தருமத்தின்மீது அந்த அடி விழுந்தது.

காலத்தின்மீது விழுந்தது. தர்மதேவனுடைய வாள்மீது விழுந்தது. சாவின்மீது, பிறப்பின்மீது, மாயையின்மீது, தோற்றத்தைக் கடந்தவன் மீது, வாதவூரன்மீது, வாதவூரன் வேதனையின்மீது, அவன் வழிபட்ட ஆசையின்மீது, அவனது பக்தியின்மீது அந்த அடி விழுந்தது.

அங்கயற்கண்ணியின்மீது விழுந்தது. அவளது நெற்றித் திலகத்தின் மீது, கொங்கைக் குவட்டின்மீது அந்த அடி விழுந்தது.

***கலைமகள்*, ஜனவரி, பிப்ரவரி 1946**

படபடப்பு

பட்டணத்து வாசிகள் திடீரென்று ராணுவ காரியாலய நிபுணர்களாகவும், வேவல்களாகவும், ஆக்கின்லெக்குகளாகவும் மாறினார்கள். ரயில்வே ஸ்டேஷன்களில் கூட்டம் இமைக்க முடியாததாயிற்று. மோக்ஷவாசல் ஊசியின் காதைப் போல அவ்வளவு சிறியது என்று கிறிஸ்துமகான் சொன்னார். பட்டணத்து வாசல்களான ஸ்டேஷன்கள் பட்டணவாசிகளுக்கு மோக்ஷவாசல்களாக மாறியது. ஒவ்வொரு ரயில் வண்டியும் உயிர் பொதிந்த மூட்டை முடிச்சுக்களைத்தான் ஏற்றிச் சென்றன. ஒவ்வொருவரும் உயிரை பத்திரமான இடத்துக்கு கொண்டுபோய் சேர்ப்பித்துக்கொள்ள, சகல கஷ்டங்களையும் சகிக்கத் தயாராயிருந்தனர். சாலையில் பெட்ரோலும் நீராவி வசதியும் வருமுன் இருந்த சஞ்சார உலகம் காட்சியளித்தது. கூடை, முறம், குழந்தை குட்டிகள், கிழடு, நோய் நேஞ்சான், நகை நட்டு முதலிய சகல சுமைகளையும் தபால் வண்டிகள் என்ற இரட்டை மாட்டு வண்டிகள் பத்திரமாக, மெதுவாக வேற்றிடங்களுக்கு சுமந்து சென்று கொண்டிருந்தன. பெட்ரோல் கட்டுப்பாடு சிலரைக் கட்டுப்படுத்தவில்லை; மாட்டுவண்டிச் சாரைகளை விலக்கிக்கொண்டு மின்வெட்டி மறைவது போலவும், அரசியல் துறையில் சந்தர்ப்ப விசேஷத்தைத் தொத்தி முன்னேறுகிறவர் போலவும் அவர்கள் தோன்றி மறைந்தார்கள். 'நீர் எவ்வளவு வேகமாகத்தான் செல்லுமே; நான் வருகிறபோதுதான் வந்துசேருவேனே; எப்படியும் நான் வந்துதான் சேரப்போகிறேனே' என்று சொல்லிக்கொண்டு இயங்கும் உலகம் போல, தபால் வண்டிகளும் தம் போக்கில், இலட்சியத்தை நோக்கி ஊர்ந்து செல்லும் மனித சமுதாயம் போல, மாட்டின் சதங்கையொலிக்கு ஏற்ப ஆற அமர முன்னேறிக்கொண்டிருக்கின்றன.

பூக்கடையும் ரவுண்டாணாவும் சைனா பஜாரும் அத்துவானமாயின. ஜனங்கள் ஆவேசமாக சிங்கப்பூர் வீழ்ந்து விட்டதை விவாதித்தார்கள். பிறகு ரங்கூன் விழுந்துவிட்டதைத் தர்க்கித்தார்கள். பிறகு ஆபத்து, தற்காப்பு, ஜப்பான் நோக்கம், உலகயுத்தம் எல்லாவற்றையும் விவாதித்தார்கள். சென்னையில் வீடுகள் காலியாகிக்கொண்டே வந்தன. பிறகு ரயிலைச் சீந்துவாரும் குறைந்தது. டைபாய்ட் ஜுரம்

கண்டவன் உடம்புச் சூடு பதிவுப்படம் போல, கவலையும் பரபரப்பும் மங்கியது; பிறகு உயர்ந்தது; பிறகு மங்கியது.

அபாய அறிவிப்புச் சங்கு ஊதும் பழக்கமும் அமலுக்கு வந்தது. முதலில் அபாய நீக்க சப்தமே சிலரை வெருள வைத்தது. அதைத் தொடர்ந்து ஊதும் அபாய அலமறல் என்ன வேடிக்கை பண்ணி யிருக்கும் என்று சொல்ல வேண்டுமா? ஒத்திகைகள் இருட்டடிப்புகள் முதலில் வேடிக்கையாகி, அப்புறம் ஜனங்கள் மனசில் பதிந்து ஜனங்கள் வெகுசிரத்தையுடன் பின்பற்றும் சடங்காயிற்று.

தினசரி, பேப்பரில் படித்து, தர்க்கம் நடத்தி, பொழுது போக்கு வதற்குச் சௌகரியமாக, சென்ற இரண்டு வருஷங்களாக இருந்து வந்த ஒன்று திடீரென்று நகரத்திற்குள்ளாகவே புகுந்துவிட்டது. அதாவது ராவணன் கண்ணால் காணுமுன் காதலித்த மாதிரி, நேரில் அனுபவிக்குமுன் மனசிற்குள் புகுந்துவிட்டது. அதிகாலையில் ஆற்றங் கரையில் நின்றுகொண்டு, முதல் முழுக்குப் போடும்வரை உலகெல் லாம் பரந்து கிடக்கும் குளிர் ஒருங்கே திரண்டு ஆற்றுப்பிரவாகமாக ஓடுவதாக நினைத்து உடல் நடுக்கம் கொள்வது போல, ஜனங்கள் நரம்பிலே எப்பொழுதும் ஒரு படபடப்பைக் கொடுத்துவந்தது. தூங்கும் போதும் நடக்கும்போதும் கணக்குப் பார்த்துக்கொண்டிருக்கும் போதும் கறி தாளிக்கும் போதும் காது கொடுத்துக் கேட்க ஆரம்பித் தார்கள். ‘அதோ என்னமோ கேட்கிறதே’ என்ற ஒரு பிரமை சிலர் மனசில் சாதாரணமாயிற்று. அபாயச்சங்குடன் நாயின் ஊளையும், ஜனங்களின் அமைதியும் குசுகுசுப் பேச்சும் விபரீதக் கலவைகளாயின. சென்னைக்கு அபாயமில்லை என்று சிலர் நம்பினார்கள்; சிலர் தாம் வெளியேறிய பின்பு முதல் குண்டு விழக்கூடும் என்று தம்முடைய பொருளாதார நிர்ப்பந்தத்தில் ஜப்பானிய போர்த்திட்டத்தைக் கட்டிப்போட்டார்கள்.

சாயங்காலமாகிவிட்டால் அசுரனுக்குப் பலம் வருவது போல் பீதிக்கு, பயத்துக்கு உருவம், சக்தி, நோக்கம், விருப்பு வெறுப்பு யாவும் கூடிய ஒரு உயிர்ச்சொரூபமாக நகரத்தில், நடமாடுகிறது. அலைமேலலையாக, இறங்கியும் தாழ்ந்தும் உயர்ந்தும் காதைத் தொலைத்து அலமறும் சங்கு அதற்கு பள்ளியெழுச்சி பாடுகிறது. நல்ல வெளிச்சத்தில் ஓடிப்பழகிய யந்திரங்கள் மோதிக்கொள்ளுகின்றன; கவிழ்ந்து விழுகின்றன. ‘அம்மாடி’ என்ற குரலுடன் ஒரு உயிர் கஷ்டச் சுமையை நொடியில் உதறித் தள்ளிவிட்டு ஓடிவிட்டது. கோடிகோடியாக வருஷக்கணக்காக உயிர்ப்பாரம் குறைக்கப்பட்டு வரும் காலத்தில் இந்தத் தனி உயிர் என்ன பிரமாதம்? இருட்டிலே வேற்றுலக சத்தம் போல, அகண்டமான, எல்லையற்ற இருள் வெளியிலே வேற்றுலகத்து மனிதர் பேசும் குரல் போல, தெருவிலே, இருளில் மறைந்து சிரித்து உற்சாகமற்ற, பீதி கலந்த வேடிக்கை பேசும் விடலைக்கும்பலின் கதம்பக்குரல் கேட்கிறது. கதவடைத்து கொலை செய்வார்கள்; மனக் கதவடைத்து மருட் செயல் புரிவார்கள். ஆனால் இப்போது, சாதாரண காரியம், வியாபாரம், பேச்சு, வியவகாரம்

எல்லாம் இருட்டில் கதவடைத்து நடக்கிறது. கடைக்காரன் சாமான் கொடுக்கவில்லை; தன் மனசில் உள்ள குழப்பத்தை, நாடியில் ஓடும் படபடப்பைப் பகிர்ந்துகொள்ளுகிறான். தூரத்திலே நகரத்தின் ஜீவாதாரத் தேவைகளை முன்னிட்டு கடவுளைப் போல் தொண்டு புரியும் இரும்பு யந்திரங்களின் துடிதுடிப்புக்கூட ஜீவநாதமாகத் தென்படவில்லை. ஊரிலே களை குடியோடிப்போயிற்று. நட்சத்திரங் களும் நிர்மலமான வானமும் தூரத்தில் ஒலிக்கும் சமுத்திரமும் ஏன் இப்படி வேறு மாதிரியாகத் தோற்ற வேண்டும். ஜனங்கள் அத்தனை பேரும் கோழைகளா? அவனிடம் கொஞ்சம் பேச்சுக் கொடுத்துப்பார் தெரியும். தனித்தனியாக ஒவ்வொருவனும் தீரன்தான். சமுதாய பீதி கவ்வியது. எங்கோ ஏதோ ஒரு இடத்தில் ஏற்பட்ட இயற்கையின் கோளாறு அந்த இடத்திற்கு சற்றும் ஸ்னானப் பிராப்தியே அற்ற மற்றொரு இடத்தில் அதிர்ச்சி காண்பிப்பது போல இருந்த ஒரு விஷயம் இப்போது உலகம் முழுவதையுமே கேந்திர ஸ்தானமாகக் கொண்டு அசைக்க ஆரம்பித்துவிட்டது. ஜனங்கள் பார்த்தசாரதியை நம்பினார்கள்; பக்கத்து வட்டாரக் கடவுள்களை நம்பினார்கள். கடைசியில் இப்போது தங்கள் கால்களையே நம்ப ஆரம்பித்து விட்டார்கள். இதோ தொட்டிலில் கிடந்து காலை உதைத்துக்கொண்டு அழுகிறதே அதற்கும் இந்தப் படபடப்பு பற்றிவிட்டது.

இராத்திரியும் வெகுநேரமாகிவிட்டது. பேப்பரில் இனிமேல் ஞாபகப்பிசகை முன்னிட்டு திருப்பிப் படிக்கிறதானால் ஒழிய, மற்றப்படி படிப்பதற்கு ஒன்றுமில்லை. நானும் சற்று கண்ணயர்ந்தேன். அன்று மப்பும் மந்தாரமுமாகச் சற்று சுகமாகத்தானிருந்தது. வெக்கைப் புழுக்கம் கிடையாது. வழி தவறி நுழைந்த அதிதி போல் காற்றும் சமயாசமயங்களில் வீட்டுக்குள் எட்டிப்பார்த்துச் சென்றது.

மனித சமுதாயத்திலே அதன் ஆரம்பம், வளர்ச்சி, நைந்துபோன பிறகு அதற்கு ஏற்படும் ஸ்திரத்தன்மை போல தூக்கமும் உடலயர்ச்சி முடிவில் ஆதிக்கம் கொள்ளும்வரை நிமிர்ந்தும் பணிந்தும் கொடுத்து, முடிவில் என்னையாண்டது. உலகிலே – மனிதனுக்கு உலகம் என்பது என்ன? பூகோள புஸ்தகத்தில் படிப்பதா? அல்லவே அல்ல. அனுபவ கிரந்தத்தில் படிப்பதேயாகும், அது இரண்டரைச் சதுர மைல் விஸ்தீரணமுள்ள ஓட்டப்பட்டியாக இருக்கலாம். அல்லது நியுயார்க் மாதிரி ஒரு சின்ன பிரபஞ்சமாக இருக்கலாம். அல்லது நாலு முழத்தொட்டிலாக இருக்கலாம். பக்குவத்துக்கு ஏற்றபடி அதுதான் உலகம். அந்த உலகத்தைத்தான் ஆதிசேஷன் தாங்குகிறான். சூரிய மண்டலத்தைச் சுற்றிவரும் உருண்டையான கிரஹகோளத்தை யல்ல . . . அந்த உலகிலே, அனுபவத்தை வைத்துத்தான் அனுபவிக்க முடியாத, கூடாத ஒன்றை அனுமானிப்பது; அனுமானமும் பக்குவப் படியாகும். அந்த உலகத்திலே இருளோடு இருளாக இருட்டில் ஓடி மறையும் இரும்புத் தண்டவாளங்கள் போன்ற பழக்க வாசனை, வருங்காலம் என்ற ஒரு இருட்பிழம்பில் எவ்வளவு தூரம் ஓடிக் கொண்டிருக்கிறது என்பதை யாரறிவர்? முன் கூட்டி அறிந்துதான்

லாபம் என்ன? நான் என்பது இனிமேல் இந்த நானாகவே இருக்குமா? . . . அதோ என்ன சப்தம், மெதுவாக எங்கோ ஊதுகுழல் மாதிரி தூரத்திலிருந்து வருவதால் காதில் இனிமையாக நுழைகிறதே! திடுக்கிட்டு உட்காருகிறேன். வேறென்றுமல்ல, யாரோ ரசித்து அனுபவித்து ராக ஆலாபனத்துடன் கொட்டாவி விடுகிறானா? இல்லவே இல்லை.

படபடவென்று எழுந்து மொட்டை மாடிக்கு வந்தேன். வானத்தில் நட்சத்திரங்கள் வழக்கம் போல மினுக்கிக்கொண்டிருந்தன. ஆனால் என் கிரகத்துக்கு அருகாமையில் உள்ள சங்கு அலமறுகிறது, உலகத்தின் விதியை நினைத்து அங்கலாய்த்துப் பிரலாபிப்பது போலிருந்தது. அது அபாயத்தின் நெருக்கத்தை அறிவிக்கவில்லை. சமுதாயத்தின் வலுவை பிரலாபத்துடன் படபடப்போடு எழுப்புவது போல இருக்கிறது. நகரத்தின்மீது கவிந்து அமுக்கிக்கொண்டிருக்கும் படபடப்பு என்ற அரக்கன் தன் முழு சக்தியையும் நகரத்தின்மீது உபயோகிப்பதற்காக முக்கி முனங்கி உறுமித் திணறுவது போலிருக்கிறது.

என்னவானால் என்ன? அது அர்த்த ஜாமத்தில் எழுப்பிவிட்டது. விடிவதற்கு எவ்வளவு நேரம் என்று பார்க்க உள்ளே வந்து கெடிகாரத்தை எடுத்துப் பார்த்தேன். அதற்கு ரேடியம் டயல். அது கொள்ளிக் கண் தீயுமிழ, ஏற்கனவே விடிந்துவிட்டது என உறுமியது. விடிந்துவிட்டது என்பதில் ஆசுவாசம்; நிம்மதி; அலமறலும் அடங்கியது. அப்புறம் ஒரு அமைதி . . . பிரலாபத்தின் விபரீத நாதத்தைவிட பயங்கரமாக இருந்தது அந்த அமைதி. மனசு நிதானப் படுவதற்காக வெற்றிலைப் பெட்டியை எடுத்து வைத்துக்கொண்டு வெளிச்சம் போடாமல் உட்கார்ந்திருந்தேன். விரல்கள் சுண்ணாம்பு தடவி வெற்றிலை கிழித்து சீவல் பாக்கைக் கிரமப்படி தேடிக் கொண்டிருந்தாலும் காது விமானத்தின் ரீங்காரம் கேட்கிறதா என்று துழாவியது. வெற்றிலையும் புகையிலையும் வாயில் அடக்கிக் கொண்ட பிற்பாடு மனசோட்டம் நிற்கவில்லை.

'நான் பார்த்தேன்' என்றது குரல்.

'அதற்குப் பிறகுதான் சங்கு ஊதினான்' என்று குறைப்பட்டுக் கொண்டது மற்றொரு குரல்.

'விமானமாவது கத்திரிக்காயாவது . . . . நான் ஒன்றும் பார்க்கவில்லை, ஒரு நாழியாக வாசலில் வந்து நிற்கிறேன்' என்றது வேறு ஒரு குரல்.

'அப்படியானால் நம்ம பயணம் நாளைக்கு' என்றது மற்றொரு குரல்.

'விடியட்டும் மகளே . . .' என்று கேலி செய்தது முன்கேட்ட மற்றொரு குரல் . . .

வார்டன்களுடைய பிகில் சப்தம். இடைவிட்டு இடைகேட்டு இவர்களது வாதத்தில் தலையிட்டுத் தடுத்தது . . . யார் தடுத்தால் என்ன? ரசிப்பு அற்ற படபடப்பு துடிக்கும் கைத்த குரல்கள்தான்

பேசுகின்றன. எங்கோ நடக்கும் விவகாரம் இங்கும் பவனி வருகிறது. வாசல் வழி வருவதைத் தாளிட்டுக்கொண்டால் தடுத்துக்கொள்ள முடியுமா ? வெளிக்குரல்கள் எனது செவிப்புலனுக்கு எட்ட விலகிச் செல்வது போல பிரமை; அது படிப்படியாக மங்கிக்கொண்டு ஒரே ரீங்காரமாக அமுக்கியது.

நான் விழித்துப் பார்க்கும்போது விடிந்து வெகுநேரமாகி விட்டது. அபாய நீக்கச் சங்கு எப்போது ஊதினார்களோ தெரியாது.

வெளிக்குரல்கள் கேட்டன. அதிலே பழைய உயிர்ப்பற்ற படபடப்பு தொனித்தது.

கவிக்குயில், முதல் மலர், 1946

அவதாரம்

பாளையங்கால் ஓரத்திலே, வயற் பரப்புக்கு வரம்பு கட்டியவை போன்ற பனைவிளைகளுக்கு அருகே குலமாணிக்கபுரம் எனச் சொல்லப்பட்ட குலவாணிகபுரம் இருக்கிறது. இந்தச் சிற்றூரில் யாதவர்களும் கொடிக்கால் 'வாணியர்'களுமே ஜாஸ்தி. மருந்துக்கு என்று வேளாண் குடிகளும் கிராமப் பரிவாரங்களான குடிமகன், வண்ணான் முதலிய பட்டினிப் பட்டாளங்களுக்கும் குறை கிடையாது. ஊரில் செயலுள்ளவர்கள், யாதவர்களே.

கிருஷ்ணக் கோனார் என்ற கிருஷ்ணசாமிதாஸ் யாதவர்களுக்குள் யோக்கியர் என்ற பெயர் வாங்கியவர். யோக்கியர் என்றால் அயோக்கியத் தன்மையில் இறங்காதவர் என்றே அர்த்தம். சந்தர்ப்ப வசதி இல்லாததினாலோ என்னவோ நல்லவராகவே பெயரெடுத்து வந்திருக்கிறார்.

ஆனால் விதி, உடம்பை வளைத்து வேலை செய்ய முடியாதவரை காத்திருந்துவிட்டு, அவருக்கு ஒரு குழந்தையை — ஆண் பிள்ளையை — மட்டும் கொடுத்து மனைவியை அகற்றி அவருடைய நடமாடும் சொத்துக்களான கால்நடைகளிடையே, கோமாரியைப் பரப்பி விளையாடியது.

வெகுசீக்கிரத்தில் கஷ்டங்களை அறியலானார். சாப்பாட்டுக்கும் கஷ்டம் வந்தது. குழந்தையை வைத்துக்கொண்டு பராமரிப்பது தலைக் கட்டு நிர்வாகத்தை விடத்தோன்றியது கிழவனாருக்கு.

பையனுக்கு இசக்கிமுத்து எனப் பெயரிட்டு, இசக்கியின் அருள் விட்டவழி என ஏக்கத்திலும், ஏமாற்றத்திலும் ஏற்படும் நிராதரவில் பிறக்கும் திருப்தியை பெற்றார்.

குழந்தையும் நாளொரு ஏமாற்றமும் பொழுதொரு கஷ்டமும் அனுபவித்து வளர்ந்து வந்தது. விதியின் கொடுமையைக் கண்டு சீற்றமடைந்தோ என்னவோ, இயற்கை அவனுக்குத் தன் பரிபூரண கிருபையை வருஷித்தது. உடலும் மனமும் வறுமையின் கூர்மையிலே தீட்சண்யப்பட்டு வளர்ந்தது.

இசக்கிமுத்துவைப் பார்த்தால், மனம் அவன் காலடியில் விழுந்து கெஞ்சும். ஆனால் அதே மனம் அவனுக்காக கண்ணீர் வடிக்கும். அவனது முகச் சோபை அப்படி. குழந்தையின் துடிவைக் கண்டு கோனார் அவனுக்கு 'நாலெழுத்து படிச்சுக்கொடுத்து உத்தியோகம் பார்க்கும்படி செய்விக்கவேணும்' என ஆசைப்பட்டு, திண்ணைப் பள்ளியில் சேர்த்துவிட்டார்.

புது விஷயங்களைக் கிரகிக்க இசக்கியிடம் இருந்த ஆவலுக்கு ஏற்றபடி திண்ணை வாத்தியாரின் அறிவுப் பொக்கிஷம் விசாலமாக இல்லை. அதன் விளைவாக கல்வியரங்கம் மாறியது.

கோனார் மறுபடியும் குழந்தையின் கையைப் பிடித்துக்கொண்டு பாளையங்கோட்டை சாமியார் பள்ளிக்கூடத்திற்குப் பிரயாணமானார். எம்மதத்தவரானாலும் துறவிகளாக வருகிறவர்களுக்கு நம்மவர் செலுத்தும் மரியாதை சிற்சில இடங்களில் தவறான மதிப்பும் அந்தஸ்தும் கொடுத்துவிடுகிறது. இத்துடன் ஓரளவு தர்மச் செலவு செய்யும் சேவையும் சேர்ந்துகொண்டால் அந்தஸ்து வளர்ச்சிக்கு அளவே கிடையாது. ஏகாதிபத்தியத்திற்கே பிரத்யேகமான வர்ணம் என்ற வெள்ளைத் தோலும் சேர்ந்துகொண்டாலோ கேட்க வேண்டியதே இல்லை. இந்த மூன்று அந்தஸ்தும் கொண்ட பிற மத மிஷனரிப் பள்ளிக்கூடங்கள் தர்மம் செய்யும் ஏகாதிபத்தியமாக, ஏகாதிபத்தியம் செய்யும் தர்மஸ்தாபனமாக இரண்டு நோக்கங்களையும் கதம்பமாக்கி இரண்டையும் ஒருங்கே குலைத்து வருகிறது.

இப்படிப்பட்ட ஸ்தாபனம் ஒன்றின் ஸ்தல சர்வாதிகாரி அர்ச். ஞானானந்தச் சாமியார். இவர் ஸ்தல கிருஸ்துவர்களின் ஒரு வகுப்பாருக்கு மோட்சத்தில் இடம் போட்டுக்கொடுக்கும் வேலையுள்ள ஸ்தல ஹைஸ்கூலின் தலைமை நிர்வாகத்தை ஏற்று இங்கிலீஷூம் சரித்திரமும் போதித்து வருகிறார்.

இவர் வசம் கோனார் தம் குழந்தையை ஒப்புக்கொடுத்தார். சாமியார் இலவசப் படிப்பும், அவன் வாழ்வுக்கு என்று மாசம் நான்கு ரூபாய் சம்பாவனையும் கொடுப்பதாக வாக்களித்ததில் கோனாருக்கு மகிழ்ச்சி கங்குகரையில்லாமல் பிறந்தது. "பிள்ளையை எப்படியும் நாலெழுத்து வரும்படி செய்விக்க வேண்டும்" எனக் காலில் விழுந்து கும்பிட்டுவிட்டு வீடுவந்து சேர்ந்தார். குழந்தையும் சோற்று மூட்டையுடன் புஸ்தகச் சுமையையும் தாங்கி பாளையங்கால் கரை மேலாக கல்வி யாத்திரை செய்துவந்தான். படிப்பு ஏழாவதுவரை வந்தது.

பையனுக்கும் சாமியாருக்கும் திடீர் புயலாக லடாய் ஏற்பட்டு கிழவரின் நிதானத்தைக் குலைத்தது. இந்தக் காலமும் சாமியார் செய்த பிற மதப் பிரசாரத்தைப் பிரமாதமாகப் பொருட்படுத்தவில்லை. கிருஸ்துவின் பரித்தியாகம் இவன் மனசைச் சிறிது கவர்ந்தது என்றாலும் கிருஸ்து முனியின் தத்துவம் பூண்டிருந்தும், அமல் மிகுந்த சேவை அவனுக்கு அவரது தத்துவத்தின் மேல் வெறுப்பையே ஊட்டியது. மேலும் புண்ணைக் காட்டி பிச்சை வாங்குவதற்கும் கிருஸ்துவின் புண்கள்வழியாக அவர்களும் மோக்ஷ சாம்ராஜ்யத்தை நம்பும்படி

தன் வயிற்றுப் பசியை உபயோகிப்பதற்கும் பிரமாத வித்தியாசம் ஒன்றுமில்லை எனவே இவன் நினைத்து வந்தான். அதனால் அவன் இந்த முயற்சிகளை சட்டை செய்யவில்லை. ஆனால் இதுமட்டும் இந்த மதஸ்தாபனத்தில் இல்லை. ஈராயிர வருஷங்களாக மதப்பிரசார மும் செய்து பழுத்து முதிர்ந்துபோன ஒரு ஸ்தாபனத்தின் கோளாறுகள் அவனைத் திடீரென்று சந்தித்தன. ஒரு லட்சியமோ கொள்கையோ இல்லாதவர்களும், அல்லது லட்சயத்திலோ கொள்கையிலோ நம்பிக்கையில்லாதவர்களும் பிரமச்சரிய விரதத்தை அனுஷ்டிக்க முயலுவதும், அனுஷ்டிக்கும்படி கட்டாயப்படுத்தப்படுவதும் ரொம்ப அபாயகரமான விஷயம். தீயுடன் விளையாடுவதாகும். இது மன விகாரங்களில் புகுத்தும் சுழிப்புக்கள் அந்த மனிதனுக்கு ஆபத்தை விளைவிப்பதுடன் நின்றுவிடாமல் ஸ்தாபன பலத்திற்கே உலை வைத்து விடுகின்றன.

இசக்கிமுத்துக்கு ஏழாவது வகுப்பில் ஏற்பட்ட உபாத்தியாயர் அர்ச். பெர்னான்டஸ் சாமியார் விபரீத ஆசையைக் கொண்டவர். பையனுடைய அழகு அவருடைய நேர்மையற்ற காம விகாரத்திற்கு இலக்காகியது. பையன் திடுக்கிட்டான். தலைமைச் சாமியாரிடம் ஓடித் தெரிவித்தும் நிவாரணமோ ஆறுதலோ கிடைக்க வழியில்லாமல் போக, சிறு குழந்தைத்தனத்தின் அனுபவ சாத்தியமற்ற முறைகளைக் கையாண்டு பள்ளிக்கூடத்திலிருந்து விரட்டப்பட்டான்.

தகப்பனுக்கும் மகனுக்கும், இருவரும் அன்னியோன்னியப் பரிவுகள் நடந்துகொள்ள வசதியளிக்கும் நிர்க்கதியான நிலைமையிலிருந்தும் மனம் ஒன்றாமல், அந்தஸ்து கொடுத்து வாங்கும் தூரத்தைக் குறைக்காமலே நடந்துவந்ததால், பள்ளிக்கு முழுக்கு போட ஏற்பட்ட காரணத்தைக் கூற அவனால் முடியவில்லை. 'மதம் மாறச் சொன்னார்' முடியாது என்றதால் விரட்டப்பட்டதாக அறிவித்துவிட்டான். தெய்வமாக பாவித்து வந்த சாமியாரின் ஆசையைப் பூர்த்தி செய்து விட்டால்தான் என்ன, எந்த மதத்து மோட்சமானால் என்ன என்றே கிழவருக்குப் பட்டது. மேலும் ஹிந்து தர்மம், தாழ்ந்த வகுப்புக்கள் 'பொட்டுக்கட்டி' தன் விசேஷ பரிவைக் காட்டிவரும் சில வகுப்பின் ஆசாரங்கள் மாமிச உணவை விலக்கி வைக்காதிருப்பதால், இவ் வகுப்புக்களிலிருந்து பிற மதங்களுக்குப் போகிறவர்களுக்கும் அவர்களுக்குமிடையில் தொடர்பு அவ்வளவாக அறுந்துவிடுவதில்லை. அதனால் கோனாருக்கு பையன் செய்த வேலை பிடிக்கவுமில்லை; புரியவுமில்லை. இருந்தாலும் அவனைக் கண்டிக்கவில்லை. வேறு பள்ளியில் சேர்க்க முயலவுமில்லை.

இந்த நிலையிலே இசக்கிமுத்தின் மனவுலகத்தில் ஒரு மாறுதல் ஏற்பட்டது. அதாவது அவன் தன்னை அறிந்துகொண்டான். ஒரு நாள் ஏனோதானோ என்று வில்லுப்பாட்டின் ஆவேசத்திற்கு இணங்க அவன் கக்கிய வார்த்தைகள் இத்தனை நாட்களாக ஊமைக் கவிஞன் அனுபவித்து வந்த இன்பங்களை எல்லாம் இசையில் கொட்டினான். சில சமயங்களில் பிரமிக்கும் இசைக் கனவுகளை எழுப்பியது;

ஆனால் பல வார்த்தைப் படாடோப இடி முழக்கங்கள், கனவைச் சிதைக்கும் கரகரப்புகளுடன் பிறந்தனவென்றாலும் பொதுவாக, முறையாகத் தமிழ் படிப்பது என்ற சம்பிரதாயத்தால் ருசி கெட்டுப் போகாததினால் பாட்டில் உண்மையும் தெளிவும் தொனித்தது. ஆனால் புராதனச் செல்வங்களில் தொடர்பும் பரிச்சயமும் இல்லாததினால் நஞ்சுக்கொடியைத் தோளில் தூக்கிப்போட்டுக் கொண்டு பிறந்தவுடன் தெரு வழியாக கோஷமிட்டுக்கொண்டு ஓடும் குழந்தையின் அசாதாரணத் தன்மையைப் பெற்றிருந்தது. ஆனால் இசக்கிமுத்தின் பாட்டு, இசக்கிமுத்தின் 'வெளிவராத ரகசியமாக' இருந்து வந்தது.

இப்படியாக மனக்கனவுகளைப் பாடுவதும் கிறுக்குவதும் கிழிப்பது மாகக் காலங்கழித்தான் இசக்கிமுத்து.

2

ரூபமற்ற, நாமமற்ற, அனாதியான, பொருளற்ற, பொருளுக்கு அப்பாற்பட்ட அந்த வஸ்து, அதாவது வஸ்து என்ற வரம்புக்கு மீறியதும், வரம்பே இடிந்ததுமான ஏதோ ஒன்று என்ற ஒன்றல்லாத, பலவும் அல்லாத அந்த 'அது' சிந்திக்க ஆரம்பித்தது. தன்னை உணர ஆரம்பித்தது; தன்னை உணர்ந்து தன்னையே உணரவும் அஞ்ச ஆரம்பித்தது. பூர்த்தியாகாத ஆசை வித்துக்கள் மாதிரி கொடுமையின் குரூரத்தின் தன்மைகள் தன் சித்த சாகரத்தின் அடியில் அமுங்கியும் குமிழிவிட்டு, பிரபஞ்சம் என்ற தன்னையே கண்டு அஞ்சியது. தன்னையே நோக்கியது. தானான மனிதர்கள், தன்னுள் ஆன மனிதர்கள், தன்னைக் கையெடுத்து வணங்கி தன்மீதே இலட்சியங் களைச் சுமத்தி, நன்மை நலம் மோட்சம் என்ற கோவில்களைக் கட்டுவது கண்டு கண்ணீர்விட்டது. அவர்கள் நம்புவது தான் அல்ல என்று அவர்களிடம் அறிவிக்க விரும்பியது, துடிதுடித்தது.

3

கிருஷ்ணக் கோனார் அந்திமதசையென்னும் அஸ்தமனக் கிரணங்கள் தன்மீது விழுவதைக் கண்டுவிட்டார். அர்த்தமற்ற புதிராக இருந்துவரும் பெரிய மாறுதலின் காலம் அணுகுவதை உணர்ந்துவிட்டார். இனி எப்படியோ? இதுவரை நடந்துவந்த வாழ்வுப் பாதை பிறப்பு என்ற சித்தவான் வளையத்தைத் தொடும் அந்த மங்கிய எல்லையிலிருந்து அன்றுவரை ஏற்பட்ட மாற்றங்கள், கொந்தளிப்புக்கள், சுழல்கள் எல்லாவற்றையும் சமநோக்குடன் பார்க்கும் அப்பொழுது ஆட்டிய அதிர்ச்சிகள் அற்று நோக்கும் தன்மையைப் பெற்றார். இன்னும் ஒரு ஆசைமட்டும் பூர்த்தியாகவில்லை.

அவனுக்குக் கலியாணத்தைச் செய்துவிட்டால், தன் கடமை பரிபூரணமாக நிறைவேறியதாகவே அவர் தீர்மானித்தார்.

லெட்சுமி என்ற பெண் இசக்கிமுத்துக்கு உடலதிர்ச்சிகளில் இருக்கும் இன்பத்தைக் காட்ட அவ்வூர்ப் பெரியோர்களால்

ஆசீர்வதிக்கப்பட்டாள். புதுக்குடித்தனம் என்னும் பதினெட்டாம் பெருக்கு களிபுரண்டு கொந்தளித்துச் சுழித்து ஓடியது. மனக்கனவுகள் என்ற தெப்பம் இசக்கிமுத்துக்கு நிலை தடுமாறி குதித்து முழங்கிச் சென்றது. கனவுகள் புது வடிவம், நிஜ வடிவம் பெற்றன. அவன் பாட்டை எழுதுவதை நிறுத்திவிட்டான். நேரில் நிறைவுபெற்ற மனம் பாட்டில் துள்ளிப் பொங்கவில்லை. அவன் கனவுகள் நாத வடிவம் பெறாமல் நாள் மணிக்கணக்கில் நிஜ 'தரிசன'த்தில் ஒடுங்கியது.

4

எல்லாம் தானாகவும், தன்னில் வேறாகவும் வேறு என்ற பேத மற்றும் இருக்கும் அது தன் தொழிலில், தன் நியதியில், தன் இயற்கைத் தன்மையில் சந்தேகம் கொண்டது. பயம் கொண்டது. தன் தொழிலை தானே நிறுத்த இயலாமல், தவித்தது. தனக்குத் தன் தொழில் தெரிய வில்லை எனக் குமைந்தது. சிருஷ்டித் தொழில் கலையின் நியதியை அடிப்படையாக கொண்டிருக்க வேண்டும் என்பதைக் கண்டது. தான் நிலையாமல் தன் பூர்த்தியாகா ஆசைகள் தன் தொழிலில் விழுவது கண்டு தனக்குத் தன் பயிற்சியில்லை, கலையில்லை, அதாவது சிருஷ்டித் தன்மைக்குத் தான் லாயக்கில்லை என நினைத்தது.

வருஷம் முழுவதும் பதினெட்டாம் பெருக்காக இருக்க முடியுமா? வெவ்வேறு நிலையில் உள்ள உணர்ச்சி, பிரவாகம் போல ஒன்றை யொன்று மோதி பொதுநிலை யடையும்வரை கொந்தளிப்பும் சுழற்சியும் இருக்கும். நிலைமை சமப்பட்டவுடன் வேகம் குறையாது போனாலும் மேலுக்குத் தெரியாமல் இருக்கும். இசக்கிமுத்தின் மனத் துடிப்பு இந்த நிலையை அடைந்ததின் பயனாக, அதன் நிதானத்தை தப்பித மாகக் கருதும்படி லெட்சுமிக்கு மனப் பண்பு இருந்ததால், அவனுக்கு தப்பிதம் செய்துவிட்டாள். நிதானப் போக்கை அசட்டை என்று நினைத்ததின் விளைவாக சந்தர்ப்ப விசேஷத்திற்கிணங்க விபரீதம் விளைந்து விட்டது. விளைந்ததும் இசக்கிமுத்துக்குத் தெரிந்தது.

நாதப்பிசகு ஏற்படாமல் ஒலிக்கும்படி செய்துவந்த அவனது மனவீணையின் நரம்புகள் அறுந்து தொங்கும்படி உணர்ச்சி வாசித்து விளையாடிவிட்டன. உன்மத்தன் ஆனான். பூர்வஜன்மம் என்ற வசதி இருக்கிறதோ என்னவோ மனித ஜீவனுக்கு உள்ள விசேஷ வசதி களையும் சக்திகளையும் நம்மால் அறிய முடியாது.

இசக்கிமுத்து அவளை மன்னிக்கும் மனப்பண்பு படைத்திருந்தான்; நபும்சகத்தால் விளையும் சகிப்புத் தன்மையல்ல; பரிபூரண மன்னிப்பு. ஆனால் மனம் அறுந்து தொங்கியது. கொழுந்து விடாவிட்டாலும் கங்கு அவியவில்லை. சில சமயம் சித்தம் அளந்து கட்ட முடியாத விபரீத அளவுக்கு மனம் பேயுருக்கொண்டு குமுறியது. தன்னையே தின்று தணிந்தது.

மனசின் குதியாட்டத்தைக் கண்டு அஞ்சிய இசக்கிமுத்து அதன் கடிவாளம் தன் கைக்கு சிக்கும்படி பண்படுத்த லயக்குறைவு

இல்லாததால் இசை எழுப்ப விரும்பினான். பாட்டு உண்மையில் துடிதுடிப்புடன் பொங்கியது. வார்ப்பில் பரிபூரண அழகு முன் போல் அனாயாசமாக விழவில்லை. கற்பனையில் கைப்பு தட்டியது. கனவை ஏமாற்றம் ஏந்தி நின்றது.

நிராகரித்தான்.

கலைவாணியின் வழி சிருஷ்டியின் வழி என்பதை உணர்ந்து அறிந்தவன்; அறிந்து உணர முயன்றவன் அல்ல. மனப் பண்புதான் கவிதையின் மார்க்கம் எனக் கண்டான். மனிதனுடைய பரிபூரண லட்சியமான தெய்வக் கனவில் மனசை லயிக்கவிட்டால்தான் பாட்டில் பண்பு பிறக்கும் என நினைத்தான்.

லட்சுமியை விட்டுப் புறப்பட்டான். சமூகத்தை மறந்து வெளிப் பட்டான்.

மன லட்சியத்தின் பூத உருவமான ஹிமயத்தை நோக்கினான்.

நடந்தான்.

5

அந்த அது மனித உருவம்கொண்டு, மனிதன் நினைக்கும் தான், தானல்ல என மனிதனிடம் பறையடித்து அறிவித்து, தன் சுமையை இறக்கிக்கொள்ள விரும்பியது.

மனித உருக்கொண்டது.

தாடியும் மீசையும் நரைத்துப் பழுத்த கிழவனாராக உருவெடுத்தது.

ஹிமயத்தில் காலடி வைத்தது.

நடந்தது.

ரூபத்திலே தெளிவு இருப்பதை உணர்ந்தது. தன்மீது சுமை இல்லையோ எனக்கூட சந்தேகித்தது. ஆனால் பொறுப்பை மறந்துவிட வில்லை. ஏனென்றால் அதனால் அதை மறக்க முடியவில்லை.

நடந்தது . . . .

நடந்து வந்தது.

இசக்கிமுத்தும் நடந்து வருகிறான். அவன் முகத்தை தாடியும் சிகையும் மறைத்தது. ஆனால் மனக்கொதிப்பின் புகை மண்டலம் போல் முகத்தைச் சுற்றிச் சிதறிப் பறந்தது.

6

இருவரும் சந்தித்தனர்.

அது அவனைச் சந்தித்தது;

அவன் அதைச் சந்தித்தான்.

“நான், நானில்லை” என்றது அது.

"நான், நானில்லை" என்றான் அவன்.
"யோகத்தில் அமருவோம்" என்றான் அவன்.
இருவராக அமர்ந்தனர்; ஒருவராக இருந்தனர்.
அது அவனில் தன்னைக் கண்டது.
அவன் அதில் தன்னைக் கண்டான்.

முல்லை, 1947

கயிற்றரவு

'கள்ளிப்பட்டியானால் என்ன? நாகரிக விலாசமிகுந்தோங்கும் கைலாசபுரம் ஆனால் என்ன? கங்கையின் வெள்ளம் போல, காலம் என்ற ஜீவநதி இடைவிடாமல் ஓடிக்கொண்டிருக்கிறது ... ஓடிக் கொண்டே இருக்கும். தயிர்க்காரி சுவரில் புள்ளி போடுகிற மாதிரி, நாமாகக் கற்பனை பண்ணிச் சொல்லிக்கொள்ளும் ஞாயிறு, திங்கள், செவ்வாய்க் கிழமைகள் எல்லாம் அடிப்படையில் ஒன்றுதானே. பிளவு – பின்னம் விழாமல் இழுக்கப்பட்டுவரும் ஒரே கம்பி இழையின் தன்மைதானே பெற்றிருக்கின்றது. இல்லை – இல்லை. சிலந்திப் பூச்சி தனது வயிற்றிலிருந்து விடும் இழை போல நீண்டுகொண்டே வருகிறது. இன்று – நேற்று – நாளை என்பது எல்லாம் நம்மை ஓர் ஆதார எண்ணாக வைத்துக்கொண்டு கட்டிவைத்துப் பேசிக்கொள்ளும் சவுகரியக் கற்பனைதானே. நான் என்ற ஒரு கருத்து, அதனடியாகப் பிறந்த நானல்லாத பல என்ற பேத உணர்ச்சி, எனக்கு முன், எனக்குப் பின் என்று நாமாக வக்கணையிட்டுப் போட்டுக்கொண்ட வரிகள் ... இவை எல்லாம் எத்தனை தூரம் நிலைத்து நிற்கும் .... நான், நான் என நினைத்த – நினைக்கும் – நினைக்கப்போகும் பல தனித் துளிகளின் கோவை செய்த நினைப்புத்தானே இந்த நாகரிகம் .... கூட்டு வாழ்வு என்ற வாசனையையொட்டி, மனசு இழைத்து இழைத்துக் கட்டும் மணற் சிற்றில்தானே இந்த நாகரிகம் .... மகா காலம் என்ற சிலந்தியின் அடிவயிற்றிலிருந்து பிறக்கும் ஜீவ நதியின் ஓரத்தில் கட்டிவைத்த மணற் சிற்றில் .... என்ன அழகான கற்பனை' என்று உச்சிப்போதில் பனை மூட்டினடியில் குந்தி உட்கார்ந்திருந்த பரமசிவம் பிள்ளை நினைக்கலானார்.

தோவர்த்து முண்டில் அவர் கட்டியிருந்த ஒற்றைப்பிரி முண்டாசுக்குத் தப்பிய சிகைத் தலையில் வெயில் தாக்கியது. குனிந்து குந்தியிருந்த பனைநிழல் வாக்கில் வெயில் சற்றும் படாதபடி ஒரு பக்கமாக நகர்ந்தார். முள்ளும் முனையுமாக நின்ற ஊவாஞ்செடி, கருவேலங்கன்று பெருந்துடையில் குத்தியது. மறுபுறமாக விலகிக் கொண்டார். குனிந்து கவனித்துக்கொண்டிருந்தவருக்கு நினைவு பிரபஞ்ச யாத்திரை செய்ததென்றாலும், மலத்தில் மாண்ட குடல்

புழு கண்ணில் விழுந்தது. 'மலப்பிறவி ... பல ஜன்மம் பல மரணம்.' சீச்சீ ..., மனம் குமட்ட வேறு ஒரு பனை மூட்டினடியில் போய் அமர்ந்தார். அது விடலிப் பனை. சற்றுத் தாழ்வாக இருந்ததனால் நிழலும் சுமாராக இருந்தது. முள் குத்தலும் இல்லை. ஆனால் சரல் குத்தியது.

மனமோ 'பிறவா நெறி' காட்டாமல் மீண்டும்மீண்டும் மலப்புழு மாதிரி உடற் கூறின் விளைவாக எழுந்த அவசங்களின்பால் விழுந்து குமைந்தது. 'மனம் என்ற ஒன்று உடம்பை விட்டுத் தனியாக, அதன் அவசியம் இல்லாமலே இயங்கக்கூடிய ஒன்றா அல்லது நாதத்துக்கு வீணை என்ற சாதனம் அவசியமாக இருப்பது போலத் தானா ... நான் பிறப்பதற்கு முன் ... என்னைப் பற்றி எனக்குப் பிரக்ஞை உண்டா? என்னைப் பற்றி, இப்பொழுது என்னைப் பற்றியுள்ள சூழ்நிலைக்குத்தான் பிரக்ஞையுண்டா?'

'இந்தப் பனை, இந்தப் பனை விடலியெல்லாம் என் பிரக்ஞைக்குள் பட்டது. இது முளைத்தது எனக்குத் தெரியும். இது முளைப்பதற்கு முன் இந்தக் கட்டாந்தரை, இந்த நிழல்கூட அற்று இருந்தது தெரியும். முந்திய ஆடிக் காற்றில் விழுந்ததே அந்தப் பனை – அது எங்கு நின்றது என்றுகூட நிதானிக்க முடியாமல் வரட்டுக் கட்டாந்தரையாகத்தான் கிடக்கிறது ... நான் பிறப்பதற்கு முன்பு ... பரமசிவம் பிள்ளை என்ற ஒருவன் விருப்பு வெறுப்பு, ஆசை துயரம், கவலை பொறுப்பு முதலிய வற்றுடன் கூடிய ஒரு ஜந்து; வாழையடி வாழையாக வரும் விளையாட் டின் வித்தைகளை வாலாயமாகக் கற்று அதற்கு இசைந்தோ இசையாமலோ விளையாடி ... பிறகு பரமசிவம் என்ற பெயர் மட்டும் போகுமிடத்துக்கு வழி வைத்துவிட்டு, வந்த வழியைப் பார்த்துக் கொண்டோ அல்லது புது வழியிலோ போய்விடும் ஒரு தோற்றம் .... ஒரு பொம்மலாட்டம்! பொம்மலாட்டம் என்று எப்படி நிச்சயமாகச் சொல்ல முடியும்? சூத்திரக் கயிறு இழுக்கிறதா அல்லது சூத்திரதாரன் உண்டா? நிச்சயமாக எப்படி இருக்கிறது அல்லது இல்லை என்று இரண்டில் ஒன்று சொல்லிவிட முடியும். வருகிற வாசல், போகிற திசை இரண்டுந்தான் தெரிகிறது. வருகிறது ஒரு யோனித் துவாரம், போகிறது மற்றொரு யோனித் துவாரம் ... பிரகிருதி என்ற அன்னை யிடந்தானா? அல்லது கருவூரிலிருந்து கருவூருக்குச் செல்லும் பாதை தான் மனித வாழ்வா? முடிவில்லா வித்தையா? முறையில்லாத் தந்திரமா ...?'

கைலாசபுரத்து ஆற்றங்கரை பனைமூட்டினடியிலே உட்கார்ந்த பரமசிவம் பிள்ளையின் மனம் 'தான்' இல்லாத ஒரு காலத்தைச் சற்று சிரமத்துடன் கற்பனை பண்ணத் தொடங்கியது.

1

சுமார் அரை நூற்றாண்டுக்கு முன் கைலாசபுரத்திலும் சூரியோ தயம், சூரியாஸ்தமனம் தெரிந்துகொண்டுதானிருந்தது. அப்பொழுது ஆற்றங்கரைக்கு வரும் பாதையில் அத்தனைக் காரைக் கட்டிடங்கள்

கிடையாது. புழுதி கிடையாது. சுகமான மருத மர நிழல் உண்டு. மாடு படுத்திருக்கும். மனித நாகரிகமே அந்தப் பிராந்தியத்தில் அப்பொழுது உட்கார்ந்து அசைபோட்டுக்கொண்டிருந்த மாதிரிதான் தென்பட்டது. ஆனால் இயக்கம் இருந்துகொண்டுதானிருந்தது. ஞாயிற்றுக்கிழமை மடிந்து திங்கட்கிழமை பிறக்கிறது எந்த வினாடிக்குள் என்று யாருக்காவது நிர்த்தாரணமாகச் சொல்ல முடியுமா? நாமாக முடுக்கி விட்ட கெடிகாரம் சொல்லுவதும், நாம் சொல்லுவதும் ஒன்றுதான். ஞாயிற்றுக்கிழமையாகவே இருந்துகொண்டுவந்தது திங்கட்கிழமை என்று நாம் சொல்லும்படியாகிவிட்ட ஒரு தன்மை போல, நாகரிகம் அங்கே உட்கார்ந்து அசைபோட்டுக்கொண்டிருப்பது போலத் தென்பட்டதும் ஒரு தோற்றந்தான். அது அப்படியே உட்கார்ந்து கொண்டே இருந்தால், இப்பொழுது காரைக் கட்டிடங்கள் எப்படி முளைத்திருக்கும்? மருத மரத்து நிழல் இன்னும் இருந்துகொண் டிருக்குமே! அப்பொழுது காற்றடித்தது; மழை பெய்தது; நதியில் வெள்ளம் வந்தது. பனைமரங்கள் சாய்ந்தன, விறகாயின, ...விட்டமாயின. விடலிகள் முளைத்தன. சூரியாஸ்தமனம்... சூரியோதயம்... ஆற்றங்கரைப் படிக்கல்லில் அழகியநம்பியா பிள்ளை வேட்டி துவைப்பார்... உட்கார்ந்திருந்து அழுக்குத் தேய்ப்பார். ஆற்றில் மூழ்கிக் குளிப்பார். நின்று திருநீறு அணிவார். அனுஷ்டானாதிகள் செய்வார். படிமீது மருத நிழல்கள் கவிந்திருக்கும். ஆனால் இப்போது படிக்கல் சரிந்துவிட்டன. பாதை உண்டு. மணலிலும் தெற்றுக்குத்தாக நிற்கும் படிகளை மறைத்தும் தண்ணீர் ஓடும். இப்போது மருத மரம் இல்லை. வெயில் உண்டு. கல் வழுக்கும்.

அன்று ஐம்பது வருஷங்களுக்கு முன்னால் கருவூரிலே வீரிய வெள்ளம் பிரவகித்தது... அதிலே விளைந்த அனந்த கோடி பீஜங் களிலே ஒன்று நிலைத்தது. அனந்த ஜீவ அணுக்களிலே அதற்கு மட்டும் அதிர்ஷ்டம் என்பதா? அல்லது நிலைக்க வேண்டும் என்ற பூரண பிரக்ஞையுடன் அது நிலைத்ததா? எப்படியானாலும் இந்த அணு இல்லாவிட்டால் இன்னொன்று. நிலைத்தது; ஒன்றியது; உருவம் பெற்றது; உணர்வு பெற்றது. மீனாயிற்று, தவளையாயிற்று, வாலிழந்தது, குரங்காயிற்று, சமாதி நிலையிலே உறங்கலாயிற்று... சிசுவாகி, கைக்கட்டை விரல்களை உள்ளங்கையில் மடக்கி விரல்களைக் கொண்டு மூடிக் குண்டுக்கட்டாகக் காத்திருந்தது...

கைலாசபுரத்திலே மரங்கள் மொக்கு விட்டன. பூ மலர்ந்தது. தேன் வண்டுகள் வரத்துப்போக்கு வைத்துக்கொண்டன. மரமும் சூலுற்றது... பிஞ்சுற்றது....

கருவூருக்கு வடக்கே உதரபுரிலேயிருந்து ஹுங்காரம் போன்ற அலறல் பிறந்தது. வேதனையிலே குரல் பிறந்தது. கைக்கட்டை விரல்களை உள்மடக்கிப் பிடித்துக்கொண்டு தலை குப்புற வந்து விழுந்தது ஒரு பிண்டம் – ஒரு ஜன்மம். பிரக்ஞை வந்தது. காட்டுமலம் போயிற்று. ஜன்மம் வீறிட்டது. கைகளையும் கால்களையும் சுண்டி உதறிக்கொண்டு அழுதது. கருவூர்க் கயிற்றைக் கத்தரித்துவிட்டார்கள்.

தனி ஜன்மமாயிற்று. தனித்தன்மை பெற்றது. முலை சுவைத்தது... உறங்கியது... அழுதது... முலை சுவைத்தது...

கைலாசபுரத்திலே மரங்கள் காய்த்தன. கொத்துக்கொத்தாக, பச்சைப்பச்சையாகக் காய்த்துத் தொங்கின. மரத்தையே தரையில் இழுத்துக் கிடத்திவிடும் போலிருந்தது அந்த வருஷத்துக் காய்ப்பு.

2

நிலவொளியிலே, நிலா முற்றத்திலே அழகியநம்பியா பிள்ளை குழந்தையொன்றை வைத்துக் கொஞ்சுகிறார். குழந்தை கொஞ்சுகிறது.

"அப்பா யாரு?" என்று கேட்கிறார் அழகியநம்பியா பிள்ளை.

குழந்தை தனது நெஞ்சைத் தட்டிக் காட்டியது.

"முட்டாப்பயலே; நான்தாண்டா அப்பா! நீ பரமசிவம்... பரமசிவம் பிள்ளை!" என்றார் அழகியநம்பியா பிள்ளை.

"அப்பா யாரு?" என்றார் அழகியநம்பியா பிள்ளை.

குழந்தை அவரது நெஞ்சைத் தொட்டிக் காட்டியது.

"பரமசிவம் யாரு?" என்று கேட்டார் அழகியநம்பியா பிள்ளை.

"நான்" எனத் தனது நெஞ்சைத் தட்டிக்கொண்டது குழந்தை.

"போடு பக்காளி போடு! பத்துப் பக்காளி போடு!" எனக் குழந்தையை மெய்ம்மறந்து குதூகலத்தில் பந்து போல் தூக்கிப்போட்டு விளையாடினார்.

குழந்தையும் பரமசிவமாகி நான் – நீ – அவன் என்ற பேதாபேதப் பிரக்ஞையுடன் வாழையடி வாழையாக இருந்துவரும் விளையாட்டைக் கற்றுக்கொள்ள ஆரம்பித்தது. அம்மா – அப்பா – தெரு – ஊர் எனப் பரிசய விலாசம் படிப்படியாக வளர்ந்தது. வாத்தியார், பிரம்படி, பிறகு கல்வி, சில்லறை அறிவு, பிரம்புக் கொட்டடியிலும் மற்றப்படி இனிக்கின்ற, அவசியமான, பிரியமான ஞானச் சரக்குகளை வேற்று அங்காடிகளிலும் பரமசிவம் பெற்றார். சீனி இனிக்கும் – நெருப்புச் சுடும் – அப்பா கோபிப்பார் – கடவுள் மன்னிக்க மாட்டார் என்ற நேர் அனுபவ, அனுபவ சூன்யக் கருத்துக்களை எல்லாம் நான், என்னுடைய என்ற அடித்தளம் இட்ட ஒரு மனையில் சுவர் எழுப்பிக் கட்டிடம் அமைக்க ஆரம்பித்தது. பள்ளிக்கூடம் – பரமசிவம் – அடி – உதை – பலம் – பலீன் சடுகுடு முதலிய பாதைகளில் செல்ல, கிழமைகள் என்ற கால அமைதி தாராளமாக வசதி செய்துகொடுத்தது.

அழகியநம்பியா பிள்ளையின் வேலைகளை மேற்கொள்ளும் காலம் வந்தது. பரமசிவம், பரமசிவம் பிள்ளையானார். உடல் வாட்ட சாட்டமாக அமைந்தது. உடம்பில் வலு, நெஞ்சில் உரம், மனசில் நம்பிக்கை, தைரியம். வீட்டிலே சமைத்துப்போட... பிறகு வம்ச விருத்திக் களமாக்கிக் கொள்ள யுவதி... உச்வாச நிச்வாசத்தைவிட என்ன சுகம்... போகம் – உடலில் உள்ள வலு வீரியமாகப் பெருக் கெடுத்து ஜீவ தாதுக்களை அள்ளி விசிறியது. இப்பொழுது கிழமைக்கும்

வாரத்துக்கும் மாதத்துக்கும் ஓடும் வேகந்தான் என்ன. கஷ்டம் – வருத்தம் – கசப்பு – ஏமாற்றம் கடன் வாங்கி அதற்குள் ஐந்து வருஷங்களா? . . . என்ன ஓட்டமாக ஓடுகிறது. மணல் கூண்டு கடிகையில் கடைசி மணல் பொதி விரைந்து ஓடிவருவது மாதிரி என்ன வேகம் . . . நிஜமாக, திங்களும் செவ்வாய்களும் இப்போதுதான் இவ்வளவு வேகமாக ஓடுகின்றனவா . . . அல்லது நான்தான் ஓடுகிறேனா . . . நான் யார் . . . இந்த உடம்பா . . . தூங்கும்பொழுது, பிறக்கு முன் இந்த நான் எங்கிருந்தது . . . இந்த நான்தான் ஓடுகிறதா, நாள்தான் ஓடுகிறதா . . . பெட்டியடிக் கணக்கு . . . இடுப்பொடிக்கும் உழைப்பு. குனிந்துகுனிந்து, இன்னொருவன் பணமூட்டைக்கு தலையை அண்டை கொடுத்து கழுத்தே சுளுக்கிக்கொண்டதே. முதுகிலே கூன் விழுந்துவிட்டது. பிறனுக்கு நலம் பார்த்து நாலு காசு சேர்த்து வைத்துக் கண்ணிலும் வெள்ளெழுத்து. வீட்டிலே பூனை படுத்திருக்கும் . . . பொய்மை நடமாடும் . . . வறுமையும் ஆங்கே பெற்றெடுத்த பிள்ளையுடன் வட்டமிட்டுக் கைகோத்து விளையாடும். மனையாளுக்கு கண்ணிலே இருந்த அழகு – ஆளைத் தூண்டிலிட்டு இழுக்கும் அழகு எங்கே போயிற்று? கையில் ஏன் இந்த வறட்சி? வயலோ ஒத்தி. வீடோ படிப்படியாக மூலப் பிரகிருதியோடு லயமாகிவிட யோக சாதனம் செய்கிறது. விட்டமற்றுப்போனால் வீடும் வெளியாகும் . . . அப்பொழுது அழகியநம்பியா பிள்ளை எங்கே, அவர் மகன் பரமசிவம் எங்கே . . . எல்லாம் பரம ஒடுக்கத்திலே மறைந்துவிடும். எத்தனை துன்பம் – எத்தனை நம்பிக்கைக்காக எத்தனை ஏமாற்று . . . எத்தனை கடவுள்கள் . . . வாய்க்கு ருசி கொடுக்க ஒரு கடவுள் . . . வயலுக்கு நீர் பாய்ச்ச ஒரு கடவுள் . . . வியாச்சியம் ஜயிக்க . . . சோசியம் பலிக்க, அப்புறம் நீடித்து, நிசமாக உண்மையில் பக்தியாய்க் கும்பிட. எத்தனையடா எத்தனை . . . நான் தோன்றிய பின் எனக்கு என்று எத்தனை கடவுள்கள் தோன்றினார்கள் . . . எனக்கே இத்தனை என்றால் என்னைப் போன்ற அனந்தகோடி உயிர் – உடம்புகள் கொண்ட ஜீவநதியில் எத்தனை . . . ஆற்று மணலைக்கூட எண்ணிவிடலாம் . . . இந்தக் கடவுளர்களை –? ஒருவன் பிறந்தால் அவனுடன் எத்தனை கடவுளர்கள் பிறக்கிறார்கள். அவனுடன் அவர்கள் மடிந்து விடுகிறார்களா . . . 'நான்' மடிந்துவிடுகிறதா . . . அப்பொழுது ஒருவேளை அவர்களும் இந்த நானோடு போய்விடக் கூடும் . . . இந்த நாளையும் மீறித் தங்கிவிடுகிற கடவுளர்களும் உண்டு. அவர்கள்தான் மனம் என்ற ஒன்று கால வெள்ளத்துக்கு அருகே அண்டி விளையாடும் மணல் வீட்டைப் பந்தப்படுத்த முயலும் சல்லி வேர்கள் . . . பரமசிவம், பரமசிவம் உனக்கு ஏதுக்கடா இந்தச் சள்ளை! அதோ, காலடியில் பாம்புடா, பாம்பு . . . .

கயிற்றரவு!

3

காலம் ஒரு கயிற்றரவு?

பரமசிவம் பிள்ளையைக் கட்டிலிலிருந்து எடுத்துத் தரையில் கிடத்திவிட்டார்கள். பாம்பு கடித்தால் பிழைக்க முடியுமா? போகிற வழிக்குப் புண்ணியம் சேர்க்கத் தலைமாட்டில் உட்கார்ந்து யாரோ தேவாரம் படித்தார்கள். பரமசிவம் பிள்ளை ஏறிட்டுப் பார்த்து சிரமத்துடன், 'தூரத்தில் இருந்து படித்தால் கேட்பதற்குச் சுகமாக இருக்கும் . . . பக்கத்திலிருந்தால் காதில் வண்டு குடைகிற மாதிரி தொந்தரவாக இருக்கிறது' என்றார் . . . .

கண்ணை முழுவதும் திறக்காமலும் முழுவதும் மூடாமலும் அரைக்கண் போட்டபடி உலகைப் பார்ப்பதிலே அவருக்கு ஓர் ஆனந்தம் இருந்தது. நிம்மதி இருக்கிறது. தூரத்திலே தேவாரம் தண்ணீரடியில் முங்கி உட்கார்ந்திருக்கும்போது கேட்கும் தூரத்து ரீங்காரம் மாதிரி சுகமாக இருக்கிறது. அதோ தெரிகிறது என் புஸ்தகம் . . . என்னுடைய கால் கட்டைவிரல்தான் . . . இனி எத்தனை நேரம் எனக்கு இது தெரிந்துகொண்டிருக்கும் . . . ஸ்மரணையில் கால் இருக்கிறமாதிரி தெரியவில்லையே. கண்ணுக்குத் தெரிந்தால் மட்டும் போதுமா? ஸ்மரணைக்குப் புலனாக வேண்டாமா? கால் கட்டைவிரல் ரொம்ப தூரத்திலிருக்கிறதோ . . . இரண்டு மயில் தூரத்தில் சீ . . . எட்டு மைலாவது இருக்க வேண்டும். அதோ அந்தப் புஸ்தகம் இப்பொழுது அதுவும் தூரத்தில் தெரிகிறதே . . . அதில் என்ன எழுதிவைத்திருந்தேன் . . . கணக்கா . . . சுவடியா . . . அழகிய நம்பியைக் கூப்பிட்டுக் கேட்க வேண்டும் . . . எது இருந்தால்தான் என்ன? . . . நாம் செத்துப்போனால் இந்தக் கால் கட்டை விரல் சாம்பலாகத்தானே . . . அது எவ்வளவு நேரம் எனக்குத் தெரியப் போகிறதோ . . . கொஞ்சம் நிம்மதியாகப் பார்த்துக்கொண்டே இருப்போமா . . . அதுவும் சுகமாகத்தானிருக்கிறது . . . உறக்கம் வருகிறதோ . . . அசதியாக வருகிறதே . . . நிம்மதியாகக் கண்ணை மூடினால் . . . அப்பா என்ன சுகம் . . . மூச்சு நின்றது . . . கைக்கட்டை விரல்கள் உள்வாங்கின . . . காட்டு மலம் வந்தது . . . 'நான்' கழன்றது . . . ஸ்மரணை கழன்றது . . . உயிர் – ஆமாம் – உயிரும் அகன்றது . . . அன்று கருவூரிலே உருவற்று நிலைத்த பிண்டம் இன்று உருவுடன் வதங்கிக் கிடந்தது.

சுழி

சாம்பல் காற்றோடு போச்சு; பெயர் பெயரோடு போச்சு . . . மனித மனம் இம்மாதிரி அனந்த கோடிக் கூடுகளைக் கட்டிக்கட்டி விளையாடியது . . . கைலாசபுரத்து மருத மரம் நிழல் கொடுத்தது. மரம் பூத்துக் காய்த்தது, பழுத்தது . . . ஆற்றில் தண்ணீர். தண்ணீர் மணலிலும் படியிலும் தவழ்ந்து ஓடியது. கள்ளிப்பட்டியானால் என்ன, கைலாசபுரமானால் என்ன? காலவெள்ளம் தேக்கமற்று ஓடிக்கொண்டே இருந்தது . . . அதிலே வரையில்லை . . . வரம்பில்லை . . . கோடுகூடத் தெரியவில்லை . . . கருவூரிலானால் என்ன? காட்டூரிலானால் என்ன? சமாதியோ . . . பிரக்ஞையோ எதுவானால் என்ன? . . .

நான் ஓடினால் காலம் ஓடும். நான் அற்றால் காலம் அற்றுப் போகும். காலம் ஓடுகிறதா? ஞாயிறு – திங்கள் – செவ்வாய் – நான் இருக்கும்வரைதான் காலமும். அது அற்றுப்போனால் காலமும் அற்றுப்போகும். வெறும் கயிற்றரவு!

பரமசிவம் பிள்ளை எங்கே?

காதம்பரி, ஏப்ரல் 1948

‘இந்தப் பாவி’

காதல் கவிதை என்றால் கோமதிநாயகம் பிள்ளைக்கு அளவுகடந்த பிரியம். காதல் கவிதையிலும் இளங்காதலர்கள் இதயம் ஒத்துக் காதலித்தலும், பின்பு பெற்றோர் அவர்களைப் பிரித்தலும், பிரிவு மரணத்தில் மாட்டுவித்தலுமே அவர் இவ்வவனியில் இன்பத்துடன் வாசிக்க விரும்பும் கவிதை. ஷேக்ஸ்பியரின் ‘ரோமியோவும் ஜுலியட்டும்’ என்றால் அவருக்கு வேறொன்றும் வேண்டியதில்லை; கம்பராமாயணத்தில் மதனின் மலர்ப்பானங்களால் தாக்கப்பட்டு இராமனும் சீதையும் ஒருவரையொருவர் நினைந்து ‘மனக்கோட்டை’ கட்டுகிறார்களே, அஃதென்றால் அவர் மனத்தைப் பறிகொடுத்து விடுவார்.

“ஓங்குமரக் காட்டி னுள்ளிருந்து தூங்காமல்
தூங்கு சப்ரமஞ்சமிசைத் தூங்கும் நவரசத்தேன்”,

“வித்உருமம் தன்னை உந்தன் மெல்லிதழ் என்றால் இதிலே
முத்தம் கிடைக்கும் அதில் முத்தம் கிடையாதே.”

என்ற வரிகளை அடிக்கடி பாடுவார். “ஆஹா! சுப்ரதீபக் கவிராயரின் கவிதா சக்தியை என்னென்று சொல்லுவது” என்று சொல்லிக் கொண்டு புகழ்மாலைகள் பல புலவருக்குப் புனைவார்.

கோமதிநாயகம் பிள்ளையிடத்து மாணவர்கள் பேரன்பு பூண்டவராயிருந்தனர். அவர் சொல்லை வேதவாக்கென மதித்தனர். அவர் விரும்பா மாணவனும் கிடையாது. அவரை விரும்பா மாணவனும் கிடையாது. கோமதிநாயகம் பிள்ளை வார்த்தைக்கு ஆசிரியர்களிடத்திலும் மாணவர்களிடத்திலும் ஒரு தனிப்பெருமை உண்டு.

‘ரோமியோவும் ஜுலியட்டும்’ என்ற நாடகம் எங்களுக்குப் பாடப்புத்தகமாக வைக்கப்பட்டிருந்தது.

“அந்நிலையில்லா அம்புலியின்மீதா தாங்கள் ஆணையிடுகின்றீர்கள்? தங்களுடைய காதலும் அவ்விதம் போய்விடக் கூடாதே” என்று ஜுலியட் திங்கள்மீது ஆணையிட்டுத் தனது காதலை வெளிப்படுத்திய தன் காதலனுக்குச் சொன்ன வாக்கியங்களை வாசித்ததும்

பரவசமடைந்தார் எங்கள் ஆசிரியர். சிறிது நேரம் அப்படியே ஸ்தம்பித்து விட்டார். அவரது அகக்கண் முன்னே ஒரு பெரிய நாடகம் நடைபெறுகின்றதென்பதை நாங்கள் அறிந்தோம். "எனது வாழ்க்கையில் என் கண்ணால் கண்ட, என் நண்பரொருவர் அனுபவித்த காதலின் நிகழ்ச்சியொன்றுள்ளது. அதை செவியுற்ற எவரும் எளிதில் மறந்துவிட முடியாது. இந்நாடகத்தை வாசிக்கும்பொழுது அச்சம்பவம் என் நினைவுக்கு வந்தது. இன்று நேரமாகிவிட்டதால் நாளைக்குச் சொல்லுகிறேன். இருந்து எல்லோரும் கேட்பதாயிருந்தால் எனக்கு அக்ஷேபணையில்லை" என்று மறுபடியும் தன்னைச் சரிபடுத்திக் கொண்டு பேச ஆரம்பித்தார்.

மாணவர்கள் எல்லோரும் கேட்க ஆவலுள்ளவர்களாகயிருந்தார்களென்பதை அறிந்த கோமதிநாயகம் பிள்ளை கதையை ஆரம்பித்தார்.

2

"சிவந்திப்பட்டி தமிழ்மணங் கமழும் பொருணையாற்றங்கரை மேலுள்ள ஒரு குக்கிராமம். முந்நூறு வீடுகளுக்கு மேல் இருக்காது. கிராமவாசிகள் எல்லோருமே ஹிந்துக்கள். புராதனமான பாண்டிய அரசனால் கட்டப்பட்ட கோவில் ஒன்று இருக்கிறது. தமிழர் நாகரிகத்தையும், சிற்பத் திறமையையும் காட்டக்கூடிய கற்சிலைகள் பல உள. சிரங்களாலாய மலையைக் கரங்களில் தாங்கி நடனம் புரியும் வீரபத்திரனுடைய சிலையைப் பார்த்த எவருமே மறக்க முடியாது. அதிகம் சொல்வானேன்? இயற்கையெழில் அனைத்தும் செயற்கையழகு முழுவதும் படைத்த ஒரு கிராமம்.

"இராமலிங்கம் பிள்ளை அக்கிராமத்தின் பண்ணையார்; பெருநிதி படைத்த பிரபு. அவருடைய குமாரன்தான் எனது நண்பன்; நான் சொல்லப்போகும் சம்பவத்தின் முக்கிய கதாநாயகன். நானும் பூர்ணலிங்கமும் கலாசாலை நண்பர்கள். எங்கள் இருவருக்கும் ஒருவர்மேல் ஒருவருக்கிருந்த வாத்ஸல்யம் வேறு எந்த இரண்டு நண்பர்களிடத்திலும் நான் பார்த்ததில்லை. பூர்ணலிங்கம் கலாசாலையில் பல துறைகளிலும் பிரகாசித்தான். சீரிய நடையும் உயரிய நோக்கமும் கொண்டவன்; கூர்மையான அறிவும் நேர்மையான கொள்கையும் படைத்தவன்; ஒரு சுந்தர புருஷன்.

"கலாசாலை முடிந்து கோடை விடுமுறைக்கு மாணவர்களும் மாணவிகளும் தத்தம் ஊருக்குப் பிராயணமாயினர். நான் சென்னையில் எங்கள் மாமா வீட்டில் சில தினங்கள் தங்கிவிட்டுப் போகலாம் என நினைத்து பூர்ணலிங்கத்தை வழியனுப்பிவிட்டு சென்னையில் தங்கிவிட்டேன். சிவந்திப்பட்டிக்கு வருவதாக என் நண்பனிடம் வாக்களித்தேன். நான் கூடப் பிரயாணம் செய்யாமல் தனிமையாக (ஆனால் மற்ற நண்பர்களுடன் மட்டும்) பிராயணம் செய்வது அவனுக்கு உற்சாகமூட்டவில்லை. இருந்தாலும் எனது மாமனாரின் மனவிருப்பத்தை எதிர்க்கக் கூடாது என்ற காரணத்தினாலேயே நாங்கள் இருவரும் ஒன்றாகப் போக முடியவில்லை.

"நல்ல நிலவு. ஆனந்தமாகப் பாடிக்கொண்டும் ஆடிக்கொண்டும் மாணவர் கோஷ்டி பிரயாணம் செய்துகொண்டிருந்தது. தத்தம் இல்லம் செல்லும் உற்சாகத்தினாலும், கூட்டமாகப் பிரயாணம் செய்யும் கோலாகலத்தினாலும் பிரயாணம் மிகவும் சுகமாயிருந்தது. ரயில் விழுப்புரத்தைக் கடந்து வந்துகொண்டிருந்தது. வழியில் பலர் இறங்கிவிட்டனர். மிஞ்சிய சிலரும் இராத்திரியைச் சிவராத்திரியாக்கி விடவேண்டுமென்றே முடிவு செய்துவிட்டனர். திடீரென்று பக்கத்தி லிருக்கும் பெண்கள் வண்டியிலிருந்து கூக்குரல் கிளம்பிற்று. வண்டியோ வேகமாய்ப் போய்க்கொண்டிருந்தது. அடுத்த வண்டிக்குத் தாவிப் போகக்கூடிய தைரியம் ஒருவருக்கும் வரவில்லை. பெரும்பாலான ஜனங்கள் தூக்க அசதியிலிருந்தார்கள். பூர்ணலிங்கம் சட்டென்று அடுத்த வண்டிக்குத் தாவி வண்டிக்குள் நுழைந்துவிட்டான். அங்கு ஒரு முரடன் ஒரு இளம் பெண்ணின் கழுத்துச் சங்கிலியை அறுக்க முயற்சிக்கவும், அப்பெண் அவனிடமிருந்து தன்னை விடுவித்துக் கொள்ள முயலுவதையும் பார்த்தபொழுது கோபம் பொங்கி எழுந்தது. ஆள் வந்துவிட்டதனால் தனது கத்தியை உருவிப் பயமுறுத்திக் குதித்து ஓடிவிட எத்தனித்தான். ஆனால் பூர்ணலிங்கம் சிறிதும் அச்சமின்றி ஊக்கத்தைக் கைவிடாமல் திருடனைக் கட்டிப்பிடிக்கும் தருணத்தில் திருடன் கத்தியால் குத்தினான். குத்து தெய்வாதீனமாக இடது கையில் விழுந்தது. குத்தையும் பொருட்படுத்தாமல் பூர்ணலிங்கம் திருடனை இறுகக் கட்டிப் பிடித்துக்கொண்டான். "சங்கிலியை இழுங்கள், இழுங்கள்" என்று கூக்குரலிடவே அதற்குள் சங்கிலி இழுக்கப்பட்டு ரயிலும் நின்றுவிட்டது. உதவிக்கு ஆளும் போலீசும் வரவே திருடன் கட்டப்பட்டான்; திருடன் வஸ்திரம், பூர்ணலிங்கம் உடை, இளம்பெண்ணின் ஆடை எல்லாம் இரத்தமாயிருந்தது. இதற்குள் அந்நங்கை சித்த ஸ்வாதீனத்தை இழந்தாள். அடுத்த ஸ்டேஷனில் நங்கையும் பூர்ணலிங்கமும் இறக்கப்பட்டார்கள்; உதவிக்குச் சில மாணவர்களும் இருந்தனர். காலையில் மதுரையிலுள்ள நங்கையின் தந்தைக்குத் தந்தி கொடுக்கப்பட்டு, சாயங்காலமே தந்தையும் தாயும் வந்துசேர்ந்தனர். தனது புத்திரியைக் காப்பாற்றிய பூர்ணலிங்கத்தைத் தழுவிக்கொண்டார் பெண்ணின் பிதா. கைக்குத்தைப் பார்த்து அழுதார்; வீரத்தை மெச்சினார்.

" 'அம்மா சாவித்திரி, நகைகளைப் பற்றி எனக்குத் துளிகூடக் கவலையில்லை. இந்நகைகளை அபகரிக்கும் ஆசையில் உனது உயிருக்கு உலைவைத்துவிடாமல் கடவுள் காப்பாற்றினது நமது பூர்வஜென்மப் புண்ணியம்தான்' என்று சொன்னார் சோமசுந்தரம் பிள்ளை.

"சாவித்திரி சென்னையில் பெண்கள் கல்லூரியில் ஒரு மாணவி. அவள் தந்தை சோமசுந்தரம் பிள்ளை மதுரையில் ஒரு பிரபல வியாபாரி. மிகவும் செல்வாக்கு உள்ளவர். இச்சம்பவத்துக்குப் பிறகு பூர்ணலிங்கம் அடிக்கடி சோமசுந்தரம் பிள்ளையின் வீட்டுற்குச் செல்வதுண்டு. பூர்ணலிங்கம் வீட்டிற்கும் சோமசுந்தரம் பிள்ளையின்

குடும்பத்தார் வந்துபோய் அவர்களுக்குள் அன்னியோன்னியம் பெருகிற்று. 'கோமு, சாவித்திரி தங்கக்குணம். பெண் பிறந்தால் இப்படிப் பெண்ணன்றோ வேண்டும்!' என்று பல தடவைகள் பூர்ணலிங்கம் அன்னை சொல்ல நான் கேட்டிருக்கிறேன்.

"சென்னையில் பூர்ணலிங்கமும், சாவித்திரியும் ஒருவரையொருவர் அடிக்கடி சந்திப்பதுண்டு. ஒவ்வொரு ஞாயிற்றுக்கிழமைதோறும் கடற்கரையில் சந்தித்து சம்பாஷித்துக்கொண்டிருந்தனர். ஞாயிற்றுக் கிழமை தவறுவது எப்படி சாத்தியமில்லையோ, அதே போன்று அவர்கள் சந்திப்பும் இருந்துவந்தது.

"'வெண்மதியைப் பார்த்தனையோ? கடலின் கம்பீரத்தை நோக்கு. தூரத்திலே தோன்றும் முகிற் கூட்டங்கள் பரமானந்தத்துடன் பிரயாணம் செய்வது தெரிகிறதா? தோணியோட்டி பாடுவது கேட்கிறதா?' என்று பூர்ணலிங்கம் பேசுவதும், 'இயற்கையின் அழகே அழகு. அலைகள் ஒன்றோடொன்று கூடி விளையாடுவது எவ்வளவு நன்றாயிருக்கிறது பாருங்கள். அந்த அலையைப் பாருங்கள். எவ்வளவு பிரமாண்டமான அலை. கொஞ்சம் தள்ளிப்போய்விடுவோம். நம்மை மோதிவிடும்' என சாவித்திரி சொல்லுவதும் சகஜமாக இருந்தது.

"ஒருவர்க்கொருவர் வாய்விட்டுச் சொல்லிக்கொள்ளாவிடினும், அவர்களுக்குள் காதல் இருந்துவந்தது! வளர்ந்து பெரிய விருக்ஷமாகியும்விட்டது.

"ஒரு ஞாயிற்றுக்கிழமை மாலை வெகு நேரம் வரை பூர்ணலிங்கம் கடற்கரையில் காத்திருந்தும் அன்று சாவித்திரி வரவில்லை. 'வராம லிருக்கக் காரணம் என்னவாயிருக்கலாம்? ஒரு வேளை கலாசாலை அதிகாரிகள் போகக் கூடாதென்று தடுத்திருப்பார்களோ; அதெப்படி யிருக்க முடியும்? இருக்கக் கூடாதா? அப்படியானால் இதுவரைக்கும் அப்படியொன்றுமில்லையே? மதுரையிலிருந்து சாவித்திரியின் தந்தை வந்திருக்கலாம். வந்திருந்தால் என்னைப் பார்க்க வந்திருக்க வேண்டுமே? கலாசாலைக்குப் போய்விட்டு வரலாமா? அனுமதி கிடைக்குமோ, கிடைக்காதோ? ஊருக்குப் போயிருக்கலாமோ? இப்பொழுது ஊரில் என்ன? விடுமுறை ஒன்றும் இல்லையே? ஊருக்கு போவதாயிருந்தால் எனக்குத் தெரிவிப்பாளே?' என்று நினைத்துநினைத்து ஒரு காரணமும் கற்பிக்க வழி தெரியாமல் ஹாஸ்டலுக்குச் சென்றுவிட்டான். அன்றிரவு முழுவதும் பூர்ணலிங்கத்திற்குத் தூக்கம் வரவில்லை. ஒவ்வொரு நிமிடமும் ஒவ்வொரு பகைவன் போன்று இரவு பூராவும் ஓயாது போர் புரிந்துகொண்டிருந்தது. 'ஒரு காரணமும் இல்லையே, எப்படி வராமலிருக்க முடிந்தது? என்ன அதிசயமாயிருக்கிறது! என் மேல் வெறுப்புற்றனளோ, ஒருகாலுமிருக்காது. பின் என்ன?' இவ்விதம் விடியும்வரை சலிப்பின்றி யோசித்துக்கொண்டிருந்தான்.

"மறுநாள் மத்தியானம் பூர்ணலிங்கத்துக்குச் சாவித்திரியிடமிருந்து ஒரு கடிதம் வந்தது. சாவித்திரி எழுதியிருந்ததாவது:

என் மனதுக்குப் பிடியாத சிலர் சொன்ன அவதூறின் காரண மாகக் கலாசாலை அதிகாரிகள் வெளியில் போக எனக்கு அனுமதி மறுக்கின்றனர். என் தந்தைக்கும் எழுதியிருக்கிறார்கள். அதைப் பற்றி ஒன்றுமில்லை; கவலையும் வேண்டுவதில்லை. கற்பு நிலை என்னவென்பது எனக்கு நன்கு தெரியும். பிறர் புகுத்திக் கற்பு நிலை ஓங்குவது அனுபவ சாத்தியமான காரியமன்று.

"கடிதத்தைப் பார்த்ததும் பூர்ணலிங்கத்தின் துக்கம் நெருப்பில் எண்ணெயிட்டது போலாயிற்று. உடம்புக்கு அசௌகரியமென்று மத்தியானம் ரஜா எடுத்துக்கொண்டான்.

"சில தினங்களில் சென்னைக்கு வந்த சோமசுந்தரம் பிள்ளை தனது புத்திரிக்கு எச்சரிக்கை செய்தார். 'மணம் முடியா மங்கை தன்னையொத்த வாலிபனிடம் பழகுவது தகாத காரியமன்றோ? சமூகப் பழக்க வழக்கங்களுக்கு எதிரானதல்லவா?' என்று தன் புத்திரிக்கு உபதேசம் செய்தார். பூர்ணலிங்கத்தின் மேலுள்ள அன்பு மாறி வெறுப்பாயிற்று. இதற்கு முன்பு சென்னை வந்தபொழுதெல்லாம் பூர்ணலிங்கத்தைப் பார்த்துப் பேசிவிட்டுச் சென்ற சோமசுந்தரம் பிள்ளை இத்தடவை பார்க்காமல் போய்விட்டார். தந்தை வந்துபோன செய்தியும் தன்னைக் கண்டித்துப்போன வரலாறும் பூர்ணலிங்கத்துக்குத் தெரிவிக்கப்பட்டது.

"என்ன கொடுமையிது? எவ்விதம் அவ்விரு காதலர்களும் இதைச் சகிக்க முடியும்? இடிவிழுந்தால்கூட மாண்டு ஒழிந்துபோகலாம். மிருகங்கள்கூடச் சுதந்திரமாகவும், யதேச்சையாகவும் இருக்கின்றனவே. பேசிப் பயனென்ன? அப்புறம்.

"சோமசுந்தரம் பிள்ளை வந்துவிட்டுப் போய் ஒரு வாரம்தான் ஆயிற்று. பூர்ணலிங்கத்துக்குச் சாவித்திரியிடமிருந்து மற்றொரு கடிதம் வந்தது:

தந்தை எனக்கு வரன் தேடிக்கொண்டிருக்கிறதாகவும் சொற்ப தினங்களில் முடிவாகிவிடும் என்றும் நம்பத் தகுந்த என் சிநேகிதை ஒருவளிடமிருந்து எனக்குச் செய்தி கிடைத்திருக்கிறது. என் உடல், பொருள், ஆவி அனைத்தும் வெகுகாலத்துக்கு முன்பே நான் தங்களுக்குக் கொடுத்துவிட்டேன். ஆனால் தாங்கள் என்மீது எத்தகைய எண்ணம் கொண்டவர்களென்பது நான் நினைக்கிறபடி இருக்குமென்று எதிர்பார்த்தாலும், 'விசாலாக்ஷி, இண்டர்மீடியேட்' என்ற விலாசத்துக்குத் தங்கள் மனதைத் தெரிவித்து விடுங்கள். என்னைக் காதலிப்பின், ஆட்கொள்ளுவது உண்மையானால், வருகிற வெள்ளிக்கிழமை புறப்படும் கப்பலில் இரங்கூனுக்குப் புறப்படுவதற்கு வேண்டிய வசதி செய்வீர்களென எதிர்பார்க்கிறேன். சுதந்திரத்துக்கும், காதலுக்கும் ஹிந்து சமூகத்தில் உரிமை இல்லை என்கிறார்கள். பார்த்துக்கொள்வோம்.

"பூர்ணலிங்கம் தாமதியாது எல்லா ஏற்பாடுகளும் செய்து முடித்துப் பதிலும் எழுதிவிட்டான். தன்மீது சாவித்திரி கொண்ட நம்பிக்கை யின்மையைக் குறித்து வருந்தி எழுதியிருந்தான்.

"வெள்ளிக்கிழமை மாலை சென்னையின் பல்வேறு கலா சாலைகளின் மாணவர்களெல்லாம் சர்வகலாசாலை ஆதரவின்கீழ் நடக்கும் பிரசங்கத்தைக் கேட்கவேண்டி சர்வகலாசாலை மண்ட பத்திற்கு வந்திருந்தனர். சாவித்திரி யாருமறியாமல் துறைமுகத்திற்கு நழுவிவிட்டாள்.

"அன்றிரவு சாவித்திரி கலாசாலை ஹாஸ்டலில் காணாமற் போகவே தேட ஆரம்பித்துவிட்டனர். போலீசுக்கும் சோமசுந்தரம் பிள்ளைக்கும் தகவல் கொடுக்கப்பட்டது. சாவித்திரியின் அறையும், பின்னர் சோமசுந்தரம் பிள்ளை வந்ததன் மேல், பூர்ணலிங்கம் அறையும் சோதனையிடப்பட்டன. அவசரம் காரணமாய் சாவித்திரி எழுதியிருந்த கடைசிக் கடிதத்தைப் பூர்ணலிங்கம் தவறுதலாகப் போட்டுவிட்டுப் போய்விட்டான். கடிதம் கிடைத்ததும் கப்பலுக்குக் கம்பியில்லாத் தந்திமூலம் செய்தியனுப்பப்பட்டது.

"மறு கப்பலில் இருவரும் இரங்கூனிலிருந்து போலீஸ் காவலில் கொண்டுவரப்பட்டனர். நீதிமன்றத்தில் பெண்ணைக் கடத்திச் சென்றதாகப் பூர்ணலிங்கத்தின்மீது வழக்குத் தொடரப்பட்டு நீதிபதி யால் விடுதலை செய்யப்பட்டான்.

"தீர்ப்பில் நீதிபதி குறிப்பிட்டிருந்ததாவது:

> பெண்ணைக் கடத்திச் சென்றதாகவோ, ஏமாற்றிச் சென்றதாகவோ குற்றம் சாட்ட முடியாது. பெண்ணும் எதிரியைப் போன்று கலாசாலையில் படித்த பெண். தன்னுடைய பொறுப்பும், கற்பு நிலையும் சாவித்திரிக்குத் தெரிந்திருக்கும் என்று நாம் எதிர்பார்க்கலாம். ஆதலால் எதிரியை நான் விடுதலை செய்கிறேன். மனமொத்து வாழச் செய்வதே மேல் என நான் அபிப்பிராயப் படுகின்றேன். பெண்ணைத் தந்தையிடம் ஒப்படைக்கும்படியாக வும் தீர்ப்புச் செய்கிறேன்.

"கலாசாலை அதிகாரிகள் பூர்ணலிங்கத்தை மன்னித்து மறுபடியும் கலாசாலையில் சேர்த்துக்கொண்டார்கள். சாவித்திரி வீட்டுக் கழைத்துச் செல்லப்பட்டாள். அவ்வருஷ முழுவதும் உயிரிருந்தும் இல்லாத நிலைமையிலேயே பூர்ணலிங்கம் இருந்தான். சாவித்திரியின் உருவம் அவன் அகக்கண் முன்னால் எப்பொழுதும் தாண்டவமாடிக் கொண்டிருந்தது. வருஷக் கடைசியும் ஆயிற்று. சர்வகலாசாலைப் பரீட்சை முடிந்த மறுநாள் ஒரு கடிதம் வந்தது. பிரித்து வாசித்தான்.

" 'எனதிருதயத்திற்குகந்த காதல! நமஸ்காரம். நாளை காலை எனது மணம். (கோமதிநாயகம் பிள்ளையின் கண்களினின்றும் கண்ணீர் வடிகிறது) என்னை மணக்கவிருப்பவன் பெயரை அறிய விரும்புகிறீர்களா? நான் எழுதலாமா? தாங்களன்றோ என் கணவர். (அசைவற்று நின்றுவிடுகிறார்.) என் தெய்வமே, தங்கள் கரத்தைப்

• 686 • 'இந்தப் பாவி'

பற்றும் பாக்கியம் எனக்கில்லாவிடினும் எனதிதயத்தைத் தாங்கள் அடைந்துவிட்டீர்கள். (பேச முடியவில்லை)... விடைபெற்றுக் கொள்வதற்குமுன் ஒரு பிரார்த்தனை; தாங்கள் உண்மையாக என்னைக் காதலித்தீர்களாயின், கடவுளறிய என் பதியாயின், என்னைத் தங்கள் பத்தினியாகக் கருதின், நான் இவ்வுலகைப் பிரிந்தேனென்பதற்காகத் தங்களுக்கு ஒருவிதத் தீங்கும் செய்துகொள்ளக் கூடாது....'

" 'கண்ணீர் தாரைதாரையாக ஓட ஒவ்வொரு வார்த்தையாகக் கடிதத்தைச் சொல்லிக்கொண்டே போனார். கடைசியில் 'இந்தப் பாவி இன்னும் இருக்கிறேனே' என்று அலறிக்கொண்டே கீழே விழுந்தார்.

காலம் தெரியவில்லை

இலக்கிய மம்ம நாயனார் புராணம்

திரு அவதாரப் படலம்

குனா – சுனா என்ற குகலூர் சுபலெக்ஷண சாஸ்திரிகள் என்ற, காண்டாமிருகம் என்ற, ஞானப்பிரியன் என்ற, கட்டத் தொடப்பம் என்ற, கருவாடு என்ற, காரிய ஆசான் என்ற, கருவூரார் என்ற, சாளிக்கிராமம் என்ற, சம்புரோக்ஷணம் என்ற, சீமந்தம் என்ற, சீதாலெக்ஷ்மி என்ற, சுகர் என்ற, சூறாவளி என்ற, டப்பி என்ற, டமாரம் என்ற, டுமீல் என்ற, நாபி என்ற, ஞாபகம் என்ற, ஞி என்ற, நப்போல் என்ற, நரி விருத்திரையார் என்ற, நீலி வசீகரம் என்ற* இலக்கிய மம்மா, 'யாதும் ஊரே யாவரும் கேளிர்' என்ற பழைய பண்பாடும், பிறர் பர்ஸ் எமதே என்ற பெருநோக்கும், நம் சொல் என்றும் பொய்யே என்ற இலட்சியமும் பெற்ற கருவிலே திருவுடைய பெரியார்.

அவர் பிறந்த ஊர் அனாமத்துப்பட்டி என்பது. அந்தப் பட்டியிலே ஓர் ஆயிரக்கால் மண்டபம் உண்டு. அந்த ஆயிரக்கால் மண்டபத்திலே ஆயிரம் வௌவால்களும் இலக்கிய மம்மாவின் இகலோக பெற்றோர்களும் நாளொரு மேனியும் பொழுதொரு வண்ணமுமாக நாற்பதாட்டைப் பிராயத்தைக் கடந்துவிட்டார்கள். அதாவது அந்த அம்மாவுக்கு நாற்பது வயது ஆகிவிட்டது. அப்பனார் கவலைக் கிடமாயினர். இவர் செயலால் அல்லாமல், இறைவன் திருவருளால் ஒரு வௌவாலானாது ஓர் இரவு திவ்ய கலியாண குணங்கள் சகலமும் பொருந்திய ஒரு யௌவனனாக சொப்பனத்தில் தோன்றி, "யாம் நும் திருவுதரத்திலே குடிபுகுந்து, உலகத்தை உய்விப்பான்

---

* மெய் பதினெட்டுடன் மேலேறிய உயிர் அத்தனையும் சேர்ந்து எத்தனை எழுத்துக்கள் தமிழில் உண்டோ அத்தனையும் ஒன்றேனும் தன்னை விட்டு விட்டாரே என மனக்குறைபடாமல் சந்தோஷிக்கச் செய்யும் புனைபெயர் சாகரமாய் விளங்கும் நமது இலக்கிய மம்மாவின் புனைபெயர் பட்டியல் அனைத்தும் அறிய விரும்புகிறவர்கள் அரையணா ஸ்டாம்பு அனுப்பிப் பெற்றுக் கொள்ளலாம். சொற்பப் பிரதிகளே கைவசம் என்பதை வாசகர்கள் உய்த்துணர்க.

வேண்டி இலக்கிய மம்மாவாக உதிக்கப்போகிறோம்" என்று அருளி மறைந்தார்.

பனித்துளிகள் மறைவது போலப் பத்து மாதங்கள் கழிந்தன; ஒரு நாள் சகல ராசிகளும் சகல கிரக மண்டலங்களும் ஒழுங்காக முறை பிசகாமல் நிலைநின்ற காலத்திலே இரவோ பகலோ என்று மயங்கும் கருக்கலிலே ஆயிரக்கால் மண்டபத்து ஆயிரம் வௌவால்கள் இன்னிசையோடு இலக்கிய மம்ம நாயனார் இப்பூவுலகிலே திரு அவதாரம் செய்தார். ஊரார் உவப்பைத் தாங்க முடியாத உத்தமியும் உயர்குலத்துக் கணவனாரும் அனாமத்துப்பட்டியை விட்டு அகலச் சென்றனர்

தில்லை ஏகிய படலம்

புவிப்பொறை நீங்குவான்பொருட்டு புன்முறுவல் பூத்துக் குறுநடை பயின்று எளிர்க்கரம் தூக்கி மயிர்க்கூச்செறிய, பேசறிய பெரும் பேச்சுகள் பயின்று வளர்ந்து படித்து மேம்பாடுற்று, அறிவுக் கறிவாய்ப் பொய்யில் புலஸ்தியென மெய்யறியா மெய்யப்பனாகிப் பெற்றோர் தொடர சேர சோழ பாண்டிய முன்னாடுடைய முப்பதிகளையும் தரிசித்து திரை மறைவில் தன் பொய்யின் புலமையை விளக்கும், அருட்கடவுள் அமர்ந்த தில்லைநகர் நோக்கினார் இலக்கிய மம்ம நாயனார்.

திருமணப் படலம்

கோளரியைப் போல் இருள் கோளகற்றும் சூரிய பகவான் வானரங்கிலே நடம்புரிய, பெற்றோர் பின்தொடர, தில்லைவாழ் அந்தணருக்கும் அடியார்க்கும் அடியேன் என்ற அக்கிரகாரத்தின் வழியே பவனி வருவாராயினர்.

தில்லை முதுகுடி அந்தணாளர் ஒருவரும் அறிவுச்சீலருமான பிரஜாபத்திய கோத்திரம், சும்பண்ண சூத்ர, அபான பிரணவசர்மன் புதல்வனாம் முஷ்ணமூர்த்தி, இலக்கிய மம்ம நாயனாரைக் கண்ட வுடன் களிகூர்ந்து மெய்சிலிர்க்க, கண்ணீர் மல்கி இருகரம் கூப்பி தெரு அவதாரம் செய்து, அவசரத்தில் அப்பிரதக்ஷணமாய் வந்து அடிபணிந்து, "தேவரீர்! என் உயிருக்குயிராய் யானே பெற்றெடுத்த அத்தனை லக்ஷணமும் அங்கனே பொருந்திய அம்மி நாச்சியாரைத் திருமணம் செய்து எம்மை உய்விக்க வேண்டுவான் பணிகின்றேன்" என அஞ்சலி செய்து நிற்பாராயினர்.

இலக்கிய மம்ம நாயனார் திருக்கண்சாத்தி, "யாம் அவ்வாறே செய்வோம்" என்று திருவீதியைப் புறக்கணித்துத் திருத்திண்ணைக் குறட்டேறி ஆணியிட்ட அஞ்சறைப் பெட்டி மாதிரி அமர்வாராயினர். உடன் வந்த பெற்றோரும் உகப்பின் மிகுதியால் உடன் தொடர்ந்து உயர் திண்ணையேறி உட்கார்ந்திருந்தனர்.

இலக்கிய மம்ம நாயனாரின் திருமண மகோற்சவத்தை எம் போல்வர் எடுத்து ஓதுதல் எளிதோ எனினும் 'ஆசையுற்று அறைய லுற்றேன் காசில் கொற்றத்து'* கவின்பலர் நாயினார் விழாவை. உதயாதி சூரியன் உச்சிப் போதை எட்டுதற்குச் சற்று முன்பாக உதயாதி நாழிகையிலே அருவில் நீத்து, அழுக்குடை ஆடை புனைந்து ஆயிரம் வௌவால்கள் நறுமணம் கமழ, பல்லின் சீதம் பத்துக் காதம் பரிமளிக்க, சொல்லெடுக்கு முன்னே சுற்றியிருந்தோர் வெகுள, ஆகாச கங்கையை நினைத்து ஆறு தடவை வலம் வந்து உடல் தேய்த்து நீராடி புத்தாடை புனைந்த பலன் இதற்குள் அடங்கிற்றே உலகத்தீர் அறியீரோ என அருள் மொழி புகன்று, மணப்பந்தல் நோக்கி மத்தகஜம் போலவும் சித்தசன் தானேயெனவும் இறுமாந்து இருவாரத் தாடியை இனிது கோதி, கண்ணழுக்கை வலச் சுண்டுவிரலால் அப்படியே எடுத்து நெற்றியிலே ஜவ்வாதென யிட்டு, உலகத்தீரே எம்மைக் கண்டு உய்மின் உய்மின் என்று உப தேசித்தவண்ணம் மணவறையேறி மாதினியாள் பக்கம் மன்னவன் போல் அமர்ந்தார்.

அம்மி நாச்சியாரும் அருகிலிருந்த அழகனை நோக்கினாள். அவனும் நோக்கினான். இருவரும் மாறிப் புக்கு இதயம் எய்தினார். இனித் திருமாங்கல்யம் என்ற திருபுச் சொல் எதற்கு என்ற உசா எழுப்பி உடனிருந்த மங்கையை இடம்பெயரச்செய்து கடிதகன்று கட்டிலேறி, "அடிபெண்ணே! என் மனதுக்கினிய கண்ணே! என்னிடம் நீ எதிர்பார்ப்பது இல்லை. உன்னிடம் ஊரார் (பொதுவாக) எதிர்பார்ப்பதுண்டோ" யென அரும்பு புன்னகையை அருளி ஆவலாய் நின்றார்.

அம்மி நாச்சியாரும் அரும்கொங்கையை அரவணித்து, "ஆருயிர்த் துரையே! அவதார புருடா! ஆயிர வௌவால்களின் அநந்த நேத்ர தீக்ஷண்ய சுயம்புவே! நீவீர் இலக்கியம் தளிர்க்க இடக்கையில் புத்தகமும் வலக்கையில் பேனாவும் ஏந்தி சிருட்டித் தொழில் புரிக. யானோ அத்தினிப் பெண் ஆகையினாலே அடியாளுக்குத் தங்கள் இடர்ப்பாடு இன்னல் விளைவிப்பதன்று" என இனிது மொழிந்து இலக்கிய மம்ம நாயனாரை இனிது தேற்றினாள்.

கடைத்தேறு படலம்

இனிமேல் இலக்கிய சிருட்டிகள் புனைவான்வேண்டி இவ்வுலகில் அவதரித்த எம்மிறைவன் எம்போலியனாய், எம்மில் பெரியனாய், எம்மில் சிறியனாய், ஏகக் கலைஞனாய் ஏமகூட நகரத்தை வந்தடைந்தார்.

அங்காடிகளை வலம் வந்தார். அந்தணாளர்தம் தெருக் கண்டார். சீர்பெறு சிரேட்டிகள் மனை கண்டார். மனம் கொண்டார். இலக்கியம் பிறக்க யென அருள்மொழி புகன்றார். ஆயிர ஆயிரமாகப் பக்த கோடிகள் குழுமினர், கொண்டாடினர். மண்டலத்தில் இவனைப்

---

* காசில்லாத அரசாட்சி

போல் உண்டோ என்றனர். கண்டெடுத்த தவப்பயனே என்றனர். பொய்யடிமைப் புரவலனே என்றனர். பூவுலகறியாப் பாடைகள் அறியும் புனிதனே என்றனர்.

ஏமகூடம் சேமகூடம் ஆகும் என்று செம்மாந்திருந்தார். இன்னோரன்ன பிறரும் இவருக்குத் திருமேனி திருநீழல் அடைவான் வேண்டி அவிசார சதுக்கத்திலே அமங்கல வீதியிலே காரையும் கூரையும் சேர்ந்த கவின்பெறும் மாளிகை ஒன்றை வரித்து வாடகை இருத்து வனிதையும் வார்த்தையின் மன்னவனும் வாழ்வு நடத்துமாறு சங்கல்பித்தனர்.

இலக்கிய சிருட்டியிலே இடையறா மோகம்கொண்ட இலக்கிய மம்ம நாயனார், "யான் பெறு இன்பம் பெறுக இவ்வையகம் என"க் கடைவாசல் திறந்து கருத்து அழுமுனையிலே இருத்தி நித்திய தரித்திரம் பண்ணுவாராயினர். அம்மி நாச்சியாரும் அருள் மொழி தேவன் மனமறிந்து மனம் கோணாது வையம் இன்புறுவான் வேண்டி இல்வாழ்க்கையெனும் இயல்புடைவான் சகடத்தை வந்தார், சென்றார், வரவிருந்தார் அனைவரும் அழைத்து அடவு செய்து அனுப்பிவைத்தார்.

உலகம் இலக்கியம் பெற்றது இன்புற்றது என்னே! என்னே!!

அரையான் சீற்றப் படலம்

ஏமகூட நகரத்திலே இறுமாந்து வீற்றிருந்து இலக்கிய சேவை புரியும் மம்ம நாயனார் மாண்புகள் கண்டு மனம் பொறாது கொதித்துக் கோபங்கொண்டு குலோத்துங்க பாண்டிய சோழன் கிங்கிலியர் பலரைச் சங்கிலி எடுத்துச் சென்று மங்கிலியமணிந்த மனையாட்டியோடு இழுத்து வருமாறு கடாவினார்.

'யாமார்க்கும் குடியல்லோம் நமனையஞ்சோம்' என்ற பொன் மொழியின் அவத்தன்மை உலகம் அறிந்து உய்யுமாறு மம்ம நாயனார் இடியேறுபட்ட பிடி சோறு போலவும், வடிவாய் மழுங்கி நடமாடி நின்று, திடமாகு மங்கை குடமாகு கொங்கை மடிசஞ்சி போலத் தூங்கும் நிலையறிந்து, அரையனே போற்றி, அமலனே போற்றி, அவனி முழுவதும் ஆண்ட அருள் வள்ளலே போற்றியென பா இசைத்து அஞ்சலி செய்து கஞ்சுகம் கட்டிய காவலர் நெஞ்சம் தெளிவுற ஆடிப்பாடி அஞ்சலி செய்து நின்றார்.

மங்கையொரு பாகன் திருவருளாலும், மானிலக் கிழத்தியின் தவப்பயனாலும் இலக்கியம் செய்த பேரறத்தாலும் மம்ம நாயனார் மண்டை கபாலமாகாமல் தப்பிற்று.

வைசும்ப நகரேகு படலம்

ஏம கூடத்தில் இனி ஒரு கணமும் தங்கோம் எனச் சூளுரை கூவி மங்கையை அழைத்துச் சங்கையை விடுத்து அங்கையை வீசி வைசும்ப நகர் என்ற பல்லவ ராஜ்யத்தின் தொல்லைத் தலைநகருக்கு வந்திருந்தார்.

சிரேட்டி கண்டு களிகூர்ந்த படலம்

கடாரத்திலும் சாவகத்திலும் பௌத்த பீடகம் ஒன்றைத் தேடிச் சென்ற மருள் ஒளி சிரேட்டி என்பார் தம் வாழ்நாள் முழுதும் காணாத பீடகத்தைக் கண்டு தெளிவதிலே கழிந்துபோயிற்றே என்று அவலமுற்று உள்ளொழிந்து தெருவீதி உலாப் போந்த சமயத்தில் மம்ம நாயனாரின் திவ்ய தரிசனம் கண்டு அஞ்சலி செய்து பீடகப் பெருமை பீடுற்றறிந்த பெம்மானே! பிறவிக் குகையில் உட்கார்ந்த சோதியே சுடரே! வைசும்ப நகரத்தின் வைகறையே நான் கடைத்தேறத் திருக்கண் சாத்த வேண்டும் எனப் புகன்று நின்றார்.

“அப்படியே செய்வோம் அமுதுபடி நல்க”யென மம்ம நாயனார் ஆக்ஞாபிக்கச் சிரேட்டியும் அரிசி நீக்கி உமி அனுப்பி அருள்மொழி தேவன் பசியாற வேண்டுமென பணிந்து நின்றான்.

அன்னாரும் உமியை உடன்போன்ற மாட்டுக்காரனுக்கு விற்று அவன் இருந்த சொல்லாச் சல்லி கொண்டு குழல் பந்தனம் செய்து கூறும் அருள் கொழிக்கும் கொக்கிறகு பஸ்பத்தைக் குழலில் இட்டு உள்ளங்கை கொண்டு கவிழ்த்து பிரமனின் நெற்றியிலே பிறந்த வராதலாலே உள்ளங்கை அக்கினியிலே குழல் பஸ்பத்தைக் குளிர்வித்து புகை எழுப்பி வாசியைக் கட்டி முஷ்டியைத் தமது இல்லா இடத்தில் அமைத்து யோக நிஷ்டையில் அமர்ந்தார்.

சிரேட்டியும் நித்தம் ஒருமுறை உத்தமரை வலம் வந்து அபான பிரணவத்தின் அரிய மகிமையை உணர்ந்து உலகிலே பல கோடி காலம் வாழ்வானாயினன்.

வைசும்ப நகரமும் வகை வகையாம் திறந்தெளிக்கும் தேவாதி தேவன் திருக்கழல் வணங்கி தீட்சை பெற்று தேவியின் அருளும்பெற்று ஆனந்தம் பெற்று வாழ்வும் சீலமும் சிறக்க நிலைநின்று நீடு வாழ்வாராயினர்.

இது நாரதன் வைசம்பாயனருக்குச் சொல்ல, வைசம்பாயனர் வாமனனுக்குச் சொல்ல, வாமனன் வேகவதிக் கரையிலே தவம் செய்கின்ற கொக்குக்குச் சொல்ல, கொக்கு வைசும்ப நகரத்திலே மம்ம நாயனார் மணிக்கழல் வணங்க, ஒரு கூறுகத்திக் கிளையிலே குற்றிருந்து குவலயம் கேட்க மம்ம நாயனாரின் மாண்புகள் விரித்து நிற்கையிலே அன்னாரின் அமிசங்களிலே ஒன்றான சூறாவளி நாயனான் என்ற நாயேன் கேட்டிருந்து நாட்டம் கோணாமல் வீட்டில் இவர்ந்து தீட்டி வைத்தேன். சுபமஸ்து.

இதைப் பாடியோர், கேட்டோர், கேட்டோரைக் கண்டோர், கண்டோரைப் பார்த்தோர் யாவரும் மம்ம நாயனார் அருள்பெற்று நீடூழி நிலவுலகம் சிரிக்க வாழ்வார்.

மங்களம்

காலம் தெரியவில்லை

சிற்றன்னை

'மார்க்' பார்க்க வந்த மன்மதன்!

சுந்தரவடிவேலு சர்வகலாசாலை பி.ஏ. பரீட்சையில் இங்கிலீஷ் இலக்கியத்தில் பிரதம பரீட்சகர். அவருக்குக் கீழ் பல உதவிப் பரிசோதகர்கள் உண்டு. மாணவர்கள் எழுதிய பதில்களைத் திருத்தி மார்க்கிட்டுப் பட்டியல் அனுப்புவதை எல்லாம் சரிபார்த்து பரீட்சை போர்டுக்குச் சமர்ப்பிக்கும் பொறுப்புடன், சில பதில்களைத் தாமே திருத்தி நிர்ணயிக்கும் பொறுப்பையும் இழுத்துப் போட்டுக் கொண்டிருக்கிறார்.

தன் மகன் ராஜாவைப் பறிகொடுத்து உன்மத்தனாகி மனம் ஸ்தம்பித்துப் போய், சொல்ல முடியாத மன உளைச்சல் என்ற சிலுவையை ஏற்ற பிறகு இந்த வருமானமுள்ள வேலை வேப்பங் காயாகவே இருந்தது; என்றாலும் பொறுப்பை ஏற்றுக்கொண்டு கடைசி நேரத்தில் உதறித் தள்ளுவதற்கு சர்வகலாசாலையில் மாற்றுக் கைகள் தயாராக வைத்துக்கொண்டிருக்கிறார்களா?

அதனால் அசுரகதியில் வேலையில் ஈடுபடுகிறார். இந்த வேலை அவருடைய மன வேதனைக்கு 'ஒத்தடம்' கொடுத்தது.

சுந்தரவடிவேலு குஞ்சுவையும் மறந்தார் என்று சொல்லும்படி தம்முடைய வாசிக்கும் அறையிலேயே அடைந்துகிடந்து வேலை பார்க்கிறார். என்ஜினுக்குத் தண்ணீர் ஊற்றுவது போல் குஞ்சுவோ மரகதமோ காப்பி கொண்டுபோவார்கள்.

"அப்பா காப்பி!" என்ற குழந்தையின் மழலை மந்திரம் அவருடைய கைகளை நீட்டச் செய்யும். சமயா சமயங்களில் அவளை இழுத்து முத்தமிடச் சொல்லும்.

மரகதம் அவருடைய வேலைக்குக் குந்தகம் வராமலும், வேலையால் அவரது உடல் க்ஷீணிக்காமலும் அவர் அறியாமலே அவரைப் போஷித்துப் பணிவிடை செய்தாள். பணிவிடையில் மனம் சிறிது ஆறுதல் கொண்டது. பணிவிடையில் குஞ்சுவும் மரகதமும் ஒன்றினர்.

மாணவர், உலகத்தில் சர்வ விவேக அளவுகோல். கடவுள் தமக்கு அந்தத் தன்மையைப் பெறுவதற்கு எத்தனை மார்க் வாங்கினார் என்றுகூடக் கேட்கும் சர்வ சூன்ய மனத்தெம்பு படைத்தவர்கள், மாணவர்களும் அவர்கள் புத்தியை 'பாலிஷ்' செய்து தயாரிக்கும் அவர்களுடைய ஆசிரியர்களும். சர்வகலாசாலைகள் வித்வத்தின் விசேஷத்தன்மை பூண்டு, தன் திறமையால் பூத்து மலராமல், சப் மாஜிஸ்திரேட் கோர்ட்டின் எட்டாங் கிளைத் தாயாதியாக சிவப்பு நாடா வித்தையைச் செய்துவருவதால், மார்க்கை நம்பாத ஆசிரியர், பூசை செய்யும் விக்கிரகத்தின் தெய்வீகச் சக்தியை நம்பாத பூசாரி மாதிரி ஆகிவிடுகிறார்.

அப்படிப்பட்ட பூசாரி சுந்தரவடிவேலு. இந்த சர்வகலாசாலைக்கு அவர் தகுதியற்றவர். நிர்வாண லோக உபமானம் மாதிரி. இருந்தாலும் செய்கிறதைச் சரியாகச் செய்ய வேண்டும் என்பதில் அபார 'உரித்து' உள்ளவர்.

சுந்தரவடிவேலு தம் வீட்டுக்குள் அடைபட்டுப் பையன்கள், "அதற்கென்ன சந்தேகம்" என்று பேத்தும் அழைப்பதையெல்லாம் சகித்து, அவர்கள் விதியை நிர்ணயிக்கும் வேலையில் ஈடுபட்டிருக் கையில், தெருவில், அவர் வசம் தன் விதியைச் சிக்கவைத்துத் தவிக்கும் ஒரு மாணவன் நடைபோடுகிறான். மார்க்கை அறிந்து கொள்ளுவதிலும், சாத்தியமானால் அதைத் திருத்துவதிலும் மாணவர் காட்டும் பிரயாசை மஹிராவணன் உயிரைத் தேடிப்போன அநுமாருக்குக்கூட இருக்காது. பணத்தெம்பு சிறிது இருந்துவிட்டாலோ கேட்கவே வேண்டியதில்லை. குறிப்பிட்ட ஆசிரியர் இந்த விபசாரித் தனத்தில் ஈடுபடுகிறவராக இல்லாவிட்டால், அவர் வீட்டு வேலைக் காரனின் யோக்கியதாம்சம் அவர்கள் கவனத்திற்கு வரும்.

அப்படி வந்தவன் சுந்தரவடிவேலுடைய வேலைக்காரன். எஜமான் வெளியே போயிருக்கும் சமயத்தில் பையனை அனுமதிப்பதாக வாக்களித்துவிட்டான். ஆனால் சுந்தரவடிவேலு வீட்டைவிட்டு வெளியேறுகிறவராகத் தென்படவில்லை.

இந்தப் பையன் தெருவில் நடைபோட்டுக்கொண்டு மார்க்கின் மேல் ஏகாக்கிர சிந்தனையுடன் யோகம் செய்ய முடியும். கண்களை நாலா திசையிலும் திருப்பிவிட்டான்.

சுந்தரவடிவேலு வீட்டின் படுக்கையறை மாடியில் இருந்தது. அதில்தான் மரகதம் தன் உடைகளை வைத்துக்கொண்டிருப்பது. அவள் உடை மாற்றுவது என்றாலும் தலை கோதிச் சீவிக்கொள்ளுவது என்றாலும் அங்கேதான்.

மாணவன், பலமுறை பரீட்சை மண்டபத்தில், புத்திசாலித்தனத்தை சூது விளையாடிப் பார்த்தும் சலியாத தனியாண்மை தறுகண் வீரன். *Mofussil Graduate* மோஸ்தர். ஆயிரக்கால் மண்டபம் அமைக்க ஆரம்பித்து இரண்டு தூண்களை நிறுத்தியபின் காரியத்தையே மறந்து போனது போல் கன்னத்திற்கு ஒரு தூண் கட்டிய கேரா. தண்ணீர் விட்டுத் தளதளப்பாக வளர்க்காதது போன்ற கனத்த மயிரை

அரும்பு மீசையாக்கும் முயற்சி. வர்ணம் பூசிய வெள்ளைக்காரச்சி உதடு போல் சிவப்பேறிய உதடு. நீளக் கிராப்பு – சீவாமல் பேணாமல் இருந்தால் அகில இந்திய பேன் காங்கிரஸ் கூடுவதற்கேற்ற இடவசதி. கழுத்திலே மனதின் 'பெட்டைத்தனத்தை'க் காட்டும் மெல்லிய தங்கச் சங்கிலி. இங்கிலீஷ் ட்வில் ஷர்ட்; கழுதை பொதி சுமந்த மாதிரி பாத் டவல் அலங்காரம். இடையில் நிர்வாணமில்லை என்பதை உய்விக்க வேஷ்டி. காலில் பெட்டைமாறி சிலிப்பர். *Second rate cinema actor cum saloon-barber appearance.*

இப்படியாக அலங்காராதிகளுடன் 'ரோந்து' வந்துகொண்டிருக்கும் வாலிபன் கண்கள், சட்டக்காரச்சியைக் கண்டால் பயத்தில் கண்களைத் திருப்பிக்கொள்ளுவதும், தமிழச்சியைக் கண்டால் *field glass lens* மாதிரி கண்களைத் திறப்பதுமாகக் காலங் கழிக்கிறான். கிராமப் புறத்து பயம். இவன் கண்களுக்கு மரகதம் தென்பட்டாள்.

வகிடு எடுக்க ஜன்னல் பக்கம் வெளிச்சத்திற்காக நின்றதால், தன் பிரத்தியேகக் கண்களுக்கு என்று நினைத்துவிட்டான் இந்த மன்மதன். நிர்ப்பயமாக மச்சில் உடை மாற்றிக்கொள்ளுபவளுக்கு கீழே ஒரு ஜோடிக் கண்கள் தெறிகெட்டு வெறித்துக்கொண்டு ஏறச் சொருகு கின்றன என்பது தெரியாது. இவன் தனக்காகவே இந்தப் பிரத்தியேகக் காட்சிகள் என்று முடிவு கட்டி 'சந்தர்ப்பத்திற்காக'க் காத்திருக்கிறான்.

சந்தர்ப்பம் வந்து சேருகிறது.

சுந்தரவடிவேலு வேலை முடிந்துவிட்டதால் பட்டியல்களுடன் பரீட்சை போர்டுக்குப் புறப்படுகிறார்.

வேலைக்காரனுக்குத் தெரியுமா மார்க் பட்டியல் போய்விட்டது என்று? எஜமானியம்மாள் வீட்டுக்குள் இருக்கும் சமயம் பார்த்து முன்வாசல் கதவைத் திறந்து வைத்துவிடுவதாகவும் ஓசைப்படாமல் போய் 'மார்க்' பார்த்துக்கொண்டு திரும்பிவிட வேண்டும் என்றும் ஏற்பாடு செய்கிறான்.

வேலைக்காரன் மெதுவாகக் கதவைத் திறந்துவைத்துவிட்டுப் போய் தெருக்கோடியில் நிற்கும் பையனிடம் சொல்லிவிட்டுப் போய் விடுகிறான். 'சந்தர்ப்பம்' வந்துவிட்டது. எப்படி உபயோகப்படுத்திக் கொள்ளுவது என்ற பிரச்னையாகிவிட்டது. எப்படி இருந்தாலும் மோட்டாரும் கீட்டாரும் வைத்த புரொபஸர் அல்லவா?

குஞ்சு தனியாகத் தனக்குத் தானே விளையாட்டுக் காட்டிக் கொண்டு பொழுதைப் போக்கிக்கொண்டிருக்கிறது. சிறிது தூரத்தில் ஒரு பீடிங் பாட்டில் பால்; அந்தக் கயிறு கட்டிய ரயில் என்ஜின் கேட் குத்துக்கல் போல் இருக்கிறது.

குழந்தை, வட்டு விளையாடுகிறது. "நீதான் தோத்தே!" என்று யாரையோ சொல்லிக்கொண்டு மறுபடியும் தன் ஆட்டத்தை ஆடுகிறது.

குழந்தைக்கு நொண்டியடிக்க வரவில்லை. நொண்டியடிப்பது போல் காலை உயர்த்திவிட்டு கடகடவென்று ஓடி நின்று காலைத் தூக்கிக்கொள்கிறது.

இப்படியாகக் கிட்டு . . . சரசரவென்று வெளிக்கேட்டைத் தாண்டிக் கொண்டு உள்ளே பிரவேசிக்கிறான்.

மரகதமும் வியவகார அறிவு ஜாஸ்தியாக இருந்தாலும் குழந்தை தான். படம் பார்ப்பதில் ரொம்ப பிரியம்.

குஞ்சுவுக்கென்று சுந்தரவடிவேலு வாங்கிக் குவித்த படப் புஸ்தகங் களை எல்லாம் யாரும் இல்லாத சமயத்தில் தனியாக இருந்துகொண்டு ரசிப்பாள்.

குழந்தை வெளியே விளையாடிக்கொண்டிருக்கிறது. அவர்களோ வெளியே போயிருக்கிறார்கள் என்று நடு ஹாலில் நாற்காலியில்கூட உட்காராமல் தரையில் குப்புறப் படுத்தவண்ணம் மிருகங்கள், பட்சி ஜாதிகள் முதலியவை உள்ள பட புஸ்தகம் ஒன்றைப் பார்த்துக் கொண்டிருக்கிறாள். உடை குலைந்து முன்தானை சற்று விலகிக் கிடக்கிறது.

வேலைக்காரன் வந்து சொல்லிவிட்டுப் போகுமுன் வழியில் வந்து படுத்துக் கிடந்தால் நிச்சயம் ‘காதல்’தான் என்று காகதாளிக நியாயமாக நிச்சயப்படுத்திக்கொள்கிறார் ஸ்ரீமான் மாணவர்! சிறிது நேரம் ஜன்னல் அருகிலேயே நின்றுகொண்டிருக்கிறான் மாணவன், அழைப்பு வரும் என்று. பாவம் அப்படி ஒன்றும் வரவில்லை.

மரகதத்தைக் கவர்ச்சித்த படம் பஞ்சவர்ணக்கிளி. முட்டையுடன் கூடிய கூண்டு. பட்சி பறந்துவந்து கூண்டருகில் உட்காரும் பாவனை யில் இருக்கிறது. தாய் வீட்டில் இருக்கும்பொழுதே அவளுக்கு கிளி வளர்க்க வேண்டும் என்ற ஆசை. ஆனால் பிறந்த வீட்டில் அதற்கு இருந்த நிரந்தரத் தடை புருஷனிடமும் அதைச் சொல்ல மனத் தெம்பு கொடுக்கவில்லை.

அதற்கு அப்புறம் அடுத்த படத்தைத் திருப்புகிறாள்.

பையன் கதவைத் திறக்கிறான்.

அடுத்த படம் குரங்குப் படம். ஊராங்–ஊடாங் ஜாதி. பெரிசும் சிறிசுமாகக் கிளையில் உட்கார்ந்திருக்கின்றன. அதன் கிழடு தட்டிய முகத்தைக் கண்டால் அவளுக்கு எப்பொழுதும் சிரிப்பு வரும். ஆகையினால் ‘களுக்’ என்ற சிரிப்பு அத்துடன் நின்றது . . . .

பையனுக்கு ‘லவ்வே’ என்று ஊர்ஜிதமாகிவிட்டது.

அவள் நிறுத்திய காரணம் சோக அலைகளே.

ராஜா இருக்கும்போது, ராஜாவும் குஞ்சுவும் அதைப் பார்த்து ரசிப்பதும் சிரிப்பதும், “உன்னைப் போல் இருக்குடா?” என்று குஞ்சு சொல்வதும், அவன் அதற்கப்புறம் அவளைப் போலத்தான் இருக்கு என அழுத்திக் கத்துவதும், அப்பாவின் தீர்ப்புக்குப் போவதும், அப்பா இரண்டு பேரையும் நையாண்டி செய்வதும் எல்லாம் நினைக்கிறாள்.

கண்களிலிருந்து நீர் சொட்டுகிறது. குரங்குப் படத்தை நனைக்கிறது.

தவிக்கும் யுவதிகளை எல்லாம் ஆற்ற வேண்டும் என்று காதல் துறைகள் பறைசாற்றுகின்றனவே.

பயல் ‘சுரணாவுகிற’ தொழிலில் ஆரம்பிக்கிறான். கண்கள் ஏற ஏறச் சொருகுகிறது. பல் தன்னை யறியாமல் இளிக்கிறது. இந்த அலங்கோலக் காட்சியில், மனிதனுடைய அசம்பாவிதமான அசட்டுத்தன அலங்கோலத்தை பரிபூரணமாகத் தரிசிக்கும் பாக்கியம் கிடைத்த அவளுடைய தேங்கிய துக்கம், வந்த சிரிப்பையும் அடக்கிக் கோபா வேசமாக மாறுகிறது. தன் வீட்டுக்குள் தன் கௌரவத்தைக் கெடுக்க யாருக்குத் தைரியம் என்ற சீற்றம்.

“யாருடா நீ களவாணிப் பயலே? எங்கே வந்தே? யாரைக் கேட்டுக்கிட்டு உள்ளே நொளஞ்சே? எடு செருப்பை!” என்று புஸ்தகத்தால் மண்டையில் போடுகிறாள்.

அவன் பேந்தப்பேந்த விழித்துக்கொண்டு “மார்க்குப் பார்க்க வந்தேன்” என ஊளையிடுகிறான். எதிர்ப்பை எதிர்பாராததால் அவ்வளவு பீதி.

“உன்னை லவ் பண்ணினேன்; தூரத்திலிருந்தே லவ் பண்ணினேன்” எனப் பேத்துகிறான்.

“போடா வெளியே! மொதல்லெ வெளியே போ?” என்று அதட்டிக் கைகளை ஓங்குகிறாள்.

அவன் அவசரஅவசரமாக ஓடுகிறான். சுற்றுமுற்றும் பார்க்கிறாள். கைக்கு வசமாக ஒன்றும் அகப்படவில்லை. ஒரு ஜதை செருப்புத் தென்படுகிறது. இரண்டையும் விரல்களில் இறுக்கிக்கொண்டு, வராந்தாவிலிருந்து இறங்குகிறவன்மீது விட்டெறிந்து, “போடா கரப்பான் பூச்சி!” என்று கதவைப் படால் என்று சாத்தித் தாழிட்டுவிடுகிறாள். அதற்குள் வசைமொழி அவ்வளவும் அவளுக்குக் காலியாகிவிட்டது.

ஆவேசம் ஒடுங்க, பயம் தலைவிரித்தாடுகிறது. தான் தப்பித்த ஆபத்தின் பூரணத்தன்மையைப் புரிந்துகொள்ள அவகாசம் ஏற்படுகிறது.

நாற்காலியில் உட்காருகிறாள். மேல்மூச்சு வாங்க, உடல் நடுங்க, வியர்வை முகத்தில் அரும்புகிறது. அவன் போய்விட்டானா என்று பார்க்கவும் பயம். கூச்சலிடவும் வாய் எழவில்லை.

சிறிது நேரத்தில் மனம் கொஞ்சம் நிலைகொள்ளுகிறது.

வெளியில் போய் பூட்ஸை எடுக்கக்கூடப் பயம்.

ஜன்னல் பக்கத்தில் நின்றுகொண்டு, வெளியே விளையாடும் குழந்தையை, “குஞ்சம்மா! குஞ்சம்மா!” என்று கூப்பிடுகிறாள்.

குழந்தை தன் பொக்கிஷங்களை வாரிச் சுருட்டிக்கொண்டு, பயிற்சியற்ற குழந்தை ஓட்டத்துடன் “என்னச் சித்தீ” என்றுகொண்டு ஓடிவருகிறது.

“அந்த பூடுசெ எடுத்துகிட்டு உள்ளே வாடி” என்று கதவைத் திறந்து குழந்தை உள்ளே வந்ததும் கதவைச் சாத்தித் தாழிட்டுக் கொள்ளுகிறாள்.

குழந்தையை அருகில் அணைத்து இறுகப் பிடித்துக்கொண்டு நாற்காலியில் உட்காருகிறாள்.

அவள் உடல் நடுங்குகிறது.

"ஏஞ்சித்தி ஆடுறே!" என்று அவள் முகத்தை ஏறிட்டுப் பார்க்கிறது குழந்தை.

"இப்ப கள்ளன் வந்தானே நீ பாக்கலியா?"

"கள்ளன்னா?"

"திருடன்!"

"அப்பிடின்னா?"

"இப்ப சட்டையுங்கிட்டையும் போட்டுக்கிட்டு ஒருத்தன் வரலே?..."

"ஆமாம், இப்பிடி இப்பிடி நடந்துவந்தானே!" என பையனுடைய அந்தஸ்து நடையைக் காப்பி அடித்துக் காண்பிக்கிறது.

குழந்தையின் நடையைக் கண்டு சிரித்துக்கொண்டு, "ஆமாண்டி கண்ணு" என முத்தமிடுகிறாள்.

"படம் பார்க்கலாம் வாரியா?" என்கிறாள் மரகதம்.

"ஆகட்டும்..." என்கிறது குழந்தை.

குரங்குப் படத்தைக் காட்டிக்கொண்டு "இது யாரு மாதிரி இருக்கு?" என்கிறாள்.

"ஒம்மாதிரித்தான் இருக்குது சித்தி..." எனத் தீர்ப்புக் கூறுவது போல் முகத்தை வைத்துக்கொண்டு சிரிக்கிறது குழந்தை.

"உன்னைப் போலத்தான்" என்று முகத்தில் செல்லமாக இடிக்கிறாள் மரகதம்.

குழந்தை 'வவ் – வவ்' என வலித்துக்காட்டுகிறது.

'வவ் – வவ்!' என பதிலுக்கு வலித்துக்காட்டுகிறாள் மரகதம்.

'வவ் – வவ்' என்கிறது மற்றொரு குரல். இருவரும் திரும்பிப் பார்க்கிறார்கள்.

ஜன்னலருகில் சுந்தரவடிவேலு.

கதவைத் திறந்தார். "ரிப்பேராப் போச்சு!" என்றபடி உள்ளே நுழைந்து, "ஏதேது, அம்மையும் மகளும் ரொம்ப குழையிறீகளே" எனக் குழந்தையைத் தோளில் நிறுத்தி மரகதத்தையும் இழுத்துக் கொண்டு தான் வாசிக்கும் அறைக்குப் போகிறார்.

பூனை வாண்டாம், அப்பா! பூனை வாண்டாம்!

இப்படியாக ரஜாக் காலமும் ஏறக்குறைய முடிந்துவிட்டது.

அறுவடையாகிவிட்டதால் மறு சாகுபடிக்கு ஏற்பாடுகள் எல்லாம் செய்துவிட்டு இன்னும் ஒரு வாரத்தில், 'குழந்தைகளை' என ஆரம்பித்து

அடித்து, 'குழந்தையை' என திருத்தி – பார்த்துவிட்டுப் போகவருவதாக தாத்தாவிடமிருந்து கடிதம் வந்தது.

"குஞ்சு, ஒன்னைப் பாக்க தாத்தா வரப்போறாங்க" – குழந்தையின் குதூகலத்தில் பங்குபோட்டுக்கொள்ளுகிறவர் போலக் கூறுகிறார். சாப்பிட்டுவிட்டுப் புறப்படும்போது, "சாயங்காலம் காப்பிக்குத்தான் வருவேன்" என அறிவித்த சுந்தரவடிவேலு காரில் ஏறிக்கொண்டு நண்பர் ஒருவரைப் பார்ப்பதற்காகச் சென்றுவிடுகிறார்.

மரகதமும் குஞ்சும் கதவைத் தாழிட்டுக்கொண்டு உள்ளே வருகிறார்கள்.

"ஏட்டி வெய்யிலா இருக்கு, இப்படி எங்கூட படுத்துத் தூங்கிறியா?" என்கிறாள் மரகதம்.

"ஆகட்டும் அம்மா!" என்று மச்சிலுக்கு ஏறுகிறது.

"அங்கே வாண்டாம். இந்த நடேலெ தலையெச் சாய்ப்போம்" என்று வெற்றிலைச் செல்லத்தைத் தலைக்கு வைத்துக்கொண்டு முந்தானையை விரித்துப் படுக்கிறாள் மரகதம். குழந்தையும் முந்தானை விளிம்பில் மல்லாக்காகப் படுத்துக்கொண்டு கண்ணை ஒரு கையால் மூடிக்கொள்ளுகிறது.

வேலைக்காரர்களை அடுக்களையில் ஏற்றும் சாதிகெட்ட வழக்கத்திற்கு இணங்காமல் உழைத்ததின் பயனோ என்னவோ அயர்ந்துவிடுகிறாள்.

குழந்தைக்குத் தூக்கம் வரவில்லை.

எழுந்து உட்காருகிறது.

'தாத்தா வருவார்களே' எனத் தனக்குத்தானே அறிவித்துக்கொள்ளுகிறது.

தூரத்தில் கிடந்த என்ஜின் புஸ்தகத்தை எடுத்துக்கொண்டு வந்து புரட்டுகிறது. என்ஜின்களின் ஓட்டம்கூட ரசிக்கவில்லை. இப்படியும் அப்படியுமாக விருவிரு என்று புரட்டிவிட்டு, 'டபார்' என்ற சத்தத்துடன் மூடுகிறது.

மரகதம் சிறிது விழிக்கிறாள்.

"என்ன தூங்கு" என இழுத்துப் படுக்கவைத்துக்கொண்டு தட்டிக் கொடுத்தவண்ணம் தூங்கிப்போகிறாள்.

குழந்தை மறுபடியும் எழுந்து உட்கார்ந்துகொள்ளுகிறது.

ஹாலில் உள்ள பெரிய கடிகாரம் அரைமணியைக் குறிக்க டணார் என்று ஒரு அடி அடிக்கிறது.

குழந்தை ஓடிப்போய் கடிகாரத்தைப் பார்த்துவிட்டு வந்து நேரம் தெரிந்தது போல "மணியடிச்சாச்சு அம்மா?" என எழுப்புகிறது.

"நீ தூங்குடி. நேரமாகலெ?" என்று மறுபுறம் திரும்பிப் படுத்துக் கொள்ளுகிறாள் மரகதம்.

குழந்தை ஓசைப்படாமல் புழக்கடைப் பக்கம் போகிறது.

ஒரு டம்ளரை எடுத்து அண்டாவில் இருக்கும் தண்ணீரை மொண்டுவந்து புழக்கடை வெராண்டா ஓரத்தில் நின்றுகொண்டு ஊற்றி, தாரையாகத் தரையில் சுர் என்ற சப்தத்துடன் விழுவதை ரசித்துக்கொண்டிருக்கிறது.

ஒரு டம்ளர் ஆனதும் மறு டம்ளர், மறு டம்ளர், மறு டம்ளர் . . . .

இந்த விவகாரத்தில் குழந்தையின் உடம்பும் பாவாடையும் நனைந்துவிடுகிறது.

பால்காரன் அந்தச் சமயம் பார்த்து புழக்கடை வெராண்டாவில் ‘அம்மா’ என்று பால் கொண்டுவந்து நிற்கிறான்.

“அம்மா தூங்கறாங்க” என்று தண்ணீர் விடுவதை ரசித்துக் கொண்டே பதிலளிக்கிறது குழந்தை.

“ஏம்மா இப்படி தண்ணியை கொட்றெ?” என்கிறான் பால்காரன்.

“இங்கே வந்து பாரு, சுர்ர் என்னுக்கிட்டு விழுது” என்று அவனையும் ரசிக்கும்படி அழைக்கிறது குழந்தை.

“ஊத்தாதெ அம்மா, ராஜால்லெ” என்கிறான் பால்காரன்.

“அப்படித்தான் ஊத்துவேன்” என்று மறுபடியும் டம்ளரை அண்டாவில் முக்குகிறது.

“நான் பால் குடுக்கணமே, முருவன் எங்கெம்மா?” என்கிறான் பால்காரன்.

குழந்தை டம்ளரைக் கீழே வைத்துவிட்டு, இரண்டு கைகளையும் நீட்டி விரித்துக்கொண்டு “அவன் போக்களிஞ்சே போனானே!” என மரகதத்தைக் காப்பியடித்துக் காண்பிக்கிறது.

இந்த நடிப்பைக் கண்டு ரசித்து ஒரு ‘பாட்டம்’ சிரித்து ஓய்ந்த பால்காரன், “நீ அந்தச் சொம்பை எடுத்தாம்மா, நான் பாலை ஊத்தித் தாரேன், ஊட்லெ கொண்டு வச்சி, அந்த ஜோடுதாலையைப் போட்டு மூடிப்போடு” என்கிறான்.

குழந்தை பாலை வாங்கிக்கொண்டு உள்ளே வைத்து மூடிவிட்டுத் தாயாரை எழுப்ப ஓடுகிறது.

அது தாயாரை அணுகும் சமயம், ஹால் கடிகாரம் மணி மூன்று அடிக்கிறது.

“அம்மா, அம்மா” என்று தோளைப் பிடித்து உலுப்புகிறது.

“இன்னும் என்னடி?” என்கிறாள் மரகதம்.

“அம்புட்டு மணியும் அடிச்சாச்சு” என்கிறது.

“போடி போ” என்கிறாள் மரகதம்.

“இல்லெம்மா நெசமா அம்புட்டு மணியும் இப்பத்தாம்மா அடிச்சுது; நான் கேட்டேனே” என்று துடிக்கிறது குழந்தை.

“அப்பா வர்ரத்துக்கு நேரமாகும், நீ போ” என்று விட்டு மறுபுறம் புரண்டுகொள்ளுகிறாள்.

"நேரமாகும்" என வாயைக் குவிய வைத்துக்கொண்டு வலிப்புக் காட்டிவிட்டு, கடிகாரத்தைப் போய் பார்க்கிறது.

மெதுவாக அடுக்களைக்குப் போகிறது.

பாலை எடுத்துக்கொண்டுவந்து அடுப்பு முன் வைக்கிறது. அலமாரி எட்டவில்லை. ஒரு முக்காலியை எடுத்துப்போட்டு அதன் மேல் ஏறி நின்றுகொண்டு, காப்பிப் பொடி டப்பியை எடுக்கிறது. கஷ்டப் பட்டுத் திறந்து காப்பிப் பொடி உடம்பில் சிதறியதைக்கூட சட்டை பண்ணாமல் கைகொண்ட மட்டும் குத்துக்குத்தாக மூன்று பிடி அள்ளி பாலுக்குள் போட்டு கையை விட்டுக் கலக்குகிறது. பிறகு ருசி பார்க்கிறது. கசப்பு வாயைப் பிடுங்க, 'தூ தூ' எனத் துப்பிவிட்டு, சர்க்கரை டின்னை எடுக்க ஏறுகிறது. நல்ல காலமாக அது திறக்க அவ்வளவு கஷ்டமில்லை. ஏனென்றால் அது முன்பே யாரோ திறந்து வைத்து மூட மறந்துவிட்டிருந்தார்கள். முக்காலியில் நின்றபடியே ஒரு குத்து சர்க்கரையை எடுத்துக்கொண்டு ஒரு கையில் டின்னும் மறு கையில் சர்க்கரையும் வைத்துக்கொண்டு இறங்கியதின் விளைவாக, அலமாரி கீழ்த்தட்டில் உள்ள டின்கள் கடபடா சத்தத்துடன் கீழே சரிந்து சிதறுகின்றன. ஆனால் குழந்தை சர்க்கரையை அள்ளிஅள்ளிப் போட்டுக் கலக்கி ருசி பார்த்துக்கொண்டிருக்கிறது. கசப்பைப் போக்குவதற்காக மனம்கொண்ட மட்டும் சர்க்கரையை அள்ளி அள்ளிப் போடுகிறது.

இந்த டின்கள் விழுந்த சப்தத்தைக் கேட்டு என்னவோ ஏதோ என்று எழுந்து ஓடிவந்த மரகதம், இவள் வேலையைப் பார்த்து பிரமித்து வாசற்படியில் நிற்கிறாள்.

அதே சமயத்தில் புழக்கடை வாசற்படியாக ஒரு கறுப்புப் பூனை 'மியாவ்' என்ற சப்தத்துடன் வாலைத் தூக்கிக்கொண்டு உள்ளே நுழைகிறது.

குழந்தை அவள் வந்ததைக் கண்டுகொண்டு, "அம்மா காப்பி போட்டாச்சு, வென்னி இல்லே, பாலுலியே காப்பிப் பொடியை போட்டு காப்பி போட்டாச்சு" என்று தன் வேலையை விவரிக்கிறது.

"தேடீ தேடீ பாத்தேம்மா, வென்னியே இல்லியே" என மீண்டும் விவரிக்கிறது.

"பாலெத் தொலச்சு குட்டிச்சொவராக்கி யாச்சில்லே, ஏண்டி இண்ணைக்கிப் பூரா இப்பிடி படுத்திக்கிட்டிருக்கே. பொண்ணாப் பொறந்தவளுக்கு இது ஆகாது! பாரு ஒன்னெ, ஒன்னெ என்ன செய்யுறேன்னு பாரு, பாரு அப்பா வரட்டும்!" எனக் கடுகடுக்கிறாள் மரகதம்.

குழந்தை சீற்றத்தை எதிர்பார்க்கவில்லை. முகம் 'புஸ்' என்று மாறுகிறது.

"அக்கா!" என்று ஒரு வார்த்தை மட்டும் சொல்லுகிறது.

"நீதான் அக்கா! யாரெப் பாத்து அக்காங்றே!"

"அக்கா!" என்கிறது மறுபடியும்.

"சொல்லாதே! சொல்ல மாட்டேன்னு! இல்லாட்டா அந்தப் பூனையைப் புடிச்சு மேலே போடுவேன்."

பூனை என்றதும் வெருகி விடுகிறது குழந்தை. கண்கள் பயத்தைக் கக்க, "எங்கம்மாகிட்ட சொல்றென் பாரு" என அவள் காலுக்கிடை வழியாக மச்சு நோக்கி ஓடுகிறது.

"என்ன அடம்!" என கோபாவேசம் கொண்டவளாகப் பூனையை மறித்துப் பிடிக்கிறாள் குழந்தைக்குப் புத்தி கற்பிக்க.

அவள் அதை மறித்துப்பிடித்துத் தொடர்வதற்குள் குழந்தை பறந்து பறந்து மச்சுக்கு ஓடுகிறது.

தன் ரூமுக்குள் நுழைகிறது. தாயின் படத்தைப் பார்த்து புகார் செய்ய ஆரம்பித்துவிடுகிறது.

"அம்மா, அம்மா! இந்த அக்காவெப் பாரு, பூனெயெ மேலே போட வர்றா அம்மா!' என்றுகொண்டிருக்கையில் மரகதமும் கறுப்புப் பூனை சகிதம் உள்ளே நுழைந்துவிடுகிறாள்.

குழந்தை பயந்துபோய் சுற்றுமுற்றும் ஓடி, பிறகு படத்தின் அடியில் வந்து நின்றுகொள்கிறது.

"சொல்ல மாட்டேன்னு சொல்லு" என பூனையை நீட்டுகிறாள் மரகதம்.

"அக்கா" என்கிறது குழந்தை.

பூனையை வீசப்போவது போல் பாவனை செய்கிறாள் மரகதம்.

"அம்மா! பாரேம்மா! பூனையைப் போடறாளே – ஐயோடி, பூனெயெ போடறாளே!" எனக் கத்திக் கீச்சிடுகிறது குழந்தை.

மரகதம் பூனையைக் குழந்தையின் முகத்தினிடம் கொண்டு வருகிறாள்.

குழந்தை சுவருடன் அமுங்க முயற்சிப்பது போல் தன்னைப் பதிய வைத்துக்கொண்டு, "ஐயோ, பூனே! பூனை வருதே! பூனை வேண்டாம்மா! அம்மா, பூனை வேண்டாம்" எனக் கிரீச்சிடுகிறது.

மாடிப்படியில் தடதடவென்று ஏறிவரும் சப்தம்.

மரகதம் மறுபடியும் முகத்தருகில் கொண்டுபோகிறாள்.

"பூனை வேண்டாம்மா!..." என பயத்தில் கிரீச்சிடுகிறது குழந்தை.

சுந்தரவடிவேலு பரக்கப்பரக்க உள்ளே நுழைந்து மரகதத்தைத் தள்ளிவிட்டுக் குழந்தையை எடுத்து அணைத்துக்கொள்ளுகிறார்.

குழந்தை ஒரே கத்தாகக் கத்துகிறது; அழ முடியாமல் விக்குகிறது; அப்பாவைக் கட்டிப்பிடித்துக்கொள்ளுகிறது....

ஜன்னி கண்ட மாதிரி கிரீச்சிடுகிறது.

நெஞ்சைத் தடவுகிறார் ... என்னென்னமோ செய்கிறார் ... சிறிது மயங்குகிறது.

படுக்கவைத்து நெற்றியில் கைக்குட்டையை எடுத்துப்போடுகிறார். விக்கிக்கொண்டே கிடந்த குழந்தை, "பூனை வேண்டாம்மா!" எனக் கத்துகிறது.

"குஞ்சம்மா, பூனெ ஓடியே போச்சே, அதெ அடிஅடின்னு அடிச்சுப்போட்டேன். வரவே வராது" என்கிறார்.

குழந்தை மனதில் அவர் வார்த்தை பதியவில்லை.

படுக்க வைத்துக்கொண்டு நெற்றியில் ஜலத்தை நனைத்துப் போடுகிறார்; நெஞ்சைத் தடவுகிறார் – பயம் ஓயவில்லை.

"பூனெ வேண்டாம்மா!" என்ற ஒரே வார்த்தையைக் கத்துகிறது.

மரகதம் கையைப் பிசைந்துகொண்டு கண் கலங்க வாசலடியில் நிற்கிறாள். அவளை அவர் ஏறிட்டுக்கூடப் பார்க்கவில்லை.

குழந்தையைக் கொஞ்சம் அமரவைத்துவிட்டு டெலிபோனுக்குச் செல்லுகிறார்.

எண்களைத் திருப்புகிறார். "ஹல்லோ ... கிருஷ்ணசாமிதானே பேசறது? நான்தான் சுந்தரம் ... குஞ்சத்துக்கு ஹிஸ்டீரியா மாதிரி கத்துறா; பயந்திருக்கா; *intense terror* ... ஏதும் *sleeping dose* கொண்டாந்தாத் தேவலே – இப்பொவெ வா – சில்றனெப் பார்த்துக் கொள்ள ஆள் வேணும்னு கலியாணம் பண்ணிக்கப்போய் மூணு கொழந்தைகளாச்சு, அப்றம் ரெண்டாச்சு ..." என்று கூறிவிட்டு டெலிபோனைக் கீழே வைக்கிறார் ...

... இப்படியாகக் குழந்தை குஞ்சுவுக்கு அதிர்ச்சியால் ஏற்பட்ட ஜுரம் தெளிய மூன்று நாட்களாகின்றன.

மூன்று நாட்களும் குழந்தையின் பணிவிடையிலேயே செலவிடு கிறார் சுந்தரவடிவேலு.

மூன்று நாட்களும் மரகதத்துடன் சிரித்துப் பேசுவது, ஏன் சாதாரணமாகப் பேசுவதே நின்றுவிட்டது. அவள் இல்லாதது போலவே நடக்க ஆரம்பித்துவிட்டார்.

கண்ணீருடன் கைகளைப் பிசைந்துகொண்டு தலைவிரி கோலமாய் நின்றதுதான் மரகதத்திற்கு மிச்சம். காப்பி கொண்டுவந்தால் வாங்குவார்; சாப்பிடுவார். உணவு கொண்டுவந்தால் உண்பார். 'போதும்', 'வேண்டாம்' என்பதுடன் அச்சமயங்களில் பேச்சு நின்றுவிடும். அவரது இந்த நிலையையும் உறுதியையும் கண்டு பயந்துவிட்டாள் மரகதம். மன்னிப்புக் கேட்டுக் காலில் விழுவதற்குக்கூட அஞ்சினாள்.

அச்சம் சீற்றமாக மாறியது. சமரச முயற்சி நின்றது. வருவதும் பணிவிடை செய்வதும் நின்றது.

வீட்டில் மறுபடியும் சமையல்காரன் சமையல் செய்யத் தொடங்கி னான். அவன் காப்பி கொண்டுவருவான், குழந்தைக்குப் பால் கொண்டுவருவான். வேலைக்காரனும் இருந்தான்.

மரகதம் தனக்கு மட்டும் தன் கையால் சமைப்பது, சாப்பிடுவது, உக்கிராணப் பிறையில் தலைவிரி கோலமாக மனநிம்மதி இல்லாமல் படுத்துக் கிடப்பது ... மனத்துடன் போராடுவது.

'யார் குற்றம்? குழந்தையின் பிடிவாதத்தைத் தீர்க்க வேண்டாமா, நான் என்ன அடித்தேனா, வைதேனா? ... லேசாய் பயங்காட்டினால் என்ன பிரமாதம்!...'

இவ்வாறாக மனம் சித்தாந்தம் செய்ய ஆரம்பித்துவிட்டது.

இருவரும் பேசவில்லை.

இந்தப் புதிருக்கு – இரு 'குழந்தைகளை'யும் இவ்வாறு பிரிந்து விலகும்படி செய்யாதிருக்க என்ன வழி என்பது அவருக்குப் புரிய வில்லை.

குழந்தைக்கு 'நர்ஸ்' அமர்த்திவிடுவோமா ... அல்லது *orphanage*இல் சேர்த்துவிடுவோமா என்றெல்லாம் மனம் ஓடியது ... புதிருக்கு விடையில்லை.

குழந்தை எழுந்து நடமாட ஆரம்பித்துவிட்டது. முன் போல ஓடி ஆட ஆரம்பித்துவிட்டது. ஆனால் 'மியாவ்' என்ற சப்தம் கேட்டால் உடல் நடுங்க ஆரம்பித்துவிடும். குழந்தை உறுதிகொண்ட குழந்தை. பயத்தை வெளிக்குக் காட்டுவதில்லை.

இப்பொழுது முன் போல, 'அம்மாகிட்ட சொல்லுவேன்' என்ற வார்த்தை அதன் வாயிலிருந்து வருவதில்லை.

சுந்தரவடிவேலுக்குக் கலாசாலையும் திறந்துவிட்டது.

அன்று விடியற்காலம். குழந்தை தன் சின்னக் கட்டிலில் இருந்து எழுந்திருக்கிறது. குலைந்து கிடந்த சிறு பாவாடையை நன்றாகக் கட்டிக்கொள்ளுகிறது.

ஜன்னல் விளிம்பில் உள்ள கடுதாசிப் பொட்டலத்திலிருந்து இரண்டு திராட்சைப் பழங்களை எடுத்துக்கொண்டு வருகிறது.

தாயார் படத்தின்முன் நின்று சிறிது நேரம் அதையே கவனிக்கிறது.

அப்புறம் இரண்டு பழங்களையும் படத்திற்கு நேராகத் தரையில் வைக்கிறது. தன் சித்தி குத்துவிளக்கின் முன்பு மண்டியிட்டு, தலை தரையில் படும்படி கும்பிடுவது போலப் படுத்து வணங்குகிறது. யாரையும் காப்பாற்றும்படி கேட்டுக்கொள்ளவில்லை.

பிறகு திராட்சைப் பழங்கள் இரண்டையும் எடுத்து வாயில் போட்டுத் தின்றுகொண்டு, தன்னுடைய ஓட்டை எஞ்சின் சகிதம் புழக்கடைப் பக்கம் சென்று பல் விளக்குகிறது. நேராகத் திரும்பிவந்து தெருவாசல் படியில் உட்கார்ந்து குனிந்துகொண்டு எஞ்சினைக் கைகளால் உருட்டிஉருட்டி விளையாடுகிறது.

சில சமயம் 'குச்குச்' என்ற சப்தம் அதன் வாயிலிருந்து வரும்.

இந்த நிலையில், "குஞ்சு! குஞ்சு! குஞ்சம்மா!" என்ற தகப்பனாரின் குரல்.

“என்னாப்பா!” என்று நிமிராமலே சத்தம் கொடுக்கிறது குழந்தை.

“உன்னை எங்கெல்லாமடி தேட, என் கண்ணு! என்ன செய்யறே” என்று கூறிக்கொண்டு வெளியில் வந்து குழந்தையை வாரி அணைத்துக்கொள்ளுகிறார்.

“காப்பி சாப்பிட வேண்டாமா?”

“ஊம்” என நீட்டுகிறது குழந்தை.

மணி பத்து.

கார் வாசலில் நிற்கிறது . . .

குழந்தை சட்டை போட்டுக்கொண்டு கையில் ரயில் பட புஸ்தகமும் எஞ்சினுமாக வாசல் படியில் வந்து நிற்கிறது.

தகப்பனார் வெள்ளைக்கார மோஸ்தரில் உடையணிந்துகொண்டு, கையில் ஐந்தாறு கனமான புஸ்தகங்களுடன் வெளியே வருகிறார்.

அப்பாவைக் கண்டதும் குழந்தை தன் கையில் உள்ள ரயில் பட புஸ்தகத்தையும் எஞ்சினையும் காருக்குள் வைக்க முயல்கிறது.

“எங்கடியம்மா குஞ்சு இந்த அவசரம்?” என்கிறார் சுந்தரவடிவேலு.

“அப்பா! அப்பா, நானும் ஒங்கூட வாறேன் அப்பா” எனக் கெஞ்சுகிறது குழந்தை.

இதுவரை குழந்தையிடம் இந்தக் கெஞ்சல் வியாபாரமே கிடையாது; எல்லாம் அதிகாரமயம்தான். அதிசயித்துச் சிரித்துக்கொண்டு, “நான் இண்ணக்கி பள்ளிக்கூடமில்லா போகிறேன். நீ வரலாமா, போய் விளையாடிக்கொண்டிரு, சாயங்காலம் வந்து ஒன்னைப் பீச்சுக்குக் கூட்டிக்கிட்டுப் போறேன்” என்கிறார்.

“பீச்சுக்கில்லே அப்பா, நான் ஒண்ணுமே செய்யமாட்டேன்; கார்லியே உட்கார்ந்திருப்பேன். ஒண்ணுமே செய்யமாட்டேன் . . . நானும் வரேன் அப்பா” என்று மறுபடியும் கெஞ்சுகிறது.

குழந்தையின் பிடிவாதத்தையும் கெஞ்சலையும் கண்டு ஏதோ காரணம் இருக்க வேண்டும் என ஊகித்து, அவளை வாரி எடுத்து முகத்தைத் தடவிக்கொடுத்து “ஏண்டியம்மா நீ கெட்டிக்காரியில்லியா . . .” என ஆரம்பிக்கிறார்.

குழந்தை ரகசியமாக காதோடு காதாக, “சித்தி – பூனெ” என்று சொல்லுகிறது.

பிள்ளையின் முகம் மாறுகிறது. சொல்ல முடியாத மனவேதனை. புத்தியில்லாமல் குழந்தையை எப்படிப் பயமூட்டிவிட்டாள் . . . பயம் எப்படி வேரூன்றிவிட்டது . . . இதை எப்படி போக்குவது . . . என மனசு நிலைகொள்ளாது தத்தளித்தது.

என்ன செய்யலாம்? குழந்தையை எப்படிப் பள்ளிக்கூடத்திற்கு எடுத்துக்கொண்டு போவது? வேலைக்காரர்களிடம் நிற்காதே! தானே ஓடியாடித் திரிகிற குழந்தைக்கு பயம் பிறந்துவிட்டதே என நினைக்கிறார்.

"கண்ணு நி சும்மா வெளையாடிக்கிட்டிரு . . . சித்தி ஒண்ணுமே செய்யமாட்டா . . . பூனெ வரவே வராது . . . அண்ணெக்கே அடிச்சு வெரட்டியாச்சே . . . நான் சீக்கிரமா வந்திடறேன் . . . அப்பரம் நாம் ரெண்டு பேருமா வெளையாடுவோமாம் . . . பிஸ்கோத்து தரட்டா ?. . ."

"தா . . ." என சோர்ந்தாற்போல் நீட்டுகிறது குழந்தை.

"அப்பொ . . ." என மறுபடியும் ஆரம்பிக்கிறது . . .

"அப்பொ . . . என்ன ?" என்கிறார் சுந்தரவடிவேலு.

"பாலும் எடுத்துத் தந்திரேன் . . ." என்கிறது குழந்தை.

"ஏம்மா . . . சித்தி தருவாளே . . ."

"மாட்டேன், நீதான் . . ." என்கிறது மறுபடியும்.

குழந்தையைத் தூக்கிக்கொண்டு உள்ளே சென்று இரண்டு பை நிறையவும் பிஸ்கோத்து போட்டுத் தருகிறார். அடுக்களைக்கு அழைத்துக்கொண்டுபோய், பாட்டிலில் பாலை ஊற்றி ரப்பரைப் போட்டு அதன் கையில் கொடுக்கிறார். இருவரும் வெளியே வருகின்றனர்.

"சரிதானா ?" என்று சொல்லிக் கீழே இறக்கிவிடுகிறார்.

"சரிதான் . . ." என நீட்டுகிறது குழந்தை.

ஸ்ரீமான் சுந்தரவடிவேலு காரில் உட்கார்ந்துகொண்டு வண்டியை ஓட்ட ஆரம்பிக்கிறார்.

"அப்பா அப்பா !" என்கிறது குழந்தை.

"இப்பொ என்ன ?" என்கிறார்.

"எம் பொஸ்தகத்தையும் எஞ்சீனையும் குடு" என்கிறது குழந்தை.

"ஓஹோ !" என்றுகொண்டு எடுத்துக்கொடுக்கிறார்.

"நான் புறப்படட்டா ?" என்றுகொண்டு வண்டியை ஓட்டுகிறார்.

"உம்" என்றுகொண்டு நீட்டுகிறது.

வண்டி புறப்பட்டுப்போகிறது. அது வெளிகேட் வரை சென்று திரும்பும்வரை அதையே பார்த்துக்கொண்டிருக்கிறது குழந்தை.

பிறகு மெதுவாக அக்குளில் புஸ்தகத்தை இடுக்கிக்கொள்ளுகிறது. ஒரு கையில் என்ஜின் கயிற்றைப் பிடித்துக்கொண்டு இழுக்கிறது. மற்றொரு கையில் பாட்டில் – இந்த சன்னத்தங்களுடன் குழந்தை வெளியே புறப்படுகிறது . . . மெதுவாக நடந்துசெல்லுகிறது . . . . இவ்வளவு கூத்தையும் மரகதம் ஒரு ஜன்னலில் நின்று பார்த்துக்கொண்டு நிற்கிறாள். கண் கலங்குகிறது. வாயில் சிரிப்பு வருகிறது . . . குழந்தையையே பார்த்துக்கொண்டிருக்கிறாள் . . .

குழந்தை வெளிகேட்டு அருகில் நிற்கும் வாதமுடக்கி மர நிழலுக்குப் போகிறது. பாட்டிலை வாசல்கேட் காறைக்கு அருகில் உள்ள குத்துக்கல்மீது வைக்கிறது. நிழலில் வந்து உட்கார்ந்து கொஞ்ச நேரம் பொம்மை பார்க்கிறது . . . அது அவ்வளவாக ரசிக்கவில்லை.

வட்டு விளையாட முயலுகிறது. அதற்கு கட்டம் போடத் தெரிய வில்லை. இஷ்டம் போல் கோணல்மாணலாக இரண்டு மூன்று கோடுகள் கீக்சிவிட்டு தூரத்தில் வந்து நின்றுகொள்ளுகிறது.

கையிலிருக்கும் ஓட்டாஞ்சில்லியைக் கோட்டுக்குள் வீசுகிறது.

நொண்டியடிப்பது போல ஒற்றைக் காலைத் தூக்கிக்கொள்ளுகிறது. வராததனால் படபடவென்று இரண்டு காலையும் வைத்து ஓடி விழுந்து கிடந்த சல்லியின்மேல் 'பட்' என்று காலை வைத்துக்கொண்டு, நொண்டியடித்து வந்தது போல ஒற்றைக் காலைத் தூக்கிக்கொண்டு சிறிது நிற்கிறது. அதற்கு இந்த 'சில்லாட்டம்' தெரியாது. எப்பவோ ஒரு தடவை ராஜாவுடன் விளையாடியிருக்கிறது.

இப்படி நின்றுவிட்டால் ஒரு ஆட்டம் ஜயித்தாச்சு என்பது அதன் சித்தாந்தம். சில சமயம் வேறு யாரையோ ஆடச் சொல்லுவது போல் பாவனை செய்து அந்தக் கற்பனை நபராகத் தன்னை ஆக்கிக்கொண்டு விளையாடும்.

இப்படி இது விளையாடிக்கொண்டிருக்கையிலே, கருத்த தாடியும் மீசையும், கையிலே திருவோடுமாக ஒரு ஆண்டி அந்தப் பக்கமாக வருகிறான். அவன் கட்டியிருக்கும் உடை தூய வெள்ளையாக இருக்கிறது. பரதேசிக் கோலத்தில் காணப்பட்டாலும் பிச்சைக்காரன் அல்ல என்று தெரிகிறது. நல்லவன் என்று சொல்லும்படியாக கண்ணிலே ஒரு குளுமை தேங்கி நிற்கிறது. சிறிது எடுத்த மூக்கு, எடுத்த நெற்றி, சிறிது தடித்த உதடு, மீசைக்குப்பின், மேகப் படலத்திற்குப் பின்னால் பாறை தோன்றுவது போல வெளுத்த ஆனால் சிறிது எடுப்பான பல். ஒரு கையில் இலையால் மூடிய திருவோடு . . . மறு கையில் சிறு மூட்டை. நிழலுக்காக உள்ளே நுழைகிறான். குழந்தை நின்ற இடத்திற்குப் பின்புறமாக மரத்தடியில் வந்து உட்கார்ந்து திருவோட்டிலிருந்த ஜலம்விட்ட சாதத்தை எடுத்துச் சாப்பிட ஆரம்பிக்கிறான். துணைக்கறியாக ஒரு துண்டு இலையில் இரண்டு மிளகாய் வற்றல்களும் கொஞ்சம் உப்புக்கல்லும் வைத்துக் கொண்டிருக்கிறான். குழந்தை அவன் வந்ததைக் கவனிக்கவில்லை.

விளையாடிக்கொண்டிருக்கிறது . . . .

வட்டை எடுத்துப் போடுகிறது. குழந்தைக்கு ஒரு பொருளை வாட்டமாக முன்பக்கம் விட்டு எறிவதில் பழக்கம் கிடையாது. உள்ளங்கையில் வைத்துக்கொண்டு கீழிருந்து மேல்வாட்டமாக எறியும்; அல்லது தலைக்குமேல் ரொம்ப உயர்த்திக்கொண்டு வேகமாகக் கையை வீசிப் பின்புறமாகக் கொண்டுவரும். இந்த முயற்சிகளால் சில சமயங்களில் வட்டு பின்புறமாகப் பார்த்துப் பறந்துவிடும்.

அப்படிச் சம்பவிக்கவே குழந்தை பின்பக்கம் திரும்புகிறது. நாடோடியைப் பார்த்துவிடுகிறது.

"ஐயோ! பூச்சாண்டி . . .!" என்று உச்ச ஸ்தாயியில் கிரீச்சிட்டுவிட்டு பிரமித்து நின்றுவிடுகிறது. குழந்தையின் கண்கள் பயத்தில் வெளியே தள்ளுகிறது.

ஒரு கவளத்தை வாயில் போடுவதற்குத் தலையை அண்ணாந்த நாடோடி குழந்தையின் பீதியை உணர்ந்துவிட்டான். கவளத்தைத் திருவோட்டில் கரைத்துவிட்டு, "இல்லம்மா பாப்பா, நான் பூச்சாண்டியில்லே! பயப்படாதே . . .!" எனச் சிரிக்கிறான்.

குழந்தை அப்படியே நிற்கிறது.

"இதோ பாரு, இது தாடி, வெறும் மசிரு. பயப்படாதேம்மா, இங்கே வாம்மா, கண்ணு என் கண்ணுல்லே . . . ."

குழந்தைக்குப் பயம் இவனது பரிவால் சிறிது தெளிகிறது. ஆனால் இடம் பெயர, கால்கள் சுவாதீனப்படவில்லை.

"அப்பொ நீ பூச்சாண்டியில்லே . . .?" என சந்தேகத்தோடு வினவுகிறது.

"இல்லெம்மா! நீதான் இப்படி வந்து தொட்டுப்பாரேன் . . . ."

"நெசமா, சத்தியமா, சத்தியமா, சத்தியமா!"

"நீ இங்கே வாடி . . . கண்ணு . . ." என மறுபடியும் அழைக்கிறான்.

குழந்தை மெதுவாக அவன் கிட்டப்போய் நின்றுகொண்டு அவன் தாடியை இழுத்துப் பார்க்கிறது.

"பாத்தியா வெறும் மசிரு; ஒந்தலைலே இருக்கு பாரு, அது மாதிரி" என்று அதன் தலையைத் தடவிக்கொடுத்துக்கொண்டே பக்கத்தில் உட்காரவைத்துக்கொள்ளுகிறான்.

"கண்ணு பயந்தே பூட்டாளே!" என்று குழந்தையின் நெஞ்சைத் தடவிக்கொடுக்கிறான். "கண்ணு பயப்படாதம்மா; இந்தா இங்க பாரு நான் சாப்பிடட்டா!" என்று குழந்தையை ஒரு கையால் அரவணைத்தபடி ஒரு கவளத்தை எடுத்து அண்ணாந்து வாயில் போட்டுக்கொள்ளுகிறான். குழந்தையின் கண்கள் கவளங்களுடன் அவன் வாய்க்கும் திருவோட்டுக்குமாக யாத்திரை செய்கின்றன. தலையை நீட்டி, நீட்டிப் பார்க்கிறது.

ஒரு மிளகாய் வற்றலை எடுத்துக் கடித்துக்கொள்ளுகிறான். குழந்தை அதைக் கவனிக்கிறது.

"எரிக்கலே!" என ஆச்சரியத்துடன் கேட்கிறது.

"இந்தக் கட்டைக்கி இதெல்லாம் எரிக்காது, அம்மா" எனச் சிரிக்கிறான்.

"எனக்கும் பசிக்கிது" என்கிறது குழந்தை.

"பாப்பா, இன்னுமா சாப்பிடலே, ரொம்ப நேரமாச்சே!" என அவன் கூறுவதற்குள், ஓடிப்போய்க் கதவருகில் வைத்திருந்த பாட்டில், புஸ்தகம், என்ஜின் வகையராக்களை எடுத்துக்கொண்டு ஓடிவருகிறது. அவன் எதிரில் உட்கார்ந்துகொண்டு, பாலைக் குடிக்கிறது.

குழந்தையின் செயல்களைக் கவனித்துக்கொண்ட நாடோடி ஒருவிதமாக, ஆனால் சிறிது தவறுதலாக ஊகித்துக்கொள்ளுகிறான். வீட்டில் குழந்தையைப் பார்த்துக்கொள்ள ஆள் கிடையாது, ஆண் போஷணையில் மட்டும் வளரும் குழந்தை என நினைக்கிறான்.

"சம்போ மஹாதேவா! இதுவும் ஒரு திருவிளையாட்டா!" என்று சொல்லுகிறான்.

"விளையாடலே, பாலு சாப்பிடறேன்; புட்டிலே பாலு இருக்கு பாரு" என வாயிலிருந்து எடுத்துவிட்டுக் காண்பிக்கிறது.

நாடோடி சிரித்துக்கொண்டே "உன் பேரு என்னம்மா?" என்கிறான்.

"குஞ்சு . . . மீனாச்சின்னும் அப்பா சொல்லுவாங்க" என்கிறது.

குழந்தைக்குப் பைக்குள் இருக்கும் பிஸ்கட் ஞாபகம் வந்துவிடுகிறது. பாட்டிலைக் கீழே வைத்துவிட்டுச் சட்டைப் பைக்குள் கையை விட்டு இரண்டு ஜம் பிஸ்கட்டை எடுத்துக் காண்பித்துவிட்டு, "நீ சாப்பிடு, சாப்டப் பிறவு தாறேன்" எனப் பையில் வைத்துக்கொள்ளுகிறது.

மறுபடியும் பாட்டிலை எடுத்து வாயில் வைத்துக் குடிக்கிறது.

இடையில் நிறுத்திக்கொண்டு, ஒரு கண்ணைச் சிறிது மூடிய வாக்கில் "இனூச்சுக் கெடக்கும்!"

பிஸ்கட்டின் உயர்வை ரசித்து சிபாரிசு செய்கிறது.

இருவரும் சாப்பிட்டு முடிக்கிறார்கள்.

நாடோடி, திருவோட்டைக் கழுவ எதிரே ரஸ்தாவுக்கு மறுபுறத்தில் இருக்கும் குழாயடிக்குப் போகிறான். குழந்தை பாட்டிலை எடுத்துக் கொண்டு தொடருகிறது.

"இதையும் கழுவிக் குடு" என்கிறது.

குழந்தையின் பாட்டிலைப் பத்திரமாக வாங்கிக் கழுவிக் கொடுத்து விட்டு அதற்கும் முகம், கைகால்களைக் கழுவிவிடுகிறான்.

இருவரும் திரும்புகிறார்கள்.

அவனது ஒரு எட்டுக்கு மூன்று எட்டாக, குழந்தை ஓடி – நடந்து வருகிறது.

"அப்பா சாப்பிட்டாச்சு" என்று பெரிய மனுஷி மாதிரி சொல்லிக் கொண்டு, "வெளையாடலாம் வாரியா" என்று ரொம்பச் சரசமாக நாடோடியிடம் கேட்கிறது.

நாடோடியின் கண்கள் ஜொலிக்கின்றன. குழந்தையின் குதூகலத்தைப் பெற்றுவிடுகிறான். "என்ன வெளையாட்டு வெளையாடுவோம்?" என்று கேட்கிறான்.

"ரயில் வெளையாட்டு ஆடுவமா? நாந்தான் ரயிலாம். நீ டேசன், கைகாட்டி" என்கிறது குழந்தை.

குழந்தை அவனை ஒற்றைக் கையை ஸிக்னல் போஸ்ட் மாதிரி நிற்கச் சொல்லிவிட்டு, தூரத்தில் ஓடிப்போய் அங்கிருந்து 'குச் – குச்' என்று சப்தமிட்டுக்கொண்டு கைகளைப் பிஸ்டனாக அசைத்தபடி நாடோடியை நோக்கி வேகமாக வருகிறது. அது போடுகிற 'குச் – குச்'சும் கை சுழற்றலும் வண்டி மெயில் மாதிரி வருவதாகப் பாவனை. குழந்தையின் முகம், மனசு விளையாட்டில் ரசித்திருப்பதைப் படமெடுத்துக் காட்டுகிறது.

‘வண்டி’ வந்துவிட்டது. கைகாட்டியை நெருங்கிவிட்டது. கைகாட்டி கிட்ட வந்துவிட்டது. என்ஜின் ஊதுகிறது. இரண்டு முறை, மூன்று முறை . . . .

கைகாட்டி தன் வேலையை மறந்து குழந்தையைப் பார்த்துக் கொண்டே இருக்கிறது . . . .

என்ஜின் குழந்தையாகிவிட்டது. “பொடிம்மா . . . உனக்கு வெளையாடவே தெரியலியே . . . கைகாட்டி சாயாமே ரயிலு வருமா? . . . வாண்டாம் போ . . .” என்று தரையில் காலை உதைத்துவிட்டு முகத்தைத் தொங்கப்போட்டபடி மரத்தடியில் போய் உட்கார்ந்து கொள்ளுகிறது.

தனக்கு விளையாடத் தெரியவில்லை என்பதையும் ரசித்துக் கொண்டு குழந்தையிடம் பக்கத்தில் போய் உட்கார்ந்துகொண்டு, “குஞ்சம்மா, குஞ்சம்மா வேறே வெளையாட்டுச் சொல்லேன், விளையாடுவோம் . . . வட்டாடுவோமா?” என்று தனக்கு ஞாபகமுள்ள விளையாட்டைக் குறிப்பிடுகிறான்.

மனசில் அது ரசிக்காததினால் “வாண்டாமா, ஒனக்குத்தான் ராசா மாதிரி வெளையாடவே தெரியலியே” என்கிறது.

“ராசா யாரும்மா?” என்று கேட்கிறான் நாடோடி.

“எங்கண்ணன்?” என்று நெஞ்சைத் தட்டிக்கொள்கிறது.

“பள்ளிக்கூடம் போயிருக்கானாம்மா?” என்கிறான் நாடோடி.

“செத்துப்போயிட்டான்” என்றாள் இரண்டு கைகளையும் விரியத் திறந்து காட்டிவிட்டு, “எங்கப்பாதான் பள்ளிக்கொடத்துக்குப் போயிருக்காங்க” என்கிறது.

மரணத்தின் பரிபூரண அர்த்தத்தையும் கிரகியாமல், இரண்டு பிரிவின் தன்மையையும் ஒரே அளவில் வைக்கும் குழந்தையின் மனப்பான்மை அவனை அதிசயத்தில் ஆழ்த்துகிறது.

அவன் வேறு ஏதோ கேட்கிறதற்கு வாயெடுக்கையில், குழந்தை கண்களை ‘பூச்சிக் கண் மாதிரி வைத்துக்கொண்டு’ “எங்க தாத்தா வரப்போறாங்களே எனக்கு!” – அவனுக்குத் தலையை ஆட்டிக்கொண்டு அறிவிக்கிறது.

“உங்கப்பா பேரு என்னம்மா?” என்கிறான்.

“சுந்தலவடிவேரு” என குழந்தை லகர ரகரத்தைக் குழப்பியடிக்கிறது.

“பெரிய பள்ளிக்கூடம் அங்கே இருக்கு பாரு, அதுலெ வாத்தியாரு” என்று வியாக்கியானம் செய்கிறது.

குழந்தையின் மரண–ஞானத்தைப் பற்றி இன்னும் தெரிந்துகொள்ள நாடோடிக்கு ஆவல். “உங்க அண்ணெ – ராசா எப்பிடியம்மா செத்துப் போனான்?” என்று கேட்டார்.

“அண்ணெக்கி மளெ பேயலெ பெரிய மளெ – அப்பொ – இந்த சித்தி இருக்காள்ள . . . அவென கொடையப் புடிச்சுக்கிட்டு போகச்

சொன்னா – அவென் வந்ததும், அப்பா வந்தாங்க – கோவிச்சுக் கிட்டாங்க. அவுங்க போனம்பரவு, எப்பவோ செத்துப்போயிட்டான், நானுங்கூடவேதான் இருந்தேன்" என்று உணர்ச்சியுடன் சொல்கிறது.

நாடோடிக்கு அவன் ஓரளவு ஊகித்தது சரியாகிவிட்டது என்ற நினைப்புடன், சுந்தரவடிவேலுவைப் பற்றி வெகுவாகத் தப்பபிப்பிராயம் கொண்டுவிட்டான்.

"நீ என்கூட வந்துடிறியா?" என்று கேட்டுவிட்டான்.

"நான் வந்தா யாரு அவுங்ககூட வெளையாடுறது?" என சாவதானமாகப் பதில் கொடுக்கிறது குழந்தை.

அதன் வாயைக் கிண்டிவிட்டுப் பார்க்கும் தன் அசட்டுத் தனத்தையே நொந்துகொண்டு பராக்காகக் குழந்தையின் நினைப்பை வேறுபுறம் திருப்ப, "அதென்னம்மா புஸ்தகம்" என்கிறான்.

"அதா, ரயில் புஸ்தகம்" என்று அதை எடுத்துக்கொண்டு ஓடி வருகிறது.

"படம் பாப்பமா?" என்று புஸ்தகத்தை விரித்துப் போடுகிறது.

"உனக்குப் படிக்கத் தெரியுமாம்மா?" என நாடோடி கேட்கிறான்.

"ஒனக்குத் தெரியுமா" என குழந்தை திருப்பிக் கேட்கிறது.

"தெரியாதே . . ." என்கிறான்.

"எனக்கும் தெரியாது" என்றுகொண்டு படத்தைப் புரட்டிக் கொண்டே பையிலிருந்து பிஸ்கட்களை எடுக்கிறது. தான் ஒன்றை வாயில் போட்டுக்கொண்டு மற்றொன்றை நாடோடியிடம் கொடுக் கிறது. "எனக்கு வேண்டாம் நீ சாப்பிடு" என்று சொல்லியும் கேட்காமல், எழுந்து நின்று அவன் வாயில் திணிக்க முயலுகிறது.

அவன் அதை வாங்கிக்கொண்டு, "பாப்பா நான் ஒரு வித்தை செய்கிறேன் பாக்கிறியா" என்று கையில் உள்ள பிஸ்கட்டைக் காண்பித்துவிட்டு, "சூ! மந்திரக்காளி" என்று கையைத் தட்டிவிட்டுக் காண்பிக்கிறான். பிஸ்கட்டைக் காணவில்லை.

குழந்தைக்கு ஆச்சரியம் சகிக்க முடியவில்லை.

"எப்பிடி! எப்பிடி – இன்னொரு தரம் காட்டு" என்கிறது.

"இதோ பாரு, இப்பொ எந்தக் கையிலிருக்கிறது காட்டு!" என்கிறான்.

குழந்தை முதலில் ஒரு கையை விரித்துப் பார்க்கிறது. பிறகு மறு கையை விரித்துப் பார்க்கிறது. இரண்டிலும் இல்லை.

"தின்னுப்புட்டியா?" எனக் கேட்கிறது.

"வரச்சொல்லட்டா" எனக் கையை மூடித் திறந்து காட்டுகிறான்.

பிஸ்கோத்து உட்கார்ந்திருக்கிறது!

"அது எப்படி?"

"மந்திரம்!"

“நான் செய்யட்டுமா?”

“ஊம்.”

“நீ கொஞ்சம் கண்ணெ மூடிக்கோ.”

நாடோடி சரியென்று கண்ணை மூடிக்கொள்கிறான்.

“நல்லா மூடிக்கணும்” என்று சொல்லிக்கொண்டே ஒரு பிஸ்கட்டை எடுத்து வாயில் போட்டுக்கொண்டு “உம்” என்கிறது.

அவன் கண்களைத் திறக்கிறான்.

குழந்தை இரு கைகளையும் மூடிக்கொண்டு நீட்டுகிறது. அவன் ஒவ்வொன்றாக விரித்துப் பார்த்துவிட்டு, “வரச்சொல்லு பார்க்கலாம்” என்கிறான். குழந்தை அவசரஅவசரமாக வாயிலிருந்ததைக் கையில் போட்டு துடைத்துவிட்டுக் காட்டிச் சிரிக்கிறது.

“அப்படியில்லேம்மா?” என்று அவளுக்கு விரல்களுக்கிடையில் பிஸ்கட்டை மறைத்து மறுபடியும் கொண்டுவரும் சாகசத்தைக் கற்பித்துக்கொடுக்கிறான்.

இப்படியே விளையாடிக்கொண்டிருந்தவன், பற்றற்று இருப்பதற்காக ஓடிவந்த தன்னைப் பாசம் மீண்டும் தன்னை அறியாமலே பிணிப்பதைக் கண்டு திடுக்கிட்டு உணர்ந்துகொண்டவன் போல் காரணமற்ற சிறிது கடுகடுப்போடு குழந்தையின் நெற்றியில் திருநீற்றை அள்ளி அப்பிவிட்டுத் திருவோடு மூட்டையுடன் வெளியே விரைந்து விடுகிறான்.

விபூதிப் பொடி கண்ணில் விழும் என்று கண்ணை மூடிக்கொண்டு, சாம்பல் பொடி வாயில் கிடைக்கும் என வாயைத் திறந்து ஒன்றும் கிடைக்காததால் ஏமாந்த குழந்தை கண்களைத் திறந்துகொண்டு அவன் போகும் திசையைப் பார்த்து ‘வவ்வவ்’ என வலித்துக் காட்டுகிறது.

பிறகு தன் ‘மூட்டைகள்’ எல்லாவற்றையும் சுருட்டி வாரிக் கட்டிக்கொண்டு வெளிக்கேட்டுக்கருகில் உட்கார்ந்து, கைப்பிடிச் சுவரில் சாய்கிறது. தகப்பனார் வரும் திசையை நோக்கியபடியே தூங்கிவிடுகிறது . . .

மணி நான்கு இருக்கும்.

சுந்தரவடிவேலு காரில் திரும்பி வருகிறார். மனசு நிலைகொள்ளா திருக்கிறது. குழந்தையின் நினைவு பகல் முழுவதும் மனதை வாட்டியது, அவரது முகத்தில் பிரதிபலிக்கிறது.

தூரத்திலிருந்தே குழந்தை வாசலில் சாய்ந்திருப்பதைக் கண்டு, காரைத் துரிதப்படுத்துகிறார். அருகே வரவரக் குழந்தை தூங்குவது தெரிகிறது. தானும் சிறு குழந்தை மாதிரி மரகதத்திடம் நடந்து கொண்டதின் விளைவே இம்மாதிரி வீட்டில் பிளவு ஏற்படவும், குழந்தைக்கு இந்தத் தனிமை லபிக்கவும் காரணம் என அவர் தீர்மானித்து, அதை உடனே நிவர்த்திக்க வேண்டும் என நினைக்கிறார்.

பலமாக 'ஹார்ண்' அடித்துக்கொண்டு வெளிவாசலை நெருங்கு கிறார். குழந்தை விழித்துக்கொண்டு, கொட்டாவி விட்டபடி கண்ணைத் துடைத்துக்கொண்டு நிற்கிறது.

சுந்தரவடிவேலு காரை நிறுத்தி இறங்கி குழந்தை, 'குழந்தையின் பரிவாரம்' சகலத்தையும் காரில் ஏற்றிக்கொண்டு வண்டியை உள்ளே திருப்பிக்கொண்டு வீட்டுக்குச் செல்லுகிறார்.

வீண் முரண்டால் மனக்கசப்பைத் தவிர ஆகிற காரியம் ஒன்று மில்லை என்ற முடிவுக்கு வந்த மரகதம், அன்று தலையை ஒழுங்காகச் சீவி முடித்துக்கொண்டு, சாயங்காலக் காப்பி எல்லாம் தயாரித்து வைத்துவிட்டு, வெளியே கார் வரும் சப்தத்தைக் கேட்டு நடுக் கூடத்திற்கு வரும்போது வெளியிலிருந்து, "சித்தியைக் கூப்பிட்டு காப்பியை இங்கே கொண்டாரச் சொல்லுவோம். மரகதம்! மரகதம்" எனக் கூப்பிடும் குரல் கேட்கிறது.

"வாண்டாம் அப்பா, நாம் போயி வெளையாடுவோம்" என்கிற குழந்தையின் குரலும் கேட்கிறது.

சுந்தரவடிவேலு விழுந்துவிழுந்து சிரிக்கும் சப்தம்....

"சித்தி நல்லவள்ளா – அண்ணெக்கேதான் பூனெய அடிச்சு வெரட்டியாச்சே" என்கிறார்.

"பூனைக்கில்லெப்பா..." என்கிறது குழந்தை.

இவ்வளவையும் கேட்டுக்கொண்டே காப்பி பலகாரங்களுடன் வெளியே வருகிறாள் மரகதம். அவள் முகத்தில் நாணம், வருத்தம் இரண்டும் கலந்திருந்தும் ஒரு மலர்ச்சியும் புன்சிரிப்பும் இருக்கிறது.

"ஏதேது" எனத் தமது 'வேலையில்' பாதி முடிந்துவிட்டதை உணர்ந்துகொண்ட சுந்தரவடிவேலு, "இந்தா நான் நாக்காலியே எடுத்துப்போடுறேன்; இந்தச் சட்டையெல்லாம் போட்டுகிட்டு வா" என தன் கோட்டைக் கழற்றிக் கொடுக்கிறார்.

பக்ஷணத் தட்டை ஒரு மேஜை மேல் வைத்துவிட்டு கோட்டை வாங்கிக்கொண்டு உள்ளே செல்லுகிறாள் மரகதம்.

தகப்பனாரும் குழந்தையுமாக நாற்காலிகளை இழுத்துப் போடுகிறார்கள்.

"குஞ்சு, குஞ்சு, நீ கொஞ்சம் சும்மா இரு, நானே போடுகிறேன்."

"ஒனக்குத் தெரியாதப்பா..." என்று ஒரு நாற்காலியை முக்கி முனகி இழுக்கிறது.

மரகதம் திரும்பி வருகிறாள்.

மத்தியில் மேஜையை வைத்து அதில் பலகாரங்களை வைக்கிறாள். ஒரு புறம் குழந்தையும், மறுபுறம் மரகதமுமாக உட்காருகிறார்கள்....

"என்ன மரகதம், நீயும் என்ன சிறுபிள்ளைத்தனமா அண்ணக்கி நடந்துக்கிட்டே... அவ 'அக்கா' என்று சொல்லிட்டா குத்தமென்ன;

புதுமைப்பித்தன் கதைகள் • 713 •

அதிலெ என்ன வசெ ...?" என்று ஒரு டீ பிஸ்கட்டை முறிக்கிறார் சுந்தரவடிவேலு ....

"இது ஒங்கிளுக்குத் தெரியாதாக்கும். அக்கான்னா மூதேவி; நல்ல ஆம்பிளைதான்" என்கிறாள்.

"குஞ்சம்மா நீ ஏண்டியம்மா அண்ணெக்கி சித்தியை அக்காண்ணெ."

"அண்ணெக்கி, ஊருலே, மோளம் அடிச்சுதே அண்ணெக்கி நீ சொல்லலே, அக்கா என்று சொல்லப்படாதுன்னு!" என அந்த வார்த்தை தனக்கு வசவாக மாறிய விதத்தை விளக்குகிறது குழந்தை. இருவரும் விழுந்துவிழுந்து சிரிக்கிறார்கள் ...

"குஞ்சு, நீ இண்ணைக்கி எங்கெல்லாம் வெளையாட்டு வெளையாடினே சொல்லு பார்ப்போம்" என்றுகொண்டு நாற்காலியில் சாய்ந்துகொள்ளுகிறார்.

"இண்ணெக்கா, வட்டாடுனேன்; அப்பறம் பூச்சாண்டி வந்தான் ..."

"பூச்சாண்டியா?" எனக் குழந்தை பயந்துவிட்டதோ என்ற கவலையும் கொள்கிறார்; மரகதத்தின் முகத்திலும் கவலை தேங்குகிறது.

"ஆமாம்ப்பா! நல்ல பூச்சாண்டி; அவன்கூட விளையாடினேன் ...."

"பாத்தியளா, குழந்தை கண்ட பிச்சைக்காரனோட எல்லாம் போய் சேர்ந்து உழப்புது" என்கிறாள் மரகதம்.

"அப்பா அவன் பிச்சைக்காரன் இல்லை, பூச்சாண்டி. சாப்பிட்டுப் புட்டுக் கையைக் கொளாயிலே களுவினான்; பிச்சைக்காரன் மாதிரி, துணிலெ தொடச்சுக்கலெ" என்கிறது.

இருவரும் குழந்தையின் வியாக்கியானத்தைக் கண்டு சிரிக்கிறார்கள்.

"அவன் கூட என்ன வெளையாடினே?"

"மந்திரம்" என்கிறது.

"என்ன மந்திரம்" என்கிறார் சுந்தரவடிவேலு ஆச்சரியத்துடன்.

"ஒரு பிசுக்கோத்துக் குடு. செஞ்சு காட்டுறேன்" என்கிறது. அவர் ஒரு பிஸ்கட் துண்டை எடுத்துக் கொடுக்கிறார்.

குழந்தை கைமாற்று வித்தையை தனக்குத் தெரிந்தபடி செய்து செய்து சிரிக்கவைக்கையில், வாசலில் ஒரு ரிக்ஷா வந்து நிற்கிறது.

அதிலிருந்து ஒரு பெரியவர் மடிசஞ்சியுடன் இறங்குகிறார்.

குழந்தை அவரைக் கண்டுகொண்டு "தாத்தா!" எனக் கத்தியபடி நாற்காலியைவிட்டு அவரை நோக்கி ஓடுகிறது.

மரகதமும் சுந்தரவடிவேலும் எழுந்து நிற்கிறார்கள்.

"மாமா வாருங்க!" எனக் கும்பிடுகிறார்.

"அப்பா சேவிக்கிறேன்" என்று விழுந்து வணங்குகிறாள் மரகதம்.

"மங்களமா இருக்கணும் ..." எனக் கிழவனார் ஆசீர்வதிக்கிறார்.

"மரகதம், நீ போய் முருகனைப் பாத்து மாமாவுக்கு வென்னிப் போடப் பாரு; சீக்கிரம் – அவுசரமா ரயில்லே ஏறி உக்காந்தாங் கண்ணா பல்லுலே தண்ணி பட்டிருக்காது என்று அர்த்தம்" என்கிறார் சுந்தரவடிவேலு.

"நாந்தான். ஏ முருவா, தாத்தாவுக்கு வென்னிப்போடு!" என்று கீச்சிட்டுக்கொண்டு உள்ளே ஓடுகிறது குழந்தை.

"ஏட்டி பைய, பைய – எதமாப் போ!" என்று எச்சரிக்கிறார் பாட்டனார். குழந்தையின் கீச்சுக் குரல் "முருவா, முருவா!" என உள்வீட்டில் முழங்குகிறது.

மரகதமும் பின்தொடருகிறாள்.

"ராசாவுக்கு என்ன சீக்கு! அப்பிடித் திடீரென்று..." என்கிறார் மாமனார்.

"எம் முட்டாத்தனம்: அவன் எண்ணெக்கிமே பெலகீனம்: நான் வெளிலே போனாப்போ மழையிலே சுத்தியிருக்காப் போலிருக்கு: திடீருன்னு ஜன்னியும் வலிப்பும் கண்டுது... அவனுக்கு அடிக்கடி ஒரு வலிப்பு வந்துகொண்டிருந்தது..." என்கிறார் சுந்தரவடிவேலு குரல் கம்மலுடன்.

இருவர் கண்களும் கலங்குகின்றன.

"அவ்வளவுதான் நமக்கு அதிஷ்டம். குடுத்துவைக்கலே, வருத்தப் படாதே போ..." என்கிறார் கிழவர்.

இருவரும் மௌனமாக இருக்கின்றனர். சுந்தரவடிவேலு மனம் அவரையே சுடுகிறது.

"நம்மூரிலே ஒரு பிள்ளையார் கோயில் கட்டணும் என்று எனக்கு ரொம்ப நாளா ஆசை. வாய்க்கால் பக்கம் இருக்கே முக்கோணமாக ஒரு நெலம், நந்தவனத்துக்குப் பக்கத்திலே, அதே நீ குடுத்தா நல்லாருக்கும்" என்று பேச்சை வேறு திசையில் திருப்புகிறார் கிழவர்.

பிராயச்சித்தம் போல இவ்வார்த்தைகள் சுந்தரவடிவேலுக்கு ஒரு மனக்குளுமையை ஏற்படுத்துகிறது.

"அப்படியே செய்துவிடுவோம்... அதற்கென்ன" என்கிறார்.

மனக்கண்முன் பிள்ளையார் சிலை ஒன்று பூதாகரமாக ஆனால் மனசுக்குக் குளுமை ஏற்படுத்தும் தன்மையோடு கூடி நிலைக்கிறது....

~ ~

மறுநாள் விடியற்காலம்....

"தும்பிக்கையொன்றே துணை" என்ற கிழவனார் குரல்....

"தும்பிக்கையொன்றே தொணை" என்கிறது குஞ்சுவின் குரல்....

கி : காட்டு வழியானாலும்...

கு : காட்டு வழியானாலும்...

கி : கள்ளர் பயமானாலும்...

புதுமைப்பித்தன் கதைகள்   •   715   •

கு : கள்ளர் பயமானாலும் . . .

கி : ஏட்டு வழிக்காரருக்கே . . .

கு : ஏட்டு வழிக்காரருக்கே . . .

கி : இதமுண்டு . . .

கு : இதமுண்டு . . .

இவ்வாறு கிழவர் குழந்தையை எழுப்பி வைத்துக்கொண்டு சொல்லிக்கொடுத்துக்கொண்டிருக்கிறார். முகம் தெரியாத இருட்டு. குஞ்சு போர்வைக்குள் உட்கார்ந்துகொண்டிருக்கிறது; சின்னக் கட்டிலில்.

"மகாதேவா – சொல்லு."

"மகாதேவா . . ."

"இங்கே எழுந்திரிச்சி வா!"

குழந்தை எழுந்து ஒரு கால்சட்டையை முடிந்துவிடும்படி, தாத்தாவிடம் கொண்டுவருகிறது.

தாத்தா : ஏட்டி! பாவாடெ எங்கே?

கு : இருட்லெ தெரியலெ தாத்தா! இதைத்தான் கட்டிவுடு.

கி : இதெ எப்பொ எடுத்தாந்தெ?

கு : கட்டில்லெ கெடந்தது . . .

கி : நல்லாத்தான் இருக்கு; நீ என்ன ஆம்பளப்புள்ளெயா . . .? என்று நாடாவை முடித்துவிடுகிறார்.

கு : ரொம்ப இறுக்காதே . . . வயித்தெ வலிக்குமாம்.

"இங்கே வா! திருநூறு பூசட்டும்" எனத் தானும் இட்டுக்கொண்டு, குழந்தைக்கும் பூசுகிறார். சிறிது வாயில் போடுகிறார்.

"இன்னும் கொஞ்சுண்டு தாத்தா" என்கிறது குழந்தை.

"உம்! அதெல்லாம் சோகெ புடிக்கும். ஒண்ணு, ரெண்டு, மூணு சொல்லு . . . ஒனக்குத் தெரியுமா?"

"நீ சொல்லு, நான் கேட்டுக்கிட்டிருக்கேன்."

"அடி போடி, சொல்லுடின்னா!"

"தாத்தா! நீ இங்கியே உக்காந்துகிட்டு இரு, நான் உள்ளே போயிட்டு வாரேன்" எனப் புறப்படுகிறது.

"எங்கடி இருட்டிலே, இப்படி உக்காரு."

"நீ இரேன், இதோ வாறேன் . . ." என்று சொல்லிக்கொண்டே உள்ளே போய் மச்சிலுக்கு ஏறுகிறது.

இருட்டில் கஷ்டப்படக் கூடாதே எனக் கிழவரும் தொடர்கிறார். அதன் வேகத்தைப் பிடிக்க முடியவில்லை.

அது மச்சிலில் நேராக ஒரு அறைக்குள் நுழைவதைக் கண்டு பின்தொடர்கிறார்.

வாசலை நெருங்கியதும் திக்பிரமையடைந்து நின்றுவிடுகிறார்.

குழந்தை தாயாரின் படத்தின்முன் கும்பிட்டுக்கொண்டு நிற்பதையும் பார்த்துவிடுகிறார்.

குமுறிக்கொண்டுவரும் அழுகையை வாயில் துணியை வைத்து அமுக்கிக்கொண்டு இறங்கிவந்து படுக்கையில் உட்கார்ந்துவிடுகிறார்.

சிறிது நேரம் கழித்துக் குழந்தை திரும்பி வருகிறது.

"தாத்தா பல்லு வெளக்கலெ; அப்பா ஏந்திரிச்சாச்சு!" என்று அவரை அசைக்கிறது.

மெதுவாக எழுந்து அவள் கையைப் பிடித்துக்கொண்டு தொடருகிறார்.

~ ~

பகல் மத்தியானம் இரண்டு மணி இருக்கும்.

குழந்தை சிவப்பழமாக வாசலில் நின்றுகொண்டிருக்கிறது. நெற்றியில் விபூதி, சந்தனப்பொட்டு. உடம்பிலும் மூன்றுமூன்று வரைகள் – புலிவேஷம் போட்ட மாதிரி. குழந்தை அதைப் பார்த்துப்பார்த்து ரசித்துக்கொண்டு நிற்கிறது.

வீட்டு உள்கூடத்தில் தாத்தா நாற்காலியில் உட்கார்ந்திருக்கிறார். எதிரில் கலங்கிய கண்களுடன், தன் குறைகளை எல்லாம் தெரிவித்துக் கொண்டிருக்கிறாள் மரகதம்.

ஆறஅமர அவர் கேட்டுக்கொண்டிருக்கையில் குழந்தையின் குரல் கேட்கிறது.

"தாத்தா, கள்ளன் வந்திருக்கான்" என்று அறிவிக்கிறது.

"என்னடட்டி!"

"கள்ளன் தாத்தா – திருடன், களவாணி" என விளக்குகிறது.

இருவரும் பதறிப்போய் என்னவென்று ஓடுகிறார்கள். வாசலில் நீளக் கிராப்புத் தலையும் ஷர்ட்டும் டர்க்கி டவலும் அணிந்த ஒருவன் சிரித்துக்கொண்டு நிற்கிறான்.

"சார் இருக்கிறாங்களா" எனக் கேட்டுவிட்டு, "ஏது, குழந்தை ரொம்ப ஜாக்கிரதை போலிருக்கிறதே!" எனச் சிரிக்கிறான்.

"அது உளறுகிறது. அவாள் இல்லை" என்று சொல்லியனுப்பி விடுகிறார் கிழவனார்.

"பாத்தியளா கூத்தை; இந்த மாதிரிதான்; அண்ணைக்கி ஒருத்தென் இவன் மாதிரிதான் சட்டையும் கிட்டையும் போட்டுக்கிட்டு வந்தான் – இவர் இல்லெ. புள்ளெ வெளிலே தனியா வெளையாடிக்கிட்டிருந்தது. உள்ள கூப்பிடுறதுக்கு இப்படிச் சொல்லிவச்சேன் – நம்மையே பரிசி கெடுத்துவிட்டது" என்கிறாள் மரகதம்.

"அப்பொ நான் சொல்லுகிறதைக் கேளு. உன் மாப்பிளைக்கி மொறைக்கு ஒரு அக்கா இருக்கா. வயசானவ. ரொம்ப ஏழை. ஏழெட்டு

வயசுப் பையனும் அவளுந்தான். அவளை இங்கே கூட்டி வச்சுக்கோ. வீட்டையும் பாத்துக்குவா – புள்ளையெயும் பாத்துக்குவா – என்ன சொல்லுறே – சம்மதமா?"

"நீங்க சொன்னாச் சரிதான், இல்லேங்கப் போறனா நான்" என்கிறாள்.

"நான் இண்ணெக்கே புறப்படுறேன்; புள்ளையும் கூட்டிக்கிட்டுப் போரேன்; அங்கெல்லாரும் பார்க்க ஆசைப்படுறாக" என்கிறார் கிழவர்.

இரவு ரயில்வே ஸ்டேஷன்.

இரண்டாவது வகுப்பு வண்டியில் கிழவனாரும் குஞ்சுவும் உட்கார்ந்திருக்கிறார்கள். பிளாட்பாரத்தில் சுந்தரவடிவேலுவும் மரகதமும் நிற்கிறார்கள்.

ரயில் ஊதிவிட்டது; புறப்படப்போகிறது.

"ஊருக்குப் போறியாக்கும்" எனக் குழந்தையை ஜன்னல் வழியாக முத்தமிடுகிறாள்.

ரயில் நகருகிறது.

"ஏட்டி, போயிட்டு வாறியா?" என்கிறாள் மரகதம்.

"ஒன்கூட டூ. ஆன மேலே, அம்பாரி மேலே டூ" என ஜன்னல் வழியாகக் கையை நீட்டிக்கொண்டு கத்துகிறது குழந்தை. கிழவனார் அதன் இடுப்பைக் கெட்டியாகப் பிடித்துக்கொண்டு இருக்கிறார்.

திருமணம்

ஒரு கலியாண வீடு; அதாவது கலியாண வீட்டின் முன் முகப்பு. சட்டத்தால் வாரிசுகள் பாதிக்கப்படாமல் இருக்க வேண்டுமே என்று சட்டத்தையும் பொதுஜன அபிப்பிராயத்தையும் ஒருங்கே திருப்தி செய்விக்கும் நோக்கத்துடன் நடப்பது போல அவ்வளவு படாடோப மற்ற அலங்காரம்.

வாசலில் தெருவுக்கு எதிர்ப்புறத்தில் ஒரு பூவரச மரம். நாலைந்து பேர்கள் கலியாண 'மஜா'வில் கும்மாளமடித்து நிற்கிறார்கள். அவர்களுள் ஒரு சிறுவன்; ஒற்றைநாடியான சரீரம்; தீட்சண்யமான கண்கள் – எண்ணெ கொஞ்சம் வழியவிட்டுச் சீவிய கிராப்புத் தலை. இடையில் பட்டு வேஷ்டி; பட்டு ஷர்ட்; இடுப்பில் பட்டுக்கரை மேல்வேஷ்டியைப் பிரிமணையாகச் சுற்றிக் கட்டியிருக்கிறான். வெற்றிலை அளவுக்கு மிஞ்சிப் போட்டதால் வாயும் ஷர்ட்டும் சிகப்புக் கறையுடன் காணப்படுகிறது. வாய் அசைபோட்டுக் கொண்டிருக்கிறது.

சிறுவர்கள் கும்பல் சும்மா நிற்கவில்லை. ஒருவரையொருவர் பிடித்துத் தள்ளி விளையாடிக்கொண்டிருக்கின்றனர். ஒரு பையன் வாழை மட்டை ஒன்றை வைத்துக்கொண்டு பக்கத்தில் யாரும் கவனிக்காமல் பராக்காக இருக்கும் சமயத்தில் பின்பக்கமாகப்

போய் படார் என்று தரையில் அடித்து அதனால் திடுக்கிடுவதைக் கண்டு சிரித்து மகிழுகிறான்.

உள்ளே நாதசுரக்காரன் குரலெடுக்கிறான். சாதாரணக் கலியாணம் என்பதைக் காட்டும் சாதாரணத் திறமை.

பட்டு வேஷ்டி அலங்காரத்துடன் இருக்கும் பையன், ரொம்ப பெருமையாக முகத்தை வைத்துக்கொண்டு, அப்பொழுதுதான் அங்கு வந்த ஒருவனிடம் "எங்கப்பாவுக்கு கலியாணம்டா?" என்று பெருமையடித்துக்கொண்டான்.

கேட்டவன், சொன்னவனுடைய அறியாமைக்குப் பரிதவிப்பவன் போல "இவுங்க அப்பாவுக்காண்டா – எங்க மதினிக்கு கலியாணன்டா?" என மற்றவர்களுக்கு உண்மையை நிர்த்தாரணம் செய்து பாராட்டு தலை சுற்றும்முற்றும் எதிர்பார்க்கிறான்.

"எங்கப்பாவுக்குத்தான்டா?" எனக் கிரீச்சிட்டுக்கொண்டு, "கலியாணக் கடுதாசிலேகூட அச்சுப்போட்டிருக்கு" என்றவாறு இடுப்பில் சுற்றியிருந்த பட்டு லேஞ்சியை அவிழ்த்து கந்தரகோளமாகக் கழுத்தில் போட்டுக்கொண்டு, துருத்திக்கொண்டிருந்த மடிப் பொட்டளத்தை அவிழ்க்கிறான். அதில் ஒரு லட்டு, கசங்கி வெதும்பும் ஒரு கட்டு வெற்றிலை, சாயப் பாக்கு வகையறாக்களுடன் நசுங்கும் கலியாணக் கடுதாசியை வெளியே எடுத்து நிமிர்த்தி விரித்து, எழுத்துக்கூட்டி பெயரை வாசிக்க ஆரம்பிக்கிறான்.

"ஏ.எஸ். சு. இந் – தி – ர – வடி . . . வடி . . . வேலுப் பிள்ளை!" . . . அதே சமயத்தில் எதிர்க்கட்சியாடிய பையன்:

"ம – ர – க – தா – ம் – பா – ள் . . . எங்க அப்பா!"

"எங்க மதினி!"

"அப்படின்னா நாம சொந்தம்!" என்று கழுத்தில் கையைப் போட்டுக்கொண்டு இறுக்குகிறான் மாப்பிள்ளையின் மகன்.

அதே சமயத்தில் கூட்டத்திலிருந்து இன்னொருவனுக்குப் பூவரச மரத்தில் ஏறி தழை பிடுங்கி ஊதல் செய்யவேண்டுமென்று தோன்றி விடுகிறது. விருவிருவென்று ஏறி கிளையில் உட்கார்ந்துகொண்டு ஒரு இலையைச் சுருட்டி வாயில் வைத்துக்கொண்டு ஊதுகிறான். அந்த சப்தத்தைக் கேட்ட மற்ற சிறுவர்கள் இலைக்காகக் கெஞ்சுகிறார்கள்.

கிளை கிளைகளாக ஒடித்துப்போடுகிறான் உயர இருப்பவன்.

கீழே ரகமயமான ஊதல் சப்தம்.

சுந்தரவடிவேலுப் பிள்ளையின் மகனும் ஒரு இலையை எடுத்துக் கொண்டு யாரும் பிடுங்கிக்கொள்ளாமல் தூரத்தில் ஓடி நின்றுகொண்டு சுருட்டி வாயில் வைத்துக்கொண்டு ஊதுகிறான். அவசரத்தில் உருட்டியதால் சத்தம் . . . பக் – பக் – என திக்கித்திக்கி தாரை வாசிக்கிறது.

அச்சமயம் கலியாண வீட்டை நோக்கி ஒரு பெரியவர் கையில் மடிசஞ்சி மூட்டையுடன் நடந்துவருகிறார்.

அவரைக் கண்டதுதான் தாமதம். "தாத்தா வந்திட்டாங்க..." என உச்சஸ்தாயியில் கத்திக்கொண்டு உள்ளே ஓடுகிறான்.

ஆளில்லாமல் அலங்காரத்துடன் நிற்கும் மணவறை. பந்தலில் ஒரு மூலையில் மேளக்காரன். நடுவில் வெற்றிலைத் தட்டு. யாரோ ஒரு பெரியவர் மட்டும் உட்கார்ந்திருக்கிறார். அவரையும் தாண்டி விழுந்து உள்ளே ஓடுகிறான். வீட்டு வெளி ஓர வழியாக உள்ளே பெண்கள் கும்பலை சுற்றிக்கொண்டு மச்சுப் படிகளில் வேகமாக ஓடுகிறான்.

ஓடுகிற வேகத்திலும் அவன் வாயில் ஊதல் இருந்துகொண்டுதான் இருக்கிறது.

மச்சில் ஒரு அறைக்குள் திரும்புகிறான்.

வாசற்படியில் நின்றுகொண்டு விரைக்க வியர்க்க, "அப்பா, அப்பா! தாத்தா வந்திட்டாங்க!" என்று இளைப்பால் கம்மிக்கம்மிச் செய்தியைக் கக்குகிறான்.

அறையில் விரித்த ஜமுக்காளத்தில் வெற்றிலைத் தட்டைச் சுற்றி ஐந்தாறு பேர் உட்கார்ந்திருக்கிறார்கள்.

ஒருவர் பக்கத்தில் உள்ள திண்டின்மேல் முழங்கையை மட்டும் சாயவைத்துக்கொண்டு உட்கார்ந்திருக்கிறார்.

மடியில் ஒரு மூன்று வயதுப் பெண் குழந்தை உட்கார்ந்துகொண்டு அவர் கன்னத்தைத் தொட்டுத்தொட்டு, "அப்பா! அப்பா!" என்ற வண்ணம் பெரியவர்கள் பேச்சில் தலையிட்டு தன் குதலையால் குழப்புகிறது. அவர் குழந்தையின் தலையைத் தடவிக்கொடுத்தபடி மற்றவர்கள் சொல்லுவதைக் கேட்டுக்கொண்டிருக்கிறார்.

மகன் சப்தம் கேட்டதும் ஏறிட்டு அந்தத் திசையைப் பார்க்கிறார்.

"எங்கெடா..."

குழந்தை சிறுவன் கையிலிருக்கும் ஊதலைப் பார்த்துவிட்டு, "எனக்கும் ஊதல்" எனக் கத்துகிறது.

"தரமாட்டேன்... அப்பா, தாத்தாவைக் கூட்டியாரேன்" என்று கத்தியவண்ணம் கீழே ஓடுகிறான்.

குழந்தை ஊதல் வேண்டும் என்று கத்த ஆரம்பிக்கிறது.

"டே! கண்ணு..." எனத் தகப்பனார் பேச்சு எடுக்குமுன் மாடிப்படிகளில் இருவர் மோதிக்கொள்ளும் சப்தம்... சிரிப்பு.

"எங்கடா இந்த ரயில் அவசரம்?" என்ற பெரியவர் குரல்.

"இல்ல தாத்தா; உங்களைக் கூட்டியாரத்தான் ஓடியாந்தேன்...."

"அட போடா? படுக்காளிப் பயலெ, மாடிப் படிலே இப்படி ஓடலாமா?... பல்லு தெறிச்சுப்போகாது, விழுந்தா...?"

"விழமாட்டேன் தாத்தா!"

பாட்டனும் பேரனும் உள்ளே வருகிறார்கள்.

"நமஸ்காரம் மாமா! வரவேணும்...."

கிழவனார் தன் பேத்தியை கையில் வாங்கிக்கொண்டு முத்தமிடு கிறார். குழந்தை அவர் தோள்வழியாகப் பின்புறத்தில் நிற்கும் அண்ணனிடமிருக்கும் ஊதலைப் பார்த்துக்கொண்டே அது தனக்கு வேண்டும் எனக் கத்துகிறது.

கிழவனாரும் மருமகனும் ஜமுக்காளத்தில் அமருகிறார்கள்.

பக்கத்தில் நின்ற வாலிபன் வந்தவரைப் பன்னீர் தாம்பூலம் பரிமாறி உபசரிக்கிறான்.

பேரன் பன்னீர்ச் சொம்பை எடுத்துக்கொண்டு அவர் தலையில் பன்னீரைத் தெளித்து வழுக்கையில் அது வழிவதைக் கண்டு ரசிக்கிறான்.

கிழவர் பையனைச் செல்லமாகக் கண்டித்துக்கொண்டு, “சீ! படுக்காளிப் பயலே, இங்கே வா! இப்படி உட்காரு, படிக்கியால” என்று கேட்கிறார்.

“இப்பொ ரெண்டாங் கிளாஸ்” என்று பெருமை அடித்துக் கொள்ளுகிற மாதிரி ஆரம்பித்து “பெயிலாப்போச்சு” என்று முடிக்கிறான்.

சிறு குழந்தையின் நச்சுக்காக அவர் எழுந்திருந்து ஜன்னலுக்கு வெளியே நின்ற தென்னையின் மடலிலிருந்து ஒரு ஓலையைப் பிய்த்துக்கொண்டுவந்து உட்கார்ந்து, மடியிலிருந்த சூரிக் கத்தியால் அதைத் திருத்தி, ஊதல் ஒன்று செய்ய ஆரம்பிக்கிறார் கிழவர். முகூர்த்த நேரம் நெருங்கிவிட மாப்பிள்ளைச் சடங்கு ஆரம்பமாகிறது.

மாப்பிள்ளை மணவறைக்கு அழைத்துச் செல்லப்படுகிறார்.

புகை மண்டிய ஹோமம் நடக்கிறது. பிறகு பெண் சடங்கு.

இந்த நேரத்தில் கிழவனார் தன் பேரப்பிள்ளைகள் இருவரையும் மடியில் உட்காரவைத்துக்கொண்டு மணப்பந்தலில் வருகிற விருந்தினர் களை உபசரிப்பதில் பங்கெடுத்துக்கொள்ளுகிறார்.

மணமேடையில் மாப்பிள்ளையும் பெண்ணும் வந்து உட்காருகிறார்கள்.

திருமங்கல்யதாரண சமயம் ... மௌனமும் இரைச்சலும்.

சந்தடியில் பெண் குழந்தை கிழவனார் மடியிலிருந்து நழுவி ஓடி தகப்பனார் மடியில் உட்கார்ந்துகொண்டு கையிலிருந்த ஊதலை வாசிக்கிறது.

மணப்பெண் கடைக்கண் போட்டு குழந்தையைப் பார்க்கிறாள் ... முகத்தில் வெட்கம் கவிகிறது.

அவள் பார்வையைக் கண்டுகொண்ட குழந்தை அவள் மூஞ்சிக்கு நேராக ஊதலை நீட்டிக்கொண்டே ஊதுகிறது.

மணவறையில் ஏக ரகளை; எல்லோரும் சிரிக்கிறார்கள்.

மாப்பிள்ளை சிரித்துக்கொண்டு, “குஞ்சு, பாட்டா மடிலே இருந்துக் கோம்மா!” என்று பக்கத்திலிருந்தவர்களிடம் எடுத்துக் கொடுக்கிறார்.

குழந்தை கைமாற்றிப் பாட்டையாவிடம் சேர்ப்பிக்கப்படுகிறது. ஊதல் சப்தத்தை மாத்திரம் விடவில்லை.

அதே சமயத்தில் திருமங்கல்யதாரணமும் நிகழ்கிறது ... பெண்ணின் கழுத்தில் தாலி ஏறுகிறது. மாப்பிள்ளையின் கையில் மட்டும் சிறிது நடுக்கம் ... முகத்தில் மலர்ச்சியானாலும் ...!

கிழவனார் பேரன் கிராப்புத் தலையைத் தடவிக்கொண்டு மணமேடையைப் பார்க்கிறார். என்றாலும் பார்வையுடன் நினைவு லயிக்கவில்லை.

அம்மி மிதித்து அருந்ததி காட்டும் சடங்குகள் ... யாவும் நடை பெறுகின்றன.

ஆசீர்வாதம் ....

பெரியோர் யாவர் முன்பும் தம்பதிகள் வந்து வணங்குகின்றனர். ஒவ்வொருவரும் திருநீறு இட்டு ஆசீர்வதிக்கின்றனர்.

கடைசியாக முதல் மாமனார் முறை.

அவர்முன் வந்ததும் சுந்தரவடிவேலு சாஷ்டாங்கமாக நமஸ்கரிக்கிறார் ... பெண்ணும் விழுந்து கும்பிடுகிறாள்.

பெரியவர் கண் கலங்குகிறது ... திருநீற்றை இருவர் நெற்றியிலும் இடுகையில் அவர் கை நடுங்குகிறது.

சின்னக் குழந்தை?

"அப்பா! நாந்தான் நல்லா ஊதியை ஊதினேன்! அந்த அக்கா மூஞ்சிலேகூட ஊதினேனே ..." என்கிறது. மணப்பெண்ணின் முகம் சிவக்கிறது. யாவரும் சிரிக்கின்றனர்.

மாப்பிள்ளையும் குழந்தையை வாரி எடுத்துக்கொண்டு முத்தமிட்டு "அக்கா இல்லடே – சித்தி" என்றுகொண்டே ஏதோ யோசனை தட்டியது போல் பிரகாசமான முகத்துடன் குழந்தையைப் புது மனைவி கையில் கொடுக்கிறார்.

சற்று நேரம் தயங்கி நின்ற பெண் தயக்கத்துடன் வாங்கி பெண்களுக்குரிய பழக்கப்படி இடுப்பில் உட்காரவைக்கிறாள்.

பக்கத்தில் நிற்கும் பெண்கள் சிரித்து ரகளை செய்கின்றனர்.

இடுப்பிலிருந்த குழந்தை இறங்கி, "சித்தி! வா நான் கூட்டிக்கொண்டு போகிறேன்" என அவள் நடுவிரலைப் பிடித்துக்கொண்டு முன் நடக்கிறது.

"ஒனக்கென்னமா கவலெ! மகளே உன்னைக் கூட்டிக்கொண்டு புறப்பட்டுவிட்டாள்" என்கிறாள் பெண் தோழி.

மறுபடியும் சிரிப்பும் அட்டகாசமும்.

பெண்கள் கூட்டம் மணப்பெண்ணுடன் வீட்டுக்குள் செல்லுகிறது.

மாப்பிள்ளையும் முதல் மாமனாரும் தனித்து நிற்கின்றனர்.

மாப்பிள்ளை "என்ன மாமா, நீங்க மட்டுந்தான் வந்தீர்களா? மதினியைக் காணலியே."

மாமனார் : "அவள் குளத்தூர் கலியாணத்திற்குப் போயிருக்கிறாள் ... நான் உங்களை எல்லாம் கூட்டிக்கொண்டு போகலாம் என்றுதான் வந்தேன். நாளை சாயங்காலம் வந்திடுவாள்."

மாப்பிள்ளை சிரித்துக்கொண்டு, "இரண்டு நாள்தான் லீவு எடுத்து வந்தேன்; நாளை சாயங்காலம் ரயில்லே இருப்போம் ..."

ரயிலில்

நல்ல இருட்டு. ஓடுகிற ரயில் வண்டியில் இரண்டாவது வகுப்பு. நீட்டுப் போக்கில் சீட்டுகள் அமைந்த விசாலமான வண்டி. முழுதும் ரிஸர்வ் செய்யப்பட்டிருப்பதால் வண்டியில் சுந்தரவடிவேலு, அவரது புது மனைவி மரகதம், குழந்தைகள் உட்கார்ந்திருக்கின்றனர்.

சுந்தரவடிவேலு வெறும் ஷர்ட்டும் பைஜாமா கால்ச் சட்டையும் அணிந்துகொண்டு உட்கார்ந்திருக்கிறார். மரகதம் ஜன்னலடியில் உட்கார்ந்து வெளியே பார்ப்பதும் உள்ளே குழந்தைகள் விளையாடு வதைக் கவனிப்பதுமாக இருக்கிறாள்.

குழந்தை குஞ்சு ரயில் வண்டி மாதிரி புஸ் – புஸ் – புஸ் என்ற வண்ணம் கைகளை பிஸ்டனைப் போல் ஆட்டிக்கொண்டு, ரயில் ஊதுகுழலைப் போல் வாயால் ஊதுகிறதும் மறுபடியும் வண்டி பெட்டிக்குள் சுற்றிச்சுற்றி ஓடிவருகிறதுமாக இருக்கிறாள். வண்டி ஓடுவதனால் சில சமயம் தள்ளாடி விழுவாள். மறுபடியும் எழுந்து நின்றுகொண்டு என்ஜின் புறப்படும்.

அவளுடைய அண்ணன் ராஜா பத்திரிகையின் சிகப்பு அட்டை ஒன்றையும் சித்தியின் பச்சைக் கைக்குட்டையையும் வைத்துக்கொண்டு 'ஸ்டேஷன் மாஸ்டர்' உத்யோகம் பார்க்கிறான். எதிர்புறத்து சீட்டு (seat) ராஜா வேலை பார்க்கும் ரயில்வே ஸ்டேஷனின் பதவி வகிக்கிறது.

"என்ன? சின்ன என்ஜினுக்குப் பசிக்கலியா?" என்கிறார் சுந்தர வடிவேலு.

"இன்ஜீன் தண்ணி குடிக்கிற டேஷன் வரலியே அப்பா" என்று குழலூதிக்கொண்டு புறப்படுகிறது குஞ்சு.

"மணி எட்டாச்சு, நீங்கள்ளாம் தூங்க வாண்டாம். டே ராஜா, கையைக் கழுவிக்கடா; மரகதம் குஞ்சுவுக்கு பாட்டில்லெ பாலை ஊத்திக் குடு" என்கிறார் சுந்தரவடிவேலு.

மரகதம் கீழே குனிந்து டிபன் பெட்டியை வெளியே இழுத்துக் கொண்டு அதன் எதிரே உட்கார்ந்து பெட்டியைத் திறந்து துணியில் சுற்றிவைத்திருந்த பாட்டில் ரப்பர் இரண்டையும் எடுத்துக் கழுவிக் கொண்டே, "இன்னும் புட்டியிலா பாலைக் குடுப்பா? ரப்பரை வச்சு உறிஞ்சுனா உதடுல்ல பெருத்துப்போகும் ..." என்று அவரைப் பார்த்துக் கேட்கிறாள்.

"பாட்டில்லெ குடுத்தாத்தான் சிந்தாது; அவ உதட்டுக்கென்ன, அழகாகத்தான் இருக்கிறது" என குஞ்சுவை எடுத்து உதட்டில் முத்தமிடுகிறார்.

“குத்துது அப்பா” என்று முகத்தைப் புறங்கையால் துடைத்துக் கொண்டே இறங்க முயல்கிறது குழந்தை.

“இதோ பாரு குஞ்சு, இந்தப் பாலைக் குடிச்சிட்டு படுத்துக்கணும். நீ குடிக்கிறத்துக்குள்ளே மெத்தையைப் போட்டுவைப்பனாம் ....”

“ஆட்டும் அப்பா” என அவர் உட்கார்ந்திருந்த இடத்தில் தலையணைமீது சாய்ந்தபடி பால் பாட்டிலை வாங்கிக் குடித்துக் கொண்டிருக்கிறது.

“டே ராஜா, நீ என்ன சாப்பிடப்போரே? இட்லியா, தயிர்ச் சாதமா ...? உனக்கென்ன வேணும்?” என்கிறார் சுந்தரவடிவேலு.

“அப்பா, நான் அந்தப் பழத்தை மாத்திரம் சாப்பிட்டுவிட்டுப் படுத்துக்கறனே ....”

“சீ, இதென்ன வழக்கம், தயிர்ச்சாதமா பலகாரமா – எது வேணும்? மரகதம் நமக்கும் எடுத்து வையேன் ....”

“பின்ன இட்டிலியைத்தான் சாப்பிடுகிறேன்” என வந்து உட்காருகிறான்.

மூவரும் சாப்பிட உட்காருகிறார்கள். “நீ என்ன சும்மா இருக்கே – நீயும் இப்பவே உக்காந்திடேன் ...” என்கிறார் சுந்தரவடிவேலு.

“நீங்கள்ளாம் சாப்பிட்டு முடியுங்க ....”

“இதுதானே ... சாப்பாட்டுக் கடையே ஒண்ணா முடிச்சுப்புட்டா எல்லாத்தையும் உதறிக் கட்டி வச்சுப்பிடலாமே, நீயும் உக்காரு – அந்தக் கூஜாத் தண்ணியை எடு ....”

“அதுக்காகத்தான் – அப்புறம் என்றேன்.” குஞ்சு சாப்பிட்டுவிட்டு, “அப்பா இந்தா பாட்டில் ....” என்கிறாள்.

“மரகதம் அதை வாங்கி வை.”

எல்லாரும் சாப்பிட்டு முடிக்கிறார்கள்.

சுந்தரவடிவேலு குழந்தைகளைப் படுக்கவைத்துவிட்டு, விளக்கின் மீது கருப்புத் திரையை இழுத்துவிட்டுவிட்டு, சீட்டில் வந்து உட்காருகிறார்.

மரகதம் உடைகளை மாற்றிக்கொண்டு மெல்லிய உடையுடன் வந்து உட்காருகிறாள்.

இருவரும் மௌனமாக இருக்கிறார்கள்.

“என்ன யோசிக்கிறே ...?”

“நீங்கதான் சொல்லுங்களே ....”

“எனக்கு ஆயிரம் யோசனைகள் இருக்கும்; அதெல்லாம் உனக்குப் புரியாது ... நீ என்ன யோசிக்கிறே ....”

“குஞ்சுவெப் பாக்கப்போ இவ்வளவு துடியாக இருக்கிறாளே என்று பயமாக இருக்கு! அக்கா எப்படிப்பட்டவர்களோ? என்று

நினைச்சுக்கொண்டு இருந்தேன். அக்கா ரொம்ப படிச்சவுகளாமே ... எனக்கு கையெழுத்துக்கூடப் போடத் தெரியாது ... எங்கம்மா போனப்பறம் என்னெப் பாத்துக்க யாரிருந்தா ...?"

"குஞ்சுவெப் பாத்தா அவுக அம்மாளேப் பாக்க வாண்டாம். வயசுக்கு மிஞ்சின புத்தி ... அவளிடம் ரொம்ப ஜாக்கிரதையாக இருந்துகொள்ள வேண்டும் – பளிச்சென்று நம்மைத் தூக்கிவாரிப் போடும்படியாகச் சொல்லுவா, செய்வா – அவுகம்மா ... (கொஞ்சம் யோசனையிலாழ்கிறார்) அவுகம்மா போன அண்ணைக்கி கத்துகத்துன்னு கத்தினா ... அவளை வளர்க்கிறதுதான் பெரும்பாடு ... அவள் சில சமயம் என்னையே வளர்க்க ஆரம்பித்துவிடுவாள் ....

"நீதான் படிக்காதே போனா என்னா? குழந்தைகளைப் பார்த்துக்கொள்ள படிப்பெதற்கு? ஆமாம் மாற்றாந்தாய்க் கஷ்டம் என்றால் உனக்கு நல்லாத் தெரியுமே ... அதுகள் ரெண்டும் சொந்த அம்மா என்று உணரும்படி நடந்துகொள்ள வேண்டும் ....

"என்ன ரொம்ப உபதேசம் பண்ரயனேன்னு நினைக்காதே ... நீ நல்லதுன்னு நினைச்சு எதையாவது செய்வே; அது தகராறில் கொண்டுவந்து விட்டுவிடும் ... எதற்கும் ஜாக்கிரதை ...."

"நிலா வருது பாருங்க ... எப்படி அளகா இருக்கு ...."

கிருஷ்ணபக்ஷத்துச் சந்திரன். கிரணங்கள் மெதுவாகத் தூங்கும் குஞ்சுவின் முகத்தில் விழுகின்றன.

அவள் தூக்கத்திலேயே ரயில் எஞ்சின் மாதிரி குச் – குச் என்று கொண்டு முகத்தைப் புறங்கையால் தேய்க்கிறாள்.

சுந்தரவடிவேலு எழுந்து அருகில் சென்று குனிந்து பார்த்துவிட்டு மெதுவாகத் தட்டிக்கொடுக்கிறார். குழந்தை தூங்கிவிடுகிறது.

அவர் விளக்கை அணைக்கிறார்.

வண்டியில் சந்திரனொளியுடன்கூடிய அரைகுறை இருட்டு.

மெதுவாக வந்து மனைவியின் பக்கத்தில் உட்கார்ந்து வலது கையால் அவளை அணைக்கிறார். மரகதமும் அவர்மீது சாய அவளை முத்தமிடுகிறார் ....

"குஞ்சுவுக்கு மட்டுமா குத்தும் ...!" எனச் சிரித்துக்கொண்டு பதில் முத்தம் கொடுக்கிறாள்.

முதல் நாள்

அதிகாலை சுந்தரவடிவேலுவின் பங்களா. இன்னும் யாரும் எழுந்திருக்கவில்லை. குழந்தைகளின் அறை. குஞ்சுவுடைய தாயாரின் பெரிய படம் ஒன்று தொங்குகிறது.

அறையின் ஒரு புறத்தில் குஞ்சுவின் படுக்கை. மற்றொரு புறத்தில் ராஜா ... தூங்குகிறான்.

குஞ்சு மெதுவாக எழுந்திருக்கிறாள். தத்தித் தடுக்கி, போர்வையைத் தள்ளிவிட்டு கீழே இறங்கி நின்று தானே சிறு பாவாடையை எடுத்துக்

கட்டிக்கொண்டு, சட்டையைப் போட்டுக்கொள்ள முயன்று முடியாமல், கீழே போட்டுவிடுகிறாள்.

தாயார் படத்தின் முன் நின்று, "அம்மா, அப்பாக் காப்பாத்து, ராசாக் காப்பாத்து, என்னைக் காப்பாத்து" என்று விழுந்து கும்பிடு கிறாள். காரியம் முடிந்த மாதிரி, மூலையில் ஒரு கயிற்றில் கட்டப் பட்டிருந்த என்ஜினிடம் போகிறாள். ஏதோ ஞாபகம்வந்தவள் போல, படத்திடம் திரும்பிவந்து, "சித்தியைக் காப்பாத்து" என்று படத்திற்கு ஒரு கும்பிடுபோட்டுவிட்டு ரயில் வண்டி சகிதம் சட்டையையும் தூக்கிக்கொண்டு கதவைத் திறந்துகொண்டு மாடிப்படிகள் வழியாக பங்களாவின் பின்புறம் நோக்கிப் போகிறாள்.

வேலைக்காரன் குழாயைத் திறந்து எஜமானுக்கு குளிக்கத் தண்ணீர் நிரப்பிக்கொண்டிருக்கிறான். சன்னலில் வைத்திருக்கும் பல் பொடியை எடுத்துக்கொண்டுபோய் தானே பல் தேய்க்க ஆரம்பிக்கிறாள். எல்லாம் ரொம்ப அவசரமாக நடக்கிறது. வாய் கொப்பளித்தாச்சு. பாவாடையைக் கொண்டு முகத்தைத் துடைத்துக்கொண்டு உள்ளே போக யத்தனிக்கிறாள்.

அப்பொழுது ஸ்நான அறையில் தகப்பனார் துண்டைக் கட்டிக் கொண்டு தலையில் ஒரு சொம்பு ஜலத்தை ஊற்றுவதைப் பார்த்து விடுகிறாள்.

அக்குளில் இருக்கும் சட்டை எறியப்படுகிறது. இடுப்புப் பாவாடை யும் கீழே விழுகிறது. என்ஜின் சகிதம் தகப்பனார் காலடியில்போய் நின்றுகொண்டு, அண்ணாந்து பார்த்துக்கொண்டு நிற்கிறாள். அவர் தனது தலை வழியாக ஊற்றுவது இவளையும் நனைக்கிறது. குளிர்ந்த ஜலமாகையால் உடல் வெடவெடக்கிறது. 'சளுக்சளுக்' என்று சிரித்துக்கொண்டு, "எனக்கும் அப்பா!" என்கிறாள்.

முகத்திலிருந்த சோப் நுரையால் கண்ணை மூடியிருந்த சுந்தர வடிவேலு முகத்தைக் கழுவிக்கொண்டு, குனிந்து பார்த்து, "நீ எங்கடி வந்தே, பச்செத் தண்ணிலே குளிக்கப்படாது" என்கிறார்.

"நான்தான் குளிச்சாச்சே; சோப் போடு" என்று கையை நீட்டுகிறது குழந்தை.

அவர் உட்கார்ந்துகொண்டு குழந்தையைக் குளிப்பாட்டுகிறார். குழந்தை என்ஜினுக்குக் குளிப்பாட்டி அதற்கு சோப் போடுகிறது.

"இதோ பார் குஞ்சு; என்ஜின் எங்கேயாவது சோப் போட்டு குளிக்குமோ?" என்கிறார்.

"குளிக்குமே . . ." என்கிறது குழந்தை.

"எங்கே பார்த்தே . . .!"

"இதோ" என்று தன்வசம் உள்ள என்ஜினைக் காட்டுகிறது . . . .

அவர் சிரித்துக்கொண்டு அவளைக் குளிப்பாட்டி உலர்ந்த துண்டால் துடைத்து, தூக்கிக்கொண்டு வருகிறார்.

என்ஜின் குழந்தையின் கையில் இருக்கிறது. அதன் நனைந்த கயிறு சுந்தரவடிவேலுவின் முதுகில் நனைக்கிறது. "அது என்னடி பின்னாலே?" என்றார்.

குழந்தை, கப்பியில்லாக் கிணற்றில் தாம்புக் கயிற்றுடன் குடத்தைக் குனிந்து கையால் வலித்து இழுப்பது போலத் தூக்கிக்கொண்டு "கயறு, அப்பா!" என்கிறது.

அவர் குழந்தையை அறைக்குள் எடுத்துக்கொண்டுபோய், சலவை செய்த சட்டை பாவாடை எல்லாம் அணிவித்து, தலையைச் சீவிவிட்டு, முகத்திற்கு பவுடர் போட்டுவிடுகிறார் ....

"இனிமே நீ யாருகிட்டபோய் சட்டை போடச்சொல்லணும் தெரியுமா – சித்திகிட்டே!" என்று சொல்லிக்கொண்டு அவள் கன்னத்தைத் தட்டுகிறார்.

"மாட்டேன்?"

"பின்ன என்ன செய்வே?"

"நானே போட்டுக்குவேன்?"

"நான் போட்டு விடட்டுமா?"

"வாண்டாம்!"

அச்சமயம் பார்த்து மரகதம் காப்பி பலகாரங்களுடன் உள்ளே வருகிறாள். "நீங்கள் இன்னம் உடுத்தி முடியலியா?" என்று சிரித்துக் கொண்டு சொல்லுகிறாள்.

சுந்தரவடிவேலு அவசரஅவசரமாக ஷர்ட்டை அணிந்துகொண்டு தலையை வாரிக்கொள்ளுகிறார். அவ்வளவு அவசரம் – ஈரத் துணிகள் யாவும் கீழே எறியப்படுகின்றன.

குழந்தை பொறுக்க ஆரம்பிக்கிறது. அதன் முகம் 'ஊம்' என்றிருக்கிறது.

அதைக் கண்ட மரகதம், "என்ன புத்திசாலி" என்றுகொண்டு குழந்தையை ஒரு கையில் எடுத்தவண்ணம் மறு கையால் ஈரத் துணிகளை எடுத்துக்கொண்டு, "குஞ்சு, நாம ரெண்டு பேரும் சாப்பிடு வோமாம்!" என்கிறாள்.

குழந்தை பேசாமலே இருக்கிறது.

மரகதம் குழந்தையை எடுத்துக்கொண்டு சமையல்கட்டுப் பக்கமாகப் போகிறாள்.

சமையல்கட்டில் ராஜா தயிரிட்டுப் பிசைந்த பழைய சாதத்தை வைத்துக்கொண்டு முழித்துக்கொண்டிருக்கிறான்.

இதைக் கண்டதும் குழந்தை, "ஐயே, தோச்சை திங்கலே!" என்கிறது.

குஞ்சுவைத் தன்முன் உட்காரவைத்துக்கொண்டு, "கண்ணு! ஒரே ஒரு உருண்டை பழையது சாப்பிடு, அப்புறம் காப்பி தாரேன்... நல்லா தயிரு போட்டு பிசைந்திருக்கிறேன் பாரு!" என்று எடுக்கிறாள்.

"நாங்கள் பழையது தின்கிற சாதியில்லே!" என்கிறது குழந்தை.

மரகதம் திடுக்கிடுகிறாள்: பிறகு சிரித்துக்கொண்டு எவ்வளவோ செல்லமாக மல்லுக்கட்டியும் 'தூ! தூ!' என்று துப்பி இரைத்துவிடுகிறது.

குழந்தையின் வாயைத் துடைத்துவிட்டு பாட்டிலில் காப்பியை ஊற்றிக் கொடுக்கிறாள். குழந்தை பாட்டிலை வாங்கிக்கொண்டு உட்கார்ந்துகூடச் சாப்பிடாமல் வெளியே புறப்பட்டுவிடுகிறது.

இந்த ரகளையில் ராஜா சாப்பாட்டை அப்படியே வைத்துவிட்டு ஓட்டம் பிடிக்கிறான். அவனுக்கு தோசைகூட வேண்டாம் என்றாகி விட்டது.

இந்தக் கூத்தைக் கண்டு திடுக்கிடுகிறாள் மரகதம். ஆனால் சாவதானமாகத் தனக்குப் பழையதை வைத்துக்கொண்டு சாப்பிட ஆரம்பிக்கிறாள். குழந்தையின் அட்டகாசம் அவள் மன நிம்மதியைப் போக்கிவிட்டதால் சாப்பாடு செல்லமாட்டேன் என்கிறது.

சமையல்காரனை அமைக்கக் கூடாது என்றுவிட்டு, தானே வேலைகளை ஆரம்பிக்கிறாள் . . .

வேலைக்காரியைக் கூப்பிட்டு அரங்கில் இருந்த குத்துவிளக்கைத் தேய்த்துக் கழுவி நடுஹாலில் வைக்கும்படி உத்தரவிடுகிறாள். தினசரி சாயங்காலம் விளக்கு பூஜை நடத்துவதற்குத் தயாராக இருக்கிறது.

~ ~

சுந்தரவடிவேலு சாயங்காலம் கலாசாலையிலிருந்து திரும்பி வருகிறார். இன்று சற்று நேரமாகிவிட்டது; பொழுது மங்கும் சமயம் அவருடைய கார் பங்களா கேட்டில் திரும்பியதுதான் தாமதம் . . . .

குழந்தைகள் இரண்டும் மோட்டார் வண்டியிலேயே போய் விழுந்துவிடுவது போல் படிகளிலிறங்கி "அப்பா! அப்பா!" எனக் குதூகலித்துக்கொண்டு ஓடிவருகின்றன.

ராஜா கையில் ஒரு சின்ன *foot ball.* குஞ்சுவின் என்ஜின் தரையில் மல்லாக்காக இழுபடுகிறது . . . .

அவர் வண்டியிலிருந்து இறங்கி நின்றதுதான் தாமதம். ஆளுக்கொரு காலைப் பிடித்துக்கொண்டு மரமேறுகின்றனர். குஞ்சுவை வாரி எடுத்துத் தோள்மேல் சாத்திக்கொண்டு, ராஜாவைக் கையில் பிடித்துக் கொண்டபடி வீட்டுக்குள் போகிறார்.

நடுஹாலைத் தாண்டி தான் வாசிக்கும் அறைக்குள் செல்லுகிறார். அங்குள்ள அலமாரியைத் திறந்து, குஞ்சுவின் கை ஒன்றுக்கு ஒரு பிஸ்கோத்து கொடுக்கிறார். பையன் "அப்பா, அப்பா" எனப் பையையே திறந்து நீட்டுகிறான்.

"ரொம்ப நேரமாச்சு, ராத்திரி சாப்பிட வேண்டாமா?" என்று கொண்டு அவனுக்கும் அதைப் போலவே இரண்டு மட்டும் கொடுக்கிறார். பிஸ்கட் சாப்பிடும் குஞ்சுவைப் பார்த்து "ஏண்டி கண்ணு, காப்பி சாப்பிட்டாச்சா, எனக்கு ரொம்ப பசிக்கிறதம்மா –

ஒரே ஒரு துண்டு எனக்குக் குடுக்குறியா" எனக் கெஞ்சுகிறார். குழந்தை கையிலிருப்பதை ரொம்ப சிரமப்பட்டு ஒடித்து ஒரு பொடியை மட்டும் (அதுதான் அதன் பலத்தில் விண்டது) தகப்பனார் வாயில் வைக்கிறது. "அப்பா, இவ்வளவு போதும். வயிறு ரொம்பிப் போச்சு" என்று குழந்தையை முத்தமிட்டுக்கொண்டு அந்த அறையை விட்டு வெளியே வந்து வீட்டுப் பின்புறம் நுழைகிறார் ....

"அப்பா வந்ததும் காப்பி சாப்பிடலாம் என்று அம்மா சொன்னாங்க" என்றுகொண்டே அதைப் போடுகிறான் ராஜா.

உள்ளே இரண்டாவது கட்டில் மரகதம் குத்துவிளக்கின் முன் விழுந்து நமஸ்கரித்து கண்ணை மூடியபடி ஏதோ மானஸீகமாகப் பிரார்த்தனை செய்வதைப் பார்க்கிறார். மறுபடியும் விழுந்து நமஸ் கரித்து, விளக்கைத் தொட்டு கண்ணில் ஒற்றிக்கொண்டு திருநீற்றை நெற்றியில் அணிந்துகொண்டபின் திரும்பிப் பார்க்கிறாள்.

பூஜையை எதிர்பாராததினால் அதில் ஒரு ஆச்சரியமும் பிரமிப்பும் பரவசமும் கொண்ட சுந்தரவடிவேலு குழந்தைகளுடன் நடையண்டை யில் நின்றுகொண்டிருக்கிறார்.

மரகதம் சிரித்துக்கொண்டு "நீங்கள் வந்தது எனக்குத் தெரியும்" என்று நெருங்கி வந்து, குழந்தை குஞ்சுவின் நெற்றியில் விபூதியை இட்டு, அதன் வாயில் பூஜைக்கு நிவேதனமாக வைத்த திராட்சைப் பழம் ஒன்றைப் போடுகிறாள். திருநீற்றுப் பொடி கண்ணில் விழுவதால் கண்ணை மூடிமூடித் திறந்துகொண்டு நிற்கிறாள் குஞ்சு; வாய் அசைபோடுகிறது.

"ரொம்ப நேரமாச்சே! காப்பி எடுத்துக்கொண்டு வாரேன்; நீங்க இன்னம் என்ன இந்த வேசத்தைக் களையாமே நிக்கறளே" என்கிறாள் மரகதம்.

"நாங்க வெளியே உட்கார்ந்திருக்கோம்; நீ அங்கே கொண்டு வந்துவிடேன்" என்றுகொண்டே குழந்தைகளுடன் வெளியே வாசல் பக்கம் வருகிறார்.

வேலைக்காரனிடம் நாற்காலிகளை எடுத்துப்போடச் சொல்லி விட்டு குழந்தைகளுடன் பந்து விளையாடுகிறார்.

ஏகக் கூச்சலும் இரைச்சலும் போட்டுக்கொண்டு பந்தை அடிப் பதில் ஏமாறுகிறது குஞ்சு. ராஜா பந்தை உதைக்கிறான். இடைமறிக்க குஞ்சு ஓடுகிறது.

மரகதம் காப்பி பலகார வகைகளை எடுத்துக்கொண்டுவந்து மேஜைமீது வைக்கிறாள்.

"ஆட்டம் குளோஸ், *Play over!* காப்பி சாப்பிட வாருங்கோ!" என்று கோஷித்துக்கொண்டு குழந்தைகளும் தகப்பனாரும் நாற்காலி களுக்கு ஓடிவருகின்றனர். குஞ்சு முக்கி முயன்று ஒரு நாற்காலியில் ஏறி உட்கார்ந்துகொள்ளுகிறது. அவளுக்கும் மரகதத்திற்குமிடையே ராஜா உட்காருகிறான்.

சுந்தரவடிவேலு முகத்தைக் கைக்குட்டையால் துடைத்துக்கொண்டு, "இவ்வளவு மணி நேரத்திற்கப்புறம் இத்தினி பக்ஷணம் . . .! ராத்திரி சாப்பிடக் கீப்பிட வேண்டாமா? எனக்கு வெறும் காப்பி போதும்!"

"கொஞ்சம் நேரம் கழித்து பசிக்கிறப்ப சாப்பிடுகறது; எட்டு மணிக்குத்தான் சாப்பிடணும் என்று சாஸ்திரத்திலே எழுதியா வச்சிருக்கு!" என்கிறாள் மரகதம்.

"நமக்காக குழந்தைகள் முழித்துக்கொண்டிருக்குமா?" என்று குழந்தைகளுக்குப் பலகாரங்களில் ஒரொரு துண்டு கொடுத்துவிட்டு காப்பியைக் கொடுக்கிறார். தம்ளரில் பாதி முகம் மறைய நாற்காலியில் நின்றுகொண்டு காப்பியைக் குடிக்கிறது குஞ்சு. தம்ளரில் குடிப்பதால் சட்டையில் வழிகிறது. "அவளுக்கு பாட்டிலில் கொடுக்கக் கூடாது?" என்கிறார் சுந்தரவடிவேலு.

பையன் அவர் பக்கமாக வந்து காதோடு காதாக, "எனக்கு பழயது வாண்டாம் அப்பா; அம்மாகிட்ட சொல்லு" என்கிறான்.

அவர் சிரித்துக்கொண்டு, "என்ன மரகதம், குழந்தைகளுக்கு பழையதா குடுத்தே! பிடிக்கலேன்னா விட்டுடு!" என்கிறார்.

"காலம்பர தயிரும் பழையதும் சாப்பிட்டாத்தானே உடம்புக்கும் பெலன்" என்கிறாள் மரகதம்.

"பலத்துக்கு வேண்டுமானால் டானிக்கிருக்கிறது . . . வேண்டாம் என்றால் விட்டுடு – சரி, நாளாண்ணைக்கு ஒரு இடத்துக்குப் போகணும்; சாயங்கால காப்பிக்குக்கூட வரமாட்டேன். இப்போ உள்ளே போனதும் ஒரு கடுதாசிக் கட்டு எடுத்துத் தாரேன்; அதெ ஞாபகமா நான் போரப்ப என் கைப்பையிலே வச்சுப்புடு . . . எனக்கு இப்பொ கிப்போ மறதி ஜாஸ்தியாகுது . . ." என்கிறார்.

"ஆகட்டும்" என்கிறாள் மரகதம்.

நன்றாக இருட்டிவிடுகிறது.

"அப்பா, அப்பா! ஒரு கதை சொல்லு" என்கிறான் ராஜா . . . .

"என்ன கதை வேணும்? குஞ்சு நீ சொல்லு!"

"குருவிக் கதை" என்கிறது குழந்தை.

"ஒரே ஒரு மரத்துலெ சின்ன குருவி இருந்துதாம். கூண்டிலே உக்காந்துகிட்டு எட்டிஎட்டிப் பாத்துதாம். எட்டிஎட்டி . . . பாத்துதாம்" என இரு குழந்தைகளும் கோஷிக்கின்றன.

"திடீலுன்னு மழையும் காத்துமா அடிச்சுது. இடி இடிச்சுது; பளிச்சுபளிச்சின்னு மின்னிச்சு; பெரிய காத்தும் மழையுமா அடிச்சுது. அந்த சின்னக் குரிவிக் குஞ்சு நனஞ்சே போச்சு. குரிவி கூண்டிலே இருந்து எட்டிஎட்டிப் பாத்துதாம் . . . அப்பொ ஒரு கொரங்கு நனஞ்சுகிட்டு உக்காந்திருந்துதாம்"

"கொரங்கு யார் மாதிரிடா இருந்துது?"

"ராசா மாதிரி" என்கிறது குஞ்சு. "குஞ்சு மாதிரி" என்று கத்துகிறான் ராஜா.

"அப்புறம் குரிவிக் குஞ்சு 'அண்ணே அண்ணே! நீ ஏன் ஒரு கூண்டு கட்டிக்கப்படாது?' என்று கேட்டுதாம். குரங்கு ஒரே பாச்சல்லே வந்து கூண்டெ பிச்சே எறிஞ்சு போட்டுதாம் . . . குரிவியும் கொரங்கும் மழையிலெயும் காத்துலெயும் நனைஞ்சுகிட்டே உக்காந்திருந்துதாம்."

மரகதம் தனிமையாக விடப்பட்டவள் போல ஏதோ யோசனையிலாழ்ந்திருக்கிறாள் . . .

"கதை காட்டிலே, எலி மோட்டிலே, நீயும் நானும் வீட்டிலே . . . ."

"பொசலடிச்சதாம்" . . . என மறுபடியும் ஆரம்பிக்கிறது குழந்தை . . . .

புயல் வந்த விதம்

திடீர் என்று காற்றும் மழையும் கவிந்து அடிக்கிறது. கோடைப் புயல் மின்னலும் இடியும் கிடுகிடுபாய்கின்றன.

மத்யானம்; சுமார் மூன்று மூன்றரை மணி. இருந்தாலும் புயல். மழைக் கடுமையால் வீட்டுக்குள் வெளிச்சக் குறைவு.

குழந்தைகள் மாடியில் உள்ள தம் அறையில் விளையாடிக் கொண்டிருக்கின்றன. ஆளுக்கொரு சாக் (*chalk*) கட்டி எடுத்துக் கொண்டு படம் போட்டு விளையாடுகின்றன.

குஞ்சு கையில் உள்ள சாக்குக் கட்டியைக் கரும்பலகையில் மாவு அரைக்கிறது போல இரண்டு கைகளையும் வைத்துக்கொண்டு வாய் 'ஹோ! ஹோ!' என்று சப்திக்க மேலும் கீழுமாகத் தேய்த்து கண்டமேனியில் அழுத்திஅழுத்தி கோணல்மாணலாக கோடு கிழித்துக்கொண்டிருக்கிறாள். மற்றொரு ஓரத்தில் நின்றுகொண்டு கரும் பலகையில் 'பொம்மை' போட்டுக்கொண்டிருக்கிறான் ராஜா.

"ஐயே! என்னடி இப்பிடி சாக்குக் கட்டியைப் போட்டு தேய்க்கரெ?" என்கிறான் ராஜா.

"படம் போடுரேண்டா!" என்றுவிட்டு மறுபடியும் மும்முரமாகத் தேய்க்கிறாள்.

"என்ன படமாம்?"

"மளெப் படம், மளெ பெயிது பாரு அந்தப் படம்!" என்றுவிட்டு கரும்பலகையைவிட்டு சிறிது பின்னுக்கு எட்டிநின்று தன் திறமையை ஏறிட்டுப் பார்த்துவிட்டு மறுபடியும் வேலையில் ஈடுபடப்போகிறாள்.

"ஏடி நாம் போட்ட படத்தைப் பாத்தியா – அப்பாவும் அம்மாவும்!" என்கிறான் ராஜா.

"அம்மா இப்படித்தான் இருக்காங்களாக்கும்" – மேலே தாயின் படத்தைப் பார்த்துக்கொண்டு, "நீ இப்பிடியாம்மா இருக்கே!" என்கிறது குழந்தை.

“நம்ம அம்மா இல்லடி – இந்த அம்மா ...” என்று விளக்குகிறான் ராஜா.

“ஏ ராசா! ராசா!” என்று கூப்பிட்டுக்கொண்டு உள்ளே நுழைகிறாள் மரகதம்.

“என்னாம்மா!”

“பால்காரன் வரக்காணோம். நம்ம வேலைக்காரனும் போக் களிஞ்சு போனான். நீ போய் அவனை கொஞ்சம் சத்தம் காட்டிவிட்டு வரமாட்டியா – அப்பா வார நேரமாச்சு; காப்பி போட வாண்டாம்: கொடையை எடுத்துக்கிட்டு போ – பைய, பதனமா போயிட்டு வரணும்!”

“ஆகட்டும் அம்மா!” என்றுகொண்டு புறப்படுகிறான்.

இருவரும் கீழே இறங்கிவருகிறார்கள். மரகதம் வாசல்வரை வந்து குடையை விரித்து அவன் கையில் கொடுத்துவிட்டு உள்ளே போகிறாள்.

இரண்டு கைகளாலும் நெஞ்சுடன் சேர்த்து அமுக்கிப் பிடித்துக் கொண்டு சிறுவன் தள்ளாடித்தள்ளாடி நடக்கிறான். எதிரே வருவதையும் கவனிக்க முடியவில்லை. குடை மழைக்குப் பாதுகாப்பாக இருப்பதற்குப் பதிலாக, காற்றின் வேகத்தால் அவனுடைய சக்தியை முழுவதும் உறிஞ்சிவிடும் பேயாக மாறிவிடுகிறது.

தள்ளாடித்தள்ளாடி நடக்கிறான். உடல் முழுவதும் நனைந்து தலையும் ஈரம் சொட்டி கண்களை மறைக்கிறது ....

இந்த நிலையில் ...!

ரஸ்தாவில் கவனிக்காமல் குடையைத் தாழ்த்திப் பிடித்துக்கொண்டு, இவன், சாதுவாக நின்ற பசுவை அணுகிவிடுகிறான். பசு வெறித்துக் கொள்ளுகிறது. வாலை முறுக்கி உயர்த்திக்கொண்டு இவனை விரட்டு கிறது. முதலில் பையனுக்கு மோதலின் காரணம் தெரியவில்லை. பிறகு மாடு தென்படுகிறது. பயத்தில் கிறீச்சிட்டுக்கொண்டு ஸ்தம்பித்து நிற்கிறான். பயம் அவனை உந்த மூளை குழம்பி தெறிகெட்டு ஓடுகிறான். பொத்தென்று விழுந்தவன் குடைப் பிடியை விடாமல் எழுந்திருக்கிறான்.

தெருவில் நின்ற யாரோ ஒருவர் “குடையைப் போட்டுவிடு” என்று கத்தி எச்சரிக்கிறார். உதவிக்கு வரவில்லை. குடையைப் போட்டுவிட்டு ஓடுகிறான். விழுந்ததில் ஊமையடி இருந்தும் பயமே வேகத்தைக் கொடுக்கிறது ... ஓடுகிறான்.

மாடு குடையை மிதித்து நசுக்கி ஒடித்து மோந்துபார்த்துவிட்டுச் சாந்தமாக நிற்கிறது.

பையன் ஓடுகிறான்.

வீட்டில் வாசல்படியில் பாலுக்காகக் காத்து நிற்கும் மரகதத்திற்கு இவனது பயனற்ற வரவு கடுகடுப்பையும் சீற்றத்தையுமே ஏற்படுத்துகிறது.

கணவனுக்கு காப்பி தயார் செய்ய வேண்டும் என்ற பிரமாதத்தில் குடையைத் தொலைத்துவிட்டு வந்தது பெருங்குற்றமாகப் படுகிறது. பால்காரனிடம் சொல்லி பாலை வாங்கிக்கொண்டுதான் வீட்டுக்குள் வரலாம் என்றுவிடுகிறாள்.

பையனுக்கு மாட்டுப் பயம். தொழுவுக்கே போகமாட்டேன் என்கிறான். இருவரும் நடுஹாலில் நின்று தர்க்கம் செய்துகொண் டிருக்கிறார்கள்.

அப்பொழுது வாசலில் திருதிருவென்று கார் வந்து நிற்கிறது. ரௌத்திராகாரமாக சுந்தரவடிவேலு வீட்டுக்குள் நுழைகிறார்.

"ஒரு வேலை சொன்னா அதைச் செய்ய இந்த வீட்டில் ஆள் இல்லை" என்று இரைந்துகொண்டு தன் அறைக்குள் சென்று ஏதோ தஸ்தாவேஜ்களை எடுத்துக்கொண்டு திரும்பவும் விரைந்து வருகிறார்.

"இங்கே பாருங்க உங்க மகனெ, புதுக் கொடையைத் தொலச்சுப் புட்டு வந்து நிக்கிற நெலையை! நீங்களும் செல்லம் குடுத்து செல்லம் குடுத்து . . . ."

தகப்பனார் சப்தத்தைக் கேட்டுக்கொண்டு மச்சிலிருந்து ஓடிவந்த குஞ்சு, ரௌத்திராகாரமான இரைச்சலைக் கேட்டு வெருகிப்போய் படிக்கட்டிலேயே நின்றுவிடுகிறது.

"ஏ கொரங்கே, முந்தாநாளே உனக்கு அந்தக் கடுதாசிக் கட்டெ எடுத்துவை என்று சொன்னது மண்டெலெ உறைக்கலையாக்கும்" என்று மரகதம் கன்னத்தில் ஒரு அறை கொடுக்கிறார்.

பையன் சமயம் தெரியாமல், "நான் போடலே அப்பா, மாடு வந்து . . ." என்று ஆரம்பிப்பதைக் கண்டு தன்னை மீறிய மிருகத் தனத்துடன் அவன் நெஞ்சில் பூட்ஸ் காலால் உதைத்துவிட்டு, கதவைப் படால் என்று சாத்திக்கொண்டு, "எல்லாக் குரங்குகளையும் ஒரேயடியாத் தொலச்சு முழுகினாத்தான் க்ஷேமம்" என்று இறைந்த படி ஓடுகிறார்.

கார் புறப்படும் சப்தம்.

பட்ட அறையில் பிரமித்துப்போன மரகதம் உள்கதவைப் படாரென்று சாத்திக்கொண்டு வீட்டுக்குள் சென்றுவிடுகிறாள் . . . .

உதை விழப்போவதைக் கண்டதும் "அம்மாகிட்ட சொல்றேன்" என்று முணுமுணுத்துக்கொண்டு மச்சுக்கு ஓடுகிறது குழந்தை.

மாட்டின் முட்டலுடன் இந்த உதையும் வர்மத்தில் விழுந்துவிட அழுகவும் முடியாமல் துடிக்கிறான் ராஜா. உள்வாக்கில் என்ன அடியோ . . .? அது பலவீனமான குழந்தை. சுருண்டுசுருண்டு முனங்குகிறான் . . . அழுகை வரவில்லை . . !

முனகல் மட்டும் கேட்கிறது.

உள்ளே எங்கிருந்தோ தேம்பல்.

மற்றப்படி நிசப்தம்.

குஞ்சு மறுபடியும் கீழே வருகிறாள் ....

அண்ணனிடம் வந்து மெதுவாகக் குனிந்து பார்க்கிறாள் ....

"பத்துக்கோ – வா" என்று அழைக்கிறாள் ....

அவன் எழுந்து நிற்க முடியாமல் ஊர்ந்துஊர்ந்து வெகு கஷ்டத்தின் பேரில் மச்சை அடைகிறான். குழந்தை தன் பலம் கொண்ட மட்டும் மேலே இழுக்கிறது.

இவ்வாறு மச்சை அடைகிறது குழந்தைகள் ....

ராஜா குஞ்சுவின் சின்னக் கட்டிலில் படுத்துக்கொள்ளுகிறான். குழந்தை தன் சிறு துணிகளை எடுத்துப் போர்த்திப் பார்க்கிறது. சரியாக மூடாததினால் சிரமப்பட்டுக்கொண்டு வருகிறது.

அவனுக்குப் போர்த்துகிறது.

கட்டிலுக்குப் பக்கத்தில் தன் சிறிய நாற்காலியை இழுத்துப்போட்டு உட்கார்ந்துகொண்டு – "வலிக்கிதாம்மா கண்ணு? தடவட்டா" எனப் போர்வைக்குமேல் அவன் கையைத் தடவுகிறது. நெஞ்சில் தடவ கட்டிலின் மேல் ஏறுகிறது ....

"நெஞ்சு வலிக்குடி .... அம்மாடி!" என்கிறான் ராஜா.

குழந்தை மறுபடியும் நாற்காலியில் உட்கார்ந்துகொண்டு அவன் கையையும் காலையும் தடவுகிறது.

ராஜா முனகிக்கொண்டு படுத்திருக்கிறான்.

மழை ஓய்ந்துவிட்டது.

சந்திரன் உதயமாகிவிட்டது.

அறையில் மற்றப்படி வெளிச்சமில்லை.

"குஞ்சு, அப்பா வந்திட்டாங்களா?" என்கிறான் ராஜா.

"இல்லியே" என இரு கைகளையும் விரிக்கிறது குழந்தை.

"குஞ்சு, கொஞ்சம் தண்ணி கொண்டாரியா?" என்கிறான் மறுபடியும்.

"பாலு இருக்குது குடிக்கிறாயா?" மத்யானம் தான் குடிக்காமல் மிச்சம் வைத்திருந்த பாலை பாட்டிலுடன் எடுத்துக்கொண்டுவந்து அவன் வாயில் வைக்கிறது. அவன் குழந்தை மாதிரி பாட்டிலில் பாலைக் குடிக்கிறான் ....

கொஞ்ச நேரம் கழித்து ....

"குஞ்சு, அப்பா வந்திட்டாங்களா? எனக்கு எப்டியெல்லாமோ வருதே!" என்றான் ராஜா.

"இல்லியே!" என்றுவிட்டு, "நான் 'ரா ரா ரோ' சொல்லட்டுமா, தூங்கு?" என "ஆராரோ ஆரிரரோ என்னப்பன் ரா ரா ரோ! ரா ரா ரோ!" எனத் திருப்பித்திருப்பிச் சொல்லிக்கொண்டிருக்கிறது.

ராஜாவுக்கு அந்திம தசை அணுகிவிட்டது... "அம்மா, குஞ்சு" என்ற ஏக்கத்துடன் ஆவி பிரிகிறது....

குழந்தை அவனை ஏறிட்டுப் பார்க்கிறது. அவன் செத்துவிட்டான் என்பதை அறியாமல், "கண்ணெ முளிச்சிருக்காதே – தூங்கு" எனக் கட்டிலில் ஏறி அவன் கண்களை மூடுகிறது. ராஜாவின் தலை கொளக்கென்று சாய, "நல்லா படுத்துக்கடா" எனத் தலையை இழுத்து வைத்துவிட்டு, "ரா ரா ரோ! ரா ரி ர ரோ!" எனத் திருப்பி ஆராட்டுகிறது.

சொல்லிச்சொல்லிக் குழந்தைக்கும் தூக்கம் வந்து விடுகிறது. 'ரா ரா ரோ' என்ற இழுப்புடன் அவன் கையில் தலை சாய தூங்குகிறது....

வெகு நேரம் கழித்து....

வெளியே கார் வந்து நிற்கும் சப்தம்.

சுந்தரவடிவேலு இறங்குகிறார். மனதில் புயலோய்ந்துவிட்டது. ஆனால் மிருகத்தனமாக நடந்துகொண்டதின் சுமை விலகவில்லை. அவசரஅவசரமாக வீட்டுக்குள் நுழைகிறார்.

இருட்டிக் கிடக்கிறது.

சுவிட்சைப் போடுகிறார்.

நிசப்தத்தைக் கண்டு கோட்டைக் கழற்றி கையிலேந்தியபடி மச்சுக்கு ஓடுகிறார்.

அங்கும் இருட்டு. மறுபடியும் சுவிட்சைப் போடுகிறார்.

பையன்மேல் சாய்ந்து தூங்கும் குழந்தையை எடுத்துத் தோளில் சார்த்திக்கொண்டு பையனைத் தொடுகிறார்.

குழந்தை தூக்கக் கலக்கத்தில் கொட்டாவி விட்டு கண்களைப் புறங்கையால் துடைத்தபடி 'ரா ரா ரோ' எனச் சொல்லுகிறது.

சுந்தரவடிவேலு பையன் மேல் வைத்த கையை திடுக்கிட்டு எடுத்துவிட்டு "மரகதம்! மரகதம்!" என அலறுகிறார்.

எதிர்பாராத துயரத்தால் நிராதரவாக்கப்பட்ட மனதின் பிளிறல்...!

"என்ன! என்ன!" என்று கீழிருந்து கவலையுடன் எதிரொலிக்கும் மரகதத்தின் குரல்... தடதடவென்று மாடிப்படியேறும் சப்தம்.

"இங்கே வா, ராசாவைப் பாரு! என்னமோ மாதிரியா கெடக்கானே! மேலெல்லாம் குளுந்திருக்கே!" எனப் பதறுகிறார்.

அவள் பையனைத் தொட்டுப் பார்த்துவிட்டு அடித்து விழுந்து அலறுகிறாள்.

புதுமைப்பித்தன் கதைகள்

சுந்தரவடிவேலு குழந்தையைத் தூக்கிக்கொண்டு கீழுள்ள டெலிபோனுக்கு ஓடுகிறார்.

குழந்தை, “என்னப்பா?” எனக் கேட்கிறது.

சுந்தரவடிவேலு தன்னை யறியாமல் “ராசா செத்துப் போயிட்டாண்டா?” என்றுவிடுகிறார்.

“நம்ம அம்மா மாதிரியா செத்துப்போயிட்டான் அப்பா?” எனக் கவலையுடன், ஆனால் மரணம் என்பதின் அர்த்தம் புரியாமல் கேட்கிறது குழந்தை.

“ஆமாண்டா! நம்ம அம்மா மாதிரி செத்துப்போயிட்டாண்டா” என எதிரொலித்து அலறுகிறார் சுந்தரவடிவேலு.

சுந்தரவடிவேலு குழந்தையை இறக்கிவிட்டுவிட்டு டெலிபோனில் எண்களைப் பதட்டத்துடன் திருப்புகிறார் . . . .

டாக்டரை விரைவாக வரும்படி அழைக்கிறார் . . . .

உயரவிருந்து மரகதத்தின் பிலாக்கணம். அலை மேல் அலையாகச் சுருண்டு புடைத்து விம்முகிறது. அதனுடன் சங்கு சப்தமும் ஒலித்து ஓய்கிறது.

ராஜாவின் அந்திமக் கிரியைகள் கழிந்து இரண்டு மூன்று நாட்கள் கழிந்தபின் . . . .

சுந்தரவடிவேலுவுக்கு எதிரில் உள்ள ரேடியோவிலிருந்து ராகம் வருகிறது. அவரது வாசிக்கும் அறைதான். அவர் நாற்காலியில் உட்கார்ந்திருக்கிறார். கையில் கர்மத் தொடர்பை விளக்கும் சித்தாந்த புஸ்தகம் – ஆங்கிலத்தில்! புஸ்தகத்தில் மனம் பதியவில்லை.

திறந்த பக்கங்கள் கர்மத் தொடர்பின் ரகசியங்களை அவர் மனதில் பதிய வைக்கவில்லை. பக்கங்களிலிருந்து ராஜாதான் எட்டி எட்டிப் பார்க்கிறான். மனம் அவரையே குத்திக்கொண்டிருக்கிறது.

நினைவு தேங்கிய கண்களுடன் ஒன்றிலும் பதியாத பார்வையுடன் உட்கார்ந்திருக்கிறார். எப்பொழுதும் போல் அல்லாமல் தலை சிறிது குலைந்து கிடக்கிறது. ஷர்ட்டில் பட்டன்கள் துவாரம் மாறிப் போடப்பட்டிருக்கின்றன.

குஞ்சு மெதுவாகக் கதவைத் திறந்துகொண்டு உள்ளே வருகிறது. அதன் கையில் என்ஜின்கள் படம் உள்ள பெரிய படப்புஸ்தகம் . . . .

தகப்பனார் புஸ்தகத்தை விரித்துக்கொண்டு உட்கார்ந்திருப்பதைக் கண்டு “நீ பாட்டுக்குப் படியப்பா, நான் பாட்டுக்குப் படிக்கிறேன்” என்று தரையில் உட்கார்ந்துகொண்டு படங்களைப் புரட்ட ஆரம்பிக்கிறது . . . .

தகப்பனார் குழந்தை வந்ததைக் கவனிக்கவில்லை . . . .

குழந்தைக்குப் படத்தில் சுவாரஸ்யம்... ரயில் பிஸ்டன் மாதிரி கைகளை ஆட்டிக்கொண்டு 'குச் – குச்...' என்கிறது...

படத்தைப் பார்த்துக்கொண்டிருந்த குழந்தை திடீரென்று அப்பாவைப் பார்க்கிறது. அப்பா எப்பொழுதும் போலல்லாமல் வித்தியாசமாக இருப்பதைக் கண்டுகொள்ளுகிறது.

"ஏம்ப்பா, என்னமோ மாதிரியா இருக்கே?" என்கிறது.

குழந்தையிருப்பதை உணர்ந்த சுந்தரவடிவேலு, "இங்க வாடி கண்ணு, எப்பம்மா வந்தே!" என்கிறார்.

"அப்பவே வந்தேனே! ஏம்ப்பா ஒரு மாதிரியா இருக்கே! கிச்சுக் கிச்சு காட்டட்டா" என்று அவருக்கு கூச்சம் காட்டி சிரிக்கவைக்க முயலுகிறது. முயற்சி பலிக்கவில்லை. குழந்தையின் தலையைக் கோதிக் கொடுத்துவிட்டு, மடியில் தூக்கிவைத்துக்கொண்டு அதன் முகத்தையே பார்த்துக்கொண்டிருக்கிறார்.

குழந்தை அவர் மனதைத் தேற்ற மறுபடியும் முயற்சிக்கிறது.

"அப்பா, ஒரு கதை சொல்லட்டுமா? என்ன கதை சொல்ல... குருவிக் கதை சொல்லட்டா, காக்காக் கதை சொல்லட்டா?" என்கிறது.

அவர் சிரித்துக்கொண்டு "காக்கா கதை சொல்லம்மா" என்கிறார்.

"ஒரே ஒரு ஊர்லெ ஒரு வடை இருந்துதாம்... அந்த வடை ரொம்ப ரொம்ப நல்ல வடையாம்... நல்ல ருசியா இருக்குமாம்.

"ஒரு காக்கா அதைத் தூக்கிக்கிட்டே பறந்து ஓடிபோயிட்டுதாம். ஒரு மரத்துலெ ஏறி உக்காந்துகிட்டுதாம்...

"அப்பொ ஒரு நரி வந்துதாம்... நரி வந்து, ஏ! காக்கா, காக்கா நல்லா ஒரு பாட்டு பாடேன்னு கேட்டுதாம்... காக்கா, கா – கா – கா – கா – கா....

(இச்சமயத்தில் காக்கையாகவே தன்னைப் பாவித்துக்கொண் டிருக்கிறாள்.)

"அப்புறம்..." என்கிறார்.

"அப்புறம் நரி வடையைத் தூக்கிக்கிட்டு ஓடியே போயிட்டுதாம்... ஓட்டம் ஓட்டம் ஓ... அதே காட்லே எலி..." என்று ஆரம்பிக்கிறது குழந்தை....

"அந்த நரிதாண்டா விதி. அந்த நரிதாண்டா விதி" எனச் சொல்லிக்கொண்டே குழந்தையை வெறிகொண்டவர் போல முகத்திலும் கன்னத்திலும் முத்தமிடுகிறார். குழந்தைக்குத் திணறுகிறது. இறுகஇறுகக் கட்டியணைத்துக்கொள்ளுகிறார்.

"குஞ்சம்மா, நீ பாலு சாப்பிட்டியா?" என்கிறார்.

“நான் அப்பவே சாப்பிட்டேனே, அம்மா குடுத்தாளே” என்கிறது குழந்தை – மரகதத்தை முதல்முறையாக அம்மா என்று அழைக்கிறது.

“நீ மடிலே படுத்துக்கோ! . . . நான் கொஞ்சம் படிக்கிறேன் . . .” என புஸ்தகத்தில் மன உளைச்சலை மறக்க முயற்சிக்கிறார்.

குழந்தை சிறிது நேரத்தில் அயர்ந்துவிடுகிறது.

மரகதம் மெதுவாகக் கதவைத் திறந்துகொண்டு வருகிறாள்.

அவள் தலை குனிந்து மனம் நிலைகுலைந்து கிடப்பதைக் காட்டுகிறது. அவரை ஏறெடுத்துப் பார்க்கவும் கூசி காலடியில் வந்து உட்காருகிறாள். பேச வாயெழவில்லை. கைவிரல் நகத்தால் தரையைக் கீறிக்கொண்டிருக்கிறாள். அவள் கண்களிலிருந்து நீர்ச் சொட்டு தரையில் விழுந்து அவள் நகத்தையும் நனைக்கிறது.

சுந்தரவடிவேலு மெதுவாக அவள் தலையைத் தடவுகிறார்.

“குஞ்சு தூங்கிவிட்டாள், நாற்காலியில் படுக்கவைக்கிறேன் . . .” என்று எழுகிறார்.

“நானே படுக்கவைக்கிறேனே” எனக் குழந்தையை வாங்கி பக்கத்து சோபாவில் கிடத்தி தட்டிக்கொடுத்துவிட்டு மறுபடியும் வந்து உட்காருகிறாள்.

“எண்ணைக்குமே எனக்கு கோபம் வராதே . . . ஏன் அப்படி வந்தது தெரியுமா? . . .” என ஒரு கைத்துப்போன புன்சிரிப்புடன் கேட்கிறார்.

பதிலை எதிர்பார்க்காதவர் போல, “நேத்து வந்தானே அந்த டாக்டருக்குத்தான் . . . குஞ்சுவோட அம்மாவுக்கும் அவன்தான் பார்த்தான் . . . அப்பொ எங்கிட்ட அவ்வளவு ஜாஸ்தியாகக் கிடையாது . . . சினேகிதத்துக்காக எவ்வளவோ செஞ்சான் . . . இப்பொ ஒரு கஷ்டம் அவனுக்கு வந்தது . . . வேலையே போயிடும் . . . அதுக்காக நான் நம்மாலானதைச் செய்யத்தான் ஆசைப்பட்டேன் . . . அவனுக்காகத்தான் . . . நீ மறந்துபோனேன்னதும் அதனாலேதான் அவ்வளவு கோபம் வந்தது . . .” என்று சொல்லிவிட்டு . . . சிறிது நேரம் கழித்து, “எல்லாம் விதி” என்கிறார்.

“விதியா – எங்க குடும்பப் பாவம் – நாஞ் செய்த வெனே . . . எங்கம்மா பாவத்தை என் தலையிலே வச்சிட்டுப் போயிட்டா . . . எங்கப்பாவுக்கு எங்கம்மா இரண்டாந்தாரமில்ல. முதல் தாரத்துக் காரிக்கு ஒரு அண்ணா இருந்தான். அவனுக்குப் பதினாலு வயசு இருக்கும். வயத்துவலின்னு பளெயது சாப்பிட மாட்டான், பள்ளிக் கூடம் போகமாட்டேன்னான். அம்மெ போய் அப்பாகிட்ட சொன்னா . . . அப்பாவுக்கு கோவமா வந்திட்டுது. அவனைத் தூணொடே கெட்டி வச்சு உதைத்து அவுத்து விடாதே, சோறு போடாதேன்னு . . . மத்தியானமா அவன் கத்துக்கத்துன்னு கத்தினான்.

அவுத்தே விடலே – அவ்வளவுதான்; செத்தே போனான். தூண் வெடிச்சுப் போயிருந்த பொந்திலே ஒரு பாம்பு இருந்து கடிச்சுப்புட்டுது ... சாயங்காலமா அவுத்து விடரப்ப பொணமாத்தான் இருந்தான் – அந்தப் பாவந்தான் ..."

இவ்வாறு நிலைகுலைந்த இரு மனங்களும் காரண காரியத் தொடர்பு கண்டுபிடிக்க முயன்றுகொண்டு குழம்பின ...

வெளியிலே வழிப்போகும் பிச்சைக்காரன் "உலகமே பைத்தியக்காரக் கும்பல், காரண காரியத் தொடர்பற்ற குழப்பம்" என்ற பொருள் கொண்ட பாட்டை உச்சஸ்தாயியில் கர்ணகடூரமான குரலில் பாடுகிறான்.

அன்னை இட்ட தீ

புராண இதிகாச காலங்களிலெல்லாம் பல விவகாரங்கள் ரொம்பவும் சுளுவு. எந்தச் சமயத்தில் யார் கட்சியில் சேர்ந்தால் நமக்கு கவலை இல்லை என்னும் யோசனை செய்யவேண்டிய கவலையே கிடையாது. சண்டையோ, போராட்டமோ அல்லது இவ்விரண்டையும்விட சூட்சுமமான மனோசாகர கொந்தளிப்புகளோ – எவையானாலும் அதில் ஒரு கட்சிக்கு தீமை என்று பெயர். அது தோற்கடிக்கப்படும். தர்மம் ஸ்தாபிதமாகும். அந்தக் காலத்தில் வாழ்ந்திருந்தால் லௌகீக, ஆத்மார்த்த தொந்திரவுகள் சற்றுமே கிடையாது. தர்மோத்தாரணத்துக்காக எவனோ ஒருவன் பிறப்பிக்கப்படுவான். நிச்சயமாக அவன் முதுகில் அந்தச் சுமை ஏற்றப்படும். மேலும் அவனை அடையாளம் கண்டுகொள்ளுவதும் லேசு. சகலசம்பன்னனாக, முப்பத்திரெண்டு சாமுத்திரிகா லக்ஷணங்களும் பொருந்தி, வலிமையின் ஹிமாசலமாகவும், சிந்தனைச் சூரியனாகவும் இருப்பான். சந்திர குலத்தில் உதிப்பான், அல்லது சாட்சாத் பிரம தேவனது நெற்றியிலிருந்து பிறப்பான்.

இவனையும் இவனைப் போன்றவர்களுடனுமே கிரந்தவுலகில் பழகிப் பழகி, மண்ணின் நெடியும் வாழ்வின் முடை நாற்றமும் படாதவர்களுக்கும், பிறருடைய பூஜா வைராக்கியத்தாலோ, க்ஷண சபலத்தாலோ இவ்வுலகில் உந்தித் தள்ளப்பட்டு, பொறுப்பை முதுகில் ஏற்றி, தான் மனப்பூர்வமாக ஒப்புக்கொள்ள விரும்பாத நியதிகளுக்கு உடம்பட்டு, வாழ்வு எனவும், விதி எனவும் சமாதானப்பட்டு இற்றுப்போனவர்களுக்கும் இந்த நன்மை – தீமை துவந்த யுத்தத்தின் நெளிவு சுளுவு லேசாகப் பிடிபடுவதில்லை. சத்த சாகரத்தையும் உழக்கு வைத்து அளக்கப் புறப்பட்ட கதையாக, புவன ரகசியங்களை நேரடி அனுபவத்தாலேயே ஒப்புக்கொள்ள விரும்புகிறவர்கள் வாழ்வு என்பது பெருக்கல் வாய்ப்பாடின் நியதியைத்தான் கடைபிடிக்கிறது என்ற ஆதாரத்தில் சோதனைத் தேட்டத்தில் முற்பட்டு, அப்படியல்ல என்பதை கண்டுபிடிக்க ஆயுள் முழுவதையும்

செலவிட்டு உடைபடுகிறார்கள். தவிரவும் க்ஷணப்பித்தமான ஆவேச அனுபூதிக்குள் ஆட்பட்டு, அதையே தன்னுயிராகப் பாவித்து, அந்த உயிர் வளரவே அந்தப் பசியை ஆற்றி வந்தவர்கள், அவர்களது மனோ மண்டலத்துக்கு புறம்பாக, வேறுபாடான, அல்லது அதை ஒத்த நிலைகள் உண்டென்பதை ஒப்புக்கொள்ள விரும்பாதிருந்து, முடிவில் உடம்படுகிறவர்கள் இற்று அழிகிறார்கள். அவர்களுக்கு அவர்களே பிரபஞ்சம்; அவர்களது நோக்கே பிரபஞ்ச நியதி.

சங்கரன் முதல் மாட்டு வண்டி ஓட்டும் சங்கையாப் பிள்ளை வரை வேட்கைத் தேட்டத்தாலேயே உயிர் வாழ்கிறார்கள், உயிர் விடுகிறார்கள். புத்தன் முதல் கடைக் கணக்கு குமாஸ்தா பூவையா பிள்ளை வரை, பிறப்பித்து அலைந்து திரியவிட்டு, சோர்ந்து விழுந்தவுடன், தானாக்கி, அவர்களுடன் இரண்டறக் கலந்துவிடும் மண்ணும், யுகம்யுகமாக எழும் மானுட சிற்றலைகள், பேரலைகளின் ஓய்வு அடங்கா விளையாட்டை இரண்டுபட்ட பார்வையில்லாமல் பார்த்து வருகிறது; இனியும் பார்த்து வரும்.

இவர்கள் எல்லாரும் வருகிறார்கள், போகிறார்கள்; பாப புண்ணிய மூட்டைகள் என்ற கற்பித சுமைகளை முதுகு நெளிய சுமக்கிறார்கள். கண்ட பலன் என்ன? அவர்களுக்காயினும் சாவு என்ற விடுதலை ஒன்றிருக்கிறது. ஆனால் அவர்களது சிந்தனைகள், கருத்துக்கள், விகர்ப்பங்கள் எல்லாம் செத்து மடியாமல் அந்தரத்தில் நின்று, பைசாசங்கள் போல அலைந்து திரிந்து வருகின்றன. பிறப்பித்தவன் பொறுப்பை மறந்து சாக, வருகிறவனைப் பிடித்து ஆட்டி, பிரபஞ்சத்தின் நியதிகளுக்கு குறுக்கே வந்து விழுந்து நிலை புரட்டி வேடிக்கை பார்க்கின்றன. மனிதனுடைய சம்பத்து, வெறும் சரீர தேவை திருப்திக்காக, சேர்த்து வைத்துவிட்டுப்போன விவகாரம் மட்டுமல்ல. மன வேட்கையின் சாந்திக்காக, குறிப்பிட்ட நிலையில் குறிப்பிட்ட பக்குவத்தில், வாழ்வின் நியதியுடன் ஒன்றிஇருப்பது போல் தோன்றிய கருத்துக்களுக்கு சாகாவரம் கொடுத்து அவற்றை அலகைகளாக்கி மனித வர்க்கத்தை வேட்டையாடவிட்டுப் போகும் காரியங்களும் சொத்துத்தான். ஓநாய்கள் உடலைத்தான் கிழித்துத் தின்னும். ஆனால் இந்த அலகைகளோ உயிரை உண்ட பின்பும் பசியாறாது. பொறுப்பற்ற விதத்தில் குழந்தைகளைப் பெறுவதைவிட பன்மடங்கு அயோக்கியத்தனமானது கருத்துக்களை சிருஷ்டிப்பது.

இந்த அயோக்கியத்தனமான காரியங்களில் இறங்காதுபோனால் மனுஷ சமுதாயத்துக்கு கதி மோட்சம் கிடையாது. மனுஷனைக் கொன்றுவிட முடியும்; ஆனால் கருத்துக்களைக் கொல்ல முடியாது. அவசியம் கழிந்தும் அழியாமல் நடமாடும் அந்த அலகைகளின் வலுவை வாங்க வேறு கருத்துக்களை உண்டாக்கிவிட வேண்டும். அவை ஒன்றையொன்று மோதி, பரஸ்பரம் வகித்த தெம்பை நைய வைத்துக்கொண்டு பிறகு இவ்விரண்டும் சேர்ந்து மனித வர்க்கத்தின் மீது பாய, பின்பொரு சாகுபடியும் மோதலும் இப்படியாக வாழ்வை, அனுபவபூர்வமான வாழ்வை, கடலின் ஏற்றவற்றம் போல் கொந்தளித்து

இடைவிடாமல் குமையச் செய்துகொண்டே இருக்கும். இந்தக் குமைச்சலிலேதான் வாழ்வுக்கு உயிர்நாடி இருக்கிறது; வாழ்வுக்கு பொருள் இருக்கிறது. ஸ்தூலமான, ஆனால் இடைவிடாது மாறிவரும் வாழ்வை, சூட்சுமமான அலகைக் கருத்துகள்தான், ஒரே தரிசன ரீதியில் செல்லுவதாக நம் மனசுக்கு ஒரு நிம்மதியை, தெம்பை, ஒரு சாந்தியைத் தருகிறது. அதனால்தான் கரிகால சோழன் முதல் கருப்பையா வாண்டையார் வரை வந்த ஜன வெள்ளம், ஒருமைத் தன்மை தனக்குள் இருப்பதாக பாவித்துக்கொள்ள ஒரு யோக்கியதை பெறுகிறது. ஆகையால்தான் ஸ்தூலமான வாழ்வை, சூட்சுமமான, கற்பித, சங்கேத நியதிகளுக்காக திரஸ்காரம் செய்ய மனித வெள்ளம் சம்மதிக்கிறது. இந்த வெள்ளத்தின் உற்பத்தி ஸ்தானம் எது? எங்கே போய் சங்கமுகமாகிறது? ஜட சாஸ்திரம் என்னதான் நுணுக்கமாக வாதித்தாலும், இது பிரபஞ்ச ரகசியங்களுள் ஒன்று. இது பரம ரகசியமாக இருப்பதினாலேயே வாழ்வில் ஒரு பிடிப்பு இருக்கிறது.

இந்த பரம ரகசியத்தை தெரிந்துகொள்ளுவதற்காக மலைக்கு ஓடுவதிலும், அல்லது வேதி நூல் சோதனைக் கூடத்தை நாடுவதிலும் பிரமாத வித்தியாசம் கிடையாது. 'ஏன்?' 'அப்புறம்?' என்ற இரண்டு கேள்விகளுக்கும் இரண்டிலும் பதில் கிடைக்காது. அதாவது பதில் என ஒப்புக்கொள்ளக் கூடியது கிடைக்காது. ஆனால் அவனவன் மனப்பக்குவப்படி கட்டிவைக்கும் மனக்கோட்டைகளான பதில்களை மனுஷ வெள்ளம் பிரவகித்துச் சென்ற மார்க்கத்தில் இரண்டு பக்கத்திலும் ஒதுங்கிக்கிடப்பதைப் பார்க்கலாம். அவற்றால் மனுஷ பிரவாகத்துக்கு பயன் உண்டா என்பதற்கு நிலையான திருப்தி தரக்கூடிய பதிலைச் சொல்லுவதற்கே முடியாது. ஆகையால் பதில் களில் பொருள் இல்லை. எழுப்பப்படும் கேள்விகள்தான் பிரபஞ்ச ரகசியத்தின் உண்மையான பதில்கள். மனித வரம்பை, நிலையற்ற சாகையில் காணும் நிலையாழத்தை காட்டுவன அவைதான். அவற்றை நாட சிற்றூர் சிற்றூராக அலைய வேண்டாம். மறுகால்மங்கலத்தில் பிடிபடாத பிரபஞ்ச ரகசியம் பிரபஞ்சத்தின் எந்த மூலைக்கு ஓடினாலும் கிடைக்காது. மறுகால்மங்கலம் என்ற மறுகால்நல்லூர் சிற்றூர்தான். வைராக்கிய சிகாமணியின் ஏகாக்கிர சிந்தை போல, தனது சிரத்தை யெல்லாவற்றையும் கவிய வைப்பதற்கு ஒற்றைத் தெருவே போதும் என திருப்தியடைந்தவூர். மனுஷ வெள்ளம் கரை உடைக்காமல், மறுகால் திறந்தது போல, வாழ்வின் சோபைகளை அப்படியே வடிய விட்டுக்கொண்டுவந்தது போலும். ஜனசங்கி கணக்குப்படி அதை ஊர் என்று சொல்லுவதே உயர்வு நவிர்ச்சி. சேர்மாதேவி – திருநெல்வேலி ரஸ்தாவில், மூன்றாவது மைல் கல்லுக்கு வந்து நின்றால், மறுகால்புரத்துக்கு போய்விட முடியும் என்ற நம்பிக்கை நிச்சயமாக ஏற்படும். ரஸ்தாவிலிருந்து கூப்பிடுதூரத்தில் கன்னடியன் கால்வாய் ஓடுகிறது. அதிலிருந்து பிரியும் கிளையின் கரைமேல் நடந்துகொண்டே போனால், நான்கு பக்கத்திலும் பச்சைப்பசேலென்ற வயலுக்கு மத்தியிலே, காரைக் கட்டிடமும்

ஓலைக் கூரையும் நிறைந்த திரடு தென்படும். அதுதான் மறுகால்புரம். அந்தவூரிலிருந்து பார்த்தாலே மேலக்கல்லூரில் ரயில் புறப்பட்டு, புகை கக்கிக்கொண்டு, சேர்மாதேவி நோக்கிப் போவதைப் பார்க்கலாம். தூரத்துப் புகை, வான வளையத்துடன், இரும்பு நாகரிகமும் மறுகால் புரத்துக்கு மதில் அமைப்பது தெரியும். காற்று ஊர்த்திசை அடித்தால், ரயில் ஊதுகுழல் சத்தம் அந்தவூர்க் கெடிகாரம். ஊர் கிராம முனிசிபு பிள்ளை தம் வீட்டு பெட்டகசாலையில் உள்ள பெரிய கடிகாரத்தை திருப்பி வைத்து, மணியடித்து அறிவிக்கும்போது சுமாராகவாவது எண்ணிக்கை வித்தியாசம் இருக்கும்படி பார்த்துக்கொள்ளுவார். ஜமாபந்திக்கு வந்திருந்த தாசில் ஐயர் ஒருவர், உதய காலத்தில் இவர் வீட்டு கெடிகாரம் பனிரெண்டு அடிப்பதைக் கேட்டு விட்டு, நடுச்சாமம் என்று நினைத்து படுக்கையில் புரண்டு படுத்துக்கொண்டு தூங்கிவிட்டு ரயிலைத் தப்பவிட்டதாக சொல்லிக்கொள்ளுவார்கள்.

கிராம முனிஸீப் வேலாயுதம் பிள்ளை கிராமத்துக்கு யோக்கியர்; முடிசூடா மன்னன். அந்த குறுகலான திரடில் 1935 வருஷத்து இந்திய சர்க்கார் சட்டத்தின் தூண். கிழக்கு இந்திய கம்பெனி முதல் சர்வே செய்த காலம் துவங்கி நாளது தேதிவரை அவரது குடும்பமே கிராமத்து முனிசீபு உத்யோகத்தைத் தாங்கிவருகிறது. கணக்க பரம்பரையை அப்படிச் சொல்ல முடியாது. விக்கிரமசிங்கபுரத்து பாப்பு பிள்ளை முதல், வீரவநல்லூர் கணக்க முதலியார் குடும்பமும், இடையிடையே உசேனி ராவுத்தர் வாரீசுகளும் நிர்வகித்து வந்தன. இப்பொழுது இருந்துவருபவர் முதலியார். அவரது ஓநாய்ப் பசியே கிராமத்துக்குள் அற்பத்துக்கு அற்பமான காரியாதிகளில் அவரை அழைத்துச் சென்றது. 'அந்த விடியாமூஞ்சியை விரட்டிவிட்டு, உசேனிவாப்பா பேரனைக் கொண்டுவந்து வைத்தாலாவது ஊரு யோக்கியமாக இருக்கும்' என்பது வேலாயுதம் பிள்ளை ஒளிக்காமல் விளம்பும் வார்த்தை.

தலையாரித் தேவன் குடும்பமும் கிராம முனிசீபுடையது போல, பிரிட்டிஷ் ஏகாதிபத்தியத்தின் ஜண்டா அந்தத் திரடில் பறக்க ஆரம்பித்த காலத்திலிருந்தே அந்த அலுவலை மேற்கொண்டு வருகிறது. சட்டப்படி அவனுடைய குடும்பம் ஊரின் எல்கைக்கு அப்பால் வேற்றூர்ச் சரகத்தில் இருந்தாலும், நெடுங்காலத்து வளமுறையால், அவன் பேருக்கு இருக்கும் காலிக் குடிசை அவன் வழக்கமாக குடியிருக்கும் இடமாக, வெளியூர்களிலிருந்து வரும் உத்யோகஸ்தர் களுக்கும் சர்க்கார் சட்டத்துக்கும் அவன் பந்தகப்பட்டிருப்பது போல காட்டியது. புலிக்குட்டி வேலையா என்றால் மூன்று தலைமுறைகளுக்கு முந்தி, அதாவது முதல் சர்வே நடக்கிற காலத்தில், தர்மத்துக்கும், சொல்லுக்கும் கட்டுப்பட்டு கொள்ளைத் தொழிலை ஜீவனோ பாயமாக நடத்தி வந்த சிங்கம். அவனிடம் எதை வேண்டுமானாலும் தைரியமாக ஒப்படைத்து பார்த்துக்கொள்ளும்படி சொல்லலாம். ஈ, காக்கா நாடாமல் காப்பான். மனசில் கொஞ்சம் கடுப்பு ஏறி விட்டாலோ, அவ்வளவுதான். சுட்டு சுடுகாடாக்கி எருக்கு விதைத்து விடுவான். கட்டபொம்மு சண்டையில், வெள்ளைக்காரர் மேலிருந்த

குரோதத்தால், அவன் படையில் சேர்ந்து பிறகு, அந்த ஆசை சிதறியதும், மறுகால்நல்லூர் கிராமத்து தலையாரி ஆனானாம். அவனைப் பற்றி கதைகதையாகச் சொல்லுவார்கள். அத்தனையும் வேதம் போல அந்த பிராந்தியத்து மறக்குலத்துக்கு எழுதாக் கிளவி. அவன் கிளை வீரன்முடிதாங்கி. தன் வம்சத்தில், அந்தச் சிங்கம் உதிக்க வேண்டும் என்று, கொண்டையன்கோட்டையானான தன் மகனுக்கு வீரம்முடிதாங்கிப் பெண்ணைப் பார்த்து கலியாணம் செய்துவைத்தானாம். கடைசிக் காலத்தில் அவன் சாவும் ரண களத்தில்தான். முதல் சர்வே அல்லவா. வரி வசூல் தகராறு ஏற்பட்டு, களத்துமேட்டில் கொடுக்கரிவாளுக்கு இரையானான். பெயரனைப் பார்த்து தன் ரத்தத்தை சிசுவின் நெற்றியில் பொட்டிடும்வரை எமனை எட்ட நில் என்று சொன்னவன் புலிக்குட்டி வேலையா. ரத்தப் பொட்டு இட்டுக்கொண்ட சிசுதான் இப்போது தலையாரி உத்யோகம் பார்க்கும் சின்னக்குட்டி வேலையா. இவனும் ரணக் காட்டேரிதான். கிரிமினல் புரொஸிஜர் கோடும், குற்ற பரம்பரை சட்டமும், கிராம முனிஸீப் வேலாயுதம் பிள்ளையின் சகவாசமும் அவனை வேறு மனிதனாக்கியது. கோபத்தில் சற்று புருவம் நெறிந்தாலே எதிரே நிற்பவர்கள் சுருண்டு விழுந்து விடுவார்கள். ஆனால் பரம சாது. செவிட்டில் அடித்து விட்டாலும், 'சவம் புத்தியில்லாக் கழுதை' என்று உதறித் தள்ளி பொருட்படுத்த மாட்டான். தன் பலத்தில் அவ்வளவு நம்பிக்கை. எதுவும் பிரமாதமாகத் தெரியாது. ஆனால் தர்மப்பிசகு, அனியாயம் என்று அவனுக்கு ஏதாவது தென்பட்டால், யாரிடமும் அதைச் சொல்லத் தயங்க மாட்டான். 'யாரானால் என்ன, இந்த உடம்பு மனுசனுக்கு கட்டுப்படாது, தருமத்துக்குத்தான் கட்டுப்படும்' என்று அடிக்கடி சொல்லுவான். ஆனால் அவன் தருமம் என்று கருதியுள்ள விஷயங்களின் பட்டியல் ரொம்பவும் சுருக்கம். அந்த சுருக்கமான தர்ம பீடகம் அவனை அறுபத்தியைந்து வயசுவரை கவுரவத்துடன் ஆயுசைக் கழித்துவிட உபகாரமாக இருந்தது. அவனுக்கு ஒரு மகன் உண்டு. அவன் பெயர் கருப்பையா. வயசு பதினெட்டுதான்; என்றாலும் பதினெட்டும் படித்துத் தேறி விட்டான். நிலையற்ற தேட்டம், கண் நிறைந்த அழகு, 'கருப்பையாத் தேவர்' என்றே எல்லாரும் தன்னைக் கூப்பிட வேண்டும் என்ற மிடுக்கு, நெஞ்சிலே எங்கோ பதுங்கிக் கிடக்கும் நல்ல குணம் – இதுதான் கருப்பையா. 'கருப்பையா இல்லாத சண்டை ஒரு சண்டையா' என்பார்கள் அவனது கூட்டாளிகள். சின்னக்குட்டி வேலையாவுக்கு மட்டும், அவனை எப்போதும், 'ஏ கருப்பையா, ஐயா, கரியையா, இங்கே வாலே மூதி' என்று அழைப்பதில் ஒரு ஆத்ம நிறைவு. வெள்ளாளன்கூட நடந்தா வெள்ளாட்டுப் புத்திதான் வரும்; எங்கப்பென் சாதி மறவனா காங்கலெ' என்று குறைபட்டுக்கொள்ளு வான் கருப்பையா – அதாவது தகப்பனார் இல்லாத நேரம் பார்த்து.

இத்தனை பேரும் மறுகால்நல்லூர் கிராமத்து அட்ட திக்குக் காவலர்கள். நன்மையோ, தீமையோ முதலில் அவர்களை நாடாமல் அவ்வூருக்குள் புகாது. இவர்களைத் தவிர அவ்வூரில் வேறு பலரும்

உண்டு. அவ்வளவும் சைவ வேளாள குல திலகங்கள். ஊரில் இருபது வீடுதான் என்றாலும் இருபத்தியெட்டுவிதமான கட்சிப் பிணக்குகள் உண்டு. அத்தனை சண்டையும் ஊரில் பிணம் விழுந்த அன்று மயானக் கரையில் கொடிக்கட்டி, குருக்ஷேத்திர யுத்தமாக நடக்கும். பிறகு மறுநாள், அவ்வளவு சிறல்களும் எங்குதான் போய் பதுங்குமோ. அவ்வூர் இருபது குடும்பங்களையும் இருபது எரிமலை களுக்கு ஒப்பிடலாம். நிரந்தரமாக புகைந்துகொண்டு, பிணம் விழுந்த அன்று நெருப்பைக் கக்கும் எரிமலைகள். ஏதோ அஸ்தினாபுரம் பறிபோய் விடுகிறதே என்ற 'ஆங்காரத்தில்' பிறந்த சண்டை அல்ல; அடுத்த வீட்டு குத்துவிளக்குத் திரி சற்று நின்று எரிகிறதே என்ற ஆத்திரந்தான். மேலவீட்டு பலவேசம் பிள்ளை புஞ்சைக் காட்டில் எள்ளோ மிளகு செடியோ பயிரிட்டு விட்டால், எதிர் சரகத்து சுடலையா பிள்ளைக்கு உடம்பெல்லாம் மிளகாயை அரைத்து வாரி அப்பினது போல இருக்கும். அதே சுடலையா பிள்ளை, குடிமகன் பெட்டியை சற்று சடுதியில் அடுத்து அடுத்து வைத்துக்கொண்டு விட்டால், 'ஏதேது பிள்ளைவாளுக்கு எளவட்டம் திரும்புதாப்பிலே இருக்கு; அதான் வாரம் தவறாம சந்தைக்கு போரேன்னு டவுணுக்கு பொழுதுசாயப் போயி, விடியு முன்னே வர்றாஹ' என்ற பேச்சு, மாலை நேர அனுட்டானாதிகளுடன் உபாசனை செய்யப்படும். வளையவளைய வந்தாலும் மறுகால்மங்கலத்து எல்லையைத் தாண்டாத மனசு பிறகு எப்படி இருக்கும். சட்டம், நியாயம், நீதி, பொய் என்பன போன்ற வார்த்தைகளுக்கு பொருளே இல்லாத பிராந்தியங்கள், சட்டம் ஒழுங்கு என்ற அஸ்திவாரத்தின்மீது சூரியன் அஸ்தமனமாகாத சாம்ராஜ்யத்தில் கிராமங்கள்தான். பட்டணங்களில் தெரிந்து பொய் சொல்லுவார்கள்; வஞ்சனை செய்வார்கள்; கோவில் கர்ப்பக்கிரகத்து தத்துவ ரூபத்தையே அடைமானம் செய்துவைப்பார் கள்; அவை எல்லாம் தெரிந்து செய்யும் நாகரிக சின்னங்கள். கிராமங்களிலே தெரிந்தாலும் தெரியாவிட்டாலும் ஏலாத்தன்மை யினாலே அதே காரியங்களை செய்வதால், அது நாகரிக சின்னமாக அமையாது. அதனால்தான் நாட்டுப்புறத்தான் என்றால் ஒரு உதாசீனம்.

மறுகால்புரமங்கலத்து திசைக் காவலர்கள் போக, சாலாச்சி என்ற விசையாநல்லூர் ஆச்சி என்ற விதவை, கொளும்பு ராம சுப்பிரமணிய பிள்ளை என்ற தாரமிழந்த தனிக்கோட்டை ராஜா, பலசரக்குக்கடை தேரூர் உமைதாணு பிள்ளை என்ற நாஞ்சில் நாட்டு வேளாளர், பண்டாரம் பிள்ளை என்ற பேராச்சி சன்னிதியின் ஆஸ்தான பூசாரி, சிவக்கொழுந்து தேசிகர் என்ற சித்தாந்த கோளரி ஆகியோர் தம்மை அவ்வூர் பூர்வ குடிகள் என்று பாவித்து, நிலம் வாங்கியதாலோ, அல்லது கொள்ளி முடிந்த சொத்து கிட்டியதாலோ, அல்லது மனைவி வழி சொத்துத் தொந்தத்தினாலோ அந்தவூருக்கு வந்து குடியிருப்பவர்களை சற்று ஒரு குன்றிமணி எடை அந்தஸ்து குறைந்தவர்களாக மதிப்பார்கள். ஆனால் புதுக்குடிகளோ இவர்களை,

சற்றும் வகைவைப்பதில்லை. உழைக்கவோ பிழைக்கவோ தெரியாத ஊமைச் சனங்கள் என்று பரிதாபப்படுவார்கள்.

அந்தவூருக்கு புதுக்குடிகள் இப்போது இரண்டு பேர்தான். இரண்டு பேரும் இரண்டு விதமானவர்கள். ஒன்று நொடிந்து சிதறிய குடும்பத்தின் சிறு சிதல். மற்றது, வாழ்வில் இருபத்தியைந்து வருஷங்கள், யூனியன் ஜாக் நிழலிலே, சட்டத்தையும் ஒழுங்கையும் நிலைநாட்ட வந்த ஒரு அன்னிய ஸ்தாபனத்தின் வரி வசூல் இலாகா உத்யோகஸ்தராக, உத்தரவு, மேலுத்தரவு, இடமாற்றம், ஜமாபந்தி என்ற எல்லைக்குள்ளாக மனிதர் வேறு, உத்யோகஸ்தர்கள் வேறு என நினைத்து வாழ்ந்து விட்டு, அந்தப் பழக்க வாசனையை மறக்க முடியாமல் தனக்கு சற்றும் பொருளற்றுத் தெரியும் உலகத்துடன் அளவளாவ மறுத்து ரெவின்யூ ஷரத்துகளுக்குப் பதிலாக, அதே அந்தஸ்தில் தேவாரப் பதிகங்களை வைத்து அதைக் கொண்டு உத்யோகம் நடத்திவரும் ஆலம் உகந்த பெருமாள் பிள்ளை என்ற ஏ.யு. பெருமாள் பிள்ளை பென்ஷன் தாசில்தார்.

அவருக்கு நோய்வாய்ப்பட்ட மனைவி; சென்னை சர்வகலாசாலை யிடம் பி.ஏ. பட்டம் பெற்ற பிறகும், கற்ற படிப்பின்மீது வாஸ்தவமான ரசனைப் பேறு கிட்டிய மகன். தாசில் பிள்ளையுடன் இருபத்தியைந்து வருஷங்கள் தென்னார்க்காடு ஜில்லாவை, வளையவளைய வந்ததி னால், குடல் சம்பந்தமான, வைத்தியர்களுக்கே பிடிபடாத ஒரு நோய் அந்த அம்மாளை சென்ற பத்து வருஷங்களாக வாட்டி வருகிறது. டாக்டர்கள் எத்தனையோ பேர், எத்தனையோ விதமான சிகிச்சை எல்லாம் செய்து பார்த்தும், புலப்படாத நோய் அது. 'உன் உடம்புக்கு என்ன?' என்றால் 'எல்லாம் மனக்கவலைதான்; நோயும் நொடியும் மனுசரைப் படுக்க வைத்து விடுமா' என்று சொல்லிவிடுவாள். 'உனக்கென்னமா கவலை' என்றால் அவளுடைய உதட்டிலே ஒரு பரிதாபகரமான புன்சிரிப்பு நெளிந்து மறையும். உலகத்தின் துயரங்கள் எல்லாம் அந்தச் சிரிப்பில் நெளிந்து மறைவது போல இருக்கும் அப்போது அவளைப் பார்ப்பவர்களுக்கு.

திடீரென்று ஆரோக்கியமாக இருந்தவனுக்கு நோய் வந்தால்தான், குடும்பத்தின் நிதானத்தன்மை கலைந்து, மனது, படுத்துக் கிடப்பவரை வளைய வந்து வட்டமிடும். நிரந்தர நோயாளியாக பாயும் படுக்கையுமாகிவிட்டால், தினம் பார்வையில் எதிர்ப்படும் தட்டுமுட்டு சாமானுக்கும் நோயாளிக்கும் பரம வித்தியாசம் குடும்பத்தில் உள்ளவர்களுக்கு இருக்காது. படுத்திருப்பவர் பற்றி கவலை இருக்காது என்பதில்லை. படுத்திருப்பவர் பற்றி சதா நேரமும் சிந்தனை இருக்காது.

தாசில்தாரிணி மயிலம்மையின் நிலைமையும் அப்படித்தான். வாரத்துக்கு இரண்டு தடவை சேர்மாதேவி டாக்டர் வீரபத்திர பிள்ளை வந்துவிட்டுப் போவார். பிள்ளையவர்களுக்கு ஹிந்து பத்திரிகை வருவது போல இருபத்திநான்கு மணி நேரத்துக்கு ஒரு தடவை, 'மூன்று வேளைக்கு; சாப்பிடும்போது குலுக்கிச் சாப்பிடவும்' என்ற உபரி யோசனைகளுடன் மருந்துப் பாட்டில் வரும். ஹிந்துப் பத்திரிகை

கவர் திறக்கப்படாமல் கிடப்பது போல, மருந்துப் பாட்டிலும் கார்க் திறக்கப்படாமல் இருந்து மறுநாள் மருந்துக்கு ஆள் போகும்போது, பாட்டில் சுத்தமாக கழுவி அனுப்பப்படும். மருந்து வரும், பத்திரிகை வரும், வசந்தம் வரும், வேனில் வரும், மாரி, வாடை எல்லாம் மாறிமாறிமாறி வந்துகொண்டிருக்கும்; டாக்டர் வீரபத்திர பிள்ளை, மருந்து வந்துகொண்டிருக்கும். மயிலம்மை நோய் மட்டும் இருந்துவரும்.

ஆலமுகந்தவரின் ஏக புத்திரன் சுப்பிரமணியம் பி.ஏ., தேறும்வரை கஷ்டம் என்பது என்னவென்று தெரியாத வாழ்வு. பாட புஸ்தகங்கள், காலேஜ் வாசகசாலை புஸ்தகங்கள், நல்ல உடை, நேரத்துக்கு சாப்பாடு, இல்லையே என்று ஏங்க வேண்டாத நிலையில் பணம் – எல்லாம் அவனுடைய மனப்பக்குவத்துக்கு உற்ற துணையாக இருந்தது. இல்லை என்ற வார்த்தை அவன் வாயில் வராது. காலேஜில் அவன் படித்து வரும்போது அவனுடைய நிழலில் ஒதுங்கி, வறுமையின் நெடி வாட்டாமல் தப்ப முயன்ற சகபாடிகள் பலர் உண்டு. யாரிடமும் லேசில் பழக மாட்டான்; பழக்கம் ஏற்பட்டால், லேசில் ஒடிபடுவதற்கு அவன் இடம் கொடுக்கவும் மாட்டான். தாயார் என்றால் அபார வாஞ்சை. தங்கை கிடையாது; ஆகையால் பெண்கள் மனசை லகுவில் புரிந்துகொள்ளும் முதிர்ச்சி அவனிடம் இல்லை. நாட்டு மண்ணில் பிறக்காத ஜூலியட்டுகளும், ரோஸலின்டுகளும் யுவதி என்ற வார்த்தைக்கு அவன் மனசில் பொருள் கொடுத்துக் கொண்டிருந்தார்கள். துன்பமே அவன்மீது படியாததினால், எதிராளி சொல்லும் வார்த்தைக்கு மாற்று உரைத்துப் பார்க்கும் குணம் (அல்லது கல்மிஷம்) அவனிடம் கிடையாது.

பூர்ண பொறுப்பையும் உணராது தேச சேவை, தேசபக்தி என்ற அக்னி லக்ஷியங்களை கனவுக் கண் கொண்டு பார்த்து, அவற்றை சந்திரகாந்தக் கல் மண்டபங்களாக நினைத்தான். வெள்ளைக்கார பர்க்குகளும், பெய்ன்களும், கிபன்களும், மில்களும் சமுத்திர கோஷம் போன்ற சொல்லடுக்குகளால் தன் மனசைக் கவர்ந்து அதுவே தர்மம் என்று இவனைக் கருதும்படி செய்திருந் தாலும், அவர்களது உபதேசங்களைப் பொறுத்தவரை, இவன், ஏகலைவன், படித்ததற்காக கட்டை விரலை தானம் கொடுக்க வேண்டியவன்தான் என்பதை அறியமாட்டான். அகில இந்திய காங்கிரஸ் வருஷா வருஷம் கூடுவதும், லக்ஷிய புருஷர்கள், லக்ஷிய புருஷத்தனத்துடன் பேசுவதும், லக்ஷிய பௌருஷத்துடன் செயலில் இறங்குவதும், சிறைப்படுவதும் அவனது மனசில் பெருங்கோயிலைக் கட்டியிருந்தது. அவன் பட்டணத்தில் படித்திருந்தானாகில், இந்தக் கனவு எல்லாம் முளையிலேயே தீய்ந்து வடுத் தெரியாமல் மாற்றி விடுவதற்கு அரிய சாதனங்கள் பலவுண்டு. அழகான உடைகள் அணிந்து அலங்காரமாக பேசும் நாரீமணிகளை கல்வித் தோழர்களாகப் பெற்றால், அதற்கேற்ற அந்தஸ்துடன் இருக்க ஆசைப்பட்டிருப்பான்; அல்லது சென்னை சர்வகலாசாலை வாசக சாலையில்,

வெள்ளைக்காரரின் மேல்நாட்டு கலாச்சார பிரகாசத்தின் மகத்துவம் வெளிப்பட்டிருக்கும். 'அப்பா உனக்கு சுதந்திரத்தின் மகிமைகளைப் பற்றிப் போதிப்போம்; ஆனால் அவற்றை உனக்கு என்று எண்ணி மதி மயங்கிவிடாதே' என்று அங்கு ஒரு கற்சிலை நந்திகேசுவரர் போல, புஸ்தக அலமாரிகளை நாடுமுன் நம்மை வழிமறிக்கிறது – அதையாவது பார்த்து தெரிந்துகொண்டிருப்பான். இவ்விரண்டு செல்வங்களும் வாய்க்கப் பெறாததினால், அவன் தேசபக்தியில் ஏதோ உண்டு என்று கோழிக் கனவு கண்டுகொண்டிருந்தான். நாம் கத்திரித் தோட்டம் போட்டால், கத்திரிச் செடிகளுக்கு சுய நிர்ணய உரிமை நாம் கொடுப்போமா. கொடுத்தால் நம் வீட்டு சாம்பாரில் கத்திரிக்காய் மணக்குமா? இந்த மாதிரி இந்தியாவும் வெள்ளைக்காரனுடைய கத்திரித் தோட்டமாக இருக்கிறது. அதற்காக வெள்ளைக்காரனை அரக்கன், பேய், பிசாசு, பாபத்தின் அவதாரம் என்று சொல்லுவது அபச்சாரம் என்பது தெரிந்திருக்கும். சுப்பிரமணியம் மனோவுல கத்தில் இரண்டுவிதமான வெள்ளைக்காரர்கள் குடியிருந்தார்கள்; தொடர்பற்று தனித்து அக்ரஹாரமும் சேரியும் போல் தனித்தனியாகப் பிரிந்து வாழ்ந்தார்கள். இவர்களிடை இருந்த ஏகத்தன்மையைப் புரிந்துகொள்ள சுப்பிரமணியனுக்கு அனுபவமும் இல்லை, வழி காட்டுவோரும் கிடையாது.

சிறுவயசில் டவாலிச் சேவகன், ஆபிஸ் பெட்டி, ஜரிகைத் தலைப் பாகை முதலியவற்றையெல்லாம் வைத்து தகப்பனார்மீது இருந்து வந்த மதிப்பு பெருமையெல்லாம், எப்போதோ கண்ட சொப்பனமாக அடிபட்டு போய்விட்டது. காலேஜ் படிப்பு ஏறஏற அவர்மீது சாதாரணமாக இருக்க வேண்டிய வாஞ்சையும், கொடுக்கவேண்டிய கவுரவமுமே படிப்படியாக அஸ்தமித்து, அவரைப் பற்றி நினைக்கும் போதும் பேசும்போதும் அவமானமே மிஞ்சி நின்றது. மாதம் ஒரு தரம் பென்ஷன் வாங்குவதற்கு, தமது பழைய உருமால்களையும் ஜரிகைத் தலைப்பாகைகளையும் உதறிக் கட்டிக்கொண்டு மாட்டு வண்டியில் ஆரோகணித்துச் சென்று, பதினோரு மைல் தொலைவுள்ள திருநெல்வேலி ஜங்ஷனுக்கு இரண்டாவது வகுப்பு ரயில் வண்டியில் ஏறி உட்கார்ந்து படாடோபம் பாக்கியில்லாமல் காட்டிக்கொண்டு, கொக்கிரகுளம் கலெக்டர் ஆபீசில் சென்று நான் இன்னும் உயிரோடிருக்கிறேன், எனக்கு உபகாரச் சம்பளம் கொடு என்று அழகும், எடுப்பும் குடியோடிப் போய் மாமாங்கம் பல கழிந்தும் ஜீவனாம்சம் கேட்டுத் தேடிவரும் வைப்பாட்டி போல, கொடுக்கும் சம்பாவணையை வாங்கிக்கொண்டு திரும்புவதும், பிறகு அந்த ஒரு நாள் போக மற்றும் மாதப் பொழுதை ஞானசம்பந்தரின் தேவாரப் படிப்பிலும், அது ஒழிந்த வேளைகளில் தன்னை சம அந்தஸ்தில் சந்திக்க வருவோரிடமும் கச்சேரி நடத்தியும் வாழ்வே தெரியாத இளங்கன்றுக்கு மனசில் அரோசிகத்தை எழுப்புவது அதிசயமில்லை. அவர் பென்ஷனாகியும் கச்சேரி பண்ணும் விந்தை களுக்கு உடம்பட்டுவரும் கிராமத்து ஊமைச் சனங்களைக் காணும்போது தான் ஆத்திரம் அகாதமாக வரும்.

முன்போ படிக்கப்போகிறேன் என்று வருஷத்தில் குறைந்த பட்ச நாட்களில் மட்டும் அவருடன் ஒரே வீட்டில் இருந்து தப்பித்துக் கொள்ள முடிந்தது. படிப்போ முடிந்துவிட்டது. அம்மாதிரி இனிமேல் வீட்டைவிட்டு தப்பி ஓடுவதற்கு தகுந்த வியாஜமே கிடையாது.

மனக்குமுறல்களையும் பொறுமல்களையும் உன்னிப்பாய் தெரிந்து கொண்டு, தலை சுற்றி ஆடி, காற்றோடு பொருமும் பனை விடலிகளே சரணாகதி. காற்றும் ஓசையும் நினைப்பை தடை செய்தாலும் நிம்மதியைத் தந்தது.

ஆலம் உகந்த பெருமாள் பிள்ளைக்கு இவனைப் பற்றித் தெரியாது. தான் கண்மூடு முன்பே இவன் பி.ஏ. பாஸ் செய்துவிட்டான்; மேலும் செர்விஸ் கமிஷன் பரிட்சை என்ற திட்டம் அமுலுக்கு வருவதற்கு ஒரு வருஷத்துக்கு முன்பே இவன் பாஸ் செய்துவிட்டான். தம்மை உத்யோக காலத்தில் ஆதரித்த டிவிஷனல் ஆபிஸர்கள் இப்பொழுது ஜில்லாக் கலெக்டர்களாக இருக்கிறார்கள். இவனைக் கொண்டுபோய் ரெவின்யு இலாகாவில் தள்ளிவிட்டால், மறுபடியும் இருபத்தியைந்து வருஷங்கள் வரை தம் குடும்பத்தின் ஜீவனோபாய பிரசினை தீர்ந்துபோகும் என்று நினைத்துக்கொண்டிருந்தார். சுப்பிரமணியனை அவர் ஒரு குட்டி தாசில்தாராக, அந்த உத்தியோகத்துக்கு தனது பட்டத்து இளவரசனாக நினைத்தார். அவன் அப்படி நினைக்கவில்லை.

~ ~

"சுப்பையா?" என்றார் ஆலம் உகந்த பெருமாள் பிள்ளை.

"என்னப்பா?" என்றுகொண்டே கையிலிருந்த புஸ்தகத்தை விரலுக்கு இடையில் மடக்கிக்கொண்டு தான் உட்கார்ந்திருந்த அறையிலிருந்து வெளியே வந்தான் சுப்பிரமணியம்.

"அந்த கொடியிலிருக்கும் துண்டை எடு; நாளைக்கு நான் திருநெல்வேலிக்கு போறப்ப கூட வா; இப்போது புதுசா வந்திருக்கிற கலெக்டர் யார் தெரியுமா; மொதல் மொதல் ஐ.ஸி.எஸ். பாஸ் பண்ணிவிட்டு, டிவிஷனலாபீஸராக வந்தப்போ, எங்கிட்டத்தான் வேலை படிச்சான்; ரொம்பக் கெட்டிக்காரன்; நான் சொன்னால் கேட்பான்' என்றார் ஆலமுகந்த பெருமாள் பிள்ளை.

"எனக்கு உத்யோகம் சம்பாதிச்சுக் கொடுக்க, என்னைக் கூட்டிக் கொண்டு போவதாக உத்தேசமோ' என்று கொஞ்சம் மிடுக்காகக் கேட்டான் சுப்பிரமணியம்.

துண்டைக் கொண்டு முகத்தையும் கைகளையும் துடைத்துக் கொண்டே, "பின்ன என்ன மறுகால்மங்கலத்தில் மாடு மேய்க்கிற உத்தேசமோ" என்று கூறி உமிழ்ந்துவிட்டு மூக்காலும் வாயாலும் கேட்டார்.

"அவசியப்பட்டால் அதில் என்ன கேவலம்" என்றான் சுப்பையா.

“இதைப் பத்து வருஷத்துக்கு முந்தியே சொல்லியிருக்கக் கூடாதா. உன் பேருக்கு பாங்கியிலே ஒரு ஐயாயிரமாவது மிஞ்சியிருக்கும்; அதைக் கொண்டு எத்தனை ஜோடி மாடு வாங்கலாம்.”

“நீ கேட்டிருந்தால் சொல்லியிருப்பேன்.

“இப்போதான் என்ன குடி முழுகிப் போச்சு; ஐயாவுக்கு நீங்கள் கொடுத்த ரெண்டாயிரத்தை செல் எழுதின மாதிரி எழுதிவிட்டால் போகிறது” என்று சொல்லிக்கொண்டே தன் அறைக்குள் நுழைந்து விட்டான் சுப்பையா.

பெருமாள் பிள்ளை அவன் போன திசையையே கொஞ்சம் நேரம் பார்த்துக்கொண்டிருந்தார். நிதானமாகத் திரும்பி வெளி வாசலுக்கு வந்து தெருவைப் பார்த்துக்கொண்டு சற்று நேரம் நின்றார். எதிர் வீட்டுப் பாட்டி தூத்தூ என்று துப்பி உடம்பை வில்லாக வளைத்துக் கொண்டு தலையை வேறு திசை திருப்ப முயற்சித்துக்கொண்டிருந்த குழந்தைக்கு வாயில் பலவந்தமாக சோற்றை யூட்டிக்கொண்டிருந்தாள். அவள் நின்ற குறட்டருகில் இரண்டு சொறி நாய்களும் ஒரு பசுவும் காலி எச்சில் இலைக்காக வாதம் நடத்திக்கொண்டிருந்தன. மோட்டுக் காக்காய், திடீரென்று பாய்ந்து கிண்ணத்து நெய்ச் சோற்றில் ஒரு கவளம் அடித்துக்கொண்டு உயரப் பறந்தது. ‘ஏ! நீ கட்டைமண்ணாப் போக’ என்றுகொண்டே கிண்ணத்துச் சோற்றை வரட்டு நாய்களுக்கு வீசிவிட்டு உள்ளே நுழைந்தாள் ஆச்சி. பெருமாள் பிள்ளை, வராண்டாவில் உள்ள மாடிப்படி வழியாக மத்தியானத் தூக்கத்துக்கு கட்டிலை நாடினார்.

“ஏலே ராசையா” என்று தீனக்குரல் பெட்டகசாலையிலிருந்து கேட்டது.

“என்னம்மா” என்றுகொண்டு உள்ளே ஓடினான் சுப்பையா.

“அவுகளுக்கு என்ன வேணுமாம்” என்றாள் தாயார்.

“நானும் அவுங்களெப் போல தாசில் உத்தியோகம் பாக்கணுமாம். அந்தப் பவுசைப் பாக்காமே அவுகளுக்கு கண்ணொரக்கம் வருதில்லை’ என்றான் சுப்பையா.

“இங்க கெடக்கதைக் கட்டி ஆண்டாப் போதாதா. இன்னம் எதுக்கு கைகட்டிச் சேவுகம். அதிருக்கட்டும், ஒம் பிரியம் எப்படி” என்றாள் தாயார்.

“எம் பிரியத்தை கேக்க இங்க யாருக்கு காதிருக்கு” என்றான் சுப்பையா.

இருவரும் சற்று மவுனமாக இருந்தார்கள்.

“கருப்பையா இண்ணக்கி இங்கெ வந்தானா” என்றாள் தாயார்.

“அவனை விடியன்னை முதக்கொண்டு இந்தத் தெசையிலெயே காங்கலியே” என்றான் சுப்பையா.

“உங்கப்பா சாயந்திரமா சவுக்கைக்கு போன பொறவு அவனைப் பாத்து கூட்டிக்கிட்டு வா’ என்றாள் மயிலம்மை. இவ்வளவு பேசுவதற்கு

முன்பே அவளுக்கு க்ஷீணம் கண்டது. 'அம்மாடி' என்று சோர்ந்து மறுபுறம் திரும்பிப் படுத்தாள்.

"தலைமாட்டிலெ எறும்பு ஆயிது; பனங்கற்கண்டை எடுத்து தள்ளி வச்சுபுட்டு நீ ஒன் சோலியப் பாரு" என்று சிரமத்துடன் சொன்னாள் மயிலம்மை.

"தண்ணி தரட்டுமா?" என்றான் சுப்பையா. இல்லை என்பதற்கு கைக்குறிதான் காட்ட முடிந்தது.

சற்று நேரம் அவள் பக்கத்திலேயே நின்றான். இமை மூடியபடி படுத்திருந்தாள்; சுவாசம் நிதானமாக ஓடியது.

காலடிச்சத்தம் நிம்மதியாக இருக்க முயலுபவளுக்கு தொந்திரவு கொடுக்காமல் இருக்க, பூனை போல நடந்து தன் அறைக்குள் சென்றான். சிறிது நேரத்துக்கு முன் சுவாரசியமாகப் படித்துக் கொண்டிருந்த வயிற்றுவலிக்கார கார்லைலின் ஆவேச சித்தாந்த குமுறல்களை மனசு இப்போது நாட மறுத்தது. மனசிலே ஒரு வெறுமை; குறிக்கோள் எதுவும் அற்ற வேட்கை. சாய்வு நாற்காலியில் படுத்து அயர்ந்தான். 'பச்சை நிறப் பேய்' ரொபஸ்பியர், தாந்தான், மாரா இன்னும் எத்தனை பேர். அவர்கள் எல்லாரும், ராஜ வம்ச ரத்தப் பிரவாகத்தில் முழுகி, மற யாகம் செய்து, ஆபிஸ் குமஸ்தாக்க ளுடைய மடிக்குள் அதிகார தேவதையை ஆவாகனம் பண்ணினார்கள். ஆனால், தம் மடிக்குள் முடிந்திருந்த அதிகார தேவதை பிரெஞ்சு எல்லை தாண்டி வேறு யாருடைய மடிக்கும் போகக்கூடாது என்று நினைத்தார்கள் அந்த ஆபிஸ் குமாஸ்தாக்கள். சுதந்திரத்தையும் சகோதரத்துவத்தையும் சமத்துவத்தையும் திரிமுகமாகக் கொண்டு அதிகார சன்னிதானம் புதுச்சேரிக்கும் காரைக்காலுக்கும் வரவில்லை. ஏதோ ஒரு சாயம் போன, அசுரமுக ஆலியை தூக்கி தலையில் சுமந்துகொண்டு புதுச்சேரித் துறைமுகத்தில் இறங்கியது. நெப்போலிய அதிகார தோரணையை அவன் முன்வாசல் ஆபிஸ் குமாஸ்தா வர்க்கம் நடத்துவது போலத்தான் இந்தப் புதுச்சேரி விவகாரம். இந்த உலகம் பூராவுமே இந்த மாதிரி புதுச்சேரி விவகாரந்தான்.

தர்மோபதேசம் எல்லாம் தன் சவுகரியத்துக்குத்தான். இல்லா விட்டால் பிறரால் ஆளப்படுவதற்காகவே நாம் பிறப்பிக்கப்பட்டிருக் கிறோம் என்ற மனப்பான்மை எப்படி இயல்புக்கு மாறாக பிறக்கும். மனிதன் தலையால்தான் நடக்க வேண்டும், அந்த மாதிரி நடப்பதே மானுட லட்சணம் என்று யாரும் சொன்னால் சிரிப்பார்கள். ஆனால் அப்படிச் சிரிப்பவர்களில் எத்தனை பேர் சிரசால் நடக்காமலிருக் கிறார்கள். மனிதனுக்கு லக்ஷியம் பிரதானமா; உயிர் வாழ்தல் பிரதானமா. இருபத்தி ஐந்து வருஷ இடைவிடா உழைப்பு, அதன் பிறகு, கசாப்பிற்கு அனுப்பாமல் கொட்டகையில் கட்டிப்போட்டு வைக்கோல் போடுவது போல உபகாரச் சம்பளம். இதில் எத்தனையோ சவுகரியங்கள் உண்டு. உலகத்துடன் ஒட்டி வாழவேண்டிய அவசியமில்லை. ஆபிஸராக வாழ்ந்து, மாஜி ஆபிஸராக காலந்தள்ளி, மாஜி ஆபிசர் பிரேதமாக சுடுகாட்டுக்கு போவதில் சவுகரியம் உண்டு. உயிருடனிருக்கும்போது,

‘எசமான்’, செத்த பிறகு ‘எசமானையா சவம்’ ‘தாசில்பிள்ளை வீடு’ – அசேதனவஸ்துகூட இடுபெயர் பெறுகிறதே – என்றிந்த மாதிரியான கவுரவ விலாசம் யாருக்குக் கிடைக்கும். யோக்கியமாக நடந்துகொள்ள வசதி உண்டு; அயோக்கியமாக நடந்துகொண்டால், ஊராரைப் பற்றி சட்டை பண்ண வேண்டியதில்லை. நீ உன் மனசில் பரம சித்தாந்தியாக இருக்கலாம், பரம பொதுவுடைமை வாதியாக இருக்கலாம்; யூனியன் ஜாக்குக்கு கும்பிடு போட்டு முறைப்படி காரியங்களாலும் வருஷங்களாலும் ஆயுள் என்ற தோணியிலே மிதந்து சென்றால், எந்த சீரங்கப்பட்டணமும் கொள்ளை போய் விடாது . . . அதிருக்கட்டும், அம்மைக்கு ஏன் பிடிக்கவில்லை. ‘எங்க வீட்டு மாப்பிள்ளைக்கும் அரமனைலெ சேவுகம்’ என்ற நினைப்பு நம்முடைய பெண்களுடன் பிறந்த இயல்பான வியாதியல்லவா. அவளுக்கு ஏன் பிடிக்கவில்லை. அவள் வியாதியஸ்தி. அதனால்தான், வேற்றாளுக்கும் வியாதிப் பாக்கியம் கிடைப்பது பிடிக்கவில்லை. அதுதான். நான் ஒருவன் உத்யோகத்துக்கு போகாவிட்டால், யூனியன் ஜாக் கொடி இறங்கிவிடப் போகிறதா, அல்லது நான் போய்ச் சேர்ந்து விடுவதால் கொடிக் கயிறுக்கு முறுக்கு பலமாகிவிடப் போகிறதா. நம் மனவேதனை எல்லாருக்கும் இருக்கிறதா; அல்லது மனவேதனை இருப்பதாக பாவிக்கிறவர்கள் அதனை வேதனையாகத்தான் பாவிக்கிறார்களா? அவர்களுக்கு இல்லாமல்போனால், எனக்கு இருக்கும் வேதனைகூட, பொருள் அற்ற வேதனை ஆகிவிடுமா. வேதனை, வேதனை, வேதனை . . .

“சுப்பிரமணியம், என்ன வண்டி வந்து வாசல்லெ காத்திருக்கு, நீ இன்னும் புறப்படலெ?” என்று குரல் கொடுத்தார் தாசில் பிள்ளை.

பட்டமளிப்புக்கு பட்டணம் போக தைத்த ட்வீட் ஸூட் அணிந்து அப்பழுக்கு அற்ற ஆபிஸர் மகன் போல, பளபளக்கும் கருப்பு காப் லெதர் ஷூஸ் டக்டக் போட, நெடுநாளைய ஸூட்தாரி மாதிரி வெளியே வந்தான் சுப்பிரமணியம். கைவிரல்கள் தன்னை யறியாமலே கழுத்துப்பட்டி சுறுக்கு ஒழுங்காக விழுந்திருக்கிறதா என்று பட்டும் படாமலும் தடவின. இடது கையை கால்சராய் பையில் நுழைத்தபடி வாசல்படி விட்டிறங்கி, இரட்டைக் காளை தாசில் வண்டியருகில் வந்து நின்றான்.

“சுப்பிரமணியம், நீ உள்ளை ஏறி உக்காராதே; கால்ச்சட்டை மடிப்பு கொலஞ்சி போகும்; டே! கருப்பையா திண்டெ இழுத்து உள்ளைப் போடு, நான் ஏறிக்கிறேன்” என்று அவசரமாக அகலப் படியில் காலை வைத்துக்கொண்டு, மயிலைகள் கழுத்திறுகும்படி சற்று நுகத்தடி உயர ஏற, உள்ளே ஏறி உட்கார்ந்தார்.

“கருவாலி வலம்பாயுது; நல்ல சகுனம், சின்ன எசமானெ ஏறச் சொல்லுங்க” என்றுகொண்டே, ஒரே குறியில் கோசுப்பெட்டியில் உட்கார்ந்தான் கருப்பையா. ஜல்ஜல் என்ற சப்தத்துடன் வண்டி பைதாக்கள் உருள, சின்ன எசமான், நாஸூக்காக சாயாமல், ‘புதுப்

பொண்' போல அமர்ந்து, கழுத்துப்பட்டியை விரல்வைத்து நெருடிக் கொண்டான்.

தாசில் வண்டி மோக்ளாவாக ஓடியது. 'அரைமணி நேரத்துக்குள்ளே டேசனுக்கு போகணும்டா' என்றார் தாசில் பிள்ளை.

"சதி, இன்னா நிமிஷத்திலே" என்றுகொண்டு வலவனை இழுத்து இடமனை முதுகில் முழங்கை வைத்து ஒரு குத்து குத்தினான். மாடுகள் பறந்தன.

"ஏலே, அடியாம ஓட்டு, அடியாம ஓட்டு" என்றார் சின்ன எசமான்.

வண்டி கரை வழியாக ஓடி கன்னடியன்கால் வயற்கரைமீது ஏறியது. பச்சேரித் தொப்புளான் காய்ந்த பனை மடல்களை சுமந்து கொண்டு வந்தான். மாடுகள் சற்று கலைந்தன.

"என்ன ரூதி எருவுதெ" என்று கால் விரல்கள் கொண்டு குத்தினான் கருப்பையா.

கிழட்டு வெள்ளையன் தள்ளாடி கரைச்சரிவில் நிற்க வேண்டிய தாயிற்று.

"நம்ம சவுக்கையிலெ யாரும் நிண்ணா, சத்தங்குடு" என்றார் தாசில் பிள்ளை.

வண்டியும் கன்னடியன்காலைத் தாண்டி ஜில்லா போர்ட் ரஸ்தாவை நோக்கி திரும்பியது. வயற்கரைப் பாதைக்கும் ரஸ்தாவுக்குமிடையில், பனை விடலியும் உடையும் திக்காலுக்கு ஒன்றாக முளைத்த கட்டாந்தரை. சரசரவென்ற சத்தத்துடன் வண்டிச்சக்கரம் புதைந்து அமுங்கி புழுதியில் கோடிட்டது.

"எசமான், சவுக்கேலெ எங்க மாமன் குத்த வச்சிருக்காப்பிலெ தெரியிது." "ஓ . . . மாமனோய்" என்று குரல் கொடுத்தான்.

பல்லிடுக்கில் அருகம்புல்லை அரும்பியபடி தேவர் ஆடி அசைந்து எழுந்தார். வண்டிக்குள் தாசில் பிள்ளை இருந்தது தென்பட்டதும், சுறுசுறுப்பை வருவித்துக்கொண்டு ஓடிவந்து, 'எசமான்' என்றார்.

"நான் கொக்கரகொளத்துக்கு போயிட்டு வாரேன்; நீ வீட்டை விட்டு அசையக்கூடாது; சின்னத்தம்பி சாயங்காலம் வருவான், நாளைக்கு ஓலை வெட்டணும்னு சொல்லியனுப்பு" என்று உள்ளிருந்த படியே உத்தரவு கொடுத்தார் தாசில்தார்.

மாடுகள் கழுத்தைக் குனிந்து முக்கி முனகிக்கொண்டு, ஸ்தல ஸ்தாபன நிர்வாக சுவதந்திர வியவகாரத்தால், சமிக்கைபூர்வமாக சரலிட்ட ஜில்லா போர்ட் ரஸ்தாவில் ஏறியது. வண்டியின் பட்டம் உராய்ந்து உராய்ந்து, ரஸ்தாவில் ரெட்டை வாய்க்கால் வெட்டிவிட்டது போன்ற பள்ளத்துக்குள் லொடக்கென்று விழுந்து உள்ளிருந்தவர்களுக்கு க்ஷண அதிர்ச்சிக் கொடுத்து, ஆபத்தில்லா ரெட்டை வாய்க்காலில் உருண்டுருண்டு சென்றது.

"கருப்பையா மாட்டைக் கொஞ்சம் முடுக்கு" என்றார் தாசில்தார்.

மாடுகளை விரட்டியடித்துக்கொண்டு செல்லுவதில் பரமமோகம் கொண்ட கருப்பையா இனிமேல் விட்டா வைப்பான். ஏக இரைச்சலுடன் புழுதியைக் கிளப்பிக்கொண்டு வண்டி சிட்டாகப் பறந்தது. எதிரே சரமாரியாக பார வண்டிகள்; சிந்தனைத் திறனை இழந்து கால வெள்ளத்தில் இழுபட்டுச் செல்லும் சநாதன தர்மம் மாதிரி, பத்து முப்பது பார வண்டிகள் வேகத்துக்கு ஊறாக வழியை மறித்தன.

“வண்டியெ ஒதுக்கி அடியும்” என்ற கூப்பாடு போட்டுக்கொண்டு, வண்டியை வலது ஓரமாக, பாதி ரோட்டிலும் பாதி சரிவிலுமாக அடித்துக்கொண்டு முடுக்கினான் கருப்பையா.

எதிர்பாராத இயக்கம், பாரம்பரிய நியதியின் ஒழுக்கை குலைத்து சுழிப்புகளை உண்டுபண்ணுவது போல் சாரையாகச் செல்லும் வண்டிகள் திக்காலுக்கு ஒருபுறமாக திரும்பித் தத்தளித்தன. கருப்பையா, சக்கரம் உராயாமல் லாவகமாக பாரவண்டிகளில் பாதியைக் கடந்துவிட்டான்.

பின்புறம் எங்கோ மோட்டார் ஹார்ண் சப்தம் இடைவிடாமல் அலறியது. இன்னும் பன்மடங்கு குழப்பம் பார வண்டிச் சாரையில் ஏற்பட்டது. ‘வண்டி’, ‘பைதா’, ‘மாடு’, ‘சரட்டை இழு’, ‘வலமனை தளர்த்தாதே’ என்ற பல குரல்கள்.

கருப்பையாவுக்கு முன்னிருந்த காளைகள் திடீரென்று மிரண்டன. வலது பக்கத்து கருப்பு வழியை மறித்துக்கொண்டு குறுக்கே நின்றது.

‘அட அருதப்பயபிள்ளை’ என்று ஏசிக்கொண்டே காளைகளின் சரட்டை இறுக்கிப் பிடித்தான் கருப்பையா. வண்டி திக்கென்று நின்றது. எங்கோ கேட்ட மோட்டார் சத்தம் திடுக்கிடும்படியாக பின்னால் கேட்டது. வேகமாக வந்த மோட்டார் நின்றது. பெட்ரோல் வண்டியிலிருந்து குதித்து ஓடிவந்த வெள்ளைக்காரச் சீமான், கையிலிருந்த கருங்காலித் தடியைக் கொண்டு மாடுகளை மாறிமாறி குறுக்கில் ‘கூலிக் களுதே, கூலிக் களுதே’ என்ற மந்திரத்தைச் சபித்துக்கொண்டு சாத்தினார்.

பின்புறம் உட்கார்ந்திருந்த சுப்பிரமணியத்துக்கு பழியான கோபம் வந்துவிட்டது. ‘யாரடா மாட்டையடிக்கிறது’ என்று இங்கிலீஷில் கேட்டுக்கொண்டு வண்டியை விட்டுக் குதித்து முன்பக்கமாக ஓடினான்.

துரைமகன் இந்த எதிர்ப்பை, எதிர்பார்க்கவில்லை. செக்கச் சிவந்த முகம் துடிதுடிக்க, ‘கூலிக் களுதெ’ என்று மறுபடியும் கத்தினான்.

“யாரடா கூலி; குடியோ ஆள் தெரியவில்லை போலிருக்கு; என்னடே கருப்பையா, இவன் அலகிலெ ரெண்டு குடு” என்றான் சுப்பிரமணியம்.

லடாய் எங்கு துப்பாக்கி விவகாரத்தில் வந்து முடிந்துவிடுமோ என்று பயந்த ஆலமுகந்த பெருமாள் பிள்ளை, ‘ஷெப்பர்ட் இடிய மாடிக் கிராமர்’ இம்மியளவு வழுவாமல், ‘நாட் ஒன்லி, பட் ஆல்ஸோ’

என்றெல்லாம் போட்டு, சக்கரவட்டமாக வெள்ளைக்காரனைத் தாஜாப் பண்ண முயன்றார்.

அவரை ஏறிட்டு ஒரு பார்வை பார்த்துவிட்டு, காறித் துப்பியபடி, மறுபடியும், 'கூலிக் களுதே' என்று சொல்லிவிட்டு, தன்னுடைய ஓட்டை போர்டில் ஏறிக்கொண்டு, எதிரில் நிற்கும் ஆள் பிரக்ஞை யில்லாமல் மறுபடியும் புழுதியைக் கிளப்பிக்கொண்டு அந்தர்த்தான மானான்.

தலைப்பாகையை சற்று நிமிர்த்தி வைத்துக்கொண்டு, ஸ்ரீ. ஏ.யு. பெருமாள் பிள்ளை, 'வெள்ளைக்காரர்களுடன் பழகுவது சிங்கத்தோடு பழகுவதுமாதிரி', இரைபோட்டு விட்டால் வாலையும் கடித்து முறுக்கலாம்; இல்லாவிட்டால், நீயே இரையாகிவிடுவாய்; தப்பித மில்லாமல், இரண்டு இங்கிலீஷ் வார்த்தை பேசினால், தம்பி பெட்டிப் பாம்பாக மடங்கிவிடுகிறான்' என்றார்.

"கூலிக் களுதை" என்ற வார்த்தைதான் அவன் வாயிலிருந்து வந்தது.

"அவன் சொல்லிப்பிட்டா கூலிக் கழுதே ஆயிடுவாளாக்கும்; நான் ரிட்டயர்ட் தாசில்தார்; நீ ரிட்டயர்ட் தாசில்தார் மகன்; நேரமாகுது ஏறுடா வண்டியிலே" என்று அதட்டினார்.

"நீ சாதி மறவனாடா; வெள்ளைத் தோலைக் கண்டா ஏண்டா இப்படி நடுங்குதே; ஓன் பாவட்டா எல்லாம் பச்சேரிலெதான் போ" என்று சொல்லிவிட்டு வண்டியில் ஏறி உட்கார்ந்தான் சுப்பிரமணியம்.

கருப்பையா பதில் பேசவில்லை. வண்டி சேர்மாதேவி ஸ்டேஷன் வரும்வரை சிட்டாகப் பறந்தது.

'நேரா மாட்டை கொண்டுபோய், குளிப்பாட்டி பருத்தி விதை வையி; போரப்ப வெரட்டிக்கிட்டு போகாதே' என்று கடைசி தாக்கீது கொடுத்துவிட்டு, இரண்டாவது வகுப்பு வண்டியில் ஏறி உட்கார்ந்தார், ஏ.யு. பெருமாள் பிள்ளை.

ரயில் ஊதியது; நகர்ந்தது; சுப்பிரமணியம், படியில் லாவகமாக தாவி ஏறி, வாலிபத் திமிர் குலுக்குடன் உள்ளே போய் உட்கார்ந்தான்.

சேர்மாதேவி – திருநெல்வேலி யாத்திரை குறுக்கு ஒடிய இருந்த இருப்பிலேயே தவம் கிடக்கும் காசி யாத்திரை அல்ல. சுமார் பத்துப் பதினொரு மைல் விவகாரம். ஆனால் அதுகூட சுப்பிர மணியத்துக்கு தாங்க முடியாத சுமையாகத் தெரிந்தது. ரயில் வண்டி கூட அவனை 'கூலிக் களுதே' என்று கூப்பிட்டு பறைசாற்றி அவமானப் படுத்துவதாகவே அவனுக்குப் பட்டது. ஓடும் மரங்கள், ஓடும் தரைகள், ஓடும் சக்கரங்கள், ஒரு குரல் அவனை 'கூலிக் களுதே' என்று அழைத்துவிட்டு அப்புறமே ஓடின. கூலிக் களுதே . . . கூலிக் களுதே . . .

~ ~

மாலை சுமார் நான்கு அல்லது ஐந்து மணி இருக்கும். சுலோசன முதலியார் பாலத்துக்கு வலது பாரிசத்தில் விஸ்தாரமான சோலைக்கு

மத்தியில் மறைந்து கிடக்கும் கலெக்டர் பங்களா. கிழக்கிந்தியக் கம்பெனி காலத்து மதில் கோட்டைகளை விட்டு வெளியேறி பிரிட்டிஷ் ஆட்சி அந்தப் பிராந்தியத்துக்கு ஆதிக்கம் வகிக்க முற்பட்ட காலத்தில் அதற்கு உற்ற துணையாக நின்ற எட்டயபுர ஜமீன் கட்டிடமும் நிலமும் அது. ஆலை முதலாளி ஆலைக் கூலியிடம் ஐந்து ரூபா கடன் வாங்கும் பான்மையிலே, அந்தக் கட்டிடம் ஜமீனுடைய இஷ்டத்தின் பேரில், பிரிட்டிஷ் அதிகாரப் பிரதிநிதி தங்கும் இடமாக வாடகைக்கு அமர்த்தப்பட்டிருக்கிறது. ஒரு காலத்தில் கும்பேனி வியவகாரம் வெறும் வியாபாரமாக இருந்த காலத்தில் கட்டிடம் குறுக்கே கிடக்கும் ஆற்றைத் தாண்டி அமர்ந்துள்ள பட்டணத்துத் துபாஷ் முதலியார்களுடைய சாணக்கிய நிலைக் களத்துக்கு ஈடு கொடுத்து எதிராக நின்றிருந்தது. துபாஷ் தயவுகளை உதறித் தள்ளி கும்பேனி தன்னாதிக்கம் பெற்றுத் தட்டிப் பறித்த அதிகாரத்தை சட்டத்தையும் ஒழுங்கையும் நிலைநாட்ட வேணுமென்று கனவு கண்ட பிரிட்டிஷ் காமன்ஸ் சபையிடம் ஒப்படைத்து விலகிய பிற்பாடு, எட்டயபுரமும் சகா என்ற அந்தஸ்தைத் தானறியாமலே இழந்து, பிரிட்டிஷ் ஆளுகைக்குட்பட்ட ஜமீனாக மாறியது. இந்த ஞானம் அதன் பிரக்ஞையில் பதிவதற்கு வெகு நாட்களாயினும், ஜில்லாக் கலெக்டர்களுக்கு அதன் அந்தஸ்து பற்றி சந்தேகம் எழுந்ததே கிடையாது. அறுபது தடவை ஓடிஓடி பிறகு வந்த பிரிட்டிஷ் அதிகாரத்தை பொதியைப் பாசான மண்ணில் ஆணியடித்த ரம்போல்ட் லூஷிங்டன் முதல், அவருக்கப்புறம் வாழையடி வாழையாக வந்த பிரிட்டிஷ் கலெக்டர்களுக்கு நிழல் கொடுத்து வருவது அந்த எட்டயபுர கட்டிடம்தான். முன்பு தானாபதிக்கு தங்குமிடமாக இருந்த புழுதி படிந்த ரோட்டடிக் கட்டிடம் ஜமீன் தலைவருக்கு லபித்ததிலிருந்து, தமது திடீர் திருவிளையாடல்களுக்கும், ஜமீன் பாரம்பரிய வளமுறைகளான வாரீசு வியாச்சியங்களுக்கும் ஜில்லாத் தலைநகரை நாடும்போதும் உபயோகமாகி வந்து, இப்போது அவரது அடியார்க்கு மடியார்க்கு மடியார்களின் திருட்டு விளையாடல்களுக்கு ஒத்தாசை செய்துவருகிறது.

சுலோசன முதலியார் பாலம், பிறகு அவரது ஞாபக ஸ்தூபி, முன்பு எந்தக் காரியத்துக்குக் கட்டப்பட்டது என்ற நினைவற்றுப்போன ஒற்றையறைக் காரைக் கட்டிடம் – இவற்றுக்கு எதிரே பாதாள லோகப் பாதை மாதிரி, ரஸ்தாவிலிருந்து ஒரு கிளைப்பாதை திடுதிப் பென்று இறங்கும். எதிரேயுள்ள காரைச் சுற்றுச் சுவருக்கு ஊடே இருள் மண்டிக் கவியும் ஆலமரத்துக்கு மறைவில் தென்படும் வாசல் வழியாக, சர்க்கார் ரஸ்தாவை விட அடிக்கடி பழுது பார்க்கப்பட்டு ரொம்பவும் ரம்மியமாகவும் சுத்தமாகவும் உள்ள பாதை வளைந்து வளைந்து செல்லுகிறது. இரண்டு பக்கமும் கொடுக்காப்புளிக் கன்றுகள் அடர்த்தியாக வளர்ந்து ஒரு ஆள் உயரத்துக்கு மட்டமாகக் கத்தரித்து விடப்பட்டிருக்கும். இந்தப் பாதையின் போக்குப்படி வளைந்துவளைந்து சென்றால், 'என்னடா, எல்லையில்லாத் தூரம், எல்லையில்லாக் கோணல்' என்று மனச் சோர்வு தட்டும் கட்டத்தில், திடீரென்று

வளையும் திருப்பம் விஸ்தாரமான புல்வெளியும், சூரிய காந்தியும், சிவப்புக் கல்வாழையும் நிறையப் பூத்துச் சொரியும் பிரம்மாண்டமான ஒரு கட்டிடத்தை நமது கட்புலனுக்குக் கொண்டுவரும். அதுதான் திருநெல்வேலி ஜில்லா கலெக்டர் பங்களா. முன் வெராண்டாவில் நாற்காலிகள் உண்டு. அது காலியாக இருக்கும். அதற்கு அருகில் டவாலி போட்ட சேவகன் உட்கார்ந்து, சுவரோட்டை வழியாக வரும் பங்காக் கயிற்றைப் பிடித்து அசைத்துக்கொண்டிருப்பான். வாசல் அருகே வேறு இரண்டு டலாயத்துக்கள் வெள்ளித் தடி பிடித்து, பெரிய தலைப்பாகை கட்டி நிற்பார்கள். இவர்களது வேலையெல்லாம் யாரானாலும் உள்ளே புகவிடாமல் தடை செய்வது தான். கறுப்பர்களானால் இவர்கள் நிச்சயம் உள்ளே விட மாட்டார்கள். வெள்ளைக்காரர்கள் வந்தால், 'துரைக்கு'ப் பிரியமில்லாதவரானால் உள்ளே விட்டுவிட்டு, திட்டோ உதையோ வாங்கிக்கொள்ளுவதை பொருட்படுத்த மாட்டார்கள். இவர்கள் பல கலெக்டர்களைக் கண்டவர்கள். வருவோர் போவோர் கலெக்டர்கள்தான்; இவர்கள் நித்ய வஸ்துகள்; சாட்சாத் கடவுளர்கள்!

கலெக்டராக வந்தவர் புதியவராக இருந்தால், அவரது போக்கு இன்ன மாதிரிதான் என 'அத்துபடி'யாகும்வரை, தலை போகும் காரியமாயினும் யாரையும் உள்ளே விடமாட்டார்கள். உள்ளேவிட்ட பிறகு, உதை கிடைத்தால் வாங்குவது யார்; வந்தவர்களுக்கென்ன; சமயம் சரியில்லை என்று வசவை வாரிக் கட்டிக்கொண்டு, மீண்டும் – பிறகு – முற்றுகையிட வாபஸாகி விடுவார்கள்.

புதுக் கலெக்டரான ஜான் ஸாமுவேல் எவரட் பர்டார்ட் போக்கே இவர்களுக்கு பிடிபடவில்லை. இவருக்கு வந்த நாலைந்து தினங்களுக் குள்ளாகவே கடுவா பர்டார்ட் துரை என்று நாமகரணமாயிற்று. கலெக்டராபீஸிலும், மேலரத வீதி கிட்டங்கி முதலாளிகளிடையிலும் கடுவா பர்டார்ட் என்ற பாஷைப் பிரயோகம் சர்க்கார் நோட்டு மாதிரி செலாவணியாகி வருகிறதென்றாலும் அந்த புதுப்பெயர் வைத்த பண்டிதர்கள் வாசல் காக்கும் சப்ராசிகள்தான் என்பது யாருக்கும் தெரியாது.

ஜான் எவரட் பர்டார்ட், வறட்டு வெள்ளைக்காரர் அல்ல. காமன்ஸ் சபையில், கபடு சூது அற்றிருந்ததற்காக ஷெல்டன் ஆன் ட்வீட் தொகுதி வாக்காளர்கள் மறுபடியும் தெரிந்தெடுத்து வந்த ஸாமுவேல் எவரட் பர்டார்டின் கடைசி மகன். லிபரல் கட்சிக்கு இவர் வெற்றி பெறுவார் என்பதில் நம்பிக்கை உண்டு. இவருக்கு லிபரல் கொள்கையில் நம்பிக்கை உண்டு. இப்படியாக, ஒரு உபகேள்விகூட கேட்காமலும், வலுக்கட்டாயமாக குடத்து விளக்குப் போலும் இருந்துவந்த ஸாமுவேல் எவரட் பர்டார்ட் வாலிப தசையில் மான்செஸ்டர் துணி முதலாளி ஒருவரின் மகளைக் கலியாணம் செய்துகொண்டு அரசியலில் இறங்கினார். மாமனார் முதலில் அவரை கன்ஸர்வேட்டிவ் கட்சி மூலம் காமன்ஸ் சபைக்குள் சேர்ப்பித்தார். வாலிப ஸாமுவேலுக்கு ஜோஸப் சேம்பர்லேனுடைய லிபரல் கொள்கையும் தொடர்பும்

பிடித்துப்போனது மாமனாருடைய கோபத்துக்கு அவரை ஆளாக்கியது. ஷெல்டன் ஆன் ட்வீட் என்ற ஊரில் லிபரல் கட்சி அபேட்சகராக நின்றார். வெற்றி பெற்றார். பிறகு ஊரில் குடி புகுந்தார். ஊர்க்காரர்கள் நம்பிக்கைக்குப் பாத்திரமாகும்படி நடந்துகொண்டார். காமன்ஸ் சபை ஸ்தானம் உறுதியாயிற்று. தேர்தல்கள் என்பதெல்லாம் எப்போதோ ஒரு தடவை எழுந்திருந்து சற்று நாற்காலியைத் துடைத்துக்கொண்டு உட்காரும் வியவகாரமாயிற்று. தொகுதிக்கே எவரட் பர்டார்ட் தொகுதி என்ற பெயர் வந்தது. ஷெல்டன் ஆன் ட்வீட் தொகுதி என்ற ஒன்று இருக்கிறது என்ற விஷயம் காமன்ஸ் சபை தொகுதிவாரி ஜாப்தாவில்தான் உண்டு. மற்றப்படி எவரட் பர்டார்ட் தொகுதிதான். காமன்ஸ் சபையின் சாசுவத மெம்பராக இருந்துவந்த எவரட் பர்டார்ட்டின் கட்சி பக்தி அவருக்கு ஒரு ஸர் பட்டத்தை வாங்கிக் கொடுத்ததுதான் மிச்சம். கடைசி மகன் ஜான் எவரட் பர்டார்ட் வெள்ளைக்காரர்களின் புத்திரர்கள் நாலெட்டுத் திக்கிலும் சென்று வெள்ளைக்காரர்களுக்கு மட்டும் என கருத வேண்டிய நாகரிக வசதிகள் எல்லாம் பெறுவதற்கு முற்படும்போது ஆப்பிரிக்காவில் போயர் யுத்தம் முடிவடைந்த சமயம். ஐ.ஸி.எஸ். பரீட்சை பாஸ் பண்ணிவிட்டு சென்னை மாகாணத்தில் பிரிட்டிஷ் ஆட்சியைக் காத்து நிற்க உத்தரவு வாங்கி வரும்போது ஹோம் ரூல் இயக்கம் பிரமாதப்பட்டது. ஹோம் ரூல் என்ற வார்த்தை சொல்லுகிறவர்களும், வந்தே மாதரம் என்ற வார்த்தையை உச்சரிக்கிறவர்களும் ஜெயிலுக்கு போக வேண்டும். அன்னி பெஸண்டின் பிரசங்கத்தை பத்திபத்தியாய் இங்கிலீஷில் படித்தார்கள்; சந்தர்ப்பம் கிடைத்தால் போய்க் கேட்டார்கள். அவளுடைய இங்கிலீஷ் நடையைப் பற்றி மெச்சினார்கள். சனாதன பக்தியைப் புகழ்ந்தார்கள். கிடைத்த உத்யோகத்தை விட்டு, மேலுத்யோகத்துக்கு போகவும், புது உத்யோகம் தேடவும் காக்காய் பிடித்துக்கொண்டிருந்தார்கள்.

அந்தக் காலத்தில்தான் ஸ்ரீ ஏ.யு. பெருமாள் பிள்ளை தம் தாலுகா எல்லைக்குள் நிர்த்தாட்சண்யமாக யூனியன் ஜாக் கொடியைப் பறக்கவிட்டுக்கொண்டிருந்தார். முதல்முதலாக சப் கலெக்டராக நியமிக்கப்பட்ட ஜான் எவரட் பர்டார்ட்டுக்கு ஸ்தல நிர்வாக நெளிவு சுளுவுகளும், வா, போ என்ற பதப் பிரயோகமும் கற்றுக்கொடுத்த துடன் கணக்கனும் மணியமும் சேர்ந்துகொண்டு சர்க்காரை எப்படி ஏமாற்றக் கூடும் என்பதைச் சொல்லிக்கொடுத்ததுடன் கணக்கனும் மணியமும் ஒன்றுசேர்வது என்பது சூரிய சந்திராள் சேர்ந்து உதயமாவதற்கு சமம் என்றும் சொல்லிக்கொடுத்துவிட்டார். பிறகு எவரட் பர்டார்ட் அதிகாரம் பண்ணுவதற்குக் கேட்பானேன். முதலில் தீட்டின மரத்திலேயே கூர் பார்ப்பது போல் பெருமாள் பிள்ளையையே 'எக்ஸ்பிளனேஷன்' கேட்டான். விவகாரத்தை சீக்கிரம் கற்றுக் கொள்ளும் சக்தி எவரட் பர்டார்ட்டுக்கு உண்டு என்பதைத்தான் இந்த 'எக்ஸ்பிளனேஷன்' தடபுடல் காட்டியது. பெருமாள் பிள்ளை, பெரிய பெருச்சாளி; அவ்வளவு லேசில் பொறிக்குள் மாட்டிக்

கொள்ளுவாரா. சுற்றி வளைத்து வேறுயேதோ பதில் சொல்லி விஷயத்தைக் குழப்பி, தகராறு என்ன என்பதே தெரியாதபடி அடித்துவிட்டார். இவ்வளவு மோதிக்கொண்டாலும் இரண்டு பேருக்கும் பரஸ்பரம் ஒருவர் மேலொருவர் மதிப்பு வைத்திருந்தனர். இல்லாவிட்டால் பெருமாள் பிள்ளை மகனையும் கூட்டிக்கொண்டு வந்து பங்களா வாசலில் காத்துக் கிடப்பாரா?

சட்டை செய்யாத சப்ராசிகளைக் காண சுப்பிரமணியத்துக்கு கோபம் கோபமாக வந்தது. மாஜி சர்க்கார் உத்தியோகஸ்தரிடம் இவ்வளவு அசிரத்தையா என்று அவனுக்குக் கோபம். கலெக்டர்கள் சப்ராசிகளிடம் எப்படியெல்லாம் நடந்துகொள்ளுவார்கள் என்பது அவனுக்குத் தெரியாது. விஸிட்டிங் கார்டைக் கொண்டுபோய் கொடுத்தால் மூஞ்சியில் காறித்துப்பி, கையில் கிடைத்ததை விட்டெறியும் கலெக்டர்களும் உண்டு. இப்படிப்பட்ட ரகம் குடிகார ஜாதி என்பது அவசியமில்லை. சப்ராசி என்ன இவ்வளவு அயோக்கியத்தனம் பண்ணுகிறானே என்று நினைப்பது எவ்வளவு தப்போ, அவ்வளவு தப்பு கலெக்டர் குடிகாரன் என்று நினைப்பதும். அதிகாரம் என தப்பிதமாக எதையோ கற்பனை செய்துகொண்டு விகாரமான முறையில் நடந்துகொள்ளுகிறார்களே தவிர, அவர்களில் நூற்றுக்குப் பத்து முரடர்களோ, அயோக்கியர்களோ அல்ல. பெண்டாட்டியை அதாவது துரைஸானியை கண்டால் பெட்டிப் பாம்பாக நடுங்குவார்கள். அடைமழையில் உதகைக்கோ ஹோமுக்கோ (தாய் நாடான பிரிட்டிஷ் தீவுகளுக்கு வெள்ளைக்காரன் இடுகுறிப்பெயர்) புறப்பட வேண்டும் என்று கொடி கட்டினால், உத்தரவுக்கு அப்பீல் கிடையாது.

ஜான் எவரட் பர்டர்ட்டுக்கு துரைஸானி தொல்லை கிடையாது. வாலிப மிடுக்கில் இருந்த படபடப்பு இப்பொழுது உறுதியாக மாறிவிட்டது. கோபப்படுவதற்கு என்று குரலை மாற்றிக்கொள்ளும் அவசியம் அவனுக்கு கிடையாது. அவன் சாதாரணமாகப் பேசுவதைக் கண்டாலே சப்ராசிகள் நடுநடுங்குவார்கள்.

பெருமாள் பிள்ளையின் விஸிட்டிங் கார்ட் கலெக்டர் அறைக்குள் எட்டாமல் தயங்கியதற்குக் காரணம் வேறு எதுவும் அல்ல.

ஸ்தல பிளாண்ட்டர்கள் (தோட்ட முதலாளிகள்) சங்கக் காரியதரிசி யான ஒரு வெள்ளைக்காரன் திடுதிடுவென்று 'ஜானி, ஜானி' என்று கூப்பிட்டபடி குடிவெறியில் பாட்டுப் பாடிக்கொண்டு புகும்படி சப்ராசிகள் விட்டுவிட்டதற்காக அவர்கள் பட்ட அவஸ்தைதான் காரணம். 'யாரானால் உனக்கென்ன?' என்பதுதான் பல்லவி. ஒரு மணி நேரம் உட்கார்ந்துகொண்டு சப்ராசிகளைத் தன் சொந்த முறைகளைப் பிரயோகித்துக் கண்டித்தான். அடியும் உதையும் ஏச்சும் இரைச்சலும் இல்லாமல் ஆட்களை நடுநடுங்க வைப்பதற்கு அவனுக்குத் தெரியும். அதை சப்ராசிகள் அன்று கண்டுகொண்டார்கள்.

சாயங்காலம் தேயிலை அருந்திவிட்டு, கையில் ஒரு நாவலுடன், வெளியே பங்களா மைதானத்தில் உலாவ வந்த ஜான் எவரட்

பர்டர்ட் கண்களில், வசனமிருப்பது போல் உட்கார்ந்திருக்கும் பெருமாள் குடும்பம் கண்ணில்பட்டது.

"முருகேன்!" என்று அதட்டிக் கூப்பிட்டார் கலெக்டர்.

"ஸார்!" என்று பதறிக்கொண்டு ஓடிவந்தான் முருகன்.

"இவர்கள் வந்து எத்தனை நேரமாச்சு?" என்று அதட்டினார்.

"எனக்கு ட்யூட்டி நாலு மணியிலிருந்துதான். வந்தபோதே இவர்கள் உட்கார்ந்திருக்கிறார்கள்" என்றான் முருகன்.

"இப்பொழுது மணி என்ன?"

"ஐந்தே முக்கால்."

"நான் யாரையாவது அவ்வளவு நேரம் காத்திருக்க வைப்பதுண்டா?"

முருகன் மவுனமாக நின்றான்.

"என்னா மேன் பேசாமெ இருக்கிறெ; நி அவுங்ககிட்டே கேட்டியா, அல்லது என்கிட்டே சொன்னியா?" என்றார்.

"சுப்பையா சொல்லி ..." என்று ஏதோ முணமுணத்தான் முருகன்.

"சுப்பையா!" என்று அழுத்தி ஒரு தடவை சொல்லிவிட்டு, "நீ உன் டயரியிலெ பத்து ரூபா அபராதம் என்று எழுதிக்கொள்' என்று சொல்லிவிட்டு திடுக்கிட்டு நின்றவனைக் கவனியாமலே "ஹல்லோ மிஸ்டர் பெருமாள், எனக்கு ரொம்ப சங்கடமாப் போச்சு, நீங்க உள்ளே வாருங்க" என்று உள்ளே அழைத்துச் சென்றார்.

இவர்களுடன் பேசும்போது அந்தச் சீற்றத்தின் சுவடுகூடத் தென்படவில்லை. அவ்வளவு மரியாதை.

சுப்பிரமணியனுக்கு தங்கள் சார்பாக நடந்த இந்த அபராத நாடகம் ஏதோ ஒரு மாதிரியாக இருந்தது. எதற்கெடுத்தாலும் அதிகாரம், மிடுக்கு. இத்தனையும் யாருக்காக – எதற்காக? ...

"இப்பொழுது சவுக்கியம் எப்படி? இது உன் மகனா?" என்று கேட்டார் கலெக்டர்.

உள்ளே வந்து உட்கார்ந்ததும் சுத்தமான தமிழ் பேசுவதைக் கண்டதும் ஆச்சரியப்பட்டான் சுப்பிரமணியம்.

"நான் தமிழ் பேசுவது உனக்கு அதிசயமாக இருக்கிறதா; நான் குறள் கூட பாராமல் சொல்லுவேன்" என்று சிரித்தார் கலெக்டர்.

"ஹி இஸ் என் எக்ஸ்பர்ட் *லிங்க்விஸ்ட்' என்று இங்கிலீஷில் தமது கலெக்டருடைய பாஷா விலாசத்தை வியாக்கியானம் செய்தார் பெருமாள் பிள்ளை.

"அவரை எனக்குப் பரிச்சயம் செய்து வைக்கவில்லையே" என்றார் கலெக்டர்.

---

* அவர் பாஷைப் பாண்டித்தியம் நிறைந்த நிபுணர்.

“என் மகன் சுப்பிரமணியம்; என் சீப் (தலைவர்) ஜான் எவரட் பர்டர்ட்” என்றார் பெருமாள் பிள்ளை.

“நீங்கள் அவசரப்படாமல் இருந்திருந்தால் இதற்குள் செக்கட்டேரியட்டுக்கு வந்திருக்கலாம்” என்று பழைய நினைப்புக்களைக் குத்திக் கிளறினார் கலெக்டர்.

“என் உடம்பு தளர்ந்து போச்சு; மேலும் நான் ஒரு புஸ்தகம் எழுத ஆசைப்பட்டேன்” என்றார் பெருமாள் பிள்ளை.

“புஸ்தகமா? என்ன புஸ்தகம்?” என்றார் கலெக்டர்.

“உலக சித்தாந்த சாஸ்திரங்களின் சரித்திரம்” என்றார் பிள்ளை.

“சித்தாந்தமா” என்று வாய்விட்டு விழுந்துவிழுந்து சிரித்தார் கலெக்டர்.

தகப்பனார் புஸ்தகம் எழுத ஆசைப்படுகிறார் என்பது முதல் அதிசயம், அதில் சிரிப்பதற்கு என்னவிருக்கிறது என்பது என்ற இரண்டாவது அதிசயம், சுப்பிரமணியத்துக்குத் தலையைக் கிறங்க வைத்தது.

“ஊரையே சுட்டுப் பொசுக்கு என்று ஆர்ப்பாட்டம் பண்ணின பெருமாள் பிள்ளையா சித்தாந்தம் எழுதப்போகிறார்” என்று சொல்லிவிட்டு மறுபடியும் சிரித்தார் கலெக்டர்.

“அது வாலிபத்தில், சர்க்காருக்காக, நான் என்ன நியாயத் தப்பாக நடந்துகொண்டேன். மார்க்கஸ் அரிலஸ் எழுதினபோது நான் எழுதக் கூடாதா?” என்றார் பெருமாள் பிள்ளை.

“புஸ்தகம் எவ்வளவு தூரம் எழுதி முடிந்திருக்கிறது?” என்று கேட்டார் கலெக்டர்.

“இன்னும் ஆரம்பிக்கவில்லை. படித்து குறிப்பு எடுத்து வருகிறேன். அது முடியவே இன்னும் ஐந்து வருஷங்கள் ஆகும். அதன் பிறகு எழுத உக்கார வேண்டும்” என்றார் பெருமாள் பிள்ளை.

தகப்பனாரின் ஹிமாசலத் திட்டம் சுப்பிரமணியத்துக்கு தூக்கி வாரிப் போட்டது. எவ்வளவு சாவதானம். வாழ்வின் அஸ்தமன காலத்திலிருந்துகொண்டு ஐந்து வருஷங்கள் குறிப்பெடுக்கவும் அப்புறம் அகஸ்தியன் சப்த சமுத்திரத்தையும் குடித்ததைப் போல புஸ்தகம் எழுதுவதும் – என்ன நம்பிக்கை. தகப்பனார் பிரமாதமான மனிதர் என்பது அவனுக்கு இன்றுதான் தெரிந்தது. தப்போ சரியோ எவ்வளவு தெம்பு. எவ்வளவு நம்பிக்கை.

“உங்கள் மகனும் பிலாஸபிதான் (தத்துவம்) பி.ஏ.க்கு படித்தாரா?” என்று கேட்டார் கலெக்டர்.

“இல்லை இல்லை. சரித்திரமும் ராஜீய சாஸ்திரமும்’ என்றான் சுப்பிரமணியம்.

“நான் உன்னைக் கேட்கவில்லையே. உனக்கு ரொம்ப பாலிடிக்ஸ் தெரியுமாக்கும்!” என்றார் கலெக்டர்.

“அவன் பி.ஏ.லெ முதல் வகுப்பில் பாஸ் செய்திருக்கிறான்’ என்றார் பெருமாள் பிள்ளை.

“அப்போது சுதந்திரம் என்றால் என்னவென்று தெரியுமா?” என்றார் கலெக்டர்.

“எதிர்பார்க்கப்படாத இடத்தில் பேசாமல் இருப்பது” என்றான் சுப்பிரமணியம்.

சிறுவனுக்கு தனது முந்திய வார்த்தைகள் ரொம்பவும் துன்பப்படுத்தி விட்டன என்பதைக் கண்டுகொண்ட கலெக்டர், எழுந்து வந்து அவன் கைகளைப் பிடித்துக்கொண்டு “நிஜமாக நான் வருத்தப் படுகிறேன்” என்று வருத்தப்பட்டுக்கொண்டார்.

“சிறுவன்தானே, அதொன்றும் பிரமாதமில்லை. அவனுக்காக நீங்கள் வருத்தப்படுவதாவது; நல்ல வேடிக்கை” என்றார் பெருமாள் பிள்ளை.

“ஏன் இவரை ஐ.ஸி.எஸுக்கு அனுப்பக்கூடாது? ரொம்பக் கெட்டிக்காரராகத் தோணுகிறதே; ரொம்ப கூச்சம் போலத் தெரிகிறது. அதிகாரத்தைக் கையில் கொடுத்தால் எல்லாம் சரியாகப் போய்விடும்” என்றார் கலெக்டர்.

“ஐ.ஸி.எஸுக்கு என்றால் என் குடும்ப நிலைக்கு ஒத்துவராது. இவனுடைய தாயார் ஒரு வியாதியஸ்தி. இவன் எப்பொழுதும் அருகிலேயே இருக்க வேண்டும் என்று ஆசைப்படுகிறவள்; இவன் வேலையே பார்க்காமல் வீட்டோடு இருந்தாலும் அவளுக்கு திருப்தி. ஆனால் எனக்கு என் குடும்பத்திலிருந்து யாராவது ஒருத்தர் செர்வீஸி லிருக்க வேண்டும் என்பது என் ஆசை. இந்தியர்கள் வேறு எந்த மாதிரி விசுவாசத்தைக் காட்ட முடியும் இந்தக் காலத்திலே ...’ என்று முடுக்கிவிட்ட அலாரம் டைம்பீஸ் மாதிரி பேச ஆரம்பித்தார் பெருமாள் பிள்ளை.

கலெக்டர் அதற்கு விட்டுக்கொடுக்காமல், ‘உனக்கு இந்த நாட்டில் தோன்றி இருக்கிறதே சுதந்திர இயக்கம். அதைப் பற்றி என்ன நினைக்கிறாய்’ என்று கேட்டார் கலெக்டர்.

“நான் அவ்வளவாக ஈடுபட்டதில்லை; படிப்பைக் கெடுத்துக் கொள்ளக்கூடாது என்றிருந்தேன். சுதந்திரம் எல்லாருக்கும் இயற்கை தானே” என்றான் சுப்பிரமணியம்.

“சுதந்திரம் இயற்கை அல்ல; மனிதனுக்கு இரண்டுவித குணங்கள் தானுண்டு. ஒன்று அதிகாரத் திமிர்; இரண்டாவது கட்டின சங்கிலிக்குப் பூமாலை போட்டு பூசை பண்ணுவது. அடிமைத்தனத்திலே, அதிகாரத்தை வைத்திருப்பவன் சாதாரண க்ஷேமத்தை காப்பாற்றித் தருகிறான். சாதாரண மனிதருக்கு சாதாரண க்ஷேமம்தானே மோட்சம். அதனால் தான் ஆளமுடிகிறது ...”

“நிஜமான க்ஷேமத்துக்காக சாதாரண மக்கள்கூட சாதாரண க்ஷேமத்தை விட்டுக்கொடுப்பார்களே ...” என்று கலெக்டர் தர்க்கத்தைப் பின்பற்ற முயன்றான் சுப்பிரமணியம்.

“எதிர்வாதம் பண்ணாதே; கலெக்டர்வாள் சொல்லுகிறதுதான் சரி” என்று ஒரு போடு போட்டார் பெருமாள் பிள்ளை.

தகப்பனார் ஏன் இப்படி வியவகார நியாயத்தையும் உதறித் தள்ளிவிட்டு கலெக்டர் கட்சியைத் தாங்கிப் பிடிக்க வேண்டும். இப்படி உத்தியோகம் பார்க்காவிட்டால் என்ன. இவர் இந்த அழகில், உலக சித்தாந்தங்களின் சரித்திரத்தை எப்படி நடுநிலைமையோடு நின்று அடித்துப் பேசப் போகிறார் என்று எண்ணினான் சுப்பிரமணியம்.

“சுப்பிரமணியத்தை முதலில் என் பெர்ஸனல் (சொந்த) குமாஸ்தா வாக நியமிக்கலாம் என்று நினைக்கிறேன். வந்திருந்து கொண்டு டெஸ்ட் எதுவும் பாஸ் செய்தால் போகிறது” என்றார் கலெக்டர்.

“ரொம்ப தாங்ஸ்” என்றார் பெருமாள் பிள்ளை.

“என்ன சுப்பிரமணியம்; திருப்திதானே.”

“என்ன! எனக்கா? அதை யோசித்து சொல்ல வேண்டும்” என்றான் சுப்பிரமணியம்.

“முட்டாள்” என்றார் கலெக்டர்.

“நாளை முதற்கொண்டு வேண்டுமானாலும் அவனை அனுப்பி வைக்கிறேன்” என்றார் பெருமாள் பிள்ளை.

“நான் எழுதுகிறேன். நாளைக்கு முதல் ஜில்லா முழுவதும் முகாம் போகப்போகிறேன். அவசரம் ஒன்றுமில்லை. மிஸ்டர் பெருமாள், உங்கள் புஸ்தகத்தைப் படிக்க ரொம்ப ஆசை. அச்சடித்ததும் முதல் காப்பி எனக்கு அனுப்புங்கள்” என்றார் கலெக்டர்.

பெருமாள் பிள்ளைக்கு உச்சி குளிர்ந்துவிட்டது. கலெக்டராகப் பார்த்து தம் புஸ்தகத்தை, அதிலும் எழுதாத புஸ்தகத்தைப் பற்றி ஆசைப்படுவதைக் கண்டு ஒரே பரவசம்.

சுப்பிரமணியனுக்கு கலெக்டர் ஏளனம் பண்ணுகிற மாதிரி பட்டது. இந்தியாவில் ஏதாவது ஒரு மூலையில் இருபது வருஷம் ஜபர்தஸ்து பண்ணிவிட்டு சீமைக்குப் போனதும் கன்னாபின்னா வென்று எழுதுவதற்கு வெள்ளைகாரருக்கு மட்டும்தான் தனிப்பட்ட உரிமையோ என்று மனசு கேள்வி கேட்டது. தகப்பனாருடைய புஸ்தகத்தை பழிக்குப் பழி என்று மட்டும் ஒப்புக்கொள்ள அவனுக்கு மனம் வரவில்லை என்றாலும், பழிக்குப் பழியாகவே ஏன் இருக்கக் கூடாது என்று அவனுடைய மனசு பிடிவாதம் பண்ணியது.

கலெக்டர் மேஜையிலிருந்த மணியை அடித்தார். முருகன் வந்து நின்றான்.

“டீ கொண்டு வரச் சொல்லட்டுமா?” என்றார் கலெக்டர்.

“நான் இப்போது வைதீகமாகிவிட்டேன்; ஓரிடத்திலும் சாப்பிடுவ தில்லை; மன்னிக்க வேண்டும்” என்றார் பெருமாள் பிள்ளை.

“அப்பொழுது நான் இப்போது உங்களுக்கு தீண்டாதவனாக ஆகிவிட்டேனா?” என்றார் கலெக்டர்.

“நீங்கள் அப்படியல்ல; உங்கள் பட்லர் எங்கள் ஊர் பள்ளன்; அதனாலே ...” என்று விளக்கினான் சுப்பிரமணியம்.

சிரித்துக்கொண்டு இளநீர் கொண்டுவரும்படி உத்தரவிட்டார்.

சுப்பிரமணியம் தாராளமாக ஒரு தம்ளர் இளநீரை விட்டு நிறைத்துக்கொண்டான். “என் தகப்பனாருக்கு இளநீர்கூட பிடிக்காது” என்று சொல்லிக்கொண்டே அடுத்த டம்ளரையும் எடுத்தான்.

“நீ ரொம்ப கெட்டிக்காரன்” என்று சிரித்தார் கலெக்டர்.

கலெக்டரிடம் உத்தரவு பெற்றுக்கொண்டு, இரண்டு பேரும் திரும்பி வந்து சேர்மாதேவிக்கு ரயில் ஏறுவதற்குள் பரம சங்கடமாகப் போய்விட்டது. சாயங்காலம் புறப்படும் 6–25 ரயில் புறப்பட்டுவிட்டது. இனிமேல் இராத்திரி பத்து மணிக்குத்தான் கடைசி வண்டி.

‘நீ ஓட்டலில் போய் ஏதாவது சாப்பிடேன்’ என்றார் பெருமாள் பிள்ளை.

‘வீட்டுக்குப்போய் பிறகு பார்த்துக்கொள்ளுகிறது. அம்மைக்கு ஒரு மருந்து வாங்க வேண்டும்; கடைக்குப் போய்விட்டு வந்து விடுகிறேன்; நீங்கள் வெயிட்டிங் ரூமில் இருங்கள்’ என்று சொல்லி விட்டுப் புறப்பட்டான் சுப்பிரமணியம்.

2

எமனை எதிர்பார்த்து

தாசில் பிள்ளை வீடு கிராமத்தில் அதிகார மிடுக்கு உள்ளது என்றால் அசைந்தாடும் பெருமாள் பிள்ளையின் வீடு விநோதமானது. விதிக்கும் பிரமனுக்கும் சிரிக்க வேண்டும் எனத் தோன்றினபொழுது எல்லாம் இந்த மாதிரி ஒரு ஜீவனைப் பிறப்பித்து விட்டுவிடுவார்கள் போலும். அசைந்தாடும் பெருமாள் பிள்ளை பூர்வீகத்தில் மருதூர் வாசி. வாலிபத்தில் ஜீவனோபாய நிமித்தமாக தாமிரவருணிக் கரையை விட்டு சென்னை வரை வந்து நானாவித உத்யோகங்கள் பார்த்தவர். ஒரு தடவை சம்பிரதிப் பிள்ளையாக வேலை பார்த்தார். சத்திரத்துக் கணக்கப் பிள்ளையாக இருந்தார். மடத்துத் தவசிப் பிள்ளையாக இருந்ததாகவும் அவரைப் பிடிக்காதவர்கள் சொல்லிக் கொள்ளுவார்கள். மனிதர்களுக்கு இயல்பான குரோத புத்திதான் இதற்குக் காரணமே தவிர உண்மை அப்படியல்ல; முன்பு ஏதோ ஒரு காலத்தில் குடும்பத்தின்மீது வெறுப்பு ஏற்பட்டு சன்னியாசம் வாங்கிக்கொள்ளுவது என்ற வைராக்கியத்துடன், சிதம்பரச் சாமி என்பவருடன் சிறிதுகாலம் சுற்றித் திரிந்தபோது, சாமி சமையலுக்கு உட்காரும்போது அவர் காய்கறி நறுக்கிக்கொடுத்ததுண்டு; உலைப் பானையில் சோறு பதம் பார்த்ததுண்டு; குழம்புக்கு புளி கரைத்துக் கொடுத்ததுண்டு; ஆனால் தவசிப் பிள்ளையென சமையலுக்கு நின்றதில்லை. கூடமாட உதவியதை வைத்துக்கொண்டு ஊர்ச்சனங்கள் ஆயிரம் சொல்லுவதைக் காதில் போட்டுக்கொள்ளலாமா. சிதம்பரச்

சாமியிடம் அவர் கற்றது சைவ சித்தாந்தம் அல்ல; நாவுக்கு ருசியாக வெந்தயக் குழம்பும் காணத் துவையலும் எப்படிச் செய்துகொள்வது என்பதுதான். இவ்விருவரும் ஒருமுறை திருநெல்வேலி ஆனித் திருநாளுக்கு வந்திருந்தபோது, ரத வீதியில் தற்செயலாக திருவிழாப் பார்க்க வந்திருந்த இவரது குடும்பம் இவரை அடையாளங் கண்டு கொண்டு விட்டது. நடுத்தெருவில் ஆண்டியை வழிமறித்து வீட்டுக்கு இழுத்துப்போவது என்பது எந்தப் பத்தினிக்கும் ஏலாத காரியம் என தீர்மானித்து ஸ்ரீமதி அசைந்தாடும் பெருமாள், தன்னுடன் வந்த மூன்று பெண் குழந்தைகளுடன், உலகைத் துறந்து ஊரூராகச் சுற்றித் திரியும் இருவரையும் தொடர்ந்தாள். சிதம்பரச் சாமியும் அசைந்தாடும் பெருமாள் பிள்ளையும் அங்கிங்கெனாதபடி நேராக குறுக்குத் துறைக்குச் செல்ல, பத்தினியின் விருப்பமும் எளிதில் நிறைவேறியது. மண்டபத்திலமர்ந்த அசைந்தாடும் பெருமாள் பிள்ளை யிடம் அப்பா எனக் கண்ணைக் கசக்கிக்கொண்டு நிற்க தாயார் ஏற்பாடு செய்தாள். பிரிந்தவர் கூடிய பின் நடப்பது எது என்பது பற்றி பேசவும் வேண்டுமா. யாவரும் எதிர்பார்த்தது போல் சிதம்பரச் சாமிக்கும், காவித்துணிக்கும் ஒரு முழுக்குப் போட்டுவிட்டு, நெடுங்கால மாக தான் விட்டுப் பிரிந்த சித்திரையம்மாள் என்ற தமது பத்தினியைத் தொடர்ந்து இல்லறம் புகுந்தார். தான் வீட்டை விட்டு ஓடிப்போய் விட்டதினால், கூரை யிற்று விழவில்லை; போகும்போது கொடியில் தாம் விட்டுப்போன கோவணம் போட்ட இடத்திலேயே கிடக்கிறது என்பதாதிய நுண் விஷயங்களைக் கண்டு மனைவியின் செட்டுக்கும் குடித்தனத்துக்கும் மானஸீகமாக வாழ்த்தினார்.

பிரிந்தவர் கூடி இல்லறம் நடத்தும்போதுதான், வாழ்வில் பெரும் பகுதி வியர்த்தமாகக் கழிந்துவிட்டதினால், இனிமேலாவது செல்வத்தை சீக்கிரம் திரட்டிக் குவிக்க வேண்டும் என்று நினைத்து, அதற்கான முயற்சிகளை அவருடைய இயல்புக்கு பொருந்திய வகையில் செய்து வந்தார்.

இந்தச் சமயம் பார்த்துத்தான், பணம் திரட்டுவதற்கு குறுக்கு வழி தெரிந்த உப்புக் குறவன் வந்தான். ஒருநாள் சாயங்காலம், ரேகை மறையும் நேரம், அசைந்தாடும் பெருமாள் பிள்ளை அனுட்டானாதி களை முடித்துக்கொண்டு வருவதற்காக நயினார்குளம் நோக்கிக் கொண்டிருந்தார்.

வந்து நின்றவன், வெகுநாள் பழகியவன் போல, 'சாமீ' என்றழைத்தான்.

தம்மை, முந்திய ஆசிரமத்தில் சந்தித்தவனோ என்று நினைத்துக் கொண்டு, 'யாரடா' என்று கூர்ந்து கவனித்தார். கிருதாவும் மீசையும் முண்டாசும் பாசிமணியும் திகழ்ந்த உருவத்தில் தமக்குப் பரிச்சயமான விசேஷ அடையாளம் எதுவும் தெரியவில்லை.

என்னமோ ஏதோ என யோசிக்கும் சமயத்தில், 'சாமீ, ஒரு ரகசியம்' என்றான்.

'என்னடா ரகசியம்.' என்றார் பிள்ளை.

“நடுத்தெருவில் நின்று எப்படிச் சொல்லுவது தாருசாவுக்கு வாருங்க” என்றான்.

இதென்ன ரகசியமோ என மனம் துழாவி ஊசலாட அவனை அழைத்துக்கொண்டு முடுக்கு வழியாக, வளைவுக்குள் சென்று, நடையில் நின்றபடி, “ஏளா, பட்டாலை விளக்கைத் தூண்டு” என்று உத்தரவிட்டார்.

“இங்கனை யாருமில்லையெ. நீ சொல்லுவதைச் சொல்லேன்” என்று குறவனிடம் கேட்டார்.

குறவன் மடியிலிருந்து இரண்டு உலோகக் கட்டிகளை எடுத்துக் கொடுத்து, “இதைக் குத்துவிளக்கருகில் கொண்டுவைத்துப் பார்த்துவிட்டு வாருங்கள்” என்று சொன்னான்.

பிள்ளையவர்கள் அவை இரண்டையும் கொண்டு விளக்கருகில் பார்த்தார். துல்லிய மஞ்சள் வர்ணத்துடன் பளபளவென்று மின்னியது. தங்கம்! தங்கம் என்ற நினைப்பு தட்டியதுமே அவருக்குக் கை வெடவெடவென்று நடுங்க ஆரம்பித்தது.

திரும்பி நடைவாசலுக்கு ஓடோடியும் வந்து, “தங்கமில்லா” என்று அடித்தொண்டையில் கேட்டார்.

“ஆமாம் ஐயா! தங்கந்தான். நல்ல சொக்கத் தங்கம். எனக்கு ரசவாதம் கொஞ்சம் பொளக்கமுண்டும்; செம்பை, ஒரு மூலிகையை வச்சு பொடம் போட்டா தங்கமாயிரும்; நீங்க கேள்விப்பட்டதில்லியோ?” என்றான்.

பிள்ளையவர்கள் தலையசைக்க, தான் வந்த காரியம் அவருக்கு தங்கம் செய்து கொடுப்பதற்காகவே எனவும், நல்ல பெரிய செப்புப் பாத்திரமும் ரூபா நூறும் கொடுத்தால் நாளைக்கு இதே நேரத்தில், பாத்திரத்தை உருக்கி எடைக்கு எடை தங்கமாகத் திருப்பித் தருவதாகச் சொன்னான்.

பணம் சம்பாதிக்க சுருக்கமான வழி கிடைத்தால் யார்தான் அதன் மோக வலையில் விழாமலிருப்பார்கள். பிள்ளையவர்கள் உள்ளே சென்று தங்கப் பாளங்களைக் காட்டி குசுகுசுவென்று ஓதினார். அம்மையாருக்கு உடல் பூரித்து போய்விட்டது. கையில் ரொக்க மில்லாததினால், கட்டைக் காப்பைக் கழற்றிக்கொடுத்து, குறவனை எப்படியும் சம்மதிக்கச் செய்ய வேண்டும் என சொல்லி, குடிதண்ணீர் ஊற்றி வைத்திருந்த தாமிரவருணித் தண்ணீரை சாக்கடையில் கொட்டிவிட்டு பாத்திரத்தைக் கொடுத்துவிட்டாள்.

குறவன், பாத்திரத்தின் எடைக்கு, கையில் கொடுத்த தங்கம் போதாது; செலவு ஜாஸ்தி என்று பிகுப் பண்ணினான். எப்படியாவது செய்துகொண்டு வந்து விடு, பிறகு சன்மானம் செய்கிறேன் என்றார் பிள்ளை.

குறவனிடம், அவன் கொடுத்த தங்கப் பாளத்தையும் நீட்டினார் பிள்ளை. “என்னை நீங்கள் எப்படி நம்புவது; அது இருக்கட்டும்; நாளைக்கு இந்த நேரத்துக்கு இங்கே வரும்போது வாங்கிக்கொள்ளு

கிறேன். நான் குறுக்குத் துறை மண்டபத்துக்கு பக்கத்தில்தான் தற்சமயத்துக்கு குடிசை போட்டிருக்கிறேன்" என்று சொல்லிவிட்டு போய் விட்டான்.

அன்றிரவு அசைந்தாடும் பெருமாள் பிள்ளைக்கும் ஆச்சிக்கும் தூக்கம் வரவில்லை. திடீரென்று கூரையைப் பொத்துக்கொண்டு தெய்வம் வந்து கொடுக்கத்தான் செய்வேன் என்று மல்லுக்கட்டினால் யாருக்குத்தான் தூக்கம் வரும். அம்மையாருக்கு காது நகை தோளில் இடிபடுவது போல் பாவனை; பிள்ளைக்கு வயல்வரப்பைப் பார்த்து வர யாரை நியமிக்கலாம் என்று நினைப்பு.

"நீங்க விடியன்னையே போயி குப்பு ஆசாரிகிட்ட இந்தத் தங்கத்தைக் குடுத்து ரெண்டு காப்பு பண்ணிப்புடச் சொல்லுங்க. கட்டெக் காப்பெக் காங்கலேண்ணா குளத்திலே நாலு பேரு நாலு சொல்லுவா; நமக்குத்தானே கேவலம்" என்றாள் அம்மையார்.

"அதுக்கென்ன பெரமாதம்; விடியன்னப் பார்த்துச் சொன்னாப் போகுது" என பெருமிதமாக பேசிய பிள்ளையின் மனசில் வறண்டு மாண்டுபோன காமம் தழைத்தது.

"என்ன ஒங்களுக்குத்தான்" என பிணங்கிக்கொண்டே இணங்கினாள் நாற்பது வயதை எட்டும் சகதர்மிணி.

பலபல என்று விடிந்து வரும் பொழுது குப்பு ஆசாரி, பணம் சம்பாதிக்க பிள்ளையவர்கள் நாடிய சுருக்கு வழி, அவரது கழுத்தில் சுருக்கு போட்டுவிட்ட வழி என்பதை சற்று நாசூக்கற்ற முறையிலேயே, கடுமையாகச் சொல்லித் தெரிவித்தார். ஆசாரி வாசலுக்கு மிடுக்கு நடைபோட்டு வந்த அசைந்தாடும் பெருமாள் பிள்ளை அசந்து போனார். ஆனால் மெட்டு விட்டுக் கொடுக்காமல் பேசுவதாக நினைத்துக்கொண்டு ஏதோ குப்பு ஆசாரியிடம் பிதற்றிவிட்டு, தங்கப் பாளங்கள் என மதித்த பித்தளைக் கட்டியுடன் நேராக குறுக்குத் துறைக்குச் சென்றார். ஓடுகிற திருடனுக்கு ஒன்பதாமிடத்தில் ராஜா என்பார்கள். பிள்ளையவர்கள் வரப் போகிறார்கள், அவர்கள் கையில் அவசியம் அகப்பட்டுக்கொண்டு தான் பண்ணின பாவத்துக்கு பிராயச்சித்தம் செய்துகொள்ள வேண்டும் என்றா நினைக்கப்போகிறான் குறவன். குறுக்குத் துறை முழுவதிலும் மண்டபம், மரத்தடி ஒன்று விடாமல் தேடிவிட்டு, சுப்பிரமணிய சுவாமியின் அருள் கடாட்சம் பெற்றவராய் பகல் சுமார் இரண்டு மணிப் போதுக்கு வீட்டுக்கு அசைந்தாடி வந்துசேர்ந்தார்.

"இதுவும் ஒரு சோதனை, திருச்சிற்றம்பலம்" என்ற பீடிகையுடன் தமது சகதர்மிணியின் ஆவேசத்தைத் தேக்க முயன்றவராக, கொடியில் கிடந்த மாற்று வேட்டியை எடுத்து உடுத்திக்கொண்டு நனைத்துத் துவைத்துக் கொணர்ந்ததை, பிரமாத ஜாக்கிரதையுடன் கரைக்குக் கரை சமன் பார்த்து மடித்து கொடியில் போட்டார்.

என்ன, என்னவென்று ஒற்றைக்காலில் நின்று கேள்விச்சரம் தொடுத்த மனைவிக்கு, "நீ எலையைப் போடு, பொறவு சொல்லுதேன்" என்றார்.

அப்பொழுதே அம்மையாருக்குப் பகீர் என்றது. கையில் உறை மருந்து போல இருந்த சொற்ப ஆதாயமும், பலமுமாக நின்ற நகை போனதில் அந்த அம்மையார் பட்ட அவஸ்தை சொல்ல முடியாது.

"இப்படியும் ஏமாறுவாகளா ஒரு ஆம்பளை" என்பதுதான் அவளது புலப்பம்.

இம்மாதிரியான விபரீத நிலையில் தான் கர்ப்பிணியானது அந்த அம்மாளுக்கு மகா மானக்கேடாக இருந்தது.

வருஷங்கள் பல கடந்து நிகழ்ந்த கர்ப்பமாகையால், தான் மாண்டு போவது நிச்சயம் எனவும் நினைக்க ஆரம்பித்தாள். 'இந்தக் கூத்தை நினைக்கும்போது நாக்கைப் பிடுங்கிக்கொண்டு செத்துப்போகலாமா என்றிருக்கிறது; கட்டாயம், சாகாமல் போனால் தற்கொலையாவது செய்துகொள்ளுவேன்; அதற்குமுன் என்னுடைய பெண்களுக்கு கலியாணம் செய்து வைத்துப் பார்த்துவிட்டு சாக வேண்டும்' என்று அசைந்தாடும் பெருமாள் பிள்ளையை இடைவிடாமல் நச்சரித்தாள். நச்சுப் பொறுக்க முடியாமலும், கலியாணம் செய்துவைப்பது தம் கடமை என்று தமக்கு உள்ளூர ஏற்பட்ட பொறுப்பு உணர்ச்சியினாலும் வரன் தேடி அலைந்தார்.

இந்த விஷயத்தில் பிள்ளையவர்களுக்கு தெய்வ சகாயம் இருந்தது என்று சொல்ல வேண்டும். மூன்று பெண்களுக்கும் வெகு சீக்கிரத்தில் திருமணம் நடைபெற்றது. முதல் பெண்ணான பார்வதியை வட ஆற்காடு ஜில்லாவில் போலீஸ் சப் இன்ஸ்பெக்டர் உத்யோகம் பார்க்கும் வேலாயுதம் பிள்ளைக்கும், இரண்டாவது பெண் விசாலாட்சியை வேலாயுதம் பிள்ளையின் சகோதரரான சிதம்பரம் பிள்ளைக்கும் கலியாணம் செய்து வைத்தார். சிதம்பரம் பிள்ளை திருநெல்வேலி டவுணில், கீழப்புதுத்தெருவில் உள்ள தம் சொந்த வீட்டின் வாசலில் போர்டு தொங்கப்போட்டிருக்கும் பி.ஏ., பி.எல். இந்த வீடு தவிர, நயினார்குளத்துப் பற்றில் இரண்டு கோட்டை விதைப்பாடு உண்டு. வேலாயுதம் பிள்ளையின் பங்குக்குள்ள வீட்டை வாடகைக்கு விட்டு, வாடகையை வசூல் செய்வது, அவரது பாகத்துக்குரிய வயல் விவகாரங்களைக் கவனிப்பது ஆகிய காரியங்களைச் செய்துவருவதுடன் கோர்ட்டுக்கும் இடையிடையே சென்று வந்தார்.

மூன்றாவது பெண்ணின் பெயர் சித்திரை. அவளுக்குத்தான் படித்த நகரவாசியான மாப்பிள்ளை கிடைக்கவில்லை. மறுகால்மங்கலத்தில் அவளுக்கு முடிச்சுப் போட்டிருந்தது. வயிரவன் பிள்ளை குமாரன் பால்வண்ணம் பிள்ளை என்ற பிள்ளையாண்டான் அவளுக்குக் கணவனாக வாய்த்தான். இந்தத் திருமணத்துக்கு வெகு காலத்துக்கு முன்பே [வயிரவன் பிள்ளை] காலமாகி விட்டதினால், பால் வண்ணம் விதவை வளர்த்த பிள்ளையாக சர்வாதிகாரிகளின் சகல குணங்களையும் பெற்று, நாலாவது வகுப்பு வரை இங்கிலீஷ் படிப்பும் பெற்று, தாயார்மீது தனியரசு செலுத்தினான். இவர்களது வளைவு விசையாநல்லூர் ஆச்சியின் வீட்டுக்குப் பக்கத்தில் ஊரின் கீழ்க்கோடியில்

உள்ளது. இவனது தாயாரான மீனாட்சி ஆச்சிக்கு விசையாநல்லூர் முதுகுன்றுதான் மந்திரியும் பொக்கிஷமும் ஆகும்.

திருமணம் முடிந்த மூன்றாவது மாதத்தில், அசைந்தாடும் பெருமாள் பிள்ளையின் மனைவி, சொல்லிவைத்தது போல, பிறவாத குழந்தை பெருநெறி காட்ட அதைத் தொடர்ந்தாள். பிள்ளையவர்களின் வாழ்வில் இதுவே முக்கியமான கட்டம் என்று சொல்ல வேண்டும். வாழ்வில் தன்னை நம்பி சடலத்தைத் தாங்கி சொல்ல முடியாத தொல்லைகளையும் அவமானங்களையும் சகித்துக்கொண்டு, தம்முடைய முட்டாள்தனமான முயற்சிகளில் எல்லாம் அசையாத நம்பிக்கை கொண்டு, தம்முடைய கருத்துகளுக்கே பின்பலமாக நின்று வந்தவள் அவள்தான் என்பதை உணர்ந்தார். உயிர் அகன்று வெற்று உடலமான பிறகு உணர்ந்து என்ன பயன்! அவளுக்கு கருமம் செய்வதற்கு ஒரு புத்திரனைக்கூடக் கொடுக்க முடியாது வாழ்வு வீணாகக் கழிந்து விட்டதே என்று மனம் நொந்தார். பெண்கள் மூவரும் வந்தார்கள், மண்டையை மோதிமோதி அழுதார்கள்; பிறகு கணவன்மாருடன் திரும்பி விட்டனர்.

வெறிச்சோடிக் கிடந்த வீட்டில் அசைந்தாடும் பெருமாள் பிள்ளை வாஸ்தவமான துறவறம் பூண்டார் என்று சொல்ல வேண்டும். பதினாறு நாட்கள் கழிந்த பிற்பாடு பெருங்கல் விழுந்ததினால் கொந்தளித்துக் குமைந்த நீர்நிலை மறுபடியும் அமைதி கொள்வது போல் சத்தம் அடங்கியது. ஆனால் பிள்ளையவர்களின் மனப் புகைச்சல் ஓயவில்லை. அடிக்கடி அவர் தமது மனைவியின் வாழ்வு முழுவதையும், அதில் தம் நினைவில் பதிந்த கட்டங்கள் முழுவதையும் திரும்பத்திரும்ப யோசிப்பார்.

இனி என்ன செய்வது. திருவாவடுதுறைக்குப் போய்விடலாமா என்று நினைத்தார். திருநெல்வேலியில் இருந்த வீடு வாடகை வீடு; பெண்களையோ கரையேற்றி விட்டாகிவிட்டது. இனி எங்கிருந்தால் என்ன என்ற ஒரு நிசாரம்.

பதினாறு கழிந்து மறுகால்மங்கலத்துக்கு திரும்பிச் செல்லும்போது தனது தகப்பனாரையும் உடன் அழைத்துக்கொண்டு சென்றுவிட வேண்டும் என்றுதான் [சித்திரையின்] ஆசை. ஆனால் புருஷன் ஒரு வார்த்தைகூடச் சொல்லாமலிருக்கும்போது எப்படி சுயமாகக் கூப்பிடுவது. மனவேதனையுடன் திரும்பிச் சென்றாள். திருநெல்வேலியிலிருந்து எட்டு மைலையும் மாட்டு வண்டியில் எட்டு அக்னிக் குண்டங்களாகத்தான் அவள் பாவித்தாள். வீட்டு வாசலில் வண்டி நின்றதும் பால்வண்ணம் இறங்கினான். பிறகு அவள் இறங்கினாள்.

வாசலில் நின்றிருந்த மாமியார், “ஏ, உங்கப்பாவை ஏன் கூட்டிக்கொண்டு வரவில்லை? அங்கெ தன்னந்தனியா விட்டுப் போட்டு வந்திட்டியே” என்றாள்.

சித்திரை தன் புருஷனைப் பார்த்தாள்; புருஷன் ஆகாசத்தைப் பார்த்தான்.

“ஏ, ஐயா, நீயுமா பேசாம வந்திட்டே” என்றாள் தாயார்.

“போரப்ப நீ சொல்லி விட்டியா?” என்று அதிகாரம் பண்ணினான் பால்வண்ணன்.

“அதுவும் சரிதான்; என்ன மேயப்போற மாட்டுக்கு கொம்பிலியா புல்லெக் கட்டி அனுப்புவாக. வண்டியை அவுக்காம திருப்பியடிச்சிக் கிட்டுப் போயி, அவுகளை அளச்சிக்கிட்டுவா, நல்லாத்தான் காரியமா இருக்கு” என்றாள் தாயார்.

“நான் காப்பி சாப்பிட்டுப் போட்டுத்தான் போவேன்” என்றான் பால்வண்ணன்.

“போன எடத்திலே புத்தியா காரியம் நடத்தத் தெரியாமெ தடி மாதிரி வந்திருக்கே, ஒனக்கு வாரியக் கொண்டைக்கு காப்பி வேற கேடா; வண்டியே அப்படியே திருப்பி அடிச்சிக்கிட்டுப் போயி அவுகளைக் கூட்டிக்கிட்டு வா” என்று சொல்லிக்கொண்டு வீட்டுக்குள் நுழைந்தாள்.

“அத்தே, அத்தே வந்த காலோடே அவுகளைக் கோவியாதிய; ஒரு நொடியிலே காப்பியைப் போட்டுக் குடுத்துப்புடறேன்” என்று சொல்லிக்கொண்டு தொடர்ந்தாள் சித்திரை.

“நீயுமாச்சு, உன் புருசனுமாச்சு! எப்பிடித்தான் குடும்பத்தை கட்டிக் கொண்டாரப் போறியளோ; அவன்தான் வாயிலெ மண்ணெ வச்சிக்கிட்டிருந்தான் என்றால் உனக்கெங்கே மதி போச்சு?” என்றாள் மாமியார்.

மதில் எட்டி நின்ற சாலாச்சி ஆச்சி, “ஒன் மகன் கெட்டிக்காரத் தனத்துக்கு, அவளையேன் பேசுதே; அவ எப்பிடிக் கூப்பிடுவா?” என்றாள்.

இப்படியாக விவகாரம் ஓய்ந்தது. அன்று மாலை பொழுது சாய்ந்து சுமார் ஒன்றரை நாழிகை கழித்து, அசைந்தாடும் பெருமாள் பிள்ளை தம்முடைய மருமகனுடன் மறுகால்மங்கலத்தில் வந்து குடியேறினார். அவருடன் வந்த சாமான்கள் வெகு சொற்பம். மாற்று வேட்டிகள் ஒரு ஜோடி; திருவாசகம் ஒரு பிரதி; ஒரு சம்புடம் திருச்செந்தூர் இலை விபூதி; நிலைகெட்டுக் குழம்பும் மனம்.

சித்திரை வளைவில் உள்ள ஒரு வீட்டைப் பெருக்கி மெழுகி, அங்கு ஒரு குத்துவிளக்கும் ஏற்றிவைத்து தகப்பனாருக்கு இடவசதி செய்து வைத்திருந்தாள். வந்தவர்களுக்கு வென்னீர் கொடுத்து, கால் முகம் சுத்தி செய்துகொள்ளச் சொன்னாள்.

தகப்பனாரை பார்த்ததும் தாயாரின் ஞாபகம் வர கண் கலங்கியது சித்திரைக்கு. அசைந்தாடும் பெருமாள் பிள்ளைக்கு தமது மனைவியின் இருபத்தியைந்து வருஷ பணிவிடை நினைவில் நின்றது. கண்

கலங்கவில்லை. நெஞ்சில் சிவபுராணம் குடிபுகுந்து விட்டதினால், கவலை விட்டொழிக்க மனம் பிரயத்தனப்பட்டது.

அன்று அந்த வளைவில் இருவர் உறங்கவில்லை. ஒன்று சித்திரை; மற்றது அசைந்தாடும் பெருமாள் பிள்ளை.

அவர் ஊருக்கு வந்தது ஊராருக்குத் தெரியாது. ஊரார் பொருட் படுத்தவில்லை. ஆனால் மறுகால்மங்கலத்தின் முடிசூடா மன்னரானார் அசைந்தாடும் பெருமாள் பிள்ளை. முதலில் தம்முடைய மருமகனுடைய நிலபுலன்களை கவனித்து வருமானம் சிதறாமல் பாதுகாத்தார். அய்யா என்று கை நீட்டி வந்தவனுக்கு இயன்றவரை உதவினார். அதனால் ஊர் ஏழை மக்களின் இதயத்தில் குடிபுகுந்தார். பெரிய நாயன் என்றால் ஊர்ப் பள்ளரின் தெய்வம் என்ற பொருள் ஏற்பட்டது. இந்த நிலையில் சப் இன்ஸ்பெக்டர் மாப்பிள்ளை சர்க்கிள் இன்ஸ்பெக் டராகி, மனைவியின் ஆலோசனைப் பிரகாரம் அங்கு மாமனார் பெயரில் நிலம் வாங்கினார்.

~ ~

அசைந்தாடும் பெருமாள் பிள்ளை இப்படியாக மறுகால்மங்கலத்தில் வந்து குடியேறி இருபது வருஷங்கள் கழிந்துவிட்டன. கீழ வீட்டுப் பாட்டையா எனவும், பெரிய பிள்ளை எனவும் குறிப்பிட்டால் இப்பொழுது அசைந்தாடும் பெருமாள் பிள்ளை என்பது பொருள். அவருடைய மகளுக்கும் தலையில் நரை ஓட ஆரம்பித்துவிட்டது. மருமகப் பிள்ளை பால்வண்ணம் பிள்ளைக்கும் ஐந்தாறு வருஷங் களுக்கு முன் சற்றுத் தளதளப்பான சரீரமும் தொப்பையும் இருந்தன என்பதற்கு உடம்பில் அத்தாட்சி உண்டு. அவருடைய குடுமியும் அந்தக் காலத்து விஸ்தீர்ணங்கள் சுருங்கி மாட்டுக் குளம்பு ரீதியில் ஆசாரமாக சைவக் குடுமியாகி விட்டது. பிள்ளையவர்களின் நடை நொடியும் போக்கும் வாழ்வு தேய்பிறையாகச் சென்று வருகிறது என்பதையே காட்டியது. அவருக்கும் மூன்று குழந்தைகள் பிறந்து விட்டன. மூத்த பையன் நாராயணன் தனது தந்தை வழிப் பாட்டனின் பெயர் தாங்கி, பத்தமடைப் பள்ளிக்கூடத்தில் இங்கிலீஷ் படிப்பு படித்து வருகிறான். இரண்டாவது மகள் மீனாட்சி; சமையும் பருவம். படிப்பு வாசனை என்பது சற்றுமில்லாமல், நாட்டுப்புறத்துப் பெண்ணாக கண் கவரும் ஆரோக்கியத்துடன் வளர்ந்து வருகிறாள். காதிலே சிகப்புக் கல் கம்மல், கையிலே கட்டைக் காப்பு, காலில் தேய்ந்து மாய்ந்துபோன வெள்ளிக் காப்பு. யாரிடத்திலும் துடிப்பாகத் தான் பேசுவாள். அவளது கன்னக் குழிகளில் எப்பொழுதும் சிரிப்பு ஒளிந்து விளையாடும். அள்ளிச் சொருகிய கூந்தலும், பின் கொசுவம் வைத்துக் கட்டிய சிகப்புப் புடவையும் அவளைத் திரும்பி நின்று ஒரு தடவை பார்க்கும்படித் தூண்டும். பெரிய பித்தளைக் குடத்தை அலாக்காகத் தூக்கி ஒரு சுழற்று சுழற்றி அந்த விசையில் தக் என்று இடுப்பில் வைத்துக்கொண்டு ஒற்றைக் கை வீச்சுடன் அவள்

வாய்க்காலிலிருந்து வருகிறதை பசிதாகம் இல்லாமல் பார்த்துக் கொண்டே இருக்கலாம். அவளுக்கு வீட்டிலே யாரிடத்திலும் பயம் என்பது கிடையாது; அதாவது பாட்டையாவைத் தவிர. "ஏ! வாயாடி, அங்கெ என்ன சத்தம்; ஒன்னைப் புடிச்சு அம்மன் கோவில் பூசாரிக்கு கட்டிப் போடுவேன்" என்று அதட்டுவார் அசைந்தாடும் பெருமாள் பிள்ளை. உடனே சத்தம் ஓய்ந்துவிடும்.

இப்பொழுதெல்லாம் பால்வண்ணம் பிள்ளை மாஜி சர்வாதிகாரி மாதிரி பெட்டிப் பாம்பாகக் காலம் தள்ளி வருகிறார். வாலிப மூர்த்தன்யத்தினால் மாமனார் சொல்லையும் தட்டிவிட்டு, நாலைந்து கூட்டாளிகளுடன் சேர்ந்து, டவுணில் பலசரக்குக் கடை வைத்து நொடித்ததின் பலன் இந்தச் சாதுத் தன்மை. இந்த விவகாரத்திலே இன்னும் ஒரு ஏமாளிப்பட்டமும் கிடைத்தது. கடை பிள்ளையவர் களின் விலாசத்தில் இருந்ததினால், கடைக்கு எதிர்சரகத்திலிருந்த போத்தி ஓட்டலில் பிள்ளையவர்களின் பெயரில் பற்றுக் கணக்கு ஏற்பாடாயிற்று. கடை நொடியும்பொழுது ஐயனுக்கு ஐநூற்றிச் சில்வானம் பற்று. அதற்கு ஈடாக கன்னடியன்கால் பாசானத்தில் கால் கோட்டை நிலம் எழுதிக்கொடுத்த கவுரவம் ஜில்லாவிலேயே பால்வண்ணம் பிள்ளையைத்தான் சார்ந்தது. ஐயர் இன்னும், 'பாவன்னாவைப் போல் உண்டா; மகா நாணயஸ்தனல்லவா; அவர்கூடச் சேர்ந்த கயவாளிப் பயல்கள் கரியாக்கிப் போட்டான்' என்று சொல்லியபடி இன்றும் நிலத்தை, புத்திர களத்திர பாத்தியதை யாக என்று எழுதிக்கொடுத்த பத்திரத்தின் படி ஆண்டனுபவித்து வருகிறார். பெரிய பிள்ளையவர்களோ, சந்தர்ப்பம் வாய்க்கும்போதும், சந்தர்ப்பத்தை உண்டு பண்ணிக்கொண்டும், 'அல்வாவுக்கு ஆசைப் பட்டுப் போய் அரைக்கோட்டை நிலத்தை எழுதிக்கொடுத்த தானாதிப் பிரபு – அப்படியும் ஒரு நாக்கு துடிக்குமோ, அந்த நாக்கை அறுத்து நாய்க்குப் போடணும்' என கர்ஜித்துக்கொண்டிருப்பார். இவர் வசமாக இவ்விதம் ஒரு பாசுபதாஸ்திரம் கிடைத்துக்கொண்டதினாலும், கடை நொடிப்பிலிருந்தே தம் செயலில் நம்பிக்கை இழந்துபோனதனா லும், இயல்பாக வயது பெருகி வருமானம் பெருகாத விபரீதத்தாலும் பால்வண்ணம் பிள்ளை பெட்டிப் பாம்பாக ஒடுங்கி, யார் கூப்பிட்ட சத்தத்துக்கும் ஏன் என்று கேட்பதும், மறுநிமிஷம் குட்டு வெளிப்பட்டு விடுமென்றிருந்தாலும், நெஞ்சுரமின்மையால், அந்த நிமிஷத்தை சமாளிப்பதற்காகப் பொய் சொல்லுவதுமாக மறுகால்மங்கலத்தில் அல்வாப் பிள்ளை என்ற பட்டத்துடன் நடமாடி வருகிறார்.

பெரிய பிள்ளையின் பெரிய மாப்பிள்ளை இப்பொழுது ராவ் சாஹேப் பட்டம் பெற்ற உதவி போலீஸ் ஜில்லா சூப்பிரண்டு. இரண்டு தடவை நிகழ்ந்த சத்தியாக்கிரக போராட்டங்கள் இவருக்கு தமது ராஜ விசுவாசத்தைக் காண்பித்து ராவ் பகதூர் பட்டம் பெற சவுகரியம் செய்து வைத்தது. முன்பின் யோசியாமலும் சட்டத்தை உதாசீனம் செய்தும் தீவட்டிக் கொள்ளையும் கொலையும் நடத்திய

இரண்டொரு பெரும்புள்ளித் திருடர்கள் இவருடைய திறமைக்கு வசதி செய்வித்து வேலையை உயர்த்திக் கொடுத்தார்கள். அவர் வெகுகாலமாக போலீஸ் சர்க்கிள் உத்தியோகத்திலிருந்ததினாலோ என்னவோ, சர்க்கிள் பிள்ளை என்ற பெயர் அவருக்கு ஒட்டிக் கொண்டது. உத்யோகத்தில் இருப்பவர்கள் நிலபுலன் வாங்குவ தென்றால் சர்க்காருக்கு எழுதி அனுமதி பெற்றுக்கொள்ள இடமிருந் தாலும், சர்க்கார் உத்யோகஸ்தர்களின் எழுதாக் கிளவியின்படி அவர் தமது மாமனார் பெயரில் மறுகால்மங்கலத்தில் நிலபுலன்கள் வாங்கி வந்தார்.

பின்னிணைப்புகள்

பின்னிணைப்பு 1

புதுமைப்பித்தன் நூல் முன்னுரைகள்

அ

எச்சரிக்கை !

காஞ்சனை முதலிய பதினான்கு கதைகளுக்குள் துணிந்து பிரவேசிக்க விரும்பும் வாசகர்களுக்கு, தலையெழுத்து அப்படியாகிவிட்ட விமரிசகர் களுக்கு, நம்முடைய கோஷ்டி இது என்று நினைத்துக்கொண்டு கும்மாளி போட்டுவரும் நண்பர்களுக்கு முதல்முதலிலேயே எச்சரிக்கை செய்துவிடுகிறேன். இவை யாவும் கலை உத்தாரணத்திற்கென்று கங்கணம் கட்டிக்கொண்டு செய்த சேவை அல்ல. இவை யாவும் கதைகள். உலகை உய்விக்கும் நோக்கமோ, கலைக்கு எருவிட்டுச் செழிக்கச் செய்யும் நோக்கமோ எனக்கோ என் கதைகளுக்கோ சற்றும் கிடையாது. நான் கேட்டது, கண்டது, கனவு கண்டது, காண விரும்பியது, காண விரும்பாதது ஆகிய சம்பவக் கோவைகள்தாம் இவை.

இம்மாதிரி நான் முன் எச்சரிக்கை செய்ய வேண்டிய நிலைமை யாதோ எனின், இரண்டொரு வருஷங்களுக்கு முன் நான் 'புதுமைப்பித்தன் கதைகள்' என ஒரு கோவையை வெளியிட்டேன். என்மீது அபிமான முடையவரும் கலையின் ஜீவன் சேமமாக இருக்க வேண்டும் என்ற ஆசையில் அதற்குத் தம் கையாலேயே ஏழடுக்கு மாடம் கட்டி அதைச் சிறை வைக்க விரும்பியவருமான கலாரசிகர் ஒருவர், எனக்கும் அவருக்கும் பொதுவான நண்பர் ஒருவர் மூலம் நான் எப்பொழுது கதைகள் எழுதுவதை நிறுத்திக்கொள்ளப் போகிறேன் என்று ஆவலோடு கேட்டுவிட்டார். அதற்குப் பதில் சொல்லுவது மாதிரி இப்போது இந்தக் கதைத் தொகுதியை வெளியிட்டிருக்கிறேன். பொதுவாக நான் கதை எழுதுவதன் நோக்கம் கலை வளர்ச்சிக்குத் தொண்டு செய்யும் நினைப்பில் பிறந்ததல்ல. அதனால்தான் என்னுடைய கதைகளில் இந்தக் கலை வியவகாரத்தை எதிர்பார்க்க வேண்டாம் என்று எச்சரிக்க விரும்புகிறேன்.

இந்தக் கோவையிலே, என் கதைகளிலே மேலோட்டாகப் படிக்கிறவர் கள்கூட இரண்டு ரகமான வார்ப்புத்தன்மை இருப்பதைப் பார்க்கலாம்.

சில, 1943ஆம் வருஷத்துச் சரக்கு; மீதியுள்ளவை 1936க்கும் அதற்கு முன்பும் பிறந்தவை; 1943ஆம் வருஷத்துச் சரக்குகளை 1943ஆம் வருஷத்து ஆசாமிகள் பாராட்டுகின்றனர். அதைப் போலவே, 1936ஆம் வருஷத்துச் சரக்கையும் அந்தக் காலத்து 'இவர்கள்' பாராட்டினார்கள். பார்க்கப்போனால் பிஞ்சிலே பழுத்த மாதிரிதான் எனக்குப் படுகிறது. இந்தத் திரட்டு ஒரு வகையில் நல்லமாதிரி என்பது என் நினைப்பு. என்னைப் பாராட்டுகிறவர்களும் என்னைக் கண்டு மிரண்டு ஓடுகிறவர்களும் மனசு பக்குவப்படும் முறையைக் கண்டுகொள்ள இது சௌகர்யமான சந்தர்ப்பத்தை அளிக்கிறது. அப்படித்தான் நான் இதைப் பாவிக்கிறேன்.

1943ஆம் வருஷத்துச் சரக்குகளைப் பற்றியே சில சர்ச்சைகள், அவை பிறந்த காலத்திலிருந்து இருந்துவருகின்றன. காரணம் பலருக்கு என் போக்கு என்ன என்பது புரியாதிருப்பதுதான்.

என் கதைகள் எதுவானாலும் அதில் அழகு காணுகிற நண்பர் ஒருவர் இந்தக் காஞ்சனைக் கதையைப் படித்துவிட்டு, என்னிடம் வந்து, "உங்களுக்குப் பேய்பிசாசுகளில் நம்பிக்கை உண்டா? ஏன் கதையை அப்படி எழுதினீர்கள்?" என்று கேட்டார். நான், "பேயும் பிசாசும் இல்லை என்றுதான் நம்புகிறேன். ஆனால் பயமாக இருக்கிறதே" என்றேன். "நீங்கள் சும்மா விளையாட வேண்டாம். அந்தக் கதைக்கு அர்த்தமென்ன?" என்று கேட்டார். "சத்தியமாக எனக்குத் தெரியாது" என்றேன். அவருக்கு இது திருப்தி இல்லை என்று தெரிந்துகொண்ட பிற்பாடு அவரிடமிருந்து தப்பித்துக்கொண்டு இலக்கியப் பக்குவம் மிகுந்த என் நண்பர் ஒருவரிடம் போனேன். அவர் அட்டகாசமாய் வரவேற்றார். ஜேம்ஸ் ஜாய்ஸ் மாதிரி கதை எழுதியிருப்பதாகவும், 'கயிற்றரவு' என்று சொல்லுவார்களே ஒரு மயக்க நிலை, அதை அழகாக வார்த்திருப்பதாகவும் சொன்னார். இங்கிலீஷ் இலக்கியத்திலே கடைசிக் கொழுந்து என்று கருதப்படுகிறவர் ஜேம்ஸ் ஜாய்ஸ். அப்படிச் சொன்னால் யாருக்குத்தான் தலை சுற்றி ஆடாது? அங்கிருந்து வீட்டுக்கு வந்தேன். வார்த்தைகளை வைத்துக்கொண்டு ஜனங்களைப் பயங்காட்டுவது ரொம்ப லேசு என்பதைக் கண்டுகொண்டேன்.

காஞ்சனைக்குப் பிறகு சாப விமோசனம் இதே மாதிரி அவதிக்கு உள்ளாயிற்று. முக்கால்வாசிப் பேருக்கு அந்தக் கதை பிடிக்கவில்லை. காரணம் ஒவ்வொருவருக்கும் ஒவ்வொரு மாதிரி. விமரிசகர் 'சென்று தேய்ந்திறுதல்' என்றார். ஆனால் இன்னும் ஒருவர் வால்மீகி கதையில் அகலிகை கல்லாகவில்லையென்றும், ஜனங்களுக்கு உண்மையைவிட உண்மையின்மீதுள்ள பாசிதான் கண்களுக்குப் பளபளப்பாக இருக்கிறது என்றார். பாசி என்பதுதான் என்ன? மனப்பக்குவத்தின் ஒரு நிலைதானே அதுவும்? அப்படிப் பார்க்கப்போனால் ஜனக ராகங்களிலிருந்து ஜன்ய ராகங்கள் பிறப்பது எல்லாமே பாசிதானே? தொன்னைக்கு நெய்தான் ஆதாரம் என்று கருதுகிறவர்கள்தாம், ஒரு குறிப்பிட்ட கோல வகையில்தான் எதுவும் அமைந்திருக்க முடியும் என்று நினைக்கிறார்கள். வேறு ஒருவிதமான கோலம் போட்டுக் காண்பிக்க முடியாது, கூடாது என்று கருதுகிறவர்கள் – இவர்கள் தத்துவவாதிகள். உலக சிருஷ்டி இவர்களுடைய தத்துவத்துக்குள் மட்டும் ஒடுங்கிவிடவில்லை.

நான் கதை எழுதுகிறவன். கதையிலே கல் உயிர் பெற்று மனிதத் தன்மை அடைந்துவிடும். மூட்டைப் பூச்சிகள் அபிவாதயே சொல்லும். அதற்கு நான் என்ன செய்யட்டும்? கதையுலகத்தின் நியதி அது. நீங்கள் கண்கூடாகக் காணும் உலகத்தில், மனிதன் 'கல்லுப் பிள்ளையார் மாதிரி' உட்கார்ந்திருப்பதைப் பார்க்கவில்லையா? மனிதன் கல் மாதிரி இருக்கும்போது கல்தான் சற்று மனிதன் மாதிரி இருந்து பார்க்கட்டுமே! தவிரவும் பழைய கதைகளை எடுத்துக்கொண்டு அதை இஷ்டமான கோணங்களிலெல்லாம் நின்றுகொண்டு பார்க்க எங்களுக்கு உரிமையுண்டு.

சாப விமோசனத்தைப் பற்றியவரையில் எனக்கு ஒரே ஒரு குறைதான் உண்டு. அதில் வசிஷ்டனையும் கூனியையும் கூட்டிக்கொண்டு வர மறந்துபோனதுதான் அது. மற்றப்படி யார் எப்படிக் கருதினாலும் ராமாயணக் கதையின் அமைதி முற்றும் பொருந்தித்தான் இருக்கிறது.

கட்டிலை விட்டிறங்காக் கதையில் நடை பலருக்கு ஆயாசமாகப் பட்டது. அதற்கு நான் என்ன செய்யட்டும்? அந்தக் காலத்தில் நடை அப்படித்தான் இருந்தது.

கடைசிக் கதை, கடவுளும் கந்தசாமிப் பிள்ளையும். திருப்பணியில் ஈடுபாடுடைய பக்தர்கள் பலருக்கு அவர்கள் ஆர்வத்துடன் செதுக்கி அடுக்கும் கல்லுக் குவியலுக்கு இடையில் அகப்பட்டு நசுங்கிப்போகாமல் அவர்களுடைய இஷ்ட தெய்வத்தை நான் மெதுவாகப் பட்டணத்திற்குக் கூட்டிக்கொண்டு விட்டதில் பரம கோபம். நான் அகப்பட்டால் கழுவேற்றிப் புண்ணியம் சம்பாதித்துக்கொள்ள விரும்புவார்கள். என்னுடைய கந்தசாமிப் பிள்ளையுடன் ஊர் சுற்றுவதற்குத்தான் கடவுள் சம்மதிக்கிறார். இதற்கு நானா பழி?

பொதுவாக என்னுடைய கதைகள் உலகத்துக்கு உபதேசம் பண்ணி உய்விக்க ஏற்பாடு செய்யும் ஸ்தாபனம் அல்ல. பிற்கால நல்வாழ்வுக்குச் சௌகரியம் பண்ணிவைக்கும் இன்ஷ்யூரன்ஸ் ஏற்பாடும் அல்ல. எனக்குப் பிடிக்கிறவர்களையும் பிடிக்காதவர்களையும் கிண்டல் செய்துகொண்டிருக்கிறேன். சிலர் என்னோடு சேர்ந்துகொண்டு சிரிக்கிறார்கள்; இன்னும் சிலர் கோபிக்கிறார்கள். இவர்கள் கோபிக்கக் கோபிக்கத்தான் அவர்களை இன்னும் கோபிக்கவைத்து முகம் சிவப்பதைப் பார்க்க வேண்டும் என்று ஆசையாக இருக்கிறது. ஆனால் இப்படிக் கோபிப்பவர்கள் கூட்டம் குறையக்குறையத்தான் எனக்குக் கவலை அதிகமாகி வருகிறது.

இவர் இன்ன மாதிரிதான் எழுதுவது வழக்கம், அதைப் பாராட்டுவது குறிப்பிட்ட மனப்பக்குவம் தமக்கு இருப்பதாகக் காட்டிக்கொள்ளும் கௌரவம் என்றாகி, என்னைச் சட்டம் போட்டுச் சுவரில் மாட்டிப் பூப் போட்டு மூடிவிடுவதுதான் என் காலை இடறி விடுவதற்குச் சிறந்த வழி. அந்த விளையாட்டெல்லாம் என்னிடம் பலிக்காது. மனப் போக்கிலும் பக்குவத்திலும் வெவ்வேறு உலகில் சஞ்சரிப்பதாக நினைத்துக்கொண்டு நான் வெகு காலம் ஒதுங்க முயன்ற கலைமகள் பத்திரிகை என் போக்குக்கெல்லாம் இடம் போட்டுக் கொடுத்து வந்ததுதான் நான் பரம திருப்தியுடன் உங்களுக்குப் பரிசயம் செய்து வைக்கும் காஞ்சனை. நீங்கள் இவைகளைக் கொள்ளாவிட்டாலும்

நான் கவலைப்படவில்லை. வாழையடி வாழையாகப் பிறக்கும் வாசகர்களில் எவனோ ஒருவனுக்கு நான் எழுதிக்கொண்டிருப்பதாகவே மதிக்கிறேன்.

விமரிசகர்களுக்கு ஒரு வார்த்தை. வேதாந்திகள் கைக்குள் சிக்காத கடவுள் மாதிரிதான் நான் பிறப்பித்து விட்டவைகளும். அவை உங்கள் அளவுகோல்களுக்குள் அடைபடாதிருந்தால் நானும் பொறுப்பாளி யல்ல; நான் பிறப்பித்து விளையாட விட்டுள்ள ஜீவராசிகளும் பொறுப்பாளிகளல்ல; உங்கள் அளவுகோல்களைத்தான் என் கதைகளின் அருகில் வைத்து அளந்து பார்த்துக்கொள்ளுகிறீர்கள் என்று உங்களுக்குச் சொல்லிவிட விரும்புகிறேன்.

23.12.43 புதுமைப்பித்தன்

(‘காஞ்சனை’ முன்னுரை)

❖

ஆ

ஒரு சமயம், பெர்னார்டு ஷாவிடம் நீங்கள் எழுதிய ‘அந்த’ ஏன் ‘அப்படி’ இருக்கிறது என்று கேட்டதற்கு, அவர் பின்வருமாறு பதில் சொன்னாராம்: பத்து வருஷத்துக்குள் ஒரு மனிதனுடைய உடம்பில் உள்ள ஜீவ அணுக்கள் யாவும் அடியோடு மறைந்து புதியவை அந்த ஸ்தானத்தை வகிப்பதால், பத்து வருஷங்களுக்கு முன் இருந்த அதே மனிதன் இப்பொழுது இருப்பதாகக் கொள்ள முடியாது. அந்தப் புஸ்தகம் எழுதிய பெர்னார்டு ஷா பத்து வருஷங்களுக்கு முன்பே மறைந்துவிட்டான். இப்பொழுது உங்கள் முன்பாக உட்கார்ந்து பேசிக் கொண்டு இருக்கும் ஆசான் வேறு. இவன் ‘அவன்’ எழுதியதற்கு ஜவாப்தாரி அல்ல – என்று தமது கருத்து வளர்ச்சியை (மாறுதலை), குறிப்பிட்டுக் கேட்பவர் வாயை அடைத்தாராம். அதே மாதிரி ஷாவின் சமத்காரத்தைப் பின்பற்றி இந்தக் கதைகளுக்கு வக்காலத்து வாங்கிச் சமாதானம் சொல்லும் நோக்கம் எனக்குக் கிடையாது. தவளைக் குஞ்சு ஆரம்பத்தில் மீனைப் போல் இருந்தாலும் தவளையின் தன்மையை உள்ளடக்கமாகக் கொண்டிருக்கிறது. அதே மாதிரி இக்கதைகளும், ‘இத்தவளையின்’ தன்மைகளை மறைமுகமாகக் கொண்டிருப்பதனால், இவற்றைப் பிரசுரத்திற்கு லாயக்கானவை என்று கருதி வெளியிட்டிருக் கிறேன். இக்கதைகள் யாவும் நான் எழுத ஆரம்பித்துச் சுமார் ஆறு மாதங்களுக்குள் அமைந்த மனநிலையைக் காட்டுவனவாகும். இவற்றில் பெரும்பான்மையாக எனது மனநிலையே சித்திரிக்கப்பட்டிருக்கிறது. இவற்றில் வரும் கதாபாத்திரங்கள் போல நான் எனது கருத்துகளுக்குப் பொருந்தியவையாக பிடித்துவைத்த களிமண் பொம்மைகள். அவற்றிற்கு இருக்கும் உயிரும் வேகமும் என் ஆத்திரத்தின் அறிகுறி. அவை மனித ரூபம் பெற்றவையே ஒழிய, மனிதப் பண்பும் இயல்பும் உடைய சிருஷ்டிகள் அல்ல. பேரளவு துன்பத்தின் சாயை படியாது வெறும் உயிர்ப் பிண்டமாக வாழ்ந்த ஒரு வாலிபன், திடீர் என்று உலகத்தில் இயல்பாக இருந்துவரும்

கொடுமைகளையும், அநீதிகளையும், சமூகத்தின் வக்கர விசித்திரங்களையும் கண்டு, ஆவேசமாக, கண்டதைத் தனது மன இருட்டில் தோய்த்துச் சொல்லிய பேய்க் கனவுகளாகும். எனது கதைகளின், அதாவது, பூர்வ கதைகளின் கரு அதுதான். அவற்றில், கதைக்கு உரிய கதைப் பின்னல் கிடையா. அவற்றிற்கு ஆரம்பம் முடிவு என்ற நிலைகளும் பெரும்பான்மையாகக் கிடையா. மன அவசத்தின் உருவகம் கதைகள் என்பதை ஒப்புக்கொள்ளுவதானால் அவை கதைகள் ஆகும். இம்மாதிரியான முறையை அனுஷ்டித்து மேல்நாட்டில் கதைகள் பிரசுரமாவது சகஜம். அந்த முறையை முதல்முதலாகத் தமிழில் இறக்குமதி செய்த பொறுப்பு அல்லது பொறுப்பின்மை என்னுடையதாகும்.

மணிக்கொடிப் பத்திரிகையானது வெளிவரும் முன்பு எத்தனையோ இலக்கியப் பத்திரிகைகள் இருக்கத்தான் செய்தன. ஆனால், புதிய பரிசீலனைகளுக்கு இடங்கொடுக்கும், உத்சாகமூட்டும், வரவேற்கும் பத்திரிகைகள் அதற்கு முன்போ பின்போ கிடையாது. அந்தப் பத்திரிகையை ஆரம்பித்த லக்ஷியவாதியான கே. ஸ்ரீனிவாசன் அவருடைய அந்தக் 'குற்றத்திற்காக'(?) பாஷைப் பிரஷ்டம் செய்யப்பட்டவர் போல, வேற்று மாகாணத்திலே வேற்று பாஷையிலே பத்திரிகைத் தொழில் நடத்தும் பாக்கியம் கிடைக்கப்பெற்று வாழ்ந்து வருகிறார். காலத்துக்கேற்றபடி உடுக்கடிக்கும் கோட்டான்களும், ஆவேசத்தோடு சீறுவது போல 'பம்மாத்து' செய்துகொண்டு இருக்கும் கிழட்டுப் புலிகளும் பாஷையையும் பாஷையின் வளர்ச்சியையும் பாழ்படுத்திக்கொண்டு இருக்கும்படி அனுமதித்து வரும் தமிழரின் பாஷா அபிமானத்தைக் கோவில் கட்டித்தான் கும்பிட வேண்டும். அன்று மறுமலர்ச்சி என்ற ஒரு வார்த்தை புதிய வேகமும் பொருளும் கொண்டது. அதைச் சிலர் வரவேற்றார்கள்; பலர் கேலி செய்தார்கள்; பெரும்பான்மையோர் அதைப் பற்றி அறியாதிருந்தார்கள். *மணிக்கொடி* பொருளாதார நிர்ப்பந்தம் என்ற நபரால் சிசுஹத்தி செய்யப்பட்டு அசிரத்தை என்ற முனிசிப்பல் குப்பைத் தொட்டியில் எறியப்பட்டது. மூச்சுப் பேச்சற்றுக் கிடந்த அந்தக் குழந்தையை எடுத்துவந்து ஆசை என்ற ஒரே அமுதூட்டி வளர்ப்பதற்காக நானும் பி. எஸ். ராமையா என்ற நண்பரும், எங்களைப் போலவே உத்சாகத்தை மட்டும் மூலதனமாகக் கொண்ட இன்னும் சில சகா எழுத்தாளர்களும் சேர்ந்து நடத்திவந்தோம். "அது இரண்டு மூன்று வருஷங்களில் கன்னிப்பருவம் எய்திக் கண்ணை மயக்கும் லாவண்யத்தைப் பெறும் சமயத்தில் அதைக் கைப்பிடித்து இழுத்துக் கொண்டு ஓடும் நண்பரைப் பெற்றோம்." அவர் அவளை ஒருவருக்கு விற்றார். விற்ற உடனே அவளுக்கு ஜீவன்முக்தி இந்தக் கலிகாலத்தில் கிடைத்தது. இதுதான் *மணிக்கொடியின்* கதை. இதுதான் தமிழிலே புதிய பரிசீலனைகள் செய்ய வேண்டும் என்று கோட்டை கட்டியவர்களின் ஆசையின் கதை. இந்தக் கதையின் ஒரு அம்சம் எனது கதைகள்.

மணிக்கொடி பத்திரிகையில் எழுதியவர்களில் பெரும் கேலிக்கும், நூதனம் என்பதனால் ஏற்படும் திக்பிரமைக்கும் ஆளான ஒரே கதாசிரியன் நான். சரஸ்வதி பத்திரிகை ஆசிரியர் என்ற தலைப்பில் நையாண்டி செய்யப்பட்ட கௌரவம் எனக்கு ஒருவனுக்குத்தான் கிடைத்தது.

கருத்தின் வேகத்தையே பிரதானமாகக் கொண்டு வார்த்தைகளை வெறும் தொடர்பு சாதனமாக மட்டும் கொண்டு தாவித் தாவிச் செல்லும் நடை ஒன்றை நான் அமைத்தேன். அது நானாக எனக்கு வகுத்துக்கொண்ட ஒரு பாதை. அது தமிழ்ப் பண்புக்கு முற்றிலும் புதிது. அதைக் கையாண்ட நானும் கல்வி கற்றதின் விளைவாக பாஷைக்குப் புதிது. இதனால், பலர் நான் என்ன எழுதுகிறேன் என்பது பற்றிக் குழம்பினார்கள். சிலர் நீங்கள் எழுதுவது பொது ஜனங்களுக்குப் 'புரியாது' என்று சொல்லி அனுதாபப்பட்டார்கள். அந்த முறை நல்லதா, கருத்து ஓட்டத்திற்கு வசதி செய்வதா என்பதை அதே முறையில் பலர் எழுதிய பின்புதான் முடிவுகட்ட முடியும். அந்த முறையை நானும் சிறிது காலத்திற்குப் பிறகு கைவிட்டு விட்டேன். காரணம் அது சௌகரியக் குறைவுள்ள சாதனம் என்பதற்காக அல்ல. எனக்குப் பல முறைகளில் கதைகளைப் பின்னிப் பார்க்க வேண்டும் என்ற ஆசையினால் அதைக் கைவிட்டு வேறு வழிகளைப் பின்பற்றினேன். இன்று திரும்பிப் பார்க்கும்போது அவை உலக வளர்ச்சியில் பரிணாம வாதத்தினர் சொல்வது போல இலக்கிய வளர்ச்சியின் தெருவடச்சான் சந்துகளாக அங்கேயே வளர்ச்சித் தன்மை மாறி நின்றுவிட்டன. இன்று அவற்றை ஆற அமரப் படித்துப் பார்த்துத்தான் முடிவுகட்ட வேண்டும். எனது முயற்சி பலிக்காமல் போயிருக்கலாம். அதனால் முறை தப்பானது என்று முடிவுகட்டிவிடக் கூடாது. நான் அறியாமல் வகுத்துக்கொண்ட எனது பாதையைப் பற்றி இன்னும் ஒரு வார்த்தை. நான் எந்தச் சமயத்தில் இந்தத் தவளைப் பாய்ச்சல் நடையைப் பின்பற்றினேனோ அதே சமயத்தில் மேலை நாடுகளில் அதுவே சிறந்த சிகரமாகக் கருதப்பட்டது என்பதைச் சமீபத்தில் நான் ஒரு இலக்கிய நண்பரிடம் பேசிக்கொண்டிருந்தபோது கேட்டு அறிந்தேன். இலக்கிய சிங்காசனத்தில் ஏறி அமர்ந்துகொள்ள எனக்குத்தான் உரிமை என்று கட்சி பேச நான் இந்தக் கருத்தை சொல்ல வரவில்லை. கருத்துக்கள் நமது தேசத்து மன உளைச்சல்களின் உருவகமாக இருந்தாலும் என் போக்கு உலக இலக்கியத்தின் பொதுப் போக்கோடு சேர்ந்து இருந்தது என்பதை எடுத்துக் காட்டவே இதைக் குறிப்பிட்டேன்.

இனிமேல் படித்துப் பாருங்கள்

29.8.47

புதுமைப்பித்தன்

('ஆண்மை' முன்னுரை)

❖

இ
ரா. ஸ்ரீ. தேசிகன் முன்னுரை

இலக்கியம் ஓர் அகண்ட நந்தவனம். அதில் ஒவ்வொரு சமயத்தில் ஒரு ஜாதி மலர் விசேஷமாய்க் காணப்படுகிறது. இடையிடையே பெரிய காவியங்கள் மலர்கின்றன, நாடகங்கள் பூத்துச் சொரிகின்றன, உள்ளக் கிளர்ச்சிகளை உணர்த்தும் அகத்துறைப் பாக்கள் பூக்கின்றன, நாவல்கள் காட்டுப் பூக்கள் போலக் கொள்ளைகொள்ளையாக விரிகின்றன.

இவைகளெல்லாம் ஏக காலத்திலும் பூக்கலாம். இவைகளில் நாவல் வனத்திலே திரிய அவகாசமில்லாதபொழுது சிறுகதை மலர்களின் மணத்தை நுகர்ந்து உலகக் கவலையை மறந்து ஜனங்கள் இன்புறு கிறார்கள்.

ஜனங்கள் சிறுகதை மலர்களின் மணத்தை அதிகமாய் விரும்பவே, இலக்கிய நந்தவனத்தில் அந்தப் பூச்செடிகள் அதிகமாய்ப் பயிரிடப் பட்டன. அவைகளைப் பயிரிட்டுப் பாதுகாப்பது மிகவும் சிரமம். எனினும் நம் தேசத்திலும், முக்கியமாகத் தமிழ்நாட்டிலும், ஏராளமான கதைகள் மலர்ந்து பரிமளிக்கின்றன. கம்பனுக்குப் பின் ஒரு மகாகவி யைக் காணோம். "தாயுமானவர் இல்லையா? இராமலிங்க சுவாமிகள் இல்லையா? பாரதியார் இல்லையா?" என்று சிலர் வினவலாம். கம்பனின் காம்பீரியக் கவிப் பிரவாகத்தைப் பார்த்த கண்களுக்கு இவர்களெல்லாம் அழகாய்ச் சலசலவென ஓடுகிற சிற்றோடைகள்தான். பெரிய காவியங்கள் தோன்றாதது போலவே சிறந்த நாடகங்களும் தோன்றவில்லை. உயர்ந்த நாவல்களும் இல்லை. ஆயினும் நம் நாட்டு மறுமலர்ச்சியில் சிறுகதை மணம் கமழ்கிறது. இது ஓர் அதிசயம்.

கதை மலர்களில் நம் நாட்டு வித்துக்களிலிருந்து வெடித்து வெளிக் கிளம்பினவைகள் எத்தனை? வெளிநாட்டு வித்துக்கள் நம் நாட்டு உரம் பெற்று வளர்ந்தனவா? அல்லது அந்நிய நாட்டு மலர்கள்தான் நம் நாட்டு மலர்கள் போலப் போலிச் சோபையைக் காட்டுகின்றனவா? உற்றுநோக்கினால் கதை மலர்களில் இந்த மூன்று ரகங்களும் விரவிக் கிடப்பதைக் காணலாம்.

அழகான கதைகள் மலர்வதென்றால் அதற்கு வளம் மிகுந்த ஒரு வளர்ப்புப் பண்ணை வேண்டும். அப்பண்ணையில் உருவிலா, மண மிலாப் பூக்கள் பல பூத்து, வாடி, மண்ணோடு மண்ணாக மக்கி எருவாகியிருக்க வேண்டும். இதில் ஆச்சரியமில்லை. முன் பூத்து வாடிய மலர்களே இப்பொழுதுள்ள கதைகளுக்கு உரமாகியிருக்கின்றன. நம்முடைய சாரமற்ற கதைகளே இனிப் பூக்கும் வாடாத மலர்களுக்கு எருவாகிவிடுகின்றன.

தமிழ் இலக்கியத்தில் சமீப காலத்தில் அலர்ந்துள்ள கதை மலர்கள் பல. அவற்றில் பெரும்பாலானவை இன்னும் புஸ்தக ரூபத்தில் வரவில்லை. என் கைக்குக் கிடைத்த கதைகளில் அதிக அழகாய் அமைந்த சிலவற்றைக் கீழே குறிப்பிடுகிறேன்:

கொட்டுகிற மழையிலே, இருளை வெட்டுகிற மின்னலிலே, காற்று விம்மிவிம்மி அடிக்க, முடிவில் உயிரை மாய்த்துக்கொண்ட ருக்மணியின் சோகத்தைத் தன் ஆயிர இலை வாய்களினால் ஓலமிட்ட 'குளத்தங்கரை அரசமரம்' மனத்தை விட்டு அகலுமோ? கடை, ரயில்வே ஸ்டேஷன், சினிமா முதலிய இடங்களில் சிந்தை தேக்கிய முகத்துடன் ராமநாதய்யர் தேடியும் காணாத 'தேவானை'யின் கஷ்டத்தைப் பற்றி வாசித்த எவர் உள்ளந்தான் உருகாது? "அருள் சுரந்தது; ஆனால் மார்பில் பால் சுரந்ததோ!" என்று பூர்த்தியாகிற ஒரு தாயின் கதை நம் உள்ளத்தைக் கவராமல் போகாது. முருகனும் கிருஷ்ணனும் இறுதியில் ஒருவருக்கொருவர் பார்த்துக் கண்ணீர்விட்ட காட்சியைத் தருகிற

‘கலைஞன் தியாகம்’ நம் அகக் கண்முன் ஓடிவரும். “நீ வச்சுக்கக் கூடாதா அத்தெ?” என்று குழந்தை கேட்க, ஒரு விதவையின் மனத்தில் துயின்றுகொண்டிருந்த ஆயிரம் உணர்ச்சிகள் குமுறி வருகிறதைச் சித்திரிக்கும் ‘பூச்சூட்டல்’, தொலையாத இருட்டில் புழுங்கிக் கலங்கும் குஞ்சம்மாவின் உள்ள உணர்ச்சிகளை நயம்படக் காட்டும் ‘விடியுமா?’, ராதாவின் மாமா சந்திரன் நினைவு அலைகளையெழுப்பும் ‘ஞாபகம்’, சுழித்தோடுகிற துங்கபத்திரா நதிக்கரையில் சின்னாபின்னமாய்க் கிடக்கும் சிற்பங்களை ராமராயனின் சிதைந்த காதல் மாளிகையெனக் கூறும் ‘ராமராயன் கோயில்’, கணவனுக்கு அனைத்தையும் அர்ப்பணம் செய்யும் காமாட்சி அம்மாளின் தியாகத்தைக் காட்டும் ‘பொன்வளையல்’, ஜானகிராமய்யர் அம்புஜவல்லி இவர்கள் அகத்தில் அருவி போல் ஓடுகிற அன்பைக் காட்டும் ‘பெற்றோர்கள்’, தனக்குத் தகுந்த கணவன் வராது ஏங்கி வாடும் பார்வதியின் வேதனையைக் காண்பிக்கும் ‘என்று வருவானோ?’– இக்கதைகள் என் அறிவு வட்டத்திற்குள் மிதந்து வருகின்றன. இவை தவிர வேறு பல அழகிய தமிழ்க் கதைகளும் இருக்கலாம். பல இளம் எழுத்தாளர்களின் கதைகள் அவ்வப்பொழுது பத்திரிகைகளில் வெளிவருகின்றன. இவையெல்லாம் தொகுக்கப் பெற்றுப் புத்தகங்களாக வெளிவந்தால்தான் எல்லோரும் இவற்றை நன்கு அநுபவிக்கவும், இவற்றின் வளத்தைப் பற்றி நிர்ணயிக்கவும் சந்தர்ப்பம் வாய்க்கும். எந்த இடத்தில் அழகும் உண்மையும் தாண்டவமாடுகின்றனவோ அவ்விடத்தைக் கைகூப்பித் தொழ வேண்டும்; அதுதான் கோயில்.

நம் தமிழிலே நல்ல கதைகள் வருவதற்கு மூல காரணம் மேனாட்டாரின் அருமையான கதைகளை வாசித்ததுதான் என்று இலக்கிய உலகில் திரியும்போதெல்லாம் நாம் உணர்கிறோம்.

சிறுகதைக்கு உருக் கொடுத்தது, இலக்கணம் வகுத்தது முதலியன மேனாட்டார் செய்த வேலைகள். அவர்கள் வகுத்த இலக்கணத்திற்கிணங்க நம் நாட்டில் கதைகள் இல்லாமற்போகவில்லை. கலித்தொகை, புறநானூறு முதலிய சில நூல்களில் அநேக சந்தர்ப்பங்கள், நிகழ்ச்சிகள் சிறுகதைச் சுருதியில் செல்லுகின்றன. ஏசுநாதர் உபதேசக் கதைகள் போலவே உபநிஷத்துக்களில் காணப்படும் கதைகளை வாசிக்குந்தோறும் எத்தனை மொழிகடந்த பாவ கர்ப்பங்களாக அவைகள் இருக்கின்றன என்று நாம் ஆச்சரியத்தை அடைகின்றோம்.

ஆனால், பெரும்பாலும் கதைகள் பஞ்சதந்திரக் கதைகள் போலவே நீதிகளைக் கற்பிக்கக் கூடியவைகளாக இருக்கின்றன. கதைகளில் நீதிகள் வரக்கூடாது என்பதில்லை; ஆனால், வெறும் நீதிகளுக்காகவோ, வேறு குறிப்பிட்ட நோக்கங்களுக்காகவோ கதைகள் கட்டப்பட்டால் அவை இலக்கியக் கலையின் உயர்ந்த பீடத்திலிருந்து இறங்கிவிடுகின்றன. இக்கதைகளில் கலை வேறு நோக்கங்களுக்காகப் பயன்படுத்தப்பட்டிருக்கிறதாகவே கொள்ளப்படும். ஒரு சங்கீதம் போல, ஒரு நாட்டியம் போல, ஓர் ஓவியம் போலக் கதைகளையும் அநுபவிக்க வேண்டும் என்று மேனாட்டார் காண்பித்தனர். கதையின் மர்மங்களும், இலக்கணங்களும், இரகசியங்களும் தெரிந்தால்தான் அந்தத் துறையில் நாம் பயமின்றி இறங்கலாகும்.

சிறுகதையின் இலக்கணங்களை முற்றிலும் சொல்லப் புகுந்தால் அதுவே ஒரு பெரும் புஸ்தகமாக விரியும். இங்கு கதையின் ஜீவநாடியை மட்டும் தொட்டுக்காட்டி மேலே செல்வேன்.

சிறுகதை ஒரு குறுகிய நாவலில்லை. அநேக பாத்திரங்களையும் அநேக சம்பவங்களையும் சித்திரிக்க வேண்டியிருப்பதால் ஒரு நாவலுக்கு அகன்ற சித்திரக்கிழி வேண்டும். ஒரு நிகழ்ச்சிதான் சிறுகதைக்குள்ள வட்டம். அவ்வட்டத்திற்குள் எவ்வளவு அலங்காரம் செய்யலாமோ அவ்வளவு அலங்காரந்தான் செய்யலாம். ஒரு நாவலில் கூட்டலாம், கழிக்கலாம்; ஆனால் கதா பாவம் கெட்டுப்போகிறதில்லை. ஒரு சிறுகதையில் ஒரு பதத்தை எடுத்தாலும் கதை பழுதுபட்டுப் போய்விடும்.

நாடகத்தைப் போலவே சிறுகதையிலும் ஒவ்வொரு பதத்திற்கும் ஒரு பிரயோஜனம் இருக்க வேண்டும். வார்த்தைகளில் சிக்கனம் வேண்டும். வர்ணனைக்காகவே வர்ணனையும், ஹாஸ்யத்திற்காகவே ஹாஸ்யமும் சிறுகதையில் இடம்பெற முடியாது. ஹாஸ்யமான விஷயம் கதைப் போக்கின் ரஸத்தை அதிகப்படுத்துகிறதா என்று பார்க்க வேண்டும். இல்லாவிட்டால் அதை அடியோடு தள்ளிவிட வேண்டும். விகடத்திலேயே பயிற்சி செய்கிற உள்ளத்தை உடையவருக்கு அசந்தர்ப்பமான இடங்களில் ஹாஸ்யம் வெடித்துவிடும். வீணை போல் ரஸமாய் ஒலித்துக்கொண்டிருக்கிற கதைப் போக்கின் நடுவில் ஹாஸ்யப் பேச்சு வந்தால், தீஞ்சுவை அமிர்த தாரையைப் பருகி வெறிகொள்ளும் ரஸிகர் செவியில் கோரமான கொம்பு ஊதி முழக்குவது போல ஆகும்.

நம்முடைய நோக்கமென்ன, நாம் எந்தச் சுருதியிலே கதையின் மூர்ச்சனையைக் கூட்டியிருக்கிறோம் என்ற விஷயத்தைத் தீர்மானம் செய்துகொண்டு அதற்கு அனுகுணமான ஸ்வரங்களைத் தயாரிக்க வேண்டும். ஒரு ஸ்வரம் அதிகமாய்ப்போனால் வேறு ராகத்தின் இயல்பு வந்துவிடும். ஆரபி தேவகாந்தாரத்தில் கரைந்துவிடுகிறது. மத்யமாவதி சுத்த சாவேரியாக மாறிவிடுகிறது. ராகத்தைப் போலவே சிறுகதை விஷயத்திலும் சர்வ ஜாக்கிரதையாகப் பழக வேண்டும். சிறுகதையில் ஒரு ரஸந்தான் நரம்பு போல ஊடுருவி ஓட வேண்டும். கதையைப் படித்து முடித்துவிட்டால் ஒரு பாவந்தான் மனத்தில் நிற்க வேண்டும். கதை ஓர் ஒருமை எண்ணத்திலோ, நிகழ்ச்சியிலோ, நோக்கத்திலோ அல்லது சூழ்நிலையிலோ* இருக்க வேண்டும். அநேக வருஷங்களை உள்ளடக்கி வைத்துக்கொள்ளலாம் ஒரு கதை. ஆனால் அநேக வருஷ சம்பவங்கள் ஒரு ரஸத்தையே தொட்டுக்கொண்டு போக வேண்டும். உதாரணமாக, மாபஸான் எழுதிய 'லா பரூரே' (Maupassant's 'La Parure') என்ற கதையை எடுத்துக்கொள்வோம். அது வெகுநாள் நீண்ட சோக நாடகத்தைச் சித்திரிக்கிற ஒரு கதை. ஆனால் அதனுடைய ஒருமை அணுவளவும் மாறவில்லை.

கதை முடிவில் எழும் நாதத்திற்குக் கதை முழுவதுமே எதிரொலி கொடுக்க வேண்டும். "எனக்கு விடுமுறை நாட்கள் வந்துவிட்டன"

---

* சூழ்நிலை : சுற்றுச்சார்பு; Atmosphere

என்று டாக்டர் தாகூர் எழுதிய முடிவும், "எனக்கு வாய்விட்டு அழுவதற்குக் கூடவா இப்பரந்த உலகில் இடமில்லை?" என்று காதரின் மான்ஸ்பீல்டு கொடுத்த முடிவும் என் மனத்தில் மின்னிக்கொண்டேயிருக்கின்றன.

சிறுகதைக்கு விஷயங்கள் எவை? உலக நாடக மேடையில் நடக்கிற சம்பவங்கள் முழுவதுந்தான். ஒரு கை ஜாடை, ஒரு கண் சிமிட்டல், ஒரு நடை வீச்சு, தியாகம், வீரம், காதல் – எல்லா அநுபவங்களும், எல்லா ரஸங்களுமே கதையின் எல்லைக்கு உட்பட்ட விஷயங்களாகும். சுருங்கச் சொல்லுமிடத்து அனந்தமான தந்திகள் அடங்கிய வாழ்க்கை வீணையில் ஒரு தந்தியைப் பேசவைப்பதுதான் சிறுகதை. என்ன, கதைக்கு லட்சணம் கூறப் புகுந்து கவிதையின் லட்சணமல்லவா கூறப்படுகிறது என்று சிலர் கருதலாம்.

ஆம், கதைக்கும் கவிதைக்கும் அதிக வித்தியாசமில்லை. சிறு கதைச் சைத்திரிகனைக் கொஞ்சம் ஊடுருவிப் பார்த்தால் அவன் ஒரு கவி என்பது புலனாகும். கவியுள்ளம் படைத்தவன்தான் சரியான கதை எழுத முடியும். அகத்துறைக்கான* ஒரு நிலையை (*lyric*) அடைந்து விடுகிறது உண்மையான சிறுகதை. அகத்துறைப் பாவைப் போலவே சிறுகதையிலும், தெளிவாக, உணர்ச்சி பொங்க வருணிக்கப்படும் ஓர் அநுபவத்தை மாற்றக்கூடிய அல்லது குழப்பக்கூடிய வேறு எந்த அம்சமும் இருக்க இடமில்லை.

புகழ்பெற்ற பிரெஞ்சுக் கதாசிரியரான மாபஸானின் கதைகளைப் பற்றிக் கூறப்பட்டிருக்கும் ஒரு விஷயம் இங்கு கவனிக்கத்தக்கது: அகத்துறைக்கான வடிவை அடைய வேண்டுமென்று மாபஸான் கதைகளை எழுதவில்லை. கதைகளுக்கு வேண்டிய பாகங்களை வைத்துக் கொண்டு மற்றப் பாகங்களை நிர்த்தாட்சண்யமாக அவர் கழித்து விட்டபடியால் அவர் கதைகள் அந்நிலையை அடைந்துவிட்டன. இவ்வாறு அடையாவிட்டால் உயர்ந்த லட்சியத்திலிருந்து கதைகள் இறங்கிவிட்டன என்றே சொல்லிவிடலாம்.

காதலும், கடிதமும், கண்ணீரும் சிதறிக் கிடக்கிற எத்தனையோ கதைகளை வாசித்துச் சலித்துப் போயிற்று என் உள்ளம். காதல் மனித வாழ்க்கையில் ஒரு மூலை, ஒரு கோணம். மூலை முழு வீடாகுமா? மேலும், தீண்டாமை, கதர், கோயில் திறப்பு, சமுதாய அக்கிரமங்கள், ஜாதிக் கட்டுப்பாடுகள், விதவையின் துயரம் இவை களுக்குத் தான் கதைகள் எழுந்தனவா? – அல்லது கதைகளுக்காகத்தான் இவைகள் உண்டாயினவா?

சமூகக் கதைகளில் உருக்கமில்லாமல் போகவில்லை. நம் நாட்டு நிலைக்கு அவைகளும் வேண்டியவைதான். ஆனால் சமுதாயம் முன்னேற்றமடைந்துவிட்டால், பிறகு அவைகள் ரஸமற்றுச் சப்பென்று போய்விடும். நிரந்தரமாக எக்காலத்திலும் நம் உள்ளத்தை அவைகள் தொட்டுக்கொண்டிருக்க முடியாது.

---

* அகத்துறையென்பது காதலை மட்டும் குறிப்பதாக இங்கு கொள்ளப்பட வில்லை. உள்ளத்தின் உணர்ச்சிகள் அனைத்தையும் அது தழுவும்.

காதற் கதைகள், சீர்திருத்தக் கதைகள் இவற்றுக்கெல்லாமிடையே வேறொரு குரல் கேட்கிறது. அது என்ன என்று திரும்பிப்பார்த்தால் மேஜைமீது 'புதுமைப்பித்தன்' சிறுகதைப் புத்தகம் விரிந்து கிடக்கிறது. சிறுகதை மர்மங்களை நன்கறிந்துள்ள 'புதுமைப்பித்த'னின் கதைகளுக் கிடையே திரியும்பொழுது ஒரு கவி—யுலகிலே திரிகிற உணர்ச்சி எனக்கு வருகிறது. இவருடைய கதை ஒவ்வொன்றும் ஒரு தனி அநுபவ முத்திரை பெற்றிருக்கிறது. ஒவ்வொன்றிலும் உண்மையின் நாதம் தொனிக்கிறது. இவருடைய சில கதைகளை ரஸம் ததும்புகிற பாடல்கள் என்றே சொல்லிவிடலாம்.

ஜேம்ஸ் ஸ்டீபன்ஸ் (James Stephens) என்பவர் பாடியுள்ள ஒரு பாட்டை எடுத்துக்கொள்வோம். அதன் கருத்து வருமாறு:

குளிர்காலம்; வெட்டுகிற வாடை; இருள் சூழ்ந்த உலகம். ஒரு தனியிடத்தில் ஓர் ஏழைப் பெண். உடையோ அள்ளு கந்தல். குழந்தையை அன்புடன் அணைத்து முத்தமிட்டுப் பால் தருகிறாள். பனி, வாடை, இருள் என்ற சூழ்நிலையின் மத்தியில் அக்காட்சியைக் கண்ட கவியின் மனத்திலே பாய்கின்றது ஓர் உணர்ச்சி. உலக இருளையும் குளிரையும் நீக்கும் அன்பொளியல்லவோ அவளிடத்தில் இருக்கிறது என்று தன் உள்ளத்தைக் கொட்டிவிடுகிறான் கவி.

இந்த அளவுகூடப் போதும் ஒரு சிறுகதைக்கு. இப்பாட்டையே சிறுகதையாக அமைத்துவிடலாம்.

'புதுமைப்பித்தன்' வேறொரு சுருதியில் ஒரு கதையைப் பாடுகிறார். வேகம் ஒன்றுதான்; ஆனால் உணர்ச்சி வேறு... ஒரு தெரு விளக்கு. அதன் ஒரு பக்கத்துக் கண்ணாடி உடைந்துவிடுகிறது. விளக்கை எடுத்துவிடுகிறார்கள் அதிகாரிகள். பிச்சையெடுக்கப் போயிருந்த ஒரு கிழவன் அங்கு வருகிறான். விளக்குக்குக் கிழவன், கிழவனுக்கு விளக்கு என்று முன்னிருந்த நிலை போய்விடுகிறது. கிழவனுடைய உள்ளம் அஸ்தமனத்தை அடைந்துவிடுகிறது. மறுநாட் காலையில் ஒரு கிழவனின் சவம் அங்கு கிடக்கிறது. இந்தக் கதையில் நான் கிழவனுடைய மரணத்தைப் பார்க்கவில்லை: ஆதாரமற்று இருளில் திரிந்து மடியும் அநாதைகளின் சோக நாடகத்தைத்தான் பார்க்கிறேன்.

"பற்றுக்கோலை யாரோ தட்டிப் பிடுங்கிக்கொண்ட குருடனின் நிலை.

"அன்று அவனுக்கு உலகம் சூனியமாய், பாழ்வெளியாய், அர்த்தமற்ற தாய் இருந்தது."

மனிதன் நவீன நாகரிகத்தில் யந்திரமாகிவிடுகிறான் என்பதை விஷயமாக்கி இரண்டு கதைகளை ஆசிரியர் தந்திருக்கிறார்:

ஒருவர் ஹோட்டலுக்குள் போகிறார். அங்கே ஒருவன் பம்பரம் போல ஆடுகிறதைக் காண்கிறார். ஜனங்கள் அலைகள் போல வருவதும் போவதுமாக இருக்கிறார்கள். அவ்வளவு ஜன அலைகளுக்கும் அவன் ஈடு கொடுக்கிறான். நவநாகரிகம் அவனை ஒரு யந்திரமாக்கிவைத்திருக் கிறது. ஆனால் அவனுடைய மனித உணர்ச்சி முற்றிலும் போய்விட வில்லை என்பதற்கு ஓர் அறிகுறி தெரிகிறது. நாற்காலியிலிருந்து எழுந்திருந்தவரின் கைக்குட்டை கீழே விழுந்துவிட்டது.

"ஸார், உங்கள் கைக்குட்டை கீழே விழுந்துவிட்டது!"

இவ்வாறு கூறி அவன் குனிந்து கைக்குட்டையை எடுத்துக் கொடுக்கிறான். அமைதியான நீர்நிலையில் தொப்பென்று ஒரு கல் விழுந்து தரங்கங்களை எழுப்புவது போல அவன் மனத்தில் கைக்குட்டை தொனி அலைகளைக் கிளப்புகிறது. இச்சித்திரம் வளமுள்ள கற்பனை யின் தொழிலைத் தவிர வேறு எதாயிருக்க முடியும்?

நல்லதாயிருந்தாலும் சரி, கெட்டதாயிருந்தாலும் சரி, பழக்கம் ஒரு விலங்குதான். மலைக்காற்றைப் போலத் திரிய வேண்டுமென்கிற இச்சையை அது தடை செய்துவிடுகிறது. நெடுநாளாகக் கேடு செய்வதே தொழிலாகவுடைய ஒருவன் மனம் திருந்தி மேலேறவேண்டுமென்று கருதினாலும், நெடுங்காலமாக நல்ல வழியிலேயே சென்றுகொண் டிருக்கும் வேறொருவன் இழிதொழிலில் இறங்க வேண்டுமென்று கருதினாலும், இருவருக்கும் முடியாமல் போகிறது. இருவரும் இரு பழக்கத் தளைகளைத் தாண்ட முடியாமல் நின்றவிடத்திலேயே நிற்கிறார்கள். இவ்விரு தளைகளில் ஒன்று இரும்புத் தளை, மற்றது பொன் தளை. ஆயினும் இரண்டும் தளைகள் என்பதில் சந்தேகமில்லை. உலகத்தில் ஒரு பாகம் மேலே மிகப் பகட்டாய் டால் வீசுகிறது. அடியிலே இருள் சூழ்ந்த பயங்கரமான பாதாளம். இந்தக் கருத்துக்களை வைத்து 'மனித யந்திரம்' என்று ஒரு கதை அமைக்கப்பட்டிருக்கிறது. இக்கதையில் விளங்கும் மீனாட்சிசுந்தரம் பிள்ளை மறக்க முடியாத பாத்திரமாகக் காட்சியளிக்கிறார்.

ஆபீஸ் கிளார்க் ஒருவன் சோர்ந்து வீடு திரும்புகிறான். ஓர் இருண்ட சந்து வழியாக அவன் போக நேர்கிறது. அங்கே "அலங்கோலமான ஸ்திதியில் ஒரு பெண். பதினாறு பதினேழு வயதிருக்கும். காலணா அகலம் குங்குமப் பொட்டு, மல்லிகைப்பூ, இன்னும் விளம்பரத்திற்குரிய சரக்குகள்.

" 'என்னப்பா சும்மா போரே? வாரியா'?"

வாலிபன் திடுக்கிட்டு மடியிலிருந்த சில்லறைகளையெல்லாம் இறைத்துவிட்டு ஓடுகிறான். இது வெறும் புனை கதையா? நமது நகரங்களில் போகக்கூடாத சந்துகளில் தட்டுத் தடுமாறிப் போய் விட்டால் இதே கோரமான காட்சிதான். நல்லோர் நெஞ்சு படபடக்கும் படியான சம்பவங்கள். இத்தகைய பரிதாபகரமான காட்சிகளை நினைக்கும்போதெல்லாம் சமூகத்தின் நெஞ்சு துடிக்க வேண்டும். நம் படபடப்பு கதையில் காணும் வாலிபனுடைய படபடப்போடு ஒன்றாய்க் கலக்கும். உலகத்தின் வறுமையையும் கசப்பையும் காட்ட இந்த ஒரு காட்சி போதும். உலகத்தை வாட்டுகிற வறுமைத் தீ ஆத்ம குணங்களையெல்லாம் எரித்து மனிதன் உள்ளத்தைச் சுடுகாடாக்கி விடுகிறது. 'பொன்னகரத்திலும் இதே செய்தி. வறுமையிலே தன்னுடைய கற்பை விற்றுப் புருஷனுக்குக் கஞ்சி வார்க்கிறாள் ஓர் ஏழை ஸ்திரீ. கதையின் முடிவு இதுதான்:

இருவரும் இருளில் மறைகிறார்கள். அம்மாளு முக்கால் ரூபாய் சம்பாதித்துவிட்டாள். ஆம், புருஷனுக்குப் பால்

கஞ்சி வார்க்கத்தான். என்னமோ கற்பு, கற்பு என்று கதைக்கிறீர்களே, இதுதானய்யா பொன்னகரம்!

இந்தக் கதையில் வருகிற அம்மாளுவை நினைக்கிறபொழுது விக்டர் ஹியுகோ (*Victor Hugo*) சிருஷ்டித்த பாண்டைன் (*Fantine*) என்ற பெண்ணின் ஞாபகம் வருகிறது.

'காலனும் கிழவியும்' என்ற கதை பயங்கரமான ஒரு ஹாஸ்ய ரஸம் தோய்ந்தது. கிழவிக்குத்தான் வெற்றி. அவள் வெற்றிச் சிரிப்பு நம் செவியில்கூட விழுகிறது. யமனிடம் கிழவி கர்ச்சிக்கிறாள்:

> உன்னாலே என் உசிரெத்தானே எடுத்துக்கிட்டுப் போக முடியும்? இந்த உடலைக்கூடத் தூக்கிட்டுப் போவ உனக்குத் தெறமை யிருக்கா? யோசிச்சுப் பாரு. ஒண்ணெ வேறெயா மாத்த முடியும். உன்னாலே அழிக்க முடியுமா?

'ஞானக் குகை' என்ற கதையில் ஓர் ஊமைக்கு ஞானம் வந்த வரலாறு கூறப்படுகிறது. திடீரென ஆயிரம் தீ நாக்குகளாக எழுந்த அகண்ட ஞானத் தீச்சுடரைப் பையன் தேகம் தாங்கவில்லை. கருகிச் சாம்பலாகிவிடுகிறான் என்று நாம் ஊகிக்கிறோம். ஆனால் அப்பையனுடைய ஊரார்களுக்கு இச்செய்தி ஓர் ஆச்சரியம், ஒரு புதிர். ஞானம் உதயமாகும் ஸ்தலம் ஒரு மலையென்று சிருஷ்டித்தது மிகவும் பொருத்தமே. எங்கே அமைதியும் அன்பும் கொஞ்சுகின்றனவோ அங்கேதான் ஞானமுண்டாகிறது மனிதனுக்கு.

'சிற்பியின் நரக'த்தில் கலையின் தத்துவம் விளங்குகிறது. இலக்கியமும் சிற்பமும் இரு வேறு கலைகளாயினும் இலக்கிய ஆசிரியரும் சிற்பியும் ஒன்றுபோலவே விளங்குகிறார்கள். இருவரும் தத்தம் அநுபவத்தை வெளியிடுகிறார்கள். இலக்கிய ஆசிரியர் கவிதை, கதை முதலியவற்றின் மூலமாயும், சிற்பி சித்திரம் அல்லது சிலை மூலமாயும் தாம் பெற்ற அநுபவத்தை உலகிற்கு வழங்குகிறார்கள். ஆசிரியர் பாஷையைக் கருவியாகவும், சிற்பி துணி, கல் அல்லது உலோகத்தைக் கருவியாகவும் உபயோகப்படுத்தினாலும் அவர்களுக்குள் ஒருமைப்பாடு இருக்கிறது. இக்காரணத்தாலேயே கவிதை 'பேசுஞ் சிலை' என்றும், சிலை 'மோனக் கவிதை' என்றும் சொல்லப்படுகின்றன. ஆசிரியர், சிற்பி இருவருடைய படைப்புக்களும் அவர்கள் பெற்ற அநுபவங்களை நமக்கு அப்படியே கொடுக்கின்றன. நாமும் அதே அநுபவங்களை அவர்களுடைய உணர்ச்சியிலேயே தோய்ந்து அநுபவிக்க வேண்டும் என்பதுதானே அந்தச் சிருஷ்டியின் ரகசியம். இதைவிட்டு, ஓர் உயிர்ச் சித்திரக் கதையையோ அல்லது அற்புதச் சிற்பத்தையோ சைத்திரிகனின் மனத்திற்கு வேறுபட ஜனங்கள் பிரயோகித்தால் அதைவிட அவனுக்கு வேறு நரகம் வேண்டாம். கலையைப் படைத்தவனின் நோக்கத்திலிருந்து மாறுபட்டு அதை இழிவான நிலையில் உபயோகித்தாலும், மேல் நிலையில் உபயோகித்தாலும் அவனுக்கு ஒன்றுதான். கலையின் லட்சியம் மோட்சங்கூட இல்லை.

சிற்பியின் கனவில் தோன்றும் சாயைகள் இங்கு நோக்கத்தக்கன:

> அந்தகார வாசலில் சாயைகள் போல் உருவங்கள் குனிந்தபடி வருகின்றன; குனிந்தபடி வணங்குகின்றன.

‘எனக்கு மோட்சம்!’ ‘எனக்கு மோட்சம்!’ என்ற எதிரொலிப்பு. அந்தக் கோடிக்கணக்கான சாயைகளின் கூட்டத்தில் ஒருவராது சிலையை ஏறிட்டுப் பார்க்கவில்லை.

இப்படியே தினமும் . . .

இந்தக் கதையில் காவிரிப்பூம்பட்டினத் துறைமுகத்துச் சூழ்நிலையை நாம் நன்குணர்கிறோம். துறைமுகத்தில் கடலொலியைப் பரிகசிக்கிற பல தேசத்து வியாபாரிகளின் ஆரவாரம் இன்னும் நம் செவியில் ஒலிக்கிறது.

சூழ்நிலையைச் சரிவரக் கதைகளில் கொண்டுவருகிற ஆற்றல் ஆசிரியருக்கு இருக்கிறது. பல இடங்களில் திருநெல்வேலி வேளாளர் வாழ்க்கைச் சித்திரம் அவர்களுடைய நடையுடை பாவனைகளோடு அப்படியே பிரத்தியட்சமாகிறது. சிறுகதை உலகத்தில் இவர் தகுதியான ஓர் இடம் பெறுவதற்கு ‘நினைவுப் பாதை’ ஒன்று போதும். வைரவன் பிள்ளை மனைவி வள்ளியம்மை ஆச்சி இறந்துவிடுகிறாள். இரண்டாம் நாள் கிரியை. இன்னும் விடியவில்லை. காலப் பனிமூட்டத்தைத் தாண்டி வைரவன் பிள்ளை மனம் ஒரு கனவு உலகத்தில் திரிகிறது. மணக்கோல வள்ளியம்மை அவர்முன் நிற்கிறாள். கிரியைச் சங்கு ஊதப்படுகிறது. கனவு கலைகிறது. முன்போலப் பாழ் உலகந்தான் . . . கதையில் சங்கைக் கொண்டுவருவது ஆசிரியருடைய சாமர்த்தியத்தைக் காட்டுகிறது. வெறும் சங்கின் முழக்கமென்று நீங்கள் இதைக் கருத வேண்டாம். இன்பக் கனவு உலகத்தில் திரியும் மாந்தர்களைப் பயங்கரமான பிரத்தியட்சத்திற்குத் திருப்புகிற உலகத்தின் இரக்கமற்ற ஒலிதான் அது.

‘துன்பக் கேணி’ ஒரு குறுநாவல் திட்டத்திற்கு வளர்ந்துபோனாலும் அதில் ஒருமை நிற்கிறது. எல்லா நிகழ்ச்சிகளும் சோகப் பூச்சைப் பூசிக்கொண்டு தோன்றுகின்றன.

இக்கதையைப் படிக்கும்பொழுது லவலின் போவிஸ் *(Llewelyn Powys)* எழுதிய ‘கருங்காலியும் தந்த’மும் *(Ebony and Ivory)* என்ற புத்தகத்திலுள்ள ஒரு நிகழ்ச்சி என் ஞாபகத்திற்கு வருகிறது. கறுப்புக்கு வெள்ளை தந்தது பரங்கிப் புண்தான். அவன் தந்தான் அவன் வாங்கிக்கொண்டான் என்று போவிஸ் கதையை முடிக்கிறார். இந்த முறையில்தான் ‘துன்பக் கேணி’யும் செல்லுகிறது.

‘மனக்குகை ஓவியங்க’ளில் காணப்படுகிற சித்திரங்கள் ஆசிரியரின் மனக்குகைச் சுவர்களில் வரையப்பட்ட சித்திரங்களென்றே நான் சொல்லுவேன். மனத் தடுமாற்றம், சர்ச்சைகள், பாரமார்த்திக விஷயத்தில் சூனியம், வாழ்வில் நம்பிக்கை–வரட்சி இவைகளைத்தான் சித்திரங்கள் காண்பிக்கின்றன.

சிற்றம்பலமான அவனது உள்ளத்திலே தேவரீர் கழலொலி என்ன நாதத்தை எழுப்புகிறது தெரியுமா?. . . துன்பம், நம்பிக்கை–வரட்சி, முடிவற்ற சோகம் . . .

‘புதுமைப்பித்தன்’ நடையிலே ஆங்கில இலக்கியத்தில் காணப்படும் சொல்லடுக்குகள், உருவகங்கள், வாக்கிய ரசனை தென்பட்டாலும்

அந்த இழைகள் இவர் காவியப் பட்டிலே நன்றாய் அழகுபெற நெய்யப்பட்டிருக்கின்றன.

'புதுமைப்பித்தன்' முகம் எனக்குத் தெரியாது. ஆனால் அவர் அகத்தை நான் அறிகிறேன். அவருடைய கதைகள் அவர் உள்ளத்து ரகசியங்களை எனக்குப் பறையடிக்கின்றன.

ஒரு கவியுள்ளம் – சோகத்தினால் சாம்பிய கவியுள்ளம் – வாழ்க்கை முட்களில் விழுந்து இரத்தம் கக்குகிற உள்ளம் – கதைகள் மூலம் பேசுகிறது. இதுதான் நான் கண்டது இந்தக் கதைக் கொத்திலே.

திருவல்லிக்கேணி ரா. ஸ்ரீ. தேசிகன், எம்.ஏ.
2.2.1940

('புதுமைப்பித்தன் கதைகள்' முன்னுரை)

❖

ஈ

பதிப்புரை

'புதுமைப்பித்தன்' அவர்களை, தமிழ்நாடு நன்கறியும். அவருடைய எழுத்துக்களைப் பற்றிக் கருத்து வேற்றுமைகள் பல இருக்கலாம். ஆனால், அவைகளை அலட்சியப்படுத்தித் தள்ளிவிடவோ, பொழுது போக்கு என்று படித்துவிட்டுத் தூரப்போட்டுவிடவோ முடியாது. அவருடைய கதை எழுதும் பாணியே அலாதி. வட இந்தியாவின் பிரபல நாவலாசிரியர் பிரேம்சந்தைப் போலவே, சமூகத்தின் குறைகளைக் குத்திக் காட்டுவதில் புதுமைப்பித்தனின் எழுத்துக்கள் சக்தியும் கூர்மையும் பெற்று விளங்குகின்றன. இதில் அடங்கியுள்ள எட்டுக் கதைகளும் சமுதாயத்தின் பல பகுதிகளையும் பார்ப்பதற்கு நமக்குத் துணை செய்கின்றன. இதைப் புத்தக உருவில் வெளியிட அனுமதியளித்த ஆசிரியருக்கு எங்கள் நன்றி.

தமிழ்ப் புத்தகாலயம்

('ஆண்மை' பதிப்புரை : 1947)

பின்னிணைப்பு 2

புதுமைப்பித்தன் கதைத் தொகுப்புகள்
பதிப்பு விவரங்கள்

I. *(அ)* **புதுமைப்பித்தன் கதைகள்**
   முதல் பதிப்பு : *1940*
   வெளியீடு : நவயுகப் பிரசுராலயம் லிமிடெட், ஜி. டி., சென்னை
   அச்சிட்டோர் : பி. என். பிரஸ், மவுண்ட் ரோட், சென்னை
   அளவு : டெமி 1 x 8; ப. xix + 280; விலை: ரூ. 2-0-0
   இடம் பெற்றவை :
   முன்னுரை : ரா. ஸ்ரீ. தேசிகன்

1. ஒரு நாள் கழிந்தது
2. விநாயக சதுர்த்தி
3. துன்பக் கேணி
4. சிற்பியின் நரகம்
5. வேதாளம் சொன்ன கதை
6. பிரம்ம ராக்ஷஸ்
7. வாழ்க்கை
8. தெரு விளக்கு
9. கலியாணி
10. கவந்தனும் காமனும்
11. ஞானக்குகை
12. திறந்த ஜன்னல்
13. மனித யந்திரம்
14. கட்டில் பேசுகிறது
15. கடிதம்
16. கனவுப்பெண்
17. ஆண் சிங்கம்
18. இது மிஷின் யுகம்!
19. அகல்யை
20. சங்குத் தேவனின் தர்மம்

21. பறிமுதல்
22. காலனும் கிழவியும்
23. கோபாலபுரம்
24. கொன்ற சிரிப்பு
25. பொன்னகரம்
26. சாயங்கால மயக்கம்
27. நினைவுப்பாதை
28. மனக்குகை ஓவியங்கள்
29. ?

(ஆ) புதுமைப்பித்தன் கதைகள்

2ஆம் பதிப்பு : 1947
வெளியீடு : நவயுகப் பிரசுராலயம், காரைக்குடி – சென்னை
அச்சிட்டோர் : கபீர் பிரிண்டிங் வொர்க்ஸ், சென்னை
அளவு : கிரவுன் 1 x 8; ப. xix + 281; விலை : ரூ. 4-0-0
(முதல் பதிப்பில் இடம்பெற்ற 29 கதைகளும், ரா.ஸ்ரீ. தேசிகனின் முன்னுரையும் இதில் அடங்கும்)

(இ) புதுமைப்பித்தன் கதைகள்

2ஆம் பதிப்பு : ஏப்ரல் 1947
வெளியீடு : நவயுகப் பிரசுராலயம், காரைக்குடி – சென்னை
அச்சிட்டோர் : கபீர் பிரிண்டிங் வொர்க்ஸ், சென்னை
அளவு : கிரவுன் 1 x 8; ப. iv + 74; விலை : ரூ. 1-0-0
(இந்நூல், இரண்டாம் பதிப்பின் முதல் நாலரைப் படிவங்களை மட்டும் மிகைப்படிகளாக அச்சிட்டுத் தனி நூலாகக் கட்டடம் செய்யப்பட்டுள்ளதாகத் தெரிகின்றது. ரா. ஸ்ரீ. தேசிகன் முன்னுரை இல்லை. இடம்பெற்ற கதைகள்: துன்பக்கேணி; சிற்பியின் நரகம்; கலியாணி.)

II. ஆறு கதைகள்

முதல் பதிப்பு : காலம் தெரியவில்லை (1941க்கு முன்பு)
வெளியீடு : நவயுகப் பிரசுராலயம் லிமிடெட், ஜி. டி., சென்னை
அச்சிட்டோர் : பி. என். பிரஸ், சென்னை
அளவு : கிரவுன் 1 x 8; ப. 54; விலை : 4 அணா
இடம் பெற்ற கதைகள்:
1. சணப்பன் கோழி
2. பொய்க்குதிரை
3. வாடா மல்லிகை
4. வழி
5. செவ்வாய் தோஷம்
6. கருச்சிதைவு

III. **நாசகாரக் கும்பல்**

முதல் பதிப்பு : காலம் தெரியவில்லை (1941க்கு முன்பு)
வெளியீடு : நவயுகப் பிரசுராலயம் லிமிடெட், ஜி.டி., சென்னை
அச்சிட்டோர் : பி. என். பிரஸ், சென்னை
அளவு : கிரவுன் 1 x 8; ப. 35; *விலை* : 3 அணா
இடம் பெற்ற கதை : நாசகாரக் கும்பல்

IV. **காஞ்சனை**

முதல் பதிப்பு : டிசம்பர் 1943
வெளியீடு : கலைமகள் காரியாலயம், மயிலாப்பூர், சென்னை
அச்சிட்டோர் : தி மதராஸ் லா ஜர்னல் பிராஞ்ச் பிரஸ், திருபுவனம், திருவிடைமருதூர் அஞ்சல்
அளவு : கிரவுன் 1 x 8; ப. viii + 192; *விலை* : ரூ. 2-4-0
இடம் பெற்றவை :
எச்சரிக்கை! (முன்னுரை)

1. காஞ்சனை
2. புதிய கூண்டு
3. வெளிப்பூச்சு
4. மகாமசானம்
5. உணர்ச்சியின் அடிமைகள்
6. நியாயந்தான்
7. சுப்பையா பிள்ளையின் காதல்கள்
8. செல்லம்மாள்
9. மோட்சம்
10. தியாகமூர்த்தி
11. சாப விமோசனம்
12. நியாயம்
13. கட்டிலை விட்டிறங்காக் கதை
14. கடவுளும் கந்தசாமிப் பிள்ளையும்

V. **ஆண்மை**

முதல் பதிப்பு : செப்டம்பர் 1947
வெளியீடு : தமிழ்ப் புத்தகாலயம், மயிலாப்பூர், சென்னை
அச்சிட்டோர் : விநோதன் பிரஸ்
அளவு : கிரவுன் 1 x 8; ப. viii + 79; *விலை* : ரூ. 1-0-0
இடம்பெற்றவை :
முன்னுரை

1. ஆண்மை
2. கடிதம்
3. நன்மை பயக்குமெனின்

4. வழி
5. தனி ஒருவனுக்கு
6. புதிய நந்தன்
7. பறிமுதல்
8. புதிய கந்தப் புராணம்

VI. **சிற்றன்னை**
முதல் பதிப்பு : செப்டம்பர் 1950
வெளியீடு : சரஸ்வதி பிரசுரம், சென்னை
அச்சிட்டோர் : ராஜன் எலெக்ட்ரிக் பிரஸ், சென்னை
அளவு : கிரவுன் 1 x 8; ப. 88; விலை : ரூ. 1–8–0
'சிற்றன்னை' மட்டும் இடம்பெற்றுள்ளது.

VII. **கபாடபுரம்**
முதல் பதிப்பு : நவம்பர் 1951
வெளியீடு : தமிழ்ச் சுடர் நிலையம் (சரஸ்வதி பிரசுரம்), திருவல்லிக்கேணி, சென்னை
அச்சிட்டோர் : சக்தி அச்சகம், சென்னை
அளவு : கிரவுன் 1 x 8; ப. xv + 188; விலை : ரூ. 3–0–0
இடம்பெற்றவை :
பதிப்புரை : உண்மை, வெறும் புகழ்ச்சியில்லை – அ.கி.கோபாலன்
1. கபாடபுரம்
2. சித்தி
3. அன்று இரவு
4. நிசமும் நினைப்பும்
5. கயிற்றரவு
6. நாசகாரக் கும்பல்
7. சணப்பன் கோழி
8. பொய்க் குதிரை
9. வாடா மல்லிகை
10. வழி
11. செவ்வாய் தோஷம்
12. கருச்சிதைவு

VIII. **விபரீத ஆசை**
முதல் பதிப்பு : ஆகஸ்டு 1952
வெளியீடு : முல்லை வெளியீடு, சென்னை
அச்சிட்டோர் : சங்கர் பிரிண்டர்ஸ், பிராட்வே, சென்னை
அளவு : கிரவுன் 1 x 8; ப. iv + 86; விலை : ரூ. 1–8–0
இடம்பெற்றவை :
1. விபரீத ஆசை
2. சிவசிதம்பர சேவுகம்

3. புரட்சி மனப்பான்மை
4. படபடப்பு
5. அன்று இரவு
6. நிசமும் நினைப்பும்
7. எப்போதும் முடிவிலே இன்பம்

IX. **அவளும் அவனும்**
முதல் பதிப்பு : ஏப்ரல் 1953
வெளியீடு : தமிழ்ச் சுடர் நிலையம், திருவல்லிக்கேணி, சென்னை
அச்சிட்டோர் : மாருதி பிரஸ், ராயப்பேட்டை, சென்னை
அளவு : கிரவுன் 1 x 8; ப. 159; விலை : ரூ. 2–8–0
இடம்பெற்றவை:
பதிப்புரை : கதையின் கதை – அ. கி. கோபாலன்
1. கயிற்றரவு
2. பக்த குசேலா
3. சார் நிச்சயமா நாளைக்கு!
4. திருக்குறள் செய்த திருக்கூத்து
5. அபார்ஷன்
6. அவதாரம்
7. சொன்ன சொல்
8. படபடப்பு
9. புரட்சி மனப்பான்மை
10. உபதேசம்
11. மன நிழல்
12. சாமியாரும் குழந்தையும் சீடையும்
13. எப்போதும் முடிவிலே இன்பம்
14. பொன்னகரம்

X. **புதிய ஒளி**
முதல் பதிப்பு : டிசம்பர் 1953
வெளியீடு : ஸ்டார் பிரசுரம், திருவல்லிக்கேணி, சென்னை
அச்சிட்டோர் : நவபாரத் பிரஸ், சென்னை
அளவு : கிரவுன் 1 x 8; ப. iv + 186; விலை : 3–0–0
இடம்பெற்றவை :
1. புதிய ஒளி
2. கொடுக்காப்புளி மரம்
3. பால்வண்ணம் பிள்ளை
4. கோபாலய்யங்கார் மனைவி
5. குப்பனின் கனவு
6. பித்துக்குளி

7. கடவுளின் பிரதிநிதி
8. நிகும்பலை
9. ஒப்பந்தம்
10. காளி கோயில்
11. செல்வம்
12. சித்தம் போக்கு
13. நொண்டி
14. சமாதி
15. பயம்
16. கொலைகாரன் கை
17. தேக்கங் கன்றுகள்
18. மாயவலை
19. டாக்டர் சம்பத்
20. நல்ல வேலைக்காரன்
21. திருக்குறள் குமரேச பிள்ளை
22. அந்த முட்டாள் வேணு
23. இரண்டு உலகங்கள்
24. பாட்டியின் தீபாவளி
25. சொன்ன சொல்
26. கயிற்றரவு
27. பூசணிக்காய் அம்பி
28. சாமியாரும் குழந்தையும் சீடையும்
29. அவதாரம்

பின்னிணைப்பு 3

புதுமைப்பித்தன் கதைகள்:
வெளியீட்டு விவரங்களும் பாடவேறுபாடுகளும்

புதுமைப்பித்தன் கதைகள் ஒவ்வொன்றும் முதலில் எந்த இதழில் வெளியானது, எந்தப் புனைபெயரில் வந்தது, எந்த நூலில் முதலில் தொகுக்கப்பெற்றது என்ற செய்திகள் வரிசையாக இங்கு வழங்கப் பட்டுள்ளன. புதுமைப்பித்தன் வாழ்ந்த காலத்தில் அவருடைய கதை ஒன்றுக்கு மேற்பட்ட இதழில் வெளிவந்திருந்தாலோ, ஒன்றுக்கு மேற்பட்ட நூலில் இடம்பெற்றிருந்தாலோ அச்செய்திகள் பதிவு செய்யப்பெற்றுள்ளன; அவர் மறைந்த பிறகே முதலில் நூலாக்கம் பெற்ற கதை என்றால் மட்டுமே அச்செய்தி பதிவு செய்யப்பட்டுள்ளது. பிற்காலப் பதிப்புகள் கணக்கில் கொள்ளப்படவில்லை.

இந்நூற்பதிப்புக்கு எது மூலபாடமாகக் கொள்ளப்பட்டதோ, அதற்குப் பக்கத்திலேயே அடைப்புக்குறிக்குள் 'மூலபாடம்' எனக் குறிக்கப் பட்டுள்ளது.

'புனைபெயர்' என்பது கதையை வெளியிடப் புதுமைப்பித்தன் பயன்படுத்திய பெயரைக் குறிப்பிடும்; கதையை வெளியிடத் தம் இயற்பெயரையே அவர் கையாண்டிருந்தாலும் 'புனைபெயர்' என்பதன் கீழ்தான் இடம்பெறும்.

பாடவேறுபாடு என்பது மூலபாடமாகக் கொள்ளப்பட்ட வடிவத்தி லிருந்து மாறுபடும் பாடங்களை வரிசைப்படுத்துகின்றது.

'நூல்' என்பதன்கீழ் நூல் தலைப்புகள் மட்டுமே குறிக்கப்பட்டுள்ளன. முழுப் பதிப்பு விவரங்களைப் பின்னிணைப்பு 2இல் காண்க.

புதுமைப்பித்தன் கதைகள், 1940
ஆறு கதைகள் [1941]
நாசகாரக் கும்பல் [1941]
காஞ்சனை, 1943
ஆண்மை, 1947
சிற்றன்னை, 1950
கபாடபுரம், 1951
விபரீத ஆசை, 1952
அவளும் அவனும், 1953
புதிய ஒளி, 1953

1. **ஆற்றங்கரைப் பிள்ளையார்**
   முதல் வெளியீடு: மணிக்கொடி, 22.4.1934; 29.4.1934 (மூலபாடம்); முதல் நான்கு பிரிவுகளும், கடைசிப் பிரிவுமாக இரு பகுதிகளாக வெளிவந்துள்ளது.
   புனைபெயர்: புதுமைப்பித்தன்
   நூல்: புதுமைப்பித்தன் படைப்புகள் I (ஐந்திணைப் பதிப்பகம், 1987)

2. **சங்குத் தேவனின் தர்மம்**
   முதல் வெளியீடு: காந்தி, 25.4.1934
   புனைபெயர்: புதுமைப்பித்தன்
   நூல் : புதுமைப்பித்தன் கதைகள் (மூலபாடம்)
   பாடவேறுபாடு:
   (1) 'சங்குத் தேவனின் தர்மச் செலவு' என்ற தலைப்பு நூலாக்கத்தின் போது பெயர்மாற்றம் பெற்றுள்ளது.
   (2) "காசுக் கடைச் செட்டியின் பணம் இந்தப் பாடு பட்டது! செட்டிக்குத் தெரிந்தால்?" என்ற கடைசி வரி நூலில் நீக்கம் பெற்றுள்ளது.

3. **பொன்னகரம்**
   முதல் வெளியீடு: மணிக்கொடி, 6.5.1934
   புனைபெயர்: புதுமைப்பித்தன்
   நூல்: புதுமைப்பித்தன் கதைகள் (மூலபாடம்)

4. **திருக்குறள் செய்த திருக்கூத்து**
   முதல் வெளியீடு: காந்தி, 10.5.1934 (மூலபாடம்)
   புனைபெயர்: புதுமைப்பித்தன்
   நூல்: அவளும் அவனும்

5. **கட்டில் பேசுகிறது**
   முதல் வெளியீடு: மணிக்கொடி, 13.5.1934
   புனைபெயர்: புதுமைப்பித்தன்
   நூல்: புதுமைப்பித்தன் கதைகள் (மூலபாடம்)
   கதைத் தலைப்பின் முடிவிலிருந்த வியப்புக் குறி நூலாக்கத்தின்போது நீக்கம் பெற்றுள்ளது.

6. **மோட்சம்**
   முதல் வெளியீடு: சுதந்திரச் சங்கு, 25.5.1934
   புனைபெயர்: புதுமைப்பித்தன்
   நூல் : காஞ்சனை (மூலபாடம்)

7. **ராமநாதனின் கடிதம்**
   முதல் வெளியீடு: சுதந்திரச் சங்கு, 1.6.1934 (மூலபாடம்)
   புனைபெயர்: புதுமைப்பித்தன்
   நூல் : அன்னை இட்ட தீ (காலச்சுவடு பதிப்பகம், 1998)

8. **காளி கோவில்**
   முதல் வெளியீடு: மணிக்கொடி, 10.6.1934 (மூலபாடம்)
   புனைபெயர்: புதுமைப்பித்தன்
   நூல்: புதிய ஒளி

9. உணர்ச்சியின் அடிமைகள்

முதல் வெளியீடு: மணிக்கொடி, 8. 7. 1934
புனைபெயர்: புதுமைப்பித்தன்
நூல்: காஞ்சனை (மூலபாடம்)

10. நிகும்பலை

முதல் வெளியீடு: மணிக்கொடி, 15.7.1934 (மூலபாடம்)
புனைபெயர்: புதுமைப்பித்தன்
நூல்: புதிய ஒளி
'அன்', 'அர்' விகுதி மயக்கம் மூலபாடத்தில் உள்ளவாறே பதிப்பிக்கப் பட்டுள்ளது.

11. நியாயம்

முதல் வெளியீடு: மணிக்கொடி, 22.7.1934
புனைபெயர்: சொ. விருத்தாசலம், பி.ஏ.
நூல்: காஞ்சனை (மூலபாடம்)

12. புதிய நந்தன்

முதல் வெளியீடு: மணிக்கொடி, 22.7.1934
புனைபெயர்: புதுமைப்பித்தன்
நூல்: ஆண்மை (மூலபாடம்)
அச்சுப் பிழையின் காரணமாக நிறைவு பெறாத இரு வாக்கியங்கள் மணிக்கொடியிலிருந்து எடுத்து நிரப்பப்பட்டுள்ளன.

13. கவந்தனும் காமனும்

முதல் வெளியீடு: மணிக்கொடி, 22.7.1934
புனைபெயர்: கூத்தன்
நூல்: புதுமைப்பித்தன் கதைகள் (மூலபாடம்)
பாடவேறுபாடு:
(1) ப. 108, 3ஆம் பத்தி: "நீங்கள் இரவு எட்டு மணி ... பிரமிப்பை உண்டாக்காது" என்பது சேர்க்கப்பட்டுள்ளது.
(2) ப. 109, 4ஆம் பத்தி: "அதோ மூலையில் சுவற்றருகில் பார்த்தாயா?"
(3) ப. 109, 4ஆம் பத்தி: "நீ போட்டிருக்கிறாயே உன் பாப்லின் ஷர்ட்டு, உன் ஷெல் பிரேம் கண்ணாடி!"
(4) ப. 109, 5ஆம் பத்தி : "அட போடா! உன்னிடம் தத்துவம் பேசிக் கொண்டிருக்க நேரமில்லை".
பாடவேறுபாடுகள் 2–4, வாசகரைச் சுட்டும் முன்னிலை ஒருமையிலிருந்து முன்னிலைப் பன்மையாக மாற்றப்பட்டுள்ளதைச் சுட்டுகின்றன.

14. இது மிஷின் யுகம்!

முதல் வெளியீடு: மணிக்கொடி, 29.7.1934
புனைபெயர்: புதுமைப்பித்தன்
நூல்: புதுமைப்பித்தன் கதைகள் (மூலபாடம்)
'மனித யந்திரம்—?' என்ற தலைப்பில் வந்த இக்கதை, நூலாக்கத்தின் போது பெயர் மாற்றம் பெற்றுள்ளது.

15. ஒப்பந்தம்
முதல் வெளியீடு: மணிக்கொடி, *5.8.1934* (மூலபாடம்)
புனைபெயர்: புதுமைப்பித்தன்
நூல்: புதிய ஒளி

16. திறந்த ஜன்னல்
முதல் வெளியீடு: மணிக்கொடி, *12.8.1934*
புனைபெயர்: சொ. விரு(த்)தாசலம்
நூல்: புதுமைப்பித்தன் கதைகள் *(மூலபாடம்)*

17. தனி ஒருவனுக்கு
முதல் வெளியீடு: மணிக்கொடி, *12.8.1934*
புனைபெயர்: புதுமைப்பித்தன்
நூல்: ஆண்மை *(மூலபாடம்)*
பாடவேறுபாடு:
(1) மணிக்கொடியில் மேற்கோள் குறிக்குள் 'தனி ஒருவனுக்கு உணவில்லை எனின்' என்று தலைப்பு அமைந்துள்ளது.
(2) ப. 123, 3ஆம் பிரிவின் தொடக்கத்தில் "பட்டினி கிடந்ததினாலும், முன்பு அடிபட்டதினாலும், சூடு பொறுக்க முடியாத உணவு திடீரென்று சென்றதினாலும் இறந்துபோனார் சுவாமியார்" என்ற ஒரு வரி நீக்கம் பெற்றுள்ளது.

18. பறிமுதல்
முதல் வெளியீடு: மணிக்கொடி, *19.8.1934*
புனைபெயர்: புதுமைப்பித்தன்
நூல்: புதுமைப்பித்தன் கதைகள் *(மூலபாடம்)*; ஆண்மை
பாடவேறுபாடு:
(1) ப. 125, 8ஆம் பத்தி, 2ஆம் வாக்கியம் : "மகாத்மா 'எனது அந்தராத்மா' என அடிக்கடி சொல்லுகிறாரே, அதுபோல் இவருக்கும் கொஞ்சம் இருக்குமோ என்னவோ?" என்ற வாக்கியம் மணிக்கொடியிலும், ஆண்மையிலும் கூடுதலாக இடம்பெற்றுள்ளது.
(2) ப. 127, கீழிருந்து 2ஆம் பத்தி: "நமது அரசாங்கமாக இருந்தால் என்ன? அந்நியனுடையதாக இருந்தால் என்ன?" என்பதில் இரண்டாம் கேள்வி, ஆண்மையில் மட்டும் நீக்கப்பட்டுள்ளது.

19. தெரு விளக்கு
முதல் வெளியீடு: ஊழியன், *24.8.1934*
புனைபெயர்: சொ. வி.
நூல்: புதுமைப்பித்தன் கதைகள் *(மூலபாடம்)*

20. அகல்யை
முதல் வெளியீடு: ஊழியன், *24.8.1934*
புனைபெயர்: சொ. விருத்தாசலம்
நூல்: புதுமைப்பித்தன் கதைகள் *(மூலபாடம்)*
ஊழியனில் கௌதமர் ஒருமையில் சுட்டப்பட்டுள்ளார்.

21. கடிதம்

முதல் வெளியீடு: மணிக்கொடி, 26.8.1934
புனைபெயர்: புதுமைப்பித்தன்
நூல்: புதுமைப்பித்தன் கதைகள் (மூலபாடம்); ஆண்மை.

22. சித்தம் போக்கு

முதல் வெளியீடு: மணிக்கொடி, 2.9.1934 (மூலபாடம்)
புனைபெயர்: கூத்தன்
நூல்: புதிய ஒளி

23. நன்மை பயக்குமெனின்

முதல் வெளியீடு: மணிக்கொடி, 2.9.1934
புனைபெயர்: சொ. விருத்தாசலம்
நூல்: ஆண்மை (மூலபாடம்)
அச்சுப் பிழைகள் மணிக்கொடி பாடத்தைக் கொண்டு திருத்தப் பட்டுள்ளன.

24. தியாகமூர்த்தி

முதல் வெளியீடு: காந்தி, 5.9.1934
புனைபெயர்: புதுமைப்பித்தன்
நூல்: காஞ்சனை (மூலபாடம்)
பாடவேறுபாடு:
(1) ப. 151, 6ஆம் பத்தியின் கடைசியில் "இல்லாததனால் நேராகச் சாராயக் கடைக்குப் போனார்" என்ற வாக்கியம் சேர்க்கப்பெற்றுள்ளது.

25. கண்ணன் குழல்

முதல் வெளியீடு: காந்தி, 5.9.1934
புனைபெயர்: புதுமைப்பித்தன்
நூல்: புதுமைப்பித்தன் படைப்புகள் I (ஐந்திணைப் பதிப்பகம், 1987)
மூலபாடம்: கொல்லிப்பாவை, ஏப்ரல் 1986
இக்கதை வெளியான காந்தி இதழின் பக்கங்கள் பதிப்பாசிரியருக்குப் பார்வையிடக் கிடைக்கவில்லை.

26. வாடா மல்லிகை

முதல் வெளியீடு: ஊழியன், 7.9.1934
புனைபெயர்: சொ. விருத்தாசலம்
நூல்: ஆறு கதைகள் (மூலபாடம்)
பாடவேறுபாடு:
(1) 'ஸரஸு', ஊழியனில் 'சரஸா' எனவும் குறிப்பிடப்பட்டுள்ளது; ஸரஸுவின் தம்பியின் பெயர் 'துரைசாமி' என்பதற்குப் பதிலாக 'சீமா' எனக் குறிப்பிடப்பட்டுள்ளது.
(2) ப. 156, 2ஆம் பத்தி, 10ஆம் வரி: "சாம்ராஜ்யப் பிரஜையின் நிலைதானா?" என்பதன்முன் "பிரிட்டிஷ்" என்ற சொல் நீக்கம் பெற்றுள்ளது.
(3) ப. 156, 2ஆம் பத்தி, கடைசியில் "மடையர்களிடம்" என்ற ஒரு சொல் நீக்கம் பெற்றுள்ளது.

27. கொடுக்காப்புளி மரம்

முதல் வெளியீடு: மணிக்கொடி, 9.9.1934 (மூலபாடம்)
புனைபெயர்: புதுமைப்பித்தன்
நூல்: புதிய ஒளி

28. நம்பிக்கை

முதல் வெளியீடு: மணிக்கொடி, *15.9.1934 (?)*
புனைபெயர்: புதுமைப்பித்தன்
நூல்: புதுமைப்பித்தன் படைப்புகள் *I* (ஐந்திணைப் பதிப்பகம், 1987)
மூலபாடம்: கொல்லிப்பாவை, *ஏப்ரல் 1986.*

வெளியீட்டு விவரங்களும், கொள்ளப்பட்ட பாடமும் முறையே எம். வேதசகாயகுமார் தம் நூலின் அட்டவணையிலும், கொல்லிப்பாவை யிலும் வழங்கியவாறு தரப்பட்டுள்ளன. மணிக்கொடி வார இதழ் *9.9.1934*க்கு அடுத்து *16.9.1934*இல் வந்துள்ளது. எனவே, *15.9.1934* என்ற தகவல் பிழையானது. *காந்தி* என்பது பிழையாக *மணிக்கொடி* எனத் தன் ஆய்வேட்டில் மட்டுமல்லாமல் நூலிலும் பதிவாகிவிட்டதென வேதசகாயகுமார் தம் *சொல்புதிது* (ஏப்ரல்–ஜுன் 2001) இதழ்க் கட்டுரையில் கூறியுள்ளார்.

29. புதிய ஒளி

முதல் வெளியீடு: மணிக்கொடி, *16.9.1934 (மூலபாடம்)*
புனைபெயர்: கூத்தன்
நூல்: புதிய ஒளி

30. கனவுப் பெண்

முதல் வெளியீடு: மணிக்கொடி, *16.9.1934*
புனைபெயர்: புதுமைப்பித்தன்
நூல்: புதுமைப்பித்தன் கதைகள் *(மூலபாடம்)*
பாடவேறுபாடு:

(1) மணிக்கொடியில் மன்னன் பெயர் 'ராஜ ராஜன்', 'ராஜ ராஜ சோழன்', 'ராஜ ராஜ வர்மன்' என வேறுவேறாகக் குறிப்பிடப்பட்டுள்ளது.

(2) ப. 169, 3ஆம் பத்தி: "அதெல்லாம் பழைய கதை; ராஜ ராஜன், தான் இருந்த தலைநகர் இப்பொழுது பெயர் தெரியாமல் இருக்கும் என்று கண்டானா? கம்பன் பாட்டிலே, கம்பன் கண்ட கனவிலே பெரிய கனவுகளைச் சமைத்தான் . . ." என்று அமைந்துள்ளது.

31. 'நானே கொன்றேன்!'

முதல் வெளியீடு: ஊழியன், *21.9.1934 (மூலபாடம்)*
புனைபெயர்: மாத்ரு

'மாத்ரு' என்ற பெயரில் ஊழியனில் *(12.10.1934)* வெளியான 'கதைகள்' என்ற கட்டுரை புதுமைப்பித்தன் கட்டுரைகள் *(ஸ்டார் பிரசுரம், 1954)* நூலில் 'சிறுகதை *3*' என்ற தலைப்பில் சேர்க்கப்பட்டுள்ளது. இந்நூல் புதுமைப்பித்தன் மறைந்த பிறகு தொகுக்கப்பட்ட நூலாயினும், இது அவருடைய கட்டுரைதான் என்பதை இனங்காட்டும் சில தொடர்கள் – முக்கியமாகச் சிறுகதையை வாழ்க்கையின் சாளரமாகக் காணும் உருவகம் – புதுமைப்பித்தனின் பிற படைப்புகளிலும் இடம்பெற்றுள்ளன.

'மாத்ரு' என்ற இதே புனைபெயரில் இந்தக் கதை ஊழியன் (21.9.1934) இதழில் – அதாவது 'கதைகள்' கட்டுரை வெளிவருவதற்கு முன்பே – வெளிவந்துள்ளது; எனவே, இப்பதிப்பில் சேர்க்கப்பட்டுள்ளது.

32. சாயங்கால மயக்கம்

முதல் வெளியீடு: மணிக்கொடி, 23.9.1934
புனைபெயர்: புதுமைப்பித்தன்
நூல்: புதுமைப்பித்தன் கதைகள் (மூலபாடம்)
பாடவேறுபாடு:

(1) ப. 181, 9ஆம் பத்திக்குப் பிறகு,
"அப்பொழுது எங்கெங்கோ வாரியிறைத்த பிரம்மதேவனின் கனவுகள் போல் வாழ்க்கைத் தியாகத்தின் கானல்கள் போல் நட்சத்திரங்கள்" என்ற வரி நீக்கம் பெற்றுள்ளது.

(2) ப. 183, கடைசி வரி: "இன்னும் என்ன வேண்டுமானாலும் கூறிக்கொள்ளுங்கள்." என்ற வரி நீக்கம் பெற்றுள்ளது.

33. தேக்கங்கன்றுகள்

முதல் வெளியீடு: ஊழியன், 28.9.1934 (மூலபாடம்)
புனைபெயர்: சொ.வி.
நூல்: புதிய ஒளி

34. இரண்டு உலகங்கள்

முதல் வெளியீடு: ஊழியன், 12.10.1934 (மூலபாடம்)
புனைபெயர்: சொ.வி.
நூல்: புதிய ஒளி

35. பொய்க் குதிரை

முதல் வெளியீடு: தினமணி, 27.10.1934
புனைபெயர்: புதுமைப்பித்தன்
நூல்: ஆறு கதைகள் (மூலபாடம்)
'தினமணி'யில் இக்கதை முதலில் வெளிவந்துள்ள செய்தியைக் கண்டுபிடித்து அதைப் படியெடுத்தும் கொடுத்தவர் திரு. பொன். தனசேகரன். கதைமாந்தர் பெயர் 'விஸ்வம்' என உள்ளது. வேறு பாடவேறுபாடுகள் இல்லை.

36. புதிய கந்த புராணம்

முதல் வெளியீடு: மணிக்கொடி, 28.10.1934
புனைபெயர்: புதுமைப்பித்தன்
நூல்: ஆண்மை (மூலபாடம்)

37. குப்பனின் கனவு

முதல் வெளியீடு: மணிக்கொடி, 4.11.1934 (மூலபாடம்)
புனைபெயர்: புதுமைப்பித்தன்
நூல்: புதிய ஒளி

38. பாட்டியின் தீபாவளி

முதல் வெளியீடு: ஊழியன், 9.11.1934 (மூலபாடம்)
புனைபெயர்: சொ.வி.
நூல்: புதிய ஒளி

39. ஆண்மை

முதல் வெளியீடு: மணிக்கொடி, 18.11.1934
புனைபெயர்: புதுமைப்பித்தன்
நூல்: புதுமைப்பித்தன் கதைகள்; ஆண்மை (மூலபாடம்)
பாடவேறுபாடு:
(1) மணிக்கொடியிலும் புதுமைப்பித்தன் கதைகளிலும் 'ஆண் சிங்கம்' என்ற பெயரில் வெளிவந்தது. வேறு பல சிறுசிறு சொல், தொடர் மாற்றங்களும் செய்யப்பட்டுள்ளன.
(2) ப. 223: இறுதி வரி சேர்க்கப்பட்டுள்ளது.

40. கடவுளின் பிரதிநிதி

முதல் வெளியீடு: மணிக்கொடி, 25.11.1934 (மூலபாடம்)
புனைபெயர்: புதுமைப்பித்தன்
நூல்: புதிய ஒளி

41. கோபாலய்யங்காரின் மனைவி

முதல் வெளியீடு: மணிக்கொடி, 9.12.1934 (மூலபாடம்)
புனைபெயர்: புதுமைப்பித்தன்
நூல்: புதிய ஒளி

42. சணப்பன் கோழி

முதல் வெளியீடு: மணிக்கொடி, 16.12.1934
புனைபெயர்: புதுமைப்பித்தன்
நூல்: ஆறு கதைகள் (மூலபாடம்)
பாடவேறுபாடு:
(1) ப. 234, 1ஆம் பத்தியின் கடைசி வரி, "தண்ணீர் தெளித்துவிடப்பட்ட பையன், விதி என்ற சமாதானம்." நீக்கம் பெற்றுள்ளது.
(2) ப. 236, 1ஆம் பத்தியின் கடைசி இரு வாக்கியங்களுக்கு முன் "இவ்வளவிற்கும் காரணம் இயற்கையின் தேவை. அதனால் ஏற்பட்ட ஏமாற்றம்" என்ற வாக்கியங்கள் நீக்கம் பெற்றுள்ளன.

43. மாயவலை

முதல் வெளியீடு: ஊழியன், 28.12.1934 (மூலபாடம்)
புனைபெயர்: சொ.வி.
நூல்: புதிய ஒளி
'அன்', 'அர்' விகுதி மயக்கம் மூலபாடத்தில் உள்ளவாறே பதிப்பிக்கப் பட்டுள்ளது.

44. பால்வண்ணம் பிள்ளை

முதல் வெளியீடு: மணிக்கொடி, 30.12.1934 (மூலபாடம்)
புனைபெயர்: புதுமைப்பித்தன்
நூல்: புதிய ஒளி

45. குற்றவாளி யார்
முதல் வெளியீடு: ஊழியன், 4.1.1935 (மூலபாடம்)
புனைபெயர்: நந்தன்
நூல்: அன்னை இட்ட தீ (காலச்சுவடு பதிப்பகம், 1998)

46. வழி
முதல் வெளியீடு: மணிக்கொடி, 6.1.1935
புனைபெயர்: புதுமைப்பித்தன்
நூல்: ஆறு கதைகள் (மூலபாடம்); ஆண்மை
பாடவேறுபாடு:
(1) 'அலமு', 'அலமி' எனப் பெயர் மயக்கம் உள்ளது.
(2) ப. 257; கடைசி வரியில், "இவ்வளவுக்கும் காரணம் இயற்கையின் தேவை" என்பதற்குப் பிறகு " 'தேவை'யென்று பெரிய எழுத்துக்களில்" என்ற வரி உள்ளது (மணிக்கொடி, ஆண்மை).
(3) ப. 258, கடைசிப் பத்தியில், "இரத்தம் வெளிவருவதே பரம ஆனந்தம்" என்பதற்குப் பிறகு "சொல்ல முடியாத, அன்றிருந்த மாதிரி ஆனந்தம்" என்ற வரி ஆண்மையில் நீக்கம் பெற்றுள்ளது.
(4) ப. 259, கடைசியாக ஒரு வரி "பிரம்மாவின் மூஞ்சியில் வாரியடிக்க வேண்டும், நியாயமும் சமூக தர்மமும் இருக்கும்போது!" என்ற வரி மணிக்கொடியிலும் ஆண்மையிலும் உள்ளது.

47. வெளிப்பூச்சு
முதல் வெளியீடு: மணிக்கொடி, 13.1.1935
புனைபெயர்: புதுமைப்பித்தன்
நூல்: காஞ்சனை (மூலபாடம்)

48. கோபாலபுரம்
முதல் வெளியீடு: ஊழியன், 25.1.1935
புனைபெயர்: சொ.வி.
நூல்: புதுமைப்பித்தன் கதைகள் (மூலபாடம்)
பாடவேறுபாடு:
(1) ப. 266, கடைசிப் பத்திக்கு முன் பத்தியின் இறுதியில் "ஒருவனைப் பேயாக அலைய வைக்கும் மிருகங்கள்" என்ற வரி நீக்கம் பெற்றுள்ளது.

49. 'பூசனிக்காய்' அம்பி
முதல் வெளியீடு: ஊழியன், 1.2.1935 (மூலபாடம்)
புனைபெயர்: நந்தன்
நூல்: புதிய ஒளி

50. சாமாவின் தவறு
முதல் வெளியீடு: மணிக்கொடி, 10.2.1935 (மூலபாடம்)
புனைபெயர்: புதுமைப்பித்தன்
நூல்: புதுமைப்பித்தன் படைப்புகள் I (ஐந்திணை பதிப்பகம், 1987) இக்கதையை முதலில் கண்டெடுத்துக் கொல்லிப்பாவையில் (ஏப்ரல் 1986) வெளியிட்டவர் எம்.வேதசகாயகுமார்.

51. கலியாணி

முதல் வெளியீடு: ஊழியன், 15.2.1935

புனைபெயர்: சொ.வி.

நூல்: புதுமைப்பித்தன் கதைகள் (மூலபாடம்)

பாடவேறுபாடு: 'ஊழிய'னில் சுந்தர சர்மா ஒருமையில் குறிப்பிடப் படுகிறார்.

52. ஒரு கொலை அனுபவம்

முதல் வெளியீடு: ஊழியன், 22.2.1935 (மூலபாடம்)

புனைபெயர்: சொ.வி.

நூல்: அன்னை இட்ட தீ (காலச்சுவடு பதிப்பகம், 1998)

53. துன்பக் கேணி

முதல் வெளியீடு: மணிக்கொடி, 31.3.1935; 14.4.1935; 28.4.1935; முதல் மூன்று பிரிவுகள் 31 மார்ச் இதழிலும், அடுத்த நான்கு பிரிவுகள் 14 ஏப்ரல் இதழிலும், மீதமுள்ள பிரிவுகள் 28 ஏப்ரல் இதழிலும் வந்துள்ளன.

புனைபெயர்: புதுமைப்பித்தன்

நூல்: புதுமைப்பித்தன் கதைகள் (மூலபாடம்)

பாடவேறுபாடு:

மணிக்கொடியில் இக்கதை ஐந்து பகுதிகளாகப் பிரிக்கப்பட்டுள்ளது. முதல் இரண்டு பிரிவுகள் 'முன்னுரை' எனவும், அடுத்த இரண்டு பிரிவுகள் இரண்டாம் பகுதியாகவும், அடுத்த மூன்று பிரிவுகள் மூன்றாம் பகுதியாகவும், அடுத்த மூன்று பிரிவுகளில், பின்னிரண்டு பிரிவுகள் ஒரே பிரிவாகச் சேர்க்கப்பட்டு நான்காம் பகுதியாகவும், கடைசி ஐந்து பிரிவுகள் ஐந்தாம் பகுதியாகவும் வெளியாகியுள்ளன.

முதல் மூன்று பகுதிகளின் தொடக்கத்திலிருந்த பாடல் வரிகள் நீக்கம் பெற்றுள்ளன.

முதல் பகுதி;

உழவையும் தொழிலையும் நிந்தனை செய்வோம்
உண்டுகளித் திருப்போர்க்கு வந்தனை செய்வோம்
– பாரதியல்ல : உண்மை

இரண்டாம் பகுதி:

ஓடக் காண்பது பூம்புனல் வெள்ளம்
ஒடியக் காண்பது நங்கையர் உள்ளம்.

மூன்றாம் பகுதி :

புண்பூத்த மேனி, புகைமூண்ட உள்ளமடா – அவள்
மண்பூண்ட பாபம், நம் மதிமூத்த கோரமடா.

(1) ப. 293, 12ஆம் வரி: சுடலைமாடனுக்கு "உயர்திரு" என்ற அடைமொழி நீக்கம் பெற்றுள்ளது.

(2) ப. 296, 3ஆம் பத்தியின் கடைசியில், "மருதி ஒரு இளம் பெண்" என்ற வரி நீக்கம் பெற்றுள்ளது.

(3) ப. 297, 2ஆம் பத்தியின் இரண்டு வாக்கியங்களுக்கு இடையில் "கவலையின்மையும் கோடை மழை போல் வந்து மறைந்தது" என்ற வாக்கியம் நீக்கம் பெற்றுள்ளது.

(4) ப. 298, 3ஆம் பத்தி, 8ஆம் வரியில் "... கைமேல் காசு!" என்பதற்குப் பிறகு "அதாவது வாழ்க்கையை நடத்துவதற்கு கூலியில் ஒரு பகுதி" என்ற தொடர் நீக்கம் பெற்றுள்ளது.

(5) ப. 308, கடைசி வாக்கியம், "சுப்பனின் திருவிளையாடல்கள் எப்படியிருந்தாலும் – அவை அடிக்கடி நடக்கும் – மருதியின் பேச்சை யாராவது எடுத்தால் அவர்கள் கதி அதோகதிதான்" என்று அமைந்துள்ளது.

(6) ப. 309, 1ஆம் பத்தி, 2ஆம் வாக்கியம், "'வாட்டர் பால'த்திலேயே பதிநான்கு வருஷங்களைக் கழித்தால் ஒருவரும் களங்கமற்றவராக – மானஸீகமாகவாவது – இருக்க முடியாது" என்று அமைந்துள்ளது.

(7) ப. 314, 6ஆம் பத்தியின் இறுதியில், "வாட்டர் பாலத்தில் அந்தச் சரக்கு மட்டிலும் மிகவும் உபயோகமற்றதாகக் கருதப்பட்டாலும், வெள்ளைச்சியைப் பொறுத்தமட்டில், அவள் வேறு இடத்தைச் சேர்ந்தவள் என்று அவனுக்குத் தெரியும்" என்ற வாக்கியம் நீக்கம் பெற்றுள்ளது.

54. டாக்டர் சம்பத்

முதல் வெளியீடு: மணிக்கொடி, 14.4.1935 (மூலபாடம்)
புனைபெயர்: சொ. விருத்தாசலம், பி.ஏ.
நூல்: புதிய ஒளி

55. ஞானக்குகை

முதல் வெளியீடு: மணிக்கொடி, 28.7.1935
புனைபெயர்: புதுமைப்பித்தன்
நூல்: புதுமைப்பித்தன் கதைகள் (மூலபாடம்)
பாடவேறுபாடு:

(1) ப. 326, 2ஆம் பத்தி, 2ஆம், 3ஆம் வாக்கியங்கள் "சொத்தையும் செல்வாக்கையும் ஆளவந்த ஒற்றைக்கொரு பிள்ளை. காசி ராமேஸ்வரங்களின் பயன் என்பது அவன் தகப்பனார், தம் மனைவி கருவுற்றிருக்கும்பொழுது நினைத்தது" என அமைந்துள்ளன.
(2) ப. 327, 1ஆம் பத்தி, கடைசி வாக்கியம் "தலைக்கட்டு" என்பது "நாட்டாண்மை" என மாற்றம் பெற்றுள்ளது.

56. சிற்பியின் நரகம்

முதல் வெளியீடு: மணிக்கொடி, 25.8.1935
புனைபெயர்: புதுமைப்பித்தன்
நூல்: புதுமைப்பித்தன் கதைகள் (மூலபாடம்)
பாடவேறுபாடு:
(1) தலைப்பு: 'சில்பியின் நரகம்'.
(2) கதையின் தொடக்கத்தில் "(இது ஒரு சரித்திரக் கதை அன்று, ஆராய்ச்சித் தவறுகளை புகுத்தி தடுமாற வேண்டாம்)" என்ற குறிப்பு நீக்கம் பெற்றுள்ளது.
(3) ப. 333: ஜுபிட்டர் பற்றிய அடிக்குறிப்பு சேர்க்கப்பெற்றுள்ளது.

57. வாழ்க்கை!

முதல் வெளியீடு: மணிக்கொடி, 10.11.1935
புனைபெயர்: புதுமைப்பித்தன்
நூல்: புதுமைப்பித்தன் கதைகள் (மூலபாடம்)
பாடவேறுபாடு:

(1) ப. 339, 1ஆம் பத்தி, இறுதி வரி, "சக்தி பூஜைக்காரனுக்கு சிவனும் சக்தியும் மாதிரி தோன்றியிருக்கும், வேட்டைக்காரனுக்கு மழை வராது என்று தோற்றுகிறது மாதிரி" என அமைந்துள்ளது.

(2) ப. 340, கடைசி பத்தி, 7ஆம் வரி: "நானும் சுகம் அனுபவித்தாச்சு", என்பதற்குப் பின்பு "பெண்ணிடத்தில்." என்று ஒரு சொல் நீக்கம்பெற்றுள்ளது.

58. புதிய கூண்டு

முதல் வெளியீடு: தினமணி பாரதி மலர், 1935.

புனைபெயர்: புதுமைப்பித்தன்

நூல்: காஞ்சனை (மூலபாடம்)

ஜலம், ஷர்ட், முகஜாடை, சமாதானம், எக்ஸாமினேஷன், ஜாபிதா, புத்திரி, வஸ்து, ஹோதா, ஆசிட், நிமிஷம், ஜல்தி, சுலபமாக, மெஷின், சம்பாதித்துக்கொண்டு ஆகிய சொற்கள் முறையே ஜலம், குடுத்துணி, முகத்தோற்றம், ஆறுதல், பரீக்ஷை, வரிசை, புதல்வி, பொருள், முறை, அமிலம், கணம், விரைவு, எளிதாக, யந்திரம், தேடிக்கொண்டு என மாற்றம் பெற்றுள்ளன. அறுவங்குளம் என்ற ஊர்ப் பெயர், அருவங்குளம் எனத் திருத்தப்பெற்றுள்ளது. மீனாக்ஷியம்மாள் என்ற பெயர் மீனாட்சியம்மாள் என ஒரே சீராக மாற்றப்பட்டுள்ளது

59. பிரம்ம ராக்ஷஸ்

முதல் வெளியீடு: மணிக்கொடி, 29.3.1936

புனைபெயர்: புதுமைப்பித்தன்

நூல்: புதுமைப்பித்தன் கதைகள் (மூலபாடம்)

பாடவேறுபாடு:

(1) தலைப்பு: 'பிர்ம ராக்ஷஸ்'

(2) ப. 362, 4ஆம் பத்தி கடைசி வரிக்குப் பதிலாக, "இப்பொழுது அவனுக்கு உடல் முழுவதுமே கண். உடல் முழுவதுமே செவி. உடல் முழுவதுமே வாய்" என உள்ளது.

(3) ப. 363, 4ஆம் பத்தியில், 3ஆம் வாக்கியம், "சப்த கன்னிகைகள் நடமாடுவார்களாம். யக்ஷ கன்னிகைகள் திரிவார்களாம்" என அமைந்துள்ளது.

60. விநாயக சதுர்த்தி

முதல் வெளியீடு: மணிக்கொடி, 30.9.1936

புனைபெயர்: புதுமைப்பித்தன்

நூல்: புதுமைப்பித்தன் கதைகள் (மூலபாடம்)

பாடவேறுபாடு:

(1) ப. 374, 1ஆம் பத்தி, 2ஆம் வாக்கியத்திற்குப் பிறகு உள்ள பகுதி பின்வருமாறு அமைந்துள்ளது :

"அப்புறம் மாவிலைகளை அதில் தோரணமாகக் கோர்த்துக் கொண்டிருந்தேன். ஆமாம்! பட்டணத்திலே மாவிலைக்குக்கூட காசு கொடுத்துத்தான் வாங்க வேண்டும். பொருளாதார சாஸ்திரி சொல்லுவான், கமாடிட்டிக்கு (commodity = பொருள்; பொருள் என்றால் அ–(ப்) பொருளாதார பதம்; நாசூக்கற்ற வார்த்தை – நாலு வார்த்தை தெரிந்திருக் கிறது என்றாவது காட்ட வேண்டாமா?) காஸ்ட் இல்லை; லேபர் காஸ்ட்தான் என்று விளக்குவார் – பச்சைத் தமிழில் மாவிலைக்கு விலையில்லை; மரத்தில் ஏறி பறிப்பதற்குத்தான் கூலி. உப்பு மாதிரி – உப்பிலே – நீங்க ஒத்தரும் வரப்படாது. நான்தான் செய்ய வேண்டிய வேலை என்கிறான் சர்க்கார்க்காரன்; பழைய காலத்தில் செத்த மாட்டுத்

தோலை உரிக்க உரிமை 'நமக்குத்தான் உண்டு' என்ற பறையன் மாதிரி; கோவிலில் பூஜை செய்ய எனக்குத்தான் குறிச்சீட்டு கடவுள் எழுதிக் கொடுத்திருக்கிறார் என்று கோவில் கதவைத் தாளிடும் பூசாரி மாதிரி. ஆமாம். ஒங்கூரிலே நீர் இருந்தால் மாவிலைக்குக் காசுக் கொடுக்கவே மாட்டீர் என்பது வாஸ்தவம். உமக்கு நாலு கோட்டை விதைப்பாட்டுக்கு வழியிருந்தால் சங்கிலித் தேவனை "டேய் ரெண்டு மாங்கொளை (மாங்குழை – மாவிலைக் கொத்து) பறிச்சாடா" என்று அதட்டலாம். நிலம் இல்லை என்றால் இடுப்பில் துணியை வரிந்து கட்டிக்கொண்டு நீரோ அல்லது புத்திர பாக்கியமோ மரத்தில் ஏறி இந்த 'லேபர்' காஸ்டை மிச்சப்படுத்திவிடலாம். ஆனால் ஒன்று; நீர் ஏறுகிற மரத்துக் காரன் உம்மை மரத்தோடு கட்டிவைக்கப் பிரியப்படாமல் இருந்தால். ஆமாம். இந்த 'ரிஸ்க்' எல்லாம் நினைத்துத்தான் பட்டணத்து வாசிகள் எல்லாப் பொருள்களையும் காசு கொடுத்தே வாங்க முயற்சிக்கிறார்கள். அதுதான் அழகு; அதுதான் நாகரிகம். பட்டணத்திலே ஆந்தைகள் மாதிரி, வீடுகள் என்று சொந்தக்காரர் கையடித்துக்கொடுக்கும் பொந்து களில் வசிக்கும் என் போன்றவர்களுக்கும்கூட அதுதான் அழகு. நாங்கள் என்ன இந்த நாகரிகத்தில் சிறு சிறு துணுக்குகள் இல்லையா?

"நான் தோரணத்தைக் கட்டிக்கொண்டு இருந்தேன். அதாவது காசு கொடுத்து வாங்கின மாவிலைகளில் 'வேஸ்டேஜ்' (பொருள் உற்பத்தி, தொழில் ஆற்றுதல் இதில் எல்லாம் கொஞ்சம் வீணாகிப் போய்விடும் என்று பொருளாதார சாஸ்திரி சொல்லுகிறார். உம்ம வீட்டில் அரிசி மாவு தரையில் கொட்டிப்போய் விட்டதென்றால், அதை எல்லாம் திரட்டி பாத்திரத்தில் போடும்போது உமது விரல்களுக்கும் அகப்படாமல் சிறிது தங்கிவிடுகிறதல்லவா; அதுதான் இந்த 'வேஸ்டேஜ்') இல்லாமல் இருக்க எல்லாம் சேர்த்து வைத்துத் தொடுக்கிறேன். எனக்குப் பல் முளைத்தது மாதிரி 'ஒத்துக்குற்றா' தொங்குகிறது. நமது பொருளாதாரம், அதன் சாஸ்திரிகள் விதிகளுக்கும் அதீதமானது."

(2) ப. 375, 8ஆம் பத்தி, கடைசி வரி "... 'அப்படி அப்படி', 'அப்படி அப்படி' என் மனசில் 'குத்துக்குத்தாக' முளைத்தன" என உள்ளது.

(3) ப. 376, 2ஆம் பத்தி : "கும்பினிக்காரன் வந்த புதுசு" என்று தொடங்கிய பிறகு கீழ்க்காணும் பத்தி நீக்கம் பெற்றுள்ளது:

"நம்ம ஜாதிகளுக்குள்ளே எல்லாந்தான் (பாட்டன் பெயரை 'பெயரனுக்கு' இடும் வழக்கம்) ஒரு மருத வேளானும், ஒரு சுப்பு வேளானும் பெண் சந்ததி குறுக்கிடாவிட்டால் சரமாரியாக உருண்டு வந்து குடும்ப சரித்திரத்தை நிரப்புமே ..."

(4) ப. 376, 2ஆம் பத்தி, கடைசிப் பகுதி பின்வருமாறு அமைந்துள்ளது: "குஷ்டந்தீர்ந்த துறை என்ற பேர் வண்ணாரப்பேட்டை என்று ஆகி, கடைசியாக, கும்பினிக்காரனுக்கு அடிமைத் தொழில் ஆகுவாயாக 'தொழிலடிமைப் பெயராயிற்று' என்று இலக்கணம் சொல்லியது. " 'பாதக மில்லை நம் மனசும் கொஞ்சம் இலக்கணம் ஏதோ படித்திருக்கிறது' என்று எனக்குள் ஒரு பெருமை."

(5) ப. 376, 7ஆம் பத்தி பின்வருமாறு அமைந்துள்ளது: "ஏடி, கமலா! கொஞ்சம் அந்த செல்லத்தை எடுத்துவை. எனக்கு கொஞ்சம் 'இடைவேளை' வேண்டும்" என்று கேட்டேன்.

(6) ப. 377, 3ஆம் பத்தி : கடைசி இரண்டு வாக்கியங்கள் சேர்க்கப் பெற்றுள்ளன.

(7) ப. 377, 4ஆம் பத்தி, 2ஆம் வரியில் " 'ஓய்' என்ற விளியிடைச் சொல் . . ." என்பதிலிருந்து பத்தியின் பிற்பகுதி முழுவதும் சேர்க்கப் பெற்றுள்ளது.

(8) ப. 379, 'அடுக்களைத் தாலி' பற்றிய அடிக்குறிப்பு, "அந்தரங்கமாகச் சென்று அரைஞாண் கயிறுகொண்டு தாலிகட்டுவது; கந்தர்வ விவாகத் திற்கு சமமான பழக்கம்" என அமைந்துள்ளது.

(9) ப. 380, 5ஆம் பத்தி, 7ஆம் வரி : "அவன் வசந்த மண்டபத் தோப்புக்குள் குதித்து (அப்பொ முதலியார் குதிரை லாயம் இருந்தது) ஓடினான்" என உள்ளது.

(10) ப. 381, 2ஆம் வரி : "ஆக்கு . . .! என்பதற்கு அடுத்து " 'கீழ்ப்பாக்கம் ஆஸ்பத்திரிக்குப் போனால் எத்தனை வேண்டுமானாலும் பார்க்கலாமே' என்றது என் மனசு" என்ற வரி நீக்கம் பெற்றுள்ளது.

(11) ப. 381, கதையின் கடைசி வரி, "சொந்த வீடாக இருந்தாலும்!" என்பது நீக்கம் பெற்றுள்ளது.

61. ஒரு நாள் கழிந்தது

முதல் வெளியீடு: மணிக்கொடி, 15.1.1937

புனைபெயர்: புதுமைப்பித்தன்

நூல்: புதுமைப்பித்தன் கதைகள் (மூலபாடம்)

பாடவேறுபாடு:

(1) ப. 382, 2ஆம் பத்தி: 2ஆம் வாக்கியத்தில், "கிழிந்து" என்ற சொல்லுக்குப் பதில் "காலைப் பரப்பிய மாதிரி" என உள்ளது.

(2) ப. 382, 5ஆம் பத்தி, "ஸ்நான அறை" என்பது "குளிப்பறை" என உள்ளது.

(3) ப. 385, 2ஆம் பத்தி: "வீட்டு எதிரில் நிற்கும் மின்சார விளக்கு, அதன் துணையாக, எட்டஎட்ட நிற்கும் அதன் உடன்பிறந்தோர் இவை எல்லாவற்றின் உதவியைக் கொண்டும் பிள்ளையவர்களால் அலமுவைக் கண்டுபிடிக்க இயலவில்லை" என உள்ளது.

(4) ப. 385, கடைசி பத்தி, 5ஆம் வரியில்: ". . . அதனால்தான் முதுகில் எழுதிக்கொள்ளவில்லை" என்பதற்கு அடுத்து "எப்பொழுதாவது ஒரு காலத்தில் அதை எழுதிக்கொள்ளலாம் என்று, அதை ஒரு தூர இலட்சியமாகவே வைத்துக்கொண்டார்" என்பது நீக்கம் பெற்றுள்ளது.

(5) ப. 388, கீழிருந்து 3ஆம் பத்தி: "சைத்தான் நினைக்கு முன்னால் . . ." என்பதற்குப் பதிலாக "திங்க் ஆப் தி டெவிள் இத்யாதிதான்!" என்று உள்ளது.

(6) ப. 389, 6ஆம் பத்தி : "பொருட்காட்சி" என்பதற்குப் பதில் "எக்ஸிபிஷன்" என்று உள்ளது.

62. வேதாளம் சொன்ன கதை

முதல் வெளியீடு: மணிக்கொடி, 15.2.1937

புனைபெயர்: புதுமைப்பித்தன்

நூல்: புதுமைப்பித்தன் கதைகள் (மூலபாடம்)

63. மனித யந்திரம்

முதல் வெளியீடு: மணிக்கொடி, 25.4.1937

புனைபெயர்: புதுமைப்பித்தன்

நூல்: புதுமைப்பித்தன் கதைகள் (மூலபாடம்)

பாடவேறுபாடு:

(1) ப. 400, 1ஆம் பத்தி: "...மறுபடியும் ஒற்றைத் தெரு என்ற முனிஸிப்பல் 'கண்'கூட அற்ற சந்தில் நுழைவதைக் காணலாம்." என அமைந்துள்ளது.

(2) ப. 400, 4ஆம் பத்தி: "குழந்தை–மீனாட்சிகள்" என்பது "மாஸ்டர் மீனாட்சிகள்" என உள்ளது.

(3) ப. 402, 3ஆம் பத்தி, கடைசி வரி: "அதற்குக் காரணம் முனிஸிபாலிட்டியல்ல; அதன் நிர்வாகப் பிரதிநிதிகள்" என்பது நீக்கம் பெற்றுள்ளது.

(4) ப. 405, 2ஆம் தேதி, "பத்தேகாலணா" என்பதற்குப் பதில் "ஐந்தேகாலணா" என உள்ளது.

(5) ப. 406, 11ஆம் பத்தி "பதினொன்றேகாலணா" என்பதற்குப் பதில் "ஆறேகாலணா" என உள்ளது.

(6) ப. 407, 2ஆம் பத்தி: "சரி" என்பது "சதி" என உள்ளது; அதற்கு அடிக்குறிப்பான "சதி = சரி" என்பது நீக்கம் பெற்றுள்ளது.

64. காலனும் கிழவியும்

முதல் வெளியீடு: மணிக்கொடி, 15.9.1937

புனைபெயர்: புதுமைப்பித்தன்

நூல்: புதுமைப்பித்தன் கதைகள் (மூலபாடம்)

65. நாசகாரக் கும்பல்

முதல் வெளியீடு: மணிக்கொடி, 1.11.1937

புனைபெயர்: புதுமைப்பித்தன்

நூல்: நாசகாரக் கும்பல் (மூலபாடம்)

பாடவேறுபாடு:

(1) தலைப்பில் வல்லெழுத்து மிகவில்லை.

(2) மணிக்கொடியில் மருதப்பன் பெரும்பாலும் 'அன்' விகுதியோடு குறிக்கப்பட்டுள்ளார்.

(3) ப. 415, 7ஆம் பத்தியில் "தாழ்ந்த" என்பது "தாழ்த்தப்பட்ட" என மாற்றம் பெற்றுள்ளது.

(4) ப. 416, 3ஆம் பத்தி கடைசி: "அவரது மனைவியான இசக்கியம்மாள் காலமாகி வெகுகாலமாகி விட்டது" என்பது நீக்கம் பெற்றுள்ளது.

(5) ப. 433, முதல் பத்தியில்: "'மேடோர்' பண்ணியிருந்தான்" என்பது "அடமானம்" என மாற்றம் பெற்றுள்ளது.

(6) ப. 433, கடைசி வரி: "கோர்ட்டில் நடத்திப் பார்ப்போமே" என அமைந்துள்ளது.

புதுமைப்பித்தன் நாசகாரக் கும்பல் நூலின் பிரதியில் தம் கைப்படச் செய்த திருத்தங்கள் மூலபாடத்தில் நுழைக்கப்பட்டுள்ளன.

66. நினைவுப் பாதை

முதல் வெளியீடு: தினமணி வருஷ மலர், 1937

புனைபெயர்: புதுமைப்பித்தன்

நூல்: புதுமைப்பித்தன் கதைகள் (மூலபாடம்)

67. ?

முதல் வெளியீடு: தினமணி வருஷ மலர், 1938

புனைபெயர்: புதுமைப்பித்தன்

நூல் : புதுமைப்பித்தன் கதைகள் (மூலபாடம்)

68. மனக்குகை ஓவியங்கள்

முதல் வெளியீடு: கலைமகள், மே 1938

புனைபெயர்: புதுமைப்பித்தன்

நூல்: புதுமைப்பித்தன் கதைகள் (மூலபாடம்)

பாடவேறுபாடு:

(1) ப. 442, 7ஆம் பத்தி: பசலைக் குழந்தையின் "உறுதி" என்பது "பக்தி" என உள்ளது.

(2) ப. 444, 10ஆம் பத்தியின் கடைசியில், "வெறியின் பார்வை" என்பது "வெறியனின் பார்வை" என உள்ளது.

69. நியாயந்தான்

முதல் வெளியீடு: ஜோதி, மே 1938

புனைபெயர்: புதுமைப்பித்தன்

நூல்: காஞ்சனை (மூலபாடம்)

பாடவேறுபாடு:

(1) கடைசி வரி சேர்க்கப்பெற்றுள்ளது.

70. உபதேசம்

முதல் வெளியீடு: ஜோதி, ஜுன் 1938 (மூலபாடம்); இக்கதை கதிர், இதழ் 1 (ஆகஸ்டு 1946)இலும் வெளிவந்துள்ளது.

புனைபெயர்: புதுமைப்பித்தன்

நூல்: அவளும் அவனும்

71. புரட்சி மனப்பான்மை

முதல் வெளியீடு: ஜோதி, ஜுலை 1938; முல்லை, இதழ் 7 (1946) (மூலபாடம்)

புனைபெயர்: புதுமைப்பித்தன்

நூல்: விபரீத ஆசை

72. அபிநவ-ஸ்நாப்

முதல் வெளியீடு : ஜோதி, அக்டோபர் 1938 (மூலபாடம்)

புனைபெயர் : புதுமைப்பித்தன்

நூல் : சித்தி

73. விபரீத ஆசை

முதல் வெளியீடு: ஜோதி, ஏப்ரல் 1939; முல்லை இதழ் 9 (1946) (மூலபாடம்)

புனைபெயர்: புதுமைப்பித்தன்

நூல்: விபரீத ஆசை

பாடவேறுபாடு:

(1) ப. 470, 2ஆம் பத்தியின் தொடக்கத்தில்: "இப்படி ஒன்றும் நிஜமாக நடக்கவில்லை" என்பது நீக்கம் பெற்றுள்ளது.

74. சாமியாரும் குழந்தையும் சீடையும்
முதல் வெளியீடு: சூறாவளி, 23.4.1939 (மூலபாடம்)
புனைபெயர்: புதுமைப்பித்தன்
நூல்: புதிய ஒளி

75. செவ்வாய் தோஷம்
முதல் வெளியீடு : சூறாவளி, 9.7.1939; கதைக் கோவை 3 (அல்லயன்ஸ் வெளியீடு, 1943)
புனைபெயர்: புதுமைப்பித்தன்
நூல்: ஆறு கதைகள் (மூலபாடம்)
கதைக்கோவையில் வெளியான வடிவம் பிழை மலிந்ததாகவும், ஒரு உரையாடல் பகுதி இடம் மாறியும், பெயர்கள் குழம்பியும் உள்ளதால் ஆறு கதைகள் மூலபாடமாகக் கொள்ளப்பட்டது.
'சூறாவளி'யில் ஏட்டு கந்தசாமி பிள்ளை / கந்தப்ப பிள்ளை; கம்பௌண்டர் / கம்பௌண்டர் பிள்ளை எனப் பெயர் மயக்கம் உள்ளது.

76. சுப்பையா பிள்ளையின் காதல்கள்
முதல் வெளியீடு: சூறாவளி, 13.8.1939
புனைபெயர்: புதுமைப்பித்தன்
நூல்: காஞ்சனை (மூலபாடம்)
'சூறாவளி'யில் சுப்பையா பிள்ளையின் மன எண்ணங்கள் பேச்சு வழக்கில் இல்லாமல் எழுத்துத் தமிழில் உள்ளன.

77. கொன்ற சிரிப்பு
முதல் வெளியீடு: தெரியவில்லை
புனைபெயர்: தெரியவில்லை
நூல்: புதுமைப்பித்தன் கதைகள் (மூலபாடம்)
புதுமைப்பித்தன் கதைகள் நூலில் இடம்பெற்றதால் 1940 பிப்ரவரிக்கு முன்பு வெளியானதென்று கொள்ளப்பட்டது.

78. கருச்சிதைவு
முதல் வெளியீடு: தெரியவில்லை
புனைபெயர்: தெரியவில்லை
நூல்: ஆறு கதைகள் (மூலபாடம்)
ஆறு கதைகள் நூலில் இடம்பெற்றுள்ளதால், 1941க்கு முன்பு வெளியானதென்று கொள்ளப்பட்டது.

79. சொன்ன சொல்
முதல் வெளியீடு: தெரியவில்லை
புனைபெயர்: தெரியவில்லை
நூல்: புதிய ஒளி (மூலபாடம்)
புதிய ஒளி நூலில் உள்ள தகவலின்படி இது 1941இல் வெளியானதென்று கொள்ளப்பட்டது.

80. மகாமசானம்

முதல் வெளியீடு: கலைமகள், டிசம்பர் 1941

புனைபெயர்: புதுமைப்பித்தன்

நூல்: காஞ்சனை (மூலபாடம்)

பாடவேறுபாடு:

(1) ப. 502, 3ஆம் பத்திக்குப் பிறகு "அவசரமயம் ஜகத்" என்ற தனி வரி நீக்கம் பெற்றுள்ளது.

(2) ப. 505, 2ஆம் பத்தி : "தன்னுடைய கையில் உள்ள கற்பனை டம்ளரைப் பிடித்தபடி" என்ற தொடர் " 'மெதுவா, மெதுவா' என்றது" என்பதற்கு முன்பு நீக்கம் பெற்றுள்ளது.

81. காஞ்சனை

முதல் வெளியீடு: கலைமகள், ஜனவரி 1943

புனைபெயர்: புதுமைப்பித்தன்

நூல்: காஞ்சனை (மூலபாடம்)

82. செல்லம்மாள்

முதல் வெளியீடு: கலைமகள், மார்ச் 1943

புனைபெயர்: புதுமைப்பித்தன்

நூல்: காஞ்சனை (மூலபாடம்)

83. சாப விமோசனம்

முதல் வெளியீடு: கலைமகள், மே 1943

புனைபெயர்: புதுமைப்பித்தன்

நூல்: காஞ்சனை (மூலபாடம்)

பாடவேறுபாடு:

(1) ப. 545, கடைசிப் பத்தி : "பதினெட்டு மணி நேரம்" என்பது "நாற்பது நாழிகை" என மாற்றம் பெற்றுள்ளது.

84. கட்டிலை விட்டிறங்காக் கதை

முதல் வெளியீடு: கலைமகள், ஜுலை 1943

புனைபெயர்: புதுமைப்பித்தன்

நூல்: காஞ்சனை (மூலபாடம்)

85. கடவுளும் கந்தசாமிப் பிள்ளையும்

முதல் வெளியீடு: கலைமகள், அக்டோபர்; நவம்பர் 1943; முதல் பிரிவு அக்டோபர் இதழிலும், அடுத்த இரு பிரிவுகள் நவம்பர் இதழிலுமாக இரு பகுதிகளாக வெளிவந்துள்ளது.

புனைபெயர்: புதுமைப்பித்தன்

நூல்: காஞ்சனை (மூலபாடம்)

பாடவேறுபாடு :

(1) ப. 562, 9ஆம் பத்தி: "இரண்டணா" என்பது "மூன்றணா"வாக மாற்றம் பெற்றுள்ளது.

(2) ப. 562, 11ஆம் பத்தி : தொண்ணூற்று ஒன்பது ரூபாய், "பதினாலணா" என்பது "பதின்மூன்று" என மாற்றம் பெற்றுள்ளது.

(3) ப. 563, 2ஆம் பத்தி: ...பாப்பான் குடுமியைப் பிடித்து மாற்றிக் கொண்டுவந்திருப்பேனே!" என்பதில் "பாப்பான்" என்ற சொல் சேர்க்கப்பெற்றுள்ளது.

86. சித்தி
முதல் வெளியீடு: கலைமகள், ஜனவரி 1944 (மூலபாடம்)
புனைபெயர்: புதுமைப்பித்தன்
நூல்: கபாடபுரம்

87. சிவசிதம்பர சேவுகம்
முதல் வெளியீடு: தமிழ்மணி பொங்கல் மலர் 1944 (மூலபாடம்)
புனைபெயர்: சொ.வி.
நூல்: விபரீத ஆசை

88. நிர்விகற்ப சமாதி
முதல் வெளியீடு: நவசக்தி ஆண்டு மலர், டிசம்பர் 1944 – ஜனவரி 1945 (மூலபாடம்)
புனைபெயர்: புதுமைப்பித்தன்
நூல்: அன்னை இட்ட தீ (காலச்சுவடு பதிப்பகம், 1998)

89. நிசமும் நினைப்பும்
முதல் வெளியீடு: கலைமகள், ஏப்ரல் 1945 (மூலபாடம்)
புனைபெயர்: புதுமைப்பித்தன்
நூல்: விபரீத ஆசை

90. எப்போதும் முடிவிலே இன்பம்
முதல் வெளியீடு: கலைமகள், ஜூன் 1945 (மூலபாடம்)
புனைபெயர்: புதுமைப்பித்தன்
நூல்: விபரீத ஆசை

91. கபாடபுரம்
முதல் வெளியீடு: சந்திரோதயம், 30.6.1945; 10.7.1945; 20.7.1945 (மூலபாடம்). 1, 2 பிரிவுகள் முறையே முதல் இரண்டு இதழ்களிலும் 3, 4ஆம் பிரிவுகள் மூன்றாம் இதழிலும் வெளிவந்துள்ளன.
புனைபெயர்: புதுமைப்பித்தன்
நூல்: கபாடபுரம்

92. அன்று இரவு
முதல் வெளியீடு: கலைமகள், ஜனவரி; பிப்ரவரி 1946 (மூலபாடம்); முதல் பிரிவு ஜனவரி இதழிலும், அடுத்த மூன்று பிரிவுகள் பிப்ரவரி இதழிலுமாக இரு பகுதிகளாக வெளிவந்துள்ளது.
புனைபெயர்: புதுமைப்பித்தன்
நூல்: விபரீத ஆசை

93. படபடப்பு
முதல் வெளியீடு: கவிக்குயில், முதல் மலர் (1946)
புனைபெயர்: புதுமைப்பித்தன்

நூல்: விபரீத ஆசை
மூலபாடம் : புதுமைப்பித்தனின் கையெழுத்துப் படி. அதில் தலைப்பைப் 'பரபரப்பு' என எழுதிப் பின் 'படபடப்பு' என்று திருத்தியுள்ளார். கையெழுத்துப்படியின் ஒளிநகலை வழங்கியவர் தொ. மு. சி. ரகுநாதன். 'கவிக்குயி'லில் வெளியான வடிவம் அச்சுப் பிழைகள் மலிந்துள்ளது.

94. **அவதாரம்**
முதல் வெளியீடு: முல்லை, தை மலர் *(1947) (மூலபாடம்)*
புனைபெயர்: புதுமைப்பித்தன்
நூல்: புதிய ஒளி

95. **கயிற்றரவு**
முதல் வெளியீடு: காதம்பரி, ஏப்ரல் *1948 (மூலபாடம்)*
புனைபெயர்: புதுமைப்பித்தன்
நூல்: கபாடபுரம்

96. **'இந்தப் பாவி'**
முதல் வெளியீடு: தெரியவில்லை
புனைபெயர்: தெரியவில்லை
நூல்: சித்தி, ஸ்டார் பிரசுரம், *1955 (மூலபாடம்)*

97. **இலக்கிய மம்ம நாயனார் புராணம்**
முதல் வெளியீடு: தெரியவில்லை
புனைபெயர்: தெரியவில்லை
நூல்: சித்தி, ஸ்டார் பிரசுரம், *1955 (மூலபாடம்)*

98. **சிற்றன்னை**
முதல் வெளியீடு: காதம்பரி, ஏப்ரல்-மே *1949*
புனைபெயர்: புதுமைப்பித்தன்
நூல்: சிற்றன்னை *(மூலபாடம்)*

99. **அன்னை இட்ட தீ**
மூலபாடம்: புதுமைப்பித்தனின் கையெழுத்துப் படி
நூல்: அன்னை இட்ட தீ
இதன் கையெழுத்துப் படியை ஒளிநகலெடுக்கக் கொடுத்த தொ. மு. சி. ரகுநாதன் வழங்கிய குறிப்பு (அன்னை இட்ட தீ, காலச்சுவடு பதிப்பகம், 1998, ப. 25-26):
1944ஆம் ஆண்டில் புதுமைப்பித்தன் 'தினசரி'யிலிருந்து விலகி சினிமாத் துறையில் ஈடுபடுவதற்கு முன் எனக்கு அவரோடு நெருங்கிய நட்பு ஏற்பட்ட காலத்தில் நாவல்கள் எழுதத் தமக்கிருந்த வேட்கையையும் எண்ணங்களையும் பலமுறை என்னிடம் வெளியிட்டிருக்கிறார். அப்போது பட்டினத்தாரைப் பற்றித் தத்துவ விசாரம் மிக்க ஒரு நாவலை எழுத விரும்புவதாக ஒரு முறை தெரிவித்தார். பட்டினத்தார் துறவு மனப் பான்மையை மேற்கொண்டபோதிலும், மனைவி, மகன், தாய் ஆகியோர் மீது கொண்ட பாசத்தின் கயிறுகள் அவருக்கு லகுவில் அறுபடவில்லை. முதலில் மகன் மறைகிறான்; பின்னர் மனைவியை விட்டுப் பிரிகிறார். என்றாலும் இந்தப் பாசக் கயிறுகள் அறுபடாமையினால்தான் அவர்

மனைவி மக்களைப் பழித்தும் இழித்தும் கசப்போடு பாடி அவற்றை அறுக்க முயல்கிறார். என்றாலும் அவர் தாயின் மீது கொண்ட பாசம் மட்டும் அறுபடவே இல்லை. அது அவளைச் சிதையில் ஏற்றிய காலத்தில் புலம்பித் தீர்த்துப் பாடிய பாடல்களுக்குப் பிறகே அறுபடுகிறது. இந்தப் பாசக் கயிறுகள் அறுந்து அவரது மனம் விடுதலை பெற்ற பிறகுதான், அவருக்குக் கசப்பு ருசி கொண்ட பேய்க் கரும்பும் இனிக்கிறது. வாழ்க்கையின் இனிமையைப் புரிந்துகொண்ட பட்டினத்தார் அதற்கு மேல் உயிர் வாழ விரும்பாமல் சமாதியாகிவிடுகிறார். இதுதான் பட்டினத்தாரைப் பற்றி அவர் எழுத விரும்பிய நாவலின் கரு.

இதேபோல், பட்டினத்தார் இறந்துபோன தன் தாயின் சிதைக்குத் தீ மூட்டிய காலத்தில் பாடியதாகக் கூறப்படும்

முன்னை இட்ட தீ முப்புரத்திலே
பின்னை இட்ட தீ தென்னிலங்கையில்
அன்னை இட்ட தீ அடிவயிற்றிலே
யானும் இட்ட தீ மூள்க மூள்கவே

என்ற பாடலில் காணப்படும் 'அன்னை இட்ட தீ' என்ற சொற்றொடரைத் தலைப்பாகக் கொண்டு, தாம் ஒரு நாவல் எழுதத் திட்டமிட்டிருந்ததையும் அவர் என்னிடம் கூறினார். ஆனால் இது பட்டினத்தாரைப் பற்றிய நாவல் அல்ல. மாறாக, தேசிய இயக்கத்தைப் பின்னணியாகக் கொண்ட, தேசிய மணமும் சிந்தனையாழமும் அற்புதமான கதாபாத்திரங்களும் நிறைந்த சிறந்ததொரு நாவலாக அதனை எழுத வேண்டும் என்பதே அவரது திட்டம். இந்தியத் தேசிய இயக்கம் வெகுஜன இயக்கமாக மாறத் தொடங்கிய காலத்திலிருந்து, இரண்டாவது உலக யுத்தமும் 1942 ஆகஸ்டு விடுதலைப் போராட்டமும் நிகழ்ந்த காலம் வரையிலும், அதாவது ஒரு தலைமுறைக் காலம் முழுவதையும் தமது நாவலுக்குரிய கால வரம்பாக அவர் கணித்திருந்தார். இந்தக் கால கட்டத்தில் தென்பாண்டி மக்களைப் பாத்திரங்களாகக் கொண்டு, அவர் தம் நாவலை எழுதத் திட்டமிட்டுச் செயலிலும் இறங்கிவிட்டார். அவர் அந்த நாவலின் முதல் இரண்டு அத்தியாயங்களை எழுதி முடிப்பதற்குள்ளாகவே பல்வேறு வாழ்க்கைத் தொல்லைகள் அவரது கையையும் கருத்தையும் வேறுவகையில் செயலாற்றச் செய்துவிட்டன. இதன்பின் அவர் 1948இல் காலமாகும்வரையிலும் அந்த நாவல் எழுதி முடிக்கப் பெறாத தொட்ட குறைப் பிறவியாகவே நின்றுவிட்டது.

இந்த நாவலைப் புதுமைப்பித்தன் டெம்மி 1 x 8 புத்தக அளவில், ஒவ்வொன்றும் 32 பக்கங்களைக் கொண்ட 5 சிறு நோட்டுப் புத்தகங்களில் எழுதியிருந்தார். கையெழுத்துப் பிரதியில் அவர் நாவலின் தலைப்பு என்னவென்றும் எழுதவில்லை. எழுதிமுடித்த நோட்டுப் புத்தகங்களின் வரிசை எண்ணிக்கையையும் குறிப்பிட்டிருக்கவில்லை.

பின்னிணைப்பு 4

கையெழுத்துப் படிகளும் அச்சுப்படிகளும்

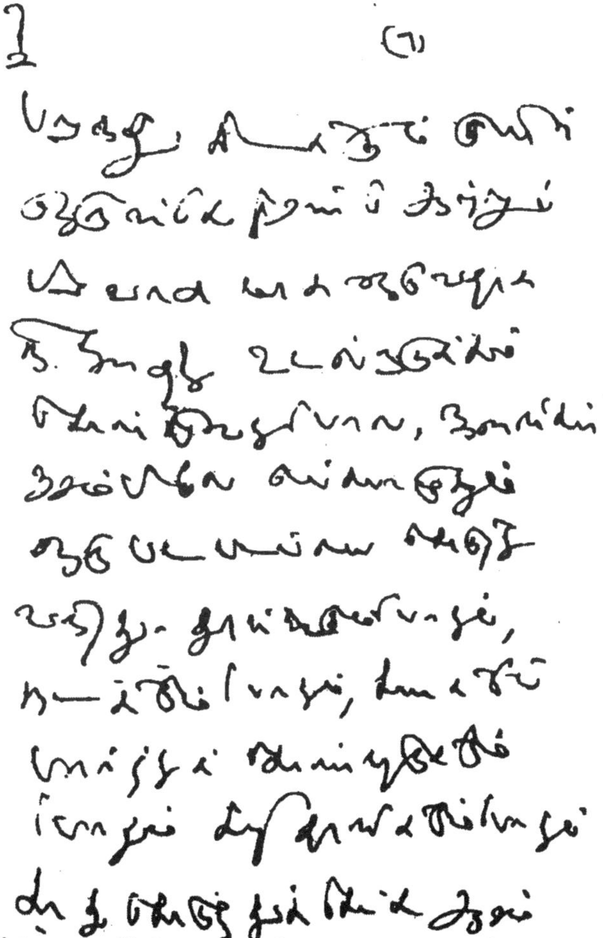

(1)

'படபடப்பு' கையெழுத்துப்படி

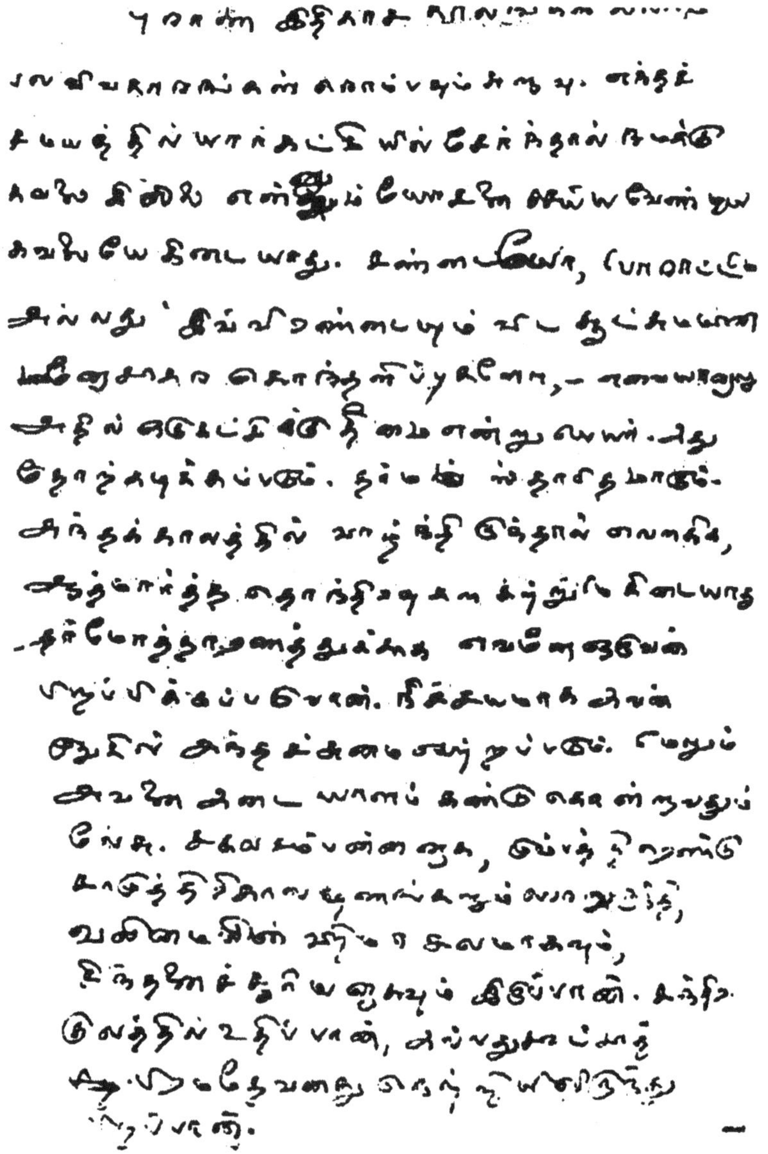

அன்னை இட்ட தீ கையெழுத்துப்படி

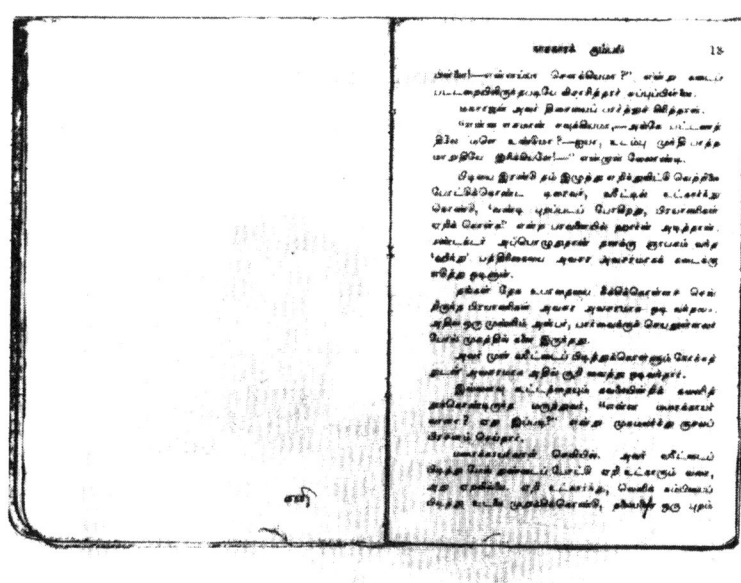

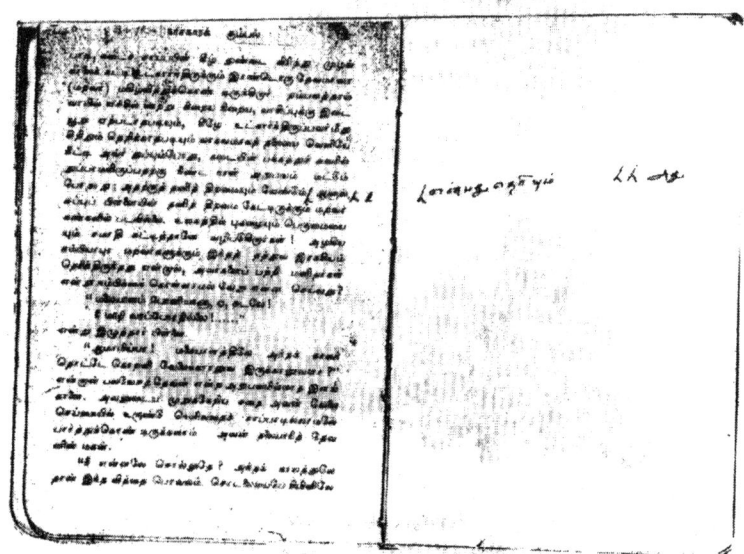

நாசகாரக் கும்பல் அச்சுப்படியில்
புதுமைப்பித்தன் கைப்பட செய்த திருத்தங்கள்

பின்னிணைப்பு 5
படங்கள்

'கடவுளும் கந்தசாமிப் பிள்ளையும்'

கலைமகள், நவம்பர் 1943

'சிவசிதம்பர சேவுகம்'

தமிழ்மணி, பொங்கல் மலர், 1944

இடமிருந்து வலம் : புதுமைப்பித்தன், வி. சொக்கலிங்கம் பிள்ளை (தந்தை), ருக்மணி (தங்கை), பார்வதத்தம்மாள் (தாய்)

பட உதவி : சொ. முத்துசாமி

பின்னிணைப்பு 6

புதுமைப்பித்தன் வாழ்க்கைக் குறிப்பு

இயற்பெயர் சொ. விருத்தாசலம். பிறப்பு: 25 ஏப்ரல் 1906, திருப்பாதிரிப் புலியூர். தந்தை: வி. சொக்கலிங்கம் பிள்ளை. தாயார்: பர்வதத்தம் மாள். சிற்றன்னை: காந்திமதியம்மாள். உடன்பிறந்த தங்கை: ருக்மணி அம்மாள்.

தொடக்கக் கல்வியைச் செஞ்சி, திண்டிவனம், கள்ளக்குறிச்சி ஆகிய ஊர்களில் பெற்றார். தாசில்தாராகப் பணியாற்றிய அவரின் தந்தை ஓய்வுபெற்றதும் 1918இல் சொந்த ஊரான திருநெல்வேலிக்குத் திரும்பினார். அர்ச் யோவான் ஸ்தாபனப் பள்ளியில் படித்தார். நெல்லை இந்துக் கல்லூரியில் படித்து, 1931இல் பி.ஏ. பட்டம் பெற்றார்.

1932 ஜூலையில் திருமணம். மனைவி: கமலா (1917-1995); திருவனந்தபுரத்தைச் சேர்ந்தவர்.

1933 அக்டோபர் 18இல் முதல் படைப்பு 'குலோப்ஜான் காதல்' *காந்தியில்* வெளியீடு. 1934 ஏப்ரலிலிருந்து *மணிக்கொடியில்* பல கதை களையும் கட்டுரைகளையும் வெளியிட்டார். 1934ஆம் ஆண்டின் முற்பகுதியில் சென்னைக்குக் குடிபெயர்ந்தார். 1934 ஆகஸ்டு முதல் பிப்ரவரி 1935வரை *ஊழியனில்* உதவியாசிரியர். (சிறுகதை) *மணிக்கொடி* யில் பி. எஸ். ராமையாவுடன் நெருங்கிய உறவு. 1935 ஜூலை முதல் 1943 செப்டம்பர் வரை *தினமணியில்* உதவியாசிரியர். நிர்வாகத்துடனான மோதலின் காரணமாக டி. எஸ். சொக்கலிங்கம் *தினமணி* ஆசிரியப் பொறுப்பிலிருந்து விலகியபோது பிற உதவியாசிரியர்களோடு புதுமைப்பித்தனும் விலகினார்.

1939இல் *உலகத்துச் சிறுகதைகள், பேஸிஸ்ட் ஜடாமுனி, கப்சிப் தர்பார்* ஆகியவை வெளிவந்தன. 1940இன் தொடக்கத்தில் முதல் சிறுகதைத் தொகுதி புதுமைப்பித்தன் கதைகள் நூலும் நவயுகப் பிரசுராலய வெளியீடாக வந்தது.

1944இல் டி. எஸ். சொக்கலிங்கம் தொடங்கிய தினசரியில் சேர்ந்தார். பின்பு அதிலிருந்தும் விலகித் திரைப்படத் துறையில் நுழைந்தார். 1946இல் ஜெமினியின் 'அவ்வை' மற்றும் 'காமவல்லி' படத்துக்காக வும் பணியாற்றினார். பின்பு 'பர்வதகுமாரி புரொடக்ஷன்ஸ்' என்ற திரைப்படத் தயாரிப்பு நிறுவனத்தையும் தொடங்கினார். 1946 ஏப்ரலில் மகள் தினகரி பிறப்பு. எம்.கே.டி. பாகவதரின் 'ராஜமுக்தி' படத்திற் காக 1947இன் பிற்பகுதியிலிருந்து 1948 மே தொடக்கம் வரை புனே வாசம். அங்குக் கடுமையான காசநோய்க்கு ஆளானார். 5 மே 1948இல் திருவனந்தபுரத்திற்குத் திரும்பினார். ஜூன் 30இல் மறைந்தார்.

திருமதி தினகரி சொக்கலிங்கம் தொடர்பு முகவரி: 'புதுமைப்பித்தன் இல்லம்', 16, 5ஆம் பிரதான சாலை, இராஜா அண்ணாமலைபுரம், சென்னை 600028, தொலைபேசி: 24355176

பின்னிணைப்பு 7

புதுமைப்பித்தன் கதைகள்:

தலைப்பு அகரவரிசை

1.	அகல்யை	-	131
2.	அபிநவ – ஸ்நாப்	-	461
3.	அவதாரம்	-	667
4.	அன்று இரவு	-	646
5.	ஆண்மை	-	214
6.	ஆற்றங்கரைப் பிள்ளையார்	-	55
7.	இது மிஷின் யுகம்!	-	111
8.	'இந்தப் பாவி'	-	681
9.	இரண்டு உலகங்கள்	-	192
10.	இலக்கிய மம்ம நாயனார் புராணம்	-	688
11.	உணர்ச்சியின் அடிமைகள்	-	89
12.	உபதேசம்	-	451
13.	எப்போதும் முடிவிலே இன்பம்	-	615
14.	ஒப்பந்தம்	-	113
15.	ஒரு கொலை அனுபவம்	-	290
16.	ஒரு நாள் கழிந்தது	-	382
17.	கட்டில் பேசுகிறது	-	77
18.	கட்டிலை விட்டிறங்காக் கதை	-	549
19.	கடவுளின் பிரதிநிதி	-	224
20.	கடவுளும் கந்தசாமிப் பிள்ளையும்	-	559
21.	கடிதம்	-	136
22.	கண்ணன் குழல்	-	154
23.	கபாடபுரம்	-	627
24.	கயிற்றரவு	-	674
25.	கருச்சிதைவு	-	494
26.	கலியாணி	-	276
27.	கவந்தனும் காமனும்	-	108
28.	கனவுப் பெண்	-	169
29.	காஞ்சனை	-	507
30.	காலனும் கிழவியும்	-	408
31.	காளி கோவில்	-	86
32.	குப்பனின் கனவு	-	208
33.	குற்றவாளி யார்?	-	247
34.	கொடுக்காப்புளி மரம்	-	160

35.	கொன்ற சிரிப்பு	489
36.	கோபாலபுரம்	263
37.	கோபாலய்யங்காரின் மனைவி	229
38.	சங்குத் தேவனின் தர்மம்	61
39.	சணப்பன் கோழி	234
40.	சாப விமோசனம்	535
41.	சாமாவின் தவறு	272
42.	சாமியாரும் குழந்தையும் சீடையும்	471
43.	சாயங்கால மயக்கம்	181
44.	சித்தம் போக்கு	141
45.	சித்தி	578
46.	சிவசிதம்பர சேவுகம்	591
47.	சிற்பியின் நரகம்	332
48.	சுப்பையா பிள்ளையின் காதல்கள்	481
49.	செல்லம்மாள்	517
50.	செவ்வாய் தோஷம்	474
51.	சொன்ன சொல்	499
52.	ஞானக் குகை	326
53.	டாக்டர் சம்பத்	318
54.	தனி ஒருவனுக்கு	120
55.	தியாகமூர்த்தி	149
56.	திருக்குறள் செய்த திருக்கூத்து	69
57.	திறந்த ஜன்னல்	117
58.	துன்பக் கேணி	292
59.	தெரு விளக்கு	129
60.	தேக்கங் கன்றுகள்	184
61.	நம்பிக்கை	164
62.	நன்மை பயக்குமெனின்	143
63.	நாசகாரக் கும்பல்	414
64.	'நானே கொன்றேன்!'	174
65.	நிகும்பலை	92
66.	நிசமும் நினைப்பும்	603
67.	நியாயந்தான்	446
68.	நியாயம்	99
69.	நிர்விகற்ப சமாதி	597
70.	நினைவுப் பாதை	434
71.	படபடப்பு	662
72.	பறிமுதல்	125
73.	பாட்டியின் தீபாவளி	211
74.	பால்வண்ணம் பிள்ளை	244
75.	பிரம்ம ராக்ஷஸ்	361

76.	புதிய ஒளி	-	167
77.	புதிய கந்த புராணம்	-	204
78.	புதிய கூண்டு	-	344
79.	புதிய நந்தன்	-	102
80.	புரட்சி மனப்பான்மை	-	456
81.	'பூசனிக்காய்' அம்பி	-	267
82.	பொய்க் குதிரை	-	197
83.	பொன்னகரம்	-	66
84.	மகாமசானம்	-	502
85.	மனக்குகை ஓவியங்கள்	-	441
86.	மனித யந்திரம்	-	399
87.	மாயவலை	-	238
88.	மோட்சம்	-	80
89.	ராமனாதனின் கடிதம்	-	83
90.	வழி	-	256
91.	வாடா மல்லிகை	-	156
92.	வாழ்க்கை!	-	338
93.	விநாயக சதுர்த்தி	-	374
94.	விபரீத ஆசை	-	466
95.	வெளிப்பூச்சு	-	260
96.	வேதாளம் சொன்ன கதை	-	392
97.	?	-	439

புதுமைப்பித்தன் கட்டுரைகள்

ப-ர்: ஆ.இரா. வேங்கடாசலபதி

ரூ. 590

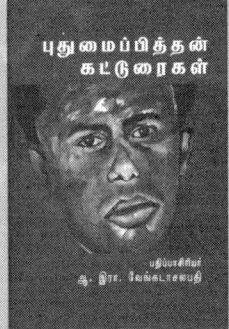

இந்நூலில் புதுமைப்பித்தனின் கட்டுரைகள், மதிப்புரைகள், அதிகாரம் யாருக்கு?, பேஸிஸ்ட் ஐடாமுனி, கப்சிப் தர்பார், ஸ்டாலினுக்குத் தெரியும் ஆகியவை அடங்கியுள்ளன. இதுவரை நூலாக்கம் பெறாத நான்கு கட்டுரைகளோடு, 'இரவல் விசிறி மடிப்பு' என்ற புகழ்பெற்ற மதிப்புரையும், க. நா. சு. வுக்கு எழுதிய மறுப்புரையும் முதன் முதலாக நூலாக்கம் பெறுகின்றன. நம்பகமான பாடங்களோடு, காலவரிசையில் அமைந்துள்ள இப்பதிப்பில் ஏராளமான தகவல்கள் பின்னிணைப்புகளில் வழங்கப்பட்டுள்ளன.

புதுமைப்பித்தன் மொழிபெயர்ப்புகள்

ப-ர்: ஆ.இரா. வேங்கடாசலபதி

ரூ. 675

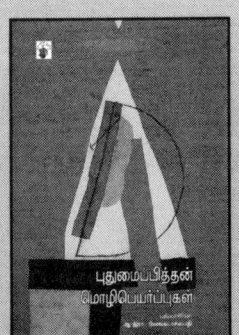

எல்லாம் ஒன்றே என்ற விஸ்தாரமான வேதாந்தத்தைக் கதைத்துக்கொண்டிருந்தாலும், நமது மன வரம்பை ஒட்டுத் திண்ணை எல்லைக்கு வெளியேவிட விருப்பமில்லாமல் இருப்பவர்களும், உலகத்தில் சொல்ல வேண்டியதையெல்லாம் மூவாயிரம் வருஷங்களுக்கு முன்பே கங்கைக் கரையிலும் காவிரிக் கரையிலும் சொல்லி முடித்துவிட்டதாக மமதை கொண்டிருக்கும் அரிசி உணவை உட்கொள்ளும் பிராணிகளும், தங்கள் மனோரதத்தைச் செலுத்தியாவது தேச யாத்திரை செய்துபார்க்கப் பிற நாட்டு இலக்கியப் பயிற்சியளிப்பதே இத்தொகுப்பின் நோக்கம்.

புதுமைப்பித்தன்

புதுமையும் பித்தமும்
(கட்டுரைகள்)
க.நா. சுப்ரமண்யம்
ரூ.100

புதுமைப்பித்தன் பற்றி 'எழுத்து' காலத்திலிருந்து எண்பதுகள்வரை க.நா.சு. பதிவு செய்த மூன்று வெவ்வேறு மதிப்பீடுகளின் தொகுப்பு இந்நூல். க.நா.சு., புதுமைப்பித்தன் பற்றிக் கொண்டிருந்த உயர்ந்த மதிப்பீட்டையும் அவர் மதிப்பீட்டிலுள்ள மாறுதல்களையும் முரண்பாடுகளையும் இத்தொகுப்பு பதிவு செய்கிறது. 1946இல் க.நா.சு., பு.பி.க்கு அன்பளித்த நூலின் முதல்பக்க வாசகம் அவர்கள் நட்புக்குச் சான்றாகப் பின்னிணைப்பாகத் தரப்பட்டுள்ளது. முன்னுரை ராஜ்கௌதமன்.

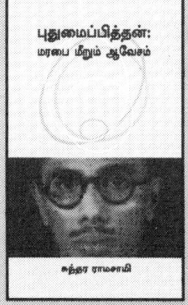

புதுமைப்பித்தன்: மரபை மீறும் ஆவேசம்
(கட்டுரைகள்)
சுந்தர ராமசாமி
ரூ. 200

புதுமைப்பித்தன் படைப்புகள் குறித்து ஐம்பதாண்டுகளாக சுந்தர ராமசாமி எழுதிப் பிரசுரமான விமர்சனக் கட்டுரைகள், புதுமைப்பித்தன் குறித்து தொ.மு.சி. ரகுநாதனுடனான நீண்ட நேர்காணல், மதிப்புரை, கவிதை வரிகள் மற்றும் இதுவரை பிரசுரமாகாத கட்டுரைப் பகுதி, நாட்குறிப்புகளிலுள்ள விமர்சனங்கள், திருமதி கமலா விருத்தாசலத்துக்கு எழுதிய கடிதம் அடங்கிய தொகுப்பு இது.

அரை நூற்றாண்டுக் காலகட்டத்தில் புதுமைப்பித்தன் படைப்புகள் மீதான மறுவாசிப்பில் – மறுபரிசீலனையில் சுந்தர ராமசாமியின் விமர்சனப் பார்வையில் ஏற்பட்டுள்ள மாற்றங்களைத் துல்லியமாக உணர்த்துகிறது இந்தத் தொகுப்பு.

புதுமைப்பித்தன் வரலாறு
ப-ர்: ஆ. இரா. வேங்கடாசலபதி
ரூ. 295

இருபதாம் நூற்றாண்டுத் தமிழ் இலக்கியத்தின் முக்கியப் படைப்பாளர்களுள் ஒருவரான புதுமைப்பித்தனின் வாழ்க்கைக் கதை இது. ஒரு நாவலுக்குரிய விறுவிறுப்பும் சுவையும் கொண்ட இந்த வரலாற்றைப் படித்த வாசகர்கள் புதுமைப்பித்தனின் ஆவி ரகுநாதனிடம் குடிகொண்டு விட்டது என்று நம்பிவிட்டனர் என்று பாராட்டியிருக்கிறார் சுந்தர ராமசாமி. 1951இல் முதலில் வெளியான இந்நூலுக்கு விரிவான முன்னுரை, ஆய்வுக் குறிப்புகள், படங்களுடன் மறுபதிப்பைத் தயாரித்திருக்கிறார் புதுமைப்பித்தன் படைப்புகளுக்குச் செம்பதிப்புகளை உருவாக்கியுள்ள ஆ. இரா. வேங்கடாசலபதி